डायमंड
इतिहास माहितीकोश

Diamond
Encyclopedia of History

डायमंड
इतिहास माहितीकोश

संपादक

प्रा. सु. ह. जोशी   डॉ. म. रा. कुलकर्णी

प्रा. डॉ. रघुनाथ शेळके   प्रा. शिल्पा कुलकर्णी

सौ. सुनीता दांडेकर

डायमंड पब्लिकेशन्स, पुणे

Diamond Encyclopedia of History

डायमंड **इतिहास माहितीकोश**

प्रा. सु. ह. जोशी, डॉ. म. रा. कुलकर्णी, प्रा. डॉ. रघुनाथ शेळके,
प्रा. शिल्पा कुलकर्णी, सौ. सुनीता दांडेकर

प्रथम आवृत्ती – जानेवारी २००९

ISBN 978 - 81 - 8483 - 076 - 7

© डायमंड पब्लिकेशन्स, पुणे

मुखपृष्ठ, आतील चित्रे व संगणकीय आरेखन :
शाम भालेकर

प्रकाशक व मुद्रक :
दत्तात्रेय गं. पाष्टे
डायमंड पब्लिकेशन्स
१२५५ सदाशिव पेठ, लेले संकुल, पहिला मजला
निंबाळकर तालमीसमोर, पुणे ४११ ०३०.
☎ ०२० – २४४५२३८७, २४४६६६४२

diamondpublications@vsnl.net
www.diamondbookspune.com

प्रमुख वितरक :
डायमंड बुक डेपो
६६१, नारायण पेठ, अप्पा बळवंत चौक,
पुणे – ३०.
☎ ०२० – २४४८०६७७

प्रकाशकीय

कोशवाङ्मय ही त्या त्या भाषेची संपत्ती असते आणि म्हणूनच भारतीय भाषांमधील एका अपूर्व कोशाचा थोडक्यात परिचय करून देण्यास आम्हाला अतिशय आनंद होत आहे. इतिहास माहितीकोश ही एक अभिनव कल्पना आहे. हा शब्दकोशही नाही आणि पूर्णतया ज्ञानकोशही नाही तर दोहोंचा ह्यात मध्यमक्रम म्हणजे सुवर्णमध्य काढलेला आहे. शब्दकोश म्हणजे शब्दांचे अर्थ देणे नि ज्ञानकोश म्हणजे त्या त्या विषयांची संपूर्ण माहिती देणे होय. पण ह्या इतिहास माहितीकोशाचे वैशिष्ट्यच आणखी निराळेच आहे.

अगोदर इतिहास शब्दाची माहिती करून घेऊ. इतिहास हा खरोखर महासागर आहे नि एवढी विशाल व्याप्ती असणारा दुसरा विषय नाही असे म्हटल्यास ते वावगे ठरणार नाही. 'इति ह आस' म्हणजे असे असे घडले ते सांगणारा तो इतिहास होय. त्यामुळेच प्राचीन काळापासून अगदी आत्तापर्यंत घडलेल्या असंख्य घटनांनी विणलेले हे इतिहासवस्त्र आहे, वा इतिहासपट आहे. त्याचा आवाका, विस्तार अति अफाट आहे म्हणून हा कोश म्हणजे एक 'ट्रेलरच' जणू. किंवा गागरमें सागर भरणे आहे.

इतिहास माहितीकोशाची रचना अशी (१) व्यक्ती, (२) घटना, (३) संस्था, (४) स्थलदर्शन, (५) पारिभाषिक शब्द आणि (६) अन्य शेष.

अर्थात इतिहास माहितीकोशाची रचना ही अकारविल्हे मराठी वर्णक्रमानुसार आहे. थोडक्यात स्वरूप असे की प्रथम विषयाचे नाव वा नोंद. त्यापुढे कालखंड तर नंतर ३ ते ४ ओळींत त्या विषयाची माहिती आणि पुढे कंसात हीच माहिती विस्तृत स्वरूपात कुठे मिळेल त्या ग्रंथाचे नाव वा संदर्भग्रंथ.

हा इतिहास माहितीकोश विद्यार्थी, अभ्यासक, शिक्षक, प्राध्यापक एवढेच काय, सामान्य वाचकालाही अत्यंत उपयुक्त होणार आहे. मनोरंजकता अधिक ज्ञान, माहिती असे त्याचे वर्णन करता येईल. कोणीही वाचक कोणत्याही पृष्ठापासून वाचावयास प्रारंभ करो त्यात तो रंगून जाईल हे निश्चित होय.

इतिहास म्हणजे केवळ राजे, राजकीय घटना ह्यांचीच नोंद नाही तर सर्वसामान्य माणसालाही त्यात महत्त्वपूर्ण स्थान आहे, ही गोष्ट येथे आवर्जून ध्यानात घेतलेली आहे.

इतिहासाच्या त्या त्या कालखण्डात झालेली प्रगती हा इतिहासाचाच एक भाग आहे. ही प्रगती विविध क्षेत्रांतली असते. राजकीय, सामाजिक, आर्थिक, सांस्कृतिक, धार्मिक, नैतिक, भौगोलिक, वाङ्मयीन, समाजशास्त्रीय, वैज्ञानिक (शास्त्रीय), विविधकला इत्यादी. म्हणूनच केवळ व्यक्तींवर भर न देता ह्या वर उल्लेखिलेल्या सर्व अंगांचा सर्वांचा प्रतिनिधिक का होईना परिचय करून देण्यात आलेला आहेत. अर्थात व्यक्ती ह्याच इतिहास घडवीत असल्यामुळे व्यक्तिनामांची अधिक नोंद झालेली आहे, हे साहजिकच आहे.

पुराणवस्तुसंशोधन, पुरातत्त्व, उत्खनन हेही इतिहास समृद्ध करणारे महत्त्वाचे अंग आहे. गेल्या

शंभर-सव्वाशे वर्षांत भारतात सर्वत्र जागोजागी झालेल्या उत्खननांमुळे अनेक प्राचीन नगरे, दुर्ग, मंदिरे आणि स्तूप ह्यांचे अवशेष, पाषाणाची आणि धातूची आयुधे नि उपकरणे, मातीची आणि धातूची विविध रंगांची, भिन्न आकार-प्रकारांची भांडी, नानाविध अलंकार, नाणी, मूर्ती, शिलालेख इ. वस्तू सापडल्या असून शास्त्रीय पद्धतीने त्यांचा अभ्यास केल्यामुळे अश्मयुगापासून मध्ययुगापर्यंत भारतीय संस्कृतीचा विकासक्रम जसा स्पष्ट दिसून आला तसेच इतिहासलेखनात अधिक शुद्धता किंवा अचूकपणा येत गेला आहे. म्हणूनच यथाशक्य या साऱ्यांना या कोशात जागा देण्याचा प्रयत्न केला आहे. म्हणून सिंधू संस्कृती, हडप्पा, मोहेंजोदडो उत्खनित संस्कृती, आदींना येथे स्थान आहे.

हा कोश परिपूर्ण आहे, असा आमचा दावा नाही किंबहुना आमच्या मर्यादांची आम्हाला जाणीव आहेच. काही व्यक्ती, संस्था, घटना, संज्ञादिकांचे स्पष्टीकरण आवश्यक असूनही कोशात त्यांना स्थान देणे राहून गेलेले आहे. एकतर सर्व सामाजिक शास्त्रांत इतिहास हाच सर्वात मोठा विषय आहे नि त्यात प्रतिदिन सारखी भर पडतच आहे. पृष्ठसंख्यावृद्धिभयास्तव काही नोंदींचा इच्छा असूनही समावेश करता आला नाही नि अनवधानानेही, आम्हाला पडलेल्या मर्यादांमुळे काही नोंदी राहून गेल्या असण्याची शक्यता आहे. काही नोंदींचे विवरण एखाद्याला अनावश्यकही वाटेल. शेवटी ''पिण्डे पिण्डे मतिर्भिन्ना'' (प्रत्येकाचे मत वेगळे) आणि ''भिन्नरुचिर्हि लोक:'' (प्रत्येकाची आवड वेगळी) हेही ध्यानात घ्यावे. आमच्या लक्ष्मणरेषेचाही सहानुभूतीने विचार करावा. शेवटी शंका, सूचना, प्रश्न, टीका, भाष्य, सर्वांचे सानंद स्वागत आहेच. धन्यवाद.

ह्या कोशाची किमान तीन महत्त्वपूर्ण वैशिष्ट्ये आहेत – एक म्हणजे आपल्याला कोणत्याही घटनेचा वा व्यक्तीचा काळ सामान्यत: निश्चित मिळेल. सामान्यत: प्रत्येक विषयाची थोडक्यात, संक्षिप्त पण सारभूत, एकत्रीकृत माहिती इथे मिळेल आणि तिसरे वैशिष्ट्यच म्हणजे ह्याच विषयाची आणखी विस्तृत माहिती कोणत्या पुस्तक वा ग्रंथात मिळेल तेही इथे उपलब्ध होईल. शेवटी संदर्भग्रंथांची सूची जोडलेली आहेच. तिचा वाचकांना अतिशय उपयोग होईल.

विविध विषयांवरील कोशांची निर्मिती हे डायमंड पब्लिकेशन्सने स्वत:चे महत्त्वाचे ध्येय ठरवले आहे. यानुसार गेल्या ३ ते ४ वर्षात राज्यशास्त्र, समाजशास्त्र, मानसशास्त्र, शिक्षणशास्त्र, अर्थशास्त्र, भूगोल, पर्यावरणशास्त्र, ग्रंथालयशास्त्र अशा विविध अभ्यासविषयांवर सर्वसमावेशक कोशांची निर्मिती केलेली आहे. याबरोबरच भारतीय सरिताकोश, क्रीडाकोश, युद्धविज्ञान, समाजकार्य अशा वेगवेगळ्या विषयांवरीलही कोश प्रकाशित केले आहेत.

विद्यार्थी, शिक्षक, जिज्ञासू, सर्वसामान्य वाचक अशा सर्वांसाठी हे कोश व प्रस्तुत अभिनव असा इतिहास माहितीकोश अत्यंत उपयुक्त ठरेल अशी आशा आहे.

दत्तात्रेय गं. पाष्टे

ऋणनिर्देश

सर्वात प्रथम ऋणनिर्देश धडाडीचे, दूरदृष्टीचे, कल्पक, विविध ज्ञानशाखांविषयी कळकळ असणारे डायमंड पब्लिकेशन्सचे श्री. दत्तात्रेय गं. पाष्टे ह्यांचे आम्ही लक्षश: ऋणी आहोत. ते 'प्रकाशक' आहेत नि त्यांनी मनावर घेतले नसते तर ह्या इतिहासकोशाला 'प्रकाश' दिसला नसता. सध्या लेखक सुंदर सुंदर पुस्तके लिहिताहेत पण प्रकाशकांच्या अभावी किंवा दीर्घ प्रतीक्षा, अनंत अडचणी यांमुळे ग्रंथ प्रसिद्ध होणे अतीव अवघड झालेले आहे. काही ठिकाणी 'अर्थ' हा प्रश्न आहे तर काही ठिकाणी जीवघेणी प्रतीक्षा आहे. पण आम्हाला तसा काहीच त्रास झाला नाही. श्रीमान पाष्टेसाहेब ह्यांनी आम्हा काही मंडळींना एकत्र करून, त्यांना उत्तेजन, धीर, प्रोत्साहन देऊन, अडचणींचा निरास करून हे काम पार पाडलेले आहे. ते सदैवच सिद्ध होते, आहेत. विलंब आमच्याचमुळे झाला. असे लघू पण बृहत्कोश (म्हणजे थोडक्यात माहिती असणारे बृहत्कोश) रचण्याची कल्पना त्यांचीच. आम्ही त्यांचे सदैव ऋणी आहोत.

सचिन मकवान, सौमित्र केंजळे, आशालता शिंपी, शिल्पा कुलथे यांनी माहिती संकलनासाठी श्रम घेतले. पौर्णिमा गोडबोले, शिवराज चव्हाण, कल्पना महिंद्रकर, प्रज्ञा लांजेकर यांनी अक्षरजुळणीत मोलाची मदत केली. अरुण भावे, अनुश्री भागवत, अनिल कुलकर्णी यांनी मुद्रितशोधनाचे दायित्व पार पाडले.

कोशाची अकारविल्हे मांडणी व अंतिम रचना यासाठी राजश्री जाधव हिने अत्यंत परिश्रम घेतले. लीना बोर्जेस यांनी समन्वयाचे काम केले. याशिवाय प्रत्यक्ष व अप्रत्यक्ष अनेकांची मदत मिळाली या सर्वांचे आम्ही अत्यंत ऋणी आहोत.

कोशाचा आरसा ठरेल असे मुखपृष्ठ व आतील चित्रे यांची मांडणी करणारे श्री. शाम भालेकर यांचे तर विशेष आभार.

आणि शेवटी या ग्रंथाचे स्वागत करणाऱ्या जाणकार, रसिक वाचकांचे ऋण न फिटणारेच.

संपादक मंडळ

संपादक परिचय

प्रा. सुहास हरी जोशी

बी.ए. (संस्कृत), बी.ए. (इतिहास), एम.ए. (प्राचीन भारतीय संस्कृती), एम.ए. (इतिहास), एम.ए. (समाजशास्त्र), एम. ए. (संस्कृत - मराठी).

'ॐकार', ३२ लक्ष्मी पार्क, नवी पेठ, पुणे ३०. दूरभाष : २४५३०४६०

भ्रमणध्वनी : ९९२२४१९२१०

* प्रथम नूमवि, भारत इंग्लिश स्कूल येथे शिक्षक, नंतर शिरूर घोडनदी, पुणे येथे बोरा महाविद्यालयात ३१ वर्षे अध्यापन.
* आतापर्यंत भारतीय संस्कृतिकोश, मुलांचा संस्कृतिकोश, कृषि ज्ञानकोश, समाजविज्ञान कोश, मराठी विश्वकोश, विश्वचरित्र कोश, कीर्तनकोश, गणेशकोश, देवीकोश, भक्तिकोश, इतिहास माहितीकोश, सामाजिक शास्त्रांचा कोश इत्यादी कोशांमध्ये कार्य.
* आतापर्यंत ६२५ गावांत २५०० व्याख्याने. महाराष्ट्र, गुजरात, मध्य प्रदेश, आंध्र प्रदेश, कर्नाटक, गोमांतक,येथे व्याख्याने, पुणे आकाशवाणी वर १४ व्याख्याने, बालचित्रवाणी ३ कार्यक्रम., पुणे विद्यापीठ बहि:शाल शिक्षण मंडळ वक्ता.
* वाचकांचा पत्रव्यवहार या सदरात विविध विषयांवर सुमारे ५०० पत्रे प्रसिद्ध झाली. आत्तापर्यंत ३०००प्रोत्साहनपत्रे.
* विविध वृत्तपत्रे, मासिके आदीतून सुमारे ५०० लेख प्रकाशित, दिनविशेष सदर तरुण भारतमध्ये लिहिले.
* आतापर्यंत प्रकाशित पुस्तके : श्री समर्थ रामदास स्वामी, देशभक्तांच्या कथा, क्रांतिकारकांच्या कथा संग्राम, वक्ता (कादंबरी), छत्रपती श्रीशिवाजी महाराज, महाराष्ट्राची समाज रचना, महाराष्ट्राचा इतिहास, बालक नेताजी, समाजसेवक श्री प्रेमभाऊ खाबिया चरित्र, समाजसेवक श्री. सुखलालभाऊ खाबिया चरित्र, भयचकित नमावे तुज रमणी, रणझुंजार श्रीमंत चिमाजी अप्पा पेशवे चरित्र, राजर्षी शाहू महाराजांच्या आठवणी, राजर्षी शाहू महाराज चरित्र, शिवकालीन शौर्य कथा, वीर महादजी शिंदे, लोकशाहीर अण्णाभाऊ साठे, वीर महिला, सुभाषित रसास्वाद, स्वा. वीर सावरकरांचे सामाजिक कार्य, विविध स्मरणिका, पुस्तके संपादन नि सहभाग, मराठेकालीन शौर्यकथा, क्रांतिकारकांच्या कथा, महाराष्ट्रातील लेणी, सुभाषितकथा, बाळशास्त्री जांभेकर नि मराठी पत्रकारितेचा उदय.
* आतापर्यंत नऊ पुरस्कार मिळाले - श्री दत्तोपंत आपटे पुरस्कार, शिरूर तालुका पंचायत समिती आदर्श शिक्षक पुरस्कार, प्रा. ल. ग. देशपांडे पुरस्कार, शिरूर तालुका पतित पावन संघटना पुरस्कार, महाराष्ट्र पत्रलेखक संघटना पत्रश्री पुरस्कार, ज्ञानप्रबोधिनी डॉ. जयश्री गुणे पुरस्कार, भारतीय जैनसंघटना आदर्श शिक्षक पुरस्कार, शिरूर भूषण पुरस्कार, पुणे महापालिका विशेष कार्य पुरस्कार, इतिहास संकलन समितीचा पुरस्कार.

डॉ. म. रा. कुलकर्णी एम. ए. पीएच. डी. (इतिहास)

४८६, नारायण पेठ, पुणे ३०. भ्रमणध्वनी : ९९२३०२७००४ दूरभाष : २४४८७०३१

* पुणे विद्यापीठाच्या इतिहास विभागातून संशोधन सहाय्यक म्हणून २००५ मध्ये निवृत्त.
* नाना फडणिसांची प्रशासनव्यवस्था हा विशेष अभ्यास विषय. त्याच विषयावर प्रबंधलेखन. भा. इ. स. मंडळाच्या त्रैमासिकातून सुमारे १५ शोधनिबंध प्रसिद्ध.
* मोडीलिपी अभ्यासवर्गाचे गेली २५ वर्षे महाराष्ट्रात आयोजन.
* मोडीलिपी परिचय, अक्षरलेणी, सुंदर फारसी गोष्टी (मोडी) तुम्हीच मोडी शिका, पेशवेकालीन न्यायदान, नाना फडणीस इ. ग्रंथ लेखन.
* भारतीय इतिहास संकलन समितीच्या विविध ग्रंथोपक्रमांत सहलेखन.
* शिवकालीन, पेशवेकालीन मोडीलिपीचा जाणकार म्हणून विद्यापीठ, शासन यांची मान्यता.

डॉ. रघुनाथ धोंडिबा शेळके

एम. ए. एम.फिल, पीएच. डी. (इतिहास)

७५४ ब, सदाशिव पेठ, पुणे ३०. भ्रमणध्वनी : ९९७०४२३९६४

भाला वृत्तपत्राचे राजकीय सामाजिक आणि धार्मिक कार्य या विषयावर पीएच. डी.

* अनेक वृत्तपत्रांत इतिहासविषयक लेख प्रसिद्ध.
* अनेक चर्चासत्रांत सहभागी.
* यशवंतराव चव्हाण महाराष्ट्र मुक्त विद्यापीठ - एम. फिल विषयक मार्गदर्शक म्हणून २००७ पासून कार्यरत. ९ विद्यार्थ्यांना मार्गदर्शन.
* सरस्वती मंदिर रात्र महाविद्यालयात अध्यापन. सयाजीनाथ महाराज महाविद्यालय वडमुखवाडी, आळंदीरोड, पुणे येथे अध्यापन.

प्रा. शिल्पा विश्वास कुलकर्णी

बी.ए. (इतिहास, समाजशास्त्र, भूगोल), एम.ए. (इतिहास, समाजशास्त्र)

६८/५३७, महर्षीनगर, पुणे ३७. भ्रमणध्वनी : ९४२२३२२४३२

* टिळक महाराष्ट्र विद्यापीठ येथे अंतर्गत व बहि:स्थ परीक्षक म्हणून कार्य. बी.ए. प्रथम, तृतीय वर्षासाठी अध्यापन.
* भारतीय शिक्षण संस्था येथे विविध प्रकल्पात संशोधन सहाय्यक म्हणून कार्य.
* यशवंतराव चव्हाण मुक्त विद्यापीठामध्ये समाजशास्त्र व इतिहास तृतीयवर्षासाठी अध्यापन.
* अनेक प्राध्यापक कार्यशाळांत सहभाग.
* अखिल महाराष्ट्र इतिहास परिषद, भुसावळ येथे झाली, त्यावेळी 'खानदेशातील जमीन महसूल व्यवस्था' या विषयाचे पेपर वाचन केले.
* 'क्रांतिवीर बाबाराव सावरकर एक चिकित्सक अभ्यास' या विषयाचे पीएच. डी. पदवीसाठी संशोधनाचे कार्य सध्या चालू आहे.
* मराठ्यांचा सामाजिक आर्थिक इतिहास, प्राचीन भारत, मध्ययुगीन भारत, आधुनिक भारत, भारताचा सामुद्रिक इतिहास यासह इतिहास व समाजशास्त्र विषयावरील एकूण २९ पुस्तके प्रकाशित.
* 'व्यावसायिक पत्रव्यवहार व अहवाललेखन' या पुस्तकाला महाराष्ट्र शासनाचा २००७-२००८ 'दादोबा पांडुरंग पुरस्कार'पाप्त.

सौ. सुनीता विश्वास दांडेकर

बी.ए. (मराठी - प्रथम श्रेणी)

८४ शुक्रवार पेठ, प्रभुकृपा सोसा., पुणे २.

दूरभाष :२४४५१५८४, भ्रमणध्वनी : ९९२१००८८४५

* गेली दहा वर्षे प्रकाशन क्षेत्रात कार्यरत.
* गेली काही वर्षे संपादन व मुद्रितशोधन क्षेत्रात कार्य. काही मुलाखती व शब्दांकन, विविध कार्यक्रमांत सूत्रसंचालन.
* डायमंड पब्लिकेशन्सच्या संपादक मंडळातील सदस्य.
* अखिल भारतीय मराठी प्रकाशक संघ व पुणे विद्यापीठ पुरस्कृत संपादन कार्यशाळेत सहभाग.

पार्श्वभूमी

'इतिहास' – असे घडले, अशी इतिहास या शब्दाची व्याख्या आहे. पुरावृत्त, प्राचीन कथा असेही ह्याचे अर्थ आहेत. वाङ्मयाचा एक प्रकार म्हणून ह्याचा वैदिक साहित्यात अनेकदा उल्लेख आढळतो.

इतिहास ह्या शब्दाच्या अर्थाविषयी भिन्न भिन्न मते आहेत. ह्याविषयी दुर्गाचार्य (इ.स. १० वे किंवा ११ वे शतक) म्हणतात ते असे –

इति हैवमासीदिति य: कथ्यते स इतिहास: ।

अर्थ : असे घडले अशा प्रकारे जे सांगितले आहे, तो इतिहास होय.

राजशेखर (इ. स. ९ व्या शतकाची अखेर) हा प्रसिद्ध कवी आपल्या काव्यमीमांसा ह्या ग्रंथात लिहितो –

स च द्विविधा परक्रियापुराकल्पाभ्याम् ।

अर्थ – परक्रिया आणि पुराकल्प अशी इतिहासाची द्विविध गती आहे.

परक्रियेत एका नायकाचे वर्णन केलेले असते आणि पुराकल्पात अनेक प्रधान पुरुष वर्णिलेले असतात. पहिल्याचे उदाहरण रामायण नि दुसऱ्याचे महाभारत.

श्रीव्यासमहर्षींनी इतिहासाचे महत्त्व सांगताना म्हटलेले आहे –

इतिहासपुराणाभ्यां वेदं समुपबृंहयेत् ।

अर्थ – इतिहास आणि पुराणे ह्यांच्या योगे वेदाचे उपबृंहण म्हणजे वृद्धी करावी.

भारतीय वाङ्मयात इतिहास ह्या शब्दाशी मिळता जुळता असा दुसरा शब्द 'ऐतिह्य' हा आहे. विशिष्ट वक्त्याचे नाव न सांगता जे परंपरागत वृत्त सांगितलेले असते, त्याला ऐतिह्य म्हणतात. (पारम्पर्योपदेश: स्यात् – अमर). ऐतिह्य शब्दाने इतिहास-पुराणांचे ग्रहण होते, असे भट्टभास्कर म्हणतात. भट्टभास्करांचा काळ इ. स. ११ वे शतक, तैत्तिरीय संहितेवर त्यांचे ज्ञानयज्ञ नावाचे भाष्य आहे.

भारतीय साहित्यात इतिहासाला वेदांच्या बरोबरीने मानलेले आहे. ऋग्वेदसंहितेत इतिहासयुक्त मंत्रांचा संग्रह आहे. (१.११२.१०; १.१.२; ७.३३.५ इत्यादी). छांदोग्योपनिषदात नारदांनी इतिहास-पुराणाला पंचम वेद म्हटलेले आहे. (७.१.२) यास्काचार्यांनी (इ. स. पू. ७ वे किंवा ८ वे शतक). ऋचांचे विशदीकरण करताना ''इतिहासम् आचक्षते'' म्हणून प्राचीन आचार्यांनी सांगितलेल्या कथा उद्धृत केलेल्या आहेत. वेदार्थाचे निरूपण करणारे जे भिन्न भिन्न संप्रदाय आहेत, त्यांत ऐतिहासिकांचाही एक निराळा संप्रदाय होता. 'इति ऐतिहासिका:' (असे ऐतिहासिक म्हणतात) असा यास्काचार्य त्यांचा उल्लेख करतात. कौटिल्यांनीही (इ. स. पूर्व ४ थे शतक) इतिहासवेदाची गणना अथर्ववेदाबरोबर केलेली आहे.

संस्कृत वाङ्मयात कथेच्या रूपाने केलेला उपदेश म्हणजे इतिहास असा त्याचा अर्थ प्रामुख्याने गृहीत आहे. 'जेव्हा एखादा मनुष्य मरण पावतो, तेव्हा त्याचे इष्टमित्र एकत्र बसून प्रसिद्ध पुरुषांच्या गोष्टी सांगतात आणि त्याच वेळी मनावर चांगले संस्कार करणारी इतिहास-पुराणेही सांगितली जातात, असे

गृह्यसूत्रात सांगितलेले आहे. (आश्व - गृ.सू. ४.६.६- याचा काळ इ. स. पूर्व १२००) राजाने आपल्या दैनंदिन कार्यक्रमात इतिहासाचेही श्रवण करावे, म्हणजे त्यायोगे त्याचे शिक्षण पुरे होते, असे कौटिल्यांनी म्हटलेले आहे. (अर्थशास्त्र १.५, १०.१४), ते पुरे सांगतात की, प्रधानाने इतिवृत्त आणि पुराण ह्यांचे दाखले देऊन राजाला चुकीच्या मार्गापासून परावृत्त करावे (अर्थशास्त्र ५.६).

संस्कृत वाङ्मयात महाभारताला 'महापुण्य इतिहास' असे म्हटलेले आहे. महाभारतात पुष्कळ ऐतिहासिक गोष्टी येतात. कौटिल्यांनी इतिहास हा शब्द समुदायवाचक अर्थाने वापरला आहे. त्यांच्या मते इतिहासात पुराण, इतिवृत्त, आख्यायिका, उदाहरण, धर्मशास्त्र आणि अर्थशास्त्र इतक्या विषयांचा समावेश होतो.

इतिहास किंवा इतिहासवेद या नावाचा ग्रंथसमुदाय प्राचीन काळी अस्तित्वात होता, असे मानावयास सबळ पुरावा आहे. अथर्ववेद (१५.६.३), तैत्तिरीय आरण्यक (२.९), बृहदारण्यक उपनिषद (४.१.२), आश्वलायन गृह्यसूत्र (२.३.१) ह्या ग्रंथांत इतिहास हा शब्द पुराण या शब्दाबरोबर आढळतो. काही ठिकाणी त्यांचा स्वतंत्र द्वंद्व समासही केलेला दिसतो. यावरून इतिहास नामक स्वतंत्र ग्रंथ प्राचीन काळी अस्तित्वात होते, हे निर्विवाद सिद्ध होते. कौटिल्यांच्या उल्लेखावरूनही इ. स. पू. चौथ्या शतकात इतिहासवेद अस्तित्वात होता, असे ठरते. (अर्थ १.३).

निरुक्तावरून (इ. स. पूर्व ८००० ते १०००) असे दिसते की त्या काळातील पंडितांचा एक वर्ग वेदमंत्रांचा अर्थ लावण्याच्या कामी इतिहासग्रंथांचा उपयोग करीत असे. बृहद्देवता (सु. इ. स.पू ८ वे शतक) अनुक्रमणी ग्रंथ आणि दुर्ग, (इ. स. १० वे किंवा ११ वे शतक) षड्गुरुशिष्य (इ. स. १२ वे शतक) नि विशेषत: सायणाचार्य (इ. स. १३१५ ते १३८७) ह्यांची भाष्ये ह्यांत इतिहास शब्द नि काही इतिहाससंबंधित कथा आढळतात. (पं. महादेवशास्त्री जोशी)

मात्र कालानुक्रमाला धरून लिहिलेला इतिहास भारतात प्राचीन काळी निर्माण झाला नाही. निरनिराळ्या राज्यांत भूर्जपत्रे, ताडपत्रे, कागद इत्यादींवर लिहिलेले शासनाचे लेख असले पाहिजेत. पण त्यांचा उपयोग करून लिहिलेला एकही प्राचीन ग्रंथ नाही. प्रख्यात इतिहासकार कल्हण (इ. स. १२ वे शतक) ह्याचा 'राजतरंगिणी' हा ग्रंथ नि प्रसिद्ध लेखक बाणभट्ट (इ. स. ७ वे शतक) ह्याचा 'हर्षचरित' हे इतिहासग्रंथ असले तरी काहींच्या मते त्यातली दृष्टी शुद्ध ऐतिहासिक स्वरूपाची नाही. पण तरीही या दोन ग्रंथांचे महत्त्व खूपच आहे. ते थोडक्यात असे सांगता येईल -

कल्हणांचा काळ आहे इ. स. १२ वे शतक, हे थोर इतिहासकार आणि कवी होत. त्यांचे मूळ नाव कल्याण होय. जन्मस्थान काश्मीर, त्यांचे वडील चंपक हे लोहर राजवंशातील महाराज हर्ष (शासनकाळ इ. स. १०७६ ते ११०१) ह्याचे विश्वासपात्र मंत्री होते. कल्हणांना प्रधानकीची वस्त्रे मिळाली असती पण ते त्या अधिकारपदापासून चार हात दूरच राहिले. त्यांनी एक निराळेच महत्कार्य आपल्या शिरावर घेतले आणि ते म्हणजे काश्मीरचा इतिहास लिहिणे हे होय. त्यांनी त्या दृष्टीने साधनसामग्री जुळविण्याचे काम चालू केले. प्राचीन ग्रंथ, शिलालेख ताम्रपट, नाणी, मुद्रा (शिक्के) आणि प्राचीन स्थापत्य ह्या ऐतिहासिक साधनांचा त्यांनी कसून अभ्यास केला. काश्मीरची सर्व भूमी त्यांनी पायाखाली घातली. प्रत्येक ठिकाणच्या स्थानिक परंपराही जाणून घेतल्या. त्यांनी सगळ्या काश्मीरचे उत्तम प्रकारे दर्शन घेतले नि श्रवण केले. मग भूतकाळातल्या संपूर्ण ऐतिहासिक घटनांचा क्रम लावून त्यांनी लेखनाला प्रारंभ केला. महाभारतकालापासून

प्रारंभ करून बाराव्या शतकापर्यंतचा विस्तृत क्रमबद्ध असा राजकीय आणि सांस्कृतिक इतिहास त्यांनी लिहून काढला. इ. स. ११४८ ते ११५० ह्या अवघ्या दोन वर्षांत त्यांनी आपला ग्रंथ पूर्ण केला. ही रचना सुस्सलाचा पुत्र राजा जयसिंह (इ. स. ११२८-५५) ह्याच्या कारकिर्दीत झाली.

ग्रंथाचे नाव आहे राजतरंगिणी. तो संस्कृत भाषेत असून श्लोकबद्ध आहे. श्लोकसंख्या आहे ७८२६. महाभारत सोडल्यास समस्त संस्कृत साहित्यात ह्या ग्रंथाची तुलना होऊ शकेल, असा दुसरा इतिहासग्रंथ नाही. इ.स.च्या नवव्या शतकापर्यंतचा त्यांनी सांगितलेला इतिहास काहीसा अंधुक आणि असंगत असला, तरी त्यापुढचा बाराव्या शतकाच्या मध्यापर्यंतचा इतिहास मात्र सुसंगत, प्रमाणित आणि विवेचनात्मक असा आहे. कुठेही पक्षपात आणि अभिनिवेश न दाखविता कल्हणांनी इतिहासलेखन केलेले आहे. ह्याविषयीचा त्यांचा दृष्टिकोन पुढील श्लोकात व्यक्त झालेला आहे.

श्लाघ्य: स एव गुणवान् रागद्वेषबहिष्कृता ।
भूतार्थकथने यस्य स्थेयस्येव सरस्वती ।।

अर्थ : ज्याची वाणी राग-द्वेषांपासून अलिप्त होऊन ऐतिहासिक घटनांचे वर्णन करण्याच्या कामी दृढ राहाते (कुठेही पक्षपात करीत नाही) तोच गुणवान पुरुष (अर्थात इतिहासलेखक) प्रशंसनीय समजावा.

कल्हणाने आपल्या काळातल्या काश्मीरचे अत्यंत सजीव असे चित्र रेखाटलेले आहे. प्रवरसेन (इ. स. ५५०-६००) ललितादित्य मुक्तापीड (इ. स. ७२४-७६०) अवंतिवर्मा (इ. स.८५५-८८३) इत्यादी नरपतींचे पराक्रम, त्यांचे युद्धकौशल्य, त्यांच्या विजययात्रा, इ. प्रसंग त्यांनी रसरशीतपणे वर्णिलेले आहेत. त्याचबरोबर इतर अनेक राजांच्या आणि राजकुमारांच्या भीरुतेचे, दुष्टपणाचे, व्यसनाधीनतेचे वर्णन करायलाही ते कचरले नाहीत. वाइटाला वाईट म्हणायला त्यांनी कुठेही मागेपुढे पाहिलेले नाही.

बाणभट्ट (इ. स. चे ७ वे शतक) हे एक आणखी महाकवी नि इतिहासज्ञ नि संस्कृत गद्यकाव्याचे प्रणेते होत. त्यांनी वेदवेदांग नि शास्त्रे ह्यांचा गाढ अभ्यास केला होता. सम्राट हर्षवर्धनाच्या (इ. स. ६०६ ते ६४७) काळांपर्यंत त्यांची कीर्ती पोचली. हर्षवर्धनाकडून बाणभट्टांना निमंत्रण आले. त्याने बाणभट्टांची विद्वत्ता आणि बुद्धिमत्ता पाहून त्यांना राजाश्रय दिला. पुढे हर्षचरित नामक ग्रंथ लिहून बाणभट्टांनी राजकृपेची अंशत: फेड केली. त्यांचा 'कादंबरी' हा आणखी एक सुप्रसिद्ध ग्रंथ होय. ह्या 'कादंबरी' शीर्षकावरूनच मराठीतील एका वाङ्मयप्रकाराचे नाव कादंबरी असे पडलेले दिसते.

बाणभट्टांचा ऐतिहासिक ग्रंथ म्हणजे हर्षचरित होय. हर्षचरितात बाणभट्टांचे स्वत:चे नि हर्षवर्धनांचे चरित्र आलेले आहे. हर्षचरित हा ग्रंथ अपूर्ण राहिलेला आहे. ते विशुद्ध साहित्यिक शैलीत निर्माण केलेले एक रोचक प्रबंधकाव्य आहे. व्यतिरिक्त ते इतिहासालाही धरून आहे. त्यात वीर आणि करुण या दोन्ही रसांचा उत्तम परिपोष झालेला आहे. इ. स. सातव्या शतकात विंध्योत्तर भारत कसा होता, ह्याचे उज्ज्वल नि प्रमाणभूत असे चित्र ह्या ग्रंथांत पाहावयास मिळते. त्या युगाच्या सांस्कृतिक उत्कर्षाचा तो एक आलेखच आहे. त्यामुळे ऐतिहासिकांना हा ग्रंथ महत्त्वाचा नि मौल्यवान वाटतो.

हिंदी लोकांना इतिहासाचे महत्त्व कळत नाही असे अल्-बिरूनी (इ.स. ९७० -१०३८) म्हणत असला तरी इतिहास हा शब्द मात्र वेदकालीच अवतीर्ण झालेला आढळतो. हा शब्द स्पष्टार्थवाचक आहे. (समाजाच्या चरित्रातील) गतगोष्टींची जी हकिगत ती इतिहास होय किंवा वर्तमानक्षणांच्या पाठीमागील गतकाळी पृथ्वीवरील नव्या व जुन्या सर्व प्रकारच्या उलाढालींची जी हकिगत ती इतिहास होय, असे

इतिहासाचार्य वि. का. राजवाडे (इ. स. १८६४-१९२६) आपल्या ऐतिहासिक प्रस्तावना ह्या ग्रंथात सांगतात.

मानव हा इतिहासाच्या केंद्रस्थानी आहे. कारण इतिहासादी सर्व व्यवहार मनुष्यप्रेरित, मनुष्यनिर्मित आणि मनुष्यपुरस्कृत आहेत. मनुष्यनिर्मित सर्वच शास्त्रांचे अंतिम उद्दिष्ट मानवाचे अभीष्ट साधणे हे आहे. इतिहासही त्याला अपवाद नाही. मानवसमाजात जे काही घडले, ते सर्वच इतिहास किंवा शोधाचा विषय ठरते. माणसे जे जे करतात, सुखदु:खरूपाने जे जे भोगतात, तसेच जे जे घडवितात किंवा मोडतात, ते ते सर्व इतिहासाचे क्षेत्र आणि इतिहासाचाच विषय होय.

मराठी भाषेचे शिवाजी श्रीमान आदरणीय विष्णुशास्त्री चिपळूणकर (इस १८५०-१८८२) ह्यांनी आपल्या 'इतिहास' ह्या निबंधात इतिहासाचे स्वरूप, त्याची साधने आणि त्याचे उपयोग ह्याविषयी विस्तृत चर्चा केलेली आहे. भूगोल आणि कालक्रम, देशस्थिती आणि तिचे परिणाम, विद्या-कलांचा विकास, रीतिरिवाज, पेहेराव ह्या सर्वांची माहिती इतिहासात आली पाहिजे, असे त्यांनी प्रतिपादिलेले आहे. आपल्याकडे जुने इतिहासग्रंथ उपलब्ध नसले तरी इतिहासाची विपुल साधने उपलब्ध आहेत. ग्रीक नि रोमन प्रवासी ह्यांचे लेख, चिनी ग्रंथ, जयस्तंभ, ताम्रपत्रे, लेण्यांत आणि अन्यत्र आढळणारे शिलालेख ह्यांतून आपल्या देशाची बरीच माहिती मिळते.

इतिहासाचे उपयोग – विष्णुशास्त्री चिपळूणकरांनी इतिहासाचे जे विविध उपयोग सांगितलेले आहेत, ते असे – १) इतिहास वाचल्यामुळे मनुष्याची जिज्ञासा तृप्त होते. २) इतिहासातील कथांच्या द्वारा प्रत्यक्ष उदाहरणे दाखवून नीतिबोध करता येतो ३) थोर पुरुषांची चरित्रे इतिहासात वाचून मनाची उन्नती होते आणि मनाला प्रसन्नता येते. कारण त्या पुरुषांच्या कर्तृत्वामुळे आणि यशामुळे प्रेरणा नि उत्साह प्राप्त होतो, आशा वाटू लागते. ४) इतिहासवाचनामुळे मनोरंजन होते कारण त्यात विलक्षण सत्यकथा असतात. ५) इतिहासातील निरनिराळे अनुभव समजल्यामुळे आपला मार्ग ठरविणे सोपे होते. ६) इतिहासामुळे मनाचे पोषण होते. स्मरणशक्ती, कल्पनाशक्ती आणि विचारशक्ती वाढते. (भासंको)

असो. मानवसमाजाचा इतिहास म्हणजे अनंत मानवी कर्तृत्वाचा इतिहास. मानवी बुद्धीच्या प्रगतीचा इतिहास, असे साधे समीकरण उत्पन्न झाल्याने इतिहास-साधनांची व्याप्ती अपरिहार्यपणे वाढलेली आहे.

या सर्व विवेचनावरून इतिहासाची व्याख्या, संकल्पना व व्याप्ती वाचकांच्या लक्षात येईल. भारताचा प्राचीन, अर्वाचीन इतिहास, त्यातील व्यक्ती, घटना, युद्धे, मंदिरे, स्थापत्य कला अशा सर्व गोष्टींच्या अवकाशाला गवसणी घालणे किंवा तसा प्रयत्न करणे हेही मोठे धाडसाचे काम आहे. प्रचंड मोठ्या कालखंडाचा पट विविध बारकाव्यांसह एकत्रितपणे नजरेपुढे उभा करणे ही अत्यंत कठीण बाब आहे.

या कोशात विविध नोंदींतून असा पट नकळतपणे अस्पष्टसा उभा राहतो. प्रत्येक नोंद ही एखाद्या कवडशाप्रमाणे इतिहासाच्या विशिष्ट पैलूवर प्रकाश टाकते.

या अवघड व महत्त्वाच्या कामासाठी संधी दिल्याबद्दल प्रकाशकांचे मन:पूर्वक अभिनंदन.

संपादक मंडळ

अ

अँटिऑल् किडास : हा एक ग्रीक राजा होता. त्याचा राजदूत हेलिओडोरस याला त्याने विदिशाचा राजा भागभद्र याच्याकडे पाठवले. त्याने भागवत धर्माचा स्वीकार करून वेसनगर (विदिशा) येथे गरुडस्तंभ उभारला. त्यावर या ग्रीकराजाचा उल्लेख आढळतो. हा गरुडस्तंभ आजही अस्तित्वात आहे. (भासंको, मचको)

अँड्र्यूज चार्ल्स फ्रीअर : (१२ फेब्रुवारी १८७१- ४ एप्रिल १९४०) भारतीय जनतेच्या सेवेस वाहून घेणारे एक थोर इंग्लिश गृहस्थ. १९०४ साली ते 'केंब्रिज ब्रदरहूड मिशन' चे प्रतिनिधी म्हणून भारतात आले. १९१५ साली फिजी बेटावरील करारबद्ध कर्मचाऱ्यांचे दुःख निवारण केले. त्यासाठी त्यांना 'दीनबंधू' ही पदवी मिळाली. इंडियन ट्रेड युनियनशी जवळचा संबंध, गांधीजीचे मित्र म्हणून परिचित. (मविको)

अंकाई –टंकाई : महाराष्ट्र – नाशिक जिल्हा येवले तालुक्यात दोन डोंगरांवर दोन भक्कम किल्ले (दुर्ग) असून, डोंगराच्या उतारावर तीन वैदिक आणि सात जैन लेणी आहेत, तसेच तीन मंदिरे आहेत. शहाजहानचा सेनापती खानखानान ह्याने १६१५ मध्ये अंकाई- टंकाई घेतल्याचा उल्लेख. (भासंको; उदुई)

अंग : एक प्राचीन देश. अथर्ववेदातील एका सूक्तात (५.२२.१४) बाल्हीक, गंधार, अंग, मगध इत्यादी देशांत निघून जावे, अशी प्रार्थना केली आहे. यावरून त्या काळात हा देश आर्यावर्ताच्या बाहेर असावा, असे वाटते. शिवाने आपला तृतीय नेत्र उघडून कामदेवाचे (मदनाचे) दहन केले व त्याला अनंग केले. त्या प्रदेशाला अंगदेश हे नाव मिळाले. कर्ण हा अंगदेशाचा राजा. अंग हे सोळा महाजनपदांपैकी एक. एक चंपानगरी राजधानी. जैन-बौद्ध धर्मांचे केंद्र. (भासंको)

अंगकोरवट : कंबोडिया- बृहत्तर भारत. अंगकोरवट हे जगप्रसिद्ध विष्णू मंदिर म्हणजे कलेचा अत्युत्कृष्ट नमुना. चारही बाजूला मनोरे आहेत. मंदिरांच्या भिंतीवर देवदेवता, अप्सरा यांची शेकडो चित्रे आहेत. जगात अस्तित्वात असलेल्या वास्तुशिल्पामध्ये हे मंदिर सर्वांत प्रचंड असून यातील प्रत्येक चित्राने येथील शिल्पकलेला अमरत्व दिले आहे. मंदिराच्या गॅलरीत अनेक प्रसंगांवर आधारित उठावदार चित्रे आहेत. जमिनीपासून २१० फूट उंचीवर शिखर आहे. वरच्या मजल्यावर जाण्यास सुंदर जिने आहेत. (भासंको; प्राभाइसं)

अंगददेव : (इ.स. १५०४ – १५५२) शिखांचे दुसरे गुरू. पवित्र आदिग्रंथाचा प्रारंभ. गुरुमुखी लिपी प्रचारात आणणे, गुरू नानकदेवांचे चरित्र लिहविणे, लंगर (अन्नच्छत्र) व्यवस्थेला प्रारंभ, प्रारंभ सतीप्रथेला विरोध, गुरुमहिमा, नामजप ही त्यांची वैशिष्ट्ये. (मविको)

अंजदीव (ता. काणकोण) : गोव्याच्या सरहद्दीपासून १० कि.मी. वर असणारा किल्ला. १४९८ ला वॉस्को-द-गामा अंजदीव बेटावर आला. १३ सप्टेंबर १५०५ रोजी डॉन फ्रान्सिको डी आल्मिडा याने किल्ल्याच्या बांधणीस आरंभ केला. पोर्तुगीजांनी हा किल्ला व्यापल्यामुळे संभाजी महाराज किल्ल्यावर चालून गेले होते. भारत स्वतंत्र झाल्यावर १८ डिसेंबर १९६१ रोजी दुपारी ३ वा. पोर्तुगीजांनी शरणागती पत्करली. (जस)

अंजनगाव -सुर्जी : अमरावती जिल्ह्याच्या दर्यापूर तालुक्यातील शहानूर नदीवरील अंजनगाव व सुर्जी या दोन गावांचे मिळून बनलेले गाव. या ठिकाणी १८०३ मध्ये इंग्रजांनी मराठ्यांचा (शिंदेशाहीचा पूर्ण) पराभव केला. पेशवाईच्या शेवटच्या काळातील नाथसंप्रदायी कवी देवनाथ महाराजांचे हे जन्मगाव होय. (इतिहास कोश)

अंजनवेल / गोपाळगड (ता. गुहागर) : हा गड १६ व्या शतकामध्ये विजापूरकरांनी बांधला. १६६० नंतर तो शिवाजी महाराजांकडे आला. १६९९ मध्ये सिद्दीखैर्यतखानने जिंकला. आणि तुळाजी आंग्र्यांनी १७४४ मध्ये तो परत मिळविला. १७५५ मध्ये याचा ताबा पेशव्यांना मिळाला. १७ मे १८१८ रोजी कर्नल केनेडी याने तो जिंकला. येथून दाभोळगड व वासिष्ठी खाडीचा आतपर्यंतचा भाग न्याहाळता येतो. (ज स)

अंजली (वेदपाठक) भागवत : जागतिक पातळीवर नेमबाजीत सुवर्णपदक विजेती पहिली भारतीय महिला. सिडनी (२००२) व अटलांटा (२००३) स्पर्धेत रौप्यपदक. एशियाड, राष्ट्रकुल स्पर्धातून देदीप्यमान कामगिरी. राजीव गांधी खेलरत्न पुरस्काराने सन्मानित (२००३).

अंजुमन -इ-हिमायत- इस्लाम : मुहम्मद शफी व शहा दिन यांनी १८३३ मध्ये या संघटनेची स्थापना केली. पाश्चात्त्य शिक्षण आणि स्त्रीशिक्षण यांवर भर. ही संघटना ब्रिटिश सरकारशी एकनिष्ठ. १८६९ मध्ये अंजुमन-इ-इस्लामियाची स्थापना. मुस्लिम युवकांना प्रवेश तसेच शिक्षण देण्यात मोठा वाटा. (सुविको)

अंडरसन (अँडरसन) : वॉरन हेस्टिंग्जने तह करण्यासाठी राजदूत म्हणून महादजी शिंद्यांकडे याला पाठवले, मात्र हा तह नाना फडणिसांना मुळीच पसंत पडला नाही. अंडरसनने महादजीसंबंधी लिहिलेला अभिप्राय मार्मिक आहे. सालबाईचा तह करण्यास याने अतोनात विलंब लावला. अंडरसनला मराठी माणसे इंद्रसेन म्हणत. (भामचको)

अंतरंग परीक्षण (संशोधित साधनांचे) : कागदपत्रातील, पुराव्यांतील मजकूर, माहिती इ. ची तपासणी करून त्यांचा उपयोग करण्याकामी जे तंत्र वापरण्यात येते, त्यास अंतर्गत अथवा अंतरंग परीक्षण म्हणतात. पुराव्याचे सत्यत्व, विश्वासार्हता तपासणीची एक पद्धत, खोटे संशोधन प्रकाशात आणणे हे अंतरंग परीक्षणाचे उद्दिष्ट. या परीक्षणातून काही वेळा वेगळा अन्वयार्थ निघतो. जर्मनीत रँकेपासून ही पद्धती विकसित झाली. (इलेशा)

अंतर्वेदी : गंगा- यमुनांच्या मधील हरिद्वार ते प्रयागपर्यंत पसरलेला प्रदेश (दोआब) म्हणजे अंतर्वेदी होय. (स्कंद पुराण १.१.१७) वृत्राला मारल्यामुळे इंद्राच्या मागे लागलेला दोष इथे नष्ट झाला, अशी पौराणिक कथा आहे. वैदिक काळात येथे सतत यज्ञ होत. त्याकाळी उशीनगर, पंचाल व वत्स हे देश अंतर्वेदीत गणले जात. गुप्तकाळात अंतर्वेदी हा गुप्तसाम्राज्याचा एक विषय (जिल्हा) होता. समुद्रगुप्ताने येथे अश्वमेध केला होता. (भासंको)

अंताजी (बाबूराव) मल्हार बर्वे : (इ.स. १८ वे शतक) निजाम आणि मग दिल्ली येथे मराठ्यांच्यावतीने राजदूत. नादिरशहाच्या स्वारीच्या वेळेची ह्याची पत्रे महत्त्वाची आहेत. ह्याची आत्या ही बाळाजी विश्वनाथ ह्यांची पत्नी राधाबाई होय. हिंगणे आणि दीक्षित ह्यांच्या साहाय्याने जाट, बुंदेले आदी हिंदू संस्थानिक एकत्र

करून मुसलमानांविरुद्ध एक जंगी कारस्थान त्याने उभारले होते. पण ते सिद्धीस गेले नाही. हा कोठुरे (जि. नाशिक) येथे वारला. (भासंको, मचको)

अंताजी कृष्ण फडणीस : (इ.स. १८ वे शतक) नाना फडणिसांचा पुतण्या. इ.स. १७७६ मध्ये हा परशुरामपंत पटवर्धनाच्या बाजूने प्रतिनिधीच्या सेना घेऊन करवीरकरांशी लढत होता. (मचको)

अंताजी नागेश : (इ.स. १८ वे शतक) पेशव्यांचा सरदार. गुजरातच्या बंदोबस्ताचे काम ह्याच्याकडे असे. फत्तेसिंह गायकवाडवर हा आणि अपाजी गणेशपंत बेहरे चालून गेले. (२३-१०-१७७७) गुजरातचा खरा कारभार हा आणि अपाजी गणेश बेहेरे हेच दोघे मुख्यत्वे पाहात असत.(मचको)

अंताजी माणकेश्वर गंधे : (इ.स. १८ वे शतक) नगर जिल्हा. (कामरगाव)दिल्लीहून सात हजारांची मनसब ह्याला मिळाली. उत्तरेकडील राजकारणात शिंदे - होळकरांप्रमाणे सेनापती म्हणून याला महत्त्व आले होते. १७५३ मध्ये पेशव्यांच्या वतीने अंताजीने दिल्लीच्या बादशाहाला साहाय्य केले. बादशहा -वजीर यांच्या संघर्षाची अंताजीने बाबूरावांना कळविलेली हकिकत मनोरंजक आणि मननीय आहे. बाजीरावाने महंमदखान बंगषावर हल्ला केला तेव्हा हा होता. १७५७ च्या लढाईत ह्याने अहमदशहा अब्दालीला चांगलाच हात दाखविला. पानिपत युद्धानंतर दिल्लीस जात असताना हा ठार झाला. (मचको)

अंताजी रघुनाथ कावळे : कावळे हा मालाडचा (मुंबईचे उपनगर) सरदेसाई व इनामदार होता. याने साष्टी प्रांत पोर्तुगिजांकडून जिंकून घेण्याचा पेशव्यांकडे सारखा लकडा लावला होता. दाभाड्यांकडून साष्टी जिंकण्याचे कारस्थान केले. साष्टी काबीज केली. वसईच्या मोहिमेत चिमाजी अप्पाला साहाय्य केले. (मविको)

अंतोबा नाईक भिडे : हे सावकार घराणे. पेशव्यांची पोतदारी करून प्रसिद्धीस आले. पेशव्यांनी पुण्यास वास्तव्य केल्यावर बुधवारात भिड्यांनी आपला वाडा बांधला. शाहू छत्रपतीस अंताजीने द्रव्यसाहाय्य केले. त्यावरून छत्रपतींनी त्यास रोहिडखोऱ्यातील टिटेघर गाव ता. १४/४/१७७८ रोजी इनाम दिला. फत्तेसिंग भोसल्यासही अंताजीने पैशाचे साहाय्य केले. यास २५/१२/१७४१ रोजी पेशव्यांची पोतदारी व पालखीचा मान शाहूंकडून मिळाला. (मचको)

अंदमान : बंगालच्या उपसागरातील (गंगासागरातील) २०४ बेटांनी बनलेला प्रदेश. १८५७ च्या स्वातंत्र्ययुद्धातील बंदिवानांना जन्मठेप शिक्षेसाठी इथे पाठविण्यात येत असे. पोर्ट ब्लेअरचे सेल्युलर कारागृह म्हणजेच काळे पाणी. स्वा. विनायक दामोदर सावरकर, गणेश दामोदर (बाबाराव) सावरकर, भगतसिंहाचे साथी बटुकेश्वर दत्त, केशव गणपत चांदवडकर जोशी, इंदुभूषण राय, उल्हासकर दत्त, अल्पवयीन नानी गोपाळ अशा सहस्रावधी देशभक्तांना इथे नरकयातना भोगाव्या लागल्या आणि त्यांनी मृत्यूला कवटाळले. स्वा. सावरकरांनी येथील कोठडीतल्या दगडी भिंतीवर 'कमला' नावाचे महाकाव्य कोरले. स्वातंत्र्योत्तर काळात त्याला शहीद बेट हे सार्थ नाव देण्यात आले. (भासंको, मविको)

अंबरनाक : मंगळवेढ्याचा कमाविसदार दामाजीपंत याने याचे नावे बिदरच्या बादशाहाकडून महारांच्या ५२ सामाजिक अधिकारांची सनद मिळवून दिली. दुष्काळात जनतेला केलेल्या सहाय्याबद्दल सनदेत अंबरनाकाचे नाव आहे. ही सनद अमृतनाकास मिळाली असे कित्येक अभ्यासकांचे मत आहे. हे हक्क कै. राजवाड्यांनी प्रसिद्ध केलेले आहेत.

अंबा : एक मराठी संतकवयित्री. इतिहासाचार्य वि. का. राजवाडे यांच्या मते ती समर्थ रामदासस्वामींची

शिष्या होय. तिचे २२ अभंग उपलब्ध आहेत. (मेचाडोफ्रां)

अंबाजी (अंबुजी) इंगळे : (१७८४-१८०९) महादजी शिंद्यांचा एक प्रमुख सेनापती सरदार. १७९१ साली महादजीने चोंडावत सरदारांचे बंड मोडण्याचा प्रयत्न केला. १७९५ सालच्या सुमारास शिंद्यांचा प्रतिनिधी म्हणून उत्तर हिंदुस्थानात नेमणूक. (मचको)

अंबाजी पुरंदरे : बाळाजी विश्वनाथाने जामदारखाना व आपली पोतनिशी यांच्याकडे सोपविली होती. बाजीराव पेशवा झाल्यानंतर याची दिवाण म्हणून नेमणूक. शाहूच्या खास मर्जीतील बाळाजी विश्वनाथांना (पेशव्यांना) जेव्हा दमाजी थोरातने विश्वासघाताने पकडले तेव्हा अंबाजीनी बाळाजीची सुटका केली. १७२४ मध्ये माळवा काबीज केला. (मचको)

अंबापाणी : महाराष्ट्रातील खानदेशमध्ये १८५७ च्या उठावाच्या वेळी अंबापाणी येथे इंग्रज आणि भिल्ल यांच्यात घनघोर लढाई झाली. पुढेही वर्षभर चकमकी चालू होत्या. (मपइ)

अंबिका महाडिक : शिवरायांची प्रथम पत्नी सईबाईची तिसरी मुलगी. हरजीराजे महाडिक तारळेकर यास दिली. महाराजांनी हरजीराजे यास जिंजी प्रांतात जहागिरी देऊन त्या प्रांताची सुभेदारीही त्याजकडे सोपविली होती आणि त्याने ती शेवटपर्यंत समर्थपणे सांभाळली. (मचको)

अंलात : हा शक राजा होता. इ. स. च्या प्रारंभी त्याने पाटलीपुत्रावर स्वारी केली. चातुर्वर्ण्याबाहेरचे शक लोक तेथे आणून त्यांची वस्ती केली. शकयवनांच्या स्वाऱ्यांमुळे देशामध्ये जी भीषण परिस्थिती उत्पन्न झाली होती, तिचे हृदयद्रावक वर्णन गंगाचार्यांनी युगपुराणात केले आहे. (मचको)

अकबर : (१५ ऑक्टो- १५४२- २७ ऑक्टो- १६०५) भारताचा तिसरा अत्यंत कर्तृत्ववान, धोरणी मोगल सम्राट. मनसबदारी पद्धतही यानेच सुरू केली. त्याने त्याच्या कारकिर्दीत बहुसंख्य हिंदुसमाजाला न दुखवता इस्लामचा प्रसार युक्तीने केला. उघडपणे धार्मिक दडपशाहीचे धोरण अंगीकारले नाही. तोडरमलच्या साहाय्याने त्याने केलेल्या शेतसाऱ्याच्या पद्धतीतील सुधारणा अतिशय महत्त्वाच्या आहेत. सर्व धर्मांबद्दल सहिष्णुता ठेविली. १५८१ साली दीन-ए-इलाही नावाचा समन्वयवादी धर्मपंथ स्थापन केला. पण तो त्याच्या हयातीपर्यंतच टिकला. त्याच्या दरबारामध्ये अबुल फजल, अबुल फैजी, बिरबल, तानसेन हे प्रसिद्ध विद्वान होते. त्यांनाच अकबराची नवरत्ने म्हणत. अबुल फजल याने 'अकबरनामा' हा प्रसिद्ध ग्रंथ लिहिला. (मचको)

अकबर आणि संभाजीमहाराज : औरंगजेबाचा बंडखोर पुत्र. अकबर आणि संभाजीमहाराज या दोन्ही राजपुत्रांत अनेक साम्यस्थळे आढळतात. दोघांनाही आपल्या युद्धनिपुण, राजकारणपटू आणि कर्तव्यदक्ष पित्यांचे मार्गदर्शन लाभले. अकबर बादशहा व्हावयाची महत्त्वाकांक्षा बाळगीत होता; तर संभाजी हिंदूंची एकजूट करून यावनी सत्ता नष्ट करण्याचा मनसुबा रचित होते. संभाजीमहाराजांशी वितुष्ट आल्यानंतर अकबराने पोर्तुगिजांचा आश्रय घेतला. संभाजीमहाराजांनी अकबराला कधीही अवास्तव महत्त्व दिले नाही. मराठी राजकारणापासून त्याला अलिप्त ठेवले. काही वर्षे भटके जीवन घालवल्यानंतर तो इराणकडे गेला. वयाच्या ४७ व्या वर्षी मरण पावला. (मइ)

अकबरनामा : लेखक अबुल फजल. अकबराच्या कारकिर्दीचा इ.स. १६०२ पर्यंतचा वृत्तान्त त्यामध्ये आहे. अबुल फजलच्या मृत्यूनंतर या ग्रंथाचा भाग इनायतुल्ला याने लिहिला. या भागास 'तकमील अकबरनामा' म्हणतात. (मइ)

अकाली दल : शिखांच्या सुधारणावादी आंदोलनात प्रगत असलेली संस्था. ही संस्था गुरू गोविंदसिंग यांनी स्थापन केली असा अनुयायांचा समज. १९२५ मध्ये शीख गुरुद्वारा कायदा संमत. पुढे भारतीय राजकारणात राजकीय पक्ष म्हणून प्रवेश. १९३७ मध्ये अकाली दलाने पंजाब प्रांतामध्ये निवडणुका लढविल्या. १९४७ मध्ये अकालींची शीख राज्याची मागणी. १९७३ मध्ये आनंदपूर ठराव संमत. सध्या त्याचा प्रभाव कमी. (इसंशा)

अकोला करार : (८ ऑगस्ट १९४७) भाषावार प्रान्तरचनेसाठी जे कमिशन (दार) निर्माण झाले त्याच्यासमोर महाराष्ट्राची मागणी मांडण्यासाठी, पुढे संयुक्त महाराष्ट्र चळवळीत वऱ्हाड-नागपूरचा संयुक्त महाराष्ट्राला विरोध नाही हे दाखवून देण्यासाठी अकोला करार करण्यात आला.

अक्कलकोट : जिल्हा, सोलापूर (महाराष्ट्र) श्री स्वामींच्या वास्तव्याने पुनीत. तीर्थक्षेत्र आणि ऐतिहासिक संस्थान. पुण्यश्लोक शाहूमहाराजांचे मानसपुत्र फत्तेसिंह भोसले ह्यांनी अक्कलकोट संस्थानाची इ.स. १७४९ मध्ये स्थापना केली. (भासंको, माविको, मज्ञाको)

अक्साई चीन : भारताच्या उत्तर सीमेजवळील निर्मनुष्य प्रदेश. तिबेटची पश्चिम सीमा ते लडाखचा पूर्व भाग. या भागालाच अक्साई चीन म्हणतात. त्यासाठीच १९६२ मध्ये भारत-चीन संघर्ष. भारताच्या या प्रदेशावर चीनने आपला दावा सांगितला आहे. काहींच्या मते हा अक्षय्य चिन्ह या शब्दाचा अपभ्रंश आहे. (मविको)

अखिल केरळी मुस्लिम लीग : मुस्लिम लीग या पक्षाने स्वातंत्र्योत्तर काळातच केरळमध्ये आपले हातपाय पसरायला प्रारंभ केला. इंडियन युनियन मुस्लिम लीग या नावाने तिचे पुनरुज्जीवन झाले. अलीकडेच केरळच्या विधान सभेतही तिचे प्रतिनिधी निवडून आले पण पुढे त्यांच्यात वैचारिक मतभेद झाले. अखिल केरळीय मुस्लिम लीग निर्माण करून कम्युनिस्टांपासून दूर राहण्याचे ठरवले गेले. पुढे त्यातही फाटाफूट झाली. आजही केरळीय मुस्लिम लीग हा एकसंध पक्ष नाही. (इसंशा)

अखिल भारतीय कामगार संघ : १९२० मध्ये याची स्थापना. त्या काळची कामगारांची प्रातिनिधिक संस्था. इ.स. १९०९ मध्ये ना. म. जोशी यांची कामगार प्रतिनिधी म्हणून मध्यवर्ती विधिमंडळात नेमणूक. राष्ट्रसभा आणि कामगार संघ यामध्ये सहकार्य आहे. लाला लजपतराय, देशबंधू दास, सरोजिनी नायडू आदींनी अध्यक्षपद भूषविले होते. मतभेदांवरून १९२९ मध्ये फूट पडली. (सविको)

अखिल भारतीय किसान परिषद : काँग्रेस पक्षाचाच सहकारी पक्ष. १९३३ मध्ये लखनौ येथे स्थापना. स्वामी सहजानंद सरस्वती अध्यक्ष म्हणून निवडले गेले. पहिल्या अधिवेशनाला जवाहरलाल नेहरू उपस्थित. मोठमोठे जमीनदार व सरकार यांच्याविरुद्ध संघर्ष हा प्रारंभिक कार्यक्रम होता. सांस्कृतिक कार्यक्रमाद्वारे राष्ट्रीय चळवळीचा संदेश शेतकऱ्यांमध्ये पोहोचविणे, त्यांच्यात एकता आणि जागृती निर्माण करणे अशा प्रकारची कामे सभेने केली. किसान सभेचा जाहीरनामा १९३७ मध्ये काँग्रेस पक्षाच्या जाहीरनाम्यात समाविष्ट करण्यात आला. जमीन महसूल व खंडाचे प्रमाण ५० टक्के कमी करावे, किसान कर्जास स्थगिती द्यावी, ६ सरंजामी पट्ट्या नष्ट कराव्या, कुळाची जमीन धारणा संरक्षित करावी, पुरेसे वेतन द्यावे, अशा मागण्या होत्या. (इसंशा)

अखिल भारतीय चरखा संघ : १९२० च्या काँग्रेस अधिवेशनानंतर चरख्याचा प्रचार अगदी खेडोपाडी झाला व पुढे १९२५ मध्ये हा संघ स्थापन झाला. त्याचे अध्यक्ष म. गांधी आणि इतर सभासदांत पं. नेहरू, डॉ. राजेंद्रप्रसाद, मौ. शौकत अली होते. खजिनदार जमनालाल बजाज होते. प्रांतोप्रांती या संघटनेने आपल्या शाखा उघडल्या. काँग्रेस पुढाऱ्यांनी निधी संचयासाठी देशभर दौरे काढले. (भासवि २)

अखिल भारतीय ट्रेड युनियन काँग्रेस : १९१९ मध्ये आंतरराष्ट्रीय कामगार संघटनेची स्थापना करण्यात आली आणि भारत त्याचा सदस्य झाला. पुढील वर्षी भारतीय ट्रेड युनियनची स्थापना झाली. लाला लजपतराय हे अध्यक्ष होते. चमनलाल चिटणीस होते. खेरीज व्ही. व्ही. गिरी, सुभाषचंद्र बोस, पं. नेहरू, सेनगुप्ता यांचाही सहभाग पण पुढे ना.म. जोशींच्या नेतृत्वाखाली वेगळा गट निर्माण झाला. (सविको)

अखिल भारतीय फॉरवर्ड ब्लॉक : काँग्रेसशी मतभेद होऊन १९३९ मध्ये याची स्थापना नेताजी सुभाषचंद्र बोस यांनी केली. सशस्त्र मार्ग अवलंबून इंग्रजांना या देशातून हाकलून लावणे हे ध्येय. कार्यक्षेत्र बंगालपुरते मर्यादित. नेताजी दुसऱ्या महायुद्धात व्यग्र आणि पुढे अपघाती निधन यामुळे पक्ष फारसा प्रभावी ठरू शकला नाही. (इसंशा)

अखिल भारतीय स्त्री परिषद : स्त्रियांची अत्यंत महत्त्वाची पुरोगामी संघटना. १९२७ मध्ये स्थापना. मागरिट कझिन्स या मुख्य प्रेरणास्रोत. स्त्री- शिक्षण, पडदा पद्धती, बालविवाह, पुनर्विवाह, इ. प्रश्नांवर चर्चा. या संघटनेने स्त्रियांच्या अनिष्ट, क्लेशदायी प्रथांविरुद्ध बंड केले. शारदा कायद्याबाबत जनजागृती. मुस्लिम स्त्रियांनाही यात सामील करून घेण्यात आले. (सविको)

अगाशिव लेणी : सातारा जिल्हा, कऱ्हाडजवळ माथ्यावर शिवालय आणि हीनयान पंथाची ५४ लेणी आहेत. (भासंको)

अग्निकुले : अग्नीपासून सुरू झालेल्या घराण्यांना अग्निकुले असे म्हणतात. यात चाहमान, चालुक्य, परमार व परिहार या चार राजपूत कुलांचा समावेश आहे. (भासंको)

अग्निदिव्य : मध्ययुगातील दिव्याचा एक प्रकार. अग्नीच्या योगाने अपराधाची सत्यासत्यता ठरविण्याची रीत. उकळत्या तेलाच्या कढईत हात बुडवून आत टाकलेली वस्तू बाहेर काढणे वा तप्त लोखंडाचा गोळा हातावर घेणे हे अग्निदिव्याचे स्वरूप. हाताला इजा झाली नाही तर तो माणूस निरपराधी समजला जात असे. (भासंको पाहा- दिव्य)

अग्निपूजा : अग्निपूजा हे सिंधू धर्माचे एक अत्यंत महत्त्वाचे अंग होते. याचा पुरावा कालिबंगन आणि लोथल येथे उपलब्ध झाला. कालिबंगन येथे बालेकिल्ल्यात काही अग्निकुंडे सापडली. अशाच प्रकारची अग्निकुंडे नगरात सामान्यजनांच्या घरांतूनही आढळली. (सिंसं)

अग्निमंदिर : हडप्पा येथे भव्य वास्तूच्या चौकात कोनाकृती चौथरे आहेत. ते अग्निकुंड असण्याची दाट शक्यताही आहे. मोहेंजोदडो येथील सामान्यजनांच्या वस्तीत एका भव्य वास्तूचे अवशेष सापडले. तेथे मूर्ती नसल्याने ते अग्निमंदिर असावे असा तर्क काढता येतो. असंख्य सिंधु मुद्रांवर किंवा बैलाच्या समोर दिसणारे भांडे हे अग्निपात्र असावे. अग्निमंदिरात जाण्यापूर्वी हातपाय धुण्यासाठी किंवा स्नानासाठी आवश्यकता म्हणून दर्शनी भागात डाव्या हातास विहीरही होती.पारशी बंधूंच्या अग्निमंदिराला अग्यारी असे म्हणतात. (सिंसं, भासंको)

अग्निमित्र : शुंग राजवंश. पुष्यमित्राचा पुत्र. इ. स. पू. १५१ ते १४३ हा त्याचा राज्यकाल. कालिदासरचित 'मालविकाग्निमित्र' ह्या नाटकाचा अग्निमित्र हाच नायक. त्यावेळी अग्निमित्र विदिशा येथे राज्यपाल होता. त्याने यज्ञसेन सातकर्णीचा पराभव केला. मगधावर आठ वर्षे राज्य केले. (भासंको, मविको)

अग्रहार : प्राचीन काळी राजे लोक विद्वान ब्राह्मणांच्या योगक्षेमासाठी विशिष्ट भूभागाचे करमुक्त दान

करीत व तिथे त्या ब्राह्मणांची वसाहत उभारून देत. त्या भागाचा महसूलही त्या अग्रहारातल्या लोकांच्या उपजीविकेसाठी लावून दिला जाई. अशा गावांना अग्रहार म्हणत. तिथे राहून विद्वान ब्राह्मण विनाशुल्क अध्यापनाचे काम करीत. अशा अग्रहारांत अनेक ठिकाणांहून विद्यार्थी अध्ययनासाठी येत. या प्रकारचे इनाम नव्या राजवटीतही अबाधित मानले जाई. (भासंको)

अचलपूर : (१३ वे शतक) १३ व्या शतकातील विदर्भातील एक महत्त्वाचे शहर. एकेकाळची भरभराटीची एलिचपूर राजधानी. अचलपूर असा उल्लेख बराणीने केला आहे. अल्लाउद्दीनच्या कारकिर्दीत तसेच इमादशाही व निजामशाही यांच्या काळात ही वऱ्हाडची राजधानी होती. अल्लाउद्दीन खिलजीने यादवांच्या देवगिरी वर हल्ला करण्यापूर्वी येथे मुक्काम केला होता. (भासंको , मचको)

अच्युतराय : (इ. स. पू. १५३०-१५४१) विजयनगर तुळुव राज घराणे. ह्याचे वर्तन नि राज्यकारभार आणि त्याची अति सहिष्णूवृत्तीच हिंदूंच्या नाशास कारणीभूत झाली. परकीयांना रान मोकळे सापडले, असे परकीय प्रवासी नूनीज म्हणतो. ह्याची राजवट मुसलमानांशी झगडण्यात गेली. (मविको)

अजंठा : जगप्रसिद्ध लेणी, (महाराष्ट्र) औरंगाबाद जिल्हा. औरंगाबादेपासून १०० कि.मी. येथील शिल्पकला नि चित्रकला अप्रतिम आहेत. एका उभ्या पहाडात ३० गुंफांची एक मालिकाच आहे. त्यांत चार चैत्यगृहे नि बाकीचे विहार आहेत. ही हीनयान नि महायान बौद्ध लेणी इ.स. पू. १५० ते इ. स. ४०० या कालखंडातील आहेत. येथील चित्रे-रंगकाम दुरुस्त ठेवण्यात आधुनिक साधनांचा उपयोग केला गेला आहे. (सह्याद्री, भासंको, मविको)

अजंठा चित्रकला : बौद्धधर्मीय भिखूंसाठी विहार व लेणी निर्माण केली गेली. तेथील भिंतींवर व छतावर अप्रतिम रंगीत चित्रे चितारलेली आहेत. त्यांचा काळ ख्रि. पू. १ ते ९ वे शतक मानतात. १८१४ मध्ये ज. जेम्स अलेक्झांडरने यांचा प्रथम अभ्यास केला. भारतीय चित्रकलेच्या सुवर्णयुगाचे प्रतिनिधित्व करते. पदमपाणि अवलोकितेश्वराचे चित्र सर्वात अप्रतीम मानले जाते. (भासंको.३ / सुविको)

अजमेर : राजस्थानातील एक राजधानीचे नगर. मूळ नाव अजय मेरू (अजिंक्य पर्वत). चौहान वंशातील अजयपालाने याची स्थापना केली, असे म्हणतात. (७ वे शतक) येथे पृथ्वीराज चौहानची राजधानी होती. इ. स. ११९३ मध्ये महम्मद घोरीने पृथ्वीराजाचा पराभव करून ते जिंकले. १५५६ मध्ये अकबराने मोगल वंशाची सत्ता स्थापिली. १६१६ मध्ये सर थॉमस रो याने इथेच जहांगीर बादशहाला आपले अधिकारपत्र सादर केले. मुसलमान अजमेरला दुसरी मक्का मानतात. कारण इथे ख्वाजा मोईनुद्दीन चिश्तीचा दर्गा फार प्रसिद्ध आहे. तो ११९० मध्ये तेथे आला व १२३६ मध्ये मरण पावला. मोइनुद्दीन हा भारतातील इस्लामचा पहिला प्रचारक. दर्ग्याच्या मागे अढाई दिन का झोपडा ही मशीद आहे. तिथे पूर्वी एक संस्कृत महाविद्यालय व मंदिर होते. विसलदेव विग्रहराज याने ते बांधले होते. (११५३) ११९२ साली महम्मद घोरीने त्याची मशीद बनविली. या ठिकाणी ऋषभदेवाचे भव्य मंदिर आहे. आनासागर तलावाच्या बांधाखाली जहांगीरने बांधलेली दौलतबाग प्रेक्षणीय आहे. अजमेरपासून जवळच सुमारे ११ किमीवर हिंदूचे प्रसिद्ध पुष्करतीर्थ आहे. (भासंको)

अजयपाल (मृत्यू ११७६) : गुजरातचा राजा. चालुक्य वंश. चाहमान व परमार यांच्यावर प्रभुत्व, जैनांचा विरोधक. (भासंको)

अजयसिंह : (राज्यकाळ १२९०- १३०१) चितोडच्या राणा लक्ष्मणसिंहाच्या पश्चात हाच चितोडचा खरा वारस. आपल्याला संकटातून वाचवणाऱ्या हम्मीरला राणापद दिले. त्याच्याशी मतभेद होऊ नयेत म्हणून आपला पुत्र सज्जनसिंह ह्याला दक्षिणेत पाठविले. त्याच्याच कुळात पुढे शिवाजीमहाराजांचा जन्म झाला, असे म्हणतात. (मचको, लोकहितवादी)

अजातशत्रू : (इ. स. पू. ५ वे शतक) शिशुनाग राजवंशातला प्रतापी सम्राट, बिंबिसाराचा पुत्र, भगवान गौतमबुद्धांचा समकालीन. जैन ग्रंथानुसार या अजातशत्रूने ३६ गणराज्ये जिंकली होती. पाटलीपुत्र येथे त्याने एक गड बांधला. मगधाचे प्रबल साम्राज्य उभारले. अनेक धातुचैत्य (स्तूप) बांधून त्यात महात्मा गौतम ह्यांचे अवशेष सुरक्षित ठेवले. बौद्ध भिक्षूंसाठी उत्तम निवासव्यवस्था केली. पहिली बौद्ध परिषद राजगृह येथे भरविली. (भासंको)

अजिंक्यतारा : औरंगजेबाचा द्वितीय पुत्र अजमशाहा याने साताऱ्याचा किल्ला वेढला. १७०० मध्ये प्रयागजी सुभेदारानी तो मोठ्या शर्थीने लढवला पण अखेर पराभूत झाले. पुढे त्याचे नाव अझिम तारा ठेवले गेले. मराठीत अजिंक्यतारा रूढ झाला. मूळात तो भोजराजाने ११५० च्या सुमारास बांधला.१५८० मध्ये चांदबिबी येथे कैदेत होती. १७०७ मध्ये बाळाजी विश्वनाथास शाहूने येथेच पेशवाईची वस्त्रे दिली. शाहूकाळात मराठीसाम्राज्याच्या राजधानीचा मान. १८१८ मध्ये इंग्रजांच्या ताब्यात गेला. (सासभकि)

अजित केशकंबल (इ. स. पू. ५२३) **:** भगवान गौतम बुद्धांचा समकालीन. संप्रदायप्रवर्तक. पूर्ण भौतिकवादी. नास्तिक. जवळ जवळ सगळा चार्वाकवाद अजितानेच सांगितला असे म्हटले तरी चालेल. वत्सराज उदयन हा अजिताच्या संप्रदायाचा अनुयायी होता. (भासंको)

अजितसिंग : (१६७८- १७३१) मारवाडच्या यशवंतसिंगाचा पराक्रमी मुलगा. याने मोगलांचा बराच मुलूख काबीज केला. याच्या सांगण्यावरून सय्यदाने हिंदूंवरील जिझिया कर बंद केला. या रीतीने त्याने दिल्लीच्या बादशहाच्या जुलुमांचा सूड घेतला. अभयसिंग या त्याच्या मुलाने पिलाजीराव गायकवाड ह्यांचा खून केला आणि अजितसिंग पुढे आपल्या मुलाच्या हातून मारला गेला. (मचको)

अजितसिंह, सरदार : (२३ फेब्रुवारी १८८१ - १४ ऑगस्ट १९४७) हुतात्मा भगतसिंग याचे हे चुलते. आर्य समाजाची दीक्षा घेऊन कार्याला सुरुवात. लाल, बाल, पाल यांच्या विचारांचा प्रभाव. सूफी अंबादास यांच्याबरोबर स्वदेशीचा प्रचार केला. जहाल लेखनाबद्दल इंग्रजांनी त्यांना मंडालेच्या कारागृहात ठेवले. कारागृहात त्यांनी 'मुहब्बत-ए-वतन' हे पुस्तक लिहिले. वृत्तपत्रांतून इंग्रजांवर टीकास्त्र सोडले. त्यामुळे तरुणांमध्ये स्फूर्ती निर्माण झाली. लाहोर बॉंब प्रकरणी त्यांना गुंतवण्याचा कट केला. भारतात राहाणे अशक्य वाटल्याने पुढे त्यांनी तुर्कस्तान, इराणमधून त्यांनी क्रांतीकारी हालचाली केल्या. भारताच्या फाळणीचे त्यांना दुःख झाले व १४ ऑगस्ट १९४७ मध्ये भारतात त्यांचे निधन झाले. (स्वासंस)

अज्ञानदास : शिवकालीन प्रसिद्ध शाहीर. अफझलखान वध या प्रसंगावर दोन पोवाडे रचले आहेत. कवीच्या रचनाचातुर्याबद्दल त्याला एक घोडा व शेर सोन्याचा तोडा बक्षीस. त्याला अगीनदासही म्हणत. (मचको)

अझीझखान : शिवनेरीचा विजापूरकरांचा किल्लेदार. इ. स. १६७३ मध्ये याच्याशी गुप्त तह करून शिवाजीमहाराजांनी किल्ला घेण्याचा घाट घातला; परंतु ते जमू शकले नाही. (चिशिम)

अटक : सध्याच्या पाकिस्तानात. पेशावरपासून ७० कि. मी. सिंधू नि काबूल नद्यांच्या संगमाजवळ

सिंधू नदीकाठी आहे. १७५८ मध्ये रघुनाथ पेशवे ह्यांच्या नेतृत्वाखाली केलेल्या स्वारीत मराठ्यांनी हे नगर जिंकले नि तेथे भगवा ध्वज फडकाविला. १८१२ मध्ये रणजितसिंगाचा पराक्रमी सेनापती हरिसिंह नलुआ याने हा सर्व भाग जिंकला. १८४९ मध्ये तो ब्रिटिशांकडे गेला. (मविको)

अटलबिहारी वाजपेयी : भारतीय जनता पक्षाचे प्रमुख नेते, अध्यक्ष आणि माजी पंतप्रधान. प्रभावी संसदपटू, श्रेष्ठ पत्रकार व वक्ते. ग्वाल्हेर (म.प्र.) येथे राष्ट्रीय स्वयंसेवक संघाचे प्रचारक. हिंदी वृत्तसृष्टीतील एक यशस्वी संपादक. भारतीय जनसंघाच्या संस्थापकांपैकी एक. डॉ. श्यामाप्रसाद मुखर्जी ह्यांचे सहकारी. त्यांच्या काळात पोखरण (राजस्थान) येथे यशस्वी अणुस्फोट चाचणी. पाकिस्तानशी सौहार्दाचा प्रयत्न. दिल्ली लाहोर बससेवा सुरू. पाकिस्तानचे नेते मुशर्रफ यांची अयशस्वी भेट. कारगिलयुद्धास सुरुवात व विजय. (इंटरनेट)

अठरा कारखाने : कारखाने म्हणजे सरकारी खाते. शिवाजी महाराजांच्या अष्टप्रधानांकडे असा १८ कारखान्यांचा कारभार असे. १) खजिना २) जवाहिरखाना ३) अंबरखाना (कोठीचे सामान) ४) शरबतखाना (औषधे) ५) तोफखाना ६) दप्तरखाना ७) जामदारखाना (सर्व प्रकारची नाणी आणि कागदपत्रे दस्ताऐवज) ८) जिरातखान शेती ९) मुतबककखाना (स्वयंपाकघर) १०) उष्ट्रखाना ११) नगारखाना १२) तालीमखाना १३) पीलखाना १४) फरासखाना (पालख्या-मेणे, तंबू राहुट्या) १५) अबदरखाना (पेये) १६) शिकारखाना १७) दारूखाना १८) लकडखाना. (संको)

अठराशे सत्तावनचा उठाव : भारतीय हिंदू आणि मुसलमानांनी एकत्रितपणे इंग्रजी सत्तेविरुद्ध केलेले स्वातंत्र्ययुद्ध. ह्या स्वातंत्र्ययुद्धामागे राजकीय, सामाजिक, आर्थिक, धार्मिक नि सैनिकी कारणे होती. रंगो बापूजी, श्रीमंत नानासाहेब पेशवे, सेनापती तात्या टोपे, झाशी राणी लक्ष्मीबाई, बिहारचे कुंवरसिंह, दिल्लीचा बहादूरशहा, अयोध्येच्या बेगमा, नरगुंद कर्नाटकचे बाबासाहेब (भास्करराव) भावे, कोल्हापूरचे श्रीमंत चिमासाहेब भोसले आदी प्रमुख होते. कमी -अधिक प्रमाणात सर्व भारतभर उठाव पण मेरठ, कानपूर, ब्रह्मावर्त, काल्पी, झाशी, ग्वाल्हेर, बराकपूर, दिल्ली, लाहोर, पेशावर, फिरोजपूर, अलीगढ, मथुरा, आग्रा, बरेली, प्रयाग, कोरपळ, शोरापूर, नरगुंद इ. प्रमुख ठिकाणे. अनेक अंगभूत दोष-उणिवांमुळे हा उठाव फसला. या उठावात सुमारे दीड लाख भारतीय ठार झाले असे सांगतात. भारतीय इतिहासाला कलाटणी, आधुनिक भारताच्या इतिहासाचा प्रारंभ. स्वा. वि. दा. सावरकरांचे १८५७ चे स्वातंत्र्य समर अत्यंत वाचनीय ग्रंथ. या उठावातूनच पुढील स्वातंत्र्यलढ्याला प्रेरणा मिळाली. अनेक राष्ट्रभक्त, क्रांतिकारक निर्माण झाले. एकजुटीने लढून देशाला पारतंत्र्यातून मुक्त केले पाहिजे ही राष्ट्रप्रेमाची भावना देशभर पसरली. इंग्रजी इतिहासकारांनी मात्र या उठावाला शिपायांचे बंड (गर्दी) असेच मानले. (मविको)

अड्यार : थिऑसॉफिकल सोसायटीचे जागतिक महत्त्वाचे पीठ. चेन्नईपासून सुमारे ११ किमी. येथील एका प्रचंड वटवृक्षाखाली सभा संमेलने भरतात. ॲनी बेझंट, मादाम ब्लाव्हाटस्की, ऑलकॉट हे सोसायटीचे नेते. गूढविद्येचे संशोधन प्रचार हे कार्य. भारतात त्याचा फारसा प्रसार होऊ शकला नाही. मूठभर विद्वानांपुरताच मर्यादित.(सुविको)

अणहिलपाटण शाखा : चाप राजवंशाची एक शाखा गुजरातमधील अणहिलपाटण येथे होती. एका शाखेचे राज्य वर्धमान म्हणजे सध्याचे वढनाण होते. ती सारस्वत मंडळाची राजधानी होती. वनराज हा या शाखेचा मूळ पुरुष होय. त्यानेच इ. स. च्या ८ व्या शतकात अणहिलपाटण नगर वसविले आणि तेथे आपले

राज्य स्थापिले. (भासंको)

अणुशक्तीचा विकास : (भारत) १० ऑगस्ट १९४८ रोजी राष्ट्रीय अणुशक्ती आयोगाची स्थापना झाली. अणुशक्ती संशोधन केंद्र, तुर्भे, मुंबई, इंदिरा गांधी संशोधन केंद्र, कल्पक्कम, तमिळनाडू, उन्नत औद्योगिक केंद्र, इंदूर, (म. प्र.) ही तीन संशोधन केंद्रे आहेत. १९५६ मध्ये ट्रॉम्बे (मुंबई), येथे पहिली अप्सरा नावाची अणुभट्टी सुरू झाली. १९६२ साली थुंबा (केरळ) येथून पहिला अग्निबाण अवकाशात सोडण्यात आला. १९६८ मध्ये हैदराबाद येथे अणुइंधन संकुलाची स्थापना करण्यात आली. १९६९ साली तमिळनाडूमध्ये व्यावसायिक पातळीवर वीजनिर्मिती सुरू झाली. अण्विक क्षेत्रात विकास सुरू असतानाच १८ मे १९७४ रोजी राजस्थानातील पोखरण येथे भारताने पहिली चाचणी केली. जागतिक आण्विक चाचणी बंदी कराराला न जुमानता भारतानेही ११आणि १३ मे १९९८ या दिवशी राजस्थानातील पोखरण येथे पाच भूमिगत चाचण्या केल्या. त्यात एक हायड्रोजन बाँब होता. भारतही अण्वस्त्रधारी देश होऊ शकतो, हे भारताने जगाला दाखवून दिले. विधायक कार्यासाठी व सुरक्षेसाठी भारत अणुशक्तीचा वापर करीत आहे. (इंटरनेट)

अणुस्फोट : अणुऊर्जेच्या शोधानंतर जगात काही राष्ट्रांनी त्याचा मार्ग अवलंबला. अणुस्फोटाची पहिली चाचणी १६ जुलै १९४५ या दिवशी अमेरिकेने मेक्सिकोमधील अलमोगोर्डोजवळ घेतली. ६ ऑगस्ट १९४५ रोजी हिरोशिमावर बॉम्ब हल्ला. ९ ऑगस्टला नागासकीवर दुसरा बॉम्ब हल्ला अमेरिकेने केला. १९४९ मध्ये रशियाने, १९५२ मध्ये इंग्लंडने, १९६० मध्ये फ्रान्सने, १९६४ मध्ये चीनने, १९७४ आणि १९९८ मध्ये भारताने तसेच १९९८ मध्ये पाकिस्तानने अणुस्फोट घडवून आणले.

अणे माधव श्रीहरी : (२९ ऑगस्ट १८८०–२६ जानेवारी १९६८) – भारतीय स्वातंत्र्यसंग्रामातील एक अग्रगण्य नेते. यवतमाळ (महाराष्ट्र) हे त्यांचे गाव. लोकमान्यांचे एकनिष्ठ अनुयायी. होमरूलचे उपाध्यक्ष. असहकार चळवळीत हिरिरीने भाग. काँग्रेसमध्ये अनेक पदे भूषविली. गव्हर्नर जनरलच्या कार्यकारी मंडळांचे सदस्य. पण गांधीजींच्या उपोषणास पाठिंबा म्हणून त्यागपत्र दिले. त्यांना 'वऱ्हाडचे टिळक', 'लोकनायक' ह्या पदव्या. (मविको)

अण्णा हजारे : जन्म – १९३९ मध्ये अहमदनगरजवळील भिंगार येथे झाला. यांचे संपूर्ण नाव किसन बापूराव हजारे, शिक्षण– पाचवीपर्यंत. गरिबीमुळे त्यांना शिक्षण अर्धवट सोडावे लागले. मुंबईला येऊन सातवीपर्यंत शिक्षण घेतले. १९६० मध्ये ते भारतीय सैन्यदलात रुजू झाले. १९६२ मध्ये चीनशी झालेल्या युद्धात, १९६५ मध्ये पाकिस्तानशी झालेल्या युद्धात भाग घेतला होता. १९७५ मध्ये ते सैन्यदलातून निवृत्त झाले. राळेगण सिद्धी गावात अनेक विकास योजना राबविल्या. ग्राम विकासासंबंधी त्यांचे असे मत होते की, 'ग्रामविकास म्हणजे केवळ भौतिक सुधारणा नव्हे तर, गावातील माणसाला आचार व विचारशील बनविणे. व्यक्ती हा ग्रामविकासाचा केंद्रबिंदू, अस्पृश्यता निवारण, व्यसनमुक्ती, सामुदायिक विवाह, साक्षरतेचा प्रसार इ. उपक्रम राबविले. श्रमदानाने सामूहिक विहिरी खोदल्या, नाला, पाझर तलाव, सामूहिक वनीकरण इ. शेतीच्या उपयोगाची कामे करून गावातील जमीन पाण्याखाली आणली. 'पाणी अडवा, पाणी जिरवा' या घोषणेचा उद्‌घोष केला. इंधनासाठी पवनचक्की, सूर्यशक्तीचा वापर करणारा सोलर हीटर, गोबरगॅस प्लँट इ. सोयी केल्या. १९८७ मध्ये 'प्रियदर्शनी व पद्मभूषण' हे किताब मिळाले. आदर्श गाव संकल्प आणि प्रकल्प समितीचे अध्यक्षपद भूषविले होते.नागरिकांना माहिती मिळवण्याचा महत्त्वाचा मूलभूत हक्क त्यांच्या संघर्षामुळे मिळाला. सरकारी भ्रष्टाचाराविरुद्ध दीर्घकाळ आंदोलन छेडले. त्यांच्या सामाजिक सेवेबद्दल अनेक स्वकीय आणि परकीय पुरस्कार मिळाले.

अण्णाजी दत्तो : शिवाजी महाराजांच्या अष्टप्रधान मंडळातील एक मंत्री. हिशेब व उत्तम लेखन कौशल्य, राज्याचा पत्रव्यवहार पाहणे, दादोजी कोंडदेवांच्यामागे जमिनीची पाहणी व सारावसुलीपासून ते सर्व कोकणचा कारभार याच्याकडे होता. (मचको)

अत्रंजी खेडा : उत्तर प्रदेशातील ठिकाण. उत्खननात ताम्रपाषाणयुगीन व लोहयुगीन संस्कृतीचे अवशेष मिळाले. येथील लोक लाल मातीची भांडी वापरीत. त्यानंतर काळ्या व तांबड्या रंगाची भांडी वापरणाऱ्या लोकांची वस्ती सापडते. आहाड येथे सापडलेल्या भांड्यांशी त्यांचे साम्य आहे. त्यानंतरच्या वसाहतीची चित्रित भांडी इ.स.पू. ६-७ शतकातली आहेत. (भासंको)

अधिकारी (हर्षवर्धन) : अधिकार, सत्ता, वर्चस्व गाजविण्यासाठी राजाने नेमलेली व्यक्ती म्हणजे अधिकारी. अम्मलदार, हुद्देदार, महासंधिविग्रहाधिकृत, महाबलाधिकृत, सेनापती, बृहदश्ववार, कटुक, चार-भट, दूत, विषयपती, आमुक्तक, मीमांसक, महाप्रतिकार, भोगपती, अक्षपलिक, अध्यक्ष, लेखक, करणिक हे हर्षवर्धनाचे अधिकारी होते. (भासंको)

अधिकारी गंगाधर मोरेश्वर : (जन्म १८९८) सुप्रसिद्ध समाजसत्तावादी. क्रांती, स्पार्क पत्रात लेखन. मिरत केसमध्ये गोवले गेले. ५ वर्षांची शिक्षा. (मचको)

अधिराज राजेंद्र : (इ. स. १०७०-७४) हा चोल घराण्यातील वीर राजेंद्रचा मुलगा. वीरसोळीयम नावाचे बुद्धमित्राने केलेले तमिळ व्याकरण याच्याच आश्रयाने झाले. गादीवर बसविण्यात मेव्हणा विक्रमादित्याची मदत. प्रजेच्या बंडात ठार. (मचको)

अनंगपाल : लाहोरचा राजा. महम्मद गझनीकडून अनेकदा पराभूत. महम्मद गझनीला परत गेल्यावर उज्जैन, ग्वाल्हेर, कनोज, दिल्ली, अजमेर येथील राजांशी संधान साधून महम्मदाशी लढा देण्याची तयारी. पेशावरच्या मैदानात असहकार्यामुळे पराभव. इ. स. १०२१-२३ मध्ये महम्मदाकडून लाहोर प्रांत खालसा. (भासंको)

अनंगपाल तोमर : तुवर किंवा तोमर राजघराण्याचा संस्थापक. इ.स. ७३६ मध्ये राज्याभिषेक. दिल्लीस गादी स्थापली. (भासंको)

अनंगभीम : हा कलिंग देशाचा राजा. याचे दुसरे नाव लाडदेव. इ.स. १०९४ मध्ये जगन्नाथाचे देऊळ बांधले. त्याच्या पदरी जे लेखक व ग्रंथकर्ते होते, त्यात प्रसिद्ध कल्याणमल्ल हा होय. कल्याणमल्लाने 'अनंगरंग' ग्रंथ लिहिला. (मचको)

अनंत फंदी : (इ.स.१७४४ - १८१९) उत्तर पेशवाईमधील शाहिरांतील एक ज्येष्ठ शाहीर. याची पदे, लावण्या, कटाव, फटके इ. विविध प्रकारची, रचना रसाळ व प्रासादिक आहे. याने 'माधवनिधन' हे ओवीबद्ध काव्य लिहिले. (य. न. केळकर- तंतकवि, इसंशा)

अनंत लक्ष्मण कान्हेरे : थोर क्रांतिकारक (हुतात्मा) (इ.स.१८९२ -१९ एप्रिल १९१०) नाशिकचे कलेक्टर जॅक्सन यांच्या अत्याचारामुळे अनंत कान्हेरे पेटून उठले. जॅक्सनच्या निरोप समारंभात त्याचा वध करण्याचे ठरले. नाशिकच्या विजयानंद थिएटरात 'संगीत शारदा' या नाटकाच्या वेळी जॅक्सनचा सत्कार आयोजित केला होता. अनंत कान्हेरेंनी त्याच्यावर गोळी झाडली. त्यात तो ठार झाला. अनंत कान्हेरे, कृष्णा गोपाळ कर्वे नि

विनायक नारायण देशपांडे यांना १९ एप्रिल १९१० रोजी ठाणे तुरुंगात फाशी देण्यात आले. (स्वासंस)

अनंतगुंफा : (इ. स.१ले शतक) ओडिसा, भुवनेश्वरजवळ, खंडगिरी ह्या जैन लेण्यांमधील एक गुंफा. अंधकाररूपी राक्षसाच्या अंगावरून जाणाऱ्या सूर्याची मूर्ती इथे आहे. (डेहिंइ)

अनंतदेव : (इ. स.१०८५-११२५) हा ठाण्याच्या शिलाहार राजांपैकी नागार्जुनाचा पुत्र. याच्या राज्यात आपसांत तंटे होऊन अनेकांचा, विद्वानांचा छळ झाला. 'कृष्णभक्तिचंद्रिका' नाटकाचा कर्ता तसेच 'स्मृतिकौस्तुभ' हा ग्रंथ त्याने लिहिला.या शिवाय त्याने 'भगवद्‌भक्तिनिर्णय' किंवा 'विवेक', 'मथुरासेतु', 'प्रायश्चित्तप्रदीपिका', 'अन्त्येष्टिपद्धती', 'दत्तकपुत्रविधान' असे ग्रंथ लिहिले. (मचको)

अनंतपूरचा तह : म्हैसूर राज्याचा अधिपती हैदरअली व मराठे (माधवराव पेशवे) यांच्यामध्ये ३० मार्च १७६५ रोजी अनंतपूरचा तह झाला. त्यानुसार हैदरअलीने मराठ्यांना ३० लाख रुपये द्यावेत, तुंगभद्रा नदीजवळील प्रदेश मराठ्यांना द्यावा, असे ठरले. (इ सां को)

अनंतराज : (इ. स.१०२९ -१०३९) हा काश्मीरच्या संग्रामराजाचा उत्तराधिकारी. चंपावर स्वारी करून सालवर्मनचा पराभव केला. तुर्कांच्या स्वारीमुळे पराभव. पुत्र कलशाकडून हाल. (मचको)

अनंतराव भालेराव : हैद्राबाद मुक्ती संग्रामाच्या काळात अनंतराव भालेराव यांनी आपल्या सहकाऱ्यांसह स्टेट बँक ऑफ हैद्राबादवर हल्ला करून सुमारे २५ लाखांची रक्कम लुटली व ती रक्कम काँग्रेसच्या मदतीकरिता पाठविण्यात आली.

अनंतवर्मन : (इ.स.१०७६ -११४६) हा त्रिकलिंगाच्या प्राच्य गंगांपैकी राजराज व रूपसुंदरी यांचा सुपुत्र. हा चोलगंग नावाने प्रसिद्ध. पश्चिमेचे उत्कल राज्य व पूर्वेच्या वेंगी राज्यास साहाय्य. उत्कल म्हणजे ओरिसा जिंकले. जगन्नाथाचे मंदिर बांधण्यात हाही होताच. (मचको)

अनलहक् : मुसलमानातील सूफी संप्रदायातला पारिभाषिक शब्द. 'मीच खुदा (परमात्मा) आहे' असा त्याचा अर्थ आहे. या शब्दाच्या द्वारे सूफी पंथी आत्म्याला परमात्म्याच्या स्थितीत विलीन करतात. (हिंसाको, हिंविको)

अनाथबंधू पांजा : मिदनापूरच्या तिसऱ्या मॅजिस्ट्रेटला यमसदनाला पाठविण्याचा पराक्रम करून हॅटट्रिक साधलेल्या क्रांतिकारकांमध्ये मृगेंद्रकुमारचा सहकारी अनाथबंधू पांजा होता. बर्ज नावाचा अधिकारी अत्यंत अन्यायी होता. करविरोधी आंदोलन पेटलेले होते. आंदोलकांवर अतोनात अन्याय करण्यात, अत्याचार करण्यात बर्ज हा आघाडीवर होता. त्याचा सूड घेण्याचा क्रांतिकारकांनी दोनदा प्रयत्न केला होता. पण त्यात अपयश आले. फुटबॉलच्या खेळाच्या वेळी मृगेंद्रने बर्जवर पाच गोळ्या झाडल्या. त्यातून तो बरा झाला. सुरक्षारक्षकांच्या गोळीबारात अनाथबंधू पांजाला वीरमरण आले. (स्वासंस)

अनिरुद्ध सरस्वती : 'शिवराज्याभिषेककल्पतरू'ची रचना केली. निश्चलपुरी आणि गोविंद यांचे संभाषण काव्यरूपाने त्यात आहे. शिवाजीमहाराजांच्या दुसऱ्या राज्याभिषेकाचा उलगडा या छोटेखानी काव्यामुळे होतो. (मसाआइ)

अनुताई घोरपडे : (जन्म इ.स.१७१४- मृत्यू १७८३) ही बाळाजी विश्वनाथांची मुलगी असून हिचा विवाह कोल्हापूर गादीचे सचिव नारो महादेव घोरपडे (जोशी) इचलकरंजीकर यांचा मुलगा व्यंकटराव याच्याशी

झाला होता. बाजीरावाने आपल्या बहिणीस पुणे येथे वाडा, काही बागा इनाम दिल्या होत्या. इचलकरंजी संस्थानाचा कारभार तिने बरीच वर्षे पाहिला.३१ खेड्यांची सनद मिळविली. शाहूने आजरे महाल इनाम दिला. ३८ वर्षे संस्थानचा कारभार पाहिला. ही अतिशय धोरणी, महत्त्वाकांक्षी, हिंमतवान होती. (मचको)

अनुताई वाघ : (१९१० - १९९२) १९४५ ते १९७३ या कालखंडात शिक्षणाच्या माध्यमातून १० पाळणाघरे, ११बालवाड्या, ४ पूर्वप्राथमिक शाळा, बाल-सेविका, प्रशिक्षण वर्ग, अध्यापक प्रशिक्षण विद्यालय, कार्यानुभव प्रकल्प, उद्योग प्रशिक्षण, स्त्री-शक्ती जागृती संस्था (ठाणे), रात्रशाळा, ३० प्रौढ शिक्षण संस्था, कुरण-शाळा, मूकबधिर संस्था, आरोग्यकेंद्रे अशा अनेक संस्था स्थापन करून कोसबाड (जि. ठाणे) या गावाचे रूप पालटून टाकले. (सविको)

अनुपमा : (इ.सं.चे तेरावे शतक) गुजराथेत अनुपमादेवींना षड्दर्शनमाता असे नाव मिळालेले आहे. पुरातनप्रबंधसंग्रहात कंकण काव्य आहे ते त्यांनीच रचलेले आहे असे म्हणतात. त्यांच्या सांगण्यावरूनच वस्तुपाल व तेजपाल या सेनापतींनी अबू व गिरनार या पर्वतावरील जैन मंदिरे बांधली. (भनतुर)

अनुप्पनदी : मदुरेच्या आग्नेय दिशेला दोन मैलांवर या नदीकाठी प्रेते पुरण्याची प्रागैतिहासिक जागा सापडली आहे. त्या ठिकाणी मातीची थडगी, माणसाची हाडे, लहान भांडी आढळलेली होती. (भासंको)

अनुराधपूर : श्रीलंकेतील प्राचीन, सर्वांत मोठे शहर, बौद्धांचे प्रसिद्ध तीर्थ, लंकेची राजधानी. कदम्बा नदीवरील बोधिवृक्ष २२०० वर्षांपूर्वीचा आहे. ते महान विद्यापीठ असून बौद्ध तत्त्वज्ञानावरचा ग्रंथ 'अट्ठकथा' येथेच निर्माण झाला. (भासंको)

अनुशीलन समिती : विसाव्या शतकाच्या प्रारंभीच पी. मित्र ह्यांच्या नेतृत्वाखाली स्थापन झालेली बंगालमधील प्रमुख क्रांतिकारी राजकीय संस्था. हिचे कार्य काही उघड काही गुप्त होते. जे प्राणार्पणाची शपथ घेत त्यांना कठोर परीक्षेनंतर क्रांतिप्रशिक्षण देण्यात येई. बंगालभर तसेच अन्यत्रही. अरविंद घोष, त्यांचे बंधू बारींद्रकुमार घोष, पुलिनदास, रासबिहारी बोस, आदी अनेक नेते या क्रांतिकार्यात या समितीचा मोठाच वाटा बनले. सर्वात सुसंघटित, शिस्तबद्ध, प्रभावी, जहाल संघटना असा लौकिक. (मविको)

अनुष्ठान : अनुष्ठान म्हणजे तप. परमेश्वरास संतुष्ट करण्याचा सरळसोपा मार्ग. व्यक्ती स्वतः सहभागी होऊ शकत असे किंवा ब्राह्मणाकडूनही अनुष्ठान पूर्ण करून घेतले जाई. संकटकाळी अशी अनुष्ठाने केली जात. याशिवाय पाऊस पडावा म्हणून, शत्रूचा युद्धात पराभव व्हावा, पुत्रप्राप्ती व्हावी म्हणून ब्राह्मणांना अनुष्ठानास बसविण्याचा प्रघात होता. (मइ)

अनुसूचित जमाती : अनुसूचित जमातींना आदिवासी, आदिम जाती व टोळ्या, वनवासी, गिरिजन इत्यादी वेगवेगळी नावे आहेत. त्यांचे प्रमाण भारताच्या एकूण लोकसंख्येच्या ६.८ टक्के. महाराणा प्रतापसिंहांच्या काळापासून (१६ वे शतक) ते थेट भारतीय स्वातंत्र्यसंग्रामात वनवासीयांनीही भाग घेतलेला आहे. त्या संपूर्ण भारतभर पसरलेल्या आहेत. त्यांच्या विकासासाठी खूप योजना आखलेल्या आहेत. (मविको)

अनुसूचित जाती : ही संज्ञा प्रथम सायमन कमिशनने वापरली आणि तीच पुढे १९३५ च्या कायद्यात अंतर्भूत करण्यात आली. सामान्यतः अस्पृश्य मानल्या गेलेल्या जातींचा समावेश अनुसूचित जातींत होतो. अशी पहिली यादी १९१५ च्या कायद्यात प्रकाशित करण्यात आली आहे. समाजसुधारकांनी अनुसूचित जातींच्या

उन्नतीसाठी अपार परिश्रम घेतलेले आहेत. (मविको)

अनूप : एक जनपद. या जनपदाच्या स्थानासंबंधी अनेक मते आहेत. अनूप लोकांचा प्रदेश सुराष्ट्र व आनर्त यांच्या जवळ असावा, असे हरिवंशावरून कळते. नाशिक येथील गौतमी बलश्री हिच्या शिलालेखात अनूपाचा उल्लेख विदर्भ व अवंती यांच्या समवेत केलेला असून, हा प्रदेश म्हणजे नर्मदाकाठच्या महिष्मतीजवळील प्रदेश होय, असे सुचविले आहे. वायुपुराणात नर्मदानूप असा एक उल्लेख आहे. यावरून कार्तवीर्य अर्जुनाचे ज्या प्रदेशावर राज्य होते, त्याच्या जवळपास हे अनूप लोक राहात असावे, असे दिसते. कार्तवीर्याप्रमाणेच नलराजाचा संबंधही अनूप देशाशी असल्याचे समजते. (भासंको)

अन्तपाल : मौर्य कालातील एक अधिकारी. याचे कार्य सरहद्दीवरील किल्ल्यांची देखरेख, समर-शिबिरांची देखभाल व परकीय आक्रमणापासून संरक्षण करणे ही होय. (भासंको)

अन्नपूर्णाबाई चंद्रचूड : होळकरांचे दिवाण गंगाधर यशवंत चंद्रचूड यांची पत्नी. हुशार व दक्ष. राजकारणात नेहमी लक्ष देत असे. मोगलांनी पुणे जाळल्यावर चंद्रचूड घराण्यातील बायकांवर गंभीर प्रसंग आला. अशा परिस्थितीत धीर खचू न देता हिने स्वारीवर गेलेल्या मंडळींना प्रोत्साहन दिले. (मचको)

अन्नपूर्णाबाई पेशवे : श्रीमंत चिमाजीआप्पासाहेब पेशवे ह्यांच्या पत्नी. पतिनिधनानंतर ओंकारेश्वर मंदिराजवळ त्या सती गेल्या. (इ.स. १७४०) ओंकारेश्वर (पुणे) येथे समाधी आहे. त्या मूळ थत्ते घराण्यातल्या होत.

अन्नवेम रेड्डी : तेलंग जातीतील कोंडवाहूचा राजा. आंध्र प्रांतातील प्रसिद्ध कवींत्रयापैकी ईराप्रगद यास त्याने आश्रय दिल्यामुळे याची कीर्ती सर्वदूर झाली. स्वतः राजा संस्कृत नि तेलुगू भाषांत प्रवीण होता. अमरुशतकांवरील त्याची व्याख्या प्रसिद्ध आहे. (मविको)

अन्सारी डॉ. मुख्तार अहमद : (१५ डिसेंबर- १८८० -१९३६) राष्ट्रीय वृत्तीचे मुसलमान पुढारी. लोकमान्य टिळकांनी सुरू केलेल्या होमरूल चळवळीत त्यांनी प्रामुख्याने भाग घेतला होता. १९२० साली ते ऑल इंडिया मुस्लीम लिगचे अध्यक्ष झाले. त्यांनी अनेक वर्षे काँग्रेसचे सहचिटणीस म्हणून काम केले. दिल्ली काँग्रेसचे हे स्वागताध्यक्ष होते. (भाचको)

अन्सारी मोहंमद हमीद : (जन्म १९३७) भारताचे विद्यमान उपराष्ट्रपती. ज्येष्ठ शिक्षणतज्ज्ञ. अलिगढ मुस्लीम विद्यापीठाचे कुलगुरू म्हणूनही कार्यरत होते.

अपरादित्य : कोकणचा शिलाहारवंशीय राजा. भूमिदान केल्याचे त्याचे पाच शिलालेख उपलब्ध आहेत. परळच्या शिलालेखात हा स्वतःला राजाधिराज, कोकणचा चक्रवर्ती म्हणवतो. चालुक्य घराण्यातील भांडणाचा लाभ घेऊन हा स्वतंत्र झाला असावा. 'अपरार्कस्मृती' हा त्याचा ग्रंथ काश्मीरसारख्या दूरच्या प्रदेशातही प्रमाण मानीत. या दोन्ही राजांच्या साहित्यावरून कोकण-काश्मीर दळणवळण होते असे कळते.

अपरान्त : अपर म्हणजे पश्चिम आणि त्याचा अन्त म्हणजे अखेरचा प्रदेश किंवा कडेचा प्रदेश होय. सह्याद्रीच्या पश्चिमेकडील प्रदेशाला प्राचीन काळी अपरान्त असे नाव होते. भडोचपासून गोमंतकापर्यंतच्या सागरी तीरावरील भूपट्टीला अपरान्त म्हणत असावे. म्हणजेच सध्याचा कोकणप्रदेश. हा प्रदेश श्री परशुरामांनी निर्माण केला, असा पुराणांतही उल्लेख. (भासंको)

अप्रतिमवीरुचरितम् : तिलमल्लार्य (इ.स. १६४५ –१७०६) लेखकाचा ‘अप्रतिवीरुचरितम् ’ हा ग्रंथ शिवकालच्या इतिहासाला उपयुक्त आहे. तिलमल्लार्य हे श्रीरंगपट्टणचे रहिवासी.

अफगाण–भारत संबंध : एकेकाळी अफगाणिस्थान हा भारताचाच एक भाग होता. गांधार हे त्याचे नाव. भारताच्या संदर्भातून विचार करता अफगाण हा भारताचा जवळचा मित्र आहे. ही मैत्री जुनी आहे. आज अफगाणिस्तानला भारत सर्व प्रकारची मदत करीत आहे. भारत–अफगाणिस्तान मैत्री कायम स्वरूपाची राहणे दोन्ही देशांच्या दृष्टीने हिताचे आहे. (इसंशा)

अफजलखान : अब्दुल्ला भटारी अफजलखान. विजापूरचा आदिलशाहाच्या दरबारातील एक पराक्रमी सरदार. वाईची सुभेदारी. १६५९ मध्ये, त्याला शिवाजी महाराजांनी प्रतापगडाच्या पायथ्याशी ठार मारले. (मचको)

अफ्रिडी : पाकिस्तानातील एक पठाण जमात. भाषा पश्तू, वास्तव्य खैबरखिंडीजवळ. अहमदशाह दुर्रानीच्या सैन्यात होते. पहिल्या महायुद्धात ब्रिटिशांनी अफ्रिडींना खंडणी दिली. खान अब्दुल गफार खान यांनी त्यांना रेडशर्ट चळवळीत सामील केले. १९३० साली त्यांनी भारतीय कॉंग्रेसचे सभासदत्व स्वीकारले. भारतीय संग्रामात स्वातंत्र्य त्यांचा सहभाग होता. स्वभावाने सरळ, असून गुंफांमधून राहतात. मका हे त्यांचे अन्न. १९४७ सालापासून आफ्रिडी प्रदेश पाकिस्तानात समाविष्ट झाला आहे. (भासको)

अबचलनगर सचखंड गुरुद्वारा : हा गुरुद्वारा नांदेड येथे आहे. १७०८ साली गुरू श्री गोविंदसिंहांनी इथे आपला देह ठेवला. तेथे त्यांची समाधी बांधली आहे. चितेत सापडलेली कारद (शस्त्र) तिच्यावर ठेवली. हे पवित्र स्थान म्हणजेच हल्लीचा भव्य, सुंदर श्री हुजूर अबचलनगर सचखंड अकाल तख्त श्रीगुरुद्वारा होय. महाराणा रणजितसिंगाने हा गुरुद्वारा विशाल बनविला. (भासंको)

अब्दागिरी : कमळासारखे कापडी मोठे वर्तुळ त्याला झालर, वर चांदीचा कळस आणि खाली लांब रंगीत दांडा, हे वैभवाचे, राजसत्तेचे प्रतीक आहे. राजेराजवाड्यांचा मस्तकांवर अब्दागिरी धरीत.पेशवाईत पराक्रम गाजविणाऱ्या पुरुषाला अब्दागिरी वापरण्याचा अधिकार मिळत असे. (सुविको)

अबदुल्ला कुतुबशहा : (इ.स. १६११–१६५) गोवळकोंडे, कुतुबशाही सहावा सुलतान. औरंगजेबाशी प्रथम त्याने कडवी झुंज दिली पण पुढे शरण येऊन वार्षिक १ कोटी खंडणी मोंगलांना द्यावी असे ठरले.

अबुल फैजी : अकबराच्या दरबारातील एक राजकवी. उलेमांचे वर्चस्व. संगीत, ज्योतिष, गणित, वैद्यक, इतिहास, धर्म, इ. अनेक विषयांवरचे लिखित ग्रंथ होते. (मुरि)

अबू पर्वत : राजस्थान, सिरोही जिल्हा, निसर्गरम्य गिरिस्थान, वैदिक आणि जैन तीर्थक्षेत्र तसेच दिलवाडा मंदिराच्या अप्रतिम शिल्पांकरिता जगप्रसिद्ध असे ठिकाण. अनेक प्रेक्षणीय स्थाने आहेत. या स्थानाचा उल्लेख केलेला आहे. अर्बुद ज्ञानाचा डोंगर किंवा अर्बुदाचल. ब्रिटिशांनी इ.स. १८४० मध्ये ते थंड हवेचे ठिकाण म्हणून घोषित केले. (भासंको, मविको, कल्याण तीर्थांक)

अबूराव हनुमंते : (१८ वे शतक) यांना शाहू महाराजांकडून राज्यभिषेकाच्या वेळेस अमात्य ही पदवी. १२/१/१७०८ पासून हा अमात्य होता. (मचको)

अब्दुल कादिर बदायुनी (१५४०) **:** अकबराच्या कारकिर्दीचा इतिहास लिहिला. रामायण व महाभारताच्या काही भागांचे फारसीमध्ये भाषांतर. इ.स. १५९१ मध्ये काश्मीरचा इतिहास लिहिला. अकबराचा

४० वर्षांचा इतिहास मुंतीवुब -उल- तवारीख या ग्रंथात समाविष्ट आहे. (मचको)

अब्दुल गफारखान : (१८९० - १९८८) ëसरहद्द गांधीí या नावाने प्रसिद्ध व ëखुदाई -खिदमतगारí (लाल डगले वाल्याची सेना) या संघटनेचे जनक. १९१९ पासून सलग १४ वर्षे तुरुंगवास. ëचले जावí आंदोलनातही बंदिवास. १९२१ मध्ये ëआझाद शाळाí काढली. गांधींवर नितान्त श्रद्धा. काँग्रेसचे अध्यक्षपद नाकारले. पकिस्तानातही त्यांचा छळच झाला. (अंचको, मविको)

अबुल फझल : (१५५१-१६०२) मोगल बादशाहा अकबर याचा विश्वासू, खाजगी चिटणीस. त्याने मोगल दरबारातील प्रतिगामी विचारांच्या उलेमांचे वर्चस्व हाणून पाडले. त्याचा प्रसिद्ध ग्रंथ म्हणजे 'अकबरनामा' हा होय. आईन-ए अकबरी हा त्याचाच एक भाग आहे. (इसंशा)

अब्दुल रजाक : अब्दुल रजाक हा पार्शियामधील सुलतानचा राजदूत म्हणून विजयनगर दरबारात होता. 'मनला उले मैदन' हा ग्रंथ लिहिला. यामध्ये विजयनगर साम्राज्याची माहिती संकलित केलेली आहे. (भासंको)

अब्दुल रहमान : (१) (इ. स. १५५६-१६२७) अकबराचा आणि जहांगीरचा प्रधान. बाबराने तुर्की भाषेत तुझूक-या-बाबरी लिहिलेल्या आत्मचरित्राचे याने फार्सीमध्ये भाषांतर केले. (मचको)

अब्दुल रहमान : (हुतात्मा) (२) झज्जरचा (उ. प्र.) नबाब. १८५७ च्या स्वातंत्र्ययुद्धात ह्याने भाग घेतला होता. २३ डिसेंबर १८५७ ला याला फाशी देण्यात आले. १८५७ पर्यंत तो इंग्रजांचा पक्का मित्र होता, पण स्वातंत्र्ययुद्ध प्रारंभ होताच तो त्यात सामील झाला. (मचको)

अब्दुल हमीद लाहोरी : (इ.स. १७ वे शतक) शहाजहानच्या काळातील प्रसिद्ध इतिहासलेखक. 'बादशाहनामा' या ग्रंथाचा लेखक. त्यात शहाजहानच्या काळातील सर्व पैलूंचा उल्लेख आहे. (मचको)

अब्दुल हसन : (इ.स.१५८०-१६२७) विजापूरच्या दुसऱ्या इब्राहिम आदिलशहाचा एक पराक्रमी सरदार. अहमदनगर, गोवळकोंडे आणि वऱ्हाड येथील सुलतानांनी विजापूरला १२ महिने वेढा घातला होता; पण अब्दुल हसनने आपल्या शक्तीच्या जोरावर तिघांचा जोरदार पराभव केला. (मविको)

अब्बास बिन अली शीरवानी : याने शेरशहा सूर ह्याचा इतिहास लिहिला आहे. तुहफ-इ-अकबरशाही हा ग्रंथ त्याने अकबरास नजर केला. या ग्रंथाच्या पूर्वभागाचे उर्दू भाषान्तर मजहर अलीखान ह्याने लॉर्ड कॉर्नवॉलिसच्या काळात केले. (मचको)

अब्बासी : अब्बासी हे इराणचे चांदीचे नाणे चलनात असावे असे सभासद बखरीमध्ये म्हटले आहे. इराणचा राजा शहा अब्बास याच्या नावावरून हे काढले असावे. सुरतमध्ये या नाण्याचा वापर करीत. इंग्रजी चलनात १६ ते १८ पेन्स म्हणजे साधारणपण २ रुपये इतके मूल्य. प्रवाशांच्या वृत्तांतात याचा उल्लेख आहे (शिम)

अभयदेवसूरी : ह्याला 'मलधारिन्'अशी पदवी होती. सौराष्ट्राच्या खेंगार राजास ह्याने जैन धर्माची दीक्षा दिली आणि गिरनारच्या यात्रेवरील कर माफ करविला. (मचको)

अभयसिंग : (इ.स. १७३० -१७४९) मारवाड, जोधपूर, अजितसिंगाचा पुत्र. दिल्लीच्या कारस्थानात विशेष लक्ष. पिता-पुत्रांनी बादशहाचा प्रदेश उद्ध्वस्त करून थेट दिल्ली-आग्रा पर्यंत चाल केली व अहमदाबाद

जिंकले. सरबुलंदखानाचा पराभव केला, गायकवाडांशी वाकडे येऊन याने पिलाजी गायकवाड ह्याचा खून करविला. (मविको)

अभिनव भारत : ëब्रिटिश पारतंत्र्यापासून भारताची संपूर्ण मुक्तता हे साध्य व सशस्त्र क्रांती हे साधन í हे ब्रीद मनात धरून स्वातंत्र्यवीर सावरकरांनी १९०४ मध्ये स्थापन केलेली क्रांतिकारी संस्था. त्यापूर्वी त्यांनी ëराष्ट्रभक्तिसमूहí आणि ëमित्रमेळाí या संस्था काढल्या होत्या. 'यंग इटाली' या संस्थेच्या आधारावर या संस्थेची निर्मिती. १९०६ मध्ये सावरकर इंग्लंडला गेले व भारतभवनातून त्यांनी क्रांतीची सूत्रे हलविली. १९०९ मध्ये अभिनव भारतचे सभासद मदनलाल धिंग्रा यांनी कर्झन वायलीचा, तसेच अनंत कान्हेरे यांनी जॅक्सनचा वध केला. सावरकर इंग्लंडहून पिस्तुले पाठवीत असत. पुढे त्यांना काळ्या पाण्याची शिक्षा झाली. १९५२ मध्ये देशाला स्वातंत्र्य मिळाल्यावर या संस्थेचे सावरकरांच्या हस्ते विसर्जन झाले. (मविको)

अभिलेखागार : भारतीयांना समजावून घेणे व त्यांची जीवनप्रणाली जवळून पाहण्याच्या उत्सुकतेमधून राज्य प्रशासनाच्या, रुढी-परंपरा-कायदे समजून घेण्यासाठी निरनिराळ्या भागात विखुरलेले मराठ्यांचे दफ्तर एकत्रित करण्यास सुरुवात झाली. ब्रिटिश काळातच अभिलेखागार दफ्तरखान्यांची स्थापना झाली. भारताच्या सामाजिक, राजकीय, आर्थिक, प्रशासकीय इतिहासासाठी अनेक मौल्यवान दुर्मीळ साधने, कागदपत्रे उपलब्ध आहेत. यामध्ये मुंबई, पुणे, कोल्हापूर, धुळे, नगर, नांदेड या ठिकाणाची अभिलेखागारे प्रमुख आहेत. कागदपत्रांची सूची करणे व ती प्रकाशित करणे, हे अभिलेखागाराचे वैशिष्ट्य. ही कागदपत्रे मोडी, मराठी, इंग्रजी, फारसी, उर्दू, कन्नड, गुजराती, पोर्तुगीज, फ्रेंच, डच इ. भाषातील आहेत. (मद)

अभेदानंद : भारतीय संस्कृतीचे प्रचारक नि श्री रामकृष्ण परमहंसांचे शिष्य, लंडन येथे हिंदू धर्मावर व्याख्याने (१८९३). न्यूयॉर्कमधील वेदान्त सोसायटीचे नेतृत्व (१८९७). मलाया, चीन, जपान, तिबेट येथे धर्मप्रसाराचे कार्य. १९२३ मध्ये रामकृष्ण वेदान्त सोसायटी स्थापन केली. (अंचको)

अमझेरची लढाई : (१७२८) गिरीधर बहादूर व दयाबहादूर आणि बाजीरावांचा भाऊ चिमाजी आप्पा यांच्यामध्ये ही लढाई झाली. या लढाईमुळे बाजीरावांचा दरारा प्रचंड वाढला. मराठ्यांनी माळव्यात आपली पावले चांगलीच रोवली.

अमरकोश : सर्वांत प्राचीन व अपूर्व असा शब्दकोश. अनुष्टुभ छंदात आहे. कर्ता अमरसिंह. संस्कृत भाषेच्या विद्यार्थ्यांना अतिशय महत्त्वपूर्ण. पहिल्या खंडात स्ववर्ग, व्योमादिवर्ग, दुसऱ्या खंडात भूमी पुर, शैल, वनौषधी, तिसऱ्या खंडात विशेष्यनिघ्न, संकीर्ण, नानार्थ, अमराकोशोद्धारण इ. वर्ग आहेत. (भासंको)

अमरदास : (इ. स. १४७९-१५७४) शिखांचे तिसरे गुरू. जातीजातींत, धर्माधर्मात भेद नसावा, सर्वांविषयी प्रेम असावे, हा त्यांचा मुख्य उपदेश. अकबरही त्यामुळे प्रभावित झाला. लंगरव्यवस्था, शीखधर्मासंबंधी पंथाची नवीन केंद्रे स्थापन करणे, सती -पडदा प्रथा ह्यांना विरोध, इ. कार्य होय. (मचको)

अमरशेख : (इ. स.१९१७-१९६९) कवी, कथाकार, शाहीर. मूळ नाव शेख महबूब हसन. समाजवादी तसेच संयुक्त महाराष्ट्र आंदोलनात मोठा भाग. अनेकदा कारावास भोगावा लागला. पोवाडे, नाट्यगीते, लावण्या लेखन केले. (सुविको)

अमरसिंग (१) : चंद्रगुप्त विक्रमादित्याच्या (इ.स. ३८०-४१३) सभेतील नवरत्नांपैकी एक. जैन

किंवा बौद्ध असावा. उपलब्ध कोशग्रंथात सर्वांत प्राचीन नि अपूर्व असा ́अमरकोश' त्याने रचला. यात दहा सहस्र शब्द आलेले आहेत. (संसाइ- भासंको, मचको)

अमरसिंग (२) **:** काशीचा निवासी. टोपणनाव खुषगो. याने अकबराचा राजवाडा नि आग्र्याचा ताजमहाल ह्यांचा संक्षिप्त इतिहास लिहिलेला आहे.

अमरसिंह (१) **:** (१६ मार्च १५५६ – १६ जाने १६२०) राजपुतांच्या गुहिलोत वंशातील मेवाडचा राजा. शौर्य, औदार्य व न्यायप्रियता यासाठी प्रसिद्ध. जमीनविषयक सुधारणा, सरंजामांची पुन्हा वाटणी करून जहागिरदारांची कर्तव्ये व हक्क ठरविले. त्याचे नियम शिलास्तंभावर कोरलेले आहेत. (मविको)

अमरसिंह (२) **:** (१५९७–१६२०) महाराणा प्रतापसिंहाचा ज्येष्ठ पुत्र. वडिलांच्या काळापासून संकटांचा सामना करण्यास शिकला होता. अकबर काही याच्या वाटेला गेला नाही. सरदारांनी त्यास पगडी बांधावी असे त्याने ठरविले त्यामुळे अमरसिंहाची पगडी अद्यापि प्रसिद्ध आहे. शांततेच्या काळात मेवाडची व्यवस्था लावली, हा सतरा लढायांत विजयी झाला. जहांगीरचाही त्याने पराभव केला. जहांगीरने ह्याचा नि ह्याचा मुलगा कर्ण असे दोन पुतळे आग्र्याच्या बागेत बसविले. जहांगीरशी शेवटी ह्याने संधी केली. (मचको)

अमरसिंह (३) **:** राठोड घराणे. गजसिंहाचा वडील पुत्र. शहाजहानचा दरबारी. शहाजहानने मीर बक्षीला याच्यावर पाठवले; पण अत्यंत शौर्याने लढून मीर बक्षीस ठार केले. पण शेवटी आग्रा किल्ल्याच्या दरवाजापाशी हा ठार झाला. अद्यापही त्या दरवाजाला ́अमरसिंह दरवाजा' म्हणतात. अमरसिंहाच्या पत्नीने आपल्या पतीचे शव मिळावे अशी इच्छा व्यक्त केली. कानसिंग नामक सरदाराने अत्यंत धाडसाने अमरसिंहाचे शव मिळविले. किल्ल्याहून ७० फूट उंचीवरून त्याने उडी मारली. आजही अमरसिंहाचा अश्वारूढ पुतळा आग्रास्थानकाजवळ पाहावयास मिळतो. (मचको)

अमरसिंह (४) (१७०० ते १७१०) उदेपूरचा राजा. अत्यंत शूर तडफदार. मेवाड, मारवाड नि अंबर येथील राजांनी एक संघ स्थापन केला. जेवढ्या म्हणून देवळांच्या मशिदी झालेल्या होत्या त्या सर्व जमीनदोस्त करून राजपुत्रांनी जशास तसे वर्तन केले. अडचणी आल्या तरी निराश न होता रजपुतांचे एक स्वतंत्र राष्ट्र उभारण्याचे अमरसिंहाने प्रयत्न केले. त्याने बादशहाला हिंदूवरील जिझिया कर उठवावयास लावला. आजही मेवाडमध्ये त्याच्याविषयी आदरभाव आहे. (मचको)

अमरावती : या अभिलेखागारातील ऐतिहासिक कागद इ.स. १८७५ ते १९०० काळातील असून ते मराठी (मोडी लिपी), इंग्रजी, फारशी या भाषेत आहेत. इनामपत्रे, गावठाण कैफियत रजिस्टरे, गावच्या शिवा, हद्‌दी, पेमेंट रजिस्टरे, पटवारी, मुशायरा, पोलिस पाटील वगैरेचे सेवा कागदपत्र, अमरावती –अचलपूरची शिरगणती पुस्तके, नोकरीच्या हिशोबासंबंधी कागदपत्रे या प्रकाराचे ऐतिहासिकदृष्ट्या महत्त्वाचे कागदपत्रे यामध्ये आहेत. (मइ)

अमलाद : तळोदा तालुक्यातील अमलाद येथे मंदिरांचा समूह आहे. पडझड झाल्यामुळे शिल्प दिसत नाही. मंदिराच्या बाहेर नंदीची भग्न मूर्ती आहे. या समूहात महादेव, नीळकंठेश्वर महादेव, काटेश्वर महादेव अशी नावे असलेली मंदिरे आहेत. ही मंदिरे अहिल्याबाईंनी बांधली आहेत, असे म्हणतात. (खाइ)

अमात्य : प्राचीन काळात मंत्री किंवा सचिव या अर्थी हा शब्द आपस्तम्ब धर्म सूत्रात आढळतो. महाभारत, कौटिल्य, आदी अनेकांनी अमात्याचे गुण आणि कर्तव्ये सांगितलेली आहेत. इतिहास काळात

वर्षकार, दीर्घनारायण बाभ्रव्य, चाणक्य, आदी कर्तृत्वसंपन्न अमात्यांची नावे आढळतात.शिवाजीमहाराजांच्या अष्टप्रधान मंडळात अमात्य म्हणजे मुजुमदार. ते अर्थविषयक कामे पाहात असत. रामचंद्र अमात्यांनी 'आज्ञापत्र' राजनीतिग्रंथ लिहिला. मराठ्यांच्या स्वातंत्र्ययुद्धाच्या काळात अमात्यांनी कणखरपणे नेतृत्व केले. छत्रपतीही त्याची आज्ञा ऐकत. (१६५०-१७३३) हुकुमतपन्हा असा त्यांना किताब होता. (भासंको)

अमीर खुसरो : (इ.स. १२४३ -१३२५) फारसी कवी, मध्यकाळातील मुस्लिम इतिहासकार म्हणून याचा उल्लेख. 'ए शन-उस-साहिन', 'मिफन-उल- फुतुह', 'नूरसिपेहर', 'तुघलकनामा', 'तारीख -अलाइ' ह्या विश्वसनीय व दर्जेदार इतिहासग्रंथाची निर्मिती. एकंदरीत ७२ ग्रंथ प्रकाशित सर्व फार्सी भाषेत. (भासंको)

अमीर बरीद : (इ.स.१५०४ ते १५४९) बेदरच्या बरीदशाही घराण्यातील कासीम बरीद ह्याचा पुत्र. बहामनी राज्याची स्थापना करणाऱ्या पाच प्रमुख लोकांपैकी हा एक होय.(मचको)

अमीरखान : उत्तर प्रदेश मुरादाबाद जिल्हा. हा तसा कपटी मनुष्य पण यशवंतराव होळकर यास इ.स. १८०४ मध्ये इंग्रजांशी झालेल्या युद्धात त्याने बरेच साहाय्य केले. भरतपूरचा वेढा उठविण्यासाठी त्याने रोहिलखंडात जाऊन जाळपोळ नि लुटालूट आरंभिली, पण पुढे इंग्रजांनी ह्याचा पराभव केला.

अमीरचंद मास्टर : (हुतात्मा) (१८६९-८ मे १९१५) स्वदेशीच्या प्रचारामुळे नोकरीचा राजीनामा द्यावा लागला. रासबिहारी यांच्याबरोबर त्यांचा संबंध आला. दिल्लीमध्ये लॉर्ड हार्डिंग २३ डिसेंबर १९१२ रोजी मिरवणुकीमध्ये जात असताना त्यांनी सहकाऱ्यांसह हार्डिंगच्या मिरवणुकीवर बाँब टाकला. त्यात हार्डिंग जखमी झाला. अवधबिहारी, बसंतकुमार विश्वास, अमीरचंद, बाल मुकुंद यांना दिल्लीमध्ये फाशी देण्यात आले. (स्वासंस)

अमृतलाल दलपतरामशेठ : (जन्म१८८५) सुप्रसिद्ध गुजराथी वर्तमानपत्रकार. असहकाराच्या लाटेत नोकरीचा त्याग. १९२३ -३३ अ. भा. काँ. स.चे गुजरात प्रांतिक अध्यक्ष. संस्थानी प्रजेच्या स्वराज्याच्या चळवळीशी संबंधित. Ìइंडियन स्टेट्स पीपर्लI हे पत्र झीज सोसून चालविले. भारतीय राष्ट्रीय चळवळीत सहभाग. (मचको)

अमृतसर : पंजाबातील प्रमुख ऐतिहासिक, मोठे शहर. जालियनवालाबाग हत्याकांडाचे साक्षीदार शहर. शिखांचे पवित्र स्थान. सुवर्णमंदिर. बियास (ब्यास) नदीच्या तीरी. १५७७ स्थापना. अमृतसर हे शिखांच्या प्रमुख तीर्थक्षेत्रांपैकी आहे. येथील सुवर्णमंदिर, दुर्गामंदिर आदी विशेष प्रसिद्ध. अफगाण सेनापती अहमदशहा ह्याने १७६२ मध्ये हे पवित्र स्थान उद्ध्वस्त केले पण जिद्दीच्या शिखांनी ते पुनः वैभवसंपन्न उभे केले. (कल्याण - तीर्थांक, सिक्ख, गुरूचारित्र - भासंको, माविको)

अमोघवर्ष पहिला : (सुमारे ८०८-८८०) : हा तिसऱ्या गोविंदाचा पुत्र. अमोघवर्षाने आपली राजधानी मालखेड (जि. गुलबर्गा) येथे स्थापन केली. हा कला -साहित्याचा प्रेमी होता. त्याने 'कविराजमार्ग' हा ग्रंथ कन्नड भाषेत लिहिला. तो काव्यशास्त्रावर आहे. राष्ट्रकूट वंशातील एक राजा, सांस्कृतिक क्षेत्रात महत्त्वाची कामगिरी. शास्त्रे, विद्या, साहित्य, इ. उत्तेजन. विद्वान कन्नड कवींना, आणि जिनसेन महावीराचार्य ह्या जैन पंडितांना राजाश्रय. (मविको)

अयोध्या : उत्तर प्रदेश, फैजाबाद जिल्हा. अयोध्येवर मुसलमानांनी अनेकदा आक्रमणे केली. ११९३ ते १८५६. बाबरच्या सेनापतीने येथील पवित्र श्रीरामजन्मभूमिमंदिर उद्ध्वस्त केले. तेव्हापासून ते पुन्हा उभारण्यासाठी सुमारे ७५ वेळा प्रयत्न झा ले. आधुनिक काळात तर तो एक ज्वलंत प्रश्न झालेला आहे.१९९२ मध्ये बाबरी

ढाबा उद्‌ध्वस्त करून रामल्लाची मूर्ती नव्याने मंदिरात स्थापण्यात आली. तुलसीदास ह्यांनी आपले रामायण इथेच लिहिले. अयोध्या हे जैनांचेही केंद्र. जैन राजा ऋषभनाथ ह्याने विद्यापीठ स्थापले होते. प्रजेला त्यांनी ७२ विद्या शिकविल्या होत्या. (भासंको)

अय्यर जी. सुब्रह्मण्यम : (१९०८) सुप्रसिद्ध संपादक व कार्यकर्ते. आपल्या वृत्तपत्राद्वारे त्यांनी जनजागृती केली. पहिल्या काँग्रेसमधील पहिला ठराव मांडणारे गृहस्थ. हिंदुस्थानच्या राज्यकारभारासंबंधी जी चौकशी करण्याचे अभिवचन मिळाले आहे, ती चौकशी रॉयल कमिशनद्वारा व्हावी, हिंदी प्रतिनिधींचे योग्य ते प्रमाण असावे, असा हा ठराव होता. १८९४ च्या अधिवेशनात ते पुन्हा चमकले.आक्षेपार्ह लेख लिहिल्याबद्दल कारावास झाला. हे अत्यंत निधडे व दूरदृष्टीचे पुढारी होते. (भासाराइ)

अय्यर डॉ. सर एस. सुब्रह्मण्यम : (१८४२-१९२४) दक्षिण हिंदुस्थानातील विद्वान, स्वाभिमानी देशभक्त. १८८२ मध्ये थिऑसॉफिकल सोसायटीचे सभासद. १८८४ मध्ये ॲलन ह्यूम यांनी हिंदुस्थानातील पुढाऱ्यांच्या सहकार्याने राष्ट्रीय सभेची स्थापना केली त्यावेळी तेथे जमलेल्या संस्थापकांपैकी ते एक होते. १९१७ मध्ये होमरूल लीगचे ते सन्मान्य अध्यक्ष होते. माँटेग्यु चेम्सफर्ड यांच्याबरोबर हिंदुस्थानच्या प्रश्नावर विचारविनिमय.

अय्यर रामस्वामी : (१८७९) सुप्रसिद्ध राजकारणी पुरुष. ब्रिटिश सरकार, संस्थानी राजकारण, काँग्रेसची चळवळ याच्याशी संबंध. १९१७-१८ इंडियन नॅशनल काँग्रेसची चळवळ याच्याशी सुधारणांबाबत साऊथबरो कमिशनसमोर आर्थिक कारणांकरिता मेस्टन कमिटीसमोर व माँटेग्यू व चेम्सफर्डसमोर हिंदुस्थानच्या वतीने यांनी साक्षी दिल्या. १९१९ साली हिंदुस्थानात सुधारणा घडवून आणण्यासाठी नेमलेल्या जॉइंट पार्लमेंटरी कमिटीसमोर यांनी पुरावा सादर केला. (भाचको)

अय्याशास्त्री : (इ.स. १८ वे शतक) रामशास्त्री प्रभुणे ह्यांच्यानंतर हे मराठे दरबाराचे न्यायाधीश झाले. ते श्रीमंत सवाई माधवरावांच्या कारकिर्दीत फारच प्रसिद्धीस आले. ग्रामण्याचा निवाडा करण्याचे काम त्यांच्याकडे सोपविण्यात येई. ते श्रावणमासी दक्षिणा देण्यासाठी रमण्याच्या एका दरवाजावर बसत असत. हा मान फारच थोड्या व्यक्तींना मिळत असे. हे द्रविडदेशीय ब्राह्मण होते. (मचको)

अरबांचे भारत आक्रमण : हर्षवर्धनाच्या पतनापासून भारतावर परकीयांची विशेषतः अरबांची आक्रमणे सुरू झाली. अरबांची एक टोळी इ.स.६३६ - ३७ मध्ये ठाणे- येथे आली होती. त्यानंतरही इ.स.६४४ व इ.स. ६६४ मध्ये बोलन खिंडीतून भारतात प्रवेश मिळविण्याचे प्रयत्न केले. परंतु ७११ ची मुहंमद कासिमची सिंधवरील स्वारी हेच अरबांचे भारतावरील पहिले मोठे लष्करी आक्रमण होय. मुहमद बीन कासीम या सेनापतीने दाहीरराजाचा पराभव करून गंगा- यमुनेच्या खोऱ्यात आगेकूच चालूच ठेवली. पण त्याला दक्षिणेतील राजांनी प्रखर विरोध केल्याने सिंधप्रांतापुढे येता आले नाही. इ.स. ७१२ मध्ये इस्लाम स्वीकारण्यास तयार नसणाऱ्या १७ वर्षांवरील सर्व स्त्री-पुरुषांच्या कत्तलीचा आदेश त्याने दिला. (मविको)

अरविंद घोष, (महर्षी योगी) : (५ ऑगस्ट १८७२-५ डिसेंबर १९५०) देशभक्त, महायोगी म्हणून प्रसिद्ध. तरुणपणी अरविंद क्रांतिकार्याकडे वळले. 'कमळ आणि कट्यार' या गुप्त संस्थेत ते दाखल झाले. 'वन्दे मातरम्' मध्ये लेख लिहून देशभक्तीचे विचार घराघरांमध्ये पोहोचविले. लोकमान्यांचे प्रमुख सहकारी बंगालमध्ये झंझावाती दौरा करून, भाषणे देऊन त्यांनी स्वातंत्र्याचे विचार पसरवले. 'धर्म' आणि 'कर्मयोगिन्' यामध्ये ते लिहू लागले. पाँडेचरीत त्यांनी योगसाधना केली. ५ डिसेंबर १९५० मध्ये त्यांचे निधन झाले. (स्वासंस)

अरिकामेडू : एक उत्खननित गाव, द. भारतात पाँडेचरीच्या दक्षिणेला. १९२७, १९४५ असे दोन वेळा उत्खनन. इसवी सनाच्या सुरुवातीला व्यापारी केंद्र म्हणून प्रसिद्ध होते. भारतीय पुरातत्त्व विभागातर्फे आर. ई.एम. व्हीलर यांनी १९४५ साली केलेल्या उत्खननात रोमन बनावटीची मृद्‌पात्रे, नाणी, काचेची भांडी, मातीचे दिवे सापडलेली आहेत. (मविको, भासंको)

अरुंडेल रुक्मिणीदेवी : भरतनाट्यम्‌ या प्रकारातील एक श्रेष्ठ भारतीय नर्तिका. १९३६ मध्ये कलाक्षेत्रसंस्थेची स्थापना. थिऑसॉफीतही त्यांना रुची होती. बेझंट थिऑसॉफिकल हायस्कूलच्या संस्थापनेस (१९३४) व संवर्धनास त्यांनी सक्रिय मदत केली. (मविको)

अरुणा असफअली : भारतीय स्वातंत्र्य आंदोलनातील एक महान कार्यकर्त्या.१९४२ चा चलेजाव अथवा छोडो भारत लढा सर्व भारतभर पसरला. त्यात ज्या प्रमुख युवकांनी नेतृत्व केले त्यात अरुणा असफअली एक प्रमुख होत्या. १९४७ मध्ये महाराष्ट्रात मनमाड येथे समाजवादी कार्यकर्त्यांच्या झालेल्या बैठकीत अरुणा असफअलींच्या नेतृत्वाखाली हैद्राबादसाठी कृति समिती नेमण्यात आली. (मपई)

अरुणाचल प्रदेश : भारतातील पूर्वेकडील छोटे राज्य. इटानगर ही राजधानी. मोदा, भिजी, अका, शेरडुक पेन इ.भाषा आणि जनजागृती रूढ, तरी इंग्रजीचा खूप प्रसार. आसामच्या अहोम राजाची सत्ता १८३८ मध्ये इंग्रजांनी संपुष्टात आणली. १९७२ मध्ये स्वतंत्र राज्य अस्तित्वात आले. संरक्षणाच्या दृष्टीने हा सारा प्रदेश अत्यंत मोक्याचा आहे. या प्रदेशाबाबत चीनचा दावा चालू आहे.

अर्जुनवर्मा : (इ.स. १२११-१२१६) माळव्याच्या परमारांपैकी सुभटवर्म्याचा पुत्र. हा कवी आणि गानविद्येत प्रवीण होता. रसिकसंजीवनी नामक टीका लिहिली. (मचको)

अर्जुनायन : प्राचीन लोक व देश यांना प्रार्जुन असेही म्हणत. प्रयाग येथील एका स्तंभावर समुद्रगुप्ताने जिंकलेल्या जमातींची जी नावे आहेत, त्यात या लोकांचा उल्लेख आहे. समुद्रगुप्ताच्या राज्याच्या पश्चिम भागात हे लोक स्थायिक झाले होते, असे दिसते. या जमातीच्या दोन्ही नावांत अर्जुन शब्द येतो. यौधेय नावाचा युधिष्ठिराचा एक पुत्र होता. त्याच्याशी यौधेय जमातीचा संबंध जोडता येणे शक्य आहे. इ. स. पूर्व २०० ते ४०० या कालावधीत दिल्ली-आग्रा जयपूर या प्रदेशात अर्जुनायनांचे गणराज्य होते. (भासंको)

अर्णवराज:(१२वे शतक) हा सपादलक्ष अजमीर येथील चौहान राजा. याने कुमारपालाचा पराभव केला. वाघेल घराण्याचा संस्थापक. याच्या जहागिरीचे नाव व्याघ्रपल्ली, यावरून त्याच्या वंशास वाघेल हे नाव मिळाले. हा मोठा शूर असून त्याने मारवाड नि माळव्याच्या राजांना पराभूत केले होते. (मचको)

अर्णीकर डॉ. एच.जे.तथा हरिजीवन :अणुगर्भविज्ञान आणि अणुरसायनशास्त्र ह्यातील ज्येष्ठ अभ्यासक नि संशोधक. अणुरसायनशास्त्र विषय भारतात सर्वप्रथम पुणे विद्यापीठात डॉ. अर्णीकरांमुळे चालू झाला. पन्नास वर्षे अध्ययन,अध्यापन. फुलब्राइट शिष्यवृत्ती. सदस्य रॉयल सोसायटी ऑफ केमिस्ट्री, पुणे महापालिका आदर्श शिक्षक. विद्यापीठ पुरस्कार, शारदा ज्ञानपीठ आदी पुरस्कार. रसायनशास्त्रावर पुस्तके लिहिली. (मचको)

अर्थशास्त्र परिभाषा :हा ग्रंथ कृष्णशास्त्री चिपळूणकर यांनी १८५५ मध्ये पुण्याच्या पाठशाळेत छापला. अर्थशास्त्र हा शब्द त्यांनीच मराठीत रूढ केला. हिंदुस्थान पारतंत्र्यात असल्याने त्याच्या आर्थिक विकासाचा मार्ग बंद झालेला असून, देशाच्या संपत्तीचे इंग्रजांकडून तीव्र शोषण होत आहे, आर्थिक विकासाचे शास्त्र व तंत्र आपण

शिकले पाहिजे. देशाचे दारिद्र्य व पारतंत्र्य याचा नाश केला पाहिजे, असे विचार त्यांनी मांडले. (मपइ)

अर्नाळा (ठाणे) : वैतरणा नदीच्या मुखाशी असलेल्या बेटावर हा किल्ला आहे. १५३० ला किल्ला गुजरातच्या सुलतानाकडे होता. १७३७ मध्ये हा श्रीमंत चिमाजीअप्पा पेशव्यांनी घेतला. १८१७ मध्ये इंग्रजांना या किल्ल्याचा ताबा मिळाला. किल्ल्यात अष्टकोनी तलाव, भवानी मंदिर, त्र्यंबकेश्वर, महादेवाचे मंदिर, नित्यानंद महाराजांच्या पादुकांची स्थापना केलेली दिसते. या बेटावर भूपृष्ठातून स्रवणारा पारा सापडला. (ज स)

अलंकार : (इ.स. ११२९-५०) काश्मीरच्या जयसिंह राजाचा दिवाण. श्रीकंठचरित्र नामक संस्कृत ग्रंथाचा निर्माता. (मचको)

अलप्तगीन : (इ. स.९६७ -९७६) सुलतान अब्दुल मलीक ह्याचा तुर्की गुलाम द्वाररक्षक. ह्याने गझनी येथे स्वतंत्र राज्याची स्थापना केली. पंजाबपासून काबूलपर्यंतच्या प्रदेशावर शाही जयपाल राज्य करीत होता. ह्या दोघांचा संघर्ष झाला. (मचको)

अलमोडा : उत्तर प्रदेशातील जिल्हा व थंड हवेचे ठिकाण. १६ व्या शतकातील कुमाऊँच्या चंद राजाची ही राजधानी. १७४४ मध्ये रोहिल्यांच्या ताब्यात. १८१५ मध्ये हे ठिकाण इंग्रजांनी घेतले. तेथे गुरखा फौज ठेवली. १८६४ पासून तेथे नगरपालिका आहे. (मविको)

अलवर संस्थान : ब्रिटिश अमलाखालील राजस्थानातील संस्थान, १८ व्या शतकातील प्रतापसिंह हा संस्थापक. १८०३ च्या मराठ्यांविरुध्द झालेल्या लासबाडीच्या लढाईत मदत केली. १८५७ च्या उठावात त्याने इंग्रजांना सर्वतोपरी साहाय्य केले. या संस्थानातील नरेंद्र मंडळाचे प्रतिनिधी म्हणून जयसिंहजी १९३० मधील पहिल्या गोलमेज परिषदेसाठी गेले होते. १९४७ च्या फाळणीमुळे या संस्थानात जातीय दंगल झाली. (मविको)

अलाई दरवाजा : कुतुबमिनार परिसरात कुव्वत-उल्-इस्लाम (इस्लामची शक्ती) मशिदीच्या प्रांगणात जो भव्य व सुंदर दरवाजा आहे, त्याचे नाव अलाई दरवाजा. तो अल्लाउद्दीन खिलजीने बांधला. त्यावरील नक्षीकाम फारच प्रेक्षणीय आहे. (भासंको)

अलिगढ : उत्तरप्रदेशातील जिल्ह्याचे ठिकाण. १८ व्या शतकापर्यंत किल्ला मुसलमानांच्या ताब्यात होता. १७५७ मध्ये जाटांनी हा जिंकून याला रामगढ नाव दिले. १७५९ मध्ये नजफरखानाने जाटांचा पराभव करून त्यास 'अलिगढ' असे नाव दिले. १७८४ मध्ये हा शिंद्याकडे आला व शिंद्याकडून इंग्रजाकडे गेला. अलिगढ मुस्लिम विद्यापीठामुळे शिक्षणक्षेत्रात अलिगढचे महत्त्व वाढले. (मविको)

अलिगढ मुस्लिम विद्यापीठ (स्थापना -१९२०) : सर सय्यद अहमद खान यांनी अलिगढ येथे १८७५ मध्ये 'मॉहमेडन अँग्लो ओरिएंटल' महाविद्यालय स्थापन केले. पुढे निवासी विद्यापीठ केले. या विद्यापीठात विज्ञान, अभियांत्रिकी इ. विद्याशाखांच्या अध्यापनाची सोय तसेच युनानी वैद्यक, उर्दू, अरबी, फार्सी भाषा, शिया व सुन्नी पंथांचे धर्मशास्त्र,इस्लामधर्म आणि तत्संबंधित विषयांचा अभ्यास केला जात असे. (मविको)

अलिप्तता/अलिप्ततावाद : अलिप्तता धोरणाचे प्रवर्तक पं. जवाहरलाल नेहरू हे होते. भारत कोणत्याही लष्करी गटात सामील होणार नाही. दोन गटांत संघर्ष निर्माण झाल्यास शांततामय मार्गाने संघर्ष मिटविण्याचा प्रयत्न भारत करील, असे नेहरूंनी म्हटले आहे. आंतरराष्ट्रीय राजकीय गटांपासून व लष्करी संघटनांपासून अलग राहणे म्हणजे अलिप्तता होय. दुसऱ्या महायुद्धानंतर आंतरराष्ट्रीय राजकारणात अमेरिकेच्या नेतृत्वाखालील देश व

रशियाच्या नेतृत्वाखालील देश अशी विभागणी झाली. त्यातूनच शीत युद्ध उद्‌भवले. नव्याने स्वतंत्र झालेल्या देशांनी सत्तास्पर्धेच्या त्या राजकारणात स्वतःला गुरफटून न घेता स्वतंत्र धोरण ठेवावे, स्वतःच्या विकासाचा मार्ग स्वतःच ठरवावा आणि त्यासाठी शांततेचा पाठपुरावा करावा, असे विचार पंडित नेहरू यांनी मांडले. इजिप्तचे अध्यक्ष नासेर, युगोस्लाव्हियाचे अध्यक्ष मार्शल टिटो या विचारांशी पूर्णतः सहमत होते. त्यांनी व त्यांच्या वारसदारांनी आंतरराष्ट्रीय राजकारणात ज्या धोरणाचा सतत पाठपुरावा केला, ते अलिप्ततावाद म्हणून ओळखले जाते. (भासंको) (मविको)

अलिप्तावाद आणि भारत : परराष्ट्रीय धोरण ठरविताना कितीही मोठ्या तत्त्वांचा मुलामा देण्याचा प्रयत्न केला, तरी शेवटी त्याचे मूळ अधिष्ठान राष्ट्रहित हेच असते. भारताच्या अलिप्ततावादी परराष्ट्र धोरणाचे एक वैशिष्ट्य असे की, त्यामध्ये वैचारिक अधिष्ठान व राष्ट्रहित या दोन्हींचाही मेळ घालण्याचा प्रयत्न दिसून येतो. स्वातंत्र्यप्राप्तीनंतर भारताचे परराष्ट्र धोरण ëस्वतंत्रí म्हणून तर कधी ëतटस्थí म्हणून ओळखले जात असले तरी नंतर ते ëअलिप्ततावादीí या नावानेच ओळखले जाऊ लागले. अलिप्ततावाद व भारत यामध्ये अतूट नाते निर्माण झाले. अलिप्ततावादी धोरण पंडित नेहरूंचे व्यक्तिगत धोरण नसले तरी त्यांचे मुख्य शिल्पकार तेच होते. इतर देशांच्या परराष्ट्र धोरणावर एका व्यक्तीची एवढी छाप पडल्याचे क्वचितच उदाहरण असेल. कोणत्याही लष्करी गटात जावयाचे नाही, परंतु जागतिक राजकारणात सक्रिय भाग घेऊन शांततेसाठी विधायक प्रयत्न करावयाचे, असा अलिप्ततावादी धोरणाचा मूळ गाभा आहे. (भासंको, मविको)

अलिबाग आणि अलिबागचा किल्ला (कुलाबा) : रायगड जिल्ह्याचे व अलिबाग तालुक्याचे मुख्य ठिकाण. एक भूभौतिकीय वेधशाळा १९०४ पासून कार्य करीत असून तिला आंतरराष्ट्रीय महत्त्व आहे. कान्होजी आंग्रांच्या 'हिराकोट' तसेच इतर वाड्यांचे अवशेष येथे आहेत. अलिबागच्या किल्ल्याला अष्टागाराचा स्वामी म्हणून ओळखले जाते. हा किल्ला आग्र्यांकडेच ठेवून आग्र्यांना सरखेल ही पदवी देवविली. या किल्ल्याला लागून गढीवजा किल्ला आहे. त्याला सर्जेकोट म्हणतात. हिराकोट, कुलाब्याची वेधशाळा हे याचे आकर्षण. २१ मार्च १६८० ते जून १६८१ या कालावधीत शिवाजी महाराजांच्या प्रेरणेने किल्ला उभारला गेला. १७४७ मध्ये सिद्दीचा पराभव. १८१३ ला मानाजी आंग्र्यांकडे येसाजीच्या मुलाच्या मृत्यूनंतर सर्व अधिकार आले. १८१७ मध्ये तो गेल्यावर राघोबा आंग्र्यास इंग्रजांनी गादीवर बसविले. १८४० मध्ये निपुत्रिक मेल्याने हे राज्य खालसा केले. (जससासभकि) (मविको)

अली आदिलशहा : (इ.स. १५५७ –१५८०) विजापूरच्या आदिलशाही घराण्यातील इब्राहिमचा पुत्र. धर्मनिष्ठ दयावंत होता. हिंदू जातीचा साधू आला की, परीक्षा घेऊन त्यांच्या योग्यतेप्रमाणे संभावना देत असे. साधी राहणी, न्यायी, प्रजाहिततत्पर विजयनगरच्या रामराजाशी ह्याने मैत्री केली. दोघांनी मिळून अहमदनगरच्या हुसेन निजामशहाचा पराभव केला, पण पुढे रामराजाशी बिनसले तेव्हा याने दक्षिणेकडील मुसलमानांची एकी करून रामराजाचा पराभव केला. ही ती तालिकोट किंवा राक्षसतागडीची लढाई (इ.स. १५६५). याच्या काही वास्तू आजही विजापुरात आहेत. (मचको)

अली कुली : (इ.स. १७ वे शतक) औरंगजेबाचा एक अधिकारी. शिवाजीमहाराज आग्र्याहून परतीच्या मार्गावर असताना त्या सर्व लोकांना ह्याने पकडले. तेव्हा अलीच्या समोर जाऊन ' मीच तो शिवाजी' असे महाराज म्हणाले नि एक मौल्यवान हिरा त्याच्या हातात ठेवला आणि महाराज आपल्या सहकाऱ्यांसह पुढे मार्गस्थ झाले असे म्हणतात. (मचको)

अली बहादूर : (इ.स. १७६०-१८०२) थोरल्या बाजीराव पेशव्यांचा नातू नि समशेरबहादूरचा पुत्र. याला कृष्णसिंह असेही म्हणत. शूर,पराक्रमी महादजी शिंदे ह्यांना साहाय्य करण्यासाठी नि बुंदेलखंडातील पेशव्यांच्या मुलखाची व्यवस्था पाहण्यासाठी नाना फडणिसांनी ह्याला तिकडे पाठवले. बुंदेलखंड जिंकले. हे मुसलमान असूनही पेशव्यांचे अभिमानी नि कृष्णभक्त होते. बांदा येथे स्वतंत्र संस्थान निर्माण केले. (मचको)

अली मर्दानखान : शहाजहानचा सरदार. अनेक लोकोपयोगी कार्ये केली. रावी नदीला एक मोठा फाटा फोडून एक दिल्लीस नि एक लाहोरास असे दोन कालवे निर्माण केले. अद्यापही त्याला 'अलीमर्दानखान' कालवा असे संबोधतात. (मचको)

अली रोझा : अली आदिलशहा (दुसरा) याची कबर. विजापूर किल्ल्याच्या वायव्येस ही मोठी इमारत आहे. ती चौकोनी असून, त्यावर छत नाही. मध्यभागी अली व त्याच्या कुटुंबातली माणसे यांची थडगी आहेत. त्यावरचा हिरवा पाषाण अत्यंत मनोहर आहे. या इमारतीचे बांधकाम अर्धवट झालेले असूनही, सुमारे गेली ३०० वर्षे उन्हपावसाला दाद न देता चांगल्या स्थितीत राहिले आहे. (भासंको)

अलीनामा : याची दख्खनी उर्दू. मुहम्मद नुज्जत कवी हा ग्रंथ कर्ता. अफजलखान प्रसंग, पन्हाळा प्रकरण, शाहिस्तेखान, जयसिंगाची स्वारी इ. तपशील यात आलेला आहे. खवासखानाने शिवाजीमहाराजांवर केलेल्या स्वारीचे रसभरित वर्णन यात आहे. (मद)

अलीवर्दीखान (सु. १६७४-१७५६) : मोगल साम्राज्यांतर्गत बंगाल प्रांताचा १७४० ते ५६ या काळातील नबाब. शुजाउद्दिनखानाने (इ.स.१७२७ -२९) बिहार प्रांताच्या व्यवस्थेचे काम सोपविले. सर्फराजखान शुजाउद्दिनखानचा मुलगा बेसावध असतानाच १७४० मध्ये याला ठार मारले. १७४१ मध्ये रघुजी भोसले व त्याचा दिवाण भास्कर राम कोल्हटकर यांनी बंगालवर स्वारी केली. अलीवर्दीखानास घेरले. १७५१ मध्ये अलीवर्दीखानाने तह केला व रघुजी भोसलेला चौथ देण्याचे कबूल केले. (मविको)

अलुती-बलुती : ज्या गावकामगारांना गावाच्या उत्पन्नात काही हक्क प्राप्त होतात, त्यांना अलुतेदार व बलुतेदार म्हणतात. लोहार, सुतार, महार, मांग, कुंभार, चांभार, परीट, भट, मुलाणा, गुरव व कोळी हे बारा बलुतेदार तर तेली, तांबोळी, माळी, वाणी, जंगम, कलावंत, डवऱ्या, ठाकर, धडशी, सोनार, तराळ, चौगुला, सनगर, शिंपी, गोंधळी, भाट,गोसावी, वाजंत्रीवाले, इ. अठरा अलुतेदार यांच्यामध्ये थोरली, मधली अशी प्रतवारी असे. सुगीच्या वेळी शेतकऱ्यांकडून धान्य दिले जाई. (मविको)

अलेक्झांडर कनिंगहॅम : (१९ वे शतक) भारतीय पुरातत्त्वशास्त्राचे जनक. उ.प्र. हिमाचल प्रदेश, लडाख परिसर विंचरून काढून त्यांनी ऐतिहासिक, धार्मिक स्थळांची परिश्रमपूर्वक नोंद केली. चिनी प्रवाशांनी वर्णन केलेल्या प्राचीन स्थळांचा शोध घेतला. छंदाकडून शास्त्राकडे नेणारे संशोधक असा त्यांचा लौकिक. सर्वेक्षण खात्याचे पहिले संचालक. प्राचीन मानव समजून घेण्यासाठी वसाहती, दफन,जुने अवशेष, वास्तुशिल्प, नाणी, शिलालेख इ. चा कसून अभ्यास. (मदि)

अल्तमश (राज्यकाल १२११-१२३६): अल्तमशने राजस्थान व माळवा भागात स्वाऱ्या करून १२२६ मध्ये रणथंबोर, १२३२ मध्ये ग्वाल्हेर, १२३३ मध्ये कलिंजर, अजमेर, कनौज, वाराणसी, भेलसे व उज्जयिनी ही ठिकाणे जिंकली. हिंदू देवालये पाडली. सुलतानच्या या वास्तूमध्ये भारतीय इस्लामी पध्दतीचा ठसा आढळतो. (मविको)

अल्पसंख्य आयोग : देशातील धार्मिक आणि भाषिक अल्पसंख्याकांचे हितसंबंध सुरक्षित राखण्यासाठी

भारत सरकारने १५ जानेवारी १९७८ रोजी अल्पसंख्य - आयोग नेमल्याची घोषणा केली. राष्ट्राच्या धर्मातीत परंपरा राखणे, राष्ट्रीय एकात्मता वाढीला लावणे आणि अल्पसंख्याकांमधील विषमतेची व भेदाभेदाची भावना दूर करणे, घटनेमध्ये तसेच केंद्रीय व राज्य सरकारांच्या कायद्यात आणि सरकारी धोरणांत अल्पसंख्याकांसाठी नमूद केलेल्या तरतुदींची परिणामकारक अंमलबजावणी होण्याकरिता सर्व कायदेशीर व्यवस्था करणे, हे या आयोगाचे मुख्य उद्देश आहेत. (भासको, मविको)

अल्लट : (इ.स. १० वे शतक) मेवाडचा राजा दुसरा भर्तृभट्ट नि महालक्ष्मी ह्यांचा पुत्र. गंधोदक तीर्थासाठी प्रसिद्ध असलेले आहाड नगर ह्याच्यामुळेच विशेष प्रसिद्धीस आले आहे. तेथे त्याने प्रख्यात असे वराह मंदिर स्थापिले. (मचको)

अल्लाउद्दीन खिलजी (इ.स.१२६६- १३१६)**:** मध्ययुगीन भारतीय इतिहासातील एक कर्तबगार मुसलमान सुलतान. अयोध्येची सुभेदारी मिळाली. देवगिरीवर स्वारी, राजा रामदेवरायाचा, करण वाघेलाचा पराभव करून सोमनाथ देवालय लुटले, रणथंबोर किल्ला, चितोडगढ जिंकला. उज्जैन, मांडू, धार, चंदेरी शहरे हस्तगत, १३०५ मध्ये उत्तर हिंदुस्थान ताब्यात, १३१० मध्ये होयसळांचे राज्यही खालसा केले गेले. (मविको)

अल्लाउद्दीन खाँ : (१८६२-१९७२) : भारतीय संगीत विश्वातील थोर तपस्वी. मैहर घराण्याचे जनक, निष्णात सरोद वादक. सृजनशील कलाकार. पद्मविभूषण किताब प्राप्त. उस्ताद अलिअकबरखाँ, अन्नपूर्णादेवी, पंडितरविशंकर अशा व इतर अनेक वादकांचे गुरू.

अल्लुरी, सीताराम राजू : (वीरगती - ६ मे १९२४) (हुतात्मा) अल्लुरी सीताराम राजू हे आंध्र प्रदेशातील अग्रेसर क्रांतिकारक. त्यांनी मद्रास प्रांताच्या एजन्सी डिव्हिजनमध्ये ब्रिटिश सत्तेविरुद्ध आदिवासींची भक्कम संघटना उभारली. त्यांनीं पोलिस चौक्यांवर हल्ले केले, पोलिसांची शस्त्रे आपापसांत वाटून घेतली. ६ मे १९२४ रोजी रेवाल्लू येथे आसाम रायफल्सबरोबर चकमक होऊन बारा सहकाऱ्यांसह ते धारातीर्थी पडले. (स्वा सं स)

अवंतिवर्मन् उत्पल: (इ.स. ८५७-८८४) काश्मिरात उत्पल घराण्याची स्थापना केली. जमीन महसुलाची उत्कृष्ट पद्धत, शेतीची सुधारणा. नवे कालवे, वाङ्मयाला उत्तेजन ही त्याची वैशिष्ट्ये. (मचको)

अवंतिवर्मन् मौखरी : (इ. स. ५७९ - ६००) हा मौखरी वंशातील एक राजा. हा प्रभाकर वर्धनचा समकालीन होता. कामरूप याने आक्रमण करून बराच भाग उद्‌ध्वस्त केला. (मचको)

अवंती : मध्य प्रदेशातील प्राचीन देश, आधुनिक माळवा आणि त्यालगतच्या मध्यप्रदेशाचा भाग हा देश होय. आकारावंती, मालय, अवंतिका, आकरवेणातिका, अशीही नावे आढळतात. हैहय कुलोत्पन्न राजे अवंतीमध्ये राज्य करीत. इ.स. पूर्व ४ थ्या शतकात हा देश मगध साम्राज्याचा भाग झाला. सम्राट विक्रमादित्याने शकांची हकालपट्टी करून तेथे नवीन साम्राज्य स्थापिले. मुसलमान कारकिर्दीत अवंतीचे वैभव कमी झाले. (मविको)

अवंतीपूर : काश्मीर- झेलम (वितस्ता) तीरावर, श्रीनगर- अनंतनाग, रस्त्यावर इ.स. नवव्या शतकात अवंतीवर्मा राजाने हे स्थापले. अवंतीश्वर नि विष्णुमंदिर ही प्रसिद्ध मंदिरे. सिकंदराने इथल्या मंदिरांचा विध्वंस केला, असे सांगतात. (भासंको)

अवचितगड (जि. रायगड) : रोहा शहराजवळ कुंडलिका नदीपासून अवघ्या पाच कि.मी. उत्तरेला हा किल्ला. याच्या बुरुजावर शिलालेख कोरलेला असून तो इ.स. १७९६चा आहे. ह्या किल्ल्याची

शिवाजीमहाराजांनी उभारणी अचानक केल्यामुळे ह्याला 'अवचितगड' असे म्हणतात. काहींच्या मते शिलाहारांनी बांधला नि महाराजांनी त्याची पुनर्बांधणी केली असावी. १८१८ मध्ये या किल्ल्याचा ताबा शेवटच्या इंग्रज - मराठे युद्धात कर्नल प्रोथरने घेतला. (ज स सा स)

अवचितसुत काशी : (इ. स. १६६२ चा सुमार) एक प्रसिद्ध मराठी कवी. भारम (नाशिक) गावाचा निवासी. भारमजवळचा किल्ला हस्तगत केला नि त्याचे नाव गोपाळगिरी ठेवले. औरंगजेबाने केवळ फितुरी करूनच किल्ला घेतला. अवचितराव ह्यास औरंगजेबाने दिल्लीस बंदिवानात ठेवले. नंतर सुटून परत आला. (मचको)

अवध : उत्तर प्रदेशातील एका भागाचे नाव. अवध हे अयोध्येचे भ्रष्ट रूप. नबाबांच्या राजवटीत अवधचे महत्त्व खूप वाढले. फैजाबाद ही राजधानी. १८५७ च्या युद्धात अवधचा उठाव महत्त्वाचा आहे. १९०२ मध्ये अवध आणि आग्रा मिळून संयुक्त प्रांत झाला. स्वातंत्र्यानंतर उत्तर प्रदेशांचा हा एक भाग झाला. (१८५७ चे स्वातंत्र्य)

अवधबिहारी: (हुतात्मा) (१८८९-८ मे १९१२) २३ डिसेंबर १९१२ रोजी दिल्लीमध्ये व्हाइसरॉय लॉर्ड हार्डिंगच्या मिरवणुकीवर घडविण्यात आलेल्या बाँबस्फोटाच्या वेळेस अवधबिहारी तेथे हजर होते. तेथून ते निसटले. त्यानंतर लॉरेन्स गार्डन, लाहोर येथे घडविण्यात आलेल्या बॉम्बस्फोटातील एक क्रांतिकारक. त्या ठिकाणीही अवधबिहारी उपस्थित होते. ८ मे १९१५ रोजी मास्टर अमीरचंद, भाई बालमुकुंद, बसंतकुमार विश्वास यांच्याबरोबर फाशी गेले. (स्वा सं सं)

अवनिवर्म्न : चालुक्य महासामन्त वंशातील बलवर्मनूचा पुत्र - स. ८९९ मध्ये गादीवर आला. यक्षदास आणि धरणीवराह ह्यांचा पराभव केला. त्याने अंबुलक गाव तरुणादित्य सूर्य मंदिराला दिले असा उल्लेख आहे. (मचको)

अवामी लीग : भारत-पाक फाळणी झाल्यानंतर हुसेन शाहीद सुऱ्हावर्दी यांनी उपरोक्त राजकीय पक्ष १९४९ मध्ये स्थापन केला. मुख्यतः बांगलादेशाच्या हितसंबंधाचेच या पक्षाने रक्षण केले. पूर्व बंगालमध्ये बहुसंख्य प्रजेचा पक्ष बनला. १९५४ मध्ये या पक्षाने पूर्व पाकिस्तानात मुस्लिम लीगचा पराभव झाला. १९७० च्या निवडणुकीत या पक्षाचा प्रचंड विजय आणि बांगला देशाची निर्मिती झाली. १९९६ मध्ये पुन्हा याच पक्षाला प्रचंड यश, २००१ मध्ये या पक्षाचा दारुण पराभव. एक प्रभावी राजकीय पक्ष म्हणून स्थापनेपासून उत्तम कार्य. (मविको)

अशफाकउल्ला खान : (२२ ऑक्टोबर १९०० - १९ डिसेंबर १९२७) (हुतात्मा)२६ सप्टेंबर १९२५ रोजी काकोरी येथे रेल्वेवर छापा घालून इंग्रज सरकारचा खजिना लुटला. त्यानंतर अशफाक भूमिगत झाले. दिल्लीमध्ये एका विश्वासघातकी मित्रामुळे ते पकडले गेले. अशफाकउल्ला यांना फैजाबाद तुरुंगात १९ डिसेंबर १९२७ रोजी फाशी दिले. (स्वासंस)

अशरफी : रुपयाच्या नाण्यात सभासदाने अशरफी या नाण्याचा समावेश केला आहे. अशरफी हे पोर्तुगीज नाणे. सेराफनी याचा हिंदी अपभ्रंश आहे. १ रुपया म्हणजे १-४ सेराफिन, १० रुपये म्हणजे १३ सेराफिन असा विनिमयाचा दर होता.

अशोक : मौर्य वंशातील महान सम्राट. चंद्रगुप्त मौर्याचा नातू नि बिंदुसाराचा पुत्र. कलिंग युद्धातील (इ.स.पू.२६२) रक्तपातामुळे हृदयपरिवर्तन नि बौद्ध धर्माचा स्वीकार. देशोदेशी धर्मप्रचारक पाठवले. आपला पुत्र महेंद्र नि कन्या संघमित्रा ह्यांना धर्मप्रचारार्थ श्रीलंकेत पाठवले. प्रेम, हृदयपरिवर्तन, अहिंसा याच्यावर भर.

धार्मिक,नैतिक विचार चिरकाल टिकावेत म्हणून शिलालेख, स्तंभलेख, गुहालेख कोरविले. चालुक्य शिल्पकलांचा विकास, जलाशय, कालवे, रस्ते, धार्मिक रुग्णालये बांधून जनतेच्या सुखसोयींमध्ये भर घातली. सहिष्णुता, उदारता, मानवधर्म, लोककल्याण ही त्याची वैशिष्ट्ये. 'देवानां प्रिय' असे तो स्वतःस म्हणवीत असे. बौद्ध धर्माच्या प्रसारासाठी ह्याने देशोदेशी प्रचारक पाठवले. त्यामुळेच विश्वाच्या मोठ्या भागात बौद्ध धर्माचा प्रचार झालेला आहे. (अशोक आणि त्याचे लेख – मचको, भासंको)

अशोक नंदी : (मृत्यू १६ ऑगस्ट १९०९) (हुतात्मा) अलीपूर कटाच्या अभियोगात २ मे १९०८ रोजी बारिंद्र घोष, अशोक नंदीला अटक झाली. त्यांची अंदमानला रवानगी झाली. तुरुंगातील छळामुळे त्यांचा तुरुंगातच मृत्यू झाला. (स्वा सं सं)

अशोकचक्र : भारताच्या राष्ट्रचिन्हावर व राष्ट्रध्वजावर असलेले चक्र. हे सारनाथ येथील उत्खननात सापडले. सत्यधर्माचे व शांततामय परिवर्तनाचे प्रतीक असा उल्लेख डॉ. राधाकृष्णन ह्यांनी केला आहे. (मविको)

अशोकाचा राजधर्म : प्रशासनाच्या सोयीसाठी अशोकाने साम्राज्याची राजकीयदृष्ट्या महत्त्वाच्या असलेल्या प्रांतांमध्ये विभागणी करून तेथील कारभार राजवंशातील व्यक्तीकडेच सोपविला होता. राजा व उच्च अधिकारी यांच्यामध्ये मंत्रिपरिषद असे. त्याने पशुहत्या बंद केली. राज्याभिषेकाच्या वर्धापनदिनी कैद्यांची मुक्तता केली जात असे. प्रजेचे ऐहिक व आध्यात्मिक कल्याण करणे असा त्याचा मुख्य उद्देश होता. विलासाच्या विविध साधनांवर त्याने नियंत्रणे घातली. धर्मशाळा, धर्मार्थ दवाखाने सुरू केले. विहिरी खोदल्या, पाणपोया सुरू केल्या. रस्त्याच्या दुतर्फा झाडे लावली. न्यायालयाच्या कामकाजात व शिक्षेसंबंधी निर्णय देण्यात निःपक्षपातीपणा यावा, या दृष्टीने त्याने प्रयत्न केले. त्याची धर्मनीती धर्मनिरपेक्ष होती. (भासंको, मविको)

अशोकस्तंभ: प्रयाग, चंपारण्य, लौरिया, नंदगड, रामपुरवा, सांची व सारनाथ इ. ठिकाणी अशोकाचे स्तंभ आहेत. अशोकाचे स्तंभ म्हणजे शिल्पकला व वास्तुकला यांचे अपूर्व नमुने आहेत. विस्तीर्ण पहाडांतून ५०टन वजनाचे आणि ५० फूट उंच असे अखंड पाषाणस्तंभ तोडून काढणे व दूरदूरच्या जागी नेणे हे कल्पनेलाही थक्क करणारे महाकठीण काम होते. हे सर्व स्तंभ बहुधा चुनारच्या पहाडातून काढलेले असावे. हे स्तंभ कलाकौशल्याने परिपूर्ण असून, त्यावरील चमक आधुनिक कारगिरांनाही सहजसाध्य होत नाही. या स्तंभाचा शिरोभाग अत्यंत सुंदर दिसतो. (भासंको)

अश्मक : पाकिस्तानच्या वायव्य सरहद्द प्रांतातील गौरी व सुवास्तू नद्यांच्या खोऱ्यातील एक प्राचीन देश. गौतमी बलश्रीच्या नाशिक शिलालेखात याला 'असक' तर बौद्ध वाङ्मयात याला अस्मक म्हटले आहे. सातवाहन व त्यानंतर वाकाटकांचे येथे आधिपत्य होते. पैठण राजधानी होती. अजिंठा गुंफालेखात अश्मकराजांचा उल्लेख आहे. (मविको)

अश्मयुग : भारतातील नद्यांच्या काठी प्राचीनतम अश्मयुगाची हत्यारे सापडतात. मानव भटक्या होता. मध्याश्मयुगात भटकेपणा व रानटीपणा कमी झाला होता. अश्मयुगातील हत्यारे आतापर्यंत सापडत आहेत. हातकुऱ्हाड, फरशी, गारगोटीच्या छिलक्यांची लहान हत्यारे, बाजासारखी हत्यारे वापरीत, तळ्याजवळ वस्ती असे. शिकार व मच्छीमारी करीत. तीनही अश्मयुगातील मानवाचा वंश कोणता, एकच होता की, भिन्न, हे सांगता येत नाही. अन्न, वस्त्र, निवारा या मूलभूत गरजा होत्या. कुठल्याही धातूचा वापर नव्हता. (भासंको)

अश्मयुग प्राचीन : प्राचीन अश्मयुगातील हत्याराचा शोध इ.स. १८६३ साली गोदावरी काठी लागला. दगडांची हातकुऱ्हाड व फरशी ही हत्यारे होती. प्रवरा नदी, आंध्र, कर्नाटक, मध्य प्रदेश, उत्तर प्रदेश, राजस्थान, ओरिसा यात या संस्कृतीच्या निशाण्या मिळाल्या आहेत. अन्न आणि निवारा यापलीकडे त्याच्या गरजा नव्हत्या. (भासंको)

अश्वघोष : बौद्ध कवी नि तत्त्वज्ञ. राजकीय विचाराने प्रेरित होऊन ग्रंथरचना करणाऱ्या तत्त्वचिंतकात अश्वघोषाचा उल्लेख प्रामुख्याने करावा लागेल. ëबुद्धचरित्रí हे त्याचे महाकाव्य प्रसिद्ध आहे. बुद्धाचे जीवन आणि तत्त्वज्ञान याचा परिणाम त्याच्या मनावर झाला होता. बौद्ध साहित्यात त्याने मोलाची भर घातली. अश्वघोष हा कनिष्काच्या दरबारात मान्यता पावलेला कवी आणि तत्त्वचिंतक होता. ëसौंदरानंदí आणि ëवज्रसूचीí हे त्याचे आणखी दोन ग्रंथ आहेत. सौंदरानंद मध्ये राजकीय विचारसुचीमध्ये तो सामाजिक विचारांची गरज प्रतिपादन करतो. (भासंको, मविको, सुविको)

अष्टाध्यायी : पाणिनिविरचित व्याकरणाचा सूत्ररूप ग्रंथ. वेदांच्या सहा अंगात याची गणना होते. ३९८१ सूत्रे आहेत. १४ प्रत्याहार सूत्रे असून ती शिवाच्या डमरूतून निघाली असे म्हणतात. आठ अध्याय असून प्रत्येकाचे चार पाद आहेत. शाकटायन, शाकल्य, आपिशली, गार्ग्य, गालव, शौनक, स्फोटायन, भारद्वाज, काश्यप, चाक्रवर्मन या वैयाकरण पूर्वाचार्यांचा उल्लेख केला आहे. युरोपीय विद्वानांवर अष्टाध्यायीची विलक्षण छाप पडलेली आहे. वेबर हा विद्वान तर अष्टाधायीला जगातला सर्वश्रेष्ठ व्याकरणग्रंथ मानला जातो. अष्टाधायी रचून पणिनींनी संस्कृत भाषेला अमर पदवी दिली आहे. (भासंको)

अष्टीची लढाई : इंग्रज व मराठे यांच्यामधील ही शेवटची निर्णायक लढाई. या लढाईत मराठ्यांचा सेनापती बापू गोखले मारला गेला व दुसऱ्या बाजीरावाने शरणागती पत्करली. शरणागत बाजीरावावर इंग्रजांनी पुढील अटी लादल्या. १) बाजीरावाने पेशवेपदाचा व मराठी राज्यावरील सार्वभौमत्वाचा त्याग करावा व इंग्रजांसमोर शरणागती पत्करावी.२) त्याने उत्तर हिंदुस्थानात त्वरित जावे. त्याला आठ लाख पेन्शन मिळेल. ३) बाजीरावाला साथ दिलेल्या जहागिरदार व इनामदारांना इंग्रज सरकार उदारतेने वागवील.४) बाजीरावाने २४ तासात मालकमच्या छावणीत येऊन शरणागती पत्करावी. (इको)

असईची लढाई : (१८०३) पुण्यापासून सु. २४५ किमीवर असलेल्या असई या ठिकाणी २४ सप्टेंबर १८०३ रोजी दुसरे इंग्रज-मराठा युद्ध झाले. इंग्रजांचे प्रचंड नुकसान, परंतु इंग्रज विजयी झाले. (इ सं को)

असफउद्दौल्ला : (मृत्यू १७९७) अवध संस्थान. सुजाउद्दौलाचा पुत्र. इंग्रज वॉरन हेस्टिंग्ज, कॉर्नवॉलिस, सर जॉन आर्दीनी याच्याशी वेळोवेळी केलेल्या करारांमुळे अयोध्या प्रांताचे वैभव नष्ट झाले. स्वतः असफउद्दौला दानशूर होता. (भासचको)

असफखान : याचे नाव अब्दुल मजीद. इ.स. १५६५. गढामंडळ येथील दुर्गावती राणीवर हल्ला. दुर्गावती राणीने शत्रूच्या हाती लागू नये म्हणून खंजीर खुपसून आत्महत्या केली. (भासचको)

असल उत्तरची लढाई : १९६५ भारत व पाकिस्तान यांच्यात झालेल्या युद्धात असल उत्तरची लढाई विशेष महत्त्वाची आहे. ह्या लढाईत पाकिस्तानी पॅटर्न रणगाड्यांचा पूर्ण धुव्वा उडविला. सेनाधिकारी त्यागराज ह्यांना मोठेच श्रेय आहे.पाकिस्तानला माघार घ्यावी लागली. हुतात्मा अब्दुल हमीदचा पराक्रम वाखाणण्याजोगा होता. पाकिस्तानचे स्वप्न धुळीस मिळविणारी ही लढाई होती. (बी आर जे)

असहकार : एखाद्या कार्यात एक व्यक्ती किंवा संघटना दुसऱ्या व्यक्तीचे किंवा संस्थेचे साहाय्य,

सहकार्य किंवा सहभाग मागत असेल तर दुसऱ्याने तो न देणे म्हणजेच असहकार होय. भारतात हा शब्द राजकीय आंदोलनाशी निगडित आहे. हा शब्द भारताच्या स्वातंत्र्य संग्रामातील एक महत्त्वाचा टप्पा होऊन गेला आहे. राजकीय क्षेत्रात स्वकीय शासनाशी असहकार करता येईल किंवा परकीय सरकारविरुद्धही ते शस्त्र उपसता येते. लो.टिळकांचे १९२० मध्ये निधन झाले. काँग्रेस पक्षाचे आणि स्वातंत्र्य आंदोलनाचे नेतृत्व महात्मा गांधींकडे आले. १९२० मध्ये नागपूरच्या काँग्रेसच्या अधिवेशनात गांधीजींनी असहकाराच्या आंदोलनाची घोषणा केली. (भासविको)

असहकार आंदोलन : पहिले महायुद्ध संपल्यानंतर भारताच्या स्वातंत्र्य आंदोलनाचे नेतृत्व महात्मा गांधींकडे आले. प्रथम त्यांचा ब्रिटिश राज्यकर्त्यांच्या न्यायप्रियतेवर विश्वास होता. परंतु रौलेट ॲक्ट, जालियनवाला हत्याकांड, खिलाफत प्रकरणातील ब्रिटिशांचे धोरण यामुळे त्यांचे मत बदलले. लोकांमधील असंतोष वाढू लागला. सरकारच्या दडपशाहीविरुद्ध आवाज उठविण्यासाठी गांधीजींनी अहिंसात्मक असहकाराचे आंदोलन उभारले. त्यांनी १० मार्च १९२० रोजी असहकाराचा पहिला जाहीरनामा प्रसिद्ध केला. सरकारी पदव्यांचा त्याग करणे, राष्ट्रीय शाळा स्थापन करणे, सरकारी समारंभात भाग न घेणे, न्यायालयावर बहिष्कार, लष्करात भरती न होणे, परदेशी मालांवर बहिष्कार हा असहकार आंदोलनाचा कार्यक्रम होता. (भासविको)

असुर विवाह : वधू विकत घेऊन केलेला विवाह. पेशवेकाळात प्रचलित होता. क्वचित प्रसंगी ब्राह्मण कन्यांची विक्री होत असे. हे थांबविण्याकरिता गोपिकाबाईंनी आज्ञा काढल्या होत्या. दोषी आढळणाऱ्यास दंड करावयाची आज्ञा होती. दुसऱ्या बाजीरावाने कन्याविक्रय करणाऱ्या ब्राह्मणास बहिष्कृत करावे, अशी ताकीद केली आहे. (मइ)

असोसिएशन्स (भारत) : ब्रिटिशांचे राज्य भारतात स्थापन झाल्यापासून काँग्रेसची स्थापना होईपर्यंतच्या काळातही भारतीय लोकमत सरकारपुढे मांडणाऱ्या काही संस्था होत्या. त्यामध्ये ब्रिटिश इंडियन असोसिएशन, बॉम्बे असोसिएशन आणि मद्रास असोसिएशन या अतिशय महत्त्वाच्या संस्था होत्या. त्यात ब्रिटिश इंडियन असोसिएशनला अग्रक्रम द्यावा लागेल. भारतात घटनात्मक आणि प्रशासकीय सुधारणा घडवून आणणे आणि याबाबतीत भारतीय जनतेची मते येथील आणि इंग्लंडमधील सरकारांपुढे मांडणे ही या संस्थेची मुख्य उद्दिष्टे होती. हिंदुस्थानच्या स्वातंत्र्यलढ्याची पूर्वतयारी म्हणून या संस्थेच्या कार्याला महत्त्व होते. (सविको)

अस्पृश्यता : हिंदू समाज हा असंख्य जाती-जमातींमध्ये विभागलेला आहे. विशिष्ट जाती-जमातीत झालेला जन्म, व्यवसाय इत्यादी अनेक कारणांवरून पडलेले हे भेद, त्यातील उच्चनीचतेच्या कल्पनांसह बव्हंशी आजही अस्तित्वात आहेत. सद्यःस्थितीत तर त्यांचा व्यवसायाशीही संबंध उरला नाही. कोणीही कोणताही व्यवसाय करू शकतो. पण आज त्याची जात मात्र एकदा जन्माने निश्चित होते ती कायमची. जात ठरण्यासाठी विशिष्ट जातीच्या कुटुंबात जन्म याखेरीज दुसरा कोणताही निकष लागत नाही. अशा जाति-जमातींपैकी काही जाति-जमाती अस्पृश्य समजल्या जातात. आता १०० वर्षांपूर्वी अस्पृश्यता जशी पाळली जात होती, तशी मात्र आता बहुधा कुणी पाळत नाही. गावाबाहेर राहणे, शिक्षण न घेणे, मंदिरात प्रवेश न देणे, सार्वजनिक ठिकाणी जाणे हे सर्व दंडक राज्यघटनेने रद्द केले आहेत. अस्पृश्यता पाळणे हा गुन्हा ठरविण्यात आलेला आहे. (सविको)

अस्पृश्यांना वेगळा मतदारसंघ : १९३२ च्या गोलमेज परिषदेत डॉ. बाबासाहेब आंबेडकरांनी अस्पृश्यांसाठी स्वतंत्र मतदारसंघाची मागणी केली. पण हिंदू समाजात फूट पडेल असे म. गांधींचे मत होते. तथापि १६ ऑगस्ट १९३२ रोजी रॅम्से मॅकडोनाल्ड यांच्या निवाड्याने अस्पृश्यांसाठी वेगळा मतदारसंघ मान्य करण्यात आला. त्यायोगे वेगळे प्रतिनिधित्व कायदेमंडळात मिळणार होते. म.गांधींचा त्याला विरोध असल्याने

त्यांनी प्राणांतिक उपोषण सुरू केले. सर्वांना अस्पृश्य नको असल्याने ते त्यांना नेहमी बाजूस ठेवणार. तेव्हा त्यांच्यासाठी स्वतंत्रच मतदारसंघ हवेत, असा डॉ. आंबेडकरांचा आग्रह राहिला. शेवटी पं. मालवीय यांच्या मध्यस्थीत अनेक बैठका त्यासाठी झाल्या. १९३२ मध्ये गांधी – आंबेडकर यांच्यातील पुणे करारान्वये स्वतंत्र मतदारसंघाची मागणी मागे घेतली गेली.

अस्पृश्योद्धार: बडोदे नरेश सयाजीराव गायकवाड, राजर्षी शाहू महाराज, म. फुले इ. नी या कामी विशेष पुढाकार घेतला. विद्यावेतन ठेवण्यात आले. अस्पृश्यता मानणे एक पाप आहे, असे गांधीजी म्हणत. त्यांच्या उद्धारासाठी स्वहिताचाही उच्चवर्गीयांनी त्याग केला पाहिजे असे त्यांचे मत. त्यांचा ह्या बाबतीत मानवतावादी दृष्टिकोन होता. अस्पृश्य स्त्रियांचा प्रश्न तर त्याहीपेक्षा गंभीरपणे हाताळला गेला पाहिजे, असे ते म्हणत. (मविको) बडोदे नरेशानी धर्मशिक्षणासाठी विद्यावेतन देऊन संस्कृत पाठशाला सुरू केली.

अहमदनगर : महाराष्ट्रातील एक जिल्हा. प्राचीन नाव अंबिकानगर होते असे म्हणतात. निजामशाही राजवटीचे एक प्रमुख केंद्र. शहाजीराजे –जिजाबाईंचे काही काळ येथे वास्तव्य. शिवाजीमहाराजांनी १६५७ मध्ये हल्ला केला होता. पुढे मोगल सत्ता. नंतर मराठ्यांकडे. चांदबिबी येथीलच. नाना फडणीसाचा चुलत भाऊ मोरोबा येथे जन्मभर तुरुंगात ठेवले होते. १९४२ चले जाव आंदोलनातील पं. नेहरू आदी प्रमुख नेत्यांना येथील किल्ल्यात स्थानबद्ध केले होते.

अहमदशहा : (इ.स. १४११– १४४२) गुजरातचा सुलतान. गुजरातच्या कर्णावती नगरास याने स्वतःचे नाव देऊन ते अहमदाबाद केले. कर्णावतीला श्रीनगर वा राजनगर असेही म्हणत. याने अहमदाबाद ही आपली राजधानी बनविली. हिंदुधर्माचा पाडाव हेच त्याचे ध्येय होते. मंदिराच्या विध्वंसासाठी ताजुम्लुल्क हा एक खास अधिकारी नेमला, माळवा, सौराष्ट्र, महाराष्ट्र यावर स्वाऱ्या केल्या. (भासचको)

अहमदशहा निजामशहा बहिरी : (इ.स. १४८९ –१५०९) निजामशहा घराण्याचा मूळ पुरुष. निजामउल्कमुल्क ही पदवी लावल्यामुळे राज्यास निजामशाही हे नाव दिले. दौलताबाद सुभ्यावर नेमणूक, घराण्याचा मूळ पुरुष बहिरंभट यांच्या स्मरणार्थ 'बहिरी'ही पदवी लावून घेत असे. (मदिभा १, पान २१०, मचको)

अहमदशहा बहामनी : (इ.स. १४२२–१४३५) बहामनी सुलतान, विजयनगर, केरळ, वरंगळ यांच्याशी युद्धप्रसंग. वरंगळ राज्य जिंकले. हिंदूच्या कत्तली. बायकामुलांना बाटविले. देवळे पाडून मशिदी बांधल्या. बेदर हे शहर वसवले. (भासचको)

अहमदशहा मोगल : दिल्लीचा बादशहा मुहम्मदशहा उधमबाई यांचा पुत्र. राज्यारोहणापूर्वी ह्याने अहमदशहा अब्दालीचा सरहिंद येथे सणसणीत पराभव केला. १७४८ पानिपत येथे राज्यभिषेक. गाजिउद्दिन वजिराने मराठ्यांच्या साहाय्याने याला कैद केले आणि ह्याचे डोळे काढले. (भासचको)

अहमदाबाद : गुजरात राज्याची सांस्कृतिक राजधानी. १५ व्या शतकाच्या पूर्वार्धात सुलतान अहमदशाहने अहमदाबाद हे राजधानी शहर बनविले. अकबराने हे जिंकल्यावर त्याला ऊर्जितावस्था आली. औरंगजेबाच्या काळात परिस्थिती खालावली. १८१७ पर्यंत येथे मराठ्यांचा अंमल होता. ब्रिटिशांच्या काळात या शहराचा आर्थिक विकास झाला. कापडावर विणकाम, भरतकाम यासाठी प्रसिद्ध. १५ व्या शतकातली जुम्मा मसजिद, शाह आलमची कबर, स्वामीनारायण मंदिर, जैन हाथीसिंग मंदिर, म. गांधींचा साबरमती आश्रम, आझमखानचा राजवाडा व शाहीबाग प्रसिद्ध. (मविको)

अहमदिया चळवळ : १८८९ मध्ये मिर्झा गुलाम अहमद यांनी या चळवळीची स्थापना केली. आर्यसमाज, ख्रिस्ती मिशनरी यांच्या शिकवणुकीपासून इस्लामला सुरक्षित ठेवणे हा हेतू होता. गुलाम अहमद स्वतःला कृष्ण आणि येशूचा अवतार मानू लागले. ब्रह्मसमाजाच्या धर्तीवर या चळवळींची वाटचाल सुरू. पाश्चात्य पुरोगामी उदारमतवाद इ.चा मिर्झावर बराच प्रभाव. त्यानुसार मुस्लिमांमध्ये सुधारणा करण्याचे प्रयत्न. ѐजिहादɗ या कल्पनेस त्यांचा विरोध होता. उदारमतवादी शिक्षण संस्थांच्या स्थापनेचा आग्रह. इस्लामी धर्मीयांत क्रांती घडवून आणणे आवश्यक आहे असे त्यांचे मत होते.

अहल–इ–हदिथ : सर सय्यद अहमद यांनी भारतात वहाबी चळवळ सुरू केली. त्यांच्या मृत्यूनंतर अनुयायांत दोन गट पडले. पहिला गट अप्रांतिक परिवर्तनवादी होता, तर सर सय्यद नझीर यांच्या नेतृत्वाखाली अहल–इ–हदिथ ची स्थापना केली तिला इ. मोहमदियाची शाखा मानले गेले. त्यांनी सूफी विचार मानले. मुस्लिम समाजात सर्वांगीण सुधारणा आवश्यक मानले. विधवा विवाह, पुनर्विवाह इस्लामशी सुसंगत आहे. हुंडा निषेध केला गेला.

अहमदी ए.एम. : अहमदी ए.एन. हे भारताचे सरन्यायाधीश होते. १९९४–१९९७ या काळात त्यांनी सर्वोच्च न्यायालयाच्या सरन्यायाधीशपदाची जबाबदारी सांभाळली.

अहिंसा : 'अहिंसा परमो धर्मः' म्हणजे अहिंसा हा श्रेष्ठ धर्म होय, असे महाभारत व अन्य हिंदूधर्मग्रंथात सांगितले आहे. हिंदूधर्मात अहिंसेला स्थान सुस्पष्ट आहे. म.गांधी हे चालू युगातील अहिंसेचे थोर उपासक होते. (मविको)

अहिच्छत्रा : उत्तर प्रदेश, बरेली जिल्हा. एक प्राचीन नगर. वैदिक साहित्य, महाभारत, श्री पार्श्वनाथांची भेट. मगध, शुंग राजवंश, कुशाण, नागवंश, गुप्तवंश, हर्षवर्धन ह्यांचा अहिच्छत्राशी संबंध. १८६२ (ज. कनिंगहॅम) भांडी, मूर्ती, मंदिर आदी गोष्टी सापडल्या. हे एक मोठे जैनकेंद्र होते. (भासंको)

अहिर सत्ता : (इ.स. ५ वे शतक) इ.स. ५ व्या शतकात नाशिक – खानदेश प्रदेशावर अहिरराजा वीरसेन याची सत्ता होती. अहिर घराण्याचा संस्थापक राजा ईश्वरसेन होता. कोकण, गुजरात, उत्तर महाराष्ट्र येथे त्यांची सत्ता होती. या घराण्यात नऊ राजे होऊन गेले. (खाइ)

अहिल्याबाई होळकर : (इ.स.१७३५–१७९५) पेशवाईच्या अखेरच्या काळातली कर्तबगार स्त्री, माळव्याचा सुभेदार मल्हारराव होळकरांची सून, दौलतीचा सांभाळ व प्रजेचे हित, मुत्सद्देगिरी, परोपकारबुद्धी ईश्वरनिष्ठा ही तिची वैशिष्ट्ये. (मचको, भासंको)

आ

आंग्रे कान्होजी : (१६६७- ४ जुलै १७२९) सागरी अनभिषिक्त राजा. मराठ्यांच्या इतिहासातील प्रसिद्ध नाविक सेनापति. १६८१ मध्ये कार्याला सुरुवात, १६९४-९८ या काळात मोगलांनी व इतरांनी काबीज केलेले मराठ्यांचे सर्व सागरी किल्ले परत घेतले. ह्या कामगिरीमुळे 'सरखेल' किताब मिळाला. १६९६ साली कुलाबा जिंकले. १७०७ ते १७१० मध्ये अनेक विजय मिळवले. ताराबाईने त्यांना सावंतवाडी ते मुंबईपर्यंतचे आरमार प्रमुख केले. बाळाजी विश्वनाथाला कान्होजीवर शाहूंनी धाडले. त्याने कान्होजीबरोबर तह केला. कान्होजीस १० जंजिरे व १६ भुईकोट किल्ले मिळाले. (मविको)

आंग्रे घराणे : मराठ्यांचा इतिहास घडविणाऱ्या प्रसिद्ध घराण्यांपैकी एक. कान्होजींनी मराठ्यांचे आरमार वृद्धिंगत आणि कार्यक्षम केले. जहाज बांधणीला उत्तेजन, दिल्यामुळे मराठ्यांच्या व्यापारात वाढ व मराठी सत्तेचा मान वाढला. कान्होजी हेच आंग्रे घराण्याचे संस्थापक. सेखोजी, मानाजी, तुळाजी, येसाजी, धोंडाजी असे कान्होजीचे पाच पुत्र झाले. (मविको)

आंग्ल भारतीय ॲंग्लो-इंडियन (समाज) : १८ व्या १९ व्या शतकात नोकरी व्यवसायाच्या निमित्ताने भारतात स्थायिक झालेल्या इंग्रज, युरोपियन यांना इंडियन समाज म्हटले जाते. रोटी- बेटी व्यवहार करणे, वडिलोपार्जित व्यवसाय करणे, सरकारी खात्यातून नोकऱ्या, पत्रकारिता, उद्योग व्यवसाय करणे ही त्याची वैशिष्ट्ये झाली. ते स्वतःला ब्रिटिशांच्या बरोबरीचे मानीत असत. भारतीयांबाबत अत्यंत तुच्छ भावना बाळगत. प्रसंगी इंग्रज सरकारवरही ते आपले दडपण आणू शकत. भारतीय स्वातंत्र्य चळवळीचे प्रखर विरोधक. भारतीय घटनेने त्यांचा अल्पसंख्य म्हणून स्वीकार केला आहे. (मविको)

आंतर-भारती : सर्व भारतीयांमध्ये एकत्वाची भावना निर्माण व्हावी आणि अखिल भारतात बंधुभावाचे वातावरण प्रसृत व्हावे, हे पू. सानेगुरुजींचे एक स्वप्न होते. आपल्या कल्पनेचा 'आंतर भारती' या नावाने प्रचार सुरू केला होता. त्यांच्या निधनानंतर त्यांच्या मित्रांनी आंतर भारती या संस्थेची स्थापना केली. भिन्न प्रांत आचार भिन्न जरी एकचि परी संस्कार. म्हणजे भारतात जरी अनेक भाषा असल्या तरी त्यांच्या विचार-परंपरा-संस्कृतीमध्ये एकात्मता आहे. तेव्हा विविधेवर भर न देता एकतेवर जोर देणे. 'एक हृदय हो भारतजननी' किंवा विविधता में एकता भारत की विशेषता'असा त्याचा अर्थ सांगता येईल. (साधना)

आंतरजातीय विवाह : आंतरजातीय विवाहांना प्रोत्साहन द्यावे, त्याद्वारे जातिभेदाच्या भिंती पाडल्या जाव्यात व समाजसुधारणा चळवळ पुढे जावी म्हणून विठ्ठलभाई पटेल यांनी मध्यवर्ती कायदेमंडळात आंतरजातीय

विवाहाचे कायदेशीर विधेयक आणले. (मपइ)

आंतरराज्य संबंधविषयक कौटिल्याचे विचार : कौटिल्याने आपल्या ̆अर्थशास्त्र̆ या ग्रंथात आंतरराज्य संबंधाविषयी बरेच विवेचन केले आहे. यात साम, दाम, दंड, भेद नीतीही सांगितली आहे. त्याने सहा प्रकारच्या राजनीतीचे वर्णन केलेले आहे. यालाच ̆षड्‌विध̆ धोरण असे म्हणतात. हे सहा प्रकार असे तह, युद्ध, तटस्थपणा, युद्धजन्य हालचाली, दुसऱ्या राज्याशी मैत्री, एकाशी मैत्री व दुसऱ्याशी युद्ध, कोणाबरोबर कशी व कोणती कृती करावी, याबाबत कौटिल्य म्हणतो – दुसऱ्यापेक्षा लष्करी व इतर सामर्थ्याने कमी असेल तर तह करावा, प्रतिस्पर्ध्यांपेक्षा बलवान असेल तर युध्द करावे, दोघेही तुल्यबळ असतील तर तटस्थपणा स्वीकारावा, युद्धाची जय्यत तयारी असेल तर युद्धजन्य हालचाली कराव्यात. सामर्थ्य नसलेल्या राज्याशी मैत्री करावी, दुसऱ्याच्या मदतीशिवाय इष्ट हेतू साध्य होणार नाही, अशी परिस्थिती असेल तर दुटप्पी धोरण स्वीकारावे म्हणजे एकाशी मैत्री व दुसऱ्याशी युद्ध असे धोरण ठेवावे. (मविको)

आंतरराष्ट्रीय शांतिसेना : स्वातंत्र्योत्तर काळात भारतीय सैन्याला संयुक्त राष्ट्र संघटनेसाठी बऱ्याच ठिकाणी आंतरराष्ट्रीय शांतिसेना म्हणून काम करावे लागले. १९५० मध्ये कोरिया विशेषतः वैद्यकीय पथक. युद्धबंदीचा प्रश्न सोडविण्यासाठी पुन्हा कोरियात जनरल थिमय्या, पाच तटस्थ राष्ट्रांच्या मंडळाचे अध्यक्ष – १९५४ – इंडोचायना १९५९ गाझा, कांगो. (इसंशा)

आंतरविद्याशाखीय दृष्टिकोन : मानवी समाजाचा विविध अंगांनी विविध विद्याशाखा स्वतंत्रपणे अभ्यास करतात. त्याऐवजी त्या विविध विद्याशाखांचा एकत्रितपणे उपयोग करून अभ्यास करण्याच्या दृष्टिकोनास आंतरविद्याशाखीय दृष्टिकोन असे म्हणतात. हा आधुनिक दृष्टिकोन आहे. (इको)

आंध्र प्रदेश : भारतीय संघराज्यातील एक घटक राज्य. ब्राह्मण ग्रंथात आंध्र लोकांचा निर्देश. मॅगेस्थनीसने आंध्र प्रदेश समृद्धीचा उल्लेख केलेला आहे. हे मूळचे सातवाहनाचे मांडलिक, नागार्जुनकोंडा खोऱ्यातील श्री पर्वतासमीप विजयपुरी येथे त्यांनी आपली राजधानी स्थापिली. १२ व्या शतकातील वरंगलचे काकतीय यांची १३२६ पर्यंत कारकीर्द, विजयनगर साम्राज्याने इ.स.१३२८–१४१४ आंध्रचा ताबा मिळविला. कृष्णदेवराय १५०९–२९, यांच्या ताब्यात आंध्रनंतर कुतुबशाही १६८७ मध्ये गोवळकोंडा औरंगजेबाने जिंकला. मच्छलीपट्टणम् येथे इंग्रजांच्या वखारीची सुरुवात. १६११ पुढे निजामाचे राज्य. गंजाम, विशाखापट्टण, गोदावरी, कृष्णा, गुंतूर हे जिल्हे ब्रिटिशांना १७९५ ला निजामाने दिले. निजामाच्या वाटणीचे जिल्हे ब्रिटिशांनी १८०० मध्ये दिले. १८५७ नंतर सर्व सत्ता ब्रिटिशांकडे गेली. (मविको)

आंबिये सोहिरोबा : (इ.स. १७१४ –१७८९) एक मराठी संत कवी. अंतरीचा ज्ञानदीप मालवू नको हे प्रसिद्ध गीत. ह्यांच्या कविता महादजी शिंदे ह्यांना पसंत पडल्या नाहीत, तरीही महादजींना उज्जयिनी येथे मठ बांधून दिला. (भासंको)

आंबेजोगाई : महाराष्ट्र. बीड जिल्हा. राष्ट्रकूट, यादव ह्यांच्या काळापासूनचे समृद्ध शहर आणि प्रख्यात देवीक्षेत्र येथे शिलालेख सापडलेले आहेत. १९०३ मध्ये निजामाच्या कारकिर्दीत मोमिनाबाद असे नाव ठेवले होते. स्वामी रामानंद तीर्थ ह्यांनी निजामाविरुद्धचा स्वातंत्र्य संग्राम येथूनच सुरू केला. (मविको, भासंको)

आंबेडकर डॉ. बाबासाहेब (भारतरत्न) : त्यांचा जन्म १८९१ मध्ये मध्यप्रदेशातील एका अस्पृश्य घराण्यात झाला. त्यांचे संपूर्ण नाव भीमराव रामजी आंबेडकर. बडोदे नरेश आणि राजर्षि शाहू महाराजांनी त्यांना

सर्वतोपरी सहाय्य केले. मुंबई येथे बॅरिस्टर म्हणून कार्यास सुरुवात केली. महाड येथील चवदार तळ्याचा सत्याग्रह केला. या तळ्याच्या पाण्यावर अस्पृश्यांचाही हक्क आहे याची जाणीव करून दिली. २ मार्च १९३० रोजी नाशिकच्या काळाराम मंदिरात अस्पृश्यांना प्रवेश मिळावा यासाठी सत्याग्रह केला. अस्पृश्यांना मनुष्य म्हणून जगता यावे यासाठी संघर्ष केला. १९३५ मध्ये धर्मांतराची घोषणा केली. १४ ऑक्टो १९५६ रोजी विजयादशमीच्या मुहूर्तावर आंबेडकरांनी हिंदू धर्माचा त्याग करून बौद्ध धर्माचा स्वीकार केला. अस्पृश्यांना राजकीय अधिकार मिळावेत म्हणून गोलमेज परिषदेसमोर १९३८ साली एक अहवाल प्रस्तुत केला होता. १९३०-१९३२ च्या दरम्यान गोलमेज परिषदांना अस्पृश्यांचे प्रतिनिधी म्हणून उपस्थित राहिले. भारतीय राज्यघटनेच्या निर्मितीत त्यांचा सिंहाचा वाटा होता, म्हणून त्यांना 'भारतीय राज्यघटनेचे शिल्पकार'म्हणून गौरविण्यात येते. अस्पृश्यांच्या शिक्षण प्रसाराच्या कार्यात त्यांनी लक्ष घातले होते. त्यांनी स्थापन केलेल्या 'बहिष्कृत हितकारणी सभा' या संस्थेमार्फत दलितांसाठी उपक्रम हाती घेतले. १९४३ मध्ये 'पीपल्स एज्युकेशन सोसायटी' ची स्थापना केली. मुंबईला सिध्दार्थ कॉलेज, औरंगाबादला मिलिंद कॉलेज ही महाविद्यालये सुरू केली.

आंबेडकर भीमाबाई : भीमाबाई आंबेडकर ह्या डॉ. बाबासाहेबांच्या मातुःश्री होत. त्यांच्या बालपणीच भीमाबाईंचे निधन झाले. बाबासाहेब त्यावेळी केवळ सहा वर्षांचे होते. वडील रामजी आणि त्यांच्या भगिनी मीराबाई ह्यांनी बाबासाहेबांचे पालनपोषण केले. (मविको)

आंबेडकर रामजी : रामजी सकपाळ हे डॉ. बाबासाहेब आंबेडकर ह्यांचे वडील होत. जे अतिशय उद्योगी आणि महत्त्वपूर्ण व्यक्तित्व होते. प्रथम सैन्यातील पथकात ते सैनिक होते. कालान्तराने ते सैनिकी छावणीतील शाळेत मुख्याध्यापक झाले. सुभेदार- मेजर या पदापर्यंत चढले. ते नाथपंथी असून त्यांनी रामायण, ज्ञानेश्वरी इ. ग्रंथांचा अभ्यास केला होता. (भासंको)

आंबेडकर श्रीमती रमाबाई : (निधन १९३५) डॉ. बाबासाहेब आंबेडकरांच्या पत्नी माई या नावाने परिचित. डॉ. आंबेडकरांच्या मागे त्या सदैव खंबीरपणे उभ्या ठाकल्या. राजकारण, समाजकारण, दलित चळवळ, सत्याग्रह, मोर्चे इ. भरगच्च कार्यक्रमामुळे बाबासाहेबांचे घराकडे दुर्लक्ष होई पण रमाबाईंनी हसतमुखाने संसार केला. कर्तव्यदक्ष, साध्वी, प्रेमळ महिला होत्या. त्यांची बाबासाहेबांच्या प्रत्येक कार्यात साथ असे. बाबासाहेबांना एवढे मोठे कार्य करता आले ते एकप्रकारे रमाबाईंमुळेच होय. (www.yahoo.com)

आंबेर : जयपूर संस्थानची राजधानी. शिलादेवीच्या मंदिरामुळे अधिक प्रसिद्ध. जगत्‌शिरोमणी मंदिर, अंबिकेश्वरी मंदिर, अदिनीकुंड मानसागर ही प्रेक्षणीय स्थळे. अवध देशाच्या अंबरीष राजाने इथे अंबिकेश्वराची स्थापना केली त्यावरून हे नाव पडले. राजप्रसादात अप्रतिम शिल्पकाम आहे. (भासंको)

आंबोळगड : (इ.स. १८१८) १२०० चौ.मी. क्षेत्रफळाचा हा किल्ला आहे. १८१८ मध्ये कर्नल इम्लाक साहेबाने हा किल्ला मराठ्यांकडून जिंकून घेतला. जैतापूर - मुसाकाजी या महत्त्वाच्या बंदराच्या रक्षणास ह्या किल्ल्याची उभारणी झाली. (मजदुस)

आईन-इ-अकबरी : (१५९८) अबुल फजलचा अकबरनामा या ग्रंथाचा तिसरा भाग म्हणजे आईन-इ- अकबरी (अकबराच्या राज्याचा आरसा). अकबराच्या काळातील सामाजिक, राजकीय, आर्थिक परिस्थितीसंबंधी आकडेवारीनिशी माहिती. इतर फार्सी ऐतिहासिक ग्रंथांपेक्षा हा ग्रंथ वैशिष्ट्यपूर्ण. याचे मराठी भाषांतर श्री. म. त्र्यं. लेले यांनी केले. इंग्रजी भाषांतर ब्लॉकमन व जॅरेट यांनी केले. (मविको)

आक्काबाई: (निर्वाण इ.स.१६४३) ही समर्थ रामदासांची शिष्या होती. ही बालविधवा होती. पिता रुद्राजीपंत देशपांडे यांच्या आज्ञेनुसार हिने समर्थांचा उपदेश घेतला. हिची गुरुभक्ती दृढ होती, परळी येथील समर्थांची समाधी हिनेच बांधली. हिचे वृंदावन सज्जनगडावर आहे. (भासंको)

आखो : (इ.स.१६१५-१६७५) जातीने सोनार. समाजातील लोभीपणा, ढोंगीपणावर त्याने तुकारामाप्रमाणेच कोरडे ओढले आहेत. धार्मिक तत्त्वज्ञानावर विपुल लेखन. (सुविको)

आख्यायिका : दंतकथा, लोककथा, आख्यायिका यात ऐतिहासिक सत्याचे बरेचसे कण दडलेले असतात. उदा. 'होता जीवा म्हणून वाचला शिवा','आधी लगीन कोंडाण्याचे ' किंवा 'ध चा म' करणारी दंतकथा, लोककथा यातील माहिती जर नीरक्षरविवेक बुध्दीने नीट निवडून पारखून घेतली, तर इतिहासाच्या संशोधनात अथवा शास्त्रीय पद्धतीच्या लेखनात त्याची भर पडू शकते.

आगगाडी :१६ एप्रिल १८५३ रोजी भारतात मुंबई ते ठाणे अशी पहिली रेल्वे धावली. रेल्वेमुळे भारतीय जनतेत विचारांची देवाणघेवाण, दळणवळण सुलभ झाले. आगगाडीमुळे भारतीयांत ऐक्याची भावना निर्माण झाली. (मपइ)

आगनिवारण -भारत : (इ.स.१८६५)पोलिस खात्याच्या नियंत्रणाखाली असलेली 'कलकत्ता फायर ब्रिगेड' ची १८६२ मध्ये स्थापना. मुंबई येथील 'फायर ब्रिगेड' ची स्थापना १८५० साली झाली. आग निवारण प्रशिक्षण व संशोधन संस्था म्हणजे नागपूर येथील 'नॅशनल फायर सर्व्हिस कॉलेज' (मविको)

आगरकर गोपाळ गणेश : महाराष्ट्रातील एक ध्येयवादी सुधारक. पत्रकार इ. स. १८८१ साली केसरीचे संपादन त्यांच्याकडे होते. लोककल्याणाच्या तळमळीने प्रेरित होऊन अनिष्ट सामाजिक रूढीविरुद्ध चळवळ केली. अनेक प्रकारच्या विरोधकांना तोंड देत समाजसुधारणेचा प्रयत्न चालूच ठेवला. न्यू इंग्लिश स्कूलचे ते सुपरिटेंडट होते. त्यानंतर ते फर्ग्युसन कॉलेजमध्ये प्राध्यापक होते.'वाक्यमीमांसा', 'निबंध संग्रह', हॅम्लेटचे रूपांतर ('विकार विलसित') हे त्यांचे उपलब्ध साहित्य होय. त्यांचे राजकीय विचार जहाल होते. 'इष्ट असेल ते बोलणार व शक्य असेल ते करणार' हा आगरकरांचा महामंत्र होता. केसरीत लेख लिहून राजकीय विचार जागृतीचे त्यांनी काम केले. (मज्ञाको, आमवाई)

आगाखान : शिया मुसलमानात 'इस्माइली' म्हणून आणखी एक उपपंथ आहे. या पंथाच्या इमामाला (प्रमुखाला) 'आगाखान' म्हणतात. पहिले आगाखान हसन अली शहा हे महंमद पैगंबराची कन्या फातिमा आणि जावई अली यांचे वंशज मानले जातात. हसल अली शहा इराणमधील केरमानचे सुभेदार होते. इराणच्या शहानेच त्यांना 'आगाखान' ही पदवी दिली. त्यांनी ब्रिटिशांना अफगाण युद्धात आणि सिंध प्रांत काबीज करण्यास साहाय्य केले. म्हणून आगाखानांना 'हिज हायनेस' असा किताब व कायमचा तनखा देण्यात आला. ते मुंबईत स्थायिक झाले. १८८५ मध्ये ते इमाम झाले. इ.स. १९०६ मध्ये त्यांच्या नेतृत्वाखाली मुसलमानांचे एक शिष्टमंडळ लॉर्ड मिंटो यांना भेटले. हिंदुस्थानात मुसलमानांचे राजकीय हितसंबंध सुरक्षित राखण्याची शिष्टमंडळाने मागणी केली. इ.स. १९०६ मध्ये डाक्क्याला मुस्लीम लीगची स्थापना करण्यात आली. इ.स. १९०९ मध्ये ज्या मोर्ले - मिंटों सुधारणा जाहीर झाल्या, त्यात मुसलमानांना विभक्त मतदार संघ मिळाले. आगाखानांनी अलिगढ मुस्लिम विद्यापीठ सुरू केले. इ. स. १९३०-३२ मध्ये ज्या गोलमेज परिषदा इंग्लंडला झाल्या, त्यात आगाखानांचा महत्त्वाचा सहभाग होता. (संविको)

आगाखान पंथ : शमसुद्दीन फकीराने हा पंथ काढला. या पंथासंबंधी सिंधीभाषेत लहान-मोठी चाळीस -पन्नास पुस्तके आहेत. ईश्वराचा दहावा अवतार म्हणजेच सर आगाखान होत, असे मुसलमान लोक समजतात. या पंथाच्या हिंदू अनुयायांना आगाखानी व मुसलमानी अनुयायांना खोजे असे म्हणतात. आगाखानांना विष्णूचा अवतार मानल्यामुळे त्यांना 'धनी सलामत दातार' असे म्हणतात. दशावताराबरोबरच मुसलमानांचे पैगंबर यांनाही हिंदूंनी मानावे असा प्रयत्न यांच्या पुढाऱ्यांनी केला. त्यांची पुस्तकेसुद्धा त्यांच्या पंथात प्रवेश केल्याशिवाय मिळत नाहीत.

आग्र्याहून सुटका : (इ.स.१२ सप्टेंबर १६६६) मराठ्यांच्या इतिहासातील एक अत्यंत रोमांचक युक्तिबुद्धिशक्ती आदींनी भरलेले प्रकरण आहे. मिर्झा राजा जयसिंगाच्या विनंतीवरून शिवाजीमहाराज आग्र्यास गेले. १२ मे १६६६ रोजी औरंगजेबाच्या दरबारात शिवाजी महाराजांना कनिष्ठ स्थान देऊन अपमान केला. त्यातूनच संघर्षाची ठिणगी. स्थानबद्ध पण आपल्या अपूर्व योजकतेने सहकाऱ्यांच्या निष्ठेमुळे महाराज मिठाईच्या पेटाऱ्यांतून युक्तीने आग्र्याहून निसटले. (१७ ऑगस्ट १६६६) १२ सप्टेंबर १६६६ रोजी ते राजगडावर पोहोचले.

आग्रा : आग्रा हे शहर उत्तर प्रदेशात यमुना नदीच्या काठावर आहे. आर्यग्रह या नावाने त्याला आग्रा हे नाव पडले. आग्रा शहर हे सिकंदर लोदीने वसविले. इ. स.च्या ११ व्या शतकाच्या उत्तरार्धात येथे हिंदू राजांचे आधिपत्य होते. इ.स. १५२६ साली बाबराने हे शहर जिंकले. अकबर बादशहाने येथे राजधानी स्थापिली. शहाजहानने बांधलेल्या ताजमहालमुळेच हे शहर जगप्रसिद्ध झाले. इ. स. १८०३ साली इंग्रजांनी याचा ताबा घेतला. येथील किल्ला प्रेक्षणीय आहे. सध्या किल्ला असलेल्या ठिकाणी पूर्वी बादलगड होता, असे इतिहासकार सांगतात. हा लाल दगडांचा आहे. किल्ल्यातील शीशमहाल, दिवाण-इ-खास, मोती मशीद, दिवाण-ई-आम, अकबराचा महाल, जहांगीरचा महाल, खासमहाल या वास्तू सुंदर आहेत. सिंकंदर लोदी याच्या काळापासून आग्रा हे विद्येचे केंद्र होते. अकबराच्या काळात फारसी भाषा व साहित्य यांचे अध्ययन व अध्यापन चालत असे. सूरदास येथे राहिला होता. तानसेनच्या काळापासून हे संगीताचेही क्षेत्र होते (ताजमहाल आएसांप; आफसी हिकइंपी ५)

आग्वाद किल्ला : पोर्तुगीजांनी १६०४ मध्ये सागरकिनारी एक नवा दुर्ग बांधायला सुरुवात केली. बांधकाम पूर्ण होण्यास १६१२ साल उजाडले. आग्वादला पोर्तुगीज शिलालेख कोरलेला आहे. आग्वादाच्या दरवाजात गोवा मुक्ती संग्रामानंतर एक अप्रतिम शिल्प बसविलेले आहे. पुतळ्याखालची भिंत चिरेबंदी आहे.. पार्श्वभूमीला अशोकस्तंभ असलेली स्त्री प्रतिमा म्हणजे गोमांतकमाता. (जससासंभकि)

आघारकर शंकर पुरुषोत्तम : (मृत्यू १९६०) एक थोर वनस्पति शास्त्रज्ञ. वनस्पति शास्त्राच्या संशोधनासाठी पुणे येथे 'महाराष्ट्र असोसिएशन फॉर कल्टिव्हेशन ऑफ सायन्स' ही संस्था स्थापन केली. आता या संस्थेचे नाव 'आघारकर रीसर्च इन्स्टिट्यूट' (विज्ञानवर्धिनी) असे आहे. आंबा, केळी, तांदूळ या पिकावरील संशोधन जगात विद्वन्मान्य झाले. त्यांनी ब्रिटिश साम्राज्यातील शास्त्रीय समित्याची अधिकारपदे भूषविली होती. (मवि)

आचार्य विनोबा भावे : (११ सप्टें.१८९५) त्यांचे संपूर्ण नाव विनायक नरहर भावे. उच्च शिक्षणासाठी बडोदा कॉलेजमध्ये प्रवेश घेतला. वर्धा सेवाग्राम येथील म. गांधीच्या आश्रमामध्ये ते प्रमुख होते. १९४० मध्ये सत्याग्रहातील 'पहिले सत्याग्रही' म्हणून म. गांधीनी विनोबा भावे यांची निवड केली. विनोबांनी भूदान चळवळ हाती घेतली. भूदानाची सुरुवात १९५१ मध्ये नालगौंडा जिल्ह्यातील पोचपल्ली या गावी झाली.भूदान चळवळीद्वारे ८० लक्ष एकर जमीन भूमिहीनांसाठी मिळवून दिली. ग्रामरान व ग्रामराज्य या संकल्पनेवर भर

दिला. या चळवळीकरिता त्यांना जयप्रकाश नारायण यांसारखे तत्त्वनिष्ठ अनुयायी लाभले. विनोबांनी मध्य प्रदेशातील चंबळ खोऱ्यातील दरोडेखोरांचे हदयपरिर्वतन घडवून आणले. त्यांना हिंसेच्या मार्गापासून परावृत्त केले.वर्धा येथे आश्रमाची स्थापना केली. गांधीजींच्या संमेलनात 'सर्वोदय समाज' याची स्थापना केली. भूदान चळवळीचे प्रणेते, सत्याग्रहातील पहिले सत्याग्रही, भगवद्‌गीतेचे ' गीताई' हे समश्लोकी भाषांतर केले. 'महाराष्ट्र धर्म' हे मासिक चालविले होते. १९८२ मध्ये प्रायोपवेशन करून त्यांनी आपली इहलोकीची यात्रा संपविली.

आजीवक पंथ : एक धार्मिक पंथ. अशोकाच्या शिलालेखात या आजीवकांचा प्रथम उल्लेख येतो. वराहमिहिराने (इ.स. सुमारे ५५०) बृहज्जातक व लघुजातक या आपल्या ग्रंथात आजीवकांसह सहा प्रकारच्या तापसांचा उल्लेख केला आहे. शीलार्क (इ.स. सुमारे ८७६) नावाच्या जैन टीकाकाराने आजीवकांचा दिगंबर जैन म्हणून उल्लेख केलेला आहे. हलायुधाच्या अभिधानरत्नमाला नामक शब्दकोशात दिगंबर जैन लोकांनाच आजीवक म्हणतात, असे सांगितले आहे. परंतु मुनी कल्याण विजयींच्या मते, आजीव पंथाचे अनुयायी हे दिगंबर जैन पंथाचे नसून, ते भिन्न संप्रदायाचे होते. इ.स. च्या ८ व्या शतकात आजीवकांचा स्वतंत्र संप्रदाय नष्ट झाला व हळूहळू ते शैव व वैष्णव संप्रदायात शिरले, असे काही विद्वान मानतात. (मज्ञाको)

आज्ञापत्र : रामचंद्रपंत अमात्यांचा 'आज्ञापत्र' हा ग्रंथ एक मराठ्यांच्या इतिहासाचे एक अव्वल साधन म्हणून मानला जातो. राजाचे कर्तव्य, प्रधानांची कर्तव्ये, सरकारी कारकुनाची निवड, परदेशी सत्तांशी वागणे, वतनदारांना कसे जागच्या जागी ठेवावे, आरमारात वाढ, सागरी युध्दाची माहिती इ. विषयांसंबंधीची सखोल माहिती यांस आहे. (जससासंभकि)

आझाद चंद्रशेखर : (२३ जुलै १९०६-२७ फेब्रु.१९३१) भारतीय स्वातंत्र्य चळवळीतील एक क्रांतिकारक, १९२५ च्या काकोरी कटात त्यांचा सहभाग, यावेळी चंद्रशेखर फरारी झाले. सशस्त्र क्रांती करण्याच्या उद्देशाने त्यांनी 'हिंदुस्थान रिपब्लिक असोसिएशन' या जुन्या संस्थेचे 'हिंदुस्थान सोशॅलिस्ट रिपब्लिक असोसिएशन' मध्ये रूपांतर केले. ते अत्यंत धाडसी, बेडर होते. जिवंतपणी इंग्रजाच्या हाती न सापडण्याची त्यांची प्रतिज्ञा होती. दिल्लीतील पेढीवरील व पंजाब बँकेवरील दरोडे, सॉंडर्स या पोलिस अधिकाऱ्यावरील हल्ला, कानपूरला चालविलेला गुप्त बॉंबचा कारखाना इ. प्रकरणात चंद्रशेखरांचा पुढाकार, ब्रिटिश सरकारने त्यांना पकडण्यासाठी दहा हजार रुपयांचे बक्षीस ठेवले. अलाहाबादच्या अलफ्रेंड पार्कमध्ये इंग्रजांशी लढताना हौतात्म्य. (मविको)

आझाद मौलाना अबुल कलाम : (१८८८ -१९५८) सुप्रसिद्ध राजकारणी व थोर विद्वान. अकबराच्या वंशराजाची हिंदुविरोधी वृत्ती हिंदुस्थानच्याच नव्हे तर हिंदी मुसलमानांच्या ही नाशास कारणीभूत होणारी आहे हे ठासून सांगणारे पहिले निर्भय देशभक्त. ëअलहिलालî (१९१२) साप्ताहिक काढले. १९२० साली देशबंधू दासांबरोबर कार्य. १ वर्षाची शिक्षा. गांधी तत्त्वज्ञानाचे समर्थक. फेर -नाफेरवादात मध्यस्थाची भूमिका. गांधीजींचे परमभक्त. पंडित जवाहरलाल नेहरूंशी मतभेद. इ. स.१९०७ -०८ लीगच्या प्रचारकांवर चौफर हल्ले. चले जाव आंदोलनात तुरुंगवास. (मचको)

आझाद रेडिओ : (सुमारे १९४२) स्वातंत्र्य आंदोलनात मुंबईमध्ये सरकारी योजनेला समांतर आकाशवाणी केंद्र ëआझाद रेडिओî या नावाने स्थापण्यात आले. उषा मेहता या केंद्राच्या मार्गदर्शक होत्या. नानक मोखानी यांनी या केंद्राला आवश्यक सामग्री पुरवली. (मपई)

आझाद हिंद सेना : भारतीय स्वातंत्र्यलढ्याचे थोर नेते सुभाषचंद्र बोस यांच्या नेतृत्वाखाली देशाच्या स्वातंत्र्य संपादनासाठी सिंगापूर येथे जुलै १९४३ मध्ये उभारण्यात आलेली लष्करी संघटना म्हणजे 'आझाद हिंद

सेना' होय. २ जुलै १९४३ रोजी नेताजी सुभाषचंद्र बोस यांनी रासबिहारी घोष यांच्याकडून भारतीय स्वातंत्र्य संघाची धुरा आपल्या हाती घेतली. ५ जुलै १९४३ रोजी औपचारिकरीत्या आपल्या आधिपत्याखाली आझाद हिंद सेनेची स्थापना केल्याचे घोषित केले. सुभाषबाबू 'नेताजी' म्हणून या सेनेचे सरसेनापती झाले. २१ ऑक्टोबर १९४३ रोजी हंगामी सरकारची स्थापना करण्यात आली. (सिंगापूर) आझाद हिंद सेनेचे ब्रीद वाक्य- विश्वास -एकता - बलिदान हे होते. 'चलो दिल्ली' ही युद्ध घोषणा होती. 'झेप घेणारा वाघ' हे त्यांचे बोधचिन्ह होते. त्यांचा चरख्याचे चित्र असलेला ध्वज होता. 'जयहिंद' हा अभिवादन मंत्र होता. 'सब सुख चैनकी बरखा बरसे, भारत भाग्य है जागा , हे राष्ट्रगीत होते. व्यवहाराची भाषा हिंदी होती. गांधी ब्रिगेड, नेहरू ब्रिगेड आणि आझाद ब्रिगेड अशा तीन तुकड्या होत्या. इंमुळपर्यंत आझाद हिंदसेनेने धडक मारली होती. (भासविकोश)

आझाद, पृथ्वीसिंह (सरदार) : (जन्म -१५ सप्टेंबर १८७२) लहानपण ब्रह्मदेशात गेले. तेथेच क्रांतीची बीजे रुजली. ते अमेरिकेत पोहोचले. गदर चळवळीच्या माध्यमातून ते पुन्हा भारतात दाखल झाले. भारतातील क्रांतिलढ्यात पृथ्वीसिंहांनी अनेक पराक्रम केले. त्यांना अंदमानला पाठविण्यात आले. पुढे त्यांना आंध्र प्रदेशात हलविण्यात आले. त्यांनी रेल्वेतून उडी टाकून पलायन केले. चंद्रशेखर आझादांच्या सल्ल्याने ते शस्त्रे मिळविण्यासाठी रशियाला गेले. भगतसिंग आणि इतर क्रांतिकारकांच्या फाशीला उत्तर म्हणून मुंबईच्या गव्हर्नरला उडविण्याचा प्रयत्नात त्यांनी दुर्गादेवी यांच्याबरोबर हिरिरीने भाग घेतला. पुढे ते अहिंसक मार्गाकडे ओढले गेले.

आटविक : मौर्य काळात जंगल विभागाच्या प्रमुखाला 'आटविक' म्हणतात. मौर्य साम्राज्यात 'आटविक बल' (सेना) असे. (भासंको)

आडगावची लढाई : (१८०३) दुसऱ्या इंग्रज- मराठा युद्धातील नागपूरकर भोसले व इंग्रज यांच्यामधील ही लढाई. २५ डिसेंबर १८०३ रोजी बाळापूरपासून काही मैलांवर असलेल्या आडगाव या ठिकाणी झाली. या लढाईत इंग्रजांना विजय मिळाला. आडगावच्या लढाईनंतर देवगावचा तह झाला.

आणीबाणी कायदा : इंदिरा गांधींनी १९७५ मध्ये २५-२६ जूनला आणीबाणी जाहीर केली. राष्ट्रपती फखरुद्दीन अहमद यांनी आणीबाणी घोषित केली. देशाची सुरक्षा धोक्यात आली आहे, अंतर्गत बंडाळी इ. कारणांवरून आणीबाणी घोषित केली. संसदेने आणीबाणीचा कायदा ३३६ विरुध्द ५९ या मतधिक्क्याने मंजूर केला. (इसंशा)

आत्मा चौकेकर : पाहा - चौकेकर आत्मा

आत्माराम महाराज एक्केहळीकर : हे समर्थांपासून (कल्याण, शिवराम, रामचंद्र, आत्माराम) पाचव्या पिढीचे शिष्य होत. यांनी ' श्रीदास विश्रामधाम' नावाचा १६,३०२ ओव्यांचा प्रचंड समर्थचरित्र ग्रंथ निर्माण केला. (१७०० ते १७३८) या प्रचंड ग्रंथाला रामदासी सांप्रदायाचा विश्वकोश असे गौरविले गेले आहे. (भामचको)

आत्माराम स्वामी : (१६००- १६५६) देशस्थ ऋग्वेदी ब्राह्मण. आडनाव शिंदखेडकर. महाराष्ट्रात चाळीसगाव येथे वास्तव्य. शिरपूर येथे मठस्थापना. आपल्या अलौकिक संघटना कौशल्याने हिंदू- मुसलमानांत ऐक्याची भावना निर्माण केली व औरंगजेबाला अल्ला व ईश्वर हे एक आहेत, असे सिद्ध करून दाखविले. असे म्हणतात की हजारो हिंदूंना याने इस्लामच्या तावडीतून वाचवून स्वधर्मात राखले. 'आत्मबोध', 'चतुर्दश शकावली',

'परज्ञानसागर', 'महार्णवचित्प्रकाश', 'नीलांबरशास्त्र' इ. ग्रंथांची रचना. (मकच)

आत्मीय सभा (पाहा- ब्राह्मो समाज) : संस्थापक राजा राममोहन रॉय (१८२८). भारतात धार्मिक-सामाजिक सुधारणा घडवून आणणे हा हेतू. केशवचंद्र सेन यांनी सामाजिक सुधारणांवर भर दिला. महाराष्ट्रात प्रार्थना समाजाच्या रूपाने अस्तित्वात.

आदाब - इ- आलमगिरी : (आलमगिराचा कारभार) (१७०३-०४) : हा पत्रसंग्रह १७०३ मध्ये तयार झाला. पत्रांच्या तारखा यात नाहीत. औरंगजेब दख्खनचा सुभेदार झाला तेव्हापासूनची इ.स. १६५२ मधील पत्रे आहेत, १६५६ मुघलांचे आक्रमण, १६५७ आदिलशाहीवर आक्रमण, इ. स. १६५७ मध्ये मुघल-साम्राज्यातील जुन्नर व अहमदनगर स्वारी अशा विषयांची ४० पत्रे या संग्रहात आहेत. (मसाआइ)

आदिग्रंथ : शिखांचा पवित्र ग्रंथ. याला ग्रंथसाहिब असेही म्हणतात. शिखाचा पाचवा गुरू अर्जुनसिंह याने गुरूनानक व इतर अनेक भगत व शेख यांच्या लेखनाचे संकलन करून जो ग्रंथ तयार केला, तो आदिग्रंथाचा पहिला भाग. दुसऱ्या भागाला दसम पादशाही किंवा दसम ग्रंथ म्हणतात. दसम पादशाहा म्हणजे गुरूगोविंदसिंह हा होय. बहुसंख्य शीख लोक पहिला भाग प्रमाण मानतात. हल्लीच्या स्वरूपात असलेला आदिग्रंथ अर्जुनसिंह याने इ. स. १५८१ - १६०६ या काळात तयार केला. त्यात तेग बहादुराची काही पदे व गुरूगोविंदसिंहाचा एक दोहा एवढ्या साहित्याची नंतर भर घालण्यात आली. (मशको, हिंविको)

आदित्य १ ला (इ. स. ८७१ - ९०७) **:** विजयालयानंतर त्याचा थोरला मुलगा पहिला आदित्य गादीवर आला. हा चोलवंशातील राजा होता. आदित्याने पल्लव - पांड्य यांच्या संघर्षात पल्लवांना मदत केली व पांड्यांचा पराभव घडवून आणला. ८९१ मध्ये पल्लव राजा अपराजित याचा पराभव केला. कोंगू प्रदेश आपल्या राज्याला जोडला. तो शिवभक्त असल्याने त्याने शिवाची अनेक मंदिरे बांधली. (भासंको)

आदित्य चोळ : (८००- ९०७) हा विजयालय चोलराजाचा पुत्र याने पुष्कळ प्रान्त काबीज केले. आपली सरहद्द राष्ट्रकूटांशी भिडवली. हा फार धार्मिक होता. याच्या मृत्यूनंतर दहनाच्या जागी देऊळ बांधून लोक त्याची पूजा करीत होते. (भामचको)

आदित्य यादव : (१४६१) त्रावणकोर येथे राज्य करणारा यदुवंशातील राजा. हा मोठा गुणी राजा होता. याने आपल्या पराक्रमाने केरळ विभूषित केले. (भामचको)

आदित्यसेन गुप्त : (६५५-६९०) कुमारगुप्तानंतर जे ११ राजे झाले ज्यात हा विशेष प्रख्यात आहे. याने पुनः एकवार स्वतंत्र राज्य स्थापून अश्वमेध यज्ञ केला. याच्या वडिलांचे नाव 'माधवगुप्त' होते व पत्नी 'कोणदेवी' होती. (भामचको)

आदिब्राह्मोसमाज : बंगालमधील एक धर्मपंथ. श्री. देवेंद्रनाथ ठाकूर हे प्रथम ब्राह्मोसमाजाचे अध्वर्यू. त्यांचे व केशवचंद्र सेन यांचे मतभेद झाल्याने श्री. ठाकुरांच्या अनुयायांनी जो ब्राह्मोसमाज चालविला तो आदिब्राह्मोसमाज या नावाने ओळखला जाऊ लागला. (बीआरजे)

आदिलखान फारुकी (पहिला) **:** (१४५७ - १५०३) हा मुबारकखानाचा मुलगा होय. (खानदेशातील फारुकी राजापैकी) याने ४६ वर्षांच्या राजवटीत आपले राज्य भरभराटीस आणले. गोंडवन व गढामंडळ येथील राजांना मांडलिक बनवून भिल्ल, कोळी, यांच्या वाटमाऱ्यांचा बंदोबस्त केला. बऱ्हाणपुरात अनेक राजवाडे बांधले. व शाह-इ-झरकुंड (जंगली शहा) ही पदवी घेतली.

आदिलखान फारुकी (तिसरा) **:** (१५११ - १५२०) खानदेशातील फारुकी राजांपैकी दाऊदखानाचा मुलगा. हा व याचा भाऊ आलम यांच्यात भांडणे सुरू झाली. गुजरातच्या मुहंमद बेगड्याने मदत करून याला गादीवर बसवले. राज्यात स्वतःच्या विरुद्ध अनेक कट झाले असता व गुजरातच्या राजानेही त्रास दिला असता याने सत्ता बळकट केली. (भामचको)

आदिलशाही : (१४८२) दक्षिण हिंदुस्थानातील बहामनी साम्राज्याची पाच शकले पडली. त्यातील एक बलाढ्य राज्य म्हणजे विजापूरची आदिलशाही. आदिलशाहीची स्थापना अबुल मुज्फर युसूफ आदिलखान याने १४८२ मध्ये केली. आदिलशाहीचा कालखंड १४८९ ते १६८६ यात आदिलखान, इस्माइल, इब्राहिम, महंमदशहा, अली आदिलशहा इ.महत्त्वाचे बादशाहा होऊन गेले. (भासंको)

आदिवासी : नागर संस्कृतीपासून दूर राहिलेले मूळचे रहिवासी. आर्य व द्रविड हे भारतातील दोन मोठे मानवसमाज सोडून त्यांच्याही पूर्वी भारतात राहणाऱ्या किंवा बाहेरच्या देशातून येऊन, वने व पर्वत यांच्या आश्रयाने स्थायिक झालेल्या जमातींना वन्य जाती किंवा आदिवासी असे म्हणतात. सर्व देशांत वन्य जमाती आढळतात. भारतात प्राचीन काळी प्रोटो- ऑस्ट्रलाईड, मँगोलाईड व नेग्रिटो हे भिन्न वंश राहात होते. या वंशांपासून आदिवासींची उत्पत्ती झाली असली पाहिजे, हे मत आता दृढ झाले आहे. आदिवासी हे भारतातील आद्य वसाहतकार मानले जातात. द्रविड, इंडो- आर्यन व मंगोलियनांपुढे आदिवासींचा टिकाव लागला नाही. त्यांचे पोटजातीत विभाजन झालेले आहे, ते पोटजातीतच विवाह करतात. त्यांच्या विशेष काही चालीरीती आहेत. (भासंको)

आद्यगौड ब्राह्मण : गझनीच्या मुहमदाने केलेल्या आक्रमणाच्या वेळी हे कान्यकुब्ज प्रदेशातून इ.स. १०१७ मध्ये दक्षिण कोकणातल्या कुडाळ प्रांतात आले. यांचा मूळ पुरुष सामंत प्रभू नावाचा होता व तो कान्यकुब्जच्या राजाचा मांडलिक होता. कदंब राजाच्या आश्रयाने यांनी कुडाळ प्रातांत आपली वसाहत केली. यादवांच्या राजवटीत यांच्या एका पूर्वजाने सावंतवाडी भागावर राजसत्ताही उपभोगिली होती. हे मूळचे गौड व शुक्ल यजुर्वेदी, परंतु क्षात्रवृत्ती स्वीकारल्यामुळे शाखा लोप पावलेली आहे. (ब्राभिवि)

आनंद ए. एस. : आनंद ए.एस. हे भारताचे सरन्यायाधीश होते. १९९८-२००१ या काळात त्यांनी सर्वोच्च न्यायालयाच्या सरन्यायाधीशपदाची जबाबदारी सांभाळली.

आनंद सभा : जामनगर येथील मुक्ताश्रमी आनंददेव नामक एका ब्राह्मण साधूने या सभेची स्थापना केली. अनुयायी यालाच आपला गुरू मानतात. याने रचलेले रामायण, आनंदविलास वगैरे ग्रंथ सभेंचे पूज्य ग्रंथ होत. रामोपासनेचा प्रचार, कलाकौशल्याची वृध्दी व सामाजिक सुधारणा हे या सभेचे उद्देश आहेत. (मज्ञाको)

आनंदपाल : शाही घराण्यातील एक स्वाभिमानी. शूर, साहसी राजा. गझनीच्या महम्मदाला १००५-०६ जाण्यास मध्ये मुलतानला जाण्यास शाही राज्यातून मार्ग हवा होता; पण शूर आनंदपालने तो देण्याचे नाकारले. त्याने उत्तर भारतातील राजांची सैन्ये मागवली. पेशावरजवळ दोघांची लढाई झाली. आनंदपाल शौर्याने लढला, पण त्याचा पराभव झाला. पुढे अहिंदजवळही प्रारंभी विजयी होऊनही अंतिम क्षणी आनंदपालचा पराभव झाला. आनंदपालाचा पुत्र ब्रह्मपाल ह्यानेही सुलतानाचा चांगलाच प्रतिकार केला, पण शेवटी आनंदपालने सुलतान महम्मदाशी तह केला. (भासंको)

आनंदपूर : शीख लोकांचे पंजाबमधील एक तीर्थक्षेत्र. शिखांचा नववा गुरू तेगबहादूर याने इ.स. च्या १७ व्या शतकात शिवालिक टेकड्यांच्या उतरणीवर अंबाल्यापासून ८५ मैल अंतरावर हे गाव वसविले. गुरू

तेगबहादूर व गुरू गोविंदसिंग यांच्या वास्तव्यामुळे याला क्षेत्रमाहात्म्य आले. केशगढ हा येथील सर्वांत भव्य गुरुद्वारा होय. खालसा पंथाच्या चार तख्तांपैकी एक इथे आहे. गुरू गोविंदसिंगाने आपल्या पाच शिष्यांना आत्मत्यागाची शिकवण दिली ती इथेच. 'गुरू का महाल' गुरू तेग बहादूर (त्याच्या मस्तकाच्या दहनाची जागा) डमडम साहिब, आनंदगढ अशी अनेक पवित्र स्थळे या गावात आहेत. (इल्युस्ट्रेटेड विकली ऑफ इंडिया २९ नोव्हेंबर १९५३)

आनंदरंग तिरुवेंगड पिल्ले : (१७०९-१७६१) पिल्ले हा विख्यात दुभाष्या होता, तसेच त्याने स्वतःच्या व फ्रेंचांच्या व्यापाराची भरभराट केली. त्यामुळे त्याचे फ्रेंच दरबारी वजन वाढले. एम ड्यु मॉस या फ्रेंच गव्हर्नरने याला आपल्या दरबारी मुख्य सल्लामसलतकार नेमून चीफ दुभाष्याची जागा दिली. याच्या मृत्यूनंतर एक शतकानंतर याने लिहिलेल्या रोजनिशीचा शोध लागला. अठराव्या शतकातील हिंदुस्तानातील घडामोडी समजण्यास याची डायरी अत्यंत उपयुक्त आहे व ऐतिहासिकदृष्ट्या महत्त्वाची आहे. (भामचको)

आनंदराव धुळुप : (१७६४-१७९५) शिवाजीमहाराजांनी जावळीच्या ज्या मोरे घराण्याची धूळधाण उडवली तेच आनंदराव धुळूप यांचे मूळ घराणे होय. हा दर्यायुद्धात अत्यंत वाकबगार होता. १७७४ साली पेशव्यांनी रघुजी आंग्रेबरोबर यास मुंबई शहर लुटण्याचा हुकूम दिला होता. १७८३ साली याने इंग्रजांची एक लढाऊ जहाज, पाच गलबतांचा सरंजाम दारूगोळ्यांसह पाडाव करून मोठा विजय मिळविला. (भामचको)

आनंदराव फाकडे : पेशवाईतील साडेतीन फाकड्यांमधील एक मानाजी फाकडे याचा हा दत्तक पुत्र. हा दौलतरावाच्या देवडीवरील पहाऱ्याचा अंमलदार होता. याने दौलतरावाच्या सांगण्यावरून सर्जेराव घाटग्याचा खून केला व दौलतरावाने बरीच रक्कम देऊन याला शिंदेशाही सोडून बडोद्यास पळून जायला भाग पाडले.(भामचको)

आनंदराव यशवंतराव चंदावरकर : (१८१८) दुसऱ्या बाजीरावाचा वकील. बाजीरावास जेव्हा धुळकोट येथे सर्व बाजूंनी घेरले होते, तेव्हा त्याने आनंदराव यास इंग्रज अधिकारी माल्कम याच्याकडे भेटावयास पाठवले होते. (भामचको)

आनंदराव रास्ते : (मृत्यू १७९९) यांच्या एका पूर्वजाची सचोटी पाहून त्याचे पूर्वीचे 'रसदे' हे पद मोडून 'रास्ते' म्हणजे वाजणारे हे नाव दिल्यापासून हे घराणे प्रसिद्धीस आले. नानासाहेब पेशव्यांची स्त्री गोपिकाबाई ही त्याची सख्खी बहीण होती. याने स्वतःच्या कर्तबगारीने पेशव्यांची मर्जी संपादन केली. पुण्यातील रास्ता पेठ यानेच वसविली.हा बारभाईस अनुकूल होता. याने अनेक लोकोपयोगी कामे केली. (भामचको)

आनंदराव सुमंत : (१७०८ सुमंतपदाची प्राप्ती) यांचे संपूर्ण नाव आनंदराव रघुनाथ भोपळे असे असून याला औरंगाबादकर असेही म्हणत. याने थोरले शाहू महाराज यांना गादीवर आणण्यास मदत केल्याने शाहूने त्यास सुमंत पद दिले (१७०८). हा शाहूकडील बरीच कारस्थाने चालवित होता. हा शाहूतर्फे निजामाजवळ राहत होता. (भामचको)

आनंदसभा : जामनगर येथील आनंददेव नावाच्या ब्राम्हण साधूने ही सभा स्थापिली. त्यांनी रचलेले रामायण, आनंदविलास वगैरे ग्रंथ या सभेस पूज्य वाटतात. (सुविको)

आनंदा चार्लू : (मृत्यू-१९०८) हिंदी राष्ट्रीय सभेच्या संस्थापकांपैकी एक. १८९१ मध्ये नागपूर येथे भरलेल्या राष्ट्रीय सभेच्या अधिवेशनाचे हे अध्यक्ष होते. (सुविको)

आनंदीबाई पेशवे : (१७५५-१७९४) राघोबादादा ऊर्फ रघुनाथराव पेशव्यांची दुसरी पत्नी. ही मराठ्यांच्या इतिहासात कारस्थानी स्त्री म्हणून प्रसिद्ध आहे. नारायणरावाचा वध 'ध चा म' करून हिनेच केला असा आरोप केला जातो. ही मोठी धूर्त व सावध होती. तथापि जन्मभर वनवास, भटकंती, तुरुंवास लाभला. ती ओक घराण्यातील होती. हिला दुसरा बाजीराव व चिमाजी आप्पा ही दोन मुले व एक मुलगी होती. दुसऱ्या बाजीरावास पेशवाई प्राप्त होईपर्यंत हिला स्वातंत्र्य मिळाले नाही. (भामचको)

आनंदीबाई भोसले : (१७८६-१८२२) ही दुसऱ्या शाहूची चौथी बायको असून शिर्के यांची कन्या होती. नवऱ्याच्या पश्चात प्रतापसिंह लहान असताना साताऱ्याचा कारभार हिने दक्षतेने चालवला. ही राजकारणात मोठी चतुर तसेच, शूर, धाडसी व व्यवहारचतुर होती. हिला प्रतापसिंह, रामचंद्र व शहाजी हे तीन पुत्र झाले. आनंदीबाईची एल्फिन्स्टननेही प्रशंसा केली आहे. (भामचको)

आनर्त : भारतातला एक प्राचीन देश. याचे दक्षिण व उत्तर असे भाग होते. शर्यातीचा पुत्र आनर्त याच्या नावावरून हा देश प्रसिद्धीस आला. महाभारत, भागवत, बृहत्संहिता या ग्रंथातून याचे उल्लेख आढळतात. अर्जुनाने एका प्रसंगी या देशातील आनर्तांना जिंकले होते. हल्लीचे वडनगर (गुजरात) याला पूर्वी आनर्तपूर म्हणत व तीच त्या राज्याची राजधानी होती. रुद्रद्रामनचे शिलालेख व महाभारत यावरून द्वारकेच्या आसपासचा प्रदेश तोच आनर्त देश होय. (इ.स. १५० चा गिरनार येथील शिलालेख) हा प्रदेश महाक्षत्रप रुद्रद्रामन याने जिंकून घेतला व तेथे आपले राज्य स्थापन केले. (भासंको)

आनेगुंदी : कर्नाटकात हंपीजवळ तुंगभद्रा नदीच्या उत्तर तीरावरील एक मध्ययुगीन नगर. वालीची किष्किंधा नगरी इथेच होती, असे सांगतात. तटबंदी मजबूत होती. हरिहर व बुक्क यांनी या शहरास महत्त्व आणले. इ.स. १३३४ मध्ये सुलतान मुहमदाने हे शहर काबीज करून तिथे आपला कारभारी नेमला. हरिहर व बुक्क यांनी विजयनगर वसविल्यामुळे आनेगुंदीचे महत्त्व कमी झाले. (सुविको)

आन्तर्वंशिक : मौर्य काळात राजाच्या शरीररक्षक चमूचा हा अध्यक्ष असे. राजाच्या सुरक्षिततेसाठी अंतःपुरातसुध्दा हा विभाग तत्पर असे. (भासंको)

आपटे दत्तात्रय विष्णु : (१८८०-१९४३) एक इतिहाससंशोधक व ज्योतिर्विद, वंगभंगाच्या चळवळीत सहभाग. मुंबईस संपादक वर्गात पुण्यामध्ये 'चित्रमयजगत' शाळापत्रक या मासिकांचे संपादक, शिवचारित्रप्रदीप शिवचरित्र, शकावली निबंधावली, श्रीरंगपट्टणची मोहीम, घोरपडे घराण्याचा इतिहास हे यांचे ग्रंथ. भारत सेवक समाजामध्ये राजवाड्यांबरोबर काम. लोकमान्यांचे सहकारी. संशोधन कार्यातील सर्वमान्य अधिकारी, इ. स. १९१९ पासून आमरण इतिहास संशोधन केले. सर्व ठिकाणाहून आणलेले कागदपत्र, ताम्रपट, पोथ्या, पंचागे मंडळांच्या संग्रहात ठेवीत. त्यांचा संग्रह आहे. शिवकालीन, पेशवेकालीन, आंग्लाईतील कागदपत्रे यात आहेत व नक्कल केलेली प्रत अशा सिद्ध स्वरूपात आहे. (सुविको)

आपटे महादेव चिमणाजी : (१८४५-१८९४) आनंदाश्रम पुणे संस्थापक. 'आनंदाश्रम' ही संस्कृत ग्रंथांच्या जीर्णोद्धारार्थ काढलेली संस्था यांनीच स्थापन केली. (सुविको)

आपटे वामन शिवराम : (१८५८-१८९२) इ.स. १८८१ पासून केसरी व मराठा ही पत्रे चालू केली. ती पत्रे आणि 'न्यू इंग्लिश स्कूल' चालविण्याच्या कामी ते झटू लागले. (सुविको)

आपा बळवंत उर्फ कृष्णराव बळवंत मेहेंदळे : (१७४८- १७९८) हा पानिपतवर पडलेल्या बळवंतरावाचा पुत्र असून सुरुवातीस राघोबादादाच्या बाजूस होता. परंतु नंतर तो हरिपंत फडक्यांना मिळाला. याने नेमाड तालुक्यात उपद्रव देणारा गोविंदराव गायकवाड, टिपू यांच्याशी लढाया केल्या. पुढे दुसऱ्या बाजीरावाने याला अटक करून द्रव्य लुबाडण्यास सुरुवात केल्यावर मराठी राज्यातील चाळीस वर्षांच्या घडामोडी पाहिलेल्या या पुरुषाने आत्महत्या केली. (भामचको)

आपाजी राम : हैदर अलीचा वकील. हा पुण्यात राघोबादादांच्या मसलतीत राहून हैदर अलीसाठी काम करत होता. त्याने हैदरला पुण्याहून पत्र पाठवून हल्ल्याची सूचना दिली. त्याच्या सूचनेप्रमाणे हैदरने विलंब न करता शिरे, मदगिरी, चेनरायदुर्ग, होस - कोटे, बाळापूर वगैरे तालुके काबीज केले. (भामचको)

आप्पा देसाई निपाणकर : मराठेशाहीतील एक सरदार, इ.स. १८०० साली दौलतराव शिंद्याने देसायाच्या हाताखाली आपली पलटण देऊन परशुरामभाऊ पटवर्धनांची जहागीर काबीज करण्यासाठी रवाना केले. आप्पा देसाई हा बाजीरावाच्या पक्षाशी संबंध ठेवून होता. (सुविको)

आफ्रो-आशियाई परिषद : इंडोनेशियातील बांडुंग येथे दि. १६ ते २४ एप्रिल १९५५ दरम्यान भरलेली आफ्रिका आणि आशिया खंडातील स्वतंत्र राष्ट्रांची पहिली औपचारिक परिषद हीच बांडुंग परिषद म्हणून ओळखण्यात येते. भारतासह २९ राष्ट्रांनी या परिषदेत भाग घेतला. भारताने पुरस्कारलेल्या पंचशील त्याचप्रमाणे सहजीवन व निःशस्त्रीकरण या तत्त्वांचा स्वीकार करण्यात आला. (भामविको)

आबाजी विश्वनाथ प्रभु : (१६३१-१६९४) बाजी पासलकरांचा सहकारी. १६४९ मध्ये शिवाजीमहाराजांचा सरदार बनला. चंद्रराव मोरेंनी यावर जय मिळवून जावळी काबीज केली. रोहिडा किल्ला घेताना बाजीप्रभूचा पराभव केला व बाजीप्रभूचे मन वळवून त्यास स्वराज्यात आणले. संभाजी व राजारामाच्या काळात मोगलांशी शौर्याने लढला. १६९४ मध्ये औरंगजेबाने तोरण्याला वेढा घातला असता हौतात्म्य. (भामचको)

आभीर राजे : पुराणात भविष्यकालीन राजवंश सांगताना आंध्रानंतर दहा आभीर राजांचा निर्देश आहे. इ.स. २२५ नंतर पुढे ६७ वर्षांत हे दहा आभीर राजे होऊन गेले असावेत. त्यांची नावे स्पष्टपणे आढळत नाहीत. आभीर यांनी ईश्वरदत्त क्षत्रपांचा पराभव करून पश्चिम भारतावर आपली सत्ता स्थापली. इ.स. २५० च्या सुमारास महाराष्ट्रात आभीर राजा ईश्वरसेन याने आपली सत्ता इ.स. ४१९ मध्ये खानदेशावर होती, असे नाशिकच्या शिलालेखात म्हटले आहे. इ.स. च्या ८ व्या शतकात मध्यप्रांताच्या पूर्वेकडील भागावरही आभीरवंशाची राजवट होती असे दिसते. अहीर हे आभीर शब्दाचे अपभ्रष्ट रूप होय. इ.स. च्या ८ व्या शतकात काठी लोक गुजरातेत आले तेव्हा तिथे सर्वत्र आभीरांचे राज्य होते, असे इतिहास सांगतो. हेमचंद्राच्या द्व्याश्रय काव्यात, जुनागडाजवळच्या वनथली येथे राज्य करणारा चूडासमा गृहरिपू हा राजा आभीर होता असे म्हटले आहे. हस्तिनापुरावरही अहीर वंशाने राज्य केले आहे. भारत इतिहास या पुस्तकात अहीर वंशातल्या सोळा राजांनी २२७ वर्षे राज्य केले, असे म्हटले आहे. अहिर राजांविषयी अनेक दंतकथा प्रचलित आहे. तात्पर्य, आभीर किंवा अहीर नावाचा एक बलाढ्य राजवंश इ.स. च्या पहिल्या पाच शतकांत भारतात नांदत होता. (मचको)

आम्री : दक्षिण सिंधमधील आम्री येथे हडप्पापूर्व संस्कृतीचे आणि संक्रमण काळातले अवशेष सापडले आहेत. त्यात बरीच विविधता आढळते. निरनिराळ्या कालखंडातील घरे आणि भिन्न प्रकारची भांडी सापडली आहेत. (भासंको)

आयर्विन, लॉर्ड एडवर्ड फ्रेड्रिक लिंडले वुड : १९२५ ते १९३१ या काळातील भारताचा गव्हर्नर जनरल. ऑक्टोबर १९२५ मध्ये लॉर्ड रीडिंगनंतर १९२६ मध्ये आयर्विन भारतात आला. त्यावेळी हिंदू-मुसलमान दंगली चालू होत्या. माँटफर्ड सुधारणेनंतर लोकांतील असंतोष कमी करण्यासाठी आयर्विनने हिंदुस्थानला वसाहतीचे स्वराज्य देण्याचा ब्रिटिश पार्लमेंटचा हेतू ३० ऑक्टोबर १९२९ रोजी जाहीर केला. सायमन आयोगाचा अहवाल प्रसिद्ध झाल्यानंतर लंडन येथे सर्वपक्षीय हिंदी प्रतिनिधींची गोलमेज परिषद बोलाविली जाईल, असेही त्याने जाहीर केले. सर तेजबहादूर सप्रू व बॅरिस्टर जयकर यांच्या मध्यस्थीने गांधी –आयर्विन भेट होऊन ५ मार्च १९३१ रोजी गांधी –आयर्विन करार झाला. त्यानुसार गांधींनी सविनय कायदेभंगाची चळवळ मागे घेतली आणि सरकारने राजकीय कैद्यांची सुटका केली. त्याच्या कारकिर्दीत शेतीविषयक आणि सामाजिक सुधारणा झाल्या. १९२६ मध्ये स्त्रियांना मतदानाचा हक्क मिळाला. १९२८ च्या शेतकी आयोगात आयर्विनचे सहकार्य शारदा (सारडा) कायद्यास संमती. (मविको)

आयर्विन वुइल्यम : हा बंगाल प्रान्तात नोकरीस होता. यास फार्सीची विशेष आवड व हिंदी लोकांबद्दल सहानुभूती होती. याने मोगलशाहीचे अनेक कागद व बखरी जमवल्या. १७०७ – १७६५ पर्यंतचा मोगल इतिहास 'लेटर मोगल' या ग्रंथात लिहिला. सन १७१२–२० पर्यंतच्या इतिहासाच्या याने केलेल्या लिखाणावरून याच्या मृत्यूनंतर यदुनाथ सरकार यांनी ग्रंथ लिहिला. (भामचको)

आयुर्वेदशास्त्र : भारतीय वैद्यकशास्त्राला आयुर्वेद म्हणतात. निरोगी आयुष्य वाढविणारे शास्त्र म्हणून त्याचा लौकिक वैद्यक शास्त्राचा संबंध सुरुवातीला जादूटोणा, मंत्रामंत्र, जारणमारण, वशीकरण इ. अंधश्रध्देच्या गोष्टीशी जोडण्यात आला होता. मोर्योत्तर काळात चरक, सुश्रुत, वाग्भट हे भारतीय वैद्यकशास्त्राचे अध्वर्यु म्हणून त्याचा शास्त्रशुद्ध अभ्यास केला गेला. प्राचीन काळात पशुचिकित्साशास्त्र प्रगत मानले जात होते. (इलेशा)

आरमार मराठ्यांचे : शिवाजी महाराजांना आरमाराचे फार महत्त्व वाटत होते. आरमार म्हणजे स्वतंत्र एक राज्यांगच आहे. ज्या जवळ आरमार त्याचा समुद्र. याकरिता आरमार आवश्यक करावे, आरमार कसे सज्ज करावे, अधिकारी कसे असावेत, त्यांची कामे कोणती, शत्रूचा बंदाबेस्त कसा करावा, आरमाराची छावणी कशी असावी, इत्यादी माहिती आज्ञापत्रकात आहे. गुराबा, तरांडी, तारवे, गलबते, शिबाडे, गुराबा, पगार अशा जातीची जहाजे शिवाजीमहाराजांकडे होती. दर्या सारंग व मायनाक असे दोन आरमाराचे सुभेदार होते. शिद्दी लोकांशी संबंध आल्यामुळे शिवाजीराजांना आरामाची निकड भासली. बोटी बांधणे, त्यांची डागडुजी करणे, व्यवस्था राखणे, अधिकारी नेमणे यावर सरकारातून बराच खर्च होत होता. आरमारांचे अधिकाऱ्यांचे पगार लष्करी अधिकाऱ्याप्रमाणेच होते. रामचंद्र पंत अमात्य यांच्या 'आज्ञापत्रांत' शेवटचे ९ वे प्रकरण आरमारावर आहे. (शिम)

आरवीपुरम् चळवळ : १९ व्या शतकाच्या उत्तरार्धात व २० व्या शतकाच्या पूर्वार्धात अस्पृश्यताविरोधी ज्या चळवळी झाल्या, त्यातील एक चळवळ म्हणजे आरवीपुरम् चळवळ होय. ही चळवळ श्री. नारायण गुरू यांनी केरळ येथे १८१८ साली सुरू केली. हिंदू संरचनेचा आधार जातिव्यवस्था नाही, अशी भूमिका घेऊन हिंदू धर्म सुधारणा घडविण्यासाठी त्यांनी प्रयत्न केले. (इलेशा)

आर्क्टिक होम इन दी वेदाज : (आर्यांचे मूळ वसतिस्थान) हा प्रबंध लो. टिळकांच्या प्रतिभाविलासाचा निदर्शक मानता येईल. इ. स. १८९८ साली टिळक यांना येरवड्याच्या तुरुंगात असताना प्रो. मॅक्सम्यूलर यांनी ऋग्वेदाची एक प्रत पाठविली. १९०३ साली आर्क्टिक होम इन दी वेदाज हा प्रबंध प्रकाशित झाला. आर्यांचे मूळ वसतिस्थान उत्तर ध्रुवाच्या प्रदेशातच असले पाहिजे, असे त्यांनी मत मांडले. (भासंको)

आर्थिक नियोजन (भारत) : आर्थिक विकासाचा मार्ग आपल्या देशाला अनुकूल व उपयुक्त ठरेल अशा पध्दतीने स्वतःच आचरणात आणायचा, असा भारताने निर्णय घेतला. राजकारणात भारताने अलिप्ततेची भूमिका घेतली. त्याला मिळतीजुळती आणि पोषक ठरेल अशी मिश्र अर्थव्यवस्थेची भूमिका अर्थकारणातही घेतली. देशापुढील समस्या सोडविण्यासाठी आर्थिक नियोजनाची गरज असते. म्हणून भारत स्वतंत्र झाल्यानंतर पंचवार्षिक योजना अमलात आल्या. त्यामध्ये आर्थिक नियोजन केले गेले. (भासविको)

आर्थिक विचारांचा इतिहास भारत : मुंबई व कोलकाता विद्यापीठांच्या स्थापनेनंतर या पिढीतील विद्यार्थ्यांमध्ये इंग्रजांची अर्थव्यवस्था आणि त्या अर्थव्यवस्थेचा भारतीय जनतेच्या आर्थिक जीवनावर होणारा परिणाम यांचा विचार सुरू झाला. आधुनिक विचारवंतांमध्ये राजा राममोहन रॉय, दादाभाई नौरोजी, रमेशचंद्र दत्त, न्यायमूर्ती महादेव गोविंद रानडे, लोकमान्य बाळ गंगाधर टिळक, गोपाळ कृष्ण गोखले यांचा समावेश होतो. त्यांनी भारतातील दारिद्र्याची कारणमीमांसा याकडे व ब्रिटिशांनी केलेले भारतीयांचे शोषण याकडे लक्ष वेधून शासनाने ही दुरवस्था दूर करण्यासाठी प्रयत्न केले पाहिजेत, अशी भूमिका ठामपणे मांडली. (भासविको)

आर्थिक व्यवहार शिवकालीन : शिवाजीमहाराजांच्या प्रदेशात मुघल, पोर्तुगीज, इंग्रज या सत्तांची नाणी प्रसारात होती. राजाला प्रतिवर्षी खंडणी देऊन नाण्यांच्या भावातील फरक ठेवण्यासाठी सराफ मंडळी दडपण आणीत. शिवकालीन महाराष्ट्रातील चलन व्यवहारावर नाणेबाजारातील चढ–उताराचा बरा–वाईट परिणाम होत असे. विनिमयाचे दर ठरविताना, नाण्याचे अंतर्गत मूल्य प्रमाणभूत मानले जात होते. ठराविक मुदतीसाठी अटी घालून खाजगी टाकसाळींना परवानगी देत असत. शिवकालात होन व शिवराई ही प्रमुख नाणी होती. सुवर्ण, रूपे या धातूंची नाणी चलनात होती. सुवर्णनाणी विविध प्रकारांची होती. (शिम)

आर्य : सुमारे तीन सहस्र वर्षांपूर्वीपासून भारतात वास्तव्य करणारा एक सुसंस्कृत समाज. या समाजातील ऋषींनी, ऋग्वेदी वैदिक साहित्याची रचना केली. या साहित्यात आर्यांच्या सामाजिक, धार्मिक व राजकीय जीवनाची माहिती मिळते. हे लोक इंद्र, अग्नी, रुद्र, मरुत इत्यादी देवतांची उपासना करीत होते. यज्ञयाग हा त्यांचा मुख्य धर्म होता. वैदिक आर्यांचे मूळ वसतिस्थान भारतात होते की, भारताच्या बाहेरून ते आले याविषयी विद्वानांत मतभेद आहेत. आर्य हा शब्द जातीवाचक नसून गुणवाचक असावा असे आता मानले गेले आहे. (भासंको)

आर्य समाज: एकोणिसाव्या शतकाच्या उत्तरार्धात भारतात ज्या विचार प्रबोधनाच्या चळवळी झाल्या, त्यातून अनेक धार्मिक, सांस्कृतिक, सामाजिक, राजकीय संस्थांचा उदय झाला. त्यात ब्राह्मो समाज, प्रार्थना समाज आणि आर्य समाज यांचा समावेश होतो. आर्य समाजाची स्थापना स्वामी दयानंद सरस्वती यांनी इ.स. १८७५ मध्ये मुंबई येथे केली. आर्यसमाजाचा प्रचार महाराष्ट्र आणि पंजाब प्रांतात झाला. पंजाबमध्ये लाला हंसराय, स्वामी श्रध्दानंद आणि लाला लजपतराय या थोर व्यक्तींनी आर्य समाजाचा विचार प्रसृत केला. वेदांकडे चला हा संदेश दिला. आर्यसमाज वेदालाच ईश्वर मानतो. विद्यालयात वेदांवर आधारित शिक्षण देण्यात यावे, असा विचार होता. परधर्मात गेलेल्यांना पुन्हा हिंदू धर्मात घेण्याचा आर्यसमाजाचा मोठा सहभाग होता. (भासंविको)

आर्यभट (पहिला) (इ. स. ४ थे शतक) : कुसुमपूरचा रहिवासी, महान गणिती, ज्योतिर्विद होता. प्राचीन ज्योतिषग्रंथाचे संशोधन व स्वतःचे अनुभव यांच्या आधारे आर्यभटीय या ग्रंथाची रचना केली. त्याची रचना पद्धती वैज्ञानिक आहे. पृथ्वी स्वतःभोवती फिरते असे म्हणणारा भारतातील खगोलशास्त्रज्ञ. ते त्यांनी वर्षमान ३६५ दि. १५ व ३१ प. १५ वि. म्हणजे मुळापेक्षा १५ विपळे कमी करून ३,६०० वर्षात बरोबर २५

घटिका कमी होतात हे सिद्ध केले. गीतिकापादमध्ये १३ श्लोक, गणितपादात ३३ श्लोक, गोलपादात ५० श्लोक, कालप्रियापादात २५ श्लोक आहेत. (मविको, भासंको)

आर्यावर्त : आर्यांच्या वसाहतीला पूर्वी आर्यावर्त अशी संज्ञा होती. ऋग्वेदकाळी आर्यांची वस्ती सप्तसिंधूच्या प्रदेशात होती. हिमालय व विंध्य या पर्वतांच्या मधला व पूर्व समुद्रापासून पश्चिम समुद्रापर्यंत पसरलेला प्रदेश तो आर्यावर्त होय. (भासंको)

आलमखान : एक मुसलमान संत कवी. वडवाळच्या नागेश या साधुपुरुषाचे शिष्यत्व पत्करले होते. तरी त्याला सुफी पंथीयांनी हिंदू गुरू स्वीकारावा हे पसंत नव्हते. त्याची पदे म्हणणे आवडत नव्हते. (वासं)

आलमगिरनामा : हा इतिहास मिर्झा मुहम्मद काजिम याने औरंगजेबाच्या हुकुमावरून लिहिला. पहिला दहा वर्षाचा इतिहास लिहून झाल्यावर पुढील इतिहास लिहिण्यास औरंगजेबाने मनाई केली. ग्रंथकाराला सरकारी कागदपत्रे भरपूर उपलब्ध होती. त्यामुळे प्रसंगाचा व अचूक तपशील दिलेला आहे. (म.सा.आ.इ.)

आलमपूर : आंध्र प्रदेशात तुंगभद्रेच्या तीरावर वसलेले एक प्राचीन तीर्थक्षेत्र. नवब्रह्मेश्वर या नऊ शिवमंदिराच्या समूहातील मंदिराचे शिल्पकाम प्रसिद्ध. अष्टादशपीठम् नावाची अठरा शक्तिपीठे आहेत. त्यामध्ये आलमपुराचा उल्लेख शक्तिपीठ असा केलेला आढळतो. मत्स्य पुराणात श्राद्धयोग्य स्थानात आलमपुराचा समावेश केलेला आहे. आलमपूर हे श्री शैलम या प्रख्यात क्षेत्राचे पश्चिम द्वार मानतात. (भा.सं.को.)

आलुपवंश : (इ.स.२ पासून १६ वे शतक) दक्षिणेतील एक राजवंश. या वंशाने इ. स.च्या २ व्या शतकापासून १६ व्या शतकापर्यंत राज्य केले. इ.स. १४ व्या शतकाच्या उत्तरार्धात या वंशातील राजांनी जैन धर्माला आश्रय दिला. इ.स. १३८५ पासून आलुपांच्या राज्याचा विजयनगरच्या साम्राज्यात समावेश झाला. आलुप राजे हे मांडलिक राजे होते. इ.स. १२ व्या शतकाच्या शेवटी तुळुव राज्य चालुक्यांच्या सत्तेखाली होते. (भासंको)

आल्मीडा : (१५०५- ०९) 'फ्रान्सिको द आलमीडा' हा हिंदुस्तानचा पहिला पोर्तुगीज व्हाईसरॉय होय. अरबी व एकंदर हिंदीमहासागरावर वर्चस्व मिळविण्यासाठी प्रयत्न केले. याने सिब्बा येथे किल्ला बांधला व होनावर व कान्नूर येथील राज्य जिंकून कोचीन येथे मुख्य ठाणे वसवले. मलिक आयसाशी लढताना याचा मुलगा मरण पावला. त्याचा सूड म्हणून याने दीव येथे निकराची लढाई करून मलिक आयसाचा पराभव केला. १५०९ च्या नोव्हेंबर महिन्यात आफ्रिकेच्या किनाऱ्यावर झालेल्या चकमकीत अल्मीडा मारला गेला. (भामचको)

आळंद : गुलबर्गा जिल्ह्यातील प्रसिद्ध स्थान. येथील राघव चैतन्य हे संत तुकारामाच्या गुरू परंपरेतील आद्यपुरुष होते. बहमनी सुलतान महंमुदशहावर त्यांचा प्रभाव पडल्याने हिंदूप्रमाणे मुसलमान त्यांचे भक्त झाले होते. (भासंको)

आळंदी : महाराष्ट्रातील एक महान तीर्थक्षेत्र. पूर्वी हे प्रसिद्ध शिवक्षेत्र होते. ज्ञानेश्वरांची कर्मभूमी. स्कंद पुराणाच्या सह्याद्रीखंडात आळंदीची आनंदविपिन, वारुणा, कपिल, अलका व सिद्धक्षेत्र अशी पाच नावे आहेत. कृष्णराज राष्ट्रकुटाच्या इ.स. ७६८ च्या तळेगाव येथील ताम्रपटामध्ये आळंदीचा उल्लेख 'अलंदीय'असा सापडतो. शके १२१८ रोजी ज्ञानेश्वरांनी इथे जिवंत समाधी घेतली. तेथे इ. स. १७६० साली महादजी शिंद्याच्या दिवाण मल्हार शेणवी यांनी सभामंडप बांधला. श्री विठ्ठलरुक्मिणी, श्री मुक्ताबाई मंदिर, श्री सिद्धेश्वर मंदिर, अजानवृक्ष, सुवर्ण पिंपळ, हैबतबाबांची ओवरी, भोजलिंगकाका समाधी, केसरीनाथ समाधी, लक्ष्मीनाथ समाधी, हरिहरेंद्र स्वामी, माधववेंद्र, पद्मानाभेंद्र ह्यांच्या समाध्या. श्री ज्ञानेश्वरमहाराजांनी भिंत चालविली ते स्थान,

श्री गोरोबाकुंभार मंदिर, सोनोपंत दांडेकर, विष्णुबुवा जोग, मल्लाप्पा वासिकर ह्यांच्या समाध्या, श्री नृसिंहसरस्वतींचा मठ, वेदपाठशाळा, जलाराममहाराज मंदिर इ. महत्त्वपूर्ण आहे. इंद्रायणीच्या पात्रात सिद्धबेट नावाचे एक स्थान महत्त्वाचे आहे. श्री इंद्रायणीच्या पात्रात आहे. ज्ञानेश्वरादी सर्वजण प्रथम येथे राहात होती. हरिहरेंद्रस्वामी, हैबतरावबाबा आदी संतानी इथे साधना केली होती. ''चला आळंदीला जाऊ। ज्ञानेश्वर डोळां पाहूं।।'' हा जगद्‌गुरू श्रीतुकाराममहाजांचा श्री आळंदीविषयक अभंग प्रसिद्ध आहे. (भासंको)

आळतेकर ए. एस : बनारस हिंदू विश्वविद्यालयातील एक थोर अभ्यासक, 'एन्शंट इंडियन हिस्ट्री, 'दी पोझिशन ऑफ विमेन इन एन्शंट इंडिया', 'स्टेट ॲन्ड गव्हर्नमेंट इन एन्शंट इंडिया', 'व्हिलेजेस इन वेस्टर्न इंडिया' इ. ग्रंथ प्रकाशित, प्राचीन भारताच्या इतिहासाच्या एका सलग मांडणीबरोबर सांस्कृतिक अंगांची योग्य मांडणी करणारे अभ्यासक म्हणजे आळतेकर. प्राचीन भारतामधील 'राज्य व प्रशासन, स्त्रियांचा दर्जा व स्थिती', पश्चिम भारतातील ग्रामव्यवस्था इ. महत्त्वपूर्ण ग्रंथ. (इलेशा)

आळवार : दक्षिण भारतातील तामिळ भाषिक वैष्णव संतकवींच्या एका परंपरेस आळवार म्हणतात. आळवार म्हणजे मग्न झालेला अथवा ईश्वराच्या प्रेमसागरात बुडून गेलेला. तमिळ वैष्णवांत आधीची आळवार परंपरा व आणि नंतरची आचार्य परंपरा असे दोन भेद आहेत. आचार्य परंपरेत अनेक आचार्यांचा अंतर्भाव होतो, तर आळवार – परंपरेत फक्त १२ च आळवारांचा समावेश केला जातो. (मविको)

आळेगावचा तह : (१७६२) घोडनदी येथील लढाईत पराभव झाल्यानंतर माधवराव पेशवे याने चुलता रघुनाथराव याच्यासमोर शरणागती पत्करल्यानंतर आळेगाव येथे मल्हारराव होळकरांच्या मध्यस्थीने मराठे सरदार व निजाम यांच्यामध्ये १७६२ साली जो तह झाला त्याला आळेगावचा तह म्हणतात.

आवजी बल्लाळ चिटणीस : हा बाळाजी आवजी चिटणीस यांचा मुलगा असून अण्णाजी दत्तो यांचा साह्यकारी होता. याला संभाजीने हत्तीच्या पायाखाली देऊन ठार मारले. (भामचको)

आवळसकर शा. वि. : ज्येष्ठ इतिहास संशोधक. कोकणच्या इतिहास संशोधनाची बाजू सांभाळली होती. चौलचे अधिकारी, महाडचे मुसलमान, देशमुख, पोलादपूरचे चित्रे, सादोशीचे सरकळे आदी घराण्यांकडून कागद त्यांनी मिळविले. महाराष्ट्र शासनाने त्यांचा एक संग्रह प्रसिद्ध केला. त्यांच्या इच्छेप्रमाणे त्यांचे सर्व कागद मंडळात ठेवले आहेत. (इलेशा)

आशियाई परिषद : आशिया हा अतिशय विस्तृत प्रदेश असून, या खंडातील देश भौतिक व वैचारिक दृष्टीने एकमेकांपासून अलग राहिलेले आहेत. परंतु महायुद्धापासून त्या सर्व देशांना समान समस्यांची व समान गरजांची जाणीव होऊ लागली. आशियाई नेते याबद्दल विचार करू लागले. याचा दृश्य परिणाम इ.स. १९४७ च्या मार्च –एप्रिलमध्ये पंडित नेहरूंच्या पुढाकाराने नव्या दिल्लीत भरलेली अशियाईसंबंध परिषद होय. या परिषेदत आशिया खंडातील २८ राष्ट्रांनी व रशियातील काही घटक राज्यांनी भाग घेतला. या परिषदेचे उद्‌घाटन नेहरू यांच्या हस्ते झाले. त्यामध्ये अशियाई भिन्न धर्मात, वंशात तणाव कमी व्हावेत, सांस्कृतिक संबंध वाढावेत, शेती औद्योगिक क्षेत्राचा विकास करावा, व्यापाराला उत्तेजन द्यावे, एकमेकांना सहकार्य करावे, यावर सर्व नेत्यांचे एकमत झाले. (भासंविको)

आश्रम व्यवस्था : ज्याच्या आधारे कर्तव्यपालनाचे सर्व कष्ट करावे लागतात अशी आश्रम ही आर्यांची एक व्यवस्था आहे. १. ब्रह्मचर्य २. गृहस्थ ३. वानप्रस्थ ४. संन्यास असे चार आश्रम होत. सामाजिक कर्तव्ये

करीत असताना त्या व्यक्तीचाही विकास झाला पाहिजे, उत्कर्षालाही अवसर मिळाला पाहिजे हे लक्षात घेऊन आश्रमव्यवस्थेची आखणी केली आहे. गृहस्थाश्रमात देव, पितर,ऋषी यांचे ऋण फेडावयाचे. तत्त्वचिंतनासाठी मनुष्य वनात जातो. आत्मक्लेशपूर्वक तपाचरण करतो. त्याच्या आसक्ती नष्ट होतात. मग तो संन्यस्त होतो. आश्रम व्यवस्थेतल्या उच्च तत्त्वांची व आदर्शाची बरोबरी करणारी कोणतीच संस्था निर्माण झाली नाही. (भासंको)

आसाम : भारतीय संघराज्यातील एक छोटे डोंगराळ राज्य. महाभारतात तो कामरुप नावाने प्रसिद्ध. हर्षवर्धनाचा मित्र भास्कर वर्मन तेथे राज्य करीत असल्याचा उल्लेख, ह्यूएनत्संगने केला आहे. नंतर येथे इंग्रजी राजवट आली. भारतीय स्वातंत्र्यानंतर याचे बऱ्याच वेळा विभाजन झाले. चहाचे उत्पादन आणि तेलशुध्दी कारखाने हे प्रमुख उद्योग. (मविको)

आसाम करार : १९८३ मध्ये आसाममधील घुसखोरांविरूद्धच्या आंदोलनाचे स्वरूप हिंसक बनल्याने १९८५ मध्ये केंद्र सरकारने आंदोलनाच्या नेत्यांशी जो करार केला त्यास, 'आसाम करार' असे म्हटले जाते. या करारानुसार १९७१ नंतर आसाममध्ये आलेल्या घुसखोरांना हद्दपार करण्याचे तसेच आसाममध्ये एक तेलशुद्धीकरण प्रकल्प आणण्याचे निश्चित करण्यात आले. (इलेशा)

आसाम रायफल्स : (१८३५) संरक्षणाची दुय्यम फळी किंवा निमलष्करी दल म्हणून असलेले हे सर्वात जुने दल आहे. या दलाची स्थापना १८३५ साली झाली. दुसऱ्या महायुद्धात उत्तम कामगिरी केल्यामुळे या दलाला 'आसाम रायफल्स' हे नाव देण्यात आले. ईशान्य भारतातील बंडेखोरांविरुद्ध लढणे हे या दलाचे मुख्य काम आहे. हे दल केंद्रीय गृहमंत्रालयाच्या नियंत्रणाखाली असून 'डायरेक्टर जनरल आसाम रायफल्स' या वरिष्ठ अधिकाऱ्याच्या हातात दलाची सर्व सूत्रे असतात. (इलेशा)

आसू : आसाममधील एक विद्यार्थी संघटना. या संघटनेने आसाममध्ये बेकायदेशीररित्या राहात असलेल्या बांगलादेशी घुसेखोरांविरुद्ध या संघटनेने १९७९ मध्ये मोठे आंदोलन सुरू केले. त्याला आसामी भाषिकांचे सर्व गट, हिंदू, मुस्लिम आणि कित्येक बंगाली भाषिकांनीही पाठिंबा दिला.

आहाड : राजस्थानच्या उदयपूर शहरातील प्राचीन अवशेषांचे टेकाड असलेला विभाग. येथील अवशेषांवरून ज्ञात असलेला संस्कृतीस आहाड असे म्हणतात. १९५४-५६ च्या दरम्यान आणि १९६१-६२ या दरम्यानच्या काळात डेक्कन कॉलेज, पुणे व पुणे विद्यापीठ यांनी संयुक्तपणे पुरातत्त्व खाते, राजस्थान सरकार व मेलबर्न विद्यापीठ, ऑस्ट्रेलिया यांच्या मदतीने उत्खनन केले. आहाड संस्कृतीचे लोक प्रागैतिहासिक काळात फक्त तांब्याचीच अवजारे वापरीत. दगडाची वापरीत नसत.(मविको)

आहोम : आसाममधील एक जमात. १७ व्या शतकाच्या सुरुवातीला आहोमांनी गौहातीपर्यंत आपले राज्य वाढविले. सिबसागर जिल्ह्यातील गर्हगाव येथे त्यांनी आपली राजधानीची स्थापना केली. आहोमांच्या ३९ राजांनी जवळजवळ सहा शतके आसाममध्ये राज्य केले. आहोमांच्या आपआपसांतील संघर्षामुळे मोगलांनी व १७३८ मध्ये ब्रिटिशांनी त्यांचे राज्य खालसा केले. (मविको)

इ

इंग्रज–अफगाण युद्धे : (इ.स. १८३८–१९१९ दरम्यान) अफगाणिस्थानातून रशिया भारतावर आक्रमण करील ह्या धास्तीने आणि अफगाणिस्थानचा अमीर आपल्या वर्चस्वाखाली राहावा या कल्पनेतून ही तीन युद्धे झाली. पहिले युद्ध – (इ.स. १८३८ – ४२) शहा शुजाला गादीवर बसवण्यासाठी हे युद्ध छेडले गेले. पण प्रारंभी विजयी होऊनही इंग्रजांना शेवटी अपयश आले. दुसरे युद्ध (इ.स. १८७५ – १८७९) – ह्या युद्धामुळे इंग्रजांचे वर्चस्व अफगाणिस्थानात स्थापन होऊन रशियाच्या आक्रमक धोरणाला पायबंद बसला. तिसऱ्या युद्धावेळी (१९१९) अमीर अमानुल्लाने ब्रिटिश प्रदेशावर आक्रमण केले पण त्याचा पराभव झाला. ह्यानंतर इंग्रज – अफगाण संबंध सुधारले. (मविको)

इंग्रज – गुरखा युद्धे : नेपाळचे गुरखे नि इंग्रज ह्यांच्यात इ.स. १७६७ पासून काही कुरबुरी चालू होत्याच पण पुढे वॉरन हेस्टिंग्जने नेपाळविरुद्ध युद्ध पुकारले. प्रथम इंग्रजांचा पराभव (१८१४) पण शेवटी मात्र इंग्रजांनी गुरखा सेनेला पराभूत केले. इंग्रजांना गढवाल, कुमाऊ आणि तराई हे प्रदेश मिळाले. सिमला हे थंड हवेचे ठिकाण मिळाले (१८१६). यानंतर गुरखा व इंग्रजांचे संबंध सलोख्याचे राहिले. (मविको)

इंग्रज–निजाम संबंध : निजाम सलाबतजंग याच्यापासून हे संबंध प्रारंभित. १७५५ सलाबतजंगाने उत्तर सरकार हा प्रदेश कायमचा इंग्रजांना दिला. नंतर आलेल्या निजाम अलीने इंग्रजांशी पूर्ण सलोख्याचे संबंध ठेवले. त्याच्या दरबारात इंग्रजांचे वर्चस्व वाढले. टिपूविरुद्धच्या लढाईत निजामाने इंग्रजांना साहाय्य केले (१७९९). पुढे १२ ऑक्टोबर १८०० रोजी निजाम तैनाती फौजेला बळी पडला नि निजामाचे स्वातंत्र्य संपुष्टात आले. भारतीय स्वातंत्र्य आंदोलनात निजामाने इंग्रजांनाच साहाय्य केले. (मविको)

इंग्रज – फ्रेंच युद्धे : भारतातील सत्तास्पर्धेतून ही तीन युद्धे उद्‌भवली. ती कर्नाटकात झाली म्हणून त्यांना कर्नाटकातील युद्धे असेही म्हणतात. पहिले युद्ध (इ.स. १७४४–१७४८) युरोपात इंग्लंड – फ्रान्स युद्ध चालू झाल्यामुळे भारतातही ह्या दोघांमध्ये युद्ध जुंपले. फ्रेंच सेनापती ड्युप्लेक्स (डुप्ले)ह्याने मद्रास शहर मिळवले पण युरोपात हे युद्ध थांबल्यामुळे भारतातीलही हे युद्ध थांबले. मद्रास इंग्रजांना परत मिळाले. दुसरे युद्ध – (इ.स. १७४९ – १७५३) हे युद्ध कर्नाटकातील अंतर्गत राजकीय घडामोडींमुळे झाले. त्रिचनापल्ली, म्हैसूर आणि तंजावर या राज्यांत गादीसंबंधी तंटे होते त्यात इंग्रज – फ्रेंचांनी हस्तक्षेप केला. क्लाईव्हमुळे ह्या युद्धाला कलाटणी मिळाली. ड्युप्लेक्स फ्रान्सला परत गेला. मात्र फ्रेंचांना उत्तर सरकार प्रांत मिळाला. ड्युप्लेक्स गेल्यामुळे इंग्रजांच्या मार्गातला मोठा अडथळा दूर झाला. तिसरे युद्ध – १७५६–१७६३. युरोपात सप्तवार्षिक युद्ध चालू झाल्यामुळे

येथेही दोघांमधील युद्धाला तोंड फुटले. क्लाईव्ह आणि वॉटसन ह्यांनी फ्रेंचांच्या ताब्यातील ठाणी घेतली. पुढे तहात ती फ्रेंचांना परत मिळाली पण या युद्धात फ्रेंचांचा पूर्ण पाडाव झाला आणि इंग्रजांचे पाश्चिमात्य प्रतिस्पर्धी नाहीसे होऊन त्यांना भारतात आपले राज्य स्थापन करण्याचा मार्ग सोपा झाला. (मविको)

इंग्रज – मराठे युद्ध : भारतीय इतिहासात या तीन युद्धांना महत्त्वाचे स्थान आहे. या युद्धांनंतर जवळजवळ संपूर्ण भारत इंग्रजांच्या ताब्यात गेला. पहिले युद्ध (१७७५–१७८२) रघुनाथराव पेशवे याच्या सत्तालालसेमुळे इंग्रजांना मराठी दरबारात हस्तक्षेप करण्याची संधी मिळाली पण वडगाव मावळ (जि. पुणे) इंग्रजांचा पराभव झाला. महादजी शिंदे विजयी ठरले. १८०३ मे दुसरे युद्ध झाले. सुरजी अंजनगाव तहाने शिंद्यांनी पूर्ण शरणागती पत्करली. तिसरे युद्ध (१८१७–१८१८) मराठी राज्यात सर्वत्र अव्यवस्था नि गोंधळाचे वातावरण होते. ह्याचा लाभ घेऊन इंग्रजांनी चढाईचे धोरण स्वीकारले. दुसरा बाजीराव, सेनापती बापू गोखले ह्यांनी तीन ठिकाणी इंग्रजांशी लढाया केल्या – खडकी, कोरेगाव भीमा (जि. पुणे) आणि अष्टी (पंढरपूर जवळील) पण बाजीरावचा पराभव होऊन त्याला ब्रह्मावर्त (बिठूर) येथे जावे लागले. बापू गोखले धारातीर्थी पडले. इंग्रजांनी सातारच्या छत्रपती प्रतापसिंहांनाही आपल्या स्वाधीन करून घेतले. (मविको)

इंग्रज – म्हैसूरकर युद्ध : दक्षिणेत हैदर अलीने म्हैसूरचे राज्य बळकावले तेव्हा इंग्रजांना त्याचा धोका वाटू लागला. त्यातून ही युद्धे घडली. पहिले युद्ध (इ.स. १७६७–१७६९) हैदर अली – इंग्रज ह्यांचे युद्ध या काळात चालूच राहिले. इंग्रजांचा मद्रासपर्यंतचा प्रदेश हैदरने जिंकला. शेवटी तह झाला. पण मराठे – हैदर युद्धात इंग्रजांनी हैदरला साहाय्य न केल्यामुळे तो इंग्रजांचा कट्टर शत्रू बनला. दुसरे युद्ध (१७८०–१७८३) नाना फडणिसाने हैदर आणि निजाम यांना वश करून इंग्रजांविरुद्ध प्रचंड आघाडी उभारली. त्यानुसार हैदरने इंग्रजांविरुद्ध प्रारंभी चांगलाच विजय मिळवला. पण हैदर मृत्यू पावला नि त्याचा मुलगा टिपू ह्याच्याशी तह करून हे युद्ध संपले. तिसरे युद्ध (१७९०–१७९२) १७८४चा तह इंग्रजांनी मोडला म्हणून टिपूने हे युद्ध पुकारले. स्वत: लॉर्ड कॉर्नवॉलिस लढाईसाठी आला. मराठ्यांचे नि निजामाचे साहाय्य त्याने घेतले होते. टिपूला अर्धे राज्य नि प्रचंड खंडणी मराठे–इंग्रज–निजाम ह्यांना द्यावी लागली. चौथे युद्ध – टिपूने फ्रेंचांशी संधान बांधले. त्यामुळे वेलस्लीने खुलासा मागितला. त्यातून हे युद्ध भडकले. श्रीरंगपट्टणला टिपू ठार झाला. त्याचे राज्य खालसा करण्यात आले. वाडियार राजघराण्याला परत म्हैसूरची सत्ता देण्यात आली (१७९९). (मविको)

इंग्रज – रोहिला युद्ध : (१७७२–१७७४) ब्रिटिशांनी उत्तर हिंदुस्थानात राज्यविस्ताराच्या हेतूने रोहिल्यांबरोबर केलेल्या युद्धाला भारतीय इतिहासात महत्त्वाचे स्थान आहे. अयोध्येच्या वायव्य दिशेला असलेला रोहिलखंड पूर्वीपासून सुपीक प्रदेश म्हणून ओळखला जातो. इंग्रजांनी नबाबाला रोहिलखंड घेण्यासाठी लष्करी मदत करावी व त्याबद्दल त्याने इंग्रजांना युद्धाचा खर्च व चाळीस लक्ष रुपये द्यावे, असे ठरले. या तहान्वये अयोध्या व रोहिलखंड येथील राज्यकारभारात हस्तक्षेप करण्यास वॉरन हेस्टिंग्जला संधी मिळाली. रोहिलखंड ब्रिटिश ईस्ट इंडिया कंपनीच्या प्रदेशात समाविष्ट करण्यात आला. (मविको)

इंग्रज– शीख युद्धे : (१८४५ – १८५०) भारतातील साम्राज्यविस्ताराच्या दृष्टीने ब्रिटिशांनी शिखांविषयी अवलंबिलेले धोरण व त्यातून उद्‌भवलेली दोन युद्धे भारताच्या इतिहासात प्रसिद्ध आहेत. ११ डिसेंबर १८४५रोजी शीख सैन्याने इंग्रजांच्या प्रदेशावर स्वारी केली. त्यामुळे हार्डिंजने १३ डिसेंबर रोजी शिखांबरोबर युद्ध घोषित केले. हे पहिले युद्ध होय. इंग्रजांनी लाहोर जिंकल्याने शिखांना त्यांच्याशी तह करावा लागला. सतलजचा दक्षिणेकडील प्रदेश इंग्रजांना मिळाला. इंग्रजांना युद्धखर्चापोटी दीड कोटी देण्याचे ठरले. पुढे १८४९ मध्ये

शिखांनी बंड पुकारल्यामुळे डलहौसीने शिखांविरुद्ध दुसरे युद्ध पुकारले. चिलीअनवाला येथे शीख-ब्रिटिशांमध्ये लढाई झाली. त्यात शिखांचा पराभव झाला. पंजाब खालसा करण्यात आले. शीख ब्रिटिशांचे कायमचे मित्र बनले. (इसंशा)

इंग्रज आणि शिवाजीमहाराज : दाभोळ हे बंदर आदिलशहाच्या ताब्यात होते. इंग्रजांनी दाभोळ येथे वखार घालण्याचे फर्मान १६३६ साली मिळविले. १६६१ साली पन्हाळगडाच्या वेढ्यात विजापुरी फौजेला तह मोडून मदत केल्याबद्दल राजापुरच्या वखारीच्या सर्व इंग्रज अधिकाऱ्यांना महाराजांनी कैद केले व दोन वर्षे डांबून ठेवले. त्यांचा सर्व माल जप्म केला. इंग्रजांशी तह केला. तथापि पन्हाळ्याच्या वेढ्यास (१६६०) मुघलांना तोफा, दारुगोळा पुरवल्यावरून शिवाजीने इंग्रजांची राजापूरची वखार साफ लुटली (१६६१). काही इंग्रजांना कारागृहात कोंडून ठेवले. पुढे कारवार, धरणगाव, सुरत येथील इंग्रजांना चांगलीच दहशत बसवली. शिवराज्याभिषेकाच्या वेळी इंग्रज वकील हेन्री ऑक्झेंडेन महाराजांना नजराणा अर्पण करण्यासाठी रायगडवर उपस्थित होता. बलाढ्य इंग्रजी आरमारालाही सागरी युद्धात अनेकदा पराभूत केले तथापि महाराज इंग्रजांचे सामर्थ्य पुरेपूर जाणून होते. (इसंशा)

इंग्रजी साधने : भारतातील इंग्रजी वखारी मुंबई, सुरत, मद्रास, कलकत्ता येथे असून येथून इंग्लंडला भारतातील राजकीय घडामोडींची इत्यंभूत माहिती ते कळवत. तो सर्व पत्रव्यवहार फॅक्टरी रेकॉर्ड्स या नावाने प्रसिद्ध आहे. ठिकठिकाणी नेमलेले इंग्रज वकीलही आपल्या रोजनिशीतून प्रत्यक्षदर्शी माहिती नोंदवत. उदा.हेन्री ऑक्झेंडेन हा शिवराज्याभिषेकप्रसंगी आणि पुढे राजारामाच्या मंचकारोहणप्रसंगीही उपस्थित होता. पत्रव्यवहार, रिपोर्ट यांच्या जोडीला प्रवासवर्णनातूनही तत्कालीन समाजाची बरीच माहिती मिळते. या साऱ्यांना संक्षेपाने इंग्रजी साधने म्हणतात. (मइ१)

इंग्लंड -अफगाण युद्ध : (१८३८,४२ ते १८७८ ते १८८०, १९१९) भारतातील इंग्रजी सत्तेची उपरोक्त राजकारणात एकूण तीन युद्धे झाली. मुख्य कारण इंग्लंड आणि रशिया यांचे हितसंबंध हेच होते. दुसऱ्या महायुद्धानंतर हिंदुस्थान- अफगाणिस्थान ह्यांच्या सीमा निश्चित करण्यात आल्या. पहिल्या अफगाण युद्धात इंग्लंड आणि रशियाने शेरअलीस मान्यता दिली. १९१९ नंतर अफगाणिस्तानात स्वतंत्र सार्वभौमसत्ता म्हणून मान्यता पण ब्रिटिश लोक काबूलवरील सत्ता सोडण्यास तयार नव्हते. स्वातंत्र्योत्तर काळात भारत- पाक- अफगाणिस्तान संघर्ष पेटतच राहिला. (इलेशा)

इंजिनियर, ॲस्पी मेरवान, एअर मार्शल : जन्म १५ डिसेंबर १९१२, भारताचे माजी हवाईदल प्रमुख. १९६४ ते १९६८ या काळात ते भारताचे इराणातील राजदूत होते. दुसऱ्या जागतिक महायुद्धातील कामगिरीबद्दल इंजिनियर यांना विशिष्ट सेवापदक (डिस्टिंग्विश्ड फ्लाइंग क्रॉस) देण्यात आले. या महायुद्धात ते हिंदी विमानदलाच्या ब्रह्मदेश व त्याच्या परिसरातील हवाई कारवाईत सहभागी होते. (मविको)

इंटक (इंडियन नॅशनल ट्रेड युनियन काँग्रेस) : भारतातील एक मध्यवर्ती कामगार संघटना. इंटकच्या स्थापनेमागे काँग्रेसच्या अनेक मान्यवर नेत्यांची प्रेरणा होती. अखिल भारतीय ट्रेड युनियन काँग्रेसवर साम्यवादी नेत्यांचा अधिक प्रभाव पडत चालला होता. त्या संघटनेत राहून आपल्या पद्धतीने कामगारांचे हित साधणे अवघड असल्याची काँग्रेस कार्यकर्त्यांची खात्री पटल्यामुळे त्यांनी नवीन कामगार संघटना स्थापन करण्याचा निर्णय घेतला व त्यानुसार ३ मे १९४७ रोजी इंटकची स्थापना झाली. (मविको)

इंडिका : (इ.स.पू. तिसरे शतक) चंद्रगुप्ताच्या दरबारातील ग्रीक राजदूत असलेल्या मेगॅस्थेनिस याने

'इंडिका' नावाचा ग्रंथ लिहिला. त्यात त्याने मौर्य साम्राज्याचे सविस्तर वर्णन केले आहे. प्राचीन इतिहास समजून घेण्यासाठी हे एक महत्त्वाचे साधन मानले जाते. (इ सं शा)

इंडियन युनियनिस्ट पार्टी : पंजाब १९२३ स्थापना, संस्थापक फझली हुसेन. नॅशनल युनियनिस्ट पार्टी असे नाव धारण केले. हिंदू, शीख नि मुस्लिम सर्वांना सदस्यत्व. महम्मद अली जीनांच्या इंडियन मुस्लिम लीगचा निवडणुकीत सहज पराभव केला. पंजाबमध्ये १० वर्षे सत्ता. सिकंदर हयातखान, खिझर हयातखान तिवाना हे नेते. १९४६ मध्ये काँग्रेस नि अकाली दल ह्यांचे सरकार आले. फाळणीनंतर हा पक्ष संपला. दक्षिण आफ्रिकेतही इंग्रजी बोलणाऱ्यांचे प्रतिनिधित्व करणाऱ्यांची युनियनिस्ट पार्टी स्थापन झाली होती. (इसंशा)

इंडियन रोड काँग्रेस : १९२७ मध्ये बॅ. मु. रा. जयकर ह्यांच्या अध्यक्षतेखाली सरकारने एक-रस्ते विकास समिती नेमली होती. समितीच्या प्रतिवृत्तानुसार १९३४ मध्ये तांत्रिकतेच्या संदर्भात सल्ला देण्यासाठी 'इंडियन रोड काँग्रेस' या निमसरकारी संस्थेची स्थापना करण्यात आली. रस्ते वाहतुकीच्या प्रश्नासंदर्भात या संस्थेने सर्वंकष कार्य करण्यास प्रारंभ केला. (मपइ)

इंडियन होमरूल सोसायटी : इंग्लंडमधील भारतीयांनी १८ फेब्रुवारी १९०५ रोजी श्यामजी कृष्ण वर्मा यांच्या अध्यक्षतेखाली ही संघटना स्थापन केली. 'भारतीयांनी, भारतीयांकरिता, भारतीय सरकारची स्थापना करणे', हा संस्थेचा उद्देश होता. या संस्थेचे मुखपत्र म्हणून 'इंडियन सोशियालॉजिस्ट' हे इ.स. १९०५ पासून सुरू करण्यात आले. साम्राज्यवादी सत्तेचा सशस्त्र प्रतिकार करणे, गुप्त संघटना उभ्या करणे यांचे शिक्षण या पत्रामधून दिले जात असे. (सुविको)

इंडो-चीन व भारत : इंडोचीनमध्ये १९५४ पासून युध्दपरिस्थिती होती. इंडोचीनमधील प्रश्न सोडवण्यासाठी नेहरूंनी पुढाकार घेतला. त्यांनी मांडलेली योजना 'सहा कलमी' योजना म्हणून ओळखली जाते. जीनिव्हा परिषदेत भारताने आपली भूमिका मांडली. या प्रश्नावरील आंतरराष्ट्रीय नियंत्रण आयोगावर भारताची अध्यक्ष म्हणून नेमणूक करण्यात आली होती. (इसंशा)

इंदिरा गांधी आण्विक संशोधन केंद्र : भारतीय स्वातंत्र्योत्तर काळात अणुऊर्जा संशोधन, विकास अशी वेगाने वाटचाल चालू असतांना १९८५ मध्ये कल्पकम (तमिळनाडू) देशातील पहिली फास्ट ब्रीडर अणुभट्टी सुरू झाली. या अणुभट्टीत विदलन शृंखला प्रक्रिया सतत कार्यरत राहील अशी व्यवस्था करण्यात आली. १९८५ मध्ये डॉ. राजा रामण्णा अणुआयोगाचे अध्यक्ष. त्यावेळी वरील नामकरण झाले. (इसंशो)

इंदूर संस्थान : ब्रिटिश हिंदुस्थानातील मध्य प्रदेशातील एक मोठे संस्थान. इंदूर ही त्याची राजधानी उज्जेयनी महेश्वरी ही महत्त्वाची ठिकाणे. या संस्थानाचा संस्थापक मल्हारराव होळकर (१६९४ - १७६६). याने पेशव्यांकडून मनसब, माळव्याची जहागिरी व सेनापतिपद मिळविले. अहिल्याबाई होळकरांनी १७५४ ते १७९५ पर्यंत इंदूर संस्थानची जबाबदारी सांभाळली. अहिल्याबाईंनी इंदूर शहराची भरभराट केली. होळकरांचे भव्य वाडे, घाट, छत्र्या, देवालये यामुळे संस्थानाला शोभा आली. १८१७ च्या इंग्रज-मराठे युद्धात होळकरांचा मेहिदपूर येथे पराभव होऊन, मंदसोरच्या तहान्वये होळकर ब्रिटिशांचे मांडलिक बनले. २० एप्रिल १९४८ रोजी हे संस्थान मध्यभारत संघात विलीन झाले. (मविको)

इंद्र (राष्ट्रकूट) : (६७०-९०) राष्ट्रकूटराजांचा मूळपुरुष असा याचा उल्लेख वेरूळ येथील शिलालेखात केलेला आहे.

इंद्र : राष्ट्रकूटवंशातील जगत्तुंग राजाचा पुत्र. याची कारकीर्द अवघी पाच वर्षांची असूनही याने मोठ्या शौर्याने राज्य करून राष्ट्रकूट घराण्याचा दरारा वाढवला. याने उत्तर व दक्षिण दोन्ही दिग्विजय केले. (मचको)

इंद्र तिसरा (सु. ८७९-१ डिसेंबर ९२७) **:** महाराष्ट्रातील राष्ट्रकूट घराण्यातील एक राजा. तो मान्यखेट येथील गादीवर होता. राज्याची सूत्रे हाती आल्यावर त्याने उत्तर हिंदुस्थानावर स्वारी केली. त्याने प्रतिहार महालीपालाचा पराभव केला आणि त्याची कनौज ही राजधानी उद्ध्वस्त केली. त्याने वेंगीच्या चालुक्यांचाही पराभव केला. त्याने पाचवा विजयादित्य याला मारले. इंद्र हा शूर व कुशल सेनापती होता. (मविको)

इंद्रप्रस्थ : दिल्लीजवळचा मैदानी प्रदेश. महाभारतात येथे पांडवांनी राजधानी स्थापल्याचा उल्लेख आहे. यमुना नदीच्या उत्तर किनाऱ्यावरील या प्राचीन नगराची उत्तर-दक्षिण लांबी १६ कोस व पूर्व-पश्चिम रुंदी ४ कोस होती. आधुनिक दिल्लीच्या दक्षिणेकडील फिरोजशहा कोटला व हुमायूनची कबर यांच्या दरम्यान हे असावे. ते मराठ्यांच्याकाळात दिल्ली एक शहर म्हणून विकसित झाले. दिल्लीचा शेवटचा हिंदू राजा पृथ्वीराज चौहान होता. हुमायूनने इथे एक किल्ला बांधला तोच सध्याचा पुराना किल्ला. शेरशहाने त्यास शेरगड किंवा शाहगड नाव दिले. सध्या इथे कोना मशीद आणि शेरमंडल अशा दोन इमारती आहेत. (मविको)

इंफाळ : मणिपूरची राजधानी, दुसऱ्या महायुद्धात इंफाळवर जपान्यांनी स्वारी केली होती. पोलो खेळाचे मूळस्थान असावे, असाही समज आहे. दुसऱ्या महायुद्धात नेताजी सुभाषचंद्र बोसांचे सैन्य इंफाळपर्यंत आले होते. श्री गोविंदजींचे मंदिर व राजवाडा पाहण्यासारखे आहेत. (सुविको ; मविको)

इकॉनॉमिक हिस्ट्री ऑफ इंडिया : एकोणिसाव्या शतकाच्या उत्तरार्धात भारतामध्ये तीन विचारवंतांनी ज्या आधुनिक भारतीय अर्थशास्त्राची पायाभरणी केली, त्यात दादाभाई नौरोजी व न्यायमूर्ती महादेव गोविंद रानडे यांच्या सोबतीने रमेशचंद्र दत्त (इ.स. १८४८- १९०९) यांच्या नावाचाही उल्लेख करावा लागेल. श्री. दत्त यांनी 'इकॉनॉमिक हिस्ट्री ऑफ इंडिया' (भारताचा आर्थिक इतिहास) हा ग्रंथ लिहून भारताच्या आर्थिक इतिहासाचे सखोल विवेचन केले. (सुविको)

इक्बालनामा-इ-जहांगिरी : ह्या हस्तलिखिताचे तीन खंड आहेत. पहिल्या दोन खंडांत बाबर, हुमायून नि अकबर आणि तिसऱ्या खंडात जहांगीर ह्यांच्याविषयी माहिती आहे. इराणचा निवासी असलेला लेखक महम्मद शरीफ हा जहांगीर नि शहाजहान ह्यांच्याकडे नोकरीस होता. (मद)

इक्ष्वाकू वंश : १) महाकाव्यातील व पुराणांतील एक प्रसिद्ध राजवंश, हरिश्चंद्र, सगर, दिलीप, भगीरथ, अंबरीष, सुदास, रघू, दशरथ, राम, कुश आदी. प्रख्यात राजे ह्याच वंशात होऊन गेले.

इक्ष्वाकू वंश : २) सातवाहन राजवंश संपल्यावर आंध्र प्रदेशातील कृष्णा-गुंटूर भागावर राज्य करणारा एक राजवंश. नागार्जुनकोंड परिसरातील विजयपुरी राजधानी. अश्वमेध, वाजपेय इ. वैदिक यज्ञ केले. त्यानंतर वीरपुरुष दत्त, एहुवुल (शांतमूल दुसरा) हे राजे होऊन गेले. ह्या वंशातील राजांनी बौद्ध विहारांना दाने दिलेली आहेत. पल्लवांनी हा राजवंश संपवला. (भासंको)

इक्बाल सर मुहम्मद : (इ.स. १८७३ - १९३८) कवी, तत्त्वज्ञ, सियालकोट येथे जन्म - पूर्वजांचे आडनाव सप्रू. ते काश्मिरी ब्राह्मण होते. त्यांची तराना-ए-हिन्द कविता प्रसिद्ध आहे - सारे जहाँसे अच्छा हिन्दोस्तां हमारा। हम बुलबुले हैं इसकी, यह गुलिस्ताँ हमारा । (इसंशा)

इखलासखान : (१६७२–१६८९) एक मोगल सैन्याधिकारी. १६७२ मध्ये शिवाजीमहाराजांच्या सैन्यावर स्वारी केली असता प्रतापरावाने याच्या सैन्याची दाणादाण उडवून पराभव केला. १६८९ मध्ये संगमेश्वरी छापा घालून संभाजी महाराजांना पकडण्यास याने मदत केली व त्याबद्दल यास पंचहजारी मनसबदारी मिळाली. (मचको)

इख्तियार उद्दीन अल्तूनिया : (१२३६–१२४०) रझिया सुलतानाच्या काळातील भटिंदाचा सुभेदार. रझियास कैद करण्याच्या कारस्थानात महत्त्वाची कामगिरी करूनही याची उपेक्षा झाली म्हणून याने रझियास मुक्त करून तिच्याशी लग्न केले व दिल्लीवर स्वारी करण्यासाठी सैन्य जमवले. परंतु झालेल्या लढाईत याचा पराभव झाला व सैनिकांनी रझिया व अल्तूनियास ठार मारले. (मचको)

इख्तियार उद्दीन मुहम्मद बख्तियार खल्जी : (११९३ ते १२०३) बंगालमध्ये मुसलमानी सत्ता प्रस्थापित करणारा गझनीचा सुभेदार. हा कुरूप, बेडौल पण कर्तबगार व महत्त्वाकांक्षी होता. बिहारची राजधानी लुटली व नंतर नदियावर स्वारी करून बंगालमध्ये सत्ता प्रस्थापित केली. याचा तिबेटवरील स्वारीत घनघोर पराभव झाला. व त्यानंतर त्याचा अंत झाला. (मचको)

इचलकरंजी दप्तरखाना : श्रीमंत बाबासाहेब घोरपडे ह्यांच्यामुळे हे दप्तर मिळाले. यात कित्येक अस्सलपत्रे समकालीन जोडी नकला, ५०० महत्त्वाची पत्रे, इचलकरंजी विषयक याद्या आणि तपशीलवार कागदपत्रे आहेत. पेशवे आणि घोरपडे उभय बाजूंच्या स्त्रीपुरुषांची पत्रे यात आहेत, तसेच समकालीन अनेक महत्त्वांच्या विषयांची पत्रे ह्यात आहेत. इंग्रज अधिकाऱ्यांची निवेदनेही ह्या दप्तरात आहेत. (मद)

इतिहास :'इति+ह+ आस'= असे घडले, अशी ह्या शब्दाची व्याख्या आहे. पुरावृत्त, प्राचीन कथा असेही अर्थ आहेत. इतिहास शब्दाच्या अनेक व्याख्या आहेत. इतिहासाला वेदांच्या बरोबरीने मानलेले आहे. इतिहास किंवा इतिहासवेद नामक ग्रंथसमुदाय प्राचीन काळी अस्तित्वात होता असे दिसते. मानव हा इतिहासाच्या केंद्रस्थानी आहे. विष्णुशास्त्री चिपळूणकर यांनी 'इतिहास' ह्याविषयी विस्तृत विवेचन केले आहे. इतिहासाच्या अखंडत्वाचा विचार प्रा. फ्रीमन ह्यांनी मांडला. आधुनिक युगात इतिहासाने वैज्ञानिक स्वरूप धारण केलेले आहे. मनुष्य इतिहासाला विसरेल तर तो भिन्न भिन्न ऐतिहासिक अनुभवांच्या ज्ञानासही वंचित राहील आणि वर्तमानाबाबत पुढे उभ्या ठाकणाऱ्या अनेक जटिल समस्यांशी सामना देण्यास असमर्थ ठरेल. (मज्ञाको, भासंको, दआस्मा)

इतिहास आणि मूल्यविधाने : इतिहास हे इतर भौतिक शास्त्रांप्रमाणे एक प्रत्यक्षतावादीशास्त्र मानायचे झाले तर इतिहासकाराला मूल्यतटस्थता पाळणे शक्य होईल का? भौतिक शास्त्रात ते सहज शक्य असते. तेवढेच इतिहासात कठीण. स्वतःची आवड–निवड, जात, पंथ, भाषा, प्रादेशिक अस्मिता, राष्ट्राभिमान, लेखकाची सचोटी इ.चा त्याच्या लेखनावर परिणाम होत असतो. इतिहासकाराला १०० टक्के वस्तुनिष्ठ कधीच राहता येत नाही. विषयाच्या निवडीबाबतही मूल्य संकल्पना काम करीतच असते. प्राधान्यता, काल, आवड इ. चा इतिहास लेखनावर परिणाम होत असतो. वरील कारणांमुळे भौतिकशास्त्रांप्रमाणे मूल्यतटस्थता पाळणे इतिहासात शक्य होत नाही. (इलेशा)

इतिहास आणि वर्गीय जाणीव : गार्गी लुकाच या नवमार्क्सवादी लेखकाने लिहिलेल्या ग्रंथात तो मनो–वस्तुकरण, व्यक्ती– द्वंद्व आणि समग्रता दृष्टिकोन या तत्त्वांची मीमांसा करतो. वर्गीय जाणिवेतूनच महत्त्वपूर्ण कृती अवलंबून असते. औद्योगिक क्रांतीनंतर ही जाणीव तीव्र झाली. (इसंशा)

इतिहास आणि सामाजिक शास्त्रे : विवेचनाच्या सोयीसाठी इतिहास, राजकीय इतिहास, आर्थिक किंवा धार्मिक इतिहास अशी निरनिराळी नावे देऊन त्यांचे वेगवेगळे प्रकार मानण्याची प्रथा आहे. पण

समाजवैज्ञानिकांच्या दृष्टीने सर्व इतिहास समाजाचा इतिहासच असतो. मग इतिहासकार त्याचे वर्गीकरण कसेही करोत. ही भूमिका लक्षात घेतली म्हणजे विषयांच्या वर्गीकरणाने इतिहासाच्या सीमा ठरविणे काही अंशी कृत्रिम ठरते. पण सामाजिक जीवनाचे निरनिराळे पैलू पाडले जातात. त्यातील विशिष्ट विषयावर भर देऊन त्यांचे विश्लेषण केले जाते आणि मग असा इतिहास त्या विशिष्ट शास्त्राचा राजकीय, धार्मिक, आर्थिक इत्यादी विषयांचा इतिहास ठरविला जातो. (सुविको)

इतिहास कलेचा : कलेचा मागोवा हा सुद्धा एक इतिहासच असतो. कारण त्यात सुध्दा गतकालीन घटना, प्रगतीची नोंद ठेवली जाते. कलेचा इतिहास म्हणजे कलाकृतीचे पुनरुज्जीवन झाल्यानंतरचा इतिहास. तो लिहिण्यासाठी प्रगतीची संकल्पना आवश्यक ठरते. (इसंशा)

इतिहास चक्रगतीचा सिध्दान्त : ऋतुचक्राप्रमाणे मानवी, सामाजिक व सांस्कृतिक जीवनात नियमबद्धता असते. त्याची वाटचाल चक्राकार गतीने होत असते. एका बिंदूपासून प्रारंभ होऊन अधिकाधिक विकास पावत पुन्हा मूळ बिंदूपाशी येते. भारतीय परंपरेत चार युगातही कालविभागणी असून चौथ्या युगानंतर पहिल्या युगाचा प्रारंभ कल्पिलेला आहे. उदय-सूर्यास्त पुन्हा उदय अटळ मानला आहे. (इसंशा)

इतिहास तत्त्वज्ञान : तत्त्वज्ञानाची ही एक शाखा आहे. इतिहासाचे तर्कप्रधान तत्त्वज्ञान आणि इतिहासाचे चिकित्सक तत्त्वज्ञान असे दोन भाग पडतात. इतिहासविषयक तात्त्विक प्रश्नांचा यात विचार केला जातो. (इसंशा)

इतिहास मौखिक : इतिहासलेखनातील एक दृष्टिकोन. कुटुंबातील किंवा समाजातील ज्येष्ठ, वयस्कर माणसांकडून भूतकालीन घटना, वृत्ती आणि त्यांच्या लहानपणी त्यांनी केलेल्या क्रिया व हालचाली इत्यादी माहितीच्या आधारे इतिहास लिहिण्याचा प्रयत्न केला जातो. ही माहिती ऐकीवही असते. (इसंशा)

इतिहास लष्करी : भूतकाळात होऊन गेलेल्या मोहिमा, लढाया, शस्त्रास्त्रे, सैन्यसंघटन, पुरवठापद्धती, वैज्ञानिक सेवा इ. यात अभ्यास त्याला इतिहास लष्करी म्हणतात. (इसंशा)

इतिहास लेखनविद्या : 'हिस्टोरिओग्राफी' या ग्रीक शब्दापासून आलेला असून इतिहासलेखनविद्या किंवा विशिष्ट पद्धती असा त्याचा अर्थ होऊ शकतो. शब्दशः याचा अर्थ इतिहासाचा आलेख करण्याची रीत असा आहे. लेखकाने यात प्रथम साधनांची जुळवाजुळव करावी, त्याचे विकरण (पृथक्करण) करून अर्थपूर्ण, संदर्भयुक्त महत्त्वपूर्ण अशा साधनांची निवड करावी. निवडलेल्या साधनांचे सम्यक चिकित्सक बुद्धीने अर्थविवरण करावे. इतिहासाचे लेखन आजपर्यंत कसे झाले, होत आहे आणि कसे व्हायला हवे यांचा अभ्यास आणि विवेचन ज्यात येते, त्याला इतिहासलेखनविद्या म्हणतात. थोडक्यात, इतिहासलेखनाचा दीपस्तंभच म्हणता येईल. (इसंशा)

इतिहास सामाज्यवादी (भारत) : इतिहासलेखनात जे निरनिराळे विचारप्रवाह येतात, त्यातील एक म्हणजे साम्राज्यवादी इतिहास. भारताच्या संदर्भात विचार करता असे दिसते की ईस्ट इंडिया कंपनीच्या काळात जेम्स मिलने भारताविषयी इतिहास लिहिला. त्याने 'हिस्टरी ऑफ ब्रिटिश इंडिया' हा ग्रंथ लिहिला. यात भारतीयांविषयी प्रतिकूल लेखन जास्त होते. जेम्स मिल साम्राज्यवादी इतिहासाचा जनक मानला जातो. (इसंशा)

इतिहासवाद ऐतिहासिकता : इतिहास आणि समाज यांचा अभ्यास करताना पद्धतीविषयी जे वेगवेगळे दृष्टिकोन मानले जातात, त्याला अनुलक्षून इतिहासपद्धती ही संकल्पना मांडली आहे. हिस्टोरीसिझम ही कल्पना

मात्र थोडी संदिग्ध वाटते. सापेक्षतावादी विचार ज्यात मांडला जातो, त्याला इतिहासवाद म्हणतात. त्यावर हेगेल, कॉलिंगवूड- सारख्या विद्वानांनी आपले विचार मांडले आहेत. गतकालाच्या ज्ञानाच्या साहाय्याने भविष्यकाळाविषयी मार्गदर्शन ज्यामुळे शक्य होते त्याला इतिहासवाद म्हणतात. (इलेशा)

इतिहासाचा एकमार्गी अखंड सरळरेषा सिध्दान्त : हा विचार पाश्चात्त्य विद्वानांनी मांडला आहे. त्यानुसार मानवी जीवन सरळ रेषेत पुढे पुढे जात असते. ही सरळमार्गी अखंड प्रगती आहे. प्रगती वा अधोगती काहीही असू शकते. (इसंशा)

इतिहासाचा तौलनिक दृष्टिकोन : सामाजिक घटनांमधील साम्य-भेद शोधून काढण्यासाठी तुलनात्मक अभ्यास करून काही अनुमाने काढता येऊ शकतात. असा इतिहासाचा तुलनात्मक अभ्यास १९ व्या शतकापासून सुरू झाला. मार्क ब्लॉच, जॉर्ज फ्रेडरिकसन, विल्यम सीवेल, डॉ रोमिला थापर इ. नी या गोष्टीचे महत्त्व जाणले. एकाच देशाचा इतिहास अभ्यासला तर तो श्रेष्ठ वाटतो पण इतर देशांचाही इतिहास अभ्यासून तुलनात्मक अभ्यास केला तर मत बदलू शकते. अतिरेकी राष्ट्राभिमान नष्ट झाल्यास राष्ट्राराष्ट्रात जवळीक निर्माण होऊ शकते.(इसंशा)

इतिहासाचा समाजशास्त्रीय दृष्टिकोन : समाजशास्त्राचा स्वतंत्र ज्ञानशाखा म्हणून उदय झाल्यापासून त्या विचारांचा परिणाम इतिहास अभ्यासावरही होऊ लागला. इतिहासाकडे पाहण्याचा दृष्टिकोनच बदलून गेला. कारण पूर्वी इतिहास म्हणजे राजे, लढाया एवढ्या पुरताच मर्यादित होता. पूर्वी जो व्यक्तिकेंद्री होता, तो समाजकेंद्री होऊ लागला. मानवी जीवनाची सर्व अंगे अभ्यासली जाऊ लागली. त्यात अर्थव्यवहार, कलाजगत, स्त्री-पुरुष संबंध, चालीरीती, स्त्रियांचा दर्जा इ. चा विचार झाला पाहिजे, असे मानले गेले. (इसंशा)

इतिहासाची पुनरावृत्ती : घडणाऱ्या घटना जरी समान असल्या तरी मार्ग मात्र भिन्नभिन्न असतात. ऐतिहासिक घटना, स्थल व काळ याबाबतीत कधीही ठरावीक ठिकाणी घडत नाहीत. त्यामधूनच इतिहासाचे नियम तयार होतात. मानव निसर्गचक्रात गुरफटला असल्यामुळेच त्याच्या हातून कृती होत असते. (इसंशा)

इतिहासाचे आणि संदर्भ ग्रंथाचे सूचिशास्त्र : इतिहासकारांच्या दृष्टीने या शास्त्राला जास्त महत्त्व आहे. या ज्ञानशाखेत ग्रंथांची सूची कशी करावी, संदर्भ ग्रंथातील मजकुरांचा कोणी, कसा उपयोग केला आहे, याची माहिती मिळते. ज्या ज्या ग्रंथाचा आधार घेतला जातो, त्यात संदर्भ सूचित केलेला असल्याने त्यांच्या संशोधनाला महत्त्व प्राप्त होते. (इलेशा)

इतिहासाचे कालखंड : प्रारंभापासून आजपर्यंत मानवी समाजात अनेक स्थित्यंतरे घडून आलेली आहेत. या स्थित्यंतराच्या आधारे काळाची निरनिराळ्या कालखंडात विभागणी केलेली आहे. असे तीन प्रमुख प्रवाह म्हणजे १) प्रागैतिहासिक काल, २) इतिहासपूर्व काळ आणि ३) ऐतिहासिक काळ - यांत प्राचीन काळ, मध्ययुगीन काळ, आधुनिक काळाचा समावेश होतो. आज आपण आधुनिक कालखंडात जगत आहोत. (इसंशा)

इतिहासाचे स्वरूप : जर्मन तत्त्वज्ञ रँके याला आधुनिक इतिहासलेखन शास्त्राचा जनक मानतात. त्यांच्यामते इतिहासाचे स्वरूप पुढीलप्रमाणे आहे : १) इतिहासाची पुनरावृत्ती होते. २) सर्व इतिहास समकालीन असतो. ३) इतिहासात मूल्यमापन करणे आवश्यक, की अनावश्यक. ४) इतिहासामध्ये समकालीन तत्त्व असावे किंवा नसावे? ५)भवितव्य वर्तविण्याची क्षमता. ६) इतिहासाची गती सरळ रेषेत की चक्राकार? ७) इतिहास हा अनन्यसाधारण आहे. ८) इतिहास स्वायत्त आहे. (इलेशा)

इतिहासातील साधनसंकलन आणि निरीक्षण : इतिहासातील अभ्यासविषय, घडून गेलेले प्रसंग वा घटना असल्यामुळे साक्ष्य परिमाणावर अवलंबून राहावे लागते. घटना प्रत्यक्ष पाहणाऱ्यांची साक्ष ही लिखित वा तोंडी असू शकते. इतर माध्यमांपासून जेव्हा एखादे ज्ञान होते, त्याला अप्रत्यक्ष साक्ष म्हणतात. तिचे मौखिक आणि लिखित असे भाग पडतात. मौखिक साधनात रूढी, परंपरा येतात तर लिखितमध्ये इतिहास लेख, निवेदने बातमीपत्रे, बखरी, शिलालेख, ताम्रपट इ. चा समावेश होतो. चित्रे, लिखित साहित्य, मूर्ती, नाणी यांचाही समावेश होतो. साक्ष कोणत्याही प्रकारची असली तरी तिची चिकित्सा व्हावीच लागते, तरच काढलेल्या निष्कर्षास उचितता प्राप्त होऊ शकते. (इलेशा)

इतिहासाभ्यासात परिसरीय दृष्टिकोन : नैसर्गिक घटनांचा, नैसर्गिक बदलांचा मानवी समाज जीवनावर व जीवनव्यवहारावर परिणाम कसकसा होत जातो, याचा अभ्यास करणे तसेच संशोधनात अवशेष, वस्तूंच्या साहाय्याने त्या त्या काळातील नैसर्गिक परिस्थितीविषयी अंदाज बांधणे शक्य होते. (इसंशा)

इत्सिंग : (६३४-७१३) भारतात सातव्या शतकात आलेला एक प्रसिद्ध चिनी प्रवासी. नालंदा येथील दहा वर्षांच्या वास्तव्यात, त्याने तेथील बौद्ध पंडितांच्या मार्गदर्शनाखाली बौद्ध धर्माचे अध्ययन केले. त्याने ४०० ग्रंथ जमविले. त्यांपैकी ५६ ग्रंथांचे भाषांतर केले. कपिलवस्तू, बुद्धगया, श्रावस्ती, कुशीनगर येथील यात्रा करून तो बौद्ध धर्मातील विविध पंथ, बौद्ध मठातील जीवन, भिक्षू व भिक्षुणी यांची वस्त्रे, अन्न, प्रव्रज्येचे नियम, गुरु शिष्य संबंध इ. ची सविस्तर माहिती देतो. (मविको)

इनाम : इनामांचे दोन प्रकार होते. एक 'सनदी' अथवा 'दिवाण निसबत' इनाम आणि दुसरे 'गावनिसबत' इनाम. सनदी अथवा दिवाण निसबत इनाम हे राजसत्तेने सनद अथवा फर्मान यांच्याद्वारे निर्माण केलेले असे. अशा इनामांना काही वेळा संपूर्ण सरकारी शेतसारा माफ केलेला असे. तर काही वेळेला त्याचा १/२, १/३ अथवा १/४ भाग इनामधारकाला द्यावा लागत असे. वतन हे एक प्रकारचे इनामच होय. देवासाठी दिलेल्या इनामांना देवस्थान इनाम म्हणत. काही प्रसंगी एखादे संपूर्ण गाव ब्राह्मणांना दान दिले जाई, अशा देणगीला अग्रहार म्हणत. (शिम)

इनाम कमिशन चौकशी : (इ.स. १८३१) इनामदारांच्या हक्कांची चौकशी करण्यासाठी इंग्रज सरकारने हार्ट नामक अधिकाऱ्याच्या अध्यक्षतेखाली इनाम कमिशन नेमले. इनामदार, जहागिरदार ह्यांची तपशीलवार माहिती मिळविण्यात आली. राजेरजवाड्यांनी आणि इनामदारांनी आपले हक्क शाबीत करण्याकरिता जो पत्रव्यवहार केला तो नि इनाम कमिशनचे त्यावरील निर्णय आदी कागद ह्या दप्तरात आहेत. ३२,००० इनामांपैकी २१,००० मालकीचा पुरावा नाही म्हणून ती जप्त करण्यात यावी. (मद)

इनामगाव : महाराष्ट्र, पुणे जिल्हा, शिरूर तालुका, १९६९ साली येथे उत्खनन करण्यात आले. त्यामुळे माळवा-जोर्वे संस्कृतींच्या वसाहतींचे स्वरूप समजले. या वसाहतींचा कालखंड इ. स. पू. १६०० ते १३०० होता. कुडाची घरे, सुबक भांडी, नक्षीकाम, नावा, बैलगाडी, भांडी भाजण्यासाठी विटभट्टी, मातृदेवता, नदीला बंधारा, दफन इत्यादी गोष्टी मिळाल्या. तर उत्तर जोर्वे कालखंडात (इ.स. पू. १००० ते ७००) इथे एका गढीत तटबंदी, दगडी हत्यारे, अलंकार, पशुपालन, शिकार, गहू, कडधान्ये, घोटून चुना तयार करणे, लहान मुलांची प्रेते मडक्यात ठेवून पुरणे, स्वस्तिक रंगवलेली भांडी, मातृदेवता, पुरुषदेवता आदी गोष्टी समजल्या. (मआशे, भासंको)

इनायतुलाखान : नागपूर येथे १८५७ चे लोण पसरले होते. कटाचा बेत हुकल्याने उठाववाले इंग्रजांच्या हाती सापडले. त्यातील इनायतुलाखान यांना फाशी देण्यात आले. (मपइ)

इन्क्विझिशन : ख्रिस्ती धर्माची दीक्षा मिळूनही नवख्रिस्ती लोकांनी आपले पूर्वीचेच धर्माचार चालू ठेवले, तेव्हा त्या लोकांना ताळ्यावर आणण्यासाठी ख्रिस्ती धर्मगुरू पोप नववा ग्रेगरी ह्याने इ.स. १२२९ मध्ये ही संस्था स्थापन केली. त्यानुसार पोर्तुगीज सत्तेखालील भारतातील हिंदू लोकांना फटके मारण्यापासून जिवंत जाळण्यापर्यंत अतिशय क्रूर शिक्षा देण्यात आल्या. इनक्विझिशनचा २४८ वर्षांचा काळ असा भयानक आणि क्रूर आहे. (भासंको)

इन्शा ए माधोराम : (१७ वे शतक)औरंगजेबाच्या पदरी दक्षिण मोहिमेत हजर असलेल्या लुत्फुल्लाखान या सरदाराच्या पदरी माधोराम नावाचा मुन्शी होता. त्याने तत्कालीन बड्या बड्या मुघली सेनापतींना पाठविलेल्या पत्रांचा संग्रह त्याचा पुतण्या हरप्रसाद याने पुढे प्रसिद्ध केला, त्याचे हे नाव. दक्षिणेतील मुघल मराठा संघर्षावर प्रकाश टाकणारी पत्रे. (मइ)

इन्शा–इ–अबुल फजल : अकबराचा मुख्यमंत्री अबुल फजल (इ.स. १५५१–१६०२) ह्याच्या सरकारी आणि खाजगी पत्रांचा हा संग्रह आहे. (मद)

इन्शा–इ–ब–हामन : ही साहित्यकृती म्हणजे पतियाळाचे ब्राह्मण धर्मदाय याचा मुलगा.(काव्यात ब–हामन) ह्यांची संकलित पत्रे होत. ह्याचा जन्म लाहोरचा. शहा आलम आणि दारा शुकोह ह्यांच्या पदरी होता. (मद)

इब्नबतूता : (१३०४ ते १३७८) यांच्या ग्रंथाची भूमिका म्हणजे मध्यकाळातील भारतीय इतिहासलेखनाच्या संदर्भात समकालीन परकीय प्रवाशाच्या प्रवासवर्णनपर अशी आहे. मुहमद बिन तुघलकाच्या काळात तो भारतात आला. प्रवासवर्णनपर ग्रंथाचे नाव– 'तुउफ तुब्न–जाफरी शराई बील अमसार व अलाईबुल असफार' (इलेशा)

इब्राहिम आदिलशहा : (स. १५३४–१५५७) विजापूरच्या आदिलशाही घराण्यातील ईस्माइलचा पुत्र. सर्व सरकारी हिशोब व दफ्तर फार्सीमध्ये होते, ते बंद करून ते मराठी व मोडीमध्ये ठेवण्यास सुरुवात. सर्व कारकीर्द विजयनगरच्या राजाशी लढण्यात गेली. (मचको)

इब्राहिम आदिलशाह : (१५८०–१६२७) विजापूरच्या आदिलशहाच्या घराण्यातील तहमास्पाचा मुलगा. हा न्यायी, गुणी व दयाळू होता. हा वरचेवर कर्नाटकावर स्वाऱ्या करीत असे. या स्वारीत त्याचा पुरा बिमोड झाल्यावर दक्षिणेतील हिंदुराजांशी सख्य केले. याला संगीताचा नाद होता. हिंदूलोक त्याला 'जगद्‌गुरू' म्हणत. (मचको)

इब्राहिमखान : (इ.स. चे. १७ वे शतक) शिवाजीमहाराजांच्या सैन्यातील धाडसी शूर सैनिक. कृष्णाजी अनंत सभासद म्हणतो, 'तेव्हा राजियाकडील सरदार इब्राहिमखान मुसलमान मोठा धारकरी लष्कराचा हजारीबरोबर होता. त्याने कष्ट मेहनत बहू केली. अफजलखानवधाच्या वेळी जो इब्राहिमखान शिवाजीमहाराजांचा शरीररक्षक तो आणि हा एकच की कसे हे सांगता येत नाही' (सुविको)

इब्राहीमखान गारदी : (१७५७–१७६१) सदाशिवभाऊंचा अत्यंत विश्वासू गारदी. उदगीरच्या लढाईत महत्त्वाची कामगिरी. त्यात याने मोठा पराक्रम केला. पानिपतच्या लढाईत अखेर कैद झाला. सदाशिवरावभाऊस दिलेल्या वचनाकरिता अब्दालीकडे जाण्यास नकार दिल्याने याचा वध करण्यात आला. (मचको)

इब्राहीम कुतुबशहा : (स. १५५०–१५८१) गोवळकोंड्याचा सुलतान, विजयनगरच्या रामरायास मदत, स.१५६५ मध्ये राक्षस–तागडी येथे मुसलमानांची व विजयनगरच्या रामरायाची लढाई. राक्षस–तागडीच्या

लढाईनंतर विजापूरच्या अली आदिलशहावर स्वारी केली होती. १५७९ मध्ये अली अदिलशहाने स्वारी केली होती. (मचको)

इब्राहीम लोदी : (१५१७-१५२६) दिल्लीचा बादशहा सिकंदर लोदीचा मुलगा. याच्या कडक धोरणामुळे अफगाण अधिकाऱ्यांमध्ये असंतोष निर्माण झाला. याचा परिणाम म्हणून काही प्रांतातील अफगाण सरदार स्वतंत्र झाले व या लोकांनी बाबरच्या मदतीने याला पदच्युत करून ठार मारले. (मचको)

इमादशाही : दक्षिण हिंदुस्थानात बहामनी साम्राज्याची जी पाच शकले पडली, (१४४२) त्यातील एक म्हणजे बिदर येथील इमादशाही. याचा कालखंड सुमारे १४८४ ते १५७२. पाच राज्यातील सर्वांत अल्पजीवी ठरलेले राज्य म्हणजे इमादशाही. फतेउल्लाह इमादशाह, अल्लाउद्दीन हे सुलतान इमादशाहीत होऊन गेले. १५७४ मध्ये हे राज्य निजामशाहीला जोडले गेले. (इसंशा)

इमान सर : (१८६९- १९३२) १९१०-१६ या अवधीत ते व्हॉइसरायच्या कार्यकारी मंडळांचे सभासद, लीग ऑफ नेशन्समध्ये हिंदुस्थानचे प्रतिनिधी. दुसऱ्या राउंड टेबल कॉन्फरन्सला ते उपस्थित होते. लखनौ येथे १९२१ साली भरलेल्या राष्ट्रीय मुस्लिम परिषदेचे ते अध्यक्ष होते. (सुविको)

इमाम खान : २७ व्या नेटिव्ह पायदळ पलटणीतील ग्रेनडियर तुकडीचे सुभेदार. त्यांनी पलटणीतील शिपायांना चरबी लावलेल्या काडतुसांची माहिती दिली.

इराणी आक्रमण (प्राचीन भारतावरील) : प्राचीन भारत अतिशय समृद्ध होता. त्यामुळे इराणी (पारशी) आक्रमकांची त्याच्याकडे दृष्टी गेली. (१) कुरुष किंवा सायरस (इ.स. पू. ५५८ - ५३०). काबूल, कापिशी, अश्वकांचा प्रदेश ह्यावर आक्रमण. पण पुढे त्याला अपयश आले. (२) दायरवौश तथा पहिला डॅरिअस (इ.स. पू. ५२२-४८६). वायव्य भारतातील काही भाग ह्याच्या साम्राज्याचा विसावा भाग होता आणि सर्वांत दाट लोकवस्ती असलेला हा प्रदेश होता. १२,९०,००० पौंड इतकी खंडणी त्याला ह्या भागातून मिळे. (३) क्षयार्ष किंवा झर्क्सेस (इ.स. पू. ४८६-४६५) ह्याच्याही ताब्यात वरील भारतीय प्रांत होते. 'हेलास' विरुद्ध त्याने नेलेल्या मोठ्या सेनेत गांधार आणि वायव्य भारत येथील सैनिक होते. (प्राभाराइ)

इरादतखान : महाबतखानाचा मुलगा. १६३६ नंतर दौलताबादचा सुभेदार. शहाजी भोसले याला मोगलांकडे वळवण्याची याने खटपट केली. याला १६३० मध्ये खानजहान लोदीचे बंड मोडण्याकरता शहाजहानने दक्षिणेत पाठवले व आजमखान ही पदवी दिली. (मचको)

इलाही : मुसलमान लोकांचे सौर वर्षमान. अकबराने इ.स. १५८४ मध्ये 'तारीख-इ. इलाही' ह्या नव्या सौर कालाचा प्रचार आपल्या राज्यात केला. प्रत्येक नव्या वर्षाचा प्रारंभ मेष-संक्रांतीला किंवा २१ मार्च (नवी पद्धती) ला होई. शहाजहानपासून इलाही पद्धतीचा त्याग, तरी शेवटच्या बादशहापर्यंत प्रचार चालू होता. (भासंको)

इल्बर्ट बिल : (१८८४) लॉर्ड रिपनच्या कारकिर्दीत मध्यवर्ती विधिमंडळात मंत्री. सर कोर्टेनी इलूबर्ट याने क्रिमिनल प्रोसिजर अमेंडमेंट कोड बिल सादर केले (१८८३-८४). क्रांतिकारक विधेयक. भारतातील भारतीय, युरोपीय नि ब्रिटिश गुन्हेगारांचे निकाल देण्याचे अधिकार भारतीय न्यायाधीशांना मिळणार होते. याविरुद्ध भारतातील ब्रिटिश आणि युरोपीय लोकांनी तीव्र आंदोलन करून श्वेत बंडाची धमकी दिली. त्यामुळे तडजोड होऊनच ते विधेयक संमत झाले. (मविको)

इळवा : केरळमधील एक अस्पृश्य जात, भारतीय प्रबोधन काळात सामाजिक सुधारणांमध्ये एझाबा वर्ग आघाडीवर होता. डॉ. पल्पु, श्री नारायण गुरु आणि कवी कुमारन आसन हे या जातीतील होते. (इ स ंशा)

इष्टूर फाकडा : (मृत्यू-१७७९) कॅप्टन स्टुअर्टला मराठे लोक त्याच्या शौर्यामुळे कौतुकाने 'इष्टूर फाकडा' म्हणत. याच्या शौर्याबद्दल, धैर्याबद्दल व युद्धचातुर्याबद्दल फार प्रशंसनीय उल्लेख आहेत. १७७८ मध्ये रघुनाथराव पेशवे यांच्या मदतीस इंग्रजांतर्फे हा बोरघाटात आला होता. तोफांच्या भडिमारातही याने आपली फौज कारल्यापर्यंत पोहोचवली. याच युद्धात त्याचा अंत झाला. ज्या तोफेने याचा मृत्यू झाला त्या तोफेचे नाव सबसिकल. ही आजही राजा दिनकर केळकर संग्रहालयात आहे. कार्लागावाजवळ त्याचे थडगे आहे. (मचको)

इसवी सन : ही कालगणना आंतरराष्ट्रीय व्यवहारासाठी जगात सर्वत्र प्रचलित आहे. येशू ख्रिस्ताच्या जन्मापासून ही कालगणना मानतात. ही सौर कालगणना आहे. मेळ घालण्यासाठी लीप इयर धरण्यात येते. भारतात इंग्रजी राज्य चालू झाल्यावर ही कालगणना सामान्यत: १८०० किंवा १८५७ नंतर प्रचलित झाली. (भासंको)

इसागड : पाहा – विसापूर.

इस्माईल हाजी, मौलवी महंमद : (१७८१-१८३१) एक मुसलमानी धर्मसुधारक, हिंदुस्थानातील धर्म सुधारण्याचा याने बराच प्रयत्न केला. वहाबी चळवळ त्यांच्या धोरणावरच आहे असे त्यांना वाटत होते. १८२७ मध्ये ब्रिटिश सरकारने इस्माईल पंथास विरोध केला. त्यांनी शिखांना लढाईस आव्हान दिले. पेशावर हे मुख्य ठिकाण केले. (१८२९) शिखांविरुद्ध झालेल्या लढाईत इस्माईल हाजी पडला. (१८३१) (मचको)

इस्माईल आदिलशहा : (१५१०-१५३४) विजापूरच्या युसुफ आदिलशहाचा पुत्र. हा लहान असताना प्रधान कमालखानने बळजबरीने राज्य बळकवण्याचा प्रयत्न केला. परंतु याच्या आईने हुषारीने त्याचा काटा काढला. याने गादीवर येताच विस्कटलेली घडी नीट बसवली. विजयनगरशी याने वारंवार युद्ध केले व पराभव पत्करला. परंतु अंतत: याने विजय मिळवून इतरांशी सख्य केले. हा न्यायशील, क्षमाशील, उदार व दूरदर्शी होता. (मचको)

इस्माइल हाजी मौलवी मुहंमद : (इ.स. १७८१-१८३१) हिंदू धर्माच्या तावडीत सापडल्यामुळे इस्लामी धर्म विकृत झालेला आहे, त्याचे शुद्ध स्वरूप पुनश्च प्रस्थापित करण्यासाठी याने शुद्ध इस्लामी मताचा उपदेश चालू केला. इस्माइली हा त्याचा पंथ. ब्रिटिशांची त्यांच्यावर गैरमर्जी झाली. अजूनही त्याचे अनुयायी वायव्य भारतात आढळतात. (भासंको)

इस्लाम, काजी नज्रूल : (२४ मे १८९९) क्रांतिवादी मुसलमान कवी. अग्निवीणा आणि विषेरबाँशी या काव्यसंग्रहामुळे प्रसिद्ध पावले. गांधीजींच्या असहकारितेच्या चळवळीत भाग घेऊन त्यांनी कारावास भोगला. भारताच्या फाळणीचे प्रखर विरोधक. (मविको)

इस्लामी कालगणना : दुसरा खलीफ ओमर याने ६३८ साली इस्लामी कालगणनेला प्रारंभ केला. महम्मद पैगंबराचे मक्केहून मदिनेला प्रयाण झाले तेथून स. न. ६२२ साली हिजरी कालगणनेला प्रारंभ होतो. सुहूर, फसली ही देखील मुस्लिम कालगणना आहे. (इसंशा)

इस्लामी वास्तुकला : इस्लामी वास्तुकलेचा आरंभ सातव्या शतकात झाला. सोळाव्या शतकापर्यंत ती विकसित होत गेली. इस्लामी सत्ता भारतात साधारणत: ११ व्या शतकात स्थापन होऊन एकोणिसाव्या शतकापर्यंत टिकून राहिली. भारतीय वास्तुशास्त्रज्ञांनी भारतातील इस्लामी वास्तूची निर्मिती करतांना इराणी

घुमट, कमानी, मनोरे, झरोके या परदेशी वास्तुविशेषांची पूर्ण ओळख करून घेतली व त्यांना खास भारतीय स्वरूप दिले. (मविको)

इस्लामी सुधारणा चळवळ : १) अंजुमन-इ-हिमायत-इ-इस्लाम २) अल-इ-हदिया दोन महत्त्वाच्या सुधारणा चळवळी, शहरी भागातील मुसलमान लोकांनी पाश्चात्त्य पद्धतीचे आधुनिक शिक्षण घेऊन नवीन विचारशैली आत्मसात करण्यास सुरुवात केली. मुस्लिम समाजात सामाजिक-राजकीय-शैक्षणिक-धार्मिक सुधारणा होऊन मंदगतीने का होईना प्रबोधनाला प्रारंभ झाला.

इहवाद : इहवाद म्हणजे या जगाच्या संदर्भात आणि जगासंबंधी केलेला विचार. इहवादात रूढ धर्मवादाचा विचार येत नाही. मनुष्यजीवन आणि त्याच्या समस्या, अर्थ आणि काम, अनुभवजन्य ज्ञान आणि प्रवृत्तिपर जीवन यांचा विचार केला जातो. (सुविको)

ई

ईडन आयोग : सैन्य सुधारणांसाठी स्थापन केलेला आयोग या नावाने ओळखला जातो. भारतीय सेनादलाची संख्या कमी करणे, सीमादलाचे प्रमाण वाढविणे, लष्करीदृष्ट्या भौगोलिक विभाग करणे इत्यादी शिफारशी या आयोगाने ठरविल्या. पण त्यांची प्रत्यक्षात अंमलबजावणी झाली नाही. (इसंशा)

ईडर संस्थान : ब्रिटिशांकित हिंदुस्थानातील एक रजपूत संस्थान. इतिहासानुसार ८९० ते ९७० पर्यंत हे संस्थान गुहलोत (गुहिलोत) घराण्याच्या अमलाखाली होते. त्यानुसार सुमारे २०० वर्षे परमार घराण्याने या भागावर राज्य केले. मुराद बक्ष या गुजरातच्या मोगल सुभेदाराने १६५६ मध्ये राव जगन्नाथ यास हुसकावून लावले. ब्रिटिश सरकारने १८४८ मध्ये हे तीनही प्रांत एकत्र करून राठोड घराण्यातील प्रतापसिंहास ईडरच्या गादीवर बसवून (१९०२) महाराजा ही पदवी दिली. (मविको)

ईदर संस्थान : राजस्थानातील एक संस्थान. इ.स. ८९० पासून ९७० पर्यंत हे संस्थान गेहलोट अमलाखाली होते. इ.स.१००० पासून १३०० पर्यंत परमार रजपूत अमलाखाली आले. इ.स.१७२८ साली जोधपूरच्या राजाच्या आनंदसिंग व रायसिंग यांनी आपली सत्ता प्रस्थापित केली. संस्थानच्या अधिकाऱ्याला 'महाराज' ही पदवी, दत्तक घेण्याचा अधिकार, १५ तोफांची सलामी असे अधिकार होते. या संस्थानात अहमदनगर, ईदर, वडाली ही शहरे होती.(सुविको)

ईदसुभरती : हा कर वस्तुरूपाने गावच्या तेल्याकडून मशिदीच्या रोषणाईसाठी वसूल केला जात असे. मशिदीची देखभाल करणाऱ्या काझीच्या सनदेत त्या कराचा उल्लेख आढळतो. बकरीद आणि ईदसुभरती हे ईदच्या संदर्भातील कर होत. (शिम)

ईल : एलिचपूर (सध्याचे अचलपूर)येथील जैनधर्मी राजा. याने जैनधर्माचा प्रसार मोठ्या प्रमाणावर केला. एका गझनीच्या फकिराच्या सांगण्यावरून गझनी सुलतानाचा भाचा रहिमानशहा याने ईल राजाशी धर्मासाठी युद्ध पुकारले. या घनघोर युद्धात दोघेही स्वधर्मासाठी मृत्यू पावले. रहिमानशाहची कबर आजही अस्तित्वात आहे. ईल राजा व रहिमानशाहच्या लढाईचे ते स्मारक आहे. (मचको)

ईश्वरदास नागर : याने औरंगजेबाच्या कारकिर्दीचा इतिहास फार्सी भाषेत लिहिला. हा रजपूत सरदार औरंगजेबाबरोबर दक्षिणेत आला होता. (मचको)

ईश्वरसिंग : (१७४३) जयपूरचा राजा सवाई जयसिंगाचा मुलगा. हा गादीवर येताच धाकटा भाऊ माधोसिंग यानेही गादी मिळवण्यासाठी खटपट चालवली. यावेळी मराठ्यांनी आधी ईश्वरसिंगाला मदत करून

नंतर मात्र माधोसिंगचा पक्ष घेतला. यामुळे ईश्वरसिंगाने आत्महत्या केली. याची हृदयद्रावक आत्महत्या मराठ्यांच्या उत्तर हिंदुस्थानातील कारभाराला काळिमा फासणारी आहे. यामुळे मराठे हे राज्यकर्ते नसून लुटारू आहेत असा रजपुतांचा समज झाला. (मचको)

ईस्ट इंडिया कंपनी (ब्रिटिश) : डचांच्या अतिपूर्वेकडील मसाल्याच्या फायदेशीर व्यापाराला शह देण्यासाठी सप्टेंबर १५९९ मध्ये लंडनमधील व्यापाऱ्यांनी एक संघटना स्थापन केली. ३१ डिसेंबर १६०० रोजी एलिझाबेथ राणीने ईस्ट इंडिया कंपनीला पंधरा वर्षांच्या कराराने अतिपूर्वेकडील देशांशी व्यापार करण्याची सनद दिली. ब्रिटिशांनी भारतात सुरत येथे तळ दिला. विल्यम हॉकिंग्जच्या प्रयत्नाने १६१२ मध्ये मोगल बादशहा जहांगीर याच्याकडून कंपनीला सुरत येथे वखार स्थापन करण्याची परवानगी मिळाली. नंतर पेटापोली, अहमदाबाद, बऱ्हाणपूर, अजमीर, मच्छलीपट्टणम्, मद्रास तसेच १६६८ मध्ये मुंबई बेट कंपनीला मिळाले. १८५७ मध्ये ब्रिटिश ईस्ट इंडिया कंपनी बरखास्त करण्यात आली. आणि सर्व सत्ता इंग्लंडच्या राणीकडे आली. (मविको)

ईस्टविक, एडवर्ट बॅक्‌हाउस : एक ॲग्लो इंडियन प्राच्य वाङ्मय विशारद १८४३ मध्ये 'किस्साई संजान' या फारसी ग्रंथाचे भाषांतर याने केले. बॉम्बे सोसायटीच्या नियतकालिकातून ' लाइफ ऑफ झोरॉस्टर', सिंधी शब्दकोश व निरनिराळे लेख लिहिले. अनेक भाषांतरे प्रसिद्ध. १८६६ मध्ये हिंदुस्थानच्या स्टेट सेक्रेटरीचा तो प्रायव्हेट सेक्रेटरी, त्याचा शेवटचा ग्रंथ म्हणजे 'केसर-नाम-इ-हिंद' हा होय. (सुविको)

उ

उंटपट्टी : वाहतुकीसाठी वापरलेल्या उंटावर ही द्यावी लागे. वणटक्का जनावरांच्या काबिल्यावर अथवा ताफ्यावरील कर होता. सेल – बेल नावाचा कर देखील अशाच प्रकारचा होता. (शिमं)

उंदेरी : चेऊलच्या बखरीप्रमाणे (इ.स.१६८९) समानीन व अलफ वैशाख मासी उंदेरी बांधल्याची नोंद आहे. थळहून छोट्या होड्या उंदेरीकडे जातात. उंदेरीच्या ईशान्येस छोटेसे कोरीव लेणे आहे. हा जलदुर्ग शिवकालात विशेष महत्त्वाचा आहे. सिद्दी कासमने हा किल्ला बांधला. येथील तटबंदी अद्याप शाबूत आहे. हा जिंकण्यास अवघड आहे. दोन उंचवटे, दाट झाडी, एक तळघर आहे. (जस)

उच्च न्यायालय : इंग्रज सरकारने इ.स. १८६१ इंडियन हायकोर्ट ॲक्ट मंजूर केला. या कायद्यानुसार कलकत्ता, मुंबई, मद्रास या ठिकाणी उच्च न्यायालयांची स्थापना करण्यात आली. न्यायाधीशांच्या नेमणुका इंग्लंडचा राजा किंवा राणी करत असत. उच्च न्यायालयाच्या कक्षा १८८५ मध्ये वाढविण्यात आल्या. बिहार, ओरिसा, प्रांतात १९१६ मध्ये तसेच लाहोर (१९१९), नागपूर (१९३६), येथे उच्च न्यायालये स्थापन करण्यात आली. इंग्रजी राजवटीने न्यायदानाच्या क्षेत्रात केलेले महत्त्वाचे कार्य म्हणजे कार्यपद्धतीची संहिता तयार केली. दिवाणी खटल्यासंबंधी संहिता इ.स. १८५९ मध्ये व फौजदारी संहिता इ.स. १८६१ मध्ये स्वीकारली गेली. या पद्धतीमुळे एकसूत्रता आली. इंग्रजांच्या न्यायपध्दतीत जरी काही दोष असले तरीही आजच्या न्यायपद्धतीचा उगम प्रामुख्याने या पद्धतीत सापडतो. (सुविको)

उजैन : उत्तर प्रदेशाच्या कुमाऊँ विभागातील एक क्षेत्र. इथे ज्वालादेवीचे मंदिर आहे. हिला उजैयिनीदेवी असेही म्हणतात. जगेश्वर महादेवाच्या समीप २० फूट उंचीची व २०० फूट व्यासाची विटांची एक टेकडी आहे. तिथे बौद्धकालीन एखादा विहार किंवा स्तूप असावा. युआन च्वांगने वर्णन केलेल्या प्राचीन गोविषाण नगराचे अवशेष येथे आहेत असे कॅनिंगहॅमचे मत आहे. (भासंको)

उज्जैन : हिला उज्जायिनी किंवा अवंती असेही नाव आहे. प्राचीन साहित्यात उज्जैनचे अनेक उल्लेख सापडतात. अशोक मौर्य हा तिथे काही वर्षे प्रशासक म्हणून राज्य करत होता. काही काळ शकांचेही राज्य होते. सम्राट चंद्रगुप्त विक्रमादित्याने शकांचा पराभव करून आपले राज्य स्थापिले. उज्जयिनी वैदिक, बौद्ध व जैन या तीनही धर्मांच्या शिक्षणाचे केंद्र होते.उज्जैन हे हिंदूधर्मीयांचे एक महत्त्वाचे तीर्थक्षेत्र असून बारा ज्योतिर्लिंगापैकी एक – महांकालेश्वराचे सुप्रसिद्ध स्थान आहे. होळकरशाहीत राजधानीचा मान. (भासंको)

उट्रम : (२९ जा. १८०३–११ मार्च १८६३) हिंदुस्थानातील ब्रिटिश लष्कराचा सेनापती व मुत्सद्दी. खानदेशातल्या भिल्ल पलटणीतल्या सैन्यदलात सुधारणा केल्या. १८३५–१८३८ पर्यंत गुजरातमधील संस्थानिकांचे उठाव मोडले. १८४२ च्या दरम्यान सिंधचा राजकीय आयुक्त. रेसिडेंट म्हणून बडोदा व लखनौ येथे काम. १८५६ मध्ये औंध विभागाचा आयुक्त. १८५७ च्या उठावाच्या वेळी कोलकाता ते कानपूर या प्रदेशाचे रक्षण केले. उठावातील उत्कृष्ट कामगिरीबद्दल ब्रिटिश पार्लमेंटकडून बॅटन हा बहुमान. फ्रान्समध्ये मरण पावला. (मवि)

उडुपी : कर्नाटक, दक्षिण कानडा (मंगळूर). प्रख्यात द्वैतमतप्रवर्तक श्रीमन मध्वाचार्य ह्यांच्या वास्तव्यामुळे उडुपीला तीर्थक्षेत्राचे महत्त्व प्राप्त झाले. महाप्रभू चैतन्य (इ.स. १४८५ – १५३३) आणि पुरंदरदास (इ.स. १४८४ – १५६४) ह्यांनी येथे श्रीकृष्णाची पूजा केली होती. श्रीमध्वस्थापित श्रीकृष्ण मंदिर तसेच चंद्रेश्वर आणि अनंतेश्वर मंदिरे प्रसिद्ध आहेत. (भासंको)

उडेलोलाल : सिंधमधील एक देव. सिंधू नदीचा अवतार, त्याचा आविष्कार इ.स. ९५१ मध्ये झाला. असे सांगतात की ठठ्ठा नगरातील मर्ख नामक मुसलमान राजाने राज्यातल्या सर्व हिंदूंना मुसलमान होण्याची सक्ती केली. घाबरलेल्या हिंदूंनी सिंधू नदीच्या काठी जमून त्यांनी नदीची प्रार्थना केली. त्यानुसार रतनराय ठाकूर आणि त्याची पत्नी देवकी हिच्या पोटी उडेलोलालने जन्म घेतला. त्याच्यामुळे क्रूर मर्ख राजा शरण आला. हिंदूंचे संरक्षण झाले. कराची, ठठ्ठा, सक्कर येथे त्यांची मंदिरे आहेत. हिंदूंप्रमाणेच मुसलमानही ह्या देवतेला भजतात. (भासंको)

उत्क्रांतिवाद किंवा विकासवाद : या विश्वाच्या उत्पत्तीविषयीचा प्रश्न सोडविण्याचा प्रयत्न माणसे अगदी प्राचीन काळापासून करीत आलेली आहेत. या विश्वाचे आदिकारण काय आहे? हे जग निर्माण कसे झाले? या बाबतीतले प्रश्न माणसाला भेडसावत आलेले आहेत. ही जिज्ञासातृप्ती करण्याच्या प्रयत्नातील एक विचारधारा म्हणजे उत्क्रांतिवाद किंवा विकासवाद होय. चार्ल्स डार्विन, थॉमस हक्सले, हेगेल, हर्बर्ट स्पेन्सर, अर्न्स्ट हेकेल, लॉइड मॉर्गन, हेन्री बर्गसाँ, सॅम्युअल अलेक्झांडर, व्हाइटहेड, तेयल्हार्द–द–शार्दे या तत्त्वज्ञांचा समावेश यामध्ये होतो. (इसंशा)

उत्खनन : विविध कामांसाठी मूळ जागी असलेली माती व खडक सैल करणे, उकरणे, दुसरीकडे वाहून नेणे व पसरणे या क्रियांचा उत्खननात समावेश होतो. धरणे व इमारती बांधणे, रस्ते तयार करणे, उपयुक्त खनिज निक्षेप खणून काढणे इत्यादींसाठी उत्खनन करावे लगते. याकरिता विविध प्रकारची यंत्रोपकरणे वापरण्यात येतात. निसर्गत: भूमिगत झालेले प्राचीन संस्कृतीचे विविध प्रकारचे अवशेष शोधून काढण्यासाठी पुरातत्त्वीय उत्खनन करण्यात येते. लिखीत इतिहासाला पुष्टी देणारे पुरावे शोधण्यास उत्खनन केले जाते. अवशेषांची नासधूस होऊ नये म्हणून पुरातत्त्वीय उत्खनन साक्षेपाने करावे लागते. (मविको)

उत्खनित केलेली संस्कृती : भूगर्भाचे उत्खनन करून सापडलेल्या विविध पुराणवस्तूंवरून कल्पिलेली संस्कृतीची रूपरेषा. भारतातील प्राचीन आधिभौतिक संस्कृतीच्या विविध अवस्था आत्तापर्यंत ज्ञात झालेल्या आहेत. त्या केवळ उत्खननाने झाल्या नसून उत्खननपूर्व जे प्राथमिक संशोधन करावे लागते, त्यामुळे प्राचीन संस्कृतीची केंद्रे ज्ञात झाली. भारतातील उत्खनन केलेल्या संस्कृतीचा आढावा असा घेता येईल – प्राचीनतम अश्मयुग, हातकुऱ्हाड संस्कृती, मानवी जीवन, प्राचीनतर अश्मयुगीन वैशिष्टये प्राचीन अश्मयुगीन,मध्याश्मयुग, नवाश्मयुग मानवी जीवन, ताम्रयुगीन संस्कृती, सिंधू संस्कृती, राजस्थान नि माळवा आणि गंगा–यमुना दुआबातील ताम्रयुगीन संस्कृती, लोहयुगीन संस्कृती, नागरी संस्कृतीचा उदय, ताम्रयुग. (भासंको)

उत्तर प्रदेश : १८५७ च्या स्वातंत्र्यसमराचे उत्तर प्रदेश हे महान केंद्र होते. अयोध्या, कानपूर, काल्पी, लखनौ, फैजाबाद, झाशी, मीरत, बरेली, शहाजहानपूर, मुरादाबाद, ब्रह्मावर्त तथा बिठूर ही स्थाने ह्या स्वातंत्र्युद्धात चांगलीच गाजली. युद्धातले बरेचसे नेते याच प्रदेशातले होते. तसेच अयोध्या, काशी, मथुरा, वृंदावन, गोकुळ, प्रयागराज, सारनाथ, श्रावस्ती, सांवपश्य, कुशीनगर (कुशिनारा) ही मोठी वैदिक जैन बौद्ध तीर्थक्षेत्रे आणि इटावा, आग्रा, कनोज, गोरखपूर, फुलपूर,बलिया, मिर्झापूर, नोइडा, फरुखाबाद, बांदा, कनौज, फत्तेपूर, सहारनपूर, रायबरेली, शिक्री, बुलंदशहर,अलिगढ, आझमगढ, जोनपूर, उन्नाव इ. ऐतिहासिक, सामाजिक, सांस्कृतिक, शैक्षणिक, व्यावसायिक इ. केंद्रे होत. एक महत्त्वाचे व मोठे घटक राज्य. राजधानी लखनौ. लोकसंख्या सर्वात जास्त. हिंदी व उर्दू राज्यभाषा. उत्तरेला बिहार आणि झारखंड, पश्चिमेस-वायव्येस हरियाणा, पश्चिमेलाच राजस्थान, वायव्येसच हिमाचल प्रदेश, दक्षिणेला मध्यप्रदेश, छत्तीसगड, उत्तरेला उत्तरांचल, उत्तरेलाच नेपाळ ही राज्ये आहेत. याला राजकीय व सांस्कृतिक इतिहास अर्वाचीन व प्राचीन दोन्ही प्रकारचा आहे. ब्रम्हर्षिदेश नावाने पण ओळख. भारद्वाज, वसिष्ठ, विश्वामित्र हे ऋषी व रामायण - महाभारतातील राजे येथीलच. अयोध्या, वाराणसी, प्रयाग, मथुरा ही सांस्कृतिक केंद्रे. हिंदू व मुस्लिम संस्कृतींचा मिलाफ. ताजमहाल प्रसिद्ध आहे. शेती मुख्य. औद्योगिक कारखाने. बद्रिनाथ, केदारनाथ . विंध्याचल, अयोध्या, चित्रकूट, अलाहाबाद, मथुरा, वृंदावन इ. प्रसिद्ध ठिकाणे. फत्तेपूर-सिक्री, कुशीनगर, श्रावस्ती ही धार्मिक स्थळे. (मविको)

उत्तरांचल : भारतीय संघराज्यातील एक घटक राज्य. २००० मध्ये उत्तर प्रदेशाचे विभाजन करून उत्तरांचलची निर्मिती करण्यात आली. त्याची राजधानी डेहराडून आहे. क्षेत्रफळ ५३,४८३ चौ. कि. मी. लोकसंख्या ८७,७९,५६२. साक्षरता प्रमाण ७३%. उत्तर प्रदेशाचे २००० मध्ये विभाजन करून याची निर्मिती झाली आहे. भाषा हिंदी, गढवाली, पहाडी, उत्तरेला चीन, पूर्वेला नेपाळ, दक्षिण-नैर्ऋत्येला उत्तर प्रदेश, वायव्येला हिमाचल प्रदेश. शेतीप्रधान. गहू, भात, बटाटे, सफरचंद, आंबे ही उत्पादने. हरिद्वार येथे भारत हेवी इलेक्ट्रिकल्स कारखाना, ऋषीकेश येथील इंडियन ड्रग्ज प्रकल्प. नैनीताल, रानीखेत, चमोली येथील राष्ट्रीय उद्याने, केदारनाथ, बद्रीनाथ, गंगोत्री, यमुनोत्री, हरिद्वार, हृषीकेश ही धार्मिक स्थळे, नैनीताल, रानीखेत, अल्मोडा ही थंड हवेची ठिकाणे म्हणजे उत्तरांचलाची वैशिष्टये आहेत. (इसंशा)

उत्तराध्ययनसूत्र : जैनांचे एक मूलसूत्र. जैन धर्म आणि तत्त्वज्ञान ह्या दोहोंच्याही दृष्टीने ह्याला महत्त्व आहे. या ग्रंथात प्राचीन काळातली धार्मिक कविता, पद्यमय आख्याने इ. मनोरंजक विषयांचे संकलन आहे तसेच अनेक ऐतिहासिक कथाही आलेल्या आहेत. यात २६ अध्याय आहेत. (भासंको)

उत्तरापथः उत्तर भारताचे एक नाव. उदीचीपथ असाही उल्लेख मिळतो. बृहत्संहितेत (इ.स. चे. ६ वे शतक) उत्तरापथाचा उल्लेख आहे. कान्यकुब्ज (कनोजचा) हर्षवर्धन (इ.स. ६०६ -६४७) हा उत्तरापथाचा अथवा उत्तर प्रदेशाचा प्रभू होता, असे चौलुक्य वंशाच्या (इ.स. ९४१ ते १२४७) इतिहासात लिहिलेले आहे. (भासंको)

उत्पन्न १ (सरकारी शिवकालीन) : शेतसारा आणि विविध करपट्ट्या, निरनिराळ्या व्यवसायांवरील कर, अप्रत्यक्ष कर - जकाती, राजाला मिळणाऱ्या भेटी, नजराणे, न्यायालयांनी केलेला दंड अथवा शुल्क आकारणी, शासकीय उद्योगधंदे, टांकसाळीचे उत्पन्न, युद्धापासून मिळणारी सामग्री,चौथाई आणि सरदेशमुखी (मइ)

उत्पन्न : २ (मराठी राज्य)१७ व्या शतकात राज्याचे उत्पन्न विविध प्रकारच्या करांची आकारणी करून मिळविले जात असे. मेस्तक नावाच्या एका मध्ययुगीन मराठी पुस्तिकेत राज्याच्या उत्पन्नाच्या आठ बाबी सांगितल्या आहेत. - जकात, जिराईत, बागाईत, बारनगजग, बारगुजारत, बादस्ती, कटुबाण, जुजुया या आठ बाबींमुळे

उत्पन्न मिळत असे. प्रत्यक्ष कर ही उत्पन्नाची प्रमुख बाब होती. उत्पन्नाचा बराच भाग अप्रत्यक्ष कराच्या रूपाने वसूल केला जात असे. शुल्क व दंड रूपानेही काही पैसा जमा होत असे. (शिकाम)

उत्पन्न, ३ (राष्ट्रीय) : भारत – विशिष्ट कालखंडात देशात तयार होणाऱ्या वस्तुरूप उत्पादनाचे पैशातील मोजमाप म्हणजे 'राष्ट्रीय उत्पन्न' होय. राष्ट्रीय उत्पन्नात एका विशिष्ट कालखंडात निर्माण होणाऱ्या सर्व प्रकारच्या वस्तू व सेवा यांचा अंतर्भाव केला जातो. भारतात राष्ट्रीय उत्पन्न मोजणीसाठी १ एप्रिल ते ३१ मार्च असे वर्ष निश्चित केलेले आहे. (सुविको)

उत्पन्न,४ (युद्धजन्य) : शिवाजीराजाला पराजितांपासून अथवा ज्यांनी त्यांचे स्वामित्व मान्य केले होते, अशा शत्रूंपासून मिळणारे उत्पन्न खंडणी अथवा चौथ या सदराखाली येते. तसेच गनिमाचा प्रदेश लुटूनही काही संपत्ती मराठ्यांनी गोळा केली होती. (शिम)

उदंतपुरी महाविहार : उदंतपुरी हे बंगालमधील नवद्वीपाजवळचे एक गाव. हे पाली भाषेच्या अभिवृद्धीसाठी प्रसिद्ध होते. बौद्धांच्या हीनयान पंथाचे मोठे केंद्र होते. पाल राजांनी या विहाराला राजाश्रय दिला. येथे फार मोठा ग्रंथसंग्रह होता. इ.स. ११९९ मध्ये बखत्यार खिलजीने तो सगळाच्या सगळा जाळून टाकला. बौद्धधर्म प्रसारासाठी भिक्षू तयार करणे हा उदंतपुरीच्या विहाराचा प्रमुख कार्य. पाल राजांनी या विहाराला सढळ हाताने मदत केली. (भासंको)

उदगीर : उस्मानाबाद जिल्ह्यातील तालुक्याचे ठिकाण. येथील किल्ल्यात उद्‌गीर बुवांची समाधी तसेच शहाजहान व औरंगजेब यांचे उल्लेख असलेले शिलालेख आहेत. ३ फेब्रुवारी १७६० रोजी उदगीरजवळ मराठ्यांनी मोगलांचा पराभव केला होता. येथील भुईकोट किल्ला पाहण्यासारखा आहे. (मविको)

उदयगिरी – खंडगिरी : जैनांचे तीर्थक्षेत्र. उदयगिरी पर्वतात अलकापुरी, जय–विजय, राणी, गणेश गुहा आहेत. अनेक नैसर्गिक गुहा आहेत. हत्ती गुंफेत कलिंगनरेश, खारवेल याचा सुप्रसिद्ध शिलालेख आहे. दालनाच्या दारावर अर्धवर्तुळाकार तोरणे आहेत. खंडगिरीवर पाच गुहा आहेत. शिखरावर जैन मंदिरे आहेत. आकाशगंगाकुंड, गुप्तगंगा, श्यामकुंड, राधाकुंड ही कुंडे आहेत. जवळ इंद्रकेसरी गुंफा आहे. या गुहेच्या मागे असलेल्या गुहेत चोवीस तीर्थकरांच्या मूर्ती आहेत. (भासंको)

उदयगिरी : मध्य प्रदेशात भेलसा (विदिशा) जवळच आठ किमीवर हे स्थान आहे. इथे एकूण वीस गुंफा आहेत. त्यापैकी दोन गुंफा जैनांच्या आहेत. एका गुंफेत चंद्रगुप्त २रा याचा एक शिलालेख आहे. ५ व्या क्रमांकाच्या गुहेत वराहावताराचा देखावा कोरलेला आहे. वराहाची प्रतिमा गुप्तकालीन कलेचे अप्रतिम उदाहरण आहे. (सुविको)

उदयदिव्य परमार : हा माळव्याच्या परमारापैकी जयसिंहाचा उत्तराधिकारी (१०५९). त्याने सांभरच्या तिसऱ्या विग्रहराज चौहानच्या मदतीने राज्याची स्थिती सुधारली, गुजरातच्या कर्ण राजास जिंकले, याने आपल्या नावाने ग्वाल्हेर राज्यात उदयपूर नगर वसवले. परमारांचे शिलालेख मिळाले आहेत. (सुविको)

उदयन : मगध देशाचा राजा व शैशुनाग वंशातील आठवा पुरुष. हा वत्स देशाचा म्हणून याला वत्सराज असेही म्हणतात. ख्रि.पू. ५०३ हा याचा काळ. उदयनासंबंधीच्या कथा काव्यातून ग्रथित झालेल्या आहेत. 'स्वप्रवासवदत्तम्' व 'रत्नावली' ही नाटके त्याच्याशी संबंधित आहेत. (सुविको)

उदयपूर :पूर्वीच्या उदयपूर संस्थानची राजधानी आणि सध्या राजस्थान राज्यातील जिल्ह्याचे ठिकाण. १५६७ मध्ये अकबराने चितोडचा पाडाव केल्यावर मेवाडच्या महाराणा उदयसिंहाने आपल्या राजधानीसाठी

अरवली पर्वताच्या मधोमध पिचोला तलावाच्या काठी असलेल्या या सुरक्षित ठिकाणी हे नगर वसविले. उदयसिंहाच्या नावावरून याला उदयपूर अथवा उदेपूर हे नाव पडले. शहरातील बहुतेक इमारती पांढऱ्या सफेत असल्याने उदयपूरला शुभ्र नगरीही म्हणतात. (मविको)

उदयभानू : उदेभान राठोड, एक मोगल सरदार, १६७० मध्ये तानाजी मालुसऱ्यांनी कोंढाणा किल्ल्यावर रात्री ५०० मावळ्यांनिशी हल्ला केला तेव्हा उदयभानू किल्ल्याच्या संरक्षणासाठी मोगलांकडून नेमलेला अधिकारी होता. तानाजी मालुसऱ्यांशी लढताना उदयभानू ठार झाला. (सुविको राशि)

उदयसिंह : (१५४१– १५७२) हा राणा संगा त्याची हांडावंशीय राणी कर्णावतीपासून झालेला मुलगा. १५४० मध्ये गादीवर आला. पण तो दुर्बल होता. १५६७ मध्ये अकबराने चितोडवर हल्ला केल्यानंतर तो पळून गेला पण रजपूत सैन्य मोठ्या शौर्याने लढले. रजपूत स्त्रियांनी जोहार केल्यावरच अकबराला चितोड जिंकता आले. १५६८ मध्ये रणथंबोर जिंकले, तेथेच उदयपूर वसवून महाल, तलाव व उदयश्यामचे मंदिर बांधले. (मविको ; सुविको)

उदवाडा : सुरत जिल्ह्यात बलसाडजवळ पारशी लोकांचे पवित्र स्थान. जवळच पारशांचे अग्निमंदिर आहे. इ.स. १४९० नंतर मुसलमानांच्या आक्रमणाने पारशी संजाणाहून पळून नवसरीला गेले. इ.स. १७३३ च्या सुमारास पेंढाऱ्यांच्या भीतीने सुरतेला गेले. शेवटी इ.स. १७४२ साली उदवाडा येथे स्थायिक झाले. आदर व अरदी बेहस्त या महिन्यात यात्रा असते. जवळच श्री रामेश्वराचे प्राचीन मंदिर आहे. (भासंको)

उदाजी चव्हाण : (मृ. १७६२) एक बंडखोर मराठा सरदार. याच्या घराण्यात हिंमतबहादूर हे पद चालत असे. उदाजीचे वडील विठोजी याने औरंगजेबाच्या तंबूचे सोन्याचे कळस कापून आणले होते. शाहूने आपल्या सरदारांना उदाजीचा काटा काढण्याची ताकीद दिली. उदाजीने मोगलांशी संगनमत केले. नानासाहेब पेशव्याने मोठ्या मुत्सद्देगिरीने त्याला डिग्रज येथे सरंजाम देऊन ठेवून घेतले. (सुविको)

उदाजी पवार : (मृत्यू – १७६०) सध्याच्या धारच्या पवारांचा मूळ पुरुष. स. १६९८ मध्ये माळव्यात शिरून मांडवगडास तळ दिला. १७०९ मांडवगड काबीज. इ.स. १७१८ मध्ये बाळाजी विश्वनाथ बरोबर दिल्लीस गेला. माळवा व गुजरातमध्ये मराठ्यांचा जम बसविणारी व्यक्ती म्हणजे उदाजी. डभईच्या लढाईमध्ये बाजीरावाच्या विरुद्ध म्हणजे दाभाड्यांकडून हजर होता. बाजीरावाने याला माळवा व गुजरातचा अर्धा मोकासा दिला. इ.स.१७३६ मध्ये सिद्दीवरील मोहिमेस जाण्याकरिता शाहूमहाराजांनी यास बोलावले. (मचको)

उदालबार : जळगाव. मोगलांनी येथे किल्ला बांधला. इ.स. १६०० मध्ये येथे एक तलाव बांधला होता. गावाभोवती एक चांगला तट आहे. काही जुन्या इमारतींचे अवशेष व विहिरी आढळतात. (सुविको)

उदासी पंथ : सोळाव्या शतकात स्थापन झालेला हिंदू साधूंचा एक संप्रदाय. शीख गुरू नानकांचे ज्येष्ठ पुत्र श्रीचंद (ज. सु. १४९४) यांनी या संप्रदायाची स्थापना केली, असे काही विद्वानांचे मत आहे, तर काहींच्या मते नानकांचे नातू धर्मचंद यांनी त्याची स्थापना केली. हा संप्रदाय ॐकारापासून निघाला, असे या संप्रदायाचे अनुयायी मानतात. अनुयायांची संसारातील उदासीनता व विरक्ती पाहून या संप्रदायाला उदासी हे नाव पडले असावे. हा सुधारकवादी पंथ आहे. श्रीचंद्र हा संस्थापक. दीक्षाविधी अत्यंत साधा. हिंदूचे धार्मिक सण व उपवासादी नियम पाळतात. वचिक, मानसिक, कायिक अशा साधना आहेत. परमहंस उदासी भगवीवस्त्रे गुंडाळतात. ॐ नमो ब्रह्मणे ॐ म्हणून एकमेकांना अभिवादन करतात. (मविको) (भासंको)

उदेपुरी गोसावी : सातारच्या बनसीगीर गोसाव्याचा हा चेला. भोसले व कलकत्तेवर इंग्रज यांच्यामधील सर्व महत्त्वाच्या उलाढाली याच्याच मार्फत झाल्या. (सुविको)

उदेपुरी बेगम : (मृ.१७०७) औरंजेबाची एक स्त्री. ही मूळ जॉर्जियन बटकी. प्रथम दारा शुकोहच्या जनानखान्यात होती. ह्या ख्रिस्ती सुंदरीवर औरंगजेबाची फार मर्जी असे. तिला त्याने मद्यप्राशनाची सूट दिली होती. कामबक्ष हा तिचाच मुलगा. (सुविको)

उदेपूर आणि मराठे : उदेपूरच्या वारसा प्रकरणात होळकरांनी भाग घेतला होता. महादजी शिंद्यांनी रतनसिंहाची बाजू घेतली होती. तुकोजी होळकरांनी बुंदी कोट्याकडे जाऊन खंडणी वसूल केली. जयपूरची १०००० फौज मराठ्यांना मदत करण्यासाठी गेली होती. वारसा प्रकरणात भाग घेतल्याने राजपूत राजे दुखावले गेले. त्यामुळे त्यांनी पानिपतच्या लढाईत मराठ्यांना मदत केली नाही. (मइ)

उद्दिष्टकथन ठराव : भारताला स्वातंत्र्य मिळाल्यानंतर घटना समिती स्थापन करण्यात आली. त्यावेळी तत्कालीन नामवंत काँग्रेस नेते व निष्णात विधिज्ञ हजर होते. पं. नेहरू हे त्यांपैकी एक असून त्यांनी १३ डिसेंबर १९४७ रोजी जो ठराव मांडला, त्यात घटनेची उद्दिष्टे स्पष्ट करण्यात आली होती. तोच हा उद्दिष्टकथन ठराव होय. त्यात पं. नेहरूंनी जाहीर केले की स्वतंत्र-सार्वभौम प्रजासत्ताकात नवी घटना निर्माण केली जाईल. तीमध्ये सर्व नागरिकांना समान दर्जा, महत्त्व, संधी दिली जाईल. अल्पसंख्याकांना संरक्षण, भटके, दलित, मागासवर्गीयांना कल्याणाची हमी इ. अनेक तरतुदी त्यात होत्या. हा ठराव घटना समितीने २२ जानेवारी १९४८ रोजी स्वीकारला.

उद्धव गोसावी : (१६०४-१६९३) श्री समर्थ रामदासस्वामीचे पहिले शिष्य - टाकळी येथे रामदास स्वामी त्रयोदशाक्षरी मंत्राचे पुरश्चरण करीत असता त्यांना टाकळी येथेच समर्थांनी त्याला मठ बांधून दिला. (मचको)

उद्धव चिद्धन : यांचे उपनाव कोकीळ-उद्धव हे याचे व चिद्धन हे गुरूचे नाव, मराठवाड्यातील आंबेजोगाई जवळ असणाऱ्या धारूरचा राहणारा, हा चैतन्यसंप्रदायातील एका परंपरेत येतो. याने रचलेला धावा करुणापूर्ण असून जुन्या काळातल्या स्त्रिया आवडीने म्हणत असत.(मचको, भासंको)

उद्धव मल्हार : समर्थ संप्रदायातील एक कवी. याने समर्थांचे ओवीबद्ध चरित्र लिहिले. (मचको)

उद्धवराव : (१५६६-१६६२) उदाराम घराण्याचा मूळ पुरुष. संस्कृत, फारसी वगैरे भाषा याला अवगत होत्या. हुशारीमुळे तो अकबर बादशहाच्या नजरेत भरला व त्याने त्याला ५ हजारांची मनसब दिली. लष्करी कामातही तो हुशार होता.वाशिम, माहूर किल्ला त्याच्या ताब्यात शहाजहानने देशमुखी वतन दिले.(सुविको)

उद्यान : प्राचीन कालापासून राज्यकर्ते उद्याने निर्माण करीत आले आहेत. मोगल सम्राट हे उद्याननिर्मितीचे शौकीन होते. छ. शाहूमहाराज व श्री ब्रह्मेंद्रस्वामींनी आरळे व धावडशी, नूने इ. गावी उत्तम बगीचे केले. बाबर बादशहा फुलवेडा होता. जोहरा बाग, ताजमहालाभोवतीचे उद्यान, शालीमार बाग, अंगुरी बाग, तालकटोरा बाग, चारबूर्ज उद्यान, निशांत व शालीमार उद्याने प्रसिद्ध आहेत. मोगल सम्राटांनी उद्यानांच्या रूपाने भारतीय कलेला एक महान देणगी दिलेली आहे. पेशवाईतही बागांची निर्मिती केली गेली नि पुण्यात तर अनेक बागा होत्या. (भासंको)

उद्योग : (भारत) इ.स. पूर्व पाचव्या शतकापासून ते स्वातंत्र्यानंतरच्या काळात अनेक उद्योगांचा विकास झाला. उद्योगाचे विवेचनाच्या सोयीसाठी तीन टप्पे पडतात ते असे- इतिहास काळ, इंग्रजी सत्तेचा काळ, स्वातंत्र्याचा काळ. इसवीसन पूर्व पाचव्या शतकापासून ते अठराव्या शतकापर्यंत अनेक राजवटींचा उदय झाला व

अस्तही झाला. या काळात उद्योगधंद्यात वाढ झाली. १८ व्या शतकात औद्योगिक क्रांती झाली. नव्या यंत्रांचे आणि उत्पादन तंत्राचे शोध लागले. १९ व्या शतकाच्या मध्यापासून भारतातही नवी यंत्रे येऊ लागली. तेव्हापासून भारतात औद्योगिक क्रांतीचे पर्व सुरू झाले. उद्योगाचा आकार, उत्पादनाचे प्रकार, यंत्र - तंत्राचे प्रयोग, शास्त्रीय संशोधन यामुळे उद्योगांचा कायापालट झाला. (सविको)

उद्योग : (लघु उद्योग-भारत)कमी प्रमाणात भांडवल गुंतवणूक करून लहान प्रमाणावर उत्पादन करणाऱ्या उद्योगांना सामान्यत: 'लघु-उद्योग' संबोधण्यात येते. पूर्वीपासून भारतात लघुउद्योग चालू आहेत. वीज वापरणाऱ्या कारखान्यात ५० पेक्षा कमी श्रमिक असल्यास तो लघु उद्योग अशी व्याख्या केली. १९६० मध्ये लघु उद्योगांना भांडवल गुंतवणुकीचा निकष लावण्यात आला. ५ लाखांच्या आतील उद्योगांचा त्यात समावेश करण्यात आला. १९६६ मध्ये ही मर्यादा ७. ५ लाख, १९७८ मध्ये १० लाखांपर्यंत करण्यात आली. १९८५ मध्ये ही मर्यादा ३५ लाखांपर्यंत वाढविली. (सुविको)

उद्योग : (शिवकालीन) शिवकाळात शेती हा मुख्य व्यवसाय होता. गावातील कारागीर स्थानिक लोकांच्या गरजा पुरविण्याचे काम करीत. कारागिरांनी स्थलांतर करू नये याची गावकरी काळजी घेत. परमानंदाच्या शिवभारतात सोनार, लोहार, तांबट, सुतार, चांभार, कोष्टी, तेली, मांग, धनगर, कोमटी, शिंपी, न्हावी, परीट, गवंडी, माळी, कासार, तांबोळी, कोळी, रंगारी इ. ग्रामीण व्यवसायांचे उल्लेख आढळतात. व्यवसाय हे जातीवर आधारलेले असत. त्यामुळे प्रत्येक जातीला आणि व्यवसायाला समाजात निश्चित स्थान आणि संरक्षण मिळत असे. (शिकाम)

उधम बाई : एक हिंदू स्त्री. हिचे दिल्लीचा बादशहा मुहम्मद शहाबरोबर लग्न झाले. हिचा मुलगा अहमदशाहा गादीवर बसला त्यावेळी हिला नबाबबाई, नबाब कुदसिया, साहेब झमानी अशा पदव्या मिळाल्या. अहमदशहा बरोबर हिचे डोळे काढले होते. (मचको)

उधमसिंग सरदार (पंजाबशार्दूल) : (२८ डिसेंबर १८९९-३१ जुलै १९४०)(हुतात्मा) जालियनवाला बाग येथे १३ एप्रिल १९१९ रोजी जनरल डायर याने बंदुकीच्या फैरी झाडून अनेक निरपराध लोकांना ठार मारले. ह्या हत्याकांडाचा बदला घेण्याची उधमसिंग यांनी प्रतिज्ञा केली. हिंदू-मुसलमान यांची एकी व्हावी, असे त्यांना वाटे. लंडनच्या कॅक्स्टन हॉलमध्ये लार्ड झेटलंड यांच्या अध्यक्षतेखाली झालेल्या सभेला ओडवायर उपस्थित होता. सरदार उधमसिंगांनी ओडवायरवर गोळया झाडल्या आणि त्याला ठार केले, त्यावेळी त्यांनी काढलेले उद्गार, ''मी जर हे कृत्य केले नसते तर, आम्हाला कायमचा काळिमा लागला असता, आता तुम्ही मला काहीही शिक्षा द्या.'' ३१जुलै १९४० रोजी पेंटेंन्व्हिला येथील कारागृहात उधमसिंग यांना फाशी देण्यात आली.

उनकेश्वर : नांदेड जिल्ह्यात माहूरच्या पूर्वेला अत्यंत दुर्गम ठिकाणी असलेले क्षेत्र. महादेवाचे मंदिर असून दक्षिणेला व पूर्वेला दोन गरम पाण्याची कुंडे आहेत. त्यातील पाण्याने कुष्ठरोग आणि त्वचारोग बरे होतात. अशी श्रद्धा आहे. उनकेश्वराच्या सभामंडपात एक यादवकालीन शिलालेख आहे. भीमेश्वर, सिद्धेश्वर, कपीश्वर व सोमेश्वर अशी चार शिवस्थाने आहेत. (भासंको)

उपगुप्त : (इ.स.पू. ३ रे शतक) प्रसिद्ध बौद्ध अर्हत(भिक्षू). भिक्षू शाणकवासींचा शिष्य. वासवदत्ता वारांगनेला शरीराच्या क्षणभंगुरतेचे वर्णन करून चार आर्य सत्यांचा उपदेश केला. त्यामुळे त्यालाही अनागामी अवस्था प्राप्त झाली. यानंतर शाणकवासींनी त्याला बौद्ध धर्माची दीक्षा दिली व तो पुढे अर्हत बनला. त्याला पुष्कळ शिष्य मिळाले होते. बौद्ध धर्मातील सर्वास्तिवाद संप्रदायात उपगुप्ताचे स्थान वरच्या श्रेणीचे मानतात. (भासंको)

उपगुप्ता : ही माळव्याच्या गुप्त घराण्यांपैकी हर्षगुप्ताची मुलगी व ईश्वरवर्मन मौखरीची पत्नी. (मचको)

उपयुक्ततावाद आणि भारत : ही संज्ञा जेरेमी बँथम याने १८७१ मध्ये वापरली. उपयुक्ततावाद हे नीतिशास्त्रीय तत्त्वज्ञान होते. या तत्त्वज्ञानानुसार एखादी कृती नैतिकदृष्ट्या योग्य की अयोग्य हे तिच्या परिणामांच्या बरेवाईटपणावरून ठरते. जिचे परिणाम सर्वांत चांगले, ती योग्य कृती होय. सामाजिक कृतीत वा धोरणात जास्तीत जास्त लोकांचे जास्तीत जास्त सुख साधले जाणे आवश्यक आहे. अधिकतम कल्याणासाठी पुरस्कार करणारे हे तत्त्वज्ञान. भारतातील समाजसुधारक व राजकीय नेते, ब्रिटिश शासनपद्धती व न्यायपद्धती आणि इंग्रजी शासनपद्धतीवर याचा प्रभाव पडला. तसेच जमीन महसूल व्यवस्था, कायदा व शिक्षण या क्षेत्रांमध्येही या उपयुक्ततावादाचा प्रभाव पडल्याचे दिसून येते. (सुविको)

उपरी : उपरी म्हणजे ज्यांना वंशपरंपरेने गावात वहिवाटीचा हक्क नसणारे. मिरासदारांना त्यांच्या शेतीच्या किंवा इतर कामात मदत करण्यासाठी जे लोक बाहेरून केवळ पोटभरण्यास गावात येत असत. त्यांना उपरे म्हणतात. उपऱ्यांचा गोतसभेशी संबंध नसतो. (मइ, मसाआइ)

उपाध्याय, ब्रह्मबांधव : (१८६१–१९१०) बंगाली वृत्तपत्रकार. जहाल राष्ट्रवादी व अध्यात्मवादी. मूळ नाव भवानीचरण बंदोपाध्याय. 'बंगदर्शन' हे बंकिमचंद्रांचे बंद पडलेले मासिक चालविण्यास मदत केली. विवेकानंदांच्या विचारांचा आणि कार्याचा प्रभाव त्यांच्यावर पडला. वंगभंग चळवळीत त्यांनी भाग घेतला. 'संध्या' या जहाल राष्ट्रवाद्यांच्या साप्ताहिकाचे संपादकत्व स्वीकारून ते पत्र चालविले. अत्यंत ओजस्वी भाषाशैली व प्रक्षोभक विचारसरणी ह्या दोन वैशिष्ट्यांमुळे संध्या साप्ताहिकाला लोकप्रियता लाभली. (अचको)

उमरकोट : थर आणि पारकर जिल्ह्यातील एक तालुका. उमर नावाच्या एका पठाणाने हे शहर वसवले म्हणून त्यास 'उमरकोट' असे नाव पडले. १५४२ मध्ये अकबराचा जन्म येथेच झाला. बादशहा झाल्यावर त्याने रजपुतांकडून उमरकोट घेतले. १८४३ साली ते इंग्रजांकडे आले. (सुविको)

उमाबाई दाभाडे : (मृत्यू – १७५३) उमाबाईने जातीने अहमदाबाद (गुजरात) सर केल्यानंतर शाहू महाराजांनी हिच्या पायांत सोन्याचे तोडे घातले होते. खंडेराव दाभाड्यांची पत्नी, डभईच्या लढाईत हिचा मुलगा त्रिंबकराव हा पेशव्यांशी लढताना ठार झाला. इ.स. १७५० मध्ये हिच्याशी निजामाचे संगनमत असल्याचा आरोप केला. २० ऑक्टोबर १७५० रोजी हिने आपला वकील पेशव्यांकडे पाठविला होता. त्याचा काही उपयोग झाला नाही. स. १७५१ मध्ये दमाजीस पेशव्यावर पाठविले. युद्ध होऊन दमाजीचा पुरा मोड झाला. ३० एप्रिल १७५१ वेणेचा तह होऊन गुजरात पेशव्यांना दिले. बाईचा जप्त केलेला सरंजाम पेशव्यांनी २ नोव्हे. १७५२ मध्ये सोडला. (मचको)

उमाबाई भोसले – १ – : फलटणच्या निंबाळकर घराण्यातील मालोजी नाईक २ रा याची ही मुलगी व मालोजीराजे भोसल्यांची पत्नी. (मचको)

उमाबाई भोसले – २ – : (मृत्यू – १८१८) मुधोजीउर्फ अप्पासाहेब भोसल्यांची बायको. अप्पासाहेबास इंग्रजांनी पकडल्यावर हिने गंगासिंग नावाच्या मनुष्यास गुप्त रीतीने त्यास सोडविण्यास पाठविले होते. हिने अप्पासाहेबांस त्यांचे पलायनात द्रव्य पुरवले. (मचको)

उमीचंद : एक शीख सावकार.याने अलीवर्दीखानास सुभेदारी मिळवून दिली. सिराजउद्दौल्यास कलकत्त्यावर आणण्याचे आणि इंग्रजांविरुद्ध चिथावण्याचे काम याने केले. १७५७ मध्ये मिराजच्या दरबारी हा इंग्रजातर्फे

वकील म्हणून राहिला. प्लासीच्या लढाईच्या वेळी तो हजर होता. बंगालच्या सुभेदारीवर मीर जाफरला बसवून सिराजउद्दौलास पदच्युत करण्याचा क्लाईव्हचा हेतू होता. ही गोष्ट गुप्त ठेवण्यासाठी क्लाइव्हने उमीचंदाला ३०लाख रुपये लाच देण्याचे वचन दिले. पण क्लाइव्हने त्याचा जबर विश्वासघात केला. (सुविको)

उरण : रायगड जिल्हा, हे प्राचीन काळी शिलाहारांचे एक ठाणे होते. येथील संगमेश्वर महादेवाचे मंदिर रामाजी महादेव नावाच्या सरसुभेदाराने (१७६०-१७७२) बांधले. हल्लीचे उरण गाव ज्या ठिकाणी वसलेले दिसते, त्या जागी पूर्वी एक किल्ला होता. त्याचे काही अवशेष अद्याप दिसतात. जवळच द्रोणागिरी पर्वत आहे. समुद्रात सापडलेल्या खनिज तेलामुळे उरणला खूप महत्त्व आलेले आहे. जवाहरलाल नेहरू गोदी इथून जवळच आहे. (सुविको)

उल्फा पट्टी : उल्फा याचा अर्थ शिधा असा आहे. सरकारी अधिकारी अथवा इतर कोणी महत्त्वाची व्यक्ती गावात आली असेल, अथवा त्यांच्या गावातून जात असेल तर त्यांची सरबराई गावात तर्फे केली जात असे. या सरकारी सरबराईसाठी गावकऱ्यांकडून धान्य अथवा इतर खाद्यपदार्थांच्या वस्तू गोळा केल्या जात. त्यास 'उल्फापट्टी' म्हणत. (शिम)

उष्टरखाना :मराठेशाहीतील अठरा कारखान्यांपैकी एक. सातारच्या छत्रपतींच्या खाजगी खात्याकडील या कारखान्यासंबंधी शके १७४१(इ.स. १८१८) मधील काही नियम 'जाबता उष्टरखाना' म्हणून दिले आहेत. (सुविको)

उस्तीक स्टिफन (इ. स. १७ वे शतक) : इंग्रजांचा शिवाजीमहाराजांच्या वेळचा वकील. राजापूरला जी नुकसानी झाली, त्याबाबत तह करण्यासाठी हा मनुष्य नेमलेला दिसतो. काही ठिकाणी याला स्टिफन युस्टिक म्हटल्याचे आढळते. (मचको)

उस्मानाबाद : महाराष्ट्र मराठवाड्यातील एक जिल्हा: तेर येथील उत्खननात ग्रीक व रोमन संस्कृतीशी संबंध असल्याचे सिद्ध झाले आहे. कुंथलगिरीची जैनलेणी, चांभारलेणी, धाराशिवलेणी यातील शिल्पे प्राचीन काळाची साक्ष देतात. परांडा, औसा, नळदुर्ग, उदगीर येथील किल्ले उल्लेखनीय. निलंगा येथील नीलकंठेश्वर व माणकेश्वर येथील मनोहर शिल्पकाम असलेली मंदिरे, कल्याणस्वामींचा डोमगाव येथील मठ व भवानीमातेचे क्षेत्र तुळजापूर यासाठी हा जिल्हा प्रसिद्ध आहे. (मविको)

उस्मानाबाद शहर : पूर्वीचे नाव धारापूर अथवा धाराशिव. पाचव्या-सहाव्या शतकातील जैन व ब्राह्मणी (वैदिक) लेणी धाराशिव लेणी म्हणून प्रसिद्ध आहेत. चांभार लेणी प्रसिद्ध. हजरत काझी दर्गा व दारासुरमर्दिनी देवीच्या मंदिरात जत्रा भरतात. (मविको)

ऊरदुर्ग : (उरवडे)कुतुबुद्दीन खानाने ऊरदुर्गाजवळचा प्रदेश बेचिराख केला. तीनशे बायका - पुरुष पकडून नेले. तीन हजार गुरे नेली.

ऊस : उसावर सारा आकारीत असताना त्याची विभागणी पाटस्थळ, मोटस्थळ अशी करीत. पाटस्थळ उसाला प्रत्येक बिघ्यास २१/२ होन सारा आकारीत असत. मोटस्थळ उसावर प्रत्येक १ बिघ्यास २ होन सारा आकारीत असत. (मसाआइ)

ए

एकत्वाची भावना (संघभावना) : संघभावनेला केवळ सशस्त्र दलातच नव्हे तर सर्वच क्षेत्रात महत्त्व असते. युद्धजन्य काळात अगर शांततेच्या काळात आपल्या सहकारी बांधवाला संकटातून वाचविण्यासाठी धैर्य, आत्मसंयम आणि जोखीम घेण्याची जी तयारी लागते, त्याला उद्देशून टीम स्पिरिट असा शब्दप्रयोग करतात. (इसंशा)

एकनाथ : (इ.स. १५३३ ते १५९९) महाराष्ट्रातील एक प्रख्यात संत व कवी. त्यांचे गुरू जनार्दन स्वामी होत. सहा वर्षे गुरूच्या सान्निध्यात राहिल्यानंतर त्यांना सुलभ पर्वतावर 'ईश्वर साक्षात्कार' झाला. नामस्मरण, कथाकीर्तन, अध्यात्म विवेचन, ग्रंथलेखन हा त्यांचा परमार्थाचा उद्योग नित्य चालू असे. इ.स. १५७३ साली काशी क्षेत्री भागवताच्या टीकेची समाप्ती झाली. याशिवाय भावार्थ रामायण, रुक्मिणी स्वयंवर हे ग्रंथ एकनाथांनी लिहिले. असंख्य भारुडे व पदे इत्यादी काव्यरचना केली, ज्ञानेश्वरीची संशोधित शुद्ध आवृत्ती तयार केली. बहुविध व बहुरंगी समाजाला भक्तिमार्गाला लावले. आणीबाणीच्या परिस्थितीत धर्माचा ध्वज फडकत ठेवला. त्यांनी चतु:श्लोकी भागवत, शुकाष्टक, हस्तामलप, स्वात्मसुख, आनंद लहरी, गीतासार, नाथ भागवत, भावार्थ रामायण हे ग्रंथ लिहिले. ध्रुव, प्रल्हाद, उपमन्यु, ज्ञानदेव, नामदेव वगैरेंची चरित्रेही त्यांनी लिहिली. (भासंको)

एकलिंगजी : मेवाड व उदयपूर येथील राजपूत राजघराण्यांचा कुलदेव, कैलाशपुरी हे एकलिंगजींचे क्षेत्र आहे. एकलिंगजींचे मंदिर भव्य असून लिंगमूर्तीला चार मुखे आहेत. पश्चिम द्वाराजवळ नंदीची पितळी मूर्ती आहे. धर्मशाळा आहेत. आठव्या शतकात बाप्पा रावळने हे मंदिर बांधले. इथल्या देव-दर्शनाच्या वेळा ठरलेल्या आहेत. पुजारी ब्रह्मचारी असून रोज वेगवेगळ्या रत्नांनी देवाचा साजशृंगार करतो. (भासंको)

एकशिंग्या : सिंधू संस्कृतीच्या असंख्य मुद्रांवर एक शिंग असलेल्या प्राण्याचे चित्र दिसते. हा एकशिंग्या प्राणी सिंधू संस्कृतीच्या लोकांचे दैवत असावे असे वाटते. त्याचा मातृदेवतेशी संबंध जोडता येतो. त्याचे शिंग हे पौरुषत्वाचे प्रतीक असावे. (सिंसं)

एकात्म मानवतावाद : पं. दीनदयाळजी उपाध्याय यांनी एकात्म मानवतावादाची संकल्पना मांडली आहे. माणसाचा विचार शकल रूपाने, म्हणजे तुटकरीत्या न करता सकल सर्वस्पर्शी दृष्टीने केला पाहिजे. यात अंधानुकरण नाही. तर कालबाह्य नावांचा त्याग करण्याचा आग्रह आहे.मानवी जीवनाचा पूर्णांगाने अभ्यास करीत असताना व्यक्ती-समाज-निसर्ग-अंतिम चिद्तत्त्व हे चारही घटक लक्षात घेतले पाहिजेत, असे त्यांचे याबाबत मत होते. (इसंशा)

एकात्मता (भारत) : भाषा, वंश, धर्म, जाती-जमाती या सर्वांना एकत्र सामावून घेणारी आणि या सर्व घटकांत एकात्मता निर्माण करणारी मूल्ये व व्यवहार यांची एकात्मता असे या ठिकाणी गृहीत धरलेले आहे. यासाठी समतेवर आधारलेल्या राज्यघटनेची निर्मिती, लोकसभेत विधेयकांच्याद्वारे तरतूद आणि सामाजिक सुसंवाद साधण्यासाठी लोकजागृती हे एकात्मतेसाठी उपाय आहेत. (भासुविको)

एकोजी शहाजी भोसले : (१६३१-१६८५) पाहा व्यंकोजी.

एक्क्याण्णव कलमी बखर : (अंदाजे - १६८६ ते १७०७) काळाच्या दृष्टीने सभासद बखरीनंतरची महत्त्वाची बखर, यालाच रायरी बखर, ९० अथवा ९६ कलमी बखर, दत्ताजी त्रिमल वाकनीस हा लेखक होता. वि. स. वाकसकरांच्या मते, १६८६ ते १७०७ ही बखर लिहिली असावी. दत्ताजी त्रिमल हा शिवाजीच्या अष्टप्रधान मंडळातील मंत्री होता. त्याचा संभाजीमहाराजांबद्दलचा आकस, सोयराबाईंकडे असलेला कल, अशा प्रकारचे काल्पनिक दोष वगळल्यास अस्सल साधन म्हणून या बखरीचा विचार केला पाहिजे. (इलेशा)

एच. टी. कोल ब्रुक : कोलकाता येथील इंग्लिश कंपनी सरकारच्या सेवेमध्ये नोकरी. पहिल्या इंग्रज - मराठा युद्धाच्या वेळी भोसल्यांचे मन इंग्रजांच्या बाजूने वळविण्यासाठी नागपुरामध्ये आला होता. त्यांचे खरे कार्य रॉयल एशियाटिक सोसायटी ऑफ बेंगालमधील संशोधन. संस्कृत, पाली, अर्धमागधी या भाषांचा सखोल अभ्यास, हिंदू तत्त्वज्ञान, द लीलावती, द बीजगणित, हिंदू विडो आणि भगवान महावीर या विषयांवरील विद्वत्तापूर्ण ग्रंथलेखन. (इलेशा)

एडन : अरबस्तानातील द. येमेन राज्यातील मोठे शहर. तांबड्या समुद्रातील पूर्वेकडील प्रवेशद्वार. रोमन काळापासून प्रसिद्ध व्यापारी ठाणे. मध्ययुगातील मालाची बाजारपेठ. अल्बुकर्कने हे घेण्याचा प्रयत्न केला होता. १७ व्या शतकात सन्नाच्या सुलतानाची हुकूमत. १८३९ पासून ब्रिटिशांकडे. १८६९ मध्ये सुएझ कालव्यामुळे महत्त्व वाढले. पूर्वेकडे जाणाऱ्या बोटी इंधनाकरिता येथे थांबत, त्यामुळेही महत्त्व. भारतीय स्वातंत्र्यलढ्यातील आद्य क्रांतिकारक वासुदेव बळवंत फडके यांना जन्मठेपेची शिक्षा सुनावून येथे जेलमध्ये ठेवण्यात आले व येथेच १७ फेब्रुवारी १८८३ साली त्यांचा मृत्यू झाला. (मविको)

एडमंड बर्क : एडमंड बर्कच्या मते, इतिहास म्हणजे दूरदर्शीपणाचा मार्गदर्शक आहे. नेहमी निरनिराळ्या घटना घडत असतात. इतिहासाशी संबंध असतो. व्यक्तीनुसार घटनेचा चांगला-वाईट परिणाम घडत असतो. कोणत्याही ऐतिहासिक व्यक्तीने तत्त्वानुसार हालचाली केलेल्या नाहीत. कोणत्याही बदलाला काळाची गरज व विशिष्ट परिस्थिती कारणीभूत असते. (इलेशा)

एडवर्ड मेयर : यांच्या मते, इतिहास एक कला आहे. शास्त्रातील ज्ञानाला निरीक्षण व सिद्धांताचा आधार असतो व तसेच अनेक प्रकारचे नियम असून ते एका विशिष्ट चाकोरीत बसविलेले असतात. परंतु इतिहासाला अशा प्रकारचे नियम लागू होत नाहीत. म्हणून इतिहास कलाच आहे. (इलेशा)

एडवर्ड स्कॉट वेअरिंग : पाहा स्कॉट वेअरिंग.

एरंडोल : पूर्व खानदेश जिल्ह्याचा एक तालुका, हे शिवाजीने १६७० मध्ये लुटले. येथे पांडवाचा वाडा म्हणून एक जुना दगडी वाडा आहे. त्याची आता मशीद झाली आहे. त्यात एक फारसी शिलालेख आहे. (सुविको)

एरण : मध्य प्रदेशात सागर जिल्ह्यातील सुरई तालुक्यात हे स्थान आहे. पुराणवस्तू संशोधनाच्या दृष्टीने हे ठिकाण उपयोगी ठरले आहे. इ.स. पू. तीन-चार शतकापासूनच्या काळातील प्राचीन नाणी सापडली आहेत.

तसेच देवालयांचे भग्नावशेष, विष्णू, वराह, नरसिंह इ. देवतांच्या प्रचंड मूर्ती, अनेक प्राचीन शिलालेख व स्तंभलेख आढळतात. या नगराचे 'एरिकिण' हे प्राचीन नाव प्राकृत भाषेत लिहिलेले आहे. शंभर वर्षांपूर्वी कॅनिंगहॅमने सापडलेल्या अवशेषांचे वर्णन केले आहे. भारतातील सहीचा पहिला शिलालेख येथे सापडला आहे. (भासंको)

एरोड : कोईमतूर जिल्ह्याचा एक पोटविभाग. मराठे, हैदर व ब्रिटिश ह्यांच्या स्वाऱ्यांमुळे हे गाव पडले होते. १६६७ मध्ये म्हैसूर सैन्याने हा काबीज केला, १७६८ मध्ये हैदराजवळून तो ब्रिटिशांनी घेतला.(सुविको)

एर्नाकुलम : केरळमधील एक प्रसिद्ध नगर. जुन्या कोचीन संस्थानची राजधानी. कॅथॉलिक पंथाची अनेक प्राचीन चर्चेस इथे आहेत. सेंट मेरीचे कॅथेड्रल इ. स. १११२ साली स्थापन झालेले आहे. ओणमच्या उत्सवातील नौकानयन स्पर्धा अत्यंत प्रेक्षणीय असतात. (भासंको)

एलिझाबेथ : (१५३३-१६०३) इंग्लंडची एक राणी. ४५ वर्षाची कारकीर्द इंग्लंडच्या इतिहासात अत्यंत वैभवाची म्हणून गाजली. वाङ्मयाचे एलिझाबेथ युग तर चिरस्मरणीय राहिले. युरोपातील धर्मसुधारकांना पाठिंबा, तिच्या पदरी नावाजलेले मुत्सद्दी जसे होते तशीच विद्वानही होती. इंग्लंडमध्ये ईस्ट इंडिया कंपनीची स्थापना झाली. हिनेच ईस्ट इंडिया कंपनीस हिंदुस्थानात व्यापार करण्याची पहिली सनद दिली. (मचको ; सुविको)

एलिफंटा : पाहा घारापुरी.

एलियट सर जॉन : (२५ मे १८३९-१८ मार्च १९०८) इ.स. १८८७ ते १९०३ भारत सरकारच्या वातावरण वैज्ञानिक खात्याचे प्रमुख. भारतात अनेक वेधशाळा उभारल्या. भूकंपविषयक निरीक्षणे ह्यांच्याच काळात इ.स. १८९८ मध्ये चालू झाली. (मविको)

एलेनबरो, एडवर्ड लॉर्ड : (१७९०-१८७१) एक ब्रिटिश मुत्सद्दी, हिंदुस्थानचा गव्हर्नर जनरल. १८१८ साली लॉर्ड प्रिव्हिसील या अधिकारावर होता, १८२८ पासून बोर्ड ऑफ कंट्रोलचा अध्यक्ष, १८४१ मध्ये हिंदुस्थानचे गव्हर्नरजनरलपद स्वीकारले. १८४३ मध्ये त्याने सिंध प्रांत खालसा केला व ग्वाल्हेर जिंकून घेतले. १८५८ मध्ये तो बोर्ड ऑफ कंट्रोलचा अध्यक्ष झाला.(सुविको)

एलोरा : पाहा वेरूळ

एल्फिन्स्टन, माउंट स्टुअर्ट : (इ.स. १७७९ - १८५९) भारतात ३२ वर्षे वास्तव्य. १८०१ मध्ये दुसऱ्या बाजीरावाच्या दरबारी असिस्टंट रेसिडेंट म्हणून नियुक्ती. १८१७ मध्ये पुण्याला रेसिडेंट म्हणून नियुक्ती. इंग्रजी राजवट महाराष्ट्रात दृढमूल करणे - घडी बसविणेत सिंहाचा वाटा. १८१९ मध्ये मुंबई प्रांताचा गव्हर्नर म्हणून नियुक्ती. मुंबई प्रांतात त्याने सामाजिक, प्रशासकीय, न्यायालयीन व जमीन धारणेसंबंधी अनेक सुधारणा घडवून आणल्या. त्याने भारताचा इतिहास तसेच 'रिपोर्ट ऑन द टेरिटरीज कॉंकर्ड फ्रॉम पेशवाज' या ग्रंथाचे लेखन केले. (भासुविको)

एल्विन व्हेरिअर : (२९ ऑगस्ट १९०२- २२ फेब्रुवारी १९६४) प्रसिद्ध इंग्रज मानवशास्त्रज्ञ. भारतीय स्वातंत्र्यलढ्यातही काही प्रमाणात भाग. स्वातंत्र्योत्तर काळात सरकारचा आदिवासीविषयक सल्लागार तसेच आसाम आदिवासींविषयी कार्य. (मविको)

एशर समिती : दुसऱ्या महायुद्धानंतर भारतीय सैन्यात कोणत्या सुधारणा कराव्यात याचा विचार करण्यासाठी १९२० मध्ये लॉर्ड एशर यांच्या अध्यक्षतेखाली एक समिती नेमण्यात आली होती. या समितीने अनेक शिफारशी

सुचविल्या. व्हाइसरॉयच्या खालोखाल सरसेनापतीला दर्जा देण्यात आला. पूर्व, पश्चिम, दक्षिण, उत्तर असे चार कमांड्स तयार करण्यात आले. (इसंशा)

एशियाटिक सोसायटी : एक ज्ञानसंस्था. विल्यम जोन्स याने कोलकाता येथे एशियाटिक सोसायटी ऑफ बेंगाल या संस्थेची स्थापना इ.स. १७८४ साली केली. तोच संस्थेचा अध्यक्ष होता. भारतीय कला, शास्त्र, साहित्य, इतिहास आणि प्राचीन अवशेष यांचा अभ्यास करणे हे या संस्थेचे उद्दिष्ट होते. इतिहासाचा व संस्कृत भाषेतील ज्ञानभांडाराचा शास्त्रीय पद्धतीने अभ्यास करण्यासाठी स्थापना झालेली ही पहिलीच संस्था होय. इ.स. १८०४ मध्ये सर जेम्स मेकिंटॉश याने एशियाटिक सोसायटी ऑफ बाँबे या संस्थेची स्थापना केली. प्राचीन अवशेषांचा बहुमोल वस्तुसंग्रह कॅप्टन बेसिन हॉल याने मुंबईत वस्तुसंग्रहालय स्थापले जावे म्हणून सोसायटीला बहाल केला. मुंबई सरकारनेही अनेक संस्कृत ग्रंथ वेळोवेळी सोसायटीला बहाल केले. एशियाटिक सोसायटीच्या कार्याचा वृत्तान्त म्हणजे भारताच्या ज्ञानोपासनेच्या इतिहासातील एक महत्त्वाचे पर्व होय. (भासंको)

ऐ

ऐतिहासिक स्पष्टीकरण : वैज्ञानिक संशोधनात स्पष्टीकरण हा शब्द ज्या अर्थाने वापरला जातो त्याच अर्थाने तो इतिहासातही वापरला जावा. पण काहींच्या मते, ऐतिहासिक स्पष्टीकरण वेगळ्या अर्थाने केले जावे. इतिहासातही शास्त्रीय स्पष्टीकरणाचा अर्थ प्रारंभिक स्थिती आणि व्यापक नियम यांच्या साहाय्याने घडलेल्या घटनेचे स्पष्टीकरण करणे. एखादी घटना कशी घडली एवढेच न सांगता ती का घडली हेही सांगणे म्हणजेच ऐतिहासिक स्पष्टीकरण. (इसंशा)

ऐतिहासिक काळ : त्याची कालानुसार विभागणी होते. जुने अश्मयुग आणि नवे अश्मयुग यालाच प्रागैतिहासिक किंवा इतिहासपूर्व काल म्हणतात. लेखन कलेचा प्रारंभ झाल्यापासून इतिहासकालाचा प्रारंभ मानतात. अश्मयुगानंतर जगाच्या बऱ्याच भागात धातुयुग निर्माण झाले. मानवी संस्कृतीच्या प्रगतीने कमालीचा वेग घेतला. त्यानंतर अस्तित्वात आलेल्या संस्कृतीस सिंधुसंस्कृती म्हटले जाते. (इसंशा)

ऐतिहासिक पद्धती : वैज्ञानिक संशोधनामध्ये प्रत्यक्ष विगमन पद्धत आणि अप्रत्यक्ष विगमन असे दोन भाग पडतात. ऐतिहासिक पद्धतीत दोन अवस्था येतात. अनेक उदा. चे निरीक्षण करून सर्वांना कोणती पद्धत समान आहे, त्याबाबत सामान्य विधान मांडणे, दुसऱ्या सामाजिक प्रश्नांचा अभ्यास करताना सामान्य माहिती गोळा करून संघर्षाची कारणमीमांसा शोधणे, परस्परविरोधी इच्छांमुळे जो संघर्ष निर्माण होतो, त्या कलहाचा अभ्यास केला जातो. याला हेगेलप्रणीत ऐतिहासिक पद्धती म्हणतात. हेगेलची पूर्णतावादी दृष्टी ऐतिहासिक पद्धती म्हणूनच ओळखली जाते. बुद्धी फक्त मनुष्यप्राण्यातच असते असे नाही हे ओळखून विश्वाचे रहस्य उलगडले पाहिजे. (इसंशा)

ऐतिहासिक भौतिकवाद : इतिहासाचा भौतिकदृष्टिकोनातून अर्थ समजावून घेणे म्हणजे ऐतिहासिक भौतिकवादाचे अध्ययन करणे होय. उत्पादन व्यवस्थेतील बदल हा ऐतिहासिक घटनांच्या निर्धारण प्रक्रियेतील सर्वांत महत्त्वाचा घटक असल्याचे कार्ल मार्क्सने म्हटले आहे. (इसंशा)

ऐतिहासिक संशोधन : गतकालीन ऐतिहासिक घटनेच्या संदर्भात जे शास्त्रीय संशोधन करावे लागते, त्यास ऐतिहासिक संशोधन म्हणतात. शिवजन्मकाल निश्चित करताना वैज्ञानिक पद्धतीचा आधार घेतला गेला. न्यायालयीन चौकशी हीसुद्धा एक प्रकारे ऐतिहासिक संशोधनच असते. (इसंशा)

ऐनजिनसी : प्रत्येक जमीनधारकाकडून पाटलाला काही हिस्सा मिळत असे. घुगरी-धान्याचा भाग, फसकी-पसाभर धान्य, पळकी- पळीभर तूप व तेल, हुर्डा वगैरे प्रत्येक संबंधित व्यक्तीकडून मिळत असे. गावच्या कारागिराकडून

व व्यापाऱ्याकडूनही काही भेटवस्तू मिळत असत. चांभाराकडून पायपोस, कोष्टयाकडून पासोडी, विणकराकडून चोळखण, इतरांकडून नारळ –सुपारी, तूप, मास इत्यादी वस्तू काहीही दाम न देता मिळत. (शिम)

ऐनुद्दिन : 'मूल्हकांत' व 'किताब – उल – अन्वार' या ग्रंथांचा कर्ता. या ग्रंथांत भारतातील सर्व मुस्लिम संतांचा इतिहास दिलेला आहे. हा इतिहासकार सुलतान अल्लाउद्दीन हसन बहमान शाहा याच्या काळात (इ. स. च्या १४ व्या शतकाचा पूर्वार्ध) उदयाला आला. (भासंको)

ऐहाळे : कर्नाटक राज्यात मलप्रभेच्या तीरावर व बदामीच्या पूर्वेस १२ मैलांवर वसलेले आहे. चालुक्य राजा पुलकेशी (पहिला) याची ही राजधानी होती. लाडखानाचे मंदिर, दुर्गामंदिर, हुच्चिमल्लीगुडी मंदिर आणि विष्णू मंदिर ही मंदिरे प्रसिद्ध आहेत. इथल्या वास्तुशिल्पात द्राविड व नागर शिल्पशैलीचे मिश्रण झालेले आढळते. मंदिराची छते गुप्तशैलीची असून स्तंभयुक्त सभामंडप चालुक्य शैलीचे दिसतात. (भासंको)

ॲटली : (३ जाने १८८३ – ८ ऑक्टो. १९३७) ब्रिटनचे मजूरपक्षीय पंतप्रधान (१९४५–५१) पहिल्या महायुध्द काळात त्यांनी सैन्यात प्रवेश केला. विविध समित्यांमधून महत्त्वाचे कार्य, दुसऱ्या महायुद्ध काळात चर्चिल यांच्या संयुक्त मंत्रिमंडळात त्यांना उपपंतप्रधानपद. समाजवादावरील पुस्तके प्रसिद्ध (मविको)

ॲडम जॉन : (४ मे १७७५ – १८२५) ब्रिटिश अमलाखालील हिंदुस्थानचा १८२३ जाने ते ऑगस्ट १८२५ या काळातील हंगामी गव्हर्नर जनरल. ईस्ट इंडिया कंपनीत लेखनिक म्हणून नोकरी, भारताच्या राजकीय जीवनात वृत्तपत्रीय टीकेचा नवीनच प्रघात पडत होता. (मविको)

ॲप्टन : १७७६–१७७७ या काळात पुणे दरबारामध्ये इंग्रजांचा वकील. १–३–१७७६ रोजी पुरंदर येथे पुणे दरबाराशी तह केला. (मचको)

ॲबेकॅरे : (१६७२ ते १६७४) ॲबेकॅरे हा फ्रेंच प्रवासी – १६७२ ते १६७४ भारतात होता. एक चिकित्सक आणि घटनांच्या कालपटांची अचूक माहिती असलेला प्रवासी. याच्या प्रवासवर्णनात मराठे व शिवाजी यांच्या संबंधातील काही मनोरंजक माहिती आहे. शिवकालीन आर्थिक परिस्थिती समजावून घेण्यासाठी ॲबेकॅरे याचा वृत्तांत उपयुक्त ठरतो. (इलेशा)

ओ

ओंकार मांधाता : नर्मदेच्या काठाचे एक तीर्थस्थान. नर्मदेच्या पात्रात मांधाता हे बेट आहे. यावर ओंकारेश्वर व अमलेश्वर हे बारा ज्योतिर्लिंगापैकी एक आहे. याठिकाणी प्राचीन इतिहासाचे अनेक अवशेष आढळतात.(सुविको)

ओक पुरुषोत्तम नागेश : (१९१७-२००७) इतिहाससंशोधक, इतिहासलेखक. ताजमहाल, कुतुबमिनार, गोलघुमट ही हिंदू निर्मिती आहे हे त्यांचे संशोधन अतिशय गाजले. ताजमहाल हे शिवमंदिर आहे असे प्रतिपादन. वर्ल्ड ऑफ वेदिक हेरिटेज, हिंदू इझम अॅब्रॉड असे अनेक ग्रंथ. नेताजी सुभाषचंद्र बोस ह्यांचे ते निजी सचिव होते. (मदि)

ओगले गुरुनाथ प्रभाकर : (१८८७-१६ ऑक्टोबर १९४४) भारतातील औधोगिकीकरणास हातभार लावणारे प्रसिद्ध कारखानदार. ओगलेवाडी येथे ओगले ग्लास वर्क्स स्थापले.

ओगले गोपाळ अनंत :एक महाराष्ट्रीय संपादक, १९०७ ते १९१७ पर्यंत हे 'देशसेवक' या पत्राचे संपादक होते. 'राष्ट्रमत' या मुंबई येथे निघणाऱ्या दैनिकाच्या संपादक वर्गात. १९१४ मध्ये यांनी महाराष्ट्र हे पत्र नागपुरास सुरू केले. (सुविको)

ओझा गौरीशंकर हिराचंद : (इ.स. १८६३-१९४०) प्रख्यात इतिहाससंशोधक लेखक. 'भारतीय प्राचीन लिपिमाला' हा त्यांचा अपूर्व ग्रंथ. संग्रहालयांचे अभिरक्षक. अनेक संस्थानांचे इतिहास त्यांनी लिहिले. (मविको)

ओतुरकर, रा.वि : फर्ग्युसन महाविद्यालयात अध्यापक. १९२१ मध्ये भारत इतिहास संशोधकमंडळाचे ते सभासद झाले, पुढे कारभारीही झाले. संगमनेरचे कुलकर्णी, श्री. कोकीळ यांच्या घराण्याचे पुष्कळ फार्सी व काही मोडी कागद व त्यांनी मिळवून आणलेले रुमाल आहेत. त्यांनी सामाजिक कागदांचा एक खंड प्रकाशित केला आहे. या व्यतिरिक्त इतर काही मोडी कागद, एक-दोन अलीबहादरची सुवर्णांकित कागदावरील जीर्ण पत्रे आहेत. (मद)

ओतूर : पुणे जिल्ह्यातील जुन्नर तालुक्यातील एक खेडे, खानदेशातील भिल्ल लोकांनी फार त्रास दिल्यामुळे संरक्षणार्थ बांधलेला किल्ला येथे आहे. येथील महादेवाचे व केशव चैतन्याचे देवालय प्रसिद्ध आहेत. (सुविको)

ओदंतपुरी : एक प्राचीन बौद्ध क्षेत्र. येथे एका बौद्ध महाविहाराचे भग्नावशेष आहेत असे म्हणतात. पाल वंशाच्या राजवटीत इ.स. ८ व्या शतकाच्या पूर्वार्धात हा विहार बांधला गेला. पाल राजांनी त्यासाठी विपुल द्रव्य खर्च केले आणि तिथल्या पंडितांच्या योगक्षेमासाठीही पुष्कळ द्रव्य दिले. (भासंको)

ओरछा संस्थान : जुन्या बुंदेलखंडातील एक भाग. १७८३ पासून टिकमगड हे राजधानीचे शहर होते. १३ व्या शतकात सोहनपालाने येथे येऊन आपली सत्ता स्थापित केली. येथे गजशाही रुपया चालत होता. राजधानीच्या गावात टाकसाळ आहे. भारतीचंदाने १५३१ मध्ये हा गाव वसविला. हा बेटवा नदीच्या काठावर आहे. झाशीपासून ५ मैल अंतरावर आहे. (सुविको)

ओरायन : लोकमान्य टिळकांच्या या संशोधनपर प्रबंधात त्यांनी वेदांच्या काळाविषयी शास्त्रशुद्ध चर्चा केलेली आहे.

ओरिसा : भारतीय संघराज्यातील एक घटकराज्य. इ.स. पू तिसऱ्या शतकात अशोकाने कलिंग देश जिंकला. इ.स.पू. दुसऱ्या शतकात जैन राजा खारवेल हा गादीवर आला. पहिल्या शतकात सातवाहनांचे ओरिसावर राज्य होते. इ.स. ५०० च्या सुमारास ओरिसावर गंग वंशाचे राज्य सुरू झाले. इ.स. ७ व्या शतकात शैलोद्भव नामक घराणे राज्य करीत होते. इ.स. च्या ८ व्या शतकात पूर्वार्धात भीमकर वंश प्रबळ झाला. इ.स. च्या ९ व्या शतकात पुन्हा गंग वंशाने आपली सत्ता स्थापन केली. १५६८ मध्ये बंगालचा सुलतान कर्राणी याने ओरिसाचे राज्य जिंकले. १५७८ साली ओरिसा मोगल राज्याला जोडला गेला. नागपूरच्या रघूजी भोसल्याने अलिवर्दीखानाला बंगालमध्ये पिटाळून लावले. १७५१ साली मराठ्यांचा अंमल सुरू झाला व ५० वर्षे टिकला. (भासंको)

ओरिसा शिल्पकला : दक्षिण भारताप्रमाणेच ओरिसा प्रांतात शिल्पकलेचे वैभव जागोजाग दृष्टीस पडते. भुवनेश्वर, कोणार्क, जगन्नाथपुरी या ठिकाणी भारतीय शिल्पकलेचा जो आविष्कार दिसतो तो अतिशय भव्य-दिव्य असा आहे. भुवनेश्वर म्हणजे मंदिरांचे आगरच असून इथे लहान-मोठी मिळून सुमारे पाचशे मंदिरे आहेत. येथील शिल्पात भव्यता व नाजूकपणा यांचा मनोहर संगम दिसतो. (भासंको)

औ

औंध : सातारा जिल्ह्यातील खटाव तालुक्यात हे ठिकाण आहे. सातारकर छत्रपतींच्या अष्टप्रधानातील प्रतिनिधी यांची राजधानी येथे होती. पंतांचा भव्य, मराठेशाही राजवाडा आणि त्यांची कुलदेवी यमाई हिचे मंदिर यामुळे ते प्रेक्षणीय झाले आहे. येथे श्रीमंत बाळासाहेब प्रतिनिधी यांचे वस्तुसंग्रहालय प्रेक्षणीय आहे. महाराष्ट्राचे आद्य उद्योजक किर्लोस्कर यांना प्रतिनिधींचे बहुमोल सहाय्य झाले. (भासंको)

औंध दप्तर : संस्थानच्या विलीनीकरणानंतर येथील रुमाल पेशवे दप्तरात आणले. औंध संस्थानातील आटपाडी, विबतवाडी, शेटफळ ह्या महालांचे हिशेब असलेले १८१८ –१८५० पर्यंतचे ३१ रुमाल आहेत. मुलकी कारभार आणि राजाचा खाजगी पत्रव्यवहार (१८५०–१९००) यांचे १३२ रुमाल आहेत. ऐतिहासिक कागदाचे १२६ रुमाल (१८२०–१९००) या काळातील आहेत. यात दोन हजार हस्तलिखीत ग्रंथ व बारा हजार छापील ग्रंथ आहेत. (मद)

औदुंबर : एक प्राचीन मानवगण. हे लोक स्वत:ला विश्वामित्राचे वंशज म्हणवीत. पंजाबातील बियास, सतलज व रावी यांच्या मधल्या प्रदेशात यांचे जनपद होते. पठाणकोट, ज्वालामुखी व होशियारपूर या प्रदेशात यांची काही नाणी सापडली आहेत. या नाण्यांवर शिवदास, रुद्रदास, महादेव आणि धारघोष या राजांची नावे दिसतात. काही नाण्यांवर विश्वामित्र ऋषीचेही चित्र दिसते. औदुंबरांचे राज्य प्रजासत्ताक असावे, असे त्यांच्या नाण्यांवरून कळते. (भासंको)

औद्योगिक धोरण – (ब्रिटिश) : ईस्ट इंडिया कंपनीचा कारभार, राणीकडे सत्तासूत्रे, पार्लमेंटचे वर्चस्व या काळात ब्रिटिश शासनाने भारतात खुल्या व्यापाराचे तत्त्व स्वतःच्या फायद्यासाठी वापरले. खुल्या व्यापाराच्या तत्त्वाने येथील उद्योगधंदे मारले गेले. पहिल्या महायुद्धाचा कालखंड, परिस्थितीचे दडपण म्हणून औद्योगिक आयोगाची नियुक्ती करण्यात आली (१९१६). औद्योगिक शिक्षण देण्यासाठी शाळा सुरू करण्यात आल्या. (मपइ)

औद्योगिक परिषद : या परिषदेची स्थापना १८९१ साली न्या. रानडे यांनी केली. तिचा उद्देश सभा व परिषदा भरवून औद्योगिक विषयासंबंधी चर्चा, निबंध, प्रदर्शने, शास्त्रीय प्रयोग, प्रात्यक्षिके, कलाकौशल्याचे शिक्षण इ. साधनांनी व सरकार आणि संस्थानिक यांस सूचना करून व्यापार–उद्योगधंद्याची अभिवृध्दी करणे हा होता. १८९३ ला ही सभा बंद पडली. १९०५ पुनरुज्जीवन, १९१७ साली शेट मोहनदास रामजी तिचे काम पाहू लागले. १९१८ पर्यंत या परिषदेची १४ अधिवेशने झाली. (सुविको)

औद्योगिक विवाद : (भारत) भारतात पहिल्या महायुद्धानंतर कारखानदारी वाढू लागली आणि तिला पूरक असे इतर उद्योगही विकसित होऊ लागले. त्यामुळे स्वाभाविकच कारखान्याचे मालक आणि कामगार यांच्यात आर्थिक हितसंबंधांची दरीही रुंदावत गेली. त्यातूनच औद्योगिक क्षेत्रात विवाद आणि कलह वाढत जाऊ लागला. कामगारांच्या असंतोषाला संघटित स्वरूप प्राप्त होऊ लागले. कारखान्यांच्या मालकांचेही संघ बनू लागले. अशा वेळी संप, निदर्शने, टाळेबंदी इत्यादी प्रकार वाढले. ते थांबवून कारखानदारी सुरळीत चालू ठेवण्यासाठी १९२९ चा कलह निवारण कायदा, भारत संरक्षण कायदा, १९४२ औद्योगिक कलह (निवारण) कायदा, १९४७ या कायद्यांची निर्मिती झाली. (भासंको, मविको)

औद्योगिक संबंध : (भारत) भांडवल जमवून ते उद्योगात गुंतविणारा व या सर्वांची जोखीम घेणारा त्या उद्योगांचा संयोजक आणि या कशाचीच जोखीम, जबाबदारी न घेता तेथे येऊन मजुरीसाठी काम करणारा कामगार, या दोघांच्या दृष्टिकोनातील मूलभूत भेदामुळे औद्योगिक कलह निर्माण होतात. मालकाच्या नफा मिळविण्याच्या प्रवृत्तीमुळे कामगाराची पिळवणूक होते. त्यामुळे कामगार – मालक वर्गात संघर्ष निर्माण होतो. हा संघर्ष निर्माण होऊ नये म्हणून १९२९ नंतर अनेक औद्योगिक कायदे निर्माण करण्यात आले. (सुविको)

औरंगजेब : (इ.स. १६१८ – १७०७) संपूर्ण नाव मुहिउद्दीन मुहंमद औरंगजेब. शहाजहान व मुमताजचा मुलगा. १६३५ साली दसहजारी मनसबदारी. १६३७ साली दक्षिणेचा सुभेदार बनला. १६३८ साली औरंगाबाद वसविले. इ.स. १६४८ ते १६५२ पर्यंत मुलतानचा सुभेदार. १६५३ साली परत दक्षिणेचा सुभेदार. १६५७- मध्ये आदिलशहावर आक्रमण करून कल्याण व बिदर जिंकून घेतले. १६५८ मध्ये शहाजहानला आग्र्याच्या किल्ल्यात कैद करून स्वत: दिल्लीच्या तख्तावर आरोहण केले. अत्यंत कर्मठ, कडवा मुस्लीम धर्म प्रचारक. आलमगीर गाझी पदवी धारण केली. दारा शुकोहचा शिरच्छेद केला. पहिला कालखंड उत्तरेत गेला तर दुसरा दक्षिणेत गेला. मराठ्यांना जिंकण्यासाठी १६८२ साली दक्षिणेत उतरला. विजापूर व गोवळकोंडा येथील शियापंथीय राज्ये जिंकली. संभाजीमहाराजांनी १६८० – १६८९ पर्यंत औरंगजेबाशी झुंज दिली. औरंगजेबाने संभाजीमहाराजांचा १६८९ मध्ये वध केला. त्यानंतर मराठ्यांनी १७०७ पर्यंत औरंगजेबाला सळो की पळो करून सोडले. तो १७०७ मध्ये अहमदनगरला मरण पावला. (मचको)

औरंगाबाद : एक प्रसिद्ध ऐतिहासिक स्थान. १६१० मध्ये अहमदनगरचा मूर्तझा निजामशहा याचा वजीर मलिकंबर याने हे शहर इ.स. १६१० मध्ये वसविले. त्यावेळी खडकी हे नाव होते. १६२१ साली शहाजहानच्या फौजेने त्या शहराचा नाश केला. १६२६ साली मलिकंबरचा मुलगा फत्तेखान याने खडकी हे नाव बदलून त्या शहराला फत्तेनगर हे नाव दिले. १६५३ साली औरंगजेबाने फत्तेनगरला औरंगाबाद असे नाव दिले. १६८१ साली सुभेदार खानजहान बहादूर याने शहराभोवती भक्कम तट बांधला. येथे मलिकंबरने बांधलेली जुम्मा मशीद आहे. त्यावरील कमानी व घुमट यामुळे तिचे शिल्पकाम अत्यंत देखणे आहे. तसेच त्याने १६०० साली काळी मशीदही बांधली. याव्यतिरिक्त चौक मशीद, लाल मशीद, सोनेरी महाल, चित्त खान, पीर इस्माईलची कबर, बाबा मुसाफिराचा दर्गा या इमारतीही चांगल्या आहेत. बेगमपुरा या उपनगरात औरंगजेबाची बेगम रबिया दुराणी हिची कबर आहे. औरंगजेबाचा मुलगा आझम शहा याने आपल्या आईच्या स्मरणार्थ ही सुंदर इमारत इ.स. १६५०-५७ या काळात बांधली. आधुनिक काळात संभाजीनगर असेही नाव या शहराचे ठेवण्यात आलेले आहे. १८५७ च्या उठावात घोडदलाने बंड केले. सर्वांना तोफेच्या तोंडी देण्यात आले. (भासंको)

औरंगाबाद अभिलेखागार : हे पुराभिलेखागार मराठवाडा विभागातील औरंगाबाद, नांदेड, परभणी, बीड, उस्मानाबाद या जिल्ह्यातील ऐतिहासिक कागदपत्रे जतन करून ठेवण्यासाठी इ.स. १९७१ मध्ये सुरू केले. सध्या ५५० रुमाल, काही नकाशे व जुनी पुस्तके यांचा भरणा आहे. उर्दू कागदपत्रांचा भरणा जास्त आहे. (मद)

औरंगाबाद लेणी : शहराच्या बेगमपुरा उपनगराच्या उत्तरेला ७ –८ कि.मी. वर लेण्यांचे तीन समूह आहेत. लेणी क्र. १ मध्ये लहान स्त्री प्रतिमा, दुसऱ्यामध्ये अनेक बुद्धमूर्ती, चौथीत चैत्यमंदिर, सहावीत एक गणेश व दोन चतुर्भुज देवीचे शिल्प, पाच मध्ये गौतमबुद्ध, महावीराची मूर्ती, सात मध्ये गौतमबुद्धाचे मंदिर, ९० व्यामध्ये गौतमबुद्ध शक्ती व द्वारपाल इत्यादी.(लेम)

औसा : उस्मानाबाद (धाराशिव) जिल्हा. मलिकंबरने बांधलेला अत्युत्कृष्ट गड, मल्लनाथ महाराजांची समाधी, खरोसा लेणी आणि औरंगजेबकालीन जामे मशीद. (मविको)

ऑक्टर लोनी : (१७५८ ते १८२५) हा ब्रिटिश सेनापती १७७७ मध्ये भारतात आला. १८०३ मध्ये त्याला दिल्लीत रेसिडेंट म्हणून नेमण्यात आले. १८१४ मध्ये मेजर जनरल असताना त्याने होळकरांच्या हल्ल्यापासून शहराचा मोठ्या शौर्याने बचाव केला. पुढे काठमांडूवर चाल करणाऱ्या सेनेचा सेनापती असताना त्याने हुशारीने गुरखे लोकांचा पराभव करून १८१६ मध्ये संगोनी येथे तह घडवून आणला. भरतपूरच्या राजाला बंडाळी मोडण्यासाठी मदत केल्याने गव्हर्नरचा रोष पत्करावा लागल्याने राजीनामा दिला. १८२५ रोजी मीरत येथे त्यांचा अंत झाला. (भामचको)

ऑक्लंड, लॉर्ड जॉर्ज ईडन : (२५ ऑगस्ट १७८४ – १ जानेवारी १८४९) ब्रिटिश अमलाखालील हिंदुस्थानच्या १८३५ ते १८४२ या काळातील गव्हर्नर जनरल. भारतात १८३७–३८ मध्ये पडलेल्या दुष्काळ निवारणात ऑक्लंडचे सहकार्य. शिखांशी मैत्री टिकून राहावी म्हणून ऑक्लंडने अफगाणिस्तानच्या मुहमदाला मदत नाकारली. पुढे १८३९–४२ पहिले इंग्रज –अफगाण युद्ध घडून आले. १८३९ मध्ये सातारच्या प्रतापसिंह राजाला पदच्युत केले. ऑक्लंडने यात्रेवरील कर रद्द करून धार्मिक बाबतीत लोकांना स्वातंत्र्य दिले. शेतीविषयक सुधारणा केल्या. व्यापार व उद्योगधंदे या खात्याचा विस्तार केला. भारतीय शिक्षणसंस्थामध्ये सुधारणा केली. मुंबई व मद्रास येथे वैद्यकीय महाविद्यालये सुरू केली. (मविको)

ऑपरेशन ग्रँड स्लॅम : १९६२ मध्ये भारतीय सैन्याने ब्रिगेडियर रेजिनाल्ड नोरोन्हा यांच्या नेतृत्वाखाली कटांग येथे केलेली एक अपूर्व कामगिरी म्हणजे ऑपरेशन ग्रँड स्लॅम. कटांगी सैन्याला हाकलून लावले. (इसंशा)

ऑपरेशन पोलो : १५ ऑगस्ट १९४७ रोजी भारत स्वतंत्र झाल्यानंतर हैदराबाद संस्थानाचे विलीनीकरण करण्यासाठी जी लष्करी कार्यवाही करावी लागली. ती ऑपरेशन पोलो या नावाने ओळखली जाते. (इसंशा)

ऑपरेशन ब्ल्यू स्टार : श्रीमती इंदिरा गांधी पंतप्रधान असताना अमृतसर (पंजाब) येथील सुवर्ण मंदिरात लपून बसलेल्या शीख अतिरेकी व दशहतवाद्यांना पकडण्यासाठी त्यांनी लष्करी कारवाई (६जून १९८४) केली. या सैनिकी कारवाईला ऑपरेशन ब्ल्यू स्टार असे नाव देण्यात आले. (इसंशा)

ऑपरेशन विजय : गोमंतक विमोचनासाठी, गोवा मुक्त करण्यासाठी १९६१ मध्ये आखलेली सैनिकी

योजना. मेजर जनरल के.पी.कँडेथ , ब्रिगेडियर बलवंतसिंग आदी सेनाधिकाऱ्यांच्या नेतृत्वाखाली भारतीय सैन्य गोमंतकात १७ डिसेंबर १९६१ - १८ डिसेंबरला म्हणजेच अवघ्या ३८ तासांत ही कारवाई यशस्वी आणि पोर्तुगीज गव्हर्नर जनरल दि- सिल्व्हा शरण आल्यानंतर १-२ दिवसांत दीव आणि दमण हेही प्रदेश भारतात समाविष्ट झाले. (इसंशा)

ऑपरेशन सायलेन्स : (१० जुलै २००७) ही पाकिस्तानात घडलेली कारवाई आहे, पण भारतात अमृतसरच्या मंदिरात सैन्य पाठवून अतिरेक्यांविरुद्ध जी कारवाई करण्यात आली होती, ती बघून रावळपिंडीच्या (इस्लामबादच्या) लाल मशिदीस मूलतत्त्ववाद्यांचा जो अड्डा होता, तो उद्ध्वस्त करण्यासाठी जनरल परवेझ मुशर्रफ यांनी सैन्य पाठवून ही कारवाई केली. (१० जुलै २००७) (इसंशा)

क

कँडी : श्रीलंकेतील एक शहर. येथे लहानशा देवळात भगवान श्री गौतम बुद्धाचा दात ठेवलेला आहे असे सांगतात. (सुविको)

कँडी मेजर टॉमस : (१८०४:१८७७) १९ व्या शतकातील प्रख्यात मराठी वैयाकरणी आणि इंग्रजी–मराठी कोशकार. थोर शिक्षणतज्ज्ञ. कंपनीच्या भारतातील सैन्यात विविध हुद्‌यांवर काम केले. दुभाषा म्हणून प्रसिद्ध. शाळापरीक्षक या नात्यानेही त्याने काम केले. इंग्रजी, मराठी ग्रंथांची सुगम भाषांतरे करण्यात त्याचा हातखंडा होता. त्यात काही ऐतिहासिक ग्रंथांचाही समावेश होता. पूना कॉलेज, डेक्कन कॉलेज यामध्ये काही वर्षे प्राचार्यही होते. सुमारे बत्तीस वर्षे मराठी भाषेची सेवा. आधुनिक ग्रंथिक मराठीवर त्याची आजही छाप पडलेली दिसून येते.

कंकर : मध्यप्रदेशातील एक गाव, येथे बरेच गोंड लोक राहतात. मराठ्यांना ५०० शिपायांची मदत देण्याचे अंगीकारल्यामुळे हे संस्थान मराठ्यांनी टिकू दिले. छत्तीसगडी व गोंडी भाषा येथे मुख्यतः वापरतात. (सुविको)

कंबोज : भारताच्या वायव्य दिशेस गंधार देशाजवळचे जनपद. एकराज पद्धतीने कारभार चालत होता. राजपूर राजधानी. भारतीय युद्धात येथील लोक कौरवांच्या बाजूने लढले. अर्जुनाने पराभव केला होता. शांतिपर्वात कांबोज लोक संकरोत्पन्न व चौर्यावर उपजीविका करणारे असा उल्लेख आहे. मनूनेही कंबोजांचा दस्यू म्हणून उल्लेख केला आहे. कौटिल्याने कांबोजांना वार्ताशस्त्रोपजीवी म्हटले आहे. हे प्रथम क्षत्रिय होते. त्यांच्यातही शिरमुंडनाची प्रथा होती. येथील घोडे प्रसिद्ध होते. इ.स.च्या १२ व्या शतकापर्यंत हे स्वतंत्र होते. त्यानंतर काश्मीर राज्यात विलीन झाले. (भासंको)

कंस : (स. १३८६/९२): हा बंगालातील हिंदू जमीनदार. बंगालचा सुलतान दुसरा शमद्दीन दुर्वृत्त निघाल्यामुळे त्याच्या पश्चात ते राज्य याने ताब्यात घेतले. याने स. १३९२ पर्यंत राज्य केले. (मचको)

कचेश्वर : (मृत्यू इ. स. १७६१) राहणारा चाकणचा. ऋग्वेदी ब्राह्मण. अयाचित वृत्तीने रानात मठ स्थापून राहत असत. शाहूमहाराजांनी औरंगजेबाच्या कैदेतून येताना त्यांचे दर्शन व उपदेश घेतला. सहा गावाचे वेतन त्याचा मृत्यू उंब्रज येथे झाला. अनेक अभंग, व्याख्याने रचली आहेत. (मचको)

कच्छ : भारताच्या पश्चिम किनाऱ्यावरील गुजरातमधील एक प्रदेश. जनपद म्हणून प्राचीन काळापासून प्रसिद्ध. कच्छमधील लोहाणा क्षत्रिय पुरुष डोक्याचा पुढचा भाग मुंडन करून शेंडी राखतात. उत्तरपद असलेली

कांडाग्नी व विभुजाग्नी ही नावे काशिका ग्रंथात आली आहेत. विभुजाग्नी म्हणजे भूज व कांडाग्नी म्हणजे कांडला बंदर. सिकंदरला कच्छचे रण माहीत होते. इ. स. च्या दुसऱ्या शतकात कच्छचा समावेश मेदनेरमध्ये झाला. इ.स.३९० पर्यंत क्षत्रप राजे राज्य करीत होते. पुढे वल्लभीचे राजे राज्य करीत होते. इ. स. च्या ७ व्या शतकात हा प्रदेश सिंधमध्ये सामील झाला. नवव्या शतकात अरब लोकांशी संबंध होता. इ. स. १४५० पर्यंत जाडेजा रजपुतांच्या तीन शाखा त्यावर राज्य करीत होत्या. १८१५ इंग्रजांशी तह. १९४८ भारतीय संघराज्यात विलीन. (भासंको)

कच्छपघात : एक राजवंश. घराणे कच्छवाह. तीन शाखा होत्या. ग्वाल्हेर, दुबकुंड व नरवर या ठिकाणी होत्या. पहिला ज्ञात पुरुष लक्ष्मण. इ.स.च्या १० व्या शतकात लक्ष्मणाचा पुत्र वज्रदामन याने ग्वाल्हेर जिंकून ते स्वतंत्र राज्य केले. त्याच्यानंतर मंगलराज, कीर्तिराज असे पुरुष त्या गादीवर बसले. गजनीच्या महंमदाने कीर्तिराजाचा पराभव केला. कछवाहा राजपूत कच्छपघाताचे वंशज आहेत. शेखावत, राजावत, नरुका या त्यांच्या शाखा आहेत. कछवाहा वैष्णव आहेत. शेखावत शाखेचे लोक मूल ६ वर्षाचे होईपर्यंत त्याला निळ्या रंगाचे कपडे घालतात. कछवाहा जातीत पुरुषांपेक्षा स्त्रियांची संख्या जास्त आहे. (भासंको)

कच्छी मेमन : मुसलमानांतील मेमन जातींपैकी एक वर्ग. बगदादचा साधू मौलाना अब्दुल कादर जिलानी याचा वंशज सय्यद यसुफुद्दीन कोरदिरी याने १४२१ साली सिंधमध्ये येऊन तेथील लोहाणा जातीच्या हिंदूंना मुसलमानी धर्माची दीक्षा दिली. (सुविको)

कछवाह : राजस्थानातील एक राजपूत घराणे. यामध्ये सवाई जयसिंह, ईश्वरीसिंह १७४३, माधवसिंह इ. १७५० हे राजे होऊन गेले. यांच्यातील कलहामध्ये मराठ्यांनी हस्तक्षेप केला. यांनी आपल्या मुली मुघली राजपुत्रांना देऊन मुघलांशी जोडलेले नाते होय. (मइ)

कटक : ओरिसामधील एक महत्त्वाचे शहर. नल्तीगिरी व उदयगिरी येथे बौद्धांचे अवशेष बरेच आहे. कटक शहर १० व्या शतकात बसवण्यात आले. मकरकेसरी याने बांधलेला किल्ला व बाराबाती हा अनंगभीमदेव राजाने बांधलेला किल्ला अद्यापही आहे. मोगल आणि मराठे यांच्या राजकारणात कटक शहराला प्राधान्य असे! १८०३ मध्ये इग्रंजांनी नागपूरकर भोसल्यांकडून घेतले. (मविको)

कटारी रामदास (जन्म दि. ८ ऑक्टोबर १९११) **:** भारताचे माजी नौदल प्रमुख. तमिळनाडूमधील चिंगलपूट या गावी त्यांचा जन्म झाला. भारतीय आरमारात विविध पदे अधिकारपदे त्यांनी भूषविली.

कटास : पंजाब, झेलम जिल्ह्यात मिठाच्या डोंगराच्या मध्यभागी असलेले पवित्र सरोवर. डोंगरावर स्तुपाचे अवशेष आहेत. तेथेच एक जैन देवालय होते. ज्या ठिकाणी श्री भगवान महावीरांना ज्ञान झाले ते ठिकाण हेच होय असे म्हणतात. काश्मीरच्या सार्वभौमत्वाखाली असलेल्या राजाची राजधानी असे ह्यूएनत्संगने ज्याचे वर्णन केले आहे ते सिंधपूरही येथेच होते असे म्हणतात. (सुविको)

कट्टबोम्मन पाट्ट : कट्टबोम्मन या वीर पुरुषाला उद्देशून लिहिलेल्या गीतांना हे नाव दिले आहे. वीर पांडिय कट्टबोम्मन हा तिरुनेलवल्ली जिल्ह्यातील पंचलम कुरीची या प्रदेशावर हा राजा राज्य करीत होता. तो व त्याचा धाकटा भाऊ दोघांनी मिळून इ.स.च्या १८ व्या शतकात ब्रिटिश ईस्ट इंडिया कंपनीशी निकराचा लढा दिला. या लढ्यात दोघे बंधू धारातीर्थी पडले. तमिळनाडूमधल्या लोककवींनी या पुरुषांना आपल्या गीतातून अमर केले. (भासंको)

कठीण गड (किल्ले तुंग) : कठीणगड म्हणजेच तुंग गड. (सासभकि)

कडलोर : गडिलम व पोन्नाइय्यार या नद्यांच्या संगमावरच असल्यामुळे संगमनगर या अर्थी हे नाव पडले असावे. ईस्ट इंडिया कंपनीने १६८४ मध्ये प्रथम भाडेपट्टीने आणि नंतर १६९० मध्ये छत्रपती राजाराममहाराज यांच्याकडून कायमस्वरूपी विकत घेऊन तेथे आपली वखार थाटली. सेंट डेव्हिड हा किल्लाही बांधला. १७५८मध्ये फ्रेंच सेनापती लाली याने हा किल्ला नष्ट करून कडलोर जिंकून घेतले. १७८५ च्या तहाने ते पुन्हा इंग्रजास प्राप्त झाले. (सुविको)

कडाप्पा : आंध्र प्रदेश. कडप्पा म्हणजे दरवाजा, उत्तरेकडून तिरुपती येथे येण्याचे हे महाद्वार समजले जाई. ११ व्या शतकापासून १३ व्या शतकापर्यंत हा जिल्हा तंजावरच्या चोळ राजांच्या ताब्यात होता. १४ व्या शतकात विजयनगरकडे राहून नंतर तो कुतुबशाहीकडे आला. टिपूनंतर तो भाग निजामास मिळाला. निजामाकडून सर्व जिल्हा १८०० मध्ये इंग्रजांस देण्यात आला. पेन्नारच्या खोऱ्यात ऐतिहासिक काळापूर्वीची दगडाची हत्यारे, जुनी हिंदू नाणी वगैरे सापडली आहेत. (सुविको)

कडूर : कर्नाटकातील एक जिल्हा. येथील अमृतेश्वराचे देऊळ १२ व्या शतकात बांधलेले आहे. अंगडी येथे जुनी देवालये आहेत. शृंगेरी येथे श्री शंकराचार्यांचा मठ व विद्याशंकर देऊळ चांगले आहे. (सुविको)

कणाद : (इ. पू. ६ वे शतक) हा माहेश्वर योगसंप्रदायातील अतिप्राचीन आचार्य होय. उलूक नामक एक जमात गंधार देशात होती. त्यामधील हा असावा. शेतात कण कण सापडणारे धान्य वेचून आपली उपजीविका करण्याचे व्रत घेतले, म्हणून कणाद असे म्हणत. अणुवादाचा पहिला भारतीय तत्त्वज्ञ. पृथ्वी, तेज, जल व वायू यांच्या अणूंच्या समुदायाने हे विश्व तयार झाले असा त्यांचा मूळ सिद्धान्त. यौगिक सामर्थ्याने त्याने महेश्वरास प्रसन्न करून वैशेषिक शास्त्र तयार केले. असेही मानतात की स्वत: परमेश्वरानेच घुबडाचे रूप घेऊन हे तत्त्वज्ञान उपदेशिले. (मविको)

कणेरा गड : कणेरा गड घोडपच्या वायव्येस साडेतीन कोसावर आहे. दिलेरखान कणेरागडाजवळ आल्याने शूर रामाजी पांगेरे आपल्या अवघ्या सातशे मावळ्यांसह त्याच्यावर तुटून पडला. घनघोर युद्ध होऊन दिलेरखान बहुधा पळून गेला. (१६७१ अखेरचा सुमार) (शिंदुघऐसू ; राशि)

कत्यूरी राजवंश : हिमालयातील कुमाऊमधील पहिला ऐतिहासिक राजवंश. कत्यूरीचे पाच ताम्रपट व एक शिलालेख मिळाले आहेत. पाचही अभिलेखांची लिपी कुटिल आहे. राजधानी कार्तिकेयपूर होती. ललितशूर हा संस्थापक. सर्वांत प्रतापी राजा. कनक हा या वंशातला शेवटचा राजा. १३ व्या शतकाच्या शेवटी कत्यूरीच्या मूळ वंशाचा ऱ्हास झाला. मात्रत्या वंशातले पुरुष डोटी, अस्कोट, पाळी भागावर स्वामित्व करीत होते. वीरदेव हा या वंशाचा शेवटचा राजा अधर्मी व अत्याचारी होता. ब्रह्मदेव या कत्यूरी पुरुषाने कुमाऊँचे राज्य मिळविले. डोटी येथील राज्य बराच काळ टिकले. अस्कोटचा राजवंशही कत्यूरीचीच शाखा होती. इथल्या राजांना रजवार ही उपाधी होती. डॉ. कीलहॉर्न ह्यांनी एका ताम्रपटाचे संपादन केले आहे. (भासंको)

कथासरित्सागर : ११ व्या शतकाच्या उत्तरार्धात लिहिलेला संस्कृतमधील प्रचंड कथासंग्रह. सातवाहनाच्या पदरी असलेल्या गुणाढ्याने पैशाची (पिशाच) भाषेत लिहिलेल्या बड्डकला (बृहत्कथा) या मूळ ग्रंथावरून पं. सोमदेवाने तयार केला. सुमारे २१,३८८ श्लोकांचा हा ग्रंथ आहे. पंचतंत्र, वेताळपंचविंशतिका यांचाही त्यात समावेश आहे. वत्सराज उदयन राजाचा मुलगा नरवाहन दत्त याच्या प्रेमप्रकरणातून याचा उगम

झाला. एका कथेतून दुसरी कथा उत्पन्न होत गेल्याने मूळ कथा वाचक विसरून जातो. समाजात आढळणाऱ्या सर्व तऱ्हेच्या मानवी गुणदोषांचे, कर्तृत्वाचे, रीतीरिवाज, सण, यज्ञयाग इ. चे रंगतदार वर्णन त्यात आले आहे. कलशराजाची आई आणि अनंतदेवराजाच्या सूर्यवती राणीच्या मनोरंजनासाठी पं. सोमदेवाने हा कथाभाग सांगितला आहे. त्यावरून त्या काळचा सामाजिक इतिहास चांगला कळतो. जगातील सर्व देशांतल्या अद्‌भुत साहित्यावर कथासरित्सागराचा प्रत्यक्ष प्रभाव पडलेला आहे. (मविको; भासंको)

कदंब राजवंश (३४० ते ६१०) **:** उत्तर कर्नाटकातील एक राजवंश. काकुस्थवर्म्याच्या ताळगुंद येथील एका स्तंभावरून असे दिसते की कदंबवंश हे नाव मूळ स्थानाजवळ वाढलेल्या कदंबवृक्षावरून पडले. मूळ पुरुष मयूर शर्मा वेदाध्ययनासाठी पल्लवांच्या राजधानीत गेला असता ब्राह्मण समाजाच्या अगतिक, दुर्बल परिस्थितीची जाणीव होऊन त्याने क्षत्रिय पेशा स्वीकारून सीमेवरील अधिकाऱ्यांचा पराभव करून आपला अंमल उत्तरेस श्रीशैल पर्यंत बसविला. चित्रदुर्ग जिल्ह्यात 'चंद्रवळ्ळी' येथे त्याचा एक शिलालेख मिळाला आहे. त्याच्या मुलाने शर्म (ब्राह्मण) या उपपदाचा त्याग करून 'वर्मोपपदान्त' नाव धारण केले. तीच परंपरा त्याच्या वारसदारांनीही चालविली. कदंबराजांच्या कालात जैन धर्माचा विशेष प्रसार झाला. बदामीच्या दुसऱ्या पुलकेशीने वनवासी ही कदंबांची राजधानी उद्ध्वस्त करून त्याचे सारे राज्य आपल्या राज्यात सामील करून टाकले. ऐहोळे येथील शिलालेखात ह्या घटनेचा उल्लेख आहे. ही एकूण तीन घराणी होती. या घराण्यात जयकेशिन (९७४), विजयादित्य, दुसरा तैलप, (११३५) पहिला मल्लिकार्जुन, परमर्दी शिवचित्त, कामदेव, तिसरा जयकेशिन, वीरमल्लिदेव, दुसरा षाष्ठदेव हे राजे होऊन गेले. (सुविको)

कदम कंठाजी : (मृ.१७३४) पुणे जिल्ह्यातील बांड्यांच्या वडगावचा राहणारा. अमृतराव कदमाचा तिसरा मुलगा. याला पेशव्यांनी खानदेशात रनाळे, तोरखेड, कोपरली आणि ही गावे इनाम दिली. गुजरातेत चौथाई वसूल करण्याचा हक्क मिळविला. १७३१ मध्ये कंठाजी कदम याने आपला भाऊ रघोजी याच्यासह त्रिंबकराव दाभाडे यास बाजीरावाविरुद्ध लढण्यास मदत केली पण रणांगणातून पलायन करावे लागले. १७३४ साली मल्हारराव होळकर व कंठाजी यांनी गुजरातेत पालनपूर, अहमदाबाद, ईदर या प्रांतावर हल्ला करून पुष्कळ लूट मिळविली. (सुविको)

कनकदुर्ग : दापोली तालुका. रत्नागिरी जिल्हा. पाव हेक्टर क्षेत्रफळात आहे. जंजिरेकर सिद्दी खैरातखानाने हा उभारला असावा. १७२७ पर्यंत त्याच्याकडेच होता. १८६२ मध्ये मोडकळीस आला. १७१० साली शाहू महाराजांनी बांधून घेतला अशीही कल्पना आहे. किल्ल्याच्या माथ्यावर जाण्यास पायऱ्या आहेत. खालच्या सपाटीवर पाण्याची टाकी आहेत. किल्ल्यात उंच जागी आता दीपगृह आहे. (जस)

कनकापूर तह : एप्रिल १७६९ मध्ये माधवराव पेशवे व जानोजी भोसले यांच्यात झाला. जानोजीने पेशव्यांना संपूर्ण सहकार्याचे आश्वासन दिले. पेशव्यांना खंडणी ५ लाख व ५००० एवढे सैन्य मदतीसाठी दिले. मराठी सत्तेच्या दृष्टीने हा तह अत्यंत महत्त्वाचा. (इसंशा)

कनिया एम.एच.: कनिया एम.एच. हे भारताचे सरन्यायाधीश होते. १९९१-१९९२ या काळात ते कार्यरत होते. (इंस्ट्रफॉइ)

कनिया हरिलाल : भारताचे पहिले सरन्यायाधीश. १९५०-५१ या काळात ते सर्वोच्च न्यायालयाचे सरन्यायाधीश होते. (इंस्ट्रफॉइ)

कनिष्क : (इ.स. १ ले शतक) शकांच्या मागून भारतावर आक्रमण करणाऱ्या कुशाणवंशातील सर्वश्रेष्ठ सम्राट. विशाल प्रदेशावर राज्य, बौद्ध धर्माचा हिरिरीने पुरस्कार, बौद्ध चौथ्या सांगीतिकेचा निमंत्रक, विद्वानांचा आश्रयदाता. पुरुषपूर (पेशावर) ही राजधानी. ह्याचे राज्य मध्य आशियापर्यंत पसरले होते.

कनोज : गंगायमुनेच्या खोऱ्यात हा प्रदेश, पूर्वी येथे यादवांचे राज्य होते. गुप्तांच्या काळात मौखरी वंशाने राज्य स्थापन केले, हे हर्षचरितावरून समजते. इ. स. ६०६ पासून हर्ष शेवटपर्यंत येथे राहिला. ७ व्या शतकाच्या शेवटी यशोवर्मा राजा होऊन गेला. मिहिर भोज याने जवळजवळ अर्धशतकापर्यंत राज्य केले. वराहाचे चित्र काढलेली नाणी सापडली आहेत. १०९० मध्ये कनोज येथे चंद्रदेवाने गाहडवाल वंश स्थापिला. इ. स. ११९४ मध्ये महंमद घोरीने शेवटचा राठोड राजा जयचंद याचा पराजय केला. त्यावेळी कनोजचे राज्य लयास केले. कनोज हे १८५७ च्या स्वातंत्र्ययुद्धाचे एक प्रमुख केंद्र होते. (कान्यकुब्ज)

कन्नड साधने : (इतिहासविषयक)शिवकालीन इतिहासावर प्रकाश टाकणारी साधने कन्नड भाषेतही आहेत. कारण बंगलोर, तंजावर, वेल्लोर इ. ठिकाणी मराठी सत्ता होती. केळदिनृपविजयम हे काव्य विशेष महत्त्वाचे आहे.छ. राजाराममहाराजांचा जिंजी प्रवास कन्नड साधनांवरूनही समजतो. (मइ१)

कन्ननोर : केरळमधील जिल्ह्याचे ठिकाण. कापड आणि लाकूड व्यवसायाचे प्रमुख केंद्र आणि अरबी समुद्रावरील प्रमुख निर्यात बंदर. मलबारच्या इतिहासात कन्ननोरचे विशेष महत्त्व. मध्ययुगात येथे पोर्तुगीज, डच, इंग्लिश यांच्या वखारी होत्या.

कन्हय्यालाल मुनशी : (ज. १८८७) अर्वाचीन गुजराती वाङ्मयात यांचे स्थान सर्वश्रेष्ठ. ऐतिहासिक, सामाजिक पौराणिक विषयांवर विपुल लेखन. टीका लेख, आत्मचरित्र इ. प्रकारही हाताळले. गुजराती वाङ्मयाचा इतिहास लिहिला. भारतीय विद्याभवन या संस्थेचे संस्थापक. 'भरनी वसुलात' ही प्रसिद्ध सामाजिक कादंबरी. श्रीसोमनाथाच्या पुन:प्रतिष्ठापनेत ते सरदार वल्लभभाईंच्या बरोबरीने होते. घटना समितीचे सभासद होते. (सुविको)

कब-द-राम : पाहा खोलगड.

कबीर -वट : भडोच शहरापासून सुमारे २०कि.मी वर शुक्लतीर्थाजवळ हा एक अतिपुरातन वृक्ष होता. कबीर त्या ठिकाणी एकदा आले असता त्यांच्या पायाचे तीर्थ या वृक्षास घातले, तेव्हा त्याला पालवी फुटली, अशी आख्यायिका आहे. (सुविको)

कबीर, संत (सु. १३९८ - सु. १५१८) : उत्तर भारतातील प्रख्यात संतकवी, रामभक्त आणि महान समाजसुधारक. त्यांच्या जीवनाबाबत फारच थोडी माहिती उपलब्ध आहे. त्यांच्याबद्दल अनेक आख्यायिका प्रसिद्ध आहेत. जन्म-मृत्यू, धर्म, गुरुपरंपरा, जीवन, इ.बाबत विद्वानांत मतभेद असे मानतात. त्यांना १२० वर्षांचे आयुष्य लाभले. कबीर हे जन्माने हिंदू पण त्यांचे पालन पोषण नीरू नावाच्या मुसलमान कोष्ट्याने केले. त्यामुळेच त्याचा धर्म 'वादग्रस्त' ठरला. काहींच्या मते ते नाथपंथी जुगी/जोगी जातीचे असावेत. त्यांचा मृत्यू मगहर या गावी झाला. याबाबत मात्र अभ्यासकांचे एकमत आहे. त्यांच्या साहित्यावर सूफी, हिंदू परंपरा, योगमार्ग, नाथपंथ इ. चा स्पष्ट ठसा दिसून येतो. स्वत: कबीर निरक्षर असले तरी ज्ञानी, बहुश्रुत व समाजाशी सर्वार्थाने एकरूप झालेले साक्षेपी, डोळस तत्त्वज्ञ होते. त्याचे 'दोहे' प्रसिद्ध असून त्याचे सर्वच विचार मौखिक होते. पुढे त्यांच्या धर्मदास,गोपालदास इ. शिष्यांनी ते लिखित केले. शिखांच्या ग्रंथसाहेबामध्येही कबिरांची पदे आढळून येतात. जातिभेद, पंथभेद, कर्मकांड इत्यादींचा निषेध केला. ते जगद्गुरू श्री संत तुकाराममहाराजांप्रमाणेच

परखड आहेत. सुलतान सिंकदर लोदी त्यांचे काहीही वाईट करू शकला नाही.(भासंको, सुविको)

कमरुद्दिनखान (मृ. १७४८) **:** दिल्लीचा वजीर महमद अमीनखान याचा हा मुलगा, १७२१ साली निजाम दिल्लीचा वजीर झाला व कमरुद्दिनला सरदारकी मिळाली. बाजीरावाने दिल्लीवर स्वारी केली. त्यावेळी हा बाजीरावावर चालून आला. खानाच्या सैन्याचा मराठ्यांनी बोडस्ते येथे १७३९ साली पराभव केला. कमरुद्दिनला दिल्लीची वजिरी मिळाली. (सुविको)

कमलगड : हिमाचलप्रदेश मंडीमधील एक प्राचीन किल्ला असून तो बिआस नदीच्या दक्षिण तीरावर वसलेला आहे. इतिहासात या किल्ल्याने बराच महत्त्वाचा भाग घेतला आहे. (सुविको)

कमला देवी : गुजरातचा राजा कर्णाची पत्नी, कर्णराज अनहिलवाड येथे पराभूत झाल्यामुळे ही अल्लाउद्दिनच्या हाती लागली. (१२९७). तिचे शहाजाद्यांशी लग्न लावून दिले. (सुविको)

कमलाकर : (इ.स. ७ वे शतक) एक प्रसिद्ध ज्योतिषी, कमलाकर यांनी ध्रुव ताऱ्याला गतिशील मानले आहे. ही कल्पना आधुनिक वैज्ञानिक संशोधकांनी सिद्ध केली आहे. (भासंको)

कमलाकर भट्ट (१५२७) **:** कमलाकर भट्ट हे नारायण भट्टांचे नातू नि रामकृष्णभट्टांचे पुत्र. परम विद्वान मीमांसक. 'शूद्रकमलाकर', 'विवादतांडव' आणि 'निर्णय सिंधू' हे तीन अत्यंत महत्त्वाचे ग्रंथ. न्यायालयात प्रमाण मानीत असत. सुमारे ३० ग्रंथांचे लेखन (भासंको, पुरुषार्थ जून २०००)

कमाविसदार : कमाविसदार हे महालाच्या वसुलीचे काम मुख्यत: पाहात. तसेच त्याला मुलकी कारभार पाहावा लागे. सरकारची मर्जी असेपर्यंतच हा अधिकार मिळे. तसेच न्यायदान व गुन्हेगारीपासून प्रजेचे संरक्षण ही फौजदारी कामेही पाहावी लागत. (मइ)

कम्युनिस्ट पक्ष (मार्क्सवादी कम्युनिस्ट पक्ष) : १९६४ मध्ये भारतीय कम्युनिस्ट पक्षातून फुटून हा पक्ष स्थापन झाला. स्वातंत्र्यकाळातील मूळ कम्युनिस्ट पक्षाच्या सदस्यांमध्ये मतभेद होते. या पक्षाने पश्चिम बंगाल, केरळ व त्रिपुरा या ठिकाणी चांगलाच जम बसविला. या पक्षाच्या सहकार्यानेच कॉंग्रेस पक्षाला केंद्रामध्ये सत्ता स्थापन करता आली. (इसंशा)

कम्युनिस्ट पक्ष : (भारतीय) मार्क्स, एंजल यांच्या तत्त्वज्ञानाचा प्रसार, प्रचार करणे, प्रसंगी सशस्त्र मार्गानेही क्रांती घडून राज्ययंत्र ताब्यात घेणे हे या पक्षाचे ध्येय. १९१७ च्या रशियन राज्यक्रांतीपासून भारतात कम्युनिस्ट विचारधारा सुरू झाली. कामगार संघटनांच्याद्वारे भांडवलदार वर्ग आणि राज्यकर्ते यांना वेठीस धरले जाते. त्या पक्षात पुढे मार्क्सवादी, लेनिनवादी, माओवादी असे प्रमुख गट पडून जगभर शेकडो गट स्थापन झाले. भारतात मानवेंद्रनाथ, डॉ. सरदेसाई, डांगे, रणदिवे इ. नामवंत कम्युनिस्ट नेत्यांनी भारतातील कम्युनिस्टपक्षाला वाढविले. तथापि या विचारसरणीस म्हणावे तसे समर्थन भारतात कधीच मिळू शकलेले नाही.

करंज : पनवेल तालुका, रायगड जिल्हा. करंज हे बेट अनेक राज्यकर्त्यांच्या अमलाखालून गेले असून त्यावर निरनिराळी संकटे आली होती. १२ व्या शतकात शिलाहारांच्या कारकिर्दीत ते भरभराटीला आले. १७३७ ते मराठ्यांच्या ताब्यात गेले व १७८४ मध्ये इंग्रजांनी घेतले. (सुविको)

करंदीकर अनंत जर्नादन : कवी, लेखक, महान संशोधक, वेद, पुराणे, ज्योतिर्विद्या इ. मध्ये विवेचक लेखने, हिंदुत्ववादी जहाल पत्रकार, केसरीचे व्यासंगी संपादक, लढाऊ राजकारण यात केसरीचे लेख प्रसिद्ध,

दुसरे महायुद्ध, क्रांतिकारक टिळक आणि त्यांचा काळ, महाभारत हे त्यांचे ग्रंथ होत. (मदि)

करंदीकर रघुनाथ पांडुरंग तथा बाबासाहेब (१९३५) **:** मराठी भाषेचे कडवे अभिमानी. लोकमान्यांचे अत्यंत निष्ठावंत सहकारी ते जिथे जात तेथे ऐतिहासिक साधनांचा संग्रह करीत. सातारा येथील तिसऱ्या मराठी साहित्यसंमेलनाचे अध्यक्ष (१९०५) नेवासे येथे श्री ज्ञानेश्वरी सांगितली. न्यायालयीन लढाई करून परधर्मियांकडून नेवास मुक्त केले. (मदि)

करंदीकर, जनार्दन सखाराम (जन्म १८७५) **:** एक महाराष्ट्रीय संपादक व लेखक, समर्थ व ग्रंथमाला या नियतकालिकांचे ते सहसंपादक होते. १९१५ मध्ये लोकमान्यांचे प्रमुख सहकारी, केसरीचे दुय्यम संपादक झाले. १९३५ मध्ये संपादक. मुळशी सत्याग्रहात सहभाग, कौटिलीय अर्थशास्त्राचे भाषांतर 'जगातील क्रांतिकारक युद्धे' व हिंदुत्ववाद', 'गीतातत्त्वमंजिरी' 'गणेशोत्सवाची साठ वर्षे', केसरीतील निवडक महाभारत लेख, कथाभाग व शिकवण इ. ग्रंथ प्रसिद्ध आहेत. (सुविको)

करबंदी चळवळ : गांधीजींनी ६ एप्रिल १९३० या दिवशी मिठाच्या सत्याग्रहासाठी दांडी यात्रा काढली. हे आंदोलन नि:शस्त्र प्रतिकाराचे होते त्यात कायदेभंग होता. ब्रिटिश सरकारने अटकसत्र सुरू केले. कारण करबंदीची व मुद्रण स्वातंत्र्यावरील निर्बंध मोडण्याचीही चळवळ सुरू झाली. (सुविको)

करमरकर विनायक पांडुरंग (१८९१-१९६७) **:** भारतातील वास्तववादी शिल्पकारातील अग्रगण्य मराठी शिल्पकार. मूळगाव सासवणे. (जि. रायगड) लंडन येथे शिल्पकलेचे उच्च शिक्षण घेऊन व्यवसाय सुरू केला आणि निधन मुंबईत. अभ्यासासाठी विविध देशांतून प्रवास. अखिल भारतीय शिल्पकार संघाचे संस्थापक, अध्यक्ष, आर्ट सोसायटी ऑफ इंडियाचे उपाध्यक्ष इ. पदांवर काम केले. १९६४ मध्ये पद्मश्री प्रदान. एस.एस.पी. एम. एस. (पुणे) च्या प्रांगणातील श्री शिवाजीमहाराजांच्या अश्वारूढ पुतळ्यामुळे त्यांचे नाव सर्वतोमुखी झाले. शिल्पातील सजीवता, लय आणि गती लक्षणीय होत. म. गांधी, लो. टिळक, वल्लभभाई पटेल या राजकीय पुढाऱ्यांप्रमाणेच धीवरकन्या, कोकरू, भक्ती, संघर्ष इ. शिल्पे अत्यंत गाजली. (मचको)

करवली संस्थान : (करौली) ब्रिटिश भारतातील पूर्व राजस्थानातील एक संस्थान. ह्याचा बहुतेक भाग डोंगरांनी व्याप्त असल्याने डांग या नावानेही प्रसिद्ध. संस्थानाधिपती स्वत:स यदुवंशी मानतात. ११ व्या शतकातील विजयपाल स्वत:ला श्रीकृष्णाचा ८८ वा वंशज मानीत असे. मुलाने तहनगढ हा प्रसिद्ध किल्ला बांधला. मुहमद घोरीने स्वारी करून सर्व मुलूख जिंकून घेतला. १९४९ मध्ये हे संस्थान भारतात विलीन झाले. (सुविको)

करवीर संस्थान (रियासत) : सह्याद्रीच्या घाटमाथ्यावरचे हे एक मोठे शहर आहे. कोल्हापूरच्या इतिहासाचे प्राचीन हिंदू कारकीर्द, मुसलमानी कारकीर्द व मराठ्यांची कारकीर्द असे तीन कालविभाग पडतात. इ. स. १३४७ साली कोल्हापूर बहामनीच्या ताब्यात गेले. इ.स. १४९८ पासून इथे विजापूरकरांचा अंमल सुरू झाला. नोव्हेंबर १६५९ मध्ये शिवाजीमहाराजांच्या ताब्यात छत्रपती शाहू व ताराबाई यांच्यात इ.स. १७०७ मध्ये संघर्ष सुरू होता. करवीरचे राज्य महाराणी ताराबाईंनी १७०९ मध्ये स्थापन केले. तेव्हापासून ते स्वातंत्र्यप्राप्तीपर्यंतचा (१९४७) काळ यात येतो. तिथपर्यंत स्वतंत्र संस्थान होते. मराठ्यांच्या स्वातंत्र्ययुद्ध काळात ६ वर्षे नेतृत्व दिले. स. मा. गर्गे यांनी याच नावाने या काळाचा इतिहास प्रसिद्ध केला आहे. महालक्ष्मी ही करवीरपीठाची मुख्य देवता होय. येथील मंदिर हेमाडपंती आहे. रंगभूमि आणि चित्रपट व्यवसायाची गंगोत्री. (भासंको)

करसनदास मूळजी (१८३२ - १८७१) **:** गुजरातमधील प्रसिद्ध समाजसुधारक, पत्रकार आणि

गुजराती ज्ञान प्रसारक मंडळी व बुद्धिवर्धक सभा या संस्थांचे कार्यकारी सभासद. या संस्थांच्या चर्चासत्रात विविध विषयांवर व्याख्याने. 'रास्तगोफ्तार' (सत्यवादी) मध्ये विपुल लेखन. पुढे स्वत:चेच 'सत्यप्रकाश' नावाचे वृत्तपत्र चालविले. जातिबहिष्काराला न जुमानता आपली मते ते परखडपणे मांडीत. राजकोट व लिमडी संस्थानांचे आदर्श प्रशासक म्हणून लौकिक संपादन. (सुविको)

करहाटेश्वर महादेव मंदिर : रत्नागिरी जिल्हा जयगड परिसर. शिलाहार राजांनी दहाव्या-अकराव्या शतकात स्थापना, १६००, १७८४, १९२१, १९७० असा चार वेळा जीर्णोद्धार. (सुविको)

कराची : पाकिस्तानातील सर्वांत मोठे शहर. उत्तम नैसर्गिक बंदर म्हणून विख्यात. १८ व्या शतकापूर्वी कराचीचा उल्लेख येत नाही. १७२५ मध्ये खराकला लहानसे बंदर होते. ते गाळाने भरून गेल्याने तेथील वस्ती 'कलाचीकून' ला हलविण्यात आली. त्याच परिसरात आजचे कराची आहे. १८४३ मध्ये तेथे इंग्रजांची सत्ता सुरू. सर चार्लस् नेपियरने कराचीचा विकास घडवून आणला. अमेरिकन यादवी युद्ध कालात याच बंदरातूनच भारतीय कच्चा माल इंग्लंडला मोठ्या प्रमाणात जात असे. सिंध प्रांत मुंबईपासून अलग झाल्यावर त्याची राजधानी कराची झाली. १९४७ मध्ये तर पाकिस्तानची राजधानी होण्याचा मान मिळाला. १९६० साली ती रावळपिंडीला हलविली तरी कराचीचा मान, वैभव, महत्त्व मुळीच कमी झाले नाही. व्यापार-उद्योग, शिक्षण-सांस्कृतिकदृष्ट्याही त्याचे महत्त्व वाढतच गेले. १९७१ सालच्या भारत- पाक युद्धात या शहराची बरीच हानी झाली. पाकिस्तानचे जनक, कायदे आझम बॅ. जिना यांचे हे जन्मस्थान होय.

करिआप्पा, जनरल कोंदेदरा मडप्पा (जन्म १९०१) : स्वतंत्र हिंदुस्थानचे पहिले सरसेनापती, हे कूर्गचे रहिवासी, १९२० साली हे इंडियन कॅडेट म्हणून लष्करात दाखल झाले. १९२३ साली रजपूत रेजिमेंटमध्ये नेमणूक, हिंदी लष्कराच्या पुनर्घटनेच्या समितीचे सभासद, १९४७ चीफ ऑफ जनरल स्टाफ, जाने १९४९पासून सरसेनापती, इराक, वायव्य सीमाप्रांत येथील सैनिक कारवाईत भाग.(सुविको)

करिकाल चोळ (१५०-१८०) : चोळ घराण्यातील हा पहिला ऐतिहासिक पुरुष, त्याने पाण्ड्य व चेर या दोघांना जिंकले. चेर राजकन्येशी लग्न केले. अवंतीराज, मगधराज, बुंदेलखंडाचा वज्रराम हे त्याचे मित्र (सुविको)

करीमखान : हा एक शिंदेशाहीतील पेंढारी असून त्याने खर्ड्याच्या लढाईनंतर (इ.स. १७९५) निजामाच्या सैन्याची लूट केली. कावेबाजपणा, धाडस या गुणात हा सर्व पेंढाऱ्यांत श्रेष्ठ असल्यामुळे त्यांचा पुढारी झाला. करीमखान इंग्रजांना शरण आल्याने त्याला गणेशपूर येथील जहागीर दिली. १८५७ च्या बंडात भाग घेतल्याच्या आरोपावरून ही जहागीर खालसा झाली. (सुविको)

कर्जकतबा : गावातील श्रीमंत वतनदार शेतकऱ्यांना प्रसंगी गहाण वस्तूंवर कर्ज देताना जो कबुलीजबाब लिहून घेत त्यास हे नाव. (इलेशा)

कर्जपट्टी : सरकारी कर्ज फेडण्यासाठी जनतेकडून वसूल केला जाणारा कर. (इलेशा)

कर्जबाजारीपणा : मध्ययुगात छत्रपती, पेशवे आणि त्यांचे सरदार वेळोवेळी राज्यकारभारासाठी जनतेकडून, सावकारांपासून कर्ज घेत. विशेषत: हा कर्जबाजारीपणा पेशवाईत दिवसेंदिवस वाढतच गेला. कर्जास भारी व्याज असून कराराप्रमाणे रक्कम न दिल्यास तेवढा प्रदेश तोडून देत. व्यापार, उद्योगाकडे दुर्लक्ष झाले. शेती अप्रगत, दुष्काळी म्हणून मराठी राज्य, साम्राज्य या आर्थिक खाईतून बाहेर पडू शकले नाहीत. चौथाई, सरदेशमुखी,

प्रासंगिक लुटी करून यातून काहीसा मार्ग काढला जाई. (मइउ)

कर्झन लॉर्ड जॉर्ज नार्थन्येल (१८५९-१९२५) : १८९८-१९०५ भारतातील गव्हर्नर जनरल आणि व्हाइसरॉय. अत्यंत शिस्तप्रिय, करडा साम्राज्यवादी प्रशासक म्हणून लौकिक. भारतीय स्वातंत्र्याची चळवळ सर्व मार्गांनी दडपून टाकण्याचे प्रयत्न केले. त्यामुळे भारतीयांत अत्यंत अप्रिय. त्याच्याच कारकिर्दीत बंगालच्या फाळणीची वंगभंग चळवळ भारतभर गाजली. इंग्लंडचा पंतप्रधान होण्याची त्याची इच्छा मात्र अपूर्णच राहिली. आधुनिक भारतात पुराणवस्तू संशोधनखाते त्याच्यामुळे सुरू झाले. (अचको, सुविको)

कर्ण (१०४१ -१०७३) : हा १०४१ मध्ये गादीवर आला. वंग राजाचा याने पराभव केला. चोळ, चालुक्य, पल्लव, गुर्जरांचा पराभव याने केला. परमारांचा नाश केला. चंदेलांच्या देववर्मास ठार मारले. याची राजधानी बनारस होती. विद्या व कलांचा आश्रयदाता होता. कर्णमेरू नामक अग्रहार वसविला. संस्कृत व प्राकृत भाषांना प्रोत्साहन दिले. (भासंको)

कर्ण (दुसरा) : राजाराम छत्रपतींचा लेकवळा, हा मराठ्यांच्या तत्कालीन राजकारणात भाग घेत असे. जेधे शकावली. इ.स. १६९७ मध्ये राजाराममहाराजांनी कर्ण याला मोगलाईत पाठविण्याचा उल्लेख. कर्नाटकातही याने कामगिरी केली. (सुविको)

कर्ण (सोळंकी) : (१०६३ - १०७३) अनहिलवाडच्या भीमदेव सोळंकीचा उदयमतीपासून झालेला पुत्र, माळव्याचा राजा उदयादित्य याने यास जिंकले. गुजरातेतील कोळी व भिल्ल यांच्यावर त्याने अंमल वसवला. बिल्हणकृत 'कर्णसुंदरी' नाटिकेतील कर्ण नामक नायक हाच. सन १०७० कर्णावती नावाच्या शहराची याने स्थापना केली, तेच सध्याचे अहमदाबाद. (सुविको)

कर्ण वाघेल (१२९६-१३०४) : अनहिलवाडचा राजा, त्याच्या वाघेला जहागिरीवरून त्याच्या वंशास वाघेल हे आडनाव मिळाले. त्याने दिल्लीच्या पातशाहासही दमविले होते. याने राष्ट्रद्रोह केला. अल्लाउद्दीन खिलजीला गुजरातेत आणवले व अनाहिलपट्टणचे राज्य त्याच्या हातात दिले. (सुविको)

कर्णदेव कलचुरी (१०३८-८०) : त्रिपुरीच्या कलचुरी घराण्यापैकी गांगेयदेवाचा हा पुत्र, सन १०३५ मध्ये मगधच्या पाल राजाचा व सन १०४२ मध्ये चंदेल, भीमदेव, गुर्जर, कीर्तिवर्मा चालुक्य, उदयादित्य परमार वाघेल व मालवराज भोज यांचा पराभव केला.अत्यंत पराक्रमी. वाराणसी येथे कर्णमेरू नामक मंदिर बांधले.हूणवंशीय आल्हणदेवी ही त्याची राणी होती.(मचको)

कर्तारसिंग सराबा (१६ नोव्हेंबर १९१५ फाशी, लाहोर) : (हुतात्मा) अमेरिकेत पंडित जगतराम यांच्या नियतकालिकात कार्य. रासबिहारी बोस यांच्याशी संपर्क. शचींद्रने त्यांना एक पिस्तूल दिले. ब्रिटिश सैन्यामधील भारतीयांना वश करून युरोपियन सैनिकांवर हल्ला करावयाचा, असा त्यांचा मनसुबा होता. या कटाचा सुगावा लागल्याने कर्तारसिंग (बागी) आणि त्यांच्या सहकाऱ्यांना अटक झाली. त्यांना फाशी देण्यात आली. ह्या फाशीचा भगतसिंग आदी क्रांतिकारकांवर मोठाच परिणाम झाला. (स्वासंस)

कर्दमक : हे उज्जयिनीचे शक होते. चष्टन हा शक सत्तेचा संस्थापक होय. असे म्हणतात की, इ. स. पू. ७८ मध्ये प्रारंभ होणाऱ्या शकसंवताचा प्रवर्तक होय. हा स्वतःला क्षत्रप म्हणवी. जयदामन, रुद्रदामन, हे राजे होऊन गेले. (भासंको)

कर्नाटक : भारतातील एक घटकराज्य. इतिहासाच्या पूर्वकाळात नवाष्मयुगात मनुष्यवस्ती होती. अतिप्राचीन अश्मयुगापासून लोहयुगापर्यंतच्या काळातील विविध मानवसंस्कृतींचे दर्शन घडविणारे अवशेष सापडले आहेत. मलप्रभेच्या खोऱ्यात, तुंगभद्रेच्या काठी, अश्मयुगातले दगडी उपकरणांचे नमुने, मौर्य व सातवाहन यांच्या काळातल्या मृण्मम पात्रांचे तुकडे संशोधकांच्या हाती लागले. सातवाहन काळातले अवशेष उपलब्ध झाले आहेत. कर्नाटकाचा उल्लेख पहिल्या प्रथम महाभारतात आढळतो. प्राचीन काळी कर्नाटकाचा चोळ देशात समावेश होत असे. अशोकाचे शिलालेख कर्नाटकात आढळतात. कदंब, चालुक्य पुढे राष्ट्रकूट, यादव, विजयनगर ही राज्ये. विजापूर, आदिलशहा, गोवळकोंड्याचा कुतुबशहा, स्वतंत्र संस्थानिक मराठ्यांचाही काही काही भागांवर अंमल. अनेक प्रेक्षणीय स्थळे. कन्नड समृद्ध भाषा. भारताचा प्रगत प्रांत होय. साहित्यदृष्टी समृध्द. (भासंको)

कर्नाटक मोहीम : (१६७६-७८)शिवाजीमहाराजांची ही मोहीम सर्व मोहिमांमधील दीर्घकालीन होती. या मोहिमेमागे विजापूरच्या आदिलशहाचे वर्चस्व कमी करणे, शहाजीराजांच्या जहागिरीबाबत आपला भाऊ व्यंकोजी यांच्याबरोबर वाटाघाटीद्वारे समझोता करणे, स्वराज्याचा पाया भक्कम करण्यासाठी पैसा उभा करणे, राज्याचा विस्तार करणे इ. प्रमुख उद्दिष्टे होती. कर्नाटक मोहीम ही सर्वांत मोठी व सर्वांत यशस्वी व फलदायी मोहीम ठरली. (इसंशा)

कर्नाल : हरियाना जिल्ह्यातील केंद्र. महाभारतातील कर्णावरून हे नाव पडले अशी आख्यायिका. १७३९ इ. मध्ये नादिरशाहाने दिल्लीच्या मुहमदशहाचा पराभव येथेच केला. संत अबू अलि कलंदर याची घियासुद्दीन तुघलकाने बांधलेली कबर येथे आहे. (मविको)

कर्नाळा : येथे पक्ष्यांचे अभयारण्य व एक डोंगरी किल्ला आहे. मुंबईहून ६२ कि.मी. व पनवेलहून १३ कि.मी. मुंबई गोमंतक महामार्गावर आहे. अभयारण्य आहे. कर्नाळ्याची खिंड समुद्रसपाटीपासून ८५ मी. उंचीवर आहे. मराठी शिलालेख आहे. १६ व्या शतकात निजामाचा अंमल होता. शके १५९२, साधारण संवत्सर, आषाढ शुद्ध १४ (इ.स. १६७०) ला मराठ्यांनी हा किल्ला घेतला. वीर वासुदेव बळवंत फडके ह्यांचे पूर्वज इथे किल्लेदार होते. त्यांचे शिरढोण हे गाव जवळच आहे. (सासभकि)

कर्नूल : आंध्रात असलेल्या कर्नूलजवळ प्राचीन अश्मयुगातील हत्याऱ्याशी संलग्न वाटणारी हत्यारे सापडलेली आहेत. (भासंको)

कर्मयोगशास्त्र : लोकमान्य बाळ गंगाधर टिळक यांनी मंडाले कारावासात भगवद्गीतेवर जो ग्रंथ लिहिला आहे, त्याचे नाव 'कर्मयोगशास्त्र' अथवा 'गीतारहस्य'. तत्त्वज्ञानातील, तसेच मराठीतील श्रीमद् भगवतगीतेवर अत्यंत महत्त्वपूर्ण ग्रंथ. (भासंको)

कर्मान्तिक : प्राचीन भारतातील एक अधिकारी. शासकीय कारखाने, शेती, जंगले, खाणी वगैरेपासून निर्माण होणाऱ्या कच्च्या मालाचा उपयोग करण्याची व्यवस्था यांच्याकडे होती. सामान्यत: उद्योगमंत्र्याचे कार्य याच्याकडे होते.

कर्वे केशवभट : पेशवाईतील एक मोठा सावकार, याची पेढी इ. स. १७४४ ते १७७७ पर्यंत पुण्यास फार भरभराटीस होती. दमाजी गायकवाडास या पेढीवरून बरेच कर्ज मिळत असे. त्याला जामीन पेशवे असत. (सुविको)

कर्वे चिंतामण गणेश : (४ के १८९३ : १६ डिसेंबर १९६०) प्रख्यात मराठी कोशकार आणि लेखक. 'महाराष्ट्रीय ज्ञानकोश' कार्यात डॉ. श्री. व्यं. केतकरांचे सहकारी आदी बहुविध कार्ये. पेशवेकालीन स्त्रिया, पुण्यातील प्राचीन अवशेष इ. संशोधनपूर्ण लेख. भारत इतिहास संशोधक मंडळाचे कार्यवाह महाराष्ट्र वाक्यसंप्रदायकोश आदींमध्ये मोलाचे योगदान.(मविको)

कर्वे धोंडो केशव : (इ.स.१८५८–१९३२) : (मुरुड– रत्नागिरी, मुंबई, पुणे) विधवांचा उद्धार हे प्रमुख कार्य. इ.स . १८९३ साली बालविधवा गोदावरी हिच्याशी दुसरा विवाह केला. स्त्रीशिक्षणाच्या कार्यात सदैव सहभागी. पुनर्विवाहासाठी लोकांमध्ये जागृती उत्पन्न केली. इ. स. १८९९ पुण्यात अनाथ बालिकाश्रमाची स्थापना, मार्च १९०७ मध्ये महिला महाविद्यालयाची स्थापना. १९५५ साली राष्ट्रपतींकडून 'पद्मविभूषण' पदवी मिळाली, १९५८ ला भारतरत्न. समाजनिंदेची पर्वा न करता, पण समाजाला न दुखविता अण्णासाहेबांनी समाजसुधारणेच्या कार्यासाठी अव्याहतपणे आपला देह चंदनासारखा झिजविला. भारतातील थोर समाजसेवक व स्त्रीशिक्षणाच्या प्रसाराचे कृतिशील अग्रणी. १८९४ मध्ये विधवा विवाह प्रतिबंध निवारक मंडळी या संस्थेची स्थापना. ३ जून १९१६ रोजी 'भारतवर्षीय महिला विद्यापीठाची' स्थापना केली. १९३६ मध्ये ग्राम शिक्षण मंडळाची उभारणी केली. १९४४ मध्ये समता संघाची निर्मिती केली. (भासंको)

कर्वे बाया (आनंदीबाई) : श्री. बाळकृष्ण केशव जोशी (देवरूख) यांची बालविधवा कन्या गोदावरी हिच्याशी धोंडो केशव कर्वे यांचा दुसरा विवाह झाला. (इ.स. १८९३) कुटुंबात व आश्रमात त्यांना बाया म्हणत असत. त्या जन्मभर आपल्या पतीशी त्यांच्या स्त्रीशिक्षणाच्या कार्यात सहभागी राहिल्या. या विवाहामुळे विधवाविवाहाला गती मिळाली. (भासंको)

कर्वे र.धों. : (१८८२ ते १९५३) महाराष्ट्रातील दूरदृष्टीचे समाजसुधारक. १९२० पासूनच लोकसंख्यावाढीचे संकट समाजापुढे स्पष्ट केले व त्यावर उपाय म्हणून संततिनियमनाचा निर्भयपणे व ध्येयवादाने पुरस्कार केला. संततिनियमन चळवळीचे भारतातील आद्य प्रवर्तक व बुद्धिवादी विचारवंत.'कामशास्त्र', आहारशास्त्र, वेश्या व्यवसाय, गुप्त रोगांपासून बचाव अशी त्यांची ग्रंथसंपदा आहे. (भासंको)

कऱ्हाड : पुराणात याला करहाटक म्हटले आहे. दिग्विजयासाठी सहदेवाने करहाटक जिंकले असा उल्लेख महाभारतात आहे. कऱ्हाडवर भोज, चालुक्य, राष्ट्रकूट व शिलाहार या राजवंशांची सत्ता होती. शिलाहारांची राजधानी होती. इब्राहिमखानाने बांधलेली एक मशीद कऱ्हाडात आहे. सखूबाई या संत स्त्रीचे प्राचीन मंदिर, भुईकोट किल्लाही आहे. शिवाजीमहाराजांनी नोव्हेंबर १६५९ मध्ये जिंकले. पुढे हे पंतप्रतिनिधींच्या ताब्यात होते, येथील उत्तरालक्ष्मीचे देऊळ प्राचीन आहे. कृष्णा–कोयना ह्यांच्या समोरून होणारा प्रीतिसंगम अत्यंत वैशिष्ट्यपूर्ण दिसतो. (भासंको)

कलचुरी वंश : (इ.स.५५०–१७४०) महत्त्वाचा राजवंश. ह्या काळात तो भारताच्या कोणत्या ना कोणत्या भागात राज्य करीत होता. कलचुरी हे माहिष्मती (महेश्वर) ह्या नगरात उदयाला आले. कृष्णराज, बुद्धराज, वामनराजदेव, लक्ष्मणराज, युवराजदेव, कर्णदेव, गांगेयदेव, शंकरगण, कोकल्ल इ. राजे होऊन गेले. हे राजे आपणास कार्तवीर्य सहस्त्राजुर्नाचे वंशज मानीत. कलचुरी संवत किंवा चेदि संवत त्यांनी प्रारंभित केला. त्यांची चांदीची नाणी भारतभर सापडतात. सर्व कलचुरी हे शिवोपासक नि विद्वानांचे आश्रयदाते होते. चित्र, शिल्प, मूर्ती, मंदिरनिर्माण, ग्रंथलेखन आदी कलांचा सर्वांगीण विकास झाला. (भासंको)

कलचुरी शैली : मुंबईजवळील घारापुरी येथील २९ क्रमांकाच्या लेण्यात या काळातील शिल्प आढळते. या ठिकाणचे प्रचंड त्रिमूर्तीचे शिल्प जगप्रसिद्ध ठरले आहे. चोळ राजांनी या शिल्पकलेला राजाश्रय दिला. (भासंको)

कलचुरी संवत : याला चेदिसंवत किंवा त्रैकूटक संवत असे ही नाव आहे. या शकाची सुरुवात इ. स. २४९ साली हिंदू पंचांगाप्रमाणे कार्तिक शुद्ध प्रतिपदा या दिवसापासून होते. काहींच्या मते हा शक इ. स. १३ व्या शतकापासून सुरू झाला असावा असे दिसते. (मज्ञाको, भासंको)

कलमदाने : कलमदान राखणारा अधिकारी, मराठी राज्यात अनेक खात्यांपैकी कचेरी खाते असून त्याच्या पोटी हा कलमदाने अधिकारी होता. त्याने पाळावयाचे नियम एका जाबत्यात आले आहेत. (सुविको)

कलश : काश्मीरमधील एक राजा. लोहर घराण्यातील अनंत राजाचा हा मुलगा कलश दुर्व्यसनी होता. त्याच्या वडिलांनी त्याच्यात काही सुधारणा होत नाही हे पाहून आत्महत्या केली. त्याची आई सती गेली कलश पुढे सन्मार्गाने चालू लागला. तो इ. स. १०७२ मध्ये मरण पावला. (सुविको)

कलश : छत्रपती संभाजीमहाराजांचे छंदोगामात्य. हा मूळचा कनोजचा. संभाजीमहाराजांबरोबरच वढू बद्रुक येथे त्याची हत्त्या झाली. औरंगजेबाच्या कैदेत असताना कवी कलशाने रचलेले दोन शेर अमर झालेले ते शेर असे, राजन,१) तुला जिवंत जाळण्यासाठी तुझी चिता रचतो आहे, तर तू म्हणतोस, कडाक्याच्या थंडीत जळण्याचा नशादेखील काहीच औरच आहे २)तुअ तप तेच निहारके तरवत तज्यो अवरंग। (राजा, तुझे प्रखरतेज बघून औरंगजेबाने सिंहासन सोडले.) आहेत. वढू बुद्रुक येथे (शिरूर, पुणे) येथे त्यांचीही समाधी आहे.

कला (सिंधू संस्कृती) : सिंधू संस्कृतीत शिल्पकला अस्तित्वात होती. रथ, मुद्रा हा सिंधू कलेचा परमोच्च बिंदू होय. मातीची चित्रे व अत्युत्कृष्ट मुद्रा या उच्च प्रतीच्या कलेच्या निर्मिती आहेत. भाजक्या मातीची चित्रे असंख्य आहेत. मुद्रा दोन हजारांमधून अधिक आहेत. (सिंस)

कला, कुशाणकाल : मथुरा हे या काळातील शिल्पकलेचे केंद्र. श्रावस्ती, सारनाथ, सांची, कोशांबी इ. ठिकाणी या कलेचा विस्तार झाला. येथील शैलीला गांधारशैली म्हणतात. (भासंको)

कला, गुप्तकाल (इ.स. ४ थे शतक) **:** इ.स. चे ४ थे शतक हे भारतीय कला व संस्कृती यांचे सुवर्णयुग मानले जाते. अजंठा येथील कला गुप्तकालीन आहे. इ.स. ८ व्या शतकात भारतीय कलेला एक नवे ओज प्राप्त झाले. अजंठा, वेरूळ, सारनाथ , सांची, भितरगाव, देवगड, नालंदा, सुलतानगंज, नाद्यलेणी, इ. शिल्पकला, मूर्तिकला सर्वच बाबतीत परमोत्कर्ष. ८० फूट उंचीची तांब्याची बुद्धमूर्ती (नालंदा) इ. (भासंको)

कला, मौर्य -शुंग-वंश : (इ.स.पू. ४ ते इ.स.पू. १ ले शतक) मौर्य काळात, स्थापत्य व शिल्प यांची अनेक प्रकारे उन्नती झाली. चंद्रगुप्त मौर्याचा पाटलीपुत्र प्रासाद हा मौर्य कलेचा उत्तम नमुना. या कलेतील अशोकाचे स्तंभ वैशिष्ट्यपूर्ण आहेत. मौर्य कलेचे वैशिष्ट्य म्हणजे ती अलंकरणप्रिय आहे. शुंगकाळातील मथुरा शैलीतील बोधिसत्त्वाच्या मूर्ती बनविल्या गेल्या आहेत. (भासंको)

कलिंग : इ. स. ५ व्या शतकातील एका शिलालेखावरून राज्याचा विस्तार महानदीपासून कृष्णेपर्यंत होता. बौद्ध वाङ्मयावरून उत्तर व दक्षिण असे दोन भाग होते. इ. स. ११ व्या शतकात प्रद्युम्न राजा होता. मौर्यपूर्वी कलिंग हे प्रबळ होते. इ. स. पूर्व २६१ या वर्षी अशोकाने कलिंग देश जिंकला. खारवेल हा येथील

प्रख्यात जैन राजा होय. त्याचा काळ इ. स. पूर्व २ रे किंवा १ ले शतक. इ. स. ९९० मध्ये राजराजा चोल याने कलिंग देश जिंकला. इ. स. ११ च्या शेवटी कुलोत्तुंग चोल याने जिंकला. (भासंको; मज्ञाको)

कलियुग : युग चौकडीतले चौथे युग. याला भारतयुद्धसंवत किंवा युधिष्ठिरशक असेही म्हणतात. भारतीय युद्ध चालू असतानाच द्वापारयुग संपून कलियुग सुरू झाले. युगात धर्माचा फक्त एक पाद शिल्लक राहतो. तमोगुण हा कलियुगाचा गुण व दान हे मुख्य कर्म आहे. नास्तिकता, असत्प्रवृत्ती, पाखंडीवृत्ती बळावतात. (भासंको)

कलियुगवर्ष : कलियुग संवत् (वर्ष) व भारतीय युद्ध संवत् ही दोन्ही एकच आहेत अशी एक समजूत आहे. भारतीय युद्धानंतर धर्मराज तथा युधिष्ठिराचे राज्यारोहण झाले. त्यावेळी कलियुग सुरू झाले असले पाहिजे. शालिवाहन शतकापूर्वी ३१७९ या वर्षी भारतीय युद्ध झाले व त्यानंतर कलियुग संवत् सुरू झाले. यालाच युधिष्ठिर शक किंवा कलियुगाब्द किंवा युगाब्द असे म्हणतात. इ.स. २००८ ह्या वर्षी ५११० हा युगाब्द आहे.

कलेक्टर : पाहा : जिल्हाधिकारी

कल्पना दत्त : कट्टर राष्ट्राभिमानी, शूरांगना, तेजस्विनी, देशप्रेमी अशी बंगाल प्रांतातील ही क्रांतिकारक तरुणी होय. १७ सप्टें. १९३२ मध्ये चितगावच्या चकमकीत तिला अटक झाली. तेथून सुटल्यावर ती भूमिगत झाली व तीन महिन्यांनी सापडली. परंतु वय पुरते १८ वर्षेही नसल्याने तिला जन्मठेपेची कठोर शिक्षा झाली. पुढे १ मे १९३९ रोजी तिची मुक्तता झाली. (भनतुर)

कल्याण : १७ व्या शतकातील मोठी बाजारपेठ. देश आणि कोकण यांना जोडणारा मार्ग यावरून जातो. जहाज बांधणीसाठी येथील लाकूड फार प्रसिद्ध आहे. शिवाजी महाराजांनी दुर्गाडी येथून आपल्या नौदलाला प्रारंभ केला (१६५७).

कल्याण गड : साताऱ्याच्या वायव्येस कोरेगावच्या नैर्ऋत्येस. आकार एखाद्या जहाजासारखा, २५-३० फूट लांबीचे भुयार आहे. श्री पार्श्वनाथ व श्रीदत्तगुरूंचे मंदिर चांगले आहे. होळी पौर्णिमेच्या पाच दिवस आधी ऊरुस भरतो. पन्हाळ्याच्या शिलाहार वंशीय दुसरा भोजराजा याने हा बांधला. (सासभकि)

कल्याण गोसावी : श्री. समर्थ रामदासस्वामी यांचे शिष्य होत. बाभूळगावच्या कृष्णाजीपंतांचे हे पुत्र होत. समर्थांच्या दासबोधाचे व इतर ग्रंथांचे लेखन कल्याण ह्यांनीच केले आहे. १६७८ मध्ये समर्थांनी त्याला डोमगाव (जि. धाराशिव - उस्मानाबाद) मठाचे अधिपती म्हणून नेमले. तिथेच त्यांची समाधी आहे. 'महावाक्य पंचीकरण', 'सोलीवसुरव' इ. मराठी नि 'रुक्मिणी स्वयंवर' हिंदी अशा काही रचना उपलब्ध. श्रीरामदासस्वामींची आरती लिहिली. (भासंको)

कल्याण वर्मा : (जन्म इ.स. ५७८) एक गुप्तकालीन क्षत्रिय राजा. तो गुप्तांचा मांडलिक असावा. (भासंको)

कल्याणपुरम् (कल्याणी) : कर्नाटक, बिदर जिल्हा. चालुक्यवंशातील सोमेश्वर याने इथे राजधानी स्थापली. मिताक्षरा ग्रंथाचा कर्ता विज्ञानेश्वर व लिंगायत धर्माचे संस्थापक महात्मा बसवेश्वर हे येथलेच. कलचुरींनंतर देवागिरीच्या यादवांकडे याचे स्वामित्व. १४ व्या शतकात बहामनी राज्याची स्थापना झाल्यावर व नंतर विजापूरच्या मुलुखात याचा समावेश झाला. १६५६, औरंगजेबाने हा गड सर केला. इ. स. ११५६च्या सुमारास चालुक्यांचा दंडनायक बिज्जल याने कल्याणचे राज्य बळकावले होते. वीरशैव (लिंगायत)पंथसंस्थापक महात्मा

बसवेश्वर ह्यांनी वीरशैव पंथाच्या शिवानुभव मंडप अशी संस्था स्थापन केलेली होती. ह्या ठिकाणी श्री बसवेश्वरांचे मंदिर आहे. पुरुषकट्टा म्हणून एक स्थान आहे. त्या कट्ट्यावर बसून श्री बसवेश्वर लोकांना उपदेश करीत. या नगराला बसवकल्याण असे नाव आहे. (भासंको)

कल्याणपूर : कारवार जिल्हा. कौस्मस इंडिकोप्लुस्टस ह्याने ह्या गावचा उल्लेख केला आहे. प्रख्यात वैष्णव आचार्य नि द्वैतमताचे प्रणेते श्रीमन् मध्वाचार्य हे ११९९ मध्ये ह्या गावी जन्मले. १६७८, पोर्तुगिजांनी येथे वखार स्थापली होती. आधुनिक काळातील प्रख्यात संत श्री कलावतीमाता ह्या ह्याच गावच्या होत.(सुविको)

कल्हण (१२ वे शतक) **:** मूळ नाव कल्याण, त्याचा अपभ्रंश होऊन कल्हण असे झाले. त्याच्या ग्रंथाचे नाव 'राजतरंगिणी'. हा प्रख्यात काश्मिरी कवी व राजतरंगिणी नावाच्या काश्मिरी इतिहासाचा कर्ता, यात काश्मीरचा ११४८ पर्यंतचा इतिहास आहे. राजतरंगिणी रचण्यापूर्वी कल्हणाने त्यांच्या पूर्वी लिहिलेले ११ इतिहास व नील ऋषींनी लिहिलेला काश्मीरचा इतिहास अभ्यासला होता. हा संस्कृतमधील व एकूणच भारतवर्षातील अपूर्व असा इतिहासग्रंथ आहे. कल्हण 'वैदिक' धर्माभिमानी होता. ग्रंथासह त्याने शिलालेख, नाणी, ताम्रपट, वास्तुशिल्पे आदींचाही आपल्या इतिहासलेखनात उपयोग करून घेतला होता. (भासंको)

कळक प्रतिहार : हा भिल्लदित्याचा पुत्र, याने मुद्‌गगिरी येथे गौंडाशी लढून विजय मिळविला. (सुविको)

कवच : कवच हे युद्धात शत्रूच्या शस्त्रांपासून आपल्या छातीचा बचाव व्हावा या हेतूने वापरण्याची पद्धत पुरातन काळापासून आहे. उदा. इ. स. पू. ४ थ्या शतकात सिकंदराविरुद्ध लढणाऱ्या वीरांच्या अंगातील लोखंडी चिलखते वापरली गेली, तर शिवाजीमहाराजांनी अफझलखान भेटीच्या वेळी वापरलेले चिलखत असा उल्लेख आहे. चिलखताचा दुसरा प्रकार म्हणजे स्तोत्र शिवकवच, गोपालकवच, हनुमानकवच, मंगलकवच, सूर्यकवच, इ. प्रसिद्ध स्तोत्रे आहेत. कवचमंत्रात्मक कविता रचून स्वातंत्र्यवीर सावरकरांनी त्यांच्या जीवनातील एका दु:सह क्षणी धैर्य प्राप्त केले होते. पाहा: चिलखत

कवचाळे कृष्णाजी गंगाधर (१९०२-१९६४) देवास (मध्यप्रदेश) **:** कवी, इतिहाससंशोधक नि लेखक. साप्ताहिक श्री शिवाजी, तसेच मासिक स्वातंत्र्य ह्यांचे संपादक. गीतगोविंद, माळव्यातील विद्वद्रत्ने, मध्यभारतीय मराठी वाङ्मय, प्राचीन मध्यभारत, माळव्यातील प्राचीन राजधान्या, माळव्यातील प्राचीन राजवंश इ. पुस्तके प्रसिद्ध आहेत.

कवडी : पेशवेकाळात खानदेशातील नंदुरबार परगण्यात चलनात कवड्यादेखील चालत होत्या. त्यांचे कोष्टक खालीलप्रमाणे :

४ कवड्या = १ गंडा , २ गंडे = १ टोली , २ टोल्या = १ दमडी, ४ दमड्या = १ पैसा (रवाई)

कविजंग : हा निझामाचा नोकर अहमदनगरचा किल्लेदार होता, पेशव्यांना हा किल्ला पाहिजे होता. ९/११/१७५९ रोजी कविजंगाने किल्ला दारूगोळा व शस्त्रांसहित पेशव्यांना दिला. त्याबद्दल दरसाल पन्नास हजार रुपयांची जहागीर वंशपरंपेने पेशव्यांनी त्याला दिली. पन्नास हजारांच्या जहागिरीबरोबरच सरदेशमुखी व चौथाईही त्याला माफ केली होती. (सुविको)

कवींद्र परमानंद : (१७ वे शतक) छत्रपती शिवाजीमहाराजांचे राजकवी, ते महाराजांसह आग्र्याला गेले होते. 'शिवभारतम्' हे त्यांचे शिवचरित्र अत्यंत विश्वसनीय आणि महत्त्वपूर्ण आहे. ह्यांचे मूळ गाव खेडले, नेवासे तालुका, अहमदनगर जिल्हा आणि समाधिस्थान पोलादपूर जि. रायगड होय. शिवजन्मतिथीसाठी आणि

अन्यही अनेक तपशिलांसाठी त्यांचे मूळ गाव परमानंद म्हणून ओळखले जाते.

कवीश्वर शार्दुलसिंग (१८८६) : एक शीख पुढारी, दिल्ली येथे यांनी 'सिख रिव्ह्यू' नावाचे पत्र सुरू केले. १९१८ मध्ये लाहोर येथे येऊन त्यांनी 'न्यू हेरल्ड' नावाचे पत्र सुरू केले. शीख लोकांमध्ये नवचैतन्यासाठी चळवळ सुरू केली. १९२८ मध्ये वर्किंग कमिटीवर निवड झाली, १९२६ मध्ये 'पीपल्स इन्शुअरन्स कंपनी' या नावाची संस्था काढली 'अहिंसात्मक असहकार' 'यशस्वी विमा एजंट', 'शीख धर्माचा अभ्यास', इत्यादी ग्रंथांचे लेखन केले. (सुविको)

कसबा गणपती : इ. स. १६३६ मध्ये जिजामाता आणि बालशिवाजी ह्यांचा पुण्यातील पहिला प्रवेश श्री कसबा गणपतीच्याच दर्शनाने झाला. दादोजी कोंडदेव ह्यांनी मंदिर बांधले आणि विनायक भट ठकार यांच्याकडे सर्व व्यवस्था सोपविली. हे पुण्याचे ग्रामदैवत होय. शनिवारवाडा, लालमहाल, नानावाडा या ऐतिहासिक इमारती जवळच आहेत. (राशि)

कसबा न्याय पंचायत : गावात जेथे कारागिरीची वस्ती त्याला कसबा हे नाव. कसब्यातील किंवा पेठेतील तंटे-बखेडे, किरकोळ गुन्हे हे पाटील शेटे, महाजन, चौधरी यांच्याकडे निवाड्यासाठी सोपविलेले असत. त्यात एकमत झाले नाही तर पंच बोलावीत. न्यायपद्धती अत्यंत सोपी, सुटसुटीत होती. (मइ)

कसबा पुणे : मूळ अर्थ कारागिरांची वस्ती असलेला छोटा गाव. मध्य युगात पुण्यास बऱ्या अरब नावाचा मुस्लिम ठाणेदार होता. त्याने पुण्याभोवती मातीचा कोट बांधला. त्याच्या आत त्याची फौज असे. छोटा गाव वसविला. त्यात व्यापारी कारागिराच्या पेठा असत. त्यालाच पुढे 'कसबा पुणे' म्हणून ओळखले जाऊ लागले. (मइ)

कसब्याची लढाई (१७४२) : मराठ्यांचा सेनापती रघुजी भोसले व पेशवा बाळाजी बाजीराव यांच्यात झाली. बाळाजी व रघुजी यांच्यात सारखे वितुष्ट येत होते. अलिवर्दीखानाच्या राज्यातून चौथाई वसुली करण्याकरिता रघुजीने भास्कररावांना पाठविले. तेव्हा भास्करपंतांचा खून झाला. अलिवर्दीखानाकडून ओरिसा प्रांत व १२ लाख रुपये रघुजीला मिळाले. मध्यवर्ती सत्तेशी रघुजी फटकून वागू लागल्याने बादशहाची बंदोबस्त करण्याबद्दल बाळाजीस विनंती. बाळाजी व अलिवर्दीखान यांनी रघुजीचा पाठलाग केला. बाळाजी व त्याच्यात दोन लढाया झाल्या. त्यातील ही दुसरी कसब्याची लढाई. रघुजीचा पराभव झाला. (इसंशा)

कस्तुरबा (१८६९-१९४४) : महात्मा गांधींच्या धर्मपत्नी, आफ्रिकेत गांधीजींबरोबर सत्याग्रहाचे कार्य. साबरमतीमध्ये एका अस्पृश्य मुलीचा प्रतिपाळ केला.चंपारण्य सत्याग्रहापासून (१९१७) त्यांनी राजकीय आंदोलनात भाग घेतला. १९२१ व १९३० साली झालेल्या सविनय कायदेभंगात तुरुंगवास भोगला. बार्डोलीच्या (१९२८) सत्याग्रहात सहभाग. त्यांनी पतीच्या कार्याला आणि ध्येयाला समर्पणबुद्धीने वाहून घेतले.आगाखान पॅलेस, पुणे येथे गांधीजींसह स्थानबद्ध असतानाच मृत्यू. (भासंको)

काँग्रेस अधिवेशन फैजपूर (महाराष्ट्र) : १९३६ ला फैजपूरला ग्रामीण भागातील १ ले अधिवेशन भरले. या अधिवेशनात एकूण नऊ ठराव पास झाले. उच्च शिक्षणावर अधिक खर्च, तांत्रिक शिक्षणाची सोय, हत्यार कायदा रद्द करावा वगैरे प्रमुख होते. (मपइ)

काँग्रेस इंडियन नॅशनल : इंग्रजी सत्तेविरुद्ध सामोपचाराने प्रयत्न करून भारतीयांना संपूर्ण स्वातंत्र्य

मिळवून देण्याचा प्रयत्न करणारा पक्ष वा संघटना. स्वातंत्र्यप्राप्तीनंतर मात्र या पक्षातून विविध राजकीय गट बाहेर पडून त्यांनी स्वतंत्र राजकीय पक्ष स्थापन केले. तथापि टिळक, गोखले, बॅनर्जी, लाला लजपतराय, बिपीनचंद्र पाल, नेहरू पितापुत्र, सरदार वल्लभभाई पटेल, म. गांधी, इ. श्रेष्ठ, ज्येष्ठ पुढाऱ्यांनी या पक्षाला जागतिक दर्जा प्राप्त करून दिला. मवाळ आणि जहाल असे काँग्रेसमध्ये दोन गट होते. काँग्रेसने स्वातंत्र्यासाठी अनेक आंदोलने छेडली. लाखोंना आपल्यात सामावून घेतले. काँग्रेसची स्थापना १८८५ मुंबई येथे. (मपइ)

कांकेर संस्थान : छत्तीसगडमधील पूर्वीचे एक संस्थान, येथील घराणे सोमवंशीय रजपूत घराण्यांपैकी आहे असे म्हटले जाते. याचा संस्थापक वीर कन्हर देव हा होय. मराठ्यांच्या अमदानीत कांकेर संस्थानने ज्यावेळी जरूर असेल, त्यावेळी ५०० माणसांची लष्करी तुकडी मराठ्यांना द्यावी या अटीवर राज्य चालले होते. येथे कबीरपंथी, सतनामी वंशाचे अनुयायी मोठ्या प्रमाणात आहेत, मुसलमानही मोठ्या संख्येने आहेत. (सुविको)

कांगडा : हिमाचल प्रदेशात जो हिमालयाचा भाग आला आहे, त्यात चार प्रमुख दऱ्या आहेत, त्यात कांगडा ही एक आहे. दीड हजार वर्षांपासून इथे कटोच राजपुतांची सत्ता होती. मुसलमानी अमदानीत यांचा पराभव झाला. गझनीचा मुहमद व फिरोझ तुघलक यांनी कांगडातील मंदिरे लुटली. (भासंको)

कांगोरी (मंगळगड) : (जि. रायगड) जावळी स्वराज्यात आल्यानंतर हा किल्लाही स्वराज्यात आला (१६५६).शिवाजी राजांनी याचे नाव मंगळगड ठेवले. येथे गुन्हेगारांना डांबत. रायगडच्या टापूत आहे. शिवपिंड्या, भग्नमूर्ती, दीपमाळ यांचे अवशेष आहेत. माचीवर श्री काळभैरवाचे देवालय आहे. त्यालाच कोणी श्री कांगोरी देवी समजतात. सेनापती बापू गोखल्यांनी हंटर आणि मॉरिसन साहेबांना ह्या गडावर तुरुंगाची हवा दाखविली. काळभैरव ऊर्फ कांगोरी देवीचे मंदिर आहे. इ. स. १८१८ साली आंग्लशाहीचा पट्टेरी झेंडा येथे रोवला गेला. पूर्वेला दुर्गादेवी, म्हसळा, नासिंदा हे पश्चिम टोक. कोळेधराचे पठार, महाबळेश्वरचा माथा आर्थरसीट दिसतात. पर्यटकांचे आवडतं ठिकाण. (सासभाकि)

कांग्रा : हिमाचल प्रदेशातील कांग्रा जिल्ह्यातील ऐतिहासिक स्थान. त्याचे प्राचीन नाव नगरकोट. येथे डोगरा या रजपूत राजाचे राज्य होते. भारतातील ५१ शक्तिपीठांपैकी वज्रेश्वरी देवीचे धनसंपन्न मंदिर प्रसिद्ध. येथील किल्ला मुहमद गझनीने (१००९) तर फिरोजशहा तुघलकाने (१३५०) लुटला. १९०५ च्या भूकंपात हे शहर नष्ट झाले होते. (मचको)

कांग्रा चित्रशैली : पहाडी प्रदेशातील अठराव्या, एकोणिसाव्या शतकात विकसित झालेली एक भारतीय लघुचित्रणशैली, कृष्ण संप्रदायाला अनुसरून भागवतपुराण आणि विशेषत: राधाकृष्णांवरील प्रसंग ह्यांना ह्या चित्रकलेत महत्त्व आहे. डब्ल्यू. पी. आर्पर, आनंद कुमारस्वामी, एम. एफ. रंधवा ह्यांनी ह्या सुंदर चित्रकलेचा ऐतिहासिक आढावा घेतलेला आहे. (मविको)

कांचन गड : थोडकेच अवशेष व थोडासाच इतिहास असणारा हा किल्ला. नाशिकजवळ चांदवडच्या नजीक आहे. येथेच शिवाजीमहाराजांनी दाऊदखानचा पराजय केला. त्यांचा दिग्विजय या किल्ल्यापासून सुरू झाला. किल्ल्यावर विपुल पाण्याची टाकी आहेत. तळघरे आहेत, पेशव्यांची येथे शिबंदी असे. ब्रिटिशांनी इ.स. १८१८ मध्ये आपल्या ताब्यात घेतला. (सासभकि)

कांची विद्यापीठ : (इ. सनपूर्व २ रे शतक ते १३ वे शतक) एक प्रसिद्ध विद्याकेंद्र. दक्षिणेकडील काशी. तोंडैमंडलमची राजधानी. बौद्धांचे व जैनांचे दक्षिणेतील केंद्र. नागार्जुन, बुद्धघोष हे कांचीत राहिले होते.

वात्स्यायन, बौद्ध पंडित धर्मपाल हेही कांचीचे. ६३ शैव संतांपैकी सहा तोंडैमंडलमचे होते. संत आणि विद्वानांमुळे भरभराटीला आलेले हे क्षेत्र मोक्षदायक पुरी म्हणूनही प्रसिद्ध आहे. (भासंको)

कांचीपुरम : तमिळनाडूतील प्राचीन धर्मक्षेत्र. (जि.चिंगलपुट) यास कच्ची पेदू, मलंग नगरी, करुंभरभूमी, सत्यव्रत क्षेत्रम इ. नावे होती. काही काळ बौद्ध केंद्र. पुढे श्री शंकराचार्यांच्या प्रभावाने वैदिक धर्माचा प्रभाव. एक प्रमुख धर्मपीठ. ४ ते ९ व्या शतकापर्यंत पल्लवांची सत्ता नंतर पुन्हा चोळांच्या ताब्यात. १४ ते १७ व्या शतकात विजयनगरचे वर्चस्व. १६४५ मध्ये गोवळकोंड्याच्या कुतुबशहाच्या ताब्यात तर पुढे काही काळ मराठ्यांच्या ताब्यात होते. नंतर मात्र इंग्रजांनी अर्काटच्या नबाबाकडून१७५२ मध्ये घेतले, तेव्हापासून कांजीवरम हे नाव रूढ. येथील एकांबरेश्वर मंदिर, वरदराज मंदिर, वैकुंठपेरुमल मंदिर आदी मंदिरे प्रसिद्ध आहेत. (मचको)

कांपिल्य : एक प्राचीन नगर. कानपूर–आग्रा मार्गावर गंगाकिनारी हे नगर आहे. महाभारतकाळी द्रुपद राजा येथे राज्य करीत होता. जैनांचे तीर्थक्षेत्र. तेरावे तीर्थंकर श्री. विमलनाथ यांच्या आयुष्यातील पाच शुभ घटना या नगरात घडल्या. वराहमिहिराचा जन्म याच नगरात झाला असा एक मतप्रवाह. दोन जैनमंदिरे आहेत. हरिषेण राजाने इथे जैनांचा रथयात्राउत्सव मोठ्या थाटाने सुरू केला. (भासंको)

कांबळे शिवराम : मराठी पत्रकारितेच्या इतिहासात शिवराम जानबा कांबळे हे पहिले दलित पत्रकार म्हणून ओळखले जातात. १ जुलै १९०८ ह्या दिवशी त्यांनी 'सोमवंशीय मित्र' हे मासिक पत्र चालू केले. जातीनिहाय विषमता मोडून काढण्यासाठी आणि समाजजागृतीसाठी वृत्तपत्र हे प्रभावी माध्यम आहे. मुरळीप्रथा बंद करून त्यांच्याशी विवाह करून त्यांचे पुनर्वसन करावे असे मत मांडले नि त्यांच्या कार्यकर्त्यांनी तसे विवाह घडवून आणले. 'श्रीशंकर प्रासादिक सोमवंशीय हितचिंतक मित्र समाज' ह्या संस्थेची स्थापना. स्त्री आणि दलित प्रश्नांना वाचा फोडली. १९२९ मध्ये त्यांनी पुणे येथील पर्वती मंदिर प्रवेशासाठीचा सत्याग्रह केला होता. (अचको)

काकतीय राजवंश (इ.स. ११५०-१३२६) : या वंशातील राजे काकती देवीचे उपासक म्हणून त्यांना काकतीय नाव मिळाले. त्यांचा उदय ११५० च्या सुमारास झाला. चालुक्यांचे वर्चस्व झुगारून वरंगळ येथे स्वतंत्र राज्य स्थापिले. या राजवंशात बेतराज पहिला (इ.स.१००० ते १०५०) प्रोळराज पहिला (१०५० -१०८०), बेतराज दुसरा (१०८०-१११५), प्रोळराज दुसरा (१११५-११५८), प्रतापरुद्र पहिला (११५८-११९७), महादेव (११९७)रुद्रांबा (मुलगी) (१२६१-१२९६), गणपती (११९८-१२६१) प्रतापरूद्र दुसरा (१२९६-१३२६) हे राजे होऊन गेले. तेलुगू वाङमयाची विलक्षण वाढ झाली. वैदिक धर्माचे पुनरुज्जीवन झाले. शैवपंथ व वैष्णव पंथाचा उदय झाला. हे राजे कला- विद्येचे भोक्ते होते. त्यांनी प्रचंड देवालये बांधली. ती काकतीय शिल्पकलेची उत्कृष्ट स्मारकेच होत. (भासंको)

काकापंथ : गुजरातच्या इमामशहाने इ.स.च्या १५ व्या शतकात स्थापन केलेला पंथ. एकूण ८ शाखा. मूळ केंद्र कच्छमध्ये. पाटीदार लोक या पंथाचे अनुयायी. काकापंथी लोक आपल्या मूळ हिंदू धर्माकडे वळू लागले आहेत. (भासंको)

काकोरी प्रकरण : (९ ऑगस्ट १९२५) क्रांतिकार्याला पैशाची आत्यंतिक आवश्यकता भागविण्यासाठी हिंदुस्थान रिपब्लिकन असोसिएशनच्या क्रांतिकारकांनी लखनौजवळील काकोरी स्थानकावर रेल्वेगाडीतून सरकारी पैशाच्या थैल्या पळविण्याची योजना आखली. पं रामप्रसाद बिस्मिल, अशफाक उल्लाखां, राजेंद्र लाहिडी, शचींद्रनाथ संन्याल, मुकुंदीलाल, मन्मथनाथ गुप्त, मुरारी शर्मा, बनवारीलाल आणि चंद्रशेखर आझाद हे सहभागी. शेवटी पं. रामप्रसाद बिस्मिल, रोशनसिंह, राजेंद्र लाहिरी नि अशफाक उल्लखां ह्यांना फाशी आणि शचींद्रनाथ

संन्याल, मन्मथनाथ गुप्त, योगेशचंद्र चतर्जी, मुकुंदीलाल, गोविंदचरण कार, राजकुमारसिंह, रामकृष्ण खत्री, विष्णुशरण दुबलिस, सुरेशचंद्र भट्टाचार्य, भूपेन्द्रनाथ संन्याल, रामदुलारे त्रिवेदी, प्रेमकृष्ण खन्ना, बनवारीलाल, प्रणवेशकुमार चतर्जी नि रामनाथ पांडे ह्यांना कारावास. (बाळशास्त्री हरदास)

कागद (हातकागद) : भारतात मुघल राजवटीत १६ व्या शतकात कागदनिर्मिती होऊ लागली. जेथे निर्माण होत त्या भागाला कागझीपुरा म्हणत. १७-१८ व्या शतकातील कागदपत्रातून कागदकुटे असाही उल्लेख येतो. १९ व्या शतकात मात्र हातकागद व्यवसायाला उतरती कळा लागली.

कागल : येथील जहागीरदार घाटगे हे आहेत. ही जहागीर कोल्हापूर संस्थानची मांडलिक आहे. सर्जेराव घाटगे हे दौलतराव शिंद्यांचे सासरे कागलचे जहागीरदार होते. कोल्हापूरचे माजी छत्रपती प्रख्यात शाहू महाराज, हे या कागलच्या घाटगे घराण्यातीलच. (सुविको)

काच गुप्त : हिंदुस्थानातील प्रख्यात गुप्त घराण्याचा मूळ पुरुष, इ. स.च्या तिसऱ्या शतकात उत्तर हिंदुस्थानात डोंगरी लोकांच्या साहाय्याने याने मगधदेश पादाक्रांत केला. आपल्या नावाची सुवर्ण नाणी पाडून 'सर्वराजोच्छेत्ता' असे बिरूद याने धारण केले. तो वैदिक धर्माचा तारणहार होता. (सुविको)

काजीसिंग : भिल्लांचा नायक असलेले काजीसिंग हे कंपनी सरकारच्या नोकरीत होते. खुनाच्या आरोपावरून त्यांना कामावरून काढून टाकले. त्यांच्या सहकाऱ्यांनी गावावर छापे घालणे, सरकारी खजिन्याची लूट, अफूच्या गाड्यांची लूट असे प्रकार केले. भीमा नाईक यांच्या नेतृत्वाखाली भिल्लांनी ले. केनेडीचा पराभव केला. सिरपूर, सुलतानपूरमध्ये लूट केली. (मपइ)

काझी : इस्लामी न्यायसंस्थेचा प्रमुख काझी असे. काझी-ए-ममालिक ही त्याची उपाधी होती. त्याचे कार्य गुन्ह्याचा शोध लावणे व न्यायदान करणे एवढेच होते. मोगल न्यायव्यवस्थेत धार्मिक विधिनियमांच्या न्यायालयाचा प्रमुख काझी असे व तो शरियतनुसार न्यायदान करत असे. (मभासंसं)

काटवा : बंगालमधील बरद्वान जिल्ह्याचा एक पोटविभाग, भागीरथी आणि अजय या नद्यांच्या संगमावर, मुरादाबाद येथे पूर्वी बंगालची राजधानी असताना काटवा गाव मुरादाबादचे नाक समजले जात असे. येथे एक किल्ला आहे. (सुविको)

काठमांडू : नेपाळची राजधानी. हे नगर ७२३ मध्ये गुणकामदेव याने वसविले. तिथल्या काष्टमंडपामुळे त्याला काठमांडू हे नाव मिळाले. येथील तुळजाभवानीचे मंदिर सर्वांत भव्य व प्रेक्षणीय आहे. मल्ल राजाचा प्राचीन राजवाडा आहे. तो १५९६ साली बांधला. हे महान शैवक्षेत्र आहे. पशुपतिनाथाचे प्रसिद्ध मंदिर येथून जवळच आहे. येथील सहा हातांची अशोक- विनायकाची मूर्ती प्रसिद्ध आहे. (भासंको)

काठी : धुळे जिल्ह्यातील तळोदे तालुक्यातील भिल्लांचे एक मोठे संस्थान, येथील राजा बुधावले संस्थानचा मांडलिक होता. इंग्रजांनी ते संस्थान खालसा केल्यामुळे हा स्वतंत्र संस्थानिक बनला. (सुविको)

काठेवाड : गुजरातचा एक प्रदेश, प्राचीन काळापासून ग्रीक, रोमन, मुसलमान, वगैरे लोक या भागात व्यापाराकरिता येत असत. साबरमतीच्या मुखापासून वायव्येकडे जाणाऱ्या पात्राला खंबायतचे रण म्हणतात. काठेवाडमध्ये प्राचीन काळचे अवशेष दक्षिणेस व आग्नेयेस सापडतात. अशोकाच्या वेळचे लेख, बौद्धांची लेणी ही येथे आहेत. ह्याचेच आधुनिक नाव सौराष्ट्र होय. (सुविको)

काणे पां. वा. डॉ. (१८८०-१९७२) : प्राच्यविद्या, धर्मशास्त्राचे गाढे व्यासंगी संशोधक. मूळ रत्नागिरी जिल्ह्यातील लोटे परशुरामाचे येथील होत. व्यवसायाने वकील. 'हिस्ट्री ऑफ धर्मशास्त्र' (५ खंड), 'हिस्ट्री ऑफ संस्कृत पोएटिक्स' हे विशेष गाजलेले ग्रंथ. महाभारताचे साक्षेपी अभ्यासक. धार्मिक सामाजिकदृष्ट्या अत्यंत प्रगत, धडाडीचे समाजसुधारक म्हणूनही प्रसिद्ध. देशातील आणि परदेशातील प्राच्य विद्या परिषद ह्यांत सक्रिय सहभाग, अध्यक्षपदही भूषविले. एशियाटिक सोसायटी (मुंबई) हे त्यांच्या संशोधनाचे मुख्य केंद्र. अनेक संस्थांशी निकटचा संबंध. इंग्रजी राजवटीत महामहोपाध्याय पदवी (१९४१). अलाहाबाद आणि पुणे विद्यापीठाकडून (१९४२, १९६०) डी. लिट पदवीने सन्मानित. राष्ट्रपतींकडून सन्मान, भारतरत्न (१९६३) प्राप्त. (सुविको)

काण्व राजवंश (इ.पू. ७५ ते इ.पू. ३०) **:** प्राचीन मगधावर राज्य करणारा राजवंश. त्यास काण्वायन असेही म्हणतात. या राजांनी ४५ वर्षे राज्य केले. पुराणात त्यांना शुंगभृत्य (सेवक)असे म्हटले आहे. पण पुढे या शुंगानाच दूर सारून कण्वांनी सत्ता मिळवली. काण्व वंशाने वैदिक धर्माला, संस्कृत विद्येला राजाश्रय, प्रोत्साहन दिले. या घराण्याचा मूळ पुरुष वसुदेव होय. (भासंको)

कात्यायन : (१) (इ. स. पू. सुमारे ३ रे शतक.) पाणिनीय सूत्रांवर वार्तिकेग्रंथ लिहिणारा प्रख्यात व्याकरणकार, वार्तिक सूत्रांवरील टिपणे. कात्यायनाची सर्वांत मोठी कामगिरी म्हणजे व्याकरणशास्त्राला त्याने दिलेली तत्त्वज्ञानाची जोड. (मविको) (२) इ. स. पू. सुमारे ५ वे शतक. शुक्ल यजुर्वेदाच्या पंधरा शाखांपैकी एका शाखेचा प्रवर्तक, पारस्कर हे त्याचे विशेषनाम आणि कात्यायन हे गोत्रनाम ह्यांचे श्रौतसूत्र नि गृह्यसूत्रही प्रसिद्ध आहे. (३) (इ. स. पू ४ थे शतक) प्राचीन भारतीय व्यवहार म्हणजे कायद्यावर त्याने ग्रंथ लिहिला. तो उपलब्ध नसला तरी त्याचे शेकडो श्लोक इतरांनी उद्धृत केलेले आहेत. (मविको)

कादरखान (नवाब) : नागपूरच्या राजाचे केलेले हाल, जवाहिरखाना स्वस्तात विकणे इत्यादींमुळे लोक इंग्रजांविरुद्ध चिडले होते. १८५७ च्या उठावामुळे त्यांना संधी मिळाली. आपापसातील चुकीच्या इशाऱ्यामुळे उठाववाल्यांविरुद्ध इंग्रजांना लाभ झाला. त्यांनी इनायतुलाखान, विलायतखान, नवाब कादरखान यांना फाशी दिले. (मपइ)

कानकूट : कानकूट ही महसुलाची दुसरी पद्धत. यात प्रथम जमीनमोजणी होई. नंतर जमिनीच्या तुकड्याचा 'पिकाचा दर' निश्चित केला जाई. सरकारी मागणी निश्चित केली जाई. सर्व उत्पन्न सरकार व शेतकरी दोघात विभागले जाई. शेतकऱ्याच्या हिस्सा वजा केल्यानंतर सरकारी हिश्शाचे रोख रकमेत रूपांतर होई. सरकारी धान्याच्या हिश्शाचे, प्रचलित भावाने, पैशात रूपांतर होई. या पद्धतीत तोटा झाला तरी सरकार व शेतकरी दोघेही भागीदार असत. (मभासंस)

कानगो : सुभ्यातील पगारी अधिकाऱ्याबरोबर वतनदार असत. त्यांत सरकानगो, कानगो असत. फक्त खानदेशामध्येच होते. कानगो वतन मोगलांकडून खानदेशाला मिळालेला वारसा. त्याचे काम कुलकर्ण्याप्रमाणेच असे. श्रीमंत माधवराव पेशवे यांनी रवंजे व चिन्तो विठ्ठल यांना कानगो वतनाची सनद करून दिली होती. (खा इ)

कानडा (दक्षिण),मंगळूर : कर्नाटक कोचीच्या पल्लवांच्या राज्यात हा भाग मोडत होता असे शिलालेखावरून दिसते.६ व्या शतकाच्या सुमारास होयसळांनी हा प्रदेश पादाक्रांत केला. १५ व्या शतकात पोर्तुगीज प. किनाऱ्यावर वसाहत करू लागले. इ. स. १७९९ मध्ये लढाईमध्ये टिपूचा मृत्यू झाला त्यानंतर झालेल्या लुटालुटीत या भागाचे नुकसान झाले. या जिल्ह्यात अनेक तीर्थक्षेत्रे आहेत. अनेक संत-महंत होऊन गेले. (सुविको)

कानपूर : उत्तर प्रदेश मूळ नाव कन्हयापूर. १८०१ मध्ये ब्रिटिशांकडे आले. १८५७ च्या स्वातंत्र्ययुद्धात इथे मोठाच उठाव झाला. अनेक इंग्रज स्त्री-पुरुषांची कत्तल. आज वायुदलाचे मोठे केंद्र. (मविको)

कानानोर : केरळ. १५ व्या शतकापूर्वी मुसलमानी राजधानी होती. डच व पोर्तुगीज यांच्या ताब्यात होते. ऐतिहासिकदृष्ट्या महत्त्वाचे गाव आहे. (सुविको)

कानिटकर काशीबाई (इ. स. १८६१ ते १९४८) : १९ व्या शतकातील मराठीतील आरंभीच्या मराठी स्त्री कादंबरीकारांपैकी एक. थिऑसॉफिस्ट. अमेरिकेत वैद्यकीय शिक्षण घेण्यासाठी जाणाऱ्या पहिल्या भारतीय महिला डॉ. आनंदीबाई जोशी यांचे काशीबाईंनी परिश्रमपूर्वक लिहिलेले चरित्र (१८९१) मराठी चरित्रवाङ्मयात महत्त्वपूर्ण ठरलेले आहे. हरी नारायण आपटे ह्यांच्या आठवणीही प्रसिद्ध केलेल्या आहेत. (मविको)

कानिफनाथ : नवनाथांपैकी एक व जालंदरनाथांचा शिष्य. हा भद्रदेशच्या सुरथ राजाचा पुत्र असून क्षत्रिय होता. याचा जन्म जालंदरनाथाच्या प्रसादाने झाला. तो आपल्या गुरूबरोबर वैराग्य वृत्तीने हिंडू लागला. मढी, ता.पाथर्डी, जि. नगर येथे संजीवन समाधी आहे. महाराणी येसूबाईंनी कानिफनाथांना नवस केला होता. शाहूराजांची सुटका झाल्यावर या स्थानाचे महत्त्व वाढले. धार्मिक व्यवस्थेसाठी दीक्षित यांना निवडुगे व मढी ही गावे इनाम मिळाली. काही मुसलमानही कानिफनाथांचे भक्त आहेत. (भासंको)

कान्यकुब्ज : मध्य देशातील एक प्राचीन नगर. याचा जो भाग उजाड आहे तो कनौज म्हणून ओळखला जातो. प्रतिहार राजांच्या लेखात कान्यकुब्ज. शब्द प्रदेशवाचक असून, महोदय ही त्याची राजधानी होती. शक्तिपीठ म्हणूनही प्रसिद्ध. या नगरात अनेक बौद्ध विहार व मठ आणि काही स्तूप होते, असे युवान च्वांग याने लिहून ठेवले आहे. त्याच्या सन्मानार्थ हर्षवर्धनाने कनौज येथे एकधर्म परिषद भरविली होती. प्राचीन काळी पुरुरव्याचा पुत्र अमावसू ह्याने कान्यकुब्ज राजवंश चालू केला. भीम, कांचनप्रभू, सुहोत्र आणि जन्ह अशी वंशावळ मिळते. पाहा - कनोज (भासंको)

कान्हिरा किल्ला : नाशिक जिल्हा. धोडपच्या वायव्येस चांदवड टेकड्यांमध्ये आहे. याचा तट बहुतेक १८१८ मध्ये पडून गेला. त्र्यंबकेश्वराबरोबर ब्रिटिशांनी जिंकलेल्या किल्ल्यांपैकी एक. (सुविको)

कार्निव्हल : रोमन कॅथॉलिक लोक ईस्टरच्या आधी जो उपवास करतात त्याला लेंट म्हणतात आणि त्या उपवासापूर्वी जो उल्लेख करतात, त्याला कॉर्निव्हल म्हणतात. (भा सं को)

कान्हेरी : महाराष्ट्र, मुंबई. अत्यंत प्रसिद्ध अशी हीनयान आणि महायान बौद्ध लेणी, ११२ गुहांमध्ये खोदलेली, कृष्णगिरीवरून कान्हेरी शब्द अनेक लेख आहेत. गौतमीपुत्र सातकर्णी (इ. स. १७३-२११) ते अमोघवर्ष पहिला राष्ट्रकूट (८१४-८८०) बांधकाम चालू होते. मठ, सभागृह, पद्मपाणी, तारादेवी आणि बोधिसत्त्व ह्यांच्या आकृती, भगवान गौतमबुद्ध आणि अवलोकितेश्वराच्या भव्य मूर्ती यांना जोडणारे दगडी पाषाणांचे रस्ते, शिलालेख हे येथील खास वैशिष्ट्य. (मविको)

कान्होजी आंग्रे : मृत्यू : १७२९ (पाहा : आंग्रे कान्होजी)

कान्होजी जेधे : (मृत्यू : १६६०) शिवाजीमहाराजांचे अत्यंत एकनिष्ठ सरदार. प्रथम कर्नाटकात शहाजीमहाराजांच्या पदरी. तेथून, स्वराज्याच्या रक्षणाची बेलरोटीची शपथ घेऊन ते आणि त्यांचे सहकारी दादाजीपंत लोहोकरे शिवाजीमहाराजांना येऊन मिळाले. अफजलखान प्रसंगी विजापूर आदिलशहाने दम आणि

दाम ह्यांचा प्रयोग केला असता आणि परिस्थिती भीषण असूनही ते शिवाजीमहाराजांशी आणि स्वराज्याशी एकनिष्ठ राहिले हे मोठे स्वामिनिष्ठेचे विलक्षण उदारण आहे. त्यासाठी त्यांनी घरादारावरही पाणी सोडले. बाजी सर्जेराव नि अन्य चारही पुत्रही शिवनिष्ठ होते. तसेच नातू नागोजी जेधे ह्यांनी कोप्पळ लढाईत प्राणार्पण केले. गोदूबाई सती गेल्या. (मचको)

कान्होजी भोसले : वऱ्हाडांतील भोसले घराण्याचा मूळ पुरुष जो परसोजी त्याचा हा पुत्र. १७०९ मध्ये सेनासाहेब सुभा हे पद व जरीपटका, साहेबी नौबत शाहूमहाराजांनी दिली. १८ वर्षे कारभार करून शाहूमहाराजांची मर्जी संपादिली. गोंड राजांना कब्जात आणले. (सुविको)

कान्होजी राघोजी शिर्के : १७ वे शतक.थोरल्या शाहू छत्रपतींची राणी सकवारबाई हिचा हा थोरला भाऊ, बाळाजी विश्वनाथ व चंद्रसेन जाधव यांच्या तंट्याच्यावेळी याने बाळाजीला अमूल्य साहाय्य केले. हा ब्रह्मेंद्रस्वामींचा भक्त होता. (सुविको)

कान्होपात्रा (सु. १४६८) : एक महाराष्ट्र संत-कवयित्री, मंगळवेढे, कलावंतिणीची मुलगी, पण तिने हा व्यवसाय करावयाचा नाही असा निश्चय केला. ती पंढरपूर येथे जाऊन राहिली. हिच्या रूपाची तारीफ बादशहाच्या कानावर जाऊन तो तिच्याविषयी लुब्ध झाला. कान्होपात्रा श्री विठ्ठलमंदिरात आली. विठ्ठलाच्या ज्योतीत तिची आत्मज्योत विलीन झाली असे भक्तिविजयात म्हटलेले आहे. बिदरच्या विठ्ठलमंदिराच्या दक्षिणद्वारात तिची मूर्ती आहे. (भासंको, सुविको, मचको)

कापड : प्राचीन कालापासून भारतात कापडाचे मुबलक उत्पादन होत असे. मुक्तेश्वराच्या सभापर्वात आणि सामराजाच्या रुक्मिणीस्वयंवर काळात विविध प्रकार दिले आहेत. ढाक्याची मलमल जगभर प्रसिद्ध होती. कापडनिर्मात्यावर अथवा विक्रेत्यावर कर बसवित असत. मेहरगड येथे ६ हजार वर्षांपूर्वीचा कापड नमुना मिळाला आहे. (शिम; कोका; सिंसं)

कापशीकर घोरपडे (सेनापती) : कोल्हापूरकर छत्रपतींचे मांडलिक संताजी घोरपडे हा या घराण्यातील अत्यंत कर्तृत्ववान सेनापती. त्याने छत्रपती शिवाजीमहाराज, छत्रपती संभाजीमहाराज आणि राजाराममहाराज यांच्या कारकिर्दीत अनेक पराक्रम केले. नंतरच्या काळात कर्नाटक हेच त्याचे कर्तृत्वक्षेत्र राहिले. संताजीची पत्नी द्वारकाबाईची येथे समाधी. पुढे या घराण्याच्या कर्नाटकातील कापशीप्रमाणेच गुत्ती, सोंडूर येथील शाखाही विशेष कर्तृत्ववान झाल्या. (मचको, सुविको)

कापिशी : प्राचीन कपिश प्रांताची राजधानी. हिंदुकुश पर्वताच्या दक्षिणेस बेग्राम नावाचे जे गाव आहे, तेच प्राचीन कापिशी होय. ते एक व्यापारी व सांस्कृतिक केंद्र होते. प्लिनी म्हणतो,‘ इ.सन पूर्व सहाव्या शतकापूर्वी हखामणी वंशाचा इराणी सम्राट कुरूष याने कापिशीचा विध्वंस केला.’ तसेच हूणांच्या आक्रमणात तिचा परत विध्वंस झाला. (भासंको)

कापूर पाईक : कापूर म्हणजे मशाल. पाईक म्हणजे धारण करणारा. त्याचा खर्च भागविण्याविषयी हा कर बसवीत. (मद)

कापूरथळा : ब्रिटिश भारतातील पूर्व पंजाबातील एक संस्थान. त्याची स्थापना ११ व्या शतकात राजा राणी कपूर (जैसलमीर) यांनी केली. याच वंशातील जस्सासिंग याने १७८० मध्ये येथे आपली राजधानी पक्की

केली. सतलजच्या अलीकडील प्रदेश त्याने जिंकला व बाकीचा प्रदेश १८०८ पूर्वी रणजितसिंगाने यास दिला. त्याच वंशातील फतेसिंग याने पहिल्या इंग्रज शीख युद्धात इंग्रजांविरुद्ध भाग घेतला. त्याचा पुत्र निहालसिंग नाकर्ता ठरल्याने इंग्रजांनी सर्व मालमत्ता जप्त केली. तथापि त्याचे संस्थान १८४९ पर्यंत मांडलिक म्हणून कायम राहिले. १८५७ च्या संग्रमात त्याच्या मुलाने रणधीरसिंग याने इंग्रजांस साहाय्य केले. त्याचा मुलगा जगज्जितसिंग. इ. १९४८ मध्ये हे संस्थान विलीन झाले. शैक्षणिकदृष्ट्या हे संस्थान बरेच प्रगत होते. (मविको)

कापूस उद्योग : कापूस व कापसाचा सुती वस्त्रांसाठी होणारा उपयोग याचे ज्ञान भारतीयांना प्राचीन काळापासूनच होते. १८ व्या शतकपर्यंत भारत कापूस उद्योगात आघाडीवर होता पण ब्रिटिशांनी स्वत:च्या स्वार्थासाठी हा उद्योग बसविला. कापसाचे वायदे नियंत्रित करण्यासाठी मुंबई येथे 'बाँबे कॉटन ट्रेड असोसिएशन लि.' याची स्थापना करण्यात आली (१८७५), तर भारतीय कापूस उत्पादक व गिरणी मालकांनी द बाँबे कॉटन एक्स्चेंज लि. या संस्थेची स्थापना केली (१८९०). (भासंको)

काफीखान : एक मुसलमान इतिहासकार, याच्या वडिलांनी आपला इतिहास औरंगजेबाच्या मरणानंतर २६ वर्षांनी लिहिला. शहाजहानची स्वारी व औरंगजेबाची पूर्व कारकीर्द ही काफीखानाने सरकारी कागदपत्रातून सारांशरूपाने दिली आहे. त्याच्या इतिहासात मुसलमानांची अवास्तव खोटी स्तुती व हिंदूंची निर्भर्त्सना असते. हिंदुद्वेष्टा असूनही याने शिवाजीमहाराजांबद्दल गौरवोद्गार काढलेले आहेत. (मचको)

काबूल : अफगाणिस्तानची व काबूल प्रांताची राजधानी.चंद्रगुप्त मौर्यापासून औरंगजेबापर्यंत हे भारतान्तर्गत होते. ऋग्वेदात उल्लेखिलेली कुभा नदी म्हणजेच काबूल नदी आणि शहर होय.

कामंदक : काश्मीरच्या बाजूचा कवी. 'नीतिसार' नावाचा ग्रंथ लिहिला. कणिक, कौटिल्य याप्रमाणे कामंदकही शाठ्यनीतीविषयी प्रसिद्ध होता. 'कामंदकीय नीतिसार'हा राज्यशास्त्रावरचा अत्यंत महत्त्वपूर्ण ग्रंथ होय. त्याची रचना ७००-७५० या दरम्यान झाली असावी. (विंटरनिझ्झ) राज्याची सात अंगे, राजाची कर्तव्ये, इ. विषयी आहेत. (मचको)

कामगार विमा योजना (भारत) : कामगार विमा योजनेची सुरुवात १९४८ मध्ये कामगार-राज्य-विमा योजनेच्या कायद्यान्वये झाली. ही योजना सामाजिक सुरक्षिततेचा एक भाग होय. सामाजिक सुरक्षितता, आजार, अपघात, बाळंतपण, वृद्धावस्था इत्यादी संकटांमध्ये माणसाला आर्थिक गरज भागविण्याकरिता पैसा व आरोग्य सुधारण्याकरिता वैद्यकीय मदत लागते. हे साहाय्य मिळवून देणे याचा या योजनेत अंतर्भाव होतो. (भासविको)

कामगार शिक्षण (भारत) : भारतात कामगार शिक्षणाची कल्पना, विशेषत: विसाव्या शतकात अस्तित्वात आली. इ.स.१९५८ मध्ये कामगार शिक्षण योजना तयार झाली. पंचवार्षिक योजनेतही तिचा समावेश झाला. शिक्षणामुळे विधायक कामगार निर्माण व्हावा, हे त्यामागील ध्येय आहे. (भासविको)

कामगार संघटना (भारत) : १९१८ मध्ये भारतात कामगार संघटना स्थापन झाली. १९२० साली मजूर महाजन हा कामगार संघ जन्माला आला. १९२० मध्ये अखिल भारतीय कामगार संघाची 'आयटक' स्थापन झाली. १९४६ मध्ये (इंडियन नॅशनल ट्रेड युनियन काँग्रेस) 'इंटक' स्थापन झाल्यावर १९४८ मध्ये 'हिंद मजदूर सभे' ची स्थापना झाली. (भासविको)

कामठी : नागपूर जिल्ह्यातील एक ऐतिहासिक ठिकाण. नागपूरपासून १५ कि.मी. अंतरावर. नागपूरकर भोसल्यांची येथे छावणी असे. हे सैनिकी केंद्र आहे. (भासंको)

कामबक्ष (१६६७-१७०९) : औरंगजेब बादशहाचा सर्वांत धाकटा मुलगा, दक्षिणेची सुभेदारी याला मिळाली होती. बहादूर शहाने राजाराम छत्रपती जिंजीस असता तेथे वेढा घालून बसलेल्या झुल्फिकारखानाच्या साहाय्यास कामबक्ष आला होता. कामबक्ष मराठ्यांकडे फितूरींचे राजकारण करू लागला. तेव्हा झुल्फी कारखानाने त्याला कैद करून औरंगजेबाकडे पाठवून दिले होते. (इ. स. १६९२) (सुविको)

कामरान : मोगल बादशहा बाबर याचा एक मुलगा, हुमायूनचा भाऊ. त्याला हुमायूनने काबूल व पंजाब हे दोन प्रांत तोडून दिले. शेरखानच्या बंडाच्यावेळी कामरानाने हुमायुनास मदत केली नाही. हुमायूनशी बेइमानगिरी केल्याने हुमायूनने याचे डोळे काढले. कामरानला पश्चात्ताप झाल्याने त्याने क्षमा मागितली. (सुविको)

कामरूप : आसाम राज्याचे प्राचीन नाव. पुराणे व तंत्रग्रंथ यांत कामरूपाला महापीठस्थान म्हटले आहे. सध्या कामरूप आसाममधील एक जिल्हा असून तेथे योनिपीठ व कामाख्या देवीचे मंदिर आहे. तेथे आहोम घराण्याने राज्य केले. युआन च्वांगने आपल्या यात्रावर्णनात कामरूपची माहिती दिली आहे. कामदेवाचे दहन झाल्यावर पुन्हा त्यास मूळरूप येथे प्राप्त झाले. त्याला प्राग्ज्योतिषपूरही म्हणत. येथील भगदत्त राजा कौरवांकडून महाभारत युद्धात लढला होता. हर्षवर्धनाच्या काळी ७ व्या शतकात येथे भास्करवर्मा हा राज्य करीत होता. म्हणून कामरूप हे नाव पडले. (भासंको)

कामसूत्र : काम हा भारतात एक पुरुषार्थ मानला गेला आहे. ऐहिक जीवनातील सुखासमाधानासाठी अर्थ आणि काम ह्यांची अत्यंत आवश्यकता आहे हे भारतीयांना माहीत होते. वात्स्यायनाचा कामसूत्र हा ग्रंथ केवळ माहितीवजा वा मनोरंजनपट नसून शास्त्रीय ग्रंथ झालेला आहे. यमनियमांचे पूर्ण पालन केलेले आहे. (भासंको)

कामा भिकाजी रुस्तुम : (१८६१-१९३६) महान स्त्री क्रांतिकारक स्वातंत्र्यवीर सावकरांच्या परदेशातील सहकारिणी. गुजराती, मराठी, इंग्रजी, हिंदी भाषेवर प्रभुत्व. होमरुल चळवळीत भाग. वन्दे मातरम् पत्रातून इंग्रजांवर टीका करीत असत.स्टुटगार्ट (जर्मनी)येथे भरलेल्या इंटर सोशालिस्ट कॉन्फरन्स या परिषेदत भारताची बाजू मांडली आणि भारतीय राष्ट्रध्वज फडकावून मोठीच अलौकिक गोष्ट केली. देशोधडीला लागूनही अदम्य राष्ट्रस्वांतत्र्य, निष्ठा. इंग्लंडमध्ये दादाभाई नौरोजी ह्यांना साहाय्य. वीर सावरकरांची निष्ठावंत अनुयायिनी. भारतात निधन. (स्वासंस)

कामाख्या : आसाम राज्यातील एक सुप्रसिद्ध देवी. नीलाचल पर्वतावर हिचे मंदिर आहे. हे मंदिर १६व्या शतकात मुसलमानांनी उद्ध्वस्त केल्यावर इ.स.१६६५ साली कोचराजा नरनारायण याने हिंदू शिल्पपद्धतीने सध्याचे मंदिर उभारले. आसामातील हे एक प्रख्यात शक्तिपीठ आहे. (भासंको)

कामिनी अणुभट्टी : सुरुवात १९९६. ३६ किलो वॅट वीजनिर्मिती. या अणुभट्टीमुळे आण्विक क्षेत्रात भारताची स्वयंपूर्णतेकडे वाटचाल. आटोपशीर आकृतिबंध. आकार तलावासारखा. युरेनियम २३३ चा इंधन वापर या अणुभट्टीपासून सुरू झाला. (इसंशा)

काम्बोज : कांम्बोज आणि गंधार यांच्या प्राचीन साहित्यात व अशोकाच्या शिलालेखात उल्लेख येतो. सध्याचा हजारा जिल्हा व वायव्य सरहद्द प्रांतातील काफिरीस्तानचा काही भाग म्हणजे प्राचीन कांबोज

देश. कौटिल्याने याचा संघराज्य म्हणून उल्लेख केला आहे. (प्रा भा इ व सं)

कायथा : मध्य प्रदेशातील कायथा हे ताम्रपाषाणयुगीन संस्कृतीचे स्थान आहे. तीनही वसाहतींचे पुरावे येथे उपलब्ध आहेत. पहिली वसाहत हडप्पा संस्कृतीशी मिळतीजुळती, दुसरी वस्ती बनास संस्कृतीची काळी तांबडी मातीची भांडी वापरणाऱ्यांची होती. तिसरी वस्ती माळवा संस्कृतीच्या लोकांची. त्या वसाहतींचा काळ (इ. स. पू. २०००-१५००) होता. (भासंको)

कायद्याचा इतिहास : कायद्याचा इतिहास हा भाग घटनात्मक इतिहासात येऊ शकतो. निरनिराळ्या कायदे पद्धतींचा अभ्यास केला जातो. मनुस्मृती, हम्मुराबीचे कायदे, लायकर्गस, जस्टिनियन कायदा, नेपोलियनची कायदे संहिता, लॉर्ड मेकॉलेचा इंडियन पीनल कोड इ.असे अनेक ग्रंथ जगाला वेळोवेळी मार्गदर्शन करीत आलेले आहेत. (इलेशा)

कायमधारा पद्धती : जमीनदारी पद्धतीत सरकारचे उत्पन्न कमी आणि तेही अनिश्चित राहिल्याने इंग्रजी राजवटीत कायमधारा पद्धती किंवा निश्चित सारा पद्धती अस्तित्वात आली. सारावसुलीसाठी मध्यस्थाची गरज आहे. जमीनदार हाच तो मध्यस्थ. मालकी हक्काची त्याला पूर्ण मुभा. जमिनीची मालकी वंशपरंपरा असावी. याखेरीज कोणताही जादा कर द्यावा लागणार नाही. सारा वाढविला जाणार नाही. ठरलेल्या मुदतीत सरकारवाटा न भरल्यास जमीन जुमला विकला जाईल. सरकारला आपल्या उत्पन्नाचा निश्चित अंदाज येतो. यातील दोष म्हणजे सरकारी उत्पनात वर्धिष्णुता नव्हती. (सुबिको २)

कायस्थ धर्म प्रदीप : गागाभट्टांनी बाळाजी आवजी चिटणीस यांच्या विनंतीवरून उपरोक्त ग्रंथ लिहवून घेतला. त्यात शिवराज्याभिषेकाचा उल्लेख आहे. (सुविको)

कार, ई.एच (१८९२) : रशियन राज्यक्रांती व आंतरराष्ट्रीय संबंध या विषयावर अधिकारवाणीने ग्रंथलेखन करणारा विचारवंत. 'व्हॉट इज हिस्टरी' या ग्रंथाचा कर्ता. इतिहासाच्या संशोधनपद्धतीचा गाढा व्यासंग. (भा.स.वि.को)

कारंजा : अकोला जिल्हा, मूर्तिजापूर. तालुका कारंजा हे गाव पुरातन आहे. करिंज ऋषींच्या नावावरून या गावास कारंजा हे नाव पडले. येथे एक बिंदुतीर्थ नावाचे कुंड आहे. हा गाव अहमदनगरच्या राजाच्या मुलीच्या स्त्रीधनापैकी होता. औरंगजेबाने येथील हेमाडपंथी देऊळ मोडून त्याची मशीद बांधली आहे. समर्थपरंपरेतील रोकडारामची समाधी व मठ येथे आहे. कारंजा हे दत्तसंप्रदायाचे फार मोठे तीर्थक्षेत्र आहे. श्रीनृसिंहसरस्वतींचे हे जन्मस्थान होय. स्वामींची संगमरवरीमूर्ती गुरुमंदिरात स्थापिलेली आहे. ह्या गावाला लाडाचे कारंजे असे म्हणतात. जैनांचेही हे मोठे केंद्र आहे. शिवाजी महाराजांनी १६७० मध्ये कारंजा शहर लुटले होते. (सुविको)

कारकुनी : मराठ्यांच्या इतिहासात ही संज्ञा येते. कारकुनाने जे सरकारी काम करावयाचे ते करण्याकरिता दिलेली एक प्रकारची बक्षिसी लाच. त्यास कारकुनी म्हणतात. मराठी राज्यात कारकुनी राजरोस देण्याघेण्यात येई. सनदपत्रे लिहून देणे ही एक कारकुनी काम मिळविण्याची संधी असे. हुजूर फडणीस व हुजूर चिटणीस ह्यास कारकुनीची बांधलेली वर्षासने प्रत्येक प्रांतातून मिळत. खालचे फडणीस व चिटणीस यांनाही लहान प्रमाणात का होईना पण कारकुनी सालोसाल मिळत असे. (पेशवाईच्या सावलीत, सुविको)

कारवार : कर्नाटक. भाषा मात्र कारवारी (मराठीची बोली). इ.स.पू. ३ रे शतक सम्राट अशोकाने

वनवासी येथे बौद्धधर्म प्रसारक पाठविले होते. यादव आणि चालुक्य ह्यांचे राज्य. पुढे विजयनगर. आदिलशाही, पोर्तुगीज, इंग्रज आदींचा संबंध. शिवाजीमहाराजांनी हा भाग जिंकून स्वराज्यात दाखल केला. १७१५ मध्ये सोंधेच्या राजाने जवळच सदाशिवगड हा किल्ला बांधला. १५ व्या शतकातील मंदिरे तसेच काही शिलालेख सापडलेले आहेत. (सुविको)

कारसाई : गडाच्या संदर्भात कडबा, बागेतील वस्तू या स्वरूपात वसूल केला जाणारा कर.

कारागृह : कायदा मोडणे, राजसत्तेविरुद्ध बंड करणे. इ.चे गुन्हेगार ठेवले जातात. त्याचा उल्लेख महाभारतापासून आढळतो. (मविको)

कारिकल : कारोमांडल किनाऱ्यावर तंजावर जिल्हा व बंगालचा उपसागर यांच्यामधील फ्रेंच वसाहत, चंदासाहेब याकडून फ्रेचांनी हे गाव मिळविले. १७४९ मध्ये अशाच परिस्थितीत फ्रेंचांना ८१ गावे मिळाली. सर्व वसाहत कित्येक वेळा इंग्रजांच्या ताब्यात आली होती. १८१७ मध्ये ती कायमची परत करण्यात आली. (सुविको)

कारुक : हा कर गावच्या कारागिरांकडून वसूल करीत. बलुतेदारांना यातून माफी असे. दर वर्षी उत्पन्नाच्या १/४ प्रत्येकास बसत असे. (शिम)

कार्कल : दिगंबर जैनांचे तीर्थस्थान. कर्नाटक मंगळूर जिल्ह्यात मुडबिद्रीपासून १६ कि.मी. अंतरावर हे नगर आहे. येथील काळ्या दगडांमुळे याचे नाव कार्कल पडले. गोम्मटबेट नामक डोंगरावर गोमटेश्वर भगवान बाहुबलीची एकाच दगडाची बनवलेली १२.७५ मीटर्स (सुमारे ४२ फुट)उंच अशी विशाल मूर्ती आहे. (भासंको)

कार्कोट राजवंश : (इ.स.७ वे शतक) दुर्लभवर्धन हा संस्थापक. या राजवंशात प्रतापादित्य, चंद्रापीड, ललितादित्य, मुक्तापीड आदी राजे होऊन गेले. नवव्या शतकात या राजवंशाचा शेवट झाला. या राजांनी सुंदर नगरे वसविली. मंदिरे, मठ, प्रासाद उभारले. (भासंको)

कार्तिकस्वामी : शंकरपार्वतींचा ज्येष्ठ पुत्र. कृत्तिका ह्या त्याच्या माता ठरल्या म्हणून त्याला कार्तिकेय असे नाव पडले. ह्याला ब्रह्मचारी मानतात पण दक्षिण हिंदुस्थानात त्याला दोन पत्नी आहेत. देवसेना (वल्ली)आणि श्री. काही प्राचीन गण तसेच कुशाण सम्राट हुविष्क (इ.स. २ रे शतक) ह्यांच्या नाण्यांवर कार्तिकेयाचे चित्र आढळते. कालिदासाने कार्तिकेयाचे वाहन मयूर मानलेले आहे. (रघुवंश६.४).कुमारगुप्ताच्या (इ.स. ४१४-४५५) सुवर्णनाण्यांवरही मयूराचेच अंकन आहे. सुब्रह्मण्य, मुरुग, स्कंद, कार्तिकेय आदी त्यांची नावे आहेत. सोंडूरजवळ कार्तिकस्वामींचे मोठे स्थान आहे. येथे मोठी यात्रा असते. दुसरा बाजीराव पेशवा दोन वेळा कृत्तिकायोगावर कार्तिकस्वामीदर्शनास गेला होता. तेथे संध्या करीत असताना, वरून गडगडत त्याच्याजवळ येऊन पडलेल्या दगडाला बाजीरावाचा दगड असे म्हणतात. (सुविको; भासंको)

कार्दमक वंश : चष्टन या वंशाचा संस्थापक, उज्जैन राजधानी. हा इराणातील शकस्थानातला असला पाहिजे. बाल्हिक प्रदेशावर कर्दम नावाच्या प्रजापतीचे वंशज राज्य करीत होते. हा कार्दमक वंश तेथून भारतात आला असावा. (भासंको)

कार्यकारी मंडळ : हे शासनसंस्थेचे सर्वांत महत्वाचे अंग आहे. भारताच्या राज्यघटनेच्या संदर्भात मर्यादित अर्थ म्हणजे केंद्र सरकारात राष्ट्राध्यक्ष व केंद्रीय मंत्रिमंडळ आणि घटक राज्यात राज्यपाल व राज्यमंत्रिमंडळ, कायद्याची अंमलबजावणी करणारे सर्व शासकीय अधिकारी आणि त्यांची राज्ययंत्रणा, संरक्षणदलातील अधिकारी व सैनिक या सर्वांचा समावेश होतो. (सविको, मविको, इतिहास)

कार्ल मार्क्स : प्रत्येक कालखंडामध्ये घडलेल्या संघर्षाचा आढावा म्हणजे इतिहासाचा आढावा कार्ल मार्क्सने साम्यवादी दृष्टिकोनातून इतिहासाची व्याख्या केलेली आहे. मार्क्सवादाचा प्रणेता. (इलेशा)

कार्ले गुंफा : भारतातील अत्यंत भव्य व सुंदर लेणी. महाराष्ट्रातील पुणे:मुंबई मार्गावर मळवली (जि.पुणे) पासून ३ कि.मी. उत्तरेला हे ठिकाण आहे. हे चैत्यगृह हीनयान पंथाच्या काळातील शेवटचे असून, त्यातील शिल्पकला परिणत अवस्थेला पोचलेली दिसते. बुद्धमूर्ती, चैत्यगृह, विहार, स्तंभ, शिलालेख, अन्य मूर्ती इ. ह्या लेण्यांची वैशिष्टये होत. वाटेतच महत्त्वपूर्ण, प्रख्यात असे एकवीरा देवीचे स्थान आहे. ती कोळी, प्रभू आदी अनेकांची कुलदेवता आहे. (भासंको)

कार्षापण : प्राचीन भारतातले सर्वांत प्रसिद्ध असलेले व भारतभर चालू असलेले एक नाणे. बुद्धांच्याही पूर्वीचे (इ.स.पू.६००) हे नाणे आहे. आजवर पन्नास हजारांहून अधिक चांदीचे कार्षापण सापडले आहेत. (भासंको)

कालंजर : बुंदेलखंडात बांदा जिल्ह्यात (उ.प्र) बांद्यापासून ५३ कि.मी. अंतरावर हा डोंगरी किल्ला आहे. कालंजरचा किल्ला केदारनाथ नामक राजाने इ.स. च्या ७ व्या शतकात बांधला असे फेरिष्ता सांगतो. (भासंको)

कालका : पंजाब अंबाला जिल्हा, खरार तालुक्यातील गाव. इ. स. १८४४ मध्ये पतियाळा संस्थानापासून ब्रिटिशांनी हे गाव मिळविले. (सुविको)

कालक्रमशास्त्र : नीळकंठशास्त्री (प्राचीन भारताच्या इतिहासाचे एक ज्येष्ठ अभ्यासक) म्हणतात, कालक्रम हा इतिहासाचा डोळा आहे. घटनांची नोंद ठेवण्यासाठी वार व तिथीची आवश्यकता भासते. कालक्रमामुळे घटनांना विशेष महत्त्व प्राप्त होते. उदा. सातवाहन राजा हाल याने 'गाथासप्तशती' हा प्राकृत ग्रंथ लिहिला. यात कालक्रमाचा कुठेही उल्लेख नसल्याने हा हाल कोण? त्याचा काळ कोणता? हा ग्रंथ यानेच लिहिला हे कशावरून समजायचे? असे अनेक प्रश्न निर्माण होतात. काळाची गणना करण्याच्या पद्धतीस कालगणना म्हणतात. ऐतिहासिक घटना किती अंतराने व कोणत्या कालखंडात झाल्या हे दाखविण्यासाठी बहुधा याचा उपयोग करतात. याचे उदाहरण म्हणजे कॅलेंडर. ज्यू लोक विश्वोत्पत्तीपासून काल मोजतात; ख्रिस्ती ख्रिस्तजन्मापासून, ग्रीक, ऑलिंपियापासून, रोम शहर वसविण्यापासून; मुसलमान महंमदच्या मदिनेला जाण्याच्या काळापासून भारतीय लोक युधिष्ठिर विक्रमादित्य आणि शालिवाहन या राजांच्या पराक्रमवर्षापासून कालगणना करतात. (इलेशा)

कालगणना (भारतीय) : वैदिक कालापासून पक्ष, चांद्रमास, ऋतू, नक्षत्रे भारतीयांना ज्ञात होती. अधिकमासाची कल्पना त्यांनी स्वीकारली होती. कालगणनेसाठी त्यांनी ४ किंवा ५ वर्षांचे एक युग मानले होते.भारतात अनेक कालगणना प्रचलित आहेत. (भासंको)

कालडी : आद्य श्रीशंकराचार्यांचे जन्मस्थान, केरळमध्ये अल्वायेपासून (जि. एर्नाकुलम) १३ कि.मी.

अंतरावर पेरियार किंवा पूर्णा नदीच्या काठी हे गाव वसलेले आहे. इथे रामकृष्ण अद्वैताश्रम असून, एक महाविद्यालय आहे. साहित्य, विज्ञान, व्यापार, तसेच वेदान्तदर्शनेही शिकविण्याची व्यवस्था आहे. वैशाख शुद्धपंचमी म्हणजे आचार्यांच्या जन्मतिथीला मोठी यात्रा भरते. नदीच्या तीरावर श्रीकृष्ण, शंकराचार्य नि शारदादेवी ह्यांची मंदिरे आहेत. शारदा मातेच्या मंदिरात श्री शंकराचार्यांच्या मातेचे म्हणजे सती तथा विशिष्टा ह्यांचे वृंदावन आहे. (भासंको)

कालना : बंगाल, बरद्वान जिल्ह्याचा आग्नेयेकडील विभाग. मुसलमानी अमलात कालना शहर फार महत्त्वाचे ठिकाण असून भागीरथीच्या काठावर पूर्वी असलेल्या एका विस्तीर्ण किल्ल्याचे अवशेष येथे अद्यापि पाहावयास सापडतात. (सुविको)

कालभोज : पाहा : बाप्पा रावळ.

कालवे : नदीचे पाणी वाहून नेण्यासाठी तयार करण्यात येणारा कृत्रिम पाट किंवा उघडा मार्ग. श्री. रमेशचंद्र दत्त यांनी 'भारताचा आर्थिक इतिहास' व 'भारतातील दुष्काळ' या ग्रंथांद्वारे शेतीविषयक विचार मांडून कालवे व पाटबंधारे यांवर भर दिला आहे. (सुविको)

कालिंगपाँग : (प. बंगाल) दार्जिलिंगजवळील लष्करी दृष्ट्या अतिमहत्त्वाचे ठाणे येथून अनेक देश. प्रदेशांच्या सीमा जवळच आहेत. त्यामुळे अनेक देशांच्या गुप्तहेरांचे इथे लक्ष असते. (भासंको)

कालिंजर : बुंदेलखंडातील हा एक अतिप्राचीन किल्ला. खडकात खोदलेली तळी, काही देवळे व इतस्तत: पडलेले शिलालेख पुष्कळ दिसतात. येथे पुष्कळ लेणी असून त्यांपैकी काहींवर लेख आहेत.सीतादेवीचे इथे वास्तव्य होते, असे लोक सांगतात. (सुविको)

कालिकत : प्राचीन नाव कोझीकोडे. झामोरिन ह्या राजास कोंबड्याचे आरवणे ऐकू जाईल एवढा हा प्रदेश होता. त्यावरून 'कोलिकत' हे नाव या प्रदेशास पडले. १४८६ हा पहिला पोर्तुगीज. १६१८ मध्ये फ्रेंचाची तर १७५२ मध्ये डचांनी आणि १७९२ ई. इं. कंपनीने वखारी उघडल्या. १४९८ मध्ये वास्को-द-गामा या बंदरात उतरला. जागतिक नौकायन केंद्र उत्कृष्ट बंदर मक्केशी व्यापार (भासंको, सुविको)

कालिको : एक कापड, चीट, पूर्वी विलायतेत हिंदुस्थानातील कालिकत बंदरातून हे कापड जात असे म्हणून असे नाव पडले. (सुविको)

कालिदास : (इ.स. पू. १ ले शतक किंवा इ.स. चे ४ थे ,५ वे शतक) संस्कृत भाषेतील एक महाकवी, नाटककार. ऋतुसंहार हे निसर्गवर्णनपर काव्य, मेघदूत हे खंडकाव्य, कुमारसंभव व रघुवंश ही दोन महाकाव्ये आणि मालविकाग्निमित्र, विक्रमोर्वशीय व शाकुंतल ही नाटके या कलाकृती प्रसिद्ध आहेत. डॉ.रा.गो.भांडारकर, डॉ. वा.वि.मिराशी यांच्या मते, कालिदास हा गुप्त घराण्यातील द्वितीय चंद्रगुप्त विक्रमादित्य याच्या आश्रयाला होता, असे म्हटले आहे. हा भारतीय संस्कृतीचा प्रतिनिधिक कवी आहे. त्याची प्रत्येक कृती त्यागप्रधान प्रेमाची प्रतिष्ठा सांगणारी आहे. त्याग आणि तपस्या यांवाचून कोणतीच गोष्ट उज्ज्वल होऊ शकत नाही, असाच त्यांचा संदेश आहे. मानव आणि निसर्ग हे जणू त्याच्या काव्यात एकात्म होऊन पुढे येतात. त्याची शैली आदर्श आहे. प्राचीन आणि अर्वाचीन लेखक- कवींनी त्याची मुक्त प्रशंसा केली आहे. तो रसिकांच्या हृदयात अजरामर झालेला आहे. (भासंको)

कालिबंगन : राजस्थानात गंगानगर जिल्ह्यात घग्गर (सरस्वती) नदीच्या काठी हे स्थान आहे. इथे केलेल्या उत्खननात सिंधुपूर्व संस्कृतीचे व सिंधू संस्कृतीचे अवशेष सापडले आहेत. नगराचे दोन भाग असून, पूर्वेकडील भागात बालेकिल्ला व भोवती सामान्य लोकांची वस्ती होती. दुसऱ्या भागात सधन लोकांची वस्ती होती. दोन्ही वस्त्यांभोवती तटबंदी होती. (भासंको)

कालीकुमारी : बुंदेलखंडाचा राजा चंपतरायची ही पत्नी होय. वीर छत्रसाल हा तिचाच पुत्र होय. औरंगजेबाने चंपतरायचा विश्वासघात केल्यामुळे कालीकुमारीला आत्महत्या करावी लागली. (राशी, मचको)

कालीघाट : कलकत्त्याच्या दक्षिणेस हा घाट व कालीचे प्रख्यात देवस्थान आहे. गंगेच्या प्रवाहाकाठी हे देवालय बांधले आहे. हे कालीमंदिर मोठे संपन्न आहे. इथे यात्रिकांची सतत गर्दी असते. बंगाली स्त्रियांची ह्या देवीवर विलक्षण भक्ती आहे. हे एक शक्तिपीठ आहे. (सुविको)

कालीघाट चित्र शैली : १९ व्या शतकात बंगालमध्ये रूढ असलेली एक चित्रशैली. (भासंको)

कालेलकर द. बा. (१८८५) : एक महाराष्ट्रीय आणि गुजराती साहित्यिक, लेखक व कार्यकर्ते, शांतिनिकेतनमध्ये कार्य. १९२७-१९३४ गुजरात विद्यापीठाचे कुलगुरू. गांधीजी तुरुंगात असताना यांनी नवजीवनचे साप्ताहिकाचे संपादन केले. त्यांना १९२२, १९३०, १९३२, १९३४ मध्ये सत्याग्रहासाठी तुरुंगवासाची शिक्षा झाली होती. (सुविको)

काल्पी : उत्तर प्रदेश. बुंदेलखंडातील प्रमुख गाव. इथे एक टांकसाळ होती. १८५७ च्या उठावात येथील लढाईत इंग्रज सेनापती ह्यू रोज आणि स्वातंत्र्य सेनानी तात्या टोपे, झाशीची राणी ह्यांच्यात मोठाच संघर्ष झाला. (म वि उ)

काळा पाहाड : वायव्येकडील सरहद्दीवर ही डोंगररांग आहे. इ. स. १८५१ पासून १८९१ पर्यंत पठाण व स्वात लोकांनी खालसा मुलखात दरोडे घालून इंग्रज अधिकाऱ्यांना ठार मारून इंग्रज सरकारास मधून मधून उपद्रव देण्याचा क्रम चालू ठेवला होता. (सुविको)

काळी : खानदेशात गावात काळी व पांढरीचा व्यवसाय करणारे लोक राहात. शेती करणारे म्हणजे काळीचा व्यवसाय करणारे, ते तीन प्रकारचे होते. १) मिरासदार, २) उपरी, ३) ओवंडकरी. मिरासदार म्हणजे कायमचे गावात राहणारे, उपरी म्हणजे दुसरीकडून आलेले. यांना गावातील कारभारात भाग घेता येत नसे. ओवंडकरी म्हणजे दुसऱ्या गावात राहून शेती करणारे. (खाइ)

काळे दि. वि. : शिवाजीमहाराजांचे संक्षिप्त पण साधार संपूर्ण चरित्र त्यांनीच प्रथम लिहिले. खंदे इतिहास संशोधक, भा. इ. सं. मंडळाचे दीर्घ काळ पदाधिकारी.

काळे पाणी : इंग्रजी राजवटीत सहस्त्र स्वातंत्र्यप्रिय क्रांतिकारकांना अंदमानात कारावासात टाकले जाई. तेथील समुद्राच्या पाण्यावरून हे नाव पडले असावे. हे एक अतिभयानक कारागृह होते. जुलूम, अत्याचार, हाल ह्यांचे प्रतीक. स्वा. सावरकर, शचींद्रनाथ संन्याल इ. अनेकांच्या वर्णनावरून येथील भयानकता लक्षात येते. (म वि)

काळे यादव माधव (१८८७-१९४३) : महाराष्ट्रीय समाजसुधारक, राजकीय पुढारी. मध्यप्रांतात कायदेमंडळीचे सभासद, थोरले बाजीराव पेशवे स्मारकाचे अध्यक्ष. विदर्भ साहित्य संघाचे अध्यक्ष, इतिहासाचे अभ्यासक, वऱ्हाडचा इतिहास कर्ते, बखर, पत्रे, यादीचे संपादन. (सुविको)

काळे वा. गो. (प्रा.) (१८७६-१९४६) **:** फर्ग्युसन महाविद्यालयात अर्थशास्त्राचे प्राध्यापक होते. रानडे, गोखले ह्यांचे शिष्य. अनेक सामाजिक व शैक्षणिक संस्थांशी काळे यांचा संबंध होता. 'भारतीय अर्थशास्त्राच्या अभ्यासाचा परिचय' हा ग्रंथ त्यांनी लिहिला. सहकारी पतपेढ्यांचा विशेष अभ्यास - 'अर्थ' मासिकाचे संपादक. (सविको)

काळेवार व्यंकू : यांनी सत्यशोधक समाजाला शिक्षणासाठी साह्य केले. तसेच १२०० रुपयांचा छापखाना विकत घेऊन दिला. (मपइ)

कावजी मल्हार खासनीस (१७ वे शतक) **:** बाजी पासलकरांचा हिशेबनीस, स्वराज्याच्या पाहिल्या लढाईत शिरवळच्या पहिल्याच लढाईत त्याने महाराजांना मोठा विजय मिळवून दिला. (ऑगस्ट १६४८ नंतर) (राशि)

कावेरीपट्टनम : चोळराजांची वैभवशाली राजधानी. तंजाऊर जिल्हा. कावेरी नदीच्या मुखाशी वसलेले आहे. उत्खननात तलावांचे आणि मालधक्याचे अवशेष सापडलेले आहेत. याला पुंपट्टिनम् असेही म्हणत.(भासंको)

काशी : एक शक्तिपीठ. वाराणसी, बनारस नावानेही प्रसिद्ध. सात मोक्षदायक पुऱ्यांपैकी एक, सर्वात पवित्रतम पुरी. बारा ज्योतिर्लिंगक्षेत्रातील एक क्षेत्र. तीर्थक्षेत्रांतील सर्वश्रेष्ठ स्थान. गागाभट्टाच्या पूर्वजांनी ह्याचा जीर्णोद्वार केला होता. औरंगजेबाने येथील जुने विश्वेश्वर मंदिर आणि इतर काही मंदिरांचा विध्वंस केला. १७७५ साली इंग्रजांनी आपला अंमल वसविला. इ.स. च्या १८ व्या शतकाच्या अखेरीस अहिल्याबाईंनी सध्याचे विश्वेश्वर मंदिर बांधले. बौद्ध जैनांनाही काशीचे महत्त्व वाटते. मुसलमानी अमलात उद्ध्वस्तीकरण चालू असता प्राचीन सांस्कृतिक परंपरा काशीतच संरक्षिल्या गेल्या. रामानंद, कबीर, तुलसीदास, मधुसूदन सरस्वती, पंडितराज जगन्नाथ आदींची काशी आणि प्रयाग ही क्षेत्रे सोडविण्यासाठी श्रीमंत नानासाहेब पेशवे नि श्रीमंत माधवराव पेशवे ह्यांनी अखेरपर्यंत खटपट केली होती. पुढे काशी हे प्राच्यविद्यांचे महापीठ बनले. डॉ. ॲनी बेझंट ह्यांनी सेंट्रल हिंदू कॉलेज नि पं. मदनमोहन मालवीय ह्यांनी हिंदू विश्वविद्यालय स्थापले. (भासंको)

काशी जनपद : जनपदयुगात (इ.स.पू.६वे शतक) काशीचा समावेश १६ महाजनपदांमध्ये होत होता. पाणिनी व पतंजली या दोघांनीही काशीजनपदाचा उल्लेख केला आहे. काशीचे राज्य वैभवशाली होते. वरुणा आणि असी या नद्यावरुन या शहराचे वाराणसी नाव पडले. जातककथांवरून समजते की, काशी आणि कोशल यांच्यात वैर होते. प्रमुख जनपदांमध्ये काशी जनपदाचा समावेश. हे जनपद समृध्द आणि विशाल असे होते. (प्रा भा इ व सं)

काशी विद्यापीठ : भारतातील एक प्रसिद्ध विद्यापीठ. युवान च्वांग हा भारतात आला त्यावेळी (इ.स.७ वे शतक) त्याला तेथे ३० बौद्धविहार व १०० हिंदू मंदिरे दिसली. काशी हे धार्मिक चळवळीचे क्षेत्र होते. इथल्या शिक्षणकार्याला प्रसेनजित बिंबिसार (इ.स.पू. ६ वे शतक) यांच्यासारख्या अनेक राजांनी मदत केल्यामुळे काशीतले शिक्षणकार्य निरंतर चालू राहिले. (भासंको)

काशीबाई पेशवे : (मृत्यू २७-११-१७५८) थोरल्या बाजीरावांची पत्नी व चासकर जोशी यांच्या घराण्यातील महादजीपंत यांची मुलगी. पतीबरोबर लढाईवर जात असे. रामेश्वर आणि काशी येथील यात्रा केल्या. पतिनिष्ठ, गरीब नि शांत स्वभाव. (मचको)

काश्मीर : भारतातील एक निसर्गरम्य प्रदेश, कल्हणाने राजतरंगिणी या ग्रंथात इ.स. ११४८ पर्यंतचा

काश्मीरचा इतिहास लिहिला आहे. जोनराज कवीने १४२० पर्यंतचा तर श्रीधर कवीने १४८६ आणि १५८८ पर्यंतचा इतिहास कवी प्रज्ञाभटने लिहिला. काश्मिरात गोनर्दीय वंशाने अनेक वर्षे राज्य केले. अशोकाने श्रीनगरची स्थापना केली. कुशाण राजवंश, कार्कोट वंश, उत्पल घराणे, लोहर घराणे आदींनी राज्य केले. इ.स. १३९४-१४१७ मध्ये सुलतान सिकंदरने अनेक हिंदूंची मंदिरे फोडली व हिंदूंची कत्तल केली. जैन-उल-आबदीन (इ.स.१४२०-७०) हा फार सहिष्णू होता. त्याने मंदिरांचा पुनरुद्धार केला. इ.स. १५८७ मध्ये अकबराने काश्मीर जिंकले. त्यानंतर काश्मीर हिंदू डोगरा राजांच्या ताब्यात आले.काश्मीरमधील हिंदूंचे भयानक हाल बघून शीखांचे गुरू तेजबहादूर त्यांच्या संरक्षणासाठी पुढे सरसावले. (भा सं को)

काश्मीर प्रश्न : भौगोलिक आणि लष्करीदृष्ट्या महत्त्वाचे असल्याने त्याने पाकमध्ये जावे की भारतात हा निर्णय त्यांच्यावरच सोपविला. काश्मीर नरेश हरिसिंग यांनी भारतात विलीन होण्याचा प्रस्ताव स्वीकारला. तथापि पाकिस्तानने हा आपलाच अविभाज्य प्रदेश मानून दहशतवाद अतिरेकी कारवायांमुळे तेथील जनजीवन त्रस्त, अस्थिर केले आहे. या प्रदेशाच्या स्वामित्वाचा प्रश्न गेली ४० वर्षे जागतिक परिषदा, संघटना यांनी प्रयत्न करूनही लोंबकळतच राहिला आहे. भारताच्या उत्तर सीमेवरील राज्य १९४८ मध्ये पाकिस्तानने काश्मीरचा बराच भाग बळकावला, काश्मीरच्या काही भागावर आपले वर्चस्व निर्माण केले. ३७० कलमान्वये काश्मीरला विशेष सवलती मिळाल्या आहेत. अजूनही काश्मीर प्रश्न सुटू शकला नाही. काश्मीरमधील दहशतवाद ही भारतापुढील मोठी समस्या आहे. (मवि, भासविको)

काश्मीरची राजघराणी : कर्कोटक, उत्पल, वीरदेव वंश, दिविर, लोहर, मुसलमान पुन्हा डोगरा हे हिंदू घराणे अशी इ. घराणी होऊन गेली. (मचको)

काश्यप मातंग : (इ.स. चे १ ले शतक) मध्य भारतातील एक बौद्ध भिक्षू. मिंगती या चिनी राजाच्या निमंत्रणावरून हा बौद्ध धर्माचा उपदेशक म्हणून चीनमध्ये गेला. परदेशात धर्मोपदेशासाठी जाणारा हा पहिला धाडसी धर्मोपदेशक होय. बौद्ध ग्रंथांचे चिनी भाषेत भाषांतर केले. (भासको, मच को, सुविको)

काष्ठशिल्प : मराठेशाहीतील काष्ठशिल्प सर्व महाराष्ट्रभर पाहावयास मिळते. जुन्या वाड्यामधून लाकडावरील कोरीव काम पाहावयास मिळते. कारागिरीवर गुजराती व राजस्थानी शैलीचा प्रभाव विशेष जाणवतो. या कलेचे नमुने निसर्गापुढे टिकाव धरू शकले नाहीत. काही जुन्या वाड्यांतून काष्ठशिल्प अद्यापही तग धरून आहे. (मइ)

कासा (पद्मदुर्ग) : कासा बेटावरील जलदुर्ग, होडीतून जावं लागतं. दुर्गबांधणी अतिशय नवलाईची, टोपीकर व सिद्दी यांच्यावर नियंत्रण आणण्याकरिता या दुर्गाची निर्मिती केली गेली. (मचको)

कासीभट (मृत्यू १७०१) : केशवचैतन्याचा वंशज आणि राजाराम महाराजांच्या वेळी राजारामाला मदत करणारा पराक्रमी सरदार, राजारामाबरोबर जिंजीच्या स्वारीच्या वेळी तो होता. (मचको)

कासीम बझार : बंगालमधील एक ठिकाण. मुर्शिदाबाद जिल्ह्यात कलकत्ता शहरापूर्वीचे महत्त्वाचे शहर. ह्या गावचे ऐतिहासिक दृष्टीने महत्त्व आहे. कलकत्ता स्थापन होण्यापूर्वीचे मोठे शहर. १६८६ साली नबाब शाहिस्तेखानाच्या हुकमावरून कासीमबझार येथील वसाहत सरकार जमा करण्यात आली. वॉरन हेस्टिंजच्या पहिल्या बायकोचे येथे थडगे आहे. (मचको)

कासीम बरीद : (कारकीर्द प्रारंभ स. १४९२ – १५०४) बेदरच्या बरीदशाही वंशातील हा पहिला राजा होय. मुहम्मदशहा बहामनीपाशी गुलाम म्हणून आला. तेव्हा मराठ्यांनी केलेले बंड याने मोडले. स. १४९२ मध्ये बेदर स्वतंत्र झाला.

कासीमखान : (मृत्यू सुमारे १६९६) औरंगजेबाचा एक सरदार, राजाराम जिंजीस जात असताना त्याने खंडो बल्लाळ यांना पकडून राजारामाविषयीची बातमी काढण्याचा प्रयत्न केला. संताजी घोरपड्याने त्याला जेरीस आणून माघार घ्यावयास लावली. (मचको)

कासूर : पंजाबमधील एक गाव. १८०७ मध्ये रणजितसिंगाने सरदार कुतुबुद्दीन याचा पराभव करून कासूर लाहोर राज्यास जोडले. १९१९ साली रौलेट कायदा पास झाल्यावेळी दंगल झाली होती. (सुविको)

कासेगावची लढाई : सोलापूरजवळ, हेमांडपंथी देवालय, २६ मार्च १७७४ रोजी रघुनाथराव विरुद्ध त्रिंबकराव पेठे यात झाली. पंढरपूरपासून ८ मैलावर कासेगाव येथे त्रिंबकरावावर रघुनाथरावाने अचानक हल्ला केला. त्यात तो युद्धकैदी झाला. इतरांची मदत मिळण्यापूर्वीच त्रिंबकरावाचा अंत झाला. भोसले, निजामअली, फडके मिळून रघुनाथरावांच्या मागे लागले. रघुनाथराव उत्तरेकडे अतिशय वेगाने पळाला. (इसंशा)

कास्ट अँड रेस इन इंडिया : प्रसिद्ध भारतीय समाजशास्त्रज्ञ डॉ. गो. स. घुर्ये यांनी 'कास्ट अँड रेस इन इंडिया' हा ग्रंथ लिहिला आहे. हा ग्रंथ इ.स.१९३२ मध्ये प्रथम लंडनमध्ये प्रसिद्ध झाला. यामध्ये जातिव्यवस्थेच्या भवितव्याबद्दल विचार मांडला आहे. (भासविको)

किंकेड चार्लस् ऑगस्टस : मराठ्यांचा इतिहास, (शिवचरित्र) लिहिणारा इंग्रजी सनदी अधिकारी, पुण्याचा कलेक्टर (१९२०) हिंदू संस्कृतीचा खास अभ्यासक. द. ब. पारसनीस यांच्या मदतीने इतिहासलेखन मुंबईचे हायकोर्ट जज्ज होऊन निवृत्त. (सुविको)

किंकेड डेनिस : पुण्याचा कलेक्टर आणि मराठ्यांच्या इतिहासाचा ज्येष्ठ अभ्यासक. 'दी ग्रेट रिबेल' हा शिवाजी महाराजांवरील ग्रंथ (१९३२) विशेष गाजला.

किअँग नन्गबा : मेघालय जोवई या टुमदार गावातील मिडू नदीच्या तीरावर स्वातंत्र्य सेनानी किअँग नन्गबा यांचे स्मारक आहे. किअँग नन्गबा याने जयंतिया हिल्सला स्वातंत्र्य मिळवून देण्यासाठी ब्रिटिशांशी जो लढा दिला, त्याच्या स्मृतिप्रीत्यर्थ स्मारक उभारले गेले. १८६१ मध्ये जयंति मधल्या नेत्यांची सभा झाली. ब्रिटिश राज्य संपवण्यासाठी लढा देण्याचे आवाहन लोकांना केलं. ब्रिटिशांविरुद्ध नन्गबाने आवाज उठवला, तेव्हा सारी जयंतिया जनता त्याच्या पाठीशी उभी राहिली. दोन वर्षे ब्रिटिशांना टक्कर दिली. डिसें. १८६२ रोजी ब्रिटिशांनी नन्गबाला फसवून पकडले. ३० डिसें. १८६२ ला लॉमुत्सियांग येथे त्याला फाशी दिले गेले. (लोकसत्ता)

किचनेर फिल्ड मार्शल अर्ल होरेशिओ हर्बट (१८५०–१९१६) **:** प्रसिद्ध इंग्रज सेनापती. आफ्रिकेतील कामगिरीबाबत अनेक मानसन्मान. १९०२ मध्ये भारतात नेमणूक. सैन्यदल स्वयंपूर्ण व्हावे म्हणून आग्रही. किचनेर व कर्झनमधील मतभेदांचे पर्यवसान कर्झनने १९०५ मध्ये राजीनामा देण्यात झाले. महायुद्धात सहभाग. परतताना जहाज बुडून मृत्यू. (अचको)

कित्तूर : बेळगाव जिल्हा. गोव्याचा राजा जयकेशी ३ रा याचा शिलालेख इथे आहे. १७८९ मध्ये परशराम भाऊने गोकाक सर केले, कित्तूरकर देसायाचा प्रदेश मराठ्यांकडे झाला. इंग्रजी राजवटीत कित्तूरच्या

वीरांगना राणी चेन्नम्माने इंग्रजांशी मोठाच संघर्ष केला. त्यांचे पुतळे कर्नाटकात सर्वत्र उभारलेले आहेत. (सविको)

किनखाप : कापडाचा एक प्रकार. रेशमावर सोन्याच्या चांदीच्या धाग्यांनी केलेले विणकाम. किनखापाचे मूळ भारतातच असावे असे मानले जाते. (मविको)

किनारा रक्षक दल : १९७८ मध्ये सागरी किनाऱ्याचे रक्षणासाठी किनारा रक्षक दलाची स्थापना झाली. यावर नियंत्रण संरक्षण मंत्रालयाचे आहे. बेकायदेशीर कृत्ये न घडू देण्याची काळजी घेण्याचे काम कोस्टगार्डचे. कृत्रिम बेटांचे, तेल साठ्याचे संरक्षण करणे शिवाय कोळ्यांचे, त्यांच्या होड्यांचे रक्षण करून त्यांना मदत करणे ही कामे देखील कोस्टगार्डची आहेत. बेकायदेशीर मालमत्तेवर जकात, सागरावरील जीवित व वित्ताचे रक्षणही त्यांना करावे लागते. (इसंशा)

किन्हई : पंतप्रतिनिधीच्या ताब्यातील कोरेगाव जवळील गाव. जवळ नंदगिरी नावाचा किल्ला, येथील देवी प्रसिद्ध. (सुविको)

किरकंडुगुंफा : मराठवाड्यातील उस्मानाबाद नगराला पूर्वी धाराशिव असे नाव होते. धाराशिवपासून काही अंतरावर तेर गावाजवळ पहाडात काही गुंफा आहेत. करकंडुचरितानुसार राजा करकंडूने ज्या गुंफा खोदविल्या त्या याच होत. इथे एकूण चार गुंफा आहेत. त्यांतील बहुतेक मूर्ती श्री भगवान पार्श्वनाथांच्या आहेत. (भासंको)

किरणोत्सर्गी कार्बन कालनिर्णय पद्धती (कार्बन डेटिंग): पदार्थातील कार्बनचा किरणोत्सर्ग मोजून त्याचे वय निश्चित करण्याची अत्याधुनिक पद्धती. ती अत्यंत गुंतागुंतीची असून प्राचीन अवशेष, मूर्ती इ. चा काल ठरवणारी शास्त्रीय पद्धती मानली जाते. (मविको)

किरात : (१८६५-१९५९) : मूळ नाव कृष्णाजी लक्ष्मण सोमण. मराठी अष्टपैलू साहित्यिक पत्रकार. सर्व लेखनप्रकार तेवढ्याच ताकदीचे. 'संभाजीच्या पश्चात मराठ्यांची स्थिती' हा निबंध महत्त्वपूर्ण.

किर्पाल बी.एन. : मे २००२- नोव्हेंबर २००२ या काळात किर्पाल बी. एन. ह्यांनी भारताचे सरन्यायाधीश म्हणून जबाबदारी सांभाळली. (इस्ट्रफॉइ)

किर्लोस्कर बळवंत पांडुरंग तथा आण्णासाहेब : (नाटककार) आद्य मराठी संगीत नाटककार १८४३-१८८५ संगीत शाकुंतल, संगीत सौभद्र नाटकांचे स्वत:पद रचत. किर्लोस्कर नाट्य मंडळी स्थापन. अनेक चांगली नाटके रंगभूमीवर आणली. विष्णुदास भाव्यांचे नाट्ययुग संपून आण्णांचे आधुनिक युग सुरू. नाट्य क्षेत्राला सामाजिक प्रतिष्ठा दिली. शिवाजीमहाराजांवर स्वतःची पदे व ५०० आर्या रचल्या आहेत. (मचको)

किर्लोस्कर लक्ष्मण काशिनाथ (ज. १८६९ – मृ. १९५६) **:** महाराष्ट्रातील पहिले उद्योजक. किर्लोस्कर उद्योग समूहाचे संस्थापक. १९१० मध्ये किर्लोस्कर ब्रदर्स ची स्थापना. त्यांच्या पासून स्फूर्ती घेऊन अनेकांनी या क्षेत्रात प्रवेश केला. (मदि) महाराष्ट्रातील लोखंडाचे कारखानदार सायकलीपसून निर्मितीस प्रारंभ शेती औजारबाबत प्रसिद्ध. महाराष्ट्रात औद्योगिक युग आणण्याचा त्यांना मान. (सुविको)

किलकिला राजवंश : किलकिला राजे म्हणजे भाराशिव किंवा वाकाटक घराण्यातील राजे होत. किलकिला राजवंशाच्या राजवटीत संस्कृत भाषेला प्रोत्साहन मिळून ती राजभाषा झाली. या वंशाचे शिलालेख, ताम्रपट, उच्च संस्कृत भाषेत आहेत. नागरी लिपीही प्रचारात आली. (मचको)

किल्ले : सह्याद्रीच्या घाटमाथ्यावर बहुतेक किल्ले आहेत. डोंगरावर मैदानी प्रदेश असावा लागतो. भोवती तटबंदी करून बांधून संरक्षण, आक्रमण केले जाई. भोवतालच्या ५।२५ मैलाच्या प्रदेशावर देखरेख करता येई. डोंगरी, भुईकोट आणि जलदुर्ग असे प्रकार पडतात. पुढे पेशवाईत किल्ल्यांचा उपयोग कैदखाना म्हणूनच. गढी हा सुद्धा किल्ल्याचाच प्रकार होय. भोवती खंदक खणून तो सुरक्षित ठेवला जाई. (मसाआई)

किल्ले कुर्डू (विश्रामगड) : एक लहानखुरा किल्ला. कुर्डाई देवीचे मंदिर आहे. तेथल्या खिंडीतल्या खिडकीतून कोकणाचा मुलूख दिसतो. शिवलिंग बाणाची आख्यायिका प्रसिद्ध आहे. तेथील शिवलिंग सातारच्या जलमंदिरात सध्या आहे. शिवाजी महाराजांनी बांधला. थोरले बाजीराव, खंडोजी मानकर, नाना फडणीस, जंजिऱ्याचे सिद्दी इ. थोर ऐतिहासिक वीरपुरुषांचा संबंध ह्या किल्ल्याशी आलेला आढळतो. वस्ती धनगर व कोळी लोकांची. (सासभकि)

किसन संतुराम : वय १६. कनोजी. अहमदनगरचा रहिवासी. नोकरीपेशा. सातारा उठाव १८५७ ह्यात भाग. पंढरपूरची मामलेदार कचेरी आणि सरकारी तिजोरी ह्यावर १३ जुलै १८५७ ह्या दिवशी हल्ला करून माणसे मारल्यामुळे जन्मठेप शिक्षा झाली. (१८५७ चे स्वापदहिं)

किसा गौतमी : एक बुद्धशिष्या.

किसान ऐक्य चळवळी : २० व्या शतकात या चळवळीस प्रारंभ झाला. किसानसभा सारख्या संघटना निर्माण झाल्या. १९१८ मध्ये गौरी शेक मिश्र, इंद्र नारायण त्रिवेदी यांनी संघटना बांधल्या, तथापि बाबा रामचंद्र या महाराष्ट्रीय ब्राह्मणाकडेच खरे श्रेय. शेतकऱ्यांना प्रतिष्ठा दिली. बड्या बड्या काँग्रेस पुढाऱ्यांना ते भेटले. अवध किसान सभेची प्रतापगढ येथे १९२० मध्ये सर्व छोट्या संघटनांची मिळून एकच संघटना निर्माण केली गेली. शेतकऱ्यांची नोंदणी, नियमानुसार सारा भरणे, पंचायतीतर्फे वाद मिटवणे, पतपेढ्या निर्मिती. १९२१ पासून तिचे लोण पसरत गेले व ती लढाऊ बनत गेली. तिच्यात कम्युनिस्टांनी प्रवेश करून अहिंसामार्ग सोडला तेव्हा ती काँग्रेसपासून दूर सरकारने. दडपशाही करून ती संपवून टाकली. (मविको)

किसास : किसास हा शिक्षेचा एक प्रकार होता. इस्लामी न्यायशास्त्रानुसार किसास म्हणजे उट्टे काढणे, खून, हल्ले अशा गुन्ह्यांच्या संदर्भात ही शिक्षा दिली जात असे. फिर्यादीला जशी इजा झाली असेल तशीच इजा आरोपीला गुन्हा सिद्ध झाल्यास करण्यात येत असे. काही लोक रक्ताची किंमत म्हणून 'दिया' ही विशिष्ट रक्कम चुकती करणे आरोपीवर बंधनकारक असे. (मभासंसं)

कीटिंग (कर्नल) : इंग्रज सेनापती पहिल्या इंग्रज मराठे युद्धकाळात राघोबास मदत करण्यास याची नेमणूक पण राघोबाच्या धरसोडवृत्तीने काहीच साधले नाही. (सुविको).

कीर्तनकार : उत्तर पेशवाईत ब्राह्मणांना एक चरितार्थाचे साधन मिळाले. मध्वमुनीश्वर नामांकित कीर्तनकार, परमेश्वर भक्ती, मनोरंजन, लोकशिक्षण, राजकीय जागृती इ. साधली जात असल्याने आजतागायत कीर्तनपद्धती लोकप्रिय आहे. महिपती बुवा, मोरोपंत (पंडित पराडकर) रामजोशी, अनंतफंदी, ही नावे अविस्मरणीय आहेत.

कीर्तने नीलकंठ जनार्दन (इ.स १८४४-१८९६) : मराठ्यांचे इतिहासकार, डफच्या इतिहासाचे आद्य टीकाकार. शिवाजीचे सप्त प्रकरणात्मक चरित्र प्रसिद्ध. (सुविको)

कीर्तिवर्मा (इ.स. ५६७ - ५९७) : पुलकेशीचा हा पुत्र. इ. स. ५६७ मध्ये गादीवर आला. कोकण व

उत्तर कानडा हा भाग आपल्या राज्याला जोडला. कीर्तिवर्मा कलेचा भोक्ता होता. बदामी येथे उत्कृष्ट लेणी कोरवून घेतली. (भासंको)

कीर्तिवर्मा २ रा (इ. स. ७४५ – ७५७) **:** याच्या कारकिर्दीत चालुक्याच्या सत्तेला ग्रहण लागले. याने पल्लवांशी झुंज दिली. राष्ट्रकूट राजा दंतिदुर्गाकडून हा पराभूत झाला. (भासंको)

कीर्तिस्तंभ : विजयस्तंभाचेच दुसरे नाव. उंची ८० फूट व सातमजली आहे. १३०० च्या सुमारास राजस्थानात चित्तोडगडावर बांधला. जवळच महावीरस्वामींचे मंदिर असून दोन्ही ठिकाणी दिगंबर जैनांची शिल्पकला दिसते. उत्कृष्ट कोरीव काम केलेले, राणाकुंभाच्या काळातील शांतिनाथाचे मंदिर आहे. (भासंको३)

कीलहॉर्न (इ.स.१८४०-१९०८) **:** हा जर्मनीचा विद्वान. संस्कृत भाषा व व्याकरणाची आवड. भारतातील परंपरागत विद्या व शास्त्रे यांच्याविषयी आदर उत्पन्न करून भारतीय संस्कृतीचे महत्त्व युरोपात प्रस्थापित करणे व इकडील संशोधकांना पाश्चात्त्यांच्या आदर्श चिकित्सा पद्धतीचे ज्ञान देणे, ही दुहेरी कामगिरी कीलहॉर्न आणि डॉ. बूलर यांनी केली. (मचको) प्राचीन इतिहासाचे संशोधक. १८६६ पूना कॉलेज, (डेक्कन कॉलेज) मध्ये प्राध्यापक शिलालेख, ताम्रपटाचा अभ्यास इंडियन ॲन्टीक्वेरीचे परिशिष्ट म्हणून एपिग्राफिया इंडिया त्रैमासिक सुरू. निवृत्तीनंतर गार्टिजेन विद्यापीठात संस्कृतचे प्राध्यापक. (सुविको)

कुँवरसिंह (वीर मरण १४ एप्रिल १८५८, जगदीपूर) : (हुतात्मा) (बिहार) जगदीशपूरचे संस्थानिक. वयाच्या ८० व्या वर्षी १८५७ च्या स्वातंत्र्य संग्रामात भाग घेतला. कुँवरसिंहाच्या नेतृत्वाखाली सैन्याने आरानगर येथील कारागृह तोडून कैद्यांना मुक्त केले. सरकारी खजिना लुटला. सखाराम व केसूर या दुर्गम पर्वतश्रेणीच्या आश्रयाने युद्धकांड चालू ठेवले.पण जखमी होऊन वीरमरण प्राप्त झाले. (स्वासंस)

कुंजपुरा : पूर्वीच्या पंजाबातील महत्त्वाचे शहर. पानिपतच्या लढाई पूर्वी सदाशिवराव भाऊने येथील लढाईत अबदालीचा सेनापती कुतुबशाहास ठार मारले नि दत्ताजी शिंद्यांच्या वधाचा सूड घेतला.

कुंजर गड : चांदवडजवळील कंचन-मंचनच्या घाटात दिंडोरीच्या युद्धात दाऊदखानाचा प्रचंड पराभव करून महाराज, सुरतेची लूट नि दाऊदखानाचे पाडाव केलेले घोडे घेऊन कुंजरगडावर गेले. (इ. स. १६७०, १७ ऑक्टो.) (शिंदुघऐसू)

कुंझरू (पं) हृदयनाथ (ज. १८८७, मृ. १९७८) **:** हिंदी राजकीय पुढारी. भारत सेवक संघाचे धडाडीचे नेते. उपाध्यक्ष. अध्यक्षही झाले. हिंदी भाषा, अर्थशास्त्र, यातील कामगिरीबाबत प्रसिद्ध. (सुविको)

कुंटे महादेव मोरेश्वर (१८३५-१८८८) **:** महाराष्ट्रातील वैदिक पंडित, कवी, वक्ते, 'षड्दर्शन चिंतनिका' मासिक. आर्य संस्कृती स्थित्यंतरे हा ग्रंथ त्याच्या विद्वत्तेची साक्ष देतो. (सुविको)

कुंडिनपूर विद्यापीठ (इ.स.पू. ६ वे शतक) : वैशालीच्या परिसरात कुंडग्राम किंवा कुंडिनपूर नावाचे एक नगर होते. तिथे या विद्यापीठाची स्थापना झाली. म्हणून याला कुंडिनपूर विद्यापीठ नाव मिळाले. वेद, वेदांगे व धार्मिक ग्रंथ, इतिहास आख्यान, तत्त्वज्ञान, गणित, व्याकरण, काव्य, ज्योतिष इ. चे शिक्षण दिले जाई.

व्यायाम शास्त्राचे यथासांग शिक्षण देणे हे या विद्यापीठाचे वैशिष्ट्य होते. (प्राभावि)

कुंतासी : सिंधू व्यापाऱ्यांची औद्योगिक वसाहत असलेले ठिकाण. तेथे दुहेरी तटबंदी होती. तिच्या आत उद्योगकेंद्र होते. ते बंदर असून, तेथून निर्यात होत असे. समुद्र किनारा असल्यामुळे तेथे एक उंच दीपस्तंभही होता. (सिंस)

कुंभकर्ण गुहिलोत (इ.स.१४३३ – ६८) : कुंभराणा उदेपूरच्या राजवंशातील, याने अबूचे राज्य जिंकले. माळव्याच्या सुलतानाशी अनेकदा लढाया आणि विजयी. शिल्पशास्त्रज्ञ. कीर्तिस्तंभ, मंदिरे, जलाशय व किल्ले बांधले. कलाभिज्ञ, विद्यानुरागी शंकरभक्त असूनही विष्णुमंदिरे, संगीतशास्त्रावरही लेखन. मुलाने त्याचा खून केला. (सुविको)

कुंभकोणम् : दक्षिण भारतातील प्राचीन तीर्थक्षेत्रांपैकी एक प्रसिद्ध क्षेत्र. तमिळनाडूमधील तंजाऊर जिल्ह्यात कावेरी नदीच्या तीरी आहे. हे ब्राह्मणी संस्कृतीचे मोठे केंद्र होते. आद्य शंकराचार्यांनी काशी मठाची स्थापना केली. इ.स. च्या ७ व्या शतकात चोळ राजांनी इथे आपली राजधानी स्थापिली आणि विद्या कलांना राजाश्रय दिला. (भासंको)

कुंभराणा (१४३३–१४६८) : मेवाडच्या शिसोदिया राजवंशातील एक अत्यंत कर्तृत्ववान पुरुष. इ.स. १४३९ पर्यंत राजस्थानवर सत्ता प्रस्थापित. महमूद खिलजीचा दोनदा पराभव केला. राणा कुंभ धर्माभिमान प्रखर होता. मुसलमानांनी हिंदूंवर केलेल्या अत्याचारांचा त्याने पुरेपूर सूड उगविला. चितोडगडावरील कीर्तिस्तंभ प्रशस्तीत याचे यथायोग्य वर्णन आहे. थोर शासनकर्ता. (भासंको)

कुंभेर : राजपुतानातील असूर संस्थानातील गाव. बदनसिंग जाट राजाने बांधलेला किल्ला. सुरजमल जाटाचा पराभव करण्यासाठी मल्हारराव होळकराने त्या किल्ल्यास वेढा दिला होता, त्यात त्याचा मुलगा व अहिल्याबाईचा पति खंडेराव ठार झाला. हा होळकर घराण्यावर मोठाच आघात होता. (१७५४) (मचको)

कुकरी : एक शस्त्र. छोटी तलवार. गुरखा जमातीचे शस्त्र. नेपाळचे राष्ट्रीय शस्त्र. हातघाईच्या लढाईत वापर. आत्मरक्षणाकरिता उपयोग. (भासंको)

कुजूटल : (कदफिसेस) एक कुशाण राजशाखा. कुजुल कदफिसेसने सर्व शाखांचे संघटन केले. काबूल कंदाहर जिंकून सिंधूपर्यंत मजल मारली. पर्शियन राजाचे त्याने राज्य जिंकून घेतले. इ.स. ६० च्या सुमारास मृत्यू. कदफिसेस ही त्याला पदवी होती. (मचको)

कुडे / मांदाड लेणी : मांदाड लेणी रायगड जिल्ह्यात माणगाव तालुक्यात कुडे या गावी लेणी आहेत. लेण्यामध्ये ५ चैत्य असून बाकीची २१ लेणी विहार आहेत. शिलालेख आहेत. लेणे क्र. ३ 'भूतीचे लेणे' आहे. लेणे क्र. ५ मध्ये भिंतीवर ३ शिलालेख आहेत. लेणे क्र.२ मध्ये बुद्धमूर्ती आहे. एक संस्कृत शिलालेख आहे. दात्याची नावे आहेत. छत्रावलीसह स्तूप आहे. करहाकड (कऱ्हाड) मधील लोहाराचा उल्लेख आहे. मुगुदा माळ्याचा उल्लेख आहे. परिसरात तळेगड, धोसाळगड, फणसाडचे अभयारण्य, मुरूड–जंजिरा, पद्मदुर्ग इ. प्रेक्षणीय स्थळे आहेत. (लेम)

कुणबिणी : थोरामोठ्यांच्या घरात १७।१८ व्या शतकात घरकाम करणाऱ्या स्त्रिया. त्यांची खरेदी विक्री होत असे. तथापी, त्यांना अत्यंत प्रेमाने वागविले जाई.

कुणाल मौर्य : हा मौर्यवंशातील अशोकाचा पुत्र. वायुपुराणात कुनाल असे नाव दिले असले तरी ब्रह्मांडपुराणात हे नाव कुशाल असे आढळते. तक्षशिला येथील उत्खननात एक आभूषण सापडले. ह्यूएनत्संगने तेथे पाहिलेल्या कुनाल स्तुपाचे वर्णन मार्शलने केले आहे. (मचको)

कुणिंद : देश व लोक : यमुनेच्या उत्तरेस डेहराडूनपासून जगाधरीपर्यंत पसरलेला प्रदेश प्राचीन काळी कुणिंर या नावाने प्रसिद्ध होता. या प्रदेशात कुणिंद गणराज्याची अनेक नाणी सापडली आहेत. याच प्रदेशात कालकूट हे प्राचीन जनपद होते. (भासंको)

कुतुबमीनार : दिल्लीपासून २४ मैलांवर हा मनोरा आहे. इ.स.च्या १३ व्या शतकाच्या प्रारंभी हा मनोरा कुतुबुद्दीन ऐबक याने बांधला व अल्तमश याने पूर्ण केला. हिंदू सम्राट पृथ्वीराज चौहान (११५९-११९३) याने हा मनोरा बांधला असेही एक मत आहे. त्यावर बरीच हिंदू शिल्पे आहेत. (भासंको)

कुत्बुद्दीन ऐबक गुलाम (सुमारे ११९१-१२१०): दिल्लीचा बादशाह, याला लहानपणी निशापूरला पळवून नेले आणि गुलाम म्हणून विकले. याच्याच कारकिर्दीत मुसलमानांची सत्ता हिंदुस्थानच्या इतर प्रांतात शिरली व दिल्लीत स्थिर झाली. (मचको)

कुत्रा : मानवजातीचा मित्र ठरलेला एक प्राणी. मोहेंजोदडो येथील उत्खननात विविध प्रकारच्या भांड्यांवर कुत्र्याची चित्रे आढळली आहेत. त्यावरून सिंधुसंस्कृतीतल्या (इ.स.पू.३१००-इ.स.पू.२५००) लोकांना कुत्रा प्रिय होता, हे कळते. छत्रपती शाहू महाराज हे पाळीव प्राण्यांचे फार शौकीन होते. कुत्र्याची गरज धनगरापासून सरदारापर्यंत सर्वांनाच. त्यांची देखभाल करणाऱ्यास कुतेवान म्हणत. महाराजांच्या संग्रही शेकडो जातीवंत कुत्री होती. (भासंको)

कुन्हा डॉ. टी.बी. : १९४८ मध्ये मुंबईत डॉ. टी.बी. कुन्हा यांच्या अध्यक्षतेखाली गोवा काँग्रेस कमिटी स्थापन. पोर्तुगीज वर्चस्वापासून गोवा मुक्त करणे हे या कमिटीचे उद्दिष्ट होते. (अचको)

कुमाऊं : उत्तर प्रदेशाचा हिमालयात पसरलेला भाग. इ.स.च्या ५ व्या व ६ व्या शतकात हिमालयातील बहुतेक भाग हूण राजे तोरमाण व मिहिरकुळ यांच्या सत्तेखाली होता. हर्षाच्या मृत्यूनंतर (इ.स.६४७) सुमारे २०० वर्षे तिबेटच्या अधिसत्तेखाली होता. इ.स.१८१५ साली इंग्रजांनी हा प्रदेश नेपाळकडून जिंकून घेतला. १९४७ साली हा प्रदेश भारतीय गणराज्यात समाविष्ट झाला. (भासंको)

कुमार गुप्त १ ला (कार्यकाल इ. स. ४१४ - १५ ते ४५५) **:** चंद्रगुप्तानंतर हा गादीवर आला. त्याने ४० वर्षे राज्य केले. त्याच्या काळी साम्राज्यात शांतता व सुव्यवस्था नांदली. त्याने महेंद्रादित्य हे नाव धारण केले. त्याने अश्वमेध यज्ञ केला. (भासंको)

कुमारगुप्त २ रा (कार्यकाल इ. स. ४७३ - ४७६) : हा ४७३ मध्ये राजा झाला. याच्या २० सुवर्ण नाण्यांवरून याची माहिती मिळते. याने क्रमादित्य असे बिरुद घेतले होते. मंदसोर येथील लेखावरून पूर्व माळवा याच्या ताब्यात होता. (पाहा : भासंको)

कुमारजीव (कार्यकाल इ. स.३४४ -४१३) : एक बौद्ध भिक्षू व ग्रंथकार. चिनी सम्राट याओ हिन् याने कुमारजीवाला आपला राजगुरू बनविले. कुमारजीव राजाश्रयाला राहून चीनमध्ये बौद्ध धर्मावर व्याख्याने देऊ लागला. (भासंको)

कुमारदेवी : ही लिच्छवी घराण्यातील राजकन्या व गुप्त घराण्यातील पहिल्या चंद्रगुप्ताची पत्नी. चंद्रगुप्त हा खरा पाटलीपुत्रासारख्या लहानशा शहरचा राजा. परंतु त्याचा विस्तार केला नाही. (मचको)

कुमारपाल (कार्यकाल इ.स.११४३ -११७२) **:** गुजरातचा एक प्रतापी जैन राजा. हा चालुक्य राजा भीमदेव (१ला) याच्या दासीपुत्राचा वंशज होता. याने मोठे साम्राज्य स्थापले होते. चितोडच्या किल्ल्यावरील एका शिलालेखात याच्या पराक्रमाचे वर्णन आहे. (भासंको)

कुमारपाल सोलंकी (कार्यकाल ११४२ -७३) **:** माळव्याच्या बल्लाळ राजाला ठार केले. कोकणच्या शिलाहारवंशी मल्लिकार्जुनावर दोन वेळा स्वारी केली. अजमेरच्या आना चौहानावर दोन स्वाऱ्या केल्या होत्या. पहिली स्वारी स. ११४४, दुसरी स्वारी स. ११५०. गुजरातच्या बाहेर माळवा व राजपुताना येथेही काही शिलालेख मिळाले आहेत. (मचको)

कुमारराज : याची राजधानी कर्णसुवर्ण (उर्शिदाबाद). हा आसामचा प्राचीन राजा. ह्यूएनत्संगाच्या वेळी कामरूप देशाचा राजा होता. त्याला भास्कर वर्मा असेही म्हणतात. हा हर्षाचा सहकारी मित्र. याच्याविषयी बाणभट्ट व ह्यूएनत्संग याने वर्णने लिहिलेली आहेत. (मचको)

कुमारिल भट्ट (इ.स.७ वे शतक) **:** पूर्वमीमांसा शास्त्रावरील वार्तिककार. याला भट्टपाद असेही म्हणत. बौद्ध दर्शनाचे खंडन करून कर्ममार्गाचे पुनश्च प्रवर्तन केले. वैदिक धर्माच्या पुनरुज्जीवनाचे श्रेय यालाच दिले पाहिजे. वेदान्त दर्शनाच्या इतिहासात शंकराचार्यांचे जे स्थान आहे, तेच मीमांसा दर्शनाच्या इतिहासात कुमारिल भट्टाचे आहे. (भासंको)

कुरु : प्राचीन भारतातील एक प्रसिद्ध जमात. इंद्रप्रस्थ (सध्याची दिल्ली) ही त्यांची राजधानी. यादव, भोज आणि पांचाळ यांच्याशी विवाहांमुळे त्यांचे मित्रत्वाचे संबंध प्रस्थापित झाले होते. कुरूंची प्रथम राजसत्ताक पद्धती होती. नंतर त्यांचे संघराज्य बनले. (पाहा : प्रा. भा. इ. व सं.) एक प्रदेश इ.स.च्या चौथ्या शतकापर्यंत कुरुवंशीय राजांचे साम्राज्य असल्याचे उल्लेख सापडतात. सप्त सिंधूच्या प्रदेशातून आर्य हळूहळू दक्षिणेकडे व पूर्वेकडे सरकू लागले व कुरु पांचाल, कोसल विदेह हे देश त्यांची कर्मभूमी ठरले. कौरव-पांडव हे याच वंशातील. (भासंको)

कुरुंदवाड (संस्थान) : पटवर्धन सरदारांचीच एक शाखा. गणपतीचा उत्सव प्रसिद्ध आहे. हरभट बाबा हे संस्थानसंस्थापक. पेशव्यांचे विशेषत: थोरले माधवरावाचे उजवे हात म्हणजे पटवर्धन सरदार मानले जात. (सुविको)

कुरुक्षेत्र : हरियाणातील कर्नाल जिल्ह्यात हे पवित्र क्षेत्र आहे. सम्राट हर्षवर्धनाच्या काळापर्यंत हे क्षेत्र सामाजिक व सांस्कृतिक दृष्टीने उन्नतीच्या शिखरावर होते. तेथील स्थानेश्वराचे मंदिर मोगलांकडून उद्ध्वस्त झाल्यावर अहिल्याबाई होळकर यांनी ते बांधले. कुरुक्षेत्राला धर्मक्षेत्र असेही म्हणतात. महाभारत युद्ध येथेच झाले. (भास को)

कुलकर्णी : हा पाटलांचा सहायक होता. शिकलेला व उच्चवर्णीय असावयाचा. मुख्य काम हिशेब ठेवणे. सरकारकडे पत्रव्यवहार करणे. ४-५ गावचे काम बघत असे. त्याला हक्क व सेवा पाटलाच्या निम्म्याने मिळत असत. (रवाई) एकंदर जमिनीचा पंचविसावा हिस्सा पाटील, कुलकर्णी व चौगुले यांना इनाम देण्याची वहिवाट होती. (भासंको)

कुलकर्णी प्रा. डॉ. अनंत रामचंद्र : (जन्म १९२५). इतिहाससंशोधक, इतिहासाचे प्राध्यापक. 'महाराष्ट्र इन दी एज ऑफ शिवाजी' हा इंग्रजी प्रबंध. 'आंतरराष्ट्रीय संस्था', 'जेम्स कर्निंगहॅम ग्रँट डफ', 'डोलवा', 'मराठी साधने', 'आज्ञापत्र', 'जेधे शकावली', 'मध्ययुगीन महाराष्ट्र', 'मराठ्यांचा इतिहास' आदी त्यांचे महत्त्वपूर्ण ग्रंथ होत. १९६० मध्ये इंग्लंडमध्ये रीसर्च स्कॉलर म्हणून गेले होते. सुप्रतिष्ठ प्राध्यापक म्हणून सन्मान. (मदि)

कुलाबा किल्ला : पाहा – अलिबाग

कुलोत्तुंग (चोळ) (राज्यारोहण १०७०–१११८) – चोळ वंशातील एक महान राजा. ५० वर्षे राज्य. साम्राज्य रक्षणापुरतीच युद्धे केली. एरवी शांततामय धोरण. केरळ, पांडच देश येथील बंडे मोडून काढली. (भासंको) चालुक्य राजा राजराज याचा हा मुलगा. सिलोनचा राजा विजयबाहू याच्याशी मित्रत्वाचा तह. चेर व पांड्य राजांचा उठाव मोडला. कलिंगवर स्वारी करून तेथील बंड मोडून काढले. वेंगीचा राजा सहाव्या विक्रमादित्य याचा प्रतिकार केला. (भासंको)

कुल्ली संस्कृती : दक्षिण बलुचिस्तानातील कोलवा प्रदेशात असलेल्या कुल्ली या ठिकाणी झालेल्या उत्खननामुळे या संस्कृतीचा शोध लागला. तिला कुल्ली संस्कृती असे नाव दिले आहे. सिंधू संस्कृतीशी हिचा संपर्क होता. हडप्पा संस्कृतीशी ही संस्कृती मिळतीजुळती होती. (भासंको)

कुल्लूक भट्ट : (इ.स. ११५०–१३००) मनुस्मृतीवर टीका लिहिणारा प्रसिद्ध टीकाकार. बंगाल. नंदन गाव. (भासंको)

कुवलयानंद (इ.स.१८८३–१९६६) : प्रख्यात शारीरिक शिक्षणविशारद व योगशास्त्रज्ञ. लहानपणापासूनच समाजकार्य व देशसवेची आवड होती. १९२१ मध्ये अंमळनेर येथे राष्ट्रीय शिक्षणाचे महाविद्यालय स्थापन केले.(भासंको)

कुवारी गड : मलिक अहमद निजामशहाने कोळ्यांपासून १४८६ मध्ये घेतली. दादाजी पंत कोंडदेवांनी पौड खोऱ्यातील कुवारीगड, ढमाले देशमुखाच्या ताब्यातून आपल्या ताब्यात घेतला. पुणे रायगड जिल्ह्याच्या सीमेवर आहे. (शि दु घ ए सू)

कुशाण राजवंश : इ.स.पूर्व दुसऱ्या शतकात हे कुशाण होऊन गेले. कुझुलोक द फिसेस, ओइमो, कनिष्क, वासिष्क, हुविष्क, कनिष्क २ रा, वासुदेव हे कुशाण राजे होऊन गेले. त्यांत कुशाण हा प्रसिद्ध होता. त्यांनी बौद्ध मठ व हिंदू जैन मंदिरे बांधली. राज्यपद्धती राजाधिष्ठित होती. कुशाणांचे विशाल साम्राज्य मध्य आशियापर्यंत पसरले होते. साम्राज्यातील निरनिराळ्या प्रांतावर क्षत्रप (प्रांताधिकारी) नेमण्याची प्रथा याच काळात सुरू झाली. कुशाण सम्राट कनिष्काच्या कालावधीत चौथी बौद्ध धर्मपरिषद काश्मीरला भरली होती. (भासंको)

कुशावती : एक प्राचीन नगरी. बुद्धपूर्व काळातील मल्ल जनपदाची ही राजधानी होती. हिलाच कुशीनारा किंवा कुशिनगर म्हणू लागले. चिनी यात्रेकरू फाहियान, (इ.स.५ वे शतक) व युआन च्वांग (इ.स.७ वे शतक) या दोघांनी या स्थळासंबंधी समान माहिती दिली आहे. ११ व्या १२ व्या शतकात इथे कलचुरींचे राज्य होते. १३ व्या शतकात मुसलमानांच्या आक्रमणामुळे ही नगरी उद्ध्वस्त झाली. (भासंको)

कुशावर्त : महाराष्ट्रातील त्र्यंबकेश्वर (जि.नाशिक) येथील एक प्रमुख तीर्थक्षेत्र. हरद्वार येथील ब्रह्मकुंडाजवळ कुशावर्त नामक एक तीर्थस्थान आहे. (भासंको)

कुशिनगर : (पाहा : कुशावती)

कुशिनारा : (पाहा : कुशावती)

कुशीनगर : प्राचीन नाव कुशावती गौतमबुद्ध महापरिनिर्वाण यांचे येथे झाले. जगात प्रसिद्ध. महान तीर्थक्षेत्र. (सुविको)

कुसाजी भोसले : हे शाहूमहाराजांचे लेकवळे होते. साताऱ्याजवळच्या शिराळे प्रांतांची सुभेदारी यांचेकडे होती. कर्नाटक प्रांतावर बाबूजी नाईकाची नेमणूक झाली. त्याच्याकडे अर्धा कर्नाटक व कुसाजीकडे अर्धा कर्नाटक. शिराळे येथील भोसले घराण्याचे हे संस्थापक. (मचको, शाहू महाराज बखर)

कुस्ती : एक राष्ट्रीय मर्दानी खेळ. बडोद्याचे खंडेराव महाराज, कोल्हापूरचे छत्रपती बाबासाहेब महाराज यांच्या प्रोत्साहनामुळे कुस्तीचा उत्कर्ष झाला. सातारचे छत्रपती शहाजी राजे, कुरुंदवाडचे बाबासाहेब पटवर्धन, कोल्हापूरचे छत्रपती राजाराम महाराज यांनीही कुस्तीला राजाश्रय दिला होता. इ.स.२० व्या शतकात मल्लविद्या शिखरावर पोहोचली. ती रा.छत्रपती शाहू महाराज, कोल्हापूर यांच्या प्रोत्साहनामुळेच. (भासंको)

कूका रामसिंघ : पाहा : रामसिंघ कूका.

कूडलसंगम : कृष्णा व तुंगभद्रा या नद्यांच्या संगमाला कूडलसंगम म्हणतात. हे एक प्राचीन युद्धक्षेत्र आहे. चोळ व चालुक्य यांच्या बऱ्याच लढाया येथे झाल्या. (भासंको)

कूर्ग : पूर्वीचे म्हैसूर संस्थान व उत्तर मलबार यांच्यामध्ये असलेला लहानसा डोंगराळ प्रदेश. १४ व्या शतकात विजयनगरच्या आधिपत्याखाली हा प्रदेश होता. १७८० मध्ये हैदरच्या ताब्यात गेला. १७८२ मध्ये कूर्गच्या लोकांनी हैदरची सत्ता झुगारली. १७८५ मध्ये टिपूने हे बंड मोडले व हजारो लोकांना बाटविले. १७८८ मध्ये वीरराजने (४ था) कूर्गचे राज्य स्थापले. पुढे ब्रिटिशांनी ते खालसा केले. (भासंको)

कृतयुग : चार युगांपैकी पहिले युग. रवी, चंद्र, गुरु हे तीन ग्रह एका राशीत असतात, तेव्हा या युगाचा प्रारंभ होतो. हा आरंभ इ.स.पूर्व ४५८ या वर्षी झाला, असे श्री. धीरेंद्रनाथ मुकर्जी यांनी सिद्ध केले आहे. (भासंको)

कृपलानी जीवनदास भगवानदास (आचार्य) : हिंदी पुढारी, म. गांधीबरोबर चंपारण्य सत्याग्रहात भाग. पं मालवीदजींचे सेक्रेटरी. बनारसला गांधी आश्रम, गांधी तत्त्वज्ञान प्रसारासाठी सतत प्रवास विपुल लेखन, प्रभावी वक्ते. (सुविको)

कृपाराम (लाला) : १८ वे शतक. सवाई जगसिंहाच्या पदरी-मुत्सद्दी मराठ्यांतर्फे जयपूरच्या दरबारात नेमले. त्याचा मुलगा, नातू हे सुद्धा वकील म्हणून. (सुविको)

कृष्ण १ ला (इ. स. ७५७ - ७७२) : याने चालुक्यांचा पराभव केला. राजाधिराज, परमेश्वर ही बिरुदे धारण केली. वेंगीच्या चालुक्य राजाचा पराभव केला. याने कैलास लेणीत शिवमंदिर कोरले. त्यामुळे तो अजरामर झाला. (भासंको)

कृष्ण २ रा (इ.स. ८७७ - ९१३) : याला अकलवर्ष किंवा श्रीवल्लभ असेही म्हणतात. चालुक्यांशी याने युद्धे केली. गंग राजांना मांडलिक बनविले. (भासंको)

कृष्ण ३ रा राष्ट्रकूट (इ.स. ९३९ - ९६४) : तिसऱ्या अमोघवर्षाचा मुलगा. राजादित्य चोलाशी याचे युद्ध झाले. राष्ट्रकुटांचे साम्राज्य कांची व तंजावरपर्यंत पसरले. गुर्जर राजांवर त्याने वचक निर्माण केला. (भासंको)

कृष्ण : शिमुकानंतर त्याचा भाऊ (कन्ह) हा राजा झाला. नाशिक येथील लेखात आढळणाऱ्या त्याच्या नावावरून असे दिसते की, महाराष्ट्रावर त्यावेळी त्याने अधिकार मिळविला होता. (प्राभाइव)

कृष्ण काकतीय (इ.स.१३१४-७०) : मुसलमानांना विरोध करणारा दक्षिणेतील राजा. कृष्णा नाईक व वीरभद्र या नावानेही प्रसिद्ध. हा वरंगळच्या प्रताप राजाचा मुलगा. अहमद तुघलकाने आणि नंतर दिल्लीचा बादशाहा महमदशाहा याने तेलंगणचे राज्य बुडवून टाकले. हा पहिल्या बुक्काचा समकालीन होता. (मचको)

कृष्णकांत : (इ.स.१९२७-२००२) ज्येष्ठ गांधीवादी नेते. कृष्णकांत यांनी १९९७-२००२ या काळात भारताचे उपराष्ट्रपती म्हणून जबाबदारी सांभाळली. (सुविको)

कृष्ण ज्योतिषी : पंचांग शुद्धीकरणासाठी कृष्ण ज्योतिषी याने करणकौस्तुभ हा ग्रंथ शिवरायांच्या सांगण्यावरून निर्माण केला गेला. अशा प्रकारे महाराजांनी ज्योर्तिगणित सुधारण्याचा प्रयत्न केला. (सुविको)

कृष्ण राष्ट्रकूट (इ.स. १७११-७२) : मालखेडच्या राष्ट्रकूट वंशातील पहिल्या कर्काचा पुत्र. चालुक्याचा मोड केला. गंगाचाही मोड केला. त्याने मुलास वेंगी येथील चालुक्य घराण्याकडे वळविले. गोविंदराजाने चौथ्या विष्णुवर्धन चालुक्याचा मोड केला व राज्याचा बराचसा भाग आपल्या राज्यास जोडला. (इ.स. ७७२) शिलाहार राजास आपले मांडलिकत्व कबूल करावयास लावले. (मचको)

कृष्णजोशी संगमेश्वर : हा पानिपतच्या युद्धाच्या वेळी साक्षीदार होता. याने पानिपतच्या युद्धाच्या वेळी मराठ्यांची फौज जोरात असून अब्दालीची काय स्थिती झाली, याचे वर्णन केले आहे. (मचको; राजवाडे प्रस्तावना)

कृष्णदयार्णव (१६७४-१७४०) : मराठी संतकवी. माध्यंदिनशाखी, कऱ्हाडजवळ कोपर्डे गावचा मूळ नाव नरहरी नारायण. औरंगजेबाच्या स्वाऱ्यांमुळे जोगाईच्या आंब्यास स्थायिक. आनंद संप्रदायी गोविंदांकडून उपदेश. भागवताच्या दशम स्कंधावरील ४२००० ओव्याचा 'हरिवदा' ही मराठी टीका. वेदान्त आणि भक्ती ह्यांचा सुंदर संगम. विद्वत्ता, बहुश्रुतपणा, काव्य अप्रतिम आणखीही अनेक ग्रंथ. (सुविको)

कृष्णदेवराय (इ. स. १५०९-१५३०) : विजयनगरचा सर्वश्रेष्ठ सम्राट. त्याच्या लष्करी विजयांपेक्षा त्याने केलेली साहित्यिक कामगिरी जास्त महत्त्वाची आहे. त्याने लिहिलेला 'आमुक्तमाल्यदा' हा ग्रंथ तत्कालीन राजकीय विचार अभ्यासकाच्या दृष्टिकोनातून अत्यंत महत्त्वाचा आहे. या ग्रंथात राज्याची व्याख्या, सार्वभौमत्वाचा सिद्धान्त, राजत्वाचे स्वरूप, मंत्र्यांची पात्रता व त्यांचे कार्य, न्यायदान, सैन्यव्यवस्था इ. विषयांवर भाष्य करण्यात आले आहे. (मभासंसं)

कृष्णराज वोडेयर (१) (१७९९-१८६९) : म्हैसूरचा राजा. याच्या पूर्वी हा प्रांत टिपूच्या ताब्यात होता. निजाम इंग्रज-मराठे यांनी टिपूस जिंकून तो भाग आपसात वाटून घेतला. हा अल्पवयीन म्हणून मंत्री पूर्णत्यास कारभार सांगितला. सज्ञान झाल्यावर उत्तम कारभार केला. चामराजेंद्र नावाच्या मुलास त्याने दत्तक घेतले. याने ५० च्यावर कन्नडमध्ये ग्रंथनिर्मिती केलेली आहे. (मचको)

कृष्णराज वोडेयर (२)(१८८४-१९४०) : म्हैसूर नरेश यांचे दिवाण विश्वेश्वरय्या यांनी संस्थानात सुधारणा केल्या. वृत्तीने अत्यंत धार्मिक. (सुविको).

कृष्णराव नारायण जोशी : मराठ्यांचा परराष्ट्रीय वकील. सातारकर महाराजांच्या पदरी होता. नाना फडणिसाने निजाम, हैदरशी मैत्री करून इंग्रजांविरुद्ध आघाडी करण्याची योजना केली त्यावेळी याला हैदराबादच्या दरबारी मुत्सद्दी म्हणून पाठविले होते (१७८०) भोसले, निजामास आपल्या बाजूस वळवण्यात तो यशस्वी झाला. म. इ. साधने खंड १९ यांस यात पत्रे प्रसिद्ध. (सुविको)

कृष्णराव बल्लाळ काळे (मृ. १७८६) : मराठ्यांचा परराष्ट्रीय वकील. निजामाच्या दरबारात वकील. ह्याच्यात तेजस्वी वृत्तीमुळे, खर्ड्याची लढाई होऊन निजामाचा प्रचंड पराभव झाला. पेशव्यांनी मोठा सरंजाम दिला. त्याचा मुलगा हाही मुत्सद्दी. (सुविको)

कृष्णराव भगवंतराव खटावकर : (मृत्यू. इ. स. १७१३) मराठी राज्यात त्यांनी केलेल्या बंडाळीवरून बरेच प्रसिद्धीस आले. दिल्लीकडून त्यांना जहागिरी मिळाली. शाहू महाराजांनी बाळाजी विश्वनाथास त्यांच्यावर पाठविले. शाहूने त्यांच्या वंशजास खटाव गाव इनाम दिला. जेजुरीच्या खंडोबाचे देऊळ कृष्णरावानेच बांधले आहे. चंपाषष्ठीला नैवेद्य व पौषमासी देवाला तेल लावण्याचा पहिला मान खटावकरांचा. (मचको)

कृष्णशास्त्री चिपळूणकर : (१८८७ मृत्यू) ज्येष्ठ समाजसुधारक, पूना ट्रेनिंग कॉलेजचे प्राचार्य, इंग्रजी पुस्तकांची भाषांतरे केली. शाला पत्रकाचे संपादन, अर्थशास्त्राची परिभाषा ह्या ग्रंथाचे लेखक. 'अर्थशास्त्र' या शब्दाचे जनक. पद्यरत्नावली, मेघदूत, सॉक्रेटिसचे चरित्र, रासेलस इ. ग्रंथ. (मचको)

कृष्णाजी अनंत सभासद : शिवाजीचा सर्वांत जुना चरित्रकार. इ. स.१६९७ मध्ये जिंजी येथे शिवाजीची बखर लिहिली. सभासद म्हणजे राजसभेत बसून सल्लामसलत देणारा शिष्ट पुरुष असावा. सभासद हे शिवाजीमहाराजांचे समकालीन होते. (मचको)

कृष्णाजी आटोळे : नागपूरकर भोसल्यांकडील मराठा सरदार. भोसल्यांच्या यादवीत त्याने नानोजीचा पक्ष घेतला. आवजी कवडे या पेशव्याच्या सरदाराचा त्याने पराभव केला. (सुविको)

कृष्णाजी एकनाथ धर्माधिकारी : याला कृष्णदास बैरागी म्हणत. एक मराठी कवी. 'चैतन्यलीला' या ग्रंथाचा कर्ता. हा ग्रंथ शिवाजीमहाराजांना राज्याभिषेक प्रसंगी अर्पण केला. केशव चैतन्याचा शिष्य. ओतूर येथे गुरूच्या समाधीजवळच ह्याची समाधी आहे. (सुविको)

कृष्णाजी कंक : येसाजी कंकाचा पुत्र. संभाजीच्या वेळी येसाजी सरनोबत होता तर हा पदातिनाईक होता. यांनी फोंड्याच्या लढाईत बरेच यश मिळविले. (मचको)

कृष्णाजी त्रिमल मथुरे : पेशवा मोरोपंत पिंगळे याचा मेहुणा. शिवाजी महाराज आग्र्याहून त्याचेकडे मथुरेस आले. संभाजीस त्याचे स्वाधीन केले व ते पुढे गेले. मोगलांना हा आपला भाचा असे सांगून संरक्षण केले. काही महिन्यांनी संभाजीस सुखरूप राजगडावर आणले. (सुविको)

कृष्णाजी नाईक जोशी : शिवकालीन मुत्सद्दी पन्हाळ्यास सुरनीस होता. व्यंकोजीकडे तंजावरास शिवाजीमहाराजांनी पाठविलेल्या शिष्टमंडळात हा होता. शाहूकाळात त्यास राज्याची पोतदारी मिळाली. त्याचा

पुत्र महादजी याची मुलगी लाडूबाई थोरल्या बाजीरावाची पत्नी (काशीबाई) (सुविको)

कृष्णाजी परशराम प्रतिनिधी (१८ वे शतक) : विशाळकगडकरांचा पूर्वज. विशाळगड आणि परिसर ताब्यात आणण्यास त्याच्या वडिलांनी त्याला पाठविले. पुढे हा कोल्हापूरकरांचा प्रतिनिधी झाला. (सुविको)

कृष्णाजी भास्कर (कुलकर्णी) : वाईचा कुलकर्णी, अफजल खानाने त्यास आपला वकील म्हणून शिवाजीमहाराजांकडे पाठविले होते. शिवाजीने त्याला सन्मानाने वागविले त्यामुळेच खानाचा खरा हेतू शिवाजीसमहाराजांना समजला. अफजल खानाच्या वधाच्या वेळी हा महाराजांवर चालून आला असता महाराजांनी त्याला ठार केले. (मचको, सुविको)

कृष्णाजी महादेव जोशी (चासकर) मृ. १७५४ : बाजीरावाने १७३० मध्ये कल्याणचा सुभेदार नेमले. मराठ्यांनी याच्या मदतीने येथे पोर्तुगिजांचा पराभव केला. थोरल्या बाजीरावाची पत्नी काशीबाई ही त्याची बहीण. पेशव्यांनी चास येथे सरंजाम दिल्याने चासकर म्हणू लागले. १७३३ मध्ये वसई मोहिमेत सहभाग. उत्तरेतही स्वारीवर गेला होता. (सुविको)

कृष्णाजी विनायक सोहोनी : पेशव्यांच्या बखरीचा लेखक. पेशवाईच्या अखेरीस पुण्यात आला. सुभेदार झाला. वैजनाथाच्या देवालयात संन्यस्त आयुष्य घालविले.१८५४ मध्ये तेथेच मृत्यू झाला. (सुविको)

केंदूर : पुणे जिल्हा. शिरूर तालुका, थोरल्या बाजीरावांनी मस्तानीला भेट म्हणून दिलेले गाव. पाहा: पाबळ.

केंद्रीय राखीव पोलिस दल : या दलाला सी. आर. पी. म्हणून ओळखतात. याचे कामकाज गृहमंत्रालयाच्या नियंत्रणाखाली चालते. यामध्ये बटॅलियन, कंपनी, प्लॅटून, सेक्शन असे विभाग-उपविभाग असतात. राज्यात व केंद्रशासित प्रदेशात कायदा व सुव्यवस्था निर्माण करण्यासाठी स्थापना. काही बटॅलियनचे रूपांतर रॅपिड ॲक्शन फोर्समध्ये झाले आहे. (इ. सं. शा.)

केओंझर संस्थान : ओरिसा प्रांतातील इंग्रजांचे मांडलिक संस्थान. १८५७ च्या बंडात त्यांनी इंग्रजांना मदत केली. (सुविको)

केकय : भरत खंडातील एक प्राचीन देश. या देशाच्या राजाला केकय म्हणत. दशरथाची राणी व भरताची माता कैकयी ही अश्वपती कैकय राजाची कन्या होती. पाणिनीच्या काळी पंजाबातील झेलम, शहापूर व गुजरात या प्रदेशाला केकय जनपद असे नाव होते. (भासंको)

केडगाव : पुणे दौंड रेल्वे मार्गावरील गाव. २४ सप्टेंबर १८९८ ला केडगाव येथे मुक्तिसदनचे उद्‌घाटन झाले. मध्य प्रदेश, गुजरात येथील दुष्काळ पीडितांना (महिला) आश्रय दिला. रमाबाई रानडे यांचा ५ एप्रिल १९२२ रोजी येथे मृत्यू झाला. (मचको)

केतकर व्यंकटेश बापूजी - (१८५४-१९३०) : ज्योतिषशास्त्रज्ञ. विपुल ग्रंथलेखन. केतकी पंचागकर्ते. रॉयल एशियाटिक सोसायटीने त्याचा ग्रंथ प्रसिद्ध केला. (सुविको)

केतकर श्री. व्यं. (२ फेब्रु. १८४४ ते ११ एप्रिल १९३७): ज्ञानकोशकार,थोर विद्वान, कोशयुगाचे प्रवर्तक पहिला ज्ञानकोश - महाराष्ट्रीय ज्ञानकोश चे प्रचंड कार्य एकहाती पूर्ण केले. समाजशास्त्र, इतिहास,

वाङ्मयात प्रचंड गती, भारतातील जातिसंस्थेचा इतिहास या विषयावर पी.एच.डी. यात मनुस्मृतीची चिकित्सा केली.१९१४ च्या डिसेंबरमध्ये मद्रास येथील काँग्रेसच्या अधिवेशात त्यांनी भाषावार प्रांतरचना, देशी भाषेतून राज्यकारभार, देशी भाषेतून शिक्षण या त्रयीचा पुरस्कार केला. विचारप्रवर्तक लेखन, प्रखर ऐहिकवादी. (भासविको, भासंको, याघस)

केदारजी शिंदे (मृ. १७६७) : मराठा सरदार. महादर्जीचा पुतण्या. १७६३ मध्ये त्याला नारो शंकराच्या मदतीने शिंद्यांची सरदारी मिळाली. पण दादाने ती मानाजीस देवविली. (सुविको)

केप ऑफ गुड होप : पोर्तुगीज दर्यावर्दीकडून शोध. हा दक्षिण आफ्रिकेचा पूर्वीचा केप कॉलनी हा प्रांत. यालाच केप ऑफ गुड होप असे म्हणत. केपटाऊन राजधानी. १९९४ मध्ये या प्रांताची ईस्टर्न केप, नॉर्दर्न केप व वेस्टर्न केप अशा तीन प्रातांत विभागणी झाली. वास्को-दी-गामाने केप ऑफ गुड होप ओलांडल्यानंतर भारताकडे जाणाऱ्या नव्या सागरी मार्गाचा शोध लावला. (इसंशा)

केरळ : भारतीय संघराज्यातील एक घटक राज्य. नागवंशातील राजांनी प्राचीन काळी राज्य केले. केरळवर ब्राह्मणांचीही सत्ता होती. चेर वंश, पेरुमाळ वंशानेही केरळवर सत्ता गाजविली. भारताच्या दक्षिणेकडील एक घटकराज्य. राजधानी तिरूवनंतपूरम. बहुधार्मिक राज्य, इस्लामधर्मीय जास्त. मूळ रहिवासी द्रवीड. नंतर आर्य आले. भाषा मल्याळी. मॅगेस्थिनीस याने केरळपुत्रांचा उल्लेख केलेला आहे. अशोकाच्या शिलालेखातही याचा उल्लेख आहे. चोल, चेरा, पांड्य यांचे राज्य बरीच वर्षे होते. शंकराचार्य हे येथीलच. १८ व्या शतकात डच व इंग्रजांची सत्ता प्रबळ झाली. १७६६ मध्ये हैदरने कोचीनपर्यंत प्रदेश जिंकला. राजा राम वर्मा याने प्रतिकार केला. हैदर व टिपूने अत्याचार केले. १७९१ मध्ये इंग्रजांनी हा प्रदेश आपल्या ताब्यात घेतला. १९५७ ला कम्युनिस्ट राजवट आली. शेती व्यवसाय प्रमुख. हातमाग, काजूउद्योग, काथ्याच्या वस्तू वगैरे औद्योगिक क्षेत्र. थेकाडी अभयारण्य, तिरुवनंतपूरम येथील पद्मनाथ मंदिर, पोनमडी हे थंड हवेचे ठिकाण प्रसिद्ध. कोचिन येथे ज्युधर्मीय प्रार्थना मंदिर. नृत्यक्षेत्रात अद्वितीय स्थान. (भासंको)

केरोपंती पंचांग : पुण्यात हे पंचांग १८६५ पासून रूढ. गणितज्ज्ञ लोकमान्यांचे गुरू. प्रा. केरो लक्ष्मण छत्रे याचे कर्ते. या पंचांगाला पटवर्धनी पंचाग असेही म्हणतात. (सुविको)

केळवे : माहिमच्या दक्षिणेस ३ कि.मी. वर दंड खाडीच्या उत्तर तीरावर एका मेढेकोटच्या पश्चिमेस २५० मी. अंतरावर खाडीच्या तोंडाशी हा किल्ला आहे. १८१८ मध्ये पाहणीत हे सर्व मोडकळीस आलेला आहे. पोर्तुगीजांनी केळव्याला नवीन किल्ला बांधला. समुद्र हटल्याने आता किनाऱ्याशी जवळीक नाही. पाणदरवाजा वाळूत गाडला गेला आहे. इथली शितळादेवी प्रसिद्ध आहे. (जस)

केळकर न. चिं. : (ज. १८७२, मृ. १९४७) लोकमान्याचे सहकारी, पुढे केसरीचे संपादक 'तोतयाचे बंड' (नाटक), 'मराठे व इंग्रज' या ऐतिहासिक ग्रंथाचे कर्ते, साहित्यसम्राट पदवीने भूषित. (सुविको)

केळकर य. न. : (ज.१९०२, मृ. १९९४) शाहिरी वाङ्मयाचे अतिशय ध्यासपूर्वक संशोधन व लेखन. ऐतिहासिक पोवाडे किंवा मराठ्यांचा काव्यमय इतिहासाचे दोन खंड प्रकाशित, शाहिरी वाङ्मय आणि संतकवी तथा शाहीर ही विद्यार्थीवर्गासाठी खास पुस्तके, वसईची मोहीम हा त्यांचा स्फूर्तिदायक ग्रंथ. ऐतिहासिक शब्दकोश व काही अप्रसिद्ध ऐतिहासिक चरित्र ही पण गाजलेली पुस्तके, 'गीत गुंफा, 'गीत व्दिदल' हे कविता

संग्रह. (व्यक्तिविशेष)

केळंजा : वाई जवळचा एक उत्कृष्ट दुर्ग,गड आदिलशहाच्या ताब्यात. मराठ्यांनी सुलतानढवा (निकराचा हल्ला) केला. गंगाजी विश्वासराव किरदत हा आदिलशहाचा नाईक ठार झाला आणि मराठ्यांनी गड काबीज केला. (इ. १६६४, २४ एप्रिल) (शि: दु: घ: एसू)

केळदी नाणी : केळदी नाणी. सोने, चांदी, तांबे या धातूची असत आणि साच्यातून पाडली जात. याचे वेगळेपण म्हणजे मूळ नाणी व त्याच्या लहान भागाची नाणी यांचे परस्परातील असलेले ठराविक प्रमाण. (मभासंसं)

केवलानंद सरस्वती : (इ.स. १८७७ –१९५५) महाराष्ट्रातील एक थोर आचार्य व तपस्वी आणि वाई येथील प्राज्ञ पाठशाळेचे संस्थापक. १९३३ मध्ये गांधींनी येरवडा तुरुंगात अस्पृश्यता निवारणाच्या चळवळीवर विचार विनिमय करण्यासाठी भारतातील संस्कृत पंडितांना पाचारण केले होते. त्यावेळी केवलानंदांनी म.गांधींच्या मताला पुष्टी दिली. (भासंको)

केशव (१) (१३ वे शतक) **:** ज्योतिषी, ग्रंथकार, 'विवाह वृंदावन' आणि 'करणकंठीरव' असे त्यांचे दोन ग्रंथ. (सुविको)

केशव (२) (१५ वे शतक) **:** प्रख्यात ग्रहलाघवकार, गणेश दैवेव याचा पिता. अत्यंत विद्वान. 'ग्रहकौतुक' आणि अन्य ग्रंथांचे लेखन. याने टीकालेखनही केले. वेधशास्त्रात ह्याची फार मोठी योग्यता होती. (सुविको)

केशव दामोदर पुरोहित (केशवपंडित) : पहिल्या तीन छत्रपतींचा दानाध्यक्ष, राजारामचरित्र काव्याचा लेखक, संभाजी महाराजांच्या बुधभूषणमध्ये ह्यांच्या धर्मकल्याणातील काही भाग. संगमेश्वर येथे इनाम वा. सि. बेंद्रे यांनी त्यांच्या ग्रंथांचे संपादन केले आहे. (सुविको)

केशवपनविरोध : १८६० मध्ये संमती वय १० वर्षांवर आले. म. फुले यांच्या प्रयत्नातून त्यांच्या कार्यकर्त्यांनी नारायण मेघाजी लोखंडे यांच्या पुढाकाराने नाभिकांचा संप घडवून आणला. यापुढे विधवांच्या डोक्याचे केस काढणार नाही, अशी शपथ त्यांनी घेतली. याची दखल लंडनमधील वृत्तपत्रांनी घेतली. (मपइ)

केशवराज सूरी : महानुभाव ग्रंथकार. नागदेवाचार्याचा शिष्य. 'सिद्धांतसूत्रपाठ' ग्रंथाचा कर्ता. महानुभवांच्या नित्य पठणातील ग्रंथ. चक्रधरांच्या सहवासात होता. संस्कृत–मराठी १६ ग्रंथांचा निर्माता. (सुविको)

केशवस्वामी : हे रामदास पंचायतनापैकी होत. त्यांचे वडील आत्मारामपंत मोगलाईमध्ये कल्याणचे कुलकर्णी होते. (मचको)

केशवानंद भारती : गोलकनाथाच्या खटल्यानंतर यांचा खटला गाजला. केशवानंद विरुद्ध केरळ राज्य खटला. वादीने २४,२५,२९ या तीन घटना दुरुस्त्यांना न्यायालयात आव्हान दिले. मूलभूत हक्कांमधील मूलभूत स्वातंत्र्ये नित्य व अपरिवर्तनीय आहेत असा दावा केला. घटना दुरुस्तीचा अधिकार संसदेला आहे म्हणून घटनेची ठळक वैशिष्ट्ये व तत्त्वेही बदलता येतात असे होत नाही. असा वादीचा युक्तिवाद होता. प्रस्तुत खटल्यात सर्वोच्च न्यायालयाने गोलकनाथ खटल्यातील निर्णय पूर्ण बदलला. संसदेचा घटना दुरुस्तीचा मार्ग निर्वेध केला.

या खटल्यात सर्व न्यायाधीशांनी आपल्या निकालपत्रात कलम ३६८ नुसार घटनेतील कोणत्याही भागात दुरुस्ती करण्याचा संसदेचा अधिकार मान्य केला. (इसंशा)

केशोरई पाटणा : राजपुतान्यातील बुंदी संस्थानातील एक शहर. महाभारतकालापासून प्रसिद्ध. परशुरामाने बांधलेले जंबुकेश्वराचे देवालय. छत्रसाल बुंदेल्याने त्याचा जीर्णोद्धार केला. केशोरई नावाचे देवालय बांधले. म्हणून त्या राजाचे हे नाव पडले. (सुविको)

केसो भिकाजी दातार : सवाई माधवराव यांचे कारकिर्दीत होळकर दरबारात हे गृहस्थ पेशव्याचे वकील. इ. स. १७८२-१७९४ पर्यंत वकिलीचे काम, पेशव्यास वेळोवेळी सरकारी व इतर बातमी दिली. नंतर अहिल्याबाईजवळ नानासाहेबांचा विश्वासू कारकून होता. (मचको मदि)

केसो त्रिमल पिंगळे : मोरोपंत पिंगळ्याचा भाऊ. (मचको)

केस्सरीया : बिहारमधील चंपारण्य जिल्ह्यातील एक गाव. याच्या दक्षिणेस एका कोसावर एक टेकडी असून माथ्यावर बौद्ध स्तूपाचा अवशेष आहे. १८६२ साली इथे उत्खनन झाले. त्यात एका बौद्ध चैत्याचे अवशेष सापडले. एक मोठी बुद्धप्रतिमाही आढळली. (भासंको)

कैकुबाद (इ.स.१२८६-८८) : दिल्लीच्या गुलाम घराण्यातील सुलतान. अत्यंत विलासी. जलालुद्दीनने त्याचा खून केला व गुलाम घराण्याचा शेवट केला. घियासुद्दीन बल्बनचा नातू व बंगालचा सुभेदार बुगराखान याचा मुलगा. (सुविको), (मचको)

कैलाशपुरी : राजस्थानात उदयपूरच्या उत्तरेस असलेले शैवक्षेत्र. येथील एकलिंगजीचे मंदिर बाप्पा रावळने (इ.स.८ वे शतक) बांधले. महाराजा हम्मीरने (इ.स.१४ वे शतक) त्याची दुरुस्ती केली व त्याच्या भोवतीचा तट महाराणा मोकलने (इ.स.१५ वे शतक) बांधला, असे सांगतात. (भासंको)

कैलास : हिमालयातील तिबेट भागात असलेले एक तीर्थक्षेत्र. कैलासला गणपर्वत, वरजतगिरी अशी नावे आहेत. कैलास व मानसरोवर ही हिमालयातील दोन अत्यंत पवित्र तीर्थक्षेत्र आहेत.तिबेटात, मानस सरोवराजवळ. शिवपार्वतीचे निवासस्थान. हिंदूंचे पवित्र तीर्थक्षेत्र. गणपर्वत, रजतगिरी असेही म्हणतात. हा भाग काश्मीरच्या झोरावसिंग ह्यांनी जिंकला होता. १९४७ पर्यंत ही यात्रा निःशुल्क होती. आज मात्र चीनला त्याबद्दल पैसे भारताला द्यावे लागतात. (सुविको)

कॅथॉलिक : ज्यांचा बाप्तिस्मा झालेला असतो व जे येशूवर विश्वास ठेवतात आणि त्याचा अधिकार अबाधित मानतात त्यांस कॅथॉलिक म्हणतात. यांची वैशिष्ट्ये म्हणजे १) ऐक्य, २) सर्वव्यापकता, ३) प्रेषितत्व, ४) मंडळीची तत्त्वे पवित्र असतात. (सुविको)

कॅनिंग लॉर्ड चार्ल्स जॉन (१८१२-१८६२) : भारतात १८५६-६२ या काळात गव्हर्नर जनरल व्हॉइसरॉय पंतप्रधान जॉर्ज कॅनिंगचा हा ज्येष्ठ पुत्र. त्याच्याच कारकिर्दीत १८५७ चा उठाव झाला. अत्यंत संयमाने आणि निष्ठुरपणे त्याने परिस्थिती शांत केली. भारतात अनेक सुधारणा घडवून ब्रिटिश राजवटीचा पाया बळकट केला. राणीचा जाहीरनामा प्रसिद्ध करून जनमत आपलेसे केले. भारतातील मोठ्या शहरातून विद्यापीठे, उच्च न्यायालये स्थापन केली. प्रांतिक कायदेमंडळे तयार झाली व चलनी नोटा निघाल्या. संस्थानिकांचे साह्य मिळविले. त्याच्या अद्वितीय कामगिरी बद्दल 'नाईट ऑफ दी गार्टर' पार्लमेंटने 'अर्ल' हा किताब बहाल केला.

भारतातही दयाळू कॅनिंग म्हणून प्रसिद्ध. (अचको)

कॅनिंग हॅम, सर अलेक्झांडर (२३ जाने. १८१४ - २८ नोव्हें. १८९३) : भारतीय पुराणवस्तू संशोधन खात्याचा पहिला संचालक. एक ब्रिटिश पुरातत्त्वज्ञ. १८३३-६२ ईस्ट इंडिया कंपनी च्या सैन्यात अधिकारी म्हणून विविध पदांवर नियुक्त. त्याच काळात ज्येष्ठ पुरातत्त्वज्ञ जेम्स प्रिन्सेप याच्या संपर्कात येऊन इतिहास, नाणकशास्त्र, पुरातत्त्व विद्या यांचा अभ्यासक बनला. १८३७ मध्ये त्याने 'सारनाथ' (उ.प्र.) येथे उत्खनन केले. कामानिमित्त काश्मीर, लडाख येथे गेला असता तेथील मंदिराचा सूक्ष्म अभ्यास करून विस्तृत लेख लिहिला. १८५० मध्ये 'सांची' चा स्तूप पाहून त्यावरही शोधनिबंध लिहिला. लॉर्ड कॅनिंगने १८६२ मध्ये कॅनिंगहॅमची पुराणवस्तू संशोधन खात्याचा प्रमुख म्हणून नेमणूक केली. लॉर्ड लॉरेन्सने हे पद रद्द केल्याने या खात्याचे काम काही काळ बंद पडले. भारतातील पुरातत्त्व विद्येच्या शास्त्रशुद्ध संशोधनाचा त्यानेच पाया घातला. (अचको)

कॅप्टन लक्ष्मी सहगल : नेताजी सुभाषबाबूंच्या आवाहनाला प्रतिसाद देऊन आझाद हिंद सेनेत महिलांची पलटण उभारण्याच्या कामी अपार कष्ट घेतले. आझाद हिंद सेनेच्या महिला विभागाचे काम पाहता पाहता कॅप्टन पदापर्यंत पोहोचल्या. राष्ट्रपती पदाची निवडणूक हरणार माहीत असूनही उमेदवारी. एक तत्त्वनिष्ठ समाजसेवक म्हणून त्यांच्या नावाला डाव्या पक्षाचा पाठिंबा. ज्येष्ठ समाजसेविका. मूळच्या डॉक्टर. पण देशसेवेचे व्रत आजतागायत कायम आहे. (प्रभात - ३० जून २००२)

कॅरे विल्यम (इ.स. १७६१-१८३४) : अर्वाचीन बंगाली, मराठी गद्य-पद्य लेखनाचा, छापखान्याचा पाया घालणारा पाश्चात्त्य पंडित. ख्रिस्तीधर्मप्रचारक,कोशकार, वैय्याकरणी, भाषांतरकार इ. नात्यांनी प्रसिद्ध. ग्रीक, लॅटिन, हिब्रू, संस्कृत,मराठी इ. भाषांचा ज्येष्ठ अभ्यासक. श्रीरामपूर (सेरमपूर : बंगाल) येथे शाळा, चर्च, छापखाना स्थापून धर्मप्रसारास प्रारंभ १८०० मध्ये केला. फोर्ट विल्यम कॉलेजात प्राध्यापक म्हणून नेमणूक. मुद्रणकला आणि प्रकाशनाचा आद्यप्रवर्तकाचा मान. इ. स. १८०५ मध्ये 'ग्रामर ऑफ मराठा लँग्वेज' व १८१० साली 'डिक्शनरी ऑफ मराठा लँग्वेज' हे ग्रंथ प्रसिद्ध. (भासंको मविको)

कॅस्ट्रो जॉन (स. १५४२-४८): पोर्तुगीजांच्या हिंदुस्थानातील कारभारात माजलेला गोंधळ मिटविण्यासाठी याला हिंदुस्थानात पाठविले. खाजगी व्यापाराला बंदी, लाचलुचपतबंदी यासंबंधी प्रयत्न केले. परंतु त्याला तितकेसे यश आले नाही. दीवचा बचाव केला. १५४६ मध्ये दीव येथे मुसलमानांचा पराभव केला. (मचको)

कॅनॉट, आर्थर, ड्यूक ऑफ (१८५० - १९४२) : हा व्हिक्टोरिया राणीचा तिसरा पुत्र, १९२० मध्ये त्याने हिंदुस्थानला भेट दिली. १९२१ मध्ये नव्या लेजिस्लेटिव्ह असेंब्लीचा उद्घाटन समारंभ याच्या हस्ते झाला. (सुविको)

कोंढाणा : (सिंहगड) बापूजी मुद्गल देशपांड्यांनी इ. १६४८ पूर्वी शिवाजी महाराजांना घेऊन दिला. शहाजी राजांच्या सुटकेकरिता विजापूरकरांना कोंढाणा दिला. आणि इ. १६५७ मध्ये महाराजांनी पुन्हा हा काबीज केला. इ. स.१६६५ ला मिर्झा राजा जयसिंगने कोंढाण्यावर सेना रवाना केली. पुरंदरच्या तहानुसार कोंढाणा मोगलांना देण्यात आला. माघ वद्य नवमी शुक्रवारी तानाजी मालुसरे, सुर्याजी मालुसरे यांनी ५०० सैनिकांसह कोंढाणा जिंकला. (शि दु घ ए सू)

कोंदीवटी लेणी : मुंबईत अंधेरीपासून ६.४ कि.मी. अंतरावर एका टेकडीमध्ये ही लेणी आहेत. यांना महाकाळीची लेणी असेही म्हणतात. ही बौद्ध लेणी इ.स.च्या दुसऱ्या ते ६ व्या शतकांच्या दरम्यान कोरलेली

आहेत. यांची संख्या १९ आहे.(भासंको)

कोंबडी पटी : हिंदूंकडून सक्तीने कोंबड्यांच्या स्वरूपात वसूल केला जाणारा कर.

कोकण : सह्य पर्वत आणि अरबी समुद्र यांच्यामधील अरुंद पट्टीला कोकण म्हणतात. बौद्ध लेणी, खोदकामे. कान्हेरी, कोंदिवटे, जोगेश्वरी, मंडलेश्वर इ. ठिकाणी दिसतात. मौर्य, सातवाहन, कलचुरी, चालुक्य, राष्ट्रकूट,सातवाहन, कंदब, शिलाहार, बिंबराजे, यादव इत्यादींची कोकणात सत्ता होती. पोर्तुगिजांनी तेथील लोकांना बाटविले. १७३९ मध्ये चिमाजीअप्पाने तिथली त्यांची सत्ता नष्ट केली. पुढे इंग्रजांनी आपला अंमल बसविला. शिवाजी महाराजांनी विजयदुर्ग, सुवर्णदुर्ग, सिंधुदुर्ग, मालवण, पद्मगड, रायगड, विशाळगड हे किल्ले बांधले. पद्मगडास महाराजांचा जहाजे बांधण्याचा कारखाना होता. कुलाबा व मालवण येथे आरमाराची मुख्य ठाणी होती. किल्ले व आरमार यांच्या बळावरच मराठ्यांनी कोकणात आपला दाब ठेवला होता. सह्य पर्वतामुळे महाराष्ट्राचे कोकण आणि देश असे विभाग झाले आहेत. डोंगर, दऱ्या, जंगले, नदी नाले, किल्ले इ.मुळे दळणवळणास अत्यंत कठीण असल्याने येथील बहुतेक वस्ती देशावर स्थलांतरित झाली आहे. (भासंको)

कोकणदिवा : रायगडाच्या उत्तरेस शिखर. समुद्रसपाटीपासून ८०० मी. उंचीचे. भवानी टोक, टकमक टोक, जगदीश्वर मंदिर व नगारखाना आहे. शिखरावरची चढाई अत्यंत कठीण. शिवकाळातील पहाऱ्याचे ठिकाण असावे, याला चिकटून एक घाटवाट खाली उतरते. तो कावळा घाट. यातच संगमेश्वरी शंभूराजांना पकडले होते. घाटाखालच्या सांदोशी गावचे जगताप व नाइक (सर्कले) यांनी खिंड लढविली. (सासभकि)

कोच राजवंश : विश्वसिंह हा संस्थापक यांची राजधानी कुचबिहार (पं.बंगाल) ही होती. नरनारायण, शुक्लध्वज, लक्ष्मीनारायण हे या वंशात होऊन गेले. यांची शासनव्यवस्था उत्तम होती. कला व साहित्याचा उत्कर्ष यांच्या काळात झाला. कामाख्या देवीचे मंदिर मुस्लिमांनी उद्ध्वस्त केल्यावर इ. स. १५६५ मध्ये ते नरनारायण याने ते पुन्हा बांधले. हा प्रदेश १८ व्या शतकात इंग्रजांच्या ताब्यात गेला. (भासंको)

कोचीन त्रावणकोर चित्रकला : कोचीन आणि त्रावणकोर या संस्थानांत इ.स.१५ व्या ते १७ व्या शतकापर्यंतच्या काळातील आलंकारिक चित्रे आढळतात. त्रिचूर येथे तिरुमल्लइपुरम् मंदिरात जी काही चित्रे आहेत, त्यांचा काळ ११ व्या शतकाचा असावा. (सुविको)

कोचीन : नवव्या शतकात चोळांच्या ताब्यात. १५०२ मध्ये येथे पोर्तुगिजांचे आगमन झाले. १७७६-मध्ये हैदरने ताबा घेतला. १७९१ मध्ये इंग्रजांचे मांडलिक झाले. मलबारच्या किनाऱ्यावरील एक प्रसिद्ध बंदर व पूर्वीचे संस्थान. पोर्तुगीज दर्यावर्दी काब्राल इ. स. १५०० साली कोचीन बंदरात उतरला. १५०२ मध्ये वास्को-द-गामाने तिथे एक वखार बांधली, इ. स. १५०३ साली अल्बुकर्कचे आगमन झाले. (भासंको)

कोटणीस द्वारकानाथ डॉ. : (१९१०- १९४२) युद्धग्रस्त चीनमध्ये रुग्णसेवा करणारे आदर्श भारतीय डॉक्टर. मानवसेवेचा दीपस्तंभच. १९३८ साली वैद्यक पथकातर्फे चीनमध्ये रवाना. अविरत सेवा, अखेर तेथेच मृत्यू. आजही चीनमध्ये कोटणीस हे देवाप्रमाणे मानले जातात. जीवनावर चित्रपट प्रसिद्ध (यां घस)

कोटा संस्थान : चंबळ नदीवरील शहर. पुष्कळ देवालये. मधुराजाचे प्रख्यात देवालय. १३४२ मध्ये बुंदीच्या राजाने जिंकून घेतले. पेशव्यांची येथे मांडलिक सत्ता होती. (सुविको)

कोट्स, डॉ. : पेशवाईच्या अखेरच्या काळातील एक इंग्रज वैद्य. पुण्याच्या रेसिडेंमध्ये नेमणूक. देवी

रोग आटोक्यात आणण्यासाठी प्रतिबंधक लस तो देत असे. दुसऱ्या बाजीरावाने आपल्या पत्नीस त्याचे औषध दिले. (सुविको)

कोठी : किल्ल्यावरील भांडाराला कोठी असे म्हणत. त्यामध्ये धान्य, तूप, तेल इ. गरजेच्या वस्तुंचा संग्रह असे. (सुविको) (मइ१)

कोठूर : नाशिक जिल्ह्यातील गाव. मल्हारेश्वराचे देवालय. दोन शिलालेख आहेत. बाळाजी विश्वनाथाचा मेहुणा मल्हारराव बरवे याच्या इमारती आहेत. (सुविको)

कोणार्क : ओडिसा राज्यातील पुरी जिल्ह्यामधील एक सूर्यक्षेत्र. हे सूर्यमंदिर नागर शिल्पशैलीच्या कलिंग नामक उपशैलीचे आहे. गंग वंशातील राजा नरसिंह देव (इ. स. १२३८–६४) याने याची उभारणी केली. त्यासाठी १२०० कारागीर १६ वर्षे खपत होते. या मंदिराचे वैशिष्ट्ये म्हणजे विमान, गर्भगृह व सभामंडप मिळून तो भव्यरथ आहे असे वाटते. उत्तर दक्षिणेला बारा चाके आहेत. पूर्वेला सात घोडे जोडलेले आहेत. (भासंको)

कोतळी गड (पेठ) : कर्जतजवळील एक निसर्गसंपन्न किल्ला. शिवाजीमहाराजांच्या नंतरच्या काळात शस्त्रास्त्रांचा साठा ठेवण्यास उपयोग. थंडगार गुहा आहेत. देवीची गुहा व भैरोबाची गुहा आहे. काही ठिकाणी तोफांचे गोळे आहेत. एक ऊर्ध्वमुखी भुयार आहे. एका बेलाग सुळक्यावरच संरक्षक ठाणे, संभाजीमहाराजांच्या कारकिर्दीत महत्त्व होते. नारोजी त्रिंबक या शूरवीराने हा जिंकण्याचा अयशस्वी प्रयत्न केला. (सासभकि)

कोतवाल : मराठी राज्यप्रशासनातील मोठ्या गावातील एक पोलिस अधिकारी. पेशवाईत याचा जास्त बोलबाला झाला. न्यायाधीश म्हणूनही काम करी. शहराची देखभाल करणे, चोऱ्या-माऱ्यांचा बंदोबस्त करणे, श्रावणमास दक्षिणेच्या वेळी बंदोबस्त राखणे. घाशीराम आनंदराव कोतवाल उत्तर पेशवाईतील गाजलेले कोतवाल होते. (सुविको)

कोन (इ.स. १५८७) : एक डच अधिकारी, इ. स. १६१३ चा बेंटमचा प्रेसिडेंट, १६१७ ला गव्हर्नर जनरलची जागा, पोर्तुगिजांचा अल्बुकर्क, फ्रेंचांचा डुप्ले, व डचांचा कोन हे त्या त्या राष्ट्रांचे पुरुष इकडील उद्योगात प्रमुख. (मचको;ब्रिरि)

कोनरंड कोरफिल्ड : हैद्राबाद मुक्तिसंग्रामाच्या वेळी निजामाला भारतविरोधी कृत्ये करण्यास कोनरंड कोरफिल्डचे सक्रिय उत्तेजन होते.

कोनेर त्रिंबक पटवर्धन : हा पटवर्धनांच्या कुरुंदवाड शाखेतील होय. याला सुभेदार म्हणत. याच्या स्वारीमुळे हैदरवर बराच परिणाम झाला. कोल्हापूरकरांशी नेहमी संघर्ष. हैदर बरोबरच्या सावशी लढाईत ठार. (सुविको), (मचको)

कोन्हेर राम कोल्हटकर : प्रारंभी भोसल्यांचे कुलोपाध्याय. नागपूरकरांचा प्रमुख सेनापती. भोसल्यांच्या बंगाल मोहिमेत प्रसिद्ध झाला. या घराण्यात अनेक पराक्रमी पुरुष निपजले. (सुविको)

कोन्हेरराव त्रिंबक एकबोटे : (मृ. इ. स. १७५६) पहिले फाकडे कोन्हेरराव त्रिंबक एकबोटे यांच्या शौर्यामुळे बाळाजी बाजीराव पेशवे यांच्या कारकिर्दीत यांना शिलेदारी मिळाली. १७५१–५२ मराठे–मोगल युद्धात दाखविलेल्या पराक्रमुळे कीर्ती अजरामर झाली. युद्धकौशल्याची फार तारीफ होऊन यास 'फाकडे' असे कार्यदर्शक

पद मिळाले. इ. स. १७५६ मध्ये सदाशिवराव भाऊसाहेबांबरोबर हा सावनूर च्या स्वारीवर गेला. सावनच्या स्वारीत वीरमरण. (मचको)

कोपिया : एक प्राचीन सांस्कृतिक केंद्र. उत्तर प्रदेशातल्या तराई प्रदेशात गोंडा, बस्ती, गोरखपूर इत्यादी जिल्ह्यांचा भाग पूर्वी एक सांस्कृतिक केंद्र म्हणून प्रसिद्ध होता. कोपियाचे प्राचीन नाव अनुपिया असे होते. ती मल्लांची राजधानी होती. या ठिकाणी मोठी आमराई होती. गौतमाने राज्यत्याग केल्यानंतर पहिला मुक्काम केला तो इथल्या आम्रवनात. (भासंको)

कोप्पल दुर्ग : कोप्पलच्या मियाना बंधूंचा (पठाणांचा) येलदुर्ग्यापाशी हंबीरराव मोहिते, धनाजी जाधव, नागोजी जेधे, आदींनी पराभव केला. मोरोपंत पिंगळे यांनी इ.१६७९ मध्ये ३ मार्चला कोप्पल जिंकले. (शि दु घए सू)

कोप्पळ : पाहा कोप्पल दुर्ग.

कामागाटामारू : हिंदुस्थानच्या स्वातंत्र्यलढ्यात 'कामागाटामारू' या जपानी जहाजाचे महत्त्वाचे स्थान आहे. ५०० हिंदी प्रवासी घेऊन निघालेल्या या जहाजाला कॅनडा, हाँगकाँग, सिंगापूर कोणीच किनाऱ्यावर उतरू दिले नाही. ब्रिटिशांची कुटिल नीती, भयानक साम्राज्यवाद, पाशवीवृत्ती ह्यामुळे भारतीय हिंदी मने संतप्त झाली. या प्रकरणाचा बदला म्हणून बाबा गुरुदितसिंग, सरदार पृथ्वीसिंग आणि सुमारे ५०० शीख मंडळी कोलकात्याच्या किनाऱ्याला लागली. संप्तत अशा त्या क्रांतिकारकांनी इंग्रज सरकारशी सशस्त्र युद्धच छेडले. अठरा शीख योद्धे धारातीर्थी मरण पावले, बाकीचे भूमिगत झाले. कित्येक सरकारपक्षीय मारले गेले. या प्रकरणाचा मोठा परिणाम भारतीय स्वातंत्र्य लढयावर झाला. (२९.९.१९१४)

कोयाजी सर जहांगीर कुंवरजी (१८७५ जन्म) : हिंदी अर्थशास्त्रज्ञ. अर्थशास्त्राचे प्राध्यापक. लिग ऑफ नेशन्स मधील हिंदी सभासद. महत्त्वाचे सहा ग्रंथ लिहिले.(सुविको)

कोराची लढाई : इंग्रज व मल्हारराव होळकर यांच्यात ३ मे १७६५ साली झाली. मल्हाररावांचा प्रचंड पराभव झाला. (इसंशा)

कोरी गड (शहागड) : आंबवणे गावालगत असलेल्या या किल्ल्याला काळीभोर रेखीव तटबंदी आहे. गडाचा माथा ९२० फूट उंचीवर दुर्धर गुहा आहे. गणपतीची मूर्ती आहे. कोराई देवीची प्रसन्न मुद्रेची मूर्ती आहे. १८१८ साली हा किल्ला कर्नल प्रॉथरच्या ताब्यात आला. इथल्या देवीच्या अंगावरचे दागिने मुंबईच्या मुंबा देवीला चढविले गेलेले आहेत. दोन विस्तीर्ण तळी, गणेश टाके, छोटेखानी एक गुहा, शंख चक्र, गदा पद्मधारी श्री विष्णूची मूर्ती आहे. (सासभकि)

कोर्लई : ७० तोफा आणि बळकट बांधणी व ८००० शिबंदी असलेला हा किल्ला पोर्तुगीजांचे बलस्थान होत. सात दरवाजे ओलांडून गेले की, १० मी रुंद व १०० मी. लांबीचा हा किल्ला. येथून तोफेचा अचूक मारा होई. दुसऱ्या बुऱ्हाण निजामशहाने हा बांधला, १६८३ मध्ये शंभू छत्रपतींनी किल्ला ताब्यात आणण्याचा अयशस्वी प्रयत्न केला. याच दुर्गावर मराठ्यांनी तोफा बनविण्याचा कारखाना काढला. (जस)

कोलंबो योजना आणि भारत : दुसऱ्या महायुद्धानंतर दक्षिण आणि आग्नेय आशियातील राष्ट्राची आर्थिक पुनर्घटना व विकास या साठी एक योजना आखली गेली, ती कोलंबो योजना या नावाने प्रसिद्ध आहे.

१९५१ मध्ये श्रीलंकेची राजधानी कोलंबो येथे या योजनेचा आराखडा तयार केला गेला. (भासविको)

कोलकाता : पश्चिम बंगालची राजधानी, १९१२ पूर्वी हे हिंदुस्थानची राजधानी असून व्हाइसरॉयचे वसतिस्थान होते. १५३० साली पोर्तुगीज लोकांच्या हाती व्यापार होता. १५३० मध्ये पोर्तुगीजांनी या ठिकाणी वखार घातली. १५९० साली इंग्रजांनी हे व्यापाराचे ठाणे कायम केले. १७०२ साली इंग्रजांनी या शहरास तटबंदी करून एक मोठे शहर तयार केले. १७४२ साली मराठ्यांच्या स्वारीच्या भीतीने इंग्रजांनी संरक्षणार्थ या शहराभोवती मराठा डिच नावाचा खंदक खोदला. १७५६ साली बंगालचा नबाब सिराजउद्दौला याने शहर काबीज केले. १७५७ मध्ये क्लाइव्हने पुन्हा कलकत्ता ताब्यात घेतले. प्लासीनंतर मीर जाफरने इंग्रजांना कलकत्ता इनाम दिले, वॉरन हेस्टिंग्ज हिंदुस्थानचा गव्हर्नर जनरल झाला. भारताच्या स्वातंत्र्य संग्रामात प्रारंभीच्या काळात देशाचे नेतृत्व करण्याचा मान याच शहराचा. (सुविको)

कोलकात्याची अंधार कोठडी : १७५६ मध्ये सिराज उदयी ह्याने इंग्रजी किल्ला जिंकून कैदी कोलकात्याच्या अंधार कोठडीत डांबून ठेवले. १४६ पैकी बरेच कैदी गुदमरून मृत्यू पावले. या कथेच्या सत्यतेविषयी काहीजण साशंक आहेत. (इसंशा)

कोलते विष्णू भिकाजी (डॉ.) : (१९०८-१९९५) महानुभावीय साहित्याची गूढ लिपी उलगडण्याचे काम केले. महानुभव वाङ्मय हाच त्यांच्या संशोधनाचा खास विषय राहिला. विपुल लेखन, स्फुट लेखन, काही शिलालेखांचे, ताम्रपटाचे वाचन केले आहे. (यांसघ)

कोलब्रुक : (इ. स. १७६५- १८३७) याचे संपूर्ण नाव हेन्री टॉमस कोलब्रुक, इंग्लिश प्राच्यविद्यापंडित. आधुनिक इतिहास संशोधन शास्त्राचा जनक. १८१८ साली याने आपल्याकडील हस्तलिखिताचा संग्रह दान केला. तो बंगाल एशियाटिक सोसायटीचा अध्यक्ष होता, तसेच रॉयल एशियाटिक सोसायटीचा संचालक होता. भोसल्यांशी सबसीडेअरी तह करण्यासाठी वेलस्लीने यास आपला वकील म्हणून नागपूरला पाठविले. संस्कृत व्याकरण, हिंदुधर्म संस्काराची माहिती व वेदांवर निबंध लेखन. फोर्ट विल्यम महाविद्यालयात हिंदू कायदा व संस्कृत ह्यांचा अध्यापक. (भासंको)

कोलार : सोन्याची खाण असलेला कर्नाटकातील प्रदेश. १८८३ मध्ये इंग्रजांनी या खाणीचा शोध लावून सोन्याचे उत्पादन सुरू केले. (सुविको)

कोल्लम शक : सुरू कोणी केला याबद्दल मतैक्य नाही. चेरुमान, पेरुमाळ, आद्य शंकराचार्य वगैरेंची नावे घेतली जातात. उपलब्ध शिलालेखावरून बर्नेल, हार्न, पिल्ले या विद्वानांनी कोल्लम शक इ. स. ८२४ किंवा ८२५ मध्ये सुरू झाल्याचा निष्कर्ष काढला आहे. कोल्लम शहरात झालेल्या परिषदेची स्मृती म्हणून हा शक सुरू झाला. अमवासा. याचे वर्ष सौर असून, महिन्याचा आरंभ सूर्य संक्राती नंतर होतो. (भासं)

कोल्हटकर भास्करराम : नागपूरकर भोसल्यांच्या पदरचा पराक्रमी सरदार. बंगाल प्रांत सर करताना वीर मरण. भोसल्यांनी या सरदाराची आठवण म्हणून बंगालवर 'पगडी' हा कर बसविला. (मई)

कोल्हापूर : मराठा राजवटीत इ. स. १८ व्या शतकात कौसल्याच्या गादीची स्थापना. संस्थान आहे. ब्रह्मपुरीच्या उत्खननात २००० वर्षांपूर्वीच्या वसाहतींचे अवशेष सापडले आहेत. व्यापारी केंद्र होते. महालक्ष्मी मंदिर आहे. बौद्ध स्तुपाचे अवशेष सापडले. बिनखांबी गणपती, खोलखंडोबा, टेंबलाई, सुंदर शिल्प पद्धतीचे जैनमंदिर प्रेक्षणीय आहे. (भासं)

कोल्हापूर प्रकरण : शंकराचार्यांचा एक मठ कोल्हापुरास होता. छत्रपती संभाजी करवीरकर यांच्या मृत्यूनंतर त्यांचे दहन या स्वामींच्या मठापाशी करण्याचा हट्ट जिजाबाई राणीने घेतला. तेथे समाधी बांधली. त्याला सनातनी गटाचा विरोध. आपण राजे आहोत, या भट भिक्षुकांची पत्रास आपण का बाळगावी या राणीच्या भूमिकेतून वाद चिघळत गेला. पेशव्यांच्या संमतीने मिरजेच्या पटवर्धनांनी त्यात लक्ष घालण्याची तयारी दाखविली. दैवी प्रकोप होऊन शेवटी राणीने माघार घेतली. तथापि ब्राह्मण तेढ वाढत गेली. (भासंको, मविको)

कोल्हापूर येथील १८५७ चे दोन उठाव : नोव्हेंबर उठावः जुलै १८५७ मध्ये लष्करी उठाव फसला. पण राष्ट्रप्रेमी स्वातंत्र्य सैनिकांनी कोल्हापूरच्या राजेसाहेबांचे धाकटे बंधू श्रीमंत चिमासाहेब यांच्या नेतृत्वाखाली पुन्हा जमवाजमव सुरू केली. जुलै उठावाचेही तेच प्रेरणास्थान होते. ताईबाई गतभर्तृका राणीसाहेबांचे मोठेच योगदान होते. पण त्या हल्ल्याचा वास इंग्रजांना नोव्हेंबरमध्येच लागला. चिकोडी तालुक्यातील तीन खेड्यांत जमून कोल्हापुरावर हल्ला करण्याची योजना होती. सर्व देशात इंग्रजांविरुद्ध तिरस्काराची भावना असल्याची इंग्रजांना जाणीव होती. नानासाहेब पेशवा मोठे सैन्य घेऊन महाराष्ट्रात येणार अशी बंडवाल्यांची श्रद्धा होती. डिसेंबरचा उठाव : ४ डिसेंबर १८५७ या दिवशी ५०० स्वातंत्र्यसैनिकांनी उठाव केला. त्यात किल्ले पन्हाळा व ब्रिटिश पलटणीतील लोक सामील झाले होते. महाराजांचा प्रमुख अंगरक्षक गोडाजी नाईक, ज्योतीराव तसेच भाऊसाहेब घाटगे अग्रभागी होते. ५ डिसेंबरच्या पहाटे त्यांनी कोल्हापूरवर कब्जा मिळविला. ग्रॅन्ड जेकोबच्या छावणीवर हल्ला करण्याचा बंडवाल्याचा इरादा होता. शहरातील तुरुंगातील आणि जुलै उठावातील ४० बंडवाले लोक सामील होते. पण त्याच्या अगोदरच जॅकोब कारागृहापाशी पोहोचला. अनेक देशभक्त या चकमकीत मारले गेले. इंग्रजांनी प्रतिकार मोडून काढला. संबंधितांना मृत्युदंड, कारवास अशा शिक्षा देण्यात आल्या. (१८५७ स्वापेदहिं)

कोल्हापूर संस्थानचा उठाव १८५७ : १८५७ च्या उठावात भाग घेण्यासाठी नानासाहेबांचे दूत संस्थानात आले. बळवंतराव नाईक निंबाळकर हे सरदार उठावकर्त्यांस सामील झाले. ११ जुलै १८५७ च्या रात्री रामजी शिरसाठ यांच्या नेतृत्वाखाली खजिना लुटण्यात आला. ग्रँट जॅकबच्या नेतृत्वाखाली इंग्रजांनी उठावकर्त्यास तोफेच्या तोंडी दिले. रामजी शिरसाठांना ठार मारले. चिमासाहेबास कैद करून कराचीला नजरकैदेत ठेवले व तेथेच त्यांचा अंत झाला. (मपई)

कोल्हापूर संस्थानातील उठाव : कोल्हापूर संस्थानातील शेतकरी चळवळ संघटित करण्यासाठी व त्यांवरील अन्याय दूर करण्यासाठी शेतकऱ्यांचा अभूतपूर्व मोर्चा निघाला (२५ डिसें. १९३८). हा मोर्चा काढण्यास भाई बागल. दिनकरराव देसाई, रत्नाप्पा कुंभार, देशिंगकर, बापूसाहेब पाटील यांचे परिश्रम कारणीभूत ठरले. शेतकऱ्यांना दहशत बसावी म्हणून भाई बागल यांचा हातापायांत बेड्या घालण्यात आल्या. परिणामी, शेतकऱ्यांचा दुप्पट प्रतिसाद मिळाला. राजामहाराजांनी आश्वासने दिली. कार्यवाही न झाल्याने शेतकऱ्यांनी पुन्हा एकदा आंदोलन केले. (मपइ)

कोल्हापूरचा उठाव (१८४४) (गडकऱ्यांचा उठाव) **:** कंपनी सरकारच्या राजवटीत गडकऱ्यांचे अधिकार नष्ट करण्यात आले. सामानगडावर पहिला संघर्ष. औटरॅमच्या नेतृत्वाखाली फौजा आल्या. १८४४ मध्ये पन्हाळा, पावनगड, विशाळगड उठाववाल्यांच्या ताब्यात आले. (मपइ)

कोळी : एक जात, मध्यप्रदेश, द. महाराष्ट्र, गुजरात, कोकण या भागात वस्ती. निमाडमधील कोळी भवानीला पुजतात, डोंगरी कोळी पूर्वीच्या कोळ लोकांचे वंशज, आगरी कोळी शेती करतात. कोकणातल्या

कोळ्यांना समुद्रकोळी किंवा सोनकोळी म्हणतात. सोनकोळी मासेमारी करतात. शालिवाहन राजाच्या एका कोळी सरदाराने पंढरपूर गाव बसविले. मराठी राज्यात नावाजलेले दर्यावर्दी असून मराठ्याच्या आरमारी नोकरीला होते. पाटणवाडिया जातीचे कोळी मराठेशाहीत सैन्यात होते. मासे वाहून नेणाऱ्या प्रत्येक बोटीमागे पाव टक्का कर कोळ्यास द्यावा लागे. (शिम) (भासं)

कोळ्यांचे उठाव : भाऊ खरे, चिमाजी जाधव आणि नाना दरबारे ह्यांच्या पुढारपणाखाली पुणे विभागात कोळ्यांचे उठाव झाले (इ. स. १८३९ ते १८४६). पदभ्रष्ट पेशव्यांच्या वतीने आम्ही हे उठाव करीत आहोत नि शक्य त्या त्या ठिकाणी ब्रिटिशांशी लढू असे त्यांनी घोषित केले होते. (१८५७ चे स्वातंत्र्ययुद्ध – पेटलेला दक्षिण (हिंदुस्थान)

कोश : खजिना किंवा द्रव्यसंग्रह असा अर्थ. कोश भरण्याचे मुख्य साधन म्हणजे कर. कोश भरण्याचे आठ मार्ग कामंदकिय नीतिसारात सांगितले आहे. (भासं)

कोश वाङ्मय : भाषेतील शब्द किंवा विवेचनाचे विषय कोशात ठराविक प्रकाराने दिलेले असतात. 'निघंटू', 'मानसोल्लास' ही काही प्राचीन कोशांची उदाहरणे होत. मराठी वाङ्मय अत्यंत कोशसमृध्द आहे.पहिला मराठी कोश विल्यम कॅरेने तयार केला. श्री हर्षाचा श्लेषार्थ पदसंग्रह कोश आहे. मध्य आशियात काहागट येथे सापडलेले ८ पानांचे चोपडे हा जगातला सर्वात प्राचीन कोश. कालायनाची नाममाला, वाचस्पतींचा शब्दार्ण व विक्रमादित्यांचा कोश आहेत. (भा स)(सुविको)

कोसंबी दामोदर धर्मानंद : (१९०७–१९६६) भारतीय इतिहासलेखनात मार्क्सवादी लेखन पद्धतीची पायाभरणी करणारे महत्त्वाचे इतिहासकार. 'इंट्रोडक्शन टू द स्टडी ऑफ इंडियन हिस्टरी' (१९५६), 'एन्शंट इंडिया' (१९६५) व 'मिथ ॲन्ड रिॲलिटी' हे मान्यवर ग्रंथ. प्रिंन्स्टन व शिकागो येथे प्रगत अभ्यासासाठी अभ्यागत प्राध्यापक म्हणून गेले होते. तेव्हा आइनस्टाईन व व्हेब्लेन यांच्याबरोबर शास्त्रीय विषयांवर चर्चा. (मवि) रशियामध्ये अणुऊर्जेचा शांततेसाठी कसा उपयोग करता येईल. या विषयावरील व्याख्यान, नाणकशास्त्राचा सखोल अभ्यास, सूक्ष्म पाषाणांचा त्यांचा संग्रह होता. त्यांचा कार्ले येथील ब्राह्मी लिपीचा शोध. (इलेशा)

कोसंबी धर्मानंद : (१८७६–१९४७) बौद्ध धर्माचे गाढे अभ्यासक. बौद्ध धर्मावरील त्यांच्या ग्रंथापैकी 'मज्झिमनिकाय' वरील टीका, प्रपंचसूदनी, विसुद्धिमग्ग इ. उल्लेखनीय आहेत. (सुविको)

कोसल : उत्तर प्रदेशात गंगेच्या खोऱ्यातील सुप्रसिद्ध गाव. इक्ष्वाकू कुळातील राजाने येथे राज्यकारभार केला. कुशावती व श्रावस्ती या दोन राजधान्या. साकेत व अयोध्या ही महत्त्वाची शहरे. राम याच कुळातील. बुद्धाच्या काळात प्रसेनजित राजा होता. या कालखंडातील राजकीय परिस्थिती काहीशी शत्रुत्वाची व काहीशी मैत्रीची होती. उत्तर भारतात सांस्कृतिक केंद्र म्हणून प्रसिद्धी. कोसल सेनानी कुशल व कर्तबगार मुत्सद्दी म्हणून प्रसिद्ध होते. (इसंशा)

कौंडिण्यपूर : अमरावतीतील क्षेत्र, विदर्भाची पंढरी, चौरंगीनाथची समाधी, उत्खननात प्राचीन इतिहासावर प्रकाश पडतो. लोक काळी तांबडी मातीची भांडी वापरत असावेत. चांदी व तांबे ओतण्याच्या मुशी सापडल्या आहेत. या वस्तीचा काळ इ. स. पू. सुमारे २००० वर्षे हा असावा. (भासं)

कौटिलीय अर्थशास्त्र : आधुनिक काळातील विचारवंतांनाही आदर्शभूत वाटावी, अशी राज्यव्यवस्था म्हणजे चाणक्याच्या बुद्धिमत्तेचा आणि प्रजावात्सल्याचा परिपाकच होय. हा ग्रंथ भारतीय राजनीतीचा आदर्श

असून, जगातील प्राचीन राजनैतिक साहित्यात तो अद्वितीय आहे. यात १५ प्रकरणे आहेत. राज्यव्यवहार विषयक १८० विषयांची चर्चा केलेली आहे. राजाची वृत्ती कशी असावी या विषयी तो म्हणतो: ''प्रजेच्या सुखात राजाचे सुख असते आणि प्रजेच्या हितात राजाचे हित असते. राजाचे हित स्वार्थसाधनात नसते, तर ते प्रजेला संतुष्ट ठेवण्यात असते.'' (भासंको)

कौटिल्य (इ.स.पू. ४ थे शतक) : चंद्रगुप्त मौर्याचा महामात्य, 'अर्थशास्त्र' या ग्रंथाचा कर्ता. कौटिल्य हा विष्णुगुप्त आणि चाणक्य या नावांनीही प्रचलित.निःस्पृह आणि बुद्धिमान, प्राचीन भारतीय इतिहास, राजनीती आणि संस्कृती विषयक वाङ्मयात प्रसिद्ध. मौर्य साम्राज्याचा स्फूर्तिदाता, भारत खंडित आहे आणि म्हणूनच दुबळा बनला आहे. त्याला बलशाली बनवायचे, तर तो आधी एका छत्राखाली आला पाहिजे, असे त्याला वाटत असे. त्यासाठी क्रांतीच्या विचारांनी त्याचे अंत:करण भारून गेले होते. (भासविको)

कौटिल्य: युद्धविचार : राज्याच्या संरक्षणाकरिता त्या राज्याची गुप्तहेर संघटना कार्यक्षम पाहिजे. त्यात स्थायिक हेर व फिरते हेर असावेत. (१) स्थायिक हेर – राज्यातील हेरगिरी करणारे. (२) फिरते हेर– वेतन घेऊन हेरगिरी करणारे. हेराकडून माहितीची विश्वसनीयता तपासण्याची यंत्रणा असावी. अतिशय प्रभावशाली स्थिर व चल शस्त्रास्त्रे सैनिकांजवळ असावी. शत्रूचा शत्रू तो आपला मित्र असतो. शत्रूवर विजय मिळविण्यासाठी अतिशय प्रभावशाली शस्त्रे सैनिकांजवळ असावीत. व्यक्तिगत शस्त्र म्हणून प्रत्येक सैनिकाजवळ तलवार, भाला, धनुष्यबाण, चिलखत, शिरस्त्राण इ. असावे. तसेच त्यांच्या जवळ स्थिर व चल दोन प्रकारची शस्त्रे असावीत. तलवार, भाला, आयुध व धनुष्यबाण ही आक्रमक शस्त्रे तर चिलखत, शिरस्त्राण, ढाल, कण्ठत्राण, नागोदरिका इ. बचावात्मक शस्त्रे मानतात. चतुरंग दल हवे. त्यात पायदळ, अश्वदळ, गजदळ, रथदळ असावे. सैन्य शक्तिशाली आणि सुसंघटित असावे. युवकांना प्राधान्य, क्षत्रियांना प्राधान्य. प्रशिक्षणाची व्यवस्था असावी. व्यूव्ह रचना व कूटनीतीला प्राधान्य. (इसंशा)

कौशांबी : वत्स महाजनपदाची राजधानी. येथे अशोकाचा एक स्तंभालेख आहे. बुद्धकाळात येथे उदयन राजा राज्य करत होता. एक प्राचीन नगरी, वैदिका, बौद्ध साहित्यात वर्णन आहे. पांडव वंशातील राजाची राजधानी, बुद्धाचे येथे वास्तव्य होते. जैन तीर्थंकर पद्मप्रभ याची जन्मभूमी. इ. स. च्या ७ व्या शतकात बौद्ध मठ व देवालये होती. हजारो प्राचीन तांब्यांची नाणी सापडली आहेत. (भासंको ; सुविको)

कॉटन सर हेन्री (१८४५-१९१६) : एक अँग्लो इंडियन अधिकारी, हेन्रीचा जन्म तंजावर जिल्ह्यातील कुंभकोण या गावी झाला. १८९१ मध्ये बंगालचा सरचिटणीस, १८९६ मध्ये हिंदुस्थान सरकारचा गृहमंत्री, १९०६ मध्ये लिबरल सभासद म्हणून पार्लमेंटमध्ये निवडून आला. 'न्यू इंडिया' नावाचे पुस्तक लोकप्रिय आहे. (सुविको)

कॉमनवेल्थ आणि भारत : १९४७ नंतर कॉमनवेल्थ या शब्दामागील साम्राज्याची कल्पना लोप पावली आणि वंश, वर्ण, धर्म यांची विविधता असलेल्या स्वायत्त राष्ट्रांची शिथिल संघटना असे कॉमनवेल्थला स्वरूप प्राप्त झाले. या संघटनेत राहून एकमेकांच्या प्रगतीला साहाय्य करावे, तसेच आर्थिक, व्यापारविषयक आणि तत्सम क्षेत्रात सहकार्य करावे, अशी या कॉमनवेल्थ मागील कल्पना आहे. (भासविको)

कॉर्नवालिस लॉर्ड (१७३८-१८०५) : हा बंगालचा दुसरा गव्हर्नर जनरल. मराठे व निजामाच्या मदतीने टिपूचा पराभव केला. सिव्हिल सर्व्हिस, पोलिसखाते, न्यायखाते व लष्कर यात सुधारणा केल्या. सिव्हिल सर्व्हिसच्या नियमांची दुरुस्ती, याचे धोरण सौम्य, सैन्याची जय्यत तयारी ठेवण्याविषयी याने कधीच हयगय

केली नाही. कायमधारा पद्धत सुरू केली. (मचको)

क्रमवंत ब्राह्मण : एक जात. सिंधुदुर्ग व गोमंतकातील एक ब्राह्मण समूह, अंबाजोगाई (जि. बीड) मूळ स्थान. देशस्थ असून आंग्र्याचे कुलगुरू. इतर ब्राह्मणांनी पेशवाईकाळात या विरुद्ध बरीच ग्रामण्ये केली पण यांचाच पक्ष सिद्ध झाला. उपाध्यपण, सावकारी, शेतकी हे तीनही धंदे करतात. जगन्नाथ शास्त्री : महाराष्ट्र भाषेच्या १ ला कोशाचे कर्ते – हे क्रमवंत पंडित होते. (भासंको)

क्रांतिकारक संघटना : (भारत) : स्वातंत्र्यसंग्रामाच्या काळात ब्रिटिश साम्राज्यसत्तेपासून भारताची मुक्तता करणे, हे क्रांतिकारकांच्या चळवळीचे उद्दिष्ट होते. 'अभिनव भारत', 'इंडियन होमरूल सोसायटी', 'युगांतर' व 'अनुशीलन समिती', 'गदर पार्टी', 'यंगमेन्स असोसिएशन', 'मातृवेदी संघटना', 'हिंदुस्तान समाजवादी प्रजातांत्रिक सेना' या क्रांतिकारक संघटना भारतात कार्यरत होत्या. (भासविको)

क्रांतिवाद : (कायद्याने राजकीय) सुधारणांकरिता प्रयत्न करणे म्हणजे मंदगतीने क्रांती घडवून आणणे आहे किंवा क्रांती म्हणजे द्रुतगतीने घडून आलेल्या सुधारणांची मालिका आहे, असे समजणे हे पूर्णपणे असत्य व अनैतिहासिक विधान आहे. सामाजिक परिवर्तन व वैधानिक सुधारणा यात केवळ कालावधीचा फरक नाही, तर त्यांचे मूळ स्वरूपच एकमेकांपासून वेगळे आहे. राजकीय शक्तीचा वापर करून ऐतिहासिक बदल घडवून आणण्याचे रहस्य साध्या संख्यात्मक बदलातून नवीन गुणात्मक बदल घडवून आणण्यात आले. हे विधान अधिक स्पष्ट करावयाचे झाल्यास, एका ऐतिहासिक काळातून किंवा समाजव्यवस्थेतून दुसऱ्या ऐतिहासिक काळात व समाजव्यवस्थेत होणारा बदल होय. भारतीय स्वातंत्र्यलढ्यात नि:शस्त्र क्रांतिवाद व सशस्त्र क्रांतिवाद जोपासला गेला.

क्रांती सशस्त्र आणि वृत्तपत्रे : पाहा, वृत्तपत्रे आणि सशस्त्र क्रांती.

क्रिप्स मिशन : २३ मार्च १९४२ रोजी क्रिप्स मिशन भारतात आले. योजनेत भारताला वसाहतीचा दर्जा, घटना समितीची स्थापना, प्रांतांना व संस्थानिकांना स्वातंत्र्य, अल्पसंख्याकांचे हक्क शाबूत राहण्यासाठी ब्रिटिश सरकार घटना समितीशी करार करील, आदी शिफारशी होत्या. (इसंशा)

क्रिप्स, सर स्टॅफर्ड : (ज.१८८९) ब्रिटिश राजकारणी. क्रिप्स आयोग, त्रिमंत्री आयोग याचे ते सदस्य होते.१९४२ मध्ये हिंदुस्थानात येऊन भावी राज्यघटनेसंबंधी चर्चा केली. (सुविको)

क्रिस्त पुराण : एक मराठी ओवीबद्ध ग्रंथ, फादर स्टिफन्स हा ग्रंथकर्ता, पहिले पुराण व दुसरे पुराण असे दोन भाग आहेत. ऐतिहासिक दृष्टीने वास्तव घटनांचे वर्णन करणे, ही क्रिस्त पुराणाची भूमिका आहे. कवीच्या केवळ प्रतिभेचाच विलास नाही तर ख्रिस्ती संताच्या वाङ्मयाचे सखोल अध्ययन केलेले आहे. (भासंको)

क्रूसो : (डॉ.) सवाई माधवरावाचे कारकिर्दीत इंग्रजी डॉक्टर आणि मिशनरी. त्याचा दवाखाना पुण्यात होता. पण थोरामोठ्यासच त्याचा उपयोग होत असे. (पे म)

क्रोष्टू शाखा : यादववंशातील एक शाखा. भीम सात्वत या राजांचे पुत्र पुराणप्रसिद्ध आहेत. मथुरेचा उग्रसेन या शाखेतील होता. कंस हा अत्यंत महत्त्वाकांक्षी तेवढाच गर्विष्ठ राजा होता. श्रीकृष्ण पिता वसुदेव हा कंसाचा प्रधान होता. अनेक यादव कंसाच्या जुलुमाने परागंदा झाले. कंसवधाचा सूड घेण्यासाठी जरासंधाने मथुरेवर १७ वेळा स्वाऱ्या केल्या. अखेर कृष्णाने दूर द्वारकेस आपली राजधानी केली, क्रोष्टू शाखेच्याही अनेक

उपशाखा झाल्या. (भासंको)

क्रौंच द्वीप : पुराणात उल्लेख असल्याप्रमाणे हे पृथ्वीच्या सप्त महाद्वीपांतील एक द्वीप असून सांप्रतची समरकंद आणि बुखारा ही शहरे ज्या भागात वसली आहेत, त्या भागाला प्राचीन काळी क्रौंचद्वीप म्हणत असावेत, असे पंडितांचे अनुमान. (सुविको)

क्लोज : इ. स. १७७२ मध्ये फौजखात्यात दाखल होऊन म्हैसूरकरांबरोबर झालेल्या सर्व युद्धांत हजर होता. १८०० मध्ये तीनशे गिजी मोलाची एक बहुमोल तलवार बक्षीस, इंग्रज मुत्सद्यांचा मुकुटमणी अशी पदवी यास इंग्रज मुत्सद्दी देतात. बाजीरावाशी वसईचा तह हे त्याच्याच कर्तबगारीचे फळ होय. (मदि; मचको)

क्लॉईव्ह रॉबर्ट : बंगाल प्रांताचा पहिला गव्हर्नर. दुहेरी राज्यपद्धतीचा जनक. याच्या कूटनीतीमुळे इंग्रजांनी प्लासीच्या युद्धात जय मिळवला. त्याअगोदर त्याने पाँडेचरीचा वेढा, त्रिचनापल्लीचा वेढा येथे मोठाच पराक्रम केला. भारतातील ब्रिटिश सत्तेचा पाया घातला. पैशाच्या भ्रष्टाचाराचा त्याच्यावर आरोप. शेवटी त्याने आत्महत्या केली. (सुविको)

क्विलॉन : (कोल्लाम)पश्चिम किनाऱ्यावरील एक प्राचीन बंदर. १६६२ मध्ये डचांनी येथे वखार घातली.

कॅबिनेट मिशन (मार्च-जून १९४६) : हिंदुस्थानातील घटनात्मक व राजकीय समस्या सोडविण्यासाठीची त्रिमंत्री योजना. फाळणीची मागणी मान्य न करता, हिंदुस्थान अखंड ठेवण्याचा शेवटचा प्रयत्न या कॅबिनेट मिशनने केला. त्रिमंत्री योजनेत बदल करावयाचा हक्क घटना समितीत गेलेल्या राष्ट्रसभेला राहील. काँग्रेस कोणत्याही अटीला बांधलेली नाही, असे मुंबईच्या काँग्रेस बैठकीत जवाहरलाल नेहरूंनी जाहीर केले. शेवटी फाळणी झालीच. भारतमंत्री लॉर्ड पेथिक -लॉरेन्स, सर स्टॅनफोर्ड क्रिप्स आणि लॉर्ड ए.व्ही. अलेक्झांडर हे तीन मंत्री होत. (इसंशा)

ख

खंडगिरी : ओरिसातील या ठिकाणी जैन लेणी आहेत. पैकी पृथ्वीगुंफा लेण्यात इ.स.पू. १५५ हा काळ असलेला खारवेलाचा शिलालेख आहे. (भासंको)

खंडफुरोई : खंडफुरोई म्हणजे न्यायनिवाड्यामुळे सरकारला मिळणारे उत्पन्न, खंडफुरोईचा अभ्यास केल्यास तत्कालीन जीवनासंबंधी, लोकांच्या चालीरीती, रिवाजासंबंधी आणि नीतीमत्तेच्या कल्पनाविषयी काही आडाखे बांधता येतात. (खाइ)

खंडेराव गुजर : प्रतापराव गुजराचा पुत्र. शाहूने परळीनजीक ६० गावांची पाटीलकी इनाम दिली होती. शाहूमहाराजाच्या ऐवजी यास मुस्लिम व्हावे लागले होते. खंडोजीस परत हिंदू करून घेण्याचे लोकांचे प्रयत्न फसले. याचे वंशज कामथी येथे राहतात. (भामच)

खंडेराव त्रिंबक ओढेरकर : पेशवाईतील सरदार. इ. स. १७७५ आनंदीबाईने धारेस असता भेलसे वगैरे महालात दंगे केले, ते आठवल्याचे मदतीने ओढेरकरानी मोडले. अप्टनच्या तहानंतर धार हस्तगत करुन बाईंना ताब्यात घेतले. (भामच)

खंडेराव दाभाडे प्रा. : (कारकीर्द १६९१ – १७२९) तळेगावजवळील इंदुरी गाव इनाम मिळाले. सन १६९८ मध्ये जुन्नर प्रांताची सरपाटीलकी मिळाली. छत्रपतीने गुजरात, बागलाण मुलूखगिरीवर पाठविले होते. खानदेश, गुजरातच्या स्वारीत हुसेनची फौज कापून काढली. कर्नाटक स्वारीत हा हजर होता. वसई ते सुरतपर्यंतचे कोकण काबीज केले होते. तीनशे गावाची सरपाटीलकी होती. तळेगावी समाधी. (भामच)

खंडेराव पवार (इ. स. १७८३ मृत्यू) : यशवंत पवारांचा पुत्र, रघुनाथरावांकडे विशेष ओढा. बारभाईस पुरंदरच्या तहानंतर येऊन मिळाला. त्यास त्याचे जप्त झालेले महाल पुन्हा परत मिळाले. हा महादजी शिंद्याबरोबर मोहिमांवर असे. (भामच)

खंडेराव राजे शिर्के (इ.स. १७७५ – १८४८) **:** बुद्धिमान, शूर, कर्तृत्ववान, डेरवणचे इनामदार, सरलष्करपद मिळाले होते. १८४२ मध्ये सेनापतीपद मिळाले. सातारा दरबारात विशेष वजन, इंग्रज सरकारशी राजनिष्ठेने वागत. सातारा जिल्ह्यात कामठी व ल्हासुर्णे ही दोन गावे व बागा इनाम मिळाल्या होत्या. (भामच)

खंडेराव विठ्ठल विंचुरकर (इ.स. १७९४) **:** माधवराव पेशव्यांनी सरदारकीची वस्त्रे दिली. खर्ड्याच्या लढाईत हजर होता. कोणजाई देवीचे देवालय बांधले. चिटणिसी व जमाखर्च लिहिण्यात हुशार असून मुत्सद्दी

होता. संस्कृत चांगले होते. सुस्वरूप होता. रागीट व खुनशी स्वभावाचा होता. (भामच)

खंडेराव हरि भालेराव (इ. स. १७८० ते ९७) : सन १७८० मधील इंग्रज व शिंदे यांच्या युद्धात शिंद्यांच्या बाजूने लढत होते. युद्धात त्यांनी खूप पराक्रम केला. आग्र्याचा किल्ला घेण्यास पाठविले होते. त्यांनी चांगली मेहनत केली. पण्यांचा किल्ला हस्तगत केला होता. कालिंजरचा किल्ला जिंकला. बुद्धिचातुर्य व तलवार बहाद्दरी हे गुण त्यांच्यात होते. भानोड हे जहागिरीचे मुख्य ठिकाण. (भामच)

खंडेराव होळकर (इ. स. १७२३-१७५४) : सन १७५४ मध्ये अजमेरजवळील युद्धात याचा भाग अहिल्याबाईचा पती आणि मल्हाररावाचा पुत्र, युद्धकलेत हुशार होता. कुंभेरीच्या वेढ्यात मृत्यू. याची मुद्रा : म्हाळसाकांत चरणी तत्पर/मलारजीसुत खंडेराव होळकर अशी होती. (भामच)

खंडो बल्लाळ चिटणीस (जन्म इ. स. १६६८ मृत्यू इ.स.१९-९-१७२६) : स्वामिनिष्ठेचे प्रतीक. संभाजी महाराजांनी ह्यांचे वडीलास ठार केले. पण ह्यांची श्रद्धा वज्रप्राय होती. गोमंतक स्वारीच्या वेळी मांडवी नदीत संभाजीमहाराज वाहून जात असताना त्यांनी महाराजांना वाचविले. शाहू महाराजांचा पक्ष बळकट करण्यात ह्यांचाही मोठाच वाटा होता. चिटणिसाचे काम करीत असे. गोव्याच्या स्वारीच्या वेळेस हा तलवारबहाद्दरही चांगला आहे हे लक्षात आले. राजारामास हिकमतीने जिंजीस पोहोचवीले. राजाराम महाराजांनी जिंजीहून निघून जायचे ठरविले तेव्हा शिर्क्यांची चौकी मध्ये होती म्हणून शिर्क्यांना फोडण्याकरिता यांची नेमणूक झाली. यांच्या दाभोळच्या वतनात शिर्क्यांनी राजाराममहाराजांना वाट करून दिली. शाहूमहाराजांचाही एकदा त्याने प्राण वाचविला. (भामच)

खंडोजी फर्जंद : संभाजी महाराजांचा गुप्त हेर. संभाजीमहाराजांशी वैर आहे असे भासवून सिद्दीकडे नोकरी पत्करली. पण हे सिद्दीस कळल्यावर त्याला पकडून ठार करण्यात आले. (भामच)

खंडोजी भोसले नागपूरकर : एप्रिल १७८६ मधील बदामीच्या युद्धात शौर्य गाजविले. कॅ. बेली या सरदारास याने मदत केली होती. रतनपूर येथील कारभार पाहात होता. वीर होता. अतिशय सशक्त माणूस, खंडोजीस रघुजीने दारव्हे, गिरोली, महागाव, खर्डा, धामणी, माहूर, धाम वगैरे परगणे खाजगीचे सरंजामास दिले होते. रघुजीचा हा धाकटा मुलगा. (भामच)

खंडोजी माणकर : हा खरवली (जि.रायगड)चा मराठा सरदार. १७३७-४७ पर्यंत झालेल्या मराठ्यांच्या लढायांतील मुख्य लढवय्या, साष्टीबेटाच्या स्वारीवरच्या अपूर्व शौर्याने ठाण्याची किल्लेदारी मिळाली. वसईच्या लढाईच्या वेळेस गुराख्याचा वेष करून सुगावा काढला होता. बांदरा, वेसावे, धारावी ही स्थळे घेतली होती. (भामच)

खंडोबा : महाराष्ट्रातील बहुसंख्यांचे ते दैवत आहे. सासवडच्या पुरंदऱ्यांची, होळकर मंडळींची त्याचेवर विशेष भक्ती होती. जेजुरीचे मंदिर सर्वांत प्रसिद्ध तसेच ऐतिहासिक. जि. सातारा येथे पाली या गावीचा खंडोबा फार प्रसिद्ध, जागृत मानला जातो. आबा पाधेड नावाच्या माणसाने ते बांधले असावे. धनाजी जाधव, शिंदे सरकारांनी त्याचा जीर्णोद्धार केला. (भासंको)

खंदक : भुईकोट किल्ला अथवा वाड्याभोवती सुरक्षिततेसाठी खोल खंदक खणत. त्यात पाणी सोडण्याची सोय असे. मराठी काळात शहराभोवती खंदक आढळून येत नाहीत. मराठ्यांच्या स्वाऱ्यांच्या भीतीमुळे कलकत्तेकर इंग्रजांनी खंदक खणला होता. (भासंको)

खजाना : हे जुने झिजवट पुसट नाणे होते तथापि व्यापारी लोक हे नाणे वापरीत नसत. बाजारात जे नवे

नाणे प्रचलित असे त्यास चलनी म्हणत तर जुन्यास खजाना म्हणत. हे सामान्यत: झिजलेले, पुसट असल्याने त्याची किंमत कमी असे. (शिम)

खजायन– उल –फतूह : सुप्रसिद्ध कवी–गायक, तत्त्ववेत्ता अमीर खुसरो हा या ग्रंथाचा लेखक होता. इ. स. १२९० – १३२५ पर्यंत तो निरनिराळ्या शासकांच्या पदरी राजकवी म्हणून आश्रयाला होता. गियासुद्दीन बल्बन ते मोहम्मद बिन तुघलकापर्यंतच्या सुलतानांचा तो समकालीन होता. अल्लाउद्दीन खिलजीच्या कारकिर्दीतील महत्त्वाच्या घटना यामध्ये अंतर्भूत आहेत. (इलेशा)

खजुराहो : इ. स. ९ व्या शतकापासून १३ व्या शतकापर्यंत चंदेलवंशाच्या राजांची राजधानी येथे होती. चंदेलाच्या राजवटीतील मंदिरे भव्य व शिल्पकला हे उत्कृष्ट नमुने आहेत. विश्वनाथ मंदिरात एक संस्कृत शिलालेख आहे. वराह मंदिर, चौसष्ट योगिनींचे मंदिर इ. स. ९०० च्या सुमारास बांधले आहे. इथल्या संग्रहालयात इ.स. १०–११ च्या शतकातल्या दोन हजार मूर्ती आहेत. एक प्रमुख कलाक्षेत्र. (भासंको)

खते : जमिनी सुपीक होत्या तरी सिंधू – सरस्वतीच्या खोऱ्यात खताच्या वापराचा पुरावा आहे. कालीबंगन येथील उत्खननात जिप्समचे खडे शेतात सापडले आहेत. शेणखताचा पण उपयोग निश्चित होत असावा. (कोएका; सिंसं)

खरकसिंग : एक गार्दी. राघोबास पाठिंबा देणारा. इ. स. १७७७ मध्ये मकर संक्रमणाचे तीळ व पत्र आनंदीबाईने यास मुंबईस दादाजवळ असता पाठविले होते. नारायणरावाचे खुनात सामील होता. म्हणून देहान्त शिक्षा झाली. (भामच)

खरे दप्तर : भारत इतिहास संशोधक मंडळातील खरे दप्तर हे महत्त्वाचे दप्तर असून या दप्तरात वाईचे देशपांडे, जुन्नरचे देशपांडे आणि लक्ष्मीश्वर देसाई यांच्या संबंधीची माहिती पाहावयास मिळते. (इलेशा)

खरे वा. वा. तथा वासुदेवशास्त्री : (इ.स. १८५८–१९२४) महाराष्ट्रातील एक महान इतिहाससंशोधक, विष्णुशास्त्री चिपळूणकर, लो. टिळक ह्यांच्यापासून स्फूर्ती, १८९३–९७ मिरजेचे संस्थानिक पटवर्धन यांच्याकडील सुमारे ४ लक्ष कागद निवडले आणि त्यांपैकी महत्त्वाचे तीस सहस्त्र (३०,०००) १६ खंडात प्रसिद्ध केले. 'ऐतिहासिक लेखसंग्रह' नामक पाक्षिक चालविले. ते आणि त्यांचे चिरंजीव यशवंतराव ह्यांनी १५ खंड प्रसिद्ध केले. शिवाजीमहाराजांच्या जन्मावरचे त्यांचे 'शिवसंभव' नाटक अतिशय गाजले. इचलकरंजी संस्थानचा इतिहास इ. अन्यही साहित्य आहेच. शिक्षक व्यवसायातील वासुदेवशास्त्रींची कामगिरी प्रचंडच आहे. (मइ)

खरे व्ही.एन. : भारताच्या २००२–२००४ या काळात त्यांनी सरन्यायाधीशपदाची जबाबदारी सांभाळली.

खरोष्ट्री लिपी : असमाईक लिपीपासून तयार झालेली लिपी. हिचा प्रसार वायव्य भारतात प्रामुख्याने होता. अशोकाचे गांधार भागातील शिलालेख खरोष्ट्री लिपीत आहेत. (सुविको)

खरोसा लेणी : लातूर जिल्ह्यातील औसा तालुक्यातील खरोसा गावी लेणी इ. स. सहाव्या शतकातील आहेत. नरसिंह, शिवपार्वती, कार्तिकेय, तांडव नृत्य, समुद्र मंथन, धनुर्धारी राम, वराहमूर्ती अशी शिल्पे आहेत. वैशिष्ट्यपूर्ण विष्णूमूर्ती आहे. पद्मासनस्थ जैनमूर्ती आहे. रेणुकामाता मंदिर आहे. (लेम)

खर्कू : कठेर ऊर्फ रोहिल खंडाचा राजा. इ. स. १३८० मध्ये फिरुझशहाने कठेरवर स्वारी केली व हिंदूंची सरसकट कत्तल केली. तेव्हा हा कुमाकनला पळून गेला. कठेर शहराची जाळपोळ झा ली. (भामच)

खर्ड्याचा तह : (इ. स. १७९५) निजाम व मराठे यांच्यात खर्डा येथे लढाई झाली. त्यात मराठे विजयी झाले, मुशीर उलमुल्कला मराठ्यांनी कारागृहात डांबले. त्यानंतर झालेल्या तहात निजामाने नुकसानभरपाई म्हणून मराठ्यांना ५ कोटी रु.कबूल केले. द. हिंदुस्थानात निजामाने गोहत्येला बंदी घालावी. हिंदू व मुस्लीम दोन्ही समुदायांकडे समानतेने पाहण्याचे कबूल केले. दोन्ही समुदायांनी एकमेकांच्या प्रार्थनास्थळांचा आदर राखावा असे ठरले. (इसंशा)

खवासखान : शेरशहाचा सेनापती. विजापूरच्या आदिलशाही घराण्यातील मुहंमदाचा प्रधान. दौलतखान नाव. मुहंमदाला राज्य मिळवून दिल्यावरून खवासखान किताब मिळाला. मुहमंद याच्या दुर्वर्तनास व गर्विष्ठ स्वभावास कंटाळल्याने त्याला सिद्दी रैहानकरवी याने ठार केले. शिवाजीमहाराजांनी कुडाळ येथे त्याचा पराभव केला होता. (भामच)

खांडरा गड : चोपड्याजवळ सत्तासेन गावाजवळ टेकडीवर आहे. पश्चिम महाराष्ट्रातले अतिप्राचीन ठिकाण. तेथे काही उद्ध्वस्त लेणी, किल्ल्यांचे अवशेष आहेत. अश्मयुगीन आदिमानवाची एखादी वसाहत असावी. (खाइ)

खांडव्याची लढाई (१७२०) **:** सय्यदबंधू व निजाम या दोघांमध्ये १७२० मध्ये खांडव्याची लढाई झाली. सय्यद बंधूंचा उत्तरेत येण्याचा आदेश निजामाने धुडकावला. दिलावर अली खान व आलन अली खान या दोघांना निजामाने एकत्र येऊ दिले नाही. खांडव्यापासून जवळच रतनपूर येथे निजामाने लष्करी छावणी स्थापिली. दोन्ही सैन्यांमध्ये प्रखर लढाई झाली. निजामाचा विजय झाला. (इसंशा)

खांदिवली : मुंबईजवळ खांदिवली येथे प्राचीन अश्मयुगातील हत्यारांशी साधर्म्य असलेली हत्यारे सापडलेली आहेत. मात्र यात दुमत आहे. (भासंको)

खांदेरी : (अलिबाग तालुका, रायगड जिल्हा) १४ ऑगस्ट १६७८ मध्ये शिवाजीमहाराजांनी येथे दुर्ग बांधण्यास प्रारंभ केला. (गौरीच्या दिवशी भाद्रपद शके १६०१) १५ सप्टेंबर १६७९ ला इंग्रज व मराठे यात युद्ध होऊन इंग्रजांचा पराभव झाला. १८ ऑक्टोबरला थळच्या किनाऱ्यावर दुसरी लढाई झाली. त्यात मराठ्यांना लूट मिळाली. १७ नोव्हें. १६७९ ला तिसरी लढाई झाली. हा सुवर्णदिन होय. इंग्रजांना मराठ्यांचे सागरी प्रभुत्व मान्य करावे लागले. पुढे आंग्र्यांकडे आणि १८१८ मध्ये इंग्रजांना खांदेरीचा ताबा मिळाला. खांदेरीला दीपगृह आहे. वेताळाचे मंदिर आहे. दौद पिराचे ठाणे आहे. या भागात कोणी नवीन होडी, ट्रॉलर इ. काही घेतला तर श्री वेताळाचे दर्शन घ्यावयाचे अशी प्रथा आहे. (सासभकि)

खाजगीवाले गोविंद शिवराम : पाहा गोविंद शिवराम खाजगीवाले.

खाजा हिसाम (इ. स. १७३४ सुमार) : बहामनी राज्याची प्रतिष्ठापना झाल्यावर वसुली खात्याची बिघडलेली घडी पूर्ववत होण्याकरिता फिरुझशहाने या कर्तृत्ववान सरदाराची नेमणूक केली. सहा वर्षाच्या दीर्घ प्रयत्नानंतर हिसामने विस्तृत अहवाल सुलतानास सादर केला. (भामच)

खाडिलकर कृष्णाजी प्रभाकर : (१८७२-१९४८) पौराणिक कथांमध्ये ऐतिहासिक संदर्भ ठेवून खुबीने नाट्यलेखन केले. कीचक वध, भाऊबंदकी या नाटकातून इंग्रजी सत्तेवर टीका. एकूण १५ संगीत नाटके लिहिली. नवाकाळचे संपादक, पत्रकार म्हणूनही कीर्तिमान. केसरीतील ह्यांच्या लेखाचे उत्तरदायित्व लोकमान्यांनी स्वीकारून ६ वर्षे मंडाले येथे शिक्षा भोगली असे म्हणतात. (यांसघ)

खानखोजे पांडुरंग सदाशिव (जन्म ७ नोव्हें. १८८४ मृत्यू २८ जाने. १९६७): युद्धशास्त्रातील पदवीधर, अमेरिकेतील 'गदरपार्टी'चे मूळ संस्थापक; रणांगणात प्रत्यक्ष लढलेले सेनानी आणि कृषिशास्त्रात जागतिक कीर्ती मिळविलेले. जपानमध्ये क्रांतिकेंद्र स्थापन केले. पकडवॉरंट असतानाही, वेषांतर करून इंग्लंडमध्ये प्रवेश केला. मेक्सिकन नागरिकत्व स्वीकारले. मुंबईत त्यांचे नाव काळ्या यादीत होते. स्वतंत्र भारतात अत्यंत हालअपेष्टात, विपन्नावस्थेत या क्रांतिकारकाला दिवस काढावे लागले. (स्वासंसं)

खानजहान कोकलताश : (मृ.१६९०) १६७० मध्ये औरंगजेबाने याला दक्षिणेचा सुभेदार केले. मराठ्यांविरुद्ध अनेक मोहिमांत त्याने भाग घेतला. बहुतेक सर्व मोहिमांमध्ये त्याचा पराभव झाला. (सुविको)

खानदेश उठाव : दुसऱ्या बाजीरावाचा विश्वासू त्रिंबकजी डेंगळे याने भिल्लांना प्रेरणा दिली. उठावात ८००० भिल्लांनी भाग घेतला होता. कॅप्टन ब्रिग्ज याने भिल्लांना त्रास दिला. सातमाळच्या भिल्ल नाइकास पकडून फाशी दिले. 'हरिया' म्होरक्याचा उठाव दडपला. औउटरॅमचे माफीचे जाहीरनामे, भिल्लांना जमीन देणे, लढाई, मागील गुन्ह्याची माफी, सैन्यात भरती यामुळे पुढील काळात उठाव तुरळक झाले. (म प इ)

खानदेश रेकॉर्ड : इ. स. १८४३ साली इनाम कमिशनची नेमणूक झाली. पेस्तन जहांगीर यांनी उत्तर भागाचे काम पाहिले. त्यांचे रेकॉर्ड लिस्ट नंबर ११ मध्ये आहे. त्यामध्ये लिस्ट ऑफ खानदेश रेकॉर्ड हा विभाग असून, त्यामध्ये देवस्थान, धर्मादाय नेमणुकीविषयी माहिती, परगणा वतनदारांची यादी, सरंजामदार इ. माहिती मिळते. (खा इ)

खानुआ लढाई (१५२७): उत्तर प्रदेश, आग्र्याजवळ राणा संग्रामसिंह (राणा संगा)आणि बाबर यांच्यात खानवा येथे १५२७ मध्ये ही लढाई झाली. बाबराचा विजय झाला. युद्धात शेवटचा माणूस व शेवटचे बारूद संपेपर्यंत लढत राहिले पाहिजे, हे म्हणणे बाबराने अमलात आणले. (इ सं शा)

खाफीखान : महत्त्वाचा मोगल इतिहासकार. 'मुतखाब-उल-लुबाब' या ग्रंथात त्याने मोगलांचा १०३१ पर्यंतचा इतिहास लिहिला आहे.(सुविको)

खारवेल : (इ.स.पू. १८३-१५२) चेदी हा राज्यातील राजा. हा जैन होता. अत्यंत पराक्रमी पूर्वी मौर्यांनी कलिंग जिंकला होता, त्याने कलिंग देश पुन्हा जिंकला. नंदांनी नेलेल्या जैन मूर्ती परत आणल्या. उत्तम प्रशासक. जुन्या कालव्याची रुंदी वाढविली. जैन यति- मुनींचे संमेलन भरवले. (भासंको)

खालसा दिवाण : १८८० मध्ये अमृतसर येथे 'जनरल सभेची' स्थापना झाली. सिंग सभेच्या सर्व शाखांचा समावेश 'जनरल सभेत' करण्यात आला. नंतर जनरल सभेचे नाव खालसा दिवाण ठेवले. लाहोर व अमृतसर सिंग सभा एकोप्याने काम करू लागल्या. (इ.सं.शा.)

खिजरखान खल्जी (इ. स. १३१२ ते १८): चितोडचे राजपद मिळाल्यावर चितोडचे नाव खिजराबाद ठेवले. राजपुताच्या विरोधाचा याला त्रास होई. काफुरमुळे याला राज्यास मुकावे लागले. ऐषारामाचे आयुष्य घालवीत असे. (भा म च)

खिलजी घराणे : (इ.स.पू. १२९०-१३२०) जलालुद्दीन खिलजीने हे घराणे स्थापन केले. अल्लाउद्दीन खिलजी (इ.स. १२९६-१३१६) हा सर्वांत महत्त्वपूर्ण सुलतान होऊन गेला. तो अत्यंत क्रूर नि साम्राज्यपिपासू. मुबारकखान खिलजी हाही अत्यंत क्रूर. त्याने देवगिरीचे राज्य नष्ट करून हरपालदेव ह्याची जिवंतपणे कातडी सोलली. बखत्यार खिलजीने बंगाल, बिहार नि नालंदा विद्यापीठ उद्ध्वस्त केले. (सुविको)

खिलत : याचा अर्थ मानाचा पोशाख असून तो बादशहाकडून सरदारांस मिळत असे. मोगल दरबारात ही प्रथा होती. (सुविको)

खिलाफत चळवळ : १९२० ते १९२२ या कालखंडात भारतात झाली. खलिफाची सत्ता पुन्हा प्रस्थापित करणे आणि ब्रिटिशांच्या धोरणाचा निषेध करणे या मागण्या होत्या. काँग्रेसचा तुर्कस्थानात त्याला पाठिंबा होता. १९२१मध्ये खिलाफत समितीची परिषद भरली होती. गांधींचा भरघोस पाठिंबा परंतु जिनांचा नव्हता. १९२२ मध्ये तुर्कस्तानात क्रांती झाली. त्यामुळे खलिफा हद्दपार झाला व ही चळवळ संपली. (इ सं शा)

खुकरी घटना : सौराष्ट्र किनाऱ्याच्या प्रदेशात पाक नौसेनेच्या खुकरी बोटीचा वेध घेतला. कुकरीने पेट घेऊन इंजिन नष्ट झालेले असताना देखील कमांडर महेंद्रनाथ मुल्ला व त्यांचे बारा अधिकारी व ११४ सैनिकांनी खुकरी सोडली नाही. खुकरी सागरतळाला गेली. सर्वांची कर्तव्यनिष्ठा नौसेनेच्या इतिहासात सुवर्णाक्षरात नोंद करण्यासारखी ठरली. (इसंशा)

खुदीराम बोस : (जन्म ३ डिसें. १८८९ : फाशी ११ ऑगस्ट १९०८) (हुतात्मा) शिक्षण अतिशय कमी. शिक्षण सोडून आखाड्यात लाठी, तलवार, कट्यार आणि सैनिक संचलन शिकू लागला. बंगालच्या फाळणीने अनेक आंदोलने झाली. ती इंग्रजांनी क्रूरपणे चिरडली. ते पाहून इतरांप्रमाणे हा पण पेटून उठला. सोनार बांगलाच्या किंग्जफोर्डच्या प्रती वाटल्यानंतर पोलिसांची व याची चकमक होऊन हा निसटला. क्रांतिकार्यासाठी पैसे जमविण्याचा त्याने प्रयत्न केला होता. लेफ्टनंट गव्हर्नर किंग्जफोर्डची हत्या करण्याचा खुदीराम बोस आणि प्रफुल यांनी प्रयत्न केला. प्रफुल्ल ह्यांनी स्वतःवर गोळी झाडून आत्मार्पण केले. खुदीराम ह्यांना फाशीची शिक्षा झाली. ते श्रीमद्भगवतगीता हातात घेऊन अत्यंत धैर्याने, हसतमुखाने वधस्तंभावर चढले. खुदीरामांची रक्षा लोकांनी सोन्या चांदीच्या डबीत भरून घरोघर पूजेसाठी नेली. (स्वासंस)

खुर्द : प्रत्येक खेड्याचे खुर्द (लहान) आणि बुद्रुक (मोठे) असे दोन भाग असत.

खुर्दा : (रोकड) गावापासून सरकारला रोखीच्या स्वरूपात मिळणारा सारा. (शिम)

खुश्रुशेठ मोदी : (इ.स. १७५५-१८१४) माणकेश्वराच्या हाताखाली. इंग्रजांकडे पेशव्यांतर्फे काम करी.पेशव्यांनी गुजरात येथील राळेज व ५ हजारांची जहागिरी दिली होती. एल्फिन्स्टनने याला विषप्रयोगाने मारले. (भामच)

खेडची लढाई : मराठ्यांच्या शाहू व ताराबाई या दोन पक्षांमध्ये ही लढाई झाली. सेनापती जाधवांना शाहूवर चाल करून जाण्यास ताराबाईने सांगितले. ताराबाईची बाजू भक्कम बघून बाळाजी विश्वनाथाने कूटनीती वापरून धनाजी जाधवांना आपल्या बाजूला आणले. १२ ऑक्टो. १७०७ रोजी भीमा नदीच्या उत्तर किनाऱ्यावरील खेड गावी युद्ध सुरू झाले. प्रतिनिधींनी शर्थीने लढा दिला. शाहूंना मोठा विजय मिळाला. धनाजी जाधवाला मराठ्यांचा सेनापती म्हणून व खंडोबल्लाळना चिटणीसपद मिळाले. (इसंशा)

खेडदुर्ग (सागरगड) : मुंबईपासून ३० कि.मी.थळ -वायशेतजवळ इ.स. १६६५ मध्ये पुरंदरच्या तहात शिवरायांनी मोगलांस दिला. वानरटोकाजवळ सतीच्या माळावर नऊ थडग्यांचा समूह, सती शिळा आहेत. गणपती, मुंजोबा, महिषासुरमर्दिनीची मूर्ती आहे. दरवर्षी चैत्री पौर्णिमेस यात्रा भरते. इ. स. १७१३ साली आंग्र्याकडे हा किल्ला होता. चहूबाजूला दाट आमराया, बरीचशी काजू व सागाची झाडे आहेत. तेथील गुहेत सप्तर्षींचे जागृतस्थान असून एक धबधबा आहे. तेथे पांडवांचे काही दिवस वास्तव्य होते असे मानतात. (सासभकि)

खेम सावंत : फोंड सावंताचा मुलगा आणि सावंतवाडी संस्थानचा संस्थापक.१४ वर्षे कारभार केला.

खेर बाळ गंगाधर : (इ.स. १८८८-१९५७) प्रमुख काँग्रेस कार्यकर्ते, मुंबई राज्याचे पहिले मुख्यमंत्री, पद्मभूषण, घटना समितीचे सदस्य, मराठी भाषेतून शिक्षण द्यावे ह्या मताचे पुरस्कर्ते. (मदि)

खेळणी : भाजक्या मातीची चित्रे खूप मोठ्या प्रमाणावर बनविली जात. त्यात बाहुल्या प्राण्यांची चित्रे इत्यादी खेळणी आणि मातृदेवतेच्या मूर्ती आहेत. बहुसंख्य हाताने बनविलेल्या आहेत. परन्तु साच्याचाही पुरावा आहे. (कोएकासिंसं)

खेळोजी विठोजी भोसले (मृ. १६३९) : शहाजीचा चुलतभाऊ. विठोजीचा पुत्र. वेरूळला राहात असे. खंडागळेंच्या हत्तीवरून झालेल्या चकमकीत तो व शहाजी लखुजी जाधवाबरोबर लढले. भोसले पराभूत झाले तथापि निजामशाहाने त्यांचाच पक्ष घेतला. पुढे शहाजीशी वितुष्ट होऊन हा मुघलांच्या सेवेत गेला. पुन्हा आदिलशाहीत आला. त्याच्या पत्नीस मुघलांनी पळविले तेव्हा दंड भरून त्याने तिला सोडवून आणले. औरंगजेबाने त्याला बंडखोरीबद्दल पकडून ठार केले. (मपुचको)

खोत : शेतसारा गोळा करण्यासाठी खोतांची नियुक्ती शासन करे. रत्नागिरी, ठाणे, कुलाबा(रायगड) भागात खोत पद्धत अस्तित्वात होती. देशावरील पाटलाचेच काम. जमीन प्रत्यक्ष कसणाऱ्याला कनिष्ठ भूधारक तर खोताला वरिष्ठ भूधारकम्हणत. ठरावीक शेतसारा सरकारात भरल्यावर खोत भूधारकांशी दुर्वर्तन करून अधिकाराचा दुरुपयोग करी. १७ सप्टेंबर १९३७ रोजी डॉ. आंबेडकरांनी खोती रद्द करण्याचे विधेयक मांडले. (मपई)

खोतिग राष्ट्रकूट (इ. स.९६५-०६) : मालखेडच्या राष्ट्रकूट घराण्यातील अमोघवर्षाचा मुलगा. त्याच्या कारकिर्दीत राष्ट्रकूटांच्या सत्तेचा ऱ्हास झाला.

खोराना हरगोविंद : (ज. १९२२) जनुकनिर्मिती करणारे भारतीय शास्त्रज्ञ. वैद्यक व शारीरक्रिया शास्त्राचे नोबल पारितोषिक त्यांना मिळाले. इन्स्टिट्यूट ऑफ एन्झाईम रिसर्च संस्थेत सहसंचालक. अनेक सुवर्ण पदकाचे मानकरी. पद्मभूषण प्राप्त. (यांघस)

खोलगड (काब-द-राम) : गोव्यातील काणकोण तालुक्यातील एक किल्ला. रामाचे भूशिर ह्या नावाने एक जागा ओळखली जाते. त्या रामाचे भूशिराच्या जागी शिवछत्रपतींनी १६७९ मध्ये खोलगड किल्ला बांधण्यास सुरुवात केली होती. शिवाजीमहाराजाच्या मृत्यूनंतर संभाजीमहाराजांनी हे बांधकाम पूर्ण केले. पोर्तुगिजांनी आणलेल्या अडथळ्याविरुद्ध शंभू छत्रपतींनी नौकांचा काफिलाच उभा केला व काम पूर्ण करवले. या जागेलाच आता काब-द-राम म्हणतात. (जस)

खोलेश्वर : यादवकालात ज्या ब्राह्मण समाजाने लेखणीबरोबरच तलवार गाजविण्यास प्रारंभ केला, त्यापैकी खोलेश्वर हा सिंधणाचा पराक्रमी सेनापती. शेंदुर्णी येथे बांधलेल्या महादेवाचेही हेच नाव आहे. (मपुचको)

ख्रिस्ती मिशनरी : भारतात यांच्याच रूपाने गोरे पाय उमटले. त्यांनी पाठविलेल्या माहितीनुसार इंग्रजांनी भारताशी व्यापार करण्यासाठी ईस्ट इंडिया स्थापन केली. ख्रिस्ती मिशनऱ्यांनी सेवाभावी वृत्तीने अत्यंत नम्रपणे चिवटपणे भारतात ख्रिस्ती धर्माची स्थापना केली. त्याचबरोबर भारतात शिक्षण, पुस्तक प्रकाशन, छापखाने, आरोग्य, वाङ्मय, अनाथाश्रम इ. क्षेत्रात अत्यंत मोलाची कामगिरी केली.

ग

गंग राजसत्ता : (४ थे शतक - १४३५). कर्नाटक (गंगवाडी, कोलार), (म्हैसूर). महाराज दुसरा माधव, महाराज हरिवर्मा, अविनीत, दुर्विनीत, परमेश्वर श्रीपुरुष यांच्या कारकिर्दीत भरभराट झाली. धार्मिक व सांस्कृतिक क्षेत्रात भरीव कामगिरी केली. कोणार्क येथील सुप्रसिद्ध सूर्यमंदिर राजा नरसिंहदेव (१२३८-१२८४) ह्याने बांधले. (भासंको)

गंगा-यमुना दोआब : गंगा-यमुना नद्यांच्या काठी असलेल्या प्रदेशाला गंगा-यमुना 'दोआब' म्हणतात. आलमगीरपूर, मथुरा, अहिच्छत्रा, हस्तिनापूर, श्रावस्ती ही शहरे या टप्प्यात येतात. येथे ताम्रयुगीन संस्कृती होती. (भासंको)

गंगाजी आव्हाड : नाना फडणविसाच्या विश्वासातील. महादजी शिंद्यांकडे होता. अहिल्याबाई होळकरांकडे इ.स. १७८८ च्या सुमारास याची शिष्टाई चालू होती. हा नानास महत्त्वाच्या बातम्या पुरवित असे. (मचको)

गंगाजी नाईक अणजूरकर : वसईच्या अपूर्व संग्रामात हा विशेष चमकला. अरनाळ्याचा किल्ला घेतला. बाळाजी बाजीरावाने यास पालखी दिली. हे साष्टीचे पाटील होते. जातीने पाठारे प्रभू. कल्याणवरील फिरंग्यांचा हल्ला परतविण्यात प्रमुख होता. वसई विजयात, ठाणे जिल्ह्यात हिंदुत्व टिकविण्यात ह्या घराण्याचा मोठा वाटा. (मच)

गंगाधर यशवंत (चंद्रचूड) (मृ. इ. स. १७७४) : मूळचा निंबगावचा. होळकरांचा दिवाण. पेशवे होळकर यांच्यात मध्यस्थ म्हणून काम. मल्हारराावाचा त्याचेवर खूपच विश्वास. पानिपतपूर्व उत्तरेतील राजकारणात अत्यंत सक्रिय. राक्षसभुवन लढाईनंतरच्या वाटाघाटीत उत्तम कामगिरी. राघोबाप्रेमी, म्हणून सरकारी अवकृपा. (मचको)

गंगाधरशास्त्री पटवर्धन (मृ. १८१५) : मेणवलीचा राहणारा. पेशव्यांच्या दप्तरात नोकरीस. वाईस शास्त्रांचे अध्ययन पूर्ण. त्याने बाजीराव दुसरा याची मर्जी संपादली म्हणून नाना फडणिसाशी त्याचे वितुष्ट आले. त्यावर फितुरीचा आरोप आल्याने हा बडोद्यास गेला. गायकवाडांचीही मर्जी संपादली. इंग्रजांचे बडोद्यास चांगले बस्तान बसवून दिले. पेशवे-गायकवाड बोलणी करण्यास त्याला पुण्यास पाठविले असता पंढरपुरी खून. बाजीराव आणि त्रिंबकजी डेंगळे यांचा हात असावा असा प्रवाद. पेशवाईच्या या शेवटच्या काळातील अत्यंत धूर्त कारस्थानी मुत्सद्दी. (मचको)

गंगाप्रसाद : १८५७ च्या उठावास अनुकूल मुंबईत असलेले अनेक सैनिक गंगाप्रसाद ह्याच्या घरात नियमितपणे गुप्त बैठका घेत असत. निरनिराळ्या मार्गांनी स्वातंत्र्ययुद्धाची आखणी करण्यासाठी येत. युरोपियनांचा वध करणे (मारो फिरंगीको), मुंबईचा कब्जा (दीन) आणि दिल्लीच्या बादशहाला जाऊन मिळणे (चलो दिल्ली) ह्या गोष्टींचा ह्या राष्ट्रीय धोरणात समावेश होता. गुलगर धोबी, शेख रहिमान, सईद हुसेन आणि मंगल ही नावे बैठकीच्या संदर्भात उल्लेखनीय आहेत (१८८० चे स्वापेदहिं)

गंगाबाई (नारायणराव) पेशवे (मृत्यू १७७७) : तिचे माहेर साठे घराण्यातील. सवाई माधवराव पेशव्यांची मातोश्री. आयुष्यभर संकटे आणि दु:खच तिच्या वाट्यास आले. राघोबा पक्षीयांनी तिच्या गर्भाचा घात करण्याची कारस्थाने केली. तथापि त्याचा काही उपयोग झाला नाही. हिने पुरंदरावर १७७४ मध्ये सवाई माधवरावास जन्म दिला. सखारामबापूने तिला पुरंदरावर सुरक्षित ठेवले होते. (सुविको)

गंगाराम गुजराथी : (१७ वे शतक) बहादुरखानाच्या उत्तरेतील जहागिरीची व्यवस्था पाहणारा. त्याने मतभेद झाल्यामुळे अलाहाबाद येथे बंड केले. तो पुष्कळ संपत्ती घेऊन संभाजी आणि अकबर यांच्या आश्रयाला आला. गंगारामाने पाटणा आणि मोंगीर शहरे जिंकली (मइ)

गंभार : मध्ययुगात कितीतरी प्रकारची सोन्याची नाणी व्यवहारात रूढ होती. गंभार हा त्यांतील एक प्रकार होता. त्याची किंमत तीन रु. बारा आणे सहा पै एवढीच होती. (मइ)

ग्रंथालये : नालंदा विद्यापीठातील 'धर्मगंज' मध्ये रत्नसागर, रत्नोदधी आणि रत्नरंजन या तीन इमारतींमध्ये या विद्यापीठाचा ग्रंथसंग्रह सामावलेला होता. रत्नोदधी ही इमारत नऊ मजली होती. तिच्यामध्ये तांत्रिक पंथासंबंधीचे वाङ्मय होते. पुस्तकांना रत्न समजून ग्रंथालयभवनांना इतकी यथार्थ नावे दिलेली इतरत्र कुठेच आढळत नाहीत. मध्ययुगातही काही राजांचे ग्रंथसंग्रह असत. (भासंको)

गगनेंद्रनाथ टागोर : अर्वाचीन भारतीय चित्रकार. सुंदर व स्पष्ट अशी नवीनता यांच्या अंगी असून, त्यांची आविष्करणाची पद्धती विविध आहे. विडंबनात्मक किंवा सांकेतिक रेखाचित्रे सुंदर काढतात. त्याचप्रमाणे भव्य सूर्यास्ताचे प्रसंगही चितारतात. (सुविको)

गजबाहू : हा श्रीलंकेचा राजा. महावंशामध्ये याने चोळांवर आक्रमण केल्याचा उल्लेख आहे. (सुविको)

गजेंद्रगडकर पी.बी. : १९६४- १९६६ या काळात त्यांनी सरन्यायाधीशपदाची जबाबदारी सांभाळली. (इस्ट्रफॉइ)

गजेंद्रगडचा तह : इ. स. १७८७ मध्ये टिपू सुलतान व मराठे यांच्यात तह झाला. टिपूने ६५ लाखांपैकी ४८ लाख द्यावेत, बदामी, नरगुंद मराठ्यांना तर अडोणी निजामाला द्यावे, युद्धबंद्यांची ताबडतोब सुटका करावी असे ठरले. यामुळे टिपू व मराठे एक झाले. (इतिहास : सामाजिकशास्त्र कोश).

गझनवी वंश (९७७ -११८६) : यांच्या साम्राज्यात पंजाब प्रांत, मुहंमद गझनवीपासून असल्याने भारताच्या इतिहासात महत्त्व. सबक्तगीन हा गझनीच्या यामिनी राजवंशाचा संस्थापक. या वंशात १७ राजे झाले व राज्य २०० वर्षे टिकले. खुस्रव मलिकचे कारकिर्दीत गझनवी वंश नामशेष झाला. (भासंको)

गझनीचा महमद : (इ.स.१०००-१०३०) याने भारतावर १७ स्वाऱ्या करून अमाप संपत्ती लुटून गझनीला नेली. शेवटच्या स्वारीत त्याने सोमनाथाच्या मंदिराची लूट केली. (सुविको)

गडकोट : सभोवती तटबंदी करून म्हणजे मजबूत भिंती बांधून जे सुरक्षित स्थान निर्माण केले जाते, त्याला किल्ला म्हणतात. जमिनीवर बांधलेला तो भुईकोट व डोंगरावर बांधलेला तो किल्ला किंवा गड होय. पाण्यात बांधलेल्या किल्ल्याला जलदुर्ग म्हणतात. देशाच्या रक्षणार्थ किल्ले बांधण्याची चाल फार प्राचीन आहे. महाराष्ट्रातील सिंहगड, पन्हाळा, विशाळगड, सातारा, माहुली, तोरणा, इ. किल्ले प्राचीन असून, शिवाजीमहाराजांनीही अनेक किल्ले बांधले. सिंधुदुर्ग हा प्रख्यात पाणकिल्ला (जंजिरा) त्यांनीच बांधला. याशिवाय मराठ्यांनी अर्नाळा, विजयदुर्ग, सुवर्णदुर्ग, अलिबाग येथील किल्ले बांधले. (भासंको)

गढी : गढीची रचना, बांधकाम, किल्ल्यासारखेच असे. फक्त ती डोंगरावर नसे. मैदानात असे. सभोवार तटबंदी, भक्कम, भव्य दरवाजे, बुरूज, खंदकही असे. पुण्याचा शनिवारवाडा ही गढीच आहे. मराठेशाहीत बड्या सरदारांनी आपापल्या गावी टोलेजंग गढ्या बांधल्या. दरेकर, जाधवरावांची वाघोलीची गढी, शिंदखेडची गढी तसेच पटवर्धनांची सांगली, तासगाव येथील गढी या विशेष प्रसिद्ध होत्या. (भासंको)

गणपतराव भिकाजी रास्ते : त्याची वडील मुलगी गोपिका ही नानासाहेब पेशव्यांची पत्नी. हे सहा बंधू असून अत्यंत कर्तृत्ववान व पराक्रमी होते. (मचको)

गणपतराव शिवाजी विंचुरकर (मृ. १७२४) : विठ्ठल शिवदेवाचे हे नातू. अत्यंत देखणा, गुणसंपन्न पराक्रमी असून तरुणवयातच महादजी शिंदे ह्यांच्या लष्करात असताना त्याला मृत्यू आला. (मचको)

गणपतराव शौचे (मृ.१८४७) : यशवंतराव होळकराचा अत्यंत हुशार; कारस्थानी आणि शूर दिवाण होऊन गेला. यशवंतराव आणि तुळसीबाई ह्यांचा पत्रव्यवहार हाच करीत असे. (मचको)

गणपति काकतीय (इ.स. ११९९ –१२६०) : काकतीयांचा दुसरा नृप त्याला 'छलमत्तीगंड' ही पदवी. अतिशय पराक्रमी. राज्याची खूपच भरभराट केली. कर माफ करून समुद्रावरील व्यापारास मोकळीक दिली. शैवांना देणग्या दिल्या, देवळे बांधली. ह्याच्यानंतर ह्याची कन्या रुद्रमन सिंहासनाधिष्ठित झाली. (मचको)

गणपती रंगमहाल : शनिवारवाड्यातील मुख्य दिवाणखाना म्हणजे गणपती रंगमहाल होय. तो बाळाजी बाजीराव याने गणेशोत्सव समारंभ साजरा करण्यासाठी इ. स. १७५५ मध्ये बांधला. हा गणपती रंग महाल अनेक राजकीय व सामाजिक बैठकांचा-घटनांचा साक्षीदार होता. येथील इ. स. १७९१ मध्ये भरलेल्या प्रसिद्ध पुणे दरबारचे तत्कालीन चित्र पेशव्यांच्या रंगमहालातील एकूण दरबाराचे प्रतिनिधित्व करते. ते मोल्स याने रेखाटले. कॅप्टन मूर पुणे भेटीला आला होता. सर चार्ल्स मॅलेट हा वकील म्हणून दरबारात उपस्थित होता.

गणराज्य (आधुनिक) : जे राज्य पूर्णत: तेथील नागरिकांच्या मदतीने चालविले जाते, ज्याच्या राज्यकर्त्यांची निवड देशातील प्रौढ नागरिक करत त्यांना गणराज्य म्हणतात. १९४७ पासून भारत हे एक गणराज्य म्हणून मानले गेले. प्राचीन काळात जी गणराज्ये होती, त्यात अंशरूपाने लोकशाही रूढ होती. हिमालयाच्या पायथ्याशी छोटी छोटी लोकशासित गणराज्ये प्राचीन काळापासून होती. बौद्ध,जैन धर्मग्रंथांत ह्यांचा उल्लेख येतो. महाभारतात यादव, अन्धक, भोज इ. गणराज्ये होती. भगवान बुद्ध शाक्यांच्या गणराज्यात जन्मले. समान जातीमुळे त्यांचे सुख:दु:ख, हितसंबंध एक राहात. ते स्वत:ला क्षत्रिय म्हणवत. ही गणराज्ये आपसात लढून नष्ट झाली. गणराज्याच्या वातावरणात वाढल्याने त्यांनी भिक्षुसंघाची जी रचना केली तीवर गणराज्यपद्धतीच्या संघटनेचा स्पष्ट प्रभाव दिसतो. विनयपिटकात भिक्षुसंघाच्या रचनेविषयी सविस्तर माहिती ग्रथित केलेली आढळते. (सुविको)

गणेश विठ्ठल वाघमारे : पेशव्यांचा एक नामांकित सरदार. नगरचा किल्लेदार. राघोबाप्रेमी. हरिपंताने त्याला आश्रय दिला पण त्याने आपल्या फितुरी कारवायांनी त्याला संत्रस्त केले. अखेर त्याला नगरच्या किल्यात डांबण्यात आले. (मचको)

गणेश वेदान्ती : नबाब सुजाउद्दौल्याजवळ मराठ्यांचा वकील.पेशव्यांकडून बाराशे रुपयांची नेमणूक असे. वागणूक साधूप्रमाणे. परोपकारी व दयार्द्रबुद्धीचा. पानिपत युद्धात मारले गेलेल्या श्रीमंत विश्वासरावाचे प्रेत शत्रुपक्षाकडून मिळवून त्याची यथोचित उत्तरक्रिया केली. त्यामुळे याचे नाव इतिहासात अजरामर झाले आहे. (मच)

गणेश संभाजी खांडेकर (१७८० मृ.) **:** कऱ्हाडा ब्राह्मण. रत्नागिरी संगमेश्वरजवळील बुरंबाडचा रहिवासी.पानिपतच्या संग्रामात विशेष पराक्रम. पानिपत नंतर उत्तरेत मराठी सत्ता दृढ करण्याचे विशेष प्रयत्न. सदाशिवराव भाऊच्या तोतयास याने उत्तरेत साहाय्य केल्याने थोरल्या माधवरावाचे मर्जीतून उतरला. जानोजी भोसल्याने यास पुढे ओरिसाचा कारभार दिला. थोरल्या माधवरावांच्या विरोधात तो आपले स्थान बळकट करून देईल ही जानोजीची अपेक्षा फोल ठरली. माळव्यातील लढाईत तो मारला गेला. (मचको)

गणेशखिंडची लढाई : पाहा : इंग्रज : मराठा युद्धे.

गणोजी शिर्के : शिवाजीमहाराजांची कन्या राजकुंवर त्यास दिली होती. शिवरायांची दुसरी पत्नी सोयराबाईचा सख्खा भाऊ. संभाजीने शिर्के घराण्याचा अतोनात छळ केल्याने तो उघडपणे मुघलांना मिळाला. राजाराम जिंजीस असता वेढ्यात हा हजर होता. खंडोबा बल्लाळांनी त्यास आपलेसे करून वेढ्यातून छत्रपतींस बाहेर काढले. (मचको)

गदर चळवळ : अमेरिका व कॅनडात स्थायिक झालेल्या भारतीयांनी भारताला स्वातंत्र्य मिळवून देण्यासाठी स्थापलेला पक्ष. 'गदर' नावाचे पाक्षिक उर्दू , पंजाबी आदी भाषांतून प्रसिद्ध केले जाई. जहाल लेख आणि ओजस्वी काव्यामुळे भारतात हे पाक्षिक फारच लोकप्रिय झाले. याचा मूळ अर्थ बंड. सशस्त्र मार्गाने इंग्रजांना भारतातून हाकलून दिल्याखेरीज भारताचा आर्थिक उत्कर्ष होऊ शकणार नाही, असे त्यांचे मत. संघटनेचे सभासद मुख्यत: शीख समाजातील होते. लाला हरदयाळ, रासबिहारी बोस, विष्णू गणेश पिंगळे, डॉ. पां. स. खानखोजे हे या चळवळीचे खंदे प्रचारक. कामागाटामारू या जहाजातून उठावासाठी भारतात येणाऱ्या शिखांचा इंग्रजांनी अतिशय छळ केला. सशस्त्र क्रांतीच्या मार्गानेच देशाला स्वातंत्र्य मिळू शकेल असा विश्वास. (भासविको)

गदाधर भट्ट (इ. स. १६५० सुमार): न्यायशास्त्रावरील प्रसिद्ध ग्रंथकार, गदाधरी, व्युत्पत्तिवाद यांसह सुमारे १८ ग्रंथांचे लेखन केले. (मचको)

गदाधर प्रल्हाद नाशिककर : (इ. स. १७०८) शाहूने छत्रपतिपद धारण केल्यावर 'प्रतिनिधिपद' गदाधरभट्ट यांस दिले. तथापि त्याचा कारभार फारच गलथान असावा, म्हणून त्याला दूरही केले. शिवकालापासून हे घराणे स्वराज्य सेवेत. (मचको)

गनिमी कावा : शिवाजी महाराजांनी आपल्या शत्रूबरोबर जी युद्धनीती वापरली तिचे नाव. महाराष्ट्रातील डोंगराळ प्रदेश, घनदाट जंगल इ. मुळे फार मोठ्या संख्येच्या शत्रूला कमी सैन्याने सर्व बाजूने कोंडीत पकडून पराभव करणे किंवा शत्रूला अडचणीत गाठून छापा टाकणे, शत्रू सावध होईपर्यंत दूर सुरक्षितपणे पळून जाणे हे

तंत्र. शहाजीराजे हे या युद्धनीतीचे पंडितच मानले गेले. (भासवि कोश २)

गलबते : इ. स. १६५७ शिवाजी महाराजांनी कोकण जिंकून कल्याण, भिवंडी, पनवेल या बंदरात जहाजबांधणी केली. इ. स. १६५९ मध्ये त्यांनी आपल्या आरमाराद्वारे फिरंग्यास शह दिला. इ. स. १६६५ मध्ये महाराजांनी वसुपूर (बसरूर)वर समुद्रमार्गे स्वारी केली. तेव्हा ८५ लहान – मोठी गलबते होती. (मइ)

गांधार : हिंदुस्थानच्या वायव्येकडील प्रदेश. प्राचीन हिंदुस्थानात याला विशेष महत्त्व आहे. येथे कुशाणांची सत्ता होती. त्यांनी व्यापाऱ्यांना प्रोत्साहन दिले. या ठिकाणी पर्वतराजीत भगवान बुद्धांच्या अनेक मूर्ती आहेत. ती गांधार शैली म्हणून ओळखली जाते. (भासको)

गांधार शैली : गांधार देशात इ.स.पू. १ ल्या शतकापासून इ. स. ५व्या शतकापर्यंत उदयास आलेली एक वेगळ्याच प्रकारची शैली. ह्या मध्ये भारतीय आशय अभारतीय पद्धतीने व्यक्त केलेला आहे. बौद्ध धर्म ही ह्या कलाशैलीची प्रेरणाशक्ती होती. भव्यता, विविधता, नि कलात्मकता आहे पण सफाई नाही. (भासंको)

गांधी : आयर्विन करार : ५ मार्च १९३१ रोजी गांधीजी आणि लॉर्ड आयर्विन यांच्यातील झालेल्या कराराला गांधी – आयर्विन करार म्हणतात. या करारानुसार काँग्रेसने कायदेभंगाची चळवळ पूर्णपणे मागे घेण्यास मान्यता दिली. ब्रिटिश मालावर बहिष्कार मागे घ्यावा, चळवळीत पकडलेल्या नेत्यांची सुटका करण्यात यावी, असे ठरले. (इसंशा)

गांधी इंदिरा (प्रियदर्शिनी) : (ज. १९१७, मृ. १९८४) कमला आणि जवाहरलाल नेहरू यांच्या कन्या. भारताच्या पंतप्रधान (१९६६ ते १९७७,१९८०-१९८४) विश्वभारती विद्यापीठाच्या पदवीधर, तसेच ऑक्सफर्ड (इंग्लंड) येथेही शिक्षण. १९३८ साली काँग्रेसच्या सभासद आणि स्वातंत्र्य लढ्यात सहभाग. १९४२ साली फिरोज गांधींशी विवाह. दोघांनाही स्वातंत्र्य संग्रामात कारावास. १९५९ अखिल भारतीय काँग्रेसच्या अध्यक्षा. १९६२ भारत-चीन संघर्षाच्या वेळी नागरी संरक्षण कार्यात समन्वयक. लाल बहादूर शास्त्रींच्या काळात माहिती आणि नभोवाणी मंत्री (१९६४). लालबहादूर शास्त्री ह्यांच्यानंतर पंतप्रधान म्हणून नियुक्ती आणि १९७१ मध्ये लोकसभा निवडणुकीत प्रचंड विजय. १९७५ मध्ये त्यांनी देशात आणीबाणी पुकारली, पुढे १९७७ काँग्रेसचा निवडणुकीत पराभव. पण पुन्हा १९८० मध्ये काँग्रेसचा विजय नि त्या पंतप्रधान. शीख अतिरेकी लपलेल्या अमृतसरच्या सुवर्णमंदिरात त्यांनी सैन्य घुसवून अतिरेक्यांचा बंदोबस्त केला. पण पुढे त्यांच्याच शीख संरक्षकांनी त्यांची हत्या केली नि एक धडाडीचे, तडफदार, प्रभावी व्यक्तिमत्त्व कालोदरात विलीन झाले. १९७४ साली पोखरणला पहिली यशस्वी अणुचाचणी. इंदिरा गांधीच्या कार्यकर्तृत्वातील एक मानाचा शिरपेच म्हणजे बांगला मुक्ती लढा. १९७१ च्या युद्धात पाकिस्तानला पराभूत करून बांगला देश स्वतंत्र झाला. भारतीय अस्मिता फुलवून जगाच्या व्यासपीठावर एक सशक्त स्थान मिळवून दिले. (इंटरनेट)

गांधी मोहनदास करमचंद (महात्मा) (१८६९-१९४८) : भारताचे राष्ट्रपिता विसाव्या शतकातील भारतीय राजकारण, समाजकारण, अर्थकारण, तत्त्वज्ञान इ. वर प्रगाढ ठसा उमटणारे व्यक्तिमत्त्व. स्वातंत्र्य चळवळीत सत्याग्रह, कायदेभंग, संप, नि:शस्त्र प्रतिकाराचे शस्त्र परिणामकारकरीत्या प्रथमच यशस्वीपणे वापरले. भारतीय जीवनाचे असे एकही क्षेत्र नव्हते की, ज्यावर त्यांचा प्रभाव उमटला नाही.पोरबंदर (गुजरात) जन्मस्थान. लहानपणापासूनच सत्याचा आग्रह. हिंदू धर्मावर नितान्त श्रद्धा. इंग्लंडमध्ये बॅरिस्टर मग आफ्रिकेत वकिली. भगवद्गीता आणि अन्टू धिस लास्ट (जॉन रास्किन) ह्या ग्रंथाचा प्रभाव. टॉलस्टॉय आणि थोरो ह्यांची छाप. दक्षिण आफ्रिका सरकारच्या अन्यायाविरुद्ध सत्याग्रहाचे शस्त्र उपसले. साधनशुचितेवर भर. हिंदुस्थानात आल्यावर कर्णावती

(अहमदाबाद) येथे सत्याग्रहाश्रम स्थापला. (१९१५). काँग्रेसमध्ये भाग. चंपारण्य निळीचा सत्याग्रह. अहमदाबाद येथे गिरणीकामगारांचा लढा १९१८. खेडा जिल्ह्यात शेतकऱ्यांसाठी सत्याग्रह. रौलेट ॲक्टविरुध्द लढा त्यातूनच जालियनवालाबाग प्रकरण. १९२० असहकार आंदोलन आणि खिलाफत चळवळ. १९३० मिठाचा सत्याग्रह. हरिजनोद्धार कार्याला वाहून घेतले. वैयक्तिक सत्याग्रह आणि१९४२ छोडो भारत, चले जाव आंदोलन. गांधीजी म्हणजे एक महान व्यक्तिमत्त्व. (भासंको)

गांधी राजीव : (इ.स.१९४४-१९९१) पंतप्रधान स्व. इंदिरा गांधी यांचे अत्यंत कर्तृत्ववान पुत्र. व्यवसायाने पायलट. १९८० मध्ये संसद सदस्य. पंतप्रधानांचे मुख्य सल्लागार झाले. काँग्रेस पक्षाचे जनरल सेक्रेटरी (१९८३). मि. क्लिन हे टोपण नाव. इंदिरा गांधींच्या मृत्यूनंतर काँग्रेसमधील क्र. १ चा नेता. पंतप्रधान म्हणून नियुक्ती. कॉम्प्युटर युगाचा प्रारंभ केला. घातपाताने मृत्यू. देशाला आधुनिकता देणारा नेता. (नेट)

गांधी- लोंगोवाल करार : ऑगस्ट १९८५ मध्ये राजीव गांधी व अकालींचे पुढारी महंत लोंगोवाल यांच्यात पंजाब करार झाला. याला गांधी- लोंगोवाल करार असेही म्हणतात. या कराराअन्वये केंद्र शासनाने अकालींच्या प्रमुख मागण्या मान्य केल्या.

गांधी संजय : स्व. इंदिरा गांधी यांचे ज्येष्ठ पुत्र. १९७५ च्या आणीबाणीत प्रधानमंत्री इंदिराजींचे ज्येष्ठ सल्लागार. सूरमानगेट आणि कुटुंब नियोजनाच्या कार्यक्रमामुळे प्रसिद्ध. विमान अपघातात मृत्यू. (नेट)

गांधीवाद : म. गांधीजींनी आयुष्यभर भारतीय समाजाचे चिंतन करून धर्मकारण, राजकारण, समाजकारण इ. बाबत आपले जे विचार मांडले त्याला साकल्याने गांधीवाद म्हटले जाते. सत्य, अहिंसा, स्वावलंबन, स्वदेशीचा, राष्ट्रीय शिक्षणाचा आग्रह होता. अन्यायाचा प्रतिकार, सत्याग्रह, शांती, राजकारण, निष्काम कर्मयोग, हरिजन पत्र, खादी, ग्रामोद्योग, विधायक कार्ये, सहकार, इ. मानव जातीच्या समस्या गांधीवाद सोडवू शकते. (सविको२)

गागाभट्ट (इ. स. १७ वे शतक) : एक विद्वान धर्मशास्त्रकार. याचे घराणे मूळचे पैठणचे. शिवाजीमहाराजांच्या राज्याभिषेकाशी कसा संबंध आला याविषयी बखरीत वेगवेगळ्या हकिकती आहेत.गागाभट्टाच्या घराण्याला काशीक्षेत्री अग्रपूजेचा मान होता. त्यांच्याच पूर्वजनांनी काशी विश्वेश्वर मंदिराचा जीर्णोद्धार केला होता. ते मंदिर औरंगजेबाने उद्ध्वस्त केलेले पाहून गागाभट्टांना अतीव दुःख झाले नि त्यातूनच त्यांचे लक्ष शिवाजीमहाराजांच्या स्वराज्यकार्याकडे गेले. ते स्वतः महाराजांना भेटावयास निघाले. हे ऐकताच महाराजांनी त्यांना पालखी पाठवून सन्मानाने रायगडी आणले. महाराजांचे देवधर्म, धर्मकार्य पाहून ते संतुष्ट झाले नि महाराजांनी राज्यभिषेक करून घ्यावाच असा त्यांनी आग्रह धरला. 'शिवराज्यभिषेक कल्पतरू' हा ग्रंथ त्यासाठी लिहिला. चांद्रसेनीय कायस्थ प्रभूंसाठी, बाळाजी आवजी ह्यांच्या आग्रहानुसार ग्रंथ लिहिला. (भासंको)

गाडगीळ धनंजय रामचंद्र (१९०१-१९७१) **:** भारतातील थोर अर्थशास्त्रज्ञ. पुण्यातील गोखले अर्थशास्त्र संशोधन संस्थेचे संस्थापक सदस्य (१९३०). शेती आणि अर्थ विज्ञानावर मूलभूत संशोधन करून विविध ग्रंथ व शोधनिबंध जगातील मासिकातून प्रसिद्ध. संयुक्त महाराष्ट्राचे खंदे समर्थक.अर्थआयोगाचेअध्यक्ष. पद्मश्री विखे पाटील ह्यांच्या कार्यात त्यांना साहाय्य. सहकार चळवळीतही योगदान.

गाडगीळ नरहर विष्णू (१८९६-१९६६) **:** लो. टिळकांचे कट्टर पुरस्कर्ते पण पुढे गांधी युगात गांधीवादी काँग्रेसचे प्रवक्ते. विविध पदांवर कामे. राजकारणाप्रमाणेच, सामाजिक प्रश्नांविषयी तळमळ , स्वातंत्र्योत्तर

काळात कुशल केंद्रीयमंत्री. इतिहास, राज्यशास्त्र, कायदा याचे ज्येष्ठ अभ्यासक. त्यांचा शिखांचा इतिहास ग्रंथ विशेष गाजला. ग्यानगाबचे अर्थशास्त्र, वक्तृत्व, अनगड मोती आदी ग्रंथही प्रसिद्ध. (भासविको २)

गाडे गंगाधर : दलित चळवळी, हक्क, प्रश्न ह्यासाठी कार्य करणारे एक प्रमुख नेते.

गायकवाड दादासाहेब : डॉ. आंबेडकर आणि दादासाहेब गायकवाड यांच्या नेतृत्वगुणांचा कस पाहणारा म्हणून महाडच्या चवदार तळ्याच्या सत्याग्रहाचे उदाहरण सांगितले जाते. (१९२७) त्यालाच महाडचा धर्मसंगरही म्हटले जाते. त्यासाठी दादासाहेबांनी नाशिकातून मोठा फौजफाटा पाठवला. तेथून पुढे ते डॉ. आंबेडकरांचे उजवे हात म्हणूनच ओळखले जाऊ लागले. (मदि)

गायकवाड भाऊराव कृष्ण : (मृ. १९७१) डॉ. बाबासाहेब आंबेडकरांचे ज्येष्ठ सहकारी व सुधारक. मुंबई विधानसभा व संसदेचे सदस्य होते. गट नेते. डॉ. आंबेडकरांच्या सर्व चळवळींत ते आघाडीवर राहिले. (मदि)

गायकवाड सयाजीराव खंडेराव (इ.स.१८६३ – १९३९) : बडोदे संस्थानचे नरेश. १८५७ मध्ये दत्तक गेले. गोपाळरावाचे सयाजीराव नाव झाले. १८८१ मध्ये कारभार पाहू लागले. आपले संस्थान प्रगत आणि पाश्चात्त्य विचारांनी भारलेले असावे ह्याविषयी ते अग्रेसर. सामाजिक विषमता, अस्पृश्यता नष्ट व्हावी म्हणून तळमळ. अनेक शिष्यवृत्त्या देऊन मुली, मुलांना साहाय्य. ग्रंथमाला छापून ज्ञानप्रसार. शाळा कॉलेजेस संस्थानात सर्वप्रथम सुरू करण्याचा मान मिळवला. प्रजाहितदक्ष, पाश्चात्त्य विचारसरणी, अभूतपूर्व समाजसुधारक दृष्टी असल्याने, त्यांचे संस्थान आदर्श राज्य म्हणून प्रसिद्ध झाले. मराठी आणि गुजराती दोन्ही भाषांचा विकास केला. डॉ. बाबासाहेब आंबेडकर यांना खूप साहाय्य. (सुविको)

गायन : पेशवेकाळात गायनादी कलांना दरबारकडून उत्तेजन मिळाले. पेशव्यांपाशी पगारदार गवई, नायकिणी, संगीतज्ञ कायम ठेवलेले असून त्यांच्या तालमीत नवीन माणसेही तयार होत असत. सवाई माधवरावाच्या वेळी पेशवे दरबारात भवई गुजराथी गवई व व्यंकट नरसी गायिका ही दोन मोठी नावाजलेली होती. दुसऱ्या बाजीराव पेशव्याच्या दरबारात राम जोशी हा प्रख्यात शाहीर होता. (पेम)

गारखेडे : कपिलधराचे हेमाडपंती मंदिर गारखेड ता. जामनेर येथे आहे. मंदिर भग्नावस्थेत आहे. सभामंडप अष्टकोनी. दारे त्रिस्तरीय. यक्ष, गंधर्व, किन्नरांसह नृत्यांगनांच्या पट्टिका आहेत. मिथुनशिल्प पट्टिका आहेत. गर्भगृहात गणपती, शेषशायी, व सूर्यमूर्ती आहेत. (खाइ)

गाळणा : मालेगावजवळचा किल्ला. महादेवाच्या नावावरून पुढे निजामशाहीत मशिदीत रूपांतर झाले. फार्सीयन शिलालेख आढळतो. ''लिंबूका टाक'' स्वच्छ, गोड बारमाही पाण्यासाठी प्रसिद्ध. तटावर शिलालेख आहेत. (शिदुघएसु)

गाव : राज्यातील सर्वांत लहान राजकीय घटक म्हणजे गाव अथवा मौजा. गावचा कारभार पाटील पाहत असे. ज्या कुटुंबाने गाव वसविला त्याच्याकडे गावचा कूळ कारभार असे. त्यास पाटील व त्यांच्यातील प्रमुखास मोकदम म्हणतात. कुलकर्णी त्यास हिशेबाच्या कामी मदत करी. चौगुला पाटीलकीच्या कामात मदत करी. (मइ)

गाविलगड : वऱ्हाडात, अमरावती जिल्ह्यात अहमदशहा बहामनीने १४२५ मध्ये बांधला असावा. अकबराच्या काळात अबुल फजलने जिंकून घेतला. भोसल्यांनी घेतल्यापासून खूपच प्रसिद्धीस आला. नंतर तो इंग्रजांनी घेतला. काही शिलालेख आढळतात. (सुविको)

गिरिदुर्ग : संरक्षक तटबंदीने युक्त असे आश्रयस्थान. गिरिदुर्गांवर देवांचा निवास असतो, असे मनूने म्हटले आहे. भारतात सर्व भागांत किल्ले असले, तरी महाराष्ट्रातल्या किल्ल्यांसारखे किल्ले अन्यत्र नाहीत. डोंगरी किल्ले हे महाराष्ट्राचे वैशिष्ट्य आहे. कोकण, घाटमाथा व घाटमाथ्याला लागून असलेली पठाराची पहिली पट्टी, या भागात ३५० च्या वर किल्ले आहेत. यांपैकी काही किल्ले तर दीड-दोन हजार वर्षांइतके प्राचीन आहेत. इ. स. १७ व्या शतकात शिवछत्रपतींनी आपली राजधानी सर्वस्वी डोंगरी प्रदेशात रायगडावर बसविली होती. शिवछत्रपतींना स्वराज्यउभारणीच्या कामात महाराष्ट्रातील डोंगरी किल्ल्यांचा फार चांगला उपयोग झाला. परकीयांविरुद्ध झुंज देऊन स्वराज्याचे संपादन व संरक्षण करण्याच्या कामी दुर्गांचे महत्त्व अनन्यसाधारण आहे, हे शिवाजीमहाराजांनी ओळखले होते. म्हणूनच त्यांनी जुन्या किल्ल्यांची मजबुती केली आणि अनेक नवे किल्लेही उभारले. आज्ञापत्रात दुर्गाविषयी विस्तृत विवेचन आहे. श्री. स. आ. जोगळेकरांनी शिवाजीमहाराजांना 'दुर्गराज' ही उपाधी लावली असून, त्यांचे दुर्ग ही दुर्गेच्या आराधनेची पीठे होती, असे म्हटले आहे. (भासंको)

गिरिधर बहादूर : मृ. १७२८ माळव्यातील एक सरदार. मुघलाईतील एक कर्तृत्ववान घराणे. प्रारंभी कऱ्हामाणिकपूरचा फौजदार. माळव्याचा सुभेदार झाला. पराक्रमी अनुभवी होता. मराठे माळव्यात येताच याच्याशी संघर्ष. चिमाजी अप्पांनी त्यास ठार केले. (मचको)

गिरिधर रामदासी : (१६५३-१७२९) – संत कवी. मूळनाव गिरमाजी. समर्थशिष्या वेणाबाईंचा हा शिष्य. त्यास समर्थांचा सहवास लाभला होता. त्याचा मठ मराठवाड्यात बीड येथे आहे. त्याचा मुख्य ग्रंथ 'समर्थ प्रताप' हा ग्रंथ ऐतिहासिक महत्त्वाचा आहे. समर्थ कसे दिसत, कसे चालत, कसे पाहात, काय खात इ. तपशीलवार माहिती ह्यात आलेली आहे. चाळीस इतर ग्रंथ व १५०० कविता आहेत. (सुविको)

गीतारहस्य : लोकमान्य बाळ गंगाधर टिळक यांनी त्यांच्या मंडाले येथील कारावासात (इ. स. १९०८: १९१४) लिहिलेला भगवद्गीतेवरील ग्रंथ. कर्मयोगशास्त्र हेच हिंदूंच्या जीवितविषयक, नीतिविषयक आणि धर्मविषयक तत्त्वज्ञानाचे सार आहे. कर्मयोगामध्येच ज्ञान आणि भक्ती यांचा अंतर्भाव होतो. म्हणूनच गीतारहस्यामध्ये ज्ञानयुक्त भक्तिप्रधान कर्मयोग गीतेला अभिप्रेत आहे, असे म्हटले आहे. कर्म, भक्ती आणि ज्ञान या तिन्हींचा समन्वय गीतेत सतत ठेवला आहे. ह्या ग्रंथाची बहुतेक भाषांतून भाषांतरे आणि अनेक विद्वानांनी त्याच्या विषयी उत्तम उद्गार काढलेले आहेत. (भासंको)

गुजरांवालाची लढाई (१८४९) : यिलीयनवाला लढाईनंतर १८४९ मध्ये इंग्रज व शीख यांच्यामध्ये गुंजरांवालची लढाई झाली. या लढाईमध्ये ब्रिटिशांनी शीखांचा पराभव केला. शीख राज्य ब्रिटिश साम्राज्याला जोडून घेतले. (इको)

गुजराती चित्रशैली : या चित्रांची पार्श्वभूमी लाल रंगाची असते. सगळ्या चित्रांना एक प्रकारचा अणकुचीदारपणा आलेला दिसतो. या शैलीतील चित्रे विशेषत: जैन पोथ्यांवर व जैन धर्मावरील विषयांचीच आहेत. तांबड्या, निळ्या व सोनेरी रंगांची तरलता व नक्षीदार वेशभूषा मोहक वाटते. १५ व्या शतकापर्यंत ही चित्रकला वैभवात होती. (भासंको ३)

गुजराल इंद्रकुमार : (जन्म १९३३) इंद्रकुमार गुजराल १९९७ -१९९८ या काळात भारताचे पंतप्रधान होते. ह्यांच्या कारकिर्दीत भारताने स्वातंत्र्याचा सुवर्णमहोत्सव साजरा केला.

गुणवंताबाई भोसले : साताऱ्याचे श्रीमंत छत्रपती प्रतापसिंह भोसले ह्यांचे दत्तकपुत्र श्रीमंत शाहूराजे

यांची जनक माता. १८५७ उठावामुळे ६.८.१८५७ ला कराची येथे हद्दपार (१८५७ चे स्वापेदहिं)

गुणवंताबाई : शिवाजी महाराजांची आठवी पत्नी. इंगळे घराण्यातील. काही ठिकाणी हिचे नाव सगुणाबाई असे आहे. (सुविको)

गुत्ती –आंध्र प्रदेश. अनंतपुर जिल्ह्यातील तालुका. डोंगरी किल्ल्यासाठी प्रसिद्ध. शिलालेखावरून ११व्या शतकात महत्त्वाचे ठाणे होते. विजयनगर साम्राज्य नष्ट होईपर्यंत मुसलमानांना ते जिंकता आले नाही. १७४६ मुरारराव घोरपडे (सेनापती) च्या ताब्यात. पुढे हैदरने घेतले. १७९९ मध्ये निजामाकडे, १८०० पासून इंग्रजांकडे (सुविको)

गुप्त शक : गुप्तवंशात चंद्रगुप्त हा महान सम्राट होऊन गेला. तेव्हापासून हा शक सुरू झाला असावा. गुप्तवंशाचा अस्त झाल्यावर वलभी शक म्हणू लागले. (सुविको)

गुप्त संघटना : धार्मिक वा राजकीय ध्येय डोळ्यापुढे ठेवून गुप्त संघटना फार प्राचीन काळापासून निर्माण होत आहेत. आधुनिक काळात शत्रूची इत्यंभूत माहिती मिळवण्यासाठी उपयोग केला जातो. स्वत:च्या खुणा, लिपी, भाषा, शपथक्रिया इ. चा वापर केला जातो. भारतीय स्वातंत्र्यलढ्यात अनुशीलन समिती (बंगाल), गदरपार्टी (उ. प्र.), चाफेकर क्लब पुणे, अभिनव भारत नाशिक, या संस्थाचा भरीव सहभाग राहिला. या संघटनांचे सर्व कार्यक्रम, प्रचार अत्यंत गुप्त राहिल्याने सर्व सामान्य जनतेपासून दूर. अनेक संभ्रम, शंका त्यांच्याबद्दल निर्माण होत. आर्थिक पाठबळाअभावी त्यांची खूपदा दैना उडत असे. (मचको २)

गुप्त साम्राज्य : सैन्य व्यवस्था : गुप्त सम्राटांनी बलाढ्य साम्राज्य निर्माण केले. महासेनापती, महादंडनायक, रणभांडारिक, महाबलाधिकृत, दंडपाशिक, महासंधि विग्रहिक, सर्वाध्यक्ष हे अधिकारी होते. अश्वदलाला अधिक महत्त्व होते. सुव्यवस्थित, उत्तम प्रशिक्षित व प्रचंड असे सैन्यदल होते. (इसंशा)

गुप्तकालीन मंदिरे (इ. स. ४०० ते ६००) : उदयगिरी येथील क्रमांक सातचे मंदिर, तिगावचे विष्णुमंदिर, एरणची विष्णू व वराह मंदिरे. ही गुप्तकाळातील प्रारंभीची मंदिरे होत. नाचना – पार्वतीचे मंदिर, भूमरा : शिवमंदिर, ऐहोळी – शिवमंदिर, देवगड – दशावतार मंदिर, भितरगाव येथील मंदिर ही आणखी काही मंदिरे आहेत. (भा सं को)

गुप्तनिधीचा कायदा : १८७८ मध्ये करण्यात आला. भूमिगत द्रव्य वा मौल्यवान वस्तूवर सरकारचा ताबा मानला गेला. (सुविको)

गुप्तलिपी : गुप्त वा सांकेतिक लिखाण विशिष्ट व्यक्तींसाठीच लिहिलेले असते. गुप्तलिपीचा वापर फार पूर्वीपासून राजकारणात केला जाई. महानुभावांच्या आतापर्यंत १७ लिप्या राजवाड्यांनी शोधून काढल्या आहेत. पेशवेकालातही काही गुप्तलिपी रूढ होती. (सुविको)

गुप्तहेर : कौटिल्याने आपल्या 'अर्थशास्त्र' या ग्रंथात गुप्तहेरांविषयी सविस्तर विवेचन केलेले आहे. ज्या राज्यांची गुप्तहेरसंघटना कार्यक्षम असते त्या राज्याची सुरक्षा उत्तम होते, असे त्याचे मत होते. स्थायिक हेर, फिरते हेर असे प्रकार अर्थशास्त्रात आहेत. हेरांकडून मिळालेल्या माहितीची विश्वसनीयता तपासण्याची यंत्रणाही सज्ज ठेवली पाहिजे, असे कौटिल्याचे मत होते. छत्रपती शिवाजीमहाराज, नाना फडणीस, इंग्रज ह्यांच्या गुप्तहेरयंत्रणा अतितत्पर व हुशार असत. (इसंशा)

गुप्ता दिनेश : (८ जुलै १९३१ फाशी) हुतात्मा. बंगालच्या सचिवालयाच्या बिल्डिंगवर अत्यंत धाडसी हल्ला चढविणाऱ्या तीन सशस्त्र क्रांतिकारकात दिनेश तथा नासू हा होता. क्रांतिकारकांचे हाल करणाऱ्या सिम्सनच्या ऑफिसावर त्यांनी हल्ला चढविला. पोलिस आणि क्रांतिकारक यांच्या गोळ्या संपेपर्यंत चकमक झाली. सायनाइडची गोळी खाण्याअगोदर पोलिसांनी त्याला ताब्यात घेतले. अत्यंत निर्भयपणे आनंदाने तो १९३१मध्ये फाशी गेले. फाशीपूर्वी शिपायाला ते म्हणाले, ''चल मी तयार आहे !''

गुप्ते केशव परशराम : १८५७ च्या बंडात सहभागी. सातारकर छत्रपती प्रतापसिंहाचे परदेशातील वकील रंगो बापूजी याचा हा पुत्र. फाशी किंवा जन्मठेप झाली असावी. (पेदहिं)

गुप्ते सीताराम रंगराव : भोरजवळच्या कारी गावचे रहिवासी. चां.से.का. प्रभू जात. मृत्युसमयी ३१ वर्षांचे होते. १८५७ च्या बंडात सक्रिय. कोल्हापूरला घरात पकडले गेले. ८ सप्टेंबरला फाशी. (पेदहिंदु)

गुरु गोविंद सिंग : (१६६५-१७०७) शिखांचे १० वे गुरू. या पंथाला लष्करी स्वरूप दिले. त्याला खालसा म्हणत. औरंगजेबाला प्रखर विरोध केला. प्रत्येक शिखाने केस, कंगवा, कच्छा, कडे आणि कृपाण बाळगणे आवश्यक केले. गुरुमाता नावाचे शीख सरदारांचे मंडळ स्थापन केले. नांदेड येथे एका पठाणाने त्यांचा खून केला. तेथेच त्यांची समाधी आहे. गोविंदसिंग हे अष्टपैलू विद्वान होते. स्वदेश,धर्म यासाठीच्या संघर्षात त्यांचे चारही पुत्र ठार झाले. पण गुरू अचल राहिले. राष्ट्रीयत्वाच्या दृढ बंधनाने त्यांनी शिखांना एकत्रित केले. सामान्य शेतकरी, कामकऱ्यांच्या वर्गातून स्वधर्म आणि स्वदेश यांच्यासाठी सर्वस्व अर्पण करणाऱ्या अगणित वीरांची परंपरा त्यांनी निर्माण केली. 'जगे धर्म हिंदू' असे ते म्हणत असत. (सुविको)

गुरुचरित्र : दत्तसंप्रदायातील अत्यंत महत्त्वपूर्ण ग्रंथ. त्याचा लेखक सरस्वती गंगाधर असून हा ग्रंथ १५५८ मध्ये लिहिला गेला. दत्तावतार श्रीपाद श्रीवल्लभ आणि नृसिंह सरस्वती यांच्या कथा यात आहेत. दत्तसंप्रदायाचा नित्य पठणाचा ग्रंथ. 'महाराष्ट्र धर्म' ह्या संज्ञेचा ह्यातील उल्लेख महत्त्वपूर्ण. काही ऐतिहासिक माहितीही आलेली आहे. (मसाआइति. ; डॉ. रा. चिं. ढेरे, सुविको)

गुरुदासपूर : पंजाब येथे पूर्वी हिंदूराज्य होते. शिखांच्या आणि मोगलांच्या बऱ्याच लढाया या भागात झाल्या. १८४९ मध्ये इंग्रजांच्या ताब्यात आला. (सुविको)

गुर्जर – प्रतिहार राजसत्ता : इ. स. ७५० ते १०५० या ३०० वर्षांच्या कालखंडात उत्तर हिंदुस्थानात गुर्जर -प्रतिहारांची सत्ता होती. नागभट (७२५-४७०), चौथा वत्सराज (७७८-८०२), दुसरा नागभट्ट (८०२-८३४) मिहिर भोज (८३६-८८५), महेंद्रपाल (८८५-९१४) हे गुर्जर-प्रतिहार राजे होऊन गेले. कनौज ही त्यांची राजधानी होती. (इसंको)

गुर्जरभक्त : संत नामदेवांचा गुजरातमधील शिष्य. गुरुप्रेमाची कवने त्याने गाऊन स्वत:स कृतार्थ मानले. याच नावाचे दोघे भक्त. एक कवी तर दुसरा भक्त होता. (मचको)

गुलझार खान (१७७५) : थोरल्या बाजीरावांच्या पदरी त्याचा बाप सरदार होता. १७७५ मध्ये त्याने खानदेशात खूपच बंडाळी माजविली. राघोबाची यास फूस होती. पुढे निजामशाहीत गेला. पुढे त्याचे नाव ऐकू येत नाही. (१७८४)

गुलबर्गा : बहामनी राजांची राजधानी. पूर्वीचे नाव कुलबर्गा. फिरोजशहाने येथे अनेक इमारती बांधल्या. हा किल्ला लष्करीदृष्ट्या महत्त्वाचा होता. (सुविको)

गुलाम घराणे : (इ.स. १२०६ - १२९०) मुहमद घोरीचा वजीर ऐबक याने गुलाम घराण्याची सत्ता दिल्लीस सुरू केली. दिल्लीवरून राज्य करणारा पहिला मुसलमानी राजवंश. (सुविको)

गुलाम प्रतिबंधक कायदा : भारतात १८४३ मध्ये झाला. कोणत्याही कारणासाठी माणसाने माणसाची विक्री करू नये, असे या कायद्यान्वये ठरविण्यात आले. (सुविको)

गुलामकर : सरकारी उत्पन्नात भर पडण्यासाठी आणि गुलामांच्या व्यापाराला आळा बसावा म्हणून छत्रपती संभाजीमहाराजांनी मूळचा २/३ होनांचा कर १२ होन केला. (मचको)

गुलामगिरी : युद्ध प्रसंग, कर्जबाजारीपणा, दुष्काळ, इ. प्रसंगातून गुलामांची निर्मिती होत असे. विशेषत: कोकणप्रांतात हबशी लोक स्थानिक प्रजेच्या बायका- पोरास पकडून गुलाम म्हणून दूर नेऊन विकत असत. १७/१८ व्या शतकात मराठी राज्यकालातही दासी, कुणबिणी, बटकी यांची खरेदी विक्री होत असे पण युरोपातील गुलामगिरी एवढे जाचक, अमानुष स्वरूप मात्र नव्हते. गुलामांना माणुसकीने वागविले जाई. वृद्धापकाळी त्यांची काळजी घेतली जाई. त्यांनाही काही हक्क परंपरेने दिलेले होते.महात्मा फुले यांच्या पुढाकाराने स्थापित झालेल्या सत्यशोधक समाजाच्या वतीने 'गुलामगिरी' हा ग्रंथ प्रसिद्ध करून संस्थानिक आणि समाजातील प्रतिष्ठित लोकांत मोफत वाटण्यात आला. या ग्रंथाची अर्पणपत्रिका अशी आहे. 'युनायटेड स्टेटमधील सदाचारी लोकांनी गुलामास दास्यत्वापासून मुक्त करण्याच्या कामात औदार्य, निरपेक्षता व परोपकार बुद्धी दाखविली त्यांच्या सन्मानार्थ'. माणसाला गुलाम करणाऱ्या प्रवृत्तीचा निषेध करून त्यांना गुलामीतून मुक्त करण्याचा आग्रह धरण्यात आला. शोषण, दमन यांच्या विरोधात महात्मा फुले यांनी लेखणी चालविली. भारतीय गुलामगिरी ही पाश्चिमात्य जगातील गुलामगिरीसारखी नव्हती. येथील गुलाम स्वकर्तृत्वाच्या बळावर सम्राटपदापर्यंत पोहोचू शकत होता. सर्वसामान्य गुलामास स्वत:ची गुलामगिरीतून मुक्तता करण्याची अनेक वेळा संधी उपलब्ध होत होती. (मइ)

गुहिल :(इ.स. ५५० सुमारे) एक रजपूत वीर. उदेपूरच्या राजवंशातील महापराक्रमी राजा. वि. संवत. ६२३ (सन ५६६) मध्ये होता. चाटसू येथील शिलालेखात ह्याच्यापासून बालदित्पापर्यंत बारा पिढ्यांचा उल्लेख. ह्याची दोन सहस्र चांदीची नाणी सापडली आहेत. (सुविको)

गुहिलोत : इ. स. च्या आठव्या शतकात जी राजपूत घराणी प्रसिद्धीस आली, त्यातील एक प्रसिद्ध घराणे. कर्नल टॉडच्या मते उद घराण्यांतील हे सर्वश्रेष्ठ घराणे होय. बाप्पा रावळ याने अरबी आक्रमणाचा प्रतिकार केला. दुसरा खोम्मणने सिंधच्या अरबी सुभेदारांबरोबर संघर्ष केला. आघाट ही त्याची राजधानी होती. या राजांनी मुस्लिम सत्तेला सतत विरोध करून चितोडचे स्वातंत्र्य अबाधित राखले. (इसंशा)

गेंदालाल दीक्षित : (१८१८-१९२०) शिवाजी समिती स्थापन करून क्रांतिकारक म्हणून पुढे आले. मुंबईत आल्यावर साथीदारांना शस्त्रे चालविण्यास शिकविले. चंबळ-यमुनेच्या खोऱ्यातील डाकूंचे संघटन केले. मातृवेदी संस्था स्थापिली, स्वातंत्र्यप्रचार, सैनिकांचे बंड, गुप्त संघटना, कलाकौशल्याची उन्नती करावयाचे ठरविले होते. पण फितुरीमुळे हे पकडले गेले. मैनापुरीच्या चकमकीत ३५ लोक ठार. पोलिसांनी यांचे अतोनात हाल केले. बंडखोर प्रवृत्तीचे. (स्वासंस)

गोंडा : उत्तर प्रदेश फैजाबाद जिल्हा. १५व्या शतकात कल्हण घराणे. पुढे मुसलमानी सत्तेखाली. १८५६ मध्ये जिल्हा ब्रिटिशांकडे गेला. १८५७ च्या स्वातंत्र्ययुद्धात गोंडाचा राजा व तुळसीपूरची राणी यांनी प्रयत्न केला पण पराभूत झाले. श्री. नानाजी देशमुख ह्यांच्या सामाजिक समरसता, एकता ह्या उपक्रमांमुळे प्रसिद्ध. (सुविको)

गोंडाफरनीज : हा पहेलवी वंशाचा सर्वांत मोठा राजा. त्याचे राज्य वायव्य भारतापर्यंत पसरल्याचे तख्ते या लेखावरून कळते. त्याने शकांच्या दुसऱ्यांदा पराभव करून पश्चिम पंजाबवर आपली सत्ता स्थापिली होती. तक्षशिला ही त्याची राजधानी होती. (भासंको)

गोकाक : बेळगाव जिल्ह्यात धबधब्यासाठी प्रसिद्ध. ११ व्या शतकापासून उल्लेख येतो. शाहू महाराजांच्या ताब्यातून सावनूरच्या नबाबाकडे हा भाग आला. १७५४ मध्ये पेशव्यांनी जिंकला. पटवर्धनांच्या जहागिरीत मोडत असे. (सुविको)

गोकाक दिवाणखाना : अठराव्या शतकात गोकाकच्या लाकडी चित्रांची हल्लीप्रमाणेच प्रसिद्धी होती. शनिवारवाड्यात त्यांचा स्वतंत्र संग्रह करून ज्या दिवाणखान्यात ठेवलेला होता त्याला हे नाव होते. (मसाआइ)

गोखले गोपाल कृष्ण : (इ.स.१८६३-१९१५) भारतीय राजकारणी, अर्थशास्त्राचे, कायद्याचे गाढे अभ्यासक. महान नेते. राजाराम कॉलेजात प्राध्यापक. डेक्कन एज्युकेशन सोसायटीचे संस्थापक सदस्य. फर्ग्युसन कॉलेजात प्राध्यापक. न्या. रानडे यांचे राजकीय शिष्य. १८८७ सार्वजनिक सभेचे चिटणीस. १८८८ सुधारकचे संपादन. १८९५ मध्ये पुणे राष्ट्रीय सभेचे चिटणीस. १८९७ वेल्बी कमिशनपुढील साक्षीमुळे भारतीय नेते. मुंबई कौन्सिलात प्रवेश. मवाळ गटाचे पुढारी. प्राथमिक शिक्षण मोफत व सवलतीचे व्हावे हा प्रयत्न. महात्मा गांधी त्यांना गुरू मानीत. (सुविको)

गोखले धोंडोपंत (मृ. १८००) : बापू गोखल्यांचा काका. परशुरामभाऊ यांच्या हाताखालचा सरदार. कर्नाटकचा सुभेदार. बदामीच्या लढाईत उदय. धोंड्या वाघ या बंडखोराने याला हलीहाळ येथे ठार केले. पत्नीने धोंड्यास ठार केल्याशिवाय याचा अंत्यविधी केला जाणार नाही असा निश्चय केला. शेवटी बापू गोखल्याने धोंड्यास ठार केले. (सुविको)

गोखले भिकाजी गणेश : नरगुंद श्रीमंत बाबासाहेब भावे ह्यांच्या नेतृत्वाखालील १८५७ च्या उठावात भाग. मॅन्सनच्या वधात सहभाग. हा आरोप सिद्ध होऊ शकला नाही. युद्धाला साहाय्य करणे व फूस देणे ह्या आरोपासाठी जन्मठेप. काळेपाणी शिक्षा झाली २३ जून १८५८.पुढे अंदमानातच निधन. (१८५७चे स्वा पेदहिं)

गोगटे वासुदेव बळवंत : (इ.स. १९१० ते १९७४) एक थोर क्रांतिकारक. मुंबईचा गव्हर्नर हॉटसन याने १९३० च्या चळवळीच्या वेळेस आंदोलन करणाऱ्या जनतेवर खूपच अत्याचार केले. त्यातच मिठाच्या सत्याग्रहींना रोखण्याचा कलेक्टर नाइटचा प्रयत्न फसला. त्याने गोळीबाराचे आदेश दिले. बोरसद येथील महिलांच्या मिरवणुकीवर लाठीमार झाला. तेव्हा ह्याचा प्रतिशोध घ्यावयाचा असे यांनी ठरविले. एक थोर क्रांतिकारक, विचारवंत कार्यकर्ते. तरुण वयातच स्वा. सावरकरांपासून देशस्वातंत्र्याची स्फूर्ती घेतली आणि क्रांतीची दीक्षा घेतली. गोगटे ह्यांनी फर्ग्युसन महाविद्यालयात ते विद्यार्थी असताना मुंबई प्रांताचे गव्हर्नर हॉटसन हे भेट द्यावयास आले असताना त्यांच्यावर गोळी चालविली. पण चिलखतामुळे ते वाचले. वा. ब. गोगटे ह्यांना सश्रम कारावासाची (सक्त मजुरीची) शिक्षा झाली. त्यांना हॉटसन गोगटे म्हणूनओळखत. पुण्याचे महापौर झाले.

गोजरा : वेलोरजवळच्या डोंगरावर महाराजांनी हा खास मराठी नाव असलेला दुर्ग बांधला. तेथून वेलोरवर तोफांची सरबत्ती केली. (इ. स. १६७७ मे नंतर)साजरा आणि गोजरा ही तमिळ प्रदेशातील खास मराठी नावे. (मइ आणि संप)

गोडबोले कृष्णशास्त्री : (१८३१-८६) मराठी ग्रंथकार, ज्योतिषी. मूळचे वाईचे. कुलाबा वेधशाळेत नोकरी. ग्रहलाघवीचे मराठी भाषांतर केले. हडनच्या बीजगणिताचे मराठीत भाषांतर. इतरही अनेक भाषांतरित ग्रंथ. (सुविको)

गोडबोले के. वि. : हे फलटण संस्थानाचे माजी दिवाण होते. त्यांनी १९५२ मध्ये जातिनिर्मूलन संस्था स्थापन केली. आंतरजातीय विवाह, सामाजिक परिषदा, अंधश्रद्धा निर्मूलन इ. कामे ही संस्था करत असे. (मपइ)

गोडबोले नृसिंह नारायण (डॉ.) (ज. १८८८) **:** भारतीय रसायनशास्त्रज्ञ. लाहोरला दयाळसिंग कॉलेजमध्ये प्राध्यापक १९१७ मध्ये परदेशातून आल्यावर औद्योगिक रसायन शाखेची स्थापना बनारस विद्यापीठात केली. रबर, काड्याच्या पेट्या, शिसपेन्सिली व्यवसायाचे तज्ज्ञ. (सुविको)

गोडबोले परशराम (तात्या) बल्लाळ (इ.स.१७९९-१८७४) **:** महाराष्ट्रीय कवी, ग्रंथकार. पावस मूळ गाव. भाषाशास्त्राचा अभ्यास. मराठी भाषेचा कोश करण्यात सहभाग. मेजर कॅन्डीचे सहकारी. १८५५ मध्ये कॅन्डीची मराठी ट्रान्सलेटर म्हणून नेमणूक त्याला गोडबोले ह्यांचे साहाय्य झाले. गाजलेली सर्व संस्कृत नाटके मराठीत आणली.

गोडबोले रघुनाथ भास्कर : (मृत्यू १८८७) मराठी भाषेतील पहिले कोशकार. वाईचे रहिवासी. नांदेडजवळील हंसराज साधूकडून अनुग्रह. विविध प्रकारचे कोश केले. (सुविको)

गोडाजी ज्योतीजी दिवेकर, नाईक : कोल्हापूरमहाराजांच्या शरीररक्षकांचा अधिकारी, डिसेंबर १८५७ मधील कोल्हापूर येथील उठावाचा एक पुढारी. उठाव फसल्यानंतर हा भूमिगत झाला. नंतर त्याचा ठावठिकाणा लागला नाही. त्याला पकडून देणाऱ्यास १०० रुपये इनाम लावलेले होते. (१८५७ स्वायुपेदाहिं)

गोतसत्ता : गावात चार प्रकारच्या सत्ता होत्या. त्यात दुसरी गोत अथवा ग्रामाधिकारांची सत्ता राजसत्तेहून प्रबल आणि भिन्न असे. राजाही तिचे निर्णय मान्य करी. (शिम)

गोतसभा : जातिअंतर्गत समस्या सोडविणारी पेशवेकालीन अत्यंत महत्त्वाची संस्था म्हणजे गोतसभा होय. गोतसभेमध्ये उपजातीमधील प्रमुख व्यक्तींचा समावेश असे. (मइ)

गोदाजी डेंगळे : १८१८ मध्ये खानदेशातील सातपुडा, सातमळा, अजिंठ्याच्या कुशीतील भिल्ल ३२ लोकांच्या नेतृत्वाखाली एकत्र आले. गोदाजी डेंगळे आणि महिपा डेंगळे यांनी या उठावाचे नेतृत्व केले. (मइप)

गोदातीर इतिहास संशोधन मंडळ, नांदेड : प्राचीन वाङ्मयाचे व इतिहासाचे संशोधन करणारी मराठवाड्यातील एक अग्रगण्य संस्था. जास्तीत जास्त जुने कागद ,विजापूरची आदिलशाही फर्माने इ.इ. १५६५पासूनचे आहेत. तितकीच जुनी कागदपत्रे निजामशाही व इमादशाहीची आहेत. मराठी, फार्सी, कागदपत्रे, मराठे निजाम, भोसले यांच्या राजवटीतील सनदा, घराण्याचे इतिहास, बटवटी, न्यायनिवाडा इ. कागदपत्रे आहेत. एक दुर्मिळ फारसी हस्तलिखित आहे. (मद)

गोदावरी : भारतातील एक पवित्र नदी. हिचा उगम महाराष्ट्रात त्र्यंबकेश्वरजवळच्या ब्रह्मगिरीवर झाला आहे. सुमारे १४५० किमी लांबी. महाराष्ट्र, कर्नाटक आणि आंध्र ह्या प्रांतांतून वाहते. सातवाहनांचे राज्य या नदीच्या काठी होते. नाशिक व पैठण ही गोदावरी नदीकाठची दोन महत्त्वाची क्षेत्रे होत. त्या व्यतिरिक्त अनेक

तीर्थक्षेत्रे गोदावरीकाठी आहेत. अनेक सत्वपुरुष, महापुरुष हिच्या काठी होऊन गेले. दर बारा वर्षांनी ज्या वेळी सिंहस्थ पर्वणी येते, त्या वेळी गोदावरीच्या तीरावरील नाशिक क्षेत्री मोठी यात्रा भरते. (भासंको)

गोदावरी जिल्हा : आंध्र प्रदेश. प्राचीन काळी हा प्रदेश कलिंग, वेंगी राज्यात मोडत असे. आंध्र, पल्लव, चालुक्य व गणपतिराजे यांच्याकडून मोगलांकडे आला. १७६५ मध्ये इंग्रजांनी ताब्यात घेतला. (सुविको)

गोप : कौटिल्याच्या अर्थशास्त्रात ५ –१० गावांवर गोप नावाचा प्रशासकीय अधिकारी असावा असे म्हटले आहे. (स. जी. कोश २)

गोपाळ गणेश बर्वे – १८ वे शतक राघोबाचा मेहुणा. नात्याचा उपयोग करून बंडखोरी करीत असे. थोरल्या माधवरावाने त्यास उत्तरेतील मोहिमेत पाठविले. (सुविको)

गोपाळ नाईक तांबवेकर (सुमारे १८ व्या शतकाचा उत्तरार्ध): थोरल्या माधवराव पेशव्यांच्या काळातील प्रसिद्ध व श्रीमंत सराफ आणि सावकार. याने महादजी शिंदे यांना लाखो रु . कर्जाऊ दिले होते. मालखेड नावाचे गाव याने ५४ ब्राह्मणांना अग्रहार दान दिल्याचा उल्लेख आहे. डाकोर येथे याने एक मंदिरही बांधले.सातारा जिल्ह्यातील तांबवेगावचा गृहस्थ. त्याला पोतदारीची हाव होती. राघोबाला पेशवाई मिळवून देण्याच्या कटात सामील धर्मदायावर प्रचंड खर्च केला. (सुविको)

गोपाळ नायक (१२९५ – १३१५) : अल्लाउद्दीनच्या दरबारातील एक गायक व कवी. हा मूळचा देवगिरीचा होता. अल्लाउद्दीनचा सेनापती मलिक काफूर याने दक्षिणेच्या स्वारीनंतर याला दिल्लीला नेले. याचे संगीतातील नैपुण्य पाहून अमीर खुसरोव हा पर्शियन संगीतज्ज्ञ थक्क झाला. ते एकमेकांचे मित्र बनले. (भासंको)

गोपाळ पंडित : (इ. स. १३०० सुमार) एक महानुभव ग्रंथकार. चक्रधरांचा शिष्य. त्याने लिहिलेल्या सहा ग्रंथापैकी 'चौपद्या' व 'सुभाषित अंताक्षरी' हे पद्य असून उर्वरित गद्य आहेत. ग्रंथांची भाषा मराठी आहे. (मचको)

गोपाळ पाल (७८०–८००) : बंगालच्या पाल घराण्यातील वप्यटाचा मुलगा. बौद्ध धर्मीय. त्याने राज्यावर येताच अराजक नष्ट केले. मगधपर्यंत राज्यविस्तार केला. (सुविको)

गोपाळ (भट्ट) महाबळेश्वरकर (इ. स. १६५३ सुमार) : छत्रपती शिवाजी महाराज आणि राजमाता जिजाबाई ह्यांचे गुरू. शिवाजी महाराजांनी आपल्या अभ्युदयार्थ गोपाळभट महाबळेश्वरकरांस सूर्य अनुष्ठान करण्याची विनंती केली होती आणि त्यासाठी काही उत्पन्न लावून दिले होते, असा उल्लेख मिळतो. (मचको)

गोपाळ मिश्र (ज. १६३२) : हा सूर्यवंशी राजा राजसिंह याचा राजकवी. तो दिवाणही झाला. १६८८ मध्ये 'खूबतमाशा' हा ग्रंथ व इतरही विपुल लेखन. (सुविको)

गोपाळ रघुनाथ चिटणीस : हा दौलतराव शिंद्यांचा चिटणीस होता. याचे दुसरे आडनाव कुलकर्णी. वसई युद्धातही विशेष कामगिरी. इंग्रज – शिंदे युद्धात त्याने पराक्रम गाजवला होता. (मचको)

गोपाळ संभाजी खांडेकर : (१८ वे शतक) (मृत्यू –१७९३) पानिपतनंतर उत्तरेतील घडी बसविणारा मराठे सरदारांचा सहायक. बुंदेलखंडात झाशीची मामलत मिळाली. थरचा दिवाण. थोरल्या माधवरावाने पंथ पिंपळोदची त्याला जहागीर दिली. (मचको)

गोपाळदास (कायस्थ) (इ.स. १४५० सुमार) : याने 'शब्दामृत' नावाची कालिदासाच्या कुमारसंभवावर टीका लिहिली. १४ व्या शतकाच्या उत्तरार्धात 'प्रक्रिया कौमुदी' हा उल्लेख केला आहे. 'करटीकौतुक' ग्रंथ लिहिला. (मचको)

गोपाळदास गौर (इ. स. १६२२ चा सुमार) : जहांगीरच्या काळात हा अशेरी किल्ल्याचा (ता. माहीम) किल्लेदार होता. शाहजहानच्या बंडाच्या वेळी याने शाहजहानची बाजू घेऊन अशेरीचा किल्ला २ वर्षे लढवला होता. याबदल्यात शाहजहानने पुढे त्यास पंचहजारी मनसब व 'मांधाता' हा किताब देऊन गौरवले. (मचको)

गोपाळनाथ : (१८ वे शतक) नाथसंप्रदायी संतकवी. ३६० मठ स्थापन केले. रंगनाथ हे गुरु-शिष्य. परिवार मोठा आहे. शाहीर, हैबती, शेख सुलतान, माहूरचे विष्णुदास, पुण्याचे गंगानाथ आणि परमहंस हे त्यांचेच शिष्य. १७६६ मध्ये श्रावण अमावास्येला त्रिपुटी (कोरेगाव, सातारा) येथे जिवंत समाधी घेतली. वेदात्नशिरोमणी आणि समाधिबोध हे दोन ग्रंथ लिहिले. (भासंको)

गोपाळनाथ गोसावी (१७ वे शतक): सिंधुदुर्ग गौड सारस्वत. संतकवी. पांडुरंग माहात्म्य, प्रकाशबोध, बालक्रीडा इ. ग्रंथसंपदा. ह्यांची पालखी प्रतिवर्षी पंढरीला जाते. (भासंको)

गोपाळनाथ मळगावकर (सु. १७००) : संतकवी. भेदमतवादी गौड . पंढरपुरास बोधलेकरांचा अनुग्रह. अभंग, भूपाळ्या, पदे इत्यादी विपुल लेखन. (मचको)

गोपाळराव गोविंद पटवर्धन (१७२१ -७१) : पेशवाईतील साडेतीन रावांपैकी एक. १७६३ नंतर श्रीमंत माधवराव पेशव्यांच्या मुख्य सरदारांमध्ये याची गणना होत असे. माधवराव पेशव्याच्या बाजूने अनेक लढ्यांमध्ये भाग घेऊन याने पराक्रम गाजवला. (मचको)

गोपाळाचार्य कालगांवकर (मृ. स. १८९८) : हा साताऱ्याच्या छत्रपती प्रतापसिंहांच्या पदरी होता. त्याने 'प्रतापसिंहोदय', 'नीतिमंजिरी' इ. ग्रंथ लिहिले आहेत. (मचको)

गोपिकाबाई पेशवे : (१७२५ - १७८८) रास्त्यांची कन्या. नानासाहेब पेशव्यांची पत्नी व माधवराव पेशव्यांची आई. अत्यंत धोरणी, करारी. तिला स्वारीबरोबर शिकारीचाही नाद असे. कालाच्या मानाने खूपच बहुश्रुत. दरबारी राजकारण व पत्रव्यवहार, हिशोब यावरही तिचे लक्ष. घराण्यातील सर्वांनाच तिचा धाक होता.तिने स.मा. पेशव्यास केलेला उपदेश बोधप्रद. सदाशिवराव भाऊचा द्वेष करी. त्याला पानिपतावर पाठविण्यास तीच कारणीभूत होती. हिला चांगले लिहितावाचता येत असून राजकारणाचेही बरेच ज्ञान होते. हिने कायद्याने कन्याविक्रय बंद करण्याचे प्रयत्न नाना फडणिसामार्फत केले होते. (मचको)

गोपीनाथ मौनी (इ. स. १६५० नुसार) : हा महाराष्ट्रीय असून जयसिंहाच्या पदरी बनारस येथे होता. शब्दलोकरहस्य, तर्कभाषाटीका इ. तर्कशास्त्रावरचे ग्रंथ याने लिहिले आहेत. (मचको)

गोपीनाथपंत बोकील (१७ वे शतक) : हा सासवडच्या नजीक असलेल्या हिवरे गावचा कुलकर्णी होता. अफजलखानच्या प्रसंगावेळी शिवाजी महाराजांनी यास वकील म्हणून पाठवले होते. अफजलखानास शिवाजीमहाराजांची भेट घेण्यास जावळीत येण्यास याने मोठ्या मुत्सद्देगिरीने राजी करण्यात यश मिळवले होते. (मचको)

गोपीमोहन साहा : (फाशी ६ मार्च १९२४) हुतात्मा. पोलिस कमिशनर टेगार्ट याने सूडबुद्धीने क्रांतिकारकांना अनेक अभियोगात गुंतवून फाशी आणि काळ्यापाण्याची शिक्षा भोगावयास लावली. या

कृत्याबद्दल टेगार्टला उडविण्याकरिता पुढे आलेला तरुण क्रांतिकारक. टेगार्टला मारण्याचा प्रयत्नात पकडला जाऊन फाशीची शिक्षा झाली. (स्वासंस)

गोपुर : नगरद्वाराला गोपुर म्हणावे (अमरकोश). गोपुर हा द्रविड शिल्पाचा एक प्रकार आहे. द. भारतात मंदिरांच्या प्राकाराभोवती उंच भिंती असून, त्यांच्या प्रवेशद्वारावर उंच शिल्पकाम केलेले असते. त्याला गोपुर म्हणतात. त्याला अनेक मजले असून, त्यावर पुष्कळ नक्षीकाम केलेले असते. दक्षिणेतली गोपुर अत्यंत दर्शनीय. महाराष्ट्रात जि. सातारा येथे गोपुरे आहेत. (भासंको)

गोमंतक : भारतीय संघराज्यातील एक घटक राज्य. सातवाहन, चालुक्य, कदंब, यादव, राष्ट्रकूट राजांनी येथे सत्ता स्थापिली. अल्फान्सो – द. अल्बु कर्कने गोव्यात आपली सत्ता स्थापन केली. १९६१ पर्यंत गोव्यात पोर्तुगीज सत्ता होती. गोमंतकाची भाषा ही मराठीची बोली. गोमंतक स्वतंत्र करण्यासाठी छत्रपती शिवाजीमहाराज, छत्रपती संभाजीमहाराज, पेशवे ह्यांनी शर्थीचे प्रयत्न केले. गोमंतकातील राज्यांचे उठाव ह्यांचेही मोठेच महत्त्व. गोवा काँग्रेस, गोमतंक विमोचन समिती ह्यांचेही कार्य वैशिष्टयपूर्ण. गोमंतकाने महाराष्ट्राला आणि देशाला मोठे वतनदार, तथा गायक, वादक, साहित्यिक नेते दिले. १९६१ मध्ये गोवा भारतात विलीन. (भासंको)

गोमाजी नाईक पाणसंबळ (इ. स. १६५० नुसार) : लखुजी जाधवाने जिजाबाईच्या लग्नानंतर याला विश्वासू मनुष्य म्हणून तिच्याबरोबर पाठवले. इ. स. १६४६ मध्ये हा पुण्याचा हवालदार होता. तसेच काही काळ पायदळाचा सेनापतीही असावा. (मचको)

गोमेद : लोथल व कुंतासी येथे तयार केले जात. आकाराने गोलचपटे लंब गोलाकार हे दृष्टमणी आहेत. गुजरात, मध्यप्रदेश व महाराष्ट्रात सापडतो. भाजून याला लाल रंग आणतात. (कोएकासिंसं)

गोर राजे : बंगालचे प्राचीन राजे गोर वंशी होते. पृथ्वीराज चौहानाची मुसलमानांशी जी युद्धे झाली, त्यात गोरांनी मोठा पराक्रम गाजविला आहे. गोरांच्या एका सेनापतीने मध्यभारतात एक लहानसे राज्य स्थापन केले. ते ७०० वर्षे टिकले. १८०९ मध्ये ग्वाल्हेरच्या शिंद्यांनी त्याचा पराभव केला. (भासंको)

गोरक्षगीता : यात सूत्ररूपाने नाथपंथाचे तत्त्वज्ञान आलेले आहे. शंकर हे या पंथाचे उगमस्थान. मच्छिंद्रनाथ हा यांचा आद्यपुरुष. परमात्मा, जीव, जगत याचे विवेचन यात आहे. हा पंथ अद्वैतवादी आहे. (मसाआइति)

गोरक्षनाथ : (इ. स. १०५० –११५० सुमारे : डॉ. रा. चि. ढेरे यांच्या मते) नवनाथांपैकी परंपरेने मच्छिंद्रनाथांनंतर येणारे नाथ. गोरक्षनाथांचे मठ, बंगाल, नेपाळ, पंजाब, काठेवाड, महाराष्ट्र इ. ठिकाणी पसरले होते. नेपाळमध्ये गोरक्षनाथाची पूजा मच्छिंद्रनाथासमवेत केली जाते. नाथसंप्रदाय खऱ्या अर्थाने वाढवण्याचे काम गोरक्षनाथांनी केले. हिंदू, मुस्लिम ऐक्याचा प्रथम प्रणेता, विवेकापासून दुरावलेल्या भारतीय आचारपरंपरेचा उद्धारकर्ता, स्त्री–शूद्रांचा त्राता, लोकभाषेचा पुरस्कर्ता व शब्द प्रामाण्याचा निषेधक इतक्या नात्यांनी गोरखनाथांचा गौरव करावा लागतो. बाबा रतन हाजी हा यांचा प्रमुख मुस्लिम अनुयायी. आजही नाथसंप्रदायाच्या रावळ शाखेत मुसलमानांचा विशेष भरणा आहे. हिंदी भाषेचे पहिले पुरस्कर्ते गोरक्षनाथ हेच होत. श्री ज्ञानेश्वरमहाराजांनी ज्ञानेश्वरीत त्यांचा फार मोठा गौरव केलेला आहे. (भासंको)

गोरखा पलटणी : ११ डिसेंबर १९४७ रोजी भारत, नेपाळ व इंग्लंड या तीन राष्ट्रांमध्ये गोरखा सैनिकांच्या बाबतीत एक करार झाला. त्यानुसार गोरखा पलटणी भारतीय सैन्याचा भाग म्हणून राहाव्यात, असे ठरले. काही वर्षांनंतर गोरखा रेजिमेंट ११ चा समावेश भारतीय सैन्यात झाला. (इसंशा)

गोरा कुंभार (इ.स.१२६७ –१३१७) : एक मराठी संत. ज्ञानेश्वरादी संतमंडळीत हे सर्वांत वडील होते. म्हणून सगळे संत यांना गोरोबा काका म्हणत. व्यवसायाने ते कुंभार होते. पंढरपूरच्या विठ्ठलाचे हे परमभक्त होते. महाराष्ट्रातील ते संतपरंपरेतील महत्त्वाचे संत होते. तेर ढोकी गावी यांचा जन्म झाला. यांचे ४३ अभंग प्रसिद्ध आहेत. तेर ढोकी हे गाव धाराशिव महाराष्ट्रातील (उस्मानाबाद) जिल्ह्यात आहे. गोरोबांचे घर आणि मूल तुडविले गेले ती जागाही तेथे दाखवितात. गोरोबांचा ज्ञानेश्वरमंडळात एवढा मोठा अधिकार होता की, संत नामदेवमहाराज हे परमार्थामध्ये पक्के आहेत का नाहीत हे ठरविण्याच्या कामी त्यांचा शब्द प्रमाण मानला गेला. (भासको)

गोरे नारायण गणेश ऊर्फ नानासाहेब : (मृ. १९९३) समाजवादी ज्येष्ठ नेते आणि विचारवंत. १९७०–७६ राज्यसभेचे सभासद. जनता राजवटीत इंग्लंडमध्ये राजदूत. साधनाचे संपादक. 'नारायणीय' या गाजलेल्या आत्मचरित्राचे लेखक. गोवामुक्ती आंदोलनातील झुंजार नेते. 'कारागृहाच्या भिंती', 'शंख आणि शिंपले' इ. गाजलेल्या पुस्तकाचे लेखक. (मदि)

गोरे रामचंद्र गणेश : मराठेशाहीच्या पतनानंतरही इंग्रजांविरुद्ध छोटे–मोठे उठाव होतच राहिले. घोडे ह्या ठिकाणी स्वदेशभक्त नि इंग्रजी सैन्य ह्यांच्यात झालेल्या चकमकीत ५४ स्वदेशभक्त पकडले गेले, त्यांच्यावर ब्रिटिशांनी अभियोग (खटले) भरले. रामचंद्र गणेश गोरे आणि एक कोळी पुढारी ह्यांना ब्रिटिशांनी फाशी दिले आणि अन्य सर्वांना वेगवेगळ्या मुदतीच्या शिक्षा दिल्या. (१८५७ चे स्वातंत्र्युद्ध : पेटलेला दक्षिण हिंदुस्थान)

गोलकनाथ : सामाजिक, आर्थिक न्यायासाठी १९६७ मध्ये गोलकनाथ विरुद्ध पंजाब राज्य हा अभियोग अतिशय गाजला. (इसंशा)

गोलकी मठ : जबलपूरजवळ तेवर नावाचे एक गाव आहे. ही पूर्वी त्रिपुरी नावाची कलचुरी राजांची राजधानी होती. तिच्याजवळ नर्मदेच्या काठी एका लहानशा टेकडीवर ६४ योगिनींचे मंदिर आहे. गोलाकार टेकडीवर असल्यामुळे याला गोलकी मठ असे नाव मिळाले. इ. स. १२१० च्या सुमारास चंदेलनृपती त्रैलोक्यमल्ल याने कलचुरींचा पाडाव करून त्यांचे राज्य हस्तगत केले. (भासंको)

गोलमेज परिषदा : हिंदुस्थानातील विविध गटांचे प्रतिनिधी, काही सरकारनियुक्त व काही ब्रिटिश प्रतिनिधी यांनी एकत्र बसून वाटाघाटी करून काही निर्णय घ्यावेत, धोरण ठरवावे व देशव्यापी चळवळ आटोक्यात आणावी ही मि. स्कोलंब यांची योजना सर्वांनी मान्य केली व त्यातून गोलमेज परिषदांचा जन्म झाला. पहिली गोलमेज परिषद १२ नोव्हेंबर १९३० ते १९ जानेवारी १९३१ या काळात झाली. ८९ सभासद सहभागी होते. ना. श्रीनिवास शास्त्री, डॉ. मुंजे व महमदअली जिना यांनी सहभाग घेतला. हिंदी सभासदांनी संसदीय पद्धतीचे राज्य चालू करण्याची मागणी केली. दुसरी गोलमेज परिषद ७ सप्टेंबर १९३१ ते १ डिसेंबर १९३१ या कालावधीत भरली. १२७ सभासदांचा सहभाग. गांधीजींनी स्वातंत्र्याची मागणी केली, दडपशाहीचा धिक्कार केला. तिचे तिसरे अधिवेशन १७ नोव्हेंबर १९३२ ते २४ डिसेंबर १९३२ या काळात भरले होते. राष्ट्रीय सभेने सहभाग घेतला नाही. यातूनच १९३५ च्या कायद्याची निर्मिती झाली. (सविको)

गोवर्धन – गंगापूर : नाशिकजवळील आनंदवल्लीजवळ. शिलालेखातूनही उल्लेख. अनेक मंदिरे आहेत. जवळच गंगापूर–गोपिकाबाई पेशव्यांच्या निवासाचा गाव. दूधस्थळी धबधबा. डॉ. कूर्तकोटींचा मठही होता. (सुविको)

गोवर्धन प्रांत : महाराष्ट्रातील नाशिकच्या बाजूच्या भागाचे नाव. शिलालेखातून याचा उल्लेख येतो. या

भागातील ब्राह्मणांना गोवर्धन ब्राह्मण म्हणत. (सुविको)

गोवळकोंडा : हैदराबादजवळील किल्ला. वरंगळच्या राजांनी बांधला. १३६४ बहामनींच्या ताब्यात आला. १५१२ मध्ये कुतुबशाहाकडे, १७२४ मध्ये निजामाकडे आला. हिऱ्यासाठी फार प्रसिद्ध. (सुविको)

गोवळकोंड्याची कुतुबशाही : कुतुबशाही राजवटीच्या राजधानीचे ठिकाण. सुलतान कुली कुतुबमुहक याने बहामनी सत्तेचे नियंत्रण झुगारून देऊन १५१२ मध्ये कुतुबशाही स्थापन केली. शिवाजीमहाराज नि कुतुबशहा ह्यांची भेट प्रसिद्ध आहे. १६८७ मध्ये औरंगजेबाने कुतुबशाहीचा शेवट केला. (मचको)

गोवा किल्ला : (दापोली-रत्नागिरी) फत्तेगड - कनकदुर्ग रस्त्यावर आहे. क्षेत्रफळ ३१ हेक्टर. १८६२ पर्यंतच्या पाहणीत तो किल्ला व्यवस्थित होता, अशी नोंद आहे. ६९ तोफा होत्या. श्री मारुतीची मूर्ती, चौथऱ्याच्या तळाशी वाघाचे चित्र (शरभ किंवा व्याल) कोरलं आहे. डाव्या हातास दर्शनी बाजूस गंडभेरूंड आणि त्याने पकडलेल्या चार हत्तींचे वैशिष्ट्यपूर्ण शिल्प आहे. पहारेकऱ्याच्या देवड्या उत्तम स्थितीत आहे. एक युरोपियन बांधणीची इमारत आढळते. (ज. स.)

गोवा काँगेस कमिटी (१९२८) : डॉ. टी. बी. कुन्हा यांनी १९२८ मध्ये मुंबई येथे गोवा काँग्रेस कमिटीची स्थापना केली. गोमंतकाचे स्वातंत्र्य हे ध्येय होते.

गोवा मुक्तिसंग्राम : डॉ. राममनोहर लोहिया यांच्या नेतृत्वाखाली सविनय कायदेभंगाची चळवळ सुरू झाली. पोर्तुगिजांची गोवा वसाहत सोडण्याची तयारी नव्हती. या सत्याग्रहात भाग घेतल्याबद्दल क्रिस्ताव ब्रगान्झा कुन्हा, पुरुषोत्तम काकोडकर, मोहन रानडे यांना अंगोला येथे स्थानबद्ध केले. सर्वपक्षीय गोवा विमोचन समितीतर्फे १५ ऑगस्ट १९५५ रोजी सत्याग्रह सुरू करण्यात आला. पोर्तुगिजांनी नि:शस्त्र सत्याग्रहींवर लाठीहल्ला, मारपीट केली. गोळीबार केला. हिवरे गुरुजी व इतर सत्याग्रही ठार व २२५ जखमी झाले. सत्याग्रहींना दहा वर्षांची शिक्षा देण्यात आली. सेनापती बापट, ना. ग. गोरे, विष्णुपंत चितळे, सुधीर फडके, शिरुभाऊ लिमये, जगन्नाथराव जोशी, गायतोंडे, सौ. सुधाताई जोशी यांनी अतिशय हाल सोसले. डिसेंबर १९६१ पोर्तुगिजांनी तेरेखोल या भारतीय हद्दीत धुमाकूळ घालून १५० लोकांना पकडले. १८ डिसेंबर १९६१ रोजी भारतीय सैन्याने प्रवेश केल्यावर पोर्तुगीज गव्हर्नरने शरणागती पत्करली. (सुविको)

गोविंद कवी : हा तंजावरच्या तेलुगू राजाच्या पदरी होता. त्याचे 'इंदुमती परिणय' हे काव्य उपलब्ध आहे. (मचको)

गोविंद कृष्ण काळे (मृ. इ. स. १८२३) : १७८६ पासून निजामाकडे पेशव्यांचा वकील म्हणून हा काम पाहात होता. निजामाचा, निजाउस्मुल्कचा, नक्षा उतरविणे, हे कार्य गोविंदपंतांमुळेच झाले. १७९५ मध्ये खर्ड्याच्या लढाईनंतर झालेल्या तहात याने महत्त्वपूर्ण कामगिरी बजावली. (मचको)

गोविंद खंडेराव चिटणीस (इ. स. १७१६ : ८४) : खंडो बल्लाळ चिटणिसाचा हा पुत्र होता. शाहूमहाराजांच्या चिटणिशीचे काम त्याच्याकडे होते. (मचको)

गोविंद गोपाळ कामतेकर (इ. स. १७८० सुमार) : हा बडोद्याच्या फत्तेसिंग गायकवाडांचा दिवाण होता. ब्रिटिश सेनापती गोडार्डशी संधान साधण्याचे राजकारण फत्तेसिंगाने याच्याच मसलतीने केले. (मचको)

गोविंद तिसरा (इ. स. ७९४ - ८१४) : राष्ट्रकूट गादीवर आल्याबरोबर याने बंडखोर भावाचा बीमोड

केला. ७९९ मध्ये कांचीचा पल्लव राजा दंतिवर्मन याचा पराभव केला. वेंगीच्या विजयदवर स्वारी केली आणि त्याचाही पराभव केला. इ. स. ८०६ साली माळव्यावर स्वारी करून नागभट्टाचा पराभव केला. कनोजचा राजा चक्रायुध व बंगालचा राजा धर्मपाल शरण आले. राष्ट्रकूटांची सत्ता त्याच्या कारकिर्दीत अजिंक्य ठरली. गोविंद ह्या नावाचे अनेक राजे राष्ट्रकूट वंशात होऊन गेले. (भासंको)

गोविंद नीलकंठ खाजगीवाले (इ. स. १७९५ सुमार) : हे गोविंद शिवराम यांचे नातू होते. खर्ड्याच्या लढाईत यांनी भाग घेतला होता. (मचको)

गोविंद बाळकृष्ण दीक्षित-गरुड (१८८६-१८५४) : महाराष्ट्रातील संस्कृत ग्रंथकार. कऱ्हाडचे दैवज्ञ याचे शिष्य. छोटे मोठे बरेच ग्रंथ. कवी ज्योतिषी, धर्मप्रबंधकार म्हणून प्रसिद्ध. (सुविको)

गोविंद भगवंत पिंगळे (मृ. १७९२) : पेशव्यांच्या हैदराबादच्या दरबारातील वकिलातील कारकून. यांची पत्रे राजवाड्यांनी ७ व्या खंडात प्रसिद्ध केली आहेत. त्याला निजामाकडून, पेशव्याकडून सरंजाम होता. (सुविको)

गोविंद भगवत् पुण्यपाद (अंदाजे आठशे शतक) : गौडपादाचार्यांचे शिष्य. हे आद्य शंकराचार्यांचे गुरू. (मचको)

गोविंद विठ्ठल महाजनी (इ. स. १८३७ सुमार) : हा सातारच्या छत्रपती प्रतापसिंहांचा दिवाण होय. ज्ञातिप्रकरणामध्ये याला इंग्रज रेसिडेंटने अटक करून ठेवले होते. (मचको)

गोविंद शिवराम खाजगीवाले (मृ. १७७२) : नानासाहेबाने याला इंग्रज, निजाम यांच्याकडे वकील म्हणून पाठवले होते. माधवराव पेशव्यांच्या मुख्य सल्लागारांपैकी हा एक होता. याने पुण्यात रामेश्वराचे एक देऊळ बांधले. (मचको)

गोविंद स्वामी : (इ.स. १८८९) हिंदी सामाजिक कार्यकर्ता, फर्ग्युसनमध्ये प्राध्यापक. अर्थशास्त्र, इतिहास, राजकारण हे अभ्यास विषय. १९१९ मध्ये हैदराबादला (सिंध) ब्रिटिशांनी अटक करून ठेवले. टेक्स्टाईल युनियन मुंबईस स्थापन. 'यंग इंडिया'चे संपादन. लोकमान्यांचे चाहते. रेल्वेत संप घडवून आणला. कराची येथे दै. केसरी सुरू केला. असहकारिता चळवळीत भाग. जतींद्रदास यांच्या प्राणांतिक उपोषणाच्या निमित्ताने कैद्यांना चांगली वागणूक मिळावी म्हणून प्रयत्न. (सुविको)

गोविंद हरी पटवर्धन (जन्म इ. स. १६९८) : हा नानासाहेब पेशव्यांच्या मर्जीतील होता. गोपाळ गोविंद पटवर्धन याचा पुत्र होता .जबाब लिहिण्यात हा हुशार होता. (मचको)

गोविंदचंद्र गाहडवाल (इ. स. १११४ - ११५५) : कनौजच्या गाहडवालांपैकी एक महत्त्वाचा राजा. याच्या राज्याचे मुख्य ठिकाण बनारस व त्या सभोवतीचा परिसर हे होते. याने जेतवन विहाराला पाच गावे इनामे म्हणून लावून दिल्याचा उल्लेख आहे. काही हस्तलिखित लेखात याचे नाव अभयचंद्र असे आहे. (मचको)

गोविंदपंत बुंदेले (मृ. इ. स. १७६०) : यांचे मूळ नाव गोविंद बल्लाळ खेर असे होते. यांच्या गुणांमुळे श्रीमंत थोरल्या बाजीराव पेशव्याने छत्रसाल बुंदेल्याकडून काही भाग घेऊन यांना देववल्यामुळे यांचे नाव गोविंदपंत बुंदेले असे पडले. याने फरुखाबादच्या लढाईत रोहिल्यांचा पराभव केल्याचा उल्लेख आहे. (मचको)

गोविंदपाल (इ. स. ११६१-१२००) : हा बंगालच्या पाल घराण्यातील राजा होता. याच्याच

कारकिर्दीत अमरकोशाची निर्मिती झाली. इख्तियारउद्दीन बख्तियार खिलजीने याच्याच काळात बंगालचा काही भाग जिंकून घेतला. (मचको)

गोविंदप्रभूंचे चरित्र : गोविंदप्रभू हे चक्रधर स्वामींचे गुरू. त्यांचे चरित्र म्हाईंभटाने लिहिले आहे. अत्यंत विरागी, सर्वांठायी समदृष्टी, खाण्यापिण्याचा कोणताही निषेध न बाळगणारे, असहाय स्त्रियांना आधार देणारे होते. (मसाआइति)

गोविंदभाई श्रॉफ : हैद्राबाद मुक्ती संग्रामामध्ये गोविंदभाई श्रॉफ हे एक महत्त्वाचे नेते होते. अमानुष दडपशाही होत असूनदेखील त्यांनी चळवळ जिवंत ठेवण्यात महत्त्वाची कामगिरी बजावली. महात्मा गांधींचे अनुयायी.

गोविंदराव परांजपे : (१८ वे – १९ वेशतक) दुसऱ्या बाजीरावाचा मावसभाऊ. त्यांनी पर्वतीखाली रमण्यात तोफा पाडण्याचा मोठा कारखाना जारी केला होता. (मदि; मचको)

गोशाल मंखलीपुत्त (मृ. इ. स. पू. ४९६–४८३ दरम्यान) : हा आधी महावीराचा शिष्य होता. परंतु नंतर त्याने वेगळे होऊन गोसावी लोकांचा 'आजीविक' पंथ सुरू केला.(मचको)

गोसावी : गोसावी हा यतींचा वर्ग असून, भारतात त्यांची संख्या मोठी आहे. महाराष्ट्र, मध्य प्रदेश, राजस्थान, आसाम व बंगाल या भागात त्यांची वस्ती बरीच आहे. औरंगजेबाच्या कारकिर्दीत जेव्हा गोसाव्यांना त्रास होऊ लागला, तेव्हा ते जीवावर उदार होऊन औरंगजेबाशी लढले, असा इतिहास आहे. महादजी शिंद्यांच्या सैन्यातही बरेच गोसावी होते. मराठ्यांच्या बहुतेक लढायांतून गोसावी हे मराठ्यांच्या बाजूने लढले आहेत. (भासंको)

गोहिल राजपूत : एक प्रख्यात राजपूत वंश. गोहिलांची प्रथम वसाहत मारवाडातील लूणी नदीजवळील खेरगळ या ठिकाणी होती. हा प्रदेश त्यांनी भिल्ल राजा खेखो यांच्याकडून जिंकून घेतला होता. इथे त्यांच्या २० पिढ्या नांदल्या. पुढे राठोडांनी त्यांना तिथून हाकलले. म्हणून ते इ. स. च्या १२ व्या शतकात सौराष्ट्रात आले व पेरुमगढ येथे वसाहत करून राहिले. गोहिलांची दुसरी शाखा बग्वा व तिसरी सिहोरला स्थायिक झाली. (भासंको)

गौड : एक देश व नगरी. या नगरीची स्थापना इ. स. च्या ८ व्या शतकात पाल वंशाच्या राजवटीत झाली असावी. इ. स. १६ व्या शतकाच्या अखेरीपर्यंत तिथे अनेक भव्य इमारती होत्या आणि लोकसंख्याही पुष्कळ होती. पण १७ व्या शतकाच्या अखेरीस ती नगरी उद्ध्वस्त झाली. इ. स. ४ थ्या व ५ व्या शतकात गौड देश गुप्त साम्राज्याचा एक भाग होता. (भा संको)

गौतम बुद्ध (इसनपूर्व ५६३ – ४८६) : माता – महामाया, पिता शुद्धोदन होय. गौतम बुद्धाने गृहत्याग २९ व्या वर्षी केला. या घटनेला महाभिनिष्क्रमण म्हणतात. गया येथे ७ दिवस वटवृक्षाखाली तपस्या केली. वैशाखी पौर्णिमेला त्यांना ज्ञान प्राप्त झाले. त्याला 'सम्यक्संबोधी' असे म्हणतात. त्यांनी आपले पहिले प्रवचन वाराणसीजवळ मृगवनात दिले. ह्या गोष्टीला धर्मचक्र प्रवर्तक असे नाव आहे. कुशीनगर येथे त्यांचे महापरिनिर्वाण झाले. भगवान बुद्धांनी सतत ४५ वर्षे अविच्छिन्न धर्मप्रचार केला. त्यांचे उपदेश पाली भाषेत आणि अगदी सोप्या शब्दांत सोदाहरण असत. चार अर्थसत्ये आणि आर्य अष्टांगिक मार्ग हे प्रमुख तत्त्वज्ञान आहे. तृष्णा म्हणजे लोभ ह्याचा त्याग हे अत्यंत महत्त्वाचे. जग हे दुःखमय आहे नि त्या दुःखातून मुक्त होण्याचा मार्ग त्यांनी सांगितल्यामुळे लोकांना आनंद होत असे. त्यांचा संयम कधी सुटत नसे. पापी माणसांनाही त्यांच्या शब्दांनी

दिलासा मिळत असे. गौतम बुद्धांनी अतिरेक टाळून मध्यममार्ग सांगितला. सदाचारावर त्यांचा अधिक भर होता. विश्वव्यापी धर्म ही संज्ञा सर्वप्रथम त्यांच्याच धर्माला लागू आहे. इतिहासातले पहिले थोर मानवी चरित्र म्हणजे बुद्धचरित्र होय. (भासंको)

गौतमीपुत्र आंध्र (सातकर्णी) (इ. स. ११९) **:** सातवाहनांचा एक महत्त्वाचा राजा. शक क्षत्रप नहपानाचा पराभव करून याने काठेवाडचा प्रदेश जिंकून घेतला. याच्या आईने भिक्षुसंघाला दिलेल्या दानाचा कोरीव लेख नाशिक येथे आहे. (मचको)

गौर (सर) हरिसिंग : भारतीय कायदेपंडित. नागपूर कॉर्पोरेशनचे सभासद. दिल्ली विद्यापीठाचे पहिले कुलगुरू. नागपूर विद्यापीठाचेही कुलगुरू. सागर विद्यापीठास २० लाखांची देणगी दिली. संस्थापक. (सुविको)

गॉर्डन, (कॅप्टन) : पुणे पेशव्यांचे निवासस्थान झाल्यावर त्याचा विस्तार व भरभराट झपाट्याने झाली. १७३९ साली ब्रिटिश राजदूत कॅप्टन गॉर्डन साताऱ्याला जाताना पुणे येथे काही काळ थांबला होता. त्याला पुण्याच्या उत्कर्षाची अनेक उदाहरणे व संकेत जाणवले. (पेपु)

ग्रँट डफ : हा ईस्ट इंडिया कंपनीच्या लष्करातील कप्तान होता. मराठ्यांना मानाचे स्थान देणारा पहिला इतिहासकार. चिटणीस बखरीवर आधारित त्याने मराठ्यांचा इतिहास लिहिला. ग्रँट डफ हा साम्राज्यवादी विचाराचा होता. मराठ्याचा उदय म्हणजे अचानकपणे सह्याद्रीच्या पर्वताला लागलेला वणवा आहे, असे तो म्हणे.

ग्रंथालये (प्राचीन मध्ययुगीन काळ) : भगवान बुद्धाच्या काळात धार्मिक ग्रंथलेखन प्रसार मोठ्या प्रमाणात सुरू झाली. बौद्ध भिक्षूंच्या अभ्यासासाठी विहारातून ग्रंथसंग्रहही होऊ लागला. नालंदासारख्या कित्येक विद्यापीठातून प्रचंड ग्रंथालये स्थापन झाली व त्यात ग्रंथांचा संग्रह होऊ लागला. पेशव्यांनी १८ कारखान्यांमध्ये पुस्तकशाळेस स्थान दिले होते. त्यांच्या पुस्तकशाळेवर गोविंदपंत आपटे नामक गृहस्थाची नेमणूक केलेली होती. बाजीराव पहिला, नानासाहेब, रघुनाथराव यांनी अनेक धार्मिक पुस्तकांचा संग्रह केला होता, असे अनेक उल्लेख मिळतात. अभ्यास, संशोधन, संदर्भ वा सर्वसाधारण वाचन या सर्व गोष्टींसाठी सर्वांना उपयुक्त व्हावा म्हणून एकत्र केलेला हस्तलिखित वा मुद्रित ग्रंथांचा संग्रह म्हणजे ग्रंथालय. भारतातील जुने ग्रंथालय नालंदा येथील विद्यापीठाचे होय. नालंदा, तक्षशिला, उदंतपुरी, विक्रमशीला, अशी मोठी विद्यापीठे भारतात होती. या विद्यापीठांमध्ये प्रचंड ग्रंथसंग्रह होता. (भासंको)

ग्रंथालये : विसाव्या शतकात झालेल्या शिक्षण प्रसाराचा आणखी एक परिणाम म्हणजे ग्रंथालय चळवळ निर्माण झाली. वाचनाची आवड जोपासली जावी म्हणून इंग्रज सरकारनेही चळवळीस हातभार लावला. १८३८-१८८६ या काळात नगर, नाशिक, पुणे, बेळगाव, धुळे, कल्याण इ. ठिकाणी नेटिव्ह अधिकाऱ्यांच्या देखरेखीखाली ग्रंथालये सुरू झाली. पुण्यात नगर वाचन मंदिर १८४८ मध्ये सुरू झाले. त्यात ८०% पुस्तके इंग्रजी असत. मराठी लोकांनी ठाणे मराठी ग्रंथालय स्थापन केले. (१८९३) त्याच धर्तीवर मुंबईत (१८९८), पुण्यात (१९११) मराठी ग्रंथालये सुरू झाली. पुण्यात श्रीराम, पर्वती व गणेश मोफत वाचनालये सुरू झाली. (१९१२-२०) लवकरच महाराष्ट्र ग्रंथालय संघही पुढे स्थापन झाला. (सुविको)

ग्रहण : पेशवेकाळात ग्रहण हे एक मोठेच अरिष्ट मानले जाई. ग्रहणात सर्व लोक शक्तीप्रमाणे दाने, स्नाने व जप करीत. ह्या दिवशी इतर सर्व व्यवहार वर्ज्य मानीत. प्रतिष्ठित लोक ग्रहणात स्वत:ची तुला करून व दान करून ग्रहांचा कोप शांत करीत. इ. स. १७६३ मध्ये रघुनाथरावाने गोपिकाबाईला ग्रहणाच्या अरिष्टाची

पत्राने कल्पना देऊन, तिला पुणे सोडून सिंहगडास प्रस्थान ठेवण्याचे सांगितले. (मइ)

ग्रहदशा व ग्रहशांती : पेशवेकालात व्रते, दाने, अनुष्ठाने केल्याने ग्रहादिकांचा कोप नाहीसा होतो अशी समजूत होती. पेशवे व त्यांच्या सरदारांच्या पदरी या कामासाठी भिक्षुक ब्राह्मण कायमचे अश्रित म्हणून राहिलेले असत. गोपाळराव पटवर्धनांचे वडिल गोविंद हरी यांनी राघोबाचे पटवर्धनांवरचे आक्रमण टळावे म्हणून म्हैसदान व आख्यानश्रवण केल्याचा उल्लेख मिळतो. टोळधाड किंवा साथीचे रोग पासून मुक्तता होण्यास ग्रहशांती करत. (पेम)

ग्रामणी : गावाचा नेता. याला ग्रामिक, ग्रामकूट, ग्रामाधिपती, ग्रामनेत्र व पट्टकील (पाटील) अशीही नावे होती. गावाचे संरक्षण करणे, सरकारी करांची वसुली करणे, इत्यादी कामे ग्रामपंचायतीच्या मदतीने पार पाडत असे. तो ग्रामपंचायतीचा पदसिद्ध अध्यक्ष होता. (भासंको)

ग्रामदान : जयप्रकाश नारायण यांची सात्त्विक समाजवादासंदर्भात असलेली संकल्पना. ग्रामदानामध्ये संपूर्ण गावच समाजाला दिले जाते. ग्रामदानात प्रत्येक गावी ग्रामसभा राहील. ग्रामदान आंदोलनाच्या यशातूनच समाजवादाची क्रांती यशस्वी होईल अशी ही संकल्पना होती. (इसशा)

ग्रामपंचायत : प्राचीनकाळापासून गावचा सर्व कारभार गावातील प्रतिष्ठित व्यक्ती एकमताने करीत. गावातील किरकोळ प्रश्न तातडीने लोकमताच्या आधारे सोडवत. शिक्षाही देत. तिच्यावर शासनाचे कोणतेही वर्चस्व नव्हते. तमिळनाडूत सापडलेल्या शिलालेखांवरून न्यायदानपद्धतीची थोडी कल्पना येते. अश्मयुगातच नव्हते तर मोगल काळी आणि इंग्रजी राजवटीतही त्यांचे स्वातंत्र्य अबाधित होते. स्वातंत्र्यप्राप्तीनंतर १९६० साली पंचायत पद्धतीचा स्वीकार करण्यात आला. गावचा कारभार पाहणारी लोकायत्त संस्था. ही संस्था पुरातन काळापासून भारतात प्रचलित आहे. आर्यांत ग्रामपंचायत होती. तशीच द्रविडांतही होती. गावावर पहारा बसविणे, गावाची सफाई करणे, रस्ते तयार करणे, त्यावर पाणी शिंपडणे, औषधालये स्थापणे, गावातील मंदिरे, तलाव व जंगले यांची व्यवस्था ठेवणे. इ. कामे तसेच गावातील तंटे व भांडणे मिटविणे हे ग्रामपंचायतीचे सर्वांत महत्त्वाचे कार्य होय. (भासंको)

ग्रामराज्य : ग्रामपंचायतीची विकसित अवस्था. प्रत्येक गाव हा 'स्वतंत्र' असावा, असाच म. गांधींचा आग्रह होता. कारण खरा भारत हा खेड्यातून दिसून येतो, असे ते म्हणत. जातीय ऐक्य, अस्पृश्यतानिवारण, दारूबंदी, ग्रामोद्योग, व्यवसायशिक्षण, आरोग्य, राष्ट्रभाषेचा प्रचार. इ. मुद्दयांना यात महत्त्व होते. ग्रामराज्याची संकल्पना म. गांधींनी मांडली. ग्रामातील सर्व प्रौढ स्त्री-पुरुष आपल्यातील पाच माणसे पंच म्हणून निवडतील. पंच होण्यासाठी किमान पात्रता ठरविण्यात येईल आणि पंचायतीची मुदत एक वर्षाची असेल. ही पंचायत म्हणजे त्या एका वर्षापुरते कायदेमंडळ, कार्यकारी मंडळ आणि न्यायमंडळ असेल. ग्रामराज्याचा असा एक आराखडा म. गांधी देतात. (सविको)

ग्रामशासन (हर्षकालीन) : महतर व ग्रामिक, शौल्किक, गौल्मिक, आग्रहारिक, ध्रुवाधिकरण, भाण्डागाराधिकृत, तलवाटक हे सर्व अधिकारी ग्रामशासनात होते. भारताच्या कुठल्याही राजवटीत इतके अधिकारी गावच्या कारभाराकडे लक्ष देण्यासाठी नेमल्याचे आढळत नाही. (भासंको)

ग्रामसभा : प्राचीनकाळापासून राज्याच्या शासनव्यवस्थेत ग्रामसभेला फार महत्त्वाचे स्थान आहे. ग्रामव्यवस्थेची सर्व जबाबदारी ग्रामसभा व ग्रामपंचायत यांच्यावर असे. केंद्रीय शासनाधिकारी ग्रामशासनसंस्थेवर

नियंत्रण ठेवीत. ग्रामाचे रक्षण, राज्यकराची वसुली, स्वत:चे कर बसविणे, ग्रामस्थांची भांडणे मिटविणे, सार्वजनिक हिताच्या योजना हाती घेऊन त्या पार पाडणे, दुष्काळ व इतर संकटांचे निवारण करणे, पाठशाळा, अनाथालये इ. स्थापन करणे, देवालयांच्या द्वारा विविध धार्मिक व सांस्कृतिक कार्यक्रमांची व्यवस्था करणे, इ. कार्ये ग्रामसभेच्या कक्षेत होती. (भासंको)

ग्राहक चळवळ : १९५९ मध्ये नवी दिल्ली येथे स्थापन झाली. पण तिचा प्रसार मोठ्या शहरांतूनच झाला. ग्राहकांची अनास्था वा फसवणूक हेही कारण त्यामागे असू शकेल. लोकजागृतीचा अभाव, आर्थिक मदतीचा अभाव हेही मोठेच अडथळे आहेत. (मचको)

ग्राहक पंचायत : ग्राहकांची पिळवणूक होऊ नये, त्यांच्या समस्या सोडवाव्यात ह्यासाठी कार्यरत अशी अखिल भारतीय संस्था. श्री. बिंदुमाधव ब. जोशी हे प्रवर्तक, अध्यक्ष आहेत.

ग्राहक सहकारी संस्था : ग्राहकांची लुबाडणूक होऊ नये, फसवणूक होऊ नये, रास्त भावात उत्तम वस्तू मिळाव्यात, यासाठी ग्राहक सहकारी संस्था निर्माण करण्यात आल्या. त्यामुळे ग्राहकाला सुरक्षित वाटते. फसवणूक झाली तर दाद मागून नुकसानभरपाई मिळू शकते. सचोटी, उत्तम गुंतवणूक, ग्राहकांचे नियंत्रण हे प्रमुख फायदे आहेत.

ग्रिफिथ्स रेकॉर्ड : कंपनी सरकारने १८४३ मध्ये इनाम कमिशनची नेमणूक केली. त्यात इनाम कमिशनर म्हणून ग्रिफिथने काम पाहिले. लिस्ट नं. १३ मधील कागदपत्रे ग्रिफिथ रेकॉर्ड म्हणून ओळखली जातात. त्यामधील पान नंबर ४४ ते ५६ मध्ये खानदेश जिल्ह्याचे बरेच रुमाल आहेत. (खाइ)

ग्रिफ्रिथ राल्फ टॉमस हॉचकिन. (१८२६-१९०६) : इंग्रज प्राच्यविद्या महापंडित. विल्सन यांच्यामुळे संस्कृतची गोडी. क्वीन्स कॉलेजचे प्राचार्य. आयुष्यभर संस्कृत भाषेचा अभ्यास. अनेक ग्रंथाचे अनुवाद. (सुविको)

ग्रियर्सन सर जॉर्ज अब्राहम : (१८५१-१९४१) भारतीय भाषांचा एक इंग्रज महापंडित. प्रशासकीय सेवेत होता. भाषा आणि लिपीचा अभ्यासक. लिंग्विस्टिक सर्व्हे ऑफ इंडिया ह्या कामगिरीमुळे जगभर नावलौकिक. मानसन्मान. विल्यम जोन्स सुवर्ण पदकाचे मानकरी. (सुविको)

ग्वाल्हेर : मध्यप्रदेशातील एक मोठे शहर. इ. स. च्या ६ व्या शतकात इथे गुप्तांचे राज्य होते. १० व्या शतकात चंदेल वंशाची सत्ता होती. १२३२ साली येथील दुर्ग अल्तमशने जिंकला आणि रजपुतांचा संहार केला. तोमर वंशाने येथे १००-१२५ वर्षे राज्य केले. मानसिंहाच्या मृत्यूनंतर येथील दुर्ग इब्राहिमशहा लोदीच्या ताब्यात गेला. इ. स. १७५४ साली मराठ्यांनी येथील किल्ला जिंकला. १७७७ मध्ये पेशव्यांनी तो महादजी शिंदे याच्या ताब्यात दिला. १८५७ साली भारतीय क्रांतिकारकांनी हस्तगत केला. १८५८ मध्ये इंग्रजांनी तो परत घेतला. १८८६ साली ब्रिटिश सरकारने हा किल्ला शिंद्यांना दिला. येथील दुर्गावर मानमंदिर, हत्तीदरवाजा, गुजरी महाल, सास- बहू मंदिर, तेली का मंदिर, सूर्यमंदिर इत्यादी मंदिरे प्रसिद्ध आहेत. (भासंको)

घ

घटना : पाहा : भारतीय राज्य घटना.

घटनात्मक इतिहास : प्रा. क्लार्क यांनी असे म्हटले की, 'राजकीय इतिहास व घटनात्मक इतिहास एकमेकांपासून वेगळे करता येत नाहीत. यात राज्यशासनाच्या विविध बाजूंचा विचार केलेला असतो. वेगवेगळ्या संस्थांचा उगम, त्यांचा विकास, ब्रिटिश संसदेची सुरुवात, या इतिहासातून न्यायदान, आर्थिक गुंतागुंती, नोकरशाहीचे स्वरूप, सरकारचे धोरण व इतर घटनात्मक बाबींची कल्पना येते. (इलेशा)

घटनादुरुस्ती : घटना ही नेहमी परिवर्तनशीलच असली पाहिजे पण दुरुस्ती अगदी सहजपणेसुद्धा होऊ नये. १९५० मध्ये भारतात राज्यघटना लागू केली गेली. आतापर्यंत अनेक वेळा घटना दुरुस्ती झाली आहे. (मविको)

घटनासमिती : राज्यघटनेत संपूर्ण भारतीय जनतेचे प्रतिबिंब पडले पाहिजे. कुणावरही अन्याय होता कामा नये यासाठी लोकनियुक्त समिती निर्माण करण्यात आली. प्रमुख जातींच्या संख्येच्या प्रमाणात प्रांतिक कायदेमंडळाने हे प्रतिनिधी निवडून द्यावेत असे ठरले. कामकाजाच्या विविध समित्यात नामवंत कायदेपंडित होते. मसुदा समितीचे अध्यक्ष डॉ. बाबासाहेब आंबेडकर होते. देशात ह्यावेळी अराजक सदृश्य परिस्थिती असूनही या समितीने नेटाने काम केले. (सजकोश २)

घटिकास्थान : सेऊण किंवा यादवांच्या काळातील शिक्षणसंस्थांचा एक प्रकार, विजापूर जिल्ह्यातील कडलेवाड, गोंकनाडूमधील बोम्मकूर आणि इतर काही ठिकाणी घटिकास्थानात विद्यादानाचे काम होत असे. (मभासंसं)

घटोत्कच गुप्त (१) (इ. स. ३२० चा सुमार) : गुप्त वंशाचा संस्थापक श्रीगुप्ताचा हा पुत्र होय. चंद्रगुप्त पहिला याचा पुत्र होता. याने 'महाराज' अशी पदवी घेतली होती.

घटोत्कच गुप्त (२) (इ. सा. ४३५ चा सुमार): हा कुमारगुप्ताचा पुत्र होता. त्याच्या हयातीत तो माळव्याचा सुभेदार होता. कुमारगुप्तानंतर ह्याच्या ऐवजी स्कंदगुप्त सम्राट झाला. (मचको)

घटोत्कच लेणी : जळगाव जिल्हा. पाचोऱ्याजवळ जिंजाळ खेड्याजवळील डोंगरात आहेत. बौद्ध शिल्पाचे स्तंभ, बौद्ध मूर्ती, शिलालेख आहेत. भीमसेनपुत्र घटोत्कच ह्याच्या नावावरून ह्या लेण्यांना घटोत्कच लेणी असे म्हणतात. (सुविको)

घडणी : हे दफ्तर आर्थिक व्यवहारासंबंधीचे आहे. त्यामध्ये १) आर्थिक व्यवहारांचा पत्रव्यवहार, २)निरनिराळ्या प्रकारचे हिशेब, ३) मंजूर झालेले हिशेब : क्र.तीनचे कागद आर्थिक व्यवहाराचे जमाखर्च व हिशेब, कागदाची तपासणी क्र.२ चे कागद ठरावीक कामाचे असून पहिल्या प्रतीच्या, कागदांचा पडताळा पाहण्यासाठी उपयोग, क्र. १ चे कागदामध्ये देवस्थान, वर्षासन, कमावि चौथाई, सरकारी वतने, जप्ती, परदरबार, संस्थान व महालवारी, नेमणूक आजमास, सिलेदार, इ. सारखे अनेक विषय आहेत.(इतिहासलेखन शास्त्र : कुलकर्णी, महाराष्ट्रातील दफ्तरखाने : डॉ. वि. गो. खोबरेकर) या विभागात खानदेश संबंधीही माहिती मिळते. या विभागात घडणी, पथके, किरकोळ घडल्या, बहेडे, असे विभाग आहेत. (खा इ)

घनश्यामदास १ (१५५०-१६५० सुमार) : एक बंगाली कवी. वैष्णव संप्रदायामध्ये याची भगवद्गीतेची टीका प्रमाण मानली जाते. 'भक्तिरत्नाकर' हा त्याचा सर्वात महत्त्वाचा ग्रंथ होय. 'नरोत्तमविलास' हा त्याचा अजून एक ग्रंथ उपलब्ध आहे. हा महाकवी गोविंद कविराजाचा नातू असून स्वत:ही कविता करत असे. (मचको)

घाटमार्ग : महाराष्ट्राचे दोन नैसर्गिक विभाग म्हणजे देश आणि कोकण. या दोन विभागांना जोडणारे अनेक घाटमार्ग होते. नाणेघाट, थळघाट, बोरघाट, पारघाट, अंबाघाट, फोंडाघाट, अंबोली घाट इत्यादी घाटमार्ग प्रसिद्ध आहेत. या मार्गांवर अनेक चौक्या बसविल्या होत्या. तेथे जकात वसूल केली जाई. घाटावरच्या अधिकाऱ्याला घाटपांडे म्हणत. (मइ)

घाणेकर प्रफुल्ल केशव प्रा. : (ज. १९४८) जन्म आवास (रायगड) गावी. नंतरचे आयुष्य पुण्यात. प्रख्यात पर्यटक, वनस्पतीशास्त्र. गरवारे महाविद्यालयातून निवृत्त. आवशदर्शन, इतिहास, लेणी, गडकोट, वनस्पती, गिर्यारोहण आदी अनेक विषयांची आवड आणि त्यात संशोधन. 'साथ सह्याद्रीची भटकंती किल्ल्यांची', 'हिमाईच्या कुशीत', 'एव्हरेस्ट राजा हिमशिखरांचा', 'आडकाटेवरचा महाराष्ट्र', 'संभाजी,' प्रयोग करू विज्ञान शिकू', 'इथे झाकलेला सूर्य', लोणार आदी ६० पुस्तके, ५०० हून अधिक लेख. २९०० हून अधिक व्याख्याने, निरनिराळे १५ पुरस्कार प्राप्त. (सासभवि)

घारापुरी : मुंबईपासून १०-११ किमी अंतरावर समुद्रात एका लहानशा बेटावर हे गाव आहे. याचे प्राचीन नाव श्रीपुरी होते. ही कोकणातील मौर्य वंशाची राजधानी असावी. त्यानंतर चालुक्य, राष्ट्रकूट, यादव व मुसलमान यांनी तिथे क्रमाने सत्ता गाजविली. १६ व्या शतकात हे बेट पोर्तुगिजांच्या ताब्यात गेले. शिवछत्रपतींच्या काळी ते मराठ्यांनी जिंकले. इ. स. १७७४ मध्ये त्यावर इंग्रजांची सत्ता प्रस्थापित झाली. या बेटावरील डोंगरात पाच लेण्या खोदलेल्या आहेत. ही लेणी जगप्रसिद्ध नि प्रेक्षणीय आहेत. पोर्तुगिजांनी 'एलिफंटा' असे नाव ठेवले. निवडक शिवकथा इथे समूर्त झालेल्या दिसतात. त्रिमुखी मूर्ती, अर्धनारीश्वर, रावणाग्रह (कैलासावरील शिव-पार्वती), गंगाधर, गंगावतरण, मानवती, पार्वती, विवाहमंडळ (शिव-पार्वती विवाह), भैरव- महाबल किंवा अंधकासुरमर्दन, शिवतांडवमूर्ती, महायोगी शिव, हत्ती, माता जिजामाता उद्यान हे अत्यंत प्रेक्षणीय आहे. पण पोर्तुगिजांनी अतोनात नाश केलेला आहे. (भा सं को)

घाशीराम कोतवाल (मृ. इ. स. १७९१) : १७८२ मध्ये नाना फडणवीसाने याला पुण्याचा कोतवाल केले. याने शहरात कोतवालीत अनेक सुधारणा केल्या असल्या तरी स्त्री-पुरुष विषयक अनीती हा काबूत ठेवू शकला नाही. याच्या कैदेत २१ तेलंगी ब्राह्मण मरण पावल्याने पुण्यातील ब्राह्मणांनी यास ठार मारले, असा उल्लेख मिळतो. याने पुण्यात भवानी पेठेच्या बाजूला नवापुरा नावाची पेठ वसवली. (मचको)

घियासुद्दीन तुघलक (इ. स. १३२०-१३२५) : तुघलक घराण्याचा संस्थापक. खलजी घराण्यातील अराजकाचा फायदा उचलून त्याने दिल्लीची सत्ता बळकावली. दिल्लीजवळ याने 'तुघलकाबाद' नावाचे शहर वसवले. सार्वजनिक कामे केली. महंमद तुघलकाने याचा वध करून सत्ता बळकावली. हिंदूंचा अतोनात छळ केला. (मचको)

घियासुद्दीन दामधानी : (मृ. १३४४) मुहम्मद मुघलाच्या सैन्यात प्रारंभी साधा सैनिक. मदुरेच्या बंडाचा फायदा घेऊन त्याने ते राज्य बळकावले. इरावतीपूरवर स्वारी करून तिसरा वीरबल यास ठार केले. कातडे काढून कोंडा भरून प्रेत वेशीवर टांगले. अती क्रूर, हिंदूंचा छळ केला. (सुविको)

घुमट : एक शिल्पप्रकार. एखाद्या वास्तूच्या शिरोभागी जे अर्धगोलाकार किंवा अंडाकृती बांधकाम केलेले असते, त्याला घुमट म्हणतात. हिंदू शिल्पात शिखराला जे स्थान आहे, तेच मुसलमानी शिल्पात घुमटाला आहे. बहुतेक सर्व मशिदींच्या शिरोभागी घुमट बांधलेला असतो. घुमटाचे प्राचीन शैली, दिल्ली शैली, प्रादेशिक शैली, मोगल शैली हे प्रकार आहेत. (भासंको)

घुर्ये डॉ. गोविंद सदाशिव : (इ.स. १८९३-१९८४) जागतिक कीर्तीचे थोर समाजशास्त्रज्ञ. मुंबई विद्यापीठाचे एमेरिटस (सुप्रतिष्ठ)प्राध्यापक. त्यांनी आपल्या लेखनात इतिहास, मानवंशशास्त्र, पुरातत्त्व, वास्तुशास्त्र, राज्यशास्त्र इ. ची सांगड घातलेली दिसते. शिल्प, नाटकशास्त्र अशा विषयांचाही त्यांचा दांडगा अभ्यास होता. विपुल ग्रंथलेखन करूनही प्रसिद्धीपासून सतत दूर राहिले. त्यांचा इंटरनॅशनल एन्सायक्लोपेडिया ऑफ सोशल सायन्सेस मध्ये त्यांचा समावेश करून सन्मान केला गेला. (सुविको)

घुले सदाशिवभट्ट रामकृष्णभट्ट : (इ. स.१७७९ -१८५४) सुप्रसिद्ध पंडित. वैय्याकरणी. अमृतराव पेशव्यांनी 'वैयाकरण केसरी' पदवी दिली. पुढे त्यांची दृष्टी गेली. त्यांचे ग्रंथ त्यांच्या विद्वतेची साक्ष देतात. (सुविको)

घृष्णेश्वर : औरंगाबादपासून सुमारे ३० किमीवर वेरूळ गावाजवळ महिषाद्रीच्या पायथ्याशी इलागंगा नदीच्या तीरावर घृष्णेश्वराचे भव्य व सुंदर मंदिर आहे. वेरूळचे कैलास लेणे निर्माण करणाऱ्या राष्ट्रकूट वंशातील कृष्णराजानेच घृष्णेश्वराचे मंदिरही बांधले. पुढे वेरूळ गावाचे पाटील मालोजी भोसल्यांनी त्याचा जीर्णोद्धार केला. (इ. स. १५९९) मालोजी आणि विठोजी ह्यांचा शिलालेख आजही आहे.औरंगजेबाच्या स्वारीत ते मंदिर पाडून टाकले गेले. १७३० मध्ये गौतमबाई होळकर यांनी सध्याचे मंदिर बांधले. जवळचे शिवालयतीर्थ हे अहिल्याबाई होळकर हिने १७६९ मध्ये पुनश्च बांधले. शिखर, त्यावरील नक्षीकाम, नर्तक, फुगड्या, धर्नुधारी आदी सारेच अत्यंत प्रेक्षणीय. (भासंको)

घोडनदी संघर्ष : माधवराव पेशवे व रघुनाथराव यांच्यातील यादवी युद्ध होय. राघोबाने १० लाख उत्पन्न असणाऱ्या प्रदेशाची मागणी केली, माधवरावांनी ती अमान्य केली. ७ नोव्हेंबर १७६२ रोजी रघुनाथरावाने माधवरावाचा पराभव केला. (इसंशा)

घोडा : एक युद्धोपयोगी व वाहनोपयोगी माणसाळलेला पशू. ऐतिहासिक काळात भगवान गौतम बुद्धांचा कंथक, चालुक्य विक्रमादित्याचा चित्रकंठ, महाराणा प्रतापसिंह ह्यांचा चेतक, छत्रपती शिवाजी महाराजांची कल्याणी घोडी आणि राणी लक्ष्मीबाईंचा घोडा, इ. घोडे प्रसिद्ध आहेत. सम्राटांच्या उत्थान-पतनात घोड्यांचे

स्थान महत्त्वपूर्ण होते. चतुरंगदलात घोडदळ हे एक महत्त्वाचे अंग असे. १६, १७ व्या शतकात बहुतेक सर्व मराठी सरदार, शिलेदार, बारगीर हे घोड्यांचे शौकीन असत. विविध जातीच्या देशी-विदेशी घोड्यांचा संग्रह करत. अगदी सामान्य घोड्याचीही किंमत १५० रु. होती तर त्याच काळात १५ रु. तोळा सोने मिळत असे. त्यामुळे लढाईत घोडे दगावणे हे फार मोठे नुकसान मानले जाई. भीमथडी, वीरथडी घोडी लहानशी असली तरी अतिचपळ असत. (भासंको; मइ)

घोरी शिहाबुद्दीन मुहंमद : ११७५ पासून भारतावर १७ स्वाऱ्या केल्या. पृथ्वीराज चौहानने त्याचा वारंवार पराभव केला अखेर ११९२ मध्ये दिल्ली ताब्यात घेतली. कनोजचा राजा जयचंद हा त्याला फितूर होता. ११९३ मध्ये गाहडवालवर स्वारी. (भासंको)

घोले डॉ. विश्राम रामजी रावबहादूर : (इ.स.१८३३-१९००) महात्मा जोतीराव फुले ह्यांचे विश्वासू सहकारी. सत्यशोधक समाजाचे पहिले अध्यक्ष. त्या काळात अहमदाबाद येथील पूरग्रस्तांना साहाय्य केले. नामवंत शल्यचिकित्सक. १८९१ व्हाइसरॉयचे मानद साहाय्य सर्जन ' फी न घेता घोले ह्यांनी आपल्यावर उपचार केले तसेच त्यांच्या मदतीमुळे 'सार्वजनिक सत्यधर्म' पुस्तकाचे लेखन आपणास पूर्ण करता आले' असा डॉ. घोले ह्यांचा कृतज्ञतापूर्वक नामनिर्देश महात्मा फुले ह्यांनी केलेला आहे. (मपइ)

घोष बारींद्रकुमार (ज. १८८०) **:** बंगाली क्रांतिकारक योगी अरविंदांचे कनिष्ठ बंधू. सर्वच शिक्षण परदेशात. रशियन अराजकाच्या धर्तीवर भारतात इंग्रजविरोधी आंदोलने गुप्त, दहशतवादी, सशस्त्र मंडळ्या स्थापन. 'अनुशीलन समिती' ही फारच प्रख्यात संघटना. तेथे क्रांतिकारकांना ते शिक्षण देत. 'युगांतर' हे जहाल पत्रक संपादित केले. पुढे अंदमानात रवानगी. (सुविको)

घोष पन्नालाल : (मृ. १९६०) बासरी वाद्यात अमूलाग्र परिवर्तन घडवून आणणारे वादक. अतिशय हळूवार व संयमित फुंक ठेवण्याचे त्यांचे कौशल्य अप्रतिम मानले गेले. अनेक संस्मरणीय रचना. मोठा शिष्य परिवार. (यांसघे)

घोष, मोतीलाल (१८४५-१९२२) : विख्यात बंगाली संपादक, पुढारी. 'अमृतबझार' पत्रिका, 'इंडियन स्पिरिच्युअल मॅगेझिन'. यांचे कुशल संपादन. अन्योक्तीचा ते विपुल वापर लिखाणात करत. (सुविको)

च

चंडीदास : (१४ वे किंवा १५ वे शतक) बंगालमधील एक वैष्णव संत कवी. सहजिया संप्रदायाचा अनुयायी. राधाकृष्णपर काव्य. बंगाली साहित्यात अमर. (सुविको)

चंडेश : शिवगणातील प्रमुख व शिवाचाच अंशरूप असा एक गण. याच्या बैठ्या मूर्ती दक्षिणेतील शैव मंदिरांमध्ये आढळतात. पेरिय पुराणात याचा आदिदास म्हणून उल्लेख येतो. (भासंको)

चंदबरदाई (चांदभाट) : बाराव्या शतकातील हिंदी भाट कवी. पृथ्वीराजाचा आश्रित होता. तो पृथ्वीराजबरोबरच घोरीच्या कैदेत मृत्यू पावला. पृथ्वीराजरासो ह्या प्रबंधकाव्याचा कर्ता. हे वीररसाने धगधगणारे महाकाव्य आहे. स्वामिनिष्ठा, धर्मनिष्ठा, स्वाभिमान, धर्मरक्षणासाठी बलिदान, निर्भयता इ. राष्ट्रीय नैतिक गुण ह्या काव्यात झळाळून दिसतात. (सुविको, भासंको)

चंदगड : बेळगावजवळ पण कोल्हापूर जिल्हा. मातीची गढी. सावंतवाडीच्या नाग सावंताने हा पेटा लुटला. नानासाहेब पेशव्यांशी वितुष्ट येऊन सदाशिराव भाऊंनी कोल्हापूरकरांची पेशवाई काही काळ संपादन करून हा किल्ला व सरंजाम मिळविला होता. (सुविको)

चंदन–वंदन (सातारा) : सातारा जिल्ह्यातील हे एकमेकांजवळ असलेले किल्ले. वंदन किल्ल्यावरील एका नामवंत तोफेचा नाश करण्यासाठी कॅप्टन रॉस याने १८५७ साली किल्ल्यास भेट दिली. त्यावेळी तेथील इमारती, टाकी व पाण्याच्या हौदांचीही नासधूस केली. वंदनपासून अर्ध्या कि. मी. वर चंदन किल्ला आहे. अफजलखान वधानंतर (१६५९) लगेचच हे दुर्ग जिंकण्यात आले. १७०१ मध्ये ते औरंगजेबाच्या ताब्यात गेले. शाहूमहाराजांनी १७०७ मध्ये ते जिंकून घेतले. तुळाजी आंग्रे काही दिवस बंदिवासात इथे होता. १८१८ मध्ये गड ब्रिटिशांच्या ताब्यात गेला. (सासभकि)

चंदनबाला : श्री महावीर भगवानांच्या त्या समकालीन होत्या. पुढे श्री भगवान महावीरस्वामींच्या त्या पहिल्या शिष्या बनल्या आणि जैन भिक्षुणी संघाच्या अध्यक्षा झाल्या. जैन धर्मात त्यांना फार मोठा मान आहे. (भनतुर)

चंदवार : एक जैन क्षेत्र. आग्रा जिल्ह्यात फिरोझाबादजवळ आहे. इ. स. ९९५ साली राज्य करणाऱ्या चंद्रपाल पल्लीवल राजाच्या नावावरून या ठिकाणाला चंदवार असे नाव पडले. मध्ययुगात हे स्थान जैनांचे मोठे केंद्र होते. (भासंको)

चंदावरकर नारायण गणेश (सर) : (इ.स. १८५५-१९३०) महत्त्वाचे मवाळ नेते. लोकमान्य टिळकांचे समकालीन. 'इंदुप्रकाश' च्या इंग्रजी आवृत्तीचे १८७८ पासून ११ वर्षे संपादक होते. १९०१ च्या लाहोर काँग्रेस अधिवेशनाचे ते अध्यक्ष होते. प्रार्थना समाजाच्या संस्थापकांमध्ये त्यांचा समावेश होता. रानडे यांच्या मृत्यूनंतर सामाजिक परिषदेची जबाबदारी त्यांनी घेतली. १९०६ मध्ये वि. रा. शिंदे यांनी स्थापन केलेल्या डिप्रेस्ड क्लासेस मिशनचे अध्यक्षपदही त्यांनी भूषवले. (सविको)

चंदासाहेब : (मृ. इ. स. १७५२) याचे खरे नाव हुसेन दोस्तखान असे असून तो कर्नाटकचा नबाब दोस्त अलीचा जावई होता. फ्रेंचांशी संधान साधून याने अर्काटचे नबाबपद मिळविण्यात यश मिळविले. परंतु महंमद अलीने इंग्रजांच्या मदतीने याचा पाडाव करण्यात यश मिळवले. (मचको)

चंदीगड : केंद्रशासित प्रदेश. पंजाब व हरियाणा राज्याची राजधानी. फ्रेंच वास्तुविशारद ले कार्ब्युझिए याने लाहोरला पर्याय म्हणून चंदीगडची योजना आखून बांधकाम केले. (इसंशा)

चंदूलाल नारायणदास : (इ.स.१७६६ - १८४५) हैदराबाद संस्थानचे प्रधान. दानशूर गृहस्थ. राजा चंदूलालही म्हणत. ३५ वर्षे राज्याची सर्व सूत्रे याचेच हाती होती. सन्मानाने (१८४३) निवृत्त. (सुविको)

चंदेरी : मुंबईहून पुण्याला येताना वांगणी स्थानकादरम्यान एक डोंगररेषा आहे, त्यातून एक प्रचंड सुळका दिसतो. त्याचे नाव चंदेरी. हा रायगड जिल्ह्यात आहे. जणू दुर्गभूषण- पर्यटनाचे उत्कृष्ट स्थान. ह्या सुळक्यावर ७ऑक्टोबर १९५७ प्रस्तरारोहण झाले. तेथूनच महाराष्ट्राच्या प्रस्तरारोहणाला प्रारंभ झाला असे म्हणतात. (सासभकि)

चंदेल राजवंश : (इ. स. ८ वे शतक ते १३१५) बुंदेलखंडातील राज्य करणारा एक राजवंश. बुंदेलखंड म्हणजेच जेजाकभुक्ती. खजुराहो येथील या राजवंशाचा मूळपुरुष चंद्रात्रेय. चंद्र आणि ईला यांची संतती म्हणून तिला पुढे चंदेल म्हटले जाऊ लागले. या राजवंशात नन्नुक, वाक्पती, जयशक्ती, धंगदेव, विद्याधर, विजयपाल, देववर्मन, कीर्तिवर्मन, मदनवर्मन, परमपर्दिदेव, त्रैलोकवर्मन हे महत्त्वाचे राजे होऊन गेले. मुसलमानांची विध्वंसक आक्रमणे चालू असतानाही चंदेल ३०० वर्षे आपले विशाल साम्राज्य सांभाळू शकले हे विशेष होय. प्रशासनव्यवस्था, प्रबळ सेनासामर्थ्य, उदार धार्मिक धोरण. लक्ष्मण मंदिर, खजुराहो इ. अनेक मंदिरे बांधली. मुसलमानी आक्रमणाच्या प्रतिकारासाठी जयपालाने हिंदू राजांचा संघ बांधला त्यांत धंगदेव चंदेल हाही होता. (भासंको)

चंद्र : (इ. स. १०८० - ११००) गाहडवाल वंशातील प्रख्याता राजा. वैदिक धर्माचा उद्धारक. पर परकीयांपासून तीर्थक्षेत्राचे संरक्षण. मोठा दानी, धार्मिक. पांचाल, कोसल ते दिल्लीपर्यंतचा प्रदेश ताब्यात. हा महापराक्रमी. पत्नीचे नाव राल्हदेवी. (भासंको)

चंद्र : (इ. स. ६३७-६४४) हा सिंधचा राजा होता. सिंधमध्ये ब्राह्मणी राजवंश स्थापन करणाऱ्या चचाचा हा भाऊ होता. याने दाहर व दाहरसीय ज्यांच्या साहाय्याने कनोजच्या राजाचा पराभव केला. ह्याने वैदिक हिंदूधर्मास प्रोत्साहन दिले, हिंदू आचारविचारांना वळण लावले. चचानंतर याने सुमारे सात वर्षे राज्य केले. (मचको)

चंद्र प्रद्योत : (इ. स. पू चौथे शतक) हा उज्जैनीचा राजा असून भगवान महावीराचा समकालीन होता. हा जैन धर्माचा पाठीराखा असल्याचे संदर्भ मिळतात. (मचको)

चंद्रकीर्ती : हा दक्षिण भारतातील बौद्ध आचार्य असून, माध्यमिक संप्रदायाचा पुरस्कर्ता होता.

नालंदा विद्यापीठात आचार्य. माध्यमिकावतार, प्रसन्नपदा, चतु:शतका टीका हे ग्रंथ प्रसिद्ध.

चंद्रगड : महाबळेश्वरजवळ असलेला एक किल्ला. जावळी स्वराज्यात आल्यानंतर हा गडसुद्धा स्वराज्यात आला. चढण खडी आहे. दौलतराव मोऱ्यांनी उभारला. (सासभकि)

चंद्रगुप्त (I) : (इ. स. ३२० - ३३०) गुप्त घराण्याचा संस्थापक. त्याच्या राज्यारोहणाच्या वर्षापासून गुप्त कालगणनेस सुरुवात होते. त्याच्या नाण्यांवर चंद्रगुप्त-कुमारदेवी आणि सिंहारूढ शक्तिदेवीचे चित्र कोरलेले आहे. (भासंको)

चंद्रगुप्त (II) : (इ. स. ३८० -४१४) महत्त्वाचा गुप्त सम्राट. त्याने शकांचा पराभव करून माळवा व सौराष्ट्र हे प्रदेश जिंकले. त्याने विक्रमादित्य अशी पदवी घेतली होती. कालिदास त्याच्या पदरी होता. साम्राज्य विशाल होते. ध्रुवदेवी व कुबेरनागा ह्या त्याच्या दोन राण्या. महापराक्रमी योद्धा. नाण्यांवर परमभागवत असे कोरलेले आहे. राज्यात शांतता, समृद्धी, सुवर्णयुग. उज्जयिना ही राजधानी. (भासंको)

चंद्रगुप्त मौर्य : (शासन काल इसपू ३२४ ते ३००) हिंदुस्थानचा प्राचीन सम्राट. चाणक्य या गुरूच्या मार्गदर्शनाखाली दीर्घकाल उत्तम कारभार केला. नंदांचे साम्राज्य नष्ट करून प्रजेला सौख्य दिले. अलेक्झांडरचा सेनापती सेल्युकसचा पराभव केला. त्याच्या मुलीशी लग्न. कौटिलीय अर्थशास्त्रात वर्णन केलेली पद्धती चंद्रगुप्ताचीच असावी. त्याचे राज्य अफगाणिस्थान ते तिरुनेलवेलीपर्यंत होते.(सुविको)

चंद्रगोमिन (II) : (इ. स. ९२५ सुमार) याचा जन्म बंगालमध्ये वारेंद्र (राजशाही) येथे झाला होता. हा स्थिरमतीचा शिष्य असून कर्मठ होता.

चंद्रगोमिन (III) : एक तर्कशास्त्रज्ञ. त्याचा न्यायलोकसिद्धी हा ग्रंथ उपलब्ध आहे. (मचको)

चंद्रगोमिन : (इ. स. ६२२ नंतर) एक महत्त्वाचा बौद्ध व्याकरणकार. त्याने लिहिलेले व्याकरण 'चांद्रव्याकरण' म्हणून प्रसिद्ध आहे. दोन संस्कृत नाटकेही लिहिली. (सुविको)

चंद्रचूड दप्तर : हे भाइस मंडळ पुणे येथे आहे. या दप्तरात ३० हजार कागद असून उत्तर भारतातील राजकीय परिस्थितीसंबंधी १७६० ते १७९५ पर्यंतची माहिती आहे. त्यातील काही भाग प्रकाशित झालेला आहे. थोरले माधवराव, रघुनाथराव व गंगोबा तात्या चंद्रचूड यांच्यासंबंधी माहिती आहे. (इलेशा)

चंद्रचूड यशवंतराव विष्णू : (इ.स.१९२०-२००८) यशवंतराव चंद्रचुड हे भारताचे सरन्यायाधीश होते. त्यांच्या काळात मिनर्व्हामिल, शाहबानो खटला या गाजलेल्या प्रकरणांमध्ये सर्वोच्च न्यायालयाने निर्णय दिला.

चंद्रदेव : (इ. स. ६४९) एका चिनी प्रवाशाने हिंदुस्थानात हे नाव धारण केले होते. इ. स. ६४९ मध्ये त्याने नालंदा विद्यापीठात काही विषयांचे अध्ययन केले असा उल्लेख मिळतो. (मचको)

चंद्रपूर (चांदा) : महाराष्ट्र. चांदा भागात वाकाटक राजघराणे चौथ्या शतकापासून बाराव्या शतकापर्यंत नांदत होते. त्यानंतर गोंड राजे आले. वीरशहाने चांद्याचा किल्ला बांधला. १७५१ मध्ये मराठ्यांनी हा प्रदेश जिंकला. अचलेश्वर देवस्थान प्रसिद्ध आहे. शहरात गोंड राजांच्या छत्र्या आहेत. चांगले नक्षीकाम केलेल्या मूर्ती लाल पेठेत आहेत. चंद्रपूरची महाकाली देवता प्रसिद्ध आहे.ऐतिहासिक महत्त्व. (सुविको)

चंद्रभान ब्रह्मन : (इ. स. १६६२) मुघल कालखंडातील प्रसिद्ध शायर. याने काही उपनिषदांचाही फारसीमध्ये अनुवाद केला. (भासंको)

चंद्रराव मोरे : (इ. स. १६५६) विजापूरच्या आदिलशहाचा एकनिष्ठ सरदार. आदिलशहाने त्याला 'चंद्रराव' हा किताब दिला होता. १६४८ मध्ये दौलतराव मोऱ्याच्या विधवा बायकोने यशवंतराव नावाच्या दत्तकपुत्राला शिवाजीमहाराजांच्या साहाय्याने जावळीच्या गादीवर बसवले. परंतु पुढे अनेक कारणांनी शिवाजीमहाराज व मोऱ्यांमधला बेबनाव वाढत गेला. अखेर १६५६ मध्ये शिवाजीमहाराजांनी सैनिकी कारवाई करून जावळीतून मोऱ्यांचे उच्चाटन केले. (मचको)

चंद्रलेखा : कऱ्हाडच्या शिलाहार राजाची ही कन्या होती. हिने उत्तरचालुक्य विक्रमांक राजाला वरले होते, असा उल्लेख बिल्हणाने केला आहे. (मचको)

चंद्रशेखर : एक समाजवादी विचारांचे थोर नेते. भारताचे काही काळ पंतप्रधान.

चंद्रशेखर आझाद : (हुतात्मा)(२३ जुलै १९०६-२७ फेब्रुवारी १९३१) असहकार आंदोलनात सहभाग. काकोरी रेल्वे स्टेशनवर इंग्रजांच्या खजिना (थैल्या) लुटल्या. पंजाब बँक दरोडा, साँडर्स वधात सहभाग. अलाहाबादच्या आल्फ्रेड पार्कमध्ये सुखदेवराजबरोबर चर्चा करत असताना पकडले गेले. पण इंग्रज पोलिस विरुद्ध चंद्रशेखर असा थरारक रोमहर्षक सामना झाला. शेवटी स्वत: वर गोळी झाडून त्यांनी आत्मार्पण केले.

चंद्रशेखर मूर्ती : तंजाऊरच्या बृहदीश्वर मंदिरातील एक अप्रतिम शिल्प. शिवाच्या जटेत जेव्हा चंद्रकोर असते तेव्हा त्याला चंद्रशेखर म्हणतात. चंद्रशेखराची मूर्ती चतुर्भुज असते. (भासंको)

चंपकरण पिल्ले : (जन्म १५ सप्टेंबर १८९१ निधन १९ मे १९३४ बर्लिन) हिंदुस्थानच्या स्वातंत्र्याला प्रतिष्ठा मिळविण्याकरिता 'बर्लिन कमिटी' स्थापना केली. इंग्रज सरकारला धडकी भरविणारी झुंज दिली. झुरीचमध्ये 'इंटरनॅशनल प्रो-इंडिया' कमिटी काढली. 'प्रो-इंडिया' हे वृत्तपत्र काढले. मद्रासच्या किनाऱ्यावरील तेलसाठे व तोफगोळे उडवून दिले. काबूलमधील अस्थायी सरकारात विदेशी मंत्री होते. (स्वासंस)

चंपतराय : (इ. स. १६६० सुमार) हा महोबाचा राजा होता. जहांगीरनंतर याने बुंदेले सरदारांच्या मदतीने उठाव केला. शेवटी शहाजनने याला उमराव म्हणून मान्यता दिली. सत्तास्पर्धेत याने औरंगजेबाला मदत केली. परंतु कालांतराने याचे औरंगजेबाशी वितुष्ट आले. याप्रसंगी झालेल्या लढाईत चंपतराय मरण पावला. त्याची वीरपत्नी कालीकुमारी हिने आत्महत्या केली. छत्रसाल हे प्रख्यात राजे त्यांचेच चिरंजीव. (भासंको)

चंपारण्य निळीचा सत्याग्रह : बिहारमध्ये १९१७ मध्ये शेतकऱ्यांनी आपल्या शेतात नीळ उत्पादन केलेच पाहिजे, अशी युरोपियन मळेवाले सक्ती करू लागले. या तीनकठिया पद्धतीविरुद्ध गांधीजींनी कायदेभंगाची चळवळ केली. तीव्र आंदोलनानंतर ही पद्धत बंद झाली. शेतकऱ्यांना नुकसानभरपाई देण्यात आली. (इसंशा)

चंबा : हिमालय व शिवालिक पर्वत यांच्यामध्ये रावी व चंद्रभागा यांच्या खोऱ्यातील प्रदेश. अनेक राजघराण्यांनी येथे राज्य केले. सहाव्या शतकात चंबावर गुर्जरांचे वर्चस्व स्थापित झाले. चंबा शहरात अनेक सुंदर मंदिरे असून त्यापैकी लक्षणादेवीचे मंदिर (ब्रह्मौर), मर्कुलादेवीचे मंदिर (उदैपुर), लक्ष्मीनारायण मंदिर विशेष उल्लेखनीय आहेत. येथील शिल्पशैलीवर उत्तर गुप्तशैलीचा प्रभाव दिसतो. (भासंको)

चकमा : बंगालमधील आराकान व चितगाव या भागात आढळणारी एक जात. या जातीची सांप्रतची भाषा बंगाली असली तरी मूळ भाषा ब्रह्मी होय. अठराव्या शतकात, छळामुळे अनेक चकमांनी मुसलमानी धर्म स्वीकारला. पण पुढे उपरती होऊन ते पुनश्च हिंदू झाले. पुढे कालिंदी राणी नामक त्यांच्यातल्याच एका स्त्रीने त्यांना बौद्धधर्माची दीक्षा दिली. सांप्रतचे चकमा बौद्ध असले तरी त्यांच्या आचारात अनेक हिंदू संस्कारांचा समावेश झालेला दिसतो. बांगला देशाने त्यांचा अनन्वित छळ चालवलेला आहे. सहस्रो चकमा विस्थापित भारताच्या आश्रयाला आलेले आहेत. (भासंको)

चकमा समस्या : बांगला देशातून हजारो चकमा बौद्ध भारतात आले आहेत. त्रिपुरा, अरुणाचल, मिझोराम, आसाम या राज्यांत लक्षणीय संख्या. यांचा ताण भारतावर पडला आहे. चकमांच्या हितसंबंधाविषयी बांगला देश सरकार आणि आदिवासींचे नेते यांच्यात नोव्हें. ९७ मध्ये करार झाला आहे. बंदी घातलेल्या आदिवासी संघटनांच्या गनिमांनी शस्त्रे खाली ठेवावी व सरकारने त्यांना माफ करावे इ. ची करारात तरतूद आहे. (इसंशा)

चक्रधर : (इ. स. ११९४ – १२७४) महानुभाव पंथाचे संस्थापक. चक्रधरांनी मोक्षप्राप्तीसाठी वैदिकमार्गाचा त्याग करण्याचा उपदेश केला व परमेश्वरप्राप्तीच्या अधिकारावर सर्व वर्णांचा समान अधिकार आहे, असे प्रतिपादन केले. सर्व माणसे, प्राणी ह्यांच्याशी ते कोमलपणे वागत. जातिभेद त्यांना मान्य नव्हता. त्यांच्या पंथात शूद्रातिशूद्र सर्वांना प्रवेश असे. (भासंको)

चक्रध्वज : चक्रयुक्त स्तंभाला चंद्रध्वज–चक्रस्तंभ म्हणत. सारनाथ येथील अशोकस्तंभ हा एक ध्वजस्तंभच आहे. त्याची उंची सुमारे ४० फूट असून त्याचे एकूण चार भाग पडतात. महाचक्र हे सर्वांत वर आहे. (भासंको)

चक्रपाणी व्यास : (१५८३–१६४३) महानुभावी कवी. मूळचा राजस्थानातील. पुढे वऱ्हाडात स्थायिक. पूर्वाश्रमीचे नाव चाल्हण पंडित. वर्धनस्थ (बीडकर) हे त्याचे गुरू. फुटकळ काव्य, अभंगांचा कर्ता. संस्कृत, मराठी नि हिंदी भाषात काव्यरचना. समुदायसूत्रपाठ हा संस्कृत ग्रंथ नित्यदिनी, दृष्टान्त स्थळ इ. मराठी ग्रंथ. ह्याने महानुभाव पंथाची बिडकर शाखा स्थापन केली. (भासको)

चच : (इ. स. ५९७–६३७) हा सिंधचा ब्राह्मण राजा होता. याच्या काळात इ. स. ६३२ मध्ये अरबांची पहिली स्वारी सिंधवर झाली. चच राजाच्या वंशाचा इतिहास 'चचनामा' या ग्रंथात आहे. परंतु, या ग्रंथाचा कर्ता अज्ञात आहे. दाहीर राजा हा चच ह्याचा पुत्र होय. चच हा कट्टर हिंदू होता. त्याने इस्कंदिया आणि बाबिया ही मुसलमानी संस्थाने जिंकली होती. (मचको)

चटर्जी बंकिमचंद्र : (२७ जून १८३८ – ३ एप्रिल १८९४) 'आनंदमठ' कादंबरीचे लेखक. वन्देमातरम् हे गीत या कादंबरीतील आहे. बंगालमधील सशस्त्र क्रांतीच्या उठावाचे श्रेय या कादंबरीला जाते. १८७५ मध्ये लिहिलेल्या या मंत्राने देशवासीयांची मने देशभक्तीने पेटून उठली. भारतीय स्वातंत्र्यसंग्रामेतिहासात 'आनंदमठ' आणि 'वन्दे मातरम्' यांना फार मोठे स्थान आहे. वीर वासुदेव बळवंतांमुळे ही कादंबरी त्यांना सुचली, असे काही बंगाली सेवक म्हणतात. (स्वासंस)

चट्टोपाध्याय कमलादेवी : (ज. १९०३) भारतीय राजकारणी महिला. समाजशास्त्राचा व्यासंग दांडगा. १९२२ पासून काँग्रेस चळवळीत भाग. १९२६ मध्ये कौन्सिलच्या निवडणुकीस उभे राहण्याचा मान. अखिल

भारतीय महिला परिषदेत सक्रिय. (सुविको)

चतर्जी अतुलचंद्र : (ज. इ.स. १८७४) हिंदुस्थानचे प्रसिद्ध सनदी अधिकारी. पुढे औद्योगिक मंत्री झाले. (सुविको)

चतर्जी डॉ. शरच्चंद्र : (इ.स.१८७६-१९३८) प्रख्यात बंगाली कादंबरीकार. बालपणापासूनच लेखनाचा छंद. रवींद्रांचा प्रभाव त्यांच्या लेखनावर स्पष्टपणे जाणवतो. लिखाणाचे नवे तंत्र रूढ केले. देवदास, चरित्रहीन, श्रीकांत, गृहदाह, सव्यसाची इ. कादंबऱ्या गाजल्या. (सुविको)

चतर्जी योगेशचंद्र : (ज. इ.स.१८९५) भारतीय क्रांतिकारक. हिंदुस्थान रिपब्लिक असोसिएशन स्थापन केली. त्यातूनच काकोरी येथे इंग्रजी खजिना लुटला गेला. कारागृहात अनेक दिवसांचे उपोषण करून राजबंद्यांना मिळणाऱ्या वागणुकीत सुधारणा करण्यास सरकारला भाग पाडले. (सुविको)

चतर्जी रामानंद : (इ.स.१८६५ - १९४३) बंगाली देशभक्त , संपादक. इंग्रजीचे प्राध्यापक. वृत्तपत्रात प्रथमच तीनरंगी चित्रे देण्यास प्रारंभ. मॉडर्न रिव्ह्यूचे संपादन. (सुविको)

चतु:शृंगी लेणी : पाहा - पुणे शहरातील लेणी.

चतुर साबाजी : (सतरावे शतक) साबाजीविषयी खात्रीलायक माहिती मिळत नाही. काही बखरीत हा निजामशाहीत होता असा उल्लेख आहे, तर काही बखरीत आदिलशाहीचा संदर्भ येतो. याने जमिनीची मोजणी करून उत्कृष्ट धाराबंदी अमलात आणली असा उल्लेख मिळतो. हा शहाजीमहाराजांच्या काळात आला असा तर्क आहे. (मचको)

चतुरंग बल : भारतीय राजनीतीमध्ये सैन्याच्या चार अंगांचा प्रामुख्याने उल्लेख केलेला आढळतो. त्यासाठी चतुरंग बल असा शब्दप्रयोग केलेला आहे. या शब्दाचा अर्थ सैन्याचे चार प्रकार असा आहे. पत्ती, रथी, अवरोही व गजरोही (अनुक्रमे पायदळ, रथदल, घोडदळ व गजदल) असे हे प्रकार ढोबळमानाने सांगता येतील. चतुरंग शब्दापासूनच शतरंज (बुद्धिबळ) हा शब्द आलेला दिसतो. (सुविको)

चतुरसिंग : पुण्यात १८१८ मध्ये अंमल सुरू झाल्यापासून पुणे भागात ब्रिटिशांना सतत त्रस्त करणारे चतुरसिंग यांना पकडण्यात ब्रिटिशांना चाळीस वर्षानंतर यश आले. (१८५७ चे स्वापेदहिं)

चतुरसिंग गोसावी : (इ. स. १८०० सुमार) चतुरसिंग भोसल्यास कांगोरीच्या किल्ल्यातून सोडवण्यास चतुरसिंग गोसाव्याने बऱ्याच कारवाया केल्या. प्रचितगड, वसंतगड वगैरे किल्ले हस्तगत करण्यात त्याने यश मिळवले. बापू गोखल्याने याचे बंड मोडले. नंतर ब्रिटिशांनी याच्याकडून प्रचितगडाचा ताबा मिळवला. (मचको)

चतुरसिंग भोसले : (मृ. इ.स.१८१८) सातारच्या धाकट्या शाहूमहाराजांचा भाऊ. दुसऱ्या बाजीचे सैन्य साताऱ्यास आले असता याने कोल्हापूरकरांच्या मदतीने परशरामभाऊंना रोखून धरले. काही काळ नागपूरकर भोसल्यांकडे नोकरीस. अमृतरावास पेशवा करण्याची त्याची खटपट होती. असईच्या लढाईत शौर्याने लढला. त्रिंबकजीने विश्वासघाताने पकडून कांगोरीच्या किल्ल्यात ठेवले. तेथेच मृत्यू. (सुविको)

चतुराजी गुहिलोत : (मृ. इ.स. १६७३) हा राजपुतान्यातील मंडोरचा असून कृषिविद्येत पारंगत होता. याच्याच मदतीने जोधपूरच्या जसवंतसिंगाने काबुली डाळिंबाचे बेणे मारवाडात आणले. (मचको)

चतुवर्गचिंतामणी : रामदेवराव यादवांचा अत्यंत कर्तबगार पंतप्रधान. हेमाड पंडित किंवा हेमाद्री हा या ग्रंथाचा कर्ता. त्यामध्ये तत्कालीन महाराष्ट्राची परिस्थिती दिलेली आहे. हा ग्रंथ संस्कृत भाषेत आहे. व्रते, दाने, तीर्थे, मोक्ष, देवता, मुहूर्त आदींची माहिती यात आहे. (मसाआई)

चन्नबसव : लिंगायत पंथाचे संस्थापक श्री महात्मा बसवेश्वर त्याचा हा भाचा. मामाचा वीरशैव लिंगायत संप्रदाय याने खूपच वाढविला. चन्नबसव पुराण (कन्नडमध्ये) लिहिले. कार्तिक स्वामींचा अवतार समजले जातात. (सुविको)

चन्नम्मा : (कित्तूरची राणी) (इ.स.१७७८-२ फेब्रुवारी १८२९) : तलवारबाजी आणि अश्वारोहणात पटाईत. १२ सप्टेंबर १८२४ रोजी दत्तक पुत्राला इंग्रजांनी परवानगी नाकारली. चन्नम्माने इंग्रजांचा पराभव केला. ३० डिसेंबर १८२४ मध्ये इंग्रजांबरोबर युद्ध सुरू झाले. विश्वासघातामुळे राणीला अटक झाली. कैदेत असतानाच तिला मृत्यू आला. स्वाभिमान, शौर्य, देशप्रेम आदींमुळे वीरांगना चन्नम्मा ह्यांना स्वातंत्र्येतिहासात मोठे स्थान. कर्नाटकात सर्वत्र त्यांचे पुतळे. (स्वासंस)

चरखा : कापूस, रेशीम, लोकर यातून धागा बनविण्याचे देशी यंत्र. मुले, बायकाही सहज हाताळू शकत. एक मोठे चक्र व दुसरे लहान चक्र, मोठ्या चक्रापासून धागा करून तो लहान चक्राला गुंडाळत. गांधीवादाचे प्रतीक. चरखा चला चलाके । लेंगे स्वराज्या लेंगे । ही एकेकाळची घोषणा. स्वातंत्र्येइतिहासात चरखा, त्यावर कातलेले सूत, कपडे ह्यांना मोठे स्थान. (भासंको)

चरखा संघ : पाहा - अखिल भारतीय चरखा संघ

चरणसिंग : (इ.स.१९२७-२००८) चरणसिंग हे भारताचे पंतप्रधान होते. नोव्हें. १९९०- जून १९९१ या काळात त्यांनी पंतप्रधानपदाची जबाबदारी सांभाळली.

चर्च : प्रभूचे निवासस्थान. बाह्य रूप आणि आतील सजावट परमेश्वराची भव्यता, पावित्र्य, थोरवी प्रतीत व्हावी अशीच असते. वेदीवर धर्मगुरू उभा राहून पुढे भक्तमंडळी उभी राहतात. येथे सामुदायिक साप्ताहिक प्रार्थना केल्या जातात. देशातील सर्व प्रांतांत, मोठ्या शहरांतच नव्हे तर खेडोपाडीही ती निर्माण केलेली आढळतात. आर्थिकदृष्ट्या बलाढ्य राष्ट्रे त्यांचा अधिक भार उचलतात. त्यालाच जोडून बऱ्याचदा शाळा, कॉलेज, दवाखाना, अनाथालयेही चालविली जातात. दीक्षाविधी, विवाह, दफन इ. बाबतीत पुढाकार घेतात. मुंबई, गोमंतक, वसई इ. भागांतील चर्च अत्यंत प्रसिद्ध. (भासकोश ३)

चर्पटनाथ (चर्पटीनाथ) : अकराव्या शतकातील एक नाथसिद्ध. सुदर्शन नि लीलावती हे मातापिता. त्याचे चंद्रा यांनी पालनपोषण केले. चारण जातीचा मानतात. गोरखनाथांचा शिष्य. अवडंबराचा त्याला अतितिटकारा होता. 'चर्पट शतक', 'चर्पट सबदी', 'चर्पट रसायन' हे त्याचे ग्रंथ. चर्पट रसायन हा रसायनशास्त्रावरचा ग्रंथ होय. अहंकारी मनाचे मुंडन करावे, असे त्याचे सांगणे. (भासंको ३)

चर्मण्वती नदी : (म. प्र.) महूजवळ उगम. माळवा राजस्थानातून वाहात येऊन इटावा शहराजवळ यमुनेला मिळते. रतिदेवाने हिच्या काठी खूप यज्ञ केले. हिच्या खोऱ्यात आर्यसंस्कृती होती. महाभारतात द्रुपदाचे राज्य. इथेच गांधीनगर हा अत्यंत मोठा जलाशय. सध्या ह्या नदीलाच चंबळनदी असे म्हणतात. (भासंको)

चलनी : बाजारातील प्रचलित नवे नाणे. त्याची किंमत जुन्या अथवा खजाना नाण्यापेक्षा अधिक असे.

रुपयाचे नाणे झिजलेले, जुने, पुसट नाणे व्यापारी पसंत करीत नसत. त्याच्याऐवजी चलनी रुपये पाहिजे असल्यास उदा. १०० रु. चलनी रुपये हवे असतील, तर त्यासाठी १०० खजाना आणि वर १२ टका आणि २५ दाम द्यावे, लागत. (शिम)

चले जाव : काँग्रेस कार्यकारिणीने १४ जुलै १९४२ रोजी ब्रिटिशांना भारतातून निघून जाण्यास सांगणारा 'चलेजाव' ठराव संमत केला. ८ ऑगस्ट १९४२ रोजी अखिल भारतीय काँग्रेस कमिटीची बैठक बोलविण्यात आली. 'करेंगे या मरेंगे' हा आदेश गांधीजींनी दिला. मध्यरात्री हा ठराव संमत झाला. ब्रिटिश सरकारने लागलीच गांधीजी व काँग्रेस नेत्यांना अटक करून कारागृहात टाकले. (सविको २)

चवदार तळे : अस्पृश्य समाजाला पाणी भरण्याचा अधिकार मिळावा म्हणून २० मार्च १९२७ रोजी डॉ. बाबासाहेब आंबेडकर, दादासाहेब गायकवाड यांच्या नेतृत्वाखाली महाडमधील चवदार तळे येथे धर्मसंगर झाला. ह्या सत्याग्रहाचे मोठेच महत्त्व असून त्यामुळे दलित चळवळीचे पाऊल खूपच पुढे पडले. (मपइ)

चव्हाण शंकरराव : (मृ. २००४) काँग्रेसचे ज्येष्ठ कार्यकर्ते, स्वातंत्र्य चळवळीतील नेते. महाराष्ट्राचे मुख्यमंत्री. मराठवाड्याचे आधुनिकीकरण करण्यात सिंहाचा वाटा. तत्त्वनिष्ठ. केंद्रीय शिक्षणमंत्री. (मदि)

चष्टन क्षत्रप : (इ.स.१२५-१३०) एक क्षत्रप राजा. नहपानाने घालविलेला सर्व प्रदेश जिंकला. त्यामुळे यास महाक्षत्रप म्हणत. (सुविको)

चांग सुलतान : हे तापीच्या तीरावर असलेल्या तांदलवाडीचे निवासी. यांना चांगपाच्या असेही म्हणतात. महाराष्ट्रातील बहुजन समाजात सर्वदूरपर्यंत पसरलेला पंथ आहे. चांग सुलतान हा मूळचा धनगरांचा देव. (खाइ)

चांगदेव (I) : (इ. स. १२०६ सुमार) हा लीलावतीकर्त्या भास्कराचार्यांचा नातू असून सिंघण यादवाच्या पदरी होता. याचा एक शिलालेख चाळीसगावजवळ पाटण येथे असून, त्यात चांगदेवाच्या मठास दिलेले दान नमूद केले आहे. (मचको)

चांगदेव (II) : (समाधी - इ.स. १३२५) मुक्ताबाईंचा शिष्य. तत्त्वसार ग्रंथ उपलब्ध. जळगाव जिल्हा. भुसावळ तालुक्यात एदलाबाद येथे पूर्णा-तापी संगमावरील गाव. चांगल्या स्थितीत असलेले चांगदेवाचे देऊळ आहे. चांगदेवाचे जन्मस्थळ. दरवाजाच्या दोन्ही बाजूस दोन शिलालेख आहेत. संगमावर अहल्याबाईंनी बांधलेले महादेवाचे देऊळ आहे. हे महायोगी असून वय १४०० वर्षांचे असल्याचा उल्लेख आहे. त्यांचे गर्वहरण ज्ञानेश्वरांनी करून त्यांस मुक्ताबाईंचा शिष्य केले. इ. स. १३१२ मध्ये यांनी 'तत्त्वसार' नामक ग्रंथाची रचना हरिश्चंद्रगडावर पूर्ण केली. ज्ञानेश्वरांनी यांना केलेला उपदेश 'चांगदेवपासष्टी' म्हणून प्रसिद्ध आहे. तत्त्वसार या ग्रंथात दिलेली योगसिद्धांची नामावली महत्त्वाची आहे. पुणतांबे येथे समाधी आहे. (सुविको, मचको)

चांगदेव राऊळ : (१२ वे शतक) महाराष्ट्रात फलटण गावचा एक योगी. पत्नीच्या वासनेमुळे त्याला वैराग्य प्राप्त झाले. दत्तात्रेयाने त्याला व्याघ्र रूपात दर्शन दिले. पुढे द्वारकेला गेला. रस्ते झाडून काढीत असे. तो सूप, खराटा ज्याला मारेल त्याच्यावर देवाची कृपा होते असा समज. ते त्याचे शिष्य होत. त्यांची संख्या ५२ होती. द्वारावतीचा चांगदेव नाव पडले. हरपाळ देवाच्या मृत शरीरात प्रवेश केला. चक्रधर हा त्याचाच अवतार मानतात. (मचको)

चांगा मुधेश : (इ. स. १५०५ चा सुमार) नारायणडोह येथील कुलकर्णी मुधोपंत यांना चांगदेवाच्या आशीर्वादाने झालेला हा पुत्र. हाही पुढे मोठा सिद्धपुरुष म्हणून प्रसिद्ध झाला. बिदरच्या बेगमला बरे करून चांगा मुधेशाने बिदरच्या बादशहाकडून पंढरपूरचे मंदिर बांधविले अशी एक कथा आहे. (मचको)

चांद बोधले : सोळाव्या शतकातील संत. त्यालाच चंद्रभट म्हणत. शेख महंमदच्या पित्याचा गुरू. सुफी प्रभावाने सय्यद चांदसाहेब कादरी म्हणत. दौलताबादेस दर्गा आहे. तो जनार्दन स्वामींनी बांधला. जनार्दनस्वामींचे ते गुरू नि श्री संत एकनाथमहाराजांचे परात्पर गुरू. (मचको)

चांदबीबी : (इ. स. १५४७-१५९९) ही विजापूरच्या अली आदिलशहाची पत्नी व हुसेन निजामशाहाची कन्या होती. अहमदनगरवर मोगली आक्रमण झाले असताना हिने अहमदनगरास येऊन सर्व सूत्रे आपल्या हाती घेतली. शाहजादा मुरादला तिने अहमदनगर जिंकू दिले नाही. इ. स. १५९९ मध्ये दानियलने अहमदनगरवर मोठे आक्रमण केले. परंतु यावेळी मात्र फितुरीमुळे चांदबीबीचाच वध झाला व निजामशाहीवर मोगलांचे वर्चस्व निर्माण झाले. (मचको)

चांदवडी रुपया : पेशवे काळात नाशिक जवळ चांदवड या ठिकाणी टांकसाळ होती. ती बंद पडली होती. पण तुकोजी होळकर याने तिची जबाबदारी स्वीकारल्याने ती पुन्हा सुरू करण्यात आली. चांदीच्या नाण्यात चांदवडी रुपया हा मराठा साम्राज्यात प्रसिद्ध होता. (खाइ)

चांद्रसेनीय कायस्थ प्रभू : महाराष्ट्रातील एक अल्पसंख्य जात. मूळ स्थान अयोध्या. सहस्रार्जुन हा त्याच वंशातील. संपूर्ण मराठेशाहीत अनेक प्रभू सरदारांनी पराक्रम, राजनिष्ठा यांचे आदर्श उभे केले. त्यांना ब्राह्मण मानावे की नाही यावरून दीर्घकाळ सामाजिक वाद. उत्तर पेशवाईत त्यांच्यावर अनेक निर्बंध असत. पुढे अनेकजण मुंबई-बडोदे, मध्य प्रदेशात स्थायिक. लेखनिक-करवसुली अधिकारी-लष्करी अधिकारी इ. व्यवसाय. बाजीप्रभू देशपांडे, सखाराम हरि गुप्ते, मुरारबाजी देशपांडे, बाळाजी आवजी चिटणीस, खंडोबल्लाळ, फुलाजी प्रभू, रंगो बापूजी, राम गणेश गडकरी, चिंतामणराव देशमुख, प्रबोधनकार ठाकरे, बाळासाहेब ठाकरे, क्रिकेटपटू दत्तू फडकर ही सर्व मंडळी चांद्रसेनीय कायस्थ प्रभू आहेत. (मचको)

चांभारगड : जावळी विजयानंतर (इ.स. १६५६) चांभारगड स्वराज्यात समाविष्ट करण्यात आला. (मइसप)

चांभारगोंदे लढाई : (जाने. इ.स. १७६२) जाने. १७६२ मध्ये भोसले व निजाम यांच्यात चांभारगोंदे येथे लढाई होऊन तीत निजामाचा पराभव झाला. यावेळी झालेल्या तहान्वये निजामाला ४० लाखांचा प्रदेश गमवावा लागला. (मपइ)

चांभारलेणी : नाशिक जिल्ह्यातील एक लेणी. नाशिक जिल्ह्यात म्हसळ या गावाजवळ असलेल्या एका टेकडीवर ही लेणी खोदलेली आहेत. ही इ. स. च्या ११ व्या किंवा १२ व्या शतकात जैन शिल्पकारांनी खोदली असावी. या लेण्यांना गजपंथी जैन लेणी असे म्हणतात व जैन लोक ती पवित्र मानतात. (भासंको)

चाउही : एक चिनी प्रवासी. नालंदा विद्यापीठात याने महायानसूत्रांचे अध्ययन केले. दाववनसंघारामात त्याने विनयपिटक व व्याकरणशास्त्र हे विषयही अभ्यासले. हिंदुस्थानात याने 'श्रीदेव' असे नाव धारण केले होते. चिनी भाषेत भारताचा तत्कालीन इतिहास त्याने लिहिला. (मचको)

चाकण : पुण्याजवळ. ऐतिहासिक किल्ला, गढी असून त्याला संग्राम दुर्ग म्हणत. पूर्वी पुण्यापेक्षाही चाकणचे ठाणे महत्त्वाचे होते. शाहिस्तेखानाच्या मोहिमेत येथे फिरंगोजीने मुघलांना कडवा प्रतिकार केला. मुघलांनी चाकणचे नाव इस्लामाबाद ठेवले. खानाने फिरंगोजीस जीवदान दिले. चाकणचे सिद्धेश्वरभट ब्रह्मे हे शिवाजीमहाराजांचे एक श्रद्धास्थान होत. (सुविको)

चाप राजवंश : गुजरातेत चौलुक्य वंशातील मूलराज सोळंकी याची सत्ता सुरू होण्यापूर्वी चाप घराण्याचे राज्य होते. इ. स. ७ व्या शतकात व्याघ्रमुख राजा राज्य करीत होता. इ. स. ७३० मध्ये गुजरातेवर अरबांचे आक्रमण येईपर्यंत त्या वंशाचे राज्य होते. त्या वंशाच्या दोन शाखा होत्या त्यांपैकी एक म्हणजे वर्धमान. (भासंको)

चापोरा : गोमंतकातील एक किल्ला. काउंट ऑफ इरिसिएरा गोव्याचा गव्हर्नर असताना १७१७ मध्ये या किल्ल्याच्या बांधकामास सुरुवात झाली. चापोरा नदीच्या मुखाशी. सावंतवाडीकर भोसल्यांनी १७३९ मध्ये घेतला. पण दोन वर्षांत पोर्तुगिजांनी परत घेतला. (जस)

चाफळ : सातारा जिल्ह्यात मांडनदीच्या तीरावर. रामदास स्वामींनी स्थापिलेले श्री राम मंदिर व मारुतीचे देऊळ आहे. शिंगणवाडी येथे शिवाजीराजांना समर्थांनी १६४९ मध्ये अनुग्रह दिला. १६७५ मध्ये शिवछत्रपतींनी १२१ खंडी धान्य नेऊन दिले. ३३ गावे नि ४१९ बिघे जमीन इनाम दिली. १७७६ बाळाजी मांडवगणे यांनी श्रीराम-मारुती मंदिरांचा जीर्णोद्धार केला. १९६७ च्या भूकंपानंतर श्रीमान अरविंदशेठ मफतलाल ह्यांनी जीर्णोद्धार केला. (सुविको)

चाफाजी टिळेकर : नारायणराव पेशव्यांचा हुजऱ्या. नारायणराव पेशव्यांच्या खुनाच्यावेळी हा त्यांना वाचविण्याकरिता अंगावर पडल्यामुळे मारला गेला. (मचको)

चाफेकर बाळकृष्ण हरी : (इ.स. १८७३- १० मे १८९९) (हुतात्मा) : रँडच्या वधात ह्यांचाही मोठाच सहभाग. अत्यंत धाडसी देशाभिमानी. १० मे १८९९ ला त्यांना फाशी दिले. (स्वासंस)

चाफेकर दामोदर हरी : (इ.स. २५ जून १८६९-१८ एप्रिल १८९८)(हुतात्मा) **:** १६ ऑक्टोबर १८९६ मध्ये मुंबईत व्हिक्टोरिया राणीच्या पुतळ्यावर डांबर ओतले. तसेच खेटरांची माळ घातली. १८९७ साली प्लेगच्या निमित्ताने रँड या अधिकाऱ्याने लोकांचा अमानुष छळ केला. २२ जून १८९७ ला रँड या अधिकाऱ्याला गोळ्या घातल्या. १८ एप्रिल १८९८ रोजी त्यांना येरवडा तुरुंगात फाशी दिली. अत्यंत साहसी. शिवाजीमहाराज हे त्यांचे श्रद्धास्थान. देशाच्या अपमानाचा प्रतिशोध घेण्यात उत्सुक. फाशीच्या अगोदर त्यांनी लिहिलेले पत्र नि आत्मवृत्त अत्यंत वाचनीय. फाशी गेले तेव्हा त्यांचा मुलगा एक वर्षाचा होता. (स्वासंस)

चाफेकर वासुदेव हरी : (इ.स. १८७९ – ८ मे १८९९) रँड वध प्रकरणात दामोदर आणि बाळकृष्णांच्या बरोबरीने सक्रिय भाग घेणारा वासुदेव हा त्यांचा धाकटा भाऊ. गणेश द्रविडच्या सांगण्यावरून दामोदर पकडले गेले. त्यामुळे वासुदेव चिडले. त्यांनी द्रविड बंधूंना गोळ्या घातल्या. ८ मे १८९९ रोजी त्यांना येरवडा तुरुंगात फाशी देण्यात आले. (स्वासंस)

चामुंड : (सु. १०००) हा सोळंकी किंवा चालुक्यवंशातील मूळराजाचा पुत्र. राज्यकारभार नीतीने व शहाणपणाने चालविला. याच्या कारकिर्दीत गझनीच्या महंमदाने सोमनाथपट्टणावर स्वारी केली. हा न लढता

अरण्यात निघून गेला. (सुविको)

चार कुरहिता : शीख पंथाने मानलेली चार पातके. यांनाच चार कुमार्ग असेही म्हणतात. केसांचा अपमान, तंबाखूचे सेवन, हालहाल करून मारलेल्या जनावरांचे मांस खाणे आणि व्यभिचार हे ते चार कुमार्ग होत. (भासंको)

चारण : एक जात. या जातीची वस्ती प्रामुख्याने राजस्थानात आढळते. चारण जात ही राजनिष्ठ व स्वामिनिष्ठ म्हणून प्रसिद्ध आहे. राजपुतांच्या स्वातंत्र्यसंग्रामात त्यांना यांनी अमोल साहाय्य केले. (भासंको)

चारुमती : सम्राट अशोकाची मुलगी होती. तिने नेपाळमध्ये देवपाल नावाच्या क्षत्रियाबरोबर विवाह केला होता. तिने देवपटना नावाचे शहर वसवले. (मचको)

चालुक्य राजघराणे (बदामी) : (इ. स. ५००-७५७) जयसिंह याने बदामी येथे चालुक्य घराण्याची स्थापना केली. इ. स. ५४२ च्या सुमारास पुलकेशी पहिला याने बदामी येथे राजधानीचे शहर वसवले. दुसरा पुलकेशी (इ. स. ६१०-६४२) हा चालुक्यांचा सर्वश्रेष्ठ राजा असून त्याने हर्षवर्धनाचा नर्मदातीरी पराभव केला व ह्या विजयाचा शिलालेख ऐहोळ येथे कोरून ठेवला. इ. स. ७५० च्या सुमारास राष्ट्रकुटांनी चालुक्यांचा पाडाव केला. (मचको)

चालुक्य राजघराणे उत्तर : (कल्याणी) : (इ. स. ९७३-११८९) तैल दुसरा (इ. स. ९७३-९९७) पासून उत्तर चालुक्यांची सत्ता प्रस्थापित झाली. तैल याने राष्ट्रकुटाचा पाडाव करण्यात यश मिळवले. सोमेश्वर पहिला याने चोलांचा पराभव केला. ११८९ मध्ये सोमेश्वर चौथ्यानंतर उत्तर चालुक्यांची सत्ता नष्ट झाली. (मचको)

चालुक्य राजघराणे पूर्व (वेंगी) : (इ. स. ६१५-११३४) चालुक्य सम्राट पुलकेशी दुसरा याने पल्लवांकडून वेंगीचा प्रदेश जिंकून घेऊन तेथे आपला भाऊ विष्णुवर्धनची स्थापना केली. द्वीपकल्पाच्या राजकारणात वेंगीच्या चालुक्यांना फारसा प्रभाव पाडता आला नसला, तरी सुमारे ११३४ पर्यंत त्यांचे नाममात्र अस्तित्व टिकून होते. विजयादित्य दुसरा, विजयादित्य तिसरा आदी राजे होऊन गेले. (मचको)

चालुक्य राजवंश : कर्नाटकातील एक राजवंश. पुलकेशी याने इ. स. ५४३ मध्ये वातापी (बदामी) येथे आपले स्वतंत्र राज्य स्थापले. या राजवंशात कीर्तिवर्मा (इ. स. ५६७-९८), पुलकेशी दुसरा (इ. स. ६११-६४२), विक्रमादित्य पहिला, कीर्तिवर्मा दुसरा, यांनी कर्नाटकात सुमारे ४०० वर्षांहूनही अधिक काळ राज्य केले. राणी लोकमहादेवीने संगीत, नृत्य ह्यांना प्रोत्साहन दिले. संस्कृत नि कन्नड साहित्याची प्रगती. चित्रकलाविष्कार. भव्य कामगिरी. चालुक्य शिल्पशैली असेच शिल्पकलेला नाव पडले. ऐहोळ, पट्टडकळ, बदामी, तेर आदी ठिकाणी सुंदर मंदिरे बांधली. (भासंको)

चालुक्य विक्रमशक : चालुक्य राजा विक्रमादित्य याने आपल्या नावाचा नवीन शक सुरू केला. शिलालेखात त्यास 'चालुक्य विक्रमकाल', 'चालुक्य विक्रमवर्ष', 'वीर विक्रमकाल', 'विक्रमकाल', 'विक्रमवर्ष' अशी निरनिराळी नावे दिली आहेत. या शकाचा वर्षारंभ चैत्रशुद्ध प्रतिपदेपासून होतो. १०० वर्षे प्रचारात होता. (सुविको)

चाल्हण पंडित (१५ वे शतक) **:** एक महानुभाव कवी. 'सत्त्वानुवाद', 'ज्ञानप्रकाश', 'शास्त्रसंबोधि टीका' या ग्रंथांचा कर्ता. श्रीमद्भगवद्गीता -टीका- 'चाल्हण संकेत' किंवा 'संकेत गीता' या नावांनी प्रसिद्ध आहे.(सुविको)

चावंड (प्रसन्नगड) (जि. पुणे) : पुणे जिल्ह्यातील जुन्नरजवळील चावंड गावाच्या पूर्वेकडे हा किल्ला आहे. १८१८ च्या शेवटच्या इंग्रज–मराठा युद्धात इंग्रजांनी हा किल्ला जिंकून घेतला. (सासमकि)

चावडा : गुजरातेतील अनहिलवाडपट्टणचे एक घराणे. वनराज याने ७४६ च्या सुमारास अनहिलपूर वसवून ती राजधानी केली. योगराज, रत्नादित्य, वीरसिंह व खेमराज असे राजे होऊन गेले. चावडा राजे शिवोपासक होते. ८८१ मधील राजा भूखंडने गुजराथ समुद्रकिनारा काबीज केला. (सुविको)

चावडी : गावातील सरकारी कचेरी, कोतवालाची कचेरी, पाटलाची बसण्याची जागा. खाजगी वाद व भांडणेही चावडीवर येत. (भासंको)

चावला कल्पना : १९६१–२००३ (१ जुलै २००३) एक प्रख्यात महिला अंतराळवीर. मूळ हरियाणाची कर्नाल. ॲरोनॉटिक आणि एअरोस्पेस इंजिनिअरिंगमध्ये उच्च शिक्षण. पुढे पीएच. डी. 'नासा'मध्ये शास्त्रज्ञ. एस. टी. एस. – ८७ ह्या अवकाशयानातून जाण्याचे भाग्य लाभणारी पहिली भारतीय महिला. कोलंबियाच्या दुर्घटनेत मृत्यू (२००३). भारतीय महिलांना, साहसिनींना ललामभूत ठरलेली आहे. (नेट)

चावुंडराय अथवा चामुंडराय : (इ. स. ९७८ सुमारे) एक कन्नड कवी. गंगवंशीय राजा राजमल्ल याचा हा मंत्री होता. याने ९८३ किंवा १०२८ मध्ये गोमटेश्वराची मूर्ती स्थापन केली. मूर्तीच्या पायाशी 'श्रीचावुंडराये करवियले व गंगसुत्ताले करवियले'अशी मराठी वाक्ये नागरी लिपीत आहेत. 'चावुंडराय पुराण' अथवा 'त्रिषष्ठिलक्षण महापुराण' या कन्नड ग्रंथाचा कर्ता. (मचको)

चासकमान : मुंबई–पुणे जिल्हा. खेडच्या वायव्येस भीमा नदीच्या तीरावरील व्यापारी गाव. थोरल्या बाजीरावाच्या पत्नी काशीबाई चासच्या जोशी घराण्यातील होत्या. भीमा नदीवर तिने घाट बांधला असून नदीकाठी सोमेश्वर महादेवाचे मंदिर बांधले. (सुविको)

चाहमान (नाडोळ शाखा) : या शाखेत लक्ष्मण, शोभित, बलिराज, महेंद्र, दुर्लभराज यांनी राज्य केले. ११७८ साली शहाबुद्दीन घोरीने नाडोळ लुटले. ११९७ मध्ये कुतुबुद्दिन याने नाडोळचे राज्य पादाक्रांत करून त्या शाखेचा शेवट केला. (भासंको)

चाहमान राजवंश : (७ वे शतक –१४००) या वंशाच्या अनेक शाखा गुजरात व राजस्थानमध्ये होत्या. या वंशात गोविंदराज, गुवक दुसरा, चंद्रराज दुसरा, सिंहराज, विग्रहराज, दुर्लभराज दुसरा, गोविंदराज दुसरा, अजयराज, अर्णोराज, विग्रहराज चौथा (इ. स. ११५३–११६३), पृथ्वीराज दुसरा, पृथ्वीराज तिसरा हे राजे होऊन गेले. काही शूर तर काही दानशूर. पृथ्वीराज चाहमान हा अत्यंत प्रख्यात राजा. (भासंको)

चिंचवड : एक प्रसिद्ध गणेशस्थान. पण अष्टविनायकांत समावेश नाही. महासाधू, गणेशभक्त श्री मोरया गोसावी ह्यांची समाधी आहे. या मंदिराचे बांधकाम इ. स. १६५९ साली पूर्ण झाले. येथील वाड्याची दुरुस्ती नाना फडणवीस व हरिपंत फडके यांनी केली, असे इतिहासात नमूद आहे. मोरया गोसाव्यांना व त्याच्या वंशजांना निजामशाही, आदिलशाही, शहाजीराजे भोसले व शिवाजीमहाराज यांनी इनाम गावे, जमिनी व वतने दिली होती. पेशव्यांनी चिंचवडला टांकसाळ घालण्यास व तिचे उत्पन्न या देवस्थानाला देण्यास उत्तेजन दिले होते. चिंचवडकर देवांना श्रीसंत तुकाराममहाराज, श्रीसमर्थ रामदास स्वामी, श्रीशिवाजीमहाराज, पेशवे, अणनूरकर आदीजण मान देत असत. (भासंको)

चिंचवड संग्रह : पेशवाई व इंग्रजी अमलातील पत्रव्यवहार आणि हिशेबी कागद भरपूर आहेत. वह्या आंग्लाईतील इ. १८४८ पासूनच्या आहेत. एकबोटे घराणे व पुण्याचे शितोळे देशमुख यांचा पत्रव्यवहार आहे. १४० दप्तरे भा.इ. सं. मंडळात आहेत. (मचको)

चिंतामणराव पटवर्धन : (मृ. इ.स. १८५१) सांगली संस्थानचे संस्थापक. खर्ड्याच्या लढाईच्या वेळी हजर होते. यांच्याच वेळी मिरज व सांगली ही दोन पटवर्धन संस्थाने निर्माण झाली. (सुविको)

चिंतामणी रघुनाथाचार्य : (इ.स. १८२८-१८८०) एक अर्वाचीन भारतीय ज्योतिषी. इ. स. १८६२ पासून ताऱ्यांची यादी करण्याचे काम. इ. स. १८६७ व १८७८ या वर्षी दोन 'अनियत तेजस्क' तारे शोधून काढले. इ. स. १८७२ त रॉयल अ‍ॅस्ट्रॉनॉमिकल सोसायटीचे फेलो. इ. स. १८६८ मध्ये ऑगस्ट महिन्यातील खग्रास सूर्यग्रहणप्रसंगी वेध घेण्यास निजाम सरकारच्या राज्यात वनपर्थी येथे पाठविले होते. (सुविको)

चिंतामणी, सर चिरवूर यज्ञेश्वर : (इ.स. १८८० - १९४१) एक प्रागतिक भारतीय पुढारी. भारतीय सामाजिक सुधारणांवर एक ग्रंथ. भारतीय जातीय-विरोधी परिषदेचे व अखिल भारतीय पत्रकार परिषदेचे अध्यक्ष होते. १९३० मध्ये विलायतेस गोलमेज परिषदेस अध्यक्ष होते. अहमदाबाद येथील 'लीडर' पत्राचे दुय्यम संपादक. १९२१ ते १९२३ मध्ये शिक्षण मंत्री. नॅशनल लिबरल फेडरेशनचे उपाध्यक्ष. (सुविको)

चिंतो विठ्ठल रायरीकर : (मृ. १७८१) मुठे खोऱ्यातील रायरीचे हे जोशी. राघोबादादाच्या पदरी होते. दादाने यास फडणीस नेमले. धोडपची लढाई हरल्यानंतर अटक होऊन नगरच्या किल्ल्यात ठेवले गेले. १७८०मध्ये महादजीने यास पकडून सर्व मालमत्ता जप्त केली. मरेपर्यंत उज्जनीस बंदीखान्यात ठेवले. (सुविको)

चिक्कदेव देवराय : (इ. स. १६७२ -१७०४) : हा म्हैसूर संस्थानातील केंपदेवराजाचा पुतण्या होता. कन्नड व संस्कृत भाषातील ग्रंथांचा कर्ता. त्याने कन्नड व संस्कृतमध्ये अनेक ग्रंथ लिहिले. त्याचे 'चिक्कदेव बिप्पन', 'गीतगोपाल', 'भागवत', 'भारत', 'शेषधर्म' इ. ग्रंथ उपलब्ध आहेत. कर्नाटकातला एक राजा. याने तंजाऊरचा राजा एकोजी (व्यंकोजी) भोसले याजकडून बंगलोर विकत घेतले आणि त्याच्या जोडीला इतर काही मुलूख मिळवून आपले राज्य वाढविले. जमीन महसुलाची पद्धत सुधारली व टपालाची नवी पद्धती सुरू केली. तो संगीतज्ञही होता. छत्रपती श्रीसंभाजीमहाराजांशी त्याने १६८३ मध्ये तह केला होता. (भासंको)

चिक्कराय अरविंदू : (इ. स. १६१४-१६१६) हा विजयनगरच्या अरविंदू घराण्यातील दुसऱ्या वेंकटपतीचा मानलेला मुलगा होता. सत्तास्पर्धेत जगरायाकडून याला पराभव स्वीकारावा लागला. १६१६ साली याने आत्महत्या केली, असा काही ठिकाणी उल्लेख आहे. (मचको)

चिटणीस बखर : इ. स. १८११ मध्ये मल्हार रामराव चिटणीस याने ही बखर लिहिली. सातारच्या संस्थानाशी त्याचा जवळचा संबंध आला होता. बखर लिहिताना दिनचर्या, शिवाजीमहाराजांनी पाठविलेली आणि शिवाजीमहाराजांना आलेली अस्सल कागदपत्रे, नकला यांचा उपयोग चिटणिसांना झाला. ग्रँट डफच्या ग्रंथात न सापडणारी माहिती मल्हार रामरावाच्या चरित्रात सापडते. शिवाजीमहाराजांचे सप्तप्रकरणात्मक चरित्र असेही म्हटले जाते. (इलेशा)

चिटणीस, चिटणिसी काम : शिवाजीराजे गादीवर बसल्यानंतर त्यांनी चिटणिसाकडे पुढील कामे दिली - त्याने सर्व राज्यातील राजपत्रे लिहावी; राजकारणपत्रे आली असल्यास त्यांना उत्तरे लिहावी,

सनदा, दानपत्रे, महालकरी यांना हुकूम पत्रेही लिहावी. हातरोखा म्हणजे छत्रपतींनी स्वहस्ते लिहिलेली पत्रे याजवर मोर्तब करावे. (सुविको)

चिटणीस, सर गंगाधर माधव : (इ.स. १८६३ – १९२९) मध्य प्रांतातील पुढारी. पहिल्या वर्गाचे ऑनररी मॅजिस्ट्रेट. राजे सातवे एडवर्ड यांच्या राज्यारोहण दरबारास इंग्लंडमधून आमंत्रण. सी. आय. ई व के. सी. आय. ई. या पदव्या मिळाल्या होत्या. हिंदू धर्म सभा महामंडळाकडून 'भारत भूषण' पदवी. (सुविको)

चितूरसिंग : (१९ व्या शतकाचा प्रारंभ) सातारा जिल्ह्यात रामोशांनी केलेली लुटालूट याच्या नेतृत्वाखाली झाली. सत्तू नाईक व उमाजी नाईक हे त्यांचे प्रमुख होते. पुण्याहून मुंबईला जाणारा सावकारी ऐवज त्यांनी लुटला. (मपइ)

चितोडगड : राजस्थानातील एक प्रसिद्ध गड. चितोडगड ही शतकानुशतकांची समरभूमी आहे. मौर्य घराण्यातील मानसिंगाचा पराभव करून बाप्पा रावळने इ. स. ७३४ साली या गडावर आपली सत्ता स्थापिली. कुंभ, संग्रामसिंह, प्रतापसिंह यांनीही तिथली गादी भूषविली. इ. स. १३०३ साली अल्लाउद्दीनने तो गड जिंकला. या वेळी महाराणी पद्मिनीने सहस्रो स्त्रियांसह जोहार केला. १५३५ मध्ये बहादूरशहा याने चितोडवर आक्रमण केले तेव्हा संग्रामसिंहाची पत्नी कर्मवतीने अनेक स्त्रियांसह जोहार केला. इ. स. १५६८ साली अकबराने चितोडगड जिंकला. त्यावेळीही अनेक स्त्रियांनी जोहार केला. गुजरात व माळव्याच्या सुलतानांचा १४४८ मध्ये राणा कुंभाने पराभव केला. त्या दुहेरी विजयाचे स्मारक म्हणून हा विजयस्तंभ उभारला. चितोडगडावर कीर्तिस्तंभ या नावाचा दुसरा स्तंभ आहे. इ. स. १३०० च्या सुमारास दिगंबर जैन संप्रदायातील एका पुरुषाने हा स्तंभ उभारला.चित्तोडगडासाठी महाराणा प्रतापसिंहांनी प्रचंड प्रयत्न केले. चितोड हा भारताच्या अभिमानाचा विषय आहे. चितोड जोवर सर होत नाही तोवर चांदीच्या ताटात जेवणार नाही, शय्येवर झोपणार नाही, अशी अनेकांची प्रतिज्ञा होती. (भासंको)

चित्तखान : (सतरावे शतक) हा आदिलशाही सरदार होता. त्याने विजयनगरच्या पेनुकोंडा या राजधानीस वेढा दिला होता. परंतु त्याचा पराभव झाला. (मचको)

चित्तल अथवा जित्तल : एक तांब्याचे नाणे. रुक्याच्या बरोबरीचे. आधुनिक पै सारखे होते. (इसंशा)

चित्रकला – भारतीय : प्राचीन कालापासून आहे. इमारतींवर, भिंतीवर, शिलाखंडावर व लाकडावर चित्रकारी होती. गुंफांमधील चित्रे प्राचीन आहेत. गेरूने चित्रे रंगवलेली आढळतात. मानव, पशू, स्वस्तिक, चक्र, चतुष्कोण, प्रागैतिहासिक, शिकारीची, गुहावासी लोकांच्या दैनंदिन जीवनातील, वगैरेंची चित्रे चितारित. ग्रीक शैलीचा प्रभावदेखील होता. अजंठा येथील चित्रकलेपासून भारतीय चित्रकला सुरू झाली असे मानतात. (भासंको)

चित्रकला – मराठ्यांची : पेशवेकालात इतर कलांप्रमाणे चित्रकलेलाही मराठे सरदारांनी कालानुरूप शक्य तेवढे उत्तेजन दिले. या काळातील सुमारे ७०० चित्रे उपलब्ध झाली आहेत. इंग्रज वकील मॅलेट याचा चित्रकार वेल्स याने काढलेली सवाई माधवराव, नाना फडणवीस, महादजी शिंदे तसेच गणपती महाल इ. चित्रे उल्लेखनीय आहेत. फोटोग्राफीचे साहित्य पुण्यात १७६५ मध्ये उपलब्ध झाले होते, असा उल्लेख मिळतो. पेशव्यांचा चित्रतारी माणकोजी आणि शिवराम हे अत्यंत निष्णात चित्रकार होते. चित्रांची समज असणारा रसिक

वर्ग मराठेशाहीच्या उत्तरकाळात तयार झाला होता. धार्मिक, पारंपरिक पद्धतीची चित्रे होती. चित्रकलेचे विविध आविष्कार प्रगट झालेले होते. 'रागमाला' हा मध्यमयुगातला अतिशय प्रिय विषय होता. चित्रकारांना कौशल्याबरोबरच चमत्कृतीची देखील आवड होती. पेशवे जयपूरहून चितारी आणीत असत. चौसष्ट कलांपैकी एक कला. भित्तिचित्रे होती. सणासुदीला घरातील भिंती रंगवत व त्यावर देवादिकांची चित्रे काढवून घेत. पत्रिकांवर चित्रे असत. आणखी दर्शनीय प्रकार, पट चित्र, पिठोरी पट हा मराठी शैलीचा अत्यंत महत्त्वाचा आणि आकर्षक नमुना. सचित्र हस्तलिखिते होती. १५-१६ व्या शतकातील सचित्र पोथ्या काही ठिकाणी आहेत. स्थळकाळाला अनुसरून आश्रयदात्यांची आवडनिवडही चित्राचे रंगरूप ठरवीत असे. मराठी लघुचित्रे संख्येने कमी आहेत. मराठ्यांच्या काळात सतत युद्धाच्या प्रसंगांमुळे चित्रकलेचा विकास झाला नाही. मोगल कालखंडात चित्रकलेचा खरा विकास झाला. (मइ) (पेम)

चित्रगुप्ताची बखर : रघुनाथ यादव चित्रगुप्त याने ही बखर लिहिली आहे. ही बखर सभासद बखरीवर आधारित आहे. हा बखरकारसुद्धा बाळाजी आवजीच्या घराण्यातील होता. इ. स. १७६५ च्या सुमारास या बखरीचे लेखन झाले असावे. (इलेशा)

चित्रमटिका : ही बंगालच्या मदनपाल राजाची पत्नी होती. महाभारत ऐकवल्याबद्दल तिने एका विद्वानाला एक गाव दान दिल्याचा उल्लेख आहे. (मचको)

चित्रदुर्ग : विजयनगर साम्राज्यातील एक संस्थान. संस्थानाधिपती भरमप्पा नाईक अत्यंत संधिसाधू होता. संताजी घोरपड्यांचा पाठलाग या संस्थानाच्या परिसरात झाला. संताजीने मुघलांवर उलट हल्ला करून सरदारांकडून भरपूर खंडणी उकळली. संस्थानिकाने त्याला बहुमोल मदत केली. अचूक नेमबाज पथक (काला प्यादा) त्याने संताजीला दिले. मुघली सरदार दिलावरखान याने चित्रदुर्गावर हल्ला केला. भरपूर खंडणी देऊन भरमप्पाला सुटका करून घ्यावी लागली. १६९६ मध्ये औरंगजेबाचा नातू बिदरबक्षने भरमप्पावर स्वारी केली. त्या वेळी खंडणी भरून त्याने आपला बचाव केला. मराठ्यांना कधीही मदत न करण्याचे वचन दिले. १७०० मध्ये त्याने केलेल्या मदतीबद्दल मानाची वस्त्रे मुघलांकडून दिली गेली. (म ई)

चित्रळ संस्थान : पाकिस्तान. वायव्य सरहद्दीवरील एक संस्थान. इ. स. ९०० च्या सुमारास काबूलच्या राजाचे राज्य होते. लोक बौद्ध धर्माचे होते. १६ व्या शतकात रईस राजाचे राज्य होते. नदीथडीवरील प्रदेश सुपीक. गहू, जव, मका, तांदूळ धान्यांचे पीक. लोखंड आणि तांबे वगैरे धातू. (सुविको)

चित्राव सिद्धेश्वरशास्त्री वि.: (ज. १८९४-१९८४) वेदशास्त्राचे गाढे अभ्यासक. महामहोपाध्याय. डॉक्टरेट पदवी. प्राचीन, मध्ययुगीन आणि अर्वाचीन चरित्रकोश कर्ते. महाराष्ट्रातील प्राच्यविद्या व्यासंगी. संपूर्ण ऋग्वेद संहितेचे प्रथमच मराठीत भाषांतर. चरित्रकोश मंडळ स्थापन. महाराष्ट्रातील कोशकारांमध्ये अग्रगण्य. अमृतेश्वर ट्रस्टचे संस्थापक. (मदि)

चिदंबर दीक्षित : एक सिद्धपुरुष. खुद्द पेशवे, रास्ते, गोखले वगैरे संस्थानिक सरदार यांच्याकडे सेवेस येऊन राहत. यांनी 'निजात्मबोध' ग्रंथ लिहिला. गुर्लहोसूरलाच यांची समाधी आहे. (सुविको)

चिदंबरम : तमिळनाडू ,दक्षिण जिल्ह्यातील तालुका. कर्नाटक युद्धात महत्त्वाचे लष्करी नाके. १७५३ मध्ये फ्रेंचांनी हस्तगत केले. १७६० मध्ये मेजर मॉनसनने हे काबीज केले. एक प्रसिद्ध तीर्थक्षेत्र. इ. स. ५ व्या शतकातील महादेवाचे देऊळ आहे. पंचलिंगापैकी एक लिंग आहे. हे मंदिर अत्यंत प्राचीन आहे. असंख्यांचे

श्रद्धास्थान आहे. श्रीलंकावासीयांनाही पूज्यभाव वाटतो. कनकसभेत शंकराची प्रख्यात नटराजमूर्ती आहे. पंचलिंगांपैकी एक शिवलिंग येथील होय. नटराज हा कलांचा देव. पार्वतीमंदिर आणि विशाल गोपुरे हा त्यांचा परिवेष चौदाव्या शतकात बनला असावा असे वास्तुशास्त्रज्ञ फर्ग्युसन ह्याचे मत. नटराज मंदिर परांतक पहिला चोळ ह्याने निर्माण केले. (सुविको)

चिदानंद स्वामी : सावंतवाडी संस्थानातील एक संत कवी. दाभोळी मठाचे मठाधिकारी. तेंडुली गावी राई वाडीमध्ये समाधी आहे. संस्कृत गुरुगीतेवर 'स्वानंद लहरी' नामक प्राकृत ओवीबद्ध टीकात्मक ग्रंथ स्वामींनी लिहिला आहे. (सुविको)

चिन्नमानूर : तमिळनाडूमधील एक शहर. हे चिन्नम्म नायकाने वसविले. इथे एक प्राचीन शिवमंदिर आहे. इ. स. च्या ११ व्या शतकातील राजेंद्र चोळ याच्या कारकिर्दीतले ताम्रपट व इ. स. च्या १३ व्या शतकातील पांड्य राजांना अनुलक्षून कोरलेले अनेक शिलालेख इथे आहेत. पांड्य राजवंशाची वंशावळ या शिलालेखांवरून तयार करता आली. (सुविको)

चिपळूणकर, विष्णु कृष्ण : (इ. स. १८५०-१८८२) आधुनिक महाराष्ट्राचे जनक व उत्कृष्ट लेखक. १८७४ मध्येच त्यांनी 'निबंधमाला' मासिक सुरू केले व त्यांनी त्यातील लेखांनी महाराष्ट्र हालवून सोडला. न्यू इंग्लिश स्कूल, चित्रशाळा, केसरी-मराठा, किताबखाना या संस्था काढल्या. लोकांची पाश्चात्त्यांच्या अनुकरणाकडे चाललेली प्रवृत्ती बघून त्यांना परावृत्त करण्याचा प्रयत्न केला. आधुनिक मराठी गद्याचे जनक. मराठी भाषेचे शिवाजी असेच म्हटले जाते. राष्ट्रवादाचा लोप झालेला प्रवाह त्यांच्यापासून पुनः चालू झाला. अकाली मृत्यू. (सुविको)

चिमणाजी नारायण पंतसचिव : (इ. स. १७१३-१७५७) हा शंकराजी नारायणाचा दत्तकपुत्र होता. यानेच संस्थानची गादी नेत्याहून १७४० मध्ये भोरला आणली. (सुविको)

चिमणाजी मोघे : (सुमारे मृ. इ. स. १७३१) पेशवाईतील एक मुत्सद्दी. ताराबाईच्या कारकिर्दीत हा उदयास आला. कोल्हापूरच्या संभाजीमहाराजांकडे काही काळ प्रधानकी. थोरल्या बाजीरावाच्या विरुद्ध पक्षास मिळाला होता. डभईच्या लढाईत दाभाडेकडे होता. त्याचा पाडाव झाल्याने त्याचा सर्व सरंजाम जप्त केला. (सुविको)

चिमणाजी रखमांगद चिटणीस : (मृ. इ. स. १७८०) हा रखमाजी चिटणीसाचा मुलगा असून, या घराण्याचे मूळ आडनाव रणदिवे होते. जानोजी भोसल्याच्या वेळी हा चिटणीस होता. मुधोजी भोसल्यावर काही पठाणांनी हल्ला केला तेव्हा चिमणाजी त्याजबरोबर होता. त्याने पठाणांशी झटापट केली. (मचको)

चिमणाजी शंकरराव : (इ. स. १७९१-१८२७) चिमणाजी शंकरराव ऊर्फ नानासाहेब पंतसचिव हे भोरच्या गादीवर १७९८-१८२७ या काळात होते. यांच्या काळात इंग्रज-पेशवे यांच्यात लढाया झाल्या. (मचको)

चिमाजी आपा (II) : (इ. स. १७७४-१८३०) हा रघुनाथराव पेशव्याचा औरस पुत्र. याला सवाई माधवरावाच्या विधवा बायकोच्या मांडीवर दत्तक देऊन पेशवाई चालवण्याचा नाना फडणवीसाचा विचार होता. परंतु दत्तक विधान होऊनही हा औटघटकेचाच पेशवा ठरला. (मचको)

चिमाजीअप्पा पेशवे : (इ. स. १७४०) थोरले बाजीराव पेशवे यांचे धाकटे भाऊ. बाजीरावांना पूर्णपणे सहकार्य. मध्य प्रदेश आणि गुजरात येथील देदीप्यमान विजय आणि मराठी सत्तेचा उत्तरेकडे विस्तार होऊ लागला. १४९० पासून जनतेस अत्यंत त्रास देणाऱ्या हबशी-सिद्दी ह्याचा रेवस येथे पराभव करून त्या सत्तेला पायबंद घातला. परशुराम मंदिराच्या विध्वंसाचा आणि सिद्दयांच्या जनतेवरील अत्याचारांचा सूड घेतला आणि उत्तर ठाणे जिल्ह्यात वसई येथील पोर्तुगीज सत्तेचे उच्चाटन करून ३४० गावे असलेला सुमारे १२५ किमी लांबीचा प्रदेश मुक्त केला. पानिपतवीर सदाशिवराभाऊ हे चिमाजीअप्पांचे चिरंजीव होत. बाजीरावाकडून-मस्तानी प्रकरणात दुखावला गेला. चिमाजीअप्पांचे इतिहासात विशेष स्थान आहे. (सुविको विदर्भ)

चिमूर : १९४२ च्या आंदोलनाच्या वेळी चिमूर गावात प्रभातफेरी निघाली असताना पोलिसांनी तिच्यावर लाठीहल्ला केला. परिणामी, जमाव हिंसक बनल्यावर काही अधिकाऱ्यांचा बळी गेला. याबद्दल २१ लोकांना फाशी ठोठावण्यात आली. गावाकडून १०,००० रुपये दंड वसूल करण्यात आला. पुढे संबंधित २१ जणांची फाशी माफ करण्यात आली. (मपइ)

चिरनेर : रायगड जिल्ह्यातील पनवेल तालुक्यातील गाव. २५ सप्टेंबर १९३० या दिवशी चिरनेरला अक्कादेवीच्या माळावर हजारोंच्या उपस्थितीत विराट सभा झाली होती. जंगलतोडीचा सत्याग्रह सुरू झाला. बारा सत्याग्रही हुतात्मा झाले. अच्युतराव पटवर्धन, केशवराव गरुड वगैरे नगर जिल्ह्यातील जंगल सत्याग्रही पुढे होते. (मपइ)

चिरमुले, विमामहर्षी अण्णासाहेब : वेस्टर्न इंडिया कंपनीची स्थापना सातारा येथे विमामहर्षी अण्णासाहेब चिरमुले नि त्यांच्या सहकाऱ्यांनी केली. विमाव्यवसायाचा प्रचार व्हावा म्हणून १३-९-३५ राजी मराठा चेंबरने व्यापारी कारखानदार परिषद भरविली. या परिषदेपासून स्फूर्ती घेऊन कॉमनवेल्थ विमा कंपनीने आयुष्येतर विम्याकडे कार्य चालू केले. (मपइ)

चिरांद : बिहारमधील चिरांद येथील उत्खननात विविध वस्त्यांचा पुरावा मिळालेला आहे. इ. स. पू. ८ व्या शतकाच्या या कालखंडातील अवशेषांत दगडी पाती, हाडांची व शिंगांची बाणाग्रे, तांब्याच्या वस्तू आहेत. घरे कुडाची व काळी-तांबड्या मातीची, पांढऱ्या नक्षीची भांडी सापडली. इ. स. पू. ७ व्या शतकात लोखंडाचा वापर सुरू झाला होता. (भासंको)

चुटू राजवंश : (सुमारे २५० इ. स.) या वंशातील राजांना पुराणात आंध्रभृत्य म्हटले आहे. सातवाहनांच्या साम्राज्यातील दक्षिण भागावर हे मांडलिक म्हणून राज्य करीत होते. विष्णुस्कंद, चुटकुलानंद सातकर्णी व त्याचा नातू शिवस्कंद वर्मा ही नावे प्रामुख्याने आढळतात. (भासंको)

चुडामण जाट : (मृ. इ. स. १७२३) हा भरतपूरच्या जाटांचा मूळ पुरुष. बिज त्याचा मुलगा. अनेक बादशाही प्रांत त्याने काबीज केले. मोगलांना याचा पाडाव करता आला नाही. मुहम्मदशाहाविरुद्ध त्याने सय्यद बंधूंना साह्य केले.

चुडासमा : राजस्थानातील एक राजवंश. इ. स. ७ व्या व ८ व्या शतकात प्रथम यांनी सौराष्ट्रात वसाहत केली. ते अणहिलवाडच्या चावडा राजांचे मांडलिक होते. इ. स. १४७० साली महंमद बेगडाने त्यांच्या शेवटच्या राजाला मुसलमान बनवून त्यांचे राज्य स्वत:च्या राज्याला जोडून टाकले.

चेटूक : भानामतीचा एक प्रकार. मध्ययुगीन समाजरचनेत चेटूक, लागीर, भूतबाधा आदी नित्याचे प्रकार

होते. हा प्रकार खेड्यापाड्यातून हमखास होता. भूतबाधेपासून सर्वसामान्यांची सुटका करणारा मांत्रिकांचा वर्गही बराच होता. याला भानामतीदेखील म्हणतात. मराठ्यांच्या काळात चेटूक हा प्रकार सर्रास आढळतो. शत्रूचा सूड घेण्यासाठी चेटूक करण्याची प्रथा पेशवेकालात अस्तित्वात होती. मार्तंड जोशी रायरीकर, मोराजी या इसमांना सरकारने चेटूक केल्याच्या आरोपावरून अटकेत टाकल्याचा उल्लेख मिळतो. (पेम) (मइ)

चेट्टी सर आर. के. षण्मुखम : (इ. स.१८९२) भारतीय पुढारी व अर्थशास्त्रज्ञ. कोचीन संस्थानचे माजी दिवाण. हिंदी संघराज्याचे माजी मंत्री. इंग्लडला हिंदुस्थान नॅशनल कन्व्हेन्शचे सभासद. एम्पायर पार्लमेंटरी असोसिएशनच्या शिष्टमंडळावर भारतीय प्रतिनिधी म्हणून ऑस्ट्रेलियामध्ये जाऊन आले. १९४८ साली काही काळ हिंदुस्थान सरकारचे अर्थमंत्री होते. (सुविको)

चेम्सफर्ड लॉर्ड फ्रेडरिक जॉन : (इ. स.१८६८) एक ब्रिटिश अधिकारी. हिंदुस्थानच्या राजकीय सुधारणांचा खर्डा तयार करून तो पार्लमेंटने मंजूर केल्यानंतर १९२० सालापासून त्याची अंमलबजावणी केली. या महत्त्वाच्या सुधारणा होत्या. मोर्ले आणि चेम्सफर्ड यांच्यामुळे ह्या सुधारणांना माँटफर्ड सुधारणा म्हणतात. (सुविको)

चेर राजवंश : (इ. स. पू. १ ले – १ ले शतक) केरळ देशावर राज्य करणारा एक प्राचीन वंश. या वंशात सेंगुलुवन, नेडुंजरेल आदन, उदयन चेरल, वेलेकेलू कुट्टुवन हे राजे होऊन गेले. यांचे राज्य पश्चिम समुद्रापासून ते पूर्व समुद्रापर्यंत पसरले होते. अशोकाच्या शिलालेखात चेरीचा उल्लेख. चेरांवरूनच केरळ हे नाव पडले असावे. चेरतलपासून केरळ. (भासंको)

चेरमाण पेरुमाळ : (मृत्यू ८३१) चेर वंशातील एक राजा. पांड्य राजाने याचे राज्य हिसकावून घेतल्यावर याने मुसलमानी धर्माची दीक्षा घेतली. त्याचे नाव बदलले. मक्केतच निधन झाले. (सुविको)

चैतन्य महाप्रभू : (इ. स. १४८५– १५२७) बंगालास इस्लाम प्रचार–अनुयाचा अतिरेक झाला असता स्वधर्मावरील ग्लानी दूर केली. एक संप्रदायसंस्थापक. बंगालमध्ये गौरांगप्रभु म्हणतात. वैष्णव संप्रदाय बंगाल्यात प्रचलित आहे. संप्रदायाचे लोक गोपीचंदनाचा उभा टिळा लावतात. ह्यांच्यामुळेच संप्रदायाच्या अनेक शाखा आहेत. उपास्य दैवत श्रीकृष्ण आहे. यात लिंगभेद नाही. ग्रंथभांडार मोठे आहे. त्यांना कृष्णाचा ८ वा अवतार मानतात. श्रीहरीच्या नाम–जय संकीर्तनभक्तीचा त्यांनी सर्वदूर प्रसार केला. ह्या संप्रदायात खूप मोठे भक्त होऊन गेले. असे सांगतात की महाप्रभू पुणे, जेजुरी, पंढरपूर आदी ठिकाणी येऊन गेलेले. जेजुरीतील मुरळी प्रथा बंद करण्याचा त्यांनी प्रयत्न केला. (सुविको)

चैतन्य संप्रदाय : बंगाल, ओडिसा व वज्रमंडळ या प्रदेशातील एक संप्रदाय. चैतन्य महाप्रभूच्या कृष्णभक्तीला अनुसरून या उपासनासंप्रदायाची स्थापना झाली. चैतन्य महाप्रभूने आपल्या मताच्या समर्थनार्थ कोणत्याही ग्रंथावर कोणतेही भाष्य लिहिले नाही. श्रीकृष्णभक्तीचा सर्वदूर प्रचार केला. उत्तर भारत आणि पूर्व भारत येथे ह्या मताचा मोठाच प्रसार. मोठमोठे भक्त ह्या संप्रदायात होऊन गेले. चैतन्य मताचा प्रभाव हिंदी व बंगाली या दोन भाषांवर विशेष पडला आहे. 'हरिबोल, हरिबोल', हा जणू त्यांचा उद्घोष आहे. कृष्ण चैतन्य पराभक्तीचे मूर्तिमंत स्वरूपच होते. सनातन गोस्वामी आणि जीव गोस्वामी चैतन्य तत्त्वज्ञानाचे प्रमुख शिल्पकार होते. या पंथात कृष्ण हाच परमपुरुष. कृष्णाच्या सहवासाचा आनंद त्याच्या प्रेमळ सहवासात सेवक म्हणून राहणे, हे चैतन्य पंथाचे ध्येय आहे. (गभासंसं)

चैत्यगृह : एक शिल्पप्रकार. बौद्ध लेण्यांमध्ये ज्या दालनात स्तूप असतो, त्याला चैत्यगृह म्हणतात.

हीनयान पंथाच्या लोकांनी इसवी सनपूर्व दुसऱ्या शतकापासून पहाड खोदून विहार व चैत्यगृहे निर्माण करण्यास प्रारंभ केला. इ.स.पूर्व २०० ते इ. स. २०० या काळातली अशा प्रकारची अनेक बौद्ध लेणी पश्चिम भारतात भाजे, कोंढाणे, पितळखोरे, जुन्नर, भेडसे, अजंठा, (क्र. ९ व १०) नाशिक, कार्ले व कान्हेरी या ठिकाणी आहेत. (भासंको)

चोंडा : (१५ व्या शतकाचा पूर्वार्ध) भीष्मासारखा एक पितृभक्त रजपूत. चोंडाने बापाच्या इच्छेसाठी राज्याचा त्याग केला. तसे प्रतिज्ञापत्रही लिहून दिले. आपल्या भावासह मेवाड सोडून मुलतानाकडे जाऊन राहिला. (सुविको)

चोखामेळा : (मृत्यू १३३८ इ.स.) एक मराठी संतकवी. हे जातीने दलितहोते. यांना चोखोबा असेही म्हणत. चोखोबांच्या अभंगांवरून त्यांचा पारमार्थिक अधिकार फार मोठा असल्याचे कळते. ते देहाला पंढरी आणि आत्म्याला विटेवरचा अविनाशी पांडुरंग मानतात. त्यांच्या विचाराची उदात्तता आणि भाषाप्रभुत्व तर आश्चर्यकारक आहे. त्यांचे सर्वच अभंग सुंदर आहेत. श्री पंढरीच्या विठ्ठलदर्शनाला जाताना चोखोबांच्या समाधीचे दर्शन घेण्याची प्रथा आहे. श्री संत नामदेवमहाराजांनी त्यांच्या अस्थी श्रीविठ्ठलमंदिराच्या दारातच पुरलेल्या आहेत. चोखामेळांचे सगळे कुटुंबच महान विठ्ठलभक्त आहे. पत्नी संत सोयराबाई त्याही कवयित्री आहेत. बहीण संत निर्मला, मेव्हणे संत बंका, पुत्र संत राका हे सर्वजण भगवद्भक्त आहेत. त्यांचे अभंग रसाळ नि हृदयस्पर्शी आहेत. 'जोहार' हा श्री चोखामेळा ह्यांचा अमर अभंग आहे. (भा सं को)

चोपडा : जळगाव जिल्ह्यातील एक तालुका. १६७९ मध्ये हे शिवाजीमहाराजांनी लुटले होते असा उल्लेख आढळतो. १६ व्या शतकातील दाट लोकवस्तीचे शहर. रामेश्वर मंदिर आहे. (सुविको)

चोळ राजवंश : (इ. स. १ ले शतक आणि इ. स. ८७१ ते १३१०) दक्षिण भारतातील एक प्रमुख राजवंश. आरमार बलिष्ठ असल्याने लखदीव मालदीव बेटे घेऊन ब्रह्मदेशापर्यंतचा मुलूख ताब्यात आणला. हे राजे शैवधर्मीय होते. या वंशाचा उल्लेख पाणिनीची अष्टाध्यायी, रामायण, मार्कंडेय पुराण, वायु पुराण, मत्स्य पुराण, बृहत्संहिता इ. ग्रंथामध्ये आढळतो. अशोकाच्या शिलालेखात यांचा उल्लेख. इ. स. १२ व्या शतकाच्या अखेरपर्यंत चोळांचे साम्राज्य सुरक्षित होते. चोळ राजवंशाची अनेक वैशिष्ट्ये आहेत. शेती, व्यापार, उद्योगधंदे, धरणे, कालवे, नवीन तलाव, त्रिदल सेना, विष्णुमंदिरे-बौद्ध विहार-जैन मंदिरे, विद्या आणि साहित्य ह्यांचा विकास, चित्रकला, मूर्तिकला, चोळीश्वर मंदिर, भिक्षाटनमूर्ती. नटराज मूर्ती अगस्त्येश्वर मंदिर, नागेश्वर मंदिर, सिंहस्तंभ, बृहदीश्वर मंदिर, ऐरावतेश्वर मंदिर, देवनायकी मंदिर इ. तंजावर हे कलेचे एक प्रमुख केंद्र. यामुळे तमिळनाडूमध्ये पूर्व किनाऱ्याला चोलमंडलम (कोरोमंडल) असे म्हणत. (सुविको) (भासंको)

चौंडे बाळकृष्ण मार्तंड : (इ. स. १८७७) गोरक्षण चळवळीस वाहून घेतलेले महाराष्ट्रातील एक सत्पुरुष. काशीपासून रामेश्वरापर्यंत कीर्तनद्वारा भक्ती व गोसेवेचा प्रचार केला. गो- ज्ञानकोश प्रसिद्ध करण्यासाठी खटपट. श्रीसमर्थ संप्रदायाचा स्वीकार केला. (सुविको)

चौकडीचा संघ : (इ. स. १७७९ सुमार) पहिल्या इंग्रज-मराठा युद्धात नाना फडणविसाने निजाम-पेशवे-भोसले-हैदर असा चौकडीचा संघ इंग्रजांविरुद्ध उभा केला. चौकडीच्या संघाची मूळ कल्पना निजामाची होती. त्यासंबंधीच्या वाटाघाटी ऑक्टोबर १७७९ मध्ये पूर्ण होऊन हा संघ अस्तित्वात आला. परंतु पुढे लवकरच गुंटूर प्रांताचे आमिष दाखवून इंग्रजांनी निजामाला, तर लाच देऊन भोसल्याला फोडण्यात यश मिळवले. हा चौकडीचा संघ अशा प्रकारे जेमतेम वर्षभरच टिकला. (मइ)

चौकेकर आत्मा : सावंतवाडीतील एक सरदार. इंग्रजांचे वर्तन पाहून सावंतवाडीतील सरदार एकत्र आले. आत्मा चौकेकर यांनी १०० लोकांच्या मदतीने कोटावर हल्ला करून कोट ताब्यात घेतला. स्पूनर या पोलिटिकल एजंटने हे बंड मोडले. चौकेकर यांनी पुन: हणमंतगडावर हल्ला करून किल्ला ताब्यात घेतला. (मपइ)

चौगुला : एक प्राचीन गावकामगार. या संबंधीचे उल्लेख १३ व्या शतकापासून आढळतात. गाव चौगुला, देश चौगुला, जात चौगुला असे तीन प्रकार. दिवाणातून वस्त्रे मिळत. गाववसुली करून ती दिवाणात भरणे हे काम असे. धनगर-कोळी जातीत चौगुले आढळतात. मोठ्या चौगुल्याच्या हाताखाली गुमास्ता असे. पाटलाला मदत करण्यासाठी चौगुला असे. याचे पद आनुवंशिक असे. ह्याबद्दल त्याला वतन व बलुते मिळे. (खाइ) (सुविको)

चौथाई : सतराव्या-अठराव्या शतकातील मराठी राज्याच्या उत्पन्नाची एक बाब बनली. चौथाईची वसुली राज्याच्या खजिन्यात जमा होई. चौथाई ही महसुली उत्पन्नाच्या एक चतुर्थांश असे. शिवाजीमहाराजांनी रामनगरच्या कोळी राजावर चौथाई बसविली. पेशवाईत चौथाईच्या वसुलीसाठी मराठे बहुतेक सर्व प्रांतात गेले. वस्तुत: चौथाई देणाऱ्या राजाच्या संरक्षणाची हमी देणे बंधनकारक असे, पण पेशवाईत मराठे केवळ चौथवसुलीसाठी देशभर स्वाऱ्या करत म्हणून ते अप्रिय बनले. (मसाआई)

चौधरी : पूर्वीच्या बारा बलुतेदारांतील एक हक्कदार. बाजारभावात फारसा चढ-उतार होऊ न देता, रयतेस योग्य दराने धान्यपुरवठा करणे हे याचे काम असे. चौधरीपणाचा हक्क सरकारकडून मिळविण्यास सरकारला नजर (कर) द्यावा लागे. हा सर्वच प्रांतात असून काही ठिकाणी बडा जमीनदार असे. (सुविको)

चौरीचौरा प्रकरण : उत्तर प्रदेशात गोरखपूरजवळ चौरीचौरा हे गाव आहे. १९२० च्या असहकार आंदोलनात ग्रामस्थांच्या शांततापूर्ण मोर्चावर पोलिसांनी गोळीबार केल्याने संतप्त ग्रामस्थांनी पोलिसांसकट पोलिस ठाणे पेटवून दिले. या हिंसक घटनेमुळे गांधीजींनी आंदोलनच स्थगित करून टाकले. (स वि को)

चौल : (राजकोट-आगरकोट) अष्टागरातील महत्त्वाचे गाव. जुने बंदर अलिबागजवळ. दोन हजार वर्षांपूर्वी इथे चंपावती राजधानी होती. असंख्य चाफ्याच्या झाडावरून हे नाव पडले असावे. अरब, पारशी लोकांनी फार पूर्वीपासून आपले येथे बस्तान बसविले. पारशीबंधूनी अग्निमंदिर स्थापन केले. ६ ते १० व्या शतकापर्यंत उत्कृष्ट बंदर चौलची असल्याने विशेष प्रगती झाली. १५०५ मध्ये येथे पोर्तुगिजांनी ताबा मिळवला. १७४० मध्ये मानाजी आंग्र्यांनी ते पुन्हा जिंकून घेतले. १७४८ मध्ये पेशव्यांनी सुरुंग लावून कोट उद्ध्वस्त केला, त्याची तुलना सुरत आणि गोव्याशी केली जाते. हे १६७० मध्ये शिवाजीमहाराजांनी घेतले. डॉ. फायर या युरोपियन प्रवाशाने येथे भेट दिली होती. आयात-निर्यातीचे हे प्रमुख केंद्र होते. रेशीम, कलाकुसरीच्या वस्तू येथे तयार होत. दक्षिणेतील सर्वांत मोठी बाजारपेठ. (जस; मसाआई)

चौलुक्य राजवंश : गुजरात. इ. स. ९४१ च्या सुमारास मूलराज नामक पुरुषाने सारस्वतमंडळ प्रदेश जिंकून चौलुक्य वंशाचे राज्य सुरू केले. अणहिलपाटण ही राजधानी. सिद्धराज जयसिंह एक मोठा राजा. मोठाच प्रदेश त्याने मिळविला. सिद्धपूर येथे रुद्रमहाकालाचे मंदिर उभारले. विद्येचा तो मोठा पुरस्कर्ता. प्रख्यात आचार्य हेमचंद्र जयसिंगाच्याच पदरी होता. या वंशात कुमारवाल हा एक प्रसिद्ध राजा होऊन गेला. जैन असूनही शिवमंदिरे बांधली. राणी नाइकीदेवी ही एक प्रख्यात राणी. ११७८ मध्ये मुहम्मद घोरीने गुजरातवर आक्रमण केले तेव्हा

राणीने त्याला पराभूत केले. ११९७ कुतुबुद्दिन ऐबक ह्याने अजहिलवाड लुटले पण लवकरच तो गुजरात सोडून गेला. अत्यंत प्रसिद्ध असे वस्तुपाल आणि तेजपाल हे मंत्री भीम (दुसरा) ह्याच्या कारकिर्दीत होऊन गेले. ह्या दोघांचे कार्य मोठेच आहे. (भासंको)

चौहान : छत्तीसगड भागातली एक जात. हे चंदेल या नावानेही ओळखले जातात. हे स्वतःला राजपूत वंशाचे मानतात. इ. स. १४ व्या शतकात काही चौहान राजपूत बाटून मुसलमान झाले. चौहान लोक गोगा या पुरुषाला विशेष मानतात. (भासंको)

छ

छतारीचे नबाब – सर महंमद सैदरखान : १८८८ – एक मुसलमान पुढारी. १९२३ मध्ये अखिल भारतीय रजपूत मुसलमान परिषदेमध्ये अध्यक्ष. संयुक्त प्रांतात उद्योगधंदे मंत्री. गृहमंत्रीपण होते. १९३३ मध्ये ते तात्पुरते गव्हर्नर होते. दुसऱ्या गोलमेज परिषदेचे सभासद. (सुविको)

छत्तीसगड : भारतीय संघराज्यातील एक घटक राज्य. मध्य प्रदेशातील एक विभाग. प्राचीन काळी या भागाला दक्षिण कोसल म्हणतात. समुद्रगुप्ताच्या वेळी दक्षिण कोसलावर राज्य करणारा राजा महेंद्र हा वाकाटकांचा सामंत असावा. इ. स. १००० पासून इ. स. च्या १८ व्या शतकापर्यंत छत्तीसगड प्रदेशावर कलचुरी वंशाचे राज्य होते. पुढे मराठ्यांची सत्ता, सुमारे ४५ वन्य जमाती इथे राहतात. मध्ययुगात सर्वत्र मुसलमानांची सत्ता असूनही या भागातील लोकांवर त्यांचा प्रभाव पडला नाही. त्यामुळे इथे, शुद्ध प्राचीन भारतीय संस्कृतीचे दर्शन घडते. (मासंको)

छत्रसाल : (इ. स. १६५०–१७३१) बुंदेलखंडाचा राजा चंपतराय नि कालीकुमारी ह्यांचा पुत्र. मोगलांच्या दरबारात जयसिंगाच्या पदरी असलेला सरदार. श्री शिवाजीमहाराजांच्या प्रेरणेने बुंदेलखंडात त्यांनी स्वतंत्र राज्य निर्माण केले. बाजीरावांनी संकटसमयी त्यांचे रक्षण केले. धर्माच्या बाबतीत उदारमतवादी होता. प्रख्यात सौंदर्यवती मस्तानी ही छत्रसालांनीच बाजीरावांना दिली. छत्रसाल कवी म्हणूनही प्रसिद्ध आहेत. त्यांचे अनेक काव्यग्रंथ आहेत. बाजीरावांना त्यांनी आपला तृतीय पुत्रच मानले. प्राणनाथ हे छत्रसालांचे गुरू होत. (भासंको)

छत्री : छत्री किंवा समाधी हा शिल्पकलेचा एक नमुना. रायगडावरील छ.शिवाजीमहाराजांची, सिंहगडावरील राजाराममहाराजांची, वानवडी येथील श्रीमंत महादजी शिंद्यांची, वढू बुद्रुक येथील छत्रपती संभाजीमहाराजांची छत्री वैशिष्ट्यपूर्ण मानली जाते. (मसाआई)

छावणी : छावणीचे दोन अर्थ, एक सैन्याच्या मुक्कामाची तात्पुरती जागा. दुसरे पावसाळ्यातील सैन्याचे विश्रांतीस्थान. शिवाजीमहाराजांच्या काळातील मराठ्यांचे, छावणीतील त्याचप्रमाणे रणांगणावरील जीवन अगदी साध्या पद्धतीचे असावयाचे. गरजा अत्यंत अल्प होत्या. त्यामुळे सामानाचा बोजा जास्त नसायचा. तोफदलही नसे. त्यामुळे मराठ्यांचे शत्रूवरील हल्लेही वेगाने होत. संताजी व धनाजी आणि पहिले बाजीराव यांनी शिवाजीमहाराजांचेच अनुकरण केले होते. पेशवाईत मात्र ही पद्धत बदलली होती. याच्याबरोबर उलटे चित्र झाले. मुघली छावण्या म्हणजे एक छोटे शहरच असे. त्याच्याभोवती तटबंदीही असे. कित्येकवेळा पुढे ह्याचे

सुरक्षित शहरात रूपांतर होत असे. (मइ)

छिंदवाडा : मध्यप्रांत, एक जिल्हा. सत्ता आधी गोंडांकडे होती. नंतर मराठ्यांनी हे राज्य घेतले. १८१८ ला हा मुलूख इंग्रजाच्या ताब्यात गेला. संस्थापक रतन रघुवंशी. (सुविको)

छित्तराज : (इ.स. १०२०-१०३५) उत्तर कोकणच्या शिलाहार घराण्यातील राजा. छित्तराजा विद्या-कलाचा आश्रयदाता होता. कल्याणजवळ अंबरनाथ येथे असलेले अप्रतिम शिवमंदिर यानेच बांधले. (भासंको)

छोक्कनाथ : (इ.स.१६६०-८२) त्रिचनापल्लीच्या किल्ल्याचा नायक. प्रधान आणि सेनापतींनी हा अल्पवयीन म्हणून सत्ता ताब्यात घेतली. त्याला पदच्युत करण्याचा कट मात्र त्याने उधळून लावला. १६६३ मध्ये त्याचा विजापूरकरांशी संघर्ष झाला. जबर खंडणी घेऊनच विजापुरी सैन्य गेले. त्रिचनापल्ली हे त्याच्या राजधानीचे ठिकाण. १६७४ मध्ये तंजाऊरवर स्वारी करून तेथे अळागिरी नायकास आपला प्रतिनिधी नेमले. १६७७ मध्ये म्हैसूरच्या राजाने त्याला पदच्युत करून त्याच्या भावास गादीवर बसविले. १६७८ मध्ये तो पुन्हा सत्तेवर आला.

ज

जंजिरा : (जि. रायगड) रायगड जिल्ह्यात मुरुड तालुक्यात जंजिरा हा जलदुर्ग आहे. देवगिरी दुर्गपतनानंतर सतत २००वर्षे हा जलदुर्ग स्वतंत्र होता. कोळी लोकांचे येथे राज्य होते. सिद्दी (हबशी) लोकांनी तो विश्वासघाताने जिंकला. १६५९ मध्ये श्यामराज नीळकंठ या पेशव्याने जंजिऱ्याची मोहीम आखली. १६६७ ते १६७२ मध्ये शिवरायांनी मोहीम आखली परंतु सिद्दींनी जंजिरा वाचविला. १६७५ मध्ये मोरोपंतांनी मोहीम आखली; श्रीबागच्या लायपाटलांनी जंजिऱ्याच्या तटाला होड्या लावण्याचे काम केले. शिवरायांनी लायपाटलाला जहाज बक्षीस दिले. भर समुद्रात असल्याने पोर्तुगीज, हबशी, इंग्रज आणि मराठे यांच्यात स्वामित्वाविषयी सतत चढाओढ लागे. शिवाजी महाराज, संभाजी महाराज, पेशव्यांनी हल्ला करून हबशांची सत्ता अगदी क्षीण केली. त्यांचा खूप प्रदेश जिंकला पण प्रत्यक्ष जंजिरा जिंकता आला नाही. १९४८ साली ही संस्थाने भारतात विलीन झाली. तेव्हा जंजिरा संस्थान भारतीय संघराज्यात विलीन झाले. (जस)

जंगल सत्याग्रह : पुसदहून काही कार्यकर्ते लोकनायक बापूजी अणे यांच्या नेतृत्वाखाली धुर्वा जंगलात गेले. जंगलातील गवत कापण्यात आले. परंतु सरकारने ताबडतोब बापूजींच्या अनुयायांसह त्यांना अटक केली व ६ महिन्यांची शिक्षा केली. डॉ. केशव बळिराम हेडगेवार हे ह्या सत्याग्रहींमध्ये होते. बागलाण व चणकापूर येथील आदिवासींनी जंगल सत्याग्रह सुरू केला. ब्रिटिशांनी त्यांच्यावर बेधुंद गोळीबार केला. चिरनेरला २५ सप्टेंबर १९३० रोजी जंगलतोडीचा सत्याग्रह झाला. त्यात १२ सत्याग्रही हुतात्मा झाले.महाराष्ट्रात सविनय कायदेभंग चळवळ मिठाच्या सत्याग्रहापुरती न राहता तिचे व्यापक क्षेत्रात रूपांतर झाले. यातूनच जंगल सत्याग्रह तथा कायदेभंग चालू झाला. सातारा जिल्ह्यात बिळाशी, नाशिक जिल्ह्यात कळवण, नगर येथे अकोले, संगमनेर, रायगड जिल्ह्यात चिरनेर तर वऱ्हाडात (विदर्भात) पुसद गावी जंगल सत्याग्रहांतर्गत सरकारी गवत कापणे नि कायदा मोडून कारागृहात जाणे हा कार्यक्रम सुरू झाला होता. (म प इ)

जकात : 'जकात' या शब्दाचा अर्थ वस्तूच्या उत्पादनावर आणि वाहतुकीवर स्थानिक शासनसंस्थांनी सरकारी उत्पन्नाचे मोठेच साधन. हा कर प्रथम रोमन काळात इटलीमध्ये आकारला गेला होता. भारताच्या संदर्भात कौटिल्याच्या काळात तसेच मराठ्यांच्या काळात जकात आकारली गेल्याचे उल्लेख मिळतात. ब्रिटिश राजवटीत १८०८ मधे सर्वप्रथम जकात आकारण्यात आली. (सविको)

जगजीवनदास : सत्नामी पंथाचे संस्थापक. उत्तर हिंदुस्थानामध्ये 'सत्नामी' या नावाने ओळखले जाणारे कमीत कमी तीन पंथ आहेत. त्यांपैकी एका पंथाचे संस्थापक हे होत. हे मूळ कबीर पंथाचे होते असे म्हणतात. (मविको)

जगजीवनराम : काँग्रेसचे ज्येष्ठ नेते. बिहारमधील दलित पुढारी. काँग्रेसपक्षाचे दीर्घकाळ खजिनदार. केंद्रीय संरक्षण मंत्री. बांगला देशाचे युद्ध त्यांच्या संरक्षणमंत्रीपदाच्या काळात झाले आणि ते जिंकले (१९७१) (इंटरनेट)

जगतराम : (इ.स.चे १७ वे शतक) एक जैन भक्तकवी. पित्याचे नाव रामचंद्र अथवा नंदलाल. जगतराम हा औरंगजेबाच्या दरबारी उच्च अधिकारी होता. त्याला 'राजा' ही पदवी मिळाली होती. हा धर्मप्रेमी नि दानशूर होता. अनेक कवींना त्याने आश्रय दिला होता. (भासंको)

जगतशेट : (स.१७३९ सुमार) शुजाउद्दीनचा हा सल्लागार. याची पेढी बंगालमध्ये प्रसिद्ध. मराठ्यांना अडीच कोट रुपयांची लूट मिळाली. अद्यापही जगतशेटचे दुकान बंगालमध्ये प्रसिद्ध आहे. अलिवर्दी खानास याने मदत केली.

जगताप बा. ग. तथा जगताप बाबूराव (गुरुवर्य) : जन्म १७ ऑगस्ट १८८८. एक थोर सामाजिक आणि शैक्षणिक कार्यकर्ते. १९१८ मध्ये श्री शिवाजी मराठा हायस्कूल पुण्याच्या शुक्रवार पेठेत सुरू केले. विद्यार्थ्यांमध्ये व्यवसायशिक्षणाची आवड निर्माण होण्यासाठी सुतारकाम, लोहारकाम, शिवणकाम, ड्रॉइंग इ. वर्ग सुरू करण्यात आले. पुणे स्वावलंबन मंडळ (१९२०) स्थापन केले. प्रौढ शिक्षण समितीत काम. शिक्षक नावाचे मासिक सुरू. पुढे पुण्याचे महापौरही झाले. (मपई)

जगजितसिंह अरोरा जनरल : १९७१ च्या भारत-पाक युद्धातील विजयाचे शिल्पकार. जगजितसिंह अरोरा जनरल यांच्या कुशल नेतृत्वाखाली भारतीय सैन्याने पश्चिम पाकिस्तानच्या सैन्याचा पराभव करून बांग्लादेशाची निर्मिती केली. या युद्धात भारतीय सैन्याने पाकिस्तानच्या ९३,००० सैनिकांना पकडण्यात यश मिळवले. (इऑइ)

जगत्‌सिंह गुहिलोत : (स. १६०७ - १६५२) उदेपूरच्या महाराणा कर्णसिंहाचा मुलगा. राज्याभिषेक १६२८. जहांगीरच्या स्वारीच्या वेळी याने पराक्रमाने राज्य राखले. याचे शिलालेख उपलब्ध. (मचको)

जगदेव संभाजी पवार : (धार) (स. १७३१) उदाजीचा भाऊ, मराठी लष्करातील एक सरदार. इ.स. १७३१ च्या तिरल लढाईत पराक्रम केला. (मचको)

जगदेवराव जाधव : (मृ.१६९९) एक मराठा वीर. लखुजी जाधवाचा भाऊ. १६२९ सुमारास मोगलांतर्फे शहाजीशी लढत. १६७४-७५ सालच्या वाधिनगिऱ्याच्या किल्ल्याच्या वेढाप्रसंगी पुढे आला. काबूलच्या मोहिमेवरही गेला होता. हा भाविक होता. १६९२ साली देऊळगाव राजे या ठिकाणी श्री. बालाजी मंदिर स्थापले. (सुविको; मचको)

जगदेव : (ऊर्फ लक्ष्मणदेव) उज्जैनचा महापराक्रमी राजा. त्याने गौड, अंग, कलिंग, आंध्र, कांगडा इ. प्रदेश संपादन केले. त्याने चालुक्य विक्रमादित्यावरही (६वा) स्वारी केली. पण होयसळांनी त्याचा पराभव केला. (सावको)

जगन्नाथ तर्कपंचानन नैयायिक : (इ. स. चे १२ वे शतक) कालंजरचा चंदेलवंशी राजा. परमार याच्या पदरी असलेला एक भाट कवी. महोबाचे प्रसिद्ध वीरपुरुष आल्हा आणि ऊदल यांच्या चरित्रावर त्याने एक वीरकाव्य रचले होते नि ते साऱ्या उत्तर भारतात अत्यंत लोकप्रिय झाले होत. (भासंको)

जगन्नाथ पंडित : (१५९०-१६६५) 'गंगालहरी', 'रसगंगधार', 'चित्रमीमांसाखंडन' आदी त्याचे महत्त्वाचे ग्रंथ होत. एक महापंडित व रससिद्ध कवी. शहाजहानकडून याचा सन्मान होऊन याला 'पंडितराज' हा किताब मिळाला. शहाजहानचा आश्रित जगन्नाथ पंडितांचा विवाह लवंगीशी झाला होता अशी एक आख्यायिका. (मचको)

जगन्नाथ शंकरशेठ : (इ. स. १८०३ ते १८६५) अव्वल इंग्रजी अमदानीतील एक सार्वजनिक कार्यकर्ते आणि मुंबईच्या आद्य शिल्पकारांपैकी एक. मुरबाड (जि. ठाणे) हे मूळ गाव आणि मुर्कुटे हे आडनाव. मुंबईतील एक दानशूर व सार्वजनिक कार्यकर्ते. ज्युरी, जे.पी. इ. संबंधी हक्क आपल्या लोकास मिळवून दिले. सतीची चाल बंद करण्याचा प्रचारही केला. मुंबई शहराची सुधारणा व वैभव याचे श्रेय यांना आहे. त्यांच्या संस्था अशा – 'बाँबे नेटिव्ह स्कूल अॅन्ड स्कूल सोसायटी', 'बाँबे नेटिव्ह एज्युकेशन सोसायटी', 'बोर्ड ऑफ एज्युकेशन', 'स्टुडंट्स लिटररी अँड सायंटिफिक सोसायटी'. मुलींच्या शिक्षणकार्यातील एक आद्य कार्यकर्ते. कलाशिक्षणासाठी जे. जे. स्कूल ऑफ आर्ट हे महाविद्यालय चालू करण्यात पुढाकार. त्यांनी स्थापन केलेल्या बाँबे असोसिएशनमधून पुढे बाँबे प्रेसिडेन्सी असोसिएशन आणि त्यातूनच पुढे भारतीय राष्ट्रसभेचा (काँग्रेसचा) जन्म झाला. कायदे कौन्सिलच्या पहिल्या सभासदांपैकी एक. बाँबे स्टीम नॅव्हिगेशनचे जनक आणि मुंबई-ठाणे रेल्वेचे पुरस्कर्ते. संस्कृत भाषा अध्ययनाला उत्तेजन मिळावे म्हणून जगन्नाथ शंकरशेठ शिष्यवृत्तीची निर्मिती, अशी अनेक कार्ये. अद्यापही ही दहावीत शिष्यवृत्ती संस्कृतात प्रथम देणाऱ्यास दिली जाते. (भासंको)

जगन्नाथपुरी : ओरिसातील जागतिक कीर्तीचे प्राचीन महत्त्वपूर्ण तीर्थक्षेत्र. ओरिसात विष्णूच्या चार आयुधांची क्षेत्रे आहेत. त्यांपैकी हे शंखक्षेत्र होय. येथील जगन्नाथमंदिर, जगन्नाथाची रथयात्रा ह्या गोष्टी अत्यंत प्रसिद्ध आहेत. पूर्वी हे बौद्धक्षेत्र असावे. येथील जगन्नाथाचे भव्य मंदिर इ.स.१२ व्या शतकाच्या प्रारंभी गंग वंशातील राजा चोडगंगदेव, त्याच शतकाच्या अखेरीस राजा अनंग भीमदेव याने बांधलेले आहे. इथे श्री शंकराचार्य स्थापित मठही आहेत. (भासंको)

जगपालराव निंबाळकर : (मृ. १६३०) एक मराठा सरदार. फलटणच्या मालोजी निंबाळकराचा पुत्र शूर होता. कोल्हापूरवर स्वारी केली होती. भातवडीच्या लढाईत आदिलशहास माघार घ्यावयास लावली होती. (सुविको)

जगमित्र नागा : (इ. स.चे १४ वे शतक) मराठवाड्यातील परळी वैजनाथ येथील प्रसिद्ध संतकवी. नागस्वामी हे गुरू. त्यांचे काही अभंग उपलब्ध आहेत. मराठी कवी व साधु. अभंग व पदे सुप्रसिद्ध आहेत. जोगाईच्या आंब्याजवळील परळी येथे यांची समाधी आहे. (सुविको)

जगरानी देवी (मृ. मार्च १९५१) : प्रख्यात सशस्त्र क्रांतीकारी, सेनानी चंद्रशेखर आझाद यांच्या मातुःश्री. पुत्रशोकाच्या विरह यातना सहन कराव्या लागल्या. पुत्रवियोगामुळे रडून-रडून त्यांचा एक डोळा कायमचा निकामी झाला. अत्यंत हाल-अपेष्टात जीवन गेले. त्यांना भारत सरकारकडून ४९ रुपये अनुदान मंजूर झाले. स्वातंत्र्यलढ्यात होरपळलेली माता शासनाकडून दुर्लक्षित. (स्वासंस)

जतवर्म : (स. १०५० सुमार) हा वर्मन बंगालच्या घराण्याचा संस्थापक. कलचुरी घराण्यातील कर्णराजाची मुलगी वीरश्री ही त्याची पत्नी. (मचको)

जतींद्रनाथ दास : (१८८०-१३ सप्टेंबर १९२९) हुतात्मा. बंगालमधील एक अत्यंत प्रख्यात

क्रांतिकारक. लाहोर कटाच्या पहिल्या कटात आरोपी म्हणून गोवले गेले. कारागृहामध्ये झालेल्या उपोषणामध्ये त्यांनी भाग घेतला होता. राजबंद्यांना युरोपियन राजबंद्यांप्रमाणे वागणूक मिळावी या मागणीवर ते ठाम होते. इंग्रज त्यांची जामिनावर अथवा बिनशर्त मुक्तता करावयास तयार असतानादेखील त्यांनी नकार दिला. जतींद्रनाथांची कथा अत्यंत रोमंचकारी आहे. इंग्रजांनी ह्यांचे उपोषण मोडण्याचा प्रचंड प्रयत्न केला पण त्यांनी दाद दिली नाही. सतत ६३ दिवस उपोषण करून हा वीर पंचतत्वात विलीन झाला.

जतीन मुखर्जी : हुतात्मा बंगालमधील एक क्रांतिकारक. जन्म बंगालमधील पबना येथे. अन्याय करणाऱ्या शिपायांना अनेकदा चोप दिला. क्रांतिकार्य चालविण्यासाठी पैसा गोळा करण्याचे महत्त्वाचे कार्य केले. ओरिसात पोलिसांनी गाठल्यावर त्यांनी युद्धाचा पवित्रा घेतला. काडतुसांचा साठा संपेपर्यंत झुंज दिली. जबर जखमी झाल्याने कटकच्या रुग्णालयात मृत्यू. ह्यांचे सहकारी चित्तप्रिय हे क्रांतिकारक झुंजीतच हुतात्मा झाले. अन्य दोघांना फाशी तर एकांना जन्मठेप. (स्वासंस)

जत्ती, बी.डी. : (इ.स.१९१३–२००२) बी. डी. जत्ती यांनी १९७४–१९७९ या काळात उपराष्ट्रपतिपदाची जबाबदारी सांभाळली. फेब्रु. १९७७ – जुलै १९७७ या काळात ते काळजीवाहू राष्ट्रपती होते.

जनकपूर : मिथिला, विदेह आणि तीरभुक्ती ही त्याचीच अन्य नावे. नेपाळातील हे एक प्रख्यात तीर्थक्षेत्र होय. बुंदेलखंडाच्या एका राणीने इथे जानकी मंदिर (सीता मंदिर) बांधले. हे मंदिर म्हणजे शिल्पशास्त्राचा एक उत्तम नमुना आहे. (भासंको)

जनकोजी शिंदे : (मृत्यू–१७६१) जयाप्पा शिंद्यांचा मुलगा स. १७५५ त मेडते सर केले. २२–११–१७५० रोजी जनकोजीची अब्दालीशी फार मोठी लढाई झाली. पानिपतच्या लढाईतील शौर्य अद्वितीय. लहान वयात बलिदान करून अमर झाले. (मचको)

जनपदे : जन म्हणजे समान संस्कृतीचे लोक. त्यांनी केलेल्या वसाहतींना जनपदे म्हणत. सनपूर्व १००० पासून सनपूर्व ५०० ह्या कालखंडाला जनपद्‌युग म्हणतात. या समस्त जनपदात सोळा महाजनपदे होती. त्यांचा उल्लेख बौद्ध साहित्यात वारंवार येतो. काही जनपदांवर राजांची सत्ता असे, तर काही जनपदे ही गणराज्ये असत. वैदिक युगानंतर ह्या जनपदांच्या आधारानेच भारतीय संस्कृतीचा विकास झाला. पण पुढे ही बहुतेक जनपदे दुर्बळ झाली नि सनपूर्व ४ थ्या शतकात मगध साम्राज्यात विलीन झाली. काही जनपदे गुप्तकाळापर्यंत नांदत होती. त्यांच्या मुद्रा सापडलेल्या आहेत. पुढे त्याचा तोतया निर्माण झाला होता. (भासंको)

जनाक्का शिंदे : जनाक्का या वि. रा. शिंदे यांच्या भगिनी होत. त्यांनी पुण्यात नाना पेठेतील अहल्याश्रम या मागास वस्तीत समाजकार्य केले. (मपई)

जनाबाई : (इ.स. १२६० ते १३५३) एक महान संत कवयित्री, मूळ गंगाखेड (जिल्हा परभणी). वडील दामा अणि आई कुरुंड. संत श्री नामदेवमहाराज हे तिचे गुरू. 'विठू माझा लेकुरवाळा' हा अभंग अतिशय प्रसिद्ध आहे.तसेच ' पक्षी जाय दिंगतरा । बाळकासी आणि चारा' हा प्रसिद्ध अभंग. मातापित्यांचे छत्र हरपल्यामुळे आलेल्या पोरकेपणाची तीव्र जाणीव, संतश्री नामदेवमहाराजांचा विषयांचा आदरभाव, दासी म्हणून सोसाव्या लागणाऱ्या कष्टांचा परिहार करण्यासाठी दयाघन विठ्ठलला आवाहन, ज्ञानेश्वरांच्या विभूतिमत्त्वाची पूजा, संत

श्री चोखामेळयांविषयीची भक्ती इत्यादी संत जनाबाईंच्या हृदयीचे भाव त्यांच्या अभंगातून व्यक्त झाले आहेत. त्यांच्या अभंगाची भाषा अगदी सोपी आहे. (भासंको)

जनार्दन पेशवे : (१०-७-१७३५ ते २१-९-१७५०) बाळाजी विश्वनाथाचा नातू व नानासाहेब पेशव्यांचा भाऊ. पण अल्पवयीन असताना मृत्यू. (मचको)

जनार्दन शिवराम : (इ. स. १७८० -८१) मद्रासच्या इंग्रजांकडील मराठ्यांचा वकील. दुसऱ्या माधवराव पेशव्याने याची नेमणूक वकिलीचे कामावर केली. त्याच्या कारकिर्दीतील पत्रव्यवहार सातारच्या म्युझियममध्ये आहे. (मचको)

जनाश्रय पुलकेशी वल्लभ: (स. १७३९) गुजरातेतील तिसऱ्या चालुक्य घराण्यांपैकी मंगळराजाचा भाऊ. अरबांच्या स्वाऱ्या परतवून लावल्या. (मचको)

जपजी : ही गुरू नानकदेव (इ. स. १४६९ ते १५३५) यांची प्रौढ आणि सुविख्यात अशी रचना आहे. तिला एखाद्या उपनिषदाची योग्यता आहे. ही रचना रागदारीयुक्त असून ती केवळ पठण, चिंतन आणि मनन ह्यांच्यासाठीच आहे. जपजी हा शिखांचा नित्यपाठ आहे. गुरुग्रंथाचे संपादक पाचवे गुरू अर्जुनदेव (इ. स.१५६१ ते १६०६) ह्यांनी जपजीचे हे दार्शनिक महत्त्व जाणून त्याला त्या ग्रंथात प्रथम स्थान दिले. (भासंको)

जबलपूर : मध्य प्रदेश -प्रसिद्ध स्थान. जाबालि ऋषींच्या नावावरून जाबालिपतन असे नाव पडले. ते पूर्वीच्या शिलालेखांत आढळते. कलचुरी वंशातील कर्णदेव (राज्यकाळ इ. स. १०४१ - १०७३ सुमारे) ह्याने हे नगर वसवले. इथे अनेक शिवमंदिरे आहेत, तसेच काही जैन मंदिरेही आहेत. पूर्वीच्या शिल्पांचे भग्नावशेष येथे सापडतात. (भासंको)

जबलपूरचा लढा : जबलपूरच्या नगरपालिकेच्या कचेरीवर १९२२ मध्ये तिरंगा फडकविण्याचे सविनय कायदेभंग समितीने ठरविले. असहयोग आश्रमातून निघालेल्या स्वयंसेवकांना सचिवालयाजवळ अडविण्यात आले. पोलिसांनी अंबुलकर गुरुजींना रक्तबंबाळ होईपर्यंत मारहाण केली. पुढे जमनालाल बजाजांनी याचे नेतृत्व केले. हा झेंडा सत्याग्रह देशभर गाजला. (मपइ)

जबाबदार राज्यपद्धती : 'जबाबदार राज्यपद्धती' या शब्दप्रयोगामध्ये लोकांनी निवडलेल्या संसदेला वा सभागृहाला मंत्रिमंडळ जबाबदार असणे व ते देशातील लोकांना निवडणुकीद्वारे जबाबदार असणे, ह्या दोन गोष्टी महत्त्वाच्या असतात. सर्व प्रौढांना मताधिकार असतो. विधिसंस्था, कार्यकारी संस्था व न्यायसंस्था यांची फारकत असते. काँग्रेसने वेळोवेळी जबाबदार राज्यपद्धतीचा आग्रह प्रत्येक जनआंदोलनाच्या वेळी धरलेला होता. (सविको)

जमखिंडी : कर्नाटकमधील एक संस्थान. १८५७ च्या उठावात जमखिंडी संस्थानचे प्रमुख रामचंद्र पटवर्धन यांचा छुपा सहभाग होता. संशयावरून इंग्रजांनी राजाला १८५९ पर्यंत अटक करून ठेवले तर त्याचा सेवक छोटूसिंग याला मृत्युदंड दिला. (मपई)

जमातीवरील कर : व्यक्तीकडून प्रत्यक्ष अथवा अप्रत्यक्षरीत्या करवसुली होत असे. सोलापूर भागातील लिंगायत जमातीवर कर बसविलेला आढळतो. त्याचे नाव गणाचारी. त्यानंतर खानरदशी नावाचा कर त्यांच्यावर होता. हिंदू व मुसलमानांवरच्या करात विषमता होती, बुतफरोशी नावाचा देखील कर होता. (शिम)

जमाल : (इ. स. चे १६ वे शतक) एक भाट कवी. हा जातीने मुसलमान असूनही बहुसंख्य लोक त्याला हिंदूच मानतात. अकबराने यांच्या काव्यावर प्रसन्न होऊन त्याचा सन्मान केला होता आणि त्याला हत्तीवरून मिरविले होते, अशी आख्यायिका आहे. (भासंको)

जमाली : (इ. स. पू. ५ वे किंवा ६ वे शतक) एक आचार्य. भगवान श्री महावीरस्वामी यांचे भाचे आणि जावई. जमालीच्या मताला बहुरतवाद असे नाव आहे. एखादी वस्तू निर्माण व्हायला बराच कालावधी लागतो. तो घडवायला प्रारंभ केल्यावर पहिल्याच क्षणी ती तयार होत नाही, असा त्याच्या मताचा सारांश. जमालीला कोणीही अनुयायी मिळाले नाहीत. (भासंको)

जमाव दप्तर : इ. स. १८४३ मध्ये गोल्डस्मिड यांच्या अध्यक्षतेखाली महाराष्ट्रातील इनामांची चौकशी झाल्यावर वतनदार, इनामदार, अधिकारी यांनी कागद सादर केले. त्यातूनच जमाव हा विभाग तयार झाला. त्यात खानदेशचे १४६ रुमाल आहेत. ते रुमाल प्रांत, परगणे व मौजेवार लावले आहेत. (खाई)

जमीन महसूल पद्धती : बाजीरावांच्या काळात मक्तापद्धती होती. सरकारची आर्थिक स्थिती सुधारून रयतेचे हित व्हावे अशी पद्धती एलफिन्स्टनला हवी होती. कायमधाऱ्याची पद्धत त्यास मान्य नव्हती. रयतवारी पद्धतीही त्याला विशेष पसंत नव्हती. कॉर्नवॉलिस आणि मन्रो यांच्या पद्धतीतील सुवर्णमध्य साधण्याचा त्याचा प्रयत्न होता. त्यामुळे मराठेशाहीत चालू असलेली मौजेवार पद्धत त्याने पुरस्कृत करण्याचा विचार केला. रयतवारी पद्धतीचा त्याने पुरस्कार केला नाही, कारण ग्रामपंचायत त्याला विस्कळित होऊ द्यावयाची नव्हती. (मइ)

जमीनदार : प्रत्यक्ष जमीन कसणारा मजूर आणि शासन यांच्यातील मध्यस्थास जमीनदार म्हणत. अकबर, शेरशहा, तोडरमल, मलिकंबर, शिवाजीमहाराज, मुर्शिदकुलीखान यासारख्या सुज्ञ प्रशासकांनी या मध्यस्थास शक्यतो दूर ठेवण्याचाच प्रयत्न केला. कोणतेही कष्ट न करता नफ्याचा फार मोठा हिस्सा जमीनदार बळकावीत असे. त्याच्या धनवत्तेच्या जोरावर, सामाजिक प्रतिष्ठेच्या जोरावर, तो सरकारला अंधारात ठेऊन गरीब मजुरांची विविध मार्गांनी पिळवणूक करी. (मइ)

जमीनदारी : जमीनदारी या शब्दाची सर्वमान्य व्याख्या सापडत नाही. जमिनीवर मालकी असणे असा या शब्दाचा सर्वसाधारण अर्थ लावला जातो. ब्रिटिशपूर्व कालखंडात जमीनदारांचे जमिनीवरील नियंत्रण अनिर्बंध नव्हते. ब्रिटिशांनी आपले राजकीय स्थैर्य टिकवण्याकरता जमीनदारी या संस्थेचा वापर त्यांना करवसुलीचे अधिकार देऊन व जमिनीचे मालकी हक्क देऊन केला. (सविको)

जमीनधारा पद्धती : एक शेतसारा वसुलीची पद्धती. प्राचीन काळापासून प्रत्येक गावाला सामुदायिकरीत्या राजाला कर द्यावा लागत असे. सामान्यत: १/६ उत्पादन राजभाग मानत. धान्य आणि नाण्याच्या स्वरूपात वसूल करीत. त्यामध्ये वसुली अधिकारी नेमले जाऊन त्यांचाही वाटा निश्चित केला गेला. इस्लामी राजवटीतही फारसा बदल झाला नाही. मुस्लिम सत्ता दुर्बल झाल्यावर वसुलीचे हक्क वंशपरंपरा झाले. इंग्रजी राजवटीत सरकारने ह्याच वर्गाला हाताशी धरले. १७९३ मध्ये लॉर्ड कॉर्नवालिसने कायमधारा पद्धती रूढ केली. विशिष्ट सारा देण्याच्या बदल्यात जमीनदारालाच मालक मानले गेले. रयतेचे पूर्वीचे हक्क नष्ट झाले. सरकारी वाटा भारी असल्याने जमीनदार तो भरू न शकल्यास त्याची सर्व मालमत्ता लिलाव होत असे. कालांतराने थोड्या फार फरकाने जमीनदारी पद्धतीच पुन्हा रूढ झाली. शेतकऱ्यांशी करार करून सरकारने मध्यस्थ नष्ट केला. त्याला रयतवारी म्हणत. (सविको)

जयकर, डॉ. राम बाळकृष्ण : (१८६० सुमार) महाष्ट्रातील एक राजकीय, शैक्षणिक कार्यकर्ते आणि समन्वयक. १८४९ मध्ये तर्खडकरांनी स्थापलेल्या परमहंस मंडळींच्या कार्याचा वेग, अध्यक्षपदी राम बाळकृष्ण जयकर यांची निवड झाल्यावर वाढला. त्यांच्या काळात सर्व धर्मांतील चांगली तत्त्वे स्वीकारण्यावर सभेने भर दिला. (मपई)

जयकर, बॅ. मुकुंदराव रामचंद्र तथा बाबासाहेब : (१८७३ –१९५९) आंतरराष्ट्रीय कीर्तीचे बॅरिस्टर, उत्कृष्ट वक्ते. पुणे विद्यापीठाचे शिल्पकार. पहिले कुलगुरू. घटना समितीचे सदस्य. महाराष्ट्राच्या सामाजिक–राजकीय जीवनात सहभाग. त्यांच्या नावे पुणे विद्यापीठ बहिःशाल शिक्षण मंडळात बाबासाहेब जयकर व्याख्यानमाला प्रा. तेज निवळीकर ह्यांनी चालू केली.गांधी –आयर्विन करार १९३१ आणि पुणे करार १९३२ ह्या बाबतींत त्यांची कामगिरी उल्लेखनीय आहे. इंग्रजी वक्तृत्व अतिशय प्रभावी. (मपई; मदि)

जयगड : (जि. रत्नागिरी) रत्नागिरी–गणपतीपुळे. जयगड गावाच्या उत्तरेस हा किल्ला आहे. विजापूरकरांकडून संगमेश्वराच्या नाईकांकडे या किल्ल्याचा ताबा गेला. १५८३ ते १५८८ मध्ये आदिलशहा आणि पोर्तुगीज हा किल्ला नाईकांच्या ताब्यातून मिळवू पाहात होते. १८१८ मध्ये इंग्रज , मराठे युद्धात याचा ताबा इंग्रजांकडे आला. (भकि)

जयचंद्र गाहडवाल : (इ.स. ११७० – ११९३) हा कनौजच्या सम्राटांपैकी शेवटचा राजा. पृथ्वीराजाशी याची स्पर्धा होती. (मचको)

जयतीर्थ : (इ. स. १३ वे शतक) एक माध्व आचार्य. मूळ मंगळवेढ्याचे धोंडोपंत देशपांडे. अक्षोभ्यातीर्थांनी त्यांना संन्यासदीक्षा दिली. अध्ययनानंतर जयतीर्थांनी 'तत्त्वप्रकाशिका', 'तत्त्वसंख्यानटीका', 'तत्त्वविवेकटीका' इ. अनेक ग्रंथ लिहिले. पुरंदरदास, कनकदास इ. कन्नड संतांनी जयतीर्थांचे तात्त्विक विचार कन्नड भाषेत पद्यरूपाने अनुवादले आहेत. जयतीर्थांचा 'बृहज्जयतीर्थविजय' हा ग्रंथ कर्नाटकातील दासकूट व व्यासकूट हे दोन्ही भक्तसंघ शिरोधार्थ मानतात. (भासंको)

जयदेव : (इ. स. १२ वे शतक) संस्कृत भाषेतील सुप्रसिद्ध कवी. महीपतीने आपल्या भक्तविजयात जयदेवाला व्यासांचा अवतार म्हटले आहे. ते बंगालमधील लक्ष्मणसेन राजाच्या पदरी होते, असा उल्लेख अनेक आख्यायिकांमध्ये आहे. भावसौंदर्याची खाण असलेले त्यांचे 'गीतगोविंद' हे काव्य प्राचीन भारतीय रसकाव्यातील पहिले रसकाव्य आहे. गीतगोविंदव्यतिरिक्त जयदेवांनी काही बंगाली पदेही रचली असावीत. (भासंको)

जयपत्र : जुन्या काळी पंडितांमधे वादविवादाच्या स्पर्धा होत असत. दिगजपंडित विविध राजदरबारांमधे जाऊन तेथील पंडितांशी वादविवाद करत. संबंधित राजदरबार विजयी पंडिताला 'जयपत्र' देत असे. (भासंको)

जयपाल: शाही राजघराण्यातील राजा. जयपाल इ. स. १० व्या शतकाच्या उत्तरार्धात सिंहासनावर बसला. पश्चिम पंजाबातील सरहिंदपासून अफगाणिस्तानातील लमघानपर्यंत आणि काश्मीरच्या सीमेपासून मुलतानपर्यंत त्याची सत्ता होती. गझनीचा सुलतान महमूद व जयपाल यांच्यात पेशावरजवळ भयानक युद्ध झाले. त्यांत जयपाल शत्रूच्या हाती सापडला. मानहानी सहन न झाल्यामुळे त्याने स्वतःच्या हाताने चिता पेटवून स्वतःला जाळून घेतले. (भासंको)

जयप्रकाश नारायण : (इ. स. १९०२-१९७९) भारतीय स्वातंत्र्य चळवळीतील प्रमुख समाजवादी नेते. ४२ चे आंदोलन नेते. सर्वोदय तत्त्वज्ञानाचे भाष्यकार, बिहार, गुजरातमधील विद्यार्थी भ्रष्टाचार विरोधी आंदोलने, १९७५ साली आणीबाणी विरुद्धचे आंदोलन इ. क्षेत्रांत त्यांनी नेतृत्व दिले. लोकशाही समाजवाद त्यांना अभिप्रेत होता. प्रमुख राजकीय पक्ष एकत्र करून जनतापक्षाची स्थापना ही त्यांची खास निर्मिती. तो प्रयोग मात्र फसला. 'लोकनायक' पदवी त्यांच्या जीवनाला साजेशी.'समग्र क्रांती ' हा त्यांचा विचार प्रसिद्ध आहे. (सविको)

जयराम घाटगे : (इ. स. चे १८ वे शतक) दुसऱ्या रघुजी भोसल्यांचे वेळेसचा हा जबलपूरचा सुभेदार. हा सुभेदार असताना पेंढाऱ्यांनी जबलपूरवर हल्ला करून मोठी दुर्दशा केली. (मचको)

जयरामस्वामी : (इ.स. १५९९ - १६७२) रामदासपंचायतनामधील एक संतकवी. जयरामस्वामींचे 'दशमस्कंधटीका', 'रुक्मिणीस्वयंवर', 'सीतास्वयंवर' व 'अपरोक्षानुभव' हे ग्रंथ उपलब्ध आहेत. अपरोक्षानुभव हा ग्रंथ म्हणजे श्री जगद्‌गुरू शंकराचार्यांच्या अपरोक्षानुभूती या ग्रंथावरील टीका आहे. (भासंको)

जयराशिभट्ट : (इ. स. चे ७ वे शतक) हा चार्वाक संप्रदायातील नास्तिक ग्रंथकार होता. त्याचा 'तत्त्वोपप्लवसिंह' हा ग्रंथ उपलब्ध आहे. (भासंको)

जयसिंह : (इ.स. १७६४-१८३३) रीवा संस्थानचा राजा, संस्कृत आणि हिन्दी यांमधील प्रतिभासंपन्न कवी, 'कृष्णतरंगिणी', 'हरिचरितामृत', 'गंगालहरी' इत्यादी १८ ग्रंथ रचले. काव्यरचना पंडित्यपूर्ण, सरस आणि आणि अलंकारयुक्त आहे. (भासंको)

जयसिंह : (मिर्झा) (इ.स. १६२१ - १६६७) मानसिंगाच्या वंशातील प्रसिद्ध राजा. शहाजहान, औरंगजेब याच्या पदरी असलेला सरदार. शिवाजीमहाराजांना आग्र्यास नेण्याचे काम याने युक्तीने बजावले. मिर्झाराजे जयसिंग यांचे शिवाजी राजांवर इ. स. १६६५ मध्ये फार मोठे आक्रमण झाले. त्यामुळे शिवाजींमहाराजांना थोडी माघार घ्यावी लागली आणि पुरंदरचा तह करावा लागला. त्यातूनच शिवाजी महाराजांना आग्र्याला जावे लागले.

जयसिंह : (सवाई) (इ.स. १६६९-१७४३) हा अंबरचा महासिंह कच्छवाहचा मुलगा. शांततेने व शहाणपणाने लोकांच्या कल्याणार्थ झटला. राज्यास व्यवस्था लावून दिली. चांगले कायदे केले, शास्त्राध्ययनास उत्तेजन दिले. जयपूर शहराची बांधणी इ. स. १७२८ मध्ये केली. वेधशाळा व ज्योतिषशाळा स्थापिल्या, ग्रहांचे शोध लावण्याची नवीन तंत्रे याने बनविली. (म च को)

जयसिंह चालुक्य : (इ. स. ६३३-६६३) हा चालुक्यांचा मूळपुरुष. या घराण्याची पहिली राजधानी इंदुकांती. (मचको)

जयसिंह चालुक्य दुसरा : (इ. स. १०१८-१०४३) कल्याणीच्या पश्चिम चालुक्य घराण्यातील विक्रमादित्य ५ वा अथवा अय्यण २ रा हा त्याचा भाऊ होय. याने चोल राजा राजेंद्र चोल १ला व चेर यांचा पराभव केला. इ. स. १०४० पर्यंत राज्य केले. (मचको)

जयसिंह परमार : (इ. स. १०५५ - १०५९) माळव्याच्या परमारांपैकी भोजाचा उत्तराधिकारी, भोजाच्या मृत्युसमयी ही नगरी शत्रूच्या ताब्यात होती. ते परत गेल्यावर हा राजा झाला. याचे स. १०५५ मधील एक दानपत्र आहे. (मचको)

जयसिंह सूरी : (इ. स. १२२९) एक जैन पंडित. 'हम्मीरमदमर्दन' हे नाटक लिहिले. वस्तुपालाने मुसलमानांपासून गुजरातचे रक्षण केल्याचे वृत्त यात आहे. (मचको)

जयानंद : (जन्म इ. स. १५१३) जयानंद चैतन्य संप्रदायातील एक बंगाली कवी होय. त्याचे चैतन्यमंगल नावाचे चरित्रकाव्य उपलब्ध आहे. (भासंको)

जयाप्पा शिंदे : (मृत्यू इ.स. १७५५) हा राणोजी शिंद्यांचा ज्येष्ठ पुत्र. मराठ्यांचा एक प्रमुख सरदार. याने रोहिल्यांचा बीमोड केला. (मचको)

जरीपटका : मराठ्यांचे एक निशाण. भगवा झेंडा हा मराठी राज्याचा राष्ट्रीय ध्वज होता. अष्टप्रधानांपैकी सेनादलाशी संबंधित प्रधानांना छत्रपती स्वत:चा असा खास जरीपटका देत. पेशवे, प्रतिनिधी, सेनापती यांचे स्वत:चे असे खास जरीपटके असत. (भासंको)

जलदुर्ग : संपूर्णत: समुद्राने वेढलेला व काही भाग जमिनीकडे असणाऱ्या दुर्गासही जलदुर्ग म्हणतात. किनाऱ्याचे शत्रूपासून रक्षण करणे, आपल्या आरमारास संरक्षण– दुरुस्ती केंद्र–आपल्या विभागातून जाणाऱ्या जहाजांकडून जकात वसूल करणे ही कामे. काही किल्ल्यांची शिवाजीमहाराजांनी डागडुजी केली; तथापि काही किल्ले संपूर्णत: बांधले. (सिंधुदुर्ग, पद्मदुर्ग, विजयदुर्ग इ.) मराठेशाहीच्या शेवटी आरमार दुर्बल राहिल्यामुळे इंग्रज, हबशी बलिष्ठच राहिले. (मइ)

जलालउद्दीन फीरुजखल्जी : (इ. स. १२९०–१२९६) कैकूबादच्या वेळी हा सामानचा सुभेदार, निजामुद्दीनच्या वधानंतर हा सेनापती झाला. रणथंबोरच्या स्वारीवरून न लढता अपकीर्ती पत्करून हा परत फिरला. (स.१२९१) स.१२९२ मध्ये याने मोगलांचा पराभव केला. राहिलेल्या मोगलांना मुसलमान बनवले. (मचको)

जवळकर दि. शं. : (जन्म इ.स. १८९८) जवळकर 'तरुण मराठा' या वृत्तपत्राचे संपादक होते. आंतरजातीय विवाहाचा पुरस्कार करणाऱ्या पटेल विधेयकाला पाठिंबा देण्यासाठी त्यांनी 'प्रणयप्रभाव' नावाचे नाटक लिहिले. त्यांनी लिहिलेल्या 'क्रांतीचे रणशिंग' नावाच्या पुस्तकात शास्त्रीय समाजवादाचा पुरस्कार केला आहे. (मपई)

जवळा : एक दुर्ग. मराठ्यांकडून जवळा गड मोगलांनी जिंकला त्यांचा उल्लेख. (इ. स. १६७१ जाने. फेब्रु.) (मइआसप)

जवाहीरमल्ल जाट : (मृ. इ. स. १७६८) भरतपूरच्या सुरजमल जाटचा पुत्र. नोव्हेंबर १७६४ पासून ते फेब्रुवारी १७६२ पर्यंत अनेक लढाया करून नजीब खानाचा संहार केला. (मचको)

जसनाथ : (इ. स. १४८२–१५०६) राजस्थानमधील एक सिद्ध पुरुष. त्याने गोरक्षनाथांचे शिष्यत्व पत्करले होते. त्याने लोककल्याणार्थ ३६ धर्मनियम सांगितले. हे नियम सिद्ध संप्रदायाचे आधारभूत मानले जातात. (भासंको)

जसवंत सिंह : (इ. स. १६२७ – १६७८) औरंगजेबाने ज्याला विष घालून ठार मारले असा मारवाडचा राजा. हा मोगलांकडे मनसबदार होता. औरंगजेबाच्या कारकिर्दीत अहमदाबाद, बऱ्हाणपूर, औरंगाबाद व काबूल येथे त्याची सुभेदार म्हणून नेमणूक झाली होती. हा साहित्यिक असून त्याने 'आनंदविलास', 'अनुभवप्रकाश',

'सिद्धान्तबोध' इ. ग्रंथ लिहिले. तो भाषापंडितही होता. त्याला 'महाराज' ही पदवी मिळाली होती. डिंगल नि पिंगळ दोन्ही भाषा चांगल्या अवगत. सिंहगडावर त्याचा मोठाच पराभव झाला. (भासंको)

जहांगीर : (इ. स. १६०५-१६२६) अकबराच्या मृत्यूनंतर त्याचा पुत्र सलीम हा जहांगीर हे नाव धारण करून गादीवर बसला. हा विषयासक्त, स्वच्छंदी, स्वार्थसाधू होता. त्याने हिंदूंचा खूप छळ केला. कॅ. हॉकिन्सला सुरत येथे वखार काढण्यास परवानगी दिली. (मचको)

जहांगीरच्या आज्ञा : अकबरानंतर त्याचा पुत्र सलीम ऊर्फ जहांगीर बादशाहा झाला. (१६१५) प्रजेला सुख लाभावे म्हणून लगेच त्याने बारा आज्ञांचे एक पत्रक काढले. त्यातील मुख्य आज्ञा - जहागीरदारांनी बसविलेले कर रद्द. साम्राज्यात सर्वत्र धर्मशाळा, दवाखाने, विहिरी निर्माण कराव्यात. शेतकऱ्यांना जहागीरदार, सरकारी अधिकारी यांनी संरक्षण द्यावे. व्यक्तीची मालमत्ता त्याच्या पश्चात नजीकच्या वारसास मिळेल. बेवारस मालमत्ता सरकारजमा होईल. गुरुवार, रविवार शुभ दिवस मानून त्या दिवशी प्राणिहत्याबंदी असावी. अकबराने दिलेल्या नेमणुका कायम राहतील. आग्र्याला सुवर्णन्यायशृंखला बसवून त्वरित न्याय मिळण्याची सोय. कैद्यांना सरसकट कैदमाफी करावी. (इमाको)

जहागीरदार : पेशवे आणि मराठे जहागीरदार यांच्यातील संबंधाबाबत एलफिन्स्टनने १८१२ साली प्रयत्न केला. पेशव्यांच्या सत्तेच्या शेवटानंतर जहागीरदारांचे प्रस्थ कमी झाले. एलफिन्स्टनने त्यांना विशेष त्रास न देता बड्या जहागीरदारांची वतने वंशपरंपरेने चालू ठेवली. मोठे जहागीरदार अत्यल्प असल्याने त्यांचे प्रश्न सोडविणे कठीण नव्हते. अंतर्गत कारभारात त्यांना स्वातंत्र्य होते. लहान जहागीरदारांकडे वंशपरंपरागत सनदा नव्हत्या. त्यामुळे त्यांचा प्रश्न सोडविणे कठीण होते. मोठ्या जहागीरदारांना अदालती सत्तेपासून मुक्त केले होते. (मइ)

जहाज : इ. स. १६५७ मध्ये शिवाजीमहाराजांनी जहाजबांधणीस कल्याण-भिवंडी प्रारंभ येथे केला. गुराबा, गलबते, पागार इ. प्रकार असत. त्यावर सैनिक व तोफा ठेवत. शिवकालीन जहाजे छोटी व सुटसुटीत असल्याने बऱ्याच वेळा युरोपीय अवाढव्य जहाजांपेक्षा सरस ठरत. (मई १)

जहानआरा : (इ. स. १६१४ - १६८१) ही शहाजहानची थोरली मुलगी. इ. स.१६४८ मध्ये आग्र्यास एक लाल दगडाची मशीद बांधली. बादशहा दरबारातील प्रत्येक उलाढालीत हिचे मत घेत असे. (मचको)

जहाल मतवाद : ब्रिटिशांना विकासातली धोंड मानून त्यांच्या विरुद्ध लेखणी-वाणी द्वारे हल्लाबोल करणारे ते जहाल गटाचे म्हणून ओळखले जाऊ लागले. भारतात जहाल मतवादाचा पुरस्कार करणाऱ्या त्रिमूर्ती, बा. गं. टिळक, बिपिनचंद्र पाल, लाला लजपत राय होत. बाबू अरविंद घोष यांनी जहाल तत्त्वज्ञानाला वैचारिक बैठक प्राप्त करून दिली. पाठपुरावा, दडपण, कृती या त्रिसूत्रीला प्राधान्य दिले. 'केसरी' आणि 'मराठा' या वृत्तपत्रातून जहाल विचारसरणीचा प्रसार होत असे. (मपइ)

जांब : जांब हे गाव मराठवाड्यात गोदावरीच्या तीरावर मनमाड-सिकंदराबाद रेल्वेच्या फाट्यावर आहे. या ठिकाणी इ. स. १६०८ साली समर्थ रामदासांचा जन्म झाला. हे पडतूर गावाजवळ आहे. त्याला जांब समर्थ म्हणून ओळखतात. (भासंको)

जांभेकर बाळशास्त्री : (१८१०-१८४६) आधुनिक महाराष्ट्रातील पहिले सुधारक. मराठी वृत्तपत्राचे जनक. १८३२ मधे त्यांनी 'दर्पण' हे मराठीतील पहिले वृत्तपत्र सुरू केले. १८४० मधे 'दिग्दर्शन' नावाचे वृत्तपत्र त्यांनी काढले. त्यांनी अनेक ग्रंथ लिहिले. पहिले भाषाकार, शुद्धीकरण पुरस्कर्ते, शाळा पालनीस, अमिक

पुस्तक निर्माते, प्राचार्य ज्ञानेश्वरी पहिले संपादक, पहिले इतिहास संशोधक इ. त्यांचे पैलू होत. (भासंको)

जागतिक मंदी : (१९२९) अर्थव्यवस्थेची दीर्घकाळ टिकणारी ही एक अवस्था. १९२९ पासून जागतिक मंदी सुरू झाली. जगातील सर्वच देश मंदीत, बेकारीत होरपळत होते. अर्थशास्त्रज्ञांचे सर्व अंदाज कोसळत होते. मागणीच्या मानाने प्रचंड उत्पादन. उत्पादित मालास बाजारपेठा उपलब्ध नसणे, कारखाने बंद ठेवावे लागणे. बेरोजगारीत वाढ ही सर्व मंदीची लक्षणे. (सविको)

जागद्द महाविहार : एक बौद्ध विद्यापीठ. हे नक्की कुठे होते यासंबंधी सांगणे कठीण आहे. बंगालच्या रामपाल राजाने १२ व्या शतकाच्या आरंभी याची स्थापना केली असावी, असे संदर्भ मिळतात. मोक्षाकर गुप्त हा या विद्यापीठाचा अध्यक्ष होता. सर्व दृष्टींनी समृध्द विद्यापीठ. १२०३ मध्ये बख्त्यार खिलजीने नाश केला. (भासंको)

जाजपूर : हे ओरिसात कटकमधील एक तीर्थक्षेत्र आहे. या ठिकाणी सतीचे मंदिर आहे. या ठिकाणी सापडलेल्या भव्य मूर्तीपैकी बोधिसत्त्व पद्मपाणीची सुमारे ५ मीटर उंचीची गुप्तकालीन मूर्ती उल्लेखनीय आहे. (भासंको)

जाजल्लदेव : (१०९० - ११२०) कलचुरी वंशातील प्रमुख राजा. बापाचे नाव पृथ्वीदेव. त्याने लांजी, भंडारा, तलहारी इ. प्रदेश जिंकले. दंडकपूर, आंध्र, गंजाम इ. दूरदूरच्या प्रदेशांवर स्वाऱ्या केल्या. त्याने बस्तर जिल्ह्यातील सोमेश्वर, सुवर्णपूरचा भुजबल व उत्कल देशाधिपतीलाही पराभूत केले. कनोजशी त्याचे मैत्रीसंबंध होते. जाजल्लपूर (जि. बिलासपूर) नवे शहर वसविले. (भासं को)

जाट : इ. स. १७५४ त मराठे जाटांचा पराभव करू शकले. पानिपत प्रसंगी मराठ्यांचा घात केलेला नजिबखान मराठ्यांशी नम्रतेने बोलू-वागू लागला, इ. स. १७७० त जाटांशी मराठ्यांनी तह केला. वीस लाखाची जहागिरी त्याला मिळाली व त्याने मराठ्यांचे मांडलिकत्व स्वीकारले. दरसाल ११ लाख खंडणी भरण्याचे कबूल केले. त्यामुळे मराठ्यांचा पुन्हा दबदबा निर्माण झाल्याचे दिसू लागले. (मइ)

जाडेजा राजपूत : राजपुतांची एक शाखा. १३५० - १५५० या काळात काठेवाडच्या भागात यांचे प्राबल्य होते. यांच्यामध्ये स्त्रीभृणहत्येची परंपरा होती. (भासंको)

जातक कथा : बौद्धांच्या खुद्दकनिकायातील दहावा भाग. भगवान बुद्धांच्या पूर्वजन्मासंबंधीच्या कथांना जातककथा असे म्हणतात. जातककथांचे स्वरूप लोकसाहित्याला जवळचे असून बुद्धकालीन भारतातील समाज, राजनीती, भूगोल, अर्थव्यवस्था, धार्मिक रीतीरिवाज इ. चे उत्तम चित्रण त्यात आलेले आहे.दुर्गाबाई भगवतांना मराठीत रुपांतर केलेले आहे. (भासंको)

जातिनिर्मूलन संस्था : फलटण संस्थानचे माजी दिवाण श्री. के. वि. गोडबोले यांनी १९५२ मध्ये जातिनिर्मूलन संस्था स्थापन केली. आंतरजातीय विवाह, सामाजिक परिषदा, अंधश्रद्धा निर्मूलन इ. कामे हाती घेण्यात आली. गुरुवर्य बाबूराव जगताप हे संस्थेचे अध्यक्ष होते. त्यांनी घडवून आणलेला लता काळे-हमीद शेख यांचा विवाह पुण्यात खूपच गाजला. (मपई)

जातिव्यवस्थेचे राजकारण : जातिव्यवस्था ही भारतीय समाजरचनेची वैशिष्ट्यपूर्ण रचना मानली पाहिजे. समाजचक्र सुरळीतपणे चालण्यास जाती आवश्यक असल्या तरी तिचा दुराभिमान, परस्पर द्वेष, स्पर्धा, कलह इ. भावनांचा उद्भव होत गेला. समाजकारण-राजकारण यावर जातिव्यवस्थेचा प्रगाढ ठसा. विविध

सवलती आपापल्या जातीस मिळवून तिला प्रगतिपथावर नेण्याची चढाओढ दिसून येते. जाति विरहित समाजरचना असावी अशी म. गांधीची कल्पना होती. अस्पृश्य जातींना ख्रिश्चन करून घेण्याचा सपाटा इंग्रजांनी केला. स्वातंत्र्योत्तर काळात या प्रश्नाने अधिकच गंभीर वळण घेतले आहे. म.फुले, डॉ. बाबासाहेब आंबेडकर, स्वा. सावरकर, डॉ. के.ब. हेडगेवार आदी अनेकांनी जातिभेद नष्ट करण्याचे प्रयत्न केले. (भासवि)

जातिसंस्था : हिंदू समाजव्यवस्थेचे एक अंग. विवाहसंबंध व इतर समाजगटांशी करावयाचे व्यवहार यासंबंधी नियम प्रस्थापित करणारी संस्था म्हणजे जातिसंस्था, अशी व्याख्या डॉ. इरावती कर्वे यांनी केली आहे. (भासंको)

जाती पंचायत : भारतात अत्यंत दृढ, अपरिवर्तनीय अशा स्वरूपांत जाती संस्थेचे अस्तित्व प्राचीन काळापासून आढळते. रोटी–बेटी व्यवहारातील निर्बंध हे तिचे आणखी एक वैशिष्ट्य होय. प्रत्येक जातीच्या बुजुर्गांची मिळून स्वतंत्र जाती पंचायत असे. कौटुंबिक झगडे, धार्मिक, सामाजिक रूढिबाह्य वर्तन इ. चे निर्णय घेऊन संबंधितास शिक्षा करत. त्याची अंमलबजावणी करत. त्यात शासनाला ढवळाढवळ करता येत नसे. अपराधी व्यक्तीही पंचांचा निर्णय मान्य करीत असे. (सविको)

जातीय निवाडा : १६ ऑगस्ट १९३२ रोजी रॅम्से मॅक्डोनाल्ड यांनी केलेली घोषणा जातीय निवाडा म्हणून ओळखली जाते. १९३२ मध्ये दुसरी गोलमेज परिषद बोलविण्यात आली. तीमध्ये काँग्रेसप्रमाणेच विविध जाती जमातींचे पुढारी संस्थानिकांचे पुढारी, धर्मपंथांचे प्रतिनिधी भाग घेणार होते. डॉ. बाबासाहेब आंबेडकरांना अस्पृश्यांसाठी विभक्त मतदारसंघ हवे होते. इंग्रजांचांही त्याला पाठिंबा होता पण हा निर्णय घातक असून फुटीरपणाला उत्तेजित करणारा म्हणून बाकी साऱ्यांनी कसून विरोध केला. मुस्लिम, शीख, युरोपियन आणि अस्पृश्य यांना स्वतंत्र मतदार संघ मान्य करण्यात आला. (सविको)

जाते : धान्याचे पीठ करण्याचे दगडी साधन. सिंधु संस्कृतीसह भारतातील अनेक ताम्रपाषाण संस्कृतींच्या सापडलेल्या अवशेषांमधे जाते वापरात असल्याचे पुरावे मिळाले आहेत. (भासंको)

जादूगिरी : ज्ञानेंद्रियांच्या कार्यात भ्रम उत्पन्न करून मनोरंजन करणारी कला. कौटिल्याने आपल्या अर्थशास्त्रात जादूला जंभकविद्या असे म्हटले आहे. या विद्येचा उपयोग करून शत्रूला कसे फसवावे यावर कौटिल्याने बरीच चर्चा केलेली आहे. (भासंको)

जाधव, भास्करराव : (जन्म १८६७) बहुजन समाजात शिक्षणाचा प्रसार करण्यासाठी कार्य करणारे महत्त्वाचे नेते. कोल्हापूर नगरपालिकेचे मुख्य अधिकारी म्हणून त्यांनी उल्लेखनीय कार्य केले. दोन गोलमेज परिषदांना ते उपस्थित होते. पुढे त्यांनी मुंबई प्रांताचे शिक्षणमंत्रिपद व शेतकी खात्याचे मंत्रिपद भूषवले. (मपइ)

जानपद : एक प्राचीन राजकीय संस्था. विशिष्ट लोकांनी व्यापलेल्या भूभागाचा (जनपद) राज्यकारभार पाहणाऱ्या पौर व जानपद नावाच्या दोन संस्था होत्या. पौर ही संस्था राजधानीतील लोकांची तर जानपद ही राज्याच्या इतर भागातील लोकांची संस्था होती. प्रत्येक जानपदाची स्वतंत्र मुद्रा असे. (भासंको)

जानी बेगम : ही दाराशुकोची मुलगी. औरंगजेबाचा पुत्र अजमशाहाची पत्नी. धारूर येथे संभाजीमहाराजांच्या सैन्याने हल्ला केला त्यावेळी तिने गोषा टाकून मराठ्यांशी निकराने सामना केला. (मचको)

जानू भिंताडा : (मृ.स. -१७६३ पूर्वी) हा पेशव्यांचा एकनिष्ठ खिजमतगार. पानिपतावर सदाशिवभाऊ पडले तेव्हा याने त्यांच्या पत्नी पार्वतीबाई ह्यांचे संरक्षण करून त्यांना सुखरूपपणे पुण्यात आणले. (मचको)

जानोजी (राव) धुळप : (स. १७६३) पेशवाईतील एक सरदार. हरजीरावाचा मुलगा, आरमाराची उत्कृष्ट कामगिरी, थोरल्या माधवराव पेशव्यांनी याला दक्षिणेत स्वारीवर पाठविले होते. इ. स. १७६३ मध्ये हैदरावरील स्वारीत आरमार व फौज नेऊन होनावर बंदरातून सोंध्यावर चाल केली. (मचको)

जानोजी निंबाळकर : हा फलटणच्या बणगोजीरावाचा मुलगा. याच्यामार्फत निजामाचा व पेशव्यांचा करार झाला. याचा उल्लेख २३ मार्च १७५१ च्या पत्रामध्ये आहे. (मचको)

जानोजी भोसले : (मृ. १७७२) रघुजी भोसल्याचा ज्येष्ठ पुत्र. जानोजीला नानासाहेब पेशव्यांनी सेनासाहेब पद दिले. जानोजी व निजाम यांचे युद्ध झाले. एलिचपूर येथे तह होऊन वऱ्हाडातील उत्पन्नापैकी शेकडा ४५ भोसल्यांनी घ्यावे व ५५ निजामाने घ्यावे असे ठरले. (१७८१)

जामदारखाना : फारसी शद्ब. अर्थ खजिना कोष. अष्टप्रधानाच्या मदतीस असलेल्या दरकदारात जामदार ह्या खजिन्यावरील मुख्य अधिकाऱ्याचा समावेश असे. (खाइ)

जायसी, मलिक मुहंमद : (इ. स. १५ वे शतक) एक सूफी संतकवी. त्याचे 'पदुमावत' हे प्रदीर्घ प्रेमाख्यान काव्य प्रसिद्ध आहे. याशिवाय त्याचे 'अखरा', 'आखिरी कलाम', 'पोस्तीनामा' हे काव्यसंग्रहदेखील उपलब्ध आहेत. (भासंको)

जालंधर : (१) (इ. स. १० किंवा ११ वे शतक) एक नाथसिद्ध. मत्स्येंद्रांचे गुरु बंधू. यांच्या जन्माच्या अनेक कथा अनेक ग्रंथांमधून वर्णिलेल्या आहेत. त्यांना जालंदर, जालंधराप्पा, हाडिपा अशा अनेक नावांनी संबोधलेले आहे. 'नाथसिद्धोंकी बानियाँ' या ग्रंथात जालंधरनाथांच्या नावावर थोडी पदे आहेत. त्यांची गुरु-शिष्य संवादात्मक पदेही उपलब्ध आहेत.गोपीचंद प्रश्न विचारत आहेत नि जालंदर उत्तर देत आहेत अशी त्या ग्रंथाची रचना. (भा सं को)

जालंधर : (२) पंजाबातील एक प्रसिद्ध नगर. इथे विश्वमुखी देवीचे मंदिर आहे. हे एक्कावन्न शक्तिपीठांपैकी एक आहे. (भासंको)

जालंधर : (३) एक शैवपंथ. ह्याचे एक विशिष्ट तप असते. (भासंको)

जालियनवाला बाग : रौलेट ॲक्टला विरोध करण्यासाठी अमृतसरला जालियनवाला बाग येथे १३ एप्रिल १९१९ रोजी सभा भरली असताना जनरल डायरच्या सैनिकांनी गोळीबार केला. शेकड्याने लोक मारले गेले. या प्रकरणाने भगतसिंग, उधमसिंग आदी अनेक क्रांतिकारक संतप्त झाले. त्यांनी इंग्रजांवर सूड घेण्याचे ठरविले. देशभर इंग्रजांच्या विरुद्ध असंतोष निर्माण झाला. (स्वासंस)

जालौक मौर्य : (ख्रि.पू. २३२) मौर्य वंशातील सम्राट अशोकाचा मुलगा. ग्रीकांचा बंदोबस्त करण्याकरिता अशोकाने याची नेमणूक केली होती. (ख्रि. पू. २०७-२०६) हा काश्मीरच्या गादीवर होता. (मचको)

जावडेकर, शंकर दत्तात्रय : (इ.स.१८९४ - १९५५) स्वातंत्र्य चळवळीतील प्रमुख विचारवंत. तत्त्वज्ञान, राज्यशास्त्र, इतिहास, अर्थशास्त्राचे गाढे व्यासंगी. हाडाचे पत्रकार, संपादक, गांधीवाद, मार्क्सवाद

यांच्यातील समन्वयाचा प्रयत्न. राष्ट्रप्रेमाला अध्यात्माची जोड होती. 'आधुनिक भारत' ह्या अप्रतिम ग्रंथाचे निर्माते. इतरही विपुल लेखन. (भासंको)

जावळी प्रकरण : जावळीचा प्रदेश, सातारा जिल्हा. भरपूर पावसाचा, घनदाट अरण्याचा पर्वतमय प्रदेश. शिवकालात राजकीयदृष्ट्या अत्यंत मोक्याचा, जंगली श्वापदांनी भरलेला असा होता. देश आणि कोकणात जाणाऱ्या अनेक वाटा, घाट या प्रदेशातूनच जात असल्याने शिवाजीमहाराजांच्या दृष्टीने तो स्वराज्यात असणे फार गरजेचे होते. चंद्रराव मोरे हा आदिलशाही पिढीजात जहागीरदार. त्याने शिवाजीमहाराजांशी शत्रुत्व मांडल्याने शिवाजीमहाराजांनी जावळीची मोहीम काढून यशस्वी केली. मराठ्यांचा पहिलाच मोठा विजय. इ. स. १६५६ (मइ १)

जासूद : जासूद हा शब्द अरबी भाषेतील जासूस या शब्दावरून आला असून त्याचा अर्थ गुप्तपणे बातमी आणणारा असा होतो. जासूदांचे पदाती, कागदी, कासीद, राऊत, फडनाईक, सांडणीस्वार, ढालाईत इ. अनेक प्रकार होते. (भासंको)

जिंजी : जिंजी अथवा चंदी हा अत्यंत बळकट दुर्ग. किल्लेदार नसीर मुहम्मद. मराठ्यांनी त्याचा वध करून किल्ला ताब्यात घेतला. जिंजीवर भगवा फडकला. महाराज जिंजीला आले. (१३ मे १६७७) रायाजी नलगे यांना किल्लेदारी नि जिंजी सुभ्यावर विठ्ठल पिलदेव अत्रे यांना सुभेदार म्हणून नेमले. दक्षिणेतील मराठी शिवकालीन सत्ताकेंद्र, महाराष्ट्रात सर्वत्र मुघल पसरल्यावर सुमारे ८-९ वर्षे छ.राजारामामहाराजांनी येथूनच स्वराज्याचा कारभार केला. आजही मराठी संस्कृतीचे केंद्र म्हणून प्रसिद्ध. (मइ १)

जिंजीचे नायकराजे : जिंजीचा पहिला नायकराजा तुबाकी कृष्णप्पा हा होय. त्याने १५२१ पर्यंत राज्य केले. त्याच्या नंतर अच्युत, मुथैलु हे नायक झाले. त्याच्याच कारकिर्दीत जिंजीचा किल्ला अभेद्य करण्यात आला. कृष्णप्पाने पुढे जिंजीचे वैभव पुष्कळच वाढविले. १६४८ मध्ये विजापूरकरांनी जिंजीचे राज्य आपल्या ताब्यात घेतले. कृष्णप्पा कट्टर वैष्णव होता. त्याने अनेक विष्णु मंदिरे बांधली. (भासंको)

जिऊ महाला : शिवाजीराजे व अफझल यांच्या भेटीच्या वेळी हा शिवाजीराजांचा अंगरक्षक होता. याने सय्यदबंडाला ठार केले नि शिवाजीमहाराजांचे रक्षण केले. 'होता जिवा म्हणून वाचला शिवा' अशी म्हण सय्यदबंडावर वार केल्याने पडली आहे. (मचको)

जिजाबाई (चौथी) : (राजारामामहाराजांची बायको राजसबाईचा मुलगा संभाजी याची ही चौथी बायको होती.) १७४० च्या सुमारास तिने राज्यकारभारावर वर्चस्व निर्माण केले होते. सातारा व कोल्हापूरच्या गादीवरून झगडा होऊन हिने आपले बस्तान कोल्हापूरला हलवले. कोल्हापूरची गादी १७७३ पर्यंत तिने समर्थपणे चालवली. (पेस्त्रि)

जिजाबाई : (इ. स. १५९५-१६७४) शहाजी राजे यांच्या पत्नी व शिवाजीमहाराजांच्या आई. विदर्भातील सिंदखेड राजा येथे लखुजी जाधव आणि गिरजाबाई यांच्या पोटी त्यांचा जन्म झाला. इ.स. १६०५ मध्ये शहाजीराजांबरोबर त्यांचा विवाह झाला. महाराष्ट्रात सर्वत्र मोगल आणि विजापूरचे सुलतान यांनी धुमाकूळ घातला असता मराठ्यांनी आपापसात संघर्ष करावे ही कल्पना जिजाबाईंना असह्य होई. मराठ्यांच्या संसाराची, प्रदेशाची आणि तीर्थक्षेत्रांची दैना पाहून जिजाबाईच्या हृदयाला पीळ पडे. त्यांना परदास्याची कल्पनासुद्धा सोसवत नव्हती. पुण्यात कसब्यात गणपतीची स्थापना केली व जोगेश्वरी आणि केदारेश्वर यांचा जीर्णोद्धार केला. जिजाबाई

शिवबाच्या मनावर सतत एक गोष्ट बिंबवीत राहिल्या; ती ही की, 'हे आमचे राज्य नाही, इथे लोक कंगाल होत आहेत, देवळे पाडली जात आहेत, गावे बेचिराख होत आहेत, बायाबापड्यांची अब्रू लुटली जात आहे, गोरगरिबांना वाली उरलेला नाही. शिवबा तू मोठा हो, यांचा पालनकर्ता हो'. तत्कालीन राजकारणात आणि समाजकारणात जिजाबाई लक्ष घालीत होत्या. अनेक तंटे त्यांनी जातीने सोडविले होते. न्यायनिवाड्याच्या बाबतीत त्या नि:पक्षपाती होत्या. संतमहंतांचा आणि विद्वानांचा त्या योग्य परामर्श घेत असत. त्या धर्मनिष्ठ होत्या. अफजलखानाचे संकट व सिद्दी जोहरने पन्हाळ्याला दिलेला वेढा हे जिजाबाईंच्या जीवनातील अतिशय कसोटीचे प्रसंग होते. जिजाबाईंचा एकच पुत्र. एकटा शिवबा जगला आणि त्याच्यावरही अफजलखानाचे संकट. पण अशाही स्थितीत मन कठोर करून त्यांनी शिवबाला आशीर्वाद दिला, 'शिवबा, तू विजयी होशील...संभाजीचे उसने फेडून घे!' जिजाबाईंचा थोरला पुत्र संभाजी अफजलखानामुळेच ठार झाला होता. त्याची आठवण त्यांनी शिवबाला करून दिली. पन्हाळ्याच्या वेढ्यात अडकलेल्या शिवबाला मुक्त करण्यासाठी त्या स्वत:च युद्धावर निघाल्या होत्या. पण नेताजी पालकरांनी त्यांना त्या गोष्टीपासून परावृत्त केले. स्वत:च्या सुवर्णतुलेचे सोने त्यांनी गोरगरिबांना वाटून टाकले. शिवाजीमहाराज आग्र्याला गेले तेव्हा सर्व कारभाराच्या प्रमुख जिजाबाई ह्याच होत्या. आग्राप्रकरणात घोर चिंता निर्माण झालेली असतांनाही त्यांनी विजापूरकरांचा रांगणा गड जिंकून घेतला. शिवाजीमहाराजांच्या राज्याभिषेकामुळे त्यांच्या डोळ्यांचे पारणे फिटले. पाचाड येथे त्यांचा मृत्यू झाला. त्यांच्या अंगी अमोल सद्‌गुण होते. ती त्या कर्तबगार आणि धीरगंभीर होत्या. म्हणूनच आग्र्याला जाताना शिवाजींमहाराजांनी सर्व कारभार त्यांच्या स्वाधीन केला होता. जिजाबाई ह्या शिवाजीमहाराजांच्या केवळ माताच नव्हे, तर प्रेरक शक्तीही होत्या. (भासंको, मचको, सुविको)

जिनत महल : (मृ. १८८२) मोगल बादशहा बहादूरशहा जफर याची पत्नी. इंग्रजांची द्वेषी. हद्दपार करून तिला रंगूनला बंदिवासात पाठविले. बादशहाच्या निधनानंतर दोनदा भारतात येऊन गेली. (स्वासंस)

जिना महंमदअली : (१८७६-१९४८) पाकिस्तानचे जनक. मुस्लिमांचे एकमेव राष्ट्रीय नेते. प्रारंभी काँग्रेसशी सहकार्य पण पुढे मुस्लिम लीगचेच काम. दादाभाईंना ब्रिटिश पार्लमेंटमध्ये निवडून आणण्यात मोलाची मदत. नामदार गोखले, लो. टिळकांविषयी अत्यंत आदर. गांधीयुगात मात्र काँग्रेसपासून दूर. असहकार आंदोलनास विरोध. मुस्लिम राष्ट्राचा आत्यंतिक आग्रह. पाकिस्तानचे पहिले राष्ट्रप्रमुख. (सविको)

जिल्हाधिकारी : हे पद ब्रिटिशकालापासून अस्तित्वात आहे. हे पद इंग्रजांसाठी राखीव असे. जिल्ह्यातील महसूल, न्याय, जकात, मुद्रांक, करवसुली इ. बाबींवर तो प्रशासनाचा मुख्य अधिकारी या नात्याने नियंत्रण ठेवीत असे. (मपई)

जिवबादादा बक्षी : (मृ. स. १७९६) महादजी शिंद्यांचा सेनापती व मुत्सद्दी. दौलतराव शिंद्यांबरोबर खर्ड्याच्या लढाईत सहभाग, शिंद्यांच्या कारभारी मंडळात हा प्रमुख होता. (मचको)

जिवाजी खंडो चिटणीस : खंडेरावाचा मुलगा. खंडेरावाचा मृत्यू झाल्यावर शाहूने यास कोकणातील जिंकलेल्या मुलखाची चिटणिसी, जमेनिसी व कारखानविशी करून दिली. (मचको)

जिहाद : इस्लामच्या प्रचारासाठी काफिरांशी केलेले धर्मयुद्ध. प्रत्येक मुसलमानाचे हे धार्मिक कर्तव्य होय, असे कुराणात व हादीसमध्ये सांगितले आहे. पैगंबराला स्वसंरक्षणार्थ शस्त्र उचलावे लागले, तेव्हा त्या

धार्मिक संघर्षाला जिहाद हे नाव प्राप्त झाले. (भासंको)

जीझियाकर (जझिया–जेझिया) : इस्लामला मानणाऱ्यांनी अन्य मूर्तिपूजकांवर त्यांच्या रक्षणासाठी लादलेला कर असे त्याचे स्वरूप असले तरी मूर्तिपूजकास आपल्या राज्यात ठेवून पोटी बऱ्याचदा हा आकारला जाई. इस्लामी राज्यात मूर्तिपूजकाला कोणतेच स्थान नाही. त्यांनी इस्लाम स्वीकारावा अथवा मृत्यू एवढाच पर्याय असे. सर्वच सुलतान हा कर वसुल करत. औरंगजेबाने हा कर महाराष्ट्रात बसविला होता. सर्वच हिंदुराजांनी आपापल्या शक्तीनुसार या अपमानास्पद कराला विरोध केला. या करातून गरीब, दिन–दुबळे–भिकारी इ. ना वगळले जाई. दरडोई वर्षाला १ सोन्याचा दिनार आकारला जाई. (भासंको)

जीव गोस्वामी :(इ. स. चे १६ वे शतक) चैतन्य संप्रदायातील एक महान संत. रूप गोस्वामी नि सनातन गोस्वामी ह्यांच्यानंतर जीव गोस्वामी हेच गौडीय वैष्णव संप्रदायाचे नेते ठरले. जीव गोस्वामी हे चैतन्यमताचे महान भाष्यकार होत. वृंदावन येथे राधादामोदर मंदिराच्या दक्षिणेला त्यांची समाधी आहे. (भासंको)

जीवक :(सन–पूर्व ६ वे शतक) एक प्रसिद्ध आयुर्वेदाचार्य, कार्यचिकित्सा, शल्यचिकित्सेमध्ये प्रवीण, बौद्ध धर्माचा निष्ठावंत अनुयायी. कुमार अभयाने याचे पालनपोषण केल्यामुळे याला कुमारभृत्य म्हणतात. एकदा त्यांनी भगवान गौतम बुद्धांवरही उपचार केले होते. जीवक नेहमी अनवाणी चालत असत त्यामुळे पायांतून रक्त येई. हे पाहून भगवानांनी भिक्षूंना पादत्राणे वापरण्याची अनुज्ञा दिली. 'बालचिकित्साशास्त्र' हे कौमारभृत्यतंत्र ह्या नावाने ओळखले जाते. काहींच्या मते, काश्यसंहिता अथवा बुद्धजीवकीयतंत्र हा त्याचा ग्रंथ होय. (भा सं को)

जीवधन : (जि. पुणे) हा किल्ला नाणेघाटाजवळ आहे. १७ जून १६३३ रोजी निजामशाही बुडाली. त्यांचा हा साक्षीदार होता. जीवधनवर निजामशहाचा वंशज मूर्तजा हा कैदेत होता. शहाजीमहाराजांनी त्यांची सुटका केली. (सासभकि)

जीवनमूल्ये : सत्य,अहिंसा, साधनशुचिता या मूल्यांचा आग्रह गांधीजींनी धरला. गांधीवादामध्ये उपरोक्त जीवनमूल्यांना अनन्यसाधारण महत्त्व आहे. (मविको)

जीवितगुप्त : शेवटच्या अकरा गुप्त राजांपैकी हा शेवटचा राजा. ८ व्या शतकातील पहिल्या भागात राज्य करीत होता. (मचको)

जुनापानी: नागपूरजवळील गाव. येथे ३०० महाश्मयुगीन शिलावर्तुळे मिळाली आहेत. त्यांचा काळ इ. पू. १ ले शतक. (भासंको)

जुन्नर (नगर) : महाराष्ट्रातील एक इतिहासप्रसिद्ध नगर. जीर्णनगर–जुन्नरनगर – जुन्नर असे बनले असावे. जुन्नर येथे शक महाक्षत्रप नहमान या क्षहरातवंशीय राजाचा मंत्री अयम वत्स याची राजधानी होती. व्यापारी उलाढालीचे केंद्र. व्यापारी मार्गावरचे ते प्रमुख केंद्र होते. श्री शिवाजीमहाराजांचा जन्म जवळच शिवनेरी येथे इ. स. १६३० मध्ये झाला. दादोजी कोंडदेवांचा पुतळा तसेच वाडा जुन्नरमध्ये आहे. (भासंको)

जुन्नर लेणी : या परिसरात १५० लेणी आहेत. भीमाशंकर, अंबिका, भूतलिंग, शिवनेर, तुळजा, गणेश व सुलेमान अशा सात गटांत विभागलेली. ही लेणी मूळ बौद्धांच्या हीनयान पंथाची होती. सुंदर चैत्यगृहे. लेण्यांमध्ये ३५ लेख आहेत. जुन्नर परिसरातील सर्व बौद्ध लेण्यांवर ब्राह्मणी संस्कार आहेत. वाड्याच्या भितींवर फारसी लेख आहेत. (भासंको)

जुम्मा : मुसलमानांचा विश्रांतीचा दिवस. पैगंबराने असे वचन सांगितले की शुक्रवारी जुम्मा पाळावा. (भासंको)

जुलूस : जुलूस या अरबी शब्दाचा अर्थ मिरवणूक वा उत्सव, राज्याभिषेक असा आहे. बादशहाचे राज्यारोहण झाले अशा अर्थाने हा कालगणनेच्या संदर्भात वापरला जाई. अकबर, जहांगीर, शहाजहान, औरंगजेब यांनी राज्यरोहण वर्ष म्हणजे जुलूस वर्ष चालू केले. बादशहाच्या हुकमावरून जुलूस सनाचा आरंभ करण्यात आलेला आहे. या सनाचे महिने व तारखा हिजरी कालगणनेनुसार आहेत. वर्ष कोणत्या बादशाहाचा आहे ते माहीत असणे जुलूस जरूर असते. त्या बादशाहाच्या राज्याभिषेक वर्षात ही जुलुसवर्षे मिळवली असता इ. स. येतो. (मद, इलेशा)

जेंकिन्स रिचर्ड : (इ. स. १८०७ – १८२७) नागपूरचा रेसिडेंट. २८–५–१८१६ रोजी तैनाती फौजेचा तह झाला. बाजीराव हा इंग्रजांचा शत्रू असल्यामुळे तिकडून आलेली सेनासाहेब सुभ्याची वस्त्रे घेण्यासाठी बंदी घातली. (मचको)

जेजुरी : खंडोबाचे हे महाराष्ट्रातील प्रसिद्ध स्थान, महाराष्ट्राचे एक कुलदैवत. इथल्या टेकडीवर कऱ्हे पठार व गडकोट अशा दोन ठिकाणी खंडोबाची मंदिरे आहेत. येथील राममंदिरात इ. स. १७९० चा एक मराठी शिलालेख आहे. इ. स. १५१० च्या सुमारास चैतन्य महाप्रभू यात्रेच्या निमित्ताने येथे आले होते. अहल्याबाईंनी इ. स. १७४२ ते १७०७ या काळात या मंदिराची बरीच डागडुजी केली. चंपाषष्ठी हा सर्वांत मोठा उत्सव.समर्थ श्री रामदासकृत खंडोबाची आरती प्रसिद्ध आहे. मराठेशाहीतील अनेक सरदारांची आणि पेशव्यांची श्री खंडोबावर भक्ती होती. सव्वालाखाचा भ्रंगा असे एक स्थान इथे आहे. तसेच उमाजी नाइकांची तालीमही इथे दाखवतात. (भासंको)

जेतवन : बौद्धांचे एक पवित्र स्थान. उ. प्रदेशातील श्रावस्तीच्या दक्षिणेला हे वन आहे. त्रिपिटकातील निम्म्याहून अधिक प्रवचने ही जेतवनातील आहेत. विनयपिटकाच्या चुल्लवग्ग भागामध्ये या जेतवनाचा इतिहास आला आहे. (भासंको)

जेतवनविहार : एक प्राचीन बौद्ध विद्यापीठ. हे पाटलीपुत्राजवळ होते. येथे बौद्ध धर्माचे उच्च शिक्षण दिले जात होते. हे मोठे रमणीय स्थान होते. अनेक इमारती होत्या. बौद्ध आणि बौद्धेश्वर दोन्ही प्रकारचे शिक्षण दिले. (भासको)

जेधे, केशवराव : (मृ. स. १९५९) शिवकालीन जेधे घराण्यातील ब्राह्मणेतर चळवळीतील महत्त्वाचे पुढारी. शिवछत्रपतींच्या स्मारकाचा प्रश्न सुटावा म्हणून त्यांनी 'श्री शिवस्मारक' हे साप्ताहिक सुरू केले. पुढे त्यांनी 'शेतकरी कामगार पक्ष' स्थापण्यात महत्त्वाची भूमिका बजावली. संयुक्त महाराष्ट्र चळवळ व गोवामुक्ती लढ्यात त्यांनी सक्रिय भाग घेतला होता. (मपई)

जेम्स कनिंगहॅम : पाहा – ग्रँट डफ.

जेम्स नील : ईस्ट इंडिया कंपनीचा एक अधिकारी. सरकारी कागदपत्रांवर आधारित त्याने 'History of British India' हा ग्रंथ लिहिला. हिंदू–मुस्लिम राज्यपद्धती, तसेच भारतीय संस्कृतीविषयीची माहिती त्यामध्ये आहे. ब्रिटिशांच्या साम्राज्यवादी दृष्टिकोनातून त्याने इतिहास लिहिला आहे. (इलेशा)

जैत्रपाल यादव किंवा जैतुगी यादव : इ. स. ११९१ मध्ये कारभार करू लागला. होयसळांनी घेतलेला प्रदेश तो मिळवू शकला नाही तथापि काकतीयांवरील त्याची मोहीम यशस्वी झाली. १२०० पर्यंत राज्य केले असावे. विद्वानांचा आश्रयदाता. त्याच्या दरबारात भास्कराचार्यांचा पुत्र लक्ष्मीधर हा होता. आद्य मराठी कवि मुकुंदराजांनी त्याच्याच आज्ञेवरून 'विवेकसिंधू' ग्रंथ लिहिला. (भासंको)

जैन कला : जैनांच्या सांस्कृतिक परंपरेत कलेच्या उपासनेलाही महत्त्वाचे स्थान मिळालेले आहे. जैन कलेमध्ये जैन मूर्तिकला, मंदिरकला, लेणी, चैत्य आणि स्तूप, चित्रकला आदींचा विचार अत्यावश्यक आहे. (भासंको)

जैन धर्म : भारताचे धर्मभूमी हे नाव सार्थ केले अशा धर्मांपैकी जैन धर्म हे नाव आहे. जिनाला परमपुण्य मानणाऱ्या लोकांचा जैन धर्म. यामध्ये २४ तीर्थंकर आहेत. जैनपूजाविधी अष्टविधी असतो. १) अहिंसा, २)सत्य, ३) अस्तेय, ४) अपरिग्रह, ५) ब्रह्मचर्य ही पाच तत्त्वे आहेत. जैन धर्माचा अभ्यास करताना तीर्थंकर श्री पार्श्वनांचा चातुर्यात धर्म, भगवान श्री महावीरस्वामींचे कार्य, जैन धर्माचा इतिहास, जैनधर्माचा प्रसार, शिलालेख आणि ताम्रपट, जैनसंघ, पंच महाव्रते, २८ गुण, जैन ग्रंथ, जैन पंथ, उपासना आणि कर्मकांड, संस्कार, जैन मंत्र, पुराणग्रंथ, जैन साहित्य, जैन दर्शन, जैन कला, जैन समाज आदींचा विचार करणे आवश्यक आहे. (भासंको)

जैन मंदिरशिल्प : जैन कलाकारांनी खडकात खोदलेली लेणी ही जैन मंदिरेच होत. मात्र स्वतंत्रपणे मंदिर बांधण्याची प्रथा तितकी प्राचीन नाही. लोहानीपूर येथे लहानशा मंदिराचा पाया उत्खननात सापडलेला आहे. ऐहोळ (कर्नाटक)चे मेघुटी मंदिर हे सर्वांत जुने जैन मंदिर मानले जाते. (इ. स. ६३४ चा सुमार) लकुंडी, हळेबीड, मुडबिद्री, देवगढ (मध्यप्रदेश), खजुराहो (मध्यप्रदेश), दतियाजवळ मोह सोनगिरी, बैतुल विभागात मुक्तागिरी, दमोहजवळ कुंडलपूर, राजस्थानकडे राणकपूर, चितोड, अबूचा पहाड - देलवाडा, सौराष्ट्रातील शत्रुंजय पर्वत आणि गिरनार इ. अनेक ठिकाणांचा उल्लेख करता येईल. (भासंको)

जैन मूर्तिकला : जैन धर्म हा वैराग्य, मोक्ष व तन्मूलक, तप:साधना यांना महत्त्व देणारा आहे. जैन मूर्तिकलेचा उगम इ.स.पूर्व ६०० च्या सुमारास झाला असावा. जैनांच्या मूर्तिकलेचा उगम तीर्थंकरांच्या उपासनेतून झाला आहे. ८४ जिनमूर्ती भारतात निरनिराळ्या स्थानी स्थापलेल्या आहेत. कुशाणकाळातच देवतांच्या मूर्ती कोरण्याची प्रथा सुरू झाली. जैनांच्या वास्तुविषयक ग्रंथात काष्ठमूर्तींचा उल्लेख आहे. मगधाच्या पाल राजांच्या काळात लाकडी जैनमूर्ती निर्माण झाल्या होत्या. जैनांच्या रत्नमूर्ती सांप्रत उपलब्ध आहेत. जैनमूर्तींचे तीन वर्ग आहेत. १) उत्तर भारतीय, २) पूर्व भारतीय, ३) दक्षिण भारतीय. (भासंको)

जैन साहित्य : विविध भाषांत विपुल साहित्य निर्माण झालेले आहे. ह्यात पुराणग्रंथ, चरित्रकाव्ये, कथाकोश, दक्षिणी आणि उत्तरी भाषातील तसेच हिन्दी भाषेतील वाङ्मयाचा ह्यात समावेश होतो.

जैनदर्शन : जैनविषयक तत्त्वज्ञान. कोणत्याही दर्शनामध्ये जीव, जगत, ईश्वर यांचा समावेश केलेला असतो. जैन दर्शनात जीव, जगत यांचा विचार केलेला आहे. यामध्ये दार्शनिक साहित्य, ज्ञानमिमांसा - अवधिज्ञान, मनः पर्यायज्ञान, केवलज्ञान, तसेच मतिज्ञान, श्रुतज्ञान, सप्रभंगीनय किंवा अनेकान्तवाद अथवा स्याद्‌वाद, द्रव्यावस्था - द्रव्य, जीव, अजीव, पुद्‌गल, धर्म नि अधर्म, आकाश, काल, सात तत्त्वे, आस्रव, बंध, कर्मसिद्धान्त, संवर, निर्जरा, मोक्ष, सम्यक्‌दर्शन, सम्यक्‌ज्ञान, आणि सम्यक्‌ चरित्र आदींचा समावेश आहे. (भासंको)

जैनुद्दीन : सुफी संप्रदायाच्या चिश्ती शाखेतील एक संत. जैनुद्दीन हा सुफीच्या चिश्ती शाखेतील बाविसावा पुरुष होय. (भासंको)

जैमिनी : (सनपूर्व ३ रे शतक) एक मुनी, हा वेदव्यासांचा शिष्य, सामवेदाची जैमिनीय नामक शाखा याच्या नावावर आहे. 'जैमिनीय ब्राह्मण', 'जैमिनीय उपनिषद' आणि अनेक प्रसिद्ध ग्रंथ त्यांच्या नावावर आहेत. (भासको)

जैसलमीर : राजस्थानातील एक शहर. येथे जैन ग्रंथांचा संग्रह आहे. हे ग्रंथ ताडपत्रावर लिहिलेले आहेत. १४ व्या व १५ व्या शतकातही जैन मंदिरे बांधली गेली. (भासंको)

जोखाईया : उ. प्रदेशातील भंगी जातीचा देव, पृथ्वीराज आणि जयचंद यांच्यात झालेल्या लढाईमध्ये त्या जातीचा नेता मारला गेला. तोच पुढे लोकांचा देव बनला. (भासंको)

जोग, विष्णू नरसिंह : (१८६७–१९२०) वारकरी संप्रदायाचे धुरीण, आळंदी येथील वारकरी शिक्षणसंस्थेचे संस्थापक, कीर्तनकार, प्रवचनकार. श्री जगद्गुरू तुकाराम महाराजांच्या अभंगांचा अर्थ लावून सार्थ गाथा सिद्ध करण्याचे महत्त्वपूर्ण कार्य त्यांनी केले. सोनोपंत दांडेकर, व्यंकटस्वामी आदींचे गुरू. वारकरी शिक्षणसंस्थेचा विस्तार सर्व महाराष्ट्रभर झाला. अत्यंत निःस्पृह नि निर्भीड. ज्ञानेश्वरी (काही भाग), अमृतानुभव, गाथा, हरिपाठ ह्या ग्रंथांच्या सार्थ आवृत्त्या आणि 'वेदान्त विचार' इ. ग्रंथ त्यांच्या नावावर आहेत. (पुरुषार्थ – साधनांक १९६१, श्री स. के. नेउरकगावकर भासंको)

जोगतीण : यल्लम्मा देवीच्या उपासकांचा एक वर्ग. हा वर्ग प्रामुख्याने महाराष्ट्रात आणि कर्नाटकात आढळतो. यल्लम्मा देवीला नवसाने वाहिलेली मुलगी म्हणजे जोगतीण. (भासंको)

जोगळेकर, वासुदेव : त्र्यंबकेश्वर मंदिराचे प्रमुख कारभारी. १८५७ च्या स्वातंत्र्य समरप्रसंगी ह्यांनी भिल्ल आणि ठाकूर लोकांना उठावाचे आवाहन केले त्यानुसार त्यांनी त्र्यंबकच्या खजिन्यावर हल्ला केला. (५ डिसेंबर १८५७.) त्र्यंबकेश्वर गड आणि टेकडीचा ह्यांचा आश्रय घेतला. शेवटी ते सापडले नि वासुदेवराव जोगळेकरांना फाशीची शिक्षा झाली आणि कुटुंबाची सारी मालमत्ता जप्त झाली. त्याच्या शेवटच्या इच्छेनुसार त्र्यंबकेश्वर मंदिराची व्यवस्था त्यांच्याच कुटुंबाकडे तशीच राहू दिली. (१८५७ स्वापेदहि)

जोगा परमानंद : एक मराठी संतकवी, परमानंद हे त्यांच्या गुरूचे नाव, यांच्या ग्रंथाचे लेखन विसोबा खेचर यांनी केले. बार्शी हे जोगा परमानंदांचे गाव. मार्गशिर्ष वद्य चतुर्थी ह्या दिवशी पुण्यतिथीचा उत्सव असतो. ह्यांची पदे, आरत्या, अभंग इ. स्फुट कविता उपलब्ध आहे. (भासंको)

जोगेश्वरी – पुण्याची ग्रामदेवता : जिजामाता, बालशिवबा, दादाजी कोंडदेव आदींनी पुण्यात प्रवेश केला. (इ.स.१६३६) तेव्हा कसबा गणपतीप्रमाणेच जोगेश्वरी देवीचेही मंदिर बांधण्यात आले. हीच ती पुण्याची तांबडी जोगेश्वरी. बेंद्रे ह्यांना पुजारी म्हणून नेमण्यात आले. (राशि)

जोतिबा : महाराष्ट्रातील एक लोकदेव, तीर्थक्षेत्र. याची प्राचीनता यादव काळाच्याही मागे जाते. येथील केदारेश्वर आणि रामलिंग ही दोन मंदिरे दौलतराव शिंदे व मालजी पन्हाळकर यांनी १७८० व १८०८ अशी अनुक्रमे बांधली. सध्याचे केदारेश्वर मंदिर राणोजी शिंदे यांनी इ. स. १७३० मध्ये बांधले. ग्वाल्हेरच्या शिंद्यांचे

कुलदैवत तसेच महाराष्ट्रातील अनेकांचे कुलदैवत आहे. रामसिंगाचा परशुरामाशी संबंध असल्यामुळे इथे थोड्या अंतरावर त्यांच्या मातेचे यमाईचे मंदिर आहे आणि पित्याच्या नावाने जामदग्न्य तीर्थ आहे. रविवारी आणि पोर्णिमेला 'जोतिबाचा चांग भलं' अशा घोषाने डोंगर दुमदुमून जातो. (भासंको)

जोन्स सर विल्यम : (इ. स. १७४६ – १७९४) इंग्लंडमधील एक पौर्वात्यभाषा – पंडित व कायदेशास्त्रज्ञ. कलकत्ता येथे एशियाटिक सोसायटीची स्थापना. (भासंको, मसाको)

जोशी, ग. व्यं. : (इ. स. १८५१ – १९११) दादाभाई नौरोजी, न्या. रानडे यांच्या बरोबरीने भारतीय अर्थशास्त्राचा पाया घातला. प्लेगच्या साथीत केलेल्या कामगिरीबाबत सरकारकडून खास सन्मान. नामदार गोखले त्यांना गुरुस्थानी मानत. जहाल पक्षाला पुढे सामील म्हणून सरकारी रोष. लो. टिळक मंडालेस असताना जहाल गटाचे नेतृत्व. (सविको)

जोशी : एक जात. फलज्योतिषाचा प्रसार मध्ययुगात झाला. ग्रामीण भागात मिती, नक्षत्र, शुभा-शुभ वेळ, ज्योतिष सांगत हिंडणाऱ्यास जोशी म्हणत. बलुतेदारात त्यांचा समावेश असे. जोशीपणाचे वतनही दिले जाई. प्रसंगी ते पौरोहित्यही करीत. घटिकापात्र चालवणेचेही काम करीत. त्यांना दिवाण जोशी म्हणत. या समाजाची महाराष्ट्रात मोठीच संख्या आढळते. (मइ १)

जोशी, एस.एम. : (१९०४-१९८०) एक जेष्ठ समाजवादी कार्यकर्ते. १९२७ मध्ये मुंबईत युथ लीग परिषद भरविण्यासाठी पुढाकार. अस्पृश्यता निवारणाच्या कार्यात भाग घेतला. पुण्यातील पर्वती देवस्थानच्या मंदिरात हरिजनांना प्रवेश मिळावा म्हणून १९२९ मध्ये सत्याग्रह केला. १९३० मध्ये साहित्य कायदेभंगाच्या चळवळीत भाग घेतला होता. १९४६ मध्ये तुरुंगवास झाला होता. १९४६ मध्ये सुटका झाली. १९५५ मध्ये गोवा मुक्ती आंदोलनात भाग घेतला होता. १९५७ च्या निवडणुकीत संयुक्त महाराष्ट्र समितीने मिळविलेल्या नेत्रदीपक यशात मोठा वाटा होता. १९७५ मध्ये त्या वेळेच्या भारताच्या पंतप्रधान इंदिरा गांधींनी जनतेवर आणीबाणी लादल्यावर स्वातंत्र्याच्या रक्षणासाठी ते तडफेने पुढे आले. १९७७ मध्ये जनता पक्षाची स्थापना करण्यातही पुढाकार होता. १९९४ मध्ये काँग्रेसमधील समाजवादी विचारांच्या काँग्रेस समाजवादी पक्षाची स्थापना केली. १९५७ मध्ये मुंबई राज्याच्या विधानसभेवर व १९६७ मध्ये लोकसभेवर निवड झाली. आणीबाणीत आंदोलन, जनतापक्षाचे एक संस्थापक सदस्य नंतर राजकारण सन्यास वयोमानपरत्वे. पुणे महानगरपालिकेचे सदस्यत्व स्वीकारले होते. कृतिशील समाजसुधारक. लढावू पत्रकार, पुरोगामी विचारवंत. 'ऊर्मी' हा कथासंग्रह, 'आस्पेक्ट्स ऑफ सोशॅलिस्ट पॉलिसी' हा ग्रंथ, वर्तमानपत्रातील लेख, 'लोकमित्र' नावाचे दैनिक चालविले. 'मी एसेम' हे आत्मचारित्र. (दैनिके)

जोशी, कृष्णाजीपंत : नरगुंदचे संस्थानाधिपती श्रीमंत भास्करराव (बाबासाहेब) भावे ह्यांनी १८५७ मध्ये उठाव केला. त्यात कृष्णाजीपंत जोशी हेही होते. ते नरगुंदचे मामलेदार होते. त्यांना १४ वर्षे सश्रम कारावासाची (सक्तमजुरीची) शिक्षा झाली. (१८५७ स्वापेदहिं)

जोशी, ग. वा. : (सार्वजनिक काका) (इ. स. १८२८ – १८८०) सामाजिक कार्याविषयी आत्यंतिक कृतिशील तळमळ असणारे थोर कार्यकर्ते. १९ व्या शतकातील प्रत्येक सार्वजनिक कार्यक्रमात धडाडीने सहभाग. स्त्रीमुक्ती चळवळीचे अध्वर्यू. आयुष्यभर खादीचा स्वीकार. क्रांतिवीर वासुदेव बळवंत फडके यांचे अत्यंत धैर्याने वकीलपत्र घेतले. बाजीराव रस्ता, पुणे येथे नव्या विष्णुमंदिराचे संस्थापक. सार्वजनिक सभा, पुणे चे संस्थापक

सदस्य. देशी उद्योगधंद्याला चालना देण्याचे विविध प्रयत्न. पुण्यात केवळ स्त्रियांची अशी पहिलीच सभा त्यांनी घडवून आणली. म. गांधीजींच्याही अगोदर ५० वर्षे त्यांनी खादीचे महत्त्व ओळखून प्रचार केला. ब्रिटिश पार्लमेंटमध्ये भारतीय प्रतिनिधी असावा असा आग्रह धरला. ध्येयनिष्ठ जीवन, कल्पकता, धैर्य, चिकाटी, कमालीचा स्वार्थत्याग, साधी राहणी. सर्व जातींच्या स्त्रियांचे हळदीकुंकू आदी कार्यक्रमांनी जातिभेद नष्ट करण्याचे प्रयत्न. हेच त्यांचे खरे वर्णन होईल. (सविको)

जोशी, डॉ. आनंदीबाई : (इ. स. १८६५-८७) सर्व रूढी, परंपरा बाजूला सारून त्या अमेरिकेला गेल्या आणि भारतातील पहिल्या महिला डॉक्टर झाल्या. पेनसिल्व्हानिया विद्यापीठातून त्यांनी १८८६ मध्ये 'एम. डी.' ची पदवी मिळवली. परंतु क्षयरोग झाल्यामुळे १८८७ मध्ये त्या भारतात येऊन मरण पावल्या. (मपई)

जोशी पं. महादेव शास्त्री (डॉ.) : (जन्म १९०६-मृत्यू-१९९२) भारतीय संस्कृतिकोशाचे व्यासंगी संपादक व मराठी कथालेखक. १९३४ मध्ये 'राण्यांचे बंड' ही पहिली कथा. १९५७ पर्यंत दहा कथासंग्रह प्रकाशित. असे विपुल नि प्रभावी साहित्य आहे. गोमंतक वीरांगना सुधाताई जोशी ह्या त्यांच्या पत्नी होत. भारतीय संस्कृतिकोशाचे १० खंड प्रसिद्ध. तसेच मुलांचा संस्कृतिकोश ह्याचे निर्माते. त्यांचे चिरंजीव अशोक महादेव शास्त्री जोशी यांनी कृषिकोशाचे संपादन केले आहे.भावनोत्कट भाषा आणि आकर्षक निवेदन शैली, ज्वलंत कौटुंबिक संघर्ष ही कथालेखनाची वैशिष्ट्ये. त्यावर चित्रपटही काढण्यात आले. (मदि)

जोशी, पंडित काशीराम : (फाशी २७ मार्च १९१५) हुतात्मा, एक क्रांतिकारक. जन्म मंडोली जिल्ह्यातील अंबाला येथे. १९०२ मध्ये अमेरिकेतील भारतीयांवर आपल्या विचारांचा प्रभाव पाडून त्यांचे संघटन करण्यास सुरुवात केली. लाला हरदयाळांच्या बरोबरीने गदर पार्टीचे काम सुरू केले. फिरोजपूरच्या छावणीत फितुरी झाल्याने ते पकडले गेले. इंग्रजी राजवट उलथविण्याचा त्यांच्यावर आरोप ठेवून त्यांना फाशीची शिक्षा झाली. (खासंस)

जोशी, पुरुषोत्तम बाळकृष्ण : (इ. स. १८५६-१९२९) इतिहाससंशोधक आणि कवी. उत्तर प्राचीन इतिहास ग्रंथ संशोधनपूर्ण आहे. गॅझेटियरसाठी संशोधनपर लेखन करण्यासाठी इतिहाससंशोधन आणि मानववंश 'अँथ्रॉपॉलॉजी' या विषयावर निबंध प्रकाशित केले. हिंदुधर्म आणि इतिहास विषयावरही लेखन. (मदि)

जोशी, पु. म. (डॉ.) : ग्रंथपालनशास्त्र आणि इतिहास संशोधनातील आदरणीय व्यक्तिमत्त्व. काहीकाळ दुबई विद्यापीठाचे रजिस्ट्रार, महाराष्ट्र अभिलेखागाराचे पहिले संचालक, पर्शियन भाषा पंडित, दक्षिणच्या मध्ययुगीन इतिहासावर ग्रंथ. दहावा दप्तराच्या खंडांचे स्वातंत्र्योत्तर काळात संपादन. चिकित्सक अभ्यासू संशोधक म्हणून ख्याती.

जोशी, भीमसेन : (१९२२) 'ख्याल गायकीचा राजा' असंच त्यांचं वर्णन केलं जातं. देशात आणि परदेशात भारतीय संगीत लोकप्रिय केले. त्यांचे गुरू सवाई गंधर्व. त्यांच्या स्मृतिप्रीत्यर्थ सुमारे ५० वर्षे 'सवाइगंधर्व' संगीत महोत्सव संपन्न. भरदार गोड सुरेल आवाजाची त्यांना देणगीच. हिंदी, मराठी, कन्नड पदे गातात. त्यांची अभंगवाणी अविस्मरणीय. ६० वर्षे अखंड गायन चालूच. 'संगीताचार्य', 'डि.लिट'., 'पद्मश्री', 'पद्मभूषण', 'पुण्यभूषण', 'स्वरभास्कर', 'तानसेन', 'भारतरत्न' आदी अनेक पदव्या. (यांघस)

जोशी मठ: आद्य शंकराचार्यांनी बद्रीनारायणाच्या पूजेच्या व्यवस्थेसाठी स्थापलेला मठ. (भासंको)

जोशी, लक्ष्मणशास्त्री : (मृत्यू-१९९४) थोर विचारवंत, मराठी विश्वकोशाचे प्रमुख संपादक, साहित्य संस्कृती मंडळाचे पहिले अध्यक्ष. एक महान लेखक, महान वक्ते, धर्मसुधारक, तसेच प्राज्ञ पाठशाला, धर्मकोश आदींशी निकट संबंध.(मदि)

जोशी, विष्णू श्रीधर : (ज. १९१९) चरित्र, कादंबरी, कथाकार म्हणून प्रसिद्ध. ज्ञात अज्ञात क्रांतिकारकांची परिश्रमपूर्वक माहिती मिळवून चरित्रे प्रसिद्ध केली. 'वासुदेव बळवंत फडके', 'नेताजी सुभाषचंद्र बोस', 'राणी लक्ष्मीबाई', 'झुंज सावरकरांची', 'वीर चाफेकर', 'वीर भगतसिंग' इत्यादी ही त्यांची गाजलेली चरित्रे.क्रांतिकारकांची विस्तृत चरित्रे लिहून फार मोठी कामगिरी केली. (मदि)

जोसेफ कॅनिंगहॅम : ब्रिटिशांचा एक अधिकारी. भारतामध्ये भागलपूर, भोपाळ, पंजाब येथे त्याने अधिकारी म्हणून काम केले. 'History of the Shikha' हा ग्रंथ लिहिला. शीखसत्तेच्या उदयाची हकीकत यामध्ये आहे. (मविको, इलेशा)

जॉन आल्बर्ट मंडेलस्लो : (स. १६३८-१६४०) हिंदुस्थानात आलेला एक युरोपियन प्रवासी. (मचको)

जॉन ब्रिग्ज : एल्फिन्स्टन डेक्कनचा कमिशनर असताना त्याने एक विस्तृत प्रश्नावली तयार केली आणि नगर, खानदेशच्या कमिशनरांना पाठविली. जॉन ब्रिग्ज याने या प्रश्नावलीस जी उत्तरे पाठविली ती आपणास डेक्कन कमिशनर्स फाइलमध्ये मिळतात. (खाइ)

जॉर्ज थॉम्पसन : द्वारकानाथ टागोरांचे स्नेही. यांनी १८३९ मध्ये इंग्लंडमध्ये 'ब्रिटिश इंडिया सोसायटी' काढून कार्य सुरू केले. १८५१ मध्ये 'लॅण्ड होल्डर असोसिएशन' व 'ब्रिटिश इंडिया सोसायटी' या दोन संस्था एकत्र करून 'ब्रिटिश इंडियन असोसिएशन' संस्था काढण्यात आली. (मपइ)

ज्योतिपंत महाभागवत : (१८ वे शतक उत्तरार्ध) एक मराठी संत व ग्रंथकार,पेशव्यांच्या लकडखान्यात नोकरी, आपल्या कर्तृत्वाने पुरंदरची फडणिशी मिळविली. भागवताची पारायणे केल्याने त्यांना महाभागवत अशी पदवी काशीकरांनी दिली. ज्योतिपंत महाभागवत हे झाशी संस्थानचे दिवाण होते. नंतर नोकरी सोडून त्यांनी तीर्थयात्रा केल्या व पांडुरंगाची सुमारे साडेतीनशे देवालये बांधली असे सांगतात. पुण्यात अलका सिनेमागृहाजवळील हे त्यापैकीच. 'प्रवृत्ति -निवृत्ति-ऐक्यता-रत्नावली' या नावाचा त्यांचा गद्यात्मक ग्रंथ उपलब्ध आहे. त्यांची बहुतेक ग्रंथरचना भागवतावर आहे. पेशव्यांना आणि नागपूरकर भोसल्यांना ज्योतिपंतांविषयी अत्यंत आदर वाटे. (भासंको)

ज्योतिर्मय मित्र : हुतात्मा एक क्रांतिकारक. क्रांतिलढ्यामध्ये भूमिगत झाले होते. पैशाची अडचण सोडविण्याकरिता त्यांनी व सहकाऱ्यांनी टपाल कर्मचाऱ्यांना लुटण्याची योजना बनवली. लोकांनी चोर समजून शस्त्रांचा घाव घातला. ज्योतिर्मय अतिरिक्त रक्तस्रावाने मरण पावला. (१८ मे १९३२). (स्वासंस)

ज्योतिसर : कुरुक्षेत्रातील भगवद्गीतेचे जन्मस्थान - या स्थानी भारतीय युद्धप्रसंगी श्रीकृष्णाने अर्जुनाला गीता सांगितली. थानेश्वराच्या पश्चिमेस पाच किमी अंतरावर कुरुक्षेत्राहून जाणाऱ्या रस्त्यावर आहे. १८०० च्या सुमारास काश्मीरच्या राजाने शिवमंदिर बांधले. १९२४ दरभंग्याच्या राजाने श्रीकृष्ण मंदिर बांधले. सध्या इथे ज्योतिसर नामक सरोवर नि अक्षयवटवृक्ष आहे. (भासंको)

झ

झबेताखान रोहिला : (मृ. १७८५) मुगल सरदार. बापाचे नाव नजीबखान. बादशहाकडून मीरबक्षीगिरी मिळवून मराठ्यांवर आक्रमणाचा विचार. महादजीने झबेतखानाचा प्रदेश उद्‌ध्वस्त केला. बायकापोरांसह कैदेत ओसगड येथे मृत्यू. (मचको)

झरथुष्ट्री धर्म : संस्थापक झरथुष्ट्र. ऋग्वेदात उल्लेख धर्म समाज सुधारणाचा आग्रह. पारशी लोकांचा धर्म. झरथुष्ट्राने स्थापन केल्यामुळे त्याला झरथुष्ट्री धर्म म्हणतात. झेंद अवेस्ता हा या धर्माचा पवित्र धर्मग्रंथ आहे. हा धर्म गृहस्थाश्रमाची प्रतिष्ठा मानणारा व अग्निपूजेला प्राधान्य देणारा धर्म आहे. हा एकेश्वरवादी धर्म आहे. सुविचार (हुमत सुमत सुवचन) आणि सुवार्य हुवश्ते – सुवर्तन ही पारशी आचारधर्माची त्रिसूची. या व्यतिरिक्त नि त्पनैमित्त्वि जीवनक्रमात करावयाच्या अठरा गोष्टी सांगितलेल्या आहेत. व्यक्ती आणि समाज ह्यांना पूर्ण विकास अपेक्षित आहे. पारशी धर्म आणि लोक यांनी भारतवर्षाला दिलेले योगदान फारच मोठे आहे. (भासंको)

झाफरुल्लाखान सर महम्मद चौधरी : (१८९३) हिंदी मुसलमानांचे पुढारी. पाकिस्तानचे परराष्ट्रमंत्री. १९३० मध्ये गोलमेज परिषदेमध्ये हजेरी. अ.भा. मुस्लिम लीगचे अध्यक्ष. (सुविको)

झामसिंग : गाविलगडचा किल्लेदार. मेळघाटातील ७/८ किल्ले त्याच्या ताब्यात. रघुजी भोसल्याचा विश्वासू सरदार. निजामाचा सरदार धौशांशी लढाईत हा पराभूत. गाविलगड त्याच्या वंशजाच्या ताब्यात बरीच वर्षे होता. (सुविको)

झामोरिन : मलबारच्या हिंदूराजाला ही पदवी. त्यांना सामुरी असेही म्हणत. अरब लोक मलबार किनाऱ्यावर उतरून भारतभर जात. 'वास्को-द-गामा'चे सहर्ष स्वागत ह्यामुळे पोर्तुगीजसत्ता भारतात रुजण्यास याचे भोळसट धोरण कारणीभूत झाले. (सुविको)

झालर पाटण : झालावाड संस्थानाची राजधानी. बरीच देवळे. येथे पाण्याचे झरे विपुल आहेत. राजवंशावरूनही हे नाव पडले असणे शक्य आहे. औरंगजेबाच्या काळात हे बरेचसे उद्‌ध्वस्त झाले. (भासंको)

झालवान : बलुचिस्तानातील कलात संस्थानातील भाग. हा प्रदेश पुढे अरबांकडे गेला. गझनी, घोरी, घराण्यांनी राज्य केले. पुराणवस्तु अवशेष खूप सापडतात. (सुविको)

झालिमसिंग : कोठ्यांचा रिजंट होता. त्रिंबकजी इंगळ्यांनी हा जखमी झाल्यावर याच्या जखमांना औषधपाणी केल्यामुळे मरेपर्यंत ऋणी राहिला. मेवाड दरबारची बंडखोरी व फितुरी याने अंबाजी इंगळ्यांच्या मदतीने मोडून काढली. (मच)

झाशी संस्थान : (१८३५-१८५८) झाशी संस्थान इंग्रजांनी निर्माण केले. पुणे करारान्वये पेशव्यांकडून झाशी ब्रिटिशांकडे आली. १८४२ साली गंगाधरराव गादीवर बसला. तो निपुत्रिक मरण पावल्यानंतर त्याचा दत्तक वारसाधिकार अमान्य करून झाशीचे संस्थान डलहौसीने १८५३ मध्ये खालसा केले.त्यातूनच पुढे १८५७चा महापराक्रम. (भासंको)

झाशीची राणी : (१८३५-१८५८) मूळ महाराष्ट्र. तांबे तिचे वडील. दुसरे चिमाजी अप्पा यांचे कारभारी. मूळ नाव मनुताई. नानासाहेब पेशवा (बंडवाला), रावसाहेब बाळासाहेब यांच्या सहवासात ब्रह्मावर्तास वास्तव्य. सैनिकी शिक्षण संपादन. झाशीचे गंगाधरराव झाशीवाले हे तिचे पती. त्यांना नेवाळकर म्हणत. गंगाधरराव निपुत्रिक वारल्यामुळे संस्थानच्या अस्तित्वाचा प्रश्न निर्माण झाला कारण इंग्रज सरकारने दत्तक वारस नामंजूर ठरविला. तेव्हा राणीने इंग्रजांविरुद्ध खदखदत असलेल्या उठावाचे नेतृत्व केले. नानासाहेब पेशवे, तात्या टोपे, अजिमुल्ला हे क्रांतिनेते तिला सहाय्यक लाभले. राणीसाहेब आणि हे नेते ह्यांनी इंग्रजांशी केलेले सर्वच संग्राम रोमहर्षक पराक्रमपूर्वक आहेत. सर ह्यू रोझ ह्यांच्याशी झालेल्या लढाईत तिला वीरमरण आले. शिस्त, योजकता, साधनसामग्री इ. च्या अभावी तिला अपयश आले. अत्यंत धाडस, स्वाभिमान, युद्धकौशल्य, पराक्रम, निर्भयता, कष्टांची सिद्धता आदी बाबतींत त्या सर्वश्रेष्ठ होत्या. एक महान ख्याती - ब्रिटिश सेनानींही त्यांची प्रशंसा केली आहे. देशगौरव सुभाषचंद्रांनी महिला आधार हिंद पथकाचे नाव 'राणी लक्ष्मीबाई' असे ठेवले. उत्तम प्रशासक, प्रजाहिततत्पर, म्हणून भारतीय इतिहासात अमर. (सुविको)

झिनत-इन्- निसा-बेगम : (१७२१ मृ.) औरंगजेबाची दुसरी मुलगी. जन्मभर कुवारीच राहिली. बापाबरोबर ती २५ वर्षे दक्षिणेत होती. तिची जनानखान्यावर सत्ता चाले. शाहूराजे, महाराणी येसूबाई आदींची कैदेत तिने उत्तम देखभाल ठेवली. दिल्लीत तिचे थडके आहे. झिनत-उल् मसजीद म्हणतात. (सुविको)

झियाउद्दिन बरनी : बरनी शहरात जन्मला म्हणून बरनी किंवा बर्नी. याला झियाई बरनीही म्हणत. मुहमदशहा तुघलक याच्या काळात (१३२५ ते १३५१) पुढे आला. 'तारिख-ए-फिरोजशाही- ग्रंथाचा कर्ता. त्यात आठ बादशहांचा इतिहास आला आहे. बरन प्रांतावर त्याचा बाप अधिकारी होता. (सुविको)

झुब्तुन्निसा : जन्म स. १६६०. ही औरंगजेबाची चौथी मुलगी. हिच्या आईचे नाव नबाबबाई. (मच)

झुलफिकार खान : (१६५७-१७१२) औरंगजेबाचा दक्षिणेतील बलाढ्य सरदार. रायगड जिंकून येसूबाई, बाल शाहूराजे आणि इतरांना कैद करण्याची कामगिरी केली. आठ वर्षे जिंजीस याचा वेढा होता. अखेरीस राजारामहाराज निसटले. संताजी, धनाजीशी अनेक वर्षे लढाया. १७०८ मध्ये दक्षिणेचा सुभेदार वजीरही झाला. फर्रुख्सियर बादशहाने १७१२ मध्ये त्याला फाशी दिले. (मचको)

झेबुन्निसा : औरंगजेबाची थोरली मुलगी. हिची बुद्धिमत्ता दांडगी होती. कुराणग्रंथ तोंडपाठ लहानपणीच केला होता. कवयित्री होती. 'दिवाण-ई-मकफी' हा ग्रंथ लिहिला. फार्सी कवितांचा संग्रह प्रसिद्ध झाला होता. दिल्लीत तिने मशिद बांधली. दिल्लीत काबुली दरवाजाबाहेर जहानारा बागेत हिला दफन करण्यात आले. (मच)

झेलम नदी : येथील डोंगरात पांडवांचे वास्तव्य होते असे म्हणतात. अलेक्झांडर-पौरस लढाई याच भागात झाली. मुघलांनंतर तेथे हिंदू , शीखांचा अंमल. त्यानंतर इंग्रजांच्या ताब्यात. पंजाब-काश्मीर भागातून वाहणारी नदी वितस्ता हे मूळ संस्कृत नाव. वितस्ता नदीला पार्वतीचा अवतार मानतात. भाद्रपद शुद्ध दशमीपासून पुढे सात दिवस वितस्ता- सिंधू यांच्या संगमस्थानी वितवस्ता नदीच्या सन्मानार्थ व्रत करतात. नर, नर्तक ह्यांचा गौरव केला जातो. सिंकदरचे सैन्य झेलम नदीवर अडवले गेले होते. श्रीनगर शहर झेलमच्या काठावर आहे. (भासंको)

झैन उल् अबिद्दिन : (मृ. १४७२) काश्मीरचा एक राजा. १४२२ मध्ये सत्तेवर आला. पूर्वीच्या राजांपेक्षा सहिष्णू, विद्या, कलांचा आश्रयदाता. (सुविको)

झैनखान कोका : (मृ. १४७२) एक मुघली सरदार, अकबराचा दूधभाऊ. त्याला पाच हजाराची मनसब होती. १५८६ मध्ये अकबराने अफगाणांचे बंड मोडण्यास पाठवले असता मोठमोठ्या सरदारांसह हा मारला गेला. बिरबलही त्यात होता. (सुविको)

झैलसिंग : स्वातंत्र्योत्तरकालातील केंद्रीय मंत्री मंडळात शेती मंत्री. पुढे संसद सदस्य. १९७२ पंजाबचे मुख्यमंत्री. १९८२ मध्ये राष्ट्रपती म्हणून नियुक्ती. राजकारणात 'स्वच्छ' म्हणून ओळखले जात. १९९४ मध्ये अपघाती निधन. (नेट)

ट

टपाल व्यवस्था (शिवकालीन) : टप्प्या टप्प्यावर माणूस नेमत म्हणून हे नाव. सरकार आपली पत्रे वाटण्यासाठी काही माणसे नेमत असे. त्यांना जासूद 'हरकारे' म्हणत. एका गावाहून दुसऱ्या गावी खाजगी पत्रे नेण्याचे कामही ते करीत असत. घोडेस्वार, सांडणीस्वार यांचाही या कामासाठी उपयोग केला जात असे. महत्त्वाचे पत्र दूत किंवा सांडणीस्वाराबरोबर पाठविले जात असे. पत्र स्वीकारणाऱ्याकडून खर्च वसूल केला जात असे. त्याला 'मसाला' म्हणत. (मइ)

टपाल व्यवस्था : (खानदेश) खानदेशामध्ये टपाल व्यवस्था चांगली होती. थाळनेरहून दिल्ली येथे १४/१५ दिवसांत टपाल पोहोचत असे. ५ कोसांचा एक टप्पा असे. त्या ठिकाणी दुसरा टपालवाहक (पोस्टमन) असे. तो ते टपाल हातात घेऊन पुढील टप्प्यावर ते पोहोचवी. (खाइ)

टांकसाळ : १७ व्या शतकात भारतात टांकसाळी किंवा धातूची नाणी पाडण्याचे कारखाने प्रसिद्ध होते. शिवकालात नाणी पाडण्याचे काम सोनार करीत. चांदी, सोने, तांबे, मिश्र धातूची वेगवेगळ्या वजनांची आकारांची नाणी योग्य त्या मोबदल्यात सोनार लोक पाडून देत. (मसाआई)

टांगीनाथ : टांगीनाथ हे एक शिवस्थान असून रांचीच्या पश्चिमेला सुमारे १८० कि.मी. अंतरावर आहे. येथे एक प्रचंड त्रिशूल असून इतकी वर्षे त्यावर गंज चढलेला नाही हे त्याचे उल्लेखनीय वैशिष्ट्य आहे. अनेक प्राचीन मूर्तीही मंदिराच्या परिसरात सापडतात. (भासंको)

टाकळी : रामदासांच्या पुरश्चरणाचे हे स्थान असून नाशिकपासून ५ किमी अंतरावर आहे. १६२०-१६३२ या काळात समर्थरामदासांनी येथे गोदावरीत उभे राहून गायत्रीपुरश्चरण केले. आजही ते मोठे श्रद्धाकेंद्र आहे. (भासंको)

टिटवाळा : कल्याण जि. ठाणे येथील एक गणेशक्षेत्र. मंदिरामागील तलाव पेशवाईत मेहेंदळ्यांनी बांधला. या तलावाचे खोदकाम चालू असताना सध्याची गणेशमूर्ती सापडली आहे. या मूर्तीवर थोरल्या माधवराव पेशव्यांची विशेष श्रद्धा होती. ते येथे दर्शनासाठी व विश्रांतीसाठी वारंवार येत. (भासंको)

टिपू सुलतान : (जन्म १७५३-मृत्यू १७९९)म्हैसूरचा राजा. गुरमकोंडा व त्याच्या आसपासचा थोडासा प्रांत त्याने हैदरला जिंकून दिला आणि कर्नल ब्रेथवेटचा त्याने पराभव केला. मंगलोर काबीज केले होते. याचे धोरण नेहमी आक्रमक पद्धतीचे असावयाचे. स्वभाव चंचल, लोभी, अविश्वासू, क्रूर, धर्मवेडा होता. पादशहा पद धारण केले. वाघ जनावर त्याला आवडे. हिंदूंचा अती क्रूरपणे छळ केला. (मचको)

टिळक, लो. बाळ गंगाधर : (१८५६-१९२०) भारतीय स्वातंत्र्य आंदोलनाच्या श्रेष्ठ नेत्यांपैकी एक. चिपळूणकर व आगरकरांसमवेत न्यू इंग्लिश स्कूलची १८८० मध्ये स्थापना केली. १८८३ कोल्हापूर प्रकरणात टिळक-आगरकर यांना डोंगरी कारावास. १८९७ मध्ये राजद्रोहाच्या आरोपावरून दीड वर्षाचा कारावास भोगला. १९०५ च्या स्वदेशी आंदोलनाच्या वेळी आंदोलनाचे नेतृत्व केले. १९०८ मध्ये सरकारने त्यांना ६ वर्षांच्या कारावासावर मंडालेत पाठवले. तेथेच 'गीता रहस्य' हा अमर ग्रंथ लिहिला. १९१६ मध्ये लखनौ करार घडवून आणण्यात महत्त्वाची भूमिका बजावली. १९१६ मध्ये बेळगाव येथे त्यांनी होमरूल लीग स्थापना करून होमरूल चळवळीला गती दिली. त्यांचे पुढील ग्रंथ उपलब्ध आहेत. 'गीतारहस्य', 'आर्क्टिक होम इन दी वेदाज', 'ओरायन'. ध्यानी, मनी, स्वप्नी टिळकांना एकच गोष्ट दिसत असे आणि ती म्हणजे हिंदुस्थानचे स्वराज्य. त्यांच्या शेवटच्या आजारात बेशुद्धीतही ते स्वराज्यविषयीच बोलत होते. मृत्यूपूर्वी अवघे दोनच दिवस २९ जुलै १९२०, अपरात्री ते अर्धवट शुद्धीत बोलू लागले. ''माझी अशी खात्री आहे आणि आपणही विश्वास बाळगा, की हिंदुस्थानला स्वराज्य मिळाल्याखेरीज तरणोपाय नाही.'' (भासंको, मविको)

टिळक, श्रीधरपंत बळवंत :पुण्यातील गायकवाड वाड्यातील लोकमान्य टिळकांच्या दिवाणखान्यात समाजसमता संघाची शाखा स्थापन केली आणि सहभोजन घडवून आणले. डॉ. बाबासाहेब, देवराव नाईक, ज्ञानप्रकाशकार कृ. ग. तथा काकासाहेब लिमये, डॉ. नवले, सुभेदार घाडगे, व. भ. कार्तिक, धुंडीराज ठेंगडी इत्यादी अनेक लोक सहभागी झाले होते. (मदि)

टिळक, सत्यभामाबाई : (मृत्यू-१९१२ नंतर) या लोकमान्य टिळकांच्या पत्नी होत्या. टिळक मंडालेत असताना सत्यभामाबाई अत्यंत व्रतस्थ जीवन जगल्या. लोकमान्यांना पूर्ण साथ दिली. मधुमेहाचा आजार त्यामुळे लोकमान्य मंडालेत असतानाच पुण्यात सत्यभामाबाईंचे दुर्दैवी निधन. ही वार्ता मंडालेमध्ये ऐकताच, 'आज माझ्या जीवनाचा निम्मा भाग संपला, राहिलेला निम्मा भाग लवकरच संपेल' असे उद्‌गार टिळकांनी काढले होते. हे उद्‌गार अमर झाले. (भासंको)

टेरी : (इ. स. १६१५-१८) प्रॉटेस्टंट इंग्रजी पाद्री. सर टॉमस रो यांच्या वकिलातीबरोबर हिंदुस्थानात होता. (मच)

ट्रॅव्हनिर्यर : (इ.स. १६४१ ते ६८) हिंदुस्थानात प्रवास करणारा फ्रेंच प्रवासी. त्यांचे लेखन प्रसिद्ध आहे. त्यामुळे इतिहासविषयक माहिती मिळू शकते.(मच)

टोके : अहमदनगर जिल्ह्यातील एक गाव. येथील सिद्धेश्वर मंदिरात दोन हत्तींची झुंज असे शिल्प कोरलेले आहे. हत्तीची आडदांड शरीरे, त्याचे भरदार अवयव आणि प्रचंड शक्ती पणाला लावून जीवासाठी झुंजणाऱ्या या हत्तींचे चित्रण विलक्षण परिणामकारक आहे. (मइ)

टोके घराणे : पहिल्या बाजीरावापासून प्रसिद्ध घराणे मीरखान टोके बाजीरावाचा विश्वासू सरदार.

टॉमस रो : (स. १५८० ते १६४४)हा एक सुप्रसिद्ध इंग्लिश वकील. हिंदुस्थानात इंग्रजी राज्याची इमारत उभारणाऱ्यांपैकी एक. (मच)

ट्रिव्हेलिअन : यांनी इतिहासाची निरनिराळी कार्ये सांगितली आहेत. अ) शास्त्रीय, ब) काल्पनिक, क) वाङ्मयीन . या तीनही बाजू एकांगी न वापरता जर सर्वांचा समप्रमाणात वापर केला तर लेखनाला चांगला दर्जा मिळेल. कल्पकतेचा वापर करून दोन घटनांमध्ये रस निर्माण करता येईल.

ठ

ठक्कर बाप्पा : (इ. स. १८६९-१९५१)आदिवासींचे बाबतीत उल्लेखनीय कार्य, दुष्काळ पीडितांसाठी मदतनिधी उभारला. स्वातंत्र्य आंदोलनात सहभाग, भिल्ल सेवा मंडळाची स्थापना. गुजराथचे 'महात्माजी' असे म्हणत. दरोडेखोरांचे हृदयपरिवर्तन कार्यक्रम. (इ. स. १९२२)

ठग : वाटमारी करणारा गुन्हेगारांचा एक समाज. ब्रिटिशांनी १८३६ - १८४९ या काळात यांच्याविरुद्ध कठोर पावले उचलल्याने त्यांचा व्यवसाय बंद पडला. (भासंको)

ठाकूर, रवींद्रनाथ : (इ. स.१८६१-१९४१) 'जन गण मन' या भारताच्या राष्ट्रगीताचे गीतकार. १९१३ मध्ये त्यांच्या 'गीतांजली' या काव्यसंग्रहाला नोबल पारितोषिक देऊन गौरवण्यात आले. संगीत, चित्रकला या क्षेत्रातही त्यांनी अनेक प्रयोग करून स्वत:ची ओळख निर्माण केली. लोकसंगीत व शास्त्रीय संगीताची जोड घालून त्यांनी रवींद्र संगीत निर्माण केले. त्यांच्या तात्त्विक भूमिकेवर उपनिषदांचा प्रभाव होता. त्यांनी आपली 'सर' ही पदवी परत इंग्रज सरकारला केली. (भासंको)

ठाकूरदासबुवा : (मृत्यू इ. स. १८३०) साधू व मराठी कवी. सातार्‍याकडील तारगावची मोकासपणाची वृत्ती पेशव्याकडून मिळाली. यांचे ग्रंथ-सहजबोध, भगवद्‌गीतेवर अभंग, भागवत - द्वितीय स्कंधावर ओवीबद्ध टीका, शंकरचार्याकृत सप्तश्लोकीवर अभंग, किरकोळ पदे पुष्कळ आहेत. मातृभाषा हिंदी. (मचको)

ठाकोर-सिंग : जनरल गॉडर्ड याने पुण्यास पाठविलेला बातमीदार. पुण्याचा कोतवाल घाशीराम याने याला पकडल्यामुळे इंग्रज व दादासाहेब यांनी पुण्यावर स्वारी करण्याची तयारी कशी चालली आहे व त्यात हैदर नाईक कशी मदत करीत आहे, हे कळून आले. (सुविको)

ठाणे दुर्ग : (ता. ठाणे) इ. १७३१ मध्ये पोर्तुगिजांनी किल्ला बांधण्यास प्रारंभ केला. इ. स. १७३७ मध्ये चिमाजी अप्पाने मोठ्या पराक्रमाने जिंकून घेतला. १७३८ मध्ये पोर्तुगिजांनी त्यावर पुन्हा हल्ला चढविला पण मराठ्यांनी त्यांना पळवून लावले. १७७१ मध्ये पोर्तुगिजांनी पुन्हा ठाणे-वसई मोहीम नेटाने आखली. ठाणे कोट आपणास मिळत असेल तर मराठ्यांना मदत करण्याची इंग्रजांची तयारी, पण ती मागणी अमान्य. इंग्रजांचा ठाण्यावर तोफांचा मारा. गोडर्ड या सेनापतीच्या नेतृत्वाखाली केहा आणि ठाणे दुर्ग जिंकला. कमांडर वॉटसन गोळा लागून ठार झाला. इंग्रजांनी बाजीराव दुसरा याचा कारभारी त्रिंबकजी डेंगळे यास काही काळ येथे तुरुंगात ठेवले होते पण तेथून तो पळून गेला. (जस)

ड

डच : इ. स. १६३७ मध्ये वेंगुर्ले येथे डचांनी किल्ला बांधला. डच पोर्तुगिजांनंतर भारतात आले. १६४९ च्या सुमारास वेंगुर्ला येथे वखार स्थापन केली. शिवरायांनी कुडाळवर स्वारी केल्यामुळे त्यांच्या व्यापारावर परिणाम झाला. (मइ)

डच ईस्ट इंडिया कंपनी : नेदरलँडच्या स्टेट जनरलने एक व्यापारी कंपनी स्थापन केली. तिलाच डच ईस्ट इंडिया कंपनी असे म्हणतात. २० मार्च १६०२ ला नेदरलंड्स सरकारने कंपनीला २१ वर्षांच्या कराराने सनद दिली. (मविको)

डच साधने : शिवकालात सुरत, वेंगुर्ला, कोरोमंडल, मलबार, मच्छलीपट्टण येथे डचांच्या वखारी होत्या. शिवाजीमहाराज दक्षिणदिग्विजयार्थ गेले असता डच वकील हर्बट डिजागोर त्यांना भेटला होता. डचांचा पत्रव्यवहार ॲमस्टरडॅमला 'वेस्ट इंडिया स्कॉलर्स हाउस' मध्ये संग्रहित करण्यात आला आहे. (मइ)

डफरिन लॉर्ड : लॉर्ड डफरिन हा भारताचा व्हाईसरॉय होता. त्याच्या कारकिर्दीत तिसरे ब्रह्मी युद्ध व काँग्रेसची स्थापना या दोन महत्त्वाच्या गोष्टी घडल्या. (सुविको)

डफळे : हे जत परगण्याचे देशमुख होते. विजापूरच्या राज्यात यांच्याकडे मनसब होती. (सु.वि.को.)

डबीर : पाहा सुमंत.

डभई : तत्कालीन बडोदा संस्थानमधील शहर. दाभाड्यांनी हे आपले मुख्य ठिकाण केले. १७७९ मध्ये गोडार्डने डभई जिंकून घेतले. (सुविको)

डमडम : बंगालमधील या गावी तोफखाना होता. येथे सिराजउद्दौला व इंग्रज यांच्यात करार होऊन नवाबाने कसिमबझार, कलकत्ता हा इंग्रजांचा प्रदेश त्यांना परत केला. (सुविको)

डलहौसी, लॉर्ड जेम्स अँड्र्यू : (१८१२-१८६०) १८४८-१८५६ या काळात डलहौसी भारताचा गव्हर्नर जनरल होता. त्याच्या कारकिर्दीत दुसरे शीख युद्ध, संस्थाने खालसा धोरण, रेल्वे, टपाल खात्यातील सुधारणा, टेलिग्राम इ. गोष्टी महत्त्वपूर्ण घडल्या. (सुविको)

डहाणू : ठाणे जिल्ह्यातील एक तालुका. नाशिकच्या लेण्यात दहानुका असा उल्लेख. येथील किल्ला पोर्तुगीज बनावटीचा आहे. नहपान राजाच्या उषवदात या जावयाने तेथे एक तर (नौका) ठेवली होती.

१५३३ च्या तहान्वये गुजरातच्या राजाकडून पोर्तुगिजांनी डहाणू मिळविले. १७३१ मध्ये चिमाजी अप्पांच्या वसई स्वारीत डहाणूचा ताबा मराठ्यांकडे गेला. १८१७ मध्ये इंग्रजांशी झालेल्या तहात डहाणू ब्रिटिशांना मिळाले. (जस)

डांग : गुजरातमधील एक जिल्हा. १६३७ मध्ये औरंगजेबाने बागलाण प्रांत काबीज केल्यावर डांग राजांवर मुघलांचे वर्चस्व निर्माण झाले. डांगमध्ये सर्वाधिक लोकसंख्या भिल्लांची असून कोकणे, कुणते, वारली हेही या प्रदेशात राहतात. एकेकाळी महाराष्ट्रात असलेला हा भाग आता गुजरातमध्ये आहे. (भासंको)

डांगे, श्रीपाद अमृत : (ज.१९००) श्रीपाद अमृत डांग्यांनी १९२५ साली भारतीय कम्युनिस्ट पक्षाची स्थापना करण्यात महत्त्वाची भूमिका बजावली. मीरत कटात त्यांना शिक्षा झाली होती. त्या संबंधीचा त्यांचा ग्रंथही प्रसिद्ध. संयुक्त महाराष्ट्र चळवळीत फार मोठे योगदान. विक्रमी मतांनी खासदार म्हणून मुंबईतून निवडून आले. (सुविको)

डाक : १) पूर्वभारतातील एक लोककवी आणि ज्योतिषी. कृषिविषयक फलज्योतिष व व्यावहारिक नीती यासंबंधीची यांची शेकडो वचने बंगाल, बिहार, ओरिसा, आसाम भागात प्रचलित आहेत. २) पत्रे पाठवण्याच्या व्यवस्थेचे जुने नाव. (भासंको)

डाकोर : एक वैष्णव क्षेत्र. गुजरातमध्ये आणंदजवळ आहे. येथील रणछोडदासाचे मंदिर प्रसिद्ध आहे. (भासंको) पेशव्यांचे कारभारी गोपाळराव टेंबेकर ह्यांनी १७७२ मध्ये एक लाख रुपये खर्च करून नवे मोठे मंदिर बांधले. मग बडोद्याच्या महाराजांनी सव्वा लाख खर्च करून देवाचा सुवर्णाचा देव्हारा तयार करविला.

डामाजी नाईक : (मृ. १७७५) हा धुळपांच्या आरमारातला एक बहादूर अधिकारी होता. १७७५ साली इंग्रजांशी झालेल्या आरमारी युद्धात याने शर्थीचा लढा दिला होता. (सुविको)

डायोनीसियस : इजिप्तच्या राजाचा हिंदुस्थानातील बिंदुसार मौर्याच्या (इ.स.पू. २९८-२७२) दरबारातील वकील. याने हिंदुस्थानात असतांना हिंदुस्थानविषयक वर्णन लिहून ठेवले आहे. (मच)

डिंगणकर मोरो विश्वनाथ : सागर (म.प्र.) चा छोटा जहागीरदार. गौंडवनातील चौरागड जिंकला. धाकट्या रघुजी भोसल्याशी संघर्ष. भोसल्यांचा सेनापती वेणीराम यास ठार केले, लवकरच मृत्यू. (सुविको)

डिंगल भाषा : राजस्थानातील ग्रंथभाषा. राजस्थानीची एक बोलीभाषा. मारवाडीलाच पुढे डिंगल हे नाव मिळाले. डिंगल साहित्य प्रामुख्याने वीररसात्मक आहे. (भासंको)

डिप्रेस्ड क्लासेस मिशन : हिंदुधर्मातील अस्पृश्यता ही अत्यंत अमानुष, क्लेशदायी परंपरा आहे. इंग्रजी राजवटीत सुशिक्षित पिढीला ही विषमता नष्ट व्हावी असे वाटू लागले. त्यातही महाराष्ट्राने आघाडी घेतली. १८५० च्या सुमारास म. फुले यांनी त्या दृष्टीने दमदार सुरुवात केली. १९०६ मध्ये एक पाऊल पुढे टाकून विठ्ठल रामजी शिंदे यांनी उपरोक्त मिशन सुरू केले. भारतीय निराश्रित साहाय्यकारी मंडळी असेही म्हणतात. आयुष्यभर या मिशनचे प्रचारक म्हणून कार्य. अस्पृश्यांना चांगली वागणूक मिळावी, उत्तम शिक्षण आणि विकासाची साथ मिळावी, सामाजिक प्रतिष्ठा मिळावी हा हेतू. मिशनच्या देशभरात १४ शाखा निर्माण झाल्या. चोवीस शाळा नि सहस्रो विद्यार्थी. (सुविको)

डिबॉईन : शिंद्याने आपले तोफखाना दल लष्कर अद्यावत करण्यासाठी आणि कवायती कंपू उभे करण्यासाठी ठेवलेला फ्रेंच अधिकारी. (सुविको)

डुप्ले जोसेफ : (१६१७-१७६३) फ्रेंच सेनापती व मुत्सद्दी. याच्या मुत्सद्दीपणामुळे पहिल्या कर्नाटक युद्धात इंग्रजांना विजय मिळू शकला नाही. (सुविको)

डुरंड रेषा : १८९३ मध्ये हिंदुस्थान व अफगणिस्तान यांच्यात जी आंतरराष्ट्रीय रेषा आखण्यात आली, तिला 'डुरंड रेषा' असे म्हणतात. सर मॉर्टिमर डुरंड या सीमानिर्वाळा समितीचा अध्यक्ष होता. (सुविको)

डेक्कन कमिशनर फाइल : ईस्ट इंडिया कंपनी पेपर्समध्ये कमिशनरांनी दिलेली उत्तरे आढळतात. ब्रिटिश अधिकाऱ्यांचे अहवाल खानदेशच्या अभ्यासास उपयुक्त आहेत. पुणे लेखाभिगारात अशा शेकडो फाईल्स जतन करून ठेवल्या आहेत. (खाइ)

डेक्कन कॉलेज : (१८२१ स्थापना). पुरातत्त्वविद्या, भाषा-विज्ञान, संस्कृतकोश, प्राचीन भारताचा इतिहास ह्यांचे प्रगत केंद्र म्हणून डेक्कन कॉलेजचा उल्लेख केला जातो. सातारच्या पारसनिसांनी इ.स.१९२५ मध्ये दप्तरखाना व संग्रहालय जमवून त्याचे पारसनीस दप्तर केले. मोडी कागदपत्रांचे १०१ रुमाल यामध्ये आहेत. या दप्तरात प्रामुख्याने नाना फडणविसांचे मेणवली दप्तर समाविष्ट आहे. धावडशी व ग्वाल्हेर येथील पत्रव्यवहारांचा त्यात समावेश आहे. डेक्कन कॉलेजात एकूण २५ हजार कागद आहेत. लोकमान्य, आगरकर, राजवाडे आदी प्रारंभीचे सर्वच विद्वान या कॉलेजात विद्यार्थी होते. (भासंको)

डेक्कन दप्तर : पुणे पेशवा दप्तरात डेक्कन कमिशनरांनी जी कागदपत्रे गोळा केली ती डेक्कन कमिशनर दप्तर म्हणून ओळखली जातात. त्यात इ.स. १८१८ ते १८२६ सालचे एकूण १७१ रुमाल आहेत. त्यात सुभा खानदेशाचे २३ रुमाल आहेत. (खाइ)

डेक्कन मराठा एज्युकेशन असोसिएशन : (१८८५) मराठा वर्गात शिक्षणाची आवड निर्माण व्हावी, होतकरू विद्यार्थ्यास शिष्यवृत्त्या द्याव्यात म्हणून गंगारामभाऊ म्हस्के यांनी १८८५ मध्ये 'डेक्कन असोसिएशन' ही संस्था काढली. पुढे हीच संस्था डेक्कन मराठा एज्युकेशन असोसिएशन म्हणून ओळखली जाऊ लागली. (मपइ)

डेक्कन रयत समाज : (विसावे शतक)ब्राह्मणेतर चळवळ पुढे नेण्यासाठी शैक्षणिक आणि सामाजिक संस्था उभारावयाचे ठरले. या दृष्टीने 'डेक्कन रयत समाज' ही संस्था अण्णाजी बाबाजी लठ्ठे, वालचंद कोठारी नि मुकुंदराव पाटील ह्यांनी उभारली. राजकीय अधिकारांची जागृती हेच ह्या संस्थेचे कार्यक्षेत्र होते. (मपइ)

डेरा बाबा नानक : 'पखोली' हे नानकदेवांचे समाधिस्थान रावी नदीच्या पुरात १७४४ वाहून गेल्यावर गुरू नानकदेवांच्या स्मरणार्थ 'डेरानानक' हे गाव त्यांच्या अनुयायांनी तेथे वसवले. गुरू श्री नानकदेवांचे समाधिस्थान. हे गुरूदासपुराच्या पश्चिमेला सुमारे २० किमीवर असून येथे नानकांना मक्केहून मिळालेली कफनी आहे. (सुविको), (भासंको)

डोंगरी कारागृह : ब्रिटिश सरकार कोल्हापूरच्या महाराजांचा छळ करीत असल्याच्या वार्ता केसरीतून छापल्या. त्यामुळे आगरकर व टिळकांना डोंगरीच्या तुरुंगात ठेवण्यात आले. त्यांना चार महिन्यांची शिक्षा झाली. टिळकांच्या जीवनातील संग्रामाची व खडतर हालअपेष्टांची ही नांदी होती. त्यांना तेथे 'क' वर्ग देण्यात आला होता. आगरकर - टिळक यांच्यात तेथे राजकीय परिस्थितीवर चर्चा-वादविवाद होत. 'डोंगरीच्या कारागृहातील आपले १०१ दिवस' असे पुस्तक आगरकरांनी लिहिले. स्वा. सावरकर आदी राजबंदी या कारागृहात होते. (भासंको)

डोगरा : राजपूत वंशातील एक जात. जम्मू व त्यालगतचा पंजाबचा भाग या प्रदेशात डोगरा लोकांची वस्ती आहे. डोगरा वंशातील गुलाबसिंह याला इंग्रजांनी काश्मीरचा प्रदेश पंजाब विलीन केल्यावर विकला होता. झोरावरसिंग ह्याने कैलास, मानस सरोवरही जिंकले होते. (१८४०–४१ चा सुमार) (प्र. के. घाणेकर) (भासंको)

डोमगाव मठ : श्री समर्थ रामदासांचे पट्टशिष्य कल्याणस्वामी यांचा मठ. मराठवाड्यात उस्मानाबाद जिल्ह्यात डोमगाव मठ आहे. येथे रामदासांनी कल्याणस्वामींच्या हस्ते लिहून घेतलेली दासबोधाची मूळ प्रत आहे. समर्थांनी स्थापलेल्या ११०० मठांत चाफळचा मठ हा मुख्य, त्याच्या खालोखाल महत्त्वाचा मठ म्हणजे डोमगावचा मठ, श्रीराममंदिर आणि कल्याण स्वामींची समाधी आहे. समर्थ श्री रामदासस्वामींनी स्वहस्ते कल्याणस्वामींना लिहून दिलेला कित्ताही तिथे आहे. कल्याणस्वामींचे शिष्य केशवस्वामी ह्यांनी इ.स. १६७८ मध्ये सोनेरी–रूपेरी अक्षरांत लिहिलेली दासबोधाची पोथीही मठात ठेवलेली आहे. आणखी बरेच कागदपत्र श्री समर्थ वाग्देवता मंदिरात संग्रहित केलेली आहेत. डोमगाव मठात अनेक उत्सव होतात. (भासंको)

ढ

ढसाळ, नामदेव : (ज. १९४७) दलित चळवळीचे प्रमुख नेते. मुंबईच्या गोलपीठा या गलिच्छ वस्तीत आयुष्य गेल्याने तळागाळातील समाजाचे प्रश्न, दु:खाशी परिचित. १९७२ मध्ये मित्रांच्या मदतीने दलित पँथर ही आक्रमक संघटना स्थापिली. कवी, लेखक म्हणूनही तेवढेच प्रसिद्ध. रिपब्लिकन पक्षात स्वत:चा गट स्थापन. अनेक मान– सन्मान प्राप्त. (इंटरनेट)

ढालगज : ढालगज म्हणजे मुख्य निशाणाचा हत्ती. सांप्रत हा शब्द भांडकुदळ स्त्रीला उद्देशून वापरतात. (भासंको)

ढुंढाडी : राजस्थानातील एक बोली. जयपूर, अजमेर, मेवाड या भागात ही बोली प्रचलित आहे. (भासंको)

ढोल : एक घन वाद्य. याची लांबी सुमारे २० इंच, व्यास १५ ते ३० इंच असतो. संस्कृतमध्ये ढोलाला बावा असा शब्द आहे. खेमदासाने ढोलासंबंधी 'ढोलसागर' नावाचा ग्रंथ लिहिला आहे. (भासंको)

त

तंजावर : तमिळनाडूतील एक जिल्हा. सतराव्या शतकाच्या प्रारंभी येथे नायकांची सत्ता होती. नंतर शहाजीराजांना हा भाग जहागीर मिळाल्याने कालांतराने येथे मराठा सत्ता दृढ झाली, ती १८५५ पर्यंत टिकली. पुढे इंग्रज सत्ता सुरू. भोसले वंशातील सरफोजीराजे (१८७८ ते १९३२) हे थोर राजे. सरस्वतीमहाल हे प्रख्यात ग्रंथालय निर्माते. जगातील सर्वांत मोठा शिलालेख त्यांनीच येथील प्रख्यात अशा बृहदीश्वराच्या मंदिरात कोरवला आहे. त्यात भोसले वंशाचा इतिहास मराठीत दिलेला आहे. येथील सुब्रह्मण्य मंदिर प्रसिद्ध आहेच. पण भारतातील सर्वांत भव्यतम असे बृहदीश्वर मंदिर सुबद्ध, प्रेक्षणीय नि महत्त्वपूर्ण असे आहे. (सुविको)

तंजावर राजघराणे : शहाजीराजांनी आपल्या आयुष्याची शेवटची दहा वर्षे तंजावर व बंगळूर येथे घालविली. शहाजीराजांनंतर व्यंकोजी (१६३१-१६८२), शहाजी (१६८२-१७११), सरफोजी (१७११-१७२८), तुकोजी (१७२८-१७३५), आबासाहेब (१७३६), सुजनबाई (१७३६-१७३९), काटराजा (१७३९), सयाजी (१७४०), प्रतापसिंह (१७४०-१७६३), तुळजाराजा (१७६३-१७८६), अमरसिंह (१७८६-९८), सरफोजी (१७९८-१८३२), शिवाजी (१८३३-१८५५) यांनी राज्य केले. (सुविको)

तंत्रज्ञान (सिंधू संस्कृती) : सिंधू संस्कृतीच्या नगरातून कारागिरांची घरे सापडतात. कारागिरांची केंद्रे काही ठिकाणी होती. हरतऱ्हेच्या वस्तू तयार होत. लोथल येथे मणी, खापराची भांडी, तांब्याच्या वस्तू करण्याचे काम चालत असे. कुंतासी येथे सापडलेल्या भट्ट्या, हत्यारे व उपकरणे यावरून त्यावेळच्या तंत्रज्ञानाची कल्पना येते. (सिंसं)

तंत्रवाङ्मय : व्यापक अर्थाने शास्त्र, अध्यात्म, सिद्धान्त, अनुष्ठान, विज्ञान, तत्त्वज्ञान इत्यादी गोष्टी ज्यात प्रतिपादलेल्या आहेत, त्याला तंत्र म्हणतात. आगम असेही तंत्राला दुसरे नाव आहे. भारतातील धर्माची उत्क्रांती आणि विकास ह्यांचे ऐतिहासिक स्वरूप समजण्यासाठी तंत्रग्रंथांच्या अभ्यासाची नितांत आवश्यकता आहे. (भासंको)

तक्षशिला : एक रामायणकालीन प्राचीन नगर. गांधार प्रदेशातील आणि वायव्य सीमाप्रांत -पंजाबच्या सीमेवरील महत्त्वाचे शहर होते. मौर्यकाळात तक्षशिला गांधार प्रांताची राजधानी होती. गांधार कलेचे एक प्रमुख स्थान. तक्षशिला येथे मोठे विद्यापीठ होते. कोणत्याही राष्ट्राच्या इतिहासात १०००-१२०० वर्षे टिकलेले दुसरे विद्यापीठ दाखवता येत नाही. चहू दिशांकडून येथे रीघ असे. धौम्य, आरुणी, पणिनी, चाणक्य, प्रख्यात वैद्य जीवक ह्याच विद्यापीठातले. १८ प्रमुख विषय शिकवले जात. रानटी आक्रमकांनी इ.स. ४०० च्या सुमारास ते विद्यापीठ नष्ट केले. (सुविको)

तगाई : तगाईची पद्धत ही शिवकाळापासून अस्तित्वात होती. तगाई म्हणजे सरकारी कर्ज होय. तगाईमुळे रयतेचा पैशाचा प्रश्न सोडवला जात असे. अत्यंत गरजू व्यक्तीला बिनव्याजी तगाई देत असत. व्याजाचा दर नाममात्र असे. (मसाआइ)

तजाकिरातुल–वाकियात : हुमायूनचा हुक्का धरणारा सेवक हा या ग्रंथाचा लेखक, त्याचे नाव जौहर. हुमायूनच्या कारकिर्दीची माहिती देणारा प्रमाणभूत ग्रंथ. हुमायूनच्या भ्रमंतीची व उर्वरित जीवनाबद्दलची खात्रीलायक माहिती अकबरकाळात निर्माण झालेल्या या ग्रंथात मिळते. (मचको)

तटस्थता : पाहा अलिप्तता.

तत्त्वज्ञान, इतिहासातील : पाहा इतिहासातील तत्त्वज्ञान.

तत्वबोधिनी सभा : (स्था. १८२९ नंतर)ब्राह्मो सभेचे कार्य राजा राममोहन रॉय यांच्यानंतर देवेंद्रनाथ टागोर यांनी चालू ठेवले. धार्मिक तत्त्वांचा शोध घेण्यासाठी त्यांनी स्थापन केलेल्या तत्त्वरंजिनी सभेचेच नामांतर पुढे तत्त्वबोधिनी सभा असे करण्यात आले. (इसंशा)

तबाकत–ए–अकबरी : या ग्रंथाचा लेखक म्हणजे निजामुद्दीन अहमद. लेखकाच्या पित्याने हुमायूनची सेवा केली होती. स्वत: तो अकबराकडे बक्षी म्हणून कार्य करीत होता. ग्रंथाची शैली सुंदर व प्रवाही आहे. भारताच्या ऐतिहासिक ग्रंथांत हा एक महत्त्वाचा ग्रंथ आहे. (मचको)

तबीब : वैद्य, तबीब, हकीम, कमानगर अशा चार संज्ञांनी वैद्यांचा उल्लेख होई. ऐतिहासिक कागदपत्रांत शस्त्रवैद्यांनाच तबीब असे म्हटलेले आहे. तबीब किंवा कमानगर आपली मागासलेली हत्यारे वापरूनही जखमा शिवत किंवा इतर शस्त्रक्रियाही उत्तम करीत. एवढेच नव्हे तर प्लॅस्टिक सर्जरीची करामत करून दाखवीत. मुसलमान लोक कान, नाक तोडत त्यावेळी त्याच माणसाच्या अंगच्या दुसरीकडचे जिवंत कातडे काढून खऱ्यासारखे नाक, कान हे शस्त्रवैद्य बसवून देत असत. श्रीमंत सवाई माधवरावांनी तिसऱ्या मजल्यावरून उडी टाकल्यामुळे मांडीच्या हाडांचा चुरा झाला असताना तबीबांनी हरणाच्या पायाच्या नळ्या मांडीत बसवून जखमा शिवून टाकल्या. रणशूर चिंतामणरावअप्पा सांगलीकर ह्यांचे नाक लढाईत तुटून लोंबू लागले तेव्हा कमानगाराने ते व्यवस्थित जोडून दिले. केसोराम फाटकाचे नाक कापले असता तबिबांनी नाकासारखे नाक करून बसवून दिले. अशी अनेक उदाहरणे. (मविको

तमिळ नॅशनल पार्टी : (स्था. एप्रिल १९६१) स्वायत्त दक्षिणात्य राज्याच्या मागणीवरून द्रमुकचा त्याग करून अण्णादुराई व र. व्ही. के. संपथ यांनी आपल्या अनुयायांसह एप्रिल १९६१ मध्ये तमिळ नॅशनल पार्टीची स्थापना केली. या पक्षाने हिंदी भाषेविरुद्ध उग्र आंदोलन उभारले. (अचको)

तमिळ लिपी : तमिळ लिपी ही प्राचीन ब्राह्मी लिपीच्या दाक्षिणात्य शैलीपासून उगम पावलेली आहे. हिचे कोळ एळुतू आणि वट्टेळतू असे दोन प्रकार आहेत. कोळ म्हणजे काठी, वट्टेळतू म्हणजे गोलाकार वळणांची आहे. ही एक प्रकारची मोडी लिपी आहे. (भासंको)

तमिळनाडू : अशोकाच्या वेळी तमिळनाडूमध्ये पांड्य, चोळ व चेर या वंशाची स्वतंत्र राज्ये होती. मुसलमानी आक्रमणामुळे ते साम्राज्य दुर्बल झाले व इ. स. च्या १४ व्या शतकात विजयनगरच्या साम्राज्यात

समाविष्ट झाले. इ.स. च्या १ल्या शतकात चोलांची सत्ता तर ८ व्या शतकापर्यंत कावेरीच्या उत्तरेकडील प्रदेशावर पल्लवांचे राज्य होते. १६व्या शतकात नायक हे पूर्णपणे स्वतंत्र राजे बनले. काही भागांवर मराठ्यांचेही राज्य होते. इ. स. १८००च्या सुमारास इंग्रज बळावले व त्यांनी तंजावर, अर्काट वगैरे राज्ये जिंकून घेतली. (भासंको)

तमिळनाडू मुस्लिम लीग : (स्था. १९७०) मूळ मुस्लिम लीगमधून बाहेर पडून काही नेत्यांनी १९७० मध्ये तमिळनाडू मुस्लिम लीगची स्थापना केली. या नव्या पक्षाने लोकशाही मार्गाने आपले उद्दिष्ट गाठण्याचे जाहीर केले. (इसंशा)

तय्यबजी बद्रुद्दीन : (इ. स. १८५४-१९०६) मुंबई हायकोर्टाचे निर्भय व स्वतंत्र वृत्तीचे एक न्यायमूर्ती व राष्ट्रीय सभेचे मुसलमान कार्यकर्ते. १८८७ साली मद्रास येथे भरलेल्या काँग्रेसच्या अधिवेशनाचे अध्यक्षपद यांच्याकडेच आले. त्यावेळी हिंदुस्थानातील ब्रिटिश साम्राज्यशाहीचे निर्मूलन करण्याकरिता इतर देशबांधवांच्या खांद्याला खांदा लावूनच मुसलमानांनीही लढले पाहिजे; असा संदेश त्यांनी दिला. अंजुमन-इ-इस्लाम या संस्थेचे संस्थापक, मुंबई महापालिकेचे सभासद (१८७३), बॉम्बे प्रेसिडेन्सी असोसिएशनचे एक संस्थापक. मुंबई उच्च न्यायालयाचे न्यायमूर्ती. (सुविको)

तराईच्या लढाया (इ.स.११९१ व ११९२) **:** तराईची लढाई गझनीचा बादशाह महंमद घोरी व रजपूत राजा पृथ्वीराज चौहान यांच्यात दोन हप्त्यांत झाली. पृथ्वीराजला भटिंडा किल्ला परत मिळाला. निर्णायक विजय मिळाला नाही. दुसऱ्या लढाईत पृथ्वीराज युद्धकैदी झाला. त्याला ठार केले गेले. महंमद घोरीला मोठा विजय मिळून दिल्लीवर तुर्की सत्ता आली. (इसंशा)

तराणा : मध्यप्रदेशातील एक ठिकाण. अहिल्याबाई होळकर यांनी या ठिकाणी तिळभांडेश्वराचे देवालय बांधले व तेथे पुष्कळशी झाडे लावली. अहिल्याबाईंच्या मुक्ता ह्या मुलीचे लग्न यशवंतराव फणसे यांच्याबरोबर झाले. त्यावेळेस हे गाव त्याला मिळाले. सन १८४५ पर्यंत फणसे घराण्याकडे हे गाव होते. (सुविको)

तर्खडकर, आत्माराम पांडुरंग : दादोबा पांडुरंग यांचे बंधू. ह्यांच्या अध्यक्षतेखाली मुंबईत प्रार्थना समाजाची स्थापना - पुढे पुणे, नगर, सातारा याही ठिकाणी प्रार्थना समाजाच्या शाखा निघाल्या. (मदि)

तर्खडकर, दादोबा पांडुरंग : (इ.स. १८१४ - १८८२)विलक्षण व्यक्तिमत्त्व, इ.स. १८४४ मध्ये ज्ञान प्रसारक मंडळाचे अध्यक्ष, ११ जुलै १८४९ रोजी मुंबईत परमहंस सभेची स्थापना, संस्कृत, इंग्रजी, पर्शियन, गुजराती या भाषांत प्रावीण्य. यांचा उल्लेख 'मराठी' भाषेचे 'पाणिनी' करतात. जातिभेदाला विरोध. परमहंस सभेचे कार्य, मोरोपंतांच्या केकावलीतील गद्य टीका, विधवाविवाहाचे समर्थन करणारा संस्कृत निबंध, विधवाश्रुमार्जन, इंग्रजी व्याकरणाची पूर्वपीठिका, मराठी व गुजराती नकाशांचे पुस्तक इ. पुस्तकांचे लेखन. तर्खडकर इंग्रजी व्याकरणमाला आज ही लोकप्रिय आहे. (मचको)

तर्फदार : एक महसुली विभाग महालाच्या वसुलीचे काम हे ह्याचे प्रमुख काम. काही ठिकाणी कमाविसदाराच्या अंकित असे. पाटील-कुलकर्णींच्या मदतीने दरसालच्या वसुलीचे अंदाजपत्रक करीत. (मइ २)

तलाक : मुस्लिम समाजातील घटस्फोट घेण्याच्या पद्धतीला 'तलाक' अशी संज्ञा आहे. पतीने 'तलाक' हा शब्द तीन वेळा उच्चारला की, पति-पत्नींची वैवाहिक बंधनातून मुक्तता होते. ह्या पद्धतीला भारतात अनेकांचा विरोध होता. (सुविको)

तळगड किंवा तळेकिल्ला : १६४८ मध्ये शिवाजीमहाराजांनी हा गड विजापूरकरांकडून घेतला. १६५९ मध्ये शिद्दीने यास वेढा दिला होता. तो शिवाजीमहाराजांनंतर सिद्दी म्हणजे हबशांकडे गेला. तो १७३५ मध्ये बाजीरावाने परत घेतला. १८१८ मध्ये तो इंग्रज सेनापती प्रोथरने घेतला. (सुविको)

तळेगाव ढमढेरे : महाराष्ट्र, पुणे जिल्हा, शिरूर तालुका. ऐतिहासिक गाव. येथील सरदार ढमढेरे प्रसिद्ध आहेत. अफजलखान स्वारीच्या वेळी कान्होजी जेध्यांनी आपल्या कुटुंबियांना येथे ठेवले होते. बाबाजी ढमढेरे हे शिवाजीमहाराजांबरोबर कर्नाटक स्वारीत होते. ढमढेरे सरदारांनी पेशवाईतही मोठे पराक्रम केले. राक्षसभुवन लढाईत छोट्या जयसिंगने बलिदान केले ही कथा प्रसिद्ध आहे. (सुविको)

तळेगाव दाभाडे : पुणे जिल्ह्यातील मावळ तालुक्यातील गाव. शाहूमहाराजांच्या कारकिर्दीत दाभाडे घराणे नावारूपास आले. खंडेराव दाभाडे हा या गावाचा संस्थापक होय. श्री डोळसनाथ ग्रामदैवत. त्र्यंबकराव दाभाडे सेनापती यांचा पराभव करून बाजीरावाने सेनापतिपद स्वत:कडे घेतले. पैसा फंड उभा करून महाराष्ट्रातील पहिला काचकारखाना लोकमान्यांच्या प्रेरणेने सुरू झाला. आरोग्यपूर्ण हवेमुळे टी. बी.चे रुग्ण येथील दवाखान्यात येत. (सुविको)

तळेगावची लढाई : (४ जानेवारी १७७९)पहिल्या इंग्रज मराठा युद्धात तळेगावच्या परिसरात गनिमी काव्याच्या तंत्राने मराठ्यांनी इंग्रज फौजेचा पराभव केला. याप्रसंगी वडगावचा तह करण्यात आला. (१६ जानेवारी १७७९) (इसंशा)

तवारिख : इ.स. १२०६ मध्ये कुतुबुद्दीन ऐबकाने दिल्लीवर सुलतानशाहीची स्थापना केली. त्यामुळे भारतामध्ये नवीन आचार, विचार, कल्पना, इतिहासलेखनाचे विविध प्रकार सुरू झाले. त्यातूनच तवारिख इतिहास हा प्रकार उदयाला आला. अशा प्रकारे आपल्या बादशहाबद्दल एखाद्या लेखकाने सुसंगतवार केलेले कथन त्याला तवारिख म्हणतात. लेखक हा त्या सर्व घटनांचा प्रत्यक्ष वा अप्रत्यक्ष साक्षीदार असे. (मचको)

तशहीर : तशहीर हा इस्लामी न्यायशास्त्रानुसार द्यावयाचा शिक्षेचा एक प्रकार होता. तशहीर म्हणजे मानहानी करून शिक्षा देणे. यात मुंडन करणे, तोंडाला काळे फासणे, गाढवावरून धिंड काढणे अशा शिक्षा दिल्या जात असत. (मभासंसं)

तसदिक हुसेन : १८५७ च्या उठावातील शोरापूर (बेरड राज्य) च्या बंडखोरांचे नेते होते. सैन्यभरतीला मदत केली. लढाईनंतर हुसेन यांना इंग्रजांनी शोरापूरला नेऊन भर चौकात फाशी दिले. (१८५७ चे स्वापेदहिं)

तझीर : तझीर हा इस्लामी न्यायशास्त्रानुसार शिक्षेचा एक प्रकार होता. तझीर या शिक्षेचा हेतू अपराध्याचे हृदयपरिवर्तन हा होता. यात गुन्हेगारांना जाहीर ताकीद देणे, तुरुंगात डांबणे, फरफटत नेणे, कानावर ठोसे मारणे, इ. शिक्षा दिल्या जात असत. (मभासंसं)

तांदलवाडी : खानदेशात तापी नदीच्या काठी. येथील चांग सुलतान ऊर्फ चांगापा बहुजन समाजात सर्वदूर पसरलेला पंथ आहे. तांदलवाडीचे हे स्थान त्याला मढी म्हणतात, ४०० वर्षांचे प्राचीन आहे. (खाइ)

तांबे : (धातू) सिंधू संस्कृतीतून तांब्याची हत्यारे, अलंकार इतर वस्तू मिळाल्या. भांडीसुद्धा आहेत. त्याकाळी तांब्यामुळेच भारताला मेलुहा नाव पडले होते. राजस्थानातील गणेश्वर येथे तांब्याच्या अनेक वस्तू

आणि हत्यारांचे साठे सापडले. बनपावाच्या आकाराचे तांब्याचे गोळे गल्फ मध्ये सापडले. त्याच्याशी साम्य असलेले मोहेंजोदारो आणि लोथल येथे सापडले. त्यावरून त्यांची निर्यात होत असावी. (सिंसं)

तांबे, बसप्पा बाळाप्पा : नरगुंद संस्थानाधिपती श्रीमंत बाबासाहेब भावे यांचे बारगीर. १८५७- च्या नरगुंद उठावात श्रीमंत भावे बाबासाहेब ह्यांच्या बरोबरीने सहभाग. मालमत्ता जप्त आणि धारवाड येथे १८५८, जूनच्या शेवटच्या आठवड्यात भर चौकात फाशी देण्यात आले. (१८५७ चे स्वायुपेदहिं)

तांब्याची नाणी : तांब्याचा नाणी पाडण्यासाठी मोठ्या प्रमाणावर वापर केला जात असे (१७ वे शतक). तांबे इंग्रजांकडून घेतले जात होते. स्थानिक राजांची सत्ता ही रोख पैशाच्या मोबदल्यात इंग्रजांकडून तांबे घेत असे. शिवराई अथवा छत्रपती, सजगणी, पैसा, रुका, दाम, अडका, पितल, बुद्रक ही तांब्याची चिल्लर नाणी आणि छोट्या व्यवहारासाठी कवडी यांचा उल्लेख करता येईल. पैसा हे प्रमुख तांब्याचे नाणे होते. शिवाजीराजांची तांब्याची नाणी विपुल प्रमाणात उपलब्ध आहेत. (मसाआइ)

ताई तेलीण : प्रतिनिधी घराण्यातील परशुराम श्रीनिवास ऊर्फ थोटोपंत यांची रखेली. पेशव्यांविरुद्ध बंडखोरी म्हणून गोखल्यांनी प्रतिनिधीस मसूर येथे कैदेत ठेवले. तेव्हा हिने मसूरवर हल्ला करून त्यांना मुक्त केले. वासोट्याचा किल्ला तिने आठ महिने झुंजविला. (मचको)

ताईबाई कोल्हटकर : ही नागपूरकर भोसल्याच्या महापराक्रमी सेनापती भास्करराम कोल्हटकरांची पत्नी. बंगाल मोहिमेत भास्करपंत मारला गेल्यानंतर ती काही लोकांबरोबर काशीस निघून गेली. रघुजी भोसल्यांनी ताईबाईंच्या नावाने वऱ्हाडच्या सुभ्याचा कारभार करून दिला व हिच्यातर्फे कृष्णाजी गोविंद यास कारभारी नेमिले. (मचको)

ताजखान रोहिला : हा एक सरदार. हरिपंताने इसफखान गारद्यावर सैन्य रवाना केले. इसफ पळून गेला. ताजखानाने यास कैद केले तेव्हा नाना फडणिसाने यास १००० रुपयांचा गाव २१/५/१७७६ रोजी इनाम दिला. (मचको)

ताजमहाल : एक जगप्रसिद्ध सुंदर वास्तू. ही इमारत आग्रा येथे यमुनेच्या तीरावर आहे. ताजमहाल म्हणजे भारतीय शिल्पसौंदर्याचा एक उत्तम साक्षात्कार होय. इ.स. १६३१ मध्ये शहाजहानची आवडती बेगम अर्जुमंदबानू ऊर्फ मुमताजमहल ही मरण पावली. तिच्या स्मृतिप्रीत्यर्थ ही वास्तू बांधली. बांधकामासाठी वीस हजार माणसे २२ वर्षे खपत होती. पु. ना. ओक यांच्या संशोधनानुसार ही वास्तू शहाजहानने स्वतंत्र नवी बांधली नसून, राजपूत वास्तूत आवश्यक ते फेरफार करून तिला मकबऱ्याचे स्वरूप दिले आहे. तर्कतीर्थ लक्ष्मणशास्त्री जोशी, पं.महादेवशास्त्री जोशी यांनीही पु. ना. ओकांचे मत उद्घृत केले. (भासंको)

ताजुल-मासीर : हा ग्रंथ हसन निजामाने लिहिला आहे. इ.स. ११९२ ते १२२८ पर्यंतच्या अर्थात कुतुबुद्दीन ऐबक व अल्तमश या गुलाम घराण्यातील पहिल्या दोन शासकांच्या कारकिर्दीचे वर्णन या ग्रंथात आहे. महम्मद घोरीच्या स्वारीच्या वेळी या ग्रंथाचा लेखक भारतात आला व पुढे येथेच स्थायिक झाला. (इलेशा)

तात : मंदोरच्या प्रतिहार वंशाचा. जीवित अशाश्वत आहे हे लक्षात घेऊन आपले राज्य धाकटा भाऊ भोज याला दिले. आपण मांडव्याश्रमात धर्माचरण करीत राहिला. (मचको)

तात्या टोपे : (जन्म १८१४ – फाशी १८ एप्रिल १८५९, शिप्री) तात्या ब्रह्मावर्तात नानासाहेब आणि राणी लक्ष्मीबाई यांच्याबरोबर युद्धकला शिकले. नानासाहेबांचे ए. डी. सी. असे वर्णन इंग्रजी ग्रंथकारांनी केलेले आहे. १८५७ च्या स्वातंत्र्य युद्धात सेनापतीपद होते. सैन्यरचना आणि रणकौशल्याची वाखाणणी इंग्रज इतिहासकारांकडून झाली. रणक्षेत्रावर प्रभुत्व, झटपट हालचाली, शत्रूला हुलकावणी देणाऱ्या हालचाली, सामान्य जनतेची सहानुभूती त्यामुळे ते इंग्रजांच्या हाती लागत नव्हते. मानसिंगाच्या फितुरीमुळे अटक. शिप्री येथे अभियोग चालून फाशी झाली. सुमारे २ वर्षे त्यांनी इंग्रज सैन्याला दमवले. अनेक इंग्रज सेनापती ह्या एकाचा पाठलाग करताना व त्याच्याशी लढताना संत्रस्त झाले होते. टोपे समजून दुसऱ्याच कुणाला तरी फाशी दिली अशी आख्यायिका. (स्वासंस)

ताथवडा (संतोषगड) : महाराष्ट्र. जि. सातारा. फलटणच्या नैऋत्येस २० किमी. शिवाजीमहाराजांनी बांधलेला किल्ला (१६६६). रेखीव नि भक्कम बांधणी. बाळाजी नाईक निंबाळकराकडे होता. नंतर काही काळ मोगल व आदिलशाहीच्याही ताब्यात होता. त्यानंतर बराच काळ मराठ्यांच्या प्रत्यक्ष ताब्यात हा किल्ला होता. ताथवडे गावात प्राचीन बालासिद्ध मंदिर, १७६२ मध्ये श्यामराव देशपांडे ह्यांनी जीर्णोद्धार केला. गडाच्या सुरुवातीस मठ व गुहा व भग्न अवशेष पाहता येतील. सरसेनापती नेताजी पालकरांनी ताथवडा गडावर चाल केली नि तो गड घेतला. (इ. १६६५, ८ डिसेंबर) (मइआसं-प) (सासभकि)

तानपाठक : एक साधू. जालनापूरच्या स्वारीत शिवाजीमहाराजांना आशीर्वाद दिला. महाराजांनी यांस एक गाव इनाम दिला होता. (मचको)

तानसेन : (इ.स.१५३२-१५८९) धृपद गायकीची परंपरा वाढवून दंतकथा ठरलेले संगीत सम्राट. दीपराग गाऊन दिवे लावीत. अकबराच्या दरबारातील नवरत्न. ४०० वर्षे होऊन गेली तरी गायक म्हणून ख्याती टिकून आहे. ग्वाल्हेरचा तानसेन संगीत महोत्सव प्रसिद्ध आहे. (मचको)

तानाजी मालुसरे : (मृत्यु इ.स. ४/२/१६७०) शिवाजीमहाराजांचा परम विश्वासू मराठा बालमित्र. लहानपणापासून अनेक संकट प्रसंगांत शिवाजीमहाराजांबरोबर होता. १०,००० पायदळाचा सुभेदार. मुलाचे लग्न टाकून कोंडाणा जिंकून दिला असे म्हणतात. त्यात त्याला वीरमरण आले. (सुविको)

तापीदास : फ्रेंच कप्तानाच्या हाताखालील दलाल. फ्रेंचांच्या वतीने शिवाजीराजांकडे सवलती मागितल्या होत्या. शिवाजीमहाराजांनी दाभोळ बंदरी व्यापार करण्यास यास परवानगी दिली. (मचको)

ताम्रपट : तांब्याच्या पत्र्यावर जे लेख कोरले जातात त्याला ताम्रपट असे म्हणतात. त्याची भाषा संस्कृत वा प्रादेशिक असे. ते गद्य-पद्यात्मक असत. कुलदेवतेचे स्मरण केलेले आढळते. ताम्रलेख तीक्ष्ण शस्त्राने कोरलेला असतो. ताम्रपटावर लाखेची शाई वापरतात. बहुतेक ताम्रपट दानपत्रांच्या स्वरूपात असतात. राजाज्ञा ठेवण्याची प्रथा होती. दानपत्रे, महत्त्वाची शासनपत्रे ह्यावर लिहीत सायणाचे भाष्य त्यावरच आहे. (भासंको)

ताम्रयुग : या युगातील सिंधू संस्कृतीच्या व्याप्तीबद्दल नवीन पुरावे उपलब्ध झाले आहेत. कच्छमध्ये सिंधू संस्कृतीचे अवशेष व लोथल येथे हडप्पापूर्व संस्कृतीचे अवशेष सापडले आहेत. त्यानंतरच्या काळातील ताम्र-पाषाण युगीन संस्कृतीचे अवशेष गेल्या २५ वर्षांत सापडले आहेत. कायथा, जोर्वे, नावडातोडी, संस्कृती अशी वेगवेगळी नावे आहेत. (सुविको, मविको)

ताम्रयुगीन संस्कृती (द. भारत) : घोड, गोदा, प्रवरा, भीमा, कृष्णा वगैरे महाराष्ट्राच्या प्रमुख नद्यांच्या खोऱ्यात होती. खापराच्या बनावटीची भांडी ही वैशिष्ट्ये कायम होती. काळ्या रंगाची नक्षीकाम केलेली भांडी हे वैशिष्ट्य होते. ताम्रयुगीन संस्कृतीच्या लोकांनी दख्खनच्या मूळ संस्कृतीवर प्रभाव पाडला होता. राखी रंगाची तोटीची भांडी, दफन पद्धती ही वैशिष्ट्ये कर्नाटकातील ताम्रयुगीन संस्कृतीशी जुळतात. ताम्रयुगीन संस्कृतीत तांब्याचा, ब्राँझचा वापर दगडी हत्याराबरोबर सुरू झाला. धातूचे विशुद्धीकरण करून त्यापासून वस्तू बनविणे ही एक क्रांतिकारक घटना ठरली. त्यामुळे सिंधू संस्कृतीसारख्या नागरी संस्कृतीचा विस्तार झाला. (भासंको)

ताम्रलिप्ती : या प्राचीन शहराचा महाभारतात आणि बृहत्संहितेत उल्लेख आहे. तामलुक नावाने पण प्रसिद्ध आहे. बंगाल मिदनापूर जिल्हा. चिनी प्रवासी फाहिआन याने येथे दोन वर्षे राहून संस्कृतच्या अभ्यास केला होता. (सुविको)

ताम्रशासन : यांची भाषा संस्कृत आणि प्रादेशिक आहे. ताम्रशासने गद्य-पद्यात्मक आहेत. शेवटी स्वाक्षरी किंवा कुलदेवतेचे नाव असते. एका ताम्र शासनात ३ पत्रे असतात. (मविको)

तारानाथ : 'तिबेटी लामा,' 'हिंदुस्थानातील बुद्धधर्माचा इतिहास' या पुस्तकाचा कर्ता (इ.स. १६०९). धीमन व त्याचा मुलगा हे उत्तम शिल्पकलाभिज्ञ, चित्रकार व ओतारी असल्याची महत्त्वपूर्ण नोंद त्याच्या पुस्तकात आहे. बारोंद्राधिपती देवपाल आणि रामपाल ह्यांच्या वेळी हे घेऊन गेले (मचको).

तारापूर : माहीमच्या उत्तरेस २२ कि.मी. वर आहे. १५९३ मध्ये पोर्तुगिजांनी बांधला. १६१२ मध्ये मोगलांनी घेण्याचा प्रयत्न केला होता. श्रीमंत चिमाजी आप्पा म्हणत – तारापूर ही निम्मी वसई आहे. येथे मोठाच संग्राम झाला. बाजी भिवराव रेठरेकर ठार पण किल्ला जिंकला गेला. पेशव्याकडे असतांना काही काळ विकाजी मेहरजीच्या मालकी हक्कात होता. येथील पाणबुरुजावरून तोफा उडविल्या जात, अतिशय बळकट किल्ला. (जस)

ताराबाई भोसले : (जन्म १६७५ – मृत्यु १७६१) छत्रपती राजाराम महाराजांच्या पत्नी. आपल्या मुलाला गादीवर बसवून राज्यसूत्रे आपल्या हातात घेतली. स्वत: कोणत्याही किल्ल्यात न राहता वेळ पडेल त्याप्रमाणे जागा बदलीत होती. वाडीकर सावंतांच्या मदतीने काही किल्ले जिंकले. नातू राजारामाला गादीवर बसवूनदेखील हिच्याकडे कारभार आला नाही. औरंगजेबाला तडफदारपणे तोंड दिले. मराठेशाहीतील मुत्सद्यांची जुट केली. पराक्रमात हार मानली नाही. सतत ७ वर्षे ह्या साहसी स्त्रीने औरंगजेबाशी संघर्ष करून त्याचा पराभव केला. ताराबाईंनी सैन्याच्या योजना अशा आखल्या की दक्षिणेचे सहा सुभेसिरोंज, मंदसोर आणि मालवा येथपर्यंत धामधूम उडविली. तात्कालीक कवी गोविंद म्हणतात – ''दिल्ली झाली दीनवाणी। दिल्लीशाचे गेले पाणी। ताराबाई रामराणी। भद्रकाली कोपली।। ताराबाईंच्या बखते। दिल्लीपतींची तखते। खर्चा लागली तेवि मते।... रामराणी भद्रकाली। रणरंगी क्रूद्ध झाली। प्रलयाची वेळ आली। मुगल हो सांभाळा।। (मच)

ताराबाई भोसले : कोल्हापूरच्या गतभर्तृक राणीसाहेब. शहाजीराजे तथा बुवासाहेब ह्यांच्या पत्नी. शिवाजीमहाराज तथा बाबासाहेब ह्यांचे धाकटे बंधू श्रीमंत शाहूमहाराज तथा चिमासाहेब ह्यांच्या नेतृत्वाखाली कोल्हापुरात १८५७ चा जो उठाव झाला, त्यात ताराबाईसाहेबांनीही महत्त्वाची भूमिका बजावली होती. बाबासाहेब आणि चिमासाहेब हे ताराबाईंचे चिरंजीव होत. (१८५७ स्वायुपेदाहिं)

ताराबाई शिंदे : म. फुल्यांपासून प्रेरणा घेऊन ताराबाई शिंदे यांनी 'स्त्री-पुरुष तुलना' हा ग्रंथ लिहिला. एकतर्फी पातिव्रत्याची कल्पना, बालविधवांवरील सक्ती, अंधश्रद्धा यावर त्यांनी आपल्या लेखनातून टीका केली. (मपइ)

तारायंत्रे : लॉर्ड डलहौसीने आपल्या कारकिर्दीत सुमारे ४०० मैल (सु. ६५० कि.मी.) एवढा लांबीच्या टेलिग्राफ लाईन्स घातल्या. त्यामुळे १८५७ च्या उठावात स्वातंत्र्ययोद्ध्यांच्या स्थानाविषयी इंग्रजांना सहजरीत्या माहिती कळू शकली. (मपइ)

तारीख-ए-दिल्कुशा : या फार्सी ग्रंथाचा लेखक भीमसेन सक्सेना. मुघल-मराठा संघर्षाची तपशीलवार माहिती आहे. शिवाजीमहाराजांच्या कर्तृत्वाचे यथायोग्य समालोचन आहे. औरंगजेबाची दक्षिण मोहीम आणि मराठ्यांचा स्वातंत्र्य संग्राम समजण्याकरिता हा ग्रंथ फारच उपयोगी आहे. (मइ १)

तारीख-अल-हिंद : अल्बेरूनी हा या ग्रंथाचा लेखक, इ.स. १०३० मध्ये हा ग्रंथ लिहिला. गणित, ज्योतिष, तत्त्वज्ञान हे विषयही त्याने अभ्यासले होते. जाती, धर्म, रूढी, आचार-विचार, सण-समारंभ, उत्सव इ. ची माहिती या लेखनातून मिळते. (मचको)

तारीख-इ-अली : मुरुल्लाह इब्न काजी सय्यिद अली मुहम्मद हुसैनी हा या ग्रंथाचा कर्ता. भाषा आलंकारिक. मुहम्मद अदिलशहा व अली आदिलशहा यांच्या कारकिर्दीचे वर्णन यात आहे. अफजल प्रसंग, सिद्दी जौहरचा पन्हाळा वेढा, जयसिंगाची स्वारी याबद्दल माहिती लिहिलेली आहे. (मइ १)

तारीख-ए-फरिश्ता : मोहम्मद कासीम फेरिश्ता हा लेखक. त्याच्या ग्रंथाचे भाषांतर ब्रिग्ज याने इंग्रजीमध्ये केले आहे. हा ग्रंथ वर्णनात्मक पद्धतीचा आहे. विवेचनात्मक नाही. दक्षिण भारताच्या इतिहासावर या ग्रंथात लेखकाने विशेष प्रकाश टाकला आहे. (इलेशा)

तारीख-ए-फिरोजशाही : झियाउद्दीन बरनी हा या ग्रंथाचा लेखक. नासिरुद्दीन मोहम्मदापासून फिरोजशहा तुघलकाच्या कारकिर्दीच्या पहिल्या सहा वर्षांच्या घटनांचे वर्णन त्यात मिळते. इ. स. १३५९ मध्ये हा ग्रंथ लिहून तयार झाला. जमीन महसुलाच्या बाबतीत त्याची वर्णने विस्तृत आहेत. या ग्रंथामध्ये अल्लाउद्दीन खिलजीच्या अनेक प्रशासकीय सुधारणा व मोहम्मद तुघलकच्या विविध योजनांची माहिती आहे. (मचको)

तारीख-ए-फिरोजशाही : फिरोज तुघलकाच्या कारकिर्दीची संपूर्ण माहिती देणाऱ्या ग्रंथाची निर्मिती शम्म-ए-मिराज अफीफ याने इ.स. १३९८ मध्ये केली. झियाउद्दीन बरनीचे अपूर्ण कार्य त्याने पूर्ण केले.

तारीख-ए-बदायुनी अथवा मुंतखाब-उत-तवारिख : अब्दुल कादीर बदायुनीने अत्यंत कठोर शब्दात प्रहार या ग्रंथामध्ये केलेले आहेत. जहांगीर गादीवर आल्यावर हा ग्रंथ प्रसिद्ध केला. सुन्नीपंथी मनुष्याने एकांगी दृष्टिकोनाचे अतिशयोक्तीने लिहिलेला असल्याने त्यातील तथ्ये फारशी विश्वसनीय नाहीत. (इलेशा)

तारीख-ए-मुबारकशाही : याह्या बिन अहमद याने हा ग्रंथ लिहिला. दिल्लीच्या सय्यद घराण्याचा इतिहास त्यात पाहावयास मिळतो. (मचको)

तारीख-ए-शेरशाही : अब्बासखान सरवानी याने हा ग्रंथ अकबराच्या कारकिर्दीत लिहिला. स्वत: लेखक शेरशहाच्या जीवन व त्याच्या विविध प्रशासकीय सुधारणांची विश्वसनीय माहिती त्यामध्ये दिली आहे.

तारीख-सलातीन-ए-अफगाण : अहमद यादगार याने तारीख-ए-सलातीन-ए-अफगाण हा ग्रंथ लिहिला. मोगल वंशातील बादशहा अकबराच्या कारकिर्दीत या ग्रंथाची रचना झाली. त्यात लोदी व सूर या पठाण राजवंशांच्या उत्कर्षाचे व ऱ्हासाचे वर्णन मिळते. (इलेशा)

तालिकोटची लढाई : (जानेवारी १५६५) विजयनगरचा सम्राट रामराय व विजापूर, अहमदनगर व गोवळकोंडा यांच्या संयुक्त सैन्यामध्ये जानेवारी १५६५ मध्ये तालिकोटची लढाई झाली. या लढाईस राक्षसतागडीची लढाई असेही म्हणतात. रामराय अत्यंत वृद्ध होता तरीही तो तडफेने लढत होता पण या लढाईत विजयनगरचा पराभव होऊन ते साम्राज्य लयास गेले. (इसंशा)

तालिबान : इस्लाम धर्माच्या खास शाळांमधून शिकलेल्या अफगाणी कट्टरपंथीयांची ही संघटना आहे. १९९४ मध्ये ह्या संघटनेची स्थापना झाली. अफगाणिस्तानचा बराच प्रदेश नियंत्रणाखाली आणण्यात तालिबानने यश मिळविले. २००१पर्यंत त्यांनी अफगाणिस्तानमध्ये प्रचंड दडपशाही केली. १० सप्टेंबर २००१ मध्ये न्यूयॉर्कच्या विश्व व्यापार केंद्रावर अल् कायद्याने केलेल्या हल्ल्यात तालिबानचाही हात असल्याचे सिद्ध झाल्याने अमेरिकेने लष्करी कारवाई करून अफगाणिस्तानमधून तालिबानचा प्रभाव संपुष्टात आणला. (इसंशा)

तावयुंग : हिंदुस्थानात आलेला चिनी प्रवासी. याच्या प्रवासवृत्तावरून सुंगयुन आणि हु-एन-त्संग यांच्या प्रवासवृत्तांचे संकलनकाराने योग्य स्थळी टीपा देऊन योग्य तेथे मतभेद दर्शविला आहे. हा फाहियान नंतर आला होता. पेशावरपर्यंतच आला होता. (मचको)

तावलिन : किंगचाव येथील चिनी प्रवासी. हा समुद्राद्वारे कलिंगात तेथून ताम्रलिप्ती येथे गेला. तेथून वज्रासन व बोधिवृक्षाचे दर्शन घेतले. नालंदा येथे येऊन द. भारतात गेला. भारतवर्षात त्याने शीलप्रथ नाव धारण केले. (मचको)

ताश्कंद करार : भारत आणि पाकिस्तान यांच्यातील इ.स. १९६५ चे युद्ध झाल्यानंतर ताश्कंद येथे भारत-पाकिस्तान यांच्यात जो करार झाला, तो ताश्कंद करार या नावाने ओळखला जातो. हा करार करण्यासाठी रशियाने पुढाकार घेतला होता. भारत, पाकिस्तान, रशिया या तिन्ही राष्ट्रांची परिषद ४ जानेवारी १९६५ रोजी ताश्कंद येथे भरली होती. रशियाच्या वतीने पंतप्रधान कोसिजीन, भारताचे पंतप्रधान लाल बहादूर शास्त्री व पाकिस्तानचे अध्यक्ष याह्याखान यावेळी उपस्थित होते. भारत-पाकमधील शत्रुत्वाचे संबंध संपून शांततेचे संबंध प्रस्थापित व्हावेत या उद्देशाने रशियाने पुढाकार घेतला होता. १० जानेवारी १९६५ रोजी या करारावर या तिघांनी सह्या केल्या. मात्र दुर्दैवाने ११ जानेवारी १९६६ ह्या दिवशी शास्त्रीजींचे निधन झाले. (सुविको)

तिकोना : मलवळीजवळ तुंग-तिकोना-विसापूर लगतचा दुर्ग. कारतलबखानाचा पराभव केल्यावर नेताजी पालकर यांची या भागात नियुक्ती (इ. १६६० फेब्रुवारी) मोगलांपासून संरक्षण व्हावे म्हणून. तिकोनाच्या आसपासचा प्रदेश आसमंत मोगली सरदार कुतुब आणि दाऊद यांनी जाळून बरबाद केला. (इ. १६६५ मे) असंख्य गुरे धरून नेली. जयसिंगाशी झालेल्या तहानुसार महाराजांनी तुंग गडाचा ताबा मोगलांना देण्यासाठी आपला मनुष्य पाठविला. (इ. १६६५, १२ जून). कुबाहखानाने गडाचा ताबा घेतला. मराठ्यांनी औरंगजेबाकडून हा गड परत जिंकून घेतला. (मइआसं-प)

तिबेट : भारताच्या उत्तर सीमेशी संलग्न प्रदेश. 'त्रिविष्टप'वरून तिबेट शब्द आला. पूर्णपणे बौद्ध. सध्या हा प्रदेश चीनचा भाग आहे. १९५४ च्या करारान्वये भारताने तिबेट हा चीनचा स्वायत्त भाग असण्याला मान्यता दिली. तिबेटचे परागंदा धर्मगुरू दलाई लामा यांना भारताने आश्रय दिलेला आहे. तिबेट हा एकेकाळचा स्वतंत्र प्रदेश. आजही चीनविरुद्ध तिथे उठाव होत असतात. कैलास, मानसरोवर ही तीर्थस्थाने तिबेटमध्येच आहेत. (इसंशा)

तिमाजी : हणमंते घराण्याचा मूळ पुरुष. शूर व पराक्रमी. त्रिमल असे पण याला म्हणत असत. 'अशौचनिर्णय' नावाचा संस्कृत ग्रंथ रचिला. (मचको)

तिमाप्पा वडार : सांगलीकरांच्या सैन्यात काही वर्षे शिलेदार होता. वडार लोकांची टोळी बनविली होते. त्रिंबकजीने उभारलेल्या बंडात हा त्याला मिळाला होता. चिंतामणराव सांगलीकरांच्या मध्यस्थितीने त्यास माफी मिळाली. (मचको)

तिरुअनंतपुरम : केरळ पूर्वीच्या श्रावणकोरची राजधानी आणि वैष्णव क्षेत्र. एक किल्ला आहे. मध्यभागी राजवाडा आहे. अनंतपद्नाम अथवा अनंतशयन ह्या नावाने शेषशायी विष्णूचे मंदिर आहे. केरळातील सर्वांत मोठे मंदिर. (सुविको)

तिरुपती : श्री बालाजी मंदिर. अखिल भारतात अत्यंत प्रसिद्ध. श्रीरामानुजाचार्यांनी येथील व्यवस्था, आखून दिली आहे. शिवाजीमहाराजांनी येथे भेट दिली होती. पद्मावतीचे मंदिरही प्रख्यात. तिरुपती येथील सर्वांत प्राचीन शिलालेख इ. स. ७९० चा आहे. चोळ, पांड्य, पल्लव आणि तुळुव सर्व राजे व्यंकटेशाचे भक्त होते. हिंदुस्थानातील सर्वांत समृध्द देवालय. इथे अखिल भारतातून यात्रेकरू येत असतात. संस्कृत विद्यापीठ आणि सेवाकार्ये चालतात. (सुविको)

तिरुमल : (इ.स. १५६६ सुमार)तिरुमल हा विजयनगरचा सम्राट देवराय याचा मेव्हणा होता. १५६५ मध्ये तालिकोटच्या युद्धात विजयनगरचा दारुण पराभव झाल्यावर सुलतानांच्या अंतर्गत संघर्षाचा फायदा घेऊन तिरुमलाने पेनुकोंड्याच्या परिसरात पुन्हा आपली सत्ता स्थिर करण्यात यश मिळवले. (भासंको)

तिरुमल आरविदु : (राज्यारोहण-इ.स. १५७० - मृ.१५७८) तालिकोटच्या लढाईत पडलेले रामराय व व्यंकटाद्री हे याचे भाऊ. राक्षसतागडीच्या लढाईमध्ये रामराया मारला गेल्यावर हा सदाशिवरावचा प्रधान होता. १५७८ मध्ये तुलव घराण्यातील सदाशिवरायाचा खून होऊन आरविदु घराणे उदयास आले. (मचको)

तिरुमल्ल नायक : (स. १६२३ - १६५९)याने त्रिचनापल्ली सोडून मदुरेस ठाणे दिले. मदुरेच्या मुक्त कृष्णप्पा नायकाचा पुत्र. त्याच्यावर विजयनगरच्या राजाने स्वारी करून कुतुबशहाच्या मदतीने पराभव केला. (मचको)

तुकडोजी महाराज :(जन्म १९०९-१९६८) मूळ नाव माणिक बंडोजी बहमभट्ट. अमरावतीजवळील यावली गावचे. १४ वर्षांचा असताना विरक्त, संसार त्याग, सालबर्डी टेकडीवर याग केले. तरुणांसाठी स्वातंत्र्ययाग आरंभला. कीर्तन, भजन या माध्यमातून इंग्रज विरोधी वातावरण. तुरुंगवास, स्वातंत्र्यानंतर म. गांधींच्या वर्धा येथील आश्रमात राहिले. डॉ. राजेंद्र प्रसादांनी त्यांना 'राष्ट्रसंत' ही पदवी दिली. विश्व हिंदू परिषदेची स्थापना. जपानमध्ये विश्वधर्म परिषद भरविली. डफासारखे असणारे 'दमडी' हे वाद्य वाजवून लोकजागृती करत (वंशावळ).

तुका ब्रह्मानंद : (इ. स. १७ वे शतक, मृत्यू - बहुधा १६५०) शिवाजीमहाराजांच्या कारकिर्दीतील एक मराठी संतकवी. भर्तृहरिकृत शतकत्रयावर समश्लोकी टीका केली आहे. प्रणवाष्टक व गीत गोविंद हे दोन ग्रंथ प्रसिद्ध. माहुली येथे देह ठेवला (सुविको)

तुका विप्र : (१७२९-१७९१) एक सत्पुरुष व मराठी कवी. सातारा जिल्ह्यातील रहिमतपूरचा. याच्या घराण्यास बीड जिल्ह्यातील अंजनवती गाव इनाम होता. याने सव्वालक्ष अभंग रचण्याचा संकल्प पुरा केला

असे म्हणतात. 'आत्मसिंधू', 'सुदामचरित्र', 'भानुदासचरित्र' इ. ग्रंथनिर्मिती आहे. त्यांनी जरंड्याच्या डोंगरावर उपासना केल्याने जरंड्याचा मारुती प्रसिद्धीस आला. होळकरांचा सरदार फत्तेसिंग माने यांचा शिष्य होता. त्यांनी समग्र भागवतावर अभंगरूप टीका केली आहे असे म्हणतात. (सुविको)

तुकाई : महाराष्ट्राच्या पंचदैवतांत तुकाईला मान दिला जातो. तुकाई हे तुळजापूरच्या श्रीभवानीदेवीचे एक दुसरे नाव आहे. तिला तुळजाभवानी, त्वरिता, तुरजा, रामवरदायिनी अशी अनेक दुसरीही नावे आहेत. तुकाराम, तुकादेव, तुकाई, तुकाबाई इ. नावे तुकाईदेवीवरूनच पडली. इ.स. १३०४ च्या एका शिलाहारवंशीय राजाच्या ताम्रपटात तुकाई देवीचा उल्लेख आहे. रामजोशीच्या तुळजापूर भवानीच्या लावणीत त्यांनी 'तुका' नावाचा उपयोग केलेला आहे. (सुविको, भासंको)

तुकाबाई भोसले : शहाजी राजाची द्वितीय पत्नी. हिचा मुलगा एकोजी. ही मूळ मोहित्यांच्या घराण्यातील. (मचको)

तुकाराम : (इ.स.१६०८-१६४९) एक महान मराठी संत आणि कवी. शिवाजी महाराज तुकारामांच्या भेटीसाठी आले होते. त्यांनी येतांना भेटीदाखल बरेच द्रव्य आणले होते. परंतु तुकारामांनी निरिच्छपणाने ते परत केले. ''बुडती हे जन न देखावे डोळा'' अशी तुकोबांची वृत्ती.'भूतांच्या पाळणा' ते मेणाहून मऊ आहेत पण पाखंडखंदनाच्या प्रसंगी ते वज्राहूनही कठोर आहेत. सर्व लोकांना तुकाराम अगदी जवळचे वाटतात. तुकारामांच्या अभंगातील कितीतरी चरण, कल्पना, शब्द प्रयोग इ. मराठी माणसांच्या हरघडीच्या बोलीभाषेत अवतरले आहेत. मराठी भक्तीपरंपरेत आणि कविमंडळातही तुकारामांचे स्थान अनन्यसाधारण आहे.अणोरणीय थोकडा तुकाराम विवेकबळाने आकाशाएवढा बनला आणि संत श्री ज्ञानेश्वरांनी ज्याचा पाया रचला, त्या भागवतधर्म मंदिरावरचा कळस होऊन शोभत राहिला, ही घटना संतश्री तुकाराम महाराजांना चिरंजीवपद देणारी आहे. (भासंको)

तुकोजी पवार : देवासच्या पवार घराण्याचा संस्थापक. देवासकर म्हणून प्रसिद्ध. १७२५मध्ये बाजीरावाबरोबर मध्य हिंदुस्थानात आले. माळव्याच्या वाटणीत धार राज्याची प्राप्ती. (२२ जुलै १७३२)(सुविको)

तुकोजी सकपाळ : (स. १६५८-१६९०) कुलाब्याच्या आंग्र्यांचा हा पहिला प्रसिद्ध पुरुष. स. १६५८ मध्ये शिवाजीमहाराजांकडे बारगिरी करत होता. (मचको)

तुकोजी होळकर : (स. १७२५ - १७९७)होळकरांच्या वंशातील जानोजीचा मुलगा . पेशव्यांच्या उत्तरेतील लष्करी हालचालीत सहभाग. विशेषत: महादजीचे महत्त्व उत्तरेत वाढू नये म्हणून तुकोजीस उत्तर पेशवाईत महत्त्व दिले गेले. वस्तुत: तुकोजी अत्यंत गर्विष्ठ, व्यसनी, उधळ्या स्वभावाचा होता. अहल्याबाई आणि तुकोजी यांच्यातील संघर्ष महादजींच्या मध्यस्थीने थोडा आटोक्यात आला. पण या वादामुळे मराठी राज्याचे मात्र बरेच नुकसान झाले. (मचको, भासंको)

तुकोजीराजे भोसले : (स. १७२८-१७३५) (तंजावरचे) तुकोजी राजे हे सरफोजी राजांपेक्षाही अधिक कुशाग्रबुद्धी असून मोठे विद्याभिलाषी, अनेक विद्वानांना आश्रय, अनेक भाषा येत होत्या. निजाम, फ्रेंच नि इंग्रज यांच्यापासून राज्याचे रक्षण केले (भासंको)

तुकोजीराव पवार : हे धारच्या आनंदराव पवारांचे चुलतबंधू. यांच्या भावाचे नाव जिवाजी. या दोघांना

माळव्याच्या मुलखाची वाटणी झाली, तेव्हा देवासची वाटणी यांना मिळाली. (२२ जुलै १७३२) (मचको)

तुघलक राजवंश : (१३२० ते १४१२ इ.स.) हे घराणे तुर्की वंशाचे होते. दिल्लीच्या तख्तावर गियासुद्दीन तुगुलुक शाह पदवी धारण करून बसला (१३२९). कुराणाचा आधार घेऊन कायद्याचा ग्रंथ सुरू केला (इ.स. १३२५). नंतर मुहंमद तुघलक गादीवर आला. महत्त्वाकांक्षी होता. कांपिली व होयसळांवर सत्ता प्रस्थापित केली. कोंडाणा किल्ला जिंकला. इ. स. १३३७ साली सुलतानाने कांगडामधील नागरकोटवर स्वारी केली. त्यानंतर फिरुज तुघलक गादीवर आला. तदनंतर इ.स. १४०५ मध्ये दौलतखान गादीवर आला. फिरुजचा नातू मुहंमद गादीवर आल्यानंतर १४१२ मुहंमदशहा मरण पावला. तुगुलक घराण्याचा अंत झाला. (मचको)

तुजुक–ए–जहांगिरी अथवा जहांगीरनामा : मोगल बादशहा जहांगिराचे हे आत्मचरित्र. बाबराप्रमाणेच जहांगीरानेही तुर्की भाषेत लिहिलेल्या या ग्रंथात आपल्या गुणदोषांची मुक्तपणे चर्चा केली आहे. त्याचे चरित्र, स्वभाव व विचार समजण्यासाठी हा एक मौलिक ग्रंथ. (इलेशा)

तुर्कांचे भारतावरील आक्रमण : (इ.स. १००१ – १०२६) १००१ ते १०२४ या काळात गझनीच्या महमुदाने भारतावर अनेक स्वाऱ्या करून लुटालूट केली. त्याने कनौज व सोमनाथ येथे मोठे नुकसान केले. उदभांड येथे महमुदाने भाटिंड्याच्या शाही सैन्याचा मोठा पराभव केला. गझनीचा महमद याने भारतावर १७ स्वाऱ्या करून अमाप संपत्ती लुटून गझनीला नेली. शेवटच्या स्वारीत त्याने सोमनाथाच्या मंदिराची लूट केली. (सुविको)

तुलादान : आपले वजन तोलून तितके द्रव्यपदार्थ, धान्य इ. दान करणे याला 'तुलादान' करणे म्हणतात. तुलादानाची शिल्पेही बघावयास मिळतात. महाराष्ट्रात मुरार जगदेवाची तुला प्रसिद्ध आहे. जिजाबाई व शिवाजीमहाराजांची तसेच सोनोपंत डाबिरांची सुवर्णतुला झाली होती. मराठेशाहीत तुला करून तुलेतील द्रव्य दान दिल्याने मृत्यू टळतो अशी समजूत होती. जिजामाता, सोनोपंत डबीर ह्यांची सुवर्णतुला झालेली होती. नानासाहेब पेशवे, माधवराव यांनी आपल्या तुला केल्याचे उल्लेख साधनांमधून येतात. (सुविको)

तुळजाजी भोसले : (स. १८०७ सुमार) अक्कलकोटच्या भोसले घराण्यातील शहाजीराजांचा दुसरा मुलगा. (मचको)

तुळजापूर : साडेतीन पीठांपैकी एक पीठ. हे क्षेत्र महाराष्ट्र राज्यातील उस्मानाबाद जिल्ह्यात बालाघाट डोंगराच्या एका पठारावर वसलेले. मंदिर परिसरात शिवाजीमहाराजांनी बांधलेल्या दीपमाळा आहेत. तुळजाभवानी ही शिवाजीमहाराजांची कुलदेवता. मोऱ्यांचा बीमोड केल्यावर शिवाजी महाराजांनी प्रतापगडावर या देवीची स्थापना केली. तुळजापूर हे साऱ्या महाराष्ट्राचे श्रद्धास्थान आहे. (भासंको)

तुळजाराम : नागपूरकर भोसल्यांच्या पदरचा एक सरदार. रघुजीने देवगड प्रांती फौजेच्या बंदोबस्त करण्यासाठी याला नेमले होते. १७४८– १७५१ या काळातील स्वाऱ्यात रघुजीबरोबर होता. याने बंगाल–कर्नाटकापर्यंत स्वाऱ्या केल्या होत्या. (सुविको)

तुळपुळे, शंकर गोपाळ (डॉ.) : (१९१४) वाङ्मयेतिहासकार, संशोधक, संपादक, संतवाङमयाचे अभ्यासक. महानुभाव वाङ्मयाचा त्यांचा उत्कृष्ट व्यासंग होता आणि त्यासंबंधीची अनेक पुस्तके प्रकाशित. प्राचीन मराठी शब्दकोश डॉ. ॲन फेल्डहाउस ह्यांच्या सहकार्याने सिद्ध केला. शिलालेखांवरील ग्रंथ महत्त्वपूर्ण आहे. (वंशावळ)

तुळशीदास : (इ.स. १८ वे शतक) एक मराठी शाहीर. हा शिवाजी महाराजांच्या काळातला होता. तान्हाजी मालुसरे कोंडाण्यावर गाजविलेल्या पराक्रमाबद्दलचा याने पंचावन्न चौकांचा एक पोवाडा रचलेला आहे. (भासंको)

तुळशीबागवाले दप्तर : पेशव्यांच्या अनेक सरदारांपैकी महत्त्वाचे. यांचे मूळ नाव नारो आप्पाजी खिरे. तुळशीबागवाले यांच्या कागदपत्रात रोजनिशींचा समावेश आहे. १७४६ ते १८७८ या काळातील तुळशीबागवाले यांच्या संदर्भातील माहिती पाहावयास मिळते. श्रीमंत कचेश्वरराव तुळशीबागवाले यांनी जुन्या कागदांची २३ पोती मंडळास दिली. स. १८५९-६० पासून १८८६-८७ पर्यंतच्या वह्या यात आहेत. तुळशीगावाल्यांचा खाजगी रोजनामा, रोजकीर्द, खतावणी रु. १७४५-४६ पासून १८७७-७८ पर्यंतच्या ९१ वह्या ११ रुमाल आहेत. विविध प्रकारची २६७ पुडकी व ४०-५० हजार कागद तुळशीबाग संस्थानचे आहेत. (भासंको)

तुळाजी आंग्रे : (मृ.१७८७) कान्होजी आंग्र्यांचा दासीपुत्र. पेशव्यांचे आणि याचे वैर होते. स. १७४२मध्ये अंजनवेलचा किल्ला घेतल्यानंतर शाहूमहाराजांनी यास सरखेल ही पदवी दिली. आरमाराच्या जोरावर इंग्रजांचे एकही जहाज सुरक्षित जाऊ देत नसे. तसेच पेशव्यांची सत्ता जुमानीत नसे. हा गेल्यानंतर मराठ्यांचे आरमार नष्ट झाले. नानासाहेब पेशव्यांनी ह्याचा पराभव करून त्याला कैदेत ठेवले. (सुविको)

तुळाजी ऊर्फ तुळजाजी राजे भोसले: (स. १७३६ - १७८७) : तंजावरचा राजा. इंग्रज, हैदर व अर्काटचा नबाब असे प्रमुख शत्रू. १७८७ पर्यंत इंग्रजांच्यामध्ये तिने राज्यकारभार केला. इ.स. १७६९ मध्ये हैदरने याच्यावर स्वारी केली. (मचको)

तुळाजी पवार : (फाशी १७७९) रघुनाथ पेशव्याचा सेवक व नारायणरावाच्या खुनातील एक प्रमुख कटवाला. महाखटपटी व हिंमतवान. काही आगळीक केल्याने नारायणरावाने यास चाबकाने मारले. सुडाच्या बुद्धीने तो कटात शिरला. बारभाईचा तह झाला तेव्हा गोव्याकडे पळाला. पोर्तुगिजांनी यास पकडून ताब्यात दिले. त्याची जबानी घेऊन त्यास देहान्त शासन केले. (सुविको)

तुळुव घराणे : (१४९० ते १५६२) विजयनगरचे एक राजघराणे. नरसा नायक हा या घराण्याचा संस्थापक. याचा पुत्र कृष्णदेवराय हा मोठा वैभवशाली कीर्तिमान राजा होऊन गेला. त्याने विजापूरच्या आदिलशाहाचा पराभव करून रायपूरचा किल्ला घेतला. त्याचा दरबार अत्यंत वैभवशाली असे. (सुविको)

तुळुवनाडू : कर्नाटकातील संपूर्ण मंगळूर जिल्हा नि कारवार जिल्ह्याचा काही भाग. ह्याला प्राचीन काळी तुळुवनाडू म्हणत. इ.स. २ ऱ्या शतकापासून मध्ययुगापर्यंत तुळुवनाडूवर आलुप वंशाचे राज्य होते. इ.स. ५७५ च्या सुमारास कीर्तिवर्माने आळवखेडकर तुळुवनाडू सत्ता स्थापन केली. शिवहळ्ळी हे प्रसिद्ध तीर्थक्षेत्र. एके काळी जैन, शैव, बौद्ध धर्म इथे होते. आता वैष्णवधर्माचा अधिक प्रसार, मातृसत्ता प्रचलित होती. शंकरदेवी, विठ्ठलदेवी, पदुमळदेवी, अब्बकदेवी, चेल्लम्मादेवी, मप्पुरक्कदेवी, सोमलदेवी इ. अनेक स्त्रिया युद्ध आणि शासन ह्या दोन्ही क्षेत्रांत चमकल्या. (भासंको)

तृतीय रत्न : बहुजन समाजाच्या शिक्षणाचा पुरस्कार करणाऱ्या जोतिबा फुल्यांनी आपल्या विचारांचा प्रसार करण्यासाठी 'तृतीय रत्न' नावाचे नाटक लिहिले. नवरा-बायको एकत्र जेवायला बसतात व दोघे मिळून रात्रशाळेला जातात असा बंडखोर विचार या नाटकातून मांडला होता. (मपइ)

तेजकंठ : (स. ११५० सुमार)काश्मीरचा राजा जयसिंह लोहरच्यावेळी काश्मिरातील वकील. कोकणचा राजा अपरादित्पाने आपला राजदूत म्हणून त्याला काश्मीरला पाठवले होते. अतिशय विद्वान कवी मंखकृत श्रीकंठचरित्र ह्याची परीक्षा करण्यासाठी नेमलेल्या तीन विद्वानांमध्ये हाही होता. (मचको)

तेगबहादूर : (स. १६६५)शिखांचा नववा गुरू. त्यावेळी हिंदूचा अतिशय छळ होत होता. काश्मीरमधील हिंदू तर भयंकरच यातना सहन करीत होते. अशा वेळी त्यांच्यासाठी तेजबहादुरांनी त्यांच्या शिष्यांसह बलिदान केले आणि बलिदानाच्या वेळी 'सर दिया लेकिन सार नहीं दिया' हा औरंजेबास तेजस्वी संदेश दिला.

तेजसिंह गुहिलोत : मेवाडचा राजा. धोलक्याचा राजा व याच्यात युद्ध झाले असावे असे एका शिलालेखावरून समजते. तेजसिंहाची दुसरी पत्नी रूपादेवी हिचा बुडतच्या विहिरीवर शिलालेख आहे. याच्या वेळी वि.स. १७३७ माद्य शुद्ध ४ (इ.स. १६८०) ला श्रावक प्रतिक्रमण सूत्रचूर्णी नावाचे पुस्तक आघाटदुर्ग (आहाड) येथे ताडपत्रावर लिहिले गेले. (सुविको)

तेन्नालि रामलिंग : (जन्म स. १४६२) तेलुगू कवी. जन्मस्थळ तेन्नालि. हा विजयनगरच्या कृष्णदेवरायापासून वेंकट तुळुवापर्यंत आश्रित होता. 'पांडुरंग माहात्म्य 'नावाचे रसाळ काव्य लिहिले आहे. बिरबलाप्रमाणे याच्या चातुर्यकथा प्रसिद्ध आहेत. (मचको)

तेभागा चळवळ : (सप्टेंबर १९४६ – मार्च १९४७) स्वातंत्र्यपूर्व काळात झालेल्या किसान चळवळींपैकी सर्वात गाजलेली चळवळ. बंगालमध्ये कम्युनिस्ट पक्षाने ही चळवळ चालवली. तेभागा याचा अर्थ दोन तृतीयांश असा असून शेतकऱ्यांनी उत्पन्नाचा एक तृतीयांश हिस्सा जमीनदारांना देण्याचे ठरवले व उर्वरीत हिस्सा स्वत: घेण्याचे निश्चित केले. याविरुद्ध जोतेदार वि. बरगादार असा संघर्ष सुरू झाला. स्वातंत्र्यानंतर शेतकऱ्यांच्या मागण्या मान्य करण्यात आल्या. आपल्याला पिकाचा योग्य हिस्सा मिळावा एवढीच शेतकऱ्यांची इच्छा होती. (इसंशा)

तेर : महाराष्ट्रातील एक प्राचीन नगर. ते धाराशिव (उस्मानाबाद) जिल्ह्यात आहे. ते प्राचीन काळी व्यापाराचे मोठे केंद्र होते. ही शिलाहारांची मूलभूमी होती. येथील त्रिविक्रम मंदिर प्रसिद्ध आहे. गुप्तकालीन वास्तुशिल्पाचा हा एक महत्त्वपूर्ण टप्पा आहे. उत्तरेश्वर आणि कालेश्वर मंदिर विटांनी बांधलेले आहे. गोराकुंभार हा संत याच गावचे होत.

तेरेखोल (ता. पेडणे) : १८ व्या शतकाच्या सुरुवातीला हा किल्ला मराठ्यांनी बांधला. १७४६ मध्ये तो पोर्तुगिजांनी जिंकला. १७९४ मध्ये तो मराठ्यांच्या ताब्यात आला. परत काही दिवसांनी पोर्तुगिजांच्या ताब्यात गेला. (जस)

तेरेसा, मदर : (१९१०-१९९७) सेवा, त्याग यांचे मूर्तिमंत आदर्श किंवा प्रतीक. भारतात राहून आयुष्यभर गरिबांची सेवा केली. 'मोतीझील' म्हणजे कोलकात्यातील दारिद्र्य, रोगराई, उपासमार इ.चे मूर्तिमंत स्मारक त्यांनी कार्यक्षेत्र म्हणून निवडले. १९४९ तिळजळा तेथे दुसरी शाळा सुरू. सेवागृहाच्या माध्यमातून क्षय, कुष्ठ, कोड सारख्या रोगांवर उपचार. १२५ देशांत ७५५ सेवागृहे त्यांनी स्थापन केली. १९३२ मध्ये पद्मश्री 'रेमन मॅगसेसे ॲवॉर्ड, जोसेफ केनेडी अकादमी पारितोषिक, नोबेल पारितोषिक, सर्वश्रेष्ठ बहुमान' भारतरत्न' प्रदान १९८० साली. १९९७ कोलकात्यास निधन. (यांघस)

तेलंग, काशिनाथ त्र्यंबक : (१८५०-१८९३) मुंबई विद्यापीठाच्या पहिल्या पाच पदवीधरांपैकी एक तेलंग काशीनाथ त्रिंबक हे काँग्रेसच्या संस्थापकांपैकी एक असून एक ज्येष्ठ कायदेतज्ज्ञ व प्राच्यविद्यापंडितही

होते. १८८५ मध्ये त्यांनी फिरोजशाह मेहता यांच्या सहकार्याने बॉम्बे प्रेसिडेन्सी असोसिएशनची स्थापना केली. १८९२ मध्ये त्यांची मुंबई विद्यापीठाच्या कुलगुरुपदी नेमणूक झाली. १८८९ मध्ये मुंबई हायकोर्टाच्या न्यायाधीशपदी त्यांची नेमणूक झाली. महाराष्ट्र भाषा संवर्धक मंडळीच्या संस्थेच्या संस्थापकांपैकी ते एक होते. दादाजी विरुद्ध रखमाबाई या गाजलेल्या खटल्यात त्यांनी रखमाबाई राऊत ह्यांची बाजू मांडली होती. 'खोती' कायद्याने नष्ट झाली तेव्हा खोतांची बाजू हिरीरीने मांडली. (सुविको)

तेलंगण प्रजा समिती : तेलंगण राज्याच्या मागणीला संघटित स्वरूप देण्यासाठी तेलंगण प्रजा समिती ह्या पक्षाची स्थापना १९७० मध्ये करण्यात आली. १९७१ मध्ये केंद्राच्या पुढाकाराने तेलंगण प्रादेशिक समिती अस्तित्वात आल्याने या पक्षाचे महत्त्व नंतर ओसरले.

तेलंगणातील चळवळ : कम्युनिस्टांच्या नेतृत्वाखाली तेलंगणात इ.स. १९४६ ते १९५१ पर्यंत चाललेले शेतकऱ्यांचे बंड हे प्रांतिकच नव्हे, तर राष्ट्रीय शासनाला मोठेच आव्हान होते. लष्कराच्या साहाय्यानेच हे बंड मोडावे लागले. आपल्या जमिनीचे पूर्ण अधिकार आपल्याला मिळावे यासाठी या शेतकऱ्यांना लढा द्यावा लागला. (सुविको)

तेवेनापट्टम : तिरुवाडीचा पठाण सरदार शेरखान पराभूत झाल्यामुळे तेवेनापट्टमचे सैनिक स्वत:हूनच पळून गेले. मराठ्यांना हा किल्ला अलगद मिळाला. (इ. १६७७, ९ जुलै) (मइआसं-प)

तैमुरलंग : (इ.स. १३३६-१४०५)हा समरकंदचा राजा होता. तो एका पायाने लंगडा असल्याने हे नाव पडले. १३९८ मध्ये दिल्लीवर स्वारी करून त्याने प्रचंड लूट केली व शहर उद्ध्वस्त करून टाकले. (इसंशा)

तैमूरशाह अब्दाली : तिसऱ्या पानिपतच्या युद्धातील प्रसिद्ध अहमदशहा अब्दालीचा मुलगा. (मचको)

तैल : (सन ९७३ ते ९९७) पश्चिम चालुक्य वंशातील एक राजा. याने कळी राष्ट्रकूटापासून पुन्हा आपले राज्य मिळवले. चेदी, चौल, हनगळ, बेळगोळ, कुंतल इत्यादी प्रान्त जिंकले. त्रैलोक्यमल्ल किंवा अहवमल्ल असे त्याला म्हणत.

तोंडापूर : खानदेश येथील मंदिर गढीच्या ढिगाऱ्याखाली होते. या मंदिराच्या अवशेषात द्वारशाखा, खांबाचे तुकडे असे अनेक भाग सापडले आहे. (खाइ)

तोटकाचार्य : आद्य शंकराचार्यांचे शिष्य. यांचे लिहिलेले ग्रंथ - (१) शंकरदेशिकाष्टक, (२) श्रुतिसार, समुद्धरणम सटीकम्. (मचको)

तोडरमल : (१५३५-१५८९) हा अकबर बादशाहाच्या दरबारातील एक सुप्रसिद्ध दिवाण. त्याने १५६७ मध्ये अयोध्येचा सुभेदार शिकंदर ह्याचा पराभव केला. गुजरातमध्ये जमिनीची मोजणी करून तिचे वर्गीकरण केले व जमीन महसुलाची पद्धत घालून दिली. मुलकी खात्यात हिंदी भाषेच्या ऐवजी फार्सी भाषेचा उपयोग. अस्ल-इ-जमा-इ-तुमारे या नावाने वसुलीची पद्धत घालून दिली. (मचको)

तोयिंग : एक चिनी यात्रेकरू. हा वीई देशाचा राहणारा होता. ५ व्या शतकात हिंदुस्थानाकडे निघाला होता. गांधारपर्यंत येऊन गेला. सुंगयुन ह्या चिनी प्रवाशाने तोयिंगचा उल्लेख केलेला आहे.(मचको)

तोरणामाळ : धुळे जिल्हा. एक तीर्थक्षेत्र. महाराष्ट्रातील एक नाथपंथी क्षेत्र. गोरक्षनाथ इथे राहिले होते, अशी नाथपंथीयांची श्रद्धा आहे. (भासंको)

तोसली : एक प्राचीन नगर. ओडिसातील भुवनेश्वराजवळचे शिशुपालगड म्हणजेच प्राचीन तोसली नगर होय. अशोकाच्या शिलालिखित आज्ञापत्रांपैकी कलिंगातील पहिल्या आज्ञापत्रात या नगराचा उल्लेख आहे. अशोक इथे राहात होते. (भासंको)

तौत : हा काश्मिरी पंडित अभिनवगुप्ताचा अलंकारशास्त्रातील गुरू, तुतातिक म्हणून कुमारिलाचा निर्देश श्रीकंठ चरित्रात आढळतो. श्री. ग. ह. खरे यांनी संपादलेला तेर येथील शिलालेख १०८६ मधील आहे. यामध्ये कदंब मारवाडदेवाचा हा लेख. लेखात अंबाबाईच्या देवळासाठी काही विसोवे दान दिल्याचा उल्लेख आहे. (सुविको) (मचको)

त्रावणकोर संस्थान : केरळमधील एक पूर्वीचे संस्थान. राजधानी तिरुअनंतपुरम. चोळ राजांनी त्रावणकोरचा भाग केरळापासून जिंकला. १५४४ साली विजयनगरचा राजा अच्युतरायने स्वारी केली होती. अठराव्या शतकात नायक राजा मार्तंडवर्मा याने त्रावणकोर आपल्या सत्तेखाली आणले. स्त्री शिक्षणात पुढे. (सुविको)

त्रिंबक रघुनाथ हणमन्ते : १७ वे शतक हा रघुनाथराव हणमंत्यांचा पुत्र. याने 'आशौचनिर्णय' नावाचा ग्रंथ संस्कृत भाषेत लिहिला. वरील ग्रंथ संभाजींमहाराजांच्या कारकिर्दीत लिहिला असावा. (मचको)

त्रिंबक विनायक : (स. १७७४ सुमार)पेशव्यांचा प्रमुख सरदार. याने कोकणचा कारभार पाहिला, साष्टीवर इंग्रजांशी लढण्यासाठी गेला होता. (मचको)

त्रिंबक सदाशिव ओढेकर (१७७३) : राक्षसभुवनच्या लढाईतील याचा पराक्रम महत्त्वाचा. याचे मूळ गाव चांदवडजवळचे रोहिडे. (मचको)

त्रिंबक सदाशिव पुरंदरे : १७६४ मध्ये माधवरावांच्या स्वारीबरोबर कर्नाटकात गेला होता. साताऱ्यामध्ये राहून पेशव्यांची चांगली कामगिरी बजावली होती. सदैव स्वारीवर असे. (मचको)

त्रिंबकजी गव्हाणे : पहिल्या रघुजी भोसल्याचा प्रमुख सरदार. (मचको)

त्रिंबकराव दाभाडे : (मृ. १७२९) सेनापती खंडेराव दाभाड्यांचा मुलगा. इ. स. १७२९ त सरबुलंदखानाकडून मराठ्यांस गुजरातची चौथाई व सरदेशमुखी मिळाली. त्याचा मोकासा दाभाड्यांना मिळाला.तो पेशव्यांची सत्ता न मानता फटकुन वागत असे. डभईच्या लढाईत त्रिंबकराव मारला गेला. (मचको)

त्रिंबकराव पटवर्धन : (इ. स. १७३६ - १७७२) कुरुंदवाडच्या गादीचे संस्थापक, हरभटराजे यांचे तिसरे पुत्र. (मचको)

त्रिंबकराव (मामा) पेठे : (मृत्यू स. १७७४) बाळाजी विश्वनाथांचा जावई. शाहू छत्रपतींच्या मृत्यूनंतर पेशव्यांच्या कारभारात हा त्यांचा मुख्य हस्तक. हैदर स्वारीत माधवरावाने यांच्याकडे मुख्य कारभार सोपविला.पुढे बारभाई कारभारात हा प्रमुख. कासे गावीच्या लढाईत राघोबाकडून मृत्यू. (मचको)

त्रिंबकराव रेठरेकर : हा दुसऱ्या बाजीरावाबरोबर असे. पेशवाई बुडाल्यावर याची जहागीर गेली. एलफिन्स्टनने याला काही गावांची जहागीरी देऊन त्यास तिसऱ्या प्रतीचे सरदार केले. (मचको)

त्रिगर्त : एक प्राचीन देश. राजतरंगिणीमध्ये हा काश्मीरच्या जवळ असल्याचा उल्लेख, जालंदर ही त्याची

राजधानी. पाणिनी आणि पतंजली यांनी इथल्या सहा संघराज्यांचा त्रिगर्तषष्ठ या संज्ञेने उल्लेख केला आहे. पाणिनीच्या काळामध्ये (इ. स. पू. ८००) त्रिगर्तात गणराज्य होते. (भासंको)

त्रिचनापल्ली : तमिळनाडू कावेरीच्या त्रिभुजावरील जिल्ह्याचे व तालुक्याचे ठिकाण. चोळ राजाची राजधानी. १६ व्या शतकात मदुरेच्या नायक राजाच्या ताब्यात होते. १८ व्या शतकात या शहराला अनेक वेढे पडले. १७५१ मध्ये अर्काटवर क्लाईव्हने स्वारी केली होती. १७५९ साली फ्रेंच गव्हर्नर लाली याने त्रिचनापल्ली घेण्याचा प्रयत्न केला. १७९९ अखेर इंग्रजाच्या ताब्यात गेले. शिक्षणाचे केंद्रस्थान. देवालये द्रविड संस्कृतीचे उत्तम नमुने आहेत. (सुविको)

त्रिपिटक : त्रिपिटक म्हणजे तीन पेटारे. बौद्धांचे प्राचीन वाङ्मय पाली या प्राकृत भाषेत आहे. विनय पिटक, सूत्र पिटक आणि अभिधम्म पिटक असे याचे तीन विभाग आहेत. त्रिपिटकाला हे स्वरूप ख्रि. पू. ३ ऱ्या शतकात प्राप्त झाले. (सुविको)

त्रिपुरा : ईशान्य भारतात त्रिपुरा हे राज्य असून त्याची राजधानी आगरतळा आहे. अशोकाच्या शिलालेखात त्रिपुराच्या प्रदेशाचा उल्लेख आहे. १९५६ संघराज्याचा दर्जा मिळालेले त्रिपुरा १९७२ मध्ये स्वतंत्र राज्य बनले. बंगाली, मणिपुरी व काकबराक या येथील प्रमुख भाषा आहेत. (इसंशा)

त्रिमंत्री योजना : (१६ मे १९४६) मुंबईत झालेल्या नौदलाच्या उठावानंतर सत्तांतराची तातडी जाणवल्याने ॲटली सरकारने लॉर्ड पेथिक लॉरेन्स, सर स्टॅफर्ड क्रिप्स व सर ए. व्ही. अलेक्झांडर यांचे त्रिमंत्री शिष्टमंडळ (कॅबिनेट मिशन) भारतात पाठवले. या शिष्टमंडळाने सादर केलेली योजना त्रिमंत्री योजना म्हणून ओळखली जाते. संघराज्यात्मक व्यवस्था, इतर अधिकार राज्यांकडे, संघराज्याची व प्रांताची घटना वेगवेगळी व प्रांताचे धर्मानुसार तीन गटांत गटीकरण ही या योजनेची वैशिष्ट्ये होती. घटना समितीची तरतूद या योजनेत असल्याने तेवढी वगळता बाकीची योजना काँग्रेसने अमान्य केली. (इसंशा)

त्रिलोचनपाल शाही : (इ. स. १०००-१०२१) पंजाबमधील शाही घराण्यापैकी जयपालचा दुसरा मुलगा याने गझनीच्या महमुदाविरुद्ध लढण्याकरिता काश्मीरच्या संग्रामराज लोहरची मदत मागितली. याचे पुत्र रुद्रपाल वगैरे काश्मीरच्या राजाच्या आश्रयास होते, असे राजतरंगिणीवरून दिसते. लढाईत हा हुतात्मा झाला. (मचको)

त्रिशला माता : श्री भगवान महावीर स्वामींच्या या माता. लिच्छवी राजवंशातल्या चेटक राजाच्या या कन्यका होत्या. एके दिवशी त्रिशलादेवी निद्रादेवीच्या अधीन झाल्या असता त्यांना स्वप्नात १४ दृश्ये दिसली. या शुभसूचक स्वप्नाचा अर्थ पंडितांनी त्या चक्रवर्तीमाता होणार असल्याचे लक्षण आहे, असे सांगितले. जैन स्त्रीरत्नांपैकी त्या एक प्रमुख होत्या. (भनतुर)

त्र्यंबकेश्वर : नाशिक जिल्हा. यात्रेचे ठिकाण. त्र्यंबकेश्वराचे मंदिर बाळाजी बाजीराव पेशव्याने बांधले. जमीन इनाम असून १२,०००रु. चे वर्षासन आहे. किल्ला समुद्रसपाटीपासून उंच आहे. मोरोपंत पिंगळ्यांनी तो स्वराज्यात आणला. सिंहस्थामध्ये मोठी जत्रा भरते. बारा ज्योतिर्लिंगापैकी एक. संतश्री निवृत्तिनाथांची समाधी. तसेच नीलांबिका देवीचे मंदिर. (सुविको)

त्र्यंबक भास्कर : मराठेशाहीतील सरदार. शिवाजीमहाराजांचा पुरंदरचा सरदार. कुशल योद्धा. शृंगारपूरच्या स्वारीत चांगला पराक्रम केला. (१६६१) शिवाजीमहाराज पन्हाळ्याहून पावनखिंडमार्गे विशाळगडाला निघाले तेव्हा पन्हाळ्याचे सारे दायित्व त्यांनी त्र्यंबक भास्कर यांच्याकडे सोपविले होते. (राशी)

त्र्यंबक सोनदेव डबीर : शिवाजीमहाजांचे मंत्री. शिवाजीमहाराजांच्या अत्यंत विश्वासातील. शिवाजी महाजांबरोबर आग्र्यास गेले होते. शिवाजीमहाजांच्या सुटकेची योजना आखण्यात एक प्रमुख. शिवाजीमहाजांच्या सुटकेनंतर त्र्यंबकसोनदेव आणि रघुनाथ बल्लाळ कोरडे हे औरंगजेबाच्या ताब्यात सापडले. त्यांचे भयंकर हाल. पण महाराजांनी त्यांना सोडवून आणले. (सुविको)

त्र्यंबकजी डेंगळे : (मृ. १८२९) मराठेशाहीतील एक सरदार. हुशार, तडफदार, दक्ष. दुसऱ्या बाजीरावाचा मंत्री. १८१४ साली गुजरातेतील गायकवाडांकडचे प्रांत परत मिळविले. पण गायकवाडांचे राजदूत गंगाधरशास्त्री पटवर्धन ह्यांच्या हत्येप्रकरणी दुसऱ्या बाजीरावकडे इंग्रजांनी त्र्यंबकजीची मागणी केली नि त्याला ठाणे कारागृहात ठेवले. पण तेथून सुटका करून घेतली शेवटी चुनार येथील किल्ल्यात इंग्रजांच्या कैदेत मृत्यू. (सुविको)

त्र्यंबकराव दाभाडे : (मृ. १७२९) मराठेशाहीतील सेनापती. सन १७२९ मध्ये सरबुलंदखानाकडून गुजरातची चौथाई मिळाली. त्याचा मोका यास मिळाला. डभईस बाजीरावाबरोबरच्या लढाईत पराभव आणि मृत्यू. (सुविको)

त्र्यंबकगड (श्रीगड)तथा ब्रह्मगिरी : महाराष्ट्र. जि. नाशिक. देवगिरीचा सम्राट रामचंद्रदेव यादवाने हा किल्ला जिंकल्याची नोंद आढळते. शहाजीराजांचा कालखंड (१६२९-१६३६) सोडला तर परक्यांच्या अमलाखालचा हा किल्ला मोरोपंत पिंगळ्यांनी जिंकून घेतला (१६७०). समुद्रसपाटीपासून १२९५ मी. उंचीचा दुर्गमाथा ५ शिखरांचा आहे. किल्ल्याच्या चारही दिशांना बरेच गड दिसतात. येथील जिते कुटुंबाने १८५७ च्या उठावात भाग घेतला होता. पेशवेकाळात जोगळेकर घराण्याकडे प्रमुख कारभारीपद होते. (सासभकि)

त्र्यंबकराज : (ग्रंथकाळ – स. १५७२-१५८०) हे सिद्धेश्वर संप्रदायाचे मूळ पुरुष. हे संत श्री एकनाथांच्या काळातील होते. कृष्णदेव-भैरव-त्र्यंबकराज असा यांचा वंशक्रम आहे. सप्तशृंगच्या डोंगरावर तपस्या केली. श्रीसिद्धेश्वर यांनी याला पंचवचनात्मक उपदेश केला. त्याआधारे बालावबोध ग्रंथ लिहिला. १५८० मध्ये याचे काम पूर्ण झाले. शिवपूर्वकालीन लोकस्थितीची माहिती होण्यास हा ग्रंथ उपयुक्त आहे. (मचको)

थ

थाळनेर : जळगाव. थाळनेरच्या किल्ल्याची रचना ही मोठी वैशिष्ट्यपूर्ण आहे. फारूखी राजांच्याही फार पूर्वीपासून हे स्थान भरभराटीस आले होते. (खाइ)

थेऊर : महाराष्ट्रातील एक गणेश स्थान. हे गणेश क्षेत्र अतिप्राचीन आहे. पेशव्यांचे सरदार हरिपंत फडके यांनी या मंदिराची दुरुस्ती केली. माधवराव पेशव्यांनी देवालयाचा सभामंडप बांधला, मंदिराचा विस्तार केला. श्रीमंत माधवराव पेशवे ह्यांची समाधी नि रमाबाई पेशवे ह्यांचे वृंदावन आहे. (भासंको)

थॉमस सेंट- इ. स.च्या १ल्या शतकात सेंट थॉमस हा भारताच्या मलबार किनाऱ्यावर उतरला आणि त्याने केरळ प्रदेशात सात चर्चेस बांधली. त्यापैकी पालूर येथील चर्च अधिक महत्त्वाचे आहे.

थत्ते, मल्हार नारायणशास्त्री : (१८४०-१९१५) एक रामभक्त ज्योतिषी व संशोधक. यांची विद्वत्ता पाहून शिंदे सरकारकडून यांनी सलिना ९००रु. उत्पनाची जमीन आणि ५०० रु. रोख मिळाले. 'विद्यासागर' ही बहुमानाची पदवी मिळाली. (इ.स. १९१२) 'गोल गतिप्रकाश' नावाचा ग्रंथ त्यांनी लिहिला. ह्यांनी आरशातून सूर्यप्रकाशाचे कवडसे पाहून विशिष्ट संकेत करणारे 'हेलिओग्राफ' यंत्र निर्माण केले. तसेच दुरचे पदार्थ नक्की किती अंतरावर आहेत हे दाखविणारे यंत्र त्यांनी तयार केले. त्यामध्ये दुरुस्त्या करून इ. स. १९१० मध्ये शिंदे सरकारच्या वतीने बादशहा पंचम जॉर्ज यात भेट देण्यात आले. (सुविको)

थिबा : ब्रह्मदेशाचा शेवटचा राजा. मुंबई व ब्रम्हदेश येथील इंग्रज कंपन्यांवर २३ लाखांचा कर बसवून व कंपनीतील लोकांना कैद करण्याचा हुकूम करून थिबाने आपला इंग्रजाविषयींचा तिरस्कार व्यक्त केला. इंग्रजांनी ब्रम्हदेश खालसा केला.(इ.स. १८८६)आणि थिबा राजा-राणींना महाराष्ट्रात रत्नागिरी येथे आणून ठेवले. रत्नागिरीतला थिबा पॅलेस प्रसिद्ध आहे. (सुविको)

द

दंड : शिवकालात गुन्हा सिद्ध झालेल्या व्यक्तीस जी शिक्षा दिली जाई तिला दंड अशी संज्ञा होती. शिक्षा भोगल्यावर संबंधित व्यक्ती दोषमुक्त होत असे. राजदंड, देवदंड व जातिदंड असे दंडाचे तीन प्रकार अस्तित्वात होते. (मई - १)

दंतिदुर्ग राष्ट्रकूट : (राज्य. इ.स. ७४५-७५८) मालखेडचा राष्ट्रवंशातील पहिल्या इंद्राचा पुत्र. राज्यावर आल्यावर याने कांची, कलिंग, श्रीशैल, कोसल, मालव, लाट, टंक व सिंध येथील राजांचा पाडाव केला. प्रत्येक लढाईत याला जयच मिळत गेला. (सुविको)

दक्षिण आफ्रिका लढा : एका अभियोगाच्या खटल्याच्या निमित्ताने दक्षिण आफ्रिकेत गेलेल्या गांधीजींनी तेथील हिंदी मजुरांचे प्रश्न सोडवण्यासाठी आंदोलन सुरू केले. १८९४ मध्ये त्यांनी तेथे नाताळ इंडियन काँग्रेसची स्थापना करून मजुरांना संघटित केले. १९१४ मध्ये दक्षिण आफ्रिकेचे प्रमुख जनरल स्मट्स व गांधीजी यांच्यात करार होऊन वर्णद्वेषक कायद्यातील जाचक तरतुदी सरकारने मागे घेतल्या. (सुविको)

दक्षिण भारत : ताम्रयुगीन संस्कृती पाहा ताम्रयुगीन संस्कृती दक्षिण भारत. (भासंको)

दख्खन : भूगर्भशास्त्राच्या दृष्टीने सातपुडा पर्वतापासून दक्षिणेकडचा प्रदेश दख्खनचे पठार म्हणून ओळखला जातो. शिवकालात दख्खनच्या प्रदेशात स्थूलमानाने खानदेश, पश्चिम महाराष्ट्र, मराठवाडा, कोकण आणि विजापूर, बेळगाव या जिल्ह्यातील काही भाग समाविष्ट होत असे. (मइ)

दख्खनचे दंगे : (१८७४-१८७६) १८६७ मध्ये सरकारने शेतसाऱ्यात ५०% वाढ केल्याने अनेक शेतकरी सावकाराच्या विळख्यात सापडले. १८७४ मध्ये शिरूर येथे एका सावकाराने लोकांची विनंती अमान्य करून एका शेतकऱ्याची झोपडी मोडली. यामुळे वातावरण प्रक्षुब्ध होऊन अहमदनगर, सातारा, सोलापूर येथे परिस्थिती तणावपूर्ण बनली. सरकारने हस्तक्षेप करून शेतकऱ्यांना थोडे संरक्षण देणारा डेक्कन ॲग्रिकल्चरिस्ट रिलीफ ॲक्ट हा कायदा १८७९ मध्ये संमत केला. (मपइ)

दण्डी : (इ.स. व ६ वे नि ७ वे शतक) एक संस्कृत कवी. गद्यरूप कविता लिहिण्याचा प्रकार यानेच सुरू केला. याचा 'दशकुमारचरित' हा ग्रंथ प्रसिद्ध आहे. (सुविको)

दतिया संस्थान : मध्य हिंदुस्थान, जुन्या बुंदेलखंड एजन्सीपैकी एक संस्थान. दतिया संस्थानिक ओर्च्छा घराण्यातील बुंदेल रजपूत आहेत. ओर्च्छाच्या वीरसिंग देवाने आपला मुलगा भगवानराव याला दातियाचे संस्थान

दिले. येथील राजाला वंशपरंपरागत लोकेंद्र अशी पदवी आहे. (सुविको)

दत्त, रमेशचंद्र (१८४८-१९०९) भारताचा आर्थिक इतिहास लिहिणारे महत्त्वाचे इतिहासकार. १८६९ मध्ये ते आय. सी. एस. ची परीक्षा उत्तीर्ण झाले. १८९९ च्या लखनौ काँग्रेस अधिवेशनाचे ते अध्यक्ष होते. त्यांच्या ' भारताचा आर्थिक इतिहास' व 'भारतातील दुष्काळ' ह्या ग्रंथात त्यांनी वसाहतवादी आर्थिक धोरणाची मूलगामी चिकित्सा केली. (सुविको)

दत्तक : आपल्या कुटुंबात न जन्मलेल्या एखाद्या तिऱ्हाईत मुलाला आपल्या कुटुंबात जन्मलेल्या औरस मुलाइतके हक्क देऊन कुटुंबात समाविष्ट करणे याला 'दत्तक' असे म्हणतात. (सुविको)

दत्तवाडकर - घोरपडे घराणे : संताजी घोरपडे हे दत्तवाडकर-घोरपडे घराण्याचे होते. त्यांचा धाकटा भाऊ मालोजी घोरपडे हा राजाराममहाराजांच्या बाजूने लढताना ठार झाल्याचा उल्लेख मिळतो. (मइ)

दत्त संप्रदाय : भारतातील भक्तिसंप्रदायांपैकी दत्तसंप्रदाय हा एक महत्त्वाचा टप्पा ठरतो. श्रीपाद श्रीवल्लभ आणि नृसिंह सरस्वती हे त्याचे प्रमुख प्रणेते. वैदिक सनातन धर्म व इस्लाम यांच्यामध्ये सामंजस्य निर्मिण्याचे काम दत्तसंप्रदायाने केले. दत्तसंप्रदायाचे इष्टदैवत म्हणून गुरुस्वरूप दत्त ही देवता मानली जाते. दत्तसंप्रदायाचा प्रसार विशेषतः दक्षिणेकडे झाला. महाराष्ट्र व कर्नाटकात आजसुद्धा दत्तसंप्रदायाचा प्रभाव दिसून येतो. दत्तसंप्रदायाचे प्रमुख उपासक म्हणून श्रीपाद श्रीवल्लभ, सरस्वती गंगाधर, जनार्दन स्वामी, एकनाथ दासोपंत, मुक्तेश्वर, निरंजन रघुनाथ, माणिकप्रभू, टेंबे स्वामी इ. चा उल्लेख केला पाहिजे. दत्तात्रेय हे समन्वयाचे प्रतीक आहे. जसे शैव-वैष्णव, हिंदू-मुसलमान. संगीताचा प्रभाव, धूपासारख्या सुगंधी द्रव्यांचा वापर, सगुणोपासना, पादुका-उपासना इ. काही वैशिष्ट्ये, औदुंबर, लाडकारंजे, नृसिंहवाडी, गाणगापूर, कुरगुड्डी, गिरनार, माहूर इ. प्रमुख तीर्थक्षेत्रे होत.(भासंको, सुविको)

दत्ताजी त्रिमल : हा शिवाजीचा वाकनवीस. अष्टप्रधानांतील एक होता. याचा हुद्दा मंत्री असा असे. रोज जी काही हकिकत खास छत्रपतींविषयी घडून येईल ती त्याने लिहून ठेवायची व छत्रपतींच्या सर्व खाजगी खात्यावर देखरेख करावयाची, ही त्याची कामगिरी असे.(सुविको)

दत्ताजी शिंदे : हा राणोजीचा दुसरा मुलगा. कुकडीच्या लढाईत ज्या अकरा शूर असामींनी थेट निजामाच्या हत्तीवर चाल करून त्याची डोलाची अंबारी खाली पाडली, त्यापैकी दत्ताजी हा होता. दत्ताजीने पानिपत संग्रामामध्ये कुतुबशहाशी तुंबळ युद्ध करून हौतात्म्य पत्करलं. 'बचेंगे तो औरभी लढेंगे' हे त्यांचे सुप्रसिद्ध ब्रीद. (१७५१) (सुविको)

दप्तरी, डॉ. केशव लक्ष्मण : (इ.स. १८८०) एक भारतीय गणितज्ज्ञ, लेखक, संशोधक व बुध्दिप्रामाण्यवादी ग्रंथकार. हे नागपूरचे राहणारे. लोकमान्य टिळकांनी आपल्या शुध्द पंचांगाकरिता 'करणकल्पकता' नावाचा संस्कृत ग्रंथ यांना करण्यास सांगितला (१९२०) व तो ग्रंथ दप्तरींनी चांगला तयार करून दिला. (सुविको)

दभोई, दभई, (डबोई) ची लढाई : (१७३१) थोरले बाजीराव आणि सेनापती त्र्यंबकराव दाभाडे यांच्यातील मतभेदातून ही लढाई निर्माण झाली. बाजीरावाने गुजरातेत धडाकेबाज आक्रमक धोरण स्वीकारल्याने खंडेराव दाभाडे निष्प्रभ झाला. त्याच्यानंतर त्र्यंबकराव हा सेनापती झाला. त्याने निजामाशी कारस्थाने सुरू

केल्याने बाजीरावाने लढाई करून त्याला ठार मारले. परिणामी गुजरातेतील सारी सत्ता हळूहळू गायकवाडांकडे गेली आणि मराठी राज्यात पेशव्यांचे वर्चस्व वाढले. (सुविको)

दमण : मुंबई इलाख्यातील खंबायतच्या आखाताच्या मुखाशी असलेली पोर्तुगीज वसाहत. दमण हे गाव पोर्तुगीजांनी लुटले (१५३१) पण तेथील रहिवाशांनी ते पुन्हा वसविले. पोर्तुगीजांनी १५५८ मध्ये यावर आपला अधिकार स्थापित केला. (१५५८) (सुविको)

दमाजी गायकवाड : (मृ.१७२०) १) दमाजी गायकवाड हा घराण्याचा मूळ पुरुष होता. याचे राहण्याचे गाव पुणे जिल्ह्यात दावडी हे असून हा दाभाड्यांच्या सैन्यात एक सरदार होता. शाहूमहाराजांनी यास 'समशेरबहाद्दूर' ही पदवी दिली. (मृ.१७६८) पहिल्या दमाजींचा पुतण्या पिलाजी याचा हा मुलगा. डभईच्या लढाईत हा होता. नानासाहेबाने याला सहकुटुंब कैद केला. (१७५२) (सुविको)

दमाजी थोरात : एक मराठा सरदार. हा हिंगणगावचा राहणारा. हा रामचंद्रपंत अमात्यांच्या पदरी लष्करात नोकर होता. जिंजीच्या वेढ्याच्या प्रसंगी अमात्याने त्याला सुपे व पाटस प्रांती जहागीर दिली. (सुविको)

दयानंद सरस्वती स्वामी : (इ.स.१८२४-१८८३) एकोणिसाव्या शतकातील प्रमुख धर्मसुधारक. समाज सुधारक. १८७५ मध्ये त्यांनी 'आर्य समाज' या संस्थेची स्थापना केली. आपल्या विचारांचा प्रसार करण्यासाठी त्यांनी 'सत्यार्थप्रकाश' आणि 'वेदभाष्य' हे ग्रंथ लिहिले. आधुनिक भारताच्या इतिहासात महनीय स्थान. सहस्रावधी लोकांना समाजसेवेसाठी प्रेरित केले. तेजस्वी राष्ट्रीय शिक्षणाची चळवळ उभारली. हिंदी भाषेला राष्ट्रभाषेची प्रतिष्ठा प्राप्त करून देण्याचा प्रयत्न केला. इस्लामी नि ख्रिस्ती आक्रमणाविरुद्ध हिंदूंना जागे करण्याचे श्रेय त्यांचेच आहे. अंधविश्वास, अनिष्ट प्रथा यांवर कठोर प्रहार. हिंदू धर्माला विशुद्ध वैदिक ज्ञानाचे अधिष्ठान मिळवून दिले. १८७५ मुंबईत आर्य समाजाची स्थापना. शाखा सर्व भारतभर. विषप्रयोगाने मृत्यू. (भासंको)

दयाबाई निंबाळकर : दुसऱ्या शिवाजीची मुलगी व रामराजाची बहीण. रामराजाला पेशव्यांविरुद्ध सल्ला देण्याचे काम ही करू लागली. म्हणून हिला पेशव्यांनी सक्तीने घालवून दिले होते. (सुविको)

दयाबाई भोसले : ही जानोजी भोसल्यांची स्त्री असून फार कारस्थानी होती. कारभारात दयाबाई व रघुजी यांनी भाग घेतला होता. त्यावेळी रुकनुद्दौल्ला याने बाई पुण्याकडे जात असता वाटेत बऱ्हाणपूर येथे तिला लुटले. (सुविको)

दयाळनाथ : (१७८८-१८३६) एक महाराष्ट्र कवी. हा वऱ्हाडातील सुर्जी अंजनगावच्या देवनाथाचा शिष्य व मूर्तिझापूरचा रहिवासी. एलिचपूरचा नबाब, हैद्राबादचा निजाम, दिवाण चंदुलाल वगैरे मोठे लोक त्याच्या कक्षेत जमत. याने समाधी घेतली. (१८३६) (सुविको)

दर्यापूरचा तह : (१७६६) माधवराव पेशव्यांनी जानोजी भोसल्याशी हा तह केला. त्यानुसार जानोजीने ३२ लक्षांची जहागीर पुन्हा पेशव्यांना परत केली व पेशव्यांना लष्करी साहाय्य करणे मान्य केले. (इसंशा)

दर्यासारंग : शिवाजीच्या आरमारातील एक मुख्य अधिकारी. हा कोळी जातीचा होता. याने जंजिरे राजापुरीच्या मसलतीच्या कामी मोठी मदत केली. ही मोहीम मोरोपंत पेशव्यांच्या देखरेखीखाली झाली होती. (१६७६) (सुविको)

दलखालसा : (खालसा) औरंगजेबाच्या राजवटीत हिंदूप्रमाणेच शिखांनाही प्रचंड अत्याचार सहन करावे लागले. जहांगिराने पाचवे गुरू अर्जुनसिंगांना हालहाल करून मारले. गुरू हरगोविंद यांनाही कारागृहात पडावे लागले. स्वाभिमानी, शूर तेगबहादराचा वधही मोगलांनी केला. सारा शीख समाज संतप्त झाला. गुरू गोविंदसिंगांनी मोगलांविरुद्ध लढण्यास 'दल खालसा' ही लष्करी संघटना स्थापून त्यात सर्व समाजाला सामील केले. कच्छ, केस, कडे, कृपाण, कंगी असे पाच 'क' स्वीकारले. पुढे गुरू गोविंदसिंह याचा नांदेड येथे वध झाला तरीही हा संघर्ष चालूच राहिला. (सुविको)

दलपतरायची बखर : या बखरीवरून छत्रपती शिवाजीमहाराजांविषयी त्यांच्या विरोधकांचे मत काय होते हे समजते. शिवचरित्राचा अभ्यास करण्याच्या दृष्टीने या बखरीतील तारखा उपयोगी आहेत.

दलवाई, हमीद : (इ.स. १९३२-१९७७) मुस्लिम समाजात सुधारणा करण्याचा प्रयत्न करणारे महत्त्वाचे समाजसुधारक. त्यांनी १९७० मध्ये मुस्लिम सत्यशोधक मंडळाची स्थापना केली. कडव्या मुस्लिमांचा रोष पत्करूनही त्यांनी डिसें. १९७१ मध्ये सुधारणावादी मुस्लिम समाजाची पहिली परिषद भरवली. नोव्हें. १९७५ मध्ये त्यांनी तलाकपीडित मुस्लिम स्त्रियांची परिषद पुण्याला भरवली. १९७७ मध्ये त्यांचे निधन झाले. (सुविको)

दलाई लामा : बलाढ्य चीनशी शांततेच्या मार्गाने लढा देणारे तिबेटचे १४वे धर्मगुरू. धार्मिक, राजकीय नेतृत्व चालत आले. परागंदा होऊन देशाच्या स्वातंत्र्यासाठी लढणारा नेता. शांततेचे नोबेल पारितोषिक. तिबेटवर होणाऱ्या आक्रमणाविरुद्ध जगाची सहानुभूती मिळविली. (यांघस)

दलित चळवळ : महाराष्ट्राच्या सामाजिक इतिहासातील अत्यंत महत्त्वपूर्ण चळवळ. या चळवळीने दडपल्या गेलेल्यांचा व शोषितांचा आवाज सर्वप्रथम व्यक्त केला गेला. विखुरलेला दलित समाज आंबेडकरांच्या कार्याने एकत्र आला. या चळवळीने राजकारण, साहित्य, समाजकारण, पत्रकारिता या क्षेत्रावर प्रभाव पडून लोकांची मानसिकता बदलण्यात यश मिळवले, ते तिचे उल्लेखनीय वैशिष्ट्य आहे. (मपइ)

दलित पँथर : (स्था. १९७२) डॉ. आंबेडकर यांच्या मृत्यूनंतर त्यांनी स्थापन केलेल्या रिपब्लिकन पक्षाचे विभाजन होऊन त्यातील तरुण गटाने दलित पँथरची स्थापना केली. या घटनेमध्ये सर्वश्री राजा ढाले, नामदेव ढसाळ यांचा पुढाकार होता. या पुढाऱ्यांनी प्रस्थापित समाजव्यवस्था, अर्थव्यवस्था, हिंदू धर्म यांवर कडक टीका केली. काही काळ स्वत:ची राजकीय ताकद दलित पँथरने नक्कीच निर्माण केली. परंतु पुढे धोरणात्मक मतभेद होऊन दलित पँथरमध्ये फाटाफूट झाली. या आंदोलनात दलितांच्या प्रगतीविषयी इच्छा व तळमळ असली तरी मर्यादित संघटना व समर्थ नेतृत्वाचा अभाव यांमुळे ही चळवळ अपेक्षा पूर्ण करू शकली नाही. (सुविको)

दशरथ मौर्य : (ख्रि.पू.२२५-२२६) मौर्य वंशातील अशोकाचा नातू व कुणालाचा पुत्र. गयेजवळच्या नागार्जुन डोंगरावरील तीन लेखात याने कोरलेल्या गुहा दान दिल्याचे उल्लेख आहेत. (सुविको)

दशार्ण : प्राचीन सोळा महाजनपदातील एक जनपद. मध्यप्रदेशाच्या पूर्वभागात हे जनपद वसले होते. विदिशा ही दशार्णांची राजधानी. (भासंको)

दसपल्ला : ओरिसातील एक मांडलिक संस्थान. नयागड व खंडपारा येथील देणग्या दिल्यामुळे हे संस्थान बनले आहे. भंजने येथे गादी स्थापिली. (१४९५) मराठे राजे त्या राजाकडून खंडणी घेत नसत. हे संस्थान ओरिसा प्रांतात विलीन करण्यात आले. (१९४८) (सुविको)

दसरा : आश्विन शुद्ध दशमी म्हणजेच विजयादशमी. साडेतीन मुहूर्तांपैकी एक मुहूर्त. शमी वा आपटा वृक्षाचे पूजन, अपराजिता पूजन, शस्त्रपूजन हे या सणाचे विधी. दसरा हा विजयाचा सण असल्यामुळे राजेलोकांना विशेष विधी सांगितले आहे. या दिवशी घोडा शृंगारून त्यावरून सीमोल्लंघन केले जाते. भारतातला एक सार्वत्रिक तसेच भारतीय एकात्मतेचा संदेश देणारा सण. या दिवशी लहानांनी मोठ्यांना सोने देण्याची प्रथा आहे. इ.स. १६३९ मध्ये दसरा साजरा करून शहाजीराजांचे जिजाबाई आणि शिवबा ह्यांच्यासह बंगळूरला प्रयाण. १६५६ दसऱ्यास मोहीम करून शिवाजीमहाराजांनी सुपे घेतले. १६७३ बंकापुरावर स्वारी. १६८१ च्या दसऱ्याला छ. संभाजीराजांनी बऱ्हाणपुरावरील स्वारीचे प्रस्थान ठेवले. मराठे वीर मोहिमेवरून आल्यावर पत्नी वा बहीण ह्यांना सोन्याचा नग ओवाळणीनंतर देत. त्याचीच स्मृती म्हणजे सध्या इष्टमित्रांना सोने वाटण्याची प्रथा. (भासंको, मइ)

दस्तक : दर्यावर्दी पोर्तुगिजांनी भारताचा प. किनारा ताब्यात घेऊन सर्वांना आपले दस्तक (परवाने) बाळगण्याची सक्ती केली. पुढे शिवाजीमहाराजांनी आपले आरमार बलिष्ठ करून त्यांना आपले दस्तक बाळगणे भाग पाडले. दस्तक नसणाऱ्या जहाजाला लुटून कैद करीत, प्रसंगी जाळूनही टाकत. थोडक्यात म्हणजे आपल्या अधिकार क्षेत्रातील समुद्रातून संचार करण्याचा परवाना. (मइ १)

दहशतवाद : (भारतीय) दहशतवाद म्हणजे अशी कारवाई की ज्याद्वारे नाश अगर विध्वंस घडवून भीती अगर दहशत निर्माण करण्यासाठी अत्यंत काळजीपूर्वक तयार केलेली पूर्वनियोजित संकल्पना; किंवा राजकीय सैद्धांतिक अगर धार्मिक उद्दिष्टांसाठी संघटित होऊन हिंसात्मक मार्गाने समाजात भीती उत्पन्न केली जाते, तेव्हा त्याला दहशतवाद म्हणतात. भारतापुढील दहशतवादाची समस्या हा जागतिक दहशतवादाच्या समस्येचाच एक भाग आहे. विसाव्या शतकाच्या शेवटच्या तीन दशकांपासून भारतात दहशतवाद वाढत गेलेला दिसतो. पंजाबमध्ये काही काळ या प्रश्नाने गंभीर स्वरूप धारण केले होते. जम्मू-काश्मीरमध्ये अनेक दहशतवादी संघटना सक्रिय असून त्यांचे कार्यक्षेत्र चिंताजनकरीत्या विस्तारत आहे. विमानाचे अपहरण, संसदेवर हल्ले (२००१), अक्षरधाम मंदिरावर हल्ला, जवानांच्या तसेच निरपराध नागरिकांच्या हत्या, अशा काही प्रसंगांमधून या समस्येची तीव्रता जाणवते. (पाहा- सीमाबाह्य दहशतवाद) (इसंशा)

दहीवेल : १७८४ च्या सुमारास खानदेशातील दहीवेल येथील धरणाचा बंधारा फुटला असता तेथील रयतेकडून दुरुस्तीचे काम करवून घ्यावे अशी पेशव्यांची आज्ञा.

दांडीयात्रा : (१२ मार्च १९३०-६ एप्रिल १९३०) १९३० च्या सविनय कायदेभंगाच्या आंदोलनातील ही महत्त्वाची घटना होय. आंदोलनास या घटनेने सुरुवात झाली. १२ मार्च रोजी साबरमती आश्रमातून निघून गांधीजी व त्यांचे ७२ अनुयायी ६ एप्रिल १९३० रोजी दांडी येथे पोहोचले व त्यांनी तेथे मिठाचा कायदा मोडला. वाटेतील गावकऱ्यांचे प्रबोधन केले जाई. त्यायोगे जनजागृती प्रचंड प्रमाणात निर्माण झाली. या घटनेने सविनय कायदेभंगाच्या आंदोलनास सुरुवात झाली. सरकारने गांधी सोडून सगळ्या बड्या नेत्यांना कैदेत टाकले. (सुविको)

दांडेकर, वि. म. (डॉ.) : आंतरराष्ट्रीय कीर्तीचे भारतीय अर्थशास्त्रज्ञ. १५ हून अधिक ग्रंथ, ९० शोधनिबंध प्रसिद्ध. 'भारतातील दारिद्र्य' हे त्यांचे प्रमुख अर्थशास्त्रविषयक ग्रंथ. 'इंडियन स्कूल ऑफ पोलिटिकल इकॉनॉमी' या संस्थेची उभारणी. गोखले इन्स्टिट्यूट ऑफ पोलिटिक्स ॲन्ड इकॉनॉमी या जगद्‌विख्यात संस्थेचे संचालक. सदैव प्रसिद्धीपासून दूर राहून कामात व्यग्र रहाणारे ऋषितुल्य व्यक्तिमत्त्व. (मदि)

दांडेकर, शंकर वामन तथा सोनोपंत : (१८९६-१९६८) महाराष्ट्रातील वारकरी संप्रदायाचे प्रणेते, संतसाहित्याचे गाढे अभ्यासक, स. प. महाविद्यालयाचे प्राचार्य. प्रसाद मासिकाचे संपादक, थोर कीर्तन-प्रवचनकार,

पंढरीची वारी नित्य करणारे व्रती. अनेक पुस्तकांचे लेखक. (मदि)

दाऊद बेग : २७ व्या नेटिव्ह पायदळ पलटणीतील सुभेदार. त्यांनी बेळगाव व सातारा येथे पत्रव्यवहार चालवला होता. त्यांनी पलटणीतील शिपायांना बेळगाव व सातारा येथील चरबी लावलेल्या काडतुसांबद्दल व तेथील शिपायांच्या उठावाबद्दल सांगितले. १०/३/१८५८ ला बंड केल्याच्या आरोपावरून कोल्हापूर येथे १०/३/१८५८ ला त्यांना तोफेच्या तोंडी देण्यात आले. (१८५७ चे स्वापेदहिं)

दाऊदखान कुरेशी : एक अरब सरदार. हा जयसिंग व दिलेरखान यांबरोबर दक्षिणेत आलेला मातबर मोगल सरदार असून पुरंदरच्या वेढ्यात दिलेरखानाच्या हाताखाली होता. दिंडोरीच्या लढाईत शिवाजीमहाराजांनी याचा पराभव केला.(१७ ऑक्टो १६७०) (सुविको)

दाऊदखान पन्नी : एक मोगल सरदार. खिझिरखान पन्नी या पठाणी शिपायाचा मुलगा. औरंगजेबाच्या पदरी याने बरीच वर्षे नोकरी केली होती. याच्याच मध्यस्थीने दख्खनमधील सहा सुभ्यांवर चौथाई वसूल करण्याची परवानगी शाहूस मिळाली. (सुविको)

दादरा–नगर हवेली : (संघराज्य प्रदेश) राजधानी सिल्वासा. पोर्तुगीजव्याप्त भारतीय भू–प्रदेश. महाराष्ट्र व गुजरात यांच्या सीमेवर. पूर्वी रामनगरच्या राजाच्या ताब्यात होता. थोरल्या बाजीरावाने तो मराठी राज्यास जोडला. १७७९ मध्ये हा प्रदेश पुन्हा पोर्तुगिजांकडे आला. १९५४ साली सुधीर फडके, ब.मो. पुरंदरे, राजाभाऊ वाकणकर, नाना काजरेकर, मोहन रानडे इ. धाडसी, स्वाभिमानी तरुणांनी राजधानीवर तिरंगा फडकावला. १९६१ मध्ये तो भारतीय संघराज्यात विलीन झाला. (भासंको)

दादाजी कृष्णाजी लोहोकरे : शिवाजीमहाराजांचा एक सरदार. शहाजींनी बंगरूळकडे महाराष्ट्रातील जी मंडळी नेमली त्यांपैकीच हा असून स्वराज्य स्थापनेच्या मसलतींत दादाजीचे मूळपासून अंग होते. कल्याण घेतल्यावर शिवाजीमहाराजांनी तेथील सुभेदारीवर दादाजीचीच नेमणूक केली.(१६५७) (सुविको)

दादोजी कोंडदेव : (मृ.१६७४) शहाजींच्या पदरीचा एक विश्वासू कारभारी. पुण्यात राहात असलेली शहाजींच्या कुटुंबाची माणसे व त्यांची तेथील जहागीर यांवर देखरेख ठेवण्याकरिता याची नेमणूक करण्यात आली होती. (१६३७) शिवाजीमहाराजांना राज्यकारभाराचे शिक्षण दादोजीने दिले. महसुली दृष्टीने पुणे प्रांताची नव्याने घडी बसवली. हे त्यांचे महत्त्वाचे कार्य. कोंडाण्याचे नामजाद सुभेदार होते. (सुविको)

दादाजी नरस प्रभू : हिंदवी स्वराज्य स्थापण्याच्या कामी शिवाजीचा पहिला मदतनीस. हा रोहिडखोरे आणि वेळवंडखोरे यावरचा देशपांडे. (सुविको)

दादाभाई नौरोजी : (१८२५–१९१७) थोर राष्ट्रभक्त, समाजसुधारक, राष्ट्रीय सभेचे एक संस्थापक, बॉम्बे प्रेसिडेन्सी असोसिएशन, इराणी फंड, पारशी जिमखाना, विडो मॅरेज असोसिएशन, व्हिक्टोरिया अँड आल्बर्ट म्युझियम या संस्था स्थापण्यात पुढाकार. राफ्तगोफ्तार (सत्यवादी) १८५१ मध्ये गुजराती वृत्तपत्र सुरू केले. १८५९ मध्ये 'दादाभाई नौरोजी आणि कंपनी' ही व्यापारी संस्था स्थापन, १८६६ मध्ये लंडन इंडियन सोसायटीची स्थापना. १८७३ मध्ये 'हिंदुस्थानचे दारिद्र्य' हे पुस्तक इंग्रजीत लिहिले. हिंदुस्थानच्या स्वातंत्र्यसंग्रामाचे ते भीष्मपितामह म्हणून ओळखले जातात. १९०४ च्या काँग्रेस अधिवेशनाचे ते अध्यक्ष होते. (भासंको)

दानाध्यक्ष : पाहा – पंडितराव.

दाभाडे घराणे : हे ऐतिहासिक घराणे पुणे जिल्ह्यात तळेगाव (दाभाडे) येथे होते. संस्थापक खंडेराव हा राजारामाच्या वेळी सेनापती होता. पेशवे आणि दाभाडे यात वितुष्ट येऊन लढाया झाल्या होत्या. (सुविको)

दाभाडे दफ्तर : ९१ कलमी दप्तरांसंबंधीची माहिती या दफ्तरात आलेली आहे. १५१० ते १८०६ या काळातील दाभाडे घराण्यातील व्यक्तींची राजकीय माहिती विशेषत: सेनापती दाभाडेंची माहिती आढळते. राजकीय नि आर्थिक माहिती मिळते.

दाभोळ : १६६० शिवाजीराजांकडे होते व ते त्यांनी आपल्या आरमाराचे एक ठिकाण केले. महत्त्वाचे दाभोळ बंदर शिवाजीराजांच्या ताब्यात होते (१६६९). शिवाजीराजांची जहाजे दाभोळ–मुंबई या मार्गावर व्यापारी हालचाली करीत असत. शिवाजीराजांची जहाजे येथे नांगरली जात. दाभोळ हे एक भव्य आणि दाट लोकवस्तीचे सागरी ठिकाण होते. दाभोळची देशमुखी बाळाजी आवजी चिटणीसास होते. पुढे ते खंडोबल्लाळने शिर्क्यांना देऊ केले. दाभोळ येथून मुंबई येथे ईस्ट इंडिया कंपनीला मिरे, लाख आणि सुरतेपेक्षा कमी भावामध्ये जाडेभरडे कापड या वस्तू विकल्या जात असत. देशाच्या अंतर्गत भागातून सामानाने भरलेले तांडे येथे येत असत. (मसाआइ)

दामाजीपंत : (इ. स. चे १५ वे शतक) एक मराठी संत. हे बिदरच्या राज्यात सोलापूर जिल्ह्यातील मंगळवेढ्याचे ठाणेदार. वि. का. राजवाडे यांना सातारकर महाराजांच्या दप्तरात एका हुकमाची नक्कल सापडली. त्यामध्ये महारांना पूर्वापार असलेल्या हक्कांची नोंद आहे, तीतच दामाजीपंत आणि विठ्या महार ह्यांचा उल्लेख आहे. भक्तविजयामध्ये अशी कथा आहे की पांडुरंगाने विठ्या महाराच्या रूपात बिदरला जाऊन सरकारी खजिन्यात सर्व रक्कम भरली व दामाजीवरचे संकट निवारण केले. कारण तो पांडुरंगाचा भक्त होता. आजही बिदर येथे विठ्या महाराचा उत्सव संपन्न होतो. (भासंको)

दामोदर : गोमंतकातील जांबावळी गावी हे प्रसिद्ध मंदिर आहे. दामोदराचे भक्त सर्व जातिजमातींत आहेत. (भासंको)

दामोदर पंडित : (इ.स. १२५५–१३२५) एक मराठी कवी, हा महानुभावी होता. वत्सोहरण, नामावळीस्तोत्र, साठ चौपद्या आणि संस्कृत रचना. वत्सोहरण म्हणजे दामोदराच्या कृष्णभक्तीचा उत्कट अविष्कार. ते काव्य महानुभावीय वाड्मयातील सुप्रसिद्ध साती ग्रंथात आहे. (भासंको)

दामोदर महादेव हिंगणे : (मृ. १७५७) एक मुत्सद्दी व सरदार. दिल्लीकडील झालेल्या उलाढालीत आपल्या कर्तृत्वाने नाव मिळविले. रामराजाच्या राज्यारोहणप्रसंगी साताऱ्यास हा हजर होता.(सुविको)

दार कमिशन (१९४७) : भारतीय संघराज्याचे घटक स्पष्ट करण्यासाठी भाषावार प्रांतरचना किती उपयुक्त आहे या विषयावर केंद्र सरकारने न्यायमूर्ती एस. के. दार यांच्या अध्यक्षतेखाली स्वायत्त आयोग निर्माण केला. त्यालाच दार कमिशन असे म्हटले जाते. (मपइ)

दारा शुकोह (१६१५–१६५९) : शहाजहान बादशहाचा ज्येष्ठ पुत्र. दाराला हिंदू धर्माविषयी आस्था वाटे. त्याने यहुदी, ख्रिस्ती, वैदिक वाङ्मयाचा अभ्यास केला. पंडित कवींद्र सरस्वती यांच्याशी सहवास घडला. उपनिषदांचा अनुवाद केला. 'मजमु अल बहरैन' हा ग्रंथ प्रसिद्ध. योगवसिष्ठ आणि प्रबोधचंद्रोदय ह्याचे अनुवाद करविले. बाबालाल ह्या हिंदू साधूला तो गुरुस्थानी मानीत असे. 'नादिरूल नुकान' ह्या ग्रंथात गुरू बाबालाल ह्यांच्यासह केलेली चर्चा समाविष्ट आहे. उपनिषदांना तो 'अद्वैताचा सागर' म्हणतो. हा सृष्टीतील पहिला दैवी ग्रंथ

होय. (१६५५) हा सर्व धर्म सारखे लेखी. याने औरंगजेबावर प्रथम लढाईत विजय मिळविला. देशद्रोही व धर्मद्रोही म्हणून यास औरंगजेबाने क्रूरपणे मारले. (भासंको)

दार्जिलिंग : बंगाल प्रांतातील थंड हवेचे ठिकाण. हे हिमालयाच्या दक्षिण पायथ्याशी वसलेले आहे. दार्जिलिंग हा गाव व आसपासच्या टेकड्या, वार्षिक ३००रु. देण्याचे ठरवून लॉर्ड विल्यम बॅटिकने सिक्कीमच्या राजाकडून मिळविल्या (१८३५) व ते उन्हाळ्यात सरकारचे ठाणे व सैनिकांकरिता थंड हवेचे ठिकाण करण्यात आले. (सुविको)

दावल मलिक : (इ.स. चे १५ वे शतक) एक सूफी प्रचारक. यांची ३६० स्मारके आहेत. महाराष्ट्रात दावल मलिकची उपासना इ.स. १६ व्या शतकापासून रूढ आहे. (भासंको)

दावलजी सोमवंशी : एक मराठा सरदार. हा शाहूच्या कारकिर्दीत प्रसिद्धीस आला. दाभाड्याने मोगलांचा पराभव केला, त्यावेळी हा दाभाड्यांचा मदतनीस होता. (१७१७) (सुविको)

दास, एस.आर.: एस.आर.दास हे भारताचे सरन्यायाधीश होते. १९५६– १९५९ या काळात त्यांनी सरन्यायाधीशपदाची जबाबदारी सांभाळली.

दास, चित्तरंजन : (१८७०–१९२५) एक हिंदी पुढारी. बंगाल फाळणीच्या चळवळीस यांनी अरविंद घोष यांची खटल्यांतून सुटका केली व अनेकांस सल्लामसलत दि ली. अमृतसरच्या काँग्रेसमध्ये माँटेग्यु चेम्सफर्ड सुधारणा असमाधानकारक आहेत हा ठराव यांनीच मांडला. (सुविको)

दास, वीणा :एक क्रांतिकारक हिंदी तरुणी. कोलकाता विद्यापीठाचा पदवीदान समारंभ चालला असता बंगालचे गव्हर्नर सर स्टॅनले जॅक्सन यावर या तरुणीने तीन गोळ्या झाडल्या. (६ फेब्रुवारी १९३३) (सुविको)

दासकूट : कर्नाटकातील वैष्णव भक्तपंथाचा आत्मा म्हणजे दासकूट किंवा वैष्णव संत मालिका. दासकूटाला मध्वाचार्य व त्यांच्या तत्त्वज्ञानाने स्फूर्ती मिळालेली होती. स्थापना मात्र श्रीपादराज यांनी केली. थोडक्यात, दासकूट ही माध्व तत्त्वज्ञानाने प्रभावित भक्तिगीतांच्या साहाय्याने समाजात भक्तीचा प्रसार करणारी एक चैतन्यमय भक्तिपूर्ण धार्मिक संस्थाच होती. (मभासंसं)

दासी : पाहा बटकी.

दासो दिगंबर : एक मराठी कवी. याच्या ग्रंथाचे नाव 'संत विजय'. या ग्रंथाची ३४ प्रकरणे असून यात अनेक संतांची माहिती सांगितली आहे. (सुविको)

दाहीर : सिंध देशावर ज्या चचनामक ब्राह्मण घराण्याने राज्य केले, त्या घराण्यातील चचराजाचा पुत्र दाहीर हा होय. महंमद कासमने दाहीरचा पराभव केला. (इ. स. ७११) (सुविको)

दिंडीगल : तमिळनाडू, मदुरा जिल्ह्याचा उत्तर भागात असलेला दिंडीगल पोटविभागातील एक तालुका. दिंडीगल हे पूर्वी एका विवक्षित प्रदेशाच्या राजधानीचे शहर असून हे राज्य मदुरा नावाच्या राज्याच्या स्वामित्वाखाली होते. येथील किल्ला चांगल्या स्थितीत असल्यामुळे या किल्ल्यास फार महत्त्व होते. १७९२ मध्ये हा किल्ला कंपनी सरकारच्या ताब्यात गेला. (सुविको)

दिघे, व्ही. जी : एक खंदे इतिहास संशोधक. पेशवे दप्तरातील निवडक कागदपत्रांचे संपादन.

दिङ्नाग : (सुमारे इ. स. ५००) एक नैयायिक. हा ब्राह्मण असून याने बौद्धधर्माची दीक्षा घेतली. याने अनेक पंडितांचा पराजय केला म्हणून यास 'तुर्कपुंगव' अशी पदवी मिळाली. याचा सुप्रसिध्द ग्रंथ 'प्रमाण समुच्चय' हा होय. (सुविको)

दिन-ए-इलाही : १५८२ मध्ये अकबराने या धर्माच्या स्थापनेची घोषणा केली. एकेश्वरवादाचा त्यावर प्रभाव. सर्व धर्मातील चांगल्या धर्मतत्त्वांचा यात समावेश केला होता आणि अकबराला प्रेषित मानण्यात आले. 'अल्ला हो अकबर' व 'जल्ले जल्लाल' म्हणजे ईश्वर महान आहे व मी त्याचा सेवक आहे-शिकवणूक-मांस भक्षण न करणे, वृद्ध स्त्री व अज्ञान मुलींशी विवाह न करणे, राजासाठी सर्वस्वाचा त्याग करणे, मूळ हेतू धार्मिक नाही तर राजकीय अशी त्यावर टीका झाली. उलेमांनी बादशाहावर पाखंडीपणाचा आरोप केला. फारसा प्रतिसाद नाही. अकबरानंतर धर्म नष्टही झाला.

दिनाजपूर : बंगालच्या राजशाही विभागातील एक जिल्हा. दिनाजपूर प्राचीन अवशेषांविषयी प्रसिद्ध आहे. दिनाजपूर पाल राजाच्या हातात गेले (९ व्या शतकात). राजा गणेश याने दिनाजपूरचे राज्य स्थापन केले. (१५व्या शतकाच्या आरंभी)व बंगालच्या मुसलमान राजाचा पराभव करून सिंहासन बळकावले. (इ.स.१४०४) (सुविको)

दिलवाडा (देऊळवाडा) : अबूच्या पहाडावर देलवाडा गावाशेजारी जी जैन देवालये आहेत. ती वास्तुसौंदर्य, शिल्प सौंदर्य, ह्यामुळे विशेष प्रसिद्ध आहेत. जैनांचे महानतीर्थ विमलशाह, वस्तुपाल, तेजपाल, ह्यांनी ही अप्रतिम मंदिरे बांधली. त्यांना विशेष करून हे नाव आहे. (सुविको)

दिलावरखान : (मृ.१४०५) माळव्याच्या मुसलमानी राज्याचा संस्थापक. तैमूरलंगाच्या स्वारीमुळे दिल्लीचा महंमुदशहा हा तीन वर्षे माळव्यात येऊन राहिला होता. तो पुन्हा दिल्लीस परतल्यावर दिलावरने तक्तारोहण केले (१४०१) व धार ही आपली राजधानी केली. (सुविको)

दलीपसिंग : (१८३८) पंजाबचा शेवटचा राजा व महाराजा रणजितसिंगाचा मुलगा. दुसऱ्या शीख युद्धानंतर डलहौसीने याचे राज्य खालसा केले. (१८४९) पुढे याला फत्तेगड ख्रिस्ती मंडळीत ठेवून ख्रिस्ती धर्माची दीक्षा दिली. (१८५३) (सुविको)

दिलेरखान : एक मोगल सरदार. याचे नाव अब्दुल रौफ वल्फ अब्दुल करीम. हा जयसिंगाच्या हाताखाली राहून शिवाजीमहाराजांना नामोहरम करण्याच्या प्रयत्नात होता. (१६६५) मिर्झा राजा जयसिंग नि दिलेरखान ह्यांची शिवाजीमहाराजांवरील स्वारी फारच प्रचंड होती पण पुढे महाराजांनी त्यावर मात केली. पुन्हा दिलेरखान मराठ्यांवर चालून आला होता, पण त्याचे फारसे काही चालू शकले नाही. (सुविको)

दिल्ली : (भारतीय संघराज्य प्रदेश) ८ व्या शतकानंतरचा दिल्लीचा अचूक इतिहास इ.स. च्या ११ व्या शतकात अनंगपाल राजा. इ.स. १२ व्या शतकात चाहमान वंशातील विग्रहराजा होता. इ.स. १२ व्या शतकाच्या अखेरीस मुहंमद घोरीने पराभव केल्यानंतर कुतुबुद्दीन ऐबक याने दिल्ली जिंकली. खिलजी, तुघलक, लोदी, सय्यद या मुसलमानी वंशांनी १८५७ पर्यंत राज्य केले. इ.स. १५४० मध्ये शेरशहा सूरीची सत्ता स्थापन, १५५५ पर्यंत अफगाण वंशाचे राज्य. इ.स. १७५२ ते १८०३ पर्यंत दिल्लीवर मराठ्यांचे वर्चस्व होते. १८०३ मध्ये इंग्रजांनी मराठ्यांचा पराभव करून दिल्लीची मोगल पातशाही नष्ट केली. भारतावर आपली सार्वभौमसत्ता प्रस्थापित केली. १८५७ च्या युद्धात दिल्लीचा मोठा सहभाग होता. लाल किल्ला, कुतुबमिनार, जामा मस्जिद,

संसदभवन, अक्षरधाम मंदिर हे ऐतिहासिक स्थापत्य कलेचा उत्कृष्ट नमुना. १९११ मध्ये इंग्रजांनी कलकत्याहून दिल्लीला आपली राजधानी केली. सध्याची भारताची राजधानी. भारताच्या स्वातंत्र्यानंतर पं. नेहरू यांच्या हस्ते लाल किल्ल्यावर तिरंगा ध्वज फडकवण्यात आला. (भासंको)

दिवाकर पुरुषोत्तम चोरघडे : (इ.स.१७०१-१७८१) याला देवाजीपंत चोरघडे असेही म्हणत. हा महाराष्ट्रातील साडेतीन शहाण्यांपैकी एक असून नागपूर प्रांतातील नगरखेडचा राहणारा होता. दिवाकर पुरुषोत्तमाने अनेक सावकारांवर आपला लगाम ठेवून भोसलेशाहीचा सर्व कारभार मोठ्या चातुर्याने आपल्या ताब्यात ठेवला होता. (सुविको)

दिवाकर रंगराव रामराव : (१८९४-) कर्नाटकांतील राजकीय, सांस्कृतिक व भाषिक चळवळीचे अध्वर्यु, कन्नडमधील उत्कृष्ट लेखक, असहकारितेच्या चळवळीत हे सुरुवातीपासूनच पुढे असत. यांना लोक 'कानडी गांधी' असे म्हणत. 'कर्मयोग', 'उपानिषत्प्रकाश' सारखे कानडी ग्रंथ लिहिले. (सुविको)

दिवाण चमनलाल : (१८९२) एक हिंदी पुढारी. त्यांनी लोकमान्य टिळक यांच्यासह होमरूल लीगच्या शिष्टमंडळातील प्रतिनिधी म्हणून सर्व इंग्लंडभर प्रचार व प्रवास केला (१९१८-१९). यांनी 'ऑल इंडिया ट्रेड युनियन काँग्रेस' ची स्थापना केली.(१९२०) (सुविको)

दिवाण, सुशीलाबाई : हैद्राबाद मुक्तिसंग्रामामध्ये दिवाण सुशीलाबाई सक्रिय होत्या. त्यांनी महिला विद्या मंदिर स्थापून सामाजिक कार्यात स्वत:चा वाटा उचलला. (मपइ)

दिवाणी, कायदा : दिवाणी न्यायदान प्रक्रिया संहिता वेगवेगळ्या दिवाणी खटल्यात वापरण्यासाठी चार्ल्स वूड यांच्या सूचनेनुसार अस्तित्वात आणण्यात आली. सर्वांत कनिष्ठ न्यायालय ते उच्च न्यायालयात वापरता येईल असा उद्देश यामागे होता. (मपइ)

दीक्षित, चिंतामणी : (शके १६५८- १७३३) हा ज्योतिषी पेशवाईत होऊन गेला. याने सूर्य सिध्दान्ताची सारणी केली आणि 'गोलानंद' नावाचा एक ग्रंथ रचिला. (शके १७१३) (सुविको)

दीक्षित, शंकर बाळकृष्ण : (१८५३- १८९८) एक महाराष्ट्रीय ज्योतिर्विद्. मूळचे वैशंपायन असून यांच्या निपणजांनी यज्ञ केला होता. 'ज्योतिर्विलास' विद्वत्तेमुळे 'हिंदूपंचांग', 'भारतीय ज्योतिषिशास्त्र' हे त्यांचे ग्रंथ आहेत.यांना त्यांच्या विद्येमुळे अतिशय मान असे. (सुविको)

दीघनिकाय : (इ. स. पू. ५४३) त्रिपिटकांपैकी सुत्तपिटक म्हणजे भगवान बुद्धांनी वेळोवेळी दिलेल्या प्रवचनांचा संग्रह. सुत्तपिटकाचे पाच विभाग (निकाय) असून पैकी दीघनिकायामध्ये बुद्धांची ३४ प्रदीर्घ प्रवचने अंतर्भूत आहेत. तत्कालीन समाजाचे ज्ञान होण्याच्या दृष्टीने दीघनिकाय हा ग्रंथ एक महत्त्वपूर्ण ऐतिहासिक साधन ठरतो. (सुविको)

दीनदयाळ उपाध्याय : (१९६७) एक अत्यंत थोर विचारवंत अभ्यासू. प्रथम राष्ट्रीय स्वयंसेवक संघाचे प्रचारक. सर्व जीवनच राष्ट्रार्थ समर्पण. जनसंघाच्या घडणीत फार मोठा वाटा. अत्यंत चारित्र्यसंपन्न असे व्यक्तिमत्त्व. जनसंघाचे अध्यक्ष. १९६७ साली दुर्दैवी हत्या. त्यांनी एकात्म मानवतावादाची संकल्पना मांडली.

दीनबंधू : (२४ सप्टें १८७७) कृष्णराव भालेकरांनी २४ सप्टें . १८७७ पासून दीनबंधू हे पत्र सुरू केले. महात्मा फुले यांच्या विचारांचा वारसा या पत्राद्वारे भालेकरांनी पुढे चालवला. (मपइ)

दीनमित्र : महात्मा फुले, कृष्णराव भालेकर यांच्या वैचारिकतेचा वारसा मुकुंदराव पाटलांनी आपल्या 'दीनमित्र' या पत्राद्वारे पुढे चालवला. ते या पत्राचे मुख्य संपादक होते. (मपइ)

दीपमाळ : एक महाराष्ट्रीय शिल्प. मंदिरासमोर दिवे लावण्यासाठी जे दगडी स्तंभ उभारलेले असतात त्यांना दीपमाळा म्हणतात. यादवकाळापर्यंत मंदिरशिल्पात दीपमाळा आढळत नाही. पेशवेपूर्वकाळातील दीपमाळा दगडी आहेत, दीपमाळ हे महाराष्ट्राचे शिल्पवैशिष्ट्य. (भासंको)

दीव : हे पोर्तुगीजांच्या ताब्यातील बेट. पश्चिम हिंदुस्थानात सौराष्ट्राच्या दक्षिण टोकाला आहे. हे बेट प्रथम गुजरातच्या सुलतानाकडून पोर्तुगीजांनी घेतले. पोर्तुगीज सत्तेच्या भरभराटीच्या वेळी येथे सर्व प्रकारची नाणी पाडली जात असत. १९६१ साली भारतीय सैन्याने पोर्तुगीजांचा पराभव करून दीव बेटावर भारताचे सार्वभौमत्व प्रस्थापित केले. (सुविको)

दुंदेखान रोहिला : एक रोहिला सरदार. पानिपत प्रकरणात दुंदेखानचा हात होता. रोहिलखंडाच्या वाटणीत याच्या वाट्यास बिर्सोली, मुरादाबाद, चांदपूर व संबळ जिल्हे आले. (सुविको)

दुआब : दोआब म्हणजे दोन नद्यांचा संगम अथवा एकमेकांस मिळणाऱ्या दोन नद्यांमधील प्रदेश. पंजाबमधील दोआब प्रसिद्ध आहे. (सुविको)

दुनीचंद, लाला : (१८७३) एक हिंदी पुढारी. असहकारितेच्या चळवळीत यांनी भाग घेतला व तुरुंगवास पत्करला. पंजाब जेल चौकशी समितीवर यास नेमण्यात आले. (१९२९) काँग्रेसच्या कामात अधिक लक्ष घालता यावे, म्हणून यांनी वकिली सोडून दिली. (सुविको)

दुर्ग : पाहा – किल्ले.

दुर्गशास्त्र : शिवाजी महाराजांच्या काळात दुर्गांचे महत्त्व वाढल्याने दुर्गबांधणीचे स्वतंत्र शास्त्रच उदयाला आले. संभाजीमहाराजकृत 'बुधभूषण' या ग्रंथात दुर्गांचे ६ प्रकार सांगितले आहेत. याच शतकातील 'शिवतत्त्वरत्नाकर' या ग्रंथात किल्ल्यांचे ८ प्रकार सांगितले आहेत. परमानंदकृत शिवभारतात हे प्रकार चार असून राजव्यवहारकोशात तीनच प्रकार आढळतात. किल्ल्यांचे वनदुर्ग, भूमिदुर्ग, गिरिदुर्ग, जलदुर्ग असे चार प्रकार आहेत. (मइ)

दुर्गादास राठोड : एक रजपूत वीर. जोधपूरचा राणा जसवंतसिंह याचा हा अत्यंत विश्वासू सरदार होता. दुर्गादासने उदेपूरच्या राजसिंहाचे साहाय्य घेतले व बहुतेक रजपुतांना एक करून औरंगजेबास त्रास देण्यास सुरुवात केली. औरंगजेबाचा पुत्र अकबर यास औरंजेबाविरुद्ध उठवले.

दुर्गापूजा : आपल्याकडील नवरात्राप्रमाणे हा सण बंगाल्यात हिंदूंमध्ये असतो. याच दिवशी रामचंद्राने दुर्गेची उपासना करून रावणवध केला व मोठा विजय मिळविला, म्हणून या दिवसाला विजयदिन अथवा विजयादशमी म्हणतात. (सुविको)

दुर्गाबाई : राघोबादादास जानकीबाई नावाच्या पहिल्या बायकोपासून झालेली कन्या. आपल्या आई-बापांनी नारायणरावास मारले हे कृत्य हिला आवडले नाही, म्हणून हिने त्यांची निर्भर्त्सना केली. (सुविको)

दुर्गावती राणी : चन्देल रजपूतवंशीय राजा सालवाहन याची ही कन्या. गढामंडळ येथील राजपूत कच्छवाह शाखीय दलपत या राजास ही दिली होती. अकबराने आपला सेनापती असफखान यास राणीवर पाठविले. त्यावेळी शत्रूच्या हाती जिवंत सापडून अप्रतिष्ठा होण्यापेक्षा तिने मरण पत्करले. (सुविको)

दुर्गासिंग : बाळासाहेब सेनापती साताऱ्याच्या सेनेचे जनरल ह्यांचा दत्तकपुत्र. १८५७ च्या सातारा उठावात सहभाग. ६.८.१८५७ ह्या दिवशी कराची येथे सीमापार (१८५७ चे स्वापेदहिं)

दुष्काळ : भारत : भारतात मध्ययुगीन काळातील पहिला दुष्काळ १२९१ मध्ये पडल्याचा उल्लेख आहे. ब्रिटिश कालखंडात त्यांच्या आर्थिक धोरणामुळे दुष्काळांची व्याप्ती व तीव्रता वाढली. ब्रिटिशांनी या विषयावर १८८० व १८९८ मध्ये दोन फॅमिन कमिशन्स नेमली. १९०१ साली तिसरे फॅमिन कमिशन नेमले गेले. अवर्षण–अतिवर्षण, कमी उत्पादन, वाढती लोकसंख्या इ. कारणे दुष्काळामागे असतात. स्वातंत्र्योत्तर कालखंडात सिंचनसुविधा वाढवणे, पाणी जमिनीत मुरवणे, मृद्संधारण इ. उपक्रम सरकारने हाती घेतल्याने दुष्काळाची तीव्रता कमी झालेली दिसते. परंतु हा प्रश्न अद्याप संपलेला नाही. (सुविको)

दूमदोवनराज : बिहार, शहाबाद, जिल्ह्यातील एक इस्टेट. गजनशाही ह्याला शेरशहाकडून राजा ही पदवी मिळाली होती.

दृष्टान्तपाठ : चक्रधरोक्त तत्त्वज्ञान शास्त्रोक्त पद्धतीने मांडून केसोबासांनी हा ग्रंथ लिहिला. (इ.स. १२८० च्या दरम्यान)यातून यादवकालीन शहरी व ग्रामीण समाजजीवनाचे दर्शनही घडले आहे. (मसाआइ)

देऊळगाव राजा : वऱ्हाडातील बुलढाणा जिल्ह्याच्या चिखली तालुक्यातील एक गाव. सिंदखेडच्या जाधवरावावरून हे नाव पडले. जाधवांचा किल्ला व राव जगदेव याची बायको दुर्गाबाई हिची समाधी. 'मोतीसमाधी' येथे अजून दृष्टीस पडते. (सुविको)

देऊळ घाट : वऱ्हाड, बुलढाणा जिल्हा. असईच्या लढाईत मराठ्यांविरुद्ध महमद रहीम याने इंग्रजांना मदत केली. त्याबद्दल त्याला इंग्रजांकडून चार गावे इनाम.(सुविको)

देलवाड : राजपुतान्यातील उदयपूर संस्थानातील एक इस्टेट. देलवाडाचे राजघराणे रजपूत आहे. १६व्या शतकात काठेवाडाहून आलेला व जो चितोडच्या वेढ्यात मारला गेला, (१५३४), त्या अज्जबंधु सज्ज याच्या वंशातील हे लोक आहेत. (सुविको)

देव, शंकरराव दत्तात्रेय : (ज. १८९५–१९७४) महात्मा गांधींचे महाराष्ट्रातील धडाडीचे कार्यकर्ते. काँग्रेसचे पुढारी, चंपारण्याच्या सत्याग्रहात सामील, आयुष्यभर गांधीवादाचा पुरस्कार, महाराष्ट्रात गांधीवाद रुजविण्याचा मान, मुळशी सत्याग्रह, फैजपूर अधिवेशन यशात सिंहाचा वाटा. (सुविको)

देव, शंकर श्रीकृष्ण : (१८७१ – मृ. १९४८) निष्ठावंत समर्थप्रेमी रामदासी वाङ्मय मेहनतीने प्रसिद्ध केले. 'रामदास रामदासी'चे संपादक धुळ्यास समर्थ वाङ्देवता मंदिर स्थापन. समर्थ वाङ्मयाचा तेथे संग्रह. कै. राजवाड्यांचे अनुयायी, सत्कार्योत्तेजक सभेची धुळ्यास स्थापना. (सुविको)

देव, शां. भा : (मृ. १९९६) डेक्कन कॉलेज या जगप्रसिद्ध संशोधन संस्थेचे संचालक. ह्यांच्या नेतृत्वाखाली देशभर उत्खनने झाली. विख्यात पुरातत्त्वज्ञ. पुरातनविद्या हा त्यांचा प्रख्यात ग्रंथ. इंग्रजी–मराठीत विपुल लेखन. (सुविको)

देव समाज : १९, २० व्या शतकात हिंदुधर्माच्या शुद्धीकरणासाठी ज्या काही संस्था निर्माण झाल्या, त्यात ही चळवळ महत्त्वाची. लाहोर येथे १८८७ मध्ये शिवनारायण अग्निहोत्रींनी स्थापन केली. देवशास्त्र या

ग्रंथात या समाजाचे तत्त्वज्ञान आले आहे. अंतिम सत्ता म्हणजे परब्रह्म, आत्मा अमर आहे, गुरूची श्रेष्ठता-सद्वर्तनांची गरज इ.चा आग्रह. मद्यपान, जुगार, मांसाहार निषिद्ध मानला. अहिंसामार्गाचा स्वीकार केला. (मइ)

देवऋषी : भूतबाधेपासून सुटका करणारा मांत्रिक म्हणजे देवऋषी. मध्ययुगीन समाजरचनेत यांचे बरेच प्रस्थ होते. देवऋषी या शब्दाचा अजून एक अर्थ म्हणजे जारण-मारणावर इलाज करणारी व्यक्ती असाही होतो. (मइ)

देवगड : विजयदुर्गच्या दक्षिणेस १८-२० कि. मी. अंतरावर देवगड किल्ला-गाव व बंदर आहे. इंग्रजांतर्फे कर्नल इम्लाकने याचा ताबा घेतला (१८१८). किल्ल्याशेजारी श्री कुणकेश्वराचे मंदिर आहे. हे शिवस्थान आहे. देवगड बंदराच्या रक्षणासाठी छोटेखानी किल्ला आंग्र्यांनी बांधला. इंग्रजांना १८१८ रोजी विनासायास मिळाला. (सासभकि)

देवगावचा तह : (१८०३) महाराष्ट्र, जि. अमरावती. तालुका एलिचपूर. नागपूरकर भोसले आणि इंग्रज सरकार यांच्यात नागपूरजवळील देवगाव येथे तह झाला. कटक प्रांत इंग्रजांना द्यावा. इंग्रजांचे इतरांशी केलेले तह भोसल्यांना बंधनकारक. मराठा संघराज्याचे विसर्जन करावे, इंग्रजांच्या शत्रूशी भोसले संबंध ठेवणार नाहीत. हा तह इंग्रजांना खूपच फायदेकारक ठरला. (मविको)

देवगिरीचे यादव : मथुरेहून द्वारकेत आणि मग तेथून महाराष्ट्रात आलेल्या राजवंशाचे नाव. दृढप्रहार हा त्याचा मूळपुरुष मानला जातो. त्याने नाशिकजवळ ८६० च्या सुमारास राज्य स्थापन केले. त्याची राजधानी श्रीनगर (सिन्नर) होती. त्याच्या मुलाच्या काळात या राज्याला सेऊणदेश म्हणत. देवगिरी शाखेत अनेक पराक्रमी राजे होऊन गेले. १२९४ मध्ये दिल्लीच्या अल्लाउद्दीन खिलजीने रामचंद्र यादवावर स्वारी केली. त्यांना मांडलिक केले. १३०८ मध्ये मलिक काफरने तेलंगणावर स्वारी केली तेव्हा मांडलिक म्हणून याने मदत केली. शंकरदेव हा शेवटचा देवगिरीचा यादव. १३१३ मध्ये मलिक काफरने देवगिरी जिंकून यादवराज्य बुडवून टाकले. (भासंको)

देवगुप्त : (सु.७ वे शतक) माळव्याचा एक राजा. देवगुप्ताने कनोजवर हल्ला चढविला. राज्यवर्धनने देवगुप्तास ठार केले व त्याच्या कुटुंबास कैद करून राज्यश्रीस सोडविले. (सुविको)

देवटेक : मध्यप्रांत, चांदा जिल्हा, ब्रह्मपुरी तहशील, एक गाव. देवटेकपासून दोन मैलांवर असलेल्या चिकमारा आणि पानोरी येथे पुष्कळ प्राचीन दगड दृष्टीस वगैरे पडतात. (सुविको)

देवणभट्ट : (इ. स. ११२५-१२२५) एक धर्मशास्त्रकार. याचा 'स्मृतिचंद्रिका' हा ग्रंथ प्रसिद्ध आहे. याने या ग्रंथात पुष्कळ ग्रंथांची व ग्रंथकारांची चिकित्सा करून त्यांच्या तत्त्वाचा नीट विचार करून नंतर आपली मते दिलेली आहेत. हा दक्षिणेकडील ग्रंथकार होता. (सुविको)

देवदत्त : हा कोलीय वंशातील असून त्याची बहीण यशोधरा ही सिद्धार्थ गौतम याची पत्नी होती. देवदत्ताने मगध देशाचा युवराज अजातशत्रू याला आपलेसे करून घेऊन बुद्धाचा खून करण्याचा प्रयत्न केला, पण तो फसला. (सुविको)

देवदासी : देवदासी म्हणजे आई - वडील अथवा पालकांकडून समारंभपूर्वक किंवा विधिपूर्वक देवाच्या सेवेसाठी अर्पण केलेल्या मुली. देवालाच आपला पती मानून राहतात. नृत्य, गायन, प्रवीण, सरदार-दरक दार यांना इनामे देत. भारतात प्रदेशपरत्वे या संस्थेचे स्वरूप बदलत गेल्याचे दिसते. या प्रथेच्या निर्मूलनासाठी म्हैसूर

सरकारने १९२० मध्ये कायदा केला. (सुविको)

देवधर, गोपाळ कृष्ण : (इ. स. १८७१-१९३७) सामाजिक, सहकारी चळवळीतील कार्यकर्ते. १९०४ मध्ये गो. कृ. गोखले यांना येऊन मिळाले. सर्व्हंट्स ऑफ इंडिया सोसायटीचे मुंबईचे प्रमुख, पुणे सेवासदनचे संस्थापक. १९२१ मोपला फंड उभारला. १९२७ साली भारत सेवक समाजाचे अध्यक्ष बनले. (सुविको)

देवनागरी लिपी : संस्कृत, हिंदी, मराठी या भाषा ज्या लिपीत लिहिल्या जातात, तिला देवनागरी असे नाव आहे. प्राचीन ब्राह्मी लिपीपासून देवनागरीचा उगम झाला आहे. देवनागरीचा वापर इ.स. च्या १० व्या शतकापासून झालेला दिसतो. (भासंको)

देवनाथ : (इ.स १७५४-१८२१) एक महाराष्ट्रीय संत कवी. ग्वाल्हेर येथे कीर्तन असता मंडपास आग लागून देवनाथ जळून मेला. एकनाथाच्या संप्रदायातील तेरावा पुरुष. गोविंदनाथ हा त्याचा गुरू. (सुविको)

देवपाल : (सुमारे९ व्या शतकाचा मध्य) बंगालमधील पाल घराण्यांतील एक राजपाल घराण्यातील हा तिसरा राजा असून याने ४८ वर्षे राज्य केले. याने आसाम व कलिंग देश स्वारी करून जिंकले. (सुविको)

देवपाल परमार : (इ.स. १२१८-४३) माळव्याच्या परमार घराण्यातील एक राजा. याच्या कारकिर्दीत (इ.स. १२३१-३२) दिल्लीच्या शमसुद्दिन अल्तमश सुलतानाने माळव्यावर स्वारी केली व ग्वाल्हेर येथे जय मिळवला. (सुविको)

देवबंद : उ. प्र. मधील प्राचीन तीर्थक्षेत्र. सुलतानीकाळापासूनच्या अनेक इस्लामी वास्तू आढळतात. दार-उल-इस्लाम (इस्लामी धर्मशिक्षण केंद्र) देशातून परदेशातून शेकडो विद्यार्थी अभ्यासास येतात. भारतीय मुसलमानांवर देवबंदचा फार प्रभाव आहे. येथील वातावरण सामाजिकदृष्ट्या पुराणवादी व राजकीयदृष्ट्या पुरोगामी आहे. स्वातंत्र्यप्राप्तीपासून राजकीय संन्यास. (भासंको)

देवबंद चळवळ : (उ. प्र.) (इ.स.१८३७-८०) मुहंमद कासीम ननौतवी आणि रशिम अहमद या दोघांनी या संप्रदायाची शाळा स्थापन केली. पारंपरिक कायदा, प्रार्थना, ध्यानधारणा आणि तत्त्वज्ञान याचा संयुक्त अभ्यासक्रम केला गेला. शिक्षणाबरोबर चारित्र्य घडविणे हे ध्येय, काँग्रेसला सहकार्य करण्याचा मुस्लिमांना आदेश. त्यामुळेच अलिगढ चळवळ आणि यांच्यात वैचारिक दरी निर्माण झाली. मुसलमान हे भारताशी एकनिष्ठ असलेले नागरिक आहेत यावर दृढ विश्वास. राजकीयदृष्ट्या अत्यंत पुरोगामी. गदर आंदोलनात यांचा सहभाग. स्वातंत्र्य - चळवळीत सहभाग पण फाळणीपासून राजकारणसंन्यास घेऊन केवळ इस्लामच्या अभ्यासावर भर. (मचको)

देवराय संगम : विजयनगरच्या वीर विजयचा मुलगा. संगम घराणे त्याने वैभवाच्या टोकास नेले. याला खूपच लढाया कराव्या लागल्या. पुढे दिल्लीच्या सुलतानाला नजराणा पाठवावा लागला. (सुविको)

देवराय हिंगणे : (मृ. १८०७) मराठ्यांचा दिल्ली दरबारातील वकील. चारही भाऊ याच कामात राहिले. राघोबाशी वैमनस्य आल्याने त्यांची फार वाताहात झाली. थोरल्या माधवरावाने पुन्हा हिंगण्यास वकिलीस नेमले. अहिल्याबाई आणि तुकोजी यांच्या भांडणात मध्यस्थी. होळकर दरबारातील वकिली, इतिहास संग्रहात प्रसिद्ध आहे. देवराव चंद्रचूडांकडे निंब गावी समाधिस्थ झाला. भारत इतिहास संशोधक मंडळाने त्याची बरीच कागदपत्रे प्रसिद्ध केली आहेत. (सुविको)

देवराष्ट्र : (महाराष्ट्र जि. सातारा)या गावाच्या वायव्येस दोन मैल अंतरावर महादेवाची पुष्कळ देवळे असून त्या सर्वांत जुने देऊळ समुद्रेश्वर महादेवाचे आहे. या समुद्रेश्वर देवळाचा आणि मुहमद गझनीने जे सोरटी सोमनाथाचे प्रसिद्ध देऊळ फोडले त्याचा काहीतरी संबंध असावा. (सुविको)

देवल : सिंध प्रांतातील एक प्राचीन बंदर. महंमद कासीम याने देवल बंदर जिंकून घेऊन तेथील हिंदूंना बाटविले व धर्मांतरास कबूल नसणाऱ्यांची कत्तल केली. (८ व्या शतकाच्या आरंभी) (सुविको)

देवल, काशिनाथ सखाराम तथा बंडोपंत : नवनवे चित्तथरारक खेळ, कसरती सादर करून भारतासह परदेशातही वाहवा मिळविलेले भारतीय सर्कस प्रणेते. काशिनाथ सखाराम तथा बंडोपंत देवल यांचे १६ डिसेंबर २००० ह्या दिवशी निधन झाले. (सुविको)

देवलदेवी: गुजरातचा राजा कर्ण (करण वाघेला) याची मुलगी. अमीर खुस्रो या कवीने हिच्यावर एक 'आशिका' नावाचे प्रेमकाव्यच रचले आहे. (सुविको)

देवलस्मृती : देवल या ऋषीचा वैदिक वाङ्मयात उल्लेख होतो. सर्वानुक्रमणीप्रमाणे हा कश्यप कुळातील असून ऋग्वेदाच्या नवव्या मंडळातील ५ ते १४ या सूक्तांचा द्रष्टा आहे. (सुविको)

देवळाणे : आज नाशिक जिल्ह्यात असलेल्या परंतु पूर्वीच्या खानदेशात मोडत असलेल्या देवळाणे येथील जगेश्वराचे सुंदर शिल्पवैभव असलेले मंदिर. गर्भगृह, सभामंडप व अंतराळ असे तीन विभाग असलेल्या या मंदिराला शिखर नाही. परंतु नंतर बांधलेल्या शिखरांचा आकार आहे. नागमिथुनाचे शिल्पकाम अतिशय अप्रतिम आहे. प्रथमदर्शनी गणेश भासणारे हे शिल्प या मंदिराचे एक वैशिष्ट्य मानावयास हरकत नाही. (खाइ)

देवेगौडा, एच.डी. : (जन्म १९३३) जून १९९६ ते एप्रिल १९९७ या काळात देवेगौडा यांनी पंतप्रधानाची जबाबदारी सांभाळली. परंतु काँग्रेसने समर्थन काढून घेतल्याने त्यांना पद गमवावे लागले.

देश : दख्खनच्या प्रदेशात उत्तरेकडून दक्षिणेकडे सह्याद्री पर्वतरांगा असल्याने दख्खनचे कोकण, देश व घाटमाथा असे तीन विभाग पडले आहेत. त्यापैकी सह्याद्री किंवा पश्चिम घाटाच्या पूर्वोत्तर मंद उताराच्या प्रदेशास देश असे म्हणतात. (मइ)

देशमुख (सर), चिंतामण द्वारकानाथ : (मृ. १९८२) भारतीय अर्थशास्त्रज्ञ, अर्थमंत्री, प्रशासक, जगन्नाथ शंकरशेट शिष्यवृत्तीचे पहिले मानकरी. रिझर्व्ह बँकेचे गव्हर्नर, संस्कृतचे व्यासंगी, संयुक्त महाराष्ट्र प्रश्नावरून अर्थमंत्रिपदाचे त्यागपत्र दिले, निःस्वार्थी, स्वाभिमानी. (सुविको)

देशमुख : शिवकालात परगण्याच्या प्रशासनाची प्रत्यक्ष जबाबदारी देशमुख या वतनी अधिकाऱ्याकडे असे. सामान्यतः तो मराठा असे. पण क्वचित मुसलमानही असत. त्याच्याकडे सर्व जमीनधारकांची यादी असे. त्याला अनेक आर्थिक, सामाजिक, धार्मिक हक्क, अधिकार असे. कामाबद्दल इनामी जमीन असे. महसुलापैकी काही भाग त्यास मिळे. अत्यंत मानाचे, प्रतिष्ठेचे पद मानले जाई. ती मिळवण्यासाठी भले बुरे मार्ग सर्रास वापरले जात. (शिम)

देशमुख, गोपाल हरी (लोकहितवादी) : (इ.स. १८२३-१८९२) शिक्षणप्रेमी, फर्डे लेखक. संस्कृत, इंग्रजी, फारसी भाषातज्ज्ञ आधुनिक महाराष्ट्रातील एकोणिसाव्या शतकाच्या पूर्वार्धातील एक थोर समाजसुधारक. पानिपतची लढाई, ऐतिहासिक गोष्टी, (भाग ३); हिंदुस्थानचा इतिहास, अनेक देशांचा इतिहास लिहिला. लोकहितवादींची शतपत्रे महत्त्वाची आहेत. प्रभाकर वृत्तपत्रांतून शतपत्रे लिहिली. भाऊ महाजनांच्या

'प्रभाकर' या पत्रातून त्यांनी लिहिलेले विचार शतपत्रे म्हणून गाजले. भारताला स्वत:चे पार्लमेंट हवे असा विचार सर्वप्रथम त्यांनी मांडला. (भासंको)

देशमुख, रामराव : भारतीय पुढारी. अखिल भारतीय मराठा परिषदेचे अध्यक्ष. अमरावतीस वकिली. काँग्रेसचे पुढारी. १९२६-२८ शिक्षणमंत्री. जंगल सत्याग्रह सहभाग. सोंडूर देवास येथे दिवाण. १९३७ मध्ये मध्य भारतात मंत्री. आफ्रिकेत वकील. (सुविको)

देशव्यवहारव्यवस्था : (१८५४) देशव्यवहारव्यवस्था हा ग्रंथ हरि केशवजी यांनी १८५४ मध्ये मुंबईत प्रसिद्ध केला. हिंदुस्थानच्या आर्थिक स्वातंत्र्याचा विचार या ग्रंथात मांडला आहे. लग्नाचे वय वाढवण्याचा पुरस्कार या पुस्तकात हरी केशवजी यांनी केला आहे. (मपइ)

देशाधिकारी : शिवकालात प्रधानांना विभागीय कारभारात मदत करणाऱ्या सरसुभेदाराला 'मुख्य देशाधिकारी' अशी संज्ञा होती. (मइ)

देसाई मोरारजी : (इ.स. १८९३-१९९५) भारताचे चौथे पंतप्रधान, मुंबई प्रांताचे मुख्यमंत्री, सविनय कायदेभंगात सहभाग. जमीनमहसुलाबाबत सुधारणा, प्रशासनव्यवस्था कार्यक्षम करणे ही त्यांची कार्ये. त्यांच्या काळातच संयुक्त महाराष्ट्र आंदोलन झाले. (मदि)

देसाई, महादेव हरिभाई : (इ.स. १८९२ -१९४३) महात्मा गांधींचे चिटणीस व गुजराती लेखक. यांनी रवींद्रनाथ टागोरांच्या 'चित्रांगदा' या नाटकाचे गुजराती भाषांतर केले. (सुविको)

देहरीगड : शाइस्तेखानच्या बुलाखी नामक सरदाराने देहरीगडाला वेढा घातला पण काबजी कोंढाळकराने त्याची चारशे माणसे कापून वेढा उठवून लाविला. (इ. स. १६६१ पावसाळ्यानंतर) (मइआसं-प)

देहू : येथे संत तुकाराममहाराजांचा जन्म. महाराष्ट्रातील एक संतक्षेत्र. तुकोबांचे धाकटे चिरंजीव नारायणबाबा यांनी इ.स. १७२३ मध्ये विठ्ठल मंदिर बांधले. छत्रपती संभाजी, रामचंद्र, नीळकंठ व ताराबाईचा मुलगा दुसरा शिवाजी यांनी देहूला काही सरकारी वतने दिली होती. देहू गावही इनाम दिले होते. (भासंको)

देहे पांच : खानदेशच्या इतिहाससाधनात १८५७ पूर्वीचे कागदपत्रात देहे पांच (म्हणजे पाच गावे-गीली लोहारे, मेल सांगवे, मालेगाव, एदलाबाद आणि निभोर) चे ताळेबंद महत्त्वपूर्ण आहेत. (खाइ)

दोदवाडचा किल्ला : मुंबई प्रांत. हा धारवाडच्या उत्तरेस १४ मैलांवर आहे. हा प्रथम विजापूरकरांकडे असून त्याचे नाव हिसार असावे. नंतर सांगलीकरांच्या ताब्यात आला. (१८०९) (सुविको)

दोराई सराईचा तह : (१७३८) भोपाळ येथे बाजीराव आणि निजाम यांच्यातील लढाईनंतर निजामाने पराभूत होऊन हा तह स्वीकारला. सिरोज पासून सुमारे १० किमीवर हा गाव, या तहामुळे बादशाहाच्या प्रतिष्ठेला धक्का बसला तर बाजीरावाचा दरारा उत्तरेत वाढला. (इसंशा)

दोस्त अल्ली : कर्नाटकचा एक नवाब. मराठ्यांनी कर्नाटकात स्वारी करून दामुळचेरी घाटाजवळ दोस्तअल्लीवर हल्ला केला व त्याला ठार करून सैन्याचा पराभव केला (१७४०). (सुविको)

दोस्त महमदखान : (मृ. १८६३) अफगाणिस्तानचा अमीर. बुद्धिमान आणि शूर असा त्याचा लौकिक होता. इंग्रजांनी १८३९ मध्ये त्याला कैदेत टाकले. १८४२ मध्ये सत्तेवर आला तो मृत्यूपर्यंत. (सुविको)

दौलतखान : शिवाजीमहाराजांच्या आरमारी व्यवस्थेत २०० जहाजांचा एक सुभा केला जात असे. दौलतखान हा शिवाजीमहाराजांचा प्रमुख आरमारी अधिकारी होता. (मइ)

दौलतराव शिंदे : महादजी शिंद्यांचा पुतण्या. उधळ्या, छानछोकी, विलासी, अत्यंत लोभी स्वभावाचा. महादजीनंतर शिंद्यांची सरदारी त्याच्याकडे, खर्ड्याच्या लढाईत सहभाग. विश्वासघातकी, पैसा गोळा करण्यात पटाईत. नानाच्या मृत्यूनंतर त्यांची संपत्ती लुबाडण्यात आघाडीवर. इंग्रजांनी शिंदे, होळकर आणि पेशवे या तिघांशी स्वतंत्र लढाया करून त्यांना मांडलिक बनविले. (सुविको)

द्रविड कळघम : २० व्या शतकात ब्राह्मणेतर बहुसंख्य समाजाला न्याय मिळावा, त्यांची सर्वांगीण उन्नती व्हावी, सवलती मिळाव्या इ. साठी दक्षिणेत स्वातंत्र्यपूर्व काळात ई. व्ही. रामस्वामींनी याची स्थापना केली. त्यासाठी त्यांनी काँग्रेसचाही त्याग केला. १९४४ मध्ये जस्टिस पक्षाशी विलीनीकरण. दोघांच्या मिळूनच्या पक्षाला हे नाव मिळाले पण पुढे रामस्वामी आणि अण्णा दुराई यांच्यातील मतभेद विकोपास. अण्णांनी द्रविड मुन्नेत्र कळघम हा स्वतंत्र पक्ष स्थापन केला. (मविको)

द्रविड मुन्नेत्र कळघम : द्रविड कळघमशी मतभेद होऊन सी. ए. अण्णा दुराई यांनी १९५१ मध्ये या पक्षाची स्थापना केली. सामाजिक सुधारणावादी असून ब्राह्मणशाही नष्ट व्हावी म्हणून प्रयत्न. स्वतंत्र द्रविडनाडूचीही त्यांनी मागणी केली. लवकरच दक्षिणेतील एक बलाढ्य पक्ष झाला. १९६७ मध्ये सत्ता हस्तगत. अण्णा दुराईंच्या मृत्यूनंतर पक्षाचे तुकडे झाले. हिंदी राष्ट्रभाषा करण्यास त्यांचा विरोध होता. (मविको)

द्रुग : द्रुग हे जिल्ह्याचे मुख्य ठिकाण बेगाल-नागपूर रेल्वेवर आहे. येथे एक मोडकळीस आलेला किल्ला आहे. त्याचा उपयोग मराठ्यांनी जेव्हा छत्तीसगडावर स्वारी केली होती, तेव्हा केला होता.(१७४१) (सुविको)

द्वारका : बडोदे संस्थानातील अमरेली प्रांतात, उषामंडळ तालुक्यातील एक गाव व बंदर. येथे संपूर्ण यादवांसहित, कृष्ण व बलराम राहात असत. हिंदुस्थानात हे अत्यंत पवित्र स्थान समजले जात असून येथे नेहमी यात्रेकरू जातात. (सुविको)

द्विदल शासनपद्धती : (१९१९ माँटफर्ड सुधारणा) १९१९ च्या माँटफर्ड सुधारणांतर्गत द्विदल शासनपद्धतीची तरतूद केली. या पद्धतीअंतर्गत राज्यकारभाराच्या खात्यांचे राखीव व सोपीव असे विभाजन करण्यात येऊन राखीव विषय गव्हर्नर नियुक्त मंत्र्यांच्या हातात तर सोपीव विषय लोकनियुक्त मंत्र्यांच्या हातात ठेवण्यात आले. १९१९ च्या सुधारणांच्या अंतर्गत द्विदल पद्धती प्रांतांना १९२१ पासून लागू करण्यात आली. (सुविको)

द्विभार्यात्व-पतित्व : मुंबई सरकारने द्वि-भार्या-प्रतिबंधक कायदा केला (१९४६) व पुढील साली घटस्फोटाचाही कायदा केला. बहुतेक देशातून नवरा किंवा बायको जिंवत असताना दुसरा विवाह करणे हा गुन्हा मानला जातो. पण जर दोघांपैकी एक परागंदा असल्यास दुसरा विवाह करू शकतो. (सुविको)

द्विराष्ट्रवाद : धर्म, भाषा किंवा वंश यांच्या आधारावर वेगळ्या राष्ट्राची मागणी करणारी विचारसरणी म्हणजे द्विराष्ट्रवाद. जेव्हा एखाद्या देशात विशिष्ट धर्माचे लोक एका सलग प्रदेशात राहतात, तेव्हा या मागणीला विशेष तीव्रता येते. (सुविको)

द्वैताद्वैत संप्रदाय : या संप्रदायाचे प्रवर्तक भास्कराचार्य. निंबार्काचे मत आहे की, जीव, जगत् व ईश्वर यांचे व्यापार व अस्तित्व स्वतंत्र नसून ईश्वरेच्छेवर अवलंबून आहेत आणि मूळ परमेश्वरातच जीव व जगत् यांची सूक्ष्म तत्त्वे अंतर्भूत असतात. (सुविको)

ध

धनाजी जाधव : (इ.स.१६५०-१७१०) लघुजी जाधवाचा हा पणतू. गनिमीकाव्यातील प्रख्यात सेनापती. विशेषतः राजारामाच्या काळात याने महाराष्ट्र कर्नाटकच्या विस्तीर्ण रणांगणावर मुघल सैन्याला धूळ चारली. शिवाजीच्या तालमीत तयार झालेला शेवटचा पुरुष. (सुविको)

धम्मपद : बौद्धांच्या पाली धर्मशास्राच्या सूत्रपिटक म्हणून त्रिपिटापैकी एक भाग आहे. या सूत्रपिटकांतील पाच निकायापैकी खुद्दक एक आहे व त्यांत धम्मपद हा एक पोटवर्ग आहे. या धम्मपदात नीतिविषयक सुभाषितांचा संग्रह आहे. (सुविको)

धम्मपाल : एक बौद्ध ग्रंथकार. याने थेरीगाथांवर टीका लिहिलेली आहे. हा बुद्धघोषानंतर लवकरच होऊन गेला असावा. (सुविको)

धरणगाव : शिवाजी महाराजांच्या कारकिर्दीच्या अगदी शेवटी १६७९ मध्ये मराठ्यांनी खानदेशवर स्वारी केली. या मोहिमेत मराठ्यांनी धरणगाव व शेजारील गावे लुटली. (खाइ)

धरसेन : (चौथा-इ.स. १६१४-६५०) मैत्रक वंशातील अत्यंत पराक्रमी राजा. राज्यही अत्यंत वैभवशाली. हर्षाचा सामंत असला तरी स्वतंत्र राजा होता. स्वत: विद्वान असून गुणीजनांचा आश्रयदाता. प्रसिद्ध कवी भट्टी त्याच्याच आश्रयास होता. (भासंको)

धर्म महामंडळी : पाहा - भारत धर्म महामंडळ.

धर्मगुरू : सिंधू संस्कृतीचा राजा असावा असे विद्वानांचे मत आहे. मोहेंजोदारो येथे सापडलेली एक मूर्ती धर्मगुरूंची असावी असा अंदाज आहे. ती स्टिएटाईट या मऊ, ठिसूळ दगडात कोरलेली आहे. दाढी आहे. केस पट्टीने मागे बांधले आहेत. डाव्या खांद्यावर शाल आहे. तिच्यावर सोन्याच्या फुलांची नक्षी आहे. बैठक खडबडीत आहे. ती बालेकिल्ल्यातील दोन भिंतीच्या मध्ये सापडली. (सिंसं)

धर्मनिरपेक्ष राज्य : इंग्रजीत याला सेक्युलर स्टेट म्हटले जाते. घटना ही कोणाही एका धर्माला बांधील नाही. प्रत्येक नागरिकाला धर्म-पूजा स्वातंत्र्य देते. राज्याचा कोणत्याही धर्माला पाठिंबा नसावा. भारतासारख्या बहुढंगी, बहुधर्मीय पंथीय समाजाला अशाच धोरणाची खरी गरज आहे. (भासंको)

धर्मशास्त्र : आर्य भारतात आल्यापासून हळूहळू त्याचा विस्तार झाला. नवे समाज नीतिनियम रूढ करावे लागले. त्यांनाच धर्मशास्त्र म्हणतात. त्यांनाच स्मृती ग्रंथही म्हणतात. मनुस्मृती, याज्ञवल्क्य स्मृती, विष्णु स्मृती

इ. प्रसिद्ध आहेत. आजचा कायदा बहुवंशी मनू व याज्ञवल्क्य स्मृतीवरच आधारित आहे. स्थल-काल-व्यक्तीनुसार ते बदलत असत. वर्णाश्रमात व्यवस्थेला राजानेच संरक्षण द्यावे असे मानले जाई. (भासंको)

धर्मसिंधू : काशीनाथ उपाध्यायकृत धर्मशास्त्रविषयक ग्रंथ, व्यवहारात आवश्यक असलेल्या धर्मशास्त्रातील विषयांचा यात विचार केलेला आहे. ग्रंथाचे तीन परिच्छेद असून पहिल्या परिच्छेदात काळाचे भेद, वर्ज्यावर्ज्य कर्मे, व्रत परिभाषा इ. विषय आहेत. दुसऱ्यात बारामासातील कृत्ये, ग्रहांची दाने इ. विषय आहेत. तिसऱ्यात गर्भदान, श्राद्धभेद, प्रेतसंस्कार, संन्यास, यतिधर्म इ. विषय आहेत. भारतात हा ग्रंथ मान्यता पावला आहे. (भासंको)

धर्माजी प्रतापराव : १८१८ मध्ये निजामसरकारला प्रतापरावांनी बराच त्रास दिला. नवाब मूर्तझा आणि लेफ्टनंट जॉन सौदरलंड यांनी त्याचा पाठलाग केल्यावर त्याने दिवे गावातील किल्ल्यात आश्रय घेतला. परंतु कंपनी सरकारच्या लष्करी ताकदीपुढे याचे काहीही न चालता त्याला कैद झाली. (मपइ)

धाकटी पाती, छत्रपतींची : छत्रपतींची धाकटी पाती म्हणजे राजारामांनंतरची पिढी. यात सत्तेवरून शाहू व ताराबाई यांच्यात संघर्ष होऊन शाहूचे साताऱ्यावरचे प्रभुत्व ताराबाईला मान्य करावे लागले.

धातू : १७ व्या शतकात तोफा, बंदुका, तोफांचे गोळे, भांडी वगैरे करण्यासाठी लोखंड, तांबा, पितळ वा मिश्र धातू मोठ्या प्रमाणात वापरला जाई. १७५१ मध्ये तळेगाव, नारायणगाव, वडगाव, सुपे, सासवड येथे खिळे, तोफाचे गोळे, तोफा ओतणे, घोड्यासाठी खोगिरे तयार केली जात. पुणे, नागोठणे येथे तोफा ओतण्याचा कारखाना होता. (मसाआइ)

धानोरा : येथे तळघरासारखे विश्वेश्वराचे मंदिर आहे. हिरापूर, लळिंग, कंडारी, तळोदा, भामेर इ. मंदिरांवरील शिल्प सुंदर आहे. हेमाडपंथी पद्धतीची मंदिरे आहेत. पहिल्या बाजीरावाने काशीविश्वेश्वराच्या मंदिराची प्रतिकृती केली होती. मंदिराला गाव दान दिले होते. (खाइ)

धार संस्थान : मध्य हिंदुस्थानातील एक संस्थान. परमार रजपुतांची प्रसिद्ध राजधानी हे धार शहर. यावरून या संस्थानचे नाव पडले आहे. संस्थानिक महाराज आनंदराव पवार राज्यकारभार पाहू लागले. (१९४०) इंग्रज सरकारास ६,६०० रु. वार्षिक खंडणी मिळत असे. (सुविको)

धारवर्ष परमार : (इ.स.११६२-१२२८) अबूच्या परमारांपैकी यशोधवलाचा हा थोरला मुलगा. महापराक्रमी. अबूच्या कायद्राजवळ शहाबुद्दिन घोरी व कुतुबुद्दिन ऐबक यांच्याशी झालेल्या लढायात याचे शौर्य दृष्टोत्पत्तीस आले. (सुविको)

धारवाड : १७५३ च्या सुमारास पेशव्यांनी धारवाड शहराची वाढ होण्यास प्रोत्साहनपर सवलती दिल्या होत्या. १७५३ मध्ये पेशव्यांनी विरत शेट याच्याकरवी तेथे स्वतंत्र टांकसाळ स्थापन केली. यामुळे तेथील उद्योगधंद्यात चांगली भर पडली.

धारवाड दुर्ग : हा किल्ला धारराव नावाच्या राजाने बांधला. १४०३ मधील फारसी लेख दरवाजावर आहे. शिवाजीने १६७४ मध्ये धारवाड जिंकले. ८५ मध्ये मुघलांनी घेतले. १७५६ पासून तेथे पेशव्यांचा अंमल. मोक्याच्या जागी म्हणून कुणाच्याच ताब्यात नाही. या किल्ल्याचा नकाशा डेक्कन कॉलेज, पुणे येथील इतिहास संग्रहालयात आहे. (सुविको)

धारा : शिवकालीन बटाईच्या पद्धतीस 'धारा' असे म्हणत असत. साऱ्याचा दर सुरुवातीस ३३% होता, तो कर रद्द करून ४०% केला गेला. ही पद्धत मलिक अंबरने सुरू केली होती. (मइ)

धारा : एक प्राचीन नगरी. ही मध्य प्रदेशात आहे. माळव्यातील परमार राजवंशाची (इ.स. ८२५-१३०५) ही राजधानी होती. इ.स. १३०५ मध्ये अलाउद्दीन खिलजीने धाराचे परमार राज्य उद्‌ध्वस्त केले. इ.स. १७०० मध्ये मराठ्यांनी माळवा जिंकला. धारा येथे महंमद तुघलकाने इ.स. १३४४ मध्ये एक किल्ला बांधला. धारच्या पवार राज्याचा संस्थापक आनंदराव पवार हा होय. १९४७ नंतर संस्थानांचे विलीनीकरण झाले. भोजशाला हे भोजराजाच्या साहित्यप्रीतीचे चिरंतन स्मारक आहे. येथील स्तंभांवर आणि भिंतीवर ग्रंथ कोरलेले होते. मुंजसागर, कनकसागर, कालिकामंदिर, धारेश्वर, आनंदेश्वर, दुर्गाविनायक, झोराप्रसाद राजवाडा आदी अत्यंत प्रेक्षणीय आहेत. दुसऱ्या बाजीरावाचा जन्म धारच्याच किल्ल्यात झाला. (भासंको)

धारावी : वसई खाडीच्या मुखाशी टेकडीवर हा किल्ला आहे. १७३९ मध्ये चिमाजी अप्पांनी तर १८१८ मध्ये इंग्रजांनी हा किल्ला घेतला. २ फेब्रु. १९७७ ला धारावीचा हा किल्ला संरक्षित स्मारक करण्याबद्दल अधिसूचना करण्यात आली. तिचा अंमल १९८२ साली चालू झाला. किल्ल्यांचे एकूण क्षेत्रफळ २९०० चौ. मीटर आहे. (जस)

धाराशिव लेणी : महाराष्ट्रातील प्राचीन लेण्यांचा एक समूह. ही लेणी मराठवाड्यामध्ये धाराशिव, सध्याच्या उस्मानाबाद या गावाजवळ आहेत. बर्जेसच्या मते, इ. स. पू. ६५०-५०० या काळातील आहेत. पेशवाईत या लेण्यांमध्ये हरिनारायण नामक एका सत्पुरुषाने तपश्चर्या केली होती. (भासंको)

धावडशी : सातारा जिल्ह्यातील क्षेत्र. पेशवे, छत्रपती आणि सर्वच सरदार याचे गुरू ब्रह्मेंद्र स्वामी यांचे मठस्थान. देवळे, तलाव यांची निर्मिती. (सुविको)

धुळे : थोडा मागे पडलेला जिल्हा. राजकारणाच्या फारसा फंदात न पडलेला शांत गाव. न्या. रानडे धुळ्यास असताना त्यांनी अनेक जातीच्या लोकांना सार्वजनिक कार्यात जोडले होते. श्री समर्थ वाग्देवता मंदिर, राजवाडे संशोधन मंदिर ह्या प्रख्यात ऐतिहासिक संस्था. श्री. शं. श्री. देव, भा. वा. भट, उत्तमराव पाटील, प्रा. प्र. न. देशपांडे, प्रा. मु. भा. शहा, व्यंकटराव रणधीर आदी अनेक मोठी मंडळी होऊन गेली. (खाइ, सुविको)

धोंडोपंत गोखले : (मृ. १८००) मराठेशाहीतील एक सरदार. बदामीच्या लढाईत हा प्रथमच पुढे आला. धोंड्या वाघ याने गोखले याला येथे ठार केले. (सुविको)

धोंड्या वाघ (पवार) : पेशवाईतील एक लुटारू. हावेरी, सावनूर इ. गावे याने काबीज केली व काही गावे उद्‌ध्वस्त केली. धोंड्याचे शिर आणून देणाऱ्यास ज. वेलस्लीने १०,००० रुपयांचे बक्षीस जाहीर केले होते. (सुविको)

धोडप : महाराष्ट्र. जि. नाशिक. चांदवडच्या वायव्येस २०-२५ कि. मी. उंचीचा श्रीमंत माधवराव पेशव्यांच्या विजयाचे स्मारक बनलेला हा किल्ला. शेवटच्या इंग्रज-मराठा युद्धात ब्रिग्ज या सेनापतीच्या तुकडीने हा किल्ला प्रतिकार न होता जिंकून घेतला. (इ. स. १८१८) (सासभकि)

धोडपची लढाई : (इ. स. १७६७) १७६७ मध्ये पेशव्यांतील भाऊबंदकीने उचल खाल्ली व राघोबाने दारणा संगमावर फौजा जमवल्या. राघोबाच्या व माधवराव पेशव्यांच्या काही लढाया होऊन अखेर त्याने धोडपचा किल्ला व स्वत:स पेशव्यांच्या स्वाधीन केले. (सासभकि)

धोम : वाई तालुक्यातील धरण. गावात महादेव शिवराम या सावकारांनी बांधलेली देवळे आहेत. गांधीवधाच्या वेळीच्या जाळपोळीत तेथे खूप नुकसान झाले. (सुविको)

धोलावीरा : कच्छ (गुजरात) मधील सिंधू संस्कृतीमधील शहर. एका बेटावर असून वैशिष्ट्यपूर्ण होते. येथील बालेकिल्ल्याचे दोन भाग होते. एक शासनकर्त्यांसाठी व दुसरे उच्च अधिकाऱ्यासाठी असावे. चारही बाजूस एकेक प्रवेशद्वार होते. स्तंभ होते. अनेक दालने होती. (सिंसं)

ध्रुवसेन : (पहिला–५१९–५४९ इ.स.) माळव्याचा राजा. महासामंत महाराज ही त्याला पदवी होती. स्वत: विद्वान, कलाकारांचा आश्रयदाता, वैष्णव असून इतर विद्वानांनाही आर्थिक मदत. वल्लभी नगरीतील जैन परिषदेस त्याचे पुष्कळ साहाय्य. त्याचा राज्यविस्तार पश्चिमेस द्वारकेपर्यंत व उत्तरेस वडनगर पर्यंत होता. (भासंको)

न

नंद : (गौतम बुद्धांचा समकालीन) हा भगवान गौतम बुद्धांचा सावत्र भाऊ होता. गौतम बुद्धांनी याला आपला शिष्य बनवले होते. गौतम बुद्धांचा काळ आहे इ. स पू ५६३-४८३. (मचको)

नंद : हा एक साधुपुरुष तमिळनाडूमध्ये होऊन गेला. (सुमारे ६०० वर्षापूर्वी) देवळातील नगाऱ्यांना लागणारी कातडी स्वतः कमावण्याचा व्यवसाय त्याने सुरू केला आणि अंगाला भस्म फासून शिवनामस्मरण करणे हा त्याचा नित्याचा व्यवसाय बनला. (सुविको)

नंदकुमार : (इ. स. १७२०-१७७५) नंदकुमाराने १७७५ साली वॉरन हेस्टिंग्जवर त्याने मुन्नी बेगमकडून ३ लाख रु. लाच खाल्ल्याचा आरोप केला व कलकत्ता कौन्सिलपुढे स्वत: जाऊन साक्ष दिली. कौन्सिलने हेस्टिंग्जला दोषी ठरवले असले तरी न्यायालयात नंदकुमार आरोप सिद्ध करू शकला नाही. परिणामी खोटी साक्ष दिल्याबद्दल नंदकुमारला फाशी देण्यात आले. (मचको)

नंदलाल मंडलोई चौधरीराव : (मृ. १७३१) माळव्यातील बडा जमीनदार. मराठ्यांना माळवा जिंकताना मदत केली. बाजीराव चिमाजी आप्पाने हा मेल्यावर त्याच्या मुलाचे स्वतः सांत्वन केले. (सुविको)

नंदवंश : नंदिवर्धन अथवा महानंदित याच्या मुलाने गादी बळकावली. (ख्रि.पू. ३६२) या काळापासून नंदवंशास आरंभ झाला. बौद्धांच्या महावंश या ग्रंथात नंदवंशातल्या धनानंद राजाचा उल्लेख आहे. शेवटच्या नंदराजास चंद्रगुप्ताने हाकलून त्याचे राज्य घेतले. (सुविको)

नंदा गुलझारीलाल : (इ. स. १८९८-१९९७) स्वातंत्र्यआंदोलनातील महत्त्वाचे नेते. मे १९६४ ते जून १९६४ तसेच ११ जाने. १९६६ ते २४ जाने. १९६६ या काळात त्यांनी काळजीवाहू पंतप्रधान म्हणून जबाबदारी सांभाळली. (सुविको)

नंदिदुर्ग : म्हैसूर जि. कोलार. तटबंदी केलेली टेकडी. गंगराजाचे ठिकाण. चोलांनी नंदीदुर्ग नाव ठेवले आहे. प्रथम मराठ्यांच्या ताब्यात. संभाजीचा एक शिलालेख आहे. पुढे हैदर टिपूच्या ताब्यात गेला. (सुविको)

नक्षलवादी चळवळ : कनू संन्याल, चारू मुजुमदार यांनी क्रांतिकारी गटाची स्थापना १९६९ मध्ये केली. संसदीय लोकशाहीवर या पक्षाचा विश्वास नाही. आणीबाणीत या पक्षावर बंदी आली. नक्षलवादी या डोंगराळ भागावरून हे नाव पडले. काही राज्यांमध्ये दहशतवादी कारवाया करून सत्ता संपादन करण्याचा प्रयत्न हा पक्ष करतो. बंगाल शासनाने त्यावर बंदी घातली आहे. कम्युनिस्ट पार्टी ऑफ इंडिया या पक्षाची स्थापना

केली. चारू मुजुमदार या पक्षाचा सर्वेसर्वा. १९७२ मध्ये मृत्यू. (इसंशा)

नगरकोट : पंजाब, कांगडा जिल्ह्यातील एक जुने शहर. येथे फार श्रीमंत देवालय होती. ते गझनीच्या महंमुदाने लुटले (इ. स.१००५–०६). हिंदू राजांनी नगरकोटचा किल्ला मुसलमानांपासून जिंकून घेतला.(१०४३) (सुविको)

नगारखाना : नगारखाना किल्ल्याच्या, देवळाच्या किंवा राजवाड्याच्या प्रवेशद्वारावर असून यात चौघडा असतो. (सुविको)

नगारा : राज्याच्या अठरा कारखान्यांत समावेश. राजवाडा, मंदिर, रणांगण इ. ठिकाणी तो वाजविला जाई. आजही मिरवणुकीत आघाडीस गर्जतो. हत्ती, उंटावरही त्याची स्थापना करत. (सुविको)

नजीबउद्दौला : (मृ.१७७०) एक रोहिला सरदार. याचे खरे नाव नजीबखान. नजीबानेच विश्वासघात करून दत्ताजी शिंद्यास ठार मारले व त्यानेच दोनतीन वेळा अब्दालीला हिंदुस्थानात बोलावून आणून शेवटी पानिपत घडविले. अब्दालीस भारतात आणण्यामध्ये नजीबखानाचेच कारस्थान. उत्तरेमधील राजकारणात याने अनेक पक्ष बदलले. १७७० मध्ये मराठ्यांनी नवलसिंगचा पराभव केल्याने त्याचा मोड झाला. परिणामी त्याने पानिपतापूर्वी दुआबातील जितका मुलूख मराठ्यांकडे होता तेवढ्या मुलूखाच्या सनदा शाहाजाद्याकरवी मराठ्यांस मिळवून दिला. (मचको)

नजीरूद्दीन कावचा : (इ.स. १२१० सुमार) हा शहाबुद्दीन घोरीचा तुर्की गुलाम होता. कुतुबुद्दीन ऐबकचा हा जावई असून सुलतानाचा सुभेदार होता. याने सिंधचा बराच भाग जिंकला होता. (मचको)

नटराजन, कामाक्षी : (इ.स.१८६८– १९४७) एक हिंदी समाज सुधारणावादी पुढारी. 'हिंदू' या प्रसिद्ध पत्राचे सहाय्यक संपादक. १९११ मध्ये कर्नूल येथील व १९१८ मुंबई प्रांतिक सामाजिक परिषदांचे अध्यक्ष होते. 'इंडियन सोशल रिफॉर्मर' या पत्राचे पन्नास वर्षे (इ. स.१८९०– १९४०) संपादक होते. 'मदर इंडिया' या ग्रंथास उत्तरादाखल एक ग्रंथ लिहिला आहे. (सुविको)

नटवे : नटवे म्हणजे नट वा नाचे. हे नटवे बहुरूप्याप्रमाणे वेगवेगळी सोंगे आणीत व गणपती, सरस्वती यांची सोंगे घेऊन काही प्रमाणात नाटकेच करून दाखवीत. आनंदवल्ली येथे राघोबाकडे सहा नटवे असल्याचा उल्लेख आहे.

नथुभाई, सर मंगळदास : एक दानशूर भारतीय व्यापारी. मुंबईस मोफत दवाखाना. ससून हॉस्पिटल पुणे, महिला वॉर्ड सुरू केला. (सुविको)

ननी बाला देवी : एक अत्यंत साहसी व क्रांतिकारक महिला. संसारी. घरी लहान मुले पण स्वत:ला क्रांतिकार्यात झोकून दिले. कारावासाची शिक्षा. (तरुण भारत)

नरगुंद संस्थान : धारवाड जिल्ह्यातील एक मराठी संस्थान. भावे अधिपती. एक थंड हवेचे ठिकाण. देवळात ११४७ सालातील शिलालेख आहे. रामदुर्ग ही पाच संस्थानांची शाखा. रामरावाने येथे एक देऊळ बांधले. ते आता नरगुंदच्या वाट्यास आले आहे. १६७७ मध्ये शिवाजीने एक किल्ला बांधला. भास्करराव भावे यांचा विपुल ग्रंथसंग्रह १८५७ च्या धामधुमीत जाळला गेला. हा भास्करराव अत्यंत तडफदार होता. त्याची दत्तकाची मागणी अमान्य केल्याने १८५७ च्या बंडाचे नेतृत्व केले. १२ जून १८५८ रोजी फाशी दिले.(सुविको)

नरनाळा : वऱ्हाड, अकोला जिल्हा. अकोट तालुका, त्याच्या उत्तरेकडे अतिशय जुना किल्ला. गोंड राजांनी बांधला असावा. येथे दोन शिलालेख आहेत. किल्ल्यावर २२ तलाव आहेत. (सुविको)

नरसिंगपूर : मध्यप्रदेश, नर्मदा विभागातील एक जिल्हा. जुन्या वस्तूंपैकी बरिहटा येथे जुने शिलालेख आढळले. धिलवर व छानवारपाठ येथे गोंड किल्ले आहेत. (सुविको)

नरसिंगराव बुंधेला : (१६ वे शतक) अकबराच्या काळात सलीम(जहांगिर) चा नोकर. त्याच्याच आज्ञेने त्याने अबुल फजलला ठार केले. चार हजारी मनसबदार. मथुरेस कृष्ण मंदिर बांधले. त्याचीच पुढे औरंगजेबाने मशीद केली. (१६२६ मृत्यू).

नरसिंगराव वेरुळकर : (अंदाजे इ.स. १७६० नंतर) नरसिंगराव वेरुळकर हैदरच्या दरबारी पेशव्यांचे वकील होते. फार्सी भाषेवर त्यांचे प्रभुत्व असून काही काळ ते टिपूच्या दरबारातही होते. (मचको)

नरसिंहराय साळुव : (१४८६-१४९२) हा विजयनगरच्या तिसऱ्या विरूपाक्षाचा सेनापती होता. १४९० च्या सुमारास याने सत्ता बळकावली. या घटनेने विजयनगरची सत्ता संगम घराण्याकडून साळुव घराण्याकडे गेली. (मचको)

नरसिंहवर्मन पल्लव (इ. स. ६३०-६६८)हा कांचीचा पल्लव सम्राट होता. इ.स. ६४२ मध्ये याने चालुक्यांच्या बदामी या राजधानीवर हल्ला चढवला व चालुक्य सम्राट दुसरा पुलकेशी याला ठार केले. याने महाबलिपुरमची काही तटमंदिरेही बांधली. (मचको)

नरसी मेहता : (इ.स. १४१५-१४८१) गुजरात. श्रेष्ठ दर्जाचा कवी. महान कृष्णभक्त संत कवी. भक्तिपर अनेक कवने मध्ययुगातील महत्त्वाचे वैष्णव संत. त्यांनी कृष्णभक्तीचा प्रचार केला. नरसी मेहता मीराबाईच्या समकालीन होते. त्यांच्या भजनांपैकी 'वैष्णव जन तो तेणे कहिये' हे भजन प्रसिद्ध आहे आणि गांधीजींच्या प्रार्थनेत ते समाविष्ट होते. (मचको), (सुविको)

नरहरी रुद्र : (१७ वे शतक): एक शिवकालीन सरदार. छत्रपती शिवाजीमहाराजांनी तमिळनाडूमध्ये वेलोरजवळ साजिरा आणि गोजिरा असे दोन दुर्ग बांधले. त्या दुर्गांवर हा हवालदार होता. छत्रपती राजाराममहाराजांच्या काळात त्याने आपल्या कर्तृत्वाने 'सेनाकर्ते' हे पद मिळविले. (मचको)

नरहरी सोनार : (समाधी-इ.स. १३१४)हे प्रथम शैव असून पुढे वैष्णव झाले. नरहरी सोनार ज्ञानेश्वरांचे समकालीन असून त्यांचे ३०-४० अभंग उपलब्ध आहेत. महाराष्ट्रातील संतमंडळात यांचा समावेश होतो.यांचे गाव पंढरपूर. 'देवा तुझा मी सोनार, तुझे नामाचा व्यवहार ।' हा त्यांचा अभंग अत्यंत प्रसिद्ध आहे. (भासंको)

नरिमन खुरशेव फ्रामजी : (इ.स. १८८५-१९४९) एक प्रसिद्ध भारतीय नेते. मुंबई विधिमंडळाचे सभासद. काँग्रेस स्वराज्य पक्षाचे नेते. मुंबई इलाख्यातील तरुणांच्या चळवळीचे नेते. ऑल इंडिया यूथ काँग्रेसचे अध्यक्ष. मिठाच्या सत्याग्रहात सर्वप्रथम हे होते. १९३० ते ३३ अनेकदा सत्याग्रहात भाग. चार वेळा कारावास. इंडिपेन्डन्स ऑफ इंडिया लीगचे (स्वातंत्र्य चळवळी) चे नेते. वसाहतींचे स्वराज्य हेच ध्येय मानल्यामुळे नेहरू कमिटीच्या निर्णयाविरुद्ध त्यांनी चळवळ केली. त्यांना वीर नरिमन असे म्हणतात. (सुविको)

नरेंद्र देव आचार्य : एक समाजवादी सर्वोदयवादी पुढारी, बनारस, वाराणसी येथील राष्ट्रीय विद्यापीठाचे आचार्य, सत्याग्रह चळवळीत अनेकदा कारावास. १९३४ अखिल भारतीय सोशालिस्ट परिषदेचे अध्यक्ष. (सुविको)

नरेंद्रकवी : (इ. स. १२८८ सुमार) महानुभाव संप्रदायातील प्रमुख कवी. त्याचा 'रुक्मिणीस्वयंवर' नावाचा प्रसिद्ध काव्यग्रंथ उपलब्ध आहे. (मचको)

नरेंद्रगुप्त : (इ.स. ६०६ सुमार)याचे दुसरे नाव शशांक असे होते. वर्धन सम्राट राज्यवर्धनाला याने कपटाने ठार मारले. यानंतर हर्षवर्धनाने मोहीम काढून याचा पाडाव केला. (मचको)

नलावडे काशीराव नेमाजी : नरगुंदचे निवासी. वय ६०, शिलेदार. नरगुंद संस्थानाधिपती श्रीमंत बाबासाहेब यांच्या बरोबर १८५७ च्या उठावात सहभाग, मालमत्ता नष्ट आणि १८५८ जूनच्या शेवटच्या आठवड्यात सहज लक्ष जाणाऱ्या सार्वजनिक ठिकाणी धारवाड येथे फाशी. (१८५७ चे स्वापेदहिं)

नलिनीकांत बागची : (१६ जून १९१८, ढाका) बंगालमधील बंडखोर क्रांतिकारक. क्रांतिवादाचे उत्कृष्ट कार्यकर्ते म्हणून आसामला रवानगी. १९१८ ला गुवाहाटीमध्ये क्रांतिकारकाच्या घरातून शिताफीने निसटले. ढाक्यामध्ये पकडले. पोलिसांना जबाब न देता 'परमेश्वराला शांतपणे भेटू द्या' अशी मागणी करून मृत्यूला सामोरा गेला. (स्वांसंस)

नवद्वीप : बंगाल. नदिया जिल्ह्याचे पूर्वीचे ठिकाण. चैतन्य (गौरांग प्रभु) या थोर साधुपुरुषाचा जन्म झाला. इ.स. १२०३ मध्ये बरखत्यार खिलजीने हे घेतले. गौड देशाचा लक्ष्मण राजा (इ. स. ११०६-११३८) याच्या कारकिर्दीत हे गाव फार भरभराटीस आले होते. (सुविको)

नवपाषाण युग: (निओलिथिक एज): पाषाणयुगाच्या उत्तरकालामध्ये म्हणजे ज्या काळात चांगली घासून केलेली हत्यारे आढळून येतात, त्या काळास 'नवपाषाण युग' असे म्हणतात. या काळात मनुष्य जी दगडाची हत्यारे वापरीत असे. ती घासून केलेली असत. मनुष्य माणसाळलेले प्राणी पाळू लागला होता, धान्य पिकवित असे, फळझाडांची लागवड करीत असे. (सुविको)

नवाश्मयुग : या युगात मानवी जीवन स्थिर होते. चाकाच्या तंत्राचा शोध लागला होता. घोटून केलेल्या छन्न्या, राखी रंगाच्या मातीच्या मडक्याबरोबर सापडल्या होत्या. सुरक्षित घरे वापरीत. शेण जळण म्हणून वापरत. पिकलीहाल येथील अवशेषांचा काळ इ.स.पूर्व २००० असा आहे. ताम्रयुगीन संस्कृतीशी संबंध आलेला दिसतो. आजपासून चार-साडेचार हजार वर्षांइतकी ही संस्कृती प्राचीन आहे. (मविको)

नहपान क्षत्रप : (इ.स. १२४ सुमार) सौराष्ट्राचा शक क्षत्रप. सातवाहनांचा काही प्रदेश याने जिंकून घेतला होता. गौतमीपुत्र सातकर्णीकडून पराभव झाल्याने याची सत्ता संपुष्टात आली. (मचको)

नहपान : (इ. स. १२४, मृत्यू) हिंदुस्थानातील एक शक राजा. महाक्षत्रप व राजा ही उपपदे लावली. राज्य दक्षिण राजपुताना नाशिक -पुणे येथवर वाढवले. राजधानी जुन्नर (पुणे जिल्हा) येथे होती. (सुविको)

नांदेड : महाराष्ट्रातील एक तीर्थक्षेत्र. महानुभाव पंथाचे संस्थापक चक्रधर स्वामी हे आपल्या प्रचारासाठी नांदेडला आले होते. मुकुंदराज परंपरेतील बकाजी रंगनाथ नांदेडचाच. शीख नववे गुरू श्री गोविंदसिंहांमुळे हे महान शीखांचा तीर्थक्षेत्र बनले. महाराणा रणजितसिंहाने येथील गुरुद्वारा विशाल बनविला. इ.स. १८६७ साली सालारजंगाने हनुमंत प्रसाद या गृहस्थाला या गुरुद्वाराच्या व्यवस्थेसाठी पाठविले. (भासंको)

नागदा : राजस्थानातील उदयपूरजवळील प्राचीन शहर. सांप्रत यांचे केवळ अवशेष दिसतात. ११३५ इ.स.पूर्वीचे असावे. संस्कृत वाङ्मयात नागह्रद असा उल्लेख येतो. आजही तेथे जलाशय आहे.

शिलालेखावरून ही मारवाडची राजधानी असावी. इ. स. १२३९ साली शमशुद्दीन याने ती नष्ट केली. जैनमंदिरे प्रेक्षणीय आहेत. (भासंको)

नागदेवाचार्य (इ.स. १२३६-१३०२) **:** याचे दुसरे नाव 'भटोबास' असे होते. चक्रधरानंतर महानुभाव पंथाची धुरा नागदेवाचार्यांनी समर्थपणे सांभाळली. (मचको)

नागपूर : विदर्भातील प्रमुख राजधानीचे शहर. कापड व्यवसाय विकसित.अर्थिक, सामाजिक, राजकीय चळवळींचे केंद्र, नागपूरकर भोसल्यांची राजधानी. सातारकर भोसल्यांचे आप्त. पेशव्यांशी कायम फटकून वागत. प्रसंगी इंग्रजांशीही मैत्री. उत्तर पेशवाईत बारभाईस साहाय्य. त्याच्या शौर्याचा मराठी राज्यास फारसा उपयोग होऊ शकला नाही. सध्या महाराष्ट्र विधान सभेचे हिवाळी अधिवेशन येथे भरते. (सुविको)

नागपूर उठाव : नागपूरच्या राजाचे हाल केले होते. जवाहिरखाना स्वस्तात विकला होता. त्यामुळे लोक चिडलेले होतेच. १८५७ मुळे त्यांना संधी मिळाली. कटात ठरल्याप्रमाणे १३ जूनला फुगारे उडालेच नाहीत. उठाववाले घाबरले. त्याचा इंग्रजांनी फायदा उठवून शहरातील लोकांची हत्यारे काढून घेतली. इनायतुल्लाखान, विलायतखान, नबाब कादरखान यांना फाशीवर चढविले. (मपइ)

नागपूरकर भोसले : मराठा महासंघातील एक महत्त्वाचे सरदार. रघुजी भोसले याने बिहार व ओरिसावर मराठ्यांचे वर्चस्व स्थापित केले. १८०३ मध्ये इंग्रजाबरोबर झालेल्या देगावच्या तहान्वये बराच प्रदेश गमवावा लागून भोसले निष्प्रभ झाले. १८५३ मध्ये नागपूर संस्थान डलहौसीने खालसा केले.(सुविको)

नागभट : (राज्य ७२५- ४०) कनोजच्या प्रतिहार राजघराण्याचा मूळ पुरुष. सिंधच्या अरबांचा त्याने पराभव केला. नागभटाबद्दल भोगलेखात आणि बुचकला शिलालेखात उल्लेख आलेले आहेत. राष्ट्रकुटांकडून याचा पराभव झाला. (सुविको)

नागार्जुन : इ. स. २ रे शतक. महान बौद्ध धर्मप्रसारक. बौद्ध आचार्य तत्त्वज्ञ असूनही त्याने व्यावहारिक ज्ञानाची उपेक्षा केली नाही. त्याच्या नावावर अनेक ग्रंथ. माध्यमिक मत आणि शून्यवाद ह्यांचा प्रवर्तक. (भासंको)

नागेशभट्ट व्यंकटेशभट्ट : (इ. स.१७४१-१७८२) धर्मशास्त्र, ज्योतिष आणि गणितशास्त्रावरचा ग्रंथकार. (सुविको)

नागोजी माने : एक मराठा सरदार. म्हसवडकर. त्याचा बाप आदिलशाहीत बलाढ्य सरदार. औरंगजेबाच्या स्वारीत तो मुघलांना सामील. संताजी घोरपडेशी बेबनाव. यात संताजीवर खुनी हल्ला. बादशाहाकडून बक्षिसी. राजारामाने पुन्हा त्याला नोकरीत घेतले. (सुविको)

नागोजीभट्ट : महाराष्ट्रीयन काशीवासी ब्राह्मण. शृंगवेरपूर येथील रामराजाचा कवी लेखक. व्याकरण आणि इतर शास्त्रे असे दहा ग्रंथ लिहिले.(सुविको)

नागोजीराव : भवानजीराव पवार यांचा मुलगा. जांबोरीचे सरदेसाई. यांच्यावर देशद्रोहाचा आरोप ठेवला गेला. कारण त्यांनी रामराव गंगाधर वझे जे पूर्वी कै. बाजीराव पेशवा यांच्या सेवेत होते,यांच्याशी राजद्रोहाची व बंडाची वाटाघाट करून नानासाहेब पेशवा यांना सैनिकी मदत देऊ केली. काही सैनिकांसह स्वातंत्र्यसमरात सामील होण्याच्या ते तयारीत होते. यांना मृत्युदंड वा जन्मठेपेची शिक्षा झाली. (१८५७ चे स्वापेदहिं)

नागौर : जोधपूर संस्थानातील नागौर, जिल्ह्याचे ठिकाण. तटबंदीवर बरेच मुसलमानी लेख आहेत. येथून २० मैलावर मंगलोद येथे संस्कृत लेख असलेले इ.स. ६०४ चे एक देवालय आहे. (सुविको)

नाडगौडा : कन्नड नाड म्हणजे देश नि गौडा-गावडा म्हणजे अधिकारी. चोळ प्रदेशात असे अधिकारी असत. महाराष्ट्रातील देशमुख-देशपांडे ह्यांच्या दर्जाचा अधिकारी. चौथाईच्या तीन टक्के इतकी रक्कम त्याला मिळे, तिला नाडगौंडी म्हणत. महाराष्ट्रातील गाव कुलकर्णी प्रमाणे तो वतनदार. नाडगौडा हा अधिकार छत्रपती देत. वाटेल तेव्हा काढून घेत. हा हक्क वंशपरंपरेचा नसे. (सुविको)

नाणी गुप्त : गुप्तांच्या नाण्यांपैकी बहुतेक नाणी सोन्याची आहेत. त्यात कच, नांगर, वीणावादक, वाघ, चंद्रगुप्त पहिला असे अनेक प्रकार आहेत. नाण्यांचे वजन १६०-१०० ग्रेन एवढे आढळते. नाण्याच्या एका बाजूवर गुप्तांचे राजचिन्ह मोर असे आहे. (सुविको)

नाणी कुशाण : कुशाणांच्या नाण्यावर ग्रीक व सीथिअन देवता तसेच बुद्धाच्या प्रतिमा आहेत. यावरून त्यांनी भारतीय कल्पना स्वीकारल्याचे दिसते. (सुविको)

नाणी मराठे: (शिवकालीन) शिवकाळात मराठ्यांचे नाणे 'होन' हे होते. ते सोन्याचे असत. याचे शिवराई, रुपये इ. प्रकार होते. (सुविको)

नाणी राष्ट्रकूट : राष्ट्रकूटांच्या काळी गद्यानक, कलंजु, कासु, या ग्राम ही सुवर्णनाणी प्रचलित होती. गद्यानक हे सर्वांत मूल्यवान नाणे होते. (सुविको)

नाणेघाट लेणी : (जुन्नर तालुका, पुणे जिल्हा)नाणेघाटाशेजारीच नानाचा अंगठा नावाचे शिखर आहे. त्या सुळक्याच्या पोटातच एक अतुलनीय लेणे आहे. या लेण्यात नागनिकेचा शिलालेख नि सम्राज्ञी नागनिका, सिरी सातकर्णी राजा, युवराज स्कंदश्री ह्यांच्या मूर्ती होत्या. (नाणेघाट)

नातू, बाळाजी नारायण : (इ. स. १७७८-१८५०) पेशवाईच्या अखेरीसचा एक राजकारणी पुरुष. तो ग्रांट डफला सातारच्या प्रशासनात आणि इतिहास लेखनात साह्य करीत असे. शनिवारवाड्यावर युनियन जॅक यानेच लावला. (सुविको)

नाथ पै, बॅ : कोकणातील समाजवादी पक्षाचे झुंजर नेते आणि महाराष्ट्रातील समाजवादी पक्षाचे प्रभावी वक्ते. निःस्वार्थी समाज सेवक. व्यवसायाने प्राध्यापक. राजापूर मतदार संघातून लोकसभेवर निवडून येत.(मदि)

नाथ संप्रदाय : योगप्रधान शैव संप्रदाय. या संप्रदायाचा उपास्यदेव आदिनाथ शिव असल्याने 'नाथ संप्रदाय' हे नाव. अनुयायांचे अंतिम उद्दिष्ट म्हणजे शिवत्वाची प्राप्ती. मत्स्येंद्रनाथ, गोरक्षनाथ ह्यांच्यामुळे मोठाच प्रचार. नाथ सिद्धांच्या मते, सिद्ध देह अथवा दिव्य देह म्हणजे अविनाशी आध्यात्मिक देह होय. नाथ संप्रदाय हा गुरुमार्ग आहे. गुरू हा सन्मार्ग दाखविणारा आहे, असा गोरक्षनाथाचा सिद्धान्त आहे. विशुद्ध, उदार व सामान्यशील स्वरूपामुळे नाथ संप्रदायाच्या प्रभावी खुणा भारतात आढळतात. (भासंको)

नाथद्वारा संस्थान : राजस्थानातील प्रख्यात वल्लभसंप्रदायी तीर्थक्षेत्र. १६७१ मध्ये राणा राजसिंह याने येथे मथुरेवरून कृष्णाची मूर्ती आणून तिची स्थापना केली. हे राजस्थान नि भारतातही प्रख्यात वैष्णव क्षेत्र आहे. श्रीनाथ म्हणजे गोकुळात दहीदूध खाणारा नि गोवर्धन उचलणारा श्रीकृष्ण होय. (सुविको)

नाथमुनी : (९ व्या शतकाचा उत्तरार्ध) तमिळनाडूतील अकरा आचार्यांपैकी पहिला आचार्य. त्याचे 'न्यायतत्त्व' व 'योगरहस्य' हे ग्रंथ उपलब्ध आहेत. भक्तीचे महाद्वार सर्वांना खुले केले. रामानुजाचार्यांचे गुरू. यमुनाचार्य हे नाथमुनींचे नातू. (सुविको)

नादीरशाह : (इ.स.१६८८-१७४७) इराणचा बादशहा. याने १७३९ मध्ये दिल्लीवर स्वारी करून ती उद्ध्वस्त केली व कोहिनूर हिरा घेऊन तो इराणला परत गेला. (सुविको)

नाना दरबारे : पुणे विभागात नाना दरबारे इत्यादींच्या पुढारपणाखाली कोळ्यांचे उठाव झाले. (१८३९ ते १८४६) पदभ्रष्ट पेशव्यांच्या वतीने आम्ही ही कृती करीत आहेत, असे त्यांनी घोषित केले होते. (१८५७ चे स्वापेदहिं)

नाना पाटील (क्रांतिसिंह) : निधन (६ डिसेंबर १९७६,मिरज) बहे गावी जन्म. स्वातंत्र्य लढ्यात सक्रिय सहभाग. पत्री सरकारची स्थापना केली. जुलमी सावकारांच्या पायाला पत्रे ठोकत किंवा प्रतीसरकार असाही अर्थ केला जाई.१९४२ च्या चलेजाव चळवळीमध्ये सरकारला अत्यंत हैराण करणारे क्रांतिकारक. रेल्वे स्टेशन जाळणे, टपाल लुटणे इ. अनेक कार्यक्रम. सातारा जिल्हा जणू स्वतंत्र झाला. १९४२ ची चळवळ जिवंत ठेवणारा नेता म्हणजे नाना पाटील हे होत, हे महात्मा गांधीचे उद्गार आहेत. (स्वासंस)

नाना फडणवीस : (१७४२-१८००)पेशवाईतील साडेतीन शहाण्यांपैकी एक. थोरल्या माधवराव पेशव्यांनंतर सुमारे २५ वर्षे मराठी राज्य टिकवून ठेवण्यात याने महत्त्वाची कामगिरी बजावली. पहिल्या इंग्रज-मराठा युद्धात याने इंग्रजांविरुद्ध पेशवे-भोसले-निजाम-हैदर असा चतु:संघ उभा केल्याने इंग्रजांना विजय मिळू शकला नाही. १८०० मध्ये हा मरण पावला. १७७५ ते १८०० निजाम, हैदर, टिपू, इंग्रज ह्यांना रोखून धरून मराठी राज्याचे रक्षण केले. (मचको)

नानासाहेब पेशवे (बंडवाला) : (मृत्यू-सप्टें १८५९, नेपाळ) दुसऱ्या बाजीरावाचे दत्तक पुत्र. इंग्रजांनी आठ पेन्शन मंजूर. १८५७ च्या संग्रामाचे प्रमुख सूत्रधार. राजकारणपटू, मुत्सद्दी, बुद्धिमान, गनिमी कावा व युद्धशास्त्राचे सूक्ष्म अभ्यासक. राजकारणी, इंग्रजी सत्तेने चालविलेला अन्याय तलवारीच्या साहाय्याने नष्ट करण्याचा निश्चय केला. सर्व संस्थानिकांना या समरात सहभागी होण्याचे आवाहन केले होते. तीर्थयात्रेच्या निमित्ताने नेत्यांशी विचार-विनिमय करून क्रांतीची आखणी केली. (स्वांसंस)

नामजोशी, महादेव बल्लाळ : (इ. स.१८५४-१८९६) न्यू इंग्लिश स्कूल, डेक्कन एज्युकेशन सोसायटी यांतील सक्रिय कार्यकर्ते. त्यांनी 'शिल्पकलाविज्ञान' हे मासिक काढले. व्हिक्टोरिया ज्युबिली टेक्निकल स्कूल, रे इंडस्ट्रिअल म्युझियम अशा अनेक उद्योगांचे ते प्रवर्तक होते. (सुविको)

नामा पाठक : (१४ वे शतक अखेर) एकनाथांच्या संतमालिकेत स्थान असणारा मराठी कवी. 'भरतभेट', 'अश्वमेध' हे ग्रंथ त्यांनी लिहिले. (सुविको)

नामा विष्णुदास : (१५ वे शतक अखेर) एकनाथांचा समकालीन. याने मराठीत १८ पर्वे असलेले महाभारत लिहिले. (सुविको)

नायक राजे : १५५९ साली नायक राजांनी मथुरेवर आपले वर्चस्व स्थापन केले. १७३६ नंतर वारसावरून यादवी उफाळली. मदुरा, निंजी, तंत्रावर, इक्केरा ही घराणी प्रसिद्ध. (सुविको)

नायक राजे : तंजाऊरचा विश्वनाथ नायक मदुरेचा सर्वाधिकारी होता. तसाच तंजाऊरच्या चोळ राज्याचाही प्रशासक होता. अच्युतरायाने चोळ देश वेगळा काढून शिवप्पा नायकाच्या हवाली केला. शिवप्पा उत्तम प्रशासक होता. शिवगंगा हा किल्ला, तलाव व एक मंदिर त्याने बांधले. शिवप्पानंतर अच्युतप्पा व त्यानंतर रघुनाथ नायक गादीवर आला. रघुनाथ नायक विद्येचा भोक्ता व पंडितांचा आश्रयदाताही होता. कृष्णप्पा नायक हा वैष्णव होता. चिदंबरम येथील गोविंदराज मंदिराचा याने जीर्णोद्धार केला. (भासंको)

नायकर रामस्वामी : (१८७९-१९७३) द्रविड संस्कृतीची बाजू मांडणारे. उच्चवर्णीयांविरुद्ध संघर्षाचा पवित्रा. पददलितांच्या हक्कांसाठी लढणारे. त्यासाठी काँग्रेसचा त्याग. द्रविड कळघम पक्ष स्थापना. द्रविडनाडूची स्थापना हे त्यांचे ध्येय. रूढीविरुद्ध संघर्ष. (यांघस)

नायकवडी क्रांतिवीर नागनाथ (जन्म १५ जुलै १९२२, वाळवा) **:** लहानपणापासूनच स्वातंत्र्यासाठी लढण्याची जिद्द होती. ती क्रांतिसिंह नाना पाटलांच्या सहवासाने मिळाली. भूमिगतांसाठी शस्त्रे मिळविण्याचा प्रयत्न आणि सरकारी खजिन्यावर दरोडा घालण्याच्या कार्यात सहभाग होता. सातारा जेलमधून पलायन केले. धावड्याच्या जंगलात प्रशिक्षणाचा कार्यक्रम चालू केला, विधायक कामाला आजही त्यांनी वाहून घेतलेले आहे. (स्वा संस)

नायडू, सरोजिनी : धारासना सत्याग्रहाचे नेतृत्व करणाऱ्या स्वातंत्र्य सेनानी. १९२५ च्या काँग्रेस अधिवेशनाचे प्रथम महिला अध्यक्षपद त्यांनी भूषविले. साहित्यातील कवयित्री. (सुविको)

नायर, सर शंकरन : (इ.स.१८५०-१०३४) काँग्रेसचे एक महत्त्वाचे नेते. काँग्रेसच्या अमरावती अधिवेशनाचे ते अध्यक्ष होते. 'मद्रास रिव्ह्यू', 'मद्रास लॉ जर्नल', 'मद्रास स्टँडर्ड' या पत्राचे संपादक होते. (सुविको)

नारंग, डॉ. गोकुळचंद : एक सार्वजनिक कार्यकर्ते. 'वेदांचा संदेश', 'खरे हिंदुत्व' इ. ग्रंथ लिहिले. पंजाब सरकारमध्ये काही काळ मंत्री होते.(सुविको)

नारदस्मृती : (पाचवे/सहावे शतक) यातील न्यायदानाचे नियम मनुस्मृतीपेक्षा श्रेष्ठ आहेत, त्यामुळे ही स्मृती मनुस्मृती नंतरची असावी. (सुविको)

नारायणन, के. आर. : (१९२०-२००३) के. आर. नारायणन यांनी १९९७-२००२ या काळात राष्ट्रपतीपद भुषवले. १९९२-१९९७ या काळात त्यांनी उपराष्ट्रपतीपदाची जबाबदारी सांभाळली. (इस्ट्रफॉइ)

नारायण भट्ट : (ग्रंथरचनाकार) (इ. स. १५४०-१५७५) एक महान विद्वान ग्रंथकार. विद्वत्तेने अकबराचा मंत्री राजा तोडरमल हाही प्रभावित झाला होता. काशीच्या उद्ध्वस्त श्रीविश्वनाथ मंदिराच्या जीर्णोद्धारासाठी त्याने बादशहाची अनुमती मिळविली. श्रीकाशी विश्वेश्वराची प्रतिष्ठापना नारायणभट्टांच्या हस्ते झाली. त्यामुळे सारा समाज प्रभावित झाला नि ह्या गोष्टीची जाणीव म्हणून काशीतील कोणत्याही धार्मिक समारंभात भट्ट घराण्यातील वंशजांना पहिल्या गंधाचा (अग्रपूजेचा) मान दिला जातो. (पुरुषार्थ जून २०००)

नारायणगड : हा जुन्नरजवळ असून बाळाजी विश्वनाथाने बांधला. १८२० साली इंग्रजांनी हा किल्ला पाडला. (सुविको)

नारायणगाव : जुन्नर तालुक्यातील गाव. येथे मीना नदीवर पेशवाईत बांधलेले एक धरण आहे. मुक्ताई

देवीचे प्रसिद्ध मंदिर. नारायणगाव हे तमाशा कलेचे मुख्य केंद्र आहे. (सुविको)

नारायणराव पेशवे : (इ.स.१७५५-१७७३) हा नानासाहेब पेशव्यांचा धाकटा मुलगा. माधवरावांनंतर तो पेशवा बनला. राज्यकारभार तितकासा जमला नाही. राघोबाने गारद्यांकरवी याची हत्या करविली. (सुविको)

नारो आप्पाजी तुळशीबागवाले : (मृ.१००५) हे मुळचे पाडळी गावचे खिरे असून यास खाजगीवाल्यांनी तुळशीबाग बहाल केल्याने त्यांचे तेच नाव पडले. १७५० मध्ये त्यास पुण्याचे सुभेदार नेमण्यात आले. यांनीच पुण्यातील तुळशीबागेत एक रामाचे मंदिर बांधले. (सुविको)

नारो गणेश शौचे : (मृ.१७९२) पेशवाईतील एक मुत्सद्दी. हा इंदोरच्या होळकरांच्या पदरी होता.(सुविको)

नारो महादेव : (इ.स.१००० सुमारे) इचलकरंजी संस्थानचा संस्थापक. संताजीच्या हाताखाली याने बरीच कामगिरी बजावल्याने संताजीने याला मिरज व इचलकरंजीची देशमुखी दिली. म्हणून याने जोशी आडनाव बदलून 'घोरपडे' हे आडनाव घेतले. हा बाळाजी विश्वनाथाचा व्याही होता. (सुविको)

नारो राम मंत्री : (मृ. १७४८) मराठेशाहीतील एक मुत्सद्दी. १७१३ मध्ये शाहूने त्याला मंत्रिपदाचा अधिकार दिला.(सुविको)

नारो शंकर राजेबहाद्दर : (मृ. १००४) मराठेशाहीतील एक सरदार. हा मल्हारराव होळकराच्या पदरी होता. याने ओर्च्छा संस्थान काबीज केले. याने नाशिकला श्रीरामाचे देऊळ बांधले. (सुविको)

नारो शंकर सचिव : (मृ. १७३७) मराठ्यांचा एक प्रधान. शंकराजी नारायणानंतर याला शाहूने सचिव केले. (सुविको)

नारोपंत चक्रदेव : (१७९६ सुमारे) उत्तर पेशवाईतील एक मुत्सद्दी, सरदार. नाना फडणिसास दुसऱ्या बाजीरावाने कैदेत टाकले असताना याने खटपटी करून त्यास सोडविले. (सुविको)

नार्गिर : राजस्थानमधील एक शहर. येथे मुसलमानी व हिंदू शिल्पकलेचा संगम दिसतो. शहराभोवती १०५२ उंच तटबंदी असून त्यावर मुसलमानी शिलालेख आहेत. हे शहर नाग राजपुतांनी वसवले असावे.(सुविको)

नालंदा : (बिहार) बौद्धांचे एक प्राचीन विद्यापीठ. महायान पंथाबरोबर नालंदाचे महत्त्व वाढत गेले. ह्युऐनत्संग, यांनी आपल्या प्रवासवर्णनात नालंदाचा उल्लेख केला आहे. सतत आठ शतके जगाला ज्ञानाचा प्रकाश देणारे विद्यापीठ. सहस्रावधी विद्यार्थी इथे तयार झाले. इथली प्रवेश परीक्षा अतिशय कठीण असे. तेराव्या शतकाच्या प्रारंभी मुसलमानी आक्रमणात हे विद्यापीठ नष्ट झाले. (भासंको)

नाशिक उठाव : चोवीस परगण्याचे प्रमुख कोळी राजे भगवंतराव १८५७ च्या उठावात सामील होते. भागोजी नाईक व मकाणी फुलदीखान यांचे बंडवाल्यांना नेतृत्व होते. १८५९ च्या पुढे सार्वत्रिक नि:शस्त्रीकरण केले गेले. भगवंतरावांना फाशी दिले गेले. (मपइ)

नाशिक : एक पुण्यक्षेत्र, गोदा नदीच्या तीरावर, भारतातल्या पाच प्रमुख महातीर्थांतच याची गणना होते. पश्चिम काशी असेही म्हणतात. दक्षिण किंवा दंडकारण्याचे नाक किंवा प्रवेशद्वार असाही अर्थ. लक्ष्मणाने

शूर्पणखा राक्षसीचे नाक कापले त्यावरून नाशिक हे नाव पडले अशी आख्यायिका आहे. ६ व्या शतकाच्या सुरुवातीला चालुक्यांनी हस्तगत केले. १३ व्या शतकाच्या अखेरपर्यंत व १४ व्या शतकाच्या प्रारंभी देवगिरीच्या यादवांच्या सत्तेखाली होते. इ.स.१५३० मध्ये बहमनी सुलतानाने ताब्यात घेतले. १६ व्या शतकात अहमदनगरच्या सुलतानाचा अंमल; १७ व्या शतकाच्या शेवटी मराठ्यांनी अंमल बसवला, त्यावेळी सरदार बलकवडे ह्यांचे बलिदान. साठे- राघोबादादांनी आनंदवल्ली नावाचा वाडा बांधला. १८०९ मध्ये अमृतराव पेशवे यांनी ताबा घेतला. औद्योगिक व व्यापारी केंद्र. स्वा. सावरकर, हुतात्मा कान्हेरे आदींमुळे मोठे क्रांतिकेंद्र झाले होते. (भासंको)

नासिरजंग : (मृ. इ. स.१०५०) हैद्राबादचा एक निजाम. याने मराठ्यांच्या मदतीने मुजफ्फरजंगाचा पराभव करून सत्ता मिळविली. मुजफ्फरजंगाने फ्रेंचांशी संधान बांधून नासिरजंगाचा काटा काढला व गादी परत मिळविली. (सुविको)

नासिरुद्दीन काबचा : (मृ. इ. स. १२३०) हा महंमद घोरीचा गुलाम असून घोरीने त्याला मुलतानचा सुभेदार केले. दिल्लीचा सुलतान अल्तमश याने त्याचा पराभव करून सिंध व मुलतान काबीज केले.(सुविको)

निंबार्काचार्य : यांचे तत्त्वज्ञान एकाच वेळी द्वैत व अद्वैतवादी होते. द्वैतात सांगितल्याप्रमाणे अचेतन जड, चेतन आत्मा व परमात्मा तीन सत्यतत्त्वे आहेत. म्हणून द्वैतवादी तत्त्वज्ञान. पण पहिली दोन सत्ये परस्परांपासून व परमेश्वरापासून वेगळी असली तरी त्यांना स्वतःचे अस्तित्व व गती नाही म्हणून हे तत्त्वज्ञान अद्वैतवादी. ज्याप्रमाणे आरशातील प्रतिबिंबाची हालचाल मूळ वस्तूवर अवलंबून असते, त्या प्रमाणे ही दोन सत्ये, आपले अस्तित्व व गती यांकरिता परमेश्वरावर अवलंबून असतात. (गभासंसं)

निंबाळकर, दर्याबाई (१७५० सुमारे) **:** शाहूनंतर त्याचा वारस म्हणून रामराजाची निवड झाली. दर्याबाई ही त्याची बहीण असून तिनेच त्याचा प्रतिपाळ केला होता. रामराजांना हाताशी धरून ती पेशव्यांविरूद्ध कारस्थाने करू लागली म्हणून तिला सातार्‍याहून जावे लागले. (पेस्त्रि, मचको)

निंबाळकर, बळवंतराव नाईक तथा बाळासाहेब तथा रावसाहेब : कोल्हापूरच्या १८५७ उठावातील एक नेते. उठावासाठी लष्करी शिपायांशी विचारविनिमय करीत. यश येईल अशी निश्‍चिती होताच ग्वाल्हेरला गेले. उठाव होण्यापूर्वी ब्रिटीशही त्यांच्या मागावर होतेच. त्यांच्या अनुपस्थितीत त्यांची नेज आणि बदबार ही गावे (२६२७ उत्पन्नाची) जप्त केली. शेवटी ग्वाल्हेर दरबारानेच त्यांना २३ ऑगस्ट १८५७ पोलिटिकल एजंटाच्या स्वाधीन केले. (१८५७ चे स्वापेदहिं)

निगंठ नातपुत : एक जैन साधू. नशिबाप्रमाणे पाप-पुण्य- सुख-दुःख मिळते असे याचे सांगणे होते. बुद्धाच्या उलट अक्रियावादाऐवजी क्रियावादाची शिकवण दिली. क्रियावाद म्हणजे आत्म्याच्या कार्यशक्तीवर श्रध्दा. हा व महावीर एकच मानतात. (सुविको)

निजामअली खान : इ. स. १७६२ मध्ये सलाबतजंगाला कैदेत टाकून याने गादी बळकावली. मराठ्यांच्या पराजयाचा व पेशव्याच्या भाऊबंदकीचा फायदा उठविण्याचा प्रयत्न फसला. इ.स. १७६३ मध्ये मराठ्यांनी राक्षसभुवनच्या लढाईत त्याचा पराभव केला. त्यानंतर इ.स. १७७२ पर्यंत निजामअलीचे राजकारण सर्वस्वी मराठ्यांच्या तंत्राने चालले होते. मराठे, इंग्रज व निजाम यांनी टिपूवर स्वारी केली. हैदरअलीने घेतलेले प्रदेश निजामाला परत मिळाले. इ.स. १७९५ साली मराठ्यांनी खर्ड्याच्या लढाईत निजामाचा पराभव केला.

इ.स. १८०० मध्ये त्याने इंग्रजांशी तैनाती फौजेचा तह केला व त्याचे स्वातंत्र्य संपले. ४० वर्षे राज्य करून तो इ.स. १८०३ मध्ये मृत्यू पावला. (भासंको)

निजामउलमुल्क : (मृ.१७४८) १७१३ मध्ये दक्षिणचा सुभेदार. त्यानंतर माळण्याचा सुभेदार. १७२२ मध्ये दिल्लीची वजिरी. हैद्राबाद संस्थानचा संस्थापक. मुघल सत्ता विस्कळीत आहे त्याचा फायदा घेऊन १७४४ मध्ये हा स्वतंत्र झाला. बाजीराव पेशव्याने त्याचा पालखेड व भोपाळ येथे पराभव केला. (सुविको)

निजाम-उल-मुल्क : निजामउलमुल्क याने १०२४ मध्ये हैद्राबाद येथे स्वतंत्र सत्तेची पायाभरणी केली व मुघलांचे स्वामित्व धुडकावून लावले. मराठ्यांनी त्याचा पालखेड व भोपाळ येथे पराभव केला. पालखेडच्या लढाईनंतर झालेल्या मुंगी - शेगावच्या तहात निजामने मराठ्यांच्या चौथाई-सरदेशमुखांच्या अधिकारांना मान्यता दिली. १७४८ मध्ये हा मरण पावला. (मचको)

निजामशाही अहमदनगर : (इ. स. १४८९-१६३५) बहामनी साम्राज्यापासून मलिक अहमदने १४८९ मध्ये स्वतंत्र राज्याची अहमदनगर येथे स्थापना केली. मलिक अंबर हा ह्याचा प्रसिद्ध वजीर होता. मोगलांनी इ.स.१६३५ मध्ये निजामशाही नष्ट केली. (सुविको)

निजामुद्दीन चिश्ती, ख्वाजा : (मृ. इ. स. १३९४) चिश्ती परंपरेतील एक सुफी संत. तो बाबा फरीदचा शिष्य होता. कुतुबमिनारजवळ याचा दर्गा आहे. (सुविको)

नियोगी, सर मच्छिराज भवानीशंकर : (ज. इ. स. १८८६ सुमारे) १९३२-३४ मध्ये हे नागपूर विद्यापीठाचे कुलगुरू होते. सामाजिक सुधारणांचे कट्टर पुरस्कर्ते असून स्वतः पुनर्विवाह केला होता. मध्य प्रांत हायकोर्टाचे हे काही काळ जज् होते. (सुविको)

निरंजन माधव : (इ. स. १७०३-१७९०) एक मराठी भक्त कवी, मुत्सद्दी. यांचे मूळ नाव बनाजी. पहिल्या बाजीरावाच्या कारकिर्दीत बनाजी साताऱ्यामध्ये होता. दक्षिणेकडील राजदरबारात त्याला मान-सन्मान होता. बाजीरावाच्या आज्ञेने बनाजी पोर्तुगिजांकडे वकील म्हणून गेला. इ.स. १७४० च्या सुमारास नानासाहेब हा पेशवा झाल्यावर बनाजीची नियुक्ती दक्षिणेच्या कामगिरीवर झाली. (भासंको)

निरंजन रघुनाथ : (१७८२-१८५५) एक मराठी संतकवी. यांचे अनुभवामृतबोधिनी साक्षात्कार, महाकाव्य इ. ग्रंथ उपलब्ध आहेत. मिरजेचे अधिपती. श्रीमंत बाळासाहेब पटवर्धन ह्यांनी ह्यांचा अनुग्रह घेतला होता. त्यांनी किल्ल्यात स्थापलेली एकमुखी दत्तमूर्ती आजही पाहायला मिळते. प्राचीन मराठीतील अपवादात्मक आत्मचरित्रांत ह्यांच्या आत्मचरित्राची गणना होते. (भासंको), (सुविको)

निरंजन स्वामी : (मृ. १६४९) समर्थ रामदासांचे एक शिष्य. यांनी केलेली गणेशगीता प्रसिद्ध आहे. (सुविको)

निराजी रावजी : (१७ वे शतक) शिवाजीमहाराजांच्या अष्टप्रधानांपैकी एक. आग्रा पलायनात यांनी मोठी कामगिरी बजावली. कुतुबशहाकडे हे वकील म्हणून होते. (सुविको)

निरेंद्रनाथ दासगुप्ता (फाशी-१६ नोव्हें. १९१५, बालासोर) धडाडीचा क्रांतिकारक. चित्तप्रिय रे व मनोरंजन सेनगुप्त व हे तिघे जिवलग दोस्त. जतींद्र मुखर्जीबरोबर काम केले. उपासमार होत असतानादेखील

बालासोरच्या जंगलात सात-महिने काढले. हे कष्ट आनंदाने सहन केले. पोलिसांनी पकडल्यावर राजद्रोहाचा आरोप ठेवून फाशी झाली. (स्वासंस)

निर्मल पंथ : शीख धर्मातील एक उपपंथ. या पंथातील साधू हिंदू धर्मग्रंथांचा अभ्यास करत असत. गोविंदसिंगाच्या वेळी उपपंथ अस्तित्वात आला. (सुविको)

निर्वासित : युद्धजन्य वा इतर कारणांमुळे निर्वासितांच्या प्रश्न निर्माण होतो. भारतात फाळणीमुळे शीख, सिंधी, बंगाली निर्वासितांचा प्रश्न निर्माण झाला होता. संयुक्त राष्ट्रसंघाने निर्वासितांच्या अधिकारांचे रक्षण केले.

निळीचे आंदोलन, निळीची दंगल : यालाच 'नीळ बंड' असेही नाव आहे. बंगालमधील निळीचे उत्पादन करणाऱ्या जिल्ह्यांमध्ये ही दंगल इ.स. १८५९-६० मध्ये झाली. युरोपियन मळेवाले निळीचे उत्पादन करण्यासाठी शेतकऱ्यांवर सक्ती करत. खरेदी-विक्री व्यवहारातही अन्याय होत असे. निळीची लागवड न करण्याचा शेतकऱ्यांनी निर्धार केला. सर्व प्रकारच्या जुलमाला शेतकऱ्यांनी न डगमगता यशस्वीपणे तोंड दिले. युरोपियन मळेवाल्यांना प्रतिकार मोडून काढणे अशक्य झाले. परिणामी १८६० च्या अखेरपर्यंत बंगालमधील सर्व जिल्ह्यांतून निळीच्या लागवडीचे उच्चाटन झाले. १९ व्या शतकाच्या उत्तरार्धात शेतकऱ्यांची अनेक आंदोलने झाली, त्यातील हे पहिले आंदोलन होय. (इसंशा)

निळो मोरेश्वर : (मृ. इ.स.१७०८) मोरोपंत पिंगळे यांचा पुत्र. कर्नाटकातील प्रदेश मोगलांकडून याने महत्त्वाचा वाटा उचलला. राजासमोर त्याचे पेशवेपद कायम ठेवले. (सुविको)

निळो सोनदेव : (मृ. इ.स.१६०२) शिवकाळात मुलकी कारभाराची व्यवस्था निळो सोनदेवांकडे होती. नंतर त्यांना मुजुमदारी देण्यात आली.(सुविको)

निवती : (ता. मालवण) महाराष्ट्रातील दुर्लक्षित पण रमणीय चौपाटी. गोमंतकापेक्षा सरस अशी ही भोगवे येथील चौपाटी आहे. शिवकालानंतर हा किल्ला सावंतांकडे गेला. कीर नावाच्या इंग्रजाने तो मराठ्यांपासून जिंकून घेतला. (जस)

निवृत्तिनाथ : (१८०३-१२९९) संत ज्ञानेश्वराचे गुरुबंधू. यांनी गहिनीनाथांकडून नाथपंथाची दीक्षा घेतली. त्यांचे 'निवृत्तिसार' काव्य, 'वृत्तिबोध' हे ग्रंथ आहेत. १२९९ मध्ये त्यांनी त्र्यंबेकश्वर येथे समाधी घेतली. (सुविको)

निवेदिता भगिनी : (इ.स.१८६७-१९११) यांचे मूळ नाव मार्गारेट नोबल असून विवेकानंदाचे शिष्यत्व पत्करल्यावर त्यांनी त्यांचे नाव भगिनी निवेदिता असे ठेवले. त्यांनी हिंदू जीवनाचे धागे, मी पाहिलेले गुरुदेव, कालीमाता इ. पुस्तके लिहिली त्यांनी कोलकात्यात मुलींसाठी शाळा काढली आणि कार्याला उत्तेजन दिले. स्वदेशीचा प्रचार केला. इंग्लंड अमेरिकेत व्याख्याने देऊन तो पैसा मुलींचे शिक्षण, हिंदुत्व आदींसाठी वापरला. त्यांचे कार्य फारच मोठे आहे. (भगिनी निवेदिता - डॉ. वि.वा. पेंडसे)

निशाणी होन : हे खाजगी टांकसाळीत पाडत असत. सोनारांनी राजाकडून परवाना घेऊन काढलेल्या होनांवर काही चिन्हे असत म्हणून ते निशाणी होन. या विषयी विशेष माहिती सावंतवाडीच्या चिटणिसांच्या कागदपत्रांवरून मिळते. वेंगुर्ला येथील टांकसाळीत निशाणी होन पाडत असत. (मसाआइ)

निश्चलपुरी : शिवकाळातील एक तांत्रिक. यांनी शिवाजी महाराजांना तांत्रिक पद्धतीने दुसरा राज्यभिषेक केला. यांनी 'शिवराज्याभिषेक कल्पतरू' हा ग्रंथ लिहिला. (सुविको)

नीरा-नरसिंहपूर : महाराष्ट्रातील एक पुण्यक्षेत्र, प्रख्यात नरसिंह मंदिर. या क्षेत्रावर औरंगजेबाने हल्ला केला होता. शिवाजीमहाराजांनी बजाजी निंबाळकर या मुसलमान झालेल्या हिंदू सरदाराचे शुद्धीकरण याच क्षेत्रात केले. (भासंको)

नीलकंठ दीक्षित : संस्कृत कवी.' कालिविडंबन', 'गंगावतरण', 'शांतीविलास' ही काव्ये लिहिली. मदुरेच्या राजाचा प्रधान. प्रजा सुखात होती. 'नीलकंठ विजय' या चंपूचे १६३३ मध्ये लेखन.(सुविको)

नीलकंठ धर्मपूरकर : वऱ्हाडातील माहूरजवळील धर्मपूरचा प्रसिद्ध ज्योतिषी. याने 'ताजकलनीलकंठी' हा फलज्योतिष्यावरील ग्रंथ लिहिला. काशीस लौकिक वाढून अकबराच्या दरबारी एक पंडित बनला.(सुविको)

नीलकंठ भट्ट : (१७ वे शतक) गागाभट्टाचे चुलतकाका. 'भगवंतभास्कर' धर्मशास्त्रावर प्रचंड ग्रंथ लिहिलेला आहे. या व्यतिरिक्त 'नीतिमयूख', 'व्यवहार प्रतिष्ठामयूख' इ. अनेक ग्रंथाचे लेखक.(पुरुषार्थ २०००)

नून, मलिक सर फिरोजखान : (इ.स.१८९३) मुस्लिम मुत्सद्दी. बॅरिस्टर. १९२१ पासून पंजाब कायदे मंडळाचे सभासद. १९३० मध्ये शिक्षण मंत्री. १९३६-४१ लंडनमध्ये हायकमिशनर. १९४४ मध्ये युद्ध समितीत हिंदुस्थान सरकारतर्फे प्रतिनिधी. (सुविको)

नूरजहान : जहांगीरची बेगम. मेहरुन्निसा खरे नाव. जहांगीर तिच्या तंत्राने वागत असे. असामान्य सौंदर्यवती. घोडेस्वारीत व नेमबाजीत निष्णात. फारसी भाषा उत्तमप्रकारे अवगत असून त्यात ती काव्य करीत असे. धार्मिक परंतु विलासी होती. धूर्त, महत्त्वाकांक्षी, राजकारणाचे डावपेच आखण्यात हुशार होती. इ.स. १६११ नंतर मोगल पातशाही तिच्याच हातात होती. (भासंको)

नृपकाम : (इ.स. १०२२-४७)होयसळ कुळातला पहिला प्रसिद्ध पुरुष. इ.स. १०२७ साली कदंबाच्या राजधानीवर विजय मिळवला. 'राजमल' व 'पेरुमंडी' या पदव्या त्याला होत्या. जैनपंथीय. इ.स. १०४७ पर्यंत राज्य केले. (भासंको)

नृसिंह उर्फ बापूदेव : भारतीय ज्योतिष- गणितज्ञ. काशी येथे मुख्याध्यापक. 'रेखागणित', 'प्रथमाध्याय', 'मानमंदिरस्थ यंत्रवर्णन', 'अंकगणित' इ. संस्कृत ग्रंथनिर्मिती. हिंदी भाषेत अंकगणित, बीजगणित, फलित विचार हे ग्रंथ. 'सिद्धान्त शिरोमणीचे गणित' आणि 'गोलाध्याय' ही शके इ.स.१८६६ (व लीलावती शके १८०५) इ.स. १८८३ मध्ये छापली आहेत.(सुविको)

नेटसन, जी. ए.: (इ.स.१८७३-१९४८) नेटसन कं. चे प्रमुख. इंडियन रिव्ह्यूचे संपादक. मद्रास नगरपालिकेचे कमिशनर. स्टेट कौन्सिलचे सभासद. मद्रासचे शेरीफ. (सुविको)

नेपाळ : भारताच्या उत्तरेला हिमालयाच्या पर्वतराजीत असलेला एक देश. नेपाळ या शब्दाचा उल्लेख सर्वप्रथम कौटिल्याच्या अर्थशास्त्रात आढळतो. किरात वंशाची सत्ता, किरात वंशातील राजाने पशुपतिनाथ मंदिराचा जीर्णोद्धार केला. इ. स. ६४३ च्या सुमारास लिच्छवी राजा नरेंद्रदेव याने नेपाळवर वर्चस्व स्थापन केले. राजा भास्करस्वामी १३२४ मध्ये राज्य करीत होता. या ठिकाणी गुरखा राजवंशाचे अधिक काळ राज्य होते. १८४८ साली इंग्रजांनी तो जिंकला. जगातील सर्वोच्च असे एव्हरेस्ट शिखर नेपाळमध्येच आहे. (भासंको)

नेपियर, सर चार्लस् : (इ.स.१७८२- १८५३) ब्रिटिश लढवय्या व मुत्सद्दी. सिंधमध्ये गव्हर्नर जनरलचा प्रतिनधी व सर्वाधिकारी. सुपीक सिंध प्रांत खालसा केला. डलहौसीच्या वेळेस राजीनामा दिला.(सुविको)

नेपियर, सर विल्यम फ्रॉन्सिस पॅट्रिक : (इ.स. १७८५-१८६०) हा ब्रिटिश लढवय्या. द्वीपकल्पीय युद्धात भाग घेतला होता. या युद्धाचा इतिहास लिहिला. शिंद्यांसंबंधी दोन पुस्तके लिहिली. (सुविको)

नेमाजी शिंदे : एक मराठा सरदार. शिवाजीमहाराजांच्या पदरी. १६९० मध्ये राजाराम महाराजांकडे आला. खानदेशातील सुभेदार. औरंगजेबाचा दिल्लीहून येणारा खजिना लुटणारा वीर. मग इतरांनीही पुढाकार घेतला. मोगलसरदार हुसेनअल्लीचा पूर्ण मोड केला. १७०८ मध्ये कामबक्षाचा मोड केला.

नेसरीची लढाई : शिवाजीमहाराजांचा सेनापती प्रतापराव गुजर व विजापूरकर सेनापती बहलोलखान यांच्यात २४ फेब्रुवारी १६७४, नेसरी येथे झाली. अविवेकी असल्यामुळे प्रतापराव मारला गेला. (सुविको)

नेहरू, पंडित मोतीलाल : (इ. स. १८६१-१९३१) हिंदुस्थानातील राजकारणी मुत्सद्दी, राज्यघटनात्मक व सुप्रसिद्ध कायदेपंडित. १९१९मध्ये अमृतसरच्या राष्ट्रसभेचे अध्यक्ष. असहकारितेच्या चळवळीत भाग. स्वराज्याची योजना 'नेहरू रिपोर्ट' या नावाने प्रसिद्ध . (सुविको)

नैनिताल : उत्तरप्रदेश. यातील काही टेकड्यांचा महाभारतात उल्लेख आहे. १५ ते १९ व्या शतकापर्यंत चंदराजाचे राज्य नंतर गुरख्यांकडे व नंतर ब्रिटिशाकडे हा प्रदेश आला. हिमालयाचे सौंदर्य येथून दिसते.(सुविको)

नोबिली, रॉबर्ट डी : एक जेसुइट ख्रिश्चन मिशनरी. १६०६ मध्ये धर्मप्रचाराकरिता हिंदुस्थानात आला. (सुविको)

नौकानयन : (मराठे आमदानी) नौकानयनाच्या धंद्याला शिवाजीमहाराजांकडून प्रोत्साहन मिळाले. त्यांच्या उदार आश्रयाने भारतीय नौकानयन व दर्याव्यापाराची भरभराट झाली. मराठी सत्तेबरोबर आरमाराची वाढ झाली. इ.स. १६९८ मध्ये कान्होजी आंग्रे याला आरमाराधिकारी करण्यात आले. (सुविको)

नॉर्थब्रुक लॉर्ड : (इ.स.१८२६-१९०४) १८७२ -१८७६ या काळात भारताचा नॉर्थब्रुक हा व्हायसरॉय होता. यानेच मल्लारराव गायकवाडांना काढून सयाजीराव ह्यांची गादीवर स्थापना केली. (सुविको)

न्यायपद्धती : भारत-स्वातंत्र्यपूर्व मद्रास, मुंबई, कलकत्ता या ब्रिटिशांच्या प्रांताच्या राजधान्यांमध्ये इ.स. १७२६ मध्ये न्यायालयांची स्थापना. न्यायालयाचे प्रमुख काम म्हणजे सरकारी कागदपत्रे सांभाळणे हे होय. खटले दाखल करून घेणे, चालविणे व निर्णय देणे इ. कामे न्यायालये करीत. वॉरन हेस्टिंजने सुसंघटित न्यायव्यवस्था सुरू केली. न्यायव्यवस्थेतील बदल १७७३ मध्ये रेग्युलेटिंग ॲक्टमुळे घडले. कायद्याची संहिता तयार केली. दिवाणी व फौजदारी न्यायालये. उच्च न्यायालयाची स्थापना केली. कलेक्टरऐवजी अंमलदार नेमले. (सुविको)

न्यायमूर्ती महादेव रानडे : (इ.स.१८४२-१९०१) न्या. रानडेंचा जन्म नाशिक जिल्ह्यातील निफाड या गावी १८४२ मध्ये झाला. त्यांचे बालपण धार्मिक वातावरणात गेले होते. त्यांच्यावर वडिलांच्या मृत्यूनंतर कौटुंबिक जबाबदारी आली. त्यांचे शालेय शिक्षण कोल्हापूर येथे व उच्च शिक्षण एल्फिन्स्टन कॉलेजमध्ये झाले. १८६४ मध्ये इतिहास हा विषय घेऊन एम. ए. झाले. १८६६ मध्ये ते एलएलबी झाले. १८६६ मध्ये त्यांनी विधवा विवाह संघाची स्थापना केली. १८८४ मध्ये डेक्कन एज्युकेशनची स्थापना केली. भारतीय सामाजिक मंडळाची स्थापना केली. इ.स. १८७५ मध्ये विधवा विवाहोत्तेजक मंडळाची स्थापना केली. पुण्याची वक्तृत्वोत्तेजक

सभा, वसंत व्याख्यानमाला, औद्योगिक प्रदर्शन, फिमेल हायस्कूल, नेटिव्ह जनरल, प्रार्थना समाज, सार्वजनिक सभा, राष्ट्रीय सभा, मराठी साहित्य संमेलन इ. संस्थांच्या स्थापनेत त्यांचा पुढाकार होता. १८८५ मध्ये विधी सदस्य म्हणून नियुक्ती झाली. १८८३ मध्ये मुंबईच्या उच्च न्यायालयामध्ये न्यायाधीश म्हणून नेमणूक झाली. अखिल भारतीय काँग्रेसचे सदस्य होते. कोल्हापूर संस्थानात न्यायाधीश, एल्फिन्स्टन कॉलेजात प्राध्यापक, उच्च न्यायालय रजिस्ट्रार, जिल्हा न्यायाधीश. १८९३ मध्ये वित्तीय समितीवर नियुक्ती झाली होती. १८६२ मध्ये 'इंदुप्रकाश' वृत्तपत्र सुरू केले. 'फिलॉसॉफी ऑफ इंडियन थीम' या पुस्तकात आपले धर्मिक विचार मांडले. 'राईझ ऑफ दि मराठा पॉवर' हे पुस्तक लिहिले. मृत्यू १६ जाने. १९०१ रोजी झाला. (अचको)

न्यायव्यास ब्राइंदेशकर : (१४ वे शतक) एक महानुभावी ग्रंथकार. लीला चरित्रावर 'हेतुस्थळ' नावाचा ग्रंथ तयार केला. 'स्मृतिवृद्धाचार', 'लीळाप्रयुक्तीपणे' 'सिद्धान्तस्थळ' इ. संस्कृत व मराठी ग्रंथ व्रजलिपी व सुंदरीलिपी या सांकितिक लिप्या यानेच प्रचारात आणल्या. (सुविको)

न्यायालय : १८६५ साली व्हिक्टोरिया राणीने मुंबई इलाख्यात हायकोर्ट स्थापन केले. कमाल १५ हायकोर्ट जज्ज नेमण्यात येतील असे जाहीर केले. सर्व प्रकारचे अव्वल दावे व अपिले चालविण्याचा अधिकार देण्यात आला. सर्वात शेवटी पुनर्न्यायाची मागणी (अपील) लंडन येथील प्रिव्ही कौन्सिलकडे चाले व तो निकाल शेवटचा असे. (सुविको)

न्यायालये : इंग्रजांनी चालू केली. तालुका, जिल्हा, उच्च न्यायालय अशी पद्धती चालू झाली. सर्वप्रथम जिल्हा पातळीवर 'दिवाणी अदालत' व 'फौजदारी अदालत' ही दोन प्रकारची न्यायालये स्थापन झाली. सर्वोच्च न्यायालय गव्हर्नरच्या अख्यत्यारीत आले. गव्हर्नर जनरलला व्हेटोचा अधिकार दिला गेला. (मपइ)

प

पं. जवाहरलाल नेहरू : (इ. स. १८८९-१९६४) भारतीय स्वातंत्र्यसंग्रामाचे अग्रगण्य सेनानी, आधुनिक भारताची पायाभरणी केली. स्वतंत्र भारताचे पहिले पंतप्रधान आणि जागतिक कीर्तीचे थोर विचारवंत, शेतकऱ्यांच्या अडचणीचे निवारण केले. अनेकदा कारावास, डिस्कव्हरी ऑफ इंडिया अशी अनेक पुस्तके लिहिली. जागतिक राजकारणाला त्यांनी दिलेली मोठी देणगी म्हणजे पंचशील तत्त्वे. शांततावादी धोरण, अलिप्त राष्ट्र चळवळीचा उल्लेख करता येईल. ग्लिंप्सेस ऑफ वर्ल्ड हिस्ट्री हे पुस्तक विशेष गाजलेले आहे. (भासंको)

पंचशील : बौद्ध धर्मातील एक संज्ञा. मुख्य अर्थ सद्वर्तन. बुध्दाने शील या संज्ञेने अवश्य पालनीय नियम पुढीलप्रमाणे सांगितले ते पंचशील नावाने प्रसिद्ध आहेत. (१) जीवहिंसा न करणे, (२) चोरी न करणे, (३) कामोपभोगासाठी व्यभिचार न करणे , (४) खोटे न बोलणे, (५) मादक द्रव्याचे सेवन न करणे. आणखी पाच शीले बुध्दाने भिक्षूसाठीपण सांगितली. १) ठराविक वेळे शिवाय आहार न घेणे, २) चैनीच्या वस्तू न वापरणे ,३) नाटक - तमाशा न बघणे, ४) दागदागिने न वापरणे, ५) आरामशीर शय्या न वापरणे. (भासंको)

पंचशील परराष्ट्र धोरण : १९४५ साली इंडोनेशियाचे राष्ट्रप्रमुख डॉ. सुकर्ण यांनी पंचशीलाची पुढील घोषणा केली - (१) राष्ट्रवाद ,(२) स्वातंत्र्य ,(३) मानवतावाद, (४) सामाजिक न्याय,(५) परमेश्वरावर श्रद्धा ठेवून स्वातंत्र्याचा प्रयत्न. नेहरूंनी आंतरराष्ट्रीय शांतीसाठी व स्थैर्यासाठी पंचशील शब्द वापरला आहे. शांततायुक्त सहजीवन उपभोगणे हे त्यातले पाचवे शील महत्त्वाचे आहे. (भासंको)

पंचायत : एक प्राचीन संस्था, वैदिक कालापासून अस्तित्वात, इ. स.च्या ९-१० व्या शतकातील शिलालेखावरून समजते. दक्षिण भारतात ग्रामपंचायती राजमान्य होत्या. मुसलमानी अमलात ग्रामपंचायतींची व्यवस्था सुरळीत नसावी. मराठ्यांच्या काळात पुन: नीट चालू झाली. इंग्रजांच्या काळात पंचायत संस्था नामशेष झाली. स्वातंत्र्यप्राप्तीनंतर या संस्थेचे पुनरुज्जीवन करण्यात आले. (भासंको)

पंजाब : भारतीय संघराज्यातला एक प्रदेश, इसवीसनपूर्व दुसऱ्या शतकात बॅक्ट्रियाचा राजा मिनांडर याने पंजाब जिंकले. इ. स. ५ व्या शतकात कनिष्काने पंजाब जिंकला. इ. स.च्या ८ व्या शतकात तोमर वंशाचे राज्य होते, ९ व्या शतकात प्रतिहारांचे साम्राज्य होते. इ. स. १० व्या शतकात मुसलमानी आक्रमणे, इ.स. ११ व्या शतकात गजनीचा महमूद याचे राज्य , १२ व्या शतकाच्या शेवटी शिहाबुद्दीन घोरीच्या स्वाऱ्या झाल्या. १२०५ मध्ये कुतुबुद्दीन ऐबक हा गुलाम वंशातला सुलतान बादशहा झाला. इ.स. १३ व्या शतकाच्या अखेरीस पंजाबवर

मोगलांच्या स्वाऱ्या सुरू झाल्या, इ. स. १३१६ मध्ये अल्लाउद्दीन खिलजी मरण पावला. इ.स. १३९८ साली तैमूरने पंजाबवर धाड घातली. इ. स. १५१७ साली सिकंदर लोदी नंतर इब्राहीम हा त्याचा मुलगा गादीवर बसला. इ. स. १६ व्या शतकाच्या प्रारंभी राजकीयदृष्ट्या पंजाबचे दोन भाग झाले. बाबरापासून औरंगजेबापर्यंत दिल्ली-पंजाबवर मोगलांची सत्ता कायम राहिली.(भासंको)

पंजाब नौजवान सभा : भगतसिंग यांनी १९२६ मध्ये पंजाब नौजवान सभेची स्थापना केली. ही संस्था क्रांतिकारकांची सनदशीर मार्गाने व लोकजागृती करणारी संस्था म्हणून कार्य करेल हा भगतसिंग व सहकाऱ्यांच्या प्रयत्न होता. (अचको)

पंजाबराव शामराव देशमुख (डॉ.) : (इ.स.१८९८-१९६५) महाराष्ट्राच्या शैक्षणिक प्रगतीत पंजाबरावांनी आगळा ठसा उमटविला आहे. मूळचे अमरावतीचे. १९२० साली इंग्लंडला जाऊन एम.ए. झाले. वैदिक वाङ्मयातील धर्माचा उगम आणि विकास या विषयांवर प्रबंध लिहिला. १९२७ मध्ये आंतरजातीय विवाह आणि वकिली याद्वारे त्यांचे सामाजिक जीवन सुरू, खासदार, कृषिमंत्री, घटना समिती सभासद आदी पदे भूषविली. त्यांनी जिल्हा कौन्सिलच्या कर आकारणीत वाढ करून ४।। लाख रु. उभे करून १०० सक्तीची शिक्षण केंद्रे स्थापन केली. शिक्षण सर्वत्र सुलभ, स्वस्त देणेचा आग्रह. फिरती वाचनालये, दवाखाने सुरू केले. १९४६ मध्ये पंजाबरावांनी श्री शिवाजी शिक्षण संस्थेचे महाविद्यालय सुरू केले.

पंजाब हिंदु सभा : काँग्रेसच्या धोरणांविषयी प्रतिकूल मते असणाऱ्या यु.एन.मुखर्जी व लालचंद ह्या नेत्यांनी १९०९ मध्ये पंजाब हिंदु सभेची स्थापना केली. या संस्थेचा पाया सांप्रदायिक होता.

पंडित विजयालक्ष्मी : (१९००) एक राजकारणी हिंदी महिला. पं. जवाहरलाल नेहरू यांच्या भगिनी, सत्याग्रह चळवळीत सहभाग, अलाहाबादमध्ये स्त्री-सेवादलाची स्थापना, १९४२ च्या चळवळीत अटक झाली होती. १९४६ मध्ये या संयुक्त प्रांतात मंत्रिपदावर आरूढ, नंतर रशियात वकील म्हणून नियुक्ती. संयुक्त राष्ट्रसंघात भारताच्या प्रतिनिधी. (सुविको)

पंडित विष्णुशास्त्री : (इ.स.१८२७-१८७६) - अव्वल इंग्रजी कालातील एक महाराष्ट्रीय सुधारक. पुनर्विवाह, परदेशगमन, विधवा-केशवपननिषेध या विषयांवर त्यांचे लिखाण. 'इंदुप्रकाश' मधून लेखन प्रसिद्ध. पुनर्विवाहोत्तेजक मंडळीचे संस्थापक (१८६५). ईस्ट इंडिया असोसिएशनची स्थापना. (सुविको)

पंडितराव : छ. शिवाजीराजांनी सुरू केलेल्या अष्टप्रधान मंडळातील एक. राज्याभिषेकाच्यावेळी शिवाजीराजांनी रघुनाथभट चंदावरकर यास 'पंडितराव' केले. राज्यव्यवहारकोश याच रघुनाथ पंडितांचा. शिवाजी राजाच्या पदरचा एक मुत्सद्दी. शिवाजी महाराजांचा चिटणीस, शिवकालीन अष्टप्रधान मंडळातील एक मंत्री. छत्रपतींना धर्मनिर्णय घेताना मदत करणे, सरकारी अनुदाने, मठ मंदिरास देणग्या देताना सल्ला देणे हे काम. यांना लष्करी नोकरीतून माफी असे. वेतन सालीना १० हजार होन. (सुविको)

पंडिता रमाबाई : पाहा रमाबाई पंडिता.

पंढरपूर : हे भारतातील एक प्राचीन तीर्थक्षेत्र, वारकरीपंथाचे प्रमुख यात्रा केंद्र आषाडी कार्तिकात लाखो लोक गोळा होतात. महाराष्ट्रातील श्रेष्ठ देवस्थान, श्रीविठ्ठल रुक्मिणी हे दैवत. सानेगुरुजींनी पंढरपूरच्या मंदिरात दलितांना प्रवेश मिळण्यासाठी आंदोलन केले होते. महात्मा फुलेंच्या कार्यापासून प्रेरणा घेऊन पंढरपूर येथे प्रार्थना

समाजाचे धुरीण लालशंकर उमिया शंकर यांनी बालहत्या प्रतिबंधक गृहाची स्थापना केली. (मपइ, भासंको)

पंढरपूरचा तह : १६ जुलै १८१२ रोजी पंढरपूर येथे पेशवे आणि जहागीरदार यांच्यामध्ये एलफिंन्स्टनच्या साक्षीने तह आला. जहागिरदाराकडून पेशव्याने अधिक पैशाची अथवा मदतीची अपेक्षा करू नये. ब्रिटिशांच्या संमतीविना पेशव्यांनी जहागिरी खालसा करू नयेत, त्यांना सन्मानाने वागवावे, पेशव्यांचा बळकावलेला मुलुख जहागिरदारांनी परत करावा, उभय पक्षात मतभेद झाल्यास ब्रिटिशांचा निर्णय दोघांवर बंधनकारक राहील, अशी तहाची कलमे होती. एलफिंन्स्टनची ही अत्यंत महत्त्वाची राजनैतिक कामगिरी होय. (मइ)

पंत गोविंद वल्लभ : (१८८७) संयुक्त प्रांताचे प्रमुख मंत्री. १९२१ मध्ये असहकारितेच्या चळवळीत प्रामुख्याने भाग घेतला. १९३०, १९३२ सालातील सत्याग्रहाच्या चळवळीत विशेष भाग, वरमाला, राजमुकुट इ. नाटके प्रसिद्ध. (सुविको)

पंतप्रधान : पाहा पेशवा.

पंताजी गोपिनाथ बोकील : (१८८७) शिवाजीमहाराजांच्या पदरी एक मुत्सद्दी. शिवाजीमहाराजांचा चिटणीस, जिजाबाईबरोबर सोंगट्या खेळत असे असा बखरीत उल्लेख आढळतो. (सुविको)

पगडी सेतुमाधवराव श्रीनिवास : (डॉ.) भारतातील एक अग्रगण्य इतिहासकार. मराठा व मुघलांचा इतिहास या क्षेत्रात त्यांनी दिलेले योगदान महत्त्वाचे आहे. अनेक फारसी कागदपत्रांचे संपादन करण्याची महत्त्वपूर्ण कामगिरी त्यांनी पार पाडली. बी. ए. परीक्षेत प्रथम क्रमांकाबद्दल सुवर्णपदक, काही काळ अर्थखात्याचे संयुक्त सचिव, शिक्षण खात्यात उपसचिव, शिक्षण सचिव, उर्दू व फारसी भाषांचा विशेष अभ्यास. उर्दू काव्याचा परिचय, नयन तुझे जादुगार, फिर्दोसीच्या कथा, भारतीय मुसलमान, शोध आणि बोध वगैरे साहित्य. (मसा)

पगोडा : पगोडा याचे मूळ नाव वराह होन. वराहाचे चित्र सुवर्ण नाण्यावर कोरले आहे. या सुवर्ण नाण्याचे वजन सुमारे ५३ सुवर्णकण होते. हे नाणे आकाराने लहान आणि वर्तुळाकार होते. पगोडा व होन हे समानार्थी शब्द आहेत. पगोडा म्हणजे मंदिर. दक्षिणेतील काही सुवर्ण नाण्यांवर मंदिराचे चित्र कोरल्याने त्या नाण्यांना युरोपीय व्यापारी लोक पगोडा म्हणू लागले. (पेम)

पटनाईक जी. बी. : जी.बी. पटनाईक हे सर्वोच्च न्यायालयाचे सरन्यायाधीश होते. नोव्हे.२००२ ते डिसें. २००२ या काळात त्यांनी सरन्यायाधीशपदाची जबाबदारी सांभाळली. (इस्ट्रफॉइ)

पटवर्धन अच्युतराव सीताराम : (मृत्यू : १९९२) १९४२ च्या चळवळीतील अग्रगण्य नेतृत्व. भारतीय समाजवादी पक्षाचे एक संस्थापक. थोर विचारवंत, तत्त्वचिंतक. १९४२ च्या चलेजाव चळवळीत मोठी कामगिरी. (मदि)

पटवर्धन आप्पासाहेब (पू.) : (मृत्यू : १९७१) यांना कोकणचे महात्मा गांधी म्हणून ओळखले जाई. भूदान चळवळीत त्यांचा सक्रिय सहभाग होता. (मदि)

पटवर्धन घराणे : रत्नागिरी जिल्ह्यातील कोतवडे हे पटवर्धनांचे मूळ गाव. हरभटबाबा हे आद्यपुरुष मानले जातात. प्रारंभी भिक्षुकी मग कारकुनी आणि सरदारी केली. गोविंदपंत, गोपाळराव, भास्करराव. दाजीबा, रामचंद्रपंत यांनी उत्तर पेशवाईत दीर्घकाळ स्वराज्य सेवा केली. विशेषतः थोरल्या माधवरावांचा पटवर्धनांवर

खूपच लोभ होता. सांगली, मिरज, जमखिंडी, कुरुंदवाड, तासगाव, येथील शाखातून कर्तृत्ववान पुरुष निर्माण झाले. कर्नाटक हेच त्यांचे खरे कार्यक्षेत्र राहिले. टिपूच्या बलाढ्य आक्रमक सत्तेला पटवर्धनी सरदारांनी चांगलाच अडसर निर्माण केला. पटवर्धनी वाका, हरिवंशाची बखर यातून त्यांचे पराक्रम आले आहेत. (मइ)

पटवर्धन पांडुरंग नरसिंह : (जन्म : १८८६) जमखिंडीकर पटवर्धन घराण्यातील. अहमदनगर आणि नंतर पुणे येथे वास्तव्य. इतिहास संशोधनाची अपरंपार आवड. शेकडो गावी हिंडून माहिती आणि ऐतिहासिक कागदपत्रे मिळवीत. त्यांच्या शोधनिबंधात विषयांची विविधता लक्षणीय आहे. 'राष्ट्रकूटांचा पुण्याचा ताम्रपट' (९ वे शतक), 'चिंचवडकर देव', 'श्री तुकाराम महाराजांचे समकालीन रामेश्वरभट', 'मातुःश्री येसूबाई यांचे आत्तापर्यंत अज्ञात असलेले पत्र,' मूळ पुरुष हरभटबाबा पटवर्धन, बाळाजी विश्वनाथ, दादाजी कोंडदेव वंशावळ, शहाजीराजांची निधनतिथी आणि वृंदावन असे अनेक विषय (मविको)

पटवर्धन रामचंद्र विनायक ऊर्फ बाबासाहेब : (मृत्यू : १९४९) वेदान्ताचे अभ्यासक, भाषांतरकार. मानवी पूर्वज, आकाश ज्योतिष, सूर्यसिद्धांत ही त्यांची महत्त्वाची पुस्तके. त्यांनी केलेली वेदांची भाषांतरे प्रसिद्ध आहेत. (भासंको)

पटवर्धन विनायक रामचंद्र (महर्षी) तथा अण्णासाहेब : (मृ.१९१७) लोकमान्यांचे स्नेही. विख्यात वैद्य आणि वकील. अध्यात्ममार्गी. पुणे नगरपालिकेचे दीर्घकाळ सभासद. ओंकारेश्वर मंदिर, पुणे नदीकाठी समाधी. निजामांकडून वऱ्हाड प्रांत विकत घेऊन तेथे एखादे क्रांतिकेंद्र काढावयाची त्यांची योजना होती पण सालारजंगाने विश्वासघात केल्यामुळे अण्णासाहेबांना मोठाच आर्थिक फटका बसला. (मदि)

पटवर्धन, संस्थानिक घराणी : हरभट हा बाळाजी विश्वनाथांबरोबर पुण्यास आला. पेशवाईच्या अखेरपर्यंत मराठ्यांच्या सर्व मोहिमांत सहभाग. मिरजेचे घराणे, सांगलीचे घराणे, कुरुंदवाड, जमखंडी वगैरे घराणी होती.

पटेल, वल्लभभाई जव्हेरभाई : (१८७५) हिंदुस्थान सरकारचे गृहमंत्री. १९१६ साली गुजरात प्रांतिक परिषदेचे म. गांधी अध्यक्ष असताना ते चिटणीस होते. रौलेट ॲक्टविरोधी असहकारितेची चळवळ उभी केली. खिलाफत चळवळीत सहभाग, बोरसद येथे कर-बंदीच्या चळवळीचे हे पुढारी. १९३१ ला कराची येथे राष्ट्रीय सभेचे अध्यक्ष होते. १९१९ ते १९३६ सालामध्ये गुजरात प्रांतिक परिषदेचे अध्यक्ष. भारताचा पोलादी पुरुष. भारतातील संस्थाने स्वतंत्र भारतात विलीन करण्यात मोठा सहभाग. हैदराबाद संस्थानाबाबत पोलीस ॲक्शन घेऊन त्याचे विलीनीकरण. (सुविको)

पटेलगी (पाटीलकी) : गावच्या प्रमुख वतनी अधिकाऱ्यास पाटील म्हणत. त्याच्या वतनास पटेलगी किंवा पाटीलकी वतन म्हणत. गावातील शेतजमिनी लागवडीखाली आणणे, कुळांकडील सारा सरकारात भरणे, कुळांना अडीअडचणीस मदत करणे, गावची वसाहत, पेठांवर देखरेख, गावातील किरकोळ तंट्याचा निवाडा करणे, सामाजिक, धार्मिक बाबतीत नेतृत्व इ. कामे त्यात येत. (मइ)

पट्टणकुडीची लढाई : पटवर्धनांच्या फौजा कोल्हापूरची ठाणी ताब्यात घेऊ लागल्या. कोल्हापूरच्या फौजांच्या पण हालचाली सुरू होत्या. कोल्हापूरची फौज हमीदवाडा येथे उतरली. तेथून आठ मैलांवर पट्टणकुडी येथे पटवर्धनांच्या फौजांचा मुक्काम होता. तेथे फौजांची गाठ पडून निकराची लढाई झाली. परशुरामभाऊ विश्वास-घाताने धारातीर्थी पडले. कोल्हापूरकर छत्रपतींच्या (शिवाजी) कारकिर्दीत हा विजय सर्वांत मोठा व महत्त्वाचा होता. (मइ)

पट्टणी, सर प्रभाशंकर दलपतराम : (इ. स. १८६२ - १९३५) एक काठेवाडी मंत्री. १९१७ ते १९१९ या काळात इंग्लंडमध्ये स्टेट सेक्रेटरीच्या इंडिया कौन्सिलचे सभासद. गोलमेज परिषदेचे सभासद होते. (सुविको)

पट्टदकल : कर्नाटकात मलप्रभेच्या काठी बदामीपासून १६ किमी वर आहे. इ.स. च्या ८ व्या शतकात प्रारंभी चालुक्य राजा विक्रमादित्य याने संगमेश्वर मंदिर बांधले. याने पल्लवांची राजधानी कांची जिंकून घेतली. मंदिरे बांधली. त्यातूनच चालुक्य शिल्पशैलीचा उगम. (भासंको)

पट्टाभी सीतारामय्या (डॉ.) : (१८८०) काँग्रेस पुढारी, १९१६ पासून हे अखिल भारतीय काँग्रेस कमिटीचे सभासद. मद्रास प्रांतिक सहकारी परिषदेचे अध्यक्ष. हिंदुस्थानची भाषावार प्रांतरचना व्हावी याबाबतीत बरीच चळवळ केली. त्यासंबंधी एक पुस्तक लिहिले आहे. १९४८ साली हे जयपूर येथे भरलेल्या काँग्रेसचे अध्यक्ष. (अचको)

पठाणकोट : गुरूदासपूर जिल्हा. डलहौसीचे हवा खाण्याचे ठिकाण. राजा भक्तमल हा सिकंदर सूरी याच्या पक्षात मानकोटच्या लढाईत होता. हे संस्थान १८१५ मध्ये रणजितसिंगाच्या ताब्यात गेले. (सुविको)

पतंजली : एक महान वैय्याकरणी व पाणिनीच्या अष्टाध्यायीवरील महाभाष्याचा कर्ता, तसेच आयुर्वेदतज्ज्ञ, पुष्यमित्र शुंगाच्या अश्वमेध यज्ञाच्यावेळी ते प्रमुख होते. (सुविको)

पाले लेणी : रायगड जिल्ह्यात आहे. लेणी समूहात २८ खोदकामे आहेत. पूर्वाभिमुख आहे. बहुकोनी स्तंभ, स्तूपावर कोरलेली बुद्धमूर्ती, डमरूवाला आणि मोठे सभागृह लक्षात राहण्यासारखे आहे. चैत्य व कोरीव मूर्ती आहेत. २७ व्या लेण्यात ब्राह्मी लिपीतील लेख आहे. इ.स.च्या पहिल्या शतकात याची ओळख पालीपट्टन म्हणून होती. इ.स. १३०च्या सुमारास लुंथोगवंशीय विष्णुपुलीत यांचे राज्य होते. (लेम)

पत्रे : मराठी वाङमयाच्या विकासात ऐतिहासिक पत्रांना अतिशय वेगळे असे स्थान आहे. तत्कालीन पत्रांतून वाङ्मयाचे अनेक गुण दृष्टीस पडतात. का. न. साने, वा.वा. खरे, वि. का. राजवाडे, द. ब. पारसनीस इ. संशोधकांच्या श्रमाने अनेक जुन्या संस्थानांची व राजदरबारांची कागदपत्रे प्रसिद्ध होत आहेत. बाळाजी आवजी चिटणीस हा खंदा पत्रलेखक पुढील पत्रलेखकांना मार्गदर्शक ठरला आहे. (मइ)

पद्मगड : मालवणचा किनारा आणि सिंधुदुर्ग यांच्या मध्ये एक छोटा गड असून त्याचा उल्लेख रामदुर्ग असाही केला जाई. शिवकालात याच्या रक्षणाची कामगिरी महार जमातीकडे होती. आरमाराची निर्मिती व दुरुस्ती केली जाई. (जस)

पदुकोट्टा चित्रकला : पदुकोट्टा संस्थानात सित्तन्नवासल येथे काही जैन चित्रे भिंतीवर व खांबावर काढलेली आहेत. इ.स. ७ व्या शतकातील असावीत. काशी वर्माच्या कैलासनाथ मंदिरात दिसतात. तृत्तमलाई पर्वतावरील नृत्याची चित्रे ९ व्या शतकातील पांड्य राजाच्या वेळेची आहेत. (सुविको)

पद्मसंभव : (इ. स. चे ८ वे शतक) नालंदा विद्यापीठातला बौद्ध धर्माचा एक थोर आचार्य व प्रचारक, (भासंको)

पद्मावती : एक प्राचीन नगरी, विष्णुपुराणात नाग राजांची राजधानी, असा उल्लेख. पहिल्या शतकात

शिवनंदी नामक नागराजा राज्य करीत होता. दुसऱ्या शतकात ही नगरी जनपदांची असावी असे म्हटले जाते. ३ ऱ्या शतकात भवनाग नावाचा बलाढ्य राजा राज्य करीत होता. इ.स. १६ व्या शतकात सिकंदर लोदीचा सुभेदार सफदरखाँ याने किल्ला बांधला. बुंदेलखंडाचा राजा वीरसिंह याने महादेवाचे मंदिर बांधले. (भासंको)

पद्मालय : गणेशाच्या अडीच पीठांपैकी खानदेशातील एरंडोल तालुक्यातील एक ठिकाण. तलावाच्याकाठी मंदिर आहे. तलावात कमळे आहेत. सहस्रबाहूने प्रवाळरत्नापासून मूर्ती बनविली आहे. हे मंदिर म्हणजे काशीविश्वेश्वराच्या मंदिराची प्रतिकृती आहे. पहिल्या बाजीरावाने या मंदिराच्या खर्चास गाव दान दिल्याचा उल्लेख आहे. (खाइ)

पनवेल : कुलाबा (रायगड) जिल्हा. शिवरायांच्या वेळी हे लहानसे ठाणे होते. कर्नाळा हा महत्त्वाचा किल्ला. १७७८ मराठे-इंग्रज लढाई, १८१७ ला इंग्रज-पेंढारी लढाई झाली. वासुदेव बळवंत फडके हे पहिले क्रांतिकारक याच तालुक्यातील. १९३० साली चिरनेर येथे जंगल सत्याग्रह अतिशय गाजला. आयुर्वेदिक औषधांचा कारखाना. (सुविको)

पनिपतची तिसरी लढाई (इ.स.१७६१) : मराठे आणि अहमदशाह अब्दाली यांच्यात झाली. कलियुगाचे महाभारत मानतात. जय जरी अब्दालीचा झाला असला तरी तो पुन्हा भारतावर आक्रमण करू शकला नाही आणि दिल्लीवरील मराठी सत्ता त्याने मान्य केली. मराठ्यांची अतोनात हानी झाली. तरीही लवकरच मराठे सावरले. बलाढ्य अशा मोगल, अफगाण नि मराठे या सत्ता क्षीण झाल्यामुळे इंग्रजांचे चांगलेच फावले. (इसंशा)

पन्हाळा : महाराष्ट्र जि. कोल्हापूर. सिद्दी जोहरचा वेढा, त्यातून नाट्यमयरीतीने शिवरायांचे पलायन, शिवा न्हावी काशीद व बाजीप्रभू देशपांड्यांचे बलिदान, हेन्री रिव्हिंग्टनचा पन्हाळ्याच्या वेढ्यातील आपमतलबीपणा व पुढे शिवरायांनी त्याचा काढलेला वचपा, मोगली फौजेसह पन्हाळ्याचा ताबा घेताना झालेला शिवाजी महाराजांचा पराभव (१६ जाने. १९६६) आणि त्यांचा नेताजी पालकरांशी उडालेला खटका, कोंडाजी फर्जंदने केलेला, अवघ्या ६० माणसांसह हा किल्ला ताब्यात घेण्याचा अद्वितीय पराक्रम (१६७३) छ. संभाजीचा कैदवास अशा अनेक गोष्टी पन्हाळगडाशी निगडित आहेत. (सासभकि)

पन्हाळे लेणी : रत्नागिरी जिल्ह्यात दापोली-दाभोळ रस्त्यावर पन्हाळे या गावी आहे. एक अनमोल ताम्रपट सापडला होता. त्यावरून शिलाहारांच्या इतिहासावर प्रकाश पडतो. या ताम्रपटाच्या आधारावर पुरातत्त्व विभागाने उत्खनन केले असता पन्हाळे दुर्ग येथील लेण्या नेटक्या असल्याचे जाणवले. शिलाहार राजा अपरादित्य याला कोकणातून हुसकावून लावले होते. महत्त्वाचे ताम्रपट ज्या दगडी पेटीत मिळाले, ती अद्याप ८व्या लेण्यात आहे, मठवाडी लेणी समूहात शिवलिंग आहे. (लेम)

पबना किसान अशांती : पूर्व बंगालमध्ये शेतकऱ्यांनी अन्यायाविरुद्ध आंदोलन सुरू केले.(१८७० ते १८८५). पबना जिल्हा हा आंदोलनाचा व अशांततेचा केंद्रबिंदू होता. पबना चळवळीचे नेतृत्व प्रामुख्याने शहा चंद्र रॉय, शंभू पाल व खुदी यांनी केले.

परकीय प्रवाशांचे वृत्तान्त : शिवकालात अनेक परकीय प्रवाशांनी भारताला भेट दिली. मुघल सम्राटांचा पाहुणचारही स्वीकारला. देशाच्या विविध भागांतून केलेल्या भटकंतीचे वृत्तांत त्यांनी लिहून ठेवले आहेत.

समाजजीवन, विविध सण, उत्सव, दरबार, चालीरीती ते नोंदवितात. तथापि त्यांची माहिती बरीचशी ऐकीव असल्याने ती स्वीकारताना काळजी घ्यावी लागते. त्यात ट्रॅव्हर्नियर, बर्नियर, ॲबे कॅरे यांचे प्रवासवृत्तांत विशेष महत्त्वाचे आहेत. बर्नियरच्या ग्रंथात शिवाजी महाराजांचे चित्र येते. महाराज आग्र्याहून औरंगजेबाच्या संमतीनेच निसटू शकले असे तो म्हणतो. निकोलाय मनुचीला तर काही दिवस शिवाजी महाराजांचा सहवास लाभला. त्याची शिवकालासंबंधीची निरीक्षणे मोलाची ठरतात. (मइ)

परचुरे गोविंद नारायण तथा अण्णा : सांगली जिल्ह्यातील शिरहट्टीचे निवासी. नरगुंदच्या १८५७ च्या उठावात भाग. श्रीमंत बाबासाहेब भावे ह्यांच्याबरोबर पकडले गेले. मालमत्ता जप्त आणि धारवाड येथे १८५७, जूनच्या शेवटच्या आठवड्यात सहज लक्ष जाणाऱ्या सार्वजनिक ठिकाणी फासावर चढविण्यात आले. (१८५७ चे स्वांपेदहिं)

परम दुर्ग : पाहा – कासागड.

परमवीर चक्र : हा दिला जाणारा लष्करी क्षेत्रातील सर्वोच्च सन्मान. लढाईमध्ये असामान्य पराक्रम गाजविलेल्या, प्रसंगी आत्मबलिदान करून शत्रूचा पराभव करण्यास कारणीभूत झालेल्या, अतुलनीय धाडस दाखविलेल्या सैनिकांना 'परमवीर चक्र' हे सर्वोच्च पदक बहाल करण्यात येते. (इसंशा)

परमहंस सभा : जातिभेद हा देशाच्या प्रगतीच्या मार्गातील अडथळा आहे असे ठाम मत असल्यामुळे दादोबांनी त्याचा नायनाट करण्याच्या दृष्टीने जयकर बंधू, आत्माराम पांडुरंग, इ. सहकार्याने परमहंस सभा स्थापन केली. प्रत्येक सभासदाला जातिभेद पाळणार नाही अशी शपथ घ्यावी लागे. प्रार्थनागीते म्हटल्यानंतर ख्रिस्त्याने तयार केलेला पाव खाऊन मुसलमानांच्या हातचे पाणी पिण्याचा कार्यक्रम होत असे. सभेच्या शाखा पुणे, सातारा, नगर, वगैरे ठिकाणी होत्या. सभेचा पाया आर्यधर्म होता व नैतिकतेवर तिचा अधिक भर होता. इ. स. १८६० मध्ये सभा बंद पडली. (सविको)

परमानंद (कवींद्र कवीश्वर) : मूळ नाव गोविंद निधिवासकर ऊर्फ नेवासकर. शिवचरित्रावर विशेषत: शिवाजीच्या आग्राभेटीवर अनोखा प्रकाश टाकणारे एक अत्यंत विश्वसनीय साधन. 'शिवभारत'या संस्कृत काव्याचा कर्ता. मूळ नाव आनंद. नेवासे (जि.नगर) चा रहिवासी. परमानंद हे टोपण नाव. शिवाजी महाराजांनी कविंद्र कवीश्वर हा त्याला किताब दिला. आग्रा प्रकरणात तो स्वत: हजर होता.'अनुपुराण' हे त्याचे संस्कृत काव्य, ३१ अध्याय पूर्ण आहेत. पण हे साधन गौण मानले जाते. संस्कृत पंडित आणि कवी. १६७४ मध्ये शिवाजी महाराजांनी कोल्हापूर येथे त्यांची भेट घेतली. शिवाजीच्या आज्ञेने त्याने शिवभारत काव्य रचले. इतिहासाचे एक महत्त्वाचे साधन होय. १६८७ मध्ये तो निवर्तला. (शिम)

परमार राजसत्ता : परमार म्हणजे शत्रूचा नाश करणारे. हा राजपुतांच्या अग्निकुलांपैकी एक राजवंश होय. परमार राजघराणे हे माळव्याचे. राष्ट्रकूटांनी माळव्याची सुभेदारी परमार घराण्याला दिलेली होती. (इ. स.च्या ९ व्या शतकात), मुंज वाक्यपतिराज या पराक्रमी राजाने (९७४–९९७) अनेक शत्रूंचा पराभव करून परमार घराण्याला पुढे आणले. याशिवाय या राजसत्तेत पहिला भोज (१०००–१०५५), राजा उदयादित्य (१०६०–१०८७) इ. राजे होऊन गेले. तेराव्या शतकाअखेर अल्लाउद्दिन खिलजीने हे राज्य नष्ट केले.ह्या राजवंशाने अनेक कवी नि विद्वानांना उदार आश्रय दिला. अनेक मंदिरे बांधली, तलाव खोदले. (इसंशा)

परळी वैद्यनाथ : बीड जिल्हा, बारा ज्योतिर्लिंगातले एक, १७०६ मध्ये अहल्याबाईने मंदिराचा जीर्णोद्धार केला, ५२८० बिघे जमीन येथील ब्राह्मणास पेशवाईपासून इनाम, ११०९ चा मराठी शिलालेख सापडला आहे. त्यात वैद्यनाथच्या पूजेसाठी माहुलीजवळची एक जमीन दान दिल्याचा उल्लेख आहे. श्रीसंत नामदेवांना गुरुपदेश या ठिकाणी झाला. (सुविको)

परशराम (शाहीर) : (इ.स. १७५४-१८४४) एक प्रसिद्ध महाराष्ट्रीय शाहीर. होळकर, खंडेराव महाराज, फत्तेसिंग गायकवाड वगैरे पेशवेकालीन राजकारणी पुरुषांवरील पोवाडे प्रसिद्ध, त्यांच्या पोवाड्यातून पेशवेकालीन व अव्वल इंग्रजीतल्या समाज परिस्थितीचे हुबेहूब दर्शन होते. त्रिंबकजी डेंगळे, श्रीमंत पेशवे हे दोघेही त्यांच्या तमाशाला हजर होते. (भासंको)

परसोजी भोसले : (मृत्यु १७०९). हिंगणीकर मुधोजी भोसल्यांचा मुलगा, राजारामाकडून सन १६९९ मध्ये 'सेनासाहेब सुभा' हा किताब. वाहाड व गौडवण प्रांताची चौथाई व सरदेशमुखी वसुलीचे अधिकार मिळाले. (सुविको)

परांजपे यशवंत श्रीधर (निधन १९७८): सैनिकी विषयावरील ग्रंथांचे कर्ते. त्यांनी पुणे विद्यापीठात युध्दाभ्यास विषय चालू केला. सैनिकाची स्वाक्षरी आणि पूर्व गोलार्धाचे केंद्र ही दोन संरक्षकविषयक महत्त्वाची पुस्तके (मदि)

परांजपे शिवरामपंत : (२७ जून १८३४ ते २७ सप्टेंबर १९२९) जन्म कुलाबा जिल्ह्यातील महाड येथे. 'काळ' हे साप्ताहिक सुरू केले. सरकारने राजद्रोहाचा आरोप ठेवला. १५ दिवसांच्या बंदीवासानंतर ५ ऑक्टो १९०९ रोजी सरकारने मुक्तता केली. 'काळा'तील निवडक निबंध जप्त करण्यात आले. 'स्वराज्य' हे नवे साप्ताहिक काढले. १ मे १९२२ रोजी मुळशी सत्याग्रहात ते सहभागी झाले. 'काळ'कर्ते म्हणून ते ओळखले जातात. रुपकात्मक कथानकाची शैली वापरून इंग्रज टीका, देशप्रेम निर्मिती हे खास वैशिष्ट्य. जगन्नाथ शंकरशेट शिष्यवृत्ती मिळविणारे ते पहिले विद्यार्थी. इ. १९२९ मध्ये बेळगाव येथे झालेल्या 'महाराष्ट्र साहित्य संमेलना'चे अध्यक्ष. त्यांचे संस्कृत नाटकावरील टीकात्मक आणि संशोधनपर लेख आहेत. १९२८ मध्ये मराठ्यांच्या लढ्याचा इतिहास. 'प्रभाकर' मासिकातील अभ्यासपूर्ण लिखाण. वि. का. राजवाडे यांना भाषांतर मासिकाच्या कामात मदत केली. (इसंशा)

परिंडा : हा किल्ला धाराशिव (उस्मानाबाद) जिल्ह्यात आहे. हा भूदुर्गक आहे. निजामशाहीत शहाजीच्या ताब्यात. मुघलांनी जिंकण्याचा प्रयत्न केला पण त्यांना अपयश. मुरार जगदेवांनी मुलुख मैदान ही तोफ परिंड्यांकडून विजापूरला नेली. शिवाजीमहाराजांनी १६६५ च्या सुमारास नेताजी पालकरांसह या भागात लुटालूट करण्यास सैन्य पाठविले. (मइसं)

पर्णालपर्वत : जयराम पिंड्ये याचे संस्कृत काव्य. १६७३ मध्ये कोंडाजी फर्जंदाने पन्हाळा जिंकून घेतला त्याची हकिकत यात आहे. बेंगळूरला शहाजीचा आश्रित होता. इतिहासाचे अत्यंत विश्वसनीय साधन मानले जाते. (मई)

पर्वती लेणे : पर्वती टेकडीच्या दक्षिण उतारावर राजर्षि शाहू महाविद्यालयाजवळ आणि गृहनिर्माण मंडळाच्या वसाहतीच्या मागे एक खोदीव गुहा आहे. दोन बुटके खांब, त्यावर तोलून धरलेले छत, आणखी चार-

पाच ओबडधोबड खांब. पाहा, पुणे शहरातील लेणी. (लेम)

पर्शियन भाषेतील कागदपत्रे : भारत इतिहास संशोधन मंडळात पर्शियन भाषेतील कागदपत्रे ७० रुमालांमध्ये बांधून ठेवली आहेत. मुघली दरबारची हकिकत त्यावरून समजते. पेशवेकालीन पत्रांची उत्तरे पाहावयास मिळतात. मराठे व निजाम, मराठे व टिपू, मराठे व अयोध्येचे नबाब, मोगल बादशाह यांच्यात झालेल्या पत्रव्यवहाराचा संग्रह आहे. (इलेशा)

पल्लव राजसत्ता (इ.स. ५७५ ते ८००) : तमिळ प्रदेशातील कांचीपूरम् येथे पल्लवांचे राज्य होते. पल्लव राजसत्तेत सिंहविष्णू, पहिला महेंद्रवर्मन, पहिला नरसिंहवर्मन (६३० ते ६६८), पहिला परमेश्वरवर्मन (६७० ते ६९५), दुसरा नरसिंहवर्मन (६९५ ते ७२२), नंदिवर्मन पल्लवमल्ल (७३० ते ७९६) इ. राजे होऊन गेले. दक्षिण भारतात आर्य संस्कृतीचा प्रसार पल्लवांमुळेच झाला. पल्लव राजे शैव असले तरी सर्व पंथांना पूर्ण स्वातंत्र्य. आर्य नि द्रविड संस्कृतींचा समन्वय केला. ह्या काळात अनेक शैव नि वैष्णव संत होऊन गेले. भक्तिसाहित्यात मोलाची भर. कांची हे कलाकौशल्याचे आणि व्यापाराचे मोठे केंद्र. पल्लवशिल्प (द्रविडशिल्प) शैलीचा उदय आणि विकास. महाबलिपुरम येथे प्रचंड खडकात खोदलेली रथमंदिरे, गंगावतरण तसेच कैलासनाथ मंदिर, वैकुंठपेरुमाळ मंदिर अत्यंत वैशिष्ट्यपूर्ण. (भासंको)

पवनार : महाराष्ट्रात वर्धा जिल्ह्यात पवनार येथे इ.स.पू. १ल्या सहस्रकालीन महाश्मयुगीन वस्तीचे अवशेष सापडले आहेत. त्यात काळी-तांबडी मातीची भांडी व काही लोखंडी वस्तू आहेत. त्यानंतरची वस्ती सातवाहन काळातली व सातवाहनोत्तर काळातील आढळते. भूदान चळवळीसाठी प्रसिद्ध व महात्माजींच्या स्वातंत्र्य चळवळीतील पहिले सत्याग्रही विनोबा भावे यांचा आश्रम येथे आहे. (भासंको)

पवार घराणे : या घराण्याचा संबंध राजपूत, परमार घराण्याशी जोडला जातो. उत्तरेत मुसलमानी आक्रमणानंतर ज्या घराण्याची वाताहात झाली, त्यात पवार घराणेही होते. मूळ पुरुष साबुसिंग ऊर्फ शिवाजी पवार होता. कल्याणच्या स्वारीत याने पराक्रम गाजविला तेव्हापासून शिवाजीच्या विश्वासातील मानला जाऊ लागला. त्याने सुपे गाव वसविले. पवारांनी मराठ्यांच्या मुलुखगिरीसोबत आपल्या फौजा पाठविल्या होत्या. पवारांच्या पराक्रमाला बाजीरावाने प्रोत्साहन दिले. माळव्यातील धार हे जहागिरीचे प्रमुख ठिकाण. नानासाहेब पेशव्यांबरोबर तुकोजी पवार नेहमी असत. पानिपतच्या युद्धात कृष्णाजी पवारांचा समावेश होता. (मइ)

पवार, अप्पासाहेब गणपतराव : (डॉ.) (इ. स.१९०६ – १९८१). इतिहास संशोधक, शिक्षणतज्ज्ञ आणि शिवाजी विद्यापीठाचे कुलगुरू. शाहू छत्रपतींची अधिसत्ता १७०८ – १७४९, या विषयावर विद्यावाचस्पती (डॉक्टरेट), शाहू संशोधन केंद्राचे संचालन, (ताराबाईंवरील कागदपत्रे – चार खंड).

पवार भार्गव संभाजी : १८५७ चा सुमार बडोद्याहून कोल्हापूरच्या राणीच्या सेवेत जाणाऱ्यांसह बलवंतराव भोसल्याचे गुप्त पत्र देण्यात आले. कोल्हापूरचे स्पेशल कमिशनवर जेकाब यांनी पत्र पकडले पण पवार यानी ते पत्र गिळून टाकले. (मचको)

पशुपति मुद्रा : ही सिंधु संस्कृतीची सर्वांत जुनी मुद्रा. तिच्यावरील चित्र पशुपती शिवाचे समजतात. लिपीचा सर्वमान्य अर्थ अद्याप लागू शकलेला नाही. (सिंसं)

पहाडी चित्रशैली : राजस्थानी भाव आणि संकेत यातून या चित्रशैलीची निर्मिती. जम्मू, टेहरी, कुलू, मंडी, कांगडा, चंपा, पठाणकोट इ. ठिकाणी विस्तार झाला. इ. स.च्या १७ व्या शतकात निर्मिती. पौराणिक,

ऐतिहासिक, धार्मिक, कथात्मक वगैरे विषयांवर निर्मिती. अजंठा चित्रकलेच्या खालोखाल पहाडी शैलीलाच स्थान आहे. गती व शक्ती यांना विशेष स्थान आहे. बहुतेक चित्रे तरल, नाजूक, प्रवाही रेषांनी, टवटवीत रंगानी चित्रित आहेत. (भासंको)

पहिले ग्रामीण अध्यापक विद्यालय : कर्मवीरांनी देशातील पहिले ग्रामीण अध्यापक विद्यालय काढण्याचे ठरविले. अनुदानाचा प्रश्न येणार म्हणून रयत शिक्षण संस्था सोसायटी दि. २५/४/१९३५ रोजी रजिस्टर करण्यात आली. संस्थेची घटना तयार करण्यात आली. संस्थेचे अध्यक्ष म्हणून रा. ब. रा. रा. काळे यांची नेमणूक केली. मदतीला १२ लोकांचे मंडळ नेमण्यात आले. (मपइ)

पांडुराजारढिबी : पश्चिम बंगालमधील पांडुराजरढिबी येथे हडप्पोत्तर ताम्रपाषाणयुगीन वस्तीचे पुरावे मिळाले आहेत. नवाश्मयुग व लोहयुग या काळातील हत्यारे आणि मातीची भांडी मिळाली आहेत. (भासंको)

पांडेचरी : एक लहानसर संघराज्य, राजधानी पदुच्चेरी, पूर्वी फ्रेंच वसाहत असलेल्या पदुच्चेरी, कराईकल, महे, यनाम या प्रदेशाचा समावेश होतो. फ्रेंच ईस्ट इंडिया कंपनीने १६७४ नंतर पदुच्चेरीचा विकास केला. १८ व्या शतकात इंग्रजांनी हे ठिकाण अनेक वेळा काबीज केले. येथे भारतातील फ्रेंच संस्कृती आढळते. (इसंशा)

पांड्य– राजवंश : तमिळनाडूच्या प्राचीन इतिहासात चोळ, चेर व पांड्य या राजवंशांना विशेष महत्त्व. सम्राट अशोकाच्या शिलालेखात या वंशाचा उल्लेख. इ. स. ३ ऱ्या शतकात पांड्य वंशाची सत्ता स्थापन झाली. ६ व्या शतकात पुन्हा प्रस्थापित झाली. (भासंको)

पांडव राजसत्ता : तमिळनाडूमधील महत्त्वपूर्ण राजवंश. रामायणकालापासून उल्लेख नि मुदुकुडुमी पेरुवळुंदी (इ.स. २ रे शतकाच्या शेवटी)पहिला राजा. हे पांड्य राज्य तिसऱ्या शतकाच्या शेवटी संपले नि पुन्हा सहाव्या शतकात प्रस्थापित झाले. मारवर्मा राजवंश, परान्तक, जटावर्मा सुंदर, पांड्य, मारवर्मा इ. प्रसिद्ध राजे होऊन गेले. गुहामंदिरे, मूर्तिनिर्माण, प्रचंड गोपुरे, मंडप आदी ह्या राजवटीची वैशिष्ट्ये. १६ व्या शतकाच्या प्रारंभी पांड्यसत्ता लोप पावली. (भासंको)

पांड्या : हा रामोशी जातीचा, उमाजी नाईकचा साथीदार, उमाजीच्या नेतृत्वाला आळा घालण्यासाठी, त्याचे साथीदार भुजाबा, पांड्या, येसाजी व खुद्द उमाजी यांना पकडण्यासाठी सरकारने प्रत्येकी रु. ५००० चे इनाम जाहीर केले. (मपइ)

पाकिस्तान : एकेकाळी भारतातच असलेला पण १९४७ रोजी स्वतंत्र राष्ट्र म्हणून घोषित झालेला इस्लामी धर्मीय बहुसंख्य असलेला प्रदेश. प्रारंभापासून हुकुमशहा –लष्करशहा यांच्याच ताब्यात असला तरी, अमेरिकेच्या प्रभावाखाली. १९४८,१९६५,१९७१,१९९८ रोजी भारतीयांशी युद्ध प्रसंग. (इसंशा)

पागल पंथीयांचा उठाव : बंगाल या चळवळीचा प्रमुख नेता टिपूने जमीनदारांविरुद्ध उठाव करून शेतकऱ्यांना सशस्त्र करून मोठ्या प्रमाणात लूटमारही केली. प्रचंड प्रमाणात दरारा निर्माण केला. शेवटी ब्रिटिश सरकारने टिपूच्या काही मागण्या मान्य करून त्याच्या चळवळीस न्याय दिला. त्यानंतरही सुमारे १० वर्ष पागल पंथीयांचे सशस्त्र आंदोलन सुरूच होते. हजांग आणि मारो शेतकऱ्यांमध्ये टिपूने ऐक्य निर्माण केले. (इसंशा)

पागा : मराठेकालीन घोडदळाच्या विभागास पागा असे म्हणत. विशेषत: पेशवाईत सैन्याची जागा घोडदळानेच घेतली. त्यांना बारगीर, शिलेदार असे म्हणत. २५ बारगिरांवर एक हवालदार असे. ५ हवालदारांवर एक जुमलेदार असे. ठिकठिकाणी सरकारी पागा असून तेथे घोड्यांची देखभाल, पैदाईश केली जात असे. काही

वेळा श्रीमंत माणसे पदरी १०-५ घोडेस्वार बाळगून त्यांना मोहिमेत आपल्यातर्फे पाठवीत आणि त्यांचा मोबदला घरबसल्या मिळवत. त्याला पाग्या म्हणत. हळूहळू स्वारांची संख्या वाढवत नेऊन हा पाग्या मोठा सरदार बनत असे. पेशवे सरकारातून झालेल्या खर्चाचे हिशेब पागा दफ्तरात सापडतात. सरकारी मालकीचे घोडे अंमलदारास वापरावयास दिलेले असत. खर्चासाठी जमीन तोडून दिलेली असे. घोड्याची रोजची चंदी, वैरण व त्यावरील नोकरांचा पगार वगैरे लहानसहान गोष्टी यामध्ये आहेत. (मई, मद)

पाटणची लढाई : इ. स. १७९० मध्ये महादजीने रजपूत प्रकरणाला हात घातला. जयपूरच्या प्रतापसिंहाशी स्वतंत्र करार केला. १५ लक्ष खंडणी देण्याचे त्याने मान्य केले. विजयसिंह आणि इस्माईल बेग एकत्र आले व ते आणि मराठे यांच्यात निर्णायक लढाई झाली. तोफांचा मारा होऊन मराठ्यांचा निर्णायक विजय झाला. (मइ)

पाटणे : खानदेशातील पाटणे येथील पितळ खोऱ्यातील जैन शिल्पाकडे, शिलालेखाकडे डॉ. भाऊ दाजी यांचे लक्ष गेले. बाराव्या शतकातील असून संस्कृत गद्य पद्य मिश्रित आहे. भास्कराचार्यांचा नातू चांगदेव याने येथे वेधशाळा स्थापन केली होती. या शिलालेखाचा शेवटचा काही भाग खानदेशी भाषेत आहे.खानदेशातील पाटणे परिसर हा लेणी चित्रकला, प्राचीन मानवी वसाहतीचे सुमारे ४० हजार वर्षांपूवीचे पुरावे यांनी समृद्ध आहे. (खाई)

पाटलीपुत्र : एक प्राचीन नगर, सांप्रत त्याला पाटणा म्हणतात. ही बिहारची राजधानी. मगधचा राजा अजातशत्रू याने येथे प्रथम राजधानी स्थापली. याच्यानंतर त्याचा नातू उदयाश्व हा पाटलीपुत्राच्या गादीवर आला. शिशुनाग आणि नंद या वंशातील राजांनी इथे राज्य केले. चंद्रगुप्त मौर्याची सत्ता स्थापन झाली होती. डिमित्रिस याने हल्ला करून संपत्ती जमविली. कलिंगचा खारबेल याने पाटलीपुत्र जिंकण्याचा प्रयत्न केला. १६ व्या शतकात शेरशहा सूरीने याला पूर्ववत् करण्याचा असफल प्रयत्न केला. कात्यायन, चाणक्य, मेगॅस्थिनीस, उपगुप्त, आर्यभट्ट इ. विद्वानांचे इथे वास्तव्य होते. शिखांचा दहावा गुरू गुरुगोविंदसिंग यांचे जन्मस्थान. (भासंको)

पाटील : प्राचीन ग्रामसंस्थेतील गावाचा मुख्य अधिकारी, बारा बलुतेदारातील हे पाटील, मध्ययुगीन काळापासून यांना महत्त्व जास्त होते. पाटील हे वतनदार असत. मामलेदारांकडून रयतेला तगाई मंजूर करून आणणे, त्याच्या फेडीची जबाबदारी घेणे, जागल्यामार्फत आल्यागेल्याची खबर मिळविणे, चोरीचा तपास लावणे, सरकारात अधिकारी आणि रयतेचा प्रतिनिधी अशी भूमिका. जमिनीची मोजणी, खजिना सांभाळणे, वजन-मापे तपासणे, सारा वसूल करून सरकारी कोठारात भरणे ही महत्त्वाची कामे. लग्नसमारंभाच्या वेळी पहिला मानाचा विडा, शिमग्याला पहिला नैवेद्य, पोळ्याच्या मिरवणुकीत पहिला बैल, सीमोल्लंघनाच्या वेळी आपटा आणि शमी यांची पूजा करण्याचा पहिला मान पाटलालाच मिळायचा. ग्रामप्रशासनातील पाटील हा श्रेष्ठ वतनी अधिकारी. तो प्रजा आणि सरकार यांच्यात दुव्याचे काम करी. गावची जमीन जास्तीत जास्त लागवडीखाली आणणे, अडीअडचणीत रयतेला साहाय्य देणे, महसूल सतत वाढता ठेवणे, त्याचबरोबर गावातील किरकोळ तंटे भांडणे वडीलकीच्या आधारे सोडविणे, जत्रा, सार्वजनिक सण इ. प्रसंगी गावचा प्रमुख म्हणून मिरवणे, युद्धकाळात सैन्य आणि रसद पुरवठा करणे या सर्व कामाबद्दल त्याला काही खास हक्क, अधिकार, मानपान असे. (भासंको, खाई)

पाटील कर्मवीर भाऊराव : (इ. स. १८८७-१९५९) महाराष्ट्रातील एक महान समाजसेवक, काही काळ सत्यशोधक समाजाचे पुढारी, युनियन बोर्डिंग हाऊस स्थापना, शिक्षकांना अध्यापन शास्त्राचे शिक्षण देण्यासाठी 'सिल्व्हर ज्युबिली', रुरल ट्रेनिंग कॉलेज व रा. ब. काळे स्मारक, प्रॅक्टिसिंग स्कूल या संस्था स्थापन केल्या. १९१९ मध्ये रयत शिक्षण संस्थेची स्थापना. त्यांनी ब्राम्हणेतर व अस्पृश्य विद्यार्थ्यांसाठी सामायिक

वसतिगृहांची स्थापना केली. (भासंको)

पाटील वसंतराव दादा : क्रांतिसिंह नाना पाटलाच्या पत्रीसरकार मधील धडाडीचे सेनानी, रेल्वे स्टेशन जाळणे, रेल्वे वाहतूक विस्कळित करणे, सरकारी खजिना लुटणे इ. बाबतीत पुढाकार. गणेश दुर्गातील राजवाड्यातील तुरुंगात असता तुरुंग फोडून पळून गेले. १९४२ च्या आंदोलनात हिंसक कारवायांत पुढाकार. स्वातंत्र्यप्राप्तीनंतर चार वेळा महाराष्ट्राचे मुख्यमंत्रिपद भूषविले. (मपई)

पाठक आर.एस. : आर.एस. पाठक हे भारताचे सरन्यायाधीश होते. १९८६-८९ या काळात त्यांनी भारताचे सरन्यायाधीशपद भूषवले.

पाठक गोपाल स्वरुप : (इ. स.१८९६-१९८२) गोपाल स्वरूप पाठक हे भारताचे उपराष्ट्रपदी होते. १९६९-७९ या काळात त्यांनी उपराष्ट्रपतिपदाची जबाबदारी सांभाळली.

पाणीपुरवठा : पुणे शहराची वाढ होत चालली त्याबरोबर वाढत्या वस्तीसाठी पाणीपुरवठ्याची जरुरी भासू लागली. मुसलमान बादशहांनी आपल्या शहरात पाणी पुरविताना हौदांची युक्ती अमलात आणली. हे हौद सार्वजनिक स्वरूपाचे असून त्यांचे पाणी नागरिकांना मोफत मिळत होते. या युक्तीचा अवलंब पेशव्यांनी केला. याखेरीज पुरातन कालापासून गावाशेजारीच तलाव बांधण्यात येत. दिवेघाटाच्या पायथ्याशी व कात्रज गावापाशी पहिल्या बाजीराव पेशव्याने तलाव बांधले, त्यापैकी कात्रजचा तलाव पुण्यात नळाने पाणी आणण्यासाठी तयार करण्यात आला. या तलावाचे पाणी शनिवारवाड्यात आले व शहरातील बऱ्याच पेठांतून बांधलेल्या हौदांना त्यानेच पाणी पुरविले (१७२९). दुसऱ्या बाजीरावाने विश्रामबागवाडा व पुष्करणीचा हौद बांधला.

पातशाही होन : मराठी कागदपत्रात पातशाही होन हा निशाणी होनाच्या १.२५ बरोबरचा मानला जातो. त्याचा विनिमयाचा दर २ ते २.५ रुपये असा दाखविलेला आहे. (पेम)

पाताळेश्वर लेणे : पाहा पुणे शहरातील लेणी.

पाताळेश्वर लेणे : राष्ट्रकूटांच्या काळात – इ.स. ९ व्या १० व्या शतकात ही खोदली गेली असावीत. श्रीजंगलीमहाराज मंदिराशेजारी ही लेणी आहेत. नंदीची गोल मंडपी १९ चौकोनी खांबांवर तोलून धरलेली आहे, हे एक वैशिष्ट्य. इथे खडक खोदून तयार केलेले शिवालय आहे. इथे एक शिलालेखही आहे; पण तो वाचता येत नाही. सभागृहाबाहेरच्या पडवीत झीज झालेली शिल्पे आहेत. १८८२ मध्ये जेम्स डग्लस हे लेणे पाहावयास आला होता. (लेम)

पादशाहनामा : अब्दुल हमीद लाहोरी याने लिहिलेला शहाजहानच्या कारकिर्दीच्या पहिल्या २० वर्षांची माहिती देणारा हा ग्रंथ. (इलेशा)

पाध्ये बाबा : एक धर्मनिबंधकार, गोळवली (जि. रत्नागिरी) चे रहिवासी. बहात्तर गावाच्या जोशीपणाचे त्यांना वतन होते. पण ते सोडून पंढरपूरला पांडुरंगाची सेवा करू लागले. बाबा या नावाने प्रसिद्ध. 'धर्मसिंधू' नावाचा अजरामर ग्रंथ लिहिला. तो काशीपासून रामेश्वरपर्यंत प्रमाण मानला जातो. त्यांच्या ग्रंथाची पालखीतून मिरवणूक काढली गेली. त्यानी काशीस पाठशाळाही सुरू केली. त्यांनी काही आरत्याही रचल्या. राजेरजवाडेसुद्धा पांडुरंगाचे दर्शन घेऊन पाध्येबाबांचे दर्शन घेत. (भासंकोश)

पानिपत : अब्दालीबरोबर झालेल्या १७६१ च्या तिसऱ्या युद्धात मराठ्यांचा दारुण पराभव झाला. ‘२ मोत्ये गळाली, २७ मोहरा गेल्या, खुर्दा किती गेला ह्याची गणना नाही’ असे वर्णन आहे. अब्दालीचीही खूप हानी झाली. तो दिल्लीला परत चालून आला नाही. मराठ्यांच्या इतिहासात इ. स. १७६१च्या पानिपतच्या ३ऱ्या युद्धाचे महत्त्व अतिशय आहे. सरहिंदपासून फिरोजपूरवरून दिल्लीकडे येणाऱ्या महत्त्वाच्या रस्त्यावर असलेले पानिपत हे सैनिकीदृष्ट्या मोक्याचे ठिकाण आहे. कौरव-पांडवांचे भारतीय युद्ध याच परिसरात झाले होते. १५२६ मध्ये बाबर व इब्राहिम लोदी यांच्यात इ.स. १५२६ मध्ये पानिपतचे पहिले युद्ध झाले. इ.स. १५२६ बाबर याने त्याचा पानिपत येथे पराभव केला. १५५६ मध्ये पानिपतचे दुसरे युद्ध अकबर आणि हेमू यांच्यात झाले. (मइ)

पानिपतची बखर : या बखरीचा समावेश समरप्रसंगाच्या बखरीमध्ये केला जातो. गोपिकाबाईंच्या सांगण्यावरून रघुनाथ यादवाने ही बखर लिहिली. भाऊंची तुलना त्याने दुर्योधनाशी केली आहे. कोणत्या पद्धतीचे युद्ध केले याची माहिती दिली आहे. (पेम)

पायगुण : मध्ययुगीन महाराष्ट्रात शकुनासारखीच पायगुणाची प्रथा पडताळून पाहण्याची प्रथा रूढ होती. एखाद्या व्यक्तीच्या आगमनाने नियोजित कार्य यशस्वीरीत्या पार पडल्यास त्याचा पायगुण चांगला ठरे अन्यथा वाईट. एखाद्या व्यक्तीच्या संबंधाने वारंवार अपयश आल्यास त्या व्यक्तीस 'पांढऱ्या पायाची'समजत. अशीच प्रथा एखाद्या व्यक्तीच्या दर्शनासंबंधात पण होती. दर्शनाने काम झाल्यास शुभ व काम झाले नाही तर काळतोंड्या. (मइ)

पायदळ : (हशम) सैन्याचा एक विभाग. दहा जणांच्या गटावर एक नाईक असे. पाच गटावर एक हवालदार. दोन तीन हवालदारांवर जुमलेदार आणि दहा जुमलेदारांवर एक हजारी व सात हजाऱ्यांवर हशाम किंवा पायदळाचा सरसोबत अशी श्रेणी होती. (मइ)

पाल कसबे (गणपतीची) : कसबे पाल (गणपतीची) येथे हाटाजे नावाचे एक जुन्या काळचे तळे होते. तळ्यात भूत आहे या समजुतीने गावच्या लोकांनी त्याचा त्याग केल्यामुळे ते गाळाने भरून अगदी निरुपयोगी झाले. परंतु, पाल गावचे चिमणाजी महादेव व माधवराव दाम ह्या धीट गृहस्थांनी भूतदेवतांचा बंदोबस्त करून तळ्यातील गाळ काढला, त्यास भोवती दगडी बांध घातला व घाटही बांधला. (पेम)

पाल राजघराणे : अराजकाचा नायनाट करून पाल घराण्याने आपली सत्ता बंगाल व बिहारमध्ये भक्कम केली. या राजघराण्यात पहिला गोपाल राजा (७६५- ७६९), त्याचा मुलगा धर्मपाल (७७०- ८१०), देवपाल (८१०- ८१५), पहिला महिपाल इ. राजे होऊन गेले. मांडलिक सेन घराण्याने बंगालची सत्ता बळकावली (१२ व्या शतकात) व पाल घराण्याचा शेवट झाला.चार शतके राज्य केले. बंगालमध्ये साहित्य, तत्त्वज्ञान आणि कला ह्यांचा विकास. पालराजे बौद्ध तरीही यज्ञमान, वेदविद्या, संस्कृत भाषा आदींचा पुष्कळ प्रसार. अनेक कवी, वैय्याकरणी, पंडित, धर्मशास्त्रावर ह्या राजवटीत होऊन गेले. पालकालीन सुडौल आणि सुंदर, पाषाणांच्या, धातूंच्या असंख्य मूर्ती मिळालेल्या आहेत. बंगाल-बिहारमध्ये मंदिर आणि बौद्ध विहार. बौद्ध ग्रंथाचे लेखन तथा सूर्य, देवी, नवग्रह, विष्णू, तीर्थंकर आदी मूर्ती दर्शनीय. (भासंको)

पालखी : हे वाहन मानमान्यतेचे समजत. पालखीत बसून जाण्यास मनुष्यबळ लागे, आजारी माणसे, स्त्रिया व मुले, गर्भवती व बाळंतिणी या पालखीतून जात असत. ऊन, पाऊस, थंडी यातून सुखरूपणे प्रवास होई. पालखीचा प्रवास सुखाचा असला तरी त्यास विलंब होई. कर्तृत्वसंपन्न व्यक्तींना पालखीचा मान मिळत असे. (पेम)

पाल बिपीनचंद्र : (१८५८-१९३२) बंगालचे एक प्रमुख देशभक्त. त्यांनी ब्राम्हो समाजाचा प्रचार केला. स्वदेशी, बहिष्कार, राष्ट्रीय शिक्षण यांच्या प्रसारासाठी देशभर दौरा काढला. लाल-बाल-पाल ही राष्ट्रीय त्रिमूर्ती त्यावेळी प्रसिद्ध होती. अरविंद घोष यांच्या वंदेमातरम् खटल्यात यांनी साक्ष देण्यास नकार दिला. होमरूल चळवळीत ते टिळकांबरोबर होते. 'न्यू इंडिया व वंदेमातरम्' पत्रातील त्यांच्या लेखांनी तरुणांच्या मनावर मोठा परिणाम झाला होता. (सुविको)

पाली : अष्टविनायकांपैकी बल्लाळेश्वराचे स्थान, महाराष्ट्रातील रायगड जिल्ह्यात व सुधागड तालुक्यात, मूळ मंदिर लाकडी होते. श्रीमंत बाबूराव फडणीस त्यांचे पुत्र मोरोबा दादा फडणीस यांनी जीर्णोद्धार करून सांप्रतचे दगडी देवालय निर्माण केले. १७७०. मुख्य मंदिराच्या मागे ढुंढी विनायकाचे मंदिर आहे. सुधागड- सरसगड हे इतिहासप्रसिद्ध दुर्ग आहेत. (भासंको)

पाली : सातारा जिल्ह्यात आहे. खंडोबाचे मंदिर सुमारे ५०० वर्षांपूर्वीचे आहे. त्यातील बराचसा भाग धनाजी जाधवाने बांधला. नंतर शिखर बहुतेक शिंद्यांनी बांधले. शिखरावरील कोनाड्यात हिंदू देवदेवतांच्या मूर्ती आहेत. लक्षणीय मराठेशाही पोशाख केलेल्या सरदारांच्या मूर्ती आहेत. त्या रसरशीत वाटतात. या मूर्ती शाडूच्या बनविलेल्या आहेत. शिवकालात येथे एक दिव्य झाले. शिवाजीमहाराज स्वत: त्यावेळी उपस्थित होते. (मइ)

पावगी नारायण भगवानराव (जन्म १८५४) **:** प्राचीन भारतीय इतिहासाचे लेखक. भारतीय साम्राज्य ह्या शीर्षकाखाली ११ पुस्तके आणि याव्यतिरिक्त सात पुस्तके असे त्यांचे विपुल साहित्य आहे. (मदि)

पावगी रावजी भगवानराव (निधन १९२९) **:** प्रवासवर्णनकार, चरित्रलेखक. विलायतचा प्रवास नार्लस् ब्राडला एम. जी. मिसेस ॲनी बेझेंट आणि तुर्कस्थान हा इतिहासग्रंथ. (मदि)

पावनखिंड : बाजीप्रभू देशपांडे यांनी फाजिलखानच्या सैन्याला गजापूरच्या खिंडीमध्ये रोखून धरले. यावेळी लढाईची धुमश्चक्री झाली. मराठा सैनिक कापले जात होते. तोफेचा एक गोळा खूद्द बाजीप्रभूनांही लागला होता.ते कोसळले पण ते शूर मराठा सैनिक खिंडीतच राहिले. ते प्राणपणाने लढतच राहिले. शिवाजीमहाराज विशाळगडावर पोहचल्याचा इशारा मिळताच बाजीप्रभूंनी शांतपणे प्राणत्याग केला. बाजीप्रभूंच्या आत्मबलिदानानंतर गजापूर खिंडीलाच 'पावनखिंड' हे नाव देण्यात आले. (इसंशा)

पाळेगार : पाळेगार म्हणजे एक प्रकारे जहागिरदारच होते. पण ते बंडखोरवृत्तीचे असत. त्यांनी नवीन वसाहती व शेती निर्माण केल्या. आपापल्या विभागात सुव्यवस्थित कारभार सुरू केला. त्यांच्या जवळ सैन्याचा जोर असल्याने राज्याच्या संरक्षणासाठी त्यांचा बराच उपयोग झाला. दुर्गम प्रदेशातील पाळेगारांना स्वतंत्रपणे राज्य करण्याची इच्छा होती. नायक राजे दुर्बल झाल्यानंतर त्यांना ती संधी मिळाली. (भासंको)

पाषाणयुग : पाहा - अश्मयुग.

पाषाण वस्तू : स्टिएटाईट या ठिसूळ दगडाचे मणी प्राचीनकाळी निर्यात होत. हा दगड राजस्थानात सापडतो. क्लोराईड दगडाचे लहान वाडगे सिंधु उत्खननात सापडले आहेत. त्यावर नक्षीकाम करत. (सि सं)

पाहाणी खर्डे : पुण्याच्या पेशवा दप्तर ऑफिसमध्ये इंग्रजी राजवटीतील कागदपत्र या विभागात पाहाणी खर्डे नावाचा महत्त्वपूर्ण विभाग आहे. त्यात खानदेशासंबंधीचे बरेच रुमाल आहेत. प्रिंगल, विंगेटसाहेब यांनी ते तयार केलेले आहेत. (मइ)

पिंगळी सूरण्णा : (इ. स.चे १६वे शतक) विजयनगरच्या कृष्णदेवरायाच्या दरबारातील अष्टदिग्गज कवींपैकी एक. (भासंको)

पिंगळे (हुतात्मा) विष्णू गणेश, क्रांतिरत्न : (१८८८ ते १६ नोव्हेंबर १९१५). तळेगाव ढमढेरे / तालुका शिरूर पुणे जिल्हा. त्याकाळी अमेरिकेत अभियांत्रिकी (इंजिनियरिंग) चे शिक्षण घ्यावयास गेले. तेथे गदर ह्या क्रांतिकारक चळवळीशी त्यांचा संबंध आला. गदर वृत्तपत्राच्या मराठी आवृत्तीचे संपादनही ते करीत. वैयक्तिक सुखासीन आयुष्याचा मोह न धरता त्यांनी स्वातंत्र्यसंग्रामात उडी घेतली. पहिल्या महायुद्धाचा लाभ उठवून, भारतातील इंग्रज सैन्यास उठावासाठी प्रवृत्त करावयाचे अशी ही धाडसी नि प्रचंड योजना होती. पण फितुरीमुळे पिंगळे सापडले. लाहोर कारागृहात फाशी. अत्यंत धैर्याने मृत्यूला सामोरे गेले. त्यांच्या फाशीचा सर्वदूर परिणाम झाला.

पिंटोचा कट : इ. १७८७ मध्ये गोव्यातील धर्मोपदेशकांनी पोर्तुगीज सत्तेविरुद्ध बंड केले त्याला पिंटोचा कट म्हणत. तो अयशस्वी झाला. (सविको)

पिंड्ये जयराम : (इ.स. चे १९ वे शतक) – एक संस्कृत कवी. 'राधामाधवविलास चंपू' हे त्यांचे प्रसिद्ध संस्कृत काव्य. हे काव्य शहाजीराजांच्या वर्णनपर आहे. हा शिवाजी महाराज व एकोजी राजे यांच्या पदरी होता असे के. व्ही. लक्ष्मणराव म्हणतात. (भासंको)

पितळखोरे : औरंगाबाद चाळीसगाव रस्त्यावर पितळखोरे येथे लेणीसमूह आहे. हीनयान पक्षीय बौद्धांनी खोदली आहेत. अर्धवर्तुळाकार पहाडात आहेत. सुबक, सुंदर, प्रमाणबद्ध आहेत. खांबावर, छतावर, भिंतीवर चित्रेच चित्रे आहेत. सात प्रचंड हत्ती कोरलेले आहेत. या लेखात सापडलेल्या यक्षमूर्तीला भारतीय टपाल खात्याने तिकिटावर स्थान दिले आहे. मानवी चेहरा व जनावराचे धड असलेली शिल्पाकृती आहे. एक स्तूप आहे. या ठिकाणी सापडलेल्या शिल्पाचे कलात्मकदृष्ट्या खूपच महत्त्व आहे. शंकरीपत यक्ष असे त्याला म्हटले जाते. तो पितलिंगया येथे राहणारा असावा. त्या यक्षाच्या हातावर लेख आहे. भारतीय कलाकार आपल्या कलाकृतीवर सहसा आपले नाव कोरीत नाहीत परंतु त्याला ही मूर्ती अपवाद आहे. केसांची वेणी घातलेला असून सातवाहन कालीन लेण्यापैकी उत्कृष्ट मानले जाते. खानदेशातील प्राचीन मानवी वसाहतीचे पुरावे पितळखोरे या ठिकाणी सापडले आहेत. पाटा–वरवंटा, मणी, येथील मानवी वसाहत इ.पू. २०० वर्षापूर्वीची असावी. (खाई) (लेम, खाई)

पिल्ले धनराज (ज. १९६८) **:** श्रेष्ठ हॉकीपटू, भारतीय चमूचे संघनायक. सिडनी, बर्लिंग, बीजिंग, बार्सिलोना, हॉलंड या स्पर्धेत सहभाग. १९९८ मध्ये जागतिक चषक मिळविला. अर्जुन परितोषिक देऊन सन्मानित करण्यात आले. (इंटरनेट)

पीतांबर बहरी : पाहा पीड नायक (मइ)

पीपल्स एज्युकेशन सोसायटी : डॉ. बाबासाहेब आंबेडकरांनी गरीब, समाजातील तळागाळातील बहुजन वर्गाला शिक्षणाचा लाभ झाला पाहिजे, यासाठी १९४५ मध्ये ही संस्था स्थापन केली. सिद्धार्थ कला विज्ञान महाविद्यालय, मुंबई सिद्धार्थ विधी महाविद्यालय (१९४६) स्थापन केले. १९५३ मध्ये सिद्धार्थ वाणिज्य अर्थशास्त्र महाविद्यालय सुरू केले. काळाच्या ओघात महाराष्ट्रभर शैक्षणिक संस्था निर्माण झाल्या. (मपइ)

पीडनायक : औरंगजेबाने महाराष्ट्रावर जे दीर्घकाळ आक्रमण केले त्याला मराठ्यांनी कडवा प्रतिकार

केला. कर्नाटकचे संस्थानिक आणि मराठे सरदार परस्पर सहकार्याचे उदा. म्हणजे सुरापूरचा बेरड संस्थानिक पीड नायकाने औरंगजेबाच्या सैन्याला प्रखर विरोध केला. वागिनगेऱ्याचे ठाणे मराठ्यांच्या मदतीने शर्थीने लढविले. पुढील वर्षी बहिरजी घोरपड्यास पेनुगोंडाचा किल्ला जिंकण्यास मदत केली.

पीर : इस्लामी फकीराची समाधी. हिंदूंच्या इतर देवताप्रमाणेच पीर हेही हिंदूंना पूज्य होते. त्याची त्याच भावनेने भक्ती करीत. मिरजेचा पीर फार प्रसिध्द आहे. त्याचा दर्गाही खूप खर्चाने बांधला असून दरसाल त्याचा उरुसही मोठा भरतो. गोविंद हरी यांनी विपत्काली यांचे चिंतन स्मरण केले होते. शहाजी आणि शरिफजी ही नावेही पिरावरून घेतली आहेत. (पे म)

पीलखाना : पाहा – हत्ती.

पुंछी एम. एम. : जाने. १९९८ ते ऑक्टो. १९९८ या काळात एम.एम. पुंछी यांनी सरन्यायाधीशपदाची जबाबदारी सांभाळली. केंद्र– राज्य संबंध परीक्षण समितीचेही ते अध्यक्ष होते. (इस्ट्रफॉइ)

पुणे : पुणे शहराला प्राचीन काळापासूनचा इतिहास आहे. उत्तर-दक्षिण प्रवासाचे ते एक व्यापारी केंद्र होते. किल्ले, कोरीव लेख, गुंफा यावरून या प्रदेशाचे महत्त्व ध्यानी येते. पुनवडी, पुण्यक, पुण्यपतन, पुण्यविषयक अशी नावे याला आढळून येतात. शिवाजीमहाराजांनी स्वराज्याच्या उद्योगाचा येथूनच प्रारंभ केला. इंग्रजी राजवटीतही पुणे राजकीय, सामाजिक, धार्मिक, सांस्कृतिक केंद्र म्हणून प्रसिद्ध.सोमवार पेठेतील तीन सोंड्या गणपतीचे मंदिर हे मूळचे शिवाचे रामेश्वराचे होते, असे एका शिलालेखावरून सिध्द होते. १७५४ मध्ये ते बांधले गेले. दक्षिणेस मध्यभागी नटराजाची मूर्ती आहे. तीत गतिमानता आहे. मराठेशाहीतील विपुल शिल्प असलेले हे मंदिर आहे. गाभाऱ्यात तीन सोंडा असलेला गणपती आहे. सर्वच पेशव्यांचे आवडते शहर. शहर मैदानावर असून त्याला डोंगराचा व किल्ल्यांचा आश्रय आहे. पुणे नाक्यावरचे होते. त्यामुळे राजधानीला योग्य होते. पेशवाईची वस्त्रे बाजीरावास मिळताच त्याने आपली वस्ती पुण्यास हालविली. पुण्यास शहराचा मोठेपणा आलेला नव्हता. तो एक कसब्याचा भाग होता. मुसलमानांच्या अमलात पुणे, कुंभारी, कासारी अशी तीन खेडी मिळून पुणे हा गाव झाला. धाकटा शेख सल्ला व मोठा शेखसल्ला ही मूळची प्राचीन शिवमंदिरे मुठा नदीकाठी होती. मराठी सत्ता वाढू लागल्यावर अनेक प्रांतातून निरनिराळे व्यावसायिक आले. हरतऱ्हेचे कारागीर, व्यापारी, सैनिक येऊ लागले. त्यामुळे नव्या पेठा वसल्या. (मइ)

पुणे करार : डॉ. बाबासाहेब आंबेडकर आणि म. गांधी यांच्यातील हा करार देशभर गाजला. अस्पृश्यांसाठी स्वतंत्र मतदारसंघाची मागणी डॉ. आंबेडकरांनी केली. पण देशात फुटीरता माजेल म्हणून म. गांधींचा त्याला विरोध राहिला. मॅकडोनाल्ड यांनी तो ठराव मांडताच म. गांधी प्राणांतिक उपोषण सुरू केले २० सप्टेंबर १९३२. तेव्हा डॉ. आंबेडकरांनी पुणे करार करून स्वतंत्र मतदार संघाची आपली मागणी मागे घेतली. ह्या साऱ्या नेत्यांनी तयार केलेल्या योजना म्हणजे 'पुणे करार' त्यानुसार दलितांसाठी राखीव मतदारसंघ, हरिजन हा हिंदू समाजाच घटक आहे. जातीय निवाड्यापेक्षा हरिजनांना अधिक जागा मिळाल्या नि विधिमंडळातील ब्रिटिशशासित प्रांतात भारतीयांना असलेल्या जागांपैकी १८ टक्के जागा दलितांसाठी राखीव ठेवण्यात आल्या. (इसंशा) (सविको २)

पुणे जिल्हा शिक्षण मंडळ : 'बहुजन हिताय बहुजन सुखाय' हे ब्रीदवाक्य. बाबुराव घोलप हे संस्थापक

होते. ग्रामीण भागात शाळा, महाविद्यालयाचा पसारा त्यांनी वाढविला. गरीब विद्यार्थ्यांकडे विशेष लक्ष दिले जाई.

पुणे पुराभिलेखागार (Pune Archives) **:** पुणे कौन्सिल हॉलच्यासमोर एलफिंन्स्टनने पुणे ताब्यात घेतल्यावर त्यांची निर्मिती झाली. ४ कोटींपेक्षा जास्त कागद आहेत. इ. स. १६०० ते १८५६ पर्यंतच्या मराठ्याच्या इतिहासासंबंधीची कागदपत्रे, ३९ हजार रुमालांपैकी मराठी भाषेतील २९ हजार ४६३ रुमाल, त्याचे वर्गीकरण म्हणजे- शाहू दफ्तर, पेशवा दफ्तर, आंग्रे दफ्तर, सातारा महाराज दफ्तर,जमाव दफ्तर, कर्नाटक दफ्तर, सोलापूर दफ्तर, इनाम कमिशन चौकशी दफ्तर, ब्रिटिश पूर्वकालीन दफ्तर, ब्रिटिशकालीन दफ्तर, हक्क कमिशन दफ्तर, जकात कागदपत्रे दफ्तर. (इलेशा, मद)

पुतळी : शिवाजी राजाच्या खजिन्यात अनेक प्रकारची सुवर्ण नाणी होती. त्यातील एक सुवर्ण नाण्याचा प्रकार म्हणजे पुतळी. तसेच हा एक दागिन्याचा प्रकार असून त्याची किंमत चार रुपयांच्या आसपास होती. (पेम)

पुना रेसिडेन्सी कॉरस्पॉडन्स : सरदेसाईंनी यदुनाथ सरकारबरोबर वरील पत्रव्यवहाराचे इंग्रजीत संपादन केले. दोघांनी मिळून रेसीडेन्सीचे १५ खंड प्रसिध्द केले. या खंडापैकी सरदेसाईंनी २,६,७,१२,१३ क्रमांकाचे खंड संपादित केले. पेशवे दफ्तर, ४५ मोडी कागदपत्रे, १५ इंग्रजी, २ फार्सी, मिळून ६२ खंड संपादित केले. (इलेशा)

पुरंदरे कृ. वा. : ऐतिहासिक क्षेत्रात पूर येथील रहिवासी मराठी शिक्षक. पुरंदरे दप्तरातील कागद तीन खंडात प्रसिद्ध केले. पुरंदरे दप्तर खंड ४ व जुळणी केली आहे. सासवड पुरंदरे घराणे, अनेक पुरंदरे वाद, पेशवे विषयक कागद त्यात आहेत. (इसंशा)

पुराण वस्तुसंशोधन : भूतलावर किंवा भूगर्भात सापडलेल्या पुराणवस्तूंचे संशोधन व अध्ययन करून त्यावरून इतिहासाचा मागोवा घेणे, याचे जे शास्त्र असते त्याला पुराणवस्तुसंशोधन शास्त्र असे म्हणतात. इ.स. १८६१ साली पुराणवस्तुसंशोधन खात्याची स्थापना कॅनिंगहॅमने केली. प्राचीन लेखांचे महत्त्व विशेष असते. शिलालेख, ताम्रपट, लाकडांवर किंवा इतर धातूच्या फलकांवर कोरलेले लेख, कागद, भूर्जपत्र किंवा ताडपत्र यावरचे हस्तलेख, नाण्यांवरील लेख यांचा समावेश होतो. हे शास्त्र उपोद्‌बलक शास्त्र आहे. या शास्त्रामुळे वाङ्‌मय, इतिहास, सामाजिक नीती, चालीरीती, श्रद्धासमजुती इ. मानवी संस्कृतीचे विविध पुरावे उपलब्ध होतात. (भासंको)

पुराणे : एकूण १८ पुराणे व १८ उपपुराणे आहेत. पुराणात अनेक राजघराणांच्या वंशावळी दिल्या आहेत. राजाच्या वंशावळीची ७ पुराणे महत्त्वपूर्ण आहेत. १) मत्स्य, २) भागवत, ३) भविष्य, ४) विष्णू, ५) वायू, ६) ब्रम्हांड, ७) गरुड या पुराणांवरून धार्मिक, आर्थिक आणि सामाजिक माहिती मिळते. हिंदू पुराणांशिवाय पाली भाषेत दीपवंश आणि महावंश ही बौद्ध पुराणे आहेत. (इलेशा)

पुरातत्त्वशास्त्र : (Archeology) पुरातत्त्वशास्त्र म्हणजे पुराणवस्तुशास्त्र होय. पृथ्वीच्या भूगर्भात उत्खननानंतर ज्या वस्तू सापडलेल्या असतात, त्याचा अभ्यास करणारी ही एक अतिमहत्त्वाची ज्ञानशाखा आहे. इतिहासकाराला पुरातत्त्वज्ञान असेल तर तो आपला अभ्यास चांगल्या तऱ्हेने समजावून घेईल असे समजतात. १९०४ पासून भारतातील व प्रांतातील पुरातत्त्व विभागातर्फे मानवी वसाहतीचा काल निर्धारित करणे, अस्थलांतरित वस्तूंच्या संरक्षणासाठी ज्या वस्तू उत्खननामध्ये सापडल्या त्याच्या जपणुकीची योग्य व्यवस्था करणे हे कार्य केले जाते. (इलेशा)

पुरुष दैवत : महाराष्ट्रात दायमाबाद (जि. अहमदनगर) येथे प्रवरेच्या काठावर काही सिंधुसंस्कृतीचे अवशेष आढळले. तेथे एक बैलाचा रथ व तीन प्राण्यांची चित्रे मिळाली. रथात एक पुरुष उभा आहे. त्याची चेहरेपट्टी काली बंगनमधील मातीच्या मूर्तीशी मिळती-जुळती आहे. ती मूर्ती देवाची असावी. मूर्ती जड असल्यामुळे मुलांची खेळणी म्हणून त्यांचा निश्चित उपयोग होत नव्हता. त्यावरून त्यांचा उपयोग धार्मिक सणात होत असावा. रथातील देवता आणि प्राणी यांची धार्मिक समारंभात यात्रा निघत असावी. (सिंसं)

पुलू सोनाळे : नाणेघाटाशेजारी दाऱ्याघाटाच्या पायथ्याशी पुलू सोनाळे नामक गावाजवळ कणिकेर तथा सुवर्णवाहिनी नदी आहे. तेथे अकरा कमी महत्त्वाच्या लेण्यांचा गट आहे. यांतील खांबांचे कोतळीगडाच्या पायथ्याशी असणाऱ्या लेण्यांतील खांबांशी साधर्म्य आहे. (लेप)

पुळे : (गणपतिपुळे) – एक गणपती क्षेत्र, विजापूरच्या आदिलशहाने या देवस्थानाला दरसाल तीनशे रुपयांचा इनाम दिला. शिवाजी महाराजांनी नित्य पुराणाची व्यवस्था केली होती. (हरभट पटवर्धन) पेशव्यांच्या काळातील पटवर्धन संस्थानिकांचे हे कुलदैवत, श्रीमंत माधवराव पेशवे व रमाबाई यांनी देवालयाजवळ धर्मशाळा बांधली. सरदार गोविंदपंत बुंदेले यांनी प्रदक्षिणेची पाखंडी बांधली. सध्या गणपती क्षेत्र म्हणून खूपच विकसित झाले आहे. (भासंको)

पुष्करणी : मोहेंजोदारो येथे ही बालेकिल्ल्यात आहे. बांधकाम पक्क्या विटांचे. तिच्या बाजूस असलेल्या एका खोलीत एक विहीर आहे. डाव्या बाजूस स्तंभयुक्त ओवरी आहे. आत उतरण्यास पायऱ्या आहेत. जमीनही पक्क्या विटांची असून एखाद्या पोहण्याच्या तलावासारखी ही पुष्करणी दिसते. प्रसंगोपात् धार्मिक प्रसंगानुरूप अभ्यंग स्नानासाठी तिचा उपयोग होत असावा. राज्याभिषेक प्रसंगी मोहेंजोदारो येथील या पुष्करणीचा उपयोग होत असावा. (सिंसं)

पुष्यमित्र शुंग : (राज्यकाल इ. स. पू. १८७-१५१) – मौर्य वंशानंतर मगधावर राज्य करणारा सम्राट, याचे कुल शुंग असे होते. याने मिनँडरचा पराभव केला. राजा डेमेट्रिअस याने मगधावर स्वारी केली तेव्हा बृहद्रथाने याला सेनापती नेमले. बृहद्रथाने ग्रीकांचा पराभव केला. इतिहासात शुंगांची मोठीच कामगिरी आहे. (भासंको)

पूर्णप्रकाशानंदनाथ : (इ.स. च्या १७ व्या शतकाची अखेर व १८ व्या शतकाचा प्रारंभ) नाथसंप्रदायी मराठी ग्रंथकार, शिवदर्पण, पूर्णप्रबोध चंद्रोदय व राधाविलास हे तीन ग्रंथ रचले आहेत. (भासंको)

पूर्णिमा अणुभट्टी : ट्राँबे (मुंबई) येथे प्लुटोनियम इंधनावर आधारित अशी पूर्णिमा – १ ही अणुभट्टी सुरू करण्यात आली (१९७२). ही भारतातील चौथी अणुभट्टी. याचा प्रारंभ जरी ट्राँबे येथे झाला असला तरी नंतर ही अणुभट्टी तमिळनाडूमधील कल्पकम येथे बांधण्यात आली. (इसंशा)

पेंढारी : भारतामध्ये लूटमार करून पैसाअडका मिळविणाऱ्यांच्या टोळ्या होत्या. त्यांना पेंढारी म्हणतात. पेंढाऱ्याचा सुळसुळाट सर्वत्रच होता. (१८ व्या व १९ व्या शतकाच्या प्रारंभी) ब्रिटिशांचा अधिकारी गव्हर्नर जनरल हेस्टिंजने पेंढारींना नष्ट करण्यासाठी सुमारे १ लाख सैन्य उपयोगात आणले. पुढे पेंढारींचे पुनर्वसन करण्यात आले. सेनापती आउटरॅम ह्याचा खूप पुढाकार होता. (इसंशा)

पृथ्वी क्षेपणास्त्र : पृथ्वी हे जमिनीवरून जमिनीवर हल्ला करणारे ८.५ मी. लांबीचे मध्यम पल्ल्याचे क्षेपणास्त्र. पहिली चाचणी १९८८ मध्ये घेण्यात आली. पृथ्वी – १ ची भारक्षमता १०० कि.ग्रॅ. असून पल्ला

१५० कि.मी. आहे. पृथ्वी-२ ची भारक्षमता ५०० ते ७५० कि.ग्रॅ. असून पल्ला २५० कि.मी. आहे. पृथ्वी - ३ ची भारक्षमता ५००-७५० असून पल्ला ३५० कि.मी. आहे. (इसंशा)

पेटा न्यायपंचायत : तंटे जर आपसात मिटले नाही तर पंचायत बोलविली जाई. पेटा पंचायतीतील सभासद मामलेदाराकडून नियुक्त केले जात. त्यांना वादी-प्रतिवादी यांची संमती लागे. दंडाची रक्कम दोन रुपयापेक्षा जास्त नसे. २४ तासापेक्षा जास्त कोणासही नजरकैद नसे. इनाम जमिनी, इनाम गाव, वतन, पाटिलकी, तगाई, कर्ज, दत्तकविषयी असे फिर्यादीचे स्वरूप असे. गाव-वेस व जातीसंबंधीपण खटले असत. (मइ)

पेठ : पेठ निवासस्थाने आणि दुकाने वसविण्यास जबाबदार माणसास 'कौल'देत. त्यास काही वतनी (अभय) अधिकार प्राप्त होत. जबाबदाऱ्या सांभाळाव्या लागत. १७ व्या शतकाच्या अखेरीस कसबा, रविवार, बुधवार पेठ १७०३ मध्ये वसवली. सुमारे १७५० मध्ये नवीन पेठा वसविल्या गेल्या. १७६३ मध्ये पेशव्यांची सत्ता वाढू लागल्यावर उद्योगधंद्यासाठी बाहेरचे लोक येऊ लागल्यावर १७६७ मध्ये भवानीपेठ तर १७६९ मध्ये सदाशिव व नारायण पेठा वसविल्या. नाना फडणविसांच्या उत्कर्षांच्या काळात घोरपडे, रास्ता, व नाना पेठा वसविल्या गेल्या. (मइ)

पेढी : चलनाचा विनिमय व कर्जासाठी पैशाची देवघेव ज्या ठिकाणी होते, त्या ठिकाणाला पेढी असे म्हणतात. शेतकऱ्यांना व व्यापाऱ्यांना उसना व व्याजाने पैशाचा पुरवठा पेढीतून होत असे. महसुली तारणावर कर्ज देत. कर्जाऊ रकमा देणारे व पेढीवाले यांना महाजन असे म्हणत. मुघलकाळात हुंड्या देण्याची पद्धत होती. राजस्थान व गुजरातमध्ये तसेच महाराष्ट्रातही पेढी व्यवहार होत असत. (मभासंसं)

पेशवा : शिवकालीन अष्टप्रधान मंडळातील क्रमांक एकचा मंत्री. लष्करी, महसुली आणि सामान्य प्रशासनाचा अत्यंत अनुभवी मंत्री. त्याला सालिना १५ हजार होन वेतन असून लष्करी सेवाही करावी लागे. छत्रपतींची मर्जी असेपर्यंत सत्तेवर राहू शके. शिवकाळात मोरो त्रिमल पिंगळे दीर्घकाळ पेशवा म्हणून होते. पेशवा म्हणजे पंतप्रधान होय. पेशव्यांची इतर खात्यांवरही देखरेख असे. शाहू काळात या पदाचे महत्त्व एवढे वाढले की मराठी राज्याची सर्व सूत्रे त्याचे हाती आली आणि छत्रपती नामधारी बनले. (मइ)

पेशवाई : पेशव्यांच्या नेतृत्वाखाली मराठी राज्य. महाराष्ट्राच्या इतिहासातील एक उज्ज्वल कालखंड, इ.स. १७१३ मध्ये शाहू महाराजांनी बाळाजी विश्वनाथ भट याला पेशवाईची वस्त्रे दिली. पेशव्यांनी हिंदुपतपादशाहीची स्थापना केली. सवाई माधवराव पेशव्याच्या काळात जवळजवळ सर्व भारत प्रत्यक्ष वा अप्रत्यक्ष मराठेशाहीत समाविष्ट. बलाढ्य इंग्रजी सत्तेपुढे मात्र पराभूत. (भासंको)

पेशवा सरकारांचा जाहीरनामा : सप्टेंबर १८५७ मध्ये 'पेशवा सरकारच्या जाहीरनाम्याच्या प्रती पुण्यात पूना कॉलेजजवळ वाचनालयापाशी लावण्यात आल्या. त्यात गव्हर्नर, न्यायाधीश, जिल्हाधिकारी, कमांडर वगैरेंना मारण्याबद्दल बक्षीसांचा पुकारा होता. पण हे लावणाऱ्याचा शोध लागू न शकल्यामुळे कोणालाही अटक झाली नाही. (मदि)

पेशवेकालीन स्त्रिया : स्त्रियांत ज्ञानलालसा होती. शिकलेल्या नव्हत्या. श्रवणाने त्यांनी ज्ञान संपादून आपली आध्यात्मिक व मानसिक उन्नती करावी अशी धारणा होती. राधाबाई - बाजीराव पेशव्यांच्या मातोश्री अतिशय चतुर होत्या. त्यांनी बराच प्रदेश पाहिला होता. त्यामुळे त्या बहुश्रुत होत्या. पुराणश्रवण व ईश्वराधन यात स्त्रिया वेळ घालवीत. बालविधवा पवित्र आचरण करीत. पोथ्या वाचत. (पेम)

पेशव्यांची बखर : इ. स. १७८२ मध्ये लिहिली. बाळाजी गणेश यांनी सवाई माधवरावांसाठी लिहिली. स्थळ, काल, व्यक्ती यांचे बिनचूक उल्लेख यात आहेत. त्यामुळे बरीच विश्वसनीय, तथापि बखरीत आढळणारे सामान्य दोष त्यात आहेत. स्वाभाविकता यात नाही. भाषा मात्र साधी व सोपी आहे. (पेम)

पॅलेस्टाईन दिन : ज्यूंच्या प्रश्नाविषयी सहानुभूती असली तरी काँग्रेसने पॅलेस्टाईन प्रश्नी अरबांना पाठिंबा दिला होता. हा पाठिंबा दर्शवण्यासाठी काँग्रेसने २० सप्टे. १९३६ हा दिवस 'पॅलेस्टाईन दिन' म्हणून पाळला. पॅलेस्टाईन प्रश्न अरब व ज्यूंनी परस्परचर्चेने सोडवावा असे आवाहन काँग्रेसने केले. (सुविको)

पैठण : औरंगाबाद जिल्ह्यातला एक तालुका, महानुभाव धर्माची स्थापना येथेच. शालिवाहन राजांची कर्मभूमी, प्राचीन महाराष्ट्रातील दक्षिणेकडील एक सांस्कृतिक केंद्र होते. प्राचीन अवशेषांचे संशोधन करण्यासाठी निजाम सरकारने येथे उत्खनन सुरू केले. संतश्रेष्ठ एकनाथांची जन्मभूमी व कर्मभूमी. निर्वाणभूमि एक धर्मक्षेत्र व संतक्षेत्र, महाराष्ट्रातल्या औरंगाबाद जिल्ह्यात गोदावरीच्या तीरावर, अशोकाच्या शिलालेखात सांची येथील स्तूपावरील कोरीव लेखांतही पैठणचा उल्लेख, सातवाहनांच्या काळात पैठणचा सर्वांगीण विकास, महानुभव संप्रदायाचे प्रवर्तक चक्रधर स्वामी यांचा घनिष्ठ संबंध आला. येथील उत्खननामधून स्थापत्यविद्येची प्रगती आढळून येते. (भासंको, सुविको)

पैमाश : पुणे अभिलेखागारात पैमाश हा एक कागदपत्रांचा विभाग आहे. इंग्रज स्प्रिंगेल या अधिकाऱ्याने १८३५ –५८ या काळात जमिनीची महसुलीच्या दृष्टीने पाहणी केली. त्यासंबंधीचे व पूर्वीच्या पाहणीचे कागद या विभागात आहेत. (मदि)

पैलवान : कुस्ती हा मर्दानी क्रीडाप्रकार पेशव्यांनी राजाश्रित केला. सर्वच पेशवे व्यायामाचे शौकिन. त्यांच्या खाजगी तालमी असत. नामवंत पहिलवानांना सरकारी खुराक देत. कुस्ती लावून विजेत्यास बक्षिसे देत. देशोदेशीचे पैलवान पुण्यास येऊन आपले कसब दाखवत. (पेम)

पोखरबीळ लेणे : महाराष्ट्र, पुणे जिल्हा. पुरंदर दुर्गाच्या वायव्येला दोन टेकड्या दिसतात. त्या डोंगराला सूर्य पर्वत नि शिखरांना सूर्य आणि चंद्र अशी दोन नावे आहेत. सूर्य पर्वताच्या पूर्वेस पायथ्यालगत एक दुमजली लेणे आहे. लेण्यांत मूर्ती आहेत पण त्यांची खूप झीज झालेली आहे. सर्वात मोठी मूर्ती दत्तात्रेयांची आहे. वरच्या मजल्याचाही विस्तार खूप मोठा आहे. नारायणपूर येथील श्री नारायणेश्वराच्या देवालयात चांगावटेश्वरांचा शिष्य श्रीधर जोशी यांनी तपश्चर्या केल्याचा उल्लेख आहे. त्या संप्रदायाचा आणि पोखरबिळाचा काही संबंध असावा. (लेम)

पोतदार : सरकारच्या खजिन्यात आलेली नाणी पारखणारा अधिकारी. मराठ्यांच्या काळामध्ये निरनिराळ्या कारणांनी जो पैसा खजिन्यात जमा होत असे त्याला तहसील, इरसाल किंवा पोता म्हणत. नाणी तपासण्यासाठी जी व्यक्ती नेमली जाई तिला पोतदार असे म्हणत. सोनारांमध्ये पोतदार ही बहुमानाची पदवी. (भासंको)

पोतदार द. वा. : यांनी इ. स. १९३० पूर्वी संपादन केलेली ४०० कागदपत्रे या रुमालात आहेत. ज्ञानचंद्रोदय या शिळा छापी आणि नियकालिकाचे शक १७६३ व ६४ काही अंक साधु-संत चारित्रात्मक पेशव्याच्या बटबीची अलीकडील माहिती आहे. भागवतांच्या गद्यातील अर्थ मोडी लिपीत लिहिलेला असे १३ आहेत. तोफरवाले पानसे यांच्या घराण्याविषयक इंग्रजी अंमलातील कागद आहेत. (मदि)

पोतनीस : अष्टप्रधानातील मंत्र्यांना दैनंदिन कामात मदत करणारा अधिकारी. नाण्यांचा कस प्रमाणित ठेवणे हे त्याचे काम होते. (मइ)

पोतनीस यशवंत महादेव : (इ.स. १७ वे शतक) मराठेशाहीतील एक मुत्सद्दी. मोसे खोऱ्यातील प्रभू देशपांडे. छत्रपती शाहूमहाराजांच्या विश्वासातील. रायगडचा सुभेदार झाला. प्रख्यात वीर मुरारबाजीचा हा भाऊ. (सुविको)

पोरगे : मध्ययुगात दास-दासी बाळगण्याची प्रथा होती. दासापेक्षा दासींचे प्रमाण अधिक दिसते. दासींना कुणबिणी वा बटकी म्हणत. लहान वयाच्या सेवकांना पोरगे म्हणत. दुष्काळप्रसंगी अशा मुलांना विकून कोंडा-भाकर मिळवीत असत. (मपइ)

पोर्तुगीज : सिद्दीनंतर हिंदुस्थानात दीर्घकाळ सत्ता भोगणारे परकीय म्हणजे पोर्तुगीज होय. १४९८ मध्ये त्यांनी भारताच्या पश्चिम किनाऱ्यावर पाय ठेवला. गोवा, ठाणे, वसई, साष्टी येथे आपली ठाणी निर्माण केली. लढाईस अत्यंत चिवट, तिखट प्रतिकार करणाऱ्या मराठ्यांचा प्रबल आरमारी शत्रू म्हणून प्रसिद्ध. प्रारंभी साऱ्यांना पोर्तुगिजांची दस्तके सागरी संचार करताना बाळगावी लागत. पण शिवाजी महाराजांनी मराठी आरमार एवढे प्रबल केले की पोर्तुगिजांना मराठी दस्तके बाळगावी लागू लागली. तथापि या बलाढ्य शत्रूशी मराठ्यांनी सलोख्याचे संबंध ठेवले. (मइ)

पोर्तुगीज ईस्ट इंडिया कंपनी : हिंदुस्थान व अतिपूर्वेकडील देशांबरोबर व्यापार करणारे पोर्तुगीज हे पहिले युरोपीय होत. (१४९८), वास्को-द-गामा कालिकतला आला. त्याने सामुरी (झामोरीन) राजाकडून कालिकत येथे वखार काढण्याची संमती मिळविली. पोर्तुगीजांनी दीव, दमण, मुंबई, वसई, गोवा, चौल, मंगळूर, कोचीन इ. ठिकाणी आपली सत्ता प्रस्थापित केली. (१६ व्या शतकाच्या अखेरीपर्यंत) (मविको)

पोर्तुगीज साधने : शिवकालात गोवा, वसई, साष्टी इ. भागात पोर्तुगीज सत्ता होती. या ठिकाणचे पोर्तुगीज अधिकारी अत्यंत चौकस आणि बातम्या मिळवण्यात तरबेज. दफ्तरखान्यातील कागदपत्रांतून शिवकालीन इतिहास कळतो. गोवा-बार देश स्वारी, फोंडा मोहीम इ. बाबत महत्त्वाचा तपशील मिळतो. तथापि त्यांची माहिती बरीच एकांगी, सांगोवांगी स्वरूपाची आहे. काही पोर्तुगीज प्रवासी, मिशनरी यांनी रोजनिशा लिहिल्या आहेत. (मइ)

पोलाद उद्योग : महाराष्ट्रात किर्लोस्करांनी लोखंड अवजारे उत्पादित करून नांगर, मोट, शेंगा फोडण्याचे यंत्र, चरक, लोखंडी खुर्च्या, पलंग, टेबले, कोळशावर चालणारी यंत्रसामग्री, गिरण्यांचे भाग इ. गोष्टी तयार करायला सुरुवात केली. सातारचा धनजी शहा कपूर यांचा यंत्रसामग्री उत्पादित करण्याचा कारखाना वालचंद हिराचंद यांनी विकत घेतला व यंत्रांचे सुटे भाग निर्माण करण्यात प्रावीण्य मिळविले. सांगलीचा भिडे अँड सन्स व दांडेकर ब्रदर्स यांचा शेतकी हत्यारे निर्माण करण्याचा कारखाना महत्त्वाचा होय. (मपइ)

पोवाडा : एक मराठी काव्यप्रकार. संस्कृत भाषेत व्युत्पती म्हणजे प्र+वद्= स्तुती करणे. या धातूपासून पोवाडा शब्द व्युत्पादिला आहे. उत्तर पेशवाईतील प्रसिद्ध भाट म्हणजे सिद्धनाथ ऊर्फ सिदू रावळ शाहीर, शिवाजीमहाराजांच्या चरित्राचे वर्णन करणारा पोवाडा आहे. या पोवाड्याच्या शाहिराचे नाव भूषण. ३०० पोवाडे प्रसिद्ध आहेत. शिवाजीमहाराजांपासून पहिल्या शाहू महाराजांपर्यंतच्या काळातले सात आहेत. पेशवेकालीन दीडशे आहेत. अफझलखान वध, तानाजी व बाजी पासलकर हे तीन पोवाडे शिवाजीमहारांच्या स्वराज्य प्रयत्नावर

व त्यांच्या प्रभावळीवर रचलेले आहेत. अज्ञातदास, तुळशीदास, प्रभाकर, परशराम हे महत्त्वाचे शाहीर होते. वीर पुरुषाचे काव्यमय चरित्रकथनकाव्य. यामध्ये विश्वसनीयता फारच कमी असते. अतिशयोक्ती पाल्हाळिक, काल्पनिक वर्णने हा दोष. त्यात उपरोक्त दोष असले तरी आबालवृद्धांना आवडणारा काव्यप्रकार महाराष्ट्रात फार प्रसिद्ध होता. एस. टी. शाळिग्राम, य. न. केळकर यांनी पोवाडे संग्रह संपादित केले आहेत. (भासंको, मशावा तोओ) (मई)

पोस्ट : १८५७ च्या स्वातंत्र्यसमरात इंग्रजांना यश ज्यामुळे मिळाले त्यापैकी एक कारण म्हणजे पोस्ट सुविधा. उठावाची बातमी एतद्देशीयांना कळवावयाला जेवढे दिवस लागले त्यापेक्षा कमी वेळात तारायंत्राने इंग्रजांनी ही बातमी इतरत्र कळविली व तयारीला त्यांना वेळ मिळाला. पोस्ट यंत्रणेद्वारा मनी ऑर्डर, बचत बँक, पार्सल पाठविणे या सुविधा नंतरच्या काळात सुरू झाल्या. (मपइ)

पोस्ट व तारायंत्र : ७५० पोस्ट ऑफिसेस पासून ७०,००० पोस्ट ऑफिसेस ही यंत्रणा अस्तित्वात आली (१९०६ पर्यंत). मनीऑर्डर, पार्सलसेवा, बचत बँक या सेवा सुरू झाल्या. संदेशवहन व दळणवळणासाठी ३००० मैल असणारी एकेरी तार (१८७५ मध्ये). अनेक पदरी ६९,००० मैल झाली (१९०९ मध्ये). तारायंत्र, कचेरीसंख्या ७००० झाली. (सुविको)

पोहनेरकर नरहर शेषराव : (मृत्यू : १९९०) परळी वैजनाथ येथे जन्म (१९०७). ज्येष्ठ साहित्यिक. ५ तपे मराठी वाङ्मयाच्या विविध प्रकारात विपुल लेखन. दासोपंतांच्या पासोडीचे संपादन. ‘मराठवाड्याचा चालता बोलता इतिहास’ असेच त्यांचे वर्णन केले जाते. मराठवाड्यात पायी भटकंती करून ताम्रपट, कादगपत्रे यांचा संग्रह केला. (मचको)

पौनी : भंडारा जिल्ह्यातील पौनी येथे प्रचंड स्तूपांचे अवशेष सापडले आहेत आणि ते सप्तवाहन शुंग – सातवाहन कालातील आहेत. (भासंको)

पॉव्हर्टी अँड ॲण्ड ब्रिटिश रूल इन इंडिया : हा ग्रंथ दादाभाई नौरोजी यांनी लिहिला. या ग्रंथात त्यांचे अर्थशास्त्रीय विचार आपणास वाचायला मिळतात. त्यांच्या आर्थिक विचारांचा भर 'भारतीय दारिद्र्य नि:सारण, भारतीय राष्ट्रीय उत्पन्न, करविषयक उत्पन्न'यांवर आहे. (मपइ)

प्रकाशे : धुळे जिल्ह्यात असून पहिली वसती ताम्रपाषाण युगातली होती. राखी रंगाची व माळवा वर्गाची भांडी वापरीत होते. तांब्याच्या वस्तू कमी असत. पण लघु–अश्म–शस्त्रे बरीच होती. विविध प्रकारचे दगडी मणी, मातीचे बैल, खेळण्यातील बैलगाडीची चाकेपण सापडली आहेत. (भा संको)

प्रकृती : नर्मदा ते तापी या पट्ट्याला सातवाहन, राष्ट्रकूट कालात प्रकृती म्हणत. ह्यात अत्यंत महत्त्वाच्या आणि असंशोधित स्थानांचा समावेश. अशीरगड, मनुबाई, थाळवेर, खांडरागड, तांदळवाडी, तापी, गिरणा संगमावरील रामेश्वर मंदिर, चौ गावची लेणी, किल्ला इ. चा उल्लेख आवश्यक. आनंद संप्रदाय व शहादत्त प्रभू आलम या अत्यंत गाजलेल्या दत्तसंप्रदायाचाही त्यात समावेश होतो. (खाइ)

प्रजा परिषद : गुजरातमध्ये काम करणारी एक संस्था. भावनगर स्टेट पीपल्स कॉन्फरन्स, १९२६ मध्ये ठक्कर बाप्पा ह्या संस्थेचे अध्यक्ष होते. दडपशाहीने गांजलेल्या लोकांची सेवा करता यावी म्हणूनच त्यांनी ते पद स्वीकारले होते. (सविको)

प्रजा मित्र मंडळी : मद्रास येथील राजकीय नेते सी.आर. रेड्डी यांनी मद्रास प्रातांत ब्राह्मणशाहीविरुद्ध लढा देऊन ब्राह्मणेकरांना सर्व क्षेत्रात संधी व न्याय मिळावा या हेतूने या मंडळातर्फे अनेक उपक्रम व चळवळी केल्या. (इसंशा)

प्रजा समाजवादी पक्ष : भारतामध्ये स्वातंत्र्योत्तर काळात या पक्षाची स्थापना झाली. काँग्रेस समाजवादी पक्ष, समाजवादी पक्ष आणि किसान मजदूर प्रजा पार्टी हे सर्व पक्ष एकत्र येऊन सार्वत्रिक निवडणुकीनंतर (१९५२) या राजकीय पक्षाची स्थापना झाली. या पक्षातील मदभेदांमुळे राम मनोहर लोहिया व त्यांचे अनुयायी पक्षातून बाहेर पडले. बदलत्या परिस्थितीत प्रजा समाजवादी पक्ष राष्ट्रीय स्तरावरून दिसेनासा झाला. (१९६० पासून) (इसंशा)

प्रतापकुँवरिबाई : (इ. स.चे १९ वे शतक) राजस्थानातील एक कवयित्री. अनेक मंदिरे बांधली, पूर्णदास आणि गोसावी दामोदरदास यांच्या प्रेरणेने तिने काव्यरचनेला सुरुवात केली. रामचंद्रमहिमा, रामगुणसागर, रघुवरस्नेहलीला, रामसुजसपचीसी, रामप्रेमसुखसागर, प्रतापविनय व हरिजसगायन या ग्रंथांमध्ये राममहिमा वर्णिला आहे. मध्ययुगीन हिंदी कवयित्रींमध्ये वरचे स्थान. (भासंको)

प्रतापगड : हा गड सातारा जिल्ह्यात आहे. या गडावर शिवाजी महाराजांनी गुरुवार, दिनांक १० नोव्हेबर १६५९ रोजी अफझलखानाचा वध केला. १६५९ मध्ये १८१८ या प्रदीर्घ कालखंडात १६८९ मधील काही महिन्यांचा कालावधी सोडला तर हा किल्ला शत्रूला कधीच मिळाला नाही. नेपाळ, गंडकी नदीतून आणलेल्या शिलेतून घडविलेली श्रीभवानीमातेची मूर्ती फारच सुंदर आहे. (सासभकि)

प्रतापगडची लढाई : शिवाजीमहाराज व अफजलखान यांच्यातील झालेले युद्ध. शिवाजीमहाराजांच्या सैन्याने अफजलखानाच्या सैन्यावर हल्ला चढविला. खानाचा मुख्य सैन्यावर ५००० सैनिकांसह नेताजी पालकराने हल्ला चढविला. अनपेक्षित हल्ल्यामुळे खानाच्या सैन्यात गोंधळ माजला. सैनिक सैरावैरा धावू लागल्यावर मराठ्यांनी त्यांचा पाठलाग करून सैन्य कापून काढले. शिवाजी महाराजांनी निर्णायक विजय मिळाला. हीच प्रतापगडची लढाई म्हणून ओळखली जाते. (इसंशा)

प्रतापगड संस्थान : राजस्थानमधील एक संस्थान, संस्थानिक मेवाडच्या मोकल घराण्यातील आहेत. प्रथम येथील राजे मोगलांच्या अंकित होते, ते पुढे होळकरांचे मांडलिक बनले. १८१८ मध्ये इंग्रजांचे स्वामित्व पत्करले. संस्थानिकांना होळकर व इंग्रज सरकार या दोघांनाही खंडणी द्यावी लागे. (सुविको)

प्रतापराव गुजर : (मृत्यू : १६७०) एक मराठा सरदार. हा पंचहजारी सरदार शिवाजी राजांचा विश्वासू होता. बहलोलखानाविरुद्ध लढण्यासाठी याला पाठविले होते. नेसरीच्या लढाईत एका खिंडीत प्रतावराव अवघ्या सात स्वारांनिशी लढत असता धारातीर्थी मरण पावला. भोसरी गाव यांना वतन दिला होता. (सुविको)

प्रतापसिंह (सातारकर छत्रपती) : १८३५ पासूनच प्रतापसिंहाने इंग्रजांचे राज्य उलथून टाकण्याचे प्रयत्न सुरू केले. पलटणीतील लोक फितवले. १० ऑगस्ट १८३६ इंग्रजांनी कटाचे धागेदोरे मिळविले. दिल्लीपासून बेळगाव पर्यंत प्रतापसिंहानी बंडखोरांना संघटित केल्याचे उघड झाले. तेव्हा १८३९ मध्ये त्याला पदच्युत करण्यात आले. (स्वापेदहिं)

प्रतिदहशतवाद : दहशतवाद नष्ट करण्याकरिता जे इतर अनेक मार्ग वापरले जातात, तेव्हा त्याला प्रतिदहशतवाद म्हणतात. प्रति-दहशतवाद म्हणून कमांडो दल उभारतात. प्रशिक्षित प्रतिदहशतवादी दले पण

निर्माण करता येतात. त्यास तोंड देण्यासाठी मृत्युदलेही तयार करतात. आणीबाणी जाहीर करणे, संचारबंदी करणे, इ. मार्ग आहेत. तसेच दहशतवाद्यांना प्रशिक्षित करणारी राष्ट्रे आणि दहशतवादाला प्रोत्साहन व प्रेरणा देणारी राष्ट्रे यांच्यावर बहिष्कार टाकणे व आर्थिक नाकेबंदी करणे इ. मार्ग आहेत. (इसंशा)

प्रतिनिधी : राजारामाच्या काळातील एक नवनिर्मित पद. राजाराम यांनी आपल्या कारकिर्दीत आठ प्रधानांऐवजी नऊप्रधान नेमण्याची पद्धत सुरू केली. त्यांनी 'प्रतिनिधी' नावाचे आणखी एक पद निर्माण केले. (इसंशा)

प्रत्यक्ष कृती दिन : जीनाप्रणित मुस्लिम लीगने १६ ऑगस्ट १९४६ हा प्रत्यक्ष कृती दिन म्हणून घोषित केला. या दिवशी बंगालमध्ये धार्मिक दंगली उसळून सुमारे २०००० जणांचा बळी गेला. बंगालमध्ये व बिहारमध्ये गडमुक्तेश्वर येथे उसळलेल्या दंगलीचे स्वरूप अत्यंत भीषण होते. या दंगलीमुळे फाळणीची अपरिहार्यता सर्वांनीच मान्य केली. (इसंशा)

प्रत्यक्षार्थवाद : (Positivism) ऑगस्ट कॉम्तला प्रत्यक्षार्थवादाचे जनक मानले जाते. प्रत्यक्षातील अनुभव ज्ञानाचा मूलभूत पाया आहे. प्रत्यक्षवादी स्वैरतेला महत्त्व देत नाही. कल्पना व रंजकता याला महत्त्व नाही. प्रत्यक्षवाद्यांच्या मते ऐतिहासिक अभ्यासाचा मुख्य हेतू घटनांच्या मागे दडलेल्या प्रेरकांचा शोध घेणे हा असतो. वस्तुनिष्ठ घटनेचे आकलन वस्तुनिष्ठ दृष्टिकोनातून करणे हे इतिहासाचे आद्य कर्तव्य आहे.

प्रधान, ग. प्र. : (जन्म : १९२२). चरित्रकार, कादंबरीकार. त्याही पेक्षा ज्येष्ठ समाजवादी विचारवंत. पत्रकार, अत्यंत जागरूक आमदार, राष्ट्रसेवादलाचे सच्चे पाईक, सानेगुरुजी श्रद्धास्थान, सच्चा माणूस, जिव्हाळ्याचा मित्र, भिन्न भिन्न विचारसरणीच्या लोकांत लीलया सामावून जाणारे पुणेकरांचे आवडते व्यक्तिमत्त्व. विपुल लेखन, वाचन आणि भाषण करण्यात गेली ६० वर्षे आघाडीवर. 'साप्ताहिक साधना'चे संपादक. (मदि)

प्रबळचा किल्ला : पनवेलच्या पूर्वेस व माथेरानच्या पश्चिमेस. १८२९ मध्ये पुरंदरच्या आसपास रामोशांनी बंड करून सरकारास वसूल देऊ नये असा जाहीरनामा काढला होता. तेव्हा त्यांनी या किल्ल्याचा आश्रय घेतला होता. (सुविको)

प्रभाकर : (इ.स. १७६९-१८४३) - पेशवाईतला शेवटचा शाहीर, गंगू हैबतीच्या फडात त्याच्या लावण्या विशेष गाजल्या. पौराणिक ३० पदे, ऐतिहासिक व राजकीय यांच्यावरील १३ पोवाडे, लौकिक विषयांवरील लावण्या, वीर, शृंगार, करुण असे तीन रस आळवले जात. सवाई माधवरावाचा रंग, दुसऱ्या बाजीरावाचे शेवटचे दिवस हे गाजलेले पोवाडे. (भासंको)

प्रभाकर वर्धन : (इ.स.५८०-६०५) - वर्धन घराण्याचा संस्थापक. हा बैसवंशी रजपुतांपैकी आदित्य वर्धनचा पुत्र असून यास प्रतापशिव असेही म्हणत. यशोमती राणीपासून शल्यवर्धन व हर्षवर्धन हे दोन पुत्र, शल्यवर्धन उत्तरेकडे हूणांशी लढण्यास गेला असता इकडे प्रभाकर वर्धनाचा अंत झाला. (सुविको)

प्रभावती गुप्त : मौर्य कुळात आलेली राणी उपवास वा पारणे करीत असे. त्यावेळी ती मंदिर बांधीत असे किंवा भरपूर दानधर्म करीत असे. वाघळी येतील महानुभाव मंदिर पाहता ह्या आख्यायिकेत तथ्य असावे. (खाई)

प्रभास बाल : चितगावच्या स्वातंत्र्य लढ्यात वीरांनी शस्त्रागार लुटले, दळणवळण उद्ध्वस्त केले. चितगाव स्वतंत्र होऊन पर्यायी सरकार स्थापन झाले. इंग्रजांनी पुन्हा हल्ला चढवला. क्रांतिकारकांनी अपुऱ्या शस्त्रसामग्रीनिशी निकराने लढा चालूच ठेवला. इंग्रजांची कुमक वाढल्याने क्रांतिकारकांनी जलालाबाद टेकड्यांचा

आश्रय घेतला. त्या टेकड्यांवर झालेल्या चकमकीत हौतात्म्य प्राप्त झालेल्यात होता वीर प्रभास बाल हा शाळकरी पोरगा. (२२ एप्रिल १९३०). (स्वासंस)

प्रमोद रंजन चौधरी (हुतात्मा) : (फाशी २८ सप्टें १९२६ अलिपूर) काकोरीच्या दरोड्यानंतर काही तरुण क्रांतिकारकाची धरपकड पोलिसांनी केली त्यात प्रमोद रंजन चौधरी पण होते. त्यांना अलिपूर जेलमध्ये ठेवले. मे १९२६ मध्ये पोलिस अधीक्षक भूपेंन्द्रनाथ चौधरीला प्रमोद चौधरी याने डोक्यावर वार करून ठार मारले. त्याला दुसऱ्या खटल्यात फाशीची शिक्षा झाली. (स्वासंस)

प्रभू : कारकूनी आणि रणांगण यात तरबेज ब्राह्मणातील एक पोट जात तथापि ब्राह्मण्यावरून वाद. पेशवाईत निर्माण झालेला प्रभू विरुद्ध ब्राह्मण हा संघर्ष सामाजिक स्वरूपाचा होता. प्रभू स्वत:ला ब्राह्मणांपेक्षा श्रेष्ठ समजत. नारायण पेशव्यांच्या कारकिर्दीत प्रभू व ब्राह्मण यांचे वाद फारच विकोपाला गेले होते. पानिपतवर प्रभू सरदारांनी बहिष्कार टाकला, कारण ते राघोबाचे पक्षपाती होते. तेव्हा पेशव्यांनी ब्राह्मणांच्या बाजूने निर्णय देऊन प्रभूंच्या नेत्यांकडून आपण ब्रह्मकर्म करणार नाही, अशी लेखी हमी घेतली. या उलट ज्या ब्राह्मणांचा प्रभूंशी संबंध आला; त्यांना जातिबहिष्कृत केले गेले. (मइ)

प्रयाग : एक महान तीर्थ. गंगा, यमुना, सरस्वती या तीन नद्यांचा संगम, इ.स. च्या १२ व्या शतकाच्या शेवटी प्रयाग मुसलमानांच्या अमलाखाली गेले. अकबराने या शहराची पुनर्रचना केली. मुसलमानांनंतर या क्षेत्रावर मराठ्यांचीही सत्ता चालली. इ. स. १८९८ साली लॉर्ड कॅनिंगने इथे शाही दरबार भरवला होता. इंग्रजांच्या काळात प्रयाग ही संयुक्त प्रांताची राजधानी होती. पवित्र अक्षय्य वटवृक्षाचे चिनी प्रवासी ह्युएनत्संग व अकबरकालीन अब्दुल कादीर यांनी वर्णन केले आहे. (सुविको), (भासंको)

प्रयागजी अनंत फणसे, पनवेलकर : (१६४९-१७०८) शिवाजीराजांचा सुभेदार, १६४९ पासून सातारा व परळी या प्रातांची सुभेदारी होती. सातारा येथे यास सोमेश्वराने कळकीच्या झाडात प्रकट दृष्टांत दिला. १६९९ मध्ये औरंजेबाने साताऱ्यावर चाल केली. अजिंक्यतारा लढवला. परशराम त्रिंबकाने सातारा किल्ला अजमशहाच्या ताब्यात दिला. यासच तेथे सुभेदार नेमले होते. फणसे घराणे पुढे बडोद्यास प्रसिद्धीस आले. (सुविको)

प्रल्हादबुवा : (इ. स.चे १८ वे शतक) एक मराठी संतकवी, छत्रपती शिवाजीमहाराजांच्या मृत्यूनंतर औरंगजेबाने दक्षिणेत धुमाकुळ घातला होता. त्यावेळी प्रल्हादबुवांनी पांडुरंगाला आपल्या घरी लपवून ठेवले होते. अमृतानुभवांचे संस्कृत भाषांतर केले. (भासंको)

प्रवास वर्णन : परदेशी प्रवाशांनी लिहिलेली आत्मवृत्त, वर्णने किंवा अहवाल तत्कालीन इतिहासावर प्रकाश टाकणारे महत्त्वाचे साधन मानले जाते. युआन चांग, अल बेरूनी, इब्नबतूता ही मुस्लिम काळातील प्रवासवृत्ते मध्ययुगातील इतिहासास उपयुक्त. जेसुईट मिशनरी, बार्बोसा, बर्निअर, फ्रेइरे, सर टॉमस रो यांची प्रवासवृत्ते इतिहासाची साधने मानली जातात. आतापर्यंत १५० प्रवासवर्णने प्रसिद्ध झालेली आहेत. (मविकोश.)

प्रांत अजमास : पुण्याच्या पेशवा दप्तर ऑफिसमध्ये इंग्रजी राजवट सुरू झाल्यावर स्वतंत्र इमारत बांधून त्यात मराठी राज्याचे कागदपत्र ठेवण्यात आले. त्याची जी विभागणी केली आहे त्यात प्रांत अजमास हा एक महत्त्वपूर्ण असा मोठा विभाग आहे आणि तो मोडी लिपीतच आहे. जिल्हा, परगणा, तालुकेवार त्याची रचना केलेली आहे. यामध्ये प्रत्येक प्रांताच्या अजमासचे कागद आहेत. १) जिल्हा पुणे - ५८३, २) खानदेश - २०५, ३) जिल्हा सातारा - ४७१, ४) जिल्हा नगर - ५०६, ५) उत्तर कोकण - २०१५, ६) दक्षिण कोकण - ९६९, ७) गुजरात - ११६, ८) मोगलाई - १८७, ९) हिंदुस्थान - २०५ प्रांत अजमासचे जे २०९ रुमाल

आहेत, यात उत्तर हिंदुस्थानातला पेशव्यांचे – अमलाखालील प्रांताचे व गावांचे कागद आहेत. (मद, खाई)

प्राइम मिनिस्टर्स ऑफिस (PMO) **:** लाल बहादूर शास्त्रींच्या काळात पंतप्रधानांचे स्वतंत्र सचिवालयच निर्माण करण्यात आले. त्याला प्राइम मिनिस्टर्स ऑफिस (PMO) किंवा पंतप्रधान कार्यालय असे म्हणतात. पंतप्रधानांना धोरणात्मक बाबींवर सल्ला देण्याचे काम या सचिवालयाकडे असते.

प्राईस : यांनी पुण्याला इ. स. १७९१ मध्ये भेट दिली होती. परशुरामभाऊ पटवर्धनांच्या नेतृत्वाखालील मराठा लष्करात ते कंपनीसह सहभागी झाले होते. इ. स. १७९१ च्या धारवाड लढाईत ते सहभागी होते. मॅलेट यांच्या रेसिडेन्सीमध्ये संरक्षण दलात श्रीरंगपट्टणच्या शांतता तहापर्यंत ते होते. शनिवारवाड्यातील दरबाराला त्यांनी मॅलेटबरोबर अनेक प्रसंगी भेटी दिल्या. दि. ७ एप्रिल १७९१ रोजी दिलेल्या भेटीचा वृत्तांत त्यांनी लिहून ठेवलेला आहे. (पेपु)

प्रागैतिहासिक युग : अलिखित, लिखित इतिहासाच्या या काळाला प्रागैतिहासिक युग म्हणतात. या युगाचे नवपाषाणयुग, ताम्रयुग, कांस्ययुग व लोहयुग हे कालखंड येतात. अग्नीचा शोध, शेतीचा आरंभ, पशुपालन, चाकाचा शोध, मातीची भांडी बनवणे, त्यावर रंगीत चित्रे काढणे, अशी प्रगती दिसून येते. (भासंको)

प्राचीन अश्मयुग : पाहा – अश्मयुग.

प्राच्यविद्या परिषद : (अखिल भारतीय) हिंदुस्थान आणि इतर देश यातील अनेक प्राच्य पंडितांच्या कार्याचा आढावा घेण्यासाठी त्यांना एकत्र आणणे, परंपरागत विद्येला प्रोत्साहन देणे, पंडितांमध्ये पारस्परिक देवाणघेवाण, संशोधनाला सहकार्य वगैरे उद्देश परिषदेचे आहेत. १९१९ ला पहिले अधिवेशन रा. गो. भांडारकर यांच्या अध्यक्षतेखाली. पुराणवस्तुसंशोधन, भारतीय भाषा, द्राविडी संस्कृती, तत्त्वज्ञान, धर्म, अभिजात संस्कृत, इस्लामी संस्कृती इ. विषयांचे निबंध वाचन झाले.

प्राणनाथ : (१७०० चा सुमार). बुंदेलखंडाच्या छत्रसालाचा हा गुरू. हिंदू–मुस्लिम ऐक्य घडविण्यासाठी याने एका नवीन पंथाची स्थापना केली होती. (सुविको)

प्राणिपूजा : सिंधू धर्मात बैलाला महत्त्व होते. मुद्रांवर, भांड्यावरील नक्षीतही तो दिसतो. उत्खननातून बैलाच्या भाजक्या मातीच्या मूर्ती मिळाल्या आहेत. पोळ्याच्या सणासारखा बैलाचा सण या काळातही असावा. कुल्ली–मेही या ठिकाणच्या उत्खननात आडवे रंगीत पट्टे ओढलेले बैलांचे चित्र मिळाले आहे. एक शिंगी प्राणी सिंधु संस्कृतीच्या लोकांचे दैवत असावे. त्याचा मातृदेवतेशी संबंध जोडला जातो. (सिंसं)

प्राणिसंग्रह : शाहू महाराजांना कुत्री बाळगण्याचा छंद होता. त्यांच्याकडे त्यासाठी वेगवेगळे कुत्तेवान होते. अबलख कुत्रा–कुत्री, पसमी कुत्रा–कुत्री, भवार कुत्रा वगैरे होते. घोड्यांची पण अशीच आवड होती. इराकहून घोडा मिळविण्याचा त्यांनी प्रयत्न केला होता. बदकेही ते मागवीत. वनगाई असत, चित्ता, वाघीण, हत्ती व उंट होते. (मसा)

प्राथमिक शिक्षण : नामदार गो. कृ. गोखले यांनी कायदे मंडळात प्रांतातील प्रमुख शहरातून प्राथमिक शिक्षण सक्तीचे व्हावे असा आग्रह धरला. (सविको)

प्रादेशिक नियोजन : प्रा. धनंजयराव गाडगीळ यांनी सरकारच्या सल्लागार मंडळात राहून आर्थिक नियोजन, अन्नधान्य वसुली, त्याचे वितरण इ. तसेच त्यांनी प्रादेशिक नियोजनाचा पुरस्कार केला. वाहतूक, वीज, पाणीपुरवठा,

शिक्षण यांच्यातील असमतोल नष्ट करण्याचा प्रयत्न. सहकारी कारखानदारीवर भर दिला. स्वातंत्र्यपूर्वकाळात इंग्रज सरकारवर टीका करणारे गाडगीळ सरकारपक्षात राहून विधायक योजना राबवीत होते. (मपई)

प्रायश्चित्त : नीतिबाह्य वर्तन झाल्यास किंवा कळत नकळत धर्मबाह्य वर्तन झाल्यास प्रायश्चित्त घ्यावे लागत असे. गुन्ह्याच्या स्वरूपाप्रमाणे प्रायश्चित असे. सामान्यत: तीर्थक्षेत्री दिले जाई. ब्रह्महत्या, सुरापान, चोरी, गोहत्या, मनुष्यहत्या निषिद्ध मानली जाई. पंक्तिदोष, अस्पृश्य संसर्ग, बदकर्म इ. साठी सुद्धा प्रायश्चित्त घ्यावे लागे. नारायणरावाच्या खुनासंदर्भात राघोबादादांना प्रायश्चित्त घ्यावे लागले होते. (मइ)

प्रायोपवेशन : प्रायोपवेशन किंवा उपोषण हा प्रकार आततायीपणाचा आहे. स्वत:वर अथवा इष्टमित्रांवर ईश्वरीकृपा होण्याकरिता, त्याचप्रमाणे ईश्वराकडून शत्रूला शासन करण्याच्या हेतूने प्रायोपवेशन केले जाई. आपण आपल्या शरीराला कष्ट देऊन दुसऱ्यास तळतळाट देणे हा पण प्रायोपवेशनाचाच एक प्रकार. आपल्या मनाजोगी गोष्ट घडली नाही तर मोठी माणसेही रुसून अन्नत्याग करीत. (पेम)

प्रार्थना समाज : डॉ. आत्माराम पांडुरंग तर्खडकर, दादोबा पांडुरंग तर्खडकर, वामन आबाजी मोडक, न्या. ना. ग. चंदावरकर, न्या. म. गो. रानडे, डॉ. रा. गो. भांडारकर या समाजधुरिणांच्या सहभागाने प्रार्थनासमाज अस्तित्वात आला. (रविवार ३१ मार्च). ऐहिक कल्याणावर दृष्टी ठेवून समाज सुधारणेची कार्ये हाती घेण्यापेक्षा मनुष्याचे या जन्मी मुख्य जे परमार्थ साधन त्याकडे विशेष दृष्टी ठेवली पाहिजे, असा वरील मंडळीचा विचार होता. (मपइ)

प्रीतीलता वड्डेदार : (आत्मार्पण – २४ सप्टेंबर १९३२) – १४ जून १९३२ च्या दालघाट सशस्त्र संघात सक्रिय होती. पहारतल्ली इन्स्टिट्यूटमध्ये जमलेल्या युरोपियन अधिकाऱ्यांवर तिने सहकाऱ्यांबरोबर बॉम्ब फेकून गोळीबार केला. गोळी लागल्याने ही जबर जखमी झाली. सायनाईडची गोळी खाऊन प्राणत्याग केला. (स्वासंस)

प्लेग : १९ व्या शतकाच्या शेवटच्या दशकात ह्या रोगाने भारतात थैमान घातले. दरवर्षी महाराष्ट्राला ही साथ देई आणि शेकडो माणसांना घेऊन जाई. ह्या रोगाचे मराठी नाव पटकी. ह्या रोगाच्या साथीला आळा घालण्यासाठी इंग्रज सरकारने जनतेवर अत्याचारही केले. त्याचा प्रतिशोध घेण्यासाठी दामोदर, बाळकृष्ण नि वासुदेव हरी चाफेकर हे तिघे आणि महादेव विनायक रानडे ह्यांनी पुणे येथे प्लेग अधिकारी रँड आणि आयर्स्ट यांचा वध केला (२२ जून १८९७). प्लेग हा रोग भारताला चीनची देणगी. चीनमधून दक्षिण भारत व पंजाबात पसरून तो पुण्याला आला. मुंबईत १.७३ लाख लोक प्लेगमध्ये मरण पावले. (मपइ)

फ

फकरुद्दीन अली अहमद : (इ. स.१९०५-१९७७) फकरुद्दीन अली अहमद हे भारताचे राष्ट्रपती होते. १९७४-१९७७ या काळात त्यांनी राष्ट्रपतीपदाची जबाबदारी पार पाडली. (इस्ट्रफॉइ)

फजल-इ-हसन : (इ. स.१८७७ - १९३६) पंजाबमधील सुधारक, माँटफर्ड सुधारणांचे पुरस्कर्ते. हे पंजाब विद्यापीठाच्या सिनेटचे सभासद असतानाच माँटफर्ड सुधारणा जाहीर झाल्या. अँग्लो व व्हर्नाक्युलर या दोन शिक्षणक्रमातील घोटाळे दूर करण्यासाठी यांनी हे शिक्षणक्रम एकत्र केले. (सुविको)

फजलअली कमिशन : कमिशनच्या अध्यक्षपदी फजल अलींची नियुक्ती केल्याने त्यास फजलअली कमिशन म्हणत. अन्य दोन सदस्यांत श्री. पणीकर व पं. कुंझरू होते. वऱ्हाड, मराठवाडा, बेळगाव व कारवार यांनी आपापल्या प्रश्नांची निवेदने सादर करायची व त्यांचे संकलन करून तात्विक प्रमेये सांगणारे सर्वसमावेशक निवेदन संयुक्त महाराष्ट्र परिषदेतर्फे द्यायचे असे ठरले व त्याप्रमाणे काम झाले. फजलअली कमिशन भाषिक तत्त्वांवर प्रांतांची पुनर्रचना करण्यासाठी स्थापण्यात आले होते. (१९५४) (मपइ)

फड : मराठेशाहीत राज्याच्या हिशेबाची जी कचेरी, दप्तरखाना असे, तिला फड म्हणत. फडाचा प्रमुख म्हणजे फडणवीस किंवा फडणीस. पुण्यास फडाची मोठी कचेरी पूर्वी शनिवारवाड्यात होती. नंतर शुक्रवार पेठेत गेली. हल्लीचे ते फड गेट. नाना फडणीसांच्या हाताखाली फडात ७०० कारकून होते. दुसऱ्या बाजीरावाच्या कारकिर्दीत १५०० कारकून होते. (सुविको)

फडके शंकराजी केशव : (मृत्यू : १७६० चा सुमार) चिमाजी - बाजीराव पेशवे यांच्या वसईतील मोहिमेतील गाजलेला पराक्रमी वीर. उत्तर ठाणे जिंकल्यानंतर त्यांनाच तेथील सुभेदार नेमण्यात आले. पुण्यातील हसबनीस हे त्यांचेच वंशज. (मदि, सुविको)

फडणीस : सरकारी कागदपत्र, महसुली कागदपत्र, ताळेबंद इ. महत्त्वाचे हिशेबी कागदपत्र जेथे तयार होत त्याला फड (ऑफिस) म्हणत. त्याच्या प्रमुखास फडणवीस असे म्हणत. अष्टप्रधानातील मंत्र्यास मदतनीस म्हणूनही त्याची योजना होत होती. उत्तर पेशवाईत फडणीस या पदाचे महत्त्व खुद्द पेशव्यांपेक्षाही वाढले. मराठीराज्याच्या आणिबाणी प्रसंगी नाना फडणीस यांनी २५ वर्षे संपूर्ण राज्यकारभार एकट्यानेच सांभाळला. (मइ)

फडणीस श्रीधर सीताराम : कोल्हापूरच्या श्रीमंत चिमासाहेबांचे कारभारी, उठावाची योजना आखण्यासंबंधी वाटाघाटी केल्या. २६ जुलै १८५८ ला कोल्हापूर येथे स्पेशल कमिशनरच्या न्यायालयात खटला चालला व यांना जन्मठेप, काळ्या पाण्याची शिक्षा झाली. (१८५७ चे स्वापेदहि)

फत्तेखान : एक मुसलमान सरदार. निजामशहाच्या पदरी असलेल्या मलिक अंबरचा पुत्र, हा शहाजीला अनुकूल होता. फत्तेखान व शहाजी मोगलांना मिळाले होते. फत्तेखानाला शहाजहानने जहागिरी दिली. (१६३२), याच्या मुलाचा खून झाला. निजामशाही बुडाली. आदिलशाहीत फत्तेखान पुरंदरवर चालून आला होता व शिवाजीराजाने त्याचा पराभव केला, (१६४९) (सुविको)

फत्तेगड व कनकदुर्ग : हे किल्ले सुवर्णदुर्गाच्या समोरासमोर किनाऱ्यावर बांधलेले आहेत (१७१०). खाडीमध्ये शाहूने बांधले असे म्हणतात. सुवर्णदुर्गाला बळकटी आणण्यासाठी हे बांधले होते. जंजिऱ्याचा हबशी खैरातखान याने १७०० मध्ये हे किल्ले बांधले. १७५५ मध्ये कमोडोर जेम्स याने पेशव्यांना हे किल्ले घेऊन दिले.

फत्तेपूर शिक्री : आग्रा जिल्हा. हे इतिहासप्रसिद्ध गाव आग्र्यापासून २३ मैलांवर आहे. शेख सलीम चिस्ती या प्रसिद्ध साधूची कबर येथे आहे. याच्या कृपेने अकबरास जोधाबाईपासून झालेला मुलगा जहांगीर. अबुल फझल, फैजी, बिरबल, जोधाबाई वगैरेंचे वाडे इथे आहेत. तसेच दिवाण-ई-आम, दिवाण-ई-खास हे बादशाही दिवाणखाने आणि इतिहासप्रसिद्ध बुलंद दरवाजा इथे आहे.(भासंको, सुविको)

फत्तेसिंग गायकवाड : (मृत्यू : १७९०) - एक मराठा सरदार. दमाजी गायकवाडांचा मुलगा, कर्नाटक स्वारीमुळे माधवरावांची विशेष मर्जी बसली. इ. स. १७७१ मध्ये माधवरावाने यास 'सेनाकर्ते' हे पद दिले. याने गुजरातेत राघोबादादाच्या विरुद्ध लढाई दिली. १७८० मध्ये गॉडर्ड नावाच्या इंग्लिश सेनापतीने यास अडचणीत गाठून कुंदेला या ठिकाणी तह करण्यास भाग पाडले. यामध्ये फत्तेसिंगास भडोच व सिनोर गमवावे लागले. बारभाईच्या विरोधकात हा सामील होता. (सुविको)

फर्ग्युसन महाविद्यालय टेकडीवरील लेणे : गोखले स्मृतिस्तंभाच्या उत्तर दिशेकडील उतारावर तीन खोल्या असलेले लेणे आहे. वाढणाऱ्या झोपडपट्टीमुळे लेण्याचे मूळ स्वरूप पार लोपलेले आहे. लेण्यात वृद्धेश्वर मंदिर प्रस्थापित झालेले आहे. (लेम)

फर्ग्युसन, जेम्स : (इ. स.१८००-१८८६) मुंबईचा लोकप्रिय गव्हर्नर, क्रिकेट शौकिन ह्याच्या स्मृतिनिमित्त पुण्यास कॉलेज स्थापन. एक स्कॉटिश शिल्पशास्त्रज्ञ व ग्रंथकार, १८३५ ते १८४२ च्या दरम्यान त्याने हिंदुस्थानात प्रवास करून शिल्पविषयक साहित्य जमा केले. १८४० रॉयल एशिॲटिक सोसायटीचा सभासद, त्याने भारतीय कलाविषयक, शिल्पविषयक संशोधन केले व त्याबाबत अनेक ग्रंथ लिहिले. (सुविको)

फर्मानबाडी : महत्त्वाचे खलिते, मानपत्र स्वीकारण्यासाठी खास प्रकारच्या तंबूचे नाव. वकिलीची वस्त्रे दिल्लीच्या बादशहाकडून आणलेले वकील-ई-मुतालिक आणि अमीर-उल-उमराव म्हणजे मीरबक्षीगिरी हे बहुमान महादजींना याच तंबूत पुण्यास देण्यात आले. पण ते त्यांनी सवाई माधवराव पेशवे ह्यांना अर्पण केले. (२१ जून १७९२) (मइ)

फसली : ही कालगणना अकबर बादशहाने इ.स. १५६३ मध्ये सुरू केली. फसल म्हणजे पीक तयार होण्याचा हंगाम. फसली सनाच्या संख्येत ५९० किंवा ५९१ मिळविल्यावर जी संख्या येते त्या संख्येच्या इसवी. वर्षातील २४ मे ला ते फसली वर्ष सुरू होते. उदा. फसली - ११८९ + ५९० = १७७९ होय. (इलेशा)

फारसी साधने : प्रदीर्घकाळ फारसी भाषा दिल्ली दरबारची अधिकृत भाषा राहिली. मुघल बादशहांनी

आपल्या पदरी इतिहासकार, कवि बाळगल्यामुळे फारसी साधने इतिहासाची अव्वल दर्जाची साधने मानली जातात. ग्रंथांपेक्षा शिवकालातील माहिती देणारा फारसी पत्रव्यवहार हे साधन विशेष महत्त्वाचे व अधिकृत मानले जाते. बिकानेर येथील संग्रहातील काही भाग भा. इ. सं. मंडळाने प्रसिध्द केला आहे. त्यांची शिवकालीन माहिती एकांगी, मराठ्यांची निंदा करणारी असल्याने ती सावधपणे अभ्यासावी लागतात. दरबारी बातमीपत्रे मात्र खूपच विश्वसनीय. आलमगिरनामा, अहकामे आलमगिरी, मुन्सखब-उल-लुबाब, मासिरे अलमगिरी, खतूते शिवाजी हे काही वानगी दाखल ग्रंथ. (मई)

फारूकी राजे : इ. स. १३७० ते १६०० पर्यंत खानदेशावर या तुर्की राजांचा अंमल होता. मूळ पुरुष मलिकला थाळनेर व करबंद हे दोन परगणे जहागीर दिले होते. त्यांनी हळूहळू बराच प्रदेश काबीज केला. शेवटचा पुरुष बहादरखान याला अकबराने जिंकून कैदेत टाकले. खानदेश खालसा केले. त्यावेळी खानदेश भरभराटीला आलेला होता. (सुविको)

फाहियान : एक चिनी बौद्ध यात्रिक. इ.स. ३९९ मध्ये चीनमधून निघाला व भारतासह अनेक देशांचा प्रवास करून इ.स. ४१४ साली मायदेशी परतला.

फिंडले : सवाई माधवराव पेशव्यांच्या कारकिर्दीत पुण्यात डॉ. फिंडले हा ख्रिस्ती मिशनरी स्थानिक झाला होता. खुद्द पेशवे आणि त्यांचे सरदार यांना तो औषध देत असे. सवाई माधवरावास तो भूगोलही शिकवीत असे. सवाई माधवरावाच्या पायास कुरुप झाले त्यावर त्यानेच उपचार केले. (पम)

फिरदोसी : अत्यंत प्रतिभावान मध्ययुगीन फारसी कवी. काश्मीरला त्याने जेव्हा भेट दिली तेव्हा त्याच्या तोंडून उत्स्फूर्तपणे पुढील ओळी बाहेर पडल्या. 'अगर पृथ्वीवर कुठे स्वर्ग असेल तर तो याच ठिकाणी.'

फुतूहाते आलमगीरी : ईश्वरदास नागर हा ग्रंथकर्ता असून तो औरंगजेबाच्या मुख्य न्यायाधीशाचे पदरी कारकून होता. उपरोक्त ग्रंथ अपूर्ण आहे. त्याचे स्वरूप बखरीप्रमाणे आहे. औरंगजेबाच्या मृत्यूपर्यंतचा कथाभाग त्यात असला तरी फारसा विश्वसनीय नाही. (म इ)

फुलाजी प्रभू देशपांडे : (बलिदान १६६०) - वीर फुलाजीप्रभू एक मराठी योद्धे. वीर बाजीप्रभू देशपांडे ह्यांच्या बरोबरीने पन्हाळगड ते विशाळगड ह्या रोमांचकारी प्रसंगात (१३ जुलै १६६०) बलिदान. (मचको)

फुले सावित्रीबाई : इ. स. १८३१ मध्ये सातारा जिल्ह्यातील तासगाव येथे जन्म झाला. १८४९ मध्ये अस्पृश्यांच्या शिक्षणासाठी पतीबरोबर गृहत्याग केला. १८६३ मध्ये 'बालहत्या प्रतिबंधक गृहा'ची स्थापना केली आणि सावित्रीबाईचे संगोपनाचे कार्य चालू झाले. १ जानेवारी १९४८ मध्ये पुणे येथील बुधवार पेठेतील भिडे वाड्यात शिक्षिका म्हणून कार्यास सुरुवात केली. १ मे १८४९ रोजी पुणे येथील उस्मानशेख यांचे वाड्यात प्रौढांसाठी शाळेची स्थापना करून अध्यापनाचे कार्य केले. १८४९-५० मध्ये पुणे, सातारा, नगर जिल्ह्यांत शाळांची सुरुवात केली. काही शाळेत शिक्षिका म्हणून कार्य केले. १८५५ मध्ये शेतकी व शेतमजूर यांच्यासाठी रात्रशाळांची स्थापना व अध्यापन सुरू केले. पुणे परिसरात १८७५ - १८७७ मध्ये अन्नछत्रे उघडून दुष्काळ निवारण कार्य केले. (मचको)

फेरिश्ता : फारसी लेखक. त्यांच्या नावे अनेक गौरवपुरस्कार स्वातंत्र्योत्तर कालात देण्यात आले आहेत. याने दक्षिण भारतातील बहामनी काळातील गुलबर्गा व विजापूर, बिदर, अहमदनगर तसेच कुतुबशाही सुलतानांबाबत तपशिलाने वर्णन केले आहे. खानदेश, गुजरात, माळवा, सिंध, काश्मीर, बंगाल, बिहार इ. प्रदेशातील राज्यकर्त्यांची माहितीही तो देतो. (इलेशा)

फेरिस्त : कॅटलॉग किंवा यादी फेरिस्त हे हस्तलिखित रुमाल असून त्यामध्ये मुंबईच्या जमिनमहसुलाच्या कायद्यामधील (इ.स. १८७९) ५३ व्या कलमान्वये जमीन ठेवलेली दुमाला जमिनीची पत्रके आहेत. मौजेवार लावलेली आहेत. (खाइ)

फैजपूर अधिवेशन :(१९३६) कॉंग्रेसचे सुवर्णमहोत्सवी अधिवेशन व महाराष्ट्रातील ग्रामीण भागातील पहिले अधिवेशन फैजपूर येथे भरले. या अधिवेशनाचे अध्यक्ष पंडित नेहरू होते. शेती व्यवस्थेत सुधारणा घडविण्यास कॉंग्रेस कटिबध्द असल्याचे सांगण्यात आले. तसेच संस्थानी प्रजेतील लोकशाही हक्कांसाठी कॉंग्रेसने लढा देण्याचा निश्चय केला. (मपइ)

फॅक्टरी कमिशन : भारतातील पहिले फॅक्टरी कमिशन नेमण्यात आले (२३ मार्च १८७५). सोराबजी शापूरजी बंगाली यांनी कामगार हिताचे विधेयक मुंबई सरकारला सादर करून त्यात गिरण्यातील मजुरांचे तास कमी करा, लहान मुलांना संरक्षण द्या, अशी मागणी केली (१८७८). मुंबई विद्यापीठातील हेडक्लार्क जनार्दन रामचंद्र यांनीसुध्दा सुधारणा कायदा करण्याचा आग्रह धरला. विरोध व पाठिंबा अशा दोन आघाड्यांवर सौम्य स्वरूपात १८८१ चे विधेयक संमत झाले. (मपइ)

फॅक्टरी व रेसिडेन्सी रेकॉर्ड : मुंबई पुराभिलेखागारातील महत्त्वाचा उपविभाग. यातील कागदपत्रांचे वर्गीकरण - १) इ.स. १६५९ ते १७८५ या कालातील ब्रिटिश अधिकाऱ्यांच्या नोंदी त्यापैकी ५१३ इतिहासकारांच्या दृष्टीने विशेष आवश्यक, २) ६४ आवक पत्रे व ४३ जावक पत्रे यांचा समावेश, ३) फॅक्टरी रेकॉर्डस्‌मध्ये १२३५ फाईल्स पाहावयास मिळतात. यामधून सुरत, बडोदा, बेलापूर, ठाणे, कल्याण, पुणे, बागलकोट, रेवा, रत्नागिरी, राजपिंपळा इ. भागांविषयी राजकीय, सामाजिक परिस्थिती कळून येते. (इलेशा)

फॉरवर्ड ब्लॉक : समाजवादी दृष्टिकोन कॉंग्रेसने घ्यावा, यासाठी कॉंग्रेसमधून हा गट फुटून वेगळा झाला. जहालमार्गाने इंग्रजांना देशातून हाकलून द्यावे, असा त्यांचा नारा राहिला. सुभाषचंद्र बोस यांच्या नेतृत्वाखाली याचे संघटन झाले. (१९३९) हा बंगालपुरता मर्यादित. नेताजींच्या परदेशगमनाने व दुसऱ्या महायुद्धामुळे हा गट पुढे निस्तेज झाला. (भासविको)

फोंडसावंत तांदुळवाडीकर : सावंतवाडीकरांनी इंग्रजांचे मांडलिकत्व मान्य केले. (१७ फेब्रु. १८१९). पुढे महादेवगडचा किल्लेदार फोंडसावंत तांदुळवाडीकर याने बंड केले (१८२२); मात्र इंग्रजांनी हे बंड मोडून काढले. कंपनीने संस्थानचा कारभार स्वत:चा पॉलिटिकल एजन्ट नेमून ताब्यात घेतला. (१८३८). (मपइ)

फोर्ट : 'बॉम्बे कॅसल'ह्या पोर्तुगीजांनी आधी उभारलेल्या कोटाचा मुंबईच्या उभारणीत उपयोग करून घेतला. या नव्या किल्ल्याला तीन दरवाजे होते. अपोलो गेट, चर्च गेट आणि बझार गेट. १८६२ ते ६४ या काळात फोर्ट जॉर्जचे बरेच बांधकाम नष्ट करण्यात आले. याच तटबंदीचा एक भाग सेंट जॉर्जेस हॉस्पिटलच्या आवारात अद्यापही आहे. दगडावर कोरीवकाम केलेले व सूर्यप्रकाशाच्या साहाय्याने वेळ दाखविणार सूर्य घड्याळ

पोर्तुगीजांनी बॉम्बे कॅसलमध्ये बसविले होते. मुंबईच्या ह्या किल्ल्याचे काही फोटो उपलब्ध आहेत. (जस)

फ्रीमन : इतिहासकाराला कायदा, तत्त्वज्ञान, अर्थशास्त्र, मानववंशशास्त्र, भूगोल, नैसर्गिकशास्त्रे अशा शास्त्रांचे ज्ञान असावे. शास्त्रे इतिहासाला पूरक असतात. त्यांच्या मदतीशिवाय इतिहास लेखन अशक्य आहे. म्हणून इतिहास लेखनात साहाय्यकारी शास्त्रांचे महत्त्व जास्त आहे, असे फ्रीमनचे मत आहे. (इलेशा)

फ्रेंच : मराठ्यांशी संबंध येणारे शेवटचे परकीय सत्ताधीश. इंग्रजांशी सततच्या स्पर्धा, संघर्षाने त्यांची सत्ता फारशी वाढू शकली नाही. पाँडेचेरी हे मुख्य ठाणे मात्र त्यांनी कधीही सोडले नाही. इंग्रजांबरोबरच्या संघर्षात क्वचित प्रसंगी फ्रेंचाची युध्दसाहित्याची मदत होई. विशेषत: टिपूशी त्याचे अत्यंत सलोख्याचे संबंध होते. फ्रेंच सेनापती आणि मुत्सद्दी म्हणून बारॉ, बुसी, डुप्ले यांची नावे प्रसिध्द. इंग्रजांबरोबर झालेल्या तीन लढायांत शेवटी झालेल्या पराभवामुळे हिंदुस्तानात त्यांचे अत्यंत मर्यादित अस्तित्व उरले. जिंजीचे मराठे वाटेल त्या निमित्ताने फ्रेंचांकडून वारंवार नजराणे उकळीत. (मइ)

फ्रेंच साधने : शिवकालात सुरत, कोरोमंडल, पाँडेचेरी इ. ठिकाणी फ्रेंच वखारी होत्या. फ्रेंच अधिकारी मॅार्टीनचे हेर स्वराज्यात सतत फिरते राहून बातम्या पुरवत. त्याची रोजनिशी महत्त्वाचे साधन आहे. जेसुईट मिशनऱ्यांचाही पत्रव्यवहार महत्त्वाचा आहे. शिवाजी महाराजांविषयी ऐकीव माहिती येते. (मइ)

फौजदारी कायदा : फौजदारी न्यायदान प्रक्रिया संहिता - (१८४७) पासून फौजदारी न्यायदान प्रक्रिया संहिता काम चालू होऊन (१८६२) मध्ये ती अमलात आली. फौजदारी खटल्यातील न्यायपद्धती यात सविस्तर दिलेली आहे. ख्यातनाम कायदेतज्ज्ञ जेम्स स्टीफनने या संहितेवर शेवटचा हात फिरवला. (मपइ)

ब

बंकिमचंद्र चटोपाध्याय : (१८३८ – १८९४) बंगालीतील ज्येष्ठ कादंबरीकार. त्यांच्या 'आनंदमठ' या जगद्‌विख्यात कादंबरीतील 'वंदे मातरम्' या गीताने तर इतिहासच घडवला. सशस्त्र क्रांतिकारकांचा तो परवलीचा शब्दच झाला. हे गीत त्यांनी ७ नोव्हेंबर १८७५ रोजी लिहिले. कल्पनाचातुर्य व उत्कृष्ट लेखनशैली यामुळे ते लोकप्रिय झाले. अनेक कादंबऱ्यांचे लेखन. 'दुर्गेश नंदिनी', बंगाली भाषेतील पहिली कादंबरी, 'वंगदर्शन' मासिक सुरू केले. (सुविको) (स्वासंस)

बंगलक्ष्मी : बंगालमधील एक आधुनिक स्त्रीव्रत. वंगभंगाविरुद्ध बंगालमधील स्त्रिया व पुरुष यांच्यामध्ये राजकीय जागृती निर्माण व्हावी या उद्देशाने श्री. राजेंद्र सुंदर त्रिवेदी यांनी हे व्रत प्रचलित केले. बंगालच्या फाळणीविरुद्ध प्रतिक्रिया म्हणून हे व्रत निर्मिले. १६ ऑक्टो. १९०५ ही या व्रताची तिथी होती. (भासंको)

बंगाल : भारतीय संघराज्यातील एक राज्य. बौद्ध व जैन साहित्यात सनपूर्व ६ व्या शतकातील महाजन पदांची नावे दिलेली आहेत त्यांत वंग नाव आहे. इ. स. च्या ४ थ्या शतकात बंगालमध्ये गुप्त साम्राज्य होते. ७ व्या शतकात शशांक राजा उदयाला आला. १० व्या शतकात चंद्र वंशाचे राज्य उदयाला आले. ११ व्या शतकात यादव वंश, १२ व्या शतकात सेन वंश, १२०८ साली अलीमर्दानखान हा बंगालचा पहिला सुभेदार झाला. १७५६ अलीवर्दीखानचा मुलगा मिर्झा मुहंमद १७७२ – इंग्रजी सत्ता येथूनच प्रारंभ. वॉरन हेस्टिंग्ज बंगालचा गव्हर्नर झाला. १९०५ मधील बंगालच्या फाळणीमुळे साऱ्या देशात संपूर्ण समाजात जागृती आली. पहिली सामाजिक जागृती बंगालमध्ये आली. बंगालने फार मोठे नेते देशाला दिले. १९४७ मध्ये बंगालची पुनरपी फाळणी झाली. वन्दे मातरम, जनगणमन, स्वामी विवेकानंद, रविंद्रनाथ टागोर, नेताजी सुभाषचंद्र बोस इ. बंगालच्या मोठ्या देणग्या होत. (भासंको)

बंगालचा दुष्काळ आयोग : (१९४३) बंगालमध्ये फार मोठा दुष्काळ पडला. देशात अन्नधान्याची टंचाई वाढली. धान्यटंचाईमुळे उपासमारीने लोक पटापट मरू लागले. उपासमारीमुळे त्यावेळी बंगालमध्ये ३० लाख लोक मेले. अन्नधान्य टंचाई असताना अमेरिकेतून आलेली धान्याची जहाजे युद्धाच्या आघाडीकडे वळविण्यात आली म्हणूनच या दुष्काळाचे वर्णन 'मानवनिर्मित दुष्काळ' असे केले जाते. या परिस्थितीवर मात करण्यासाठी बंगालचा दुष्काळ आयोग नेमण्यात आला. (सविको)

बंगालची फाळणी (१९०५): १९०५ मध्ये लॉर्ड कर्झनच्या कारकिर्दीत पूर्व बंगाल व पश्चिम बंगाल

असे दोन भाग करण्यात आले. नंतरच्या काळात या फाळणीचे गंभीर परिणाम झाले. हिंदू व मुसलमानात तेढ निर्माण करण्यासाठीच हे कारस्थान होते. लाल-बाल-पाल यांच्या नेतृत्वाखाली उग्र स्वरूपाची चळवळ सुरू झाली. जहाल व मवाळ पक्षाचा स्फोट १९०७ मध्ये काँग्रेस अधिवेशनात झाला. १९११ मध्ये पाचव्या किंग जॉर्जने फाळणी रद्द झाल्याची घोषणा केली. (इसंशा)

बंदरे (महाराष्ट्रातील) : सिंधु संस्कृतीची आर्थिक भरभराट ही समुद्रमार्गे होणाऱ्या व्यापारावर मुख्यत: अवलंबून होती. पश्चिम किनारपट्टीवर गुजराथेत लोथल हे एक प्राचीन बंदर निर्यातीसाठी प्रसिद्ध होते. त्या ठिकाणी भव्य गोदी असून तेथे जहाजांची दुरुस्ती केली जाई. मुंबई, सुरत, चौल, दाभोळ कारवार अशी बंदरे १७, १८ व्या शतकात प्रसिद्ध होती. महाराष्ट्राला विस्तृत समुद्रकिनारा लाभला असल्याने बाणकोट, दाभोळ, सुरत, भडोच, चौल, संगमेश्वर, राजापूर, मालवण, वेंगुर्ला इ. अनेक बंदरे प्राचीन काळापासून मध्ययुगापर्यंत प्रसिद्ध होती. या बंदरातून मोठ्या प्रमाणात निर्यात होत असे. अंतर्गत वाहतुकीस नावा वापरत. शिवकालात ८/९ बंदरे प्रख्यात असून इराण, मस्कत, मक्का इ. ठिकाणी दळण-वळण ठेवले जाई. (गस)(सिसं)

बंदूक : यात स्फोटक पदार्थ भरतात. बंदुकीच्या दारूला वेगाने दिशा दिल्यानंतर त्यातून शक्ती निर्माण होते. दूरवर गेल्यानंतर त्याचा स्फोट होऊन अग्नीच्या ज्वाळा निर्माण होतात. अशा माऱ्यामधून मनुष्यहानी होते. (इसंशा)

बँकांचे राष्ट्रीयीकरण : १९६९ साली प्रमुख १९ बँकांचे राष्ट्रीयीकरण करण्यात आले. राष्ट्रीयीकरणानंतर बँकांचे जाळे तेथे वित्तीय सेवा पुरेशा प्रमाणात नव्हत्या, अशा ग्रामीण भागात विस्तारण्यावर भर देण्यात आला.

बानर्जी कालीचरण : (मृत्यू : १९०८) एक हिंदी राष्ट्रीय सभेचे पुढारी. काँग्रेसच्या चळवळीत सहभाग, १८९० साली इंग्लंडमध्ये जे राष्ट्रीय सभेचे शिष्टमंडळ गेले, त्याचे सभासद, १९०१ मध्ये प्रिव्ही कौन्सिलमध्ये हिंदी अपिलात हिंदी वकील घेण्यात यावे असे त्यांनी सांगितले. (सुविको)

बानर्जी प्रमथनाथ : (१८७७) एक हिंदी अर्थशास्त्रज्ञ. बंगाल व मध्यवर्ती कायदेमंडळाचे सभासद, इंडियन पोलिटिकल सायन्स काँग्रेसच्या लाहोर येथे भरलेल्या अधिवेशनाचे अध्यक्ष, हिंदी अर्थशास्त्राचा अभ्यास, हिंदी जकातीचे धोरण. हिंदी करपरतीचा अभ्यास इ. ग्रंथांचे लेखन. (सुविको)

बानर्जी राखालदास : (१८८२-१९३०) हे बंगाली पंडित, शिलालेखाचे तज्ज्ञ असून बंगाली भाषेतील बंगालचा इतिहास, ओरिसाचा इतिहास व 'प्राचीन मुद्रा' या ग्रंथाचे लेखक, शिलालेखांचे अध्ययन, भारतीय संस्कृती व इतिहास या विभागाचे अध्यक्षस्थान, कलकत्ता इंडियन म्युझियमच्या पुरातत्त्व विभागाचे प्रमुख म्हणून निवड. (सुविको)

बानर्जी, सर सुरेंद्रनाथ : (१८४८-१९२५). एक हिंदी पुढारी. इंडियन असोसिएशनची स्थापना, १९१७ पर्यंत प्रत्येक राष्ट्रीय सभेच्या अधिवेशनास हजर असत. १८७९ मध्ये 'बंगाली' पत्राचे संपादन केले. १९०५ पासून बंगालची फाळणी होईपर्यंत कायदेमंडळावर बहिष्कार घालण्याचे ठरवून ते बाहेर राहिले. १९१६ - मॉंटेग्यु-चेम्सफर्डसुधारणा नंतर स्थानिक स्वराज्य खात्याचे मंत्री झाले. १८९७ मध्ये वेल्बी कमिशनपुढे साक्ष देण्यासाठी, १९०९ मध्ये वृत्तपत्र परिषदेसाठी, १९१९ मध्ये प्रागतिकांच्या शिष्टमंडळात असे ते इंग्लंडमध्ये गेले. १९१९ साली प्रागतिकांच्या पहिल्या फेडरेशनचे अध्यक्ष. (सुविको)

बक्सारची लढाई : (१७६४ इ. स.) – बंगाल प्रांत ताब्यात आल्यावर इंग्रज फारच शिरजोर बनले. पानिपतच्या सुप्रसिध्द लढाईच्या दुसऱ्याच दिवशी बादशहाचा इंग्रजांनी पराभव केला. दिल्लीला बादशाही स्थापन करण्यावरून इंग्रज, बादशाहा आणि त्याचा अवधचा नवाब शुजाउद्दौला यात संघर्ष. बक्सार येथे लढाई झाली. त्यात नवाबाचा पराभव झाला. (मइ)

बखर : बखर म्हणजे चरित्र ग्रंथ होय. 'बखर' हा शब्द मुळात 'खबर' या अरबी शब्दाचा भ्रष्ट प्रकार होय. 'शालिवाहन राजाची बखर' उर्फ महिकावतीची बखर ही मराठी भाषेतील जुनी बखर होय. चरित्रात्मक बखर, प्रसंगविवेचनात्मक बखर, वंशाचा इतिहास कथन करणारी बखर, आपली बाजू स्पष्ट करण्यासाठी बखर लेखन, आत्मचरित्रात्मक बखर, राजकीय बखर असे बखरींचे वर्गीकरण केले जाते. सर जदुनाथ सरकार शिवकालीन इतिहासासाठी बखरी विश्वसनीय नाहीत असे मानतात. त्या ऐकीव माहितीच्या आधारावर लिहिलेल्या असतात असे मानले जाते. मराठी वाङ्मयात विकासाच्या दृष्टिकोनातून बखरींना फार महत्त्व आहे. स्वराज्यातील कर्तृत्वाचा आलेख बखरकारांनी काढलेला दिसतो. दुसरी चांगली बखर १६९४ साली तयार झाली. यात शिवछत्रपतींचे चरित्र आहे. (मइ)

बखले भास्करबुवा (पं.) : अष्टपैलू चतुरस्र गायक. गायनाचार्य व अभिजात नाट्यसंगीताच्या परंपरेचे प्रवर्तक. ग्वाल्हेर, आग्रा व जयपूर या तिन्ही घराण्यांच्या गायकीचे सौंदर्य आत्मसात केले होते. नाट्यसंगीताला त्यांनी अभिजात संगीताच्या पातळीवर नेले. 'भारत गायन समाज'ची संस्थापना. बडोदे संस्थानातील कठोल गावी जन्म. ख्याल, ठुमऱ्या सारख्याच ताकदीने गाणारे गायक. (मदि)

बख्त बुलंद : (इ.स. १७००) – एक गौड राजा. शेतकरी व कारागिरांना त्याने इनाम जमिनी दिल्या. हल्लीचे छिंदवाडा, बैतूल जिल्हे व नागपूर – शिवणी, भंडारा – बालाघाट यातील काही मुलुख इतके त्याचे राज्य. नागपूर शहर यानेच वसवले. (सुविको)

बजाज राहुल : (जन्म : १९३८). स्वयंचलित दुचाकी आणि रिक्षांच्या उत्पादनात भारतातच नव्हे तर जगात अग्रेसर असलेले नव्या पिढीचे यशस्वी उद्योजक. भारतीय उद्योगाचा पाया बळकट केला. देशभक्तीचा वारसा. भारतीय उद्योगाचे प्रवर्तक.

बजाज, शेट जमनालाल : (१८८९ – १९४२). व्यापारी वर्गातील एक सार्वजनिक कार्यकर्ते. वर्धा येथे गांधीसेवा संघ व मारवाडी शिक्षण मंडळ यांची स्थापना. अखिल भारतीय मारवाडी आगरवाल महासभा स्थापन. 'रावबहादूर'ही सरकारी पदवी, खिलाफत चळवळ व सत्याग्रह चळवळ पुढाकार, १९२३ मध्ये झेंडा सत्याग्रह सुरू. १९३४ मध्ये राष्ट्रीय सभेचे अध्यक्ष, लक्ष्मीनारायण मंदिर १९२८ साली अस्पृश्यांस खुले, चरखा संघाचे अध्यक्ष व खजिनदार. (सुविको)

बजाजी निंबाळकर : एक मराठा वीर. मुधोजीचा ज्येष्ठ पुत्र, १६३९ मध्ये यास फलटणची जहागीर मिळाली. याने मुसलमान धर्म स्वीकारण्याचे कबूल केले. १६५१ मध्ये फलटणास आल्यावर जिजाबाईने याला शुद्ध करून घेतले. १६५९ मध्ये अफझलखान मराठ्यांवर चालून आला. त्यावेळी हा मराठ्यांच्या विरोधात सामील झाला. (सुविको)

बटकी : मध्ययुगात दास-दासी बाळगण्याची प्रथा असे. दासींना कुणबिणी किंवा बटकी म्हणत. बटकिणींची विक्री होत असे. बटकिणीचे मूल्य साधारण ६० रुपये असे. दासी कुणबीणींना माणूसकीने व

सन्मानाने वागविले जाई. तिची तुलना गुलामगिरीशी चुकून केली जाते. (मपइ)

बटुकेश्वर दत्त : (जन्म - १९०७ , कानपूर : निधन - २० जुलै १९६५ दिल्ली) - दिल्लीच्या असेम्ब्ली हॉलमध्ये बॉम्ब फेकताना भगतसिंगांच्या बरोबर जो धाडसी क्रांतिकारक होता त्याचे नाव बटुकेश्वर दत्त. भगतसिंग यांच्याबरोबर बटुकेश्वर दत्त यांनी स्वत:ला अटक करवून घेतली. लाहोरच्या या गाजलेल्या खटल्यात बटुकेश्वरांना जन्मठेपेची शिक्षा ठोठावण्यात आली. (स्वासंस)

बदलापूर : ठाणे जिल्हा, कल्याणमधील एक गाव. 'आमचा गाव - बदलापूर' या ग्रंथात गावचे रहिवासी विद्वद्वर्य श्री. ना. गो. चापेकर यांनी दिलेली आहे. वसईच्या मोहिमेत चिमाजीअप्पाची येथे छावणी होती. (सुविको)

बदाऊन : रोहिलखंड विभागाचा एक जिल्हा. १७७४ साली हा भाग अयोध्येच्या नबाबाच्या हाती गेला. १८०१ मध्ये तो इंग्रजांना देण्यात आला. मोगल व पठाण बादशहाच्या अमदानीत हा भाग नावारूपास आला. १८३८ मध्ये ब्रिटिशांच्या कारकिर्दीत जिल्ह्याचे मुख्य ठिकाण बदाऊनींची जन्मभूमी आहे.

बदाऊनी : (इ.स.१५४० - १६१५) अकबरकालीन एक फारसी पंडित, रामायण व महाभारत फारसीत भाषांतर, त्याने मुंतलाब-उलतवारीख (अकबराच्या कारकिर्दीचा इतिहास) लिहिला. ह्याचे इंग्रजीत भाषांतर केले आहे.

बद्रीनाथ : गढवाल जिल्ह्यातील मध्य हिमालयाचे शिखर व देवस्थान, श्रीनगरपासून मानाघाटणा रस्त्यावरील डोंगरात बद्रिनाथाचे मंदिर आहे. हे मंदिर अर्वाचीन असून शंकराचार्यांनी बांधले आहे. अहल्याबाईने सोन्याचे कळस दिले. देवळाखाली डोंगरात तळे आहे. एक झरा गरम पाण्याचा व एक झरा थंड पाण्याचा आहे. देवस्थानास त्या संस्थानाकडून बारा गावे इनाम आहेत. बर्फ पडते त्यावेळी जोशी मठात नारायणाची उत्सवमूर्ती बसते, त्याची पूजा होते.

बनारस (काशी, वाराणसी) : बनारस हे हिंदूंचे पवित्र क्षेत्र. एक जिल्हा. कनोजच्या राजांकडून हा मुलुख मुसलमानी घोरी घराण्याकडे गेला. १५ व्या शतकापासून हा जोनपूर विभागात गेला. अयोध्येच्या नबाबाकडे हा भाग आल्यानंतर त्याने मनसाराम या आपल्या गुमास्त्यास दिला. (सुविको)

बनारस अधिवेशन : गोपाळ कृष्ण गोखले यांच्या अध्यक्षतेखाली भरले (१९०५). याच अधिवेशनात गोखल्यांनी इंग्रजाबरोबर असहकार्याची भूमिका घेण्याचा इशारा दिला. टिळकांनी अधिवेशनातच काँग्रेसच्या भिन्न - भिन्न प्रांतीय सदस्यांना बहिष्काराची दीक्षा दिली. (मपइ)

बनारस संस्थान : मूळ पुरुष मनसाराम भुइनहार. हा अयोध्येच्या नबाबाच्या हाताखाली नोकर होता. त्याचा मुलगा बलवंतसिंग गंगापूरचा जमीनदार झाला. सुजाउद्दौला गादीवर आल्यावर त्याला अर्धा वसूल जहागीर म्हणून मिळाला. १७९४ मध्ये ईस्ट इंडिया कंपनी सरकारने १ लाखाचे वार्षिक उत्पन्न राजास कबूल केले. विभूती नारायण सिंग वैशिष्ट्यपूर्ण राजे होते. (सुविको)

बनावली : हरियाणातील बनावली हे एक सिंधू नगर. चौकोनी आकाराच्या या नगरीत बालेकिल्ला वेगळा नसून लोथलप्रमाणेच शहराचा एक भाग होता. तो साधारणपणे अर्धवर्तुळाकर दिसतो. बनावली येथील

उत्खननात एक अग्निमंदिर सापडले. त्याचा आकार गजपृष्ठाकृती असून त्यात एक अग्निकुंड आहे. (सिंस)

बन्नू : पाकिस्तानातील एक जिल्हा. अफगाण लोकांची वस्ती. मुसलमानांच्या स्वारीपर्यंत हिंदू लोक राहात होते. गझनीच्या महंमदाने हिंदूंचा नायनाट करून टाकला. रणजितसिंगाने हा प्रदेश जिंकला. शीख युद्धानंतर इंग्रजांच्या सत्तेखाली आला. इंग्रजांनी येथील किल्ले जमीनदोस्त करून शांतता प्रस्थापित केली. (सुविको)

बयाबाई आपटे : (इ.स. १८४७ - १९१८) दुसऱ्या बाजीराव पेशव्याच्या या मुलीचा जन्म ब्रह्मावर्तास झाला. १८५५ साली ग्वाल्हेरच्या सरदार बाबासाहेब आपट्यांचे चिरंजीव रावसाहेब आपटे यांच्याशी लग्न झाले. १८८३ मध्ये बयाबाईस वैधव्यदशा आल्याने उर्वरित आयुष्य तिने काशीस परमेश्वर भक्तीत घालवले. (सुविको)

बयाबाई रामदासी : एक मराठी संत-कवयित्री. हिच्या कविता प्रसिद्ध. त्यांवरून रामदासाच्या चरित्रावर प्रकाश पडतो. शिवकालीन महाराष्ट्रातही आर्या रचण्याची चाल होती. आर्या यमकाचा छंद मोरोपंतांच्याही पूर्वीपासून महाराष्ट्रातील कवींमध्ये होता. (सुविको)

बरगा मोहीम : १९७७ मध्ये पश्चिम बंगालमध्ये डाव्या पक्षांची सत्ता आल्यानंतर त्यांनी जुलै १९७८ मध्ये बटाईदारांची नावे नोंद घेण्याचा एक कालबध्द कार्यक्रम हाती घेतला. या कार्यक्रमाला 'बरगा मोहीम' असे म्हणतात. बटाईदारांना त्यांचे कायदेशीर हक्क देणे हा बरगा मोहिमेमागचा प्रमुख उद्देश होता. (सुविको)

बरीदशाही : (बिदर), (इ.स.१४९२-१६५६) - कासीम बरीद (इ.स.१४९२ - १५०४) नावाच्या पुरुषाने बहामनी राज्याची राजधानी, बिदर येथे स्वतंत्र राज्य स्थापन केले. कासीम हा महंमदशहाजवळ गुलाम होता. अमीर बरीद (१५०४ - १५४९) हा कासीमचा मुलगा, १५२९ मध्ये विजापूरच्या आदिलशहाने बिदरवर हल्ला करून राज्य हस्तगत केले. अली बरीद (इ.स.१५४९ - १५६२) शहा हा किताब धारण केला. इब्राहीम बरीदशहा (इ. स.१५६९) पर्यंत, कासीम बरीदशहा (१५६९-७२) पर्यंत व अमीर बरीदशहा याने राज्य केले. औरंगजेबाने बिदरचा किल्ला हस्तगत करून बरीदशाही नष्ट केली.

बरेली : उत्तर प्रदेशातील एक जिल्हा. ख्रिस्तपूर्व दुसऱ्या शतकात राज्य करणाऱ्या राजांची नावे असलेली नाणी व बौद्ध काळातील अवशेष सापडले आहेत. येथे रामगंगा नदी वाहते. १८५७ च्या बंडाच्या वेळी शिपायांनी येथे बंड उभारले. (सुविको)

बर्नियर फ्रान्सिस : (मृत्यू : १६८८) - हा फ्रेंच वैद्य व प्रवासी शहाजहान बादशहाच्या वेळी हिंदुस्थानात आला (सुविको)

बर्या अबर : इ. स. १३४० च्या सुमारास जेव्हा मुसलमानांनी पुण्यावर आक्रमण केले तेव्हा त्यांनी 'बर्या' नामक एक अरब सेनाधिकाऱ्याला येथे नेमले होते. त्याने ह्या नगराभोवती मातीची भिंत बांधली आणि तीन दरवाजे ठेवले. ह्या भिंतीचे अवशेष आजही दृष्टीस पडतात. ह्या भिंतीच्या आतील गाव 'कसबा' ह्या नावाने ओळखले जाते. (पेपु)

बऱ्हाणपूर : मराठ्यांच्या आक्रमक हालचालीत बऱ्हाणपूरची चढाई महत्त्वाची आहे. नोव्हेंबर-डिसेंबर महिन्यातच हंबीररावाने बऱ्हाणपूरची लूट केली (१६८०). संभाजी अचानकपणे बऱ्हाणपुरावर कोसळला. दीड कोसावरील संपन्न बहाद्दरपुरासह तटाबाहेर १७ (पेठा) पुरे होते. त्यांची मराठे तीन दिवस नि:शंकपणे लूट करीत

होते. ही लूट इतकी प्रचंड होती की, मराठ्यांनी केवळ मौल्यवान वस्तू, सोने, जडजवाहीर आणि चांदीच्या जिनसाच वाहून नेल्या. खानदेशातील एक प्रमुख शहर. राजधानी दक्षिणेतून उत्तरेत जाण्याच्या वाटेवर असल्याने व्यापारी केंद्र. (मइ) (खाई)

बलदेव विद्याभूषण : (इ. स. च्या १८ व्या शतकाचा पूर्वार्ध) चैतन्य संप्रदायाचा एक प्रचारक व महापंडित. (भासंको)

बलरामपूर : अयोध्या प्रांतातील सर्वांत मोठी जहागीर. ही गोंडा, बहरैच, लखनौ, फैजाबाद व प्रतापगड या जिल्ह्यात आहे. इ. स. १३७४ मध्ये फेरोझशहा तुघलकखानने बहरैच जिल्ह्याच्या पूर्व भागातील टोळ्यांचा बंदोबस्त करण्यासाठी पाठविलेल्या बरियरसा हा या इस्टेटीचा मूळ पुरुष. १७ वा पुरुष माधवसिंगाचा मुलगा बलरामदास याने बलरामपूर वसविले. १८५७ मध्ये येथील राजाने इंग्रजांना मदत केल्यामुळे त्याला गोंडा व बहरैच जिल्ह्यातील जहागिरी मिळाली. (सुविको)

बलुचिस्तान : पाकिस्तानचा एक भाग, १९४७ सालच्या फाळणीपूर्वी याचे तीन भाग असत. (१) ब्रिटिश बलुचिस्तान – १८७९ पासून तो ब्रिटिश अमलाखाली आला, (२) ब्रिटिश एजन्सीखालचा प्रदेश, (३) स्थानिक स्वतंत्र संस्थान. अफगाणिस्तानातील शेवटच्या हिंदू राजाची परिसमाप्ती ११ व्या शतकात झाली. ७ व्या शतकामध्ये एक बौद्ध भिक्षू लासबेला येथे राज्य करीत होता. 'गिचकी' हे रजपूत वंशाचेच म्हणवितात. ते १७ व्या शतकात राजपुतान्यांतून हाकलून दिले गेले, त्यामुळे त्यांनी येथे वसाहती केल्या. (सुविको)

बलुतेदार : ग्रामीण जीवनातील निरनिराळी आवश्यक कामे करून देणारे वतनदार कारागीर व कामगार. गावातील शेतकऱ्यांची प्रापंचिक आणि व्यावसायिक कामे करून देण्याबद्दल त्यांना सुगीच्या दिवसांत शेतकऱ्यांकडून मुशाहिरा म्हणून जे धान्य मिळत असे त्याला बलुते म्हणतात. सुतार, लोहार, चांभार, कुंभार, जोशी, मुलाणी, सोनार, कासार, महार, रामोशी इत्यादींचा यामध्ये समावेश होतो. (मइ)

बल्बन : तुर्की सरदाराचा मुलगा स्वपराक्रमाने सुलतान झाला. विद्येला उत्तेजन दिले. मद्यपानाविरुद्ध कडक कायदे केले. अत्यंत क्रूर. हिंदूंचा द्वेष्टा. बंगालमधील तुघ्रिलखानाचे बंड मोडले. बंड मोडताना भयंकर कत्तली केल्या. (भासंको)

बल्लारी : मद्रासमधील चार जिल्ह्यातील एक. या भागात विजयनगरचे राज्य असल्याने हंपीजवळ त्याचे अनेक अवशेष दिसतात. चालुक्य ते होयसळपर्यंत अनेक सत्तांतरे झाली. १६५८ मध्ये येथील किल्ला शिवाजीराजाने घेतला होता. (सुविको)

बल्लाळ होयसळ : (इ. स. १२९२–१३४२) – म्हैसूरच्या होयसळ राजघराण्यातील शेवटचा राजा. याच्या कारकिर्दीत विजयनगरच्या राज्याची स्थापना झाली. (सुविको)

बल्हाळ : भुसावळपासून जवळच असलेल्या बिल्हाळे गावी अतिशय सुंदर हेमाडपंती मंदिर आहे. त्याला कपिलेश्वर महादेवही म्हणतात. गर्भगृहाचे कोरीव शिल्प अप्रतिम आहे. खानदेशात गिरणानदीच्या काठी टेकडीवरील राजवाड्याचे अवशेष. महानुभावी पंडित नारोबा बहाळी याच गावचा. ऋध्दिपूर वर्णन हा त्याचा ग्रंथ. येथे एक शिलालेख इ. १२१२ सालातील असून संस्कृत देवनागरी लिपीत आहे. (खाइ)

बळवंतराव बाबाजी भोसले : पुणे शहरात शनिवार पेठेत राहणारे गृहस्थ. हे कोल्हापूर १८५७ चा उठाव संगठित करणाऱ्यांतील अग्रेसर संघटक होते. युद्ध चालू असेपर्यंत त्यांचे निर्भयपणे अथक प्रयत्न चालू होते. (१८५७ चे स्वापेदहिं)

बसरूर ऊर्फ बार्सिलोरवर : शिवाजीची स्वारी (१६६५) ८५ तारवांचा ताफा घेऊन शिवाजीने बेदनुरच्या राज्यातील बसरूरवर हल्ला केला. त्यांना अमाप लूट मिळाली. हा नाविक हल्ला शिवाजीच्या वाढत्या नाविक सत्तेचा दर्शक असला, तरी त्यात प्रत्यक्ष नाविक लढाई झाली नाही.

बसव : वीरशैव आणि लिंगायत संप्रदायाचा प्रवर्तक. १२ व्या शतकाच्या उत्तरार्धात होऊन गेला. याचा मामा बलदेव कलपुरी राजाचा मंत्री होता, बसवपुराण हे इ. स. १३६९ च्या सुमारास रचले गेले असावे. (सुविको)

बसवराज : (इ. स.१६९७–१७१४) या केळदी घराण्यातील राजाने 'शिवतत्त्व रत्नाकर' हा ग्रंथ संकल्पित केला. तत्कालीन राजकीय सिद्धान्तांचा अभ्यास करण्याच्या दृष्टीने हा ग्रंथ महत्त्वाचा मानला जातो. या ग्रंथांत याज्ञवल्क्य स्मृती, कामंदक नीतिसार, शुक्रनीती अशा पूर्वीच्या ग्रंथांवर आधारित राजनीतीविषयक विचारांची मांडणी आहे. काही विषयांवर जास्त भर देऊन त्यांना वेगळे महत्त्व देण्यात आले आहे. (मभासंसं)

बसातीनुस्सलातीन : विजापूरच्या आदिलशाहीची माहिती देणारा हा इतिहास ग्रंथ मुहम्मद इब्राहीम अझ्झुबैरी याने लिहिला. शिवाजी महाराजांच्या आयुष्यातील अनेक प्रसंग लेखकाने विशद केले आहेत. (मइ)

बसू जगदीशचंद्र : जगद्विख्यात शास्त्रज्ञ व संशोधक. १९२० साली त्यांची रॉयल सोसायटीचे फेलो म्हणून निवड झाली. युगप्रवर्तक संशोधक म्हणून गौरव, विद्युत चुंबक लहरींचा शोध, वनस्पतिशास्त्रातील महत्त्वपूर्ण संशोधन, बिनतारी संदेश पाठवण्याची पद्धती आणि त्यावरून अणुपीडन व प्रेषण सिद्धान्त हे यांचेच शोध आहेत. वनस्पतींना भावना असतात हा त्यांचा क्रांतिकारी शोध. (भासंको)

बस्तर : मध्य प्रदेशातील एक शहर, मूळ पुरुष आनमदेव असून दंतेश्वरीच्या कृपेने बस्तर येथे त्याने सत्ता प्रस्थापित केली. (सुविको)

बहादुरगड : (बहादुरगडाची लढाई) (महाराष्ट्र, अहमदनगर जिल्हा) शिवरायांच्या राज्याभिषेकानंतर (१६७४) मराठे सैन्याने हा गड लुटून प्रचंड संपत्ती मिळविली. कर्नाटक मोहिमेवर जाण्याच्या वेळीही बहादूरखानाला दुसऱ्यांदा इथेच लुटण्यात आले. पेडगाव म्हणजे बहादुरगड येथे संभाजीच्या बायकोला हलविण्यात आल्यामुळे त्याने पारनेरला जाऊन तिची सोडवणूक करण्याचा प्रयत्न केला असावा. मराठे केव्हा हल्ला करतील याचा नेम नसल्याने दिलेरखानास पेडगावाभोवती गस्त घालण्याचा हुकूम झाला. अजमशाह बहादूरगडास पोचल्यावर त्याने मराठ्यांच्या छावणीवर व आसपास हल्ले केले. या चकमकीत मराठे पराभूत होऊन तिमाजी पकडला गेला. येथेच संभाजी महाराज आणि कवी कलुषाची धिंड काढण्यात आली. (१६८९) (सासभकि) (मइ)

बहादूरशहा : (इ. स.१५२६–१५३६) गुजरातचा एक सुलतान. सिकंदरशहाचा खून झाल्यावर बहादूरशहा हा अहमदाबादचा सुलतान झाला. रायसेन जिल्हा, उज्जयिनी वगैरे ठिकाणे बहादूरशहाने जिंकली. वाल्या सरदाराच्या मदतीने हुमायूनने गुजरात प्रांत सर केला. दिल्लीचे राज्य मिळविले. दीव बंदरात पोर्तुगीज लोकांनी पुंडाई माजविली तेव्हा बहादूरशहाने आपली फौज पाठविली. (सुविको)

बहादूरशहा जफर : (मृत्यू ७ नोव्हेंबर १८६२) - मुघल साम्राज्याचा शेवटचा बादशहा. इंग्रजांनी त्याला नामधारी पादशाहा केले. त्याला सालीना १२ लाख रु. तनखा मिळे. १८५७ च्या उठावात त्याने मुस्लीम बंडखोरांना प्रोत्साहन देण्याचे काम केले. बंडखोरांनी त्याला दिल्लीच्या गादीवर बसविले. इंग्रजांनी त्याची अप्रतिष्ठा करून अखेर त्याला ब्रह्मदेशात रंगून येथे कैदेत ठेवले. अत्यंत एकाकी अवस्थेत मृत्यूस कवटाळले. उत्कृष्ट शायर होता. त्याचे देशप्रेम मात्र वादातीत होते. (स्वासंस)

बहिरा(जानवेद) : एक मराठी संतकवी. हा पैठणचा राहणारा, वडवळसिद्ध नागेश यास हा शरण गेला. याने भागवताच्या दशम स्कंधावर टीका लिहिली आहे. (सुविको)

बहिवगड : सातारा जिल्ह्यातील पाटणच्या वायव्येस हा किल्ला सह्याद्रीच्या एका शिखरावर पन्हाळ्याच्या शिलाहार राजांनी बांधलेला आहे. बहिरोबाचे देवालय आहे. त्याच्या नावावरून ह्या किल्ल्याला बहिवगड असे नाव मिळाले आहे. १८१८ मध्ये कॅ. केपनने घेतला. (सुविको)

बहिष्कार : देशी उद्योगधंद्यास चालना, प्रोत्साहन मिळण्यासाठी परदेशी मालावर बहिष्कार टाकणे हा एक मार्ग स्वातंत्र्य लढ्यात बरीच वर्षे वापरला गेला.

बहिष्कृत हितकारिणी सभा : डॉ. बाबासाहेब आंबेडकरांनी १९२४ मध्ये तिची स्थापना केली. वसतिगृहे उघडून दलित विद्यार्थ्यांची सोय करणे, वाचनालय, समाजकेंद्र, अभ्यासकेंद्र चालविणे, कृषिशाळा सुरू करून दलितांमध्ये आर्थिक प्रगती घडवून आणणे हे तिचे ध्येय राहिले. दलितेतर सुधारक हे काम प्रभावीपणे करू शकणार नाहीत, असा डॉ. आंबेडकरांचा ठाम विश्वास होता. सोलापूर येथे या सभेने वसतिगृह स्वखर्चाने चालविले. १४ जून १९२८ रोजी ही सभा विसर्जित करून 'दि डिप्रेस्ड क्लास एज्युकेशन सोसायटी' स्थापन केली. दलित वर्गाला पुरेसे प्रतिनिधित्व मिळावे म्हणून प्रयत्न केले. (इसंशा)

बहुपत्नीत्व : नानासाहेबांनी गोपिकाबाई जिवंत असतांना पैठणच्या मुलीशी दुसरे लग्न केले होते. गोपाळराव पटवर्धनाने पहिले कुटुंब मरण पावल्यानंतर दुसरे लग्न केले होते. नाना फडणवीसांची नऊ लग्ने झाली होती. संततीच्या आशेने जास्त बायका करीत असत. पण ही प्रथा केवळ थोरामोठ्यातच रूढ होती. (पेम)

बहुव्यापी अणुचाचणी बंदी करार (१९९६) : संयुक्त राष्ट्र-संघाच्या आमसभेत या प्रस्तावावर प्रथम अमेरिकेने व त्यानंतर ब्रिटन, फ्रान्स, रशिया, चीन, जपान इ. ६१ राष्ट्रांनी सह्या केल्या. (२४ ऑक्टोबर १९९६). या करारावर भारतानेही सही करावी असा एक प्रकारचा दबाव बड्या राष्ट्रांनी भारतावर आणला पण भारताने या करारावर अद्यापपर्यंत सही केली नाही. उलट मे १९९८ मध्ये पोखरण येथे अणुचाचण्या घडवून आणल्या. (इसंशा)

बाँबे असोसिएशन : महाराष्ट्राच्या संस्थात्मक इतिहासात या संस्थेच्या कार्याविषयी इतिहासकार म्हणतात, 'हिंदी राजकारणाचा पाया घालण्याचे काम' या संस्थेने केले. जगन्नाथ शंकरशेठ, दादाभाई नौरोजी ह्यांच्या प्रयत्नांनी २६ ऑगस्ट १८५२ ह्या दिनी मुंबईत बाँबे असोसिएशन ही संस्था उदयाला आली. डॉ. भाऊ दाजी लाड, नौरोजी फर्दुनजी, जमशेटजी जिजिभॉय, विनायकराव जगन्नाथ, माणिकजी कर्सेटजी, वि. ना. मंडलीक आदी प्रमुख नेत्यांमुळे संस्थेच्या कार्याला बळकटी आली. (इसंशा)

बांगलादेश : भारताच्या पूर्वेकडील भाग. पूर्वी पाकिस्तान म्हणून ओळखला जाई. बंगालमध्ये राष्ट्रवाद प्रखर होऊन त्यांनी प. पाकिस्तानपासून फारकत घेतली व १९७१ मध्ये बांगलादेश अस्तित्वात आला. पाकिस्तानी हिंसाचारात लाखो बंगाली मारले गेले त्याहीपेक्षा मोठ्या संख्येने भारतात आले. भारताच्या प्रत्यक्ष कारवाईनेच हा देश अस्तित्वात आला. भारताचे मित्र राष्ट्र. (इसंशा)

बांदा : पाहा अलिबहादर (सुविको)

बागबगीचा : पुणे येथे व पुण्याच्या आसपास पेशवे व त्यांचे सरदार आश्रित यांचे ३१ बाग होते. (सन १७४७). या बागांपैकी हिराबाग ही विशेष प्रसिद्ध असून तिच्यात इतिहासदृष्ट्या बऱ्याच महत्त्वाच्या गोष्टी घडल्या. सदर बाग नानासाहेब पेशव्यांनी तयार केली (सन. १७५५). येथे येऊन वसंतपंचमीचा उत्सव साजरा करीत. राघोबादादानेही बागबगीच्याकडे लक्ष पुरवून झाडांची निगा चांगली ठेवली होती. (पेम)

बागराणे : हे घराणे आंध्र प्रदेशच्या पश्चिमेकडील कोलार जिल्ह्यातील प्रदेशावर राज्य करीत होते. चोलवंशीय वीर नारायणाने ह्या घराण्याचा एकदा नाश केला. गंग वंशातील केसरी हस्तीमल्लाने हे घराणे पुन्हा स्थापन केले. गोपवंशाने ह्या घराण्याचा नाश केला. १५ व्या शतकातील प्राकृत भाषेचा प्रसिद्ध व्याकरणकर्ता त्रिविक्रम याच वंशातील. (सुविको)

बागलकोट : विजापूर जिल्ह्याच्या नैर्ऋत्येकडील तालुका, १६ व्या शतकात विजयानगर राजांच्याकडे होते. १७५५ मध्ये सावनूरच्या नबाबाकडून पेशव्यांनी घेतले. काही काळ हैदरच्या ताब्यात होते. पेशव्यांच्या वेळी येथे टांकसाळ होती. ती १८३५ मध्ये बंद झाली. (सुविको)

बागलाण : नाशिक जिल्हा. प्राचीन काळी राठोड घराण्याच्या ताब्यात होता. दक्षिणच्या इतिहासात यास बरेच महत्त्व, मराठ्यांच्या इतिहासात या बागलाणचा नेहमी उल्लेख असतो. बागलाणी असा जुन्या मराठी भाषेचा एक प्रकार आहे. (भासंको)

बागायती कामगार : चहा, कॉफी, नीळ, रबर, सिंकोना या पिकांचे मळे असतात. उत्पादन आणि प्रक्रिया एकाच कारखान्यात केली जाई. इंग्रजी राजवटीतच त्याची शास्त्रशुद्ध लागवड होऊ लागली. या उद्योगावर युरोपियन लोकांचे वर्चस्व होते. नीळ व्यवसायात कामगारांची फार पिळवणूक होत असे. त्यांना गुलामाप्रमाणे वागणूक मिळे. भारताच्या इतर भागातून आसाम, दार्जिलिंग येथे मजूर पाठविले जात. कितीही अत्याचार झाले तरी मळा सोडून मजूर जाऊ शकत नसे. कामगार संघटनांना प्रारंभ खूपच उशिरा झाला. स्वातंत्र्यानंतरच या परिस्थितीत हळूहळू फरक होत गेला. (सविको)

बागायती कामगार कायदे : चहा, कॉफी, रबर, नीळ या उत्पादनात स्थानिक आदिवासींचा मजूर म्हणून प्रामुख्याने वापर केला जाई. त्यांना गुलामाप्रमाणे राबवून घेत. कोणतीही सोय वा हक्क नसत. जगण्यापुरते वेतन मिळे. प्रसंगी मारझोडही करत. मजूर आपला मळा सोडून जाऊ शकत नसे. १८६५ मध्ये पहिला कायदा करण्यात आला. कामगारांना पकडणे, कैद करणे इ. बाबत हक्क मालकास दिले गेले. बरेचसे मजूर हंगामी असत. त्यांची फारच पिळवणूक होई. पहिल्या महायुद्धानंतर १९२६ मध्ये कामगार संघटना अस्तित्वात आल्या. कारखान्यांचे कायदे या उद्योगांना लागू नसत. १९५१ मध्ये स्वतंत्र कायदे होऊ लागले. १९६० मध्ये कामगार कल्याणाच्या विविध कल्पना मान्य झाल्या. कामाचे तास, मजुरी, संरक्षण, करमणूक, नुकसान भरपाई इ. चा

विचार केला जाऊ लागला. (सविको)

बागेवाडी : विजापूर जिल्ह्यातील एक तालुका. लिंगायत धर्माचा संस्थापक बसव याची ही जन्मभूमी. बसवेश्वराचे मंदिर, गणपती, मल्लिकार्जुन वगैरे देवांची देवळे आहेत. (सुविको)

बागोर : राजस्थानातील बागोर येथे मध्याश्मयुगीन (इ.स.पू. ५०००-२८००) हत्यारे आणि वसाहतीचे अवशेष मिळाले आहेत. त्यानंतरच्या कालखंडातील तांब्याच्या वस्तू आणि मातीची भांडी तिथे आहेत. तिथली तिसरी वस्ती लोहयुगीन (इ. स.पू. ६०० ते इ.स. २००) आहे. (भासंको)

बाघ : ग्वाल्हेर जिल्ह्यातील एक खेडेगाव. १० व्या शतकात राजा मारेधाम याने हे गाव वसविले. १८ व्या शतकात हे गाव प्रथम पेशव्यांकडे व नंतर शिंदे सरकारकडे गेले. बाघलेणी ही बौद्धांची लेणी म्हणून प्रसिद्ध आहेत. त्यांचा काळ इ. स. ६ वे शतक असावा. (सुविको)

बाघेलखंड : बुंदेलखंडाजवळचा एक भाग. बाघेला जातीवरून या प्रदेशाला बाघेलखंड हे नाव पडले. (सुविको)

बाजपाई, रामलाल बाळाराम : अमेरिकेतील एक हिंदी शास्त्रज्ञ. अमेरिकेतील हिंदुस्थान असोसिएशनचे जनरल सेक्रेटरी, अमेरिकेतील इंडिया होमरूल चळवळीचे चिटणीस, यंग इंडियाचे साहाय्यक संचालक होते. (सुविको)

बाजपेयी, सर गिरिजाशंकर : (जन्म : १८९१) - हिंदी सनदी अधिकारी, मुत्सद्दी. श्रीनिवासशास्त्री यांचे चिटणीस. नि:शस्त्रीकरण परिषदेत सहभाग (१९२०). जिनिव्हा परिषदेत हिंदी प्रतिनिधिमंडळाचे सेक्रेटरी. १९४६ मध्ये अमेरिकेत एजंट जनरल. परराष्ट्र कारभारात त्यांचा सल्ला पं. नेहरू घेत. १९२१ मध्ये इंपीरियल कॉन्फरन्सचे हिंदुस्थानचे सेक्रेटरी. १९२३ मध्ये हिंदुस्थान सरकारचे शिक्षण खात्याचे अंडर सेक्रेटरी, गोलमेज परिषदेस गेलेल्या ब्रिटिश हिंदी प्रतिनिधी मंडळाचे ते संयुक्त चिटणीस. (सुविको)

बाजबहादूर : हा माळव्याचा बादशहा. याने मांडवगड येथे इ. स. १५५४ पासून इ. स. १५६४ पर्यंत राज्य केले. मांडवगड फोडून नर्मदाप्रवाह वर आणला व तेथे एक रेवाकुंड बांधले. अत्यंत चैनी, रंगेल. मृगया आणि संगीतलोलुप. राणी रूपमतीच्या सौंदर्याने, संगीताने लुब्ध. तिच्या प्रेमात पडला. लग्न झाले, पण तिच्यापायी राज्यकारभाराकडे दुर्लक्ष झाले. मुघलांनी राज्य जिंकून घेतले. माळव्यात त्याचे प्रेम अजरामर झाले आहे. (सुविको)

बाजी पासलकर : एक शूर मराठा सरदार. पुणे जिल्ह्यातील मोसे खोऱ्याचा देशमुख. मावळातील देशमुखांचा आधारच होता. शिवाजीमहाराजांच्या उपक्रमात प्रारंभापासून सहभागी. खळद-बेलसरच्या लढाईत (१६४८) मृत्यू. 'यशवंतराव' हा त्याला किताब होता. (सुविको)

बाजी प्रभू देशपांडे : (मृत्यू : १६६०) - शिवाजीमहाराजांचा एक शूर, स्वामीभक्त सरदार. हिरडस मावळातील बांदल देशमुखांचा हा दिवाण. शिवाजीराजांनी रोहिड्यावर हल्ला करून बांदलास ठार केले, आणि बाजी शिवाजीच्या पदरी आला. तेव्हापासून प्रत्येक मोहिमेत बाजी आघाडीवरच राहिला. सिद्दी जोहराच्या पन्हाळ्याच्या वेढ्यात यानेच शिवाजीराजांना सुखरूप विशाळगडी पोहोचवले. पावनखिंडीत त्याने शत्रूला रोखून

धरले. तेथेच त्याला वीरमरण आले. (सुविको)

बाजी भीमराव रेठरेकर : (मृत्यू : १७३९) – पेशवाईतील ब्राह्मण सरदार. देशस्थ घराणे. पेशव्यांशी अत्यंत घरोबा. भिवराव, बाळाजी विश्वनाथ स्नेही. भिवरावाच्याही मुलांची नावे बाजी, चिमणा होती. १७३४ मध्ये सिद्दीवरील मोहिमेत १७३७ साली, १७३९ तारापूरच्या रणसंग्रामात बाजीने पराक्रमाची शर्थ केली. त्याच लढाईत वीरमरण. (सुविको)

बाजीराव थोरले : (इ.स.१७००–१७४०) – बाळाजी विश्वनाथ याच्या मृत्यूने छत्रपती शाहूची व मराठी राज्याची मोठी हानी झाली. ती भरून काढण्यासाठी बाळाजीचा पुत्र विसाजी (बाजीराव) याला शाहूने पेशवाईची वस्त्रे दिली. मराठीराज्याचा विस्तार उत्तरेत करावा की निजामाचा पूर्ण काटा काढावा या वादात बाजीरावाने धडाडीने उत्तरेत राज्यविस्तार केला. बाजीरावाने पालखेड येथे निजामाचा पराभव केला व निजामाने पेशव्यांशी तह केला. (इ.स.१७२२). बुंदेलखंडात महमंद बंगशाचा पराभव करून छत्रसालाचे रक्षण केले (१७२९). पुढे भोपाळ येथे मराठ्यांच्या सेनांनी निजामाला चहूबाजूंनी घेरल्यामुळे तो शरण आला (इ. स. १७३७). त्यावेळी झालेल्या तहात मराठ्यांचा मोठा फायदा झाला. त्याचप्रमाणे चिमाजीअप्पाने वसईची एक मोहीम पुरी केली होती (इ. स. १७३७). बाजीरावाच्या राजकारणात व यशात चिमाजीअप्पाचा वाटा मोठा होता. स्वराज्याचा चांगला बंदोबस्त करून बाजीरावाने उत्तरेस थेट दिल्लीपर्यंत मराठ्यांची सत्ता प्रस्थापित केली. राजस्थान, माळवा, दक्षिणेत निजाम, पोर्तुगीज, सिद्दी यांच्याशी वारंवार युद्ध करून एकाही लढाईत पराजय झाला नाही. मराठी साम्राज्य स्थापन झाले. शिंदे, होळकर, पवार इ. नवे सरदार उदयास आणले. प्रशासनाकडे मात्र त्याला लक्ष देता आले नाही. भारतातील सर्व शत्रूंना त्याने पराक्रमाने चकित केले. मस्तानी रक्षा असून तिचा वंश अद्यापि चालू आहे. (सुविको.) (भासंको)

बाजीराव रघुनाथ : (दुसरा बाजीराव) (१७७५ – १८५१) – मराठ्यांचा शेवटचा पेशवा. राघोबाचा पुत्र. अत्यंत चंचल बुद्धीचा, कारस्थानी, मतलबी, प्रारंभीचे आयुष्य नानाच्या नजरकैदेत. सवाई माधवरावांच्या अचानक मृत्यूमुळे पेशवाईचा वारस ठरला. दौलतराव शिंद्यांच्या नादी लागून जुन्या सरदारांचा, मुत्सद्द्यांचा छळ केला. होळकरांच्या भीतीने परागंदा. सेनापती किंवा मुत्सदीही नव्हता. अविश्वास, लोभीपणा धरसोड वृत्ती इ. मुळे राज्याचे नुकसान. त्रिंबकजी डेंगळे आणि बापू गोखले यांनी राज्य सावरण्याचा प्रयत्न केला, पण इंग्रजांनी बाजीरावाकडून मराठा राज्याची सोडचिठ्ठी घेतली आणि त्याला ब्रह्मावर्तास तनखा देऊन ठेवले. वयाच्या ७६ व्या वर्षी मृत्यू. (सुविको)

बाणकोट : कुलाबा जिल्हा. यास मिंतगड म्हणतात. सावित्री नदीच्या मुखाशी व बाणकोटच्या खाडीच्या मुखाशी बाणकोटच्या खाडीच्या दक्षिण तीरावर बांधलेला आहे. त्यातील वरचा भाग आंग्रांनी व खालचा हबशाने बांधला. १५४८ मध्ये हा विजापूरकरांकडून पोर्तुगीजांनी घेतला. त्याच्याकडून मराठ्यांनी घेतला. १७५५ मध्ये आग्र्यांचे पारिपत्य होऊन कमोडोर जेम्स याने हा किल्ला घेतला. मराठ्यांस परत दिला. इंग्रज अमदानीत त्याचे नाव व्हिक्टोरिया ठेवले. बाणकोटचा किल्ला मराठ्यांनी घेतल्यावर त्याचे नाव ठेवले हिंमतगड. व्यापारीदृष्ट्या महत्त्वाचे ठाणे. (जस)

बाणभट्ट : एक महान संस्कृत कवी. हर्षचरितमध्ये बाणभट्टाचे आणि हर्षवर्धनाचे चरित्रवृत्तान्त आहे.

'कादंबरी' हा बाणभट्टाचा सुप्रसिद्ध ग्रंथ. मराठीतील 'कादंबरी' हा वाङ्मयप्रकार जो आहे तो बाणभट्टाच्या 'कादंबरी'वरूनच आलेला दिसतो. (भासंको)

बाणभट्टाचे हर्षचरितम् : हर्षवर्धनाने आपल्या दरबारात बहुसंख्य विद्वानांना राजाश्रय दिला. त्यामध्ये बाणभट्ट होता. त्याने 'हर्ष चरितम्' नावाचा ग्रंथ लिहिला. बंगाल राज्याचा राजा शशांक व मालव राजा नरेश देवगुप्त दोघांनी कनौज येथील मौखरी वंशाचे राज्य कसे जिंकले, परंतु हर्षाने ते परत मिळविले याबद्दलची माहिती बाणभट्टाच्या हर्षचरितम् मध्ये आहे. (इलेशा)

बाणेर टेकडीवरील लेणे : लेण्याअलीकडे एक खोदीव खंदक आहे. त्या चरातून लेण्याकडे उतरणाऱ्या पायऱ्या आहेत. शेजारी पाण्याचे टाके, लेण्यात एका मंदिराची स्थापना झालेली आहे. (लेम)

बदामी : (विजापूर, कर्नाटक) – बदामी येथे चालुक्य वंशाची राजधानी होती. इ. स. ५५७ पासून पुलकेशी, कीर्तिवर्मा, मंगलेश, पुलकेशी (दुसरा), विक्रमादित्य हे महत्त्वाचे राजे होऊन गेले. इ. स. १२ व्या शतकात बांधलेले शिवमंदिर आणि अन्य मंदिरे आजही चांगल्या स्थितीत आहेत. मालेगट्टी शिवमंदिर लेणी, अगस्ततीर्थ, इ. प्रेक्षणीय. बनशंकरी तथा शाकंभरी ही अनेक घराण्यांची कुलदेवता आहे. लेण्यांमधील चित्रांवरून चालुक्य काळातील शिल्पकला, चित्रकला यांचा कसा विकास झाला याची कल्पना येते. (भासंको)

बापट पांडुरंग महादेव (सेनापती) : (१८८० – १९६७) – नगर जिल्ह्यात पारनेर गावी जन्म. परदेशात इंजिनिअरिंगचा अभ्यास करण्यास गेले आणि सशस्त्र क्रांतिकारी गटात सामील झाले. शिष्यवृत्ती बंद झाली. बॉम्ब निर्मितीचे तंत्र-मंत्र आत्मसात करून त्यावरील पुस्तके महाराष्ट्र, बंगालात पाठविली. लो. टिळक बापटांना एक धगधगते कुंडच म्हणत. नंतरच्या काळात गांधी तत्त्वज्ञानाचे भाष्यकार, मुळशी सत्याग्रह, गोवामुक्ती आंदोलन, संयुक्त महाराष्ट्र आंदोलन ह्यांचे भीष्माचार्याप्रमाणे नेतृत्व केले. ग्रामस्वच्छता, खादीचा आणि स्वदेशीचा आग्रह आयुष्यभर धरला. (मचको)

बापट, नागेश विनायक : (मृत्यू : १९०२) – एक मराठी ऐतिहासिक कादंबरीकार. इतिहास विषयाचा त्यांचा गाढा अभ्यास होता. 'पहिले बाजीरावसाहेब पेशवे,' 'पानिपतची मोहिम', 'छत्रपती संभाजी महाराज', 'चितुरगढचा वेढा' ही पुस्तके प्रसिद्ध. (सुविको)

बापू गोखले : (१७७७-१८१८) – मराठे साम्राज्याचा शेवटचा शूर सेनापती. इंग्रजांच्या साहाय्याने याने धोंड्या वाघाचा काटा कायमचा दूर केला. बंडखोर ताई तेलीण यांना माघार घेण्यास भाग पाडले. बापूला पेशव्याने खूश होऊन १२ लाखांचा सरंजाम दिला. गणेशखिंडीच्या लढाईत व कोरेगावच्या लढाईत याने इंग्रजांना यशस्वी रीतीने तोंड दिले. १८१८ मध्ये स्मिथने पळत असलेल्या पेशव्यांचा पाठलाग केला. त्याच्या बरोबरच्या लढाईत वीरमरण.

बापूजी श्रीपत चिगाव : (मृत्यू : १७३९) – पेशवाईतील एक मुत्सद्दी ब्राह्मण, शंकराजी नारायण सचिवाचा पुरंदर येथील एक अधिकारी होता. थोरल्या बाजीरावाने यास पुणे प्रांताचा सुभेदार नेमले.

बाप्पा रावळ : इ. स. ८ व्या शतकात होऊन गेला. इ.स. ७२५ व ७३८ च्या दरम्यान मेवाडवर अरबांनी आक्रमण केले. त्याचा रावळांनी यशस्वी प्रतिकार केला. चितोडला आपली सत्ता स्थापली. गुहिलोत वंशाची

याने स्थापना केली असे म्हटले जाते. (भासंको)

बाबजी उपाख्य भूला : भुजंग भोसले नाईक यांचा मुलगा, कोल्हापूरचे रहिवासी. भोरगाव येथे अटक. २ जानेवारी १८५८ ला कोल्हापूर येथील ब्रिटिश न्यायालयाने जन्मठेप व काळ्या पाण्याची शिक्षा दिली. (१८५७ चे स्वापेदहिं)

बाबर : हिंदुस्थानातील पहिला मुघल बादशाहा. पूर्ण नाव जहीरुद्दीन मोहंमद बाबर. १५१९ मध्ये भारतावर पहिली स्वारी केली. पानिपतावर १५२६ मध्ये त्याने इब्राहिम खानाचा पराभव केला व दिल्लीस बादशाही सुरू केली. प्रथम रजपूत राज्यांशी दीर्घकाल तुंबळ संग्राम केला. अत्यंत रसिक, विद्वान. 'तुझक-इ-बाबुरी' ऊर्फ बाबूरनामा हे तुर्की भाषेतील आत्मचरित्र प्रसिद्ध आहे. बाबराच्या या आत्मचरित्राची माहिती बाबराने स्वत:च्या मातृभाषेतून (फार्शी) गुणदोषांसहित, कसलाही आडपडदा न ठेवता लिहिली. तत्कालिन राजकीय, सामाजिक, आर्थिक परिस्थितीचे विवेचन बाबराने यात सविस्तरपणे केले आहे. बाबूरनामा म्हणजे इतिहास व साहित्य क्षेत्रातील अमर कृती मानण्यात येते. (१६ व्या शतकाचा पूर्वार्ध) (इलेशा) (सुविको)

बाबा आढाव : जन्म १९३० मध्ये. सामाजिक कार्यात ओढले गेले. गरिबांसाठी शुश्रूषा गृह, मागास वर्गाच्या उन्नतीसाठी चळवळ उभी केली, दलितांना गावात पाणी भरण्यासाठी 'एक गाव एक पाणवठा' आंदोलन केले. मराठवाडा विद्यापीठ नामांतर चळवळीत अग्रभागी होते. स्त्री-जातीवर होणारा अन्याय व देवदासी प्रथा या विरुद्ध संघर्ष, विधवा विवाहाचे पुरस्कर्ते. महात्मा फुले समता प्रतिष्ठानची स्थापना, हमालांसाठी 'हमाल भवन' ही वास्तू उभी केली. 'कष्टाची भाकर' हे केंद्र उभे केले. हमाल पंचायत, पथारीवाले, रिक्षा संघटना आदी संघटना स्थापन. 'एक गाव एक पाणवठा' हा ग्रंथ, 'पुरोगामी सत्यशोधक' त्रैमासिकाचे ते संपादक आहेत. छत्रपती शाहू पुरस्काराचे ते पहिले मानकरी ठरले. (इसंशा)

बाबा आमटे :२६ डिसें. १९१४ रोजी हिंगणलाल येथे (वर्धा, महाराष्ट्र) बाबांचा जन्म झाला. पूर्णनाव मुरलीधर, देवीदास ऊर्फ बाबा आमटे. गांधीजींचा सहवास लाभला. अस्पृश्योद्धारक चळवळीत स्वत:ला झोकून दिले. सफाई कामगारांच्या संघटनेचे ते अध्यक्ष बनले. अशोकवन (नागपूर), नागेपल्ली व हेमलकसा (गडचिरोली जि.) येथे रुग्णालये, संस्था, वृद्धाश्रम, अनाथालये, आदिवासींसाठी वैद्यकीय प्रशिक्षण, महारोग्यांच्या पुनर्वसनासाठी 'महारोग सेवा समिती' स्थापन. गांधीजींनी 'अभय साधक' असे नाव त्यांना दिले. कुष्ठरोग पीडितांच्या असामान्य सेवा कार्यासाठीचा इंडियन मर्चंटस् चेंबर ॲवॉर्ड, डेमियन पुरस्कार, म. गांधी शांतता पुरस्कार, कुष्ठरोग्यांच्या कामाबद्दल रॅमन मॅगेसेसे पारितोषिक, भारत सरकारने 'पद्मविभूषण' म्हणून गौरव केला. बिर्ला पुरस्काराचे ते मानकरी ठरले. १९९० मध्ये मानवतावादी कार्याबद्दल 'टेंपल्टन पुरस्कार' मिळाला. 'ज्वाला आणि फुले', 'उज्ज्वल उद्यासाठी' हे काव्यसंग्रह गाजले. त्यांचे २००८ साली निधन झाले. (इसंशा)

बाबा पदमजी : (१८३१-१९०६) मराठीतील प्रसिद्ध कोशकार. लेखक, ख्रिस्ती धर्मप्रचारक. जातीने कासार, आडनाव मुळे. भाऊ महाजन, लोकहितवादींचा त्यांच्यावर खूप प्रभाव पडला. प्रारंभी चर्चमध्ये शिक्षक. बायबल सोसायटी, ट्रॅक्टर सोसायटीचे संपादकत्व. शंभराहून अधिक पुस्तके. भाषा साधी, परिणामकारक. इंग्रजी-मराठी-इंग्रजी कोश, अरुणोदय (आत्मचरित्र), नवा करार, शब्दरत्नावली इ. वाङ्मय. 'यमुनापर्यटन' पहिली कादंबरी. (सुविको)

बाबा फरिदुद्दीन शकरगंज : (मृत्यू : १२६५) – मुसलमान साधू. पंजाबात मॉंटगोमेरीपासून जवळ त्याचे थडगे आहे. दिल्लीस बहुतेक काळ तपाचरणात. 'शकरगंज' ही त्याला पदवी मिळाली. त्यास सिद्धी प्राप्त होती. (सुविको)

बाबा राघवदास : (जन्म : १८९६) निष्ठावंत समाजसेवक. जन्मस्थान पुणे. पूर्ण नाव राघवेंद्र शेषो पाच्छापूरकर. जातीने देशस्थ ब्राह्मण. रामकृष्ण, विवेकानंद यांचा त्याचेवर खूप प्रभाव. हिमालयात योगाभ्यास (१९१३) केला. गोरखपूरला स्थायिक झाले. गीता, तुलसी रामायणाचे ज्येष्ठ अभ्यासक. धर्मग्रंथांच्या अभ्यासाच्या परीक्षा देशभर आणि जगभर निर्माण केल्या. वेद विद्यालय, कॉलेज यांच्याच प्रेरणेने स्थापन. (सुविको)

बाबाजी चैतन्य : (इ. स. १५५१ – १६५०) – एक चैतन्यसंप्रदायी साधू व संत श्री तुकाराममहाराजांचे गुरू. त्यांनी तुकाराममहाराजांना स्वप्नादेश दिला. (भासंको)

बाबुराव विश्वनाथ वैद्य : (इ. स. १७४२ – १७९५) – नागपूरकर भोसल्यांकडील पेशव्यांचा वकील. उत्तर पेशवाईत यांचा प्रभाव विशेष दिसून आला. बाबूराव विश्वनाथ नाना फडणीसांचा विश्वासू. मूळ आडनाव लागवणकर. सावकारी करीत. अहिल्याबाई आणि निजाम यांच्याकडील पेशव्यांच्या देण्याचे हिशेब पाहण्याचे त्यांना काम दिले होते. बाबूराव पुढे टोक्यास समाधिस्त. (सुविको)

बाबू गेनू सईद : (जन्म – १९०८, महाळुंगे (पुणे), ट्रकखाली बलिदान – १२ डिसेंबर १९३० मुंबई) – कायदेभंगाच्या चळवळीत परदेशी कापडावरील बहिष्कार हा प्रमुख कार्यक्रम होता. परदेशी कापड दुकानापर्यंत जाऊच द्यावयाचे नाही, हे स्वयंसेवकांनी ठरवले. या योजनेनुसार परदेशी कापडाची गाठोडी दुकानाकडे घेऊन जाणारा एक ट्रक बाबू गेनूने आडवला. बाबू गेनूने रस्त्यावर आडवे पडून ट्रकला पुढे जाऊ देण्यास नकार दिला. परंतु इंग्रज अधिकाऱ्याने ट्रक ड्रायव्हरला बाजूला करून स्वत: ड्रायव्हरची जागा घेतली आणि ट्रक बाबू गेनूच्या अंगावरून पुढे नेला. बाबू गेनू जागेवरच हुतात्मा झाला. (स्वासंस)

बाबूजी नाईक जोशी बारामतीकर : (१६९४–१७७७) मुत्सद्दी सरदार, सावकार, पेशवेपदाचा प्रतिस्पर्धी. मूळचा केळशीचा केशव नाईक. काशीस सावकारी करी. शाहूबरोबर साताऱ्यास आला. शाहूचा सावकार झाला. बाबूजी कर्नाटकात मोहिमेस असताना राघोबाची मुलगी दुर्गा याच्या मुलास दिली होती (१७७३). सुमारे ७० वर्षे कारभार, कवी मोरोपंत यांना उदारपणे आश्रय. (सुविको)

बायजाबाई शिंदे : (१७८४ – १८६३) ग्वाल्हेरच्या राणीबाईसाहेब. सर्जेराव घाटगे या रावबाजीच्या काळातील अत्यंत जुलमी, दुष्ट पुरुषाची मुलगी. अत्यंत देखणी आणि सालस होती. बाजीरावानेच दौलतराव व बायजाबाईचे लग्न लावून दिले. पुढे तिने दत्तक घेतला. पण तो सज्ञान होईपर्यंत दक्षतेने हुषारीने कारभार केला. तत्कालीन कर्तृत्ववान स्त्रियांमध्ये तिचा समावेश होई. इंग्रज सरकारही तिला मान देत असे. (सुविको)

बायबल : ख्रिस्ती लोकांचा धर्मग्रंथ. बिब्लॉस म्हणजे महान ग्रंथ. त्यावरून हा शब्द बनलेला आहे. ह्या ग्रंथाचे दोन विभाग असून पहिल्या विभागाला जुनी योजना किंवा जुना करार आणि दुसऱ्या विभागाला नवी योजना किंवा नवा करार असे म्हणतात. जगातील बहुतेक सर्व भाषांमध्ये बायबलची भाषांतरे झालेली आहेत. या ग्रंथाचा जगात सर्वाधिक प्रसार झालेला आहे. ख्रिस्ती धर्माचे सारसर्वस्व त्यात असून येशू ख्रिस्त हा बायबल ग्रंथाचा गाभा आहे. (भासंको)

बारगळ भोजराज : मल्हारराव होळकरच्या आईच्या भावाचे नाव असून अद्यापि धुळे जिल्ह्यामध्ये तळोद्यास बारगळाची गढी व वंशज आहेत. लहानपणी मल्हाररावाच्या जीवास धोका वाटून त्यांची आई बारगळाकडे आश्रयास आली. भोजराज तळोद्याच्या कदम बांडे यांच्या पथकात नोकरीस होते. मेंढपाळाचे काम दैवीदृष्टांतानंतर बारगळांनी काढून मल्हाररावास पागेत काम दिले. त्याला लष्करी शिक्षण दिले. तेथपासून मल्हाररावाचा उत्कर्षच होत गेला. (खाइ)

बारभाई मंडळ : नारायणराव पेशव्याच्या खुनानंतर पेशवाई राघोबाला मिळू न देता नारायणरावाच्या विधवा पत्नीस होणाऱ्या मुलाला पेशवाई देऊन त्याच्या नावाने राज्यकारभार करण्याचा प्रयत्न नाना फडणीस व सखाराम बापू या प्रमुख कारभाऱ्यांनी केला. राज्यातील प्रमुख सरदार आणि मुत्सद्दी या कटात सामील झाल्याने त्याला बारभाई मंडळाचा कारभार म्हणत. तथापि नाना–बापू या दोघांकडेच सत्तेची सूत्रे राहिली. महादजी शिंद्यांच्या भक्कम पाठिंब्यावर अखेर नाना फडणीस हाच एकमेव कारभारी त्यात राहिला. सामूहिक नेतृत्वाचा प्रयोग फारसा यशस्वी होऊ शकला नाही. (मइ)

बारा बलुतेदार : १) सुतार, २) लोहार, ३) महार, ४) मांग, ५) कुंभार, ६) चांभार, ७) परीट, ८) न्हावी, ९) भट, १०) मुलाणा, ११) गुरव , १२) कोळी. हे बारा बलुते म्हणजे गावगाड्यातले जुने प्रमुख हक्कदार होत. (संख्या संकेत कोश – संसंका)

बारा महाल : मराठेशाहीत अष्टप्रधानांकडे अठरा कारखाने नि बारा महाल ह्यांचाही कारभार असे. ते बारा महाल असे १) पोते (खजिना), २) सौदागर (माल), ३) पालखी, ४) कोठी, ५) इमारत, ६) बहिर्ला (रथ), ७) पागा, ८) शेती (राजांची व सरदारांची खाजगी जमीन), ९) अंत:पूर, १०) थट्टी (खिलार), ११) टांकसाळ आणि १२) छबिना (सैन्याभोवती रात्री पहाऱ्यांसाठी ठेवलेल्या स्वारांच्या टोळ्या), १८ कारखाने हे दौलतीचे मालकीचे नि बारा महाल हे राजाच्या मालकीचे असत. (मइ)

बारा महाल : १) अंत:पूर, २) द्रव्यभांडार, ३) धान्यागार, ४) अश्वधन, ५) गोधन, ६) आरामक्षेत्र, ७) टंकशाळा, ८) शिबिकादी, ९) मंदिरे, १०) महाल सौदागिरी, ११) महाला चौबिना, १२) वसनागार (संसंक)

बारा मावळ : पुण्याखाली १२ आणि जुन्नराखाली १२ मावळे होती. हिरडस मावळच्या देशमुखाच्या सनदपत्रात बारा मावळांचा उल्लेख येतो. डोंगर, दऱ्याखोरी, जंगल, विपुल पाऊस हे त्यांचे वैशिष्ट्य होते. पुणे, खेडेबारे, गुंजण, पवन, हिरडस, रोहिड, वेलवड, मोसे, पौड, मुठे नाणे, कानदरवारे अशी त्यांची नावे होती. (सुविको)

बारा मुळा (मुल्ल) **:** काश्मीर संस्थानातील गाव. प्राचीन वराहमूळ नावावरून रूढ. हुविष्क राजानी हुष्कपूर येथेच वसविले होते. १९४८ च्या येथील चकमकीत भारतीय सेनापति रॉय हे येथे निधन पावले. (सुविको)

बारिसाल : बंगालमधील बकरगंज जिल्ह्यातील गाव. १९०६ साली येथे कॉंग्रेसचे अधिवेशन. प्रथम वंदे मातरम् येथेच गायले गेले. लाठीमार, सुरेंद्रनाथ आदींना अटक. (सुविको)

बार्डोली : महसुलात झालेली वाढ रद्द करण्यासाठी पाटीदार जमीन मालकांनी शासनाकडे खूप वेळा

मागणी करूनही त्यांचे विनंती अर्ज फेटाळले. तेव्हा करबंदी चळवळ सुरू करण्यात आली. अगदी अहिंसकपद्धतीने हा लढा चलविला. या चळवळीत शेतमजूर आणि पीक हिस्सेदार सामील झाले होते. तरीही सत्याग्रहानंतर शेतमजुरांची स्थिती सुधारली नाही. फायदा मोठ्या जमीनमालकांनाच झाला. (सविको)

बार्डोली चळवळ : बार्डोली हा गुजरातमधील सुरत जिल्ह्यातील एक तालुका आहे. १९२८ मध्ये बोर्डोली येथे करबंदीची चळवळ सुरू झाली. बार्डोलीची चळवळ मुंबई प्रांतात पसरली. त्यामुळे व्हाईसराय आयर्विन यांनी वाढीव महसूल कराचा पुनर्विचार केला. या चळवळीत सरदार पटेल यांचे व्यूहनीती, कृतिशीलता, खंबीर नेतृत्व हे गुण दिसून आले. (इसंशा)

बार्लो सर जॉर्ज : (इ.स.१७६२ – १८४७) – अँग्लो इंडियन मुत्सद्दी. हिंदुस्थानचा गव्हर्नर जनरल. कॉर्नवॉलिसच्या मृत्यूनंतर १८०५ मध्ये याची नेमणूक झाली. वेल्लोर येथील बंडाळी याने मोडली. टिपूच्या परिवारातील लोकांस इंग्लंडला पाठविले. मद्रासलाही गव्हर्नर झाला. पण त्यास परत बोलावण्यात आले. (सुविको)

बाल लोक नाथ : एक हिंदी क्रांतिकारक. १९३० मध्ये क्रांतिकारकांनी हिंदी प्रजासत्ताक सेनेची बंगालमध्ये घोषणा केली. चितगावच्या शस्त्रागारावर हल्ला केला. त्यात बाल लोकनाथ होते. पण ते फरारी झाले. १ नोव्हें १९३० रोजी त्यांच्यावर खटला होऊन त्यांना काळ्या पाण्यावर पाठविण्यात आले. वय वर्षे २४. (सुविको)

बालकराम : (इ. स. १५ वे शतक) – एक मराठी संतकवी.

बालकृष्णन के.जी. : विख्यात कायदेपंडित. सध्या भारताचे सरन्यायाधीश म्हणून कार्यरत.

बालपरवेशी : लढाईत जे सैनिक ठार होत, त्यांच्या बायका- मुलांना तैनात देण्यात येई; त्यास 'बालपरवेशी' म्हणत. (मइ)

बालमुकुंद : (हुतात्मा भाई बालमुकुंद, जन्म – १८८९, हरियाना, पंजाब, फाशी – ८ मे १९१५, दिल्ली) – मोगलांच्या काळात औरंगजेबाच्या रोषाला बळी पडलेले हुतात्मा भाई मतिदास यांचे बालमुकुंद हे वंशज होते. बालमुकुंद यांनी लाला लजपतराय यांच्या अस्पृश्योद्धार चळवळीला वाहून घेतले. दिल्लीमध्ये लॉर्ड हार्डिंगच्या मिरवणुकीवर वसंत विश्वास यांनी बॉम्ब टाकला. त्यावेळी भाई बालमुकुंद त्यांच्या मदतीसाठी जवळच हजर होते. फितुरीमुळे पुढे सर्वजण पकडले गेले. भाई बालमुकुंदांना फाशीची शिक्षा ठोठावण्यात आली. (स्वासंस)

बालविवाह : अशा प्रकारच्या विवाहात मुलीचे कमाल वय आठ वर्षांचे नि मुलाचे वय चौदा वर्षांचे गृहीत धरले होते. मुलगी आठ वर्षांपेक्षा मोठी असल्यास आई–वडिलांना लग्न न होण्याची काळजी वाटत असे. मराठेशाहीत लग्नाच्यावेळी शिवाजी राजांचे वय दहा होते. नानासाहेब पेशवे ह्यांचे वय ९–१० होते. विश्वासराव ८, नारायणराव १० वर्षे, दुसरा बाजीराव १३ वर्षे नि त्याची पत्नी भागीरथीबाई ८–९ वर्षे, बालविवाहाचे अनेक तोटे आहेत. त्यातील एक म्हणजे बालविधवेच्या नरकयातना. (मइ)

बालवीर संघटना : (स्काऊट बॉय) १९०८ साली स्थापना. सर रॉबर्ट बेडन पॉवेलने इंग्लंडमध्ये तिचा प्रारंभ केला. जगातील सर्व राष्ट्रांत प्रसार. हिंदुस्थानातही ही संस्था कार्यरत आहे. मुलींमध्ये सेवाभाव, सामाजिक जाणीव, बंधुभाव निर्माण करणे. 'सन्नद्धोभव' 'तयार रहा' हे त्यांचे ब्रीदवाक्य. ८–११ वयाच्या बालांना शिशुवीर,

११-१७ वयाच्या गटास बालवीर आणि १७ वर्षावरील मुलांना रोव्हर्स (तरुण) म्हणतात. आदर्श नागरिक निर्माण व्हावेत हा प्रयत्न. (सुविको)

बालहत्या प्रतिबंधक कायदा : फीमेल इन्फंटिसाईड प्रिव्हेन्शन ॲक्ट १८७० मध्ये लागू झाला. त्याचा मुख्य हेतू मुलींची हत्या रोखणे हा आहे. प्रांतिक सरकारने नियमावली तयार करून ती गॅझेटमध्ये प्रसिद्ध करावी असा प्रस्ताव होता. लॉर्ड मेयोच्या काळात हा कायदा संमत करण्यात आला. (सुविको)

बालहत्या प्रतिबंधक गृह : लालशंकर उमिया शंकर यांनी पंढरपूर येथे बालहत्या प्रतिबंधक गृहाची स्थापना केली. त्याची शाखा लवकरच नाशिकला निघाली. त्याला लोकहितवादी, वि. मो. भिडे, का. म. थत्ते यांची मदत झाली. गर्भवती विधवेला गर्भपाताचे औषध न देता प्रसूतीसाठी गृहात आणून सोडणारास दहा रुपये बक्षिस देण्यात येई. (मपइ)

बालाश्रम : महात्मा फुले यांच्या सत्यशोधक समाजाने दुष्काळात 'बालाश्रम' उघडून लोकांना मदत केली (१८७७). या चळवळीचे सर्वांत महत्त्वाचे योगदान म्हणजे सर्वांना सामाजिक समतेच्या तत्त्वाचे महत्त्व लक्षात आणून देणे हे होय. (मपइ)

बालिका समिती : बालवीर चळवळ १९०८ मध्ये सुरू झाल्यावर दोन वर्षांनी त्याच पद्धतीची मुलींची संघटना सुरू झाली. बॅडन पॉवेल हे मुख्य सूत्रधार आणि त्यांची भगिनी ॲग्नेस हिने या कामी पुढाकार घेतला. लष्कराप्रमाणे यात हुद्दे असतात. प्रशिक्षण घेऊन मुलगी गाईड बनू शकते. आरोग्य, शील, ज्ञान, समाजसेवा, कला, इ. गोष्टींकडे लक्ष पुरविले जाते. गेल्या महायुद्धात या संघटनेची सरकारला खूपच मदत झाली.

बालेकिल्ला : (बाला-इ-किल्लाः गडाचा माथाः बाला-इ-घाट : घाटमाथा) - बालेकिल्ला या फार्सी शब्दाचा अर्थ मुख्य किल्ल्याच्या आत उंच जागी बांधलेले तटवेष्टित ठिकाण. राजा किंवा किल्ल्याचा मुख्य अधिकारी बालेकिल्ल्यात राहत असे. रायगडाप्रमाणे राजगड अर्नाळा, पुरंदर, तोरणा, प्रतापगड, हरिश्चंद्रगड, रसाळगड, यशवंतगड इ. गिरिदुर्गांना बालेकिल्ले आहेत. मराठ्यांच्या स्वातंत्र्यलढ्याच्या काळात जिंजी येथील बालेकिल्ल्याचा आश्रय राजारामाला उपयुक्त ठरला.

बाळंभट पायगुडे : संस्कृत पंडित. धर्मशास्त्रसंग्रह, जीवत्पितृकर्तव्यनिर्णय व उपाकृतितत्त्व या ग्रंथांचा कर्ता. त्याने टीकालेखनही केले आहे. (सुविको)

बाळकृष्ण (डॉ.) : (१८८२-१९४०) -कोल्हापूरच्या प्रख्यात राजाराम कॉलेजचे प्रिन्सिपॉल. सतत १८ वर्षे प्रचंड मेहनत घेऊन 'शिवाजी दी ग्रेट' हे शिवचरित्र चार भागांत पूर्ण केले. विशेषत: डच साधनांचा त्यांनी विपुल वापर केला. सामान्य वाचकाला हे चरित्र बोजड वाटले तरी संशोधकांच्या दृष्टीने अप्रतिमच आहे. (मइ)

बाळकृष्ण चिमणाजी : एक कारकून, याने पुण्याच्या ज्ञानप्रकाशाच्या एका अंकात खालील नोंद केली - एका खाजगी पत्राच्या आधारे आम्हाला असे कळाले आहे की, नानासाहेब दक्षिणेत येऊन पेशवे कारभाराची सूत्रे दसऱ्याच्या दिवशी हाती घेणार आहेत. त्यामुळे त्यांना सरकारी सेवेतून काढून टाकून त्यांच्यावर देशद्रोहाचा खटला भरला. (१८५७ चे स्वापेदहिं)

बाळाजी आवजी चिटणीस : (मृत्यू : १६८१) - शिवाजीचा लेखनिक. उपनाम चित्रे. त्याचा बाप

जंजिरेकराच्या सेवेत. गैरमर्जी होऊन आबाजी आणि भाऊ खंडोबा दोघांनाही पोत्यात घालून ठार केले गेले. शिवाजी राजापुरास मोहिम करताना बाळाजी आवजी त्याच्या आश्रयास आला. १६६२ मध्ये त्यास चिटणीसी मिळाली. स्वाभिमान, प्रामाणिकपणा स्वामीभक्ती इ.बाबत या घराण्यातील पुरुषांनी श्रेष्ठ आदर्श निर्माण केले. (सुविको)

बावडा किल्ला : पन्हाळ्याच्या भोजराजांनी जे १५ किल्ले बांधले, त्यापैकी एक. रामचंद्रपंत अमात्याने मुघलांपासून जिंकून घेतला तो त्याकडेच राहिला. सातारा-कोल्हापूरकरात वितुष्ट आले. तेव्हा रामचंद्रपंत कोल्हापूरकरांबरोबर राहिला. १७८२ मध्ये राजधानी पुन्हा कोल्हापुरात नेली. १८४४ मध्ये इंग्रजांविरुद्ध बंड केले, पण इंग्रजांनी ते मोडून काढले. (सुविको)

बावडा जहागीर : कोल्हापूर संस्थानची एक छोटी जहागीर. शिवाजीच्या जुन्या सहकाऱ्यातील निळो सोनदेव हा या संस्थानचा संस्थापक. राजारामकाळात मुघली आक्रमणाला टक्कर देणे, स्वराज्य संरक्षण करण्याचे काम रामचंद्रपंत अमात्याने दीर्घकाळ केले. भगवंतराव हाही एक कर्तृत्ववान पुरुष या घराण्यात झाला. (सुविको)

बिंदुसार : (इ. स. पू.२९८-२७३) - चंद्रगुप्ताचा मुलगा. जैन धर्माची दीक्षा घेतली होती. मौर्य राज्य व्यवस्थित सांभाळले. चाणक्य हा काही वर्षे त्याचाही महामात्य होता. (भासंको)

बिदनूर : शिवाजीमहाराजांनी मालवणहून समुद्रमार्गे निघून (फेब्रु. १६६५) बिदनूरच्या राज्यातले बसरूर हे महत्त्वाचे संपन्न बंदर लुटले. बिदनूरला या वेळी सोमेश्वर नायक गादीवर आला होता. आदिलशहाने बिदनूरवर मोहीम केली होती. (१६६३-६४) (मइ)

बिरबल : अकबराच्या दरबारातील कथिक नवरत्नांपैकी एक. अकबराने त्याचा हजरजबाबीपणा, प्रखर बुद्धिमत्ता, साहसादी गुणांवर खूष होऊन पंचहजारी व सेनापतीपद दिले होते. काही काळ न्यायाधीश. त्याच्या चातुर्यकथा प्रसिद्ध आहेत. (भासको)

बिरसा भगवान मुंडा (हुतात्मा) : (कैदेत मृत्यू-२ जून १९००, रांची) बिहार उठावात बिरसा भगवान मुंडा हे नेता होते. बिरसा मुंडा याच्या आंदोलनाने इंग्रजांच्या सत्तेला धोका होईल यामुळे सक्त मजुरीची त्याला शिक्षा झाली. सुटल्यावर त्याच्या सल्लागाराच्या साहाय्याने त्याने छोटीशी सेना उभारली. २५ डिसें १८९९ ला त्याने इंग्रजांवर हल्ला चढविला. बिरसा पकडला जाऊन त्याचे तुरुंगातच निधन झाले. (स्वासंसं)

बिलाशीचा सत्याग्रह : सातारा जिल्ह्यातील बिलाशी भाग ४० ते ५७ फूट उंचीच्या सागांच्या झाडासाठी प्रसिद्ध होता. स्वयंसेवकांनी जंगलाजवळच्या शिव मंदिरात सागाच्या बांबूवर तिरंगा उभारायचा ठरवले व त्याप्रमाणे केले. तिरंगा पोलिसांनी उतरवू नये म्हणून स्वयंसेवक रक्षणार्थ उभे ठाकले. परंतु एकेदिवशी गोरे अधिकारी सशस्त्र पोलिसांसह आले व पोलिसांनी सत्याग्रहींना ठार मारले. ब्रिटिशांनी तिरंगा जप्त केला. (मपइ)

बिल्हण : (इ. स. ११ वे शतक) - एक काश्मिरी पंडित व महाकवी. इ. स. १०६९-६५ या काळामध्ये बिल्हण तीर्थयात्रेच्या उद्देशाने काश्मीरमधून निघाला. 'चौरपंचाशिका' हे पन्नास श्लोकांचे एक काव्य व 'कर्णसुंदरी' नावाचे नाटक प्रसिद्ध आहे. कालिदासाच्या मेघदूताच्या खालोखाल चौरपंचाशिकेला रसिकमान्यता मिळाली आहे. त्याचे लेखन समृद्ध व संपन्न होते. बिल्हणाने विक्रमांकदेवचरित - बंगालच्या रामपाल राजाचा वृत्तांत नावाचा ग्रंथ लिहिला. (इलेशा) (भासंको, संसांइ)

बिस्मिल रामप्रसाद पं. : पाहा – रामप्रसाद बिस्मिल.

बिहार : भारतातील एक पूर्वेकडील प्राचीन भूभाग. विदेह–वैशाली–मगध असे भाग पडतात. वैशाली ही लिच्छवींची राजधानी होती. (विरेहानी राजधानी) तिथला हा प्रांत म्हणजे बुद्ध आणि भगवान महावीरांची कर्मभूमी. मौर्य घराण्याची सत्ता मगध येथे होते. शुंग आणि कण्व घराण्यानीही सत्ता गाजविली. या प्रदेशावर महंमद बखपार खिलजीने आक्रमण केले. नंतर मुघलांची आणि शेवटी इंग्रजांची सत्ता झाली. म. गांधींनी १९१७ मध्ये चंपारण्य तेथे सत्याग्रह केला. राजेंद्रप्रसाद, जयप्रकाश, राममनोहर लोहिया हे नेते बिहारचेच. (इसंशा)

बीड : मराठवाड्यातील प्राचीन नगर. आंध्र, चालुक्य, राष्ट्रकूट व यादव यांनी त्याच्यावर राज्य केल्यानंतर ते दिल्लीच्या मुसलमान राजांच्या ताब्यात. इ. स. १३२६ च्या सुमारास महंमद तुघलकाने याचे नाव बीड असे ठेवले. यादवांच्या काळातील भव्य कंकालेश्वराचे मंदिर आहे. किल्ले व पुराणवास्तू संशोधनाच्या दृष्टीने महत्त्वाचे. प्रसिद्ध ज्योतिषी भास्कराचार्य याचा जन्म याच ठिकाणचा. पूर्वीचे नाव चंपावती. (मूपूम खंड–२; सुविको; भासंको)

बीडचा उठाव : १८१८ बीडच्या धर्माजी प्रतापराव ह्यांनी इ.स.१८१८ मध्ये निजामाविरुद्ध उठाव केला. नबाब मूर्तझा सारजंग आणि लेफ्टनंट जॉन सौदरलँड ह्यांनी त्याचा पाठलाग चालू ठेवला. दिवे गावातील किल्ल्यात धर्माजीने आश्रय घेतला पण प्रचंड बळापुढे धर्माजीचा निभाव लागला नाही. त्याला बंदी बनविण्यात आले. (मपइ)

बीदर : (कर्नाटक) बहामनी राज्याची राजधानी, बहामनी साम्राज्य नष्ट झाल्यावर तिचा एक तुकडा बरीदशाहाची राजधानी. तिथे एक जुना किल्ला, सर्वांत मोठ्या तोफेचे तोंड सुमारे पावणेदोन फूट, दरवाजावर घुमट आहे. त्याला गुंबज दरवाजा म्हणतात. शेर दरवाजावर दोन सिंह कोरलेले आहेत. इराणी कलेचे दर्शन आपल्याला होते. (भासंको)

बुंदेलखंड : एक इतिहासप्रसिद्ध भूप्रदेश. पूर्वेला विंध्य पर्वत श्रेणी, पश्चिमेला चंबळ नदी, दक्षिणेला नर्मदा व उत्तरेला यमुना या त्याच्या चतु:सीमा आहेत. बुंदेले रजपूत यावरून हे नाव पडले असावे. पूर्वी याला चेदी म्हणत. हा मौर्य साम्राज्याचा भाग होता. इ. स.च्या ७ व्या शतकापासून कलचुरी राजवंश, इ. स. ११ व्या शतकाच्या अखेरीस चंदेलांनी प्रदेश जिंकला. इ. स.च्या १६ व्या शतकात बुंदेले राजपूत हे सत्ताधारी बनले. १८ व्या शतकात छत्रसाल राजा झाला. यांनी काही भाग बाजीराव पेशव्यांना बक्षीस म्हणून दिला. (हिविको; भासंको)

बुरुंजी : आसामातील धर्मनिरपेक्ष साहित्यात बुरुंजीचे स्थान महत्त्वाचे आहे. हा राई भाषेतील शब्द असून अज्ञात कथांचे भांडार, इतिहास असा अर्थ आहे. आहोम राजांनी इतिहास लेखन परंपरा सुरू केली. आसामी भाषेचा त्यांनी स्वीकार केला. बुरुंजी साहित्य इतिहासाशी प्रामाणिक राहून लिहिलेले असल्याने आसामच्या इतिहासावर प्रकाश पडतो. भारतातील अन्य भाषेत असे साहित्य आढळत नाही. हा काल मध्ययुगीन मानला जातो. राजवंशाच्या वंशावळी, वीरगाथा, सेनापती, सामंत, राजदूत यांनी पाठविलेले अहवाल, न्यायदान सभेची दिनचर्या यात येते. आधुनिक आसामी या बुरुंजी वाङ्मयातूनच प्रगत झालेले आहे. (भासंको)

बुरुडकाम : प्राचीन काळापासून आत्तापर्यंत भारतात चालू असलेला एक कारागिरी व्यवसाय. बांबू, वेत, बोरू, देवनळ, गवत, ताडमाड इ. वस्तूंच्या टोपल्या नि पेटारे बनविण्याचे काम अगदी प्राचीन काळापासून चालू आहे. कुंकवाचे करंडे पूर्वी बांबूचे किंवा वेताचे असत. बांबूच्या वस्तू आजही घरोघर दिसतात. बंगाल,

कुर्ग, तमिळनाडू या प्रांतात वैशिष्ट्यपूर्ण कारागिरी दिसते. (भासंको)

बेंगळूर : म्हैसूरमधील एक जिल्हा. इ. स. १००४ पासून गंग, चोल, होयसळ, विजयनगर, विजापूर या क्रमाने निरनिराळ्या राज्यात समाविष्ट. शहाजी राजाच्या जहागिरीतही समाविष्ट. हे शहर १५३७ म्हणजे 'कैपे गौडा' नावाच्या लहान पाळेगाराने बसवले. आताचे मोठे औद्योगिक केंद्र. कर्नाटक राज्याची राजधानी. टाटा इन्स्टिट्यूट ऑफ फंडामेंडल रिसर्च ही संस्था या ठिकाणी आहे. या ठिकाणी रोमन नाणी सापडली आहेत. केपेगौडाचे घराणे विजयनगरचे मांडलिक होते. इ. स. १७ व्या शतकात शहाजी भोसले यांनी सत्ता स्थापली. बसवणगुडी येथे दक्षिणेतील तीन विशाल नंदी कृती पैकी एक. इ. स. १७६१ साली हैदरअलीची सत्ता स्थापन झाली. इ. स. १६८७ मध्ये हे नगर मोगलांकडून चिक्कदेवराय वोडेयार यास मिळाले. थंड हवामान, कारखाने, उद्योगधंदे, बगीचे यामुळे हे शहर प्रसिद्धीस आले. गंगाधरेश्वराचे प्राचीन मंदिर आहे. संशोधक रामन यांच्यामुळे इंडियन इन्स्टिट्यूट ऑफ सायन्स प्रसिद्ध झाली. (सुविको)(भासंको)

बेंद्रे वासुदेव सीताराम : (१८९३-१९८६) - मराठ्यांच्या इतिहासाचे, संत वाङ्मयाचे गाढे अभ्यासक. मालोजी, शहाजी, शिवाजी, संभाजी, राजाराम यांची साधार चरित्रे त्यांनी पूर्ण केली. संभाजीच्याकडे पाहण्याचा वेगळाच दृष्टिकोन त्यांच्या संशोधनामुळे आला. तुकारामावर मोलाचे संशोधन. (मइ)

बेग एम.एच. : बेग एम.एच. ह्यांनी १९७७-१९७८ या काळात सर्वोच्च न्यायालयाच्या सरन्यायाधीशपदाची जबाबदारी सांभाळली. (इस्ट्रफॉइ)

बेग नूरखान : (इ. स. १७ वे शतक) - ह्याचा सरनोबत म्हणून १६५७ च्या पुणे येथील महजरात उल्लेख येतो. स्वराज्याच्या प्रारंभीच्या काळात सरनौबत. (इस्ट्रफॉइ)

बेझंट, डॉ. ॲनी : (इ. स. १८४७-१९३३) - मूळ आयर्लंड (इंग्लंड). एक थोर विदुषी व थिऑसाफिकल सोसायटीच्या श्रेष्ठ प्रचारिका. होमरूल चळवळीची स्थापना केली. इ. स. १८९३ साली त्या भारतात आल्या. लोकजागृतीसाठी त्यांनी शिक्षणावर भर दिला. १८९८ साली काशी येथे सेंट्रल हिंदू कॉलेजची स्थापना. १९१७ अ. भा. काँग्रेसच्या कलकत्ता अधिवेशनाच्या अध्यक्षा. त्या पूर्णपणे भारतीय बनल्या. १९२५ साली त्यांनी हिंदी स्वराज्याचे विधेयक तयार केले. (अचको; भासंको)

बेडसे लेणी : (जि.पुणे) - पुणे-मुंबई रस्त्यावर कामशेतच्या अलीकडे ही लेणी असून कार्ले-भाजेच्या मानाने दुर्लक्षित आहेत. भेडसा, भेडसे, बेडसा असेही त्याला म्हणतात. त्याचा काल ख्रिस्तपूर्व १ले शतक मानतात. चैत्यगृह, विहार, वऱ्हांडे, अष्टकोनी खांब, हत्ती, घोडे, बैल आणि त्यावर बसलेले स्त्री, पुरुष हे या लेण्याचे वैशिष्ट्य आहे. येथील सारा परिसर वनश्रीने नटलेला आहे. (लेम)

बेडेकर मालतीबाई : (१९०५ - २००१) स्त्रियांच्या दुःखांना वाचा फोडणाऱ्या बंडखोर लेखिका. माहेरचे नाव बाळूताई खरे. शिक्षण-कल्याण खात्यात नोकरी. 'महिला सेवाग्राम'शी संबंधित असता स्त्रियांच्या अनेक प्रश्नांशी जवळून परिचय. त्याचेच उत्कट दर्शन आपल्या साहित्यातून घडविले. 'विभावरी शिरूरकर' या टोपणनावाने साहित्यनिर्मिती. दलित साहित्य लेखन लिहिणाऱ्यांत त्या आघाडीच्या लेखिका आहेत. 'खरे मास्तर' हे आयुष्याच्या शेवटी शेवटी लिहिलेले पुस्तकही अतिशय गाजले. (यांघस)

बेरड : मराठ्यांप्रमाणे कृष्णा-भीमा यांच्या संगमाच्या परिसरात बेरडांनी औरंगजेबाशी संघर्ष चालविला होता. मराठ्यांप्रमाणेच त्यांचे पारिपत्य करणे मोगलांना शक्य झाले नव्हते. मराठे व बेरड यांचा शत्रू एकच असल्याने त्यांची युती जमली होती. मराठे सरदार बेरडांच्या साहाय्याला गेले होते. पेशव्यांच्या काळात बेळगावजवळील चिक्कोज हे त्यांचे केंद्र होते. १८१७ नाईक नामक प्रमुखाच्या आधिपत्याखाली त्यांची मोठी संघटना होती. इंग्रजांविरुद्ध त्यांनी संघर्ष केला. (१८२९ व १८९५) पण अपयश आले. १८५७ च्या स्वातंत्र्यसमरात भाग घेणारे कोरपळचे (कर्नाटक) राजे भीमराव मुंदर्गी हेही बेरडच होते. त्यांनी ह्या युद्धात आत्मबलिदान केले. आधुनिक काळात बेरडांमध्ये जागृती घडविणारे डॉ. भीमराव गस्ती ह्यांचा अवश्य उल्लेख करावा लागेल. (भासंको, मइ)

बेरडांचा उठाव : मुधोळ संस्थानामधील काही बेरडांनी हुलगडी येथे सशस्त्र उठाव केला (१८५७). लालगडच्या परिसरात बेरड विरुध्द ब्रिटिशांची लढाई झाली. बेरडांचा पराभव झाला. जनतेत दहशत निर्माण होण्यासाठी बेरडांच्या प्रमुखांना फासावर लटकविण्यात आले. (मपइ)

बेलवलकर डॉ. श्रीपाद कृष्ण : (जन्म १८८०) थोर प्राच्यविद्या पंडित. संशोधनाच्या व लेखनाच्या क्षेत्रात मोठी कामगिरी. गीता व अभिज्ञान शाकुंतल या ग्रंथांची प्रमाणित आवृत्ती काढली. महाभारतातील भीष्मपर्व व शांतिपर्व यांचे संपादन. दंडीच्या काव्यादर्शाची आवृत्ती काढून त्याचे इंग्रजी भाषांतर प्रसिद्ध. (मदि)

बेलापूर (किल्ला) : पनवेलच्या पश्चिमेस हा किल्ला आहे. बराचसा पडीक आहे. १८१७ मध्ये चार्लस ग्रे ने तो इंग्रजांस जिंकून दिला. एकेकाळचा जलदुर्ग आता भूदुर्ग झाला आहे. (भासंको)

बैरामगड : मुरबाड तालुक्यात मुरबाडच्या पूर्वेस २२ मैलांवर मोरोशी नावाच्या खेड्याजवळ नाणे घाटाच्या ईशान्येस ६०० फूट उंचीच्या फाट्यावर बांधलेला आहे. हा किल्ला दुर्गम आहे. (सुविको)

बँकिंग : (महाराष्ट्र) बँकांच्या क्षेत्रात १८८९ची पूना बँक, १८९० ची डेक्कन बँक, १८९८ ची बाँबे बँकिंग कंपनी, इत्यादींचा उल्लेख करता येईल. विद्यमान बँकांमध्ये बँक ऑफ इंडिया ही सर्वात जुनी बँक ७ सप्टेंबर १९०६ मध्ये सर शापूरजी भरुचा यांनी स्थापन केली. २१ डिसेंबर १९११ ला सर फेरोजशहा मेहता ह्यांच्या अध्यक्षतेखाली सेंट्रल बँक ऑफ इंडिया निघाली. त्याचे श्रेय सर सोराबजी पोचखानवाला ह्यांच्याकडे. महाराष्ट्रात व्यावसायिक वातावरण निर्माण करण्यासाठी मराठा चेंबर ऑफ कॉमर्स अँड इंडस्ट्रीजची १९३४ मध्ये स्थापना. प्रा. वा. गो. काळे ह्यांनी बँक ऑफ महाराष्ट्राची स्थापना केली. साताऱ्यात १९०७ मध्ये स्वदेशी कमर्शियल बँक निघाली. १९४६ पर्यंत विविध ठिकाणी ३० बँका स्थापन झाल्या. (मपइ)

बॅनर्जी व्योमेशचंद्र : पाहा – उमेशचंद्र बॅनर्जी.

बोदगाव : खानदेशातील साक्री तालुक्यात हे गाव आहे. यात चार शिल्पसमूह मंदिरे आहेत. अज्ञात साधूच्या समाधीस बारा खांब म्हणून त्याला बाराखांबी मंदिर म्हणतात. (खाई)

बोहरा : मराठी सत्ता वाढू लागल्यावर बोहरा जमातीचे व्यापारी अहमदाबाद, औरंगाबाद, अहमदनगर आदी ठिकाणाहून येऊन पुण्याला आले. ते साधारण १७ व्या शतकाच्या उत्तरार्धात आले असावेत. रविवार पेठेत १७३० साली आपल्या समाजासाठी जमातखाना बांधला. त्या भागातच ते स्थिरावले. (मइ)

बोहरा दुर्गादेवी : पाहा – व्होरा दुर्गादेवी.

बौद्ध धर्मग्रंथ : बौद्ध धर्मग्रंथातील राजकीय विचार मुख्यतः त्रिपिटक व जाजक ग्रंथावरून कळतात. त्रिपिटकापैकी निकाय दीहा, मध्यम व संयुक्त निकाय (कथासंग्रह) राज्य विचाराच्या दृष्टीने महत्त्वाचे आहेत. आर्यशूरांची जातकमाला, अश्वघोषांचे सौदरानंद काव्य व बुधचरित्र काव्य हे ग्रंथ महत्त्वाचे आहेत. दिहानिकाय मझ्झिमनिकाय या ग्रंथात लोक पूर्णावस्थेला पोहोचल्याचे वर्णन आहे. पुढे मात्र पावित्र्याचा लोप होऊन भेदाभेद माजला. समाजविरोधी कृत्ये होऊ लागली. (सविको)

बॉम्बे मिलहँडस् असोसिएशन : सामूहिक शक्तीला पर्याय नाही या विचारातून 'बॉम्बे मिलहँडस् असोसिएशन' ही कामगार संघटना स्थापन करण्यात आली. या स्थापनेत गिरण्यांमधील जॉबर, सत्यशोधक समाजाचे कार्यकर्ते यांचा समावेश होता. लोखंडे यांच्या अध्यक्षतेखाली अनुक्रमे परळ व भायखळा येथे कामगारांच्या सभा होऊन असोसिएशनने आपल्या मागण्या मांडल्या. (सप्टें. १८८४) (मपइ)

ब्रह्मचारी बुवा : जानेवारी १८५८ मध्ये उत्तरेचा रहिवासी, अहमदाबादहून पुण्याला आला. ब्रिटिश सरकारने त्याला अहमदाबादच्या शिपायात बेदिली माजविण्याच्या संशयावरून परत पाठवला होता. अत्यंत संशयित व्यक्ती म्हणून मुंबई शासनाने दि. २१ जानेवारी १८५८ च्या आदेश क्र. २४५ नुसार याला पकडून तुरुंगात ठेवण्याची आज्ञा काढली. (१८५७ चे स्वापेदहिं)

ब्रह्मदेश (म्यानमार) : भारताच्या शेजारील एकेकाळी भारताचा असलेला प्रदेश. बहादूरशहा, लो. टिळक, सुभाषचंद्र बोस आदी नेते येथील कारावासात होते. १८८५ पासून तेथे इंग्रजी अंमल सुरू झाला. दुसऱ्या महायुद्धात महत्त्वाचा भू-भाग. आझाद हिंद सेना सिंगापूरहून इंफाळ इंग्रजांना मागे हटवित आली. (इसंशा)

ब्रह्मेंद्रस्वामी : (धावडशीकर बावा) शाहू महाराजांच्या कारकीर्दीतील सर्वांत प्रसिद्ध साधू. स्वामींनी हबशाच्या साहाय्याने परशुरामाच्या देवालयाचे बांधकाम सुरू केले. महाराष्ट्रात पाऊस पडावा याकरिता स्वामींनी जेजुरीस सराट्याच्या आसनावर सव्वा महिना बसून तप केले. मराठ्यांची जंजिऱ्यावरील मोहीम व वसईवरील मोहीम या कामी स्वामींनी उत्तेजनपर पत्रे लिहून मराठ्यांना हुरूप आणला. बाळाजी विश्वनाथापासून तो थेट नानासाहेब व सदाशिवरावभाऊ यांजपर्यंत स्वामींचा सर्व पेशव्यांबरोबर ऋणानुबंध चालू राहिला होता. द. ब. पारसनीस यांनी त्यांचे चरित्र लिहिले आहे. (पेम)

ब्राऊन : इंग्रजांना मराठ्यांशी मैत्री हवी असली तरी दिल्लीवर त्यांचे वर्चस्व नको होते. मेजर ब्राऊन याची दिल्ली दरबारी वकील म्हणून नेमणूक. त्याने बादशाहाला पैशाची लालूच दाखवून मराठ्यांपासून दूर करण्याचे डावपेच केले. (मइ)

ब्राह्मणांचे कसब : हा ग्रंथ महात्मा ज्योतीराव फुले यांनी महाराष्ट्र देशातील कुणबी, माळी, मांग, महार यांना 'परम प्रीतीने' नजर केला आहे. या पुस्तकाधारे त्यांनी सामान्यांच्या धर्मभोळेपणाचा अन्य लोक कसा फायदा घेतात हे दाखवून दिले आहे. (मपइ)

ब्राह्मणेतर चळवळ : ब्राह्मणी वर्चस्वाविरुद्ध बंड हा वाद प्राचीन काळापासून आधुनिक काळापर्यंत टिकून आहे. मध्ययुगात वर्णवर्चस्वाचे वातावरण होते, विषमता होती, उच्चवर्णीय लोक भूदेव समजले जात. समाजात अधिकारांची राखीव कुरणे निर्माण झाली. ब्राह्मणवर्गाला सर्वत्र झुकते माप, जातिव्यवस्था अपरिवर्तनीय मानण्यात येऊ लागली. ब्राह्मणेतरांची विद्वत्ता, पराक्रम आदी गोष्टी उपेक्षणीय ठरल्या. ह्याविरुद्ध म. फुले, राजर्षी

शाहू महाराज, भास्करराव जाधव, प्रबोधनकार के. सी. ठाकरे, अण्णासाहेब लठ्ठे, प्रभातकार वालचंद कोठारी, सी. के. बोले, जेधे-जवळकर, कृष्णराव भालेकर, वि. रा. शिंदे, डॉ. बाबासाहेब आंबेडकर, मुकुंदराव पाटील, भाई बागल, कर्मवीर भाऊराव पाटील आदींनी चळवळ उभारणी, त्यासाठी सत्यशोधक समाज आदी संस्था निर्माण केल्या. (मपइ)

ब्रिटिश इंडियन असोसिएशन : (१८५१) भारतात इंग्रजी राजवट आल्यापासून भारतीयांचे मत इंग्रज सरकारच्या कानी घालण्यासाठी संस्था निर्माण होत गेल्या. त्यात ब्रिटिश इंडियन असोसिएशनचा क्रम वर राहिला. अध्यक्षस्थानी जगन्नाथ शंकरशेठ होते. भारतात घटनात्मक सुधारणा घडवून आणणे, भारतीय जनतेचे गाऱ्हाणे इंग्लंडच्या सरकारपुढे मांडणे, मध्यस्थ म्हणून काम करणे हे या संस्थेचे ध्येय राहिले. स्वातंत्र्य चळवळीचा शुभारंभ म्हणून या संस्थेचे महत्त्व आहे. कायदे मंडळात भारतीयांचा समावेश असावा ही मागणी मात्र मान्य होऊ शकली नाही. सरकारी कायदा सम्मत होण्याआधी ब्रिटिश इंडियन असोसिएशनचे मत घेतले जाई. (सविको)

ब्रिटिश इंडिया कंपनी : पाहा ईस्ट इंडिया कंपनी.

ब्रिटिश इंडिया सोसायटी : इंग्लंडमध्ये राजकीय कार्य करणारी एक संस्था. जॉर्ज थॉम्पसन यांनी इंग्लंडमध्ये 'ब्रिटिश इंडिया सोसायटी' संस्थेची स्थापना केली (१८३९). ही संस्था जमीनदारवर्गाचे हितसंबंध जपण्यासाठी काढली. (मपइ)

ब्रॉडीन : ह्यांनी इतिहासाची तीन महत्त्वपूर्ण वैशिष्ट्ये सांगितली आहेत. १) ज्या शाश्वत तत्त्वांवर मानवी स्वभावाची बैठक आधारित आहे, त्या तत्त्वांची ओळख होते. २) काही एका ठराविक मर्यादेपर्यंत भावी घटना वर्तवता येतात. ३) मानवी इतिहासाच्या अभ्यासाद्वारे शाश्वत जीवनाची मूल्ये जाणता येतात. (इलेशा)

भ

भंभागिरी गड : पाहा भामेर गड.

भक्तिसंप्रदाय : दक्षिणेत सहाव्या शतकापासून नवव्या शतकाच्या दरम्यान या संप्रदायाची भरभराट झाली. त्याचे कारण शंकराचार्यांच्या अद्वैत तत्त्वज्ञानाचा उदय हे होय. आणि आचरणास अत्यंत सोपा. वैष्णव पंथीय अलवारांपैकी काहींनी रचलेल्या स्तोत्रांत धार्मिक कळकळ व निस्सीम भक्ती विपुल प्रमाणात आढळते. नाथमुनी व यमुनाचार्य यांचे तत्त्वज्ञान 'विशिष्टाद्वैत' म्हणून ओळखले जाते. मध्य युगातील परमेश्वराची उत्कटतेने भक्ती नामस्मरण, कीर्तन, देशातील कानाकोपऱ्यात या मार्गाचे गुरू, आचार्य प्रवर्तक उत्पन्न झाले. सूरदास, तुलसीदास, नरसी मेहता, मीराबाई, तुकाराम, नामदेव, ज्ञानदेव, चैतन्यप्रभू, गुरूनानक इ. यात, वारकरी नाथ, दत्त, महानुभाव, समर्थ इ. परंपरा निर्माण झाल्या. आचार्य मध्व यांनी कृष्णभक्तीचा उपदेश केला. शैवपंथ भक्तिसंप्रदायात अनेक शैव व वैष्णव पंथीय संतांची तेजोमालिका होऊन गेली. (मभासंसं)

भगतसिंग सरदार :(२८-९-१९०७ ते २३-३-१९३१) लहान वयातच क्रांतीकार्याकडे खेचला गेला. नववीत असताना विदेशी कापड्याच्या होळ्या पेटविल्या. जालियनवाला बाग हत्याकांडाचा त्यांच्या मनावर खोल परिणाम झाला. लाला लजपत राय यांना मारणाऱ्या सॉंडर्सचा वध करण्यात मोठा सहभाग. सुखदेव हा त्यांचा वर्गमित्र. पब्लिक सेफ्टी बिलाविरुद्ध देशभर संताप व्यक्त होत होता. या बिलावर सेंट्रल असेंब्लीत चर्चा चालू असताना बटुकेश्वर दत्त, भगतसिंग यांनी बॉंब फेकून गोंधळ उडवून दिला. पत्रके टाकली. 'इन्कलाब झिंदाबाद'च्या घोषणा दिल्या. स्वत:ला अटक करवून घेतली. क्रांतिकारांची मते, ध्येयवाद, त्यांचे तत्त्वज्ञान सामान्य जनतेपर्यंत पोहोचले पाहिजे असा आग्रह. वैचारिक नेतृत्व दिले. भगतसिंग, राजगुरू, सुखदेव यांना लाहोरच्या तुरुंगात एकाच वेळी फाशी देण्यात आले. (स्वासंस)

भगवंतगड : खाडीच्या अलीकडे मसुरे गावाजवळ भरतगड आणि मालवण खाडीपलीकडे भगवंतगड. १७०१ च्या सुमारास पंत अमात्य बावडेकरांनी भगवंतगडाची निर्मिती केली. भगवंतगडावर निर्गुण निराकार भगवंताचे मंदिर आहे. येथील निसर्ग अप्रतिम. १८१८ कॅ. हचिन्सनने हा गड आंग्लाईत आणला (जस)

भगवंतराव (राजे) : नाशिकच्या चोवीस परगण्याचे प्रमुख कोळीराजे भगवंतराव १८५७ च्या बंडात सामील झाले. भागोजी नाईक व मकाणी फुलदीखान यांनी नेतृत्व केले होते. इंग्रजांनी बंड मोडून भगवंतरावास फाशी दिले. सर्व भिल्लांचे नि:शस्त्रीकरण केले. त्या कामी दुय्यम कलेक्टर दादोबा पांडुरंग तर्खडकरांनी सरकारला मदत केली. (मपई)

भगवतीचरण व्होरा (हुतात्मा) : (जुलै १९०४ - २३ मे १९३०) - भगवतीचरण हे गुजराती ब्राह्मण घराण्यातील तरुण. चंद्रशेखर, भगतसिंग, सुखदेव यांच्या बरोबरीने ते कार्य करीत होते. या क्रांतिकारकांना त्यांनी भरघोस मदत केली. निजामुद्दीन रेल्वे स्थानकाजवळ बाँबस्फोट घडवून आणून व्हाइसरॉयचा वध करण्याचा प्रयत्न भगवतीचरणांनी केला. स्वत:च्या घरातच बाँब तयार करण्याचा कारखाना त्यांनी सुरू केला. २८ मे १९३० रोजी रावी नदीच्या किनाऱ्यावर एका बाँबच्या चाचणीत त्यांचा मृत्यु झाला. (स्वासंस)

भगवती नटरवलाल प्रफुल्लचंद : भगवती नटवरलाल प्रफुल्लचंद हे भारताचे सरन्यायाधीश होते. १९८५ –१९८६ या काळात त्यांनी सरन्यायाधीशपदाची जबाबदारी सांभाळली.

भटकर डॉ. विजय पांडुरंग: (जन्म १९४६) ख्यातनाम संगणकशास्त्रज्ञ. सी–डॅक या संगणक संस्थेचे संस्थापक. डिपार्टमेंट ऑफ इलेक्ट्रॉनिक्स विभागाचे सल्लागार म्हणून केंद्र सरकारकडून नेमणूक. १९९१ मध्ये कुशल व कुशाग्र बुद्धीमत्तेतून परम महासंगणक बनविला. त्यांनी अनेक संगणकीय कार्यक्रम विकसित केले आहेत. १९९८ मध्ये दुसरा अधिक क्षमतेचा परम महासंगणक बनविला. (मदि)

भट्टोजी दीक्षित : (इ.स. १५७० ते १६३५) एक महान वैय्याकरणी. याचे पूर्वज कृष्ण यजुर्वेदाच्या तैत्तिरीय शाखेचे तेलंगी ब्राह्मण असून, ते आंध्र प्रदेशात राहात होते. याचा पिता लक्ष्मीधरभट्ट हा विजयनगरच्या राजाचा आश्रित होता. याने पाणिनीच्या व्याकरणसूत्रांवर 'सिद्धांतकौमुदी'नामक एक वृत्ती लिहिली. व्याकरणशास्त्रात प्रवेश होण्यासाठी सिद्धांतकौमुदीसारखा दुसरा ग्रंथ नाही, असे म्हणतात.

भद्राचलम : आंध्र प्रदेशातील एक क्षेत्र. गोदावरी जिल्ह्यात राजमहेंद्रीपासून १०४ मैलांवर गोदावरीच्या तीरी हे क्षेत्र आहे. इथे रामाचे एक भव्य मंदिर असून, त्याच्या भोवती चोवीस मंदिरे आहेत. रावणाने सीतेचे हरण या ठिकाणीच केले, असे सांगतात. इथल्या रामाच्या दर्शनाला हजारो यात्रेकरू येतात. (भासंको)

भद्रावती : चांद्याच्या वायव्येस १८ मैलांवर भांडक नावाचे गाव आहे. तिथे ही प्राचीन नगरी होती. जैमिनीय अश्वमेधात भद्रावती युवनाश्वाची राजधानी होती, असे सांगितले आहे. सध्या इथे असंख्य भग्नावशेष विखुरलेले आहेत. त्यावरून तेव्हा हे हिंदू, बौद्ध व जैन या तिन्ही धर्मांचे मोठे केंद्र होते, असे दिसते. (भासंको)

भरतगड : महाराष्ट्र, सिंधुदुर्ग जिल्हा. नारळी, पोफळी, आंबे, फणसांची दाट झाडी आणि पाण्याने भरलेली खाडी. भरतगड हा मसुरे गावालगत आहे. भरतगडाची बांधणी फोंड सावंतांनी १७०१ मध्ये केली. खाडी पलीकडे भगवंतगड आहे. ३० मार्च १८१८ रोजी इंग्रजांनी भरतगड जिंकला. भरतगडावर सध्या कसलेही अवशेष नाहीत. (जस)

भरतनाट्यम् : भारतातल्या सहा अभिजात नृत्यप्रकारांपैकी एक. त्याच्या नावावरूनच भरताच्या नाट्यशास्त्राशी त्याचा संबंध असल्याचे कळून येते. या नृत्यातल्या मुद्राभिनयादी बऱ्याच गोष्टी भरताच्या नाट्यशास्त्राला अनुसरूनच होतात. भरतनाट्यम् ही कला सुमारे दोन हजार वर्षांपूर्वीपासून प्रचलित आहे. देवदासींनी तिची परंपरा राखली व कित्येक नट्टूवनार (नृत्यशिक्षक) यांनी तिच्यात नवे नवे प्रकार अंतर्भूत केले. कालानुसार व प्रेक्षकांच्या अभिरुचीनुसार त्यांत बदल झाले आहेत. दक्षिणेत चोल व पांड्य राजांनी आणि पुढे तंजाऊर येथील (इ. स. च्या १६ व्या शतकात) अच्युतप्पा नायक या राजाने या कलेच्या उत्कर्षासाठी बरेच परिश्रम केले. (भासंको)

भरमण्णा : नबाबाच्या पदरी भरमण्णा हा हिंदू वैद्य होता. तसेच तो नानासाहेबांचाही हकीम होता. नानासाहेब आजारी असताना याचेच औषध सुरू होते. (पेम)

भरमप्पा नाईक : चित्रदुर्गचा संस्थानिक. याचे धोरण संधीसाधूपणाचे होते. औरंगजेबाचा नातू बिदारबक्ताने भरमप्पाला धडा शिकविण्यासाठी त्याच्यावर स्वारी केली. (१६९६) भरमप्पाने ताबडतोब बिदारबख्ताच्या अटी कबूल करून सुटका करून घेतली. मुघलांना केलेल्या मदतीबद्दल भरमप्पाला मानाची वस्त्रेही मिळाली. (इ. स. १७००) (मइ)

भरहूत : मध्य प्रदेशातील एक प्राचीन स्थान. हे गाव बुंदेल खंडात (मध्यप्रदेश) सतना स्थानकाच्या दक्षिणेला ८ मैलांवर आहे. कनिंगहॅमला तिथे एक बौद्ध स्तूप सापडला, तेव्हा ते विशेष प्रसिद्ध पावले. पुराणवास्तुशास्त्रज्ञांच्या मते हा स्तूप इ.स. पूर्व ३ ऱ्या शतकातला असावा. (भासंको)

भरुचा एस.पी. : भरुचा एस.पी. हे भारताचे सरन्यायाधीश होते. नोव्हें.२००१ ते मे २००२ या काळात त्यांनी सरन्यायाधीशपदाची जबाबदारी सांभाळली. (इऑइ)

भर्तृहरी : एक संस्कृत कवी. दंतकथा, लोककथा व अन्यत्र माहितीवरून भर्तृहरी हा उज्जयिनीचा राजा होता. भर्तृहरी विख्यातनाम आहे, तो त्याच्या 'शतकत्रय' या काव्यामुळे. नीती, वैराग्य आणि शृंगार या विषयांवर भतृहरीने तीन शतककाव्ये लिहिली. शतकत्रयाशिवाय भतृहरीच्या नावावर 'वाक्यपदीय' नावाचा एक व्याकरण विषयक ग्रंथ आहे. नाथपंथातील वैराग्य या उपपंथाचे प्रवर्तनही भतृहरीने केले असल्याचे सांगतात. इत्सिंग याच्या वृत्तांतावरून भतृहरीने बौद्ध पंथ स्वीकारला होता, असे कळते. (भासंको)

भवदेवभट्ट : (इ. स. चे ११ वे शतक) बंगालमधल्या भट्ट घराण्यातील एक ग्रंथकार. सिद्धन नावाच्या गावी याचा जन्म झाला. हा सामवेदाच्या कौथुम शाखेचा ब्राह्मण होता. हरिवर्मदेव नावाच्या राजाचा याला आश्रय होता. याने 'व्यवहारतिलक', 'कर्मानुष्ठानपद्धती', 'प्रायश्चित्तनिरूपण' व 'तौतातितमततिलक' इ. ग्रंथ रचले. भवदेव स्थापत्य विशारदही होता. त्याने एक तलाव बांधला होता. (भासंको)

भवभूती : (इ. स. चे ८ वे शतक) एक संस्कृत नाटककार. याने 'महावीरचरित', 'मालतीमाधव' व 'उत्तररामचरित' अशी तीन नाटके लिहिली आहेत. भवभूतीच्या पूर्वजांचे कुलनाम उदुंबर असे होते. विदर्भाच्या भंडारा जिल्ह्यातील आमगावाजवळचे सध्याचे पदमपूर हेच प्राचीन पद्मपूर. येथेच भवभूतीचा जन्म झाला, हे डॉ. मिराशी यांनी सिद्ध केले आहे. (भासंको)

भवानगड : केळवे – माहिमच्या दक्षिणेस साडेसहा कि. मी. वर खाटली गावात हा पडका किल्ला आहे. स्थानिक लोक या किल्ल्याला भोंडगड म्हणून ओळखतात. तटबंदीत दरवाजाच्या खुणा आढळतात. (जस)

भवानीपंत काळू : (१८०० सुमार) – भवानीपंत काळू हे नागपूरकर भोसल्यांचे सरदार होते. भवानीपंतांचे वडील काळोपंत यांच्या नावावरून या घराण्याला काळू असे नाव रूढ झाले. भवानीपंतांचा मुलगा अप्पासाहेब, भोसले व जेंकिन्स यांच्यात झालेल्या तहाच्या वेळी हजर होता. (मइ)

भवानीबाई : इ. स.१८५७ च्या सातारा उठावात किसन संतुराम ह्यास जन्मठेपेची शिक्षा झाली. १८५८ मध्ये ब्रिटिश सरकारला केलेल्या आवेदनात त्याची आई भवानीबाई म्हणते, 'माझा मुलगा माझ्याकडे परत

सोपवा. त्याच्याशिवाय मला कोणाचा आधार नाही. जर हे करणार नसाल तर तुम्ही (मुंबई सरकार) मला माझ्या मुलाबरोबरच पाठवून द्या. माझे मरण जवळ आलेले आहे.' (१८५८ बॉंबे पी. डी. खंड २१ पृ. १७१). हा अर्ज फेटाळण्यात आला. (१८५७ चे स्वापेदहिं)

भांडारकर रामकृष्ण गोपाळ (डॉ.) : (१८३७ - १९२५) - जन्म ६ जुलै १८३७ रोजी मालवण येथे. स्त्रिया, अस्पृश्यांचे शिक्षण, बालविवाह प्रतिबंध, विधवा विवाह, संमतिवयाचा पुरस्कार, अस्पृश्यता निवारण, मद्यपान बंदी, देवदासी पद्धत बंदी इ. सामाजिक सुधारणा करण्यात त्यांनी अविरत परिश्रम घेतले. परमहंस सभेतून प्रार्थना समाजाची स्थापना. तुकाराम सोसायटी (पुणे) मार्फत अभंगांचा अर्थ शोधण्याचा प्रयत्न. पुणे येथील प्राच्य विद्या संशोधन मंदिरास आपल्या ग्रंथांचा व संशोधन पत्रिकांचा अनमोल संग्रह दिला. १८८५ मध्ये जर्मनीतील गरिंगन विद्यापीठाने पीएच.डी. अर्पण केली. १८८६ मध्ये व्हिएन्ना येथे 'कॉंग्रेस ऑफ ओरिएंटलिस्ट' मध्ये भारताचे प्रतिनिधित्व. १९०४ मध्ये एल.एल.डी. ही पदवी मिळाली. जगप्रसिद्ध संस्थांनी त्यांना प्रतिनिधित्व दिले. संस्कृतचे प्रकांड पंडित, भाषाशास्त्रज्ञ, प्राचीन इतिहासाचे संशोधक व कर्ते. 'अर्ली हिस्टरी ऑफ डेक्कन', 'अर्ली हिस्टरी ऑफ इंडिया', 'कलेक्टेड वर्क्स ऑफ श्री. आर. जी. भांडारकर व त्यांची विपुल ग्रंथसंपदा', 'मालतीमाधव' या संस्कृत ग्रंथाचे संपादन केले. (अचको)

भांडारकर, डॉ. दे. रा. : (१८७५-१९५०) एकेकाळी भारतीयांची पचनशक्ती इतकी प्रबल होती की ठक, यवन, शक, कुशाण, हूण, कार्दमक आदी साऱ्यांना भारतीयांनी पचवून टाकले आहे, हे कथन डॉ. दे. रा. भांडारकरांनी सिद्ध करून दाखवले. त्यांना मध्य प्रदेशात बेसनगर येथे गोलाकार स्तंभ सापडला. तो ग्रीक राजदूत हेलिओडोरस याने आपल्या विष्णुभक्तीचे प्रतीक म्हणून उभारला होता. आजही तो स्तंभ पाहता येईल. डॉ. दे. रा. भांडारकर हे डॉ. रा. गो. भांडारकरांचे चिरंजीव. त्यांनी जनगणना, पुरातत्त्व, भारतीय इतिहास, संस्कृती, पुराभिलेख, नाणकशास्त्र, घारापुरी लेण्यातील लेखन, कलकत्ता विद्यापीठातील विभाग प्रमुख म्हणून कार्य केले. (अचको)

भांडी : सिंधू संस्कृतीच्या अनेक शहरांत कुंभाराच्या भट्ट्या सापडल्या आहेत. त्यावरून खापराची भांडी कशी तयार केली जात असावीत याची कल्पना येते. ती प्रामुख्याने तांबड्या रंगाची असून त्यावर काळ्या रंगात अत्यंत कलापूर्ण नक्षी केलेली असते. या काळातील भांड्यांचे आकार वैशिष्ट्यपूर्ण असून, त्यांत लहान-मोठे अनेक प्रकार आहेत. (सिसं)

भाई माधवराव बागल : माधवराव यांचा जन्म २८ मे १८९५ रोजी झाला. अस्पृश्यता व जातिभेद यांना विरोध केला. अस्पृश्यांना मंदिर प्रवेशाचा हक्क मिळवून देण्यासाठी सत्याग्रह केला. संस्थानी प्रजेवर होत असलेल्या अन्याय व जुलूम-जबरदस्तीविरुद्ध आवाज, धार्मिक कर्मकांडांना विरोध, कामगार व इतर दुर्बल घटक यांच्या न्याय्य हक्कासाठी संघर्ष केलेला होता. कोल्हापूरची शाहू मिल स्थापण्याबाबत त्यांचा पुढाकार होता. महाराष्ट्रातील अनेक सामाजिक व राजकीय चळवळीचे नेते, पद्मभूषण किताब, दलितमित्र ही पदवी. लेखक, झुंजार पत्रकार, विचारवंत, प्रतिभासंपन्न चित्रकार. 'शाहू महाराजांच्या आठवणी', 'समाजसत्ता की भांडवलशाही', 'मार्क्सवाद', 'सोशॅलिझम व कम्युनिझम' इ. ग्रंथ.

भाऊसाहेबांची बखर : पानिपतच्या संग्रामाची समग्र माहिती देणारी बखर. लेखक कृष्णाजी शामराज. भाषा निवेदन अप्रतिम आहे.

भागवत दुर्गाबाई : (१९१०-२००२) कऱ्हाड येथील साहित्य संमेलनाध्यक्षा (१९७५). चिकित्सक टीकाकार, फर्ड्या वक्त्या आणि बंडखोर लेखिका. आणीबाणीत तुरुंगवास. महाभारतावर 'युगांत' हा चिकित्सक ग्रंथ. ऋतुचक्र, व्यासपर्व, जातककथा या त्यांच्या गाजलेल्या कलाकृती. (मदि)

भागोजी नाईक : नाशिकच्या भागात १८५७ च्या बंडाचे जे पडसाद उमटले, त्यात भागोजी नाईक या भिल्लाने पुढाकार घेतला. पण इंग्रज सरकारने हे बंड वेळीच चिरडून टाकले. (मपइ)

भाजे : पुणे जिल्ह्यात, लोणावळ्याच्या पूर्वेला सुमारे पाच मैलांवर विसापूर गडाच्या पायथ्याशी हे गाव वसलेले आहे. तिथून जवळच एका डोंगराच्या कड्यामध्ये प्राचीन बौद्ध लेणी खोदलेली आहेत. ही लेणी इसवीसन-पूर्व दुसऱ्या व पहिल्या शतकात निर्माण झालेली असावीत. (भासंको)

भाट : राजस्थानातील एक जात. संस्कृत भट्ट या शब्दावरून सांप्रतचा भाट हा शब्द बनला आहे, असे सांगतात. भाट शब्दाचाच बारहट्ट असा एक अपभ्रंश आहे. वैदिककालचे गाथानायक, महाभारतकाळचे सूत, तसेच नंतरच्या काळातील मागध, बंदी व ब्रह्मराव यांचे वंशज म्हणजेच आजचे भाट होत, असे संशोधकांचे मत आहे. राजपुतांच्या शेकडो वर्षांचा इतिहास त्यांच्या बाडातून आजही सुरक्षित आहे. एकोणिसाव्या शतकाच्या प्रारंभापर्यंत राजस्थान आणि सौराष्ट्र या प्रदेशात प्रत्येक महत्त्वाच्या दस्तऐवजावर भाटांची सही साक्ष घेत. (भासंको)

भातखंडे विष्णु नारायण : (१८६०-१९३६) भारतीय संगीताचे श्रेष्ठ अभ्यासक. आपले सारे आयुष्य त्यांनी गायन, संशोधन, ग्रंथ लेखनाला देऊन टाकले. व्यवसायाने वकील होते. पारशी मंडळांच्या गायनोत्तेजक मंडळात सामील झाले. भारतभर दौरा करून विविध भाषाही आत्मसात केल्या. 'लक्ष संगीत' हा ग्रंथ संस्कृतात व श्लोकबद्ध पद्धतीने लिहिला. स्वर-ताल लिपीही तयार केली. 'हिंदुस्थानी संगीत पद्धती' ग्रंथाचा कर्ता. त्यांचे थोरपण समकालीनांच्या लक्षात आले नाही. (सुविको)

भातवडीची लढाई (१६२४) : जहांगीर बादशहाच्या काळात महाराष्ट्रात झालेली महत्त्वाची लढाई. निजामशाही वजिर मलिक अंबर आणि मोगल सेनापती यांच्यात ही लढाई झाली. विजापूरच्या आदिलशहाने इखलासखानाला सैन्यासह पाठवून मोगलांनाच साहाय्य दिले. निजामशाहीतील फुटीर सरदारांनाही हाताशी धरले. मलिक अंबरच्या मदतीस शहाजीराजे भोसले होते. ते दोघेही गनिमी काव्याचे रणपंडितच असल्याने नगरपासून सु. ४० किमी वरील या घनघोर लढाईत मोगल नामोहरम झाले. शहाजीराजांचे सख्खे भाऊ शरीफजी राजे ह्या लढाईत पडले. शहाजीराजांचे नाव पराक्रमामुळे सर्वतोमुखी झाले. त्यांची प्रतिष्ठा, दरारा मलिक अंबरलाही सहन होईना. शहाजीने निजामशाही सोडून विजापूरकरांची नोकरी पत्करली. आदिलशाहाने 'सरलष्कर' असा किताब दिला. (इसंशा)

भानू चिंतामण गंगाधर (प्रा.) : भारतीय इतिहास आणि तत्त्वज्ञान यांचे गाढे अभ्यासक. मूळ गाव मेणवली. नाना फडणीस यांच्या घराण्यातील. त्यांची उपनिषदांची भाषांतरे हे महत्त्वपूर्ण ग्रंथ. चरित्र लेखक, कादंबरीकार. (मदि)

भाबिनी भट्टाचार्य (हुतात्मा) : (फाशी - ३ फेब्रुवारी १९३५) अँडरसनने बंगालमधील लोकांवर अनन्वित अत्याचार केले. त्याचा सूड घेण्याची जबाबदारी भाबिनी भट्टाचार्यावर सोपविली. ढाक्क्यातील एका

कार्यक्रमात अँडरसनच्या सुरक्षा व्यवस्थेमधील त्रुटी शोधून भाबिनीने त्याच्यावर गोळ्या झाडल्या. नेम चुकल्यामुळे अँडरसन बचावला. भाबिनी पकडला गेला. १४ ऑगस्ट १९३४ रोजी त्याच्यावर खटला दाखल करण्यात आला. ३ फेब्रुवारी १९३५ रोजी ढाका तुरुंगात भाबिनीला फासावर चढविण्यात आले. (स्वासंस)

भाभा अणुशक्ति संशोधन केंद्र : हे केंद्र ट्राँबे (मुंबई) येथे १९५६ पासून चालू झाले. डॉ. होमी भाभा यांच्या मार्गदशनाखाली पहिली अप्सरा अणुभट्टी चालू झाली. ४० मॅगवॅट निर्मिति क्षमता होती. जाने. १९६७ मध्ये ट्राँबे अणु संशोधन केंद्राला इंदिराजींच्या भेटीनंतर भाभा अणुशक्ति संशोधन केंद्र असे नाव दिले गेले. शुद्ध युरेनियम व त्यापासून इंधन बनविणे, इ. कार्य सुरू आहे. (इसंशा)

भाभा होमी जहांगीर (डॉ.) : (१९०९ – १९६६). भारतीय अणुसंशोधनाचा पाया घालणारे शास्त्रज्ञ. शांततेसाठी अणुसंशोधन आवश्यक हा विचार त्यांनी रुजविला. त्यांनी नोबेल पारितोषिक विजेत्या पॉल दिराक, आइन्स्टाईनच्या हाताखाली काम केले. (१९४०). त्याच्या पुढाकाराने 'टाटा इन्स्टिट्यूट ऑफ फंडामेंटल रिसर्च' ही संस्था स्थापन झाली. तुर्भे येथे अणु संशोधन केंद्र स्थापन. अणुधोरणाचे शिल्पकार. (यांघस)

भारत – पाकिस्तान विभाजन मंडळ : अखंड हिंदुस्थानची फाळणी करून भारत व पाकिस्तान अशी दोन स्वतंत्र राष्ट्रे निर्माण करण्याचे निश्चित झाल्यानंतर सशस्त्र सेनेच्या विभाजनासाठी एक विभाजन मंडळ नेमण्यात आले.(३० जून १९४७) या मंडळाने विभाजन करण्यासाठी तत्त्वे घालून दिली. या तत्त्वांच्या आधारे हिंदुस्थानी सेनेच्या विभाजनाच्या कामाला प्रारंभ झाला. (जुलै १९४७) (इसंशा)

भारत आणि हिंदी महासागर : भारताच्या संरक्षणाच्या दृष्टीने हिंदी महासागराचे विशेष महत्त्व आहे. या महासागरात असंख्य छोटी छोटी बेटे असून काही परकीयांच्या ताब्यात आहेत. भारताच्या ताब्यात १२०० बेटे आहेत. बड्या सर्वच पाश्चात्त्य राष्ट्रांनी या महासागरात आपली नाविक केंद्रे निर्माण केली आहेत. त्यामुळे तेथे केव्हाही युद्धाचा भडका उडू शकतो. दिएगो गार्शिया या बेटाचे लष्करीदृष्ट्या खूपच महत्त्व आहे. (इसंशा)

भारत इतिहास संशोधक मंडळ : १९१० साली रा. ब. मेहेंदळे व राजवाडे या दोघांनी एकत्रित येऊन पुण्यात 'भारत इतिहास संशोधक मंडळा'ची स्थापना केली. अनेक संशोधकांनी त्याला नावारूपास आणले. खाजगी क्षेत्रातील हे पुराभिलेखागृह सर्वांत मोठे समजले जाते. या पुराभिलेखागृहामध्ये राजकीय, प्रशासकीय, आर्थिक, धार्मिक इ. बाबींसंबंधी माहितीची कागदपत्रे रुमालात बांधलेली आहेत. कागदपत्र जमविणे व ती संपादित करणे हे काम सध्याही चालूच आहे. (इलेशा)

भारत पाकिस्तान युद्ध : (१९४७) १९४७ रोजी भारताची फाळणी होऊन भारत आणि पाक ही दोन राष्ट्रे निर्माण झाली. 'जम्मू-काश्मीर आणि हैदराबाद या संस्थानांना भावी काळात स्वतंत्र राहावयाचे की उपरोक्त दोन देशांपैकी एकात सामील व्हायचे,' हा निर्णय त्यांचेवरच सोपविण्यात आला. पाकिस्तानने दांडगाईच्या जोरावर काश्मीर गिळंकृत करण्यासाठी टोळीवाल्यांची मदत घेतली. त्यातून भारत-पाक संघर्ष निर्माण झाला. काश्मीरचे महाराज हरिसिंग यांनी भारत सरकारकडे मदतीची याचना केली. भारताची शीख, कुमावू रेजिमेंट काश्मीरमध्ये उतरून तिने टोळीवाल्यांचा धुव्वा उडविला. चिनार ऑपरेशन या नावानेही आणखी लढाई झाली. १० जुलै १९४८ रोजी राष्ट्रसंघाच्या आवाहनानुसार भारताने युद्धबंदी जाहीर केली. गृहमंत्री सरदार पटेल यांनी योग्य वेळी अचूक निर्णय घेतल्याने आज काश्मीरचा भाग भारताशी संलग्न आहे. (इसंशा)

भारत सरकारचा १९३५ चा कायदा : भारताच्या घटनात्मक इतिहासात हा कायदा खूपच महत्त्वाचा आहे. कॉंग्रेस आणि इंग्रज सरकार यांतील पाच वर्षे झगडा, चार गोलमेज परिषदा, श्वेत पत्रिका इ. चा एकत्रित परिणाम म्हणून हा कायदा अस्तित्वात आला. प्रांतिक स्वायत्तता, द्विगृही सभागृह, मुस्लीम-ख्रिश्चन-अस्पृश्य यांचेसाठी स्वतंत्र मतदार संघ, अशी त्याची वैशिष्ट्ये आहेत. भाषावार प्रांतरचना आणि राखीव मतदार संघ यामुळे फुटीरता भावना मात्र वाढीस लागली. स्वातंत्र्याच्या दिशेने टाकलेले पाऊल म्हणून या कायद्याचे महत्त्व. तसेच फुटीरता जातीय संघर्षाची ठिणगी. (इसंशा)

भारत सेवक समाज (सर्व्हंट्स ऑफ इंडिया सोसायटी) : थोर भारत सेवक आणि राजकीय उदारमतवादी नेते गोपाळ कृष्ण गोखले यांनी 'भारत सेवक समाज' स्थापन केला होता. या संस्थेच्या वतीनेच 'ज्ञानप्रकाश' हे मराठी दैनिक प्रसिद्ध केले जात असे. नारायण मल्हार जोशी या संस्थेचे सभासद होते. (इ.स. १९०९). (भासंको)

भारत-अमेरिका (१९४७) : अमेरिका खंडातील २१ प्रजासत्ताक राष्ट्रांनी एकत्र येऊन सुरक्षिततेचा करार केला. अमेरिकेने त्यांच्या संरक्षणाची जबाबदारी घेतली. दुसऱ्या महायुद्धानंतर शीतयुद्धास प्रारंभ झाला. कोणत्याही देशावर आक्रमण झाल्यास इतरांनी त्याला सर्वतोपरी मदत करावी असे ठरले. सर्वांसाठी एक आणि एकासाठी सर्व हे तत्त्व मान्य केले गेले. १९४७ मध्ये पंडित नेहरूंनी रशिया व अमेरिका या दोन्ही राष्ट्रांना नि:शस्त्रीकरणाची ही योजना स्वीकारवी. अणुशास्त्राची चाचणी थांबवावी असे आवाहन केले. (इसंशा)

भारत-चीन युद्ध : (१९६२) भारताचा तिबेट १९५० मध्ये चीनने पादाक्रांत केल्याने भारताच्या सुरक्षिततेचा प्रश्न गंभीर झाला. लडाख, सिक्कीम, भूतान, ईशान्येकडील भाग चीनला हवेसे झाले, म्हणून वारंवार चकमकी सुरू राहिल्या. त्यातून १९६२ मध्ये उभय देशात प्रगट युद्ध झाले. भारताचा सुस्तपणा, निष्काळजीपणा, युद्धाच्या दृष्टीने अपुरी तयारी, प्रतिकूल भौगेलिक परिस्थिती व हवामान इ. मुळे भारताला फार मोठे नुकसान, मानहानी आणि पराभव स्वीकारावा लागला. (इसंशा)

भारत-तिबेट सीमा पोलिस : भारताच्या उत्तर सीमेच्या रक्षणासाठी ही यंत्रणा निर्माण केली आहे. केंद्रीय गृहमंत्रालयाच्या नियंत्रणाखाली आहे. प्रारंभी सीमारक्षण हा हेतू पण नंतर गनिमी युद्ध तंत्र दलात त्याचे रूपांतर झाले. घुसखोरी, तस्करी, शस्त्र वाहतूक, फितुरी होऊ न देणे हे या दलाचे काम. सीमेवरील प्रजेचे रक्षण करण्याची ह्यांचीच जबाबदारी आहे. सुमारे १२२० कि. मी. सीमेचे रक्षण करतात. (इसंशा)

भारत-पाक आंतरराष्ट्रीय सीमा : १९७२ मध्ये भारत-पाक यांच्यातील प्रत्यक्ष नियंत्रण रेषांच्या दक्षिणेकडे सुमारे १२०० मैल लांबीची रेषा १९४७ मध्ये निश्चित झाली, तीच आंतरराष्ट्रीय सीमा होय. तिचे जम्मू-काश्मीर, पंजाब, राजस्थान आणि गुजराथ असे विभाग आहेत. वेळोवेळी या सर्व विभागातून पाकने घुसखोरी केल्याने भारताने युद्धात चपराक दिलेली आहे. (इसंशा)

भारत-पाक युद्ध : (१९६५) पाकिस्तानचे काश्मीर खोरे व्यापण्याचे स्वप्न १९४७ मध्ये पूर्ण होऊ शकले नाही. तथापि त्यांसाठी १९६५ मध्ये पाकने पुन्हा युद्ध छेडले. चीनबरोबरच्या युद्धात भारताला पराजय पत्करायला लागला होता, तर पाकला अमेरिकेचे साहाय्य होते. विविध माध्यमांतून पाक घुसखोरांनी भारतीय सीमेवर युद्ध मांडले. त्यांना मुजाहीद (धर्मयोद्धे) म्हणून गौरविले. कारगिल ते छांब भागापर्यंत पाकने तोफांचा

भडिमार केला. हाजीपीर कारवाई खूपच गाजली. पाकला तेथून हुसकावून लावले. मोठ्या प्रमाणांत उभयपक्षी हवाई हल्ले झाले, तरी उत्तर असलच्या लढाईत पाकचे अतोनात नुकसान झाले. २२ दिवसांनी रशियाच्या मध्यस्थीने ताश्कंद येथे तह घडवून आणला गेला. १९७१ मध्येही पाकने भारताची कुरापत काढली. युद्धात पाकचा दारूण पराभव. सिमला करार झाला. अद्यापि भारत–पाक जखम सतत चिघळतच आहे. (इसंशा)

भारत–पाक–चीन यांचे संरक्षण सामर्थ्य : भारत आणि पाक ही दोन्ही राष्ट्रे १५ ऑगस्ट १९४७रोजी निर्माण झाली. तथापि त्यांच्यात आजवर चार युद्धे उद्‌भवली आहेत. चीन हे एक बलाढ्य प्राचीन राष्ट्र भारताच्या उत्तर सीमेवर आहे. अत्यंत आक्रमक, लढाऊ वृत्तीने १९६२ मध्ये भारताविरुद्ध युद्ध छेडले. भारत अत्यंत गाफील असल्याने चीनचा सहजी विजय झाला. भारताला हजारो चौरस मैल प्रदेश गमवावा लागला. (इसंशा)

भारतरत्न पुरस्कार : भारत स्वतंत्र झाल्यापासून २६ जानेवारीस देशसेवा, समाजसेवा, अर्थकारण, ज्ञान–विज्ञानात अतुलनीय कार्य करणाऱ्या ज्येष्ठ व श्रेष्ठ नेत्यास हा सन्मान देऊन गौरविले जाऊ लागले. पंडित नेहरू, इंदिरा गांधी, धों. के. कर्वे, डॉ.बाबासाहेब आंबेडकर, सुभाषचंद्र बोस, लालबहादूर शास्त्री, डॉ. पां. वा. काणे, लता मंगेशकर २००८ मध्ये पं. भीमसेन जोशी आदी दिग्गजांना तो दिला गेला आहे. (इसंशा)

भारताचे संरक्षण आणि सुरक्षा : आशिया खंडात शांतता प्रस्थापित करणे, अंतर्गत व बाह्य धोक्यांपासून भारताचे रक्षण व्हावे, त्यासाठी त्यास सेना सुसज्ज राखणे, यासाठी संरक्षण संघटना तयार केली गेली आहे. घटनेनुसार राष्ट्रपती हे त्याचे सेनापती मानले जातात. अंतिम जबाबदारी मंत्रीमंडळाची असते. संरक्षणमंत्री संसदेला जबाबदार असतो. (इसंशा)

भारताच्या संरक्षण मंत्रालयाची संघटना : संरक्षण खात्यात संरक्षणमंत्री, उपसंरक्षण मंत्री, संरक्षण उत्पादन मंत्री असे तीन मंत्री असतात, आणि विविध समित्या अंतर्भूत असतात. याबाबतीतील संशोधन, तिन्ही दलांतील संरक्षण, माजी सैनिक कल्याण खाते इ. विभाग असतात. सशस्त्र दलाची तीन प्रधान कार्यालये तीन सेनाध्यक्षाच्या हाताखाली असतात. (इसंशा)

भारतीय कालगणना पद्धती : फार प्राचीन काळापासून भारतात कालगणना रूढ होती. तिला पौराणिक कालगणना म्हणतात. चंद्र आणि सूर्य गतीचा अभ्यास करून अत्यंत सूक्ष्मतेने केलेली कालगणना हे तिचे खास वैशिष्ट्य. शक, महिना, तिथी, वार, नक्षत्र, योग, करण अशी अंगे आहेत. आंतरराष्ट्रीय कालगणनेशी ती ताडून पाहता येते. विक्रमादित्याने शकांचा पराभव करून विक्रम संवत सुरू केला. शालिवाहन शक इ. स. च्या पूर्वी ७८ वर्षे सुरू झाला. साठ संवत्सराचे एक चक्र मानले जाते. त्यातील प्रत्येकाला स्वतंत्र नाव दिले गेले आहे. एका सूर्योदयापासून दुसऱ्या सूर्योदयापर्यंत एक दिवस मानणे हिला सायन पद्धती म्हणतात. (इसंशा)

भारतीय क्रांतिदल :१९६६ मध्ये काँग्रेसमधील बेबनाव पाहून हुमायून कबीर यानी एक नवी काँग्रेस स्थापन केली. लोकांचा आता काँग्रेसवर विश्वास उरला नाही, असा त्याचा दावा होता. तिला 'जनकाँग्रेस' म्हणत. आचार्य कृपलानींच्या नेतृत्वाखाली काँग्रेसमधील बाहेर पडलेले गट एकत्र आले. हरेकृष्ण मेहताब, अजय मुकर्जी, बन्सीराम दास इ. प्रमुख नेते होते. १५ मे १९६७ रोजी भारतीय क्रांतिदलाची घोषणा झाली. पण लवकरच या पक्षाचा प्रभाव ओसरत गेला. चरणसिंग हे अध्यक्ष होते. त्यांनी 'भारतीय लोकदल' हा नवा पक्ष स्थापन केला पुढे काही गट काँग्रेसमध्ये विलीन झाले . उत्तर प्रदेश, हरियाना प्रांतातच काही काळ या पक्षाचा

प्रभाव होता. (इसंशा)

भारतीय चित्रशैली : श्री. म. ग. पातकर म्हणतात, भारतीय चित्रकारांनी बाह्य दर्शनापेक्षा भावनात्मक दर्शनाला अधिक महत्त्व दिलेले आहे. रंग आणि रेषा ह्यांना महत्त्व, अनुकरणापेक्षा निर्मितीला अधिक महत्त्व आहे. निर्दोष रचना, सफाईदार नि समतोल रंग योजना, गतिमान वक्ररेषा, निसर्गातल्या वस्तूंचे बनविलेले सांकेतिक आकार आणि भावविष्कार ही वैशिष्ट्ये होत. चित्रकलेत पुढारलेल्या इटलीत आणि अमेरिकेतही भारतीय चित्रशैलीला अतिशय मान दिला जातो. (भासंको)

भारतीय जनता पक्ष : १९७५ मध्ये इंदिरा गांधीनी देशात आणीबाणी जाहीर केली. त्याला विरोध म्हणून देशातील विरोधी पक्षांनी एकत्र येऊन संघर्ष केला. जनता पक्ष अस्तित्वात आला. पूर्वीचा जनसंघ या नव्या पक्षात विलीन झाला ह्याचे हे नाव. या पक्षाने १९७७ मध्ये सत्ता हस्तगत केली. पण भिन्न विचारसरणीत वाढलेले, प्रसंगी एकमेकांवर चिखलफेक करणारे पुढारी फार काळ एकत्र नांदणे अवघडच होते. जनता दलात १९८० मध्ये फूट पडून अटलबिहारी यांच्या नेतृत्वाखाली पूर्वीचा जनसंघ बाहेर पडला. त्याचे नवे नाव भारतीय जनता पक्ष असे राहिले. त्यात राष्ट्रीय स्वयंसेवक आणि त्याच्या परिवारिक संस्थाही एकत्र झाल्या. १९८९ च्या निवडणुकीत ८६ तर १९९१च्या निवडणुकीत ११७ सभासद निवडून आले. हिमाचल प्रदेश, राजस्थान, गुजरात, महाराष्ट्र इ. बारा राज्यांतून सत्ता मिळवली. वाजपेयी १८ मे ते १ जून ९६ व पुन्हा १९ मार्च – २२ मे २००४ पर्यंत पंतप्रधान राहिले. चिकाटीने टप्प्या–टप्प्याने शक्ती वाढवत राहिलेला पक्ष म्हणून भाजपा ओळखला जातो. (इसंशा)

भारतीय देशभक्ती संघटना : सर सय्यद अहमद खान यांनी १८८७ मध्ये तिची स्थापना केली. ते स्वत: इंग्रजनिष्ठ होते. त्यांची ही संघटनासुद्धा राष्ट्रीय सभेला विरोध करण्यासाठीच होती. मुस्लिमांत ऐक्य आणि राजकीय जागृती निर्माण करणे हा हेतू. अलिगड कॉलेजचे प्राध्यापक बेक हे त्यामागील प्रेरणा होते. काँग्रेसच्या मागण्या ह्या भारतीयांच्या समजू नयेत, मुस्लिम हेच खरे इंग्रजांचे मित्र आहेत, मुस्लिमांनी इंग्रजी सत्तेला एकमुखी पाठिंबा द्यावा असे संघटनेचे उद्देश होते. थोडक्यात, मुस्लीम समाज अलग राखून काँग्रेसला अडथळे निर्माण करणे हाच तिचा कार्यक्रम राहिला. (इसंशा)

भारतीय नौदल : ८ सप्टेंबर १९३४ रोजी शाही भारतीय नौदलाची स्थापना झाली. तथापी भारताची नौदलाची परंपरा फार जुनी आहे. १६१२ मध्ये ईस्ट इंडिया कंपनीने लढाऊ जहाजांचा एक तांडा मुंबईस पाठवून दिला, तीच नौदलाची सुरुवात. सैनिकांची वाहतूक, चाचेगिरीला प्रतिबंध, सीमांचे संरक्षण ही कामे मानली गेली. १९२८ मध्ये पुनर्रचना करून लढाऊ दल बनविले गेले. स्वातंत्र्यपूर्व काळात नौदलाचा फारसा विकास होऊ शकला नाही. १९७१ च्या पाक युद्धात आपल्या नौसेनेने वायुदलास उत्तम साथ दिली. (इसंशा)

भारतीय राज्य घटना ४२ वी दुरुस्ती : आणीबाणीच्या काळात इंदिरा गांधींच्या नेतृत्वाखालील सरकारने ४२ वी दुरुस्ती १९७२ मध्ये केली. दारिद्र्य, अज्ञान, रोगराईचे उच्चाटन करणे, विषमता नष्ट करणे, नागरिकांसाठी १० कलमे कर्तव्याच्या जाणिवेसाठी समाविष्ट केली गेली. सर्व प्रमुख पुढारी तुरुंगात असल्याने साधक बाधक चर्चा होऊ शकली नाही. (इसंशा)

भारतीय राज्यघटनेची मूलभूत चौकट : घटनेची मूलभूत चौकट स्पष्ट करताना न्या. सिक्री ह्यांनी पाच तत्त्वांचा उल्लेख केला. (१) घटनेचे श्रेष्ठत्व, (२) प्रजासत्ताक लोकशाही शासनसंस्था, (३) घटनेचे

निरपेक्ष स्वरूप, (४) विधिमंडळ, न्यायमंडळ नि कार्यकारी मंडळ यांच्यातील सत्ताविभाजन आणि (५) घटनेचे संघराज्यात्मक स्वरूप. (इतिहास)

भारतीय राज्यघटनेतील मूल्य व्यवस्था : २६ नोव्हें. १९४९ पासून राज्यघटना स्वीकारली गेली. २६ जानेवारी १९५० पासून तिची अंमलबजावणी सुरू झाली. घटनेचे प्रास्ताविक (प्रिॲम्बल) मध्ये मानवी प्रतिष्ठेचा उल्लेख आहे. स्वातंत्र्य, समता, न्यायाची त्यात ग्वाही दिली आहे. भारतीय नागरिकांचे मूलभूत हक्क मान्य करण्यात आले आहेत. घटनेला पूरक अशा मार्गदर्शक तत्त्वांचा समावेश करण्यात आला आहे. (इसंशा)

भारतीय राज्यघटनेवर प्रभाव पाडणारे घटक : भारतीय राज्यघटनेवर अनेक विचार प्रणालींचा, चळवळींचा प्रभाव पडला आहे. तसेच प्रत्यक्ष राज्यकारभार करतानाच्या अनुभवांचाही त्यात समावेश आहे. पाश्चात्य उदारमतवाद, गांधीवाद, समाजवाद, निधर्मी दृष्टिकोन इत्यादींचा प्रभाव त्यावर दिसतो. इंग्रजांनी वेळोवेळी संमत केलेले कायदे विशेषत: १९३५ चा कायदा दीपस्तंभच ठरला. भारतीय घटना ही इंग्रजांचा वारसाच आहे.पाश्चात्य जगातील उदारमतवादी लोकशाही परंपरा; अमेरिका-इंग्लंड-फ्रान्स-कॅनडा-स्वित्झर्लंड आदी लोकशाही घटना; महात्मा गांधीजींचे विचार; भारतातील राजकीय; सामाजिक, धार्मिक, शैक्षणिक परिस्थिती; स्वातंत्र्य-समता-बंधुता ह्यांसाठीचा संघर्ष; प. जवाहरलाल नेहरू ह्यांनी घटना समितीत मांडलेला उद्दिष्टदर्शी ठराव (Objectives of Resolution); १९३५ चा भारत सरकार कायदा (Government of India Act), संसदीय लोकशाहीचे वेस्टमिन्स्टर प्रारूप - अशा प्रकारे अनेक विचारधारा, जनतेच्या इच्छा-आकांक्षा, सामाजिक आर्थिक सुधारणा, भक्कम संघराज्यनिर्मिती ह्या सगळ्यांचा परिणाम घटनेवर झालेला दिसतो. (इसंशा)

भारतीय राष्ट्रीय कॉंग्रेस : (राष्ट्रीय सभा) इ. स. १८८५- आशिया खंडातील सर्वांत मोठी संघटना. तिचा राजकीय प्रभाव भारतीय जनमानसावर दृढपणे आहे. प्रारंभी मवाळ कॉंग्रेस पुढे अत्यंत आक्रमक झाली ती टिळक युगात आणि तिने इंग्रजी सत्तेलाच आव्हान दिले. म. गांधीच्या नेतृत्वाखाली स्वातंत्र्य चळवळीने कायदेभंग, सत्याग्रह शस्त्र उपसले. १९४२ च्या आंदोलनाने स्वातंत्र्य खूपच जवळ आले. तिचे जनकत्व सर ह्यूमला दिले जाते. या पक्षाने जागतिक कीर्तीचे नेते दिले. स्वातंत्र्यप्राप्तीनंतर कॉंग्रेस विसर्जित करावी हा म. गांधींचा विचार मात्र बाजूस टाकला गेला. (इसंशा)

भारतीय वायुसेना : भारतीय सशस्त्र दलात १९३३ मध्ये वायुसेनादल निर्माण करण्यात आले. तिला स्थल सेनेच्या हुकुमाखाली काम करावे लागते. सुब्रतो मुखर्जी हे पहिले भारतीय वायुसेनाधिपती झाले. भूसेनेच्या हालचालींना हवाई संरक्षण देणे, शत्रूचे विमानतळ, शहरे, तेलसाठे उद्ध्वस्त करण्यास वायुदल आवश्यक ठरते. (इसंशा)

भारतीय वायुसेना राखीव : युद्धजन्य परिस्थितीत वायुदलाची फार गरज पडते. अनुभवी, प्रशिक्षित, तंत्रकुशल वायुसेनेचा ज्यात समावेश आहे, अशांचे राखीव दल १९५२ मध्ये निर्माण करण्यात आले. त्याचे स्थायी - यात सेनादलातून निवृत्त झालेले सैनिक समाविष्ट असतात. वायु सुरक्षा राखीव - यात बिगर लष्करी निवृत्त वैमानिकांचा समावेश असतो. तिसऱ्या विभागात ज्याला विमान चालविण्याचा परवाना असेल अशा नागरी वैमानिकांचा समावेश होतो. (इसंशा)

भारतीय संरक्षण व्यवस्थेतील सुधारणा : भारतीय संरक्षण, सुरक्षा व्यवस्थेला भू, सामरिक सुरक्षा

परिसरांमुळे झालेले धोके लक्षात घेऊन काही मंत्र्यांची समिती निर्माण करण्यात आली. त्यांच्या शिफारसीनुसार संरक्षण व्यवस्थेत सुधारणा केल्या गेल्या. संरक्षण सेवावर्ग, संरक्षण इंटेलिजिन्स, संरक्षण संपादन मंडळ, तंत्रविज्ञान मंडळ, यांची स्थापना करण्यात आली. त्यायोगे संरक्षण व्यवस्थेला निश्चित बळकटी आली. (इसंशा)

भारतीय सशस्त्र दल आणि स्त्रिया : स्वातंत्र्योत्तर भारतात सर्वच क्षेत्रात आता महिला पुरुषांबरोबरीने प्रवेश करीत आहेत. प्रत्यक्ष रणांगणावर लढण्याची संधी त्यांना मिळाली पाहिजे, अशी मागणी होऊ लागली. त्यानुसार तंत्रज्ञान, तंत्रेतर भाग, सेवा-विभाग इ.मध्ये स्त्रियांना प्रवेश दिला जातो. सेनादलाच्या सर्वच विभागात प्रवेश मिळू शकतो. त्या त्या शाखांमध्ये त्याना सहा महिने प्रशिक्षण पूर्ण करावे लागते. (इसंशा)

भारतीय सशस्त्र दलांचे विभाजन : भारत आणि पाक ही दोन स्वतंत्र राष्ट्रे निर्माण झाल्यावर, सैन्य विभाजनासाठी स्वतंत्र कमिटी स्थापन करण्यात आली. दोन्ही देशांचे स्वतंत्र सरसेनापती ठरविण्यात आले. पाकिस्तानी भूमीत भरती झालेले सैनिक पाक लष्करात समाविष्ट करण्यात आले. दोन्ही दल स्वतंत्र उभी राहीपर्यंत एक संयुक्त मंडळ स्थापन केले गेले. पायदळाच्या १५ रेजिमेंट भारतात तर ८ रेजिमेंट पाकला. घोडदळापैकी १२ रेजिमेंट भारतात तर ६ रेजिमेंट पाकला. तोफखाना १८ भारताला, ८ पाकिस्तानला. स्थल सेनेपैकी २ लाख ६० हजार भारताला तर १ लाख ४० हजार सैन्य पाकिस्तानात गेले. फ्रिगेटस् प्रत्येकी दोन, माईन स्वीपर भारत १२ व पाकिस्तान ४, शस्त्रास्त्रनिर्मिती कारखाने आणि साठे भारताचे हद्दीतील भारतात तर पाक हद्दीतील पाकला मिळाले. १९४८ मध्ये असे विभाजन झाल्यावर इंग्रजी पलटणी ब्रिटनला गेल्या. (इसंशा)

भारतीय सैन्याची मुहूर्तमेढ व विकास : ईस्ट इंडिया कंपनीने १७४८ मध्ये मद्रास येथे कॅ. स्ट्रिंजर लॉरेन्स याच्या नेतृत्वाखाली भारतीय सैन्य उभे केले व हळूहळू त्यात वाढ होत गेली. या सात पलटणी म्हणजे भारतीय सैन्याची मुहूर्तमेढ मानली जाते. लॉरेन्सलाच तिचा जनक मानले गेले. त्यात शाही सेना, युरोपियन ट्रूप्स, आणि भारतीयांची सेना असे विभाग असत. रॉबर्ट क्लाईव्ह बंगालचा गव्हर्नर झाला आणि या सेनेचा पद्धतशीर विकास सुरू झाला. तिलाच नेटिव्ह इन्फंट्री म्हणत. लॉर्ड कॉर्नवॉलिसने सैनिकांचा पोषाख, शस्त्रे निश्चित केली. पायदळ, घोडदळ, तोफखाना या तिन्ही विभागांची पुनर्रचना केली गेली. रजपूत, मराठा, शीख, गुरखा, कुमाऊं, गढवाल या लढवय्या जमातींची रेजिमेंटस् निर्माण करण्यात आली. १८५० मध्ये प्रादेशिक सेना निर्माण करण्यात आली, तिला पंजाब सीमा दल म्हणत. मद्रास, बंगाल, मुंबई येथेही तशाच सेना निर्माण केल्या गेल्या. ह्यायोगे इंग्रजांची भारतातील सत्ता चांगली दृढमूल झाली. डलहौसीने रस्ते, रेल्वे, पोस्ट, तारायंत्र सुविधा आणून क्रांतीच घडवली. याच सेनादलातील असंतुष्टपणामुळे १८५७ ला उठाव झाला. १८९५ मध्ये भारतीय सेनेचा उदय झाला. तत्पूर्वी १८९२ मध्ये एक समिती स्थापन करण्यात आली. तिने १८७९ च्या ईडन समितीच्या शिफारसी लक्षात घेऊन स्वत:च्या नव्या शिफारसी वाढवून बदल सुचविले. त्यानुसार १८९५ मध्ये पूर्व, पश्चिम, दक्षिण, उत्तर असे विभाग करण्यात आले. त्या विभागांच्या प्रमुखाला लेफ्टनंट जनरल हा हुद्दा देण्यात आला. चारी विभागांवर नियंत्रणासाठी सरसेनापतीची नियुक्ती केली गेली. भारतीयांना व्हाईसराय कमिशन मिळू लागले. नेटिव्ह शब्दच बाद करण्यात आला. जातिदर्शक रेजिमेंटस् निर्माण झाली. निवृत्तीनंतर मानद कॅप्टन हुद्दा दिला जाऊ लागला. सर्व बदल इ. स. १९०० पासून अमलात आले. (इसंशा)

भारतीय स्वातंत्र्याचा कायदा : (१९४७) ३ जून १९४७ रोजी लॉर्ड माउंटबॅटन यांनी आपली योजना जाहीर केली. त्याच्या प्रमुख तरतुदी येणेप्रमाणे. १५ ऑगस्ट रोजी भारत - पाक ही दोन राष्ट्र अस्तित्वात येतील.

त्यावर इंग्रजांचा काहीही अधिकार राहणार नाही. १९३५ च्या कायद्याप्रमाणे घटना तयार होईपर्यंत कारभार चालेल. व्हेटोचा अधिकार व्हाईसरायकडे असेल. इंग्लंडचा सर्व अधिकार नष्ट होईल. कैसर-ए-हिंद हा इंग्लंडच्या राजाचा किताब रद्द झाला. (इसंशा)

भारतीय-ग्रीक युद्धकला : इ. पू. ३२६ मध्ये झेलम नदीच्या तीरावर ग्रीक राजा अलेक्झांडर (शिकंदर) आणि कैकेयचा राजा पुरू यांच्यात तुंबळ युद्ध झाले. त्यात भारतीय युद्धकला, शस्त्रास्त्रे, राजकीय डावपेच, सैन्याचे गुणदोष, राजकीय परिस्थिती इ. चे दर्शन घडले. ग्रीक सैन्यात फ्लँकस् (पायदळ), अश्वदळ आणि यांत्रिक सेना होती. १६ सैनिकांची एक रांग असून एका फ्लँकसमध्ये १६,३८४ सैनिक असत. भाला, धनुष्यबाण, तलवार, ढाल अशी शस्त्रे ते वापरीत. यंत्रातून दगड ९०० फुटापर्यंत फेकला जाई. हत्तींचा रणांगणावरील उपयोग त्यांना ठाऊक नव्हता. वालस्ती व कॅटॅप्यूल्ट ही आजच्या प्रक्षेपणास्त्रासारखी अस्त्रे होती. नदी, खंदक ओलांडण्यासाठी त्यांचे तंत्रज्ञ, हवामानतज्ज्ञ, इतिहासकार यांचाही ताफा त्यात असे. पौरसाचे सैन्य पारंपरिक, चतुरंग होते. त्याच्या हत्ती दलाची ग्रीक सैन्याने धास्तीच घेतली होती. धनुष्य-बाण, ढाल-तलवार, भाला ही शस्त्रे वापरत. एका रथात पाच योद्धे असत. मात्र पौरवाचे रथदल कमजोर होते. युद्धनीती, रण डावपेच यात शिकंदर सरस ठरला. कूट नीती पौरस समजू शकला नाही. म्हणून त्याचा पराभव झाला. (इसंशा)

भालकीचा तह : (१७५२) मराठे- निजाम यांच्यात २४ नोव्हें १७५२ रोजी झाला. भालकी येथे मराठ्यांनी सलाबतजंग व बुसी यांच्यावर हल्ले करून त्यांना घेराव घातला. तेव्हा सलाबतजंग तहास तयार झाला. गोदावरी व तापी खोऱ्यातील प्रदेश म्हणजे बागलाण व खानदेश तसेच नाशिक आणि त्र्यंबकेश्वर हे किल्लेही मराठ्यांना मिळाले. नानासाहेब व बुसी यांच्यात मैत्रीचे संबंध प्रस्थापित झाले. मराठ्यांना खूप लाभ झाला. (इसंशा)

भावे भास्करराव बाबासाहेब : नरगुंद संस्थानचे प्रमुख. नरगुंदकरांनी मॅनसन या कंपनीच्या अधिकाऱ्याला ठार मारले. त्यांना दत्तक वारस घेण्याची परवानगी नाकारली गेली. बाबासाहेब संस्थानाच्या बाहेर पडल्यावर त्यांना पकडून फाशी दिली गेली व संस्थान खालसा केले गेले. (मपई)

भावे यमुनाबाई : श्रीमंत बाबासाहेब भावे (नरगुंद) ह्यांना १८५७ उठावाविषयी फाशीची शिक्षा झाली. तेव्हा त्यांच्या मातोश्री यमुनाबाई आणि पत्नी सावित्रीबाई ह्यांचे अतोनात हाल झाले. (१८५७ चे स्वायुः पेदहिं)

भावे वा. कृ. : (१९३६ सुमार) 'पेशवेकालीन महाराष्ट्र' या ग्रंथाचे कर्ते. महाराष्ट्राच्या सामाजिक जीवनावरचा साधार विस्तृत असा पहिलाच ग्रंथ. इतिहासाची व्याप्ती त्यामुळे खूपच वाढली. तुर्कांचे साम्राज्य, ब्राह्मणेतर वादाचे स्वरूप, खरा देशभक्त असे इतरही ग्रंथ त्यांनी लिहिले आहेत. (पेम)

भावे विष्णुदास : (१८१८ - १९०१) 'सीता-स्वयंवर' या त्यांच्या नाटकाने मराठी नाट्य परंपरेला प्रारंभ. स्वतंत्र नाट्यसंस्था काढून वीस वर्षे चालविली. सर्व पात्रे उत्स्फूर्त संवाद म्हणत. नृत्य, गायन दोन्हीचा ते वापर करत. मराठी नाटकाचे जनक मानले गेले.

भाषा : सिंधु लिपी आपल्याला वाचता येत नसल्यामुळे त्या लोकांची भाषा कोणती होती, हे आजही सांगता येणार नाही. परंतु काही अप्रत्यक्ष पुराव्याचे धागे अलीकडे उपलब्ध झाले आहेत. त्यांच्या अभ्यासावरून सिंधु संस्कृतीची भाषा इण्डो-आर्यन-संस्कृत किंवा प्राकृत असण्याची दाट शक्यता आहे. (सिसं)

भास्कर पांडुरंग कर्णिक, हुतात्मा (१९१३ – ३१/१/१९४३): बेचाळीसच्या आंदोलनात देहू रोड, बॉम्ब कट हे प्रकरण खूपच गाजले. त्यात भास्कर पाडुरंग कर्णिक हे एक प्रमुख क्रांतिकारक होते. सरकारच्या दडपशाहीमुळेही कर्णिक अत्यंत अस्वस्थ झालेले होते. त्यांनी ह्या कटात भाग घेतला होता. आपल्या तोंडून कट फुटू नये म्हणून ज्यादिवशी अटक झाली त्याच दिवशी म्हणजे ३१-१-४३ ह्या दिवशी विष घेऊन आत्मर्पण केले. त्यांच्या नावाचा स्तंभ पुण्यात चौकात आहे. आरोग्य केंद्रही आहे. (ना.वि. आठवले महाराष्ट्र टाईम्स ९.८०.१९८१)

भास्करवर्मा : (कुमारराज) – याची राजधानी कर्णसुवर्ण (मुर्शिदाबाद). हा आसामचा प्राचीन राजा होता. ह्युएनत्संगच्या वेळी कामरूप देशाचा हा राजा होता. हा हर्षाचा सहकारी मित्र असून, याच्याविषयी बाणभट्ट व ह्युएनत्संग याने लिहून ठेवलेली वर्णने तंतोतंत जुळतात. (मचको)

भित्तिचित्रे : मराठ्यांचे राज्य उत्तरेकडे वाढल्यावर मराठे सरदारांमध्ये चित्रकलेबद्दल प्रेम निर्माण झाल्याचे दिसते. बाजीराव पेशव्याने शनिवारवाड्यात भिंतीवर चित्रे काढून घेतली. पूर्व पेशवाईत शिवराम हा चित्रकार प्रसिद्धीला आला होता. सवाई माधवरावाच्या पदरी माणकोजी हा पगारी चित्रकार होता. वाईचा रास्तेवाडा, सातारचा राजवाडा येथे या प्रकारची चित्रे अजूनही चांगल्या स्थितीत आहेत. (मसाआइ)

भिल्लांचा उठाव : १८१८ मध्ये खानदेशवर इंठाजांचा ताबा सुरू झाला. सातपुडा, सातमाळा, अजंठ्याच्या कुशीतील भिल्ल ३२ लोकांच्या नेतृत्वाखाली एकत्र आले. त्र्यंबकजी डेंगळे यांनी प्रेरणा दिली. त्रिंबकजीचे दोन पुतणे गोदाजी व महिपा डेंगळे यांनी या उठावाचे नेतृत्व केले. या उठावात ८००० भिल्लांनी भाग घेतला. ले. औटरॅमने हे बंड मोडून काढले. (मपइ)

भिवंडी : व्यापाराचे महत्त्वाचे केंद्र. विणकरांचा धंदा तेजीत होता. या भागात इमारतीसाठी आणि जहाजे बांधण्यास उपयुक्त लाकूड विपुल मिळते. शिवाजीने हा भाग १६५७ मध्ये ताब्यात घेतला व तेथे मराठी जहाज बांधणी सुरू केली. (मसाआइ)

भीमराव मुंदरगी : १८५७ च्या स्वातंत्र्ययुद्धातील उत्तर कर्नाटकातील थोर नेते. त्यांनी कृष्णा व तुंगभद्रा या दोन नद्यांमधील प्रदेश ब्रिटिशांच्या जोखडातून मुक्त करण्यासाठी २७ मे १८५८ हा दिवस निश्चित केला होता. परंतु सशस्त्र लढा तत्पूर्वीच २४ मे या दिवशी अचानक सुरू झाला. भीमरावांनी ब्रिटिश चौकीवर हल्ला केला व कोप्पळ काबीज केले पण शेवटी युद्धात १०० सैनिकांसह हौतात्म्य. जनतेला त्यांनी आपल्या जाहीरनाम्याद्वारे ब्रिटिश सत्तेविरुद्ध उठाव करण्याचे आवाहन केले होते. शेवटी ते हुतात्मा ठरले. (१८५७ चे स्वापेदहिं)

भीमसेन सक्सेना : तारीब दिल्कुशा या फार्सी ग्रंथाचा लेखक भीमसेन सक्सेना हा होय. औरंगजेब बादशहा झाल्यानंतर (जून १६५९) भीमसेनचा बाप रघुनंदनदास याने भीमसेनास आपली जागा दिली व तो निवृत्त झाला (१६६७). मुघल सुभेदार दाउदखान, महाबतखान, बहादुखान, दिलेरखान, शहाजादा मुअज्जम व दतिया संस्थानचा राजा राव दल्पत बुंदेला यांच्या पदरी भीमसेनाने चाकरी केली. (मइ)

भीमस्वामी : (निधन इ. स. १६६३) – श्री समर्थ संप्रदायातील थोर कवी. इ. स. १६४५ मध्ये समर्थांनी ह्यांना अनुग्रह दिला. १६५५ मध्ये समर्थांनी व्यंकोजीराजे ह्यांना अनुग्रह दिला आणि तंजावर येथे मठ स्थापून तिथे भीमस्वामींना नेमले. समर्थ निर्वाण प्रसंगी ह्यांनी केलेल्या ५० ओव्या, तसेच एक अपूर्ण समर्थ चरित्र ह्यांच्या नावावर आहेत. (मचको)

भुजबा : उमाजी नाईकाचा साथीदार. भुजबाला पकडण्यासाठी इंग्रज सरकारने रुपये ५००० चे इनाम घोषित केले.

भुलाभाई देसाई : (१८८७ – १९४६) ज्येष्ठ – श्रेष्ठ कायदेपंडित. होमरूल लीगचे पुढारी. शेतकरी आंदोलनात सहभाग, काँग्रेस वर्किंग कमिटीचे दीर्घकाळ सदस्य. आझाद हिंद सेनेवरील खटल्यात त्यांनी वकिली केली. (सुविको)

भुसारी रघुनाथ महारुद्र : (१९०४) – पाथरी (जि. परभणी) येथे जन्म. प्राचीन महाराष्ट्राच्या धार्मिक व सांस्कृतिक इतिहासाचे तसेच मराठी वाङ्मयाचे गाढे अभ्यासक. साहित्य आणि संशोधन, आद्य महाराष्ट्र आणि सातवाहन ही पुस्तके प्रकाशित. द्रविड संस्कृतीची कुळकथा ही लेखमाला अतिशय गाजली. 'आर्य आणि द्रविड असे वंश नसून सारा भारतवर्ष एकच आहे.' हे त्यांचे क्रांतिकारी मत होते. (म. दि. – पंचधारा त्रैमासिक)

भूतबाधा : पेशवेकाळात भुताखेतावर विश्वास होता. जमिनीच्या लहानशा तुकड्यावरून व घरठाणावरूनही त्यांच्यात भाऊबंदकीची व इतर भांडणे होत. ज्याच्याशी वाकडे असेल त्याजवर भुते घालून त्याचे पारिपत्य करणे हा कोकणातील लोकांचा सर्वसाधारण इलाज होता. भुतापासून रयतेचे रक्षण करणे हा सरकारास एक उद्योगच होऊन बसला होता. (पेम)

भूतान : भारताच्या उत्तर सीमेवरील अत्यंत संवेदनशील प्रदेश. येथे राजेशाही होती. १९७१ मध्ये भारताने त्यास युनोचे सदस्यत्व मिळवून दिले. गेल्या काही वर्षापासून आधुनिकीकरण सुरू. भूतानशी मैत्री भारताला आवश्यक. थिंफू ही राजधानी. (इसंशा)

भूदरगड : महाराष्ट्र–कोल्हापूरहून सुमारे ५५ किमी येथे बहिरवनाथाचे जागृत देवस्थान आहे. १६६८ मध्ये शिवाजी महाराजांनी दुरुस्ती करून ते प्रबळ सैनिकी ठाणे बनविले. मोगलांविरुद्धचा लढाईत त्यांची महाराजांनी जिंकलेली निशाणे श्रीबहिरवनाथास देऊन टाकली, ती अद्याप तिथे आहेत. हा किल्ला पुढे परशुरामपंत पटवर्धनांनी जिंकला. पुढे करवीरकरांकडे ताबा पण १८४४ मध्ये काही बंडखोरांनी तो जिंकला तेव्हा इंग्रजांनी तो जिंकून त्याची बरीच पाडापाड केली. (सासभकि)

भूदान चळवळ : सर्वोदय संकल्पनेचाच एक भाग म्हणून ही चळवळ . म.गांधींचे वैचारिक पुत्र आचार्य विनोबा भावे यांनी १९५१ मध्ये हैदराबादेस सुरू केली. जमीनदारांकडून जमिनी मिळवून त्या भूमिहीन मजुरांना मोफत वाटल्या जात. प्रारंभी ही चळवळ खूपच जोरात होती. पण मोठ्या जमीनदारांनी सहकार्य केले नाही. चळवळ लवकरच ओसरली. (इसंशा)

भूपेंद्र कुमार दत्त : (इ.स. १८९२–१९७९)भारतीय स्वातंत्र्यलढ्यातील झुंझार सेनापती. जहाल क्रांतिकारक अनुशीलन समिती युगांतरचा सक्रिय कार्यकर्ता. ७८ दिवस उपोषणाचा विक्रम. संसद सदस्य. (नेट)

भूषण कवी : भूषण हा मूळचा यमुनेच्या काठी असलेल्या त्रिकमपूर (हल्लीचे टिकमापूर) या गावचा. याचे आडनाव त्रिपाठी. शिवराज्याभिषेक प्रसंगी हिंदी कवी भूषण रायगडावर होता. त्याने 'शिवराजभूषण' हे काव्य लिहिले (इ. स. १६७३) हे काव्य समकालीन असल्यामुळे त्यातील काही उल्लेख तत्कालीन स्थितीवर प्रकाश टाकणारे आहेत. भूषणने 'शिवाबावनी' हे काव्यही लिहिले. (मइ)

भोकरदन : महाराष्ट्र, मराठवाडा, औरंगाबादपासून सुमारे २४ कि. मी., येथील उत्खननात

सातवाहनकालातील आणि त्यानंतरच्या वस्त्यांचे अवशेष सापडलेले आहेत. तिथे मोठे कलाकेंद्र होते, असे दिसते. (भासंको)

भोज : इ. स. १००० च्या सुमारास राजा झाला व १०५५ पर्यंत राज्य केले. गझनीच्या महमुदाच्या विरोधात ह्याने सैन्य पाठविले. मुसलमानी आक्रमणाचा शर्थीने प्रयत्न केला. १०२० मध्ये भोजाने कोकण प्रांत जिंकला. त्याने धारा, उज्जैन, मांडू ही शहरे जिंकली. (भासंको)

भोज सावंत : सावंतवाडीचे बंड मोडून इंग्रजांनी संस्थान ताब्यात घेतले. भोज सावंत, आत्मा चौकेकरांनी सावंतवाडी कोट, हणमंतगडावर हल्ले केले. पण चौकेकरांना इंग्रजांनी कैदेत टाकले, तर भोज सावंतास ठार केले. कॅ. औटरॅमने १८४५ च्या सुमारास हे बंड मोडून काढले. (मपई)

भोपटकर लक्ष्मण बळवंत तथा अण्णासाहेब : (इ. स. १८८०-१९६०) नामवंत विधिज्ञ. महाराष्ट्र मंडळाचे संस्थापक. हिंदू महासभेचे, लोकशाही स्वराज्यपक्षाचे ज्येष्ठ नेते. केसरीवरील सरकारने भरलेले अनेक अभियोग (खटले) त्यांनी केसरीच्या बाजूने लढवले. (मदि)

भोपाळची लढाई : थोरल्या बाजीरावांनी उत्तरेत ज्या महत्त्वपूर्ण लढाया जिंकल्या त्यात ही विशेष महत्त्वाची. निजामाचा या लढाईत त्यांनी पूर्ण नक्षा उतरविला. निजामाला दक्षिणेतील सुभ्यांची सुभेदारी हवी होती. बुंदेलखंडातून मराठ्यांना त्याने कात्रीत पकडण्याऐवजी बाजीराव-चिमाजी आप्पांनी मोगलांचीच कोंडी केली. भोपाळच्या किल्ल्यावर हल्ले करून निजामास तहास उतरणे भाग पाडले. १७३८ मध्ये दोराई येथे तह. ह्या लढाईमुळे मराठ्यांचे अखिल भारतीय महत्त्व खूपच वाढले. (इसंशा)

भोसले दर्याबाई (१७६९ सुमारे) **:** नागपूरच्या पहिल्या रघुजी भोसल्याची ही बायको होती. नवऱ्यानंतर तिने दुसरा रघुजी याला दत्तक घेऊन त्याच्या नावाने नागपूरचा कारभार चालवला. (पेस्त्रि)

भोसले आत्माराम : १८५७ च्या स्वातंत्र्य युद्धात सहभागी. कोल्हापूरचे रहिवासी. पुण्याच्या बळवंतराव बाबाजी भोसले यांच्याशी पत्रव्यवहार होता. बंडासाठी पैसा उभा करणे हा विषय असे. फाशी किंवा जन्मठेप शिक्षा झाली असावी. (१८५७ स्वायुपेदसिं)

भोसले जगन्नाथ :आझाद हिंद फौजेतील एक सेनानी आणि नेताजी सुभाषचंद्र बोस ह्यांचे प्रमुख सहकारी. स्वातंत्र्यानंतर त्यांना राष्ट्रीय सेवा योजना (एन. एस. एस.) चे प्रमुख करण्यात आले.

म

मंगरोळची लढाई (२९ नोव्हें १७६१) : (२९ नोव्हें १७६१) – या लढाईस जयपूर-मंगरोळची लढाई असेही म्हणतात. या लढाईत मल्हारराव होळकरांच्या नेतृत्वाखाली मराठा सैन्याने जयपूरचा राजा माधवसिंह याचा पराभव केला. ही लढाई पानिपतच्या लढाईनंतर लगेच झाली असल्याने उत्तरेत वर्चस्व टिकून राहण्याच्या दृष्टीने हा विजय महत्त्वाचा मानला जातो. (मइ)

मंगल पांडे : (मृत्यू : एप्रिल १८५७) – मंगल पांडे या बराकपूर छावणीतील शिपायाने डुक्कर व गाईच्या चरबीची काडतुसे दिल्याच्या निषेधार्थ २९ मार्च १८५७ रोजी वरिष्ठांवर गोळ्या झाडल्या. ८ दिवसांत कोर्ट मार्शल पूर्ण करण्यात येऊन मंगल पांडेला ८ एप्रिल १८५७ रोजी फासावर चढवण्यात आले. (स्वासंस)

मंगळगड : पाहा 'कांगोरी'

मंगळवेढे : चालुक्यांचा पाचवा राजा मंगलीश (६७२-६९६) नावाच्या राजाने ते वसविलेले. येथे एक किल्ला आहे. पंढरपूरच्या दक्षिणेस सुमारे २५ किमीवर आहे. कल्याणच्या चालुक्यांच्या अमलात भरभराटीस. १४ व्या शतकात बहामनीच्या ताब्यात. १४ व्या शतकात ज्येष्ठ संत दामाजीपंत येथे होऊन गेले. दुष्काळात त्यांनी सरकारी गुदाम जनतेसाठी खुले केले. नंतर येथे विजापूरचा अमल आला. नंतर काही काळ मोगलांच्या ताब्यात होते. मंगळवेढा गोविंद हरी पटवर्धन यांस इनाम मिळाला. किल्ला बहामनींनी बांधला असावा. गावाला कूस बांधताना प्रख्यात संत श्री चोखा मेळा ह्यांचे इथे निधन झाले. संत कान्होपात्रा, माध्वसंप्रदायी जयतीर्थ, अक्कलकोटकर स्वामी, खर्डीकर, लतीफशहा इ. अनेक संतांचा संबंध. येथील दुर्ग शिवाजीमहाराजांच्याही ताब्यात होता. (भासंको, सुविको.)

मंडपेश्वर लेणी : बोरिवली (मुंबई) जवळ ब्राह्मणी शिल्प. ते जमिनीच्या पोटात खोदलेले आहे. मंडप पाच मोठ्या खणांचा. सध्या ख्रिस्ती देवालय आहे. १६ व्या शतकात त्याला ख्रिस्ती स्वरूप आले. माटपेझिर हे नांव त्यांनी दिले. पूर्वी येथे गणपती, त्रिमूर्ती, शिव, पार्वती, विष्णू, इंद्र आदी मूर्ती होत्या. (सु.वि.)

मंडला : (म.प्र.) – जबलपूरजवळील डोंगराळ प्रदेश. घनदाट अरण्य, वन्यपशूंनी गजबजलेले. गढा मंडलात दोंड रजपूत राजा ५ व्या शतकात होऊन गेला. १८१८ मध्ये इंग्रजांनी ताबा घेतला. येथे एक किल्ला व राजवाडा आहे.

मंडलिक रामचंद्र नारायण : (जन्म : १८५५) – सार्वजनिक कार्यकर्ते. 'विहारी' चे संपादक. १९३३ – ३५ काळांत डेमोक्रॅटिक पक्षाचे सहमंत्री होते. १९२५ मध्ये 'लोकमान्य दैनिका'चे संपादक. कुलाबा जिल्हा काँग्रेस कमिटीचे पहिले सर्वाधिकारी. ॲनी बेझंट यांच्या 'हाऊ इंडिया फॉट फॉर फ्रिडम' या ग्रंथाचे भाषांतर केले. (सुविको)

मंडलिक विश्वनाथ नारायण : (१८३३–८९) – मुंबईतील कायदेपंडित व सार्वजनिक कार्यकर्ते. नामांकित विधिज्ञ. 'नेटिव्ह ओपिनियन'चे संपादक. आठ वर्षे कायदे मंडळाचे सभासद. १८८४ मध्ये व्हॉईसरॉयच्या मंडळातही प्रवेश. हिंदू कायद्याचे गाढे अभ्यासक. एल्फिन्सटनच्या इतिहासाचे त्यांनी मराठीत भाषांतर केले आहे. (सुविको)

मंडाले : ब्रह्मदेशातील एक विभाग. इंग्रजी राजवटीत अनेक पुढाऱ्यांनी येथे बंदिवास भोगला. संगमरवरी दगडाच्या खाणी. बौद्ध देवालये. जुना कोट व खंदक आहे. लो. टिळकांनी गीतारहस्य हा प्रख्यात ग्रंथ येथेच लिहिला. (सुविको)

मंडेश्वर : ग्वाल्हेर संस्थानातील मुख्य ठिकाण. अफूच्या व्यापाराचे केंद्र. पूर्वीचे नाव दशपूर किल्ला. अल्लाउद्दीन खिलजीने बांधला. सोरनी–सोंगल येथे शिलालेख असून इ. स. ५२८ मध्ये माळव्याच्या यशोवर्म्याने मिहिरगुलचा पराभव केला त्याची नोंद आहे.

मंत्री (वाकनीस) : राजाची दिनचर्या लिहून ठेवीत. राजाचे आमंत्रण, भोजनादी वगैरे पाहत. युद्धप्रसंगावर जाणे आवश्यक. राजपत्रांवर 'संमत्' असे चिन्ह करीत. दत्ताजी त्रिंबक मंत्रींची जागा महाराजांच्या उजवीकडे होती. सल्लामसलत आणि राजकारणे सावधानतेने करीत. (मइ)

मंदिर प्रदेश चळवळ : १९ व्या शतकाच्या दुसऱ्या दशकानंतर महाराष्ट्रात सामाजिक, धार्मिक चळवळींना वेग आला. त्यातील ही सर्वात महत्त्वाची चळवळ. केरळमधील अरवीपूरम चळवळीमुळे तिला चालना मिळाली. १९२४ पासून अस्पृश्यता उद्धार हा म. गांधींचा प्रमुख कार्यक्रम झाला. दलितांना कोणत्याही मंदिरात प्रवेश मिळू लागला. पर्वती मंदिर प्रवेश सत्याग्रह, पंढरपूर विठ्ठल मंदिर प्रवेश सत्याग्रह, राममंदिर प्रवेश (नाशिक) ही अत्यंत गाजलेली आंदोलने होत. (भासंको)

मकरंदगड : महाराष्ट्र–सातारा जिल्हा. महाबळेश्वरहून गावाची वाट आहे. वर श्रीमल्लिकार्जुन महादेवमंदिर. एकाचे नाव मथुरागड. किल्ला फारसा भक्कम, लढाऊ नाही. जावळीचे अरण्य हेच त्याचे संरक्षण. प्रतापगड आणि व्याघ्रगड (वासोटा) किल्ल्यांमधील दुर्गशृंखलेचा हा दुवा आहे. (सासभकि)

मक्रान : बलुचिस्तानातील कलात संस्थानातील भाग. इथे कधी कधी पाच वर्षेही पाऊस पडत नाही. अलेक्झांडर परत जाताना येथून गेला. १९०० मध्ये इंग्रज सरकारने तेथे आपला एजंट नेमला. बहुसंख्य लोक मुसलमान. शेती हा व्यवसाय. खारकेचे प्रचंड उत्पादन घेतले जाते. या राज्यात गुन्हे अजिबात होत नाहीत.

मखजने अफगणा : 'नियामलुल्ला' हा ग्रंथ सम्राट जहांगीरच्या कारकिर्दीत लिहिला गेला. विविध पठाण टोळ्यांची व लोदींची माहिती यामध्ये आहे. अब्दुल्लांच्या तारीखे दारुतीतही लोदीबद्दलची माहिती मिळते. (इलेशा)

मच्छलीपट्टण : आंध्र प्रदेश. कृष्णा जिल्ह्याचे केंद्र. उत्कृष्ट बंदर. यात किल्ला आहे. फ्रेंच वसाहत. होलंदर येथे डचांचे स्मशान. हिंदु-मुस्लीम वस्ती. (सुविको)

मच्छिंद्र गड : सातारा जिल्ह्यात कऱ्हाडपासून जवळच. १६७६ मध्ये शिवाजीमहाराजांनी बांधला. बापू गोखल्याने प्रतिनिधींपासून घेतला. १८१८ कर्नल विंगेटने जिंकून घेतला. (सुविको)

मजहबी शीख : मजहबी शीख हा हरिजन शिखांचा गट पडला होता. या गटाने स्वतंत्र पंजाबच्या मागणीला विरोध केला.

मजूर पक्ष : इंग्लंडमधील प्रमुख राजकीय पक्ष. ह्यांना भारतीय स्वातंत्र्य चळवळीबाबत सहानुभूती होती. जेव्हा जेव्हा या पक्षाचे सरकार येई, त्या त्या वेळी भारताला राजकीय सुधारणा दिल्या गेल्या. (सुविको)

मजूर महाजन : मजूर महाजन ही गांधीजींच्या नेतृत्वकाळी अहमदाबाद येथे स्थापन झालेली मजूर संघटना होती. या संघटनेने कामगारांसाठी सवलती मिळवण्यात तर यश मिळवलेच, तसेच त्यांच्या शिक्षण, आरोग्य इ. प्रश्नांवरही विधायक पद्धतीने कार्य केले. (सुविको)

मणिपूर : महाभारतापासून उल्लेख. ८वे ते १७वे शतक ३६ राजे होऊन गेले. १३व्या शतकात आक्रमक चीनचा पूर्ण पराभव नि सैनिकांना कैद करून वसाहत स्थापली. गरिबांचा कैवारी राजा पाम्हैबा. ब्रह्मदेशावर आक्रमण. त्या काळात महंत शांतिदाक नामक साधू. वैष्णव संप्रदाय, हिंदू संस्कृती प्रभाव (१८व्या शतकाचा प्रारंभ.) इंग्रजांनी मणिपूरचे स्वातंत्र्य अबाधित राखले. १९४९ मध्ये हे संस्थान आसामात विलीन झाले. (सुविको)

मणी : अकीक-गोमेदाचे मणी तयार करण्याचे काम बहुतेक प्राचीन शहरातून चालत असावे असे दिसते. या प्रकारचा दगड महाराष्ट्र आणि गुजरातमध्ये मुबलक आढळून येतो. हरणाच्या शिंगाचा हातोडा वापरत. मणी भाजून लाल करीत. छिद्र पाडण्यासाठी ब्राँझचे ड्रिल वापरत असावेत. सूक्ष्म मणीही तयार करीत, पण त्यांना छिद्र कसे पाडीत असावेत हे कोडेच आहे. (सिसं)

मणींद्र बॅनर्जी : (मृत्यू : १९३४) – काकोरी कटाची चौकशी करणारा अधिकारी जितेंद्रनाथ बॅनर्जी याची हत्या करण्याचा प्रयत्न त्यांचाच भाचा मणींद्रनाथ बॅनर्जी ह्याने केला. फतेहगढ तुरुंगात मणींद्र १९३४ मध्ये मरण पावला. (स्वासंस)

मतिलाल मलिक : (मृत्यू : डिसें. १५, १९३४) मतिलाल मलिक याला संशयावरून गावकऱ्यांनी पकडण्याचा प्रयत्न केला. स्वसंरक्षणार्थ त्यांनी केलेल्या गोळीबारात दोन गावकरी ठार झाले. मनुष्यवधाच्या गुन्ह्याबद्दल मतिलाल मलिकला १५ डिसें. १९३४ रोजी फासावर चढवण्यात आले. (स्वसंस)

मत्स्येंद्रनाथ : (किंवा मच्छिंद्रनाथ इ. स. १०वे शतक) भागवतात ज्या नऊ योग्यांचे वर्णन आलेले आहे, त्यांचे नऊ नाथ झाले असे मानतात. त्यापैकी हा पहिला नाथ. नाथ संप्रदायाचा संस्थापक. गोरक्ष हा त्यांचा शिष्य. हठयोग, शाबर विद्येचा प्रसारक. त्यांचे अनेक ग्रंथ प्रसिद्ध आहेत. साऱ्या भारतभर मत्स्येंद्रनाथांना आदराचे स्थान. महान योगी. नेपाळात त्यांना विशेष मानतात. (भासंको)

मथुरा (प्राचीन) : उत्तर प्रदेश. भगवान श्रीकृष्णांची जन्मभूमी. हे एक प्राचीन महत्त्वपूर्ण नगर आहे. इ. स. पू. १००० ते इ. स. पू. ७०० या काळातील वस्तीचे पुरावे मिळालेले आहेत. लोक चित्रित मृदभांडी

वापरीत. त्यानंतरची वस्ती मौर्य-शुंग काळातील नि तिसरी वस्ती कुशाण काळातली होती. त्या काळातले शिल्प, मूर्ती, नाणी इ. वस्तू उत्खननात मिळालेल्या आहेत. मथुरा शैलीतील कनिष्ठाचा मस्तकविरहित उभा पुतळाही येथे मिळाला. शूरसेनाची राजधानी. मोगल कालात औरंगजेबाने येथे बरेच अत्याचार केले. पेशवाईत जाट घराण्याकडे सत्ता. प्रेक्षणीय, धार्मिक स्थळे, जैन स्तूप आहेत. कापडावरील व दगडावरील नक्षीकामाबाबत प्रसिद्ध. रावणाची बहीण कुंभीनसी, तिच्या नवऱ्याने हे शहर वसविले. जवळच वृंदावन क्षेत्र आहे. भगवान श्रीकृष्णाचे हे जन्मस्थान. महादजी शिंदे ह्यांच्या ताब्यात. (सुविको)

मथुरासिंग, डॉ. : हे गदर चळवळीतील कार्यकर्ते होते. बाँब बनवण्यात ते कुशल होते. अफगाणिस्थानमधून त्यांनी आपल्या क्रांतिकार्याकरता जर्मनीशी संधान साधण्याचा प्रयत्न केला. लाहोरच्या दुसऱ्या कटात गोवण्यात येऊन त्यांना मार्च १९१७ मध्ये फाशी देण्यात आले. (स्वासंस)

मदन पाल : (इ. स. ११४२-६१) – बंगालमधील बौद्धधर्मी राजा. तथापि हिंदू धर्मासही आश्रय. त्याच्या पत्नीस महाभारतश्रवणाचा छंद. रामवती येथे राजधानी. (मचको)

मदनपाल : (१४ वे शतक उत्तरार्ध) – दिल्लीजवळ टांक कुलातील राजा. मदनपाल विनोद निघंटू हा वैद्यक कोश त्यानेच लिहिला. 'मदन पारिजात' ग्रंथाचा कर्ता विश्वेशर भट्ट हा त्याचा आश्रित होता. (मचको)

मदनलाल धिंग्रा : (१८८४ – १९०९) – इंग्लंडमध्ये शिक्षणासाठी असताना तेथील भारतीय विद्यार्थ्यांचे आंदोलन दडपण्याचा प्रयत्न करणाऱ्या सर विल्यम कर्नल वायली याचा वध मदनलाल धिंग्राने केला. याबद्दल त्याला १९०९ मध्ये फासावर चढवण्यात आले. स्वा. सावरकरांना तो गुरुस्थानी मानत असे. (स्वासंस)

मदनसिंग : (१७ वे शतक) – छ. संभाजीमहाराजांचा दासीपुत्र. हा ३० वर्षे मोगलांच्या कैदेतच होता. बाळाजी विश्वनाथ दिल्लीस गेले तेव्हा याची सुटका झाली. (मचको)

मदरसा : अरबी भाषेत 'मदरसा' म्हणजे शाळा. मशिदींना लागूनच मदरशांच्या इमारती बांधलेल्या असतात. या शाळा खास इस्लाम धर्मीयांसाठी सुरू करण्यात आलेल्या असतात. माणसाने आयुष्यभर ज्ञान मिळवत राहिले पाहिजे या हेतूने मदरशाची निर्मिती करण्यात आलेली आहे. (इसंशा)

मदारी मेहतर : (फरास) – शिवाजीमहाराजांचा एकनिष्ठ मुस्लीम सेवक. आग्रा प्रकरणात (१६६६) मुख्य सहभाग. त्याच्या सेवेवर खूष होऊन त्याला पोशाख, अलंकार, इनाम देऊ केले. सिंहासनावर चादर पांघरण्याचे काम त्याने मागून घेतले. सादुल्ला नावाचा मुलगाही (फरास) सेवेकरी म्हणून काम करीत राहिला. (सुविको)

मदुरेचे नायक राजे : विजयनगरच्या विभागाचा राज्यकारभार पाहण्यासाठी नायक हे अधिकारी होते. ते त्या प्रदेशाचे राजेच असत. त्यांना संपूर्ण प्रादेशिक स्वातंत्र्य असून सैन्य उभारणीचे अधिकार होते. भूमिकर वसूल करीत. न्यायदानाचा अधिकार होता. वंशपरंपरेने नायकपद चालू राही. मंडलेश्वर ही पदवी असे. मदुरा, तंजावर, जिंजी, केळदी येथील नायक राजे विशेष प्रसिद्ध. (भासंको)

मद्रास : (चेन्नई) – सध्याच्या तमिळनाडूची राजधानी. प्रख्यात बंदर. इतिहासप्रसिद्ध शहर. मुख्य भाषा तमिळ-तेलुगू. १६३९ मध्ये इंग्रजांची वखार झाली. फोर्ट सेंट किल्ला बांधण्यात आला.

मद्रास अधिवेशन : (१८९४) – कॉंग्रेसच्या मद्रास अधिवेशनाकरता खानदेशातून पारखे, म्हळस व

चिंतामणराव या तिघांची निवड झाली होती. अधिवेशनाबरोबर भरणाऱ्या सामाजिक परिषदेला धुळ्याचे बा. रा. कोतवाल उपस्थित राहिले होते. (खाइ)

मद्रास असोशिएशन : कलकत्ता ब्रिटिश असोसिएशनची शाखा मद्रास येथे स्थापन झाली, (इ. स. १८५२) पण पुढे स्वतंत्रपणे काम करू लागली. या आणि अशा संघटनांच्या स्थापनेपासून लोकचैतन्य निर्माण होऊ लागले आणि एकप्रकारे स्वातंत्र्याच्या चळवळीचा पाया घातला गेला. (मपइ)

मद्रास महाजन सभा : पाश्चात्त्यांच्या सहवासाने भारतीय समाजात नवे वैचारिक वारे वाहू लागले. जातिव्यवस्थेमुळे दुभंगलेला, असंघटित समाज, जुनीपानी शस्त्रास्त्रे, शिस्तबद्ध सैन्याचा अभाव, नव्या विचारसरणींच्या संघटनेचा अभाव, पारंपरिक गतानुगतिक वृत्ती यामुळे आपला पराभव होऊन पारतंत्र्य नशिबी आले, ही जाणीव निर्माण झाली. नवा सुशिक्षितांचा वर्ग निर्माण होऊन समाजाचे नेतृत्व या वर्गाने केले आणि विविध संस्थांची निर्मिती झाली. जी. सुब्रह्मण्यम अय्यर, विजय राघवाचारी, आनंदा चार्लू आदि लोकांनी 'मद्रास महाजन सभे'ची स्थापना केली. (इ. स. १८८४) (सुविको)

मद्रास हिंदू संघटना : मद्रास हिंदू असोसिएशन एकूण दोन होत्या. १. वीरेशलिंगम पंतुलू यांनी स्थापना केलेली हिंदू (१८९२) सामाजिक सुधारणा संघटना. या मंडळाने सामाजिक शुद्धीकरणाची चळवळ हाती घेतली. ॲनी बेझंट यांनी मद्रास हिंदू संघटनेची स्थापना केली. १९०४. राष्ट्रीय पातळीवर हिंदू सामाजिक व धार्मिक सुधारणा व हिंदूंच्या उन्नतीसाठी कार्य करणे हे या संघटनेचे उद्दिष्ट होते. (इसंशा)

मधुर वाणी : (१६१४-६२) - तंजावर येथे राज्य करणाऱ्या रघुनाथराजाच्या पदरची शीघ्र कवयित्री. संस्कृत , तेलुगू भाषेत काव्य. तेलुगू रामायणाचा संस्कृत अनुवाद केला. काव्यामुळे तिचे हे नाव रूढ झाले. (सुविको)

मधुसूदन सरस्वती : (१६५०) - संस्कृत ग्रंथकार. अद्वैत मताचे खंदे पुरस्कर्ते. द्वैत मताचे खंडन केले. पुरुषोत्तम सरस्वतींचा हा गुरू. विपुल ग्रंथ लेखन. ज्ञानी तसेच भगवद्भक्त. शिवमहिम्न स्तोत्राचा त्यांनी शिवपर आणि विष्णुपर अर्थ सांगून त्यांच्यात अभेद दाखविलेला आहे. (सुविको)

मध्य अश्मयुग : पाहा 'अश्मयुग'

मध्य आशिया : सिंधू संस्कृतीचा आणि मध्य आशियाचा प्राचीन कालापासून संबंध होता याचा पुरावा आलटीन डेपे आणि नमाझगा या अतिप्राचीन शहरांच्या उत्खननात मिळाला आहे. काही मुद्रा, हस्तिदंती वस्तू या भारतातील आहेत हे स्पष्ट दिसते. (सिसं)

मध्य प्रदेश : भारतीय संघराज्यातील सर्वात मोठे राज्य. १९५६ मध्ये राज्याची पुनर्रचना झाली. मौर्य, सातवाहन, भारशिव, गुप्त, हर्षवर्धन, प्रतीहार, चंदेल, कलचुरी, परमार, कण्वाह, खिलजी, मोगल, मराठे यांचे राज्य. इंग्रजांची मांडलिक संस्थाने. या प्रांतात शिल्पकलेचा खूप विकास. तसेच चित्रकलेचाही - विविध धर्म, पंथ, प्रेक्षणीय स्थळे, तीर्थस्थाने ह्यांची विपुलता. १९५० पासून मध्य प्रदेश नाव रूढ. पूर्वी गोंड, आदिवासींची राज्ये होती. मराठी - हिंदी भाषा रूढ.

मध्य भारत : माळव्यातील संस्थानिकांच्या गटात उत्तर भारत आणि माळव्याचा भाग १९४८ मध्ये

समाविष्ट झाला. देवास, धार, ग्वाल्हेर, इंदूर ही त्यांपैकी प्रमुख संस्थाने.

मध्याश्मयुग : 'मेसोलिथिक' असे या संस्कृतीचे नाव. मानवाचा भटकेपणा व रानटीपणा कमी झाला. हत्यारे भौमितिक आकाराची होती. शिकार व मच्छीमारी करीत. ते मांसाहारी होते. इजिप्तमधील हॅमिरिक लोकांशी यातील लोकांचे साम्य होते. (भासंको)

मध्वाचार्य : (११९९ – १२९४) – द्वैतमताचे प्रस्थापक मध्वाचार्य तथा श्रीमदानंदतीर्थ. जन्म उडुपीजवळ पाजक येथे झाला. फार धर्मनिष्ठ आणि विद्वान होते. शंकराचार्यांच्या मताचा सूक्ष्म अभ्यास करून वासुदेव भक्तीच मोक्षास कारण ठरते असे मानले. त्याचाच नेटाने प्रचार केला. त्यांच्या संप्रदायास माध्वसंप्रदाय असे म्हणतात. त्यांनी ३७ ग्रंथ लिहिले. ब्रह्मसूत्रभाष्य, गीताभाष्य प्रसिद्ध. उडुपी येथे श्रीकृष्ण मंदिर स्थापले. त्यांनी १२९४ मध्ये बदरिकाश्रमी अवतार संपवला. (मचको)

मनसंतोषगड : सावंतवाडी जवळील मनोहरगडाजवळील किल्ला. किल्ल्यावर जाण्यास नीट रस्ता नाही. १८४४ मध्ये झालेल्या गडकऱ्यांच्या बंडात येथील लोक सामील. पण त्यांचा मोड झाला. (मचको)

मनसंतोषगड : पाहा मनोहरगड आणि मनसंतोषगड.

मनुची : (१६३९–१७१७) – इटालियन प्रवासी. मूळचा व्हेनिसचा. १६५६–१७१७ पर्यंत तो भारतात भटकत होता. शिवाजीमहाराज नि जयसिंग भेटीच्या प्रसंगी तो मिर्झाराजांच्या पदरी असल्याने प्रत्यक्ष उपस्थित होता. पोर्तुगिजांचा वकील म्हणून तो संभाजीमहाराजांकडे गेला होता. बहुतेक आयुष्य मोगल दरबारात गेले. शाहजादा शाह आलमचा तो डॉक्टरही होता. (मचको)

मनोरचा किल्ला : ठाणे जिल्ह्यात वैतरणा नदीकाठी. पालघरजवळ, पोर्तुगिजांनी बांधलेला किल्ला. अशीरगड एवढाच महत्त्वाचा होता. (सुविको)

मनोहरगड : सावंतवाडीजवळ असून तो पांडवांनी बांधला असे म्हणतात. १८४४ मध्ये येथे दंगा होऊन दोन महिने गडकऱ्यांनी आपल्या ताब्यात ठेवला. १८४५ मध्ये जनरल डिलामोटी याने किल्ला ताब्यात घेतला व वाडीकरांस दिला.

मनोहरगड आणि मनसंतोषगड : ही दुर्गद्वयी आहे. सावंतवाडीच्या ईशान्येस २० कि. मी मनोहरगडावर जाता येते. पण मनसंतोषगडावर जाता येत नाही. हे दुर्ग कोणी बांधले आदी माहिती मिळत नाही. १३ मे १६६७ ते १५ जून १६६७ शिवाजीमहाराज ह्याच गडावर राहिले होते. १८४४ मध्ये कोल्हापूर प्रांतात इंग्रजांविरुद्ध उठाव झाला. त्यात ह्या गडांचा भाग होता. सुभान निकम ह्याने मनोहरगडाजवळच दारूगोळ्याचा कारखाना उघडला. कर्नल वॉलेसने २६ जानेवारी १८४५ ला दोन्ही गड जिंकले. (सासभकि)

मम्मट : (इ.स. ११४० चा सुमार) – अलंकारशास्त्रावरील प्रख्यात संस्कृत ग्रंथकार. मूळचा काश्मीरचा. 'काव्यप्रकाश' हा त्याचा प्रख्यात ग्रंथ. त्यावर सुमारे ७० टीका आजवर झाल्या आहेत. 'शब्द व्यापार विचार' हा आणखी एक ग्रंथ प्रसिद्ध आहे. (मचको)

मयूर वर्मा : (इ. स. ३४० – ६०) – कदंब वंशाचा मूळ पुरुष. कांचीच्या पल्लवांवर स्वारी करून याने वनवासीचे राज्य मिळविले.

मयूर सिंहासन : शहाजहानने तयार करविले. ८६ लाख रु. किंमतीची रत्ने आणि १ लक्ष तोळे सोने

वापरले. दोन खांबावर शोभिवंत मोर होते. आत फारसी कवींची २० कवने कोरविली होती. १६३५ मध्ये बादशहाने ते वापरण्यास प्रारंभ केला. १७३९ मध्ये नादिरशहाने लुटीबरोबर ते आपल्या बरोबर नेले. इराणच्या बादशहाच्या कोषागारात त्यातील काही रत्ने अद्यापि आहेत.

मयूरभंज : ओरिसा राज्यातील संस्थान. अरण्यात हत्तींचे कळप हिंडत असतात. बारिपाडा ही राजधानी. पूर्व भारतातील स्वित्झर्लंड म्हणून ओळखले जाते. आता ओरिसात समाविष्ट आहे. (मविको)

मयूराचल गड : पाहा, मुल्हेर.

मराठवाडा स्वातंत्र्य आंदोलन : १९४६ मध्ये स्टेट कॉंग्रेसवरील बंदी उठताच भूमिगत स्वरूपाचे कार्य उघड उघड सुरू झाले. नाना पाटील यांनी मराठवाड्याच्या सीमावर्ती भागात दौरे सुरू केले व लोकांना बंडाची प्रेरणा दिली. नानांपासून प्रेरणा घेऊन मराठवाड्यात ग्रामराज्य आले पण कार्यक्रम तसाच होता. १७ सप्टें. १९४८ ला हैदराबाद संस्थान भारतात विलीन झाले. मराठवाडा भाग मुंबई इलाख्याला जोडण्यात आला. (मपइ)

मराठा मंडळ : बाळाजी विश्वनाथने मराठा मंडळ किंवा संयुक्त राज्यव्यवस्था निर्माण करण्यात महत्त्वाचा वाटा उचलला होता. या योजनेनुसार मराठा सरदारांना वेगवेगळ्या भागांचे कुलमुखत्यारपत्र देण्यात आले. या सरदारांनी चौथाईतून मिळालेली रक्कम स्वत:चा खर्च कापून मध्यवर्ती तिजोरीत भरण्याचे निश्चित करण्यात आले. छत्रपतीस लष्करी मदत गरजेनुसार पुरवण्याचे बंधनही या सरदारांवर घालण्यात आले. या योजनेमुळेच मराठा राज्याचा अल्पावधीतच भारतात सर्वत्र विस्तार झाला. मराठे सरदारांना पराक्रमासाठी नवे क्षितिज निर्माण करून देणे ही काळाची गरज ओळखून बाळाजी विश्वनाथने ही योजना तयार केली. (मइ)

मराठा लीग : ब्राह्मणेतर चळवळीतील एक संघटना. पुण्यात 'मराठा लीग' संघटनेची स्थापना होऊन, या संघटनेने मराठा व अन्य जातीच्या (ब्राह्मण वगळून) संदर्भात विधायक काम करायला सुरुवात केली. (मपइ)

मराठी साम्राज्याची छोटी बखर : ही बखर १८१० च्या सुमारास तयार झाली. इतिहासाचे साधन म्हणून मात्र तिचे फारसे महत्त्व नाही. १८८९ मध्ये मोडक यांनी काव्येतिहास संग्रहात ती प्रथम प्रसिद्ध केली.

मलंगगड : महाराष्ट्र. ठाणे जिल्हा. कल्याण तालुका. कल्याणहून १५ कि. मी. ६ व्या शतकात नलदेव मौर्य राजा राज्य करीत होता. मध्यावर अवघड सुळका, खाली थोडकी माती अशी रचना आहे. गडावर बाबा मलंग नामक सत्पुरुषाची समाधी आहे. पेशव्यांच्या काळापासून ते आजपर्यंत केतकर घराणे त्या सत्पुरुषाच्या समाधीची पूजा करीत आहे. १७८० मध्ये इंग्रजांनी मलंगगड मराठ्यांपासून जिंकून घेतला होता. (मविको)

मल्लप्पा धनशेट्टी : (हुतात्मा) (मृत्यू : जाने. १९३१) - १९३० च्या कायदेभंगाच्या आंदोलनात गांधीजींना अटक झाल्याने मे १९३० रोजी सोलापुरात हरताळ पाळण्यात आला. जंगल सत्याग्रह झाला. या सत्याग्रहाचे नेतृत्व करणाऱ्यांमध्ये मल्लप्पा धनशेट्टी होते. १२ जानेवारी १९३१ रोजी जगन्नाथ शिंदे व अबदुल कुर्बान हुसेन या सहकाऱ्यांबरोबर त्यांना फाशी देण्यात आले. त्यांच्या स्मरणार्थ बाग निर्माण करण्यात आली. (स्वासंस)

मलप्पा वासकर : (१९ वे शतक) - वारकरी संप्रदायातील प्रसिद्ध फडप्रमुख. लिंगायत वाणी. स्पष्टवक्तेपणाबद्दल ते फार प्रसिद्ध होते. (सुविको)

मलफूझान-ई-तिमुरी : हे आत्मचरित्र तैमुरलंगाचे आहे. त्यामध्ये त्याने आपल्या जीवनातील प्रसंग चित्रित केले आहेत. 'जफरनामा' या ग्रंथात शरफुद्दीन अली गाझदी याने तैमुरलंगाच्या पराक्रमाची संपूर्ण चर्चा

केली आहे. (इलेशा)

मलिक कफूर : (मृत्यू : १३१६) – मूळ गुलाम वंशातील. अल्लाउद्दीनचा सेनापती बनला. देवगिरीच्या यादवांवरील मोहिमांचा हा सेनापती. रामदेवराव यादवांचा पराभव केला. पांड्य होयसळांची राज्ये लुटून अमाप संपत्ती दिल्लीस नेली. अल्लाउद्दीनच्या राज्याचा सारा विस्तार यानेच केला. जुलुमी, अत्याचारी. सैनिकांनीच शेवटी त्याचा खून केला. (सुविको)

मलिक फरुकी : (मृत्यू : १३८२ – ९९) – खानदेशातील फरुकी राजवंशाचा संस्थापक. स्वत:ला खान म्हणवी. त्यावरून ह्या प्रदेशाला खानदेश असे म्हणतात. बहमनीविरुद्ध बंड पुकारणाऱ्या बहरामखानाचा हा हस्तक. दक्षिणेतून पलायन. तापी नदीकाठी थाळनेरास स्थायिक झाला. (सुविको)

मलेर कोटला : पंजाबातील एक संस्थान. मोगलांच्या ऱ्हासकालात कुर्द पठाणाने सत्ता स्थापन केली. आता हे संस्थान पतियाळात विलीन झाले आहे.

मल्लखांब : देशी व्यायाम, खेळ आणि कसरत प्रकार. खांब जमिनीत पुरून त्यावर उड्या मारतात. क्वचित् प्रसंगी खांबाऐवजी दोराचाही वापर. शरीराची लवचिकता, चपळपणा आणि मनाचा–शरीराचा तोल नियंत्रित करणारा कौशल्यपूर्ण खेळ. (सुविको)

मल्लविद्या : नानासाहेब, भाऊसाहेब यांना स्वत:ला मल्लविद्येची आवड होती. शाहूने मल्लविद्येला उत्तेजन दिले. पेशव्यांनी पुण्यात आपल्या पदरी पैलवान बाळगले होते. विशेष राजर्षि शाहू महाराजांनी या विद्येस विशेष प्रोत्साहन व राजाश्रय दिला. (अधिक माहितीसाठी – पाहा कुस्ती) (पेम)

मल्हारराव गायकवाड : (मृत्यू : १८९३) – बडोदे संस्थानचे एक राजे. खंडेराव महाराजांनंतर त्यांचा हा भाऊ गादीवर आला. त्याच्या उधळपट्टी, नाकर्तेपणामुळे इंग्रजांकडून ताकीद झाली. (सुविको)

मल्हारराव होळकर : (१६९३ – १७६६) – इंदूरच्या होळकरशाहीचा संस्थापक. मराठेशाहीतील एक बलाढ्य, कर्तृत्ववान सरदार. थोरल्या बाजीरावाने त्याला पुढे आणले. माळव्यात मराठी सत्ता दृढ करण्यात सिंहाचा वाटा. पानिपतप्रसंगी अंगचोरपणाचा त्याचेवर ठपका आला. साध्वी अहिल्यादेवी ही त्यांची सून. होळकरांची दौलत त्याच्या माघारी तिनेच संभाळली. (सुविको)

मवाळ मतवाद : काँग्रेसच्या स्थापनेपासून अग्रेसर असलेल्या नेतृत्वामुळे नेमस्त किंवा मवाळ आणि जहाल असे दोन गट पडले. प्रारंभापासूनच इंग्रजांच्या न्यायप्रियतेवर, सभ्यपणावर नितांत आदर ठेवून सनदशीर मार्गाने, नम्रपणे आपली गाऱ्हाणी इंग्रज सरकारपुढे मांडावीत, असे या नेमस्त गटाचे मत होते. प्रारंभी फिरोजशहा, गो. कृ. गोखले, सुरेंद्रनाथ बॅनर्जी, दादाभाई नौरोजी इ. पुढाऱ्यांचा त्यात वरचष्मा राहिला. बहुजन समाज मात्र काँग्रेसपासून दूरच राहिला. इंग्रजी राज्य हे ईश्वरी वरदान मानून त्यांचेकडून राज्यकारभाराचे ज्ञान मिळवावे. ठरावीक काळानी सुधारणांचे हप्ते मिळवण्यास सरकारचे मन वळवावे. कुठलाही आतताई घटनाबाह्य मार्ग अवलंबू नये, असा त्यांचा आग्रह. मवाळांनी पायाभरणीचे जरी कार्य केले तरी बदलत्या काळातील आव्हाने पेलण्याची जिद्द त्यांच्यापाशी नव्हती. त्याग, कष्ट, हालअपेष्टा सोसणे मवाळांना परवडणारे नव्हते. तरुण पिढीला हा मार्ग काळ काढू. मिळमिळीत वाटू लागला. झटपट सुधारणा त्यांना हवी होत्या. त्यासाठी जहाल मार्ग ही प्रसंगी स्वीकारला. (मपइ)

मसानी, निनोचेर रुस्तम : हिंदी, अर्थशास्त्रज्ञ आणि राजकारणी. १९२८ हिंदी मजूर पक्षाचे सभासद. इंडियन मज्जलिसचे उपाध्यक्ष. १९३४ मुंबई सोशालिस्ट ग्रुप स्थापन. मुंबईतील 'डेली सन' चे संपादक. १९३५

मुंबई महापालिकेचे सभासद. १९४३ मध्ये महापौर झाले. घटना समितीत सभासद. अर्थशास्त्र, समाजशास्त्रावर लिखाण. (सुविको)

मस्तानी : मस्तानी बाजीरावास (१७२९ मध्ये) प्राप्त झाली. बाजीरावाची रखेल. तिच्यामुळे पुण्याचे सनातनी वातावरण भ्रष्ट, विरहातच मृत्यू. अलिबहादर हा पुत्र. बाजीरावाशी एकनिष्ठ.

महंमद आदिलशहा : (१६२६ – ५६) – विजापूरच्या आदिलशाहीतील अत्यंत कर्तृत्ववान, यशस्वी सुलतान. मुरार जगदेवाच्या मदतीने त्याने शहाजीराजांच्या ताब्यातील आदिलशाही प्रदेश मिळविला. 'मुहमदनामा' हा त्याच्यावरील महत्त्वाचा इतिहास ग्रंथ. (सुविको)

महत्तराधिकारी : गुजरातेत आणि द. राष्ट्रकूटांच्या काळात व इ. स.च्या सहाव्या शतकाच्या सुमारास गावकऱ्यांची समिती होती. तिच्या सभासदांना 'महत्तराधिकारी' म्हणत. सर्ववर्णीय लोक त्या समितीत असत. (सविको)

महमद अलि मौलाना : (१८७८ – १९३०) – उत्तर प्रदेशातील मुस्लिम पुढारी, पत्रकार. रामपूर संस्थानात शिक्षणाधिकारी. 'कॉम्रेड' साप्ताहिकाचे संपादन. 'हमदर्द' दैनिकाचे संपादन. खिलाफत शिष्टमंडळात सहभाग. मुस्लीम लीगचे समर्थक. १९३० गोलमेज परिषदेत हजेरी व मृत्यू. (सुविको)

महमदाबाद : गुजरात, खेडा तालुक्यात. गुजरातचा मेहमूद बेगडा याने १७४९ मध्ये वसविले. तिसऱ्या मुहमदाने मृगयाभूमी करून चार कोपऱ्यांवर महाल बांधले.

महसूल पद्धती : जमिनीवरील साऱ्यातून सरकारी वाटा जो गोळा होई त्याला महसूल म्हणत. महाराष्ट्र हा प्राचीन काळापासून कृषिप्रधान असल्याने विशेषत– मध्ययुगात वेगवेगळ्या सत्ताधीशांनी त्यांना किफायतशीर वाटणारी महसूल पद्धती रूढ केली. त्यानुसार तोरडमल, मलिक अंबर, शहाजी, दादोजी कोंडदेव, छत्रपती शिवाजीमहाराज, अण्णाजी दत्तो, नानासाहेब पेशवे, रामचंद्रबाबा शेणवी यांची नावे प्रामुख्याने घेतली जातात. शेतकऱ्यास संकटकाळी सरकारी मदत देऊन महसूल सतत वाढता ठेवला जाई. कसानुसार जमिनीची प्रतवारी केली जाई. पडीक जमिनी सवलतीने लागवडीस आणल्या जात. (मइ)

महाजन सभा : पाहा मद्रास महाजन सभा.

महाजनपदे : इ. सनपूर्व आठव्या शतकात भारतात अनेक जनपदे नांदत होती. कालांतराने त्यातील काही जनपदे मिळून महाजनपदे निर्माण झाली. अशी १६ महाजनपदे होती. (सनपूर्व ७ व्या शतकात) त्यांच्या नावाच्या आठ जोड्या प्रसिद्ध आहेत. त्या अशा – (१) अंग–मगध, (२) काशी–कोसल,)३) वृज्जी–मल्ल, (४) चेदी–वत्स, (५) कुरु–पांचाल, (६) मत्स्य–शूरसेन, (७) अश्मक–अवंती व (८) गंधार–कंबोज. या सोळा महाजनांपैकी काही गणराज्ये होती, तर काही राजशासित होती. (भासंको)

महाजन मेहेरचंद : मेहेरचंद महाजन यांनी जाने.१९५४ ते डिसें. १९५४ या काळात सरन्यायाधीश म्हणून काम पाहिले. त्यांनी जम्मू–काश्मीरचे राज्यपाल म्हणूनही जबाबदारी सांभाळली होती. महाराष्ट्र कर्नाटक सीमावाद सोडविण्यासाठी नेमलेल्या आयोगाचे अध्यक्ष; पण त्यांचे निष्कर्ष वादग्रस्त ठरले. (अचको)

महाड : रायगड जिल्ह्यातील महत्त्वाचे शहर. जवळच बौद्ध लेणी. शिवाजी महाराजांची राजधानी रायगड २५ किमी वर आहे. येथे झालेल्या तहानंतर १७९६ मध्ये दुसऱ्या बाजीरावास पेशवाई प्राप्त. येथील डॉ. बाबासाहेब

आंबेडकर ह्यांनी केलेला चवदार तळे सत्याग्रह, सामाजिक परिवर्तनातला महत्त्वाचा टप्पा होय. (मचको)

महाडिक : एक मराठे सरदार घराणे. महाडचे म्हणून आडनाव महाडिक. शिवाजीमहाराजांना साह्यकारी झाल्याने त्यांनी आपली मुलगी राजकुंवर हरजीराजे महाडिक यांस दिली. यांचे सारे कर्तृत्व, पराक्रम तंजावरच्या रक्षणासाठी उपयोगी पडला. शिवाजीमहाराजांचा संपूर्ण कर्नाटक सुभा त्यांचे हाती होता. जिंजीच्या वेढ्यात हरजी मृत्यू पावले. (मचको)

महात्मा गांधी (इ. स. १८६९ – १९४८) : भारतीय स्वातंत्र्य संग्रामाचे सूत्रधार. ह्या काळास गांधीयुग म्हणतात. असामान्यत्व संपादून, 'महात्मा'पदाला पोहोचले. सत्य व अहिंसा ही प्रधान तत्त्वे. अनासक्त बुद्धीने अविरत जनसेवा. शुद्ध केवल सत्य म्हणजे माझा परमेश्वर असे त्यांचे म्हणणे होते. इंग्लंडमध्ये बॅरिस्टरची पदवी. गीतेचा नियमित अभ्यास. आफ्रिकेत दोन आश्रम स्थापले. 'अनटू धिस लास्ट' या पुस्तकाने त्यांच्या जीवनात क्रांती केली. अहिंसात्मक सत्याग्रह हे अनोखे शस्त्र भारतीयांना दिले. पंजाब प्रकरण व खिलाफत प्रकरणी गांधीजी लढले. 'सत्याग्रहाश्रम' अहमदाबाद येथे स्थापन केला. १९२० साली असहकारितेची चळवळ सुरू केली. अस्पृश्यता निवारण कार्य केले. १५ ऑगस्ट १९४७ ला इंग्रज सरकारने भारत व पाकिस्तान ही दोन राष्ट्रे निर्माण करून हिंदुस्थानला स्वातंत्र्य दिले. त्यांना ही फाळणी नामंजूर होती. तरीही ती राष्ट्राने मान्य केल्यावर पाकिस्तानशी आपण न्यायाने वागावे असे त्यांचे धोरण होते. स्वत:ची श्रद्धा असलेली विधायक कार्ये त्यांनी केली. खादी, ग्रामोद्योग, दारूबंदी, हिंदु-मुस्लिम ऐक्य वगैरे. मिठाचा सत्याग्रह पण केला. ३० जाने १९४८ रोजी त्यांच्यावर गोळ्या झाडल्याने त्यांना मृत्यू आला. (भासंको)

महादजी शिंदे : (१७२७ – १७९४) – राणोजी शिंद्यांचा दासीपुत्र. पानिपतनंतर पेशव्यांच्या सैन्याची मुख्य धुरा यानेच संभाळली. महादजीने तळेगावच्या लढाईत (१७८०) इंग्रजांना चांगलीच जरब बसवून तहाला आणले. पाश्चात्त्य कवायती, पलटणी, सुसज्ज तोफखाना उभारणारा पहिलाच मराठी सेनापती. नाना फडणीसांचा बारभाई कारभार याच्यामुळेच यशस्वी झाला. पुढे नानाशी सत्तास्पर्धा, तेढ. पेशव्यांवर मात्र श्रद्धा. दिल्लीची बादशाही त्याच्या मुठीत आली. संपूर्ण भारतात पेशव्यांची सत्ता दृढ केली. वृत्तीने धार्मिक, वारकरी, कवी. वानवडी येथे मृत्यू (१७९४). (मचको)

महादजीपंत पुरंदरे : (मृत्यू : १७६०) – नानासाहेब पेशव्यांचा उजवा हात होता. दिल्ली दरबारात पेशव्यांचा मुतालिक. सरदार, मुत्सद्दी, दिवाण. या घराण्याने दीर्घकाळ पेशव्यांची सेवा केली.

महादेवगड : सह्याद्रीमधील पारपोली घाटाच्या माथ्यावरील गड. कर्नल मॉर्डनने हा किल्ला सावंतांपासून जिंकून घेतला. (सुविको)

महादेवभट हिंगणे : (मृत्यू : १७४४) – पेशव्यांचे नाशिक येथील क्षेत्रोपाध्ये. दिल्ली येथील मराठ्यांचा वकील. फारसी भाषा प्रवीण, बहुश्रुत, मुत्सद्दी म्हणून प्रसिद्ध. उत्तरेत त्याने सावकारी सुरू करून प्रतिष्ठा आणि संपत्ती मिळविली. सवाई जयसिंगाबरोबर वाटाघाटीस गेला असता त्याचा खून झाला. (मचको)

महादेवशास्त्री जोशी : मूळचे गोमंतकाती. पुढे पुण्यास स्थायिक. १९२८ मध्ये मुंबईत गोवा काँग्रेस कमिटी स्थापण्यात आली. छोडो भारत चळवळीच्या ३ वर्षे अगोदर गोव्यात 'छोडो गोवा' चळवळ सुरू झाली. गोवा मुक्तीची चळवळ महाराष्ट्रात सुरू झाली. १९५८ ती अधिक प्रभावी करण्याचे काम पं. महादेवशास्त्री जोशींनी केले. कथाकार, पटकथाकार, लेखक म्हणून प्रसिद्ध. भारतीय संस्कृतीकोशाचे संपादक. (मपइ)

महानुभाव संप्रदाय : चक्रधर यांनी स्थापन केलेला एक उपासना पंथ. हा पंथ द्वैतमती असून त्याने सनातन धर्मावर टीका केली आहे. मराठी गद्य वाङ्‌मयाचा पाया महानुभाव ग्रंथकारांनी घातला. हा पंथ जातिभेदाच्या विरुद्ध होता. या ग्रंथाच्या मते ज्ञानमार्ग व भक्तिमार्ग हे मोक्षप्राप्तीचे मार्ग होत. (मसाआइ)

महानुभावीय वाङ्‌मय : महानुभाव संप्रदाय महाराष्ट्रात चक्रधर स्वामींनी स्थापन केला. विवेकसिंधूने जशी मराठी वाङ्‌मयात काव्याची मुहूर्तमेढ रोवली, तशीच महानुभावपंथीयांनी महाराष्ट्रात गद्य वाङ्‌मयाची सुरुवात केली. कूटलिपीत लिहिलेले असे. (मसाआइ)

महाबतखान : (मृत्यू : १६७२) – चितोडच्या महाराणा प्रतापसिंहांचा हा पुतण्या. प्रथमपासूनच मोगलांना सामील. मुसलमान झाला. (१६११) जहांगिर, शहाजहान, औरंगजेब यांची इमाने इतबारे सेवा केली. दौलताबाद, अहिवंतगड, मार्कंडा, औंढा इ. किल्ले जिंकले. बादशहाने त्याला अफगाणिस्थानच्या मोहिमेवर पाठविले. तिकडेच मृत्यू पावला. (मचको)

महाबलिपुरम : तमिळनाडू, चेन्नाई पासून सुमारे ५६ कि.मी. अंतर. इ.स. १० वे शतक. ग्रीक रोमन ग्रंथात उल्लेख. पल्लव राजवटीत इथे अनेक मंदिरे निर्माण झाली. पूर्वी समुद्र किनाऱ्यावर 'सात पागोडा' म्हणजे सात मंदिरे होती. अखंड दगडात खोदलेली मंदिरे हे येथील वैशिष्ट्य होय. इथे पंच-पांडव रथ आहेत. द्रौपदीचा रथ हे पूर्वी दुर्गेचे मंदिर असावे (भासंको, सुविको)

महाबळेश्वर : महाराष्ट्र, सातारा जिल्हा. एक पुण्यक्षेत्र. सुमारे १५० वर्षांपूर्वी इथून जवळच स्थापन झालेल्या शीतल निवासस्थानाला महाबळेश्वर असे नाव दिलेले आहे. त्यामुळे क्षेत्रस्थानाला जुने महाबळेश्वर, क्षेत्र महाबळेश्वर असे म्हणतात. महाबळेश्वर मंदिर इ. स. १२१५ मध्ये यादववंशी राजा सिंघणदेव ह्याने बांधले. पुढे चंद्रराव मोरे, शिवाजी महाराज नि शाहू महाराज ह्यांनी त्याची डागडुजी केली. श्री समर्थ रामदासस्वामींनी स्थापिलेले मारुतीचे आणि अहिल्यादेवी होळकर ह्यांनी बांधलेले केदारेश्वर मंदिर येथे आहे. जिजामाता आणि सोनोपंत डबीर ह्यांची इथे सुवर्णतुला झाली. शिवाजी महाराज, जिजामाता ह्यांचे गुरू सूर्योपासक गोपाळराव श्रीधर महाबळेश्वरकर येथीलच होत. मुंबईचा गव्हर्नर सर जॉन ह्याने १८२८ मध्ये सातारा छत्रपतींकडून जागा मिळवून महाबळेश्वर हे थंड हवेचे ठिकाण स्थापले. (भासंको, सुविको)

महार : पूर्वीची एक हिंदू जात. गावगाड्यांच्या कारभारात महत्त्वाचा वतनदार. त्यांची वस्ती महाराष्ट्र, कोकण व मध्य प्रांत यात आहे. नागेवाडीच्या महारांनी मोगलांकडून वैराटगड काबीज केला व पाटीलकीचे वतन मिळविले. महार सैनिकांनी मराठ्यांच्या आणि इंग्रजांच्या काळात मोठाच पराक्रम केला आहे. अत्यंत शूर, एकनिष्ठ असे ते सैनिक होते. आता महार बांधवांनी बौद्धधर्म स्वीकारला आहे. (सुविको)

महाराष्ट्र वैदिक इंग्रजी शाळा : (१८९६) १८९६ मध्ये ना. ग. खेर यांनी धुळ्यात सुरू केलेल्या प्रिपरेटरी क्लासचे रूपांतर महाराष्ट्र वैदिक इंग्रजी शाळेत शं. श्री. देव यांनी केले. १९०४ साली या शाळेतून विद्यार्थ्यांची पहिली बॅच मॅट्रिकला सरकारी पक्षपाताच्या धोरणामुळे बसू शकली नाही. (खाइ)

महाराष्ट्रधर्म : कर्तव्य असाही धर्म. भागवत धर्म हाच महाराष्ट्रधर्माचा पाया आहे. महाराष्ट्र धर्म आणि हिंदुधर्म एकच. महाराष्ट्रीयांचे हिंदुधर्म विषयक कर्तव्य. यवनांचा नाश ही महाराष्ट्रधर्मामध्ये मुख्य प्रेरणा होती. हिंदुधर्म, धर्मस्थापना, गोब्राह्मण प्रतिपालन, स्वराज्य स्थापना, एकीकरण, ध्रुवीकरण म्हणजे महाराष्ट्रातील हिंदू धर्म. स्वराज्य साधणे, यवनांचा नाश करणे, मराठ्यांची एकी करणे व विरोधकांचा नाश करणे इ. महाराष्ट्रधर्माचा

प्रसार करणे हे मराठ्यांचे प्रमुख ध्येयधोरण होते. (इलेशा)

महाल : सुभ्याखालचा प्रशासकीय विभाग. त्यावरील अधिकाऱ्यास महालदार म्हणत. त्याला मदतीस मुजुमदार आणि थोडी शिबंदी असे. मजालीस (सभा) बोलावून तंटे सोडविले जात.

महालनोबीस : प्रशांतचंद्र (१८९३) एक हिंदी आकडेशास्त्रज्ञ. विश्वभारती संस्थेत चिटणीस म्हणून काम, काही काळ 'संख्या' या आकडेशास्त्रीय नियतकालिकाचे संपादक, १९४४ मध्ये ऑक्सफर्ड विद्यापीठाने वेल्डन पारितोषिक दिले. लंडनच्या रॉयल सोसायटीचे सभासद, 'युनो'च्या आकडेशास्त्रीय कमिशनचे सभासद. १९५० साली भारतीय शास्त्र परिषदेचे अध्यक्ष. (सुविको)

महावस्तू : (इ.स.पू. २००) – हीनयान पंथाचा महत्त्वाचा ग्रंथ. यातील भाषा ही पाली, प्राकृत व संस्कृत अशी मिश्र आढळते. यामध्ये गौतम बुद्धाचे चरित्र आणि संघस्थापनेचे वर्णन आहे. जातके, विनयपीटक, सूत्रे असे अन्यही विषय आलेले आहेत. भाषा मिश्र संस्कृत. (भासंको)

महावीर: जैन धर्माचे प्रवर्तक व चोविसावे तीर्थंकर. ते बुद्धांचे समकालीन होत. सर्व सुखोपभोगांचा त्याग करून कठोर तपश्चर्या केली. मुक्ती आणि केवलज्ञान प्राप्त झाल्यावर अखंडपणे जैनधर्म प्रसार. गृहस्थांना आठ मुख्य गुण पाळण्याचा संदेश. अहिंसेवर मोठाच भर. आत्मविजय हा सर्वात मोठा विजय. ब्रह्मचर्याचा समावेश केला. दुष्प्रवृत्तींविरुद्ध बंड उभारले. संकुचितपणा सोडून सर्वसंग्राहक पातळीवर येणे हे त्यांचे महान वैशिष्ट्य. (भासंको)

महावीरसिंग : (१९०४–१९३३) – लाहोरच्या कटात सहभाग असल्यामुळे त्यांना कारावासाची शिक्षा ठोठावण्यात येऊन प्रथम बेलारीच्या तुरुंगात व नंतर अंदमानला ठेवण्यात आले. तेथे त्यांनी अन्नत्यागाच्या आंदोलनात भाग घेतला. त्यांना जबरदस्तीने दूध पाजण्यात आले व ते दूध त्यांच्या फुफुसात जाऊन त्यांचा मृत्यू झाला. हिंदुस्थान सोशलिस्ट रिपब्लिकन असोसिएशनचे ते सुरुवातीपासूनचे सदस्य होते. (स्वासंस)

महिकावतीची बखर : सर्वात जुनी बखर. शके १०६० (सन ११३८) पासून महिकावतीच्या राज्यातील सर्व कुळांची माहिती आहे. पाठारे प्रभूंची वंशपद्धती आहे. यात सलगता नसून अनेक गद्य व पद्य प्रकरणे आहेत. वंशवृत्त व कुलवृत्तयुक्त धर्माचे स्वरूप सांगणारी पहिलीच बखर. यात लढायांची वर्णने पण आहेत. (मसाआइ)

महिदपूर : मध्य हिंदुस्थान, इंदूर संस्थानामधील एक जिल्हा. १८१७ साली होळकर व इंग्रज यांच्यामध्ये जी लढाई झाली तीमध्ये सर जॉन माल्कम यशस्वी झाला. (सुविको)

महिपतगड : रत्नागिरी जिल्हा. खेडपासून सुमारे २० कि.मी. वर हातलोट घाट व मकरंदगड यांच्यासमोर हा किल्ला आहे. या किल्ल्याचे बांधकाम शिवाजीमहाराजांनी सुरू केले होते. (सुविको)

महिपतिनाथ : (१९२२) – महिपतिनाथ ढोलीबुवा उज्जयिनीकर, एक नाथसंप्रदायी संत कवी. यशवंतराव होळकर नि दौलतराव शिंदे हे त्यांचे शिष्य. मराठी–हिंदी ग्रंथरचना. पैठणचा राहणारा, जनार्दनस्वामींचा वंशज. (सुविको)

महिपतीबुवा ताहराबादकर : (१७१५ – १७९०) – एक मराठी कवी व संत चरित्रकार, यांना श्री तुकाराम महाराजांनी स्वप्नात येऊन दृष्टान्त दिला अशी कथा आहे. भक्तविजय ग्रंथात अनेक संतांची चरित्रे त्यांनी वर्णिलेली आहेत. 'भक्तिविजय' हा ग्रंथ १६८४ मध्ये लिहिला. १६८७ मधे कथासारामृत, भक्तीलीलामृत,

मराठी–हिंदी ग्रंथरचना, संतविजय, श्रीनामदेव चरित्र, चोखामेळा चरित्र, नरसी मेहता चरित्र, अभंग ही त्यांची साहित्यसंपदा. (सुविको)

महिपाल : (तिसरा) (९१०–४०) – प्रतिहार घराण्यातील एक राजा. महेंद्रपालाचा हा मुलगा. राष्ट्रकुटांशी याचा संघर्ष झाला.

महिपाल : (दुसरा) (१०१३–१०६५) – बंगालचा एक राजा. दुसऱ्या विग्रहपालाचा मुलगा, याच्या अमदानीत बौद्ध धर्माचा उत्कर्ष झाला. (सुविको)

महिपाल : (पहिला) (१०४४) – दिल्लीचा एक पराक्रमी राजा. महंमद गझनीनंतर तख्तावर आला. पंजाबातील जनतेवरील यावनी जोखड उखडून टाकण्याची महत्त्वाकांक्षा निर्माण करण्याचा याने प्रयत्न केला. (सुविको)

महू : इंदूर संस्थानातील जुन्या ब्रिटिश लष्करी छावणीचे ठिकाण. १८१८ साली सर जॉन माल्कम याने मंडलेश्वराच्या तहान्वये वसविले. १८५७ च्या बंडात येथेही बंडाळी माजली होती. भारतरत्न डॉ. बाबासाहेब आंबेडकर यांचा जन्म इथेच झाला. (सुविको)

महेंद्रगिरी : या पर्वताचा उल्लेख पुराणांतून येतो. ४थ्या शतकात समुद्रगुप्ताने गंजाममधील कोट्टर व महेंद्रगिरी हे डोंगरी किल्ले घेतल्याचा इतिहास आहे. राजेंद्र चोलाने १०१५ – २२ च्या सुमारास येथे एक जयस्तंभ उभारला. (सुविको)

महेंद्रनाथ डे : (मृत्यू : जुलै १९१२) –हे बंगालमधील क्रांतिकारक असून आश्रमाच्या माध्यमातून क्रांतिकार्य करीत असत. आश्रमावर पोलिसांनी छापा घातला असताना झालेल्या गोळीबारात महेंद्रनाथ जखमी झाले व त्यातच शेवटी त्यांचा जुलै १९१२ मध्ये मृत्यू झाला. (स्वासंस)

महेंद्रप्रताप : (१८८६ – १९७९) – पहिल्या महायुद्धाच्यावेळी हाथरसचे महाराज राजा महेंद्रप्रताप यांनी स्वातंत्र्यासाठी रशिया – जर्मनीचे साहाय्य मिळवण्याचा प्रयत्न केला. ३२ वर्षे परदेशात राहून त्यांनी सातत्याने भारताच्या स्वातंत्र्यासाठी प्रयत्न केले. अफगाणिस्थान येथे इंडो–जर्मन–टर्की मिशनची स्थापना केली (स्वासंस)

महेश्वर : मध्य प्रदेश, इंदूर संस्थान. नर्मदा नदीच्या काठी हे गाव वसलेले आहे. अहिल्यादेवी होळकर यांच्या कारकिर्दीत महेश्वर येथे १७६७ पासून होळकरांची राजधानी. महेश्वरातील काही देवळांवर अकबराच्या वेळचे शिलालेख आहेत. महेश्वराचा किल्ला अकबराने बांधला होता. मल्हारराव होळकराच्या ताब्यात हा किल्ला १७३४ मध्ये आला. (सुविको)

महेश्वर पारणे : पारणे या गावी असलेले महेश्वर मंदिर वैशिष्ट्यपूर्ण आहे. खानदेशातील सर्वात भव्य मंदिर. पारणे किल्ल्याच्या पायथ्याशी आहे. अप्रतिम शिल्पकाम येथे आढळते. भिंतीत एक शिलालेख इ. स. ११५३ मधील आहे. इंद्रराज निकुंभ राजाने हे मंदिर उभे केल्याचे त्यावरून समजते.

महेश्वरी : १८ व्या शतकाच्या उत्तरार्धात राजस्थानहून येऊन महेश्वरी वाणी पुण्यात भुसारी व्यवसाय करू लागले. यामुळे पुण्यात कापड गंज, दाणे आळी हे नवे भाग निर्माण झाले. (मइ)

माँटेग्यू एड्विन सॅम्युअल : (१८७९) – एक इंग्रज मुत्सद्दी. हिंदुस्थानच्या राज्यकारभाराच्या प्रश्नासंबंधी हाऊस ऑफ कॉमन्समध्ये नेहमी पुढाकार. १९१६ साली युद्धसाहित्य खात्याचे प्रमुख. हिंदुस्थानचे स्टेट सेक्रेटरी झाले. २० ऑगस्ट १९१७ रोजी हिंदी स्वराज्याचा जाहीरनामा काढला. १९१९ साली हाऊस ऑफ कॉमन्सने राजकीय हक्कांचा मसुदा मंजूर केला. (सुविको)

माँटेग्यू चेम्सफर्ड सुधारणा : १९१९ साली माँटेग्यू चेम्सफर्ड सुधारणा कायदा करण्यात आला. या कायद्यान्वये लोकप्रतिनिधींची कायदेमंडळे व द्विदल राज्यपद्धती होती. गव्हर्नर व केंद्र सरकारचे विशेषाधिकार तसेच कायम होते. या कायद्याअंतर्गत द्विदल राज्यपद्धती केवळ प्रांतिक स्तरावर कार्यान्वित होणे अपेक्षित होते. (सविको)

मांडवगड : प्रेक्षणीय व इतिहासप्रसिद्ध दुर्ग. काही काळ मध्यभारताची राजधानी. इ. स. च्या ६ व्या दशकात माळव्यावर राज्य करणाऱ्या सम्राट यशोवर्म्याच्या आमदानीत मांडवनगरी अत्यंत समृद्ध. १४ व्या शतकात अजमशाहने माळवा जिंकल्यावर त्याचे लक्ष मांडवगडाकडे गेले. १५६२ मध्ये बाजबहादूर पराभूत झाला, आणि दिल्लीच्या बादशहाचे प्रभुत्व मांडवगडावर सुरू झाले. श्रीमंत बाजीराव थोरले ह्यांनी महम्मद बंगशवरील स्वारीच्या वेळी ह्या भागात मोठाच पराक्रम केला. (सुविको)

मांडवा : अलिबाग तालुक्यात आहे. १६७९ मध्ये श्री शिवछत्रपतींनी गढी उभारली. सध्या मांडवा बंदरानजीक छोट्या टेकडीवर आहे. तेथून मुंबई परिसर चांगला दिसू शकतो. (जस)

मांढरीपुत्र ईश्वरसेन : महाराष्ट्रातील अभीर सत्तेचा संस्थापक. नाशिक लेण्यात ईश्वरसेनाच्या ९ व्या शासनकालाचा लेख सापडला आहे. त्याने राज्याभिषेकानंतर शक सुरू केला. तोच पुढे चेदी–कलचुरी म्हणून प्रसिद्ध. तो स्वत:ला महाक्षेत्रप म्हणवी. काही जण मात्र त्याच्या पित्याला अभीर सत्तेचा संस्थापक मानतात.

माची : राज्यव्यवहार कोशामध्ये तिला उपत्यका म्हटले आहे. माची म्हणजे उंचवटा. १३ व्या शतकातील लीळाचरित्रात हा शब्द ओटा या अर्थी आला आहे. यादवकालात माची हा शब्द रूढ झाला असावा. गडाच्या चढणीवरील मैदान म्हणजे माची. गडाच्या संरक्षणाच्या दृष्टीने महत्त्वाचा असल्याने तटबंदीने सुरक्षित करत. एकाच किल्ल्यावर जास्त माच्याही असतात. गडावरील शिबंदी माचीवरच असे. सर्व प्रमुख मंडळीही तेथेच राहात. किल्ल्याच्या उतरणीवर असलेल्या सपाट जागेला माची म्हणतात. तिच्या भोवती तटबंदी असते. माचीवर जाण्यासाठी मुख्य किल्ल्यातून वाट असते. उदाहरणार्थ राजगडावरील पद्मावती, सुवेळा व संजीवनी माची या होत. (मइ)

माणकजी : (मृत्यू : १७९२) – एक हिंदी नौकाशिल्पी. मुंबईस जहाजे बांधण्यात सुप्रसिद्ध असलेल्यांपैकी एक. (सुविको)

माणकोजी चित्रकार : पहिल्या माधवरावांच्या पदरी हा चित्रकार होता. तो पगारी नोकर होता. दर दीडमासी तीस रुपये पगार होता. त्याच्याकडून खाशा दिवाणखान्यात लावण्यासाठी ३६ चित्रे १९५ रु. खरेदी केली. (मइ)

माणिक प्रभू : (१८१७ – १८६५) – १९ व्या शतकात उदयास आलेला सत्पुरुष कवी. एक महान दत्तसंप्रदायी. निजामाचे अनेक सरदार त्यांचे शिष्य होते. धनिकांनी दिलेले धनधान्य ते गोरगरिबांना वाटून टाकीत. सकलमत हे त्यांच्या संप्रदायाचे नाव. उदात्त आणि समन्वयशील, अद्वैतवादी अशी त्यांची दृष्टी. त्यामुळे सर्व

धर्म-पथांचे त्यांचे शिष्य

माणिकगड : (रायगड जिल्हा) – पनवेलच्या आग्नेयेस सुमारे २-३ किमीवर माणिक टेकडीवर हा किल्ला आहे. १७१३ मध्ये छत्रपती शाहूराजांनी तो कान्होजी आंग्रे यास दिला. (सुविको)

माणिकनगर : (कर्नाटक) – गुलबर्गा शहराच्या ईशान्येस सुमारे ६५ किमीवर बिदर व कल्याणी या दोन गावांच्या दरम्यान. संत श्री माणिकप्रभू ह्यांच्या नावावरून माणिकनगर हे नाव पडले. माणिकप्रभूंचे येथे वास्तव्य असताना याला 'प्रभूचा कट्टा' असे म्हणत असत. (सुविको)

माणिकराव : (१८७८) – एक महाराष्ट्रीय मल्लविद्याविशारद, मल्लविद्या प्रचारक, अस्थिसंधाननिष्णात व व्यायामशास्त्रावरील लेखक. यांचे समग्र नाव गजानन यशवंत ताम्हणे असे आहे. बडोदे येथे व्यायाम मंदिराची स्थापना केली. (१९२१). बडोद्यावर कोसळलेल्या महापुराच्या आपत्तीच्या समयी यांनी लोकांचे जीव वाचवण्यासाठी जी खटपट केली, तीमुळे बडोदे सरकारने यांना 'राजरत्न' ही पदवी देऊन त्यांचा गौरव केला आहे. (१९२७) (सुविको)

मातीची चित्रे : सिंधू संस्कृतीच्या उत्खननात भाजक्या मातीची चित्रे मोठ्या प्रमाणावर सापडली आहेत. ह्या कलेत बरीच प्रगती झाली असून त्याची प्राचीनता दहा हजार वर्षे इतकी असू शकते. बैल आणि मातृका या मातीच्या आहेत. कारण इथली माती उत्तम प्रकारची आहे. सिंधू आणि तिच्या उपनद्या हिमालयातून वाहात येऊन बरोबर भरपूर गाळ, माती वाहून आणतात. त्याचा उपयोग चित्रे बनविताना होतो. गुप्त काळात ही कला उच्चतम पातळीपर्यंत विकसित झाली. भांडी सुबक, घाटदार आहेत. लहान मुलांची खेळणी, मातृकाचा त्यात समावेश. भट्टीमध्ये भाजून ती चित्रे पक्की केली जात. (मविको)

मातीची भांडी : सिंधु संस्कृतीच्या अनेक शहरांतून झालेल्या उत्खननात कुंभाराच्या भट्ट्या सापडल्या आहेत. त्या भांड्यांचा दर्जा अत्यंत उत्कृष्ट होता. तांबड्या रंगावर काळ्या रंगाचे नक्षीकाम आढळते. पुरातन काळी, मातीची भांडी हाताने बनवीत. नीलगिरीच्या गुहांमधून गोळा केलेल्या भांड्यांवर आकृत्या आहेत. बौद्ध काळातील सांची, भुवनेश्वर येथे मातीची भांडी मिळालेली आहेत. त्यावरील नक्षी अप्रतिम आहे. पुढे पुढे कलाकुसरीचा भाग कमी झाला. फक्त शोभेच्या वस्तूंवर ते होऊ लागले. पाटण येथील मातीची मडकी सुप्रसिद्ध आहेत. अमरोहा येथे मातीची पातळ भांडी बनतात. जयपूर व बऱ्हाणपूर येथील चिनी मातीची भांडी प्रसिद्ध आहेत. (मविको)

मातृकन्यापरंपरा : समाजात ज्या अनेक प्रकारच्या कुटुंबपद्धती आढळतात. त्यापैकी अतिशय प्राचीन अशी ही पद्धती होय. या पद्धतीचा मुख्य विशेष असा आहे की, यामध्ये पुरुष वंशगणना नसून स्त्री वंशगणना असते. (सुविको)

मातृका : पाहा सप्त मातृका.

मातृदेवता : सिंधू संस्कृतीच्या उत्खननात ज्या देवता सापडल्या आहेत, त्यावरून तत्कालिन धर्मकल्पनेवर थोडाफार प्रकाश पडतो. भाजक्या मातीच्या स्त्री मूर्ती सापडतात. त्या केवळ मोहेंजोदारो, हडाप्पा येथेच मिळाल्या. त्यावरून धार्मिक कल्पनेत प्रांतोप्रांती भेद असावा. कुमारिका पूजा, मातृदेवता पूजा रूढ असावी. बळी देण्याची कुठे कुठे प्रथा असावी. एकशिंग्या प्राणी हीसुद्धा मातृदेवता असावी. (सिसं)

मातृवेदी संघटना : ग्वाल्हेरजवळ मैनपुरी येथे क्रांतिकारक गट कार्य करीत होता. त्यात गेंदालाल दीक्षित, रामप्रसाद बिस्मिल, शिवकृष्ण व मकुंदीलाल यांचा समावेश होता. चंबळ खोऱ्यातील दरोडेखोरांची

संघटना या गटाने तयार केली होती. गेंदालाल यांनी 'मातृवेदी' नावाची गुप्त संघटना तरुणांना क्रांतीचे शिक्षण देण्याकरिता केली होती. (सविको)

मादण्णा उर्फ मदनपंत : (मृत्यू : १६८६) – हा अबू हसन कुत्बशहाचा मुख्य प्रधान होता. याचे आडनाव पिंगळी होते. रघुनाथपंत हणमंते याने मादण्णाच्या मध्यस्थीने कुत्बशहा व शिवाजीमहाराज यांची मैत्री घडवून आणली. १६६७ – शिवाजीमहाराजांना ह्याने भोजनाचे निमंत्रण दिले होते. ती स्मृती अजूनही त्यांचे वंशज पाळतात. मादण्णा आणि त्यांचे बंधू अक्कण्णा ह्यांच्या कर्तृत्वामुळे औरंगजेबाला दक्षिणेत यश मिळणे कठीण जात होते. म्हणून शेवटी त्यांचा खून झाला. मादण्णापंतांनी हैद्राबाद आणि वाशीपासून रामेश्वरापर्यंत अनेक देवळे नि सदावर्ते बांधली. (सुविको)

माधवराव नारायण पेशवे : (सवाई माधवराव) – (१७७४ – १७९५) – मराठे साम्राज्याचा एक पेशवा ईश्वरी अवतार मानला गेला. पुरंदर किल्ल्यावर जन्म (१८ एप्रिल), महादजी शिंदे व नाना फडणवीस यांच्यातील विचारमतभेदातील समतोल सवाई माधवरावाने राखला. इंग्रजांशी यशस्वी युद्ध व खर्ड्याच्या लढाईतील जय या त्यांच्या कारकिर्दीतील मोठ्या महत्त्वाच्या गोष्टी होत. शनिवारवाड्याच्या हजारी कारंजावर उडी मारून आत्महत्या. (सुविको)

माधवराव बल्लाळ पेशवे : (१७४५ – १७७२) – मराठी साम्राज्याचा एक अत्यंत कर्तृत्ववान पेशवा. नानासाहेब पेशवे व गोपिकाबाई यांचा हा दुसरा मुलगा. सावनूर येथे जन्मला. गृहकलहाला आरंभ या पेशव्याच्या वेळेपासून झाला. माधवरावांनी दारूगोळा, तोफा, बंदुकी वगैरे शस्त्रास्त्रे तयार करण्याचे कारखाने पुणे, ओतूर, नाशिक, बागलकोट इ. गावी काढले. माधवरावाने शिंदे, होळकर, कानडे वगैरे सरदारांच्यामार्फत दिल्ली, राजपुताना, बुंदेलखंड येथे मराठी अंमल पुन्हा बसविला. पानिपतचे अपयश धुऊन काढले. निजाम, हैदर आदी शत्रूंचा बंदोबस्त. त्यांनी ७–८ मोहिमा व ४–५ स्वाऱ्या जातीनिशी केल्या. माधवराव राजयक्ष्माच्या रोगाने थेऊर येथे मरण पावले. त्याचा मृत्यू हा पानिपतच्या आघातापेक्षा जबर मानला गेला. (१८–११–१७७२) (सुविको)

माधवराव, राजा सर टी. : (तंजावर) (१८२८ – १८९१) – इंग्रजी अमदानीतील एक मुत्सद्दी. यास के.सी.आय.ई. हा किताब मिळाला (१८६५). बडोदे संस्थानांत यांनी पुष्कळच सुधारणा केल्या. यांनी महाराज सयाजीराव गायकवाड यांस शिक्षण देऊन त्यांस कारभारात निपुण केले. यांना 'राजा' हा किताब मिळाला. (१८७७) (सुविको)

माधवराव, व्ही. पी. (पाटणकर) : (मृत्यू : १९५०) – एक हिंदी पुढारी. यांनी म्हैसूर संस्थानात सुमारे ३५ वर्षे मोठमोठ्या हुद्द्यांवर कामे केली. हे राष्ट्रीय सभेचे शिष्टमंडळ घेऊन इंग्लंडमध्ये गेले होते व तेथे पार्लमेंटरी जॉइंट कमिटीपुढे यांनी साक्ष दिली. धारवाड येथे भरलेल्या पहिल्या कर्नाटक परिषदेचे अध्यक्ष होते. (१९२०) (सुविको)

माधवस्वामी : संत श्री एकनाथमहाराजांचा एक नातू व तंजावरकडील एक संतकवी. माधव हा रामदासपंथीय राघवदासांचा शिष्य होता. याने १८ पर्वे भारत व इतर अनेक ग्रंथ लिहिले.

माधवाचार्य : (सन १३४७ – ८९) – माधवामात्य, माधवाचार्य, माधवांक, मादरस इ. नावांनीही हा प्रसिद्ध आहे. विजयनगर साम्राज्याचे स्फूर्तिदाते, संकल्पक. माधव ४२ वर्षे विजयनगरच्या मारप, पहिला बुक्क

व दुसरा हरिहर यांचा मुख्य प्रधान होता. (सन १३४७ ते १३८९ पर्यंत) यांनी कोकणातील बरेच प्रांत जिंकून कोकणची राजधानी गोवा आपल्या ताब्यात आणली व तेथून तुर्कांच्या अंमलाचे उच्चाटन केले (सन १३६६). यांनी वैदिक धर्माचे पुनरूज्जीवन केले. अनेक वैदिक ग्रंथांचे लेखन. संन्यास स्वीकारल्यानंतर विद्यारण्य हे नाव घेतले. (सुविको)

मानगड : महाराष्ट्र, रायगड जिल्हा. यास विंझाईचा किल्ला असेही म्हणतात. वाटेत एक भवानीशंकराचे पडके देवालय आहे. हा किल्ला शिवाजीमहाराजांनी बांधला असे म्हणतात. यांत एक पीर आहे. (सुविको)

मानवनिष्ठा : नि:शस्त्र क्रांतिवादातील महत्त्वाची संकल्पना. गांधीजींच्या मते मानवनिष्ठा ही नि:शस्त्र क्रांतिवादातील मूलभूत संकल्पना होय. क्रांतीच्या प्रणेत्यांची भूमिका स्वार्थमूलक नसणे हा यामागचा गाभा आहे. (सविको)

मानवमुक्तीची चळवळ : पाहा – दलित चळवळ

मानवी अधिकार : मानव म्हणून व्यक्तीला निसर्गनियमानेच जे अधिकार मिळत असतात, त्याला मानवी अधिकार (Human Rights) म्हणतात. मनुष्याची प्रतिष्ठा, स्त्री-पुरुषांची समानता आणि सामाजिक संदर्भात त्यांचे स्वातंत्र्य या सर्वांचा मानवी अधिकारात समावेश होतो. (सविको)

मानवेंद्रनाथ रॉय : (१८८७ – १९५४) – मानवेंद्रनाथ रॉय यांनी सुरुवातीला काही सशस्त्र क्रांतिकारी चळवळींमध्ये सहभाग घेतला. अमेरिकेत क्रांतिकार्यासाठी शस्त्रे जमवण्याचा प्रयत्न केला. पुढे स्टॅलिनच्या संपर्कात आल्यावर ते समाजवादाचे पुरस्कर्ते बनले. सोशालिस्ट पक्षाचे सरचिटणीस म्हणून त्यांनी काम केले. भारतात कम्युनिस्ट पक्ष रुजवण्याचे काम. (स्वासंस)

मानस सरोवर : हिमालयातील तिबेटातील अत्यंत प्रख्यात असे हे अष्टकोनी सरोवर आहे. याचे कोन आश्चर्य वाटण्याजोगे आहेत. याच्या वायव्येस कैलास पर्वत आहे. सर्वांत अधिक उंचीवर असलेल्या गोड्या पाण्याचे हे आगर आहे. चार नद्या या सरोवरातून निघतात. कुमाऊचा कत्यूरी राजा नंदिदेव ह्याने कैलासमानस सरोवराचा प्रदेश जिंकला होता. इ.स.च्या सहाव्या शतकात कत्यूरी वंशाचे येथे राज्य होते. काश्मीरचा शूर सरदार झोरावरसिंह याने कैलास-मानस सरोवरावर हा प्रदेश जिंकला होता. याचे पाणी निळसर आणि अत्यंत स्वच्छ आहे. या सरोवरात राजहंस विहार करतात. (इ. स. १८४०) (सुविको)

मानसोल्लास : इ. स. ११२९ मध्ये सोमेश्वराने मानसोल्लास ऊर्फ अभिलाषितार्थ हा पद्यमय ग्रंथ लिहिला आहे. महाराष्ट्रीय स्त्रिया दळण-कांडण करताना ओव्या म्हणतात, असा यात उल्लेख आहे. (मसाआइ)

मानाजी आंग्रे : (मृत्यू : १७५८) – कान्होजी आग्र्यांचा मुलगा. अत्यंत कर्तृत्ववान. वसईच्या मोहिमेत चिमाजीअप्पास खूपच साहाय्य केले. पेशव्यांशी नेहमी फटकून वागत. १७५८ मध्ये मानाजीने जंजिऱ्याच्या हबशास जेरीस आणले. कुलाबा हे त्याच्या राजधानाचे ठिकाण. (सुविको)

मानाजी नरसिंगराव (फाकडे) शिंदे : (मृत्यू : १८००) – कण्हेरखेडच्या शिंद्यांचा वंशज. शिंद्यांची सरदारी महादजीला द्यावी की मानाजीला हा वाद गाजला. राघोबा प्रेमी म्हणून महादजीला सरदारी मिळाली. त्यामुळे असंतुष्ट. अत्यंत शूर, धाडसी म्हणून प्रसिद्ध. पन्नास-साठ जखमा वागवत उघडाच वावरत असे. अत्यंत तापट, गर्विष्ठ, कुणाचीही भीड न बाळगणारा. फाकडा वीर म्हणून प्रसिद्ध. सवाई माधवरावाच्या काळात याच्याच

पुढाकाराने घाशिराम कोतवालाचे पारिपत्य झाले. (सुविको)

मायकेल मॅकमिलन : शिवाजी महाराजांच्या साहसाचे आकर्षण वाटल्याने एल्फिन्स्टन कॉलेजचे प्राचार्य मायकेल मॅकमिलन यांनी 'इन वाइल्ड मराठा बॅटन' हा ग्रंथ लिहिला. (१९०५) (मइ)

मायनाक भंडारी : १६५८ मध्ये शिवाजी महाराजांनी मराठी आरमार सुभा निर्माण केला. मायनाक भंडारी याच्या ताब्यात तो दिला होता. (मचको)

मायावती : गौतम बुद्धांची माता. बुद्धांच्या जन्माच्या सातव्याच दिवशी मृत्यू पावली. सावत्र आई गौतमीने पुढे त्याचे पालन केले. (सुविको)

मारवाड : राजपुतान्यातील जोधपूर संस्थानचे दुसरे नाव. महाभारतातील नकुलाचा मामा शल्य इथलाच. पुढे शक, यवनांच्या ताब्यात. (भासंको)

मार्क्सवादी कम्युनिस्ट पक्ष : भारतीय कम्युनिस्ट पक्षात १९६४ मध्ये फूट पडून अधिक कडव्या डाव्या नेत्यांनी मार्क्सवादी कम्युनिस्ट पक्ष असा नवा पक्ष स्थापना केला. पक्षाचा उद्देश शेतकरी क्रांती व कामगार तसेच पक्षाच्या पुढाकाराने सशस्त्र लढा सुरू करण्याचा होता.

मार्मा गोवा : या नावाने प्रसिद्ध असलेला किल्ला ता. मुरगावी आहे. सुमारे १० कि. मी. घेर असलेला हा दुर्ग गोवा बंदराचे रक्षण करतो. (जस)

मार्शल : (सर जॉन मार्शल) – (१७५५ – १८३५) – हिंदुस्थानातील पुराणवस्तु संशोधन खात्याचे प्रमुख आणि संशोधक. लॉर्ड कर्झनने त्याला भारतात पाचारण केले. राजगृह, सारनाथ, तक्षशिला, मोहेंजोदडो इ. ठिकाणी उत्खनन केले. विपुल ग्रंथ लेखन. (मदि)

मालवीय पं. मदन मोहन : (१८६१) – थोर भारतीय पुढारी, काँग्रेसचे कार्यकर्ते, पत्रकार, विधिज्ञ, संयुक्त कायदेमंडळाचे सभासद. हिंदुत्ववादी, सत्शील, चारित्र्यसंपन्न नेता. काँग्रेसचे चार वेळा अध्यक्ष झाले. हिंदू महासभेचेही तीन वेळा अध्यक्ष. बनारस हिंदू विद्यापीठ स्थापनेत सिंहाचा वाटा. गोलमेज परिषदेत सहभाग. उत्कृष्ट हिंदी वक्ते. (मदि)

मालेगावचा किल्ला : मालेगाव हे अत्यंत मोक्याच्या ठिकाणी वसलेले शहर आहे. मालेगाव दुर्ग हा भुईकोट किल्ला आहे. तो इ. स. १७४० ते ६० च्या दरम्यान प्रसिद्ध सरदार नारो शंकर यांनी बांधला असे ग्रँट डफ म्हणतो. किल्ला अत्यंत मजबूत आहे. मोसम नदीचा काठ, तसेच खंदक, अत्यंत भक्कम दरवाजे आणि अन्य काही वैशिष्ट्ये आहेत. आत रंगमहाल, प्रचंड राजप्रासाद आहे. किल्ल्याजवळ महादेवाचे मंदिर आहे. १८१८ मध्ये इंग्रजांशी या किल्ल्यातील अरबांनी जोरदार लढा दिला. पण फितुरीमुळे १३ जून १८१८ रोजी इंग्रजांनी किल्ला जिंकला. (खाइ)

मालेर कोटला : (संस्थान) – जालंदर विभागातील संस्थान. लोदी आणि मोगलांची दीर्घ काल सेवा या सत्ताधीशांनी केली. होळकरांशी लढताना त्यांनी इंग्रजांना साहाय्य केले. १८०५ मध्ये इंग्रजांनी संस्थान ताब्यात घेतले.

मालोजी घोरपडे : (१७ वे शतक) – मुधोळ संस्थानच्या बाजी घोरपडेंचा मुलगा. प्रारंभापासून घोरपड्यांनी आदिलशाहीवर निष्ठा आणि भोसल्यांचा द्वेष केला. शिवाजीमहाराजांनी मुधोळवर हल्ला करून घोरपड्यांचा निर्वंश केला पण त्यातूनही हा बचावला. म्हणून आयुष्यभर पुढेही वैर. शिवाजीमहाराजांनी खूप प्रयत्न करूनही हा त्यांना सामील झाला नाही. उलट तो मोगलांनाच जाऊन मिळाला. (मचको)

मालोजी घोरपडे : (१७१६ – १८०५) – पिराजी घोरपड्यांचा मुलगा. जवळ जवळ संपूर्ण पेशवाई याने पाहिली. अत्यंत शूर सरदार. पहिल्या इंग्रज–मराठे युद्धात याने मराठ्यांकडून खूपच पराक्रम गाजविला. पुण्यातील घोरपडे पेठ यानेच वसविली आहे. (मचको)

मालोजी भोसले : (मृत्यू : १६०५) – शिवाजी महाराजांचे आजोबा. बाप बाबाजी निजामशाहीत सरदार. राजा हा किताब. मालोजी हे लखुजी जाधवरावांच्या पदरी सरदार. फलटणच्या निंबाळकरांच्या बहिणीशी उमाबाईशी लग्न. पराक्रमाबद्दल निजामशाहीत मोठाच सरंजाम मिळाला. वृत्तीने अत्यंत धार्मिक. घृष्णेश्वर ज्योतिर्लिंगाचा जीर्णोद्धार. शिखर शिंगणापुरास तळे खोदविले. पुणे, सुपे जहागिरी मिळाल्या.

माल्कम : कर्तव्यदक्ष प्रशासन अधिकारी, 'Political History of India' नावाच्या ग्रंथाचे लेखन. मध्य हिंदुस्थान व माळवा या दोन प्रांताबद्दल त्याने काही प्रशासकीय सुधारणा सांगितल्या होत्या. 'Government of India' हा ग्रंथ लिहिला. पुण्यात त्याचे नाव एकपेठ. (इलेशा)

माळरान संस्कृती : महाराष्ट्रातील बराच प्रदेश माळरानाचा असून येथे भटक्या जमाती (धनगर इ.) वास्तव्यास असत. धनगराला आपल्याजवळील मेंढरांची संख्या दर्शविणारा दस्तक जवळ बाळगावा लागे.

माळवा : मध्य भारतातील प्राचीन प्रदेश. प्राचीन काळी अवंती हे नाव असलेल्या या प्रदेशावर प्रद्योताचे राज्य बुद्धकाळी होते. मौर्यानंतर इथे शकांनी राज्य केले. ९ व्या शतकात परमार वंशाचे वर्चस्व माळव्यावर होते. १३०५ मध्ये अल्लाउद्दीन खिलजीने माळवा जिंकला. १४०१ मध्ये घोरी वंशाने माळव्यावर वर्चस्व स्थापले. १५६२ मध्ये अकबराने माळवा जिंकला. १७४१ पासून मराठ्यांचे वर्चस्व माळव्यावर होते. (भासंको)

माळवा ताम्रयुगीन संस्कृती : (इ.स.पू. २००० सुमार) माळवा ताम्रयुगीन संस्कृतीचे अवशेष प्रामुख्याने नावडातोडी, नागदा इथे सापडलेले आहेत. येथे सापडलेल्या भांड्यांवरून ही संस्कृती प्रामुख्याने कृषिप्रधान होती. देशाच्या इतर भागांतील ताम्रयुगीन संस्कृतीशी हिचे संबंध होते. अवशेषांमध्ये दगडी पाटे, तांब्याच्या कुऱ्हाडी व तलवारी, तांब्याचे गळ, विविध मणी यांचा समावेश होतो. (भासंको)

मावजी पुरुषोत्तम विश्राम : इतिहास, राजकारण, साहित्य, कला, पुराणवस्तू, शिल्प इ. अनेक विषयात गति. वस्तुसंग्राहक. एका सधन कुटुंबात जन्म. द्वारका सिमेंट फॅक्टरीचे संस्थापक, महाराष्ट्राच्या इतिहासाबद्दल आस्था. लक्ष्मी प्रिंटिंग प्रेस आणि सुवर्णमाला नावाचे चित्रांचे नियतकालिक यांनीच सुरू केले. बडोदे सरकारने यांना 'राजरत्न' किताब दिला. ग. चिं. वाड यांनी 'पेशवा रोजनिशी' या नावाने ९ खंड प्रसिद्ध केले. त्यांस मावजी शेटजींनी मुबलक आर्थिक मदत केली. (सुविको)

मावळ : महाराष्ट्राचा एक भौगोलिक विभाग. घाट माथ्याचा पश्चिमेकडील भाग. एकूण २४ मावळे पुण्याभोवती आहेत. डोंगर–दऱ्या–घनदाट अरण्यांनी व्यापलेला. प्रचंड पावसाचा प्रदेश. शिवाजी महाराजांनी येथेच आणि येथील लोकांच्या साहाय्याने स्वराज्याचा उपक्रम सुरू केला. येथील लोक अत्यंत गरीब, कष्टाळू, विश्वासू, पराक्रमी म्हणून प्रसिद्ध होते. (सु.वि.को.)

मावळंकर गणेश वासुदेव : (जन्म : १८८८) – भारतीय संसदेचे पहिले अध्यक्ष. गुजरातेतील कार्यकर्ते. प्रख्यात विधिज्ञ. अहमदाबाद कार्पोरेशनचे अध्यक्ष. सार्वजनिक जीवनात, राजकारणात सदैव आघाडीवर. राहणी अत्यंत साधी. विरोधकांनाही आदर वाटे.

मासीरे आलमगिरी : मोहम्मद साकेत मुस्तैदखान याने इ. स. १७१० मध्ये हा ग्रंथ लिहिला. सरकारी कागदपत्रे व पुराव्यांवरून त्याने ग्रंथ लिहिला. त्याने या काळात घडलेल्या अनेक घटना स्वत: डोळ्यांनी पाहिलेल्या आहेत. त्यामुळे अत्यंत महत्त्वाचा ग्रंथ. (इलेशा)

माहिम : ठाणे जिल्ह्या. केळव्याचा छोटा किल्ला भग्न स्थितीत पण माहिमचा किल्ला चांगल्या स्थितीत. महिकावती देवीचे प्राचीन मंदिर. महिकावती येथे सापडलेली मराठीतील पहिली ऐतिहासिक बखर प्रसिद्ध आहे. (सुविको).

माहीम दुर्ग : सागराच्या आक्रमणाला बळी पडत असलेला व भग्न अवस्थेत असलेला हा किल्ला. समुद्रात भर घालून त्यावर गृहबांधणीचे प्रकल्प चालू आहेत. पुरातत्त्व खात्याने पण याकडे दुर्लक्ष केले आहे. (जस)

माहुलीगड : ठाणे जिल्ह्यात माहुली डोंगरावर. मोगलांनी बांधला असून फार अवघड चढ आहे. १६६१ मध्ये शिवाजीमहाराजांनी जिंकून घेतला. जयसिंहाबरोबरच्या तहात पुन्हा मोगलांकडे आला. १६७० मध्ये मोरोपंत पिंगळ्यांनी जिंकला. १८१७ मध्ये तो इंग्रजांकडे आला. (सुविको)

माहूर लेणी : माहूर येथे राष्ट्रकूटकालीन लेणी असून त्यांना पांडवलेणी असेही म्हणतात. येथील लेण्यांमध्ये शंकर, पार्वती, दुर्गा इ. शिल्पे आहेत. (खाइ)

माहूरसरी : नागपूरजवळील माहूरसरी येथे ताम्रयुगीन अवशेष सापडले आहेत. येथील अवशेषांत मानवी सांगाडे, भाले, कुऱ्हाडी, दिवे, तांब्याच्या बांगड्या, काळी मातीची भांडी यांचा समावेश आहे. (भासंको)

माहे : मलबार प्रांतातील फ्रेंचांची वसाहत. पाँडिचरीच्या गव्हर्नरच्या ताब्यात.

मिंटो : (लॉर्ड) – (१८०७ – १३) – या काळात गव्हर्नर जनरल. वॉरन हेस्टिंग्जच्या खटल्यात त्याचा ज्येष्ठ समर्थक. नेपोलियनने भारतातील इंग्रजविरोधी शक्तींना मदत करण्याचा प्रयत्न केला. तथापि लॉर्ड मिंटोने तो डाव उधळून लावला. कंपनीस २० वर्षे व्यापाराची नवी सनद मिळाली. शिक्षणप्रसारासाठी एक लाख रु. ची देणगी. (सुविको)

मिंटो : हा पहिल्या मिंटोचा पणतू. १९०५ ते १० या काळात भारतात गव्हर्नर जनरल म्हणून होता. देशात इंग्रजविरोधी लाट निर्माण झाली, ती याने सौम्य करण्याचा प्रयत्न केला. मोर्ले–मिंटो राजकीय सुधारणा प्रसिद्ध आहेत. भारतीयांचा राजकारणात सहभाग वाढत गेला. (सुविको)

मिठाचा मामला : शिवकालात मिठाची निर्मिती आणि व्यापार हा लाखो रुपयांचा नफा करून देणारा व्यवसाय होता. ठाणे, कुलाबा, रत्नागिरी जिल्ह्यांत प्रामुख्याने हा धंदा तेजीत होता. येथील मीठ देशावर विकले जाई. गोव्यातही हाच उद्योग पैसे देणारा होता. तेव्हा तेथील मिठावर जबर जकात घेऊन ते महाग करावे म्हणजे आपले मीठ विकले जाईल, व्यापाराला संरक्षण मिळेल, असे शिवाजी महाराजांचे धोरण होते. (मइ)

मिठाचा सत्याग्रह : (मार्च १९३०) सविनय कायदेभंगाच्या आंदोलनांतर्गत मिठाचा सत्याग्रह करण्यात आला. गांधीजी स्वत: साबरमतीहून दांडी येथे चालत पोहोचले व तेथे मिठाचा कायदा मोडून मिठाच्या सत्याग्रहाला

सुरुवात केली. असाच सत्याग्रह धारासना येथे झाला, ज्याचे नेतृत्व सरोजिनी नायडू यांनी केले. (सविको)

मित्र राजेंद्रलाल : बंगाली विद्वान संशोधक. ग्रीक, फारसी, लॅटिन, फ्रेंच, जर्मन इ. भाषांत प्रवीण. एशियाटिक सोसायटी ऑफ बेंगालमध्ये दुय्यम चिटणीस. ११४ शोधनिबंध प्रसिद्ध केले. 'विविधार्थ संग्रह' मासिक सात वर्षे चालविले. सार्वजनिक चळवळीत सहभाग. 'हिंदु पेट्रियट'चे संपादन. कलकत्ता विद्यापीठातर्फे अनेक मानसन्मान प्राप्त.

मिदनापूर : (बंगाल) – बरद्वानजवळील विभाग. पूर्वी मयूर वंशाचे राज्य. मग कैवर्तक झाले. येथे चिनी प्रवासी येऊन गेले. बौद्ध धर्माचे प्रमुख केंद्र. १७६० मध्ये मीर कासीमने ईस्ट इंडिया कंपनीस हा प्रदेश दिला.

मिराबेन : मूळ नाव मैडलिन स्लेड. महात्मा गांधींच्या शिष्या, सदैव त्यांच्याबरोबर असत.

मिश्रा रंगनाथ : रंगनाथ मिश्रा हे भारताचे सरन्यायाधीश होते. सप्टें. १९९०– नोव्हें. १९९१ या काळात त्यांनी सरन्यायाधीशपदाची जबाबदारी सांभाळली.

मीनाक्षी : (१७३२ – ३६ इ. स.) – विजयरंग राजा निपुत्रिक असल्याने मीनाक्षीने राज्यसूत्रे हाती घेतली. तिने दत्तक पुत्र घेतला. तिच्या भावाचे यात तिला साह्य झाले.इ. स. १७३६ मध्ये अर्काटच्या नबाबाच्या जावयाने मदुरेचे राज्य काबीज केले. अपयशामुळे तिने आत्महत्या केली. या राणीच्या मृत्यूबरोबरच मदुरेच्या नायक घराण्याचा अस्त झाला. (भासंको)

मीर उस्मान अलीखान : इ. स. १९११ मध्ये हा निजामाच्या गादीवर बसला. हे शेवटचे निजाम. इ. स. १९४७ साली भारत स्वतंत्र झाल्यावर रजाकारांनी हैदराबाद संस्थानातील प्रजेवर अत्याचार केले. म्हणून १९४८ मध्ये भारत सरकारने कारवाई करून हे संस्थान भारतीय संघराज्यात आणले. (भासंको)

मुंज : (इ.स. ९७४ – ९३) – माळव्याच्या परमार घराण्यातील महत्त्वाचा राजा. याने चितोडगड – माळवा एवढा प्रदेश काबीज केला. परंतु कल्याणीच्या दुसऱ्या तैलव चालुक्याशी झालेल्या युद्धात हा मारला गेला.

मुंतखब–अल–लुबाब : खाफीखान याने औरंगजेबाची कारकीर्द व त्यानंतर येणाऱ्या सम्राट मोहम्मद शहाच्या कारकिर्दीची माहिती या ग्रंथामध्ये दिली आहे. फरूख सियरच्या कारकिर्दीत निजाम–उल–मुल्कने त्याची दिवाण म्हणून नेमणूक केली होती. (इलेशा)

मुंबई : अल्मिडा या व्हाईसरॉयने सर्व प्रथम भेट दिली. १५३४ च्या सुमारास पोर्तुगिजांना मुंबईचा ताबा मिळाला. गॉसिओ डी ऑरटा याला पोर्तुगिजांनी मुंबई वर्षाला ७५ पौंड भाड्याने दिली. याच्याच बंगल्यात मुंबई इंग्रजांना सुपूर्द करणारा ऐतिहासिक करार झाला. मुंबई बेट इंग्रजांना पोर्तुगिजांनी हुंड्यादाखल दिले. मुंबईवरील मालकी दुसरा चार्ल्स, त्याचे वारस व हक्कदार यांना कायमची मिळाली. पुढे हे बेट ईस्ट इंडिया कंपनीला मिळाले. हे बंदर बारा मैल लांब, ४० फूट खोल, सुरक्षित, मोक्याच्या जागी होते. (मपइ)

मुंबई अधिवेशन : १८८९ सालचे काँग्रेसचे अधिवेशन मुंबईत भरले होते. काँग्रेसची उद्दिष्ट्ये जनतेला समजावून सांगण्याऐवजी काँग्रेसच्या काही नेत्यांनी खानदेशातील महत्त्वाच्या शहरांमध्ये सभा घेतल्या. या अधिवेशनासाठी प्रतिनिधी निवडण्याकरता धुळे येथे एक सभा होऊन ९ जणांची निवड झाली होती, असा उल्लेखही साधनांमध्ये येतो. मुंबई अधिवेशनासाठी वर्गणी गोळा करण्याचाही प्रयत्न झाला. (खाइ)

मुंबई इलाखा : इंग्रजांनी भारतीय प्रदेश जसजसे जिंकले, त्यानुसार किंवा स्वत:च्या सोयीप्रमाणे प्रांताची रचना केलेली होती. ही रचना कृत्रिम होती. मुंबई इलाख्यात गुजरातचा काही भाग, पंचमहाल, संपूर्ण पश्चिम दख्खन (सातारा आणि कोल्हापूर राजांकडील भाग वगळता), खानदेश, कोकण, मुंबई, बेळगाव, कारवार, धारवाड, विजापूर, सिंध, बलुचिस्थान, एडन असा सारा प्रदेश इ. स. १८६१ पर्यंत सम्मिलित करण्यात आला. (मपइ)

मुंबई पुराभिलेखागार : मराठ्यांचे इतिहासावर प्रकाश टाकणारे महाराष्ट्रातील दुसरे मोठे शासकीय अभिलेखागृह. ५ लाखांपेक्षा अधिक महत्त्वाची कागदपत्रे आहेत. मुंबईच्या अभिपुराभी लेखागृहातील कागदपत्रांचे वर्गीकरण (१) फॅक्टरी आणि रेसिडेन्सी रेकॉर्डस्. (२) सचिवालय विभाग कागदपत्रे (३) संकीर्ण कागदपत्रे (४) खाजगी दस्तऐवज (५) छापील माहितीच्या स्वरूपात उपलब्ध कागदपत्रे. इंग्रजांच्या राजकीय, शैक्षणिक, न्यायालयीन, धार्मिक बाबींची माहिती मिळते. सार्वजनिक बांधकाम खाते, उद्योगधंदे, वाहतूक, दळणवळण साधने, पाणी पुरवठा इ. माहितीची कागदपत्रे आहेत. मुख्यत: १८५७ नंतरचे इंग्रजी रेकॉर्ड येथे मिळते काही मोडी कागदपत्रही आहेत. (इलेशा)

मुक्ति वाहिनी : पूर्व पाकिस्तानी नेत्यांनी पश्चिम पाकिस्तान विरोधी संघर्ष लढ्याकरिता 'मुक्ति वाहिनी' या संघटनेची स्थापना केली.

मुखर्जी एस. : एस. मुखर्जी यांनी १९८९ – सप्टें.१९९० या काळात भारताच्या सरन्यायाधीशपदाची जबाबदारी सांभाळली.

मुखर्जी कालिपाद : (मृत्यू : फेब्रु. १९३३) – मुन्शीगंज येथील कायदेभंगाची चळवळ दडपू पाहणाऱ्या कामाक्षप्रसाद सेन या मॅजिस्ट्रेटला कालिपाद मुखर्जी याने यमसदनास पाठवले. याबद्दल त्याला ढाका तुरुंगात फासावर चढवण्यात आले. (स्वासंस)

मुखर्जी बी. के. : बी.के. मुखर्जी यांनी १९५४ – १९५६ या काळात भारताच्या सरन्यायाधीशपदाची जबाबदारी सांभाळली.

मुखर्जी हरिशचंद्र : १८५१ मध्ये 'ब्रिटिश इंडियन असोसिएशन' संस्था स्थापन झाली. या संस्थेने १८५२ मध्ये हरिशचंद्र मुखर्जी यांच्या पुढाकाराने भारतीयांच्या तक्रारी पार्लमेंटकडे पाठविल्या. (मपइ)

मुजुमदार : पाहा – अमात्य.

मुजुमदार : शिवकालीन अष्टप्रधान मंडळातील दुसऱ्या क्रमांकाचा मंत्री. राज्याचा जमाखर्च दप्तरदार, फडणीस नेमून ठेवत. त्यालाच अमात्यही म्हणत. त्यांना सालीना १२००० होन तनखा होता (मइ)

मुजुमदार डॉ. आर. सी. : प्रख्यात इतिहास संशोधक. भारतीय विद्याभवनने 'द मराठा सुप्रीमसी' हा मराठ्यांचा इ. स. १७०७ पासूनच्या इतिहासाचा आढावा घेणारा ग्रंथ इ. स. १९७७ साली प्रसिद्ध केला.(मचको)

मुत्तु कृष्णप्पा (इ. स. १६०१ – १६०९) **:** विजयनगरच्या सम्राटाचा एकनिष्ठ सेवक. फिरंग्याचा उपद्रव मोडून सुव्यवस्था निर्माण केली. सोतुपती वंशातील राजे याचे मांडलिक होते. (मचको)

मुद्रा : मुद्रा किंवा नाणी हे एक महत्त्वाचे ऐतिहासिक साधन आहे. नाण्यांवरून संबंधित प्रदेशात सापडणारा धातु तसेच तेथील राज्यसत्तेचा विस्तार, त्या राज्याची आर्थिक स्थिती, व्यापार याविषयी अस्सल माहिती मिळते. तत्कालीन देवदेवता त्यांच्या उपासनापद्धती, राजसत्तेचा कालक्रम याचेही ज्ञान होण्यास मदत होते. (सविको)

मुद्रा : सिंधू लिपी वाचण्याचे प्रयत्न विफल ठरले असले तरी सिंधू कलेचा तो परमोच्च बिंदू मानला जातो. मऊ दगडात अत्यंत काळजीपूर्वक कोरलेल्या मुद्रा सर्वोत्कृष्ट आहेत. दीड इंच लांबी रुंदीच्या अर्धा इंच जाडीच्या आहेत. मागच्या बाजूस गुंडी असल्याने ताईत म्हणून वापरल्या जात असाव्यात. (सिस)

मुधोळ : १६६४ मध्ये शिवाजी महाराजांनी कुडाळच्या लखम सावंतावर मोहीम काढली. मुधोळचा बाजी घोरपडे शहाजीचा क्र. १ चा शत्रू होता. त्याने खवासखानाला साहाय्य दिले. पण शिवाजीने बाजीला एकट्यालाच गाठून कापून काढले. त्याचे सारे संस्थान जप्त केले नाही. पेशवाईतही हे संस्थान अस्तित्वात होते. (मइ)

मुधोळकर घोरपडे : मुधोळकर घोरपडे घराणे प्रथम बहामनी राज्यात व नंतर अदिलशाहीमध्ये सरदार होते. हे घराणे शेवटपर्यंत मुसलमानी राजवटीशी एकनिष्ठ राहिले. १६४८ मध्ये शहाजीला अटक करण्यात बाजी घोरपड्याने महत्त्वाची कामगिरी बजावली. १६६४ साली मुधोळला झालेल्या लढाईत बाजी घोरपडे शिवाजीकडून मारला गेला. (मचको)

मुरार जगदेव : (१६३५ सुमार) – मुरार जगदेव आदिलशाहीत २५ वर्षे मुख्य प्रधान होते. शहाजीराजांना त्यांनी निजामशाही टिकविण्याकरता साह्य केले होते. परंतु नंतर दरबारी राजकारणात त्यांचा बळी गेला. (पेम)

मुसाई सिंग : (१८५७ सुमार) – भदोईच्या संस्थानिकाला राजद्रोहाच्या आरोपाखाली फासावर चढवल्याबद्दल मुसाई सिंग व त्याच्या साथीदारांनी डे. कलेक्टर मूरची हत्या केली. याबद्दल मुसाई सिंगला ५० वर्षे काळ्या पाण्याची सजा ठोठावण्यात आली. त्याच्या नंतरच्या आयुष्याविषयी मात्र माहिती मिळत नाही. (श्वासंस)

मुस्लिम लीग : (स्थापना : ३० डिसे. १९०६) – ब्रिटिशांच्या फुटीरतावादी धोरणाचा परिणाम म्हणून आगाखान यांच्या नेतृत्वाखाली ३० डिसे. १९०६ रोजी मुस्लिम लीगची स्थापना झाली. ही घटना सांप्रदायिकतेच्या प्रवासातील महत्त्वाचा टप्पा मानली जाते. (अचको)

मुहमदनामा : विजापूरच्या मुहमद आदिलशाहा याच्या कारकिर्दीचा इतिहास सांगणारा महत्त्वपूर्ण ग्रंथ. हा फारसी ग्रंथ जुहूर नावाच्या लेखकाने केला. त्याची केवळ नक्कल (१७८३) सध्या उपलब्ध आहे. (मचको)

मुहूर्त : पेशवाईच्या अखेरीस व्रते, अनुष्ठाने, मुहूर्त इ. चे अवडंबर माजले होते. मुहूर्त पाळण्यास पेशवाईत मोठेच महत्त्व होते. प्रत्येक महत्त्वाच्या गोष्टीसाठी मुहूर्त पाहिला जाई. लढाई मोहिमांचाही त्याला अपवाद नसे. जोशी वर्गाचा हा एक प्रमुख उद्योग होता. परशुरामभाऊंना घरी येण्याचा मुहूर्त साधण्यासाठी बावीस घटका प्रतीक्षा करावी लागली, असा उल्लेख साधनांमध्ये आहे. (मइ)

मुहोम्मदशाही होन : विजापूरच्या आदिलशाहाने काढले होते. या होनाचा सोन्याचा कस ७८.७५ टक्के होता. पातशाही होनाची किंमत ३.३/४ मुघली रुपया होती. मुहम्मदशाही होनाची पण तेवढीच असावी, असे ग. ह. खरे म्हणतात. (मसाआइ)

मृगेंद्रकुमार दत्त : (मृत्यू : १९३३) – मिदनापूर येथे मृगेंद्रकुमार दत्त याने आपल्या साथीदारांच्या मदतीने पेडी, डग्लस व बर्ज या मॅजिस्ट्रेटस्ना गोळ्या घालून ठार केले. रक्षकांनी केलेल्या गोळीबारात तो मरण पावला. (स्वासंस)

मेट : डोंगरी किल्ल्याच्या रखवालीसाठी निम्म्या डोंगरावर मोक्याच्या जागी रात्रंदिवस कोळी, भिल्ल

लोकांचा जागता पहारा असे त्याला मेट म्हणत. त्याला निरनिराळी नावेही ठेवीत. प्रमुखाला मेटकरी म्हणत.

मेडत्याची लढाई : (१० सप्टें. १७९०) – मेडत्याच्या लढाईत मराठ्यांनी जोधपूरचा राजा विजयसिंह याचा पराभव केला. या मोहिमेत महादजी शिंदे यांनी मराठा फौजेचे नेतृत्व केले. मराठा – राजपूत संबंधाच्या दृष्टीने मेडत्याची लढाई महत्त्वपूर्ण मानली जाते. (मइ)

मेथी : या खानदेशातील गावात हेमाडपंथी मंदिरांचा समूह आहे. येथील एक मंदिर बालाजीचे आहे. बाकीची मंदिरे जवळ जवळ भग्नावस्थेत आहेत. (खाई)

मेसोपोटेमिया (इराक) : इराकमध्ये आजवर सापडलेल्या मुद्रा हुबेहूब सिंधू मुद्रांच्या प्रतिकृती नसून त्यांवरील चिन्हे आणि प्राणी (उदा. बैल) यांवरून त्या भारतीय वाटतात. मेसोपोटेमियातील लोक सिंधू संस्कृतीतील लोकांचा उल्लेख मेलुहाचे व्यापारी असा करत. (सिसं)

मेस्तक : घराण्याच्या हकिकती, अधिकृत नियम, कायदे संग्रह यांना मध्ययुगात मेस्तक म्हटले जाई. चिटणिसी मेस्तक प्रसिद्ध होती. १८ व्या शतकातील मेस्तकात गडावर कोणकोणत्या गोष्टींचा संग्रह असावा, त्याची यादीच दिलेली आहे (मइ)

मेहुणबारे : खानदेशच्या मराठी कागदपत्रांत परगणे मेहुणबारे याचे कागदपत्र खूपच महत्त्वाचे ठरतात. मेहुणबारे परगण्याच्या ताळेबंदात वेगवेगळ्या पट्ट्यांचे उल्लेख आहेत.

मेहूण : हे गाव खानदेशात असून आता हतनुर धरणाच्या जलाशयात बुडालेले आहे. येथे मुक्ताबाईचे स्मृती मंदिर होते. हेलय वंशाचा एक शिलालेखही येथे सापडला आहे. या भागात एक सूर्यमंदिर असल्याचा उल्लेख या शिलालेखात आहे. (खाइ)

मॅकिंटोश जेम्स : पुणे, पेशव्यांचा दरबार, शनिवारवाडा प्रत्यक्ष पाहून त्याची नोंद ठेवणारे मुंबईचे एक वरिष्ठ अधिकारी. त्याने १८०५ मध्ये पेशव्यांची भेट घेतली. हिंदुस्थानातील एक सुव्यवस्थित शहर असे तो वर्णन करतो. शनिवारवाडा, दरबारी रीतीरिवाजाचे वर्णन तपशीलवार करतो.

मोतीतलाव लढाई : (मार्च १७७१) – मोतीतलावच्या लढाईत मराठ्यांच्या फौजांनी हैदरच्या फौजेचा मोठा पराभव केला. याप्रसंगी झालेल्या तहात हैदरने ५० लाख रु. देण्याचे तसेच मराठी प्रदेशावर आक्रमण न करण्याचे मान्य केले. त्रिंबकराव या मोहिमेच्या वेळी मराठी फौजेचा सेनापती होता. (मइ)

मोपला बंड : (१९२१) – केरळच्या किनाऱ्यावर राहणारे मोपले हे अरबांचे वंशज होत. ऑगस्ट १९२१ मध्ये त्यांनी जमीनदारांच्या शोषणाविरुद्ध उठाव केला. नंबुद्री नायरांकडे या भागातील जमिनीचे अधिकार एकवटल्याने त्यांच्यावर मोपल्यांचा रोख होता. परंतु कालांतराने आंदोलनाने हिंदू–मुस्लिम अशा जातीय संघर्षाचे रूप घेतले. मोपल्यांचा उठाव इतक्या कठोरपणे दडपण्यात आला की, नंतर त्यांनी कुठल्याही राजकीय आंदोलनात भाग घेतला नाही. (सविको)

मोमिन : १८ व्या शतकाच्या मध्यास हैदराबादवरून काही मोमिन कुटुंबे पुण्यात गंजेपेठेत येऊन स्थायिक झाली. अंड्यांचा व्यापार हा मुख्यत: व्यवसाय. या भागास कालांतराने मोमिनपुरा असे नाव पडले. (मइ)

मोरगाव : महाराष्ट्रातील प्रसिद्ध गणेश क्षेत्र. गाणपत्य संप्रदायाचे आद्यपीठ मानले जाते. अष्टविनायकात समावेश. पुण्यापासून ४० मैलावर कऱ्हा नदीकाठी आहे. मोरावर आरूढ गणेश आहे. हे स्थान पुराणकाळापासून प्रसिद्ध आहे. जवळच भुलेश्वर देवालय आहे. गणेश योगींद्र आणि मोरया गोसावी या सिद्ध पुरुषांमुळे या स्थानाचे महत्त्व खूप वाढले. भाद्रपद व माघ महिन्यात जत्रा भरते. (भासंको)

मोहम्मद बरकतुल्ला : (मृत्यू जाने. १९२८) श्यामजी कृष्ण वर्मा यांच्या संपर्कात आल्यावर बरकतुल्ला क्रांतिकार्याकडे वळले. पहिल्या महायुद्धाच्यावेळी स्थापन केलेल्या बर्लिन कमिटीचे ते संस्थापक सदस्य होते. महेंद्रप्रताप यांनी काबुलला स्थापन केलेल्या अस्थायी सरकारचे ते पंतप्रधान होते. (स्वासंस)

मोहेंजोदाडो (मंदिर) : मोहेंजोदाडो शहरातील सामान्य नागरिकांच्या वस्तीत एका भव्य वास्तूचे अवशेष मिळाले असून ती इमारत निवासी नसावी असे स्पष्ट दिसते. सार्वजनिक उपयोगाचीच असावी. कदाचित भव्य मंदिर असावे. मूर्ती मिळत नाही त्यावरून अग्नि मंदिर असावे. दोन्ही बाजूस वर जाणारे जिने होते. (सिसं)

मोहेंजोदाडो : सिंधू संस्कृतीच्या उत्खनन मोहिमांमुळे प्राचीन स्थळे, शेकड्यांनी उजेडात आली. मूळ अर्थ मृतांची टेकडी. याच्या बालेकिल्ल्यात वैशिष्ट्यपूर्ण वस्तू आढळल्या. हौद, धान्यकोठार, बुरूज, सभागृह, पुष्करणी, ओवऱ्या इ. चा त्यात समावेश. मोहेंजोदारो येथे काही कुंभ पुरलेल्या स्थितीत आढळले. ते स्मारक असावेत असे वाटते. (सिसं)

मोहोर : सोन्याच्या नाण्याला मोहोर म्हणत. दिल्ली, सुरती, बऱ्हाणपुरी, औरंगाबादी इ. मोहरा होत्या. त्यांचा दर १२ रुपये १२ आण्यांपासून १४ रुपये १० आणेपर्यंत होता (खाइ)

मौखरी राजवंश : राजांची माहिती त्या त्या राजांच्या नावापुढे पाहावी. (भासंको)

मौखिक इतिहास : इतिहास लेखनाचा हा स्वतंत्र विभाग आहे. पण तो फारसा विश्वसनीय मानला जात नाही. पूरक माहिती मात्र मिळते. कुटुंबातील किंवा एखाद्या विशिष्ट समाजातील ज्येष्ठ, वयोवृद्ध व्यक्तींना एखाद्या ऐतिहासिक प्रसंगाची खूपच माहिती असू शकते, आणि तिची कोठेच नोंद नसते. बऱ्याच वेळा ती व्यक्ती त्याप्रसंगी स्वत: हजरही असते. अर्थातच अशावेळी फार महत्त्वपूर्ण आणि तपशीलवार माहिती मिळू शकते. तथापि ही माहिती स्वीकारताना अतिशयोक्तीचा दोष होऊ शकत असल्याने फार काळजीपूर्वक ही माहिती स्वीकारावी लागते. (इलेशा)

मौजा : राज्यातील सर्वात छोटा विभाग गाव किंवा मौजे म्हणून मध्ययुगात प्रसिद्ध. गाव वसविणाऱ्यास बहुधा पाटीलकी दिली जाई. पाटील, कुलकर्णी मौजाचा कारभार करत. त्यांच्या मदतीस बलुतेदार असत. (मइ)

मॉस्टिन : (इ. स. १७८० नंतर) उत्तर पेशवाईत मॉस्टिनची डायरी प्रसिद्ध झाली आहे. मॉस्टिन हा पुणे दरबारात असलेला इंग्रजांचा वकील होता. पुण्यातील राजकारण, लष्कर याविषयीची माहिती विस्तृत व गुप्तपणे त्यांनी त्याच्या वरिष्ठांना अहवालाच्या स्वरूपात पाठवली. याचाच उपयोग वेलस्लीला दुसऱ्या इंग्रज-मराठा युद्धात योजना आखताना झाला. (मइ)

य

यंग मेन्स असोसिएशन : सचिंद्रनाथ सन्याल यांनी १९०८ मध्ये बनारस येथे क्रांतिकारक संघटना स्थापली. पुढे सन्यालबाबूंचे संबंध ढाक्याच्या अनुशीलन समितीशी आले. अनुशीलन समिती हे पूर्वीचे नाव बदलून त्यांनी आपल्या गटाचे नाव यंग मेन्स असोसिएशन असे ठेवले. (सुविको)

यंदे दामोदर सावळाराम : (इ.स.१८६१-१९४४) महाराष्ट्रीय छापखाना व्यावसायिक आणि प्रकाशक. म.फुलेंच्या विचारांचा ठसा. १८३३ मध्ये बडोद्याहून 'सयाजी विजय' हे पत्र सुरू केले. १८९९ मध्ये मुंबईहून 'इंदुप्रकाश' सुरू केले. दामोदर सावळाराम कंपनी स्थापून आर्यधर्म ग्रंथमाला आणि इतर ग्रंथ प्रकाशित केले. 'वीरमती' ही कादंबरी विशेष गाजली. ब्राह्मण-ब्राह्मणेतर वादात ब्राह्मणेतर पक्षाचे आघाडीचे शिलेदार. (सुविको)

यक्षगान : द. भारतातील एक नृत्यनाट्य. याचा प्रसार प्रामुख्याने कर्नाटक, आंध्र व तमीळनाडूमध्ये आहे. यक्षगानातील नाट्य पौराणिक आख्यानावर आधारित असते. पात्रांचा अधिकार व जातीपरत्वे यांच्या पोशाखात भिन्नता असते. यक्षगानाला आंध्र प्रदेशात 'तिथीनाटकम' तर तमिळनाडूत 'भागवतमेळा' असे म्हणतात. (भासंको)

यज्ञश्री सातकर्णी : (१६६-२०२) गौतमीपुत्र यज्ञश्री म्हणूनही हा प्रसिद्ध. त्याच्या नाण्यावर जहाजाचे चित्र असे. त्यावरून समुद्रावरही त्याची सत्ता असावी. महाराष्ट्र, तेलंगण त्याच्या ताब्यात असावे. सातवाहन वंशातला हा शेवटचा सम्राट. त्याची नाणी नि शीलालेख सर्वदूर सापडलेली आहेत. बौद्ध पंडित नागार्जुन हा त्याचा मित्र होता, असे म्हणतात. त्याच्या नाण्यांवर अश्वचिन्ह आहे; त्याचा अर्थ त्याने अश्वमेध यज्ञ केला असावा. (भासंको)

यथार्थदीपिका : वामनपंडिताने भगवद्‌गीतेवर लिहिलेली टीका. या ओवीबद्ध मराठी ग्रंथातील ओव्यांची संख्या २२,२६२ एवढी आहे. या ग्रंथात वेदान्तातील विविध सिध्दान्ताची सूक्ष्म व शास्त्रीय चिकित्सा केलेली आहे. (भासंको)

यदुनाथ सरकार : (इ.स.१८७७-१९५८) मुघलांच्या इतिहासात आणि संशोधनात रमलेल्या सरकारांना शिवचरित्राने तेवढेच मोहून ठेवले. मुघल साम्राज्याच्या अखेरचा इतिहास नऊ खंडात लिहिला. 'शिवाजी व शिवकाल' हा अप्रतिम ग्रंथ लिहिला. शिवचरित्र लोकप्रिय करण्यात सरकारांचा सिंहाचा वाटा. हाऊस ऑफ शिवाजीच्या ग्रंथाच्या पुढे चार आवृत्त्या निघाल्या. पूना रेसिडेन्सीचे १, ८ व १४ हे खंड सरकारांनी संपादित केले आहेत. (अचको)

यदुमाणिक : (इ.स. १८वे शतक) हा नेवाशाचा गणेशोपासक होता. अजंठ्याजवळ रुद्रेश्वर येथे त्याने उपासना केली होती. (भासंको)

यमद्वीप : जम्बुद्वीपाचा एक भाग. येथे द्युतिमत पर्वत असल्याचा वामन पुराणात उल्लेख आहे. (भासंको)

यमस्मृती : एक स्मृतिग्रंथ. याज्ञवल्क्याने दिलेल्या धर्मशास्त्रकारांच्या यादीत यमाचा उल्लेख आहे. यात प्रायश्चित्त, शास्त्र व शुद्धी यांविषयी श्लोक आहेत. (भासंको)

यमाजी शिवदेव मुतालिक : (इ.स. १७६३ मृत्यू) मराठेशाहीतील एक मुत्सद्दी. प्रतिनिधींकडील कारकून पुढे मुतालिक (दुय्यम) झाला. पेशव्यांना विरोध म्हणून काही काळ तुरुंगवास. निजामाचा दिवाण विठ्ठल सुंदर हा त्याचा व्याही होता. (सुविको)

यमुना : यमनोत्री येथे उगम पावणारी एक पवित्र नदी. उत्तरेतील प्रमुख नदी. पुराणकालापासून प्रसिद्ध. ऋग्वेदातही उल्लेख. भारतीय शिल्पसंभारात गंगेप्रमाणे यमुनेच्याही मानवी रूपातील अनेक मूर्ती आढळतात. यातील एक मूर्ती पाटण्याच्या संग्रहातील आहे. मंदसोर, उदयगिरी इथेही यमुनेच्या मूर्ती मिळाल्या आहेत. (भासंको)

यवतेश्वर : जि. पुणे येथील भुलेश्वर मंदिरात एक स्वयंभू शिवलिंग आहे. यादवकाळ १३वे शतक. मुसलमानी राजवटीत बरीच तोडफोड. श्री ब्रह्मेंद्रस्वामी धावडशीकर ह्यांनी जीर्णोद्धार केला. मंदिरात असंख्य मूर्ती कोरलेल्या आहेत. स्त्री-पुरुष नर्तक, वादक कोरलेले आहेत. रामायण, महाभारत, पुराणांतील प्रसंग. द्रौपदीस्वयंवराची कथा चार भागांत कोरलेली. एकूण अत्युत्कृष्ट शिल्पकला पाहावयास मिळते. (पाहा - भुलेश्वर)

यवन : भारतात आलेल्या ग्रीक लोकांना यवन असे नाव देण्यात आले आहे. अशोकाच्या एका शिलालेखात ग्रीकांचा उल्लेख 'योन' असा आला आहे. (भासंको)

यशवंत महादेव भोसेकर : पाहा देव मामलेदार.

यशवंतगड : सिंधुदुर्ग जिल्ह्यात रेडी गावाजवळ यशवंतगड आहे. आदिलशाहाने टेहळणीचे स्थान म्हणून बांधलेल्या किल्ल्याचे रूपांतर शिवाजीमहाराजांनी मजबुती करून यशवंतगडात केले. १८१९ मध्ये सावंतांकडून इंग्रजांनी किल्ल्याचा ताबा मिळवला. सध्या हा किल्ला भग्नावस्थेत आहे. (जस)

यशवंतराव पवार : (इ.स. १७३६-१७६१) मराठा सरदार. धारच्या आनंदरावाचा पुतण्या. माळव्यात मराठी सत्ता विस्तार, दृढीकरण करणारा वीर. चिमाजी अप्पाबरोबर मोहिमेत आले. पानिपतला धारातीर्थी पडला. (सुविको)

यशवंतराव होळकर : (मृ. इ.स.१८११) पेशवाईच्या अखेरच्या पर्वातील मराठा सरदार. इंदूरचा संस्थानिक. तुकोजी होळकराचा दासीपुत्र. ह्याचा भाऊ विठोजी यास बाजीरावाने हत्तीच्या पायी दिल्याने पुण्याची त्याने धूळधाण केली. इंग्रजांशी शौर्याने लढाई केली पण शेवटी पराभूत. अत्यंत व्यसनांमुळे पुढे वेडा झाला. (सुविको)

यशोवर्मा : (राज्यकाळ सु. इ.स. ५३०-५४०) औलिकर वंशातला महान राजा. मंदसोरच्या परिसरात औलिकर राजांचे शिलालेख सापडले आहेत. तसेच मंदसोरजवळ यशोधर्मा (विष्णुवर्धन) ह्याचे विजयस्तंभ सापडले आहेत. हे दोन्ही स्तंभ मिहिरकुल नामक हूण राजावर मिळविलेल्या विजयाचे द्योतक म्हणून उभारले

होते. 'हूणजेता यशोधर्मा' असे म्हटलेले आहे. हुणांच्या मगरमिठीतून त्याने भारताला मुक्त केले. उज्जयिनी ही त्याची राजधानी. हिमालय ते महेंद्र पर्वत नि ब्रह्मपुत्र ते सिंधुसागर त्याची सत्ता होती. (भासंको)

यशोवर्मा मौखरी : (७२९-५३) मौखरी घराण्यातील कान्यकुब्जचा राजा. यशोवर्मपूर याची राजधानी. काश्मीरच्या राजाने त्याचा पराभव केला. चालुक्याशी सतत लढाया. साहित्यप्रेमी विद्वतजनांचा आश्रयार्थी. भवभूती नि वाक्पती हे प्रख्यात कवी त्याच्या राजसभेत. त्या काळातला यशोवर्मा हा बलाढ्य राजा होता. चीनशी राजनैतिक संबंध. ललितादित्य मुक्तपीड याच्यासह तिबेट जिंकला. बराचसा उत्तर भारत त्याच्या ताब्यात.(भासंको)

यहुदी : ह्यांना बेने इस्राएल, ज्यू अथवा शनिवार तेली असेही म्हणतात. हे लोक पहिल्या शतकात किंवा सहाव्या शतकात भारतात आले असावेत. ८ व्या शतकात मलबारच्या राज्यकर्त्यांनी त्यांना सनद दिली होती. त्यांना मिळालेल्या धार्मिक स्वातंत्र्याचा स्वामी विवेकानंदांनी शिकागोच्या भाषणात उल्लेख केलेला आहे. काही यहुदी कोचीनच्या राजाचे सल्लागार होते. असे म्हणतात की काही यहुदी शिवाजीमहाराजांच्या सैन्यातही होते. मुंबई, ठाणे, रायगड येथे त्यांची इस्रायलच्या स्थापनेपूर्वी बरीच वस्ती होती. मराठी उत्तम बोलतात. (भासंको)

याज्ञवल्क्य : वैदिक ऋषी आणि स्मृतिकार. वैशंपायनाचा शिष्य.' शुक्ल यजुर्वेद' निर्माण केला. शीघ्रकोपी ऋषी. विपुल लेखन. मैत्रेयी ही त्याची पत्नी विदुषी होती. मनुस्मृती खालोखाल या स्मृतीचे महत्त्व आहे. मनूने न दिलेले शरीरशास्त्र आणि औषधी हे विषय ह्या स्मृतीत आलेले आहेत. स्वातंत्र्यापूर्वी भारताच्या सर्व भागांतील ब्रिटिश न्यायालये मिताक्षराटीकेने युक्त असलेल्या याज्ञवल्क्यस्मृतीच्याच आधारे हिंदूंच्या दिवाणी दाव्यात न्यायनिवाडे देत. भारतरतत्न डॉ. पां. वा. काणे ह्यांनी ह्या स्मृतीविषयी चांगले उद्गार काढलेले आहेत.

याज्ञिक इंदुलाल : गुजराथेतील समाजसेवक. सर्व्हंट्स ऑफ सोसायटीचे कार्यकर्ते. व्यवसायाने वकील, पत्रकार. होमरूल चळवळीचे गुजरातमधील प्रचारक. केळवणी मंडळाच्या माध्यमातून समाजसेवा. प्रजामित्रचे, हिंदुस्थानचे संपादक. काही काळ चित्रपट व्यवसायात. भिल्लांची सुधारणा व्हावी म्हणून प्रयत्न. (सुविको)

यादगिरी : आंध्र प्रदेशातील पवित्र स्थान. या ठिकाणी नृसिंहरूपातील विष्णूचे मंदिर आहे. (भासंको)

यादव वंश : सोमवंशातील ययाती राजाचा पुत्र यदू यांच्या वंशजांना यादव म्हणतात. याशिवाय इ.स. १०००-१३०० या काळात देवगिरी येथे यादव राजवंश राज्य करत होता. यादव राजवंशाचा संस्थापक सिंघण मानला जातो. १३१७ मध्ये खिलजी सुलतानांनी देवगिरीच्या सत्तेचा शेवट केला.वास्तविक, हे मोठे वैभवशाली साम्राज्य होते. महाराष्ट्र संस्कृतीचा खूप विकास झाला. संस्कृत, मराठी ह्यांना उदार आश्रय. मुकुंदराज, चक्रधर, ज्ञानेश्वर आदी मराठी साहित्याचे आद्यपुरुष याच काळात झाले. (भासंको)

यादवाड : येथील मराठेकालीन शिल्पे ही फार दुर्मीळ समजली जातात. धारवाडपासून १० किमीवर यादवाड या गावी शिल्प सापडले आहे. वेलवडीच्या या शूर देशमुखीण बाईने मराठ्यांना कडवा विरोध केला, पण नंतर शरण. शिवछत्रपती आणि बेलवडीची मल्लव्वा यांच्या भेटीचे ते शिल्प आहे. ३ X२ ।। फूट या शिळा असून तीन कप्पे आहेत. सर्वांत खाली या दोघांच्या भेटीचे दृश्य आहे. ही भेट इ.स. १६७७-७८ च्या सुमारास झाली. (मइ)

यानान : आंध्र गोदावरी जिल्ह्यातील एक फ्रेंच वसाहत. पाँडेचेरीचा गव्हर्नर येथील कारभार पाहत असे. (सुविको)

युगांतर : महाराष्ट्राप्रमाणेच बंगालमध्ये जहाल सशस्त्र हालचाली इंग्रजांविरुद्ध मोठ्या प्रमाणात सुरू होत्या. विशेषत: वंगभंग चळवळीच्या दडपशाहीमुळे संघटनाही गुप्तपणे काम करू लागल्या. युगांतर संघटनेने तरुणांनी सैन्यात जावे असा आदेश दिला. बंगालमधील अत्यंत सुसंघटित जहाल गट हा होता. बॉम्बनर्मिती, शास्त्रप्रशिक्षण ही संघटना देत असे. इंग्रजांनी या संघटनेची पाळेमुळे खणून काढण्याचा प्रयत्न केला. (ससू)

युनियनिस्ट पार्टी : पाहा इंडियन युनियनिस्ट पार्टी.

युवकसंघ : नेहरूंच्या स्वप्नातील भारत उभारण्यासाठी युवक संघ उभारण्यात आले. महाराष्ट्रात युसुफ मेहेरअली, पु. य. देशपांडे, ह. वि. कामत, अच्युतराव पटवर्धन, काकासाहेब गाडगीळ, एस. एस. जोशी, ना. ग. गोरे, र. के. खाडिलकर, मामासाहेब देवगिरीकर यांच्या नेतृत्वाखाली महाराष्ट्रात ठिकठिकाणी युवक संघ स्थापण्यात आले. (मपइ)

युवराजदेव : (इ.स. ९१५-९४५) हा कलचुरींचा राजा होता. याने राष्ट्रकूट तिसऱ्या अमोघवर्षाला गादीवर बसण्यास मदत केली होती. (भासंको)

युवानताई : एक कोरियन कायदे पंडित आणि प्रवासी. त्याचे संस्कृत नाव सर्वज्ञानदेव होते. ६५० च्या सुमारास तो नेपाळमधून भारतात आला. येथून मग चीनमध्ये परत गेला. (सुविको)

युवाबलुई : चिनी कायदे पंडित. काश्मीरच्या राजाच्या पदरी. राजाने फाशी दिलेल्या हजार लोकांचे प्राण त्याने राजाला उपदेश करून वाचविले. शेवटी नेपाळात त्याचा मृत्यू. (सुविको)

युसफ आदिलशहा : (इ.स.१४३५-१५१०) विजापूरच्या आदिलशाहीचा संस्थापक. बिदरच्या मुहमद गवानला एका व्यापाऱ्याने त्याला विकले. कर्तृत्वाने गुलामीतून मुक्त. शियापंथीय. (सुविको)

येरवड्याची लढाई : १६ नोव्हेंबर १८१७ रोजी पुण्याजवळील येरवडा येथे झालेल्या लढाईत मराठ्यांचा इंग्रजांनी पराभव केला. गोखले, विंचूरकर, पटवर्धन सरदार होते पण एकटे बापू गोखलेच पुढे चालून गेले. या पराभवानंतर इंग्रजांनी पुण्याचा ताबा घेतला. (मइ)

येवले : नाशिक जिल्ह्यातील कापड, भांडी, बाजारपेठ. पेशवाईत ते विंचूकरांकडे होते. (सुविको)

येसाजी : (इ.स.१८३० चा सुमार) उमाजी नाइकाच्या उठावातील त्यांच्या सहकाऱ्यांपैकी एक येसाजी. येसाजी याच्यासाठी सरकारने ५ हजार रुपयांचे इनाम घोषित केले होते. (मपइ)

येसाजी कंक : मृत्यू १६८९ नंतर.शिवाजीमहाराजांच्या विश्वासू मित्रांपैकी एक. पायदळाचा पहिला सरनौबत. प्रारंभापासूनचा सहकारी. सर्व स्वाऱ्यात शिवाजीमहाराजांसोबत राहिला. कर्नाटकाच्या मोहिमेतही त्याची मोलाची मदत. संभाजी, राजाराम काळातही तशीच निष्ठापूर्वक सेवा केली. (सुविको)

येसूबाई भोसले (इ. स.१६५७-१७२०) : छ. संभाजीमहाराजांची अत्यंत कर्तृत्ववान पत्नी. वीर माता. शिर्के यांच्या घराण्यातील. संभाजीमहाराजांच्या वधानंतरच्या काळात धीरोदात्तपणे अवघड निर्णय घेतले. राजामहाराज वाचावेत म्हणून स्वत:हून शाहूंसमवेत सुमारे ३० वर्षे औरंगजेबाची कैद पत्करली. मराठे सरदारांना सतत स्फूर्ती दिली. बाळाजी विश्वनाथ दिल्लीस गेले असता त्यांची सुटका झाली (१७१९).

र

रँग्लर : केंब्रिज विद्यापीठात मॅथेमॅटिकल ट्रायपासच्या दुसऱ्या भागात पहिला वर्ग मिळवल्यास ही पदवी मिळते. सिनियर रँग्लर, सेकंड रँग्लर असा फरक गुणानुक्रमे होई. आता ते बंद केले आहे. र. पु. परांजपे. (१८९९) रँ. महाजनी १९९४ (मृ.) रँग्लर केरकर आदी महाराष्ट्रातील महान गणिती होत. (सुविको)

रंगनाथ : कन्नड कवी. रंगावधूत वा श्रीरंग या नावानेही प्रसिद्ध. श्रीशैल्य मल्लिकार्जुन देवालयापाशी त्याने आपली ग्रंथरचना केली. 'ज्ञानसिंधू' ग्रंथाचा कर्ता. 'अनुभवामृत' ग्रंथामुळे विशेष लोकप्रिय. १६७५ च्या सुमारास होऊन गेला. (सुविको)

रंगनाथस्वामी निगडीकर : (इ.स.१६१२- १६८४) श्री रामदासपंचायतनांतील एक संत कवी. आडनाव खडके. याने भगवद्गीता, योगवासिष्ठ, सुदामचरित्र इ. कविताबद्ध ग्रंथ व शेकडो पदे केली आहेत. याने केलेला 'गजेंद्रमोक्ष' महिलांच्या नेहमी पठणात असतो. (सुविको)

रंगपूर : पूर्व बंगाल, आताच्या बांगला देशातील जिल्हा. भाषा रंगपुरी. (राजबन्सी) प्राचीन कामरूप देशाचे मुख्य ठिकाण. १४९८ मध्ये अल्लाउद्दीनने नीलांबर राजाला जिंक्ले. १५८४ मध्ये मुघल साम्राज्यात विलीन. १७६५ मध्ये ई. इं कंपनीच्या ताब्यात आले. सौराष्ट्रात रंगपूरच्या उत्खननात सिंधुसंस्कृतीचा पुरावा मिळाला. येथे हडप्पासारखी खापरे, विटांची घरे, दागदागिने आढळून आले. उत्कृष्ट प्रकारचे तांबड्या झिलाइचे चषक नवीन सांस्कृतिक संपर्क दर्शवितात. (सुविको) (भासंको)

रंगम्मा नाईक : १८५७ चे हुतात्मा. शोरापूरचे(बेरड) व्यंकटप्पा नायकांची ज्येष्ठ पत्नी. राजवाड्यातून जप्त केलेले दागदागिने, कापडचोपड परत करावे, अशी मागणी त्यांनी केली पण केवळ दोन साड्या तिला देण्यात आल्या. (१८५७ स्वायुपेदहिं)

रंगून : ब्रह्मदेश. मुख्य बंदर व राजधानी. व्यापारी केंद्र. ६ व्या शतकापासूनचा इतिहास उपलब्ध. दिल्लीचा बहादूर जफरशहा १८५७ नंतर येथे स्थानबद्ध व मृत्यू पावला. १४५३ मध्ये हे ब्रह्मी लोकांकडे आले. १७९० मध्ये पेगूच्या लोकांनी ते जिंकले. १८५२ मध्ये ते ब्रिटिशांकडे आले. १९४२ साली जपानने ते जिंकले पण १९४५ साली जपान शरण आल्यावर ते परत मिळाले. (सुविको)

रंगो बापूजी : मराठ्यांच्या इतिहासातील शेवटचा मुत्सद्दी. आडनाव गुप्ते. (देशपांडे-रोहिडखोरेकर) शिवकालापासून या घराण्याची स्वराज्यसेवा. सातारचे छत्रपती प्रतापसिंहांच्या पदरी हे होते. इंग्रजांनी प्रतापसिंहांना बंडखोर ठरवले. तेव्हा त्यांची बाजू इंग्लंडच्या संसदेत आणि राणीपुढे मांडण्यास इंग्लंडला जाऊन १५ वर्षे सतत

प्रयत्न. ही सर्व हकिकत २२५ पानांत मोडीत लिहून तेथेच प्रसिद्ध केली. प्रतापसिहांचे आत्मचरित्रही त्यात आले आहे. अपयश घेऊनच त्याला यावे लागले. १८५७ च्या बंडात सहभाग . हा परागंदा झाला पण त्याच्या मुलास सीताराम ह्यास इंग्रजांनी फाशी दिले. यांचे चरित्र प्रबोधनकार ठाकरे यांनी लिहिले आहे. उठावाची प्रचंड योजना त्यांनी आखली. सातारा आदी भागात उठाव झाले. रंगो बापूजींच्या मुलांचा/नातेवाइकांचाही सहभाग. इंग्रजांनी रंगो बापूजींना पकडले आणि पण ते निसटले आणि पुन्हा कधीही सापडले नाहीत. (सुविको)

रघुजी भोसले (पहिला) : (मृ. १७५५) नागपूरकर भोसल्यांच्या घराण्यातील कर्तृत्ववान पुरुष. अत्यंत मानी स्वतंत्र बाण्याचा, मनाने अत्यंत दिलदार. दारूच्या आहारी. शाहूराजे महाराष्ट्रात आल्यावर त्यांना सामील झाला. शाहूमहाराजांच्या खास मर्जीतला. 'सेनासाहेबसुभा' हा किताब. बंगालकडे मराठी राज्यविस्ताराचे विशेष हक्क मान्य. (१७३८) पेशव्यांशी सदैव फटकून वागत. भोसल्यांची स्वतंत्र सत्ताच मानली जाई. महापराक्रमी कोल्हटकर बंधू यांच्याच पदरी होते. बंगाली लोकात त्याच्या नावाची दहशत होती. रघुजी अत्यंत धार्मिक, प्रजेच्या कल्याणासाठी झटणारा. विद्वानांचा आश्रयदाता. (सुविको)

रघुजी भोसले (दुसरा) **:** (इ.स. १७५७-१८१६) १७७३ मध्ये भोसल्यांच्या गादीचा वाद मिटून याला सरदारी मिळाली. नाना फडणिसाच्या खास मर्जीतील. वॉरन हेस्टिंग्जने त्याला वश करून घेतल्याने इंग्रजविरोधी आघाडीचा बोजवारा झाला. २८ लक्ष लाच घेऊन भोसल्यांनी अंग काढून घेतले आणि इंग्रजी सत्तेला जीवदान मिळाले. हरिपंतास लष्करी मदत केली. याने खर्ड्याच्या लढाईत पराक्रम. गाविलगड येथे इंग्रजांशी लढाई (१८०३) होऊन पराभूत. केवळ छत्तीसगड भोसल्यांपाशी राहिला. भोसले कर्जबाजारी झाले. त्यांच्या राज्यास उतरती कळा लागली. (सुविको)

रघुनाथ : तंजावरकडील एक मराठी कवी. हा व्यंकोजीची राणी दीपांबिका हिच्या पदरी होता. (सुविको)

रघुनाथ नायक : (१७ वे शतक, पूर्वार्ध) दक्षिण हिंदुस्थानातील एक तेलुगू. संस्कृत ग्रंथकार. हा महाभारतसंग्रह, तेलंगी ग्रंथाचा कर्ता होय. तंजावरच्या अच्युत नायकाचा हा पुत्र रामभक्त असून याने विजयरावपुरम् व कुंभकोणम् येथील सुप्रसिद्ध राममंदिरे बांधली. (सुविको)

रघुनाथ नारायण हणमंते : (मृ.- १६८३) शहाजीराजे व शिवाजीमहाराज यांच्या पदरी असलेला एक स्वामिनिष्ठ मुत्सद्दी. यास शहाजीमहाराजांनी आपल्या कर्नाटकातील जहागिरीवर कारभारी नेमले (१६५३). या पदावर हा शेवटपर्यंत होता. शिवाजीमहाराजांच्या प्रोत्साहनानेच याने राजव्यवहारकोश धुंडिराज व्यास यांजकडून लिहवून घेतला. शिवाजीमहाराजांच्या अष्टप्रधान मंडळात पंडितराव या पदावर होता. शिवाजीमहाराजांनी दक्षिण दिग्विजय त्याच्याच मदतीने यशस्वी केला. संभाजीमहाराजांच्या काळातही कर्नाटक सुभा संभाळला. संभाजीमहाराजांची त्याने एकदा चांगलीच कानउघाडणी केली आणि जुन्या मुत्सद्यांची कैदेतून मुक्तता करवली. (सुविको)

रघुनाथ पंडित : एक मराठी कवी. याचे नल-दमयंती आख्यान सुप्रसिद्ध आहे. तंजावर-राजव्यवहारकोशाचा कर्ता रघुनाथपंत हणमंते आणि हा रघुनाथ पंडित एकच की काय, याविषयी विद्वानांत मतभेद आहेत. (सुविको)

रघुनाथ बल्लाळ कोरडे : (मृत्यू१६७४) शिवाजीमहाराजांचा एक सरदार. शहाजीराजांनी शिवाजीराजांना स्वराज्यसंस्थापनेच्या कामी ज्या योग्य व विश्वासू माणसाची निवड करून दिली, त्यांपैकी हा एक होता. यास

मराठ्यांचा वकील म्हणून मोगलांकडे पाठवण्यात आले होते.(१६५७). शिवाजीमहाराजंबरोबर हा आग्रास कैदेत होता. शिवाजीमहाराज आग्राहून निसटले त्या योजनेत ह्यांचा मोठा वाटा होता. दुर्दैवाने ते आणि त्र्यंबक सोनदेव डबीर दोघेही सापडले. त्यांचे फार हाल करण्यात आले पण महाराजांनी त्यांना सोडवून आणले. (राशि)

रघुनाथ बाजीराव पेशवे : (१७३४- १७८३) हा बाजीराव (पहिला) याचा तिसरा मुलगा. राघोबादादा या नावाने प्रसिद्ध. हलक्या कानाचा धरसोडवृत्तीचा शूर पण त्याच्या शौर्याचा मराठी राज्यास उपयोग नाही. राघोबाने दोन वेळा उत्तर हिंदुस्थानात पंजाबपावेतो दिल्ली अखेरपर्यंत स्वाऱ्या करून नाव मिळविले होते. सवाई माधवराव पेशवा झाल्यावर राघोबाने इंग्रजांची कास धरली. राघोबाची बाजू होऊन इंग्रजांनी मराठ्यांशी युद्ध केले, पण ते हरले. तेव्हा राघोबाला बारभाईंच्या स्वाधीन करावे लागले. याप्रमाणे राघोबाची फजिती होऊन त्याचा कोपरगावी मृत्यू झाला.(सुविको)

रघुनाथ यादव चित्रगुप्त : (इ.स.१७०८-७०) कोल्हापूरच्या छत्रपती संभाजीमहाराजांचा ४० वर्षे चिटणीस.छ. संभाजीच्या कारकिर्दीत बळी पडलेला बाळाजी चिटणीस हा त्याचा चुलत आजा. सातारच्या राज्यात बंडाळी करणाऱ्या यशवंतराव शिंद्यांकडे काही काळ होता. तेथेच त्याने शिवकालीन बखर लिहिली. सभासद बखरीचाच भाग त्यात आला आहे. कथानक रंगवून उत्कृष्ट भाषाशैलीत मांडणे हे त्याचे कसब अप्रतिम होते. (सुविको)

रघुनाथ शिरोमणी : (इ.स.१४७७-१५४७) सुप्रसिद्ध टीकाकार. व्याकरणात विशेष पारंगत. 'तत्त्वचिंतामणी' या टीकेचा कर्ता. इतरही विपुल ग्रंथ लेखन. मिथिलेस जाऊन वादात सहभाग. (सुविको)

रघुनाथशास्त्री पर्वते : (१९ वे शतक प्रारंभ) इंग्रजी राजवटीच्या प्रारंभकालातील एक अत्यंत धर्मनिष्ठ विद्वान ब्राह्मण. पुण्यातील धार्मिक वादात भाग घेत असे. ब्राह्मण पोटजातीत विवाह झाले पाहिजेत म्हणून आग्रही. अनेक विवाह घडवून आणले. 'शंकरपादभूषण', 'गदाधरपंचवाद' या त्याच्या टीका प्रसिद्ध. 'न्यायरत्न' हा ग्रंथही त्याचे नावे आहे. (सुविको)

रजपूत चित्रशैली : शहाजनच्या दरबारातून परगंदा झालेले काही चित्रकार राजपूत राजांच्या आश्रयाला गेले. तिथे त्यांनी ज्या नवीन पद्धतीची चित्रे काढली, तिला राजस्थानी किंवा राजपूत चित्रशैली हे नाव मिळाले. या चित्रकारांनी धार्मिक ग्रंथ व संतसाहित्य यातील लोकप्रिय प्रसंगांवरील चित्रे काढली. लोकजीवनातील प्रसंगही चित्रित केले. राजपूत कलावंत निसर्गपूजक असून निसर्गातील चेतना व प्रफुल्लता रेखांकित करण्यातले त्यांचे कौशल्य अपूर्व आहे. त्यासाठी त्यांनी प्रतीकांचे माध्यम वापरले आहे, ते मनोरम वाटते. ही चित्रे लोकाभिमुख आहेत. राजपूत चित्रकलेत काल्पनिक सृष्टीचे चित्रण केलेले नसून सृष्टीलाच लाक्षणिक रूप दिलेले आहे आणि प्रणयाला प्राधान्य दिले आहे. (भासंको)

रझाकार : भारत स्वतंत्र झाला तथापि हैदराबाद संस्थान भारतात आलेले नव्हते. स्वामी रामानंद, गोविंदभाई श्रॉफ, रामलिंग स्वामी यांनी निजामी राजवटीत संघर्ष जारी ठेवला. कोरफिल्ड याच्या मते, निजामी राज्य स्वतंत्रच ठेवावे, असे ठरल्यावर संघर्ष उग्र झाला. निजामी सैन्यास रझाकार म्हणत. त्यांचे जुलूम वाढले. रझाकारांच्या दशहतवादी कारवाया वाढल्या. सरदार पटेलांनी भारतीय सेना घुसवून रझाकारी अन्याय. जुलूम कायमचा नष्ट केला (१९४९). (मपइ)

रझिया बेगम : (१२३६-१३३९) दिल्लीच्या सिंहासनावर बसलेली शम्सुद्दीन अल्तमशची कर्तृत्ववान

मुलगी. अफाट लोकप्रियता लाभली. जलालुद्दिन याकूब यास सेनापती केले. पण त्यांचे प्रेमसंबंध असावेत म्हणून एका सरदाराने तिचा खून केला. ज्येष्ठ राजकारणी स्त्री.पुरुषी वेषात वावरत असे. (सुविको)

रट्टघराणे : (इ.स.९८०-१२२८) दक्षिण महाराष्ट्रातील एक राजघराणे. सौंदत्ती (बेळगाव) येथे राजधानी होती. सुमारे ३५० वर्षे राज्य केले. पृथ्वीराम हा संस्थापक असून तो जैनधर्मीय होता. (सुविको)

रतनसिंग (हुतात्मा) : (१५ जुलै १९३२,सरकी) बब्बर अकाली दल या क्रांतिकारक संघटनेचा लढवया, तरुण क्रांतिकारक. भटिंडा येथे क्रांतिकारकांना नेत असताना पोलिसांवर हल्ला करून हत्यारांसह फरारी. त्याला पकडण्यासाठी पोलिसांनी सापळा लावला. पळण्याची संधी मिळूनही त्याने पोलिसांशी चकमक सुरू केली. तीन तासांच्या या चकमकीत तो गोळीबारात ठार झाला.(स्वासंस)

रत्तू नानकचंद : हे भारतरत्न डॉ. बाबासाहेब आंबेडकर ह्यांचे सहकारी आणि लेखनिक. त्यांचे २००२ मध्ये निधन झाले. (मदि)

रत्नसिंह गुहलोत : १४व्या शतकातील चितोडचा राजा. समरसिंहाचा मुलगा. रूपमती म्हणून प्रसिद्ध सौंदर्यवती पद्मिनी याची पत्नी. (काही ठिकाणी ती भीमसिंहाची पत्नी म्हटले आहे.) अल्लाउद्दीन खिलजीने चितोडवर स्वारी करून चितोड जिंकला. त्याचे नाव खिजराबाद ठेवले. पद्मिनीने मैत्रिणींसह जोहार केला. (सुविको)

रत्नाकर स्वामी : एक मराठी संत कवी. आडनाव सदावर्ते. अनेक पदे, अभंगांचा कर्ता, दीपरत्नाकरचा कर्ता. गुजराथी, ब्रज भाषेतही रचना. (सुविको)

रत्नाकरपंत राजाज्ञा : (१७८३-१८१२) कोल्हापूरकरांचा एक मुत्सद्दी. राजाज्ञा हे पदही त्यास मिळाले. तिसऱ्या शिवाजीमहाराजांच्या काळात उदयास आला. सरवळे आडनाव. निरिच्छ आणि स्वामिनिष्ठेबाबत प्रसिद्ध. कोल्हापूरची गादी प्रत्येक संकटातून यानेच वाचविली. (सुविको)

रत्नागिरी : कोकण भागातील इतिहासप्रसिद्ध जिल्हा. आसपास अनेक बंदरे. व्यापारी केंद्र. प्राचीन बौद्ध अवशेष आढळतात. चालुक्य-शिलाहारादी राजवंश. बरेच किल्ले बाराव्या शतकातील आहेत. रत्नागिरीस छोटा किल्ला आहे. १६७० मध्ये शिवाजीमहाराजांनी तो ताब्यात आणला. सामाजिक, राजकीय क्षेत्रात उदंड काम करणाऱ्या बहुतेक सर्व विभूती याच जिल्ह्यातील. ब्रह्मदेशाचा राजा थिबा ह्याला येथे स्थानबद्ध केले होते. तसेच स्वातंत्र्यवीर सावरकरांनाही रत्नागिरी जिल्हा सोडून जावयाचे नाही असे बंधन होते. भेदाभेद संपवणारे पतितपावन मंदिर आदी ठिकाणे प्रेक्षणीय. महाराष्ट्रातील अनेक पुढारी कलावंत हे याच जिल्ह्यातील. (सुविको)

रत्नागिरीतील उठाव : ऑगस्ट १८५७ मध्ये ब्रिटिश फौजेचा २७ व्या नेटिव्ह पायदळ पलटणीतील सुमारे २०० शिपायांचा जथा हा रत्नागिरी येथे ठेवण्यात आला होता. पलटणीचा मुख्य भाग हा कोल्हापूर येथेच होता. या पलटणीने केलेला उठावाचा यत्न जुलै ऑगस्ट १८५७ मध्ये अयशस्वी झाल्यानंतरही बंडखोरीच्या घटना अधूनमधून घडतच होत्या. (१८५७ चे स्वायुपेदहिं)

रत्नापूरचे कलचुरी : (१०व्या शतकाच्या अखेरीस) त्रिपुरीच्या द्वितीय कोकल्लदेवाच्या कलिंगराज नामक पुत्राने दक्षिण कोसल (छत्तीसगढ) जिंकून तेथे आपले राज्य स्थापिले. या शाखेत रत्नदेव,जाजल्लदेव, पृथ्वीदेव या नावाचे राजे झाले. त्यांनी पूर्वीच्या गंग व पाल राजांशी लढून अनेक विजय मिळविले. या वंशाची एक शाखा रायपूर येथे स्थापन झाली. (१४व्या शतकाच्या अखेरीस). छत्तीसगढातील कलचुरींचे राज्य नागपूरच्या

भोसल्यांनी अठराव्या शतकाच्या मध्याच्या सुमारास तो प्रदेश जिंकेपर्यंत टिकवून ठेवले. कलचुरींनीही अनेक देवालये व मठ बांधले. (मविको)

रथ : एक प्राचीन वाहन. दायमाबाद जि. नगर येथे उत्खननात सापडलेला ब्रांझचा रथ महत्त्वाचा आहे. अत्यंत सुबक स्थितीत आहे. पुरुषाची चेहरेपट्टी कालीबंगन येथे सापडलेल्या माणसारखीच आहे. रथाचे बैल सुंदर आहेत.(सिंसं)

रबाब : एक मुसलमानी वाद्य. कासवाच्या आकाराचे कातडे मढविलेले. मुख्य चार तारा. गजाने वाजवितात. पडदे नसल्याने सारंगीपेक्षा मधुर. (सुविको)

रमाबाई पंडिता : (इ.स.१८५९-१९२२) कर्नाटकातील गंगामूळ येथे जन्म (१८५८). हंटर कमिशनपुढे साक्ष देताना त्यांनी मुलींच्या शाळेत केवळ स्त्री शिक्षिकाच नव्हे तर इन्स्पेक्टर सुद्धा स्त्री असण्याचीआवश्यकता प्रतिपादिली. अमेरिकेतील बोस्टन शहरातून रमाबाई असोसिएशन च्या माध्यमातून भारतात येणारी वार्षिक ५ हजार डॉलर मदत घेऊन येथे विधवाश्रम, शारदासदन सुरू करण्यात आले. अंधांसाठी पहिली शाळा, विधवांसाठी शारदासदन सुरू केले. (मपइ)

रमाबाई रानडे : (इ.स.१८६२-१९२४) न्यायमूर्ती रानडे यांच्या पत्नी. रमाबाईंचा जन्म सातारा येथील देवराष्ट्र गावी कुर्लेकर या ऐतिहासिक वारसा असणाऱ्या घराण्यात झाला. त्यांनी 'हिंदू लेडीज सोशल क्लब' स्थापन केला. सेवासदन संस्थेच्या माध्यमातून त्यांनी स्त्री-जीवनविकासासाठी ग्रंथालय, वाचनालय, मोफत दवाखाना, कशिदावर्ग, शिवणकाम वर्ग चालविले. (मपइ)

रमावल्लभदास : (ज. १५१०) एक मराठी कवी. पूर्वीचे नाव तुकोपंत. त्यांची गीता आणि शंकराचार्यांच्या वाङ्मयावरील टीका प्रसिद्ध. चंदावर कारवार येथे मठ. कृष्णभक्ती परंपरा. (सुविको)

रयत शिक्षण संस्था : (४/९/१९१९) कर्मवीर डॉ. भाऊराव पाटील यांनी आपल्या कार्याचा व्यापक विस्तार करण्यासाठी कराडमधील काले येथे रयत शिक्षण संस्थेची स्थापना केली. मागासलेल्या वर्गात शिक्षणाचा प्रसार करण्याच्या हेतूने या संस्थेची स्थापना करण्यात आली. आजमितीस या संस्थेचे जाळे महाराष्ट्रभर पसरलेले आहे. या संस्थेतून लक्षावधी विद्यार्थी शिकले. त्यातील अनेकांनी मोठे स्थान प्राप्त केले. बहुजनसमाजाची ज्ञानजिज्ञासा पूर्ण करणारी एक सर्वश्रेष्ठ संस्था होय. संस्थेच्या शेकडो प्रशाला, अनेक महाविद्यालये आणि अन्य शैक्षणिक उपक्रम आहेत. सातारा हे केंद्रकार्यालय. तिथे कर्मवीर डॉ. अण्णांची समाधी आहे. (मपइ)

रसायन शास्त्र : यालाच किमयाशास्त्रही म्हणत. वैद्यकशास्त्राची एक औषधशाखा म्हणून विकास. रासायनिक किमयेचे भारतीयांचे ज्ञान वेदांइतके प्राचीन. बौद्ध वर्चस्वामुळे त्यात भर पडली. इ.स. १००० पासून या शास्त्रावर ग्रंथनिर्मिती. प्रयोगसिद्ध संशोधनपद्धती विकसित झाली. मध्ययुगापर्यंत पाश्चात्यांपेक्षा भारतीय आघाडीवर होते. (सुविको)

रसाळगड : रत्नागिरी जिल्हा. सुमारगड, महिपतगड याच्याच डोंगरावर. काही अस्पष्ट शिलालेख. (सुविको)

रहमत अली : (देहान्त शिक्षा-२३ मार्च १९१५, सिंगापूर)हुतात्मा. गदर चा उठाव दडपण्यासाठी इंग्रजाच्या प्रयत्नाना आव्हान देणारा वीर. मलय स्टेट गार्डन मध्ये होता. हिंदी सैनिकांना क्रांतिकारकांच्या बाजूने लढण्यासाठी तो प्रवृत्त करीत होता. इंग्रजांनी अत्यंत क्रूरपणे त्याची हत्या केली. (स्वासंस)

रहमान, शेख मजीबूर (१९२०- १९७५) : बांगला देशाचे संस्थापक. पंतप्रधान, राष्ट्राध्यक्ष, स्वातंत्र्य चळवळीतील अग्रगण्य नेते. पूर्व पाकला स्वायत्त दर्जा असावा म्हणून अवामी लीगची स्थापना. लक्षावधी हिंदू मुसलमान भारताच्या आश्रयास. भारताने मुक्तिसेना निर्माण करून १९७१ रोजी क्रांती घडवून आणली. १५ऑगस्ट १९७५ रोजी त्यांच्या कुटुंबासह त्याची हत्या झाली. (मविको)

रहिम, सर अब्दुर : (ज. १८६७)एक हिंदी मुस्लिम पुढारी. कोलकता, मद्रास येथे न्यायाधीश. १९२०-२५ बंगाल सरकारचे मंत्री. केंद्रीय कायदेमंडळात प्रवेश. मुसलमानी न्यायशास्त्राची तत्त्वे ग्रंथाचे कर्ते. (सुविको)

रहिमतपूर : सातारा जिल्हा. व्यापारी केंद्र. रणदुल्लाखानाचा घुमट. (सुविको)

रांची : बिहारमधील एक जिल्हा. खनिजाबाबत प्रसिद्ध. मराठ्यांनी यावर अनेकदा स्वाऱ्या केल्या. १७६५ मध्ये इंग्रजांकडे हा भाग आला. (सुविको)

रांजणगाव : महाराष्ट्रातील अष्टविनायकापैकी एक. पुण्याजवळ सुमारे ५० किमीच्या अंतरावर पूर्वाभिमुखी मंदिर. थो. माधवराव पेशवे आणि नंतरच्या काळात सरदार किबे यांनी बांधकाम केले. त्याला महागणपती म्हणतात. (भासंको)

राका कुंभार : महाराष्ट्रातील संत. जातीचा कुंभार. १६ व्या शतकाच्या प्रारंभी होऊन गेला. भक्ति-विजयात याचे चरित्र आहे. (सुविको)

राघव चैतन्य : चैतन्य परंपरेतील १६ व्या शतकातील संतकवी. मूळ नाव रंगनाथ. गिरनार पर्वताच्या पायथ्याशी वास्तव्य. अंकधार (जुन्नर) जवळ कडकडीत तपश्चर्या केली. त्यांनी एकूण नऊ ग्रंथ निर्माण केले. गुलबर्ग्याजवळ आळंद गुंजोटी येथे समाधी. जगद्गुरू श्री तुकाराम महाराजांचे हे परात्पर गुरू होत. (सुविको)

राघवगड : राघू किंवा राघोगड म्हणून प्रसिद्ध. हिंदुस्थानातील माळव्यातील छोटे संस्थान.१६७७ लालसिंग खीचीने बांधला. महादजी शिंदे आणि त्याचे वारंवार खटके उडत. (सुविको)

राघवेंद्राचार्य गजेंद्रगडकर : पेशवाईतील प्रसिद्ध टीकाकार. त्याचे वंशज साताऱ्यास आहेत. (सुविको)

राघू भांगरे : १८४४ मध्ये झालेल्या ब्रिटिशविरोधी उठावाचे नेतृत्व ज्या दोघा भावांनी केले ते म्हणजे राघू भांगरे व बापू भांगरे. यांच्या अनुयायात सर्व जातीचे लोक होते. २ जानेवारी १८४८ रोजी राघू भांगरे पकडला गेला. (१८५७ चे स्वायुपेदहिं)

राघो बल्लाळ अत्रे : शिवाजीमहाराजांचा विश्वासू, पराक्रमी सरदार, मुत्सद्दी सुभेदार. चंद्रराव मोरे प्रकरणात जावळी सर करण्यात मोठाच वाटा. सिद्दींबरोबरच्या लढायात शौर्य. आपल्या मुसलमान कंपूचा शिवाजीमहाराजांनी त्याला सरदार केले होते असे म्हणतात. (सुविको)

राजकीय इतिहास : इतिहासातील लोकप्रिय प्रकार. राजकीय घडामोडी केंद्रबिंदू मानून इतिहास लिहिला जात होता. राजकारणाविषयी माणसाला एक वेगळीच आवड. आधुनिक काळात राष्ट्रवाद या संकल्पनेचा उदय झाला. त्यामुळे राजकीय इतिहासास बरीच चालना मिळाली. राजकीय इतिहास अधिकृत कागदपत्रांवर आधारित असतो.

राजकोट : सौराष्ट्र(काहेवाडातील) प्रमुख संस्थान. जाडेजा रजपुतांची सत्ता होती. व्यापार, उद्योगधंदे आणि शैक्षणिकदृष्ट्या प्रगत संस्थान. (सुविको)

राजगढ : भोपाळजवळील छोटे संस्थान. पान व अफूच्या व्यापाराबद्दल प्रसिद्ध. मराठ्यांच्या ताब्यात होते. पुढे इंग्रजांनी ताबा घेतला. (सुविको)

राजगीर : बिहारातील एक प्राचीन नगर. त्यालाच गिरिव्रज किंवा राजगृह म्हणत. फाहीआन ह्युएनत्संग यांनी येथे भेट दिली. मगध देशाची राजधानी. लेणी, शिल्प पाहायला मिळतात. (सुविको)

राजगुरू (वीरमाता) पार्वतीबाई : (निधन १९४५, जळगाव) भारतीय स्वांतत्र्य लढ्यातील एक क्रांतिकारक शिवराम हरी राजगुरू यांच्या माता. लाहोर येथे शिवरामांना झालेल्या शिक्षेला त्यांनी धैर्याने तोंड दिले. शिक्षेअगोदर त्यांची व मुलाची भेट झाली नाही. (स्वासंस)

राजगुरू शिवराम हरी : (१९०८–२३ मार्च १९३१)भगतसिंग, सुखदेव ह्यांच्यासह अत्यंत धैर्याने नि हसतमुखाने फाशी जाणारे एक क्रांतिकारक. मूळ गाव खेड (पुणे जिल्हा), आता त्या गावाचे नाव राजगुरुनगर असे झालेले आहे. येथून संस्कृतशिक्षणासाठी ते वाराणसी (काशी) येथे आले. तेथेच ते क्रांतिकारक आंदोलनाकडे आकर्षित झाले. एम किंवा रघुनाथ ह्या नावांनी ते वावरत असत. नागपूर, पुणे आदी अनेक ठिकाणीं ते भूमिगत अवस्थेत वावरले. 'माँ हमें बीदा दो, जाते हैं हम विजयकेतु फहराने आज' हे गाणे ते फार सुंदर म्हणत असत नि इतरांकडून वारंवार म्हणवून घेत. अचूक नेमबाजीमुळे सँडर्सचा वध करण्याची कामगिरी त्यांच्याकडेच सोपविण्यात आली नि त्यांनी ती अचूकपणे पार पाडली. १९२९ मध्ये पुणे येथे त्यांना पकडण्यात आले. प्रसिद्ध लेखक डॉ. कृ.पं. देशपांडे ह्यांनी राजगुरूंचे चरित्र लिहिलेले आहे. (स्वासंस)

राजगोपालचारी चक्रवर्ती : (ज. १८७९) भारतीय राजकारणी, पुढारी. स्वतंत्र भारताचे पहिले भारतीय गव्हर्नर जनरल. प्रख्यात वकील. गांधींच्या चळवळीत वकिली सोडली. काही काळ 'यंग इंडिया'चे संपादन. नाफेर पक्षाचे पुढारी. म.गांधी – डॉ. आंबेडकरांत समजोता घडवून आणण्यात पुढाकार. गांधी आश्रम स्थापन. मद्रास विधानसभेत प्रवेश. मुख्यमंत्री. हिंदू–मुस्लिम ऐक्यासाठी प्रयत्न. स्वातंत्र्यानंतर केंद्रीय मंत्रिमंडळात सहभाग. साहित्यिक म्हणूनही प्रसिद्ध. त्यांचे रामायण, महाभारत ग्रंथ अमेरिकेतही गाजले.

राजपद : राजपदाच्या बाबतीत मुस्लिम राजपद व हिंदू राजपद या कल्पनेत फरक आढळतो. मुस्लिम राजपद सुलतानशाहीच्या काळात इस्लामी परंपरेनुसार कल्याण करणारे होते. मोगल राजपदाचा सिद्धान्त बाबर ते औरंगजेब या काळात संक्रमित होत गेलेला दिसतो. अकबराच्या काळात राजपदावर हिंदू विश्वासाचा प्रभाव स्थापित होऊन राजसत्ता स्थापित झाली. औरंगजेबाच्या काळात धर्मांधतेमुळे राजपदाचा ऱ्हास झाला. हिंदू राजपदाच्या सिद्धान्तात राजसत्ता ईश्वरदत्त असली तरी राजाच्या कर्तव्यांवर तेवढाच भर असल्याने राजपदाच्या कल्पनेत समतोल साधला गेला. (मभासंसं)

राजपिपला : गुजरातेतील संस्थान. परमार वंशातील चोखाराणा हा या वंशाचा मूळ पुरुष. मुघलांचे आणि पुढे गायकवाडांचे मांडलिक. पुढे इंग्रजांनी ताब्यात आणले. श्रीविजयसिंहजी महाराज उत्तम क्रिकेटपटू होते (१९९५). (सुविको)

राजप्रतिनिधी : दोन प्रकार आहेत. एक परराज्यात वकील किंवा प्रतिनिधिमंडळ नेमणे. राजाच्या वतीने जबाबदारीने वाटाघाटी, तह ठरविणारा मंत्री हाही राजप्रतिनिधी असे. राजाराममहाराजांनी हे पद (प्रतिनिधी) निर्माण केले. पेशवाईत ते केवळ नामधारी झाले. (सुविको)

राजभोज पांडुरंग नथोजी : (ज. १९०५) महाराष्ट्रातील एक प्रख्यात दलित नेते. नाशिकजवळ जन्म.

सरकारी नोकरी. मागासवर्गीय समाजाच्या प्रगतीसाठी प्रयत्न. पुणे नगरपरिषदेचे सभासद. पर्वती सत्याग्रहात (पुणे) तसेच महाड येथील चवदारतळे सत्याग्रहात सहभाग. देशभर नाव झाले. दलित बंधू, इंडियन स्टेटस पत्र चालवीत. डॉ. आंबेडकर यांच्या पक्षाचे पुढारी. (सुविको)

राजमंडळ : कौटिल्य तथा आर्य चाणक्य याने आपल्या 'अर्थशास्त्र' या ग्रंथात राजमंडळाची संकल्पना विशद केलेली आहे. शत्रूचा शत्रू हा आपला मित्र असतो ही कल्पनाही यांत मांडलेली आहे. ज्या राजाला चक्रवर्ती व्हावयाचे असेल त्याने राजमंडलातील सर्वांना आपले मांडलिक करून सम्राट म्हणून राज्यकारभार केला पाहिजे असे कौटिल्याचे प्रतिपादन आहे. (इसंशा)

राजमल लखीचंद लालवानी : (ज.१८९४) एक भारतीय जमीनदार, सावकार. मूळचे राजस्थानचे पण धुळ्यास शिक्षण. महायुद्धात इंग्रज सरकारला कर्ज आणि सैन्य पुरवठा. गांधींच्या असहकार चळवळीत सहभाग. ओसवाल सभेचे अध्यक्ष. अत्यंत दानशूर व्यक्तिमत्त्व. (सुविको)

राजराज चोळ : (इ.स.९८५-१०१६) सर्व राजांत अत्यंत कर्तृत्ववान. कावेरी ते कृष्णा नदीपर्यंतचा प्रदेश ताब्यात. मालदीव बेटे जिंकली. त्याची जमीनमोजणी पद्धत नि उत्कृष्ट प्रशासनव्यवस्था. श्रीलंकेत शिवमंदिर बांधले. तंजावर येथील राजराजेश्वर मंदिर अत्युत्कृष्ट. बौद्ध मंदिरांनाही साहाय्य. (प्राभा)

राजर्षि शाहू महाराज : जन्म २६ जुलै १८७४ रोजी शिक्षण. एस.एम. फ्रेझर यांच्या मार्गदर्शनाखाली धारवाड येथे इंग्रजी भाषा, राज्यकारभार, जगाचा इतिहास इ. विषयांचे परिपूर्ण शिक्षण घेतले. १८९४ रोजी कोल्हापूर संस्थानच्या राज्यकारभाराची सूत्रे आपल्या हाती घेतली. जातिभेदनिर्मूलनासाठी त्यांनी प्रयत्न केले. अंतर्जातीय (१९१७) व विधवा विवाहाला मान्यता कायदा केला. शेतकऱ्यांच्या सुधारणांसाठी प्रदर्शने भरविली. (१९०६) शाहू छत्रपती स्पिनिंग आणि वीव्हिंग मिल ही सूत गिरणी काढून औद्योगिक प्रगतीचा पाया रचला. १९०७ मध्ये सहकारी तत्त्वावर कापड गिरणी उभी केली. ' कामगारांने संघटित व्हा व आपले हक्क प्राप्त करून घ्या'. १८९४ पासून ब्राह्मणेतरांना नोकऱ्या देण्यास सुरुवात केली. पुरोहितांची शाळा काढून निरनिराळ्या जातींचे पुरोहित निर्माण केले. बहुजन समाजाला संधी व अधिकार पदे दिली. मानवतेच्या व सामाजिक समतेच्या दृष्टीने कलंक असलेली ही अस्पृश्यता नष्ट केली पाहिजे, असे त्यांना वाटत होते. बलुतेदारी व वेठबिगारी पद्धत १९१९ मध्ये कायद्याने बंद केली. जातिभेदनिर्मूलन, अस्पृश्योद्धार, स्त्री-शिक्षण, ब्राह्मण्याला विरोध, ब्राह्मणेतरांची जागृती तसेच शेतकऱ्यांच्या विकासासाठी पाणीपुरवठ्याच्या दृष्टीने बंधारा घालून त्याला ' महाराणी लक्ष्मीबाई तलाव' असे नाव दिले. त्याच्या शेजारी राधानगरी हे गाव वसविले. १९१३ मध्ये निरनिराळ्या खेड्यांमध्ये मंदिरे, चावडी, धर्मशाळा या इमारतींपासून प्राथमिक शाळा सुरू केल्या. १९१७ मध्ये प्राथमिक शिक्षण सक्तीचे केले. गरीब व होतकरू विद्यार्थ्यांसाठी वसतिगृहांची स्थापना केली. महाराष्ट्राला पुढे नेणारा एक अलौकिक राजा होता. (भासंको, मविको)

राजवाडे वि.का.: (१८६४-१९२६) भारतातील अग्रगण्य इतिहाससंशोधक. महाराष्ट्रभर हिंडून त्यांनी मराठ्यांच्या इतिहासाची अस्सल कागदपत्रे व 'मराठ्यांच्या इतिहासाची साधने' या २२ खंडात्मक ग्रंथातून प्रसिद्ध केली. ते भारत इतिहास संशोधक मंडळाच्या संस्थापक सदस्यांपैकी एक होते. त्यांनी सतत ३६ वर्षे कार्यतत्पर राहून विविध विषयांवर प्रचंड लेखन केले. मतभेद होऊन शेवटी धुळ्यास स्थायिक. त्यांनी लिहिलेल्या प्रस्तावना अतिशय गाजल्या. उदा. 'राधामाधवविलास चंपू' आणि 'महिकावतीची बखर'. मराठ्यांच्या इतिहासाच्या साधनांची जुळवाजुळव करण्यात संपूर्ण आयुष्य वाहिले. त्यांच्या स्फूर्तीने अनेक संशोधक निर्माण

केले. त्यामुळेच १८९८ ते १९२६ पर्यंतच्या कालखंडाला इतिहास संशोधनाच्या संदर्भात 'राजवाडे युग' असे म्हणतात. (सुविको)

राजवाडे संशोधन मंदिर : (धुळे) राजवाड्यांच्या मृत्यूनंतर त्यांच्या स्मरणार्थ धुळे येथे राजवाडे संशोधन मंदिर स्थापन केले. तेथे कागदपत्रे, वस्तू, पोथ्या, मूर्ती, पुस्तके यांचा मोठा संग्रह कालांतराने विकसित होऊन एक संपन्न, संमृद्ध असा खजिना तयार झाला. यात २४० संस्कृत व पर्शियन व मोडी रुमाल तेथे आहेत. संत महंताच्या संदर्भातील दुर्मिळ ग्रंथही यामध्ये आहेत. (इलेशा)

राजवाडे, कृष्णशास्त्री : (इ. स. १८१५-१९०१) अव्वल इंग्रजी अमदानीतील एक संस्कृत पंडित व मराठी ग्रंथकार.

राजवाडे, रावराजे, सर दिनकरराव रघुनाथ : (इ. स. १८१९-१८९६) एक राजकारणी पुरुष व ग्वाल्हेरचे दिवाण. १८५७ च्या युद्धात त्यांनी भाग घेण्याचे टाळल्यामुळे इंग्रजांना त्याचा लाभ झाला. (सुविको)

राजव्यवहारकोश : शासकीय आदि दैनंदिन व्यवहारात घुसलेल्या सहस्रावधी अरबी व फारसी शब्दांना संस्कृत प्रतिशब्द योजून त्यांचा व्यवहारात उपयोग करण्यासाठी राजव्यवहारकोश निर्माण करण्याची आज्ञा शिवाजी महाराजांनी रघुनाथपंत हणमंते यांना केली. त्यानुसार रघुनाथपंतांनी ढुंढिराज लक्ष्मण याच्याकडून हा कोश तयार करून घेतला. या कोशास राजकोश असेही म्हणतात. (भासंको)

राजशक : राज्यभिषेकाचा शक. शिवाजीमहाराजांनी आपल्या राज्यारोहणाच्या दिवशी (ज्येष्ठ शुद्ध १३, शके १५९६, दि. ६ जून १६७४) हा शक सुरू केला. (सुविको)

राजसबाई भोसले : साताऱ्याच्या श्रीमंत प्रतापसिंह भोसले ह्यांच्या पत्नी. १८५७ च्या उठावात सहभाग. इ.स. १८५७ ला कराचीला हद्दपार. (१८५७ चे स्वापेदहिं)

राजसिंह पांड्य : (इ.स. ७१०-७४०) एक पांड्य राजा. याने आपल्या कारकिर्दीत चेर व चोल यांना आपल्या वर्चस्वाखाली आणले. जंग व कांगू राजांवर विजय मिळविले. (भासंको)

राजस्थान : भारतातील प्राचीन कालापासूनचा महत्त्वाचा प्रांत. रजपुतांचे निवासस्थान म्हणून हे नाव पडले. विस्तीर्ण वाळवंट, पाण्याचे दुर्भिक्ष्य. जोधपूर भागाला मारवाड किंवा मरुभूमी म्हणतात. पुष्कर, उदय सागर, सांभर, आनासागर हे तलाव प्रसिद्ध. उत्खननात प्राचीन अवशेष. अत्यंत शूर स्वतंत्र वृत्तीचा स्वाभिमानी. मुघल सत्तेला तीव्र विरोध. पण अकबराने हुशारीने वागून त्याच्याशी सोयरिकी केल्या. त्याचा विरोध नष्ट केला.

राजस्थान संस्थानी संघराज्य : हे राजपुतान्यातील संस्थानांचे संघराज्य. १८ एप्रिल १९४८ रोजी स्थापन झाले. यामध्ये बांसवाडा, बुंदी, डुंगरपूर, झालावाड, किसनगड, कोटा, प्रतापगड, शहापुरा, टोंक व उदेपूर ही १० संस्थाने आहेत. (सुविको)

राजा, एम्. सी. : (इ.स.१८८३-१९४३) एक हरिजन पुढारी. सायमन कमिनशच्या वेळी सल्लागार समितीचे हे सभासद होते. १९२६ मध्ये हरिजन पुढाऱ्यांच्या अखिल भारतीय परिषदेचे अध्यक्ष होते. हिंदू महासभेचे ते उपाध्यक्ष होते. गोलमेज परिषदेचे एक सभासदही होते. संयुक्त मतदारसंघ तयार करण्यासाठी केलेला राजा-मुंजे करार प्रसिद्ध आहे.(सुविको)

राजा-राणी शिल्प : पितळखोऱ्यातील एक अप्रतिम शिल्प म्हणजे राजा-राणी शिल्प. राजदंपतीने

प्राचीन भारतीय शिल्पकलाक्षेत्रात एक आगळेच स्थान प्राप्त केले आहे. या शिल्पाचा नमुना म्हणजे शिवपार्वती मूर्ती, शिल्पशैली व रूपके या दृष्टीने अप्रतिम आहे. शिल्पाची रचनात्मक मांडणी अतिशय समृद्ध आहे. (खाइ)

राजाधिराज चोल : (राज्य १०४०-५२)राजेंद्र चोलानंतर हा गादीवर आला. याने दक्षिणेकडील मानाभरण, वीर-केरल, सुंदर पांड्य , विक्रमादित्य ६ वा विष्णुदर्शन, विजयादित्य यांचा पराभव केला. कंपिली येथील चालुक्यांची ठाणी उद्‌ध्वस्त करून टाकली. १०५२ मध्ये राजा सोमेश्वर पहिला याच्याबरोबर युद्धात मारला गेला. (सुविको)

राजापूर : रत्नागिरी जिल्हा. १३१२ मध्ये मुसलमानांनी हे जिंकून घेतले. इ.स. १६६०-६१ व १६७० साली शिवाजीमहाराजांनी स्वाऱ्या करून इंग्रजांच्या वखारी लुटल्या. इ.स.१७१३ -५६ पर्यंत हे आंग्र्याकडे होते. पुढे कर्नल इमलॉक याने हे जिंकून घेतले. राजापूरची गंगा प्रसिद्ध आहे. ती तीन-चार वर्षांतून एकदा येते. चौदा कुंडांतून वाहू लागते.राजापूर हे महत्त्वाचे बंदर होते. इथे इंग्रज व फ्रेंचांच्या वखारी होत्या. १६६० मध्ये सिद्दी जौहरला तह मोडून मदत केल्याबद्दल दंड म्हणून शिवाजी महाराजांनी राजापूरची इंग्रजांची वखार कुदळ लावून खणून काढली व २४००० होनांचा माल जप्त केला तसेच वरिष्ठ इंग्रज अधिकाऱ्यांना कैद केले. (मइ) (सुविको)

राजाराम प्रसादी : रामदासी पंथातील सिद्धेश्वर महाराजांचा शिष्य. (सुविको)

राजारामचरितन : राजाराममहाराजांच्या कारकिर्दीत केशव पुरोहिताने हा ग्रंथ रचला. राजारामाच्या जिंजीला येईपर्यंतच्या मार्गक्रमणाची माहिती यातून मिळते. (मइ)

राजीव गांधी : भारताचे पंतप्रधान. मुंबईत जन्म. इंदिरा आणि फिरोज गांधी हे आईवडील. केंबिज आणि इंपीरियल कॉलेज लंडन येथे शिक्षण. वैमानिकाचे शिक्षण प्राप्त. १९८० मध्ये राजकारणात प्रवेश. १९८३मध्ये भारतीय काँग्रेसचे सरचिटणीस. भ्रष्टाचारविरोधी लढ्यामुळे 'मि-क्लीन' असे त्यांना सर्व म्हणू लागले. इंदिरा गांधीच्या हत्येनंतर राजीव गांधी हे भारताचे सर्वांत प्रबल, प्रभावी व्यक्तिमत्त्व होते. १९८४ पंतप्रधानपदी निवड. लोकसंख्यानियंत्रण, शैक्षणिक, सामाजिक सुधारणा, आगामी २१ व्या शतकातील योजनांकडे त्यांनी लक्ष दिले होते. १९९१ च्या निवडणूक प्रचार मोहिमेत अतिरेक्यांकडून हत्या. (इंटरनेट)

राजुल क्षत्रप :(सुमारे ख्रि.पू. १००) उत्तरेकडील क्षत्रपांपैकी हा पहिला क्षत्रप. राजुलाने महाक्षत्रप ही पदवी धारण केली. त्याचे राज्य मथुरेवर होते. (सुविको)

राजेंद्र चोल : (इ.स.१०१२-१०४३) पहिल्या राजराजाचा मुलगा. गंगराजांची राजधानी जिंकली. अनेक शहरे व देश जिंकले. पांड्य देश जिंकला. गंगैकोंडचोळपुरम या आपल्या राजधानीत जयस्तंभ तडाग नावाचा एक मोठा तलाव व बरीच देवळे बांधली. (सुविको)

राजेंद्र पहिला चोळ : (इ.स.१०१२-१०४४)प्रामाणिक, पराक्रमी नि उत्कृष्ट प्रशासक. श्रीलंका देश जिंकला. त्याने इतिहासप्रसिद्ध अशी पहिलीच सागरी मोहीम काढली. बंगाल आणि मग मलायातील शैलेंद्र साम्राज्यावर विजय मिळविला.

राजेंद्र प्रसाद, डॉ. बाबू : स्वतंत्र भारताचे पहिले राष्ट्रपती. चंपारण्यात म. गांधींबरोबर यांचा सहभाग. १९२० मध्ये असहकारिता आंदोलनात वकिलीचा त्याग. १९३०-३२ या काळात तीन वेळा तुरुंगवास. राष्ट्रीय सभेचे १९३४(मुंबई) व १९३९ (कोलकाता) अध्यक्ष. श्री सोमनाथ मंदिराच्या जीर्णोद्धारात त्यांचाही मोठा वाटा. (सुविको)

राजेंद्रनाथ लाहिरी (हुतात्मा) : (जन्म १९०१, भडगा, फाशी १७ डिसेंबर १९२७, गोंडा) एक महान क्रांतिकारक. त्यांच्या आईने मनावर स्वातंत्र्याचे महत्त्व बिंबवले. हिंदुस्थान रिपब्लिकन असोसिएशनचे सदस्य. काकोरीच्या रेल्वेस्थानकावर इंग्रज खजिन्यावर घातलेल्या धाडीत ते सहभागी होते. अत्यंत धैर्याने फासावर गेले. (स्वासंस)

राजेंद्र बाबू एस. : राजेंद्रबाबू भारताचे सरन्यायाधीश होते. २ मे २००४ – ३१ मे २००४ या काळात त्यांनी सरन्यायाधीशपदाची जबाबदारी सांभाळली.

राज्यसंघ : छ. राजारामाच्या काळात साताऱ्यास मराठी राज्याची राजधानी करून स्वराज्य संरक्षणाची एक योजना करण्यात आली. औरंगजेब महाराष्ट्रात सतत आक्रमण करीत आहे ,ते रोखण्यासाठी त्याला दिल्लीहून मिळणारी रसद तोडावी असे ठरवून सरदारांना कामे वाटून देण्यात आली व जिंकलेल्या प्रदेशात वतनी हक्क मान्य केले गेले. त्यामुळे सरदारांत अधिकाधिक प्रदेश जिंकण्याची स्पर्धा सुरू झाली. त्यात परसोजी भोसले, नेमाजी शिंदे, खंडेराव दाभाडे, हैबतराव निंबाळकर आघाडीवर होते. त्यायोगे छत्रपतींच्या मनात दिल्लीही जिंकून घेण्याची योजना निर्माण झाली. (मइ)

राज्यसभा : भारताने संसदीय शासनपद्धतीचा स्वीकार केल्यावर केंद्रामध्ये द्विगृही पद्धत अनुसरली. एक गृह लोकसभा तर दुसऱ्याला राज्यसभा असे म्हणतात. भारतीय राज्यघटनेनुसार राज्यसभेची संख्या २५० आहे. यामध्येच राष्ट्रपतींकडून नेमणूक झालेल्या १२ सदस्यांचाही समावेश होतो. आजपर्यंत भारतीय राज्यसभेने समतोल विचार मांडून उत्तम कामगिरी बजावलेली आहे. (इसंशा)

राज्याभिषेकप्रयोग : शिवाजी महाराजांना केलेल्या राज्याभिषेकासाठी गागाभट्टांनी लिहिलेला ग्रंथ म्हणजे शिवराज्याभिषेकप्रयोग. (मइ)

राणेखान भाई (मृत्यू१७९१) : शिंद्यांच्या पदरचा एक विश्वासू सरदार, मार्गदर्शक. पानिपतच्या युद्धात जखमी झालेल्या महादजी शिंद्यांस दक्षिणेत पोहोचविणारा हाच भिस्ती होय. राज्यातील सर्व महादजींपुढे कुंठित झाल्यावर ते यांच्या मध्यस्थीनेच महादजीकडील आपले काम पार पाडीत. (सुविको)

राणोजी शिंदे (मृत्यू १७४५) : शिंदेशाहीचा मूळ पुरुष. हा बाळाजी विश्वनाथांच्या पदरी होता. बाजीरावांनी बऱ्हाणपूरच्या सुभेदाराशी व माळव्यातील दाऊदखानाशी दिलेल्या लढाईच्या प्रसंगी याची कर्तबगारी दिसून आल्याने यास याच्या फौजेच्या खर्चासाठी माळव्याच्या अर्धा मोकासा तोडून देण्यात आला. चौथाई वसुलीच्या कामावर नेमण्यात आले. १७३८ मधील भोपाळच्या लढाईतही याने शौर्य गाजविले. (सुविको)

राण्यांचे बंड : गोमंतकातील सत्तरीतील राणे घराण्याने पोर्तुगिजांविरुद्ध उठाव करण्यास सुरुवात केली. इ.स. १८२२ पर्यंतच्या काळात राण्यांनी पोर्तुगिजांविरुद्ध १४ वेळा उठाव केले. इ.स. १८५२ मध्ये दीपाजी राणे यांच्या नेतृत्वाखाली ३।। वर्षे उठाव चालू होता. इ. स. १८९५ मध्ये शिपायांनी केलेल्या बंडात दादा राणे प्रमुख होते. सत्तरीच्या रयतेने या बंडाला साथ दिली. गोमंतक स्वातंत्र्य आंदोलनात राण्यांच्या बंडाला महत्त्वपूर्ण स्थान आहे. (भासंको)

राधाबाई पेशवे (मृत्यू १७५३) : पेशवाईतील एक कर्तबगार तशीच भाग्यशालिनी स्त्री. ही बाळाजी विश्वनाथांची पत्नी. पराक्रमी बाजीरावाची माता तर नानासाहेब पेशव्यांची आजी. ही राजकारणी असून तिचे

दरबारात वजन होते. या कर्तबगार स्त्रीने केलेली काशीयात्रा इतिहासात गाजली. (सुविको)

राधावल्लभ पंथ : हा पंथ उत्तर हिंदुस्थान व गुजरात या भागात प्रचलित आहे. हरिवंश नावाच्या साधूने हा पंथ स्थापन केला. (सुविको)

रानडे एकनाथ : (१९८२) राष्ट्रीय स्वयंसेवक संघाचे प्रचारक नि प्रारंभीच्या आघाडीच्या प्रमुख कार्यकर्त्यांपैकी एक. सरकार्यवाह आणि त्यानंतर कन्याकुमारी येथील स्वामी विवेकानंद शिला स्मारकाचे निर्माते, त्यासाठी सर्वसामान्य लोकांचा सहभाग असावा म्हणून एक एक रुपया जमवून त्यांनी प्रचंड कार्य केले. स्वामी विवेकांनद जीवनव्रती संन्यासी स्मारक हे एकात्मतेचे महान प्रतीक आहे. केंद्रातर्फे विविध सेवा, धर्मशिक्षण, धर्मांतर विरोधी सामाजिक सुधारणा आदी कार्यक्रम घेतले जातात. हे स्मारक हेच एकनाथजीचे खरे स्मारक होते. (मदि)

रानडे, माधव गोविंद (१७४२-१८०१) : आधुनिक भारताचे एक प्रमुख निर्माते. सुधारकांचे अग्रणी. उच्चन्यायालयाचे १८९३ मध्ये ते न्यायाधीश होते. सरकारी अवकृपा म्हणून धुळ्यास बदली तथापि कार्य चालूच वसंत व्याख्यानमाला, सार्वजनिक सभा, प्रार्थना सभा, पुनर्विवाह संस्था, वेदशास्त्रोत्तेजक अशा संस्था नावारूपास आणल्या. ''राइज ऑफ दि मराठा पॉवर'' आणि ''एसेज ऑन इंडियन इकॉनॉमिक्स'' हे त्यांचे ग्रंथ होय. (सुविको)

रामकृष्ण परमहंस (१८३६-१८८६) : एक महान सत्पुरुष. हिंदुस्थानला नवचैतन्याचा संदेश देणारे सिद्धपुरुष, वेदान्तप्रतिपादक व स्वामी विवेकानंदांचे गुरू होते. बेलूर येथे त्यांची समाधी आहे. अतिशय सोप्या भाषेत वेदान्ताचे प्रतिपादन. त्यांचे अनेक शिष्य भारताच्या पुनर्निर्माण कार्यात होते. श्री शारदामाता ह्या श्रीरामकृष्णांच्या पत्नी. दोघांचे जीवन अलौकिक आहे. (सुविको)

रामकृष्ण मिशन : स्वामी रामकृष्ण परमहंस यांच्या स्मरणार्थ चालविली जाणारी जगप्रसिद्ध सेवाभावी संस्था. वेदान्त हाच या संप्रदायाचा धार्मिक पाया आहे व ज्ञानदान हेच मुख्य कर्म आहे. धर्माविषयीच्या वादात पडू नये, अनाथ बांधवांस आपत्तीच्या प्रसंगी साहाय्य द्यावे; स्वयंसेवक वृत्तीने परोपकाराच्या कार्यात गुंतावे, ही या संप्रदायाची तत्त्वे आहेत. स्वामी विवेकानंद, अभेदानंद आदींनी अमेरिकेत या मताचा प्रसार करण्याचे महत्कार्य केले. (सुविको)

रामकृष्ण विश्वनाथ : १८४३ मध्ये 'हिंदुस्थानची प्राचीन व सांप्रतची स्थिती' हा ग्रंथ प्रसिद्ध झाला. अर्थशास्त्राचा महत्त्वपूर्ण ग्रंथ. ॲडम स्मिथचा त्यांच्यावरील प्रभाव जाणवणारा. युद्धे, लढाया इत्यादींचा लेखक निषेध करतो. विलायती मालावर बहिष्कार हा मार्ग सुचवितो. यंत्रयुगाशिवाय पर्याय नाही, हे मत मांडतो. (मपइ)

रामचंद्र गणेश कानडे (मृ.१७८०): उत्तर पेशवाईतील एक सरदार. यांनी कर्नाटक, उत्तर प्रदेशात अनेक मोहिमा केल्या. पानिपतानंतर उत्तर हिंदुस्थानात मराठ्यांचे वर्चस्व बसविण्याचे व दिल्लीची पातशाही मराठ्यांच्या प्रभावाखाली आणण्याचे अवघड काम पंताने केले. बारभाईतील एक मुत्सद्दी म्हणून यांची गणना आहे. १७८० मध्ये पहिल्या इंग्रज-मराठे युद्धात महान पराक्रम व मृत्यू. (सुविको)

रामचंद्रपंत अमात्य : पाहा - अमात्य रामचंद्रपंत.

रामचंद्रबाबा शेणवी (मृ.१७५४): पेशवाईतील एक सारस्वत मुत्सद्दी. बाळाजी विश्वनाथांकडे आश्रय. पेशवे यांचा सल्ला घेत. नानासाहेब आणि भाऊ साहेबांचे राज्यकारभारविषयक शिक्षण रामचंद्र बाबाजवळ

झाले. पेशव्यांनी त्यांस राणोजी शिंद्यांचा दिवाण केले. (सुविको)

रामजी शिरसाट : २७ व्या नेटिव्ह पायदळ पलटणीतील प्रायव्हेट उठावाचा मुख्य प्रणेता. ३१ जुलै १८५७, शिपायांना दारूगोळा कोठाराचा कब्जा करून कोषागार लुटण्यास सांगितले. रामजी जाधव नि रामचरण ह्यांसह युरोपियन अधिकाऱ्यांचा वध करण्यात पुढाकार. शिपायांना बाहेर काढण्यात आघाडीवर, नंतर रामजी निसटले. कोल्हापूर नि सावंतवाडी पोलिसप्रमुखांनी त्यांचा ठावठिकाण सांगणाऱ्यास ३०० रु. इनाम घोषित केले. सावंतवाडी पोलिसांकडून पाठलाग नि त्यातच ८ नोव्हेंबर १८५७ सावंतवाडी संस्थानच्या कुडाळ तालुक्यातील पावशीच्या जंगलात गोळी लागून हुतात्मा झाले. (१८५७ चे स्वायुपेदहिं)

रामतीर्थ : (इ.स. १८७३-१९०६) वेदांचे प्रचारक, व्यवहारी तत्त्वज्ञानाचे उद्गाते. कवी देशभक्त, गणिती, ज्योतिषी इ. नात्याने प्रसिद्ध. मूळ नाव तीर्थराम. लाहोर, सियालकोट येथे प्राध्यापक. कृष्णभक्त, वयाच्या २०व्या वर्षी कृष्णदर्शन. अलिफ (परमेश्वरी) चे संपादन १९०२ च्या टोकिओ परिषदेत सहभागी होते. (भासंको)

रामदास पंत (मृत्यू १७५२) : निजामाच्या पदरचा एक मुत्सद्दी. नासिरजंगास नेस्तनाबूत करण्याच्या डुप्लेच्या कटात यांचे अंग होते. सलाबतजंगास निजामी मिळवून देण्याचे काम याने व फ्रेंच सेनापती बुसीने केले. निजामाच्या वतीने नानासाहेबास कर्ज निवारण्याची हमी दिली. दमाजी गायकवाड, ताराबाई- नानासाहेब संघर्षात पेशव्यांना मदत केली. (सुविको)

रामदासी संप्रदाय: हा संप्रदाय रामदासस्वामींनी स्थापला असून, या संप्रदायाचे मुख्य अंग समाजाची ऐहिक व पारलौकिक उन्नती करणे हा आहे. हरिकथानिरूपण, राजकारण आणि सावधपण ही या संप्रदायाची लक्षणे रामदासांनीच सांगितली आहेत. समर्थांनी ११०० मठ स्थापले होते. श्री मारुतीची उपासना, बलसंवर्धन, मन उन्नत करणे ह्यांवर भर. महंतांनी रामदासी संप्रदायाचा सर्वदूर प्रसार केला. (सुविको)

रामदुर्ग संस्थान : कर्नाटकातील पूर्वीचे एक संस्थान. नरगुंद आणि रामदुर्ग हे किल्ले शिवाजीमहाराजांनी बांधल्याचे सांगतात. पुढे ते औरंगजेबाने घेतले. (१६९२) हैदरने हे संस्थान आपल्या ताब्यात घेतले व पुढे ते मराठ्यांनी सोडविले. १८५७ च्या युद्धानंतर ब्रिटिशांनी हे संस्थान खालसा केले. (सुविको)

रामदेवराव यादव (इ. स.१२७१-१३०९) : देवगिरी तथा दौलताबाद येथे राज्य करणारा महाराष्ट्रातील एक ऐश्वर्यवान सम्राट. अल्लाउद्दीनने आक्रमण करून देवगिरी जिंकले. १३०९ मध्ये मलिक कफूरने रामदेवास दिल्लीस नेले. तेथे त्याचा मानमरातब ठेवून त्यास एक छत्र, राजाधिराज हा किताब व एक लाख रुपये देऊन स्वदेशी पाठविले. याच काळात महाराष्ट्रात ज्ञानेश्वर-नामदेवांनी आपल्या धर्माची ध्वजा उभारली. (सुविको)

रामप्रसाद बिस्मिल : (इ.स.१८७८-१९२७) हुतात्मा. वयाच्या १८ व्या वर्षी मातृवेदी संस्थेचे सभासद, कट्टर आर्यसमाजी. 'निहलिस्ट रहस्य', 'कॅथेराईन', 'स्वदेशी रंग', इ. पुस्तकांचे लेखन, लखनौजवळील काकोरी रेल्वे स्टेशनजवळ ८ डाऊन ही गाडी साखळी ओढून थांबवली. तिजोरी बाहेर काढून ती फोडली. हिंदुस्थान रिपब्लिक असोसिएशन ही व्यापक संघटना होती. कारागृहात लिहिलेले आत्मचरित्र नंतर प्रसिद्ध झाले. 'सरफरोशीकी तमन्ना आज हमारे दिलमें है ' किंवा ' मेरा रंग दे बसंती चोला'....... आदी त्यांची गीते अजरामर झाली. या गीतांनी अनेक क्रांतिकारक निर्माण केले. भगतसिंग आदी क्रांतिकारकांवरही ह्या गीतांचा विलक्षण प्रभाव पडला.त्यांना फाशीची शिक्षा झाली. (स्वासंस)

राममोहन रॉय : (१७७२-१८३३)बंगाली देशभक्त, समाजसुधारक, पाश्चात्त्य विचारसरणीने भारावलेला धर्मसुधारक. ब्राह्मोसमाजाचा संस्थापक. सतीच्या रूढीविरुद्ध झगडून ती कायद्याने नष्ट करणारा क्रांतिकारक. अनेक देशी-विदेशी भाषांवर प्रभुत्व. संपादक, ग्रंथकार, आत्मीयसभेची स्थापना. मुघल बादशाहाने त्यांना 'राजा' ही पदवी देऊन सन्मानित केले. १८३३ साली ब्रिस्टल येथे मृत्यू. (सुविको)

राजाराम छत्रपती : (१७०७) शिवरायांचा द्वितीय पुत्र. मवाळ वृत्तीचा. येसूबाई आणि शाहू मुघलांना स्वाधीन झाल्यावर आणीबाणीच्या प्रसंगी मराठी राज्याचे नेतृत्व केले. महाराष्ट्र कर्नाटकात मुघलसेनेशी संघर्ष. जंजीस आगमन तेथून पुढे महाराष्ट्रात आल्यावर सिंहगडावर अतिश्रमाने मृत्यू. त्याच्या पश्चात त्याच्या कर्तृत्ववान पत्नी महाराणी ताराबाई ह्यांनी मराठी राज्याचे नेतृत्व धगडीने केले.

रामरखी : (प्राणत्याग २६ मे १९१५) लज्जावती (लाजवंती) हे मूळ नाव. विद्यावती हेही नाव. कलकत्त्याहून दिल्लीला राजधानी हलविण्याच्या वेळी निघालेल्या व्हाइसरॉय लॉर्ड हार्डिंजच्या मिरवणुकीत त्याच्यावर बाँब फेकणाऱ्या क्रांतिकारकांपैकी बालमुकुंद हे क्रांतिकारक म्हणजे रामरखींचे पती. वर्षापूर्वीच त्यांचा विवाह झालेला होता. संसाराची सर्व स्वप्ने उधळली गेली. पती बालमुकुंद ह्यांचे कारागृहातील जीवन अत्यंत कठीण आहे हे पाहून तीही अर्धपोटी आणि दिवसातून एकदाच जेवू लागली. फाटक्या कांबळ्यावर झोपू लागली. बालमुकुंद ह्यांच्या फाशीनंतर रामरखीने अन्नपाणी वर्ज्य केले. १७ दिवस ती एकाच जागेवर बसून होती. आता मला तुमचा वियोग सहन होत नाही मी तुम्हाला सोडून राहणार नाही. असे म्हणून पतीचे नाव घेऊन तिने प्राणत्याग केला. सती रामरखी ह्या नावाने ती प्रसिद्ध आहे. (स्वासंस)(भास्वास)

रामराय आरविदु : (मृ. १५६५) विजयनगरचा सर्वाधिकारी प्रधान. सम्राटाचा तो जावई होता. कटकारस्थाने केल्याने त्यास विजयनगर सोडावे लागले. काही काळाने त्याने सदाशिवरायाला सत्तेवर आणून तो स्वत: पंतप्रधान झाला. मुस्लिम राजांनी संगठित होऊन तालिकोट येथे पराभव केला. विजयनगरच्या साम्राज्याचे पतन झाले.अत्यंत वृद्ध असूनही अत्यंत शूर. शेवटच्या लढाईत तडफेने लढला पण पराभूत.(सुविको)

रामलीला : उत्तर प्रदेशातील फार मोठा उत्सव. नवरात्रात रामायणातील प्रसंगावर नृत्य, गायन, नाट्य, सादर होतात. दसऱ्याला दारूकामाचा रावण करून त्याचे दहन केले जाते. (सुविको)

रामशास्त्री प्रभुणे : (इ.स.१७२०-१९८९) देशस्थ ऋग्वेदी. माहुलीचे राहणारे. हा गाव त्यांनीच वसविला. मूळ प्रभू- प्रभुणे झाले. प्रौढ वयात संस्कृत अध्ययनास प्रारंभ. अनगळ सावकारांचे साहाय्य. शास्त्री होऊन पुढे पुण्याचे न्यायाधीश. थो. माधवरावांच्या खास मर्जीतील, राघोबाला मृत्युदंड देणारे. पेशवाई सोडून माहुलीस आले. बारभाईंच्या काळात नाना फडणिसांनी पुन्हा बोलावून आणले. अत्यंत निःस्पृह, निरिच्छ, निःपक्षपाती वृत्तीला रामशास्त्री बाणा असे म्हणतात. (काअऐच)

रामसिंग : इंद्रसिंग यांचे पुत्र बाबजी भुजंग, भोसले नाईक, भूल व कृष्णप्पा चव्हाण यांच्यासमवेत १८५७ च्या कायदा क्र. ११, १४, १६ या खाली ब्रिटिश सरकारविरुद्ध युद्ध चालविणे, सातारचे सीताराम रंगो इत्यादींशी वाटाघाटी करणे या आरोपाखाली खटला भरला. रामसिंगांना जन्मठेप व काळ्यापाण्यावर धाडण्यात आले.

रामसिंह कुका (हुतात्मा) : जन्म १८९४, - मृत्यू - १८८५ ब्रह्मदेश : रणजितसिंह यांच्या सैन्यात

भरती झाले. राजकीय पारतंत्र्य समूळ नष्ट करणे हा मंत्र त्यांना मिळाला होता. त्यांनी कुका संप्रदाय उभारला. गोहत्येची शिक्षा म्हणजे हत्याऱ्यांचा वध ही शिकवण त्यांनी दिली. इंग्रजी शिक्षण संस्था व न्यायालये यांवर बहिष्कार टाकला. इंग्रजांशी युद्ध पुकारणारे पहिले देशभक्त. त्यांच्या शिष्यांनी केलेले बलिदान अत्यंत रोमांचकारी आहे. रामसिंगांना ब्रह्मदेशात पाठविण्यात आले आणि तिथेच त्यांचे निधन झाले. (स्वासंस)

रामस्नेही पंथ : रामानंदी पंथाच्या एका रामचरण नावाच्या जयपूर येथील साधूने हा पंथ स्थापन केला. रामनाम हाच वेद मानतात. मूर्तिपूजा त्यांना मान्य नव्हती. मेवाड, राजपुतान्यात हा पंथ रूढ आहे. (सुविको)

रामाचार्य : १८५७ च्या नोव्हेंबरात रामानुज पंथाचा, एक पुराणिक जो स्वतःला रामाचार्य म्हणवीत असे, तो अयोध्येहून रत्नागिरीला आला. बिठूर, कोलकाता या नगरांशी रामाचार्य परिचित होता. त्याने गुजरात, सिंध, दक्षिण भारत अशा ठिकाणी भेटी दिल्या होत्या. रत्नागिरीस अटक. राजद्रोह आणि असंतोष पसरवणारा एक श्रेष्ठ नेता असे रत्नागिरीचा मॅजिस्ट्रेट लिहितो. राजस्थानचा निवासी नि रामाचार्याचा शिष्य भगवानदास ह्यासही पकडण्यात आले. दोघांनाही ठाणे येथे कारावास. (भासुविको)

रामाजी कामत : (मृ.१७२८) मुंबईचा दानशूर व्यापारी. सारस्वत. वृत्तीने अत्यंत धार्मिक. अनेक देवालये बांधली. वाळकेश्वर हे त्यापैकी एक. इंग्रजांशी स्नेह .सैन्याचे आधिपत्य दिले. पण इंग्रजांना तो आंग्र्याचा मिलाफी असा संशय म्हणून जन्मठेप. पण हा सर्व इंग्रजांचाच बनाव होता, हे स्पष्ट झाले. (सुविको)

रामाजी महादेव बिवलकर : (मृ. १७७२)पेशव्यांचा कोकणातील एक सुभेदार. मूळचा तो तुळाजी आंग्र्याच्या पदरी होता. साष्टी, वसई, ठाणे, कुलाबा हे प्रांत त्याच्या ताब्यात होते. त्याच्या मदतीने पेशव्यांनी अंजनवेल शिद्यांकडून मिळविले. श्रीमंत चिमाजीअप्पा पेशवे ह्यांनी ठाणे साष्टी मोहीम सुरू केली, तीत हा प्रमुख सरदार होता. ठाणे तेथील श्रीकौपिनेश्वराचे मंदिर याने बांधले. (सुविको)

रामानंद : (इ.स.१४१०-१५१०) वैष्णवपंथीय आदिपुरुष. कर्नाटकात मेळकोट जन्मस्थान. काशीस अध्ययन. राघवानंदांचे शिष्यत्व. नवीनच सर्वसंग्राहक पंथ. देशभर प्रचार केला. त्याच्या १३ प्रख्यात शिष्यांत पीपा, कबीर, सेना यांचा समावेश. संस्कृत-हिंदी भाषेत अनेक ग्रंथपदे. जातिभेदविरहित ऐक्य स्थापनेवर जोर दिला. (भासंको)

रामानंद : महाराष्ट्रीय संतकवी. सासवडास त्याचा निवास असे. तेथेच याची समाधी आहे. ह्याच्या भूपाळ्या प्रसिद्ध. शाहूमहाराजांकडून त्याला इनाम होते. (सुविको)

रामानंदी संप्रदाय : संस्थापक रामानंद. राम, लक्ष्मण, सीता, हनुमान ही दैवते सन्यासी असून ते भिक्षाटन, पर्यटन करीत. ह्यांच्यात बरेच उपभेदही आहेत. मठ करून राहतात. जातिभेद पाळत नाहीत. कबीर, रोहिदास (चांभार) सेना (न्हावी) या शिष्यांपासून पंथ निर्माण झाले. (सुविको)

रामानुजाचार्य : (१०१७-११३७) विशिष्टाद्वैत मताचे प्रचारक भक्तिमार्ग बहुजनांपर्यंत पोहोचवणारे थोर वैष्णव आचार्य. जीव आणि जगत् दोन्ही सत्य मानणाऱ्या अद्वैवत मार्गाचा त्यांनी पुरस्कार केला. सर्वसामान्यांना समजेल, पटेल असा उपदेश. वैदिक समाजातील अनिष्ट रूढी, विषमता यांवर हल्ला करून दक्षिण भारतात भक्ति संप्रदायास प्रतिष्ठा मिळवून दिली. वैष्णव धर्माला नवचैतन्य दिले. ७४ शिष्यांची निवड करून देशभर मठस्थापना केली. स्त्रियांना पुरुषांबरोबरच दर्जा, अस्पृश्यता न मानणे हे त्यांचे कार्य विशेष. (याघस)

रामीरामदास : (१६०५-१६७७) मराठी संतकवी. 'सुगमोपाय' व 'भक्तिरहस्याचा कर्ता. रामदासस्वामींचे ज्येष्ठ बंधू. मूळ नाव गंगाधर. दहिफळ येथे निधन. पत्नी सती गेली. दोन मुले. मोगलाईतून त्याच्या वृंदावनास इनाम. (सुविको)

रामेश्वर : दक्षिणेतील चारधामांपैकी दक्षिणेतील एक क्षेत्र. बारा ज्योतिर्लिंगापैकी एक. रामाने स्थापलेले शिवलिंग. समुद्र पार करण्यासाठी श्रीरामांनी त्याची आराधना केली. मंदिर द्रविड शिल्पाकृतीचे. अत्यंत प्रेक्षणीय. भारताच्या कान्याकोपऱ्यातून यात्रेकरू वर्षभर येत असतात. सध्याची मंदिर उभारणी सेतूपती राजाने केली आहे (१५वे शतक). (सुविको)

रामेश्वर भट्ट : (१६वे शतक) मीमांसा, व्याकरण, न्याय, वेदान्त यात पारंगत. काशीतील भट्ट घराण्याचा मूळ पुरुष. त्याला विद्वत्तेमुळे निजामशाहीत मान मरातब. तेथून तो द्वारकेस गेला. नंतर पुन्हा पैठणाहून काशीस गेला. त्याच्या शिष्यवर्गात सर्व प्रांतांतील साधक. याचे मूळचे भट्ट घराणे भारतभर विद्वत्तेसाठी प्रसिद्ध. शिवाजीमहाराजांना राज्याभिषेक करण्यात पुढाकार घेणारे महापंडित गागाभट्ट याच वंशातील होते. (सुविको)

रामोजी शेणवी कोठारी : गोवेकरांचा वकील. डिचोलीचा राहणारा. १६६२ मध्ये शिवाजीमहाराज वेंगुर्ले येथे आले असता त्यांनी मुघलांवर मिळविलेल्या विजयाबद्दल अभिनंदन करण्यास गोवेकरांनी त्याला नजराणे देऊन पाठविले होते. पण शिवाजीराजांनी अगोदरच वेंगुर्ले सोडल्याने ही भेट होऊ शकली नाही. आग्र्याहून परत आल्यावर शिवाजीराजांनी त्याची भेट घेतली. (सुविको)

राय ए.एन. : ए.एन. राय १९७३ -७७ या काळात भारताचे सरन्यायाधीश होते. केंद्र सरकारने केलेली ३८ वी व ३९ वी घटनादुरुस्ती त्यांच्या काळात सर्वोच्च न्यायालयाने अवैध ठरवली.

राय कृष्णदास : (ज. १८९२) हिंदी भाषेतील सुप्रसिद्ध लेखक. काशीच्या भारत कलाभवन संस्थेचे पालक. आपल्याजवळील लाखो रुपये किमतीचा चित्र शिल्पसंग्रह संस्थेला अर्पण. चित्रकला परिषदेची स्थापना. लघुकथांबाबत विशेष प्रसिद्ध. कवी असून गद्यातही विपुल लेखन. (सुविको)

राय प्रफुल्लचंद्र : (१८६१-१९४४) कोलकाता विद्यापीठाचे शास्त्र शाखेचे विख्यात भारतीय शास्त्रज्ञ. ते डीन झाले. बंगाल एशियाटिक सोसायटीचे फेलो. केमिकल सोसायटीचे अध्यक्ष. बंगाल केमिकल्सचे संस्थापक. विपुल ग्रंथलेखन. अत्यंत साधी राहणी. काँग्रेसच्या चळवळीत सहभाग. 'हिंदू रसायनशास्त्राचा इतिहास' ही त्यांची मोलाची देणगी. (सुविको)

राय बिधनचंद्र : (ज. १८८२) बंगाली कार्यकर्ते. मंत्री. प्रसिद्ध डॉ. आणि काँग्रेसचे पुढारी. असहकार चळवळीत सहभाग. स्वराज्यपक्षात पुढाकार. १९३३ मध्ये कोलकात्याचे मेयर झाले. सर्व वरिष्ठ नेत्यांना त्यांनी औषधोपचार केले. १९४२ मध्ये कोलकता विद्यापीठाचे कुलगुरू, पं. बंगालचे मुख्यमंत्री होते. (सुविको)

रॉय मानवेंद्र : (ज. १८९३) प्रसिद्ध भारतीय कम्युनिस्ट पुढारी. मिरत, कानपूर खटल्यातील प्रमुख आरोपी. लेनिनच्या सहवासातही होते. डॉ. सन्यत सेनचीही भेट घेतली. मार्क्सवादाचे अधिकारी तज्ज्ञ मानले जात. भारतीय कम्युनिस्ट पक्षात त्यांचा स्वतंत्र गट मानला जातो. काँग्रेस सत्तेवर आल्यावर गट निस्तेज झाला. (सुविको)

रायगड संस्थान : मध्यप्रांतातील एक संस्थान. छत्तीसगढी, उडिया या प्रमुख भाषा. तांदुळाचे मुख्य पीक. एक किल्ला असून १८ व्या शतकात गोंड लोक येथे आले. १८०० मध्ये त्यांचा इंग्रजांशी तह. (सुविको)

रायचूर : कर्नाटक, प्रगत कापड व्यवसाय. इट्टगी येथील महादेवाचे मंदिर शिल्पासाठी प्रसिद्ध. पूर्वी हा भाग वरंगळच्या ताब्यात होता. नंतर बहामनी, विजापुरी अंमल. १८व्या शतकात निजामी राजवट. (सुविको)

रायबागीण : शूर मराठी देशमुख स्त्री. माहूरच्या देशमुखाची पत्नी. आपल्या चोळीचे निशाण करून बहिणीची इज्जत वाचवा असे आवाहन करून सैन्याला प्रोत्साहन. औरंगजेबाने तिला रायबागन (राजव्याघ्री) किताब दिला. शिवभारतानुसार ती शाइस्तेखानाबरोबर मोहिमेत होती. उबरखिंडीच्या मोहिमेत मुघली सेनेची फटफजिती, पराभव झाला त्यावेळी ती हजर होती. सुरत लुटीच्या प्रसंगी औरंगजेबाने प्रतिकारार्थ महाबतखानाबरोबर हिचीही नेमणूक केली. असे म्हणतात की ती शिवाजीमहाराजांच्या हाती सापडली पण शिवाजीमहाराजांनी तिला सन्मानपूर्वक निरोप दिला. (सुविको)

राव नागेश्वर : (ज. १८६७) आंध्रप्रदेशातील एक नेते. आंध्रपत्रिका संपादन. आंध्रप्रांतातील चळवळीत नेहमीच अग्रभागी. आंध्रसभेद्वारे अनेक पदव्या, मान. तेलुगू कोशाचे संपादन. मिठाच्या सत्याग्रहात शिक्षा. १९३५ मध्ये प्रचंड बहुमताने निवडून आले.

राव, ए. काळेश्वर : आंध्र प्रांतातील थोर समाजसेवक. हरिजनांचे पुढारी. असहकार चळवळीत वकिली सोडून प्रवेश. आधुनिक विचाराचा प्रसार करणारे प्रवर्तक. तेलुगू भाषेत विपुल लेखन. आंध्र काँग्रेस कमिटीचे प्रधान मंत्री. (सुविको)

राव नरसिंह पी.व्ही. : (इ.स.१९२१-२००४) १९९१ - १९९६ या काळात राव नरसिंह पी. व्ही. हे भारताचे पंतप्रधान होते. त्यांच्या या काळात भारतात आर्थिक उदारीकरणाला सुरुवात झाली. त्यांच्या काळात बाबरी मशिदीची घटना घडली.

राव, सर बेनेगल नरसिंह : (ज. १८८७) भारत सरकारचे परदेशातील प्रतिनिधी. १९१० साली आय.सी.एस. होऊन भारतात आले. कलकत्ता उच्च न्यायालयाचे मुख्य न्यायाधीश. काश्मीर संस्थानात दिवाण. संयुक्त राष्ट्रसंघटनेच्या वतीने लॉ कमिशनचे सभासदत्व. सुरक्षा समितीमधील त्यांची कामगिरी सर्वश्रेष्ठ. (सुविको)

रावी :पंजाबातील सिंधू नदीला मिळणारी मोठी नदी. वेदांत तिला परुष्णी म्हणत. पंजाबातील पाच मुख्य नद्यांमध्ये तिचा समावेश आहे. हिच्याच काठी संपूर्ण स्वातंत्र्याचा ठराव संमत करण्यात आला. (सुविको)

रावेर : जि. जळगाव. तापीनदीने अत्यंत सुपीक. इ.स. १७६३ मध्ये पेशव्यांच्या ताब्यात आले. (सुविको)

रावेरखेडी : मध्यप्रदेश, नेमाड प्रांतात नर्मदेच्या काठी. नानासाहेब पेशव्याने राणोजी शिंद्यांकरवी थो. बाजीरावाची समाधी येथे बांधली आहे. (सुविको)

राष्ट्रकूट घराणे : (इ.स. ७५०-९७३) यादववंशीय राजघराणे. दक्षिणेत दीर्घकाळ नांदले. रट्ट लोकांपासून विकास झाला असावा. पहिला राजा दंतिवर्मा. नर्मदा, तुंगभद्रा यांच्या दरम्यानचा प्रदेश ह्याच्या ताब्यात. त्याचा चुलता कृष्ण याने वेरूळचे लेणे बांधले. याचा नातू तिसरा गोविंद तर अत्यंत बलाढ्य सम्राट झाला. कनोज ते कांची पर्यंत विस्तार केला. अमोघवर्ष हा त्याचा पुत्र बापापेक्षा पराक्रमी. सुलेमान नामक प्रवाशाने जगातील

चौथा मोठा बादशाहा असे त्याला म्हटले. जैनधर्माला राजाश्रय. चालुक्याने हे घराणे पराभूत केले. अनेक पंडित होऊन गेले. त्याचा शाखाविस्तार बराच झाला. वेरूळ, घारापुरी ही राष्ट्रकूटांची देणगी. ते शिवभक्त होते. त्यामुळे शिवमंदिरनिर्मिती. मंदिरे, पाठशाळा, तलाव आदींसाठी दाने. जैनधर्माचा खूप उत्कर्ष झाला. राजे परमसहिष्णू होते असे अरबी लेखकांनीही लिहिलेले आहे. शिल्पकलेचा परमोत्कर्ष झाला. वेरूळचे कैलासलेणे जगात अद्वितीय. १४ पैकी ९ राजे पराक्रमी. पंजाब नि सिंध सोडून साऱ्या भारतवर्षावर त्यांचे राज्य. हे साम्राज्य २२५ वर्ष टिकले.(भासंको, सुविको)

राष्ट्रगीत : प्रत्येक स्वतंत्र, सार्वभौम देशाचे एक स्फूर्तिगीत राष्ट्रगीत मान्य केलेले असते. भारतात इंग्रजांविरुद्धचा संग्राम गतिमान होत असता बंकिमचंद्र चतर्जी यांच्या 'आनंदमठ' या प्रख्यात कादंबरीतील 'वन्दे मातरम्' हे गीत भारतीयांत प्रचंड लोकप्रिय झाले. सशस्त्र क्रांतिकारकांच्या दृष्टीने तर त्याला वेदमंत्रापेक्षा महत्त्व आले. हजारो क्रांतिकारकांनी हसत हसत गळफास अडकवून घेतले. स्वातंत्र्यानंतर रवींद्रनाथ टागोर यांचे 'जन गन मन'... ह्याही गीताला राष्ट्रगीताचा तेवढाच मान दिला गेला. (सुविको)

राष्ट्रवादी इतिहासलेखन : गतेतिहासाचा अभ्यास बारकाईने करून त्याचा अन्वयार्थ लावताना जेव्हा राष्ट्राची अस्मिता जागृत करण्याचा, राष्ट्रीय चारित्र्य वृद्धिंगत करण्याचा साम्राज्यवादी इतिहासकारांनी काढलेल्या निष्कर्षांचे खंडन करण्याचा प्रयत्न म्हणजे राष्ट्रवादी इतिहासलेखन. राधाकुमुद मुखर्जी, काशीप्रसाद जयस्वाल, डॉ. रा. गो. भांडारकर, रमेशचंद्र दत्त, रमेशचंद्र मुजुमदार, वि. का. राजवाडे, गो. स. सरदेसाई इ. नावे या बाबतीत उल्लेखनीय आहेत. (इसंशा)

राष्ट्रसंघ : पहिल्या महायुद्धानंतर जगातील संघर्षमय निर्णय युद्धाने न सोडविता सामंजस्याने सोडविले जावेत हा विषय प्रामुख्याने पुढे आला आणि सर्व राष्ट्रांची एक संघटना निर्माण करण्यात आली. त्याचे श्रेय अमेरिकन सदस्य डॉ. विल्सन यांना आहे. भारत तेव्हा स्वतंत्र देश नसतानाही त्याला समाविष्ट करून घेण्यात आले. जागतिक शांतता कायम राखणे, सभासद राष्ट्रांतील वादंग मिटवणे, त्यावर कुणी आक्रमण केले तर दोस्तांचे सैन्य पाठविणे हे काम राष्ट्रसंघ करतो. कल्पना चांगली असली तरी तिच्यात बड्या राष्ट्रांची दादागिरी सुरू झाली. बंडखोर राष्ट्रे राष्ट्रसंघाचे निर्णय पाळीनाशी झाली. लवकरच संघटना निस्तेज झाली. (सुविको)

राष्ट्रीय शिक्षण : आपले हक्क काय आहेत, याची जाणीव ज्या शिक्षणाने प्राप्त होईल, तेच खरे राष्ट्रीय शिक्षण असे लो. टिळकांनी म्हटले आहे. राष्ट्रीय शिक्षणाला लो. टिळकांनी भारतभर प्राधान्य दिले. कोलकात्याच्या राष्ट्रीय अधिवेशनात (१९०६) स्वदेशी, स्वराज्य, बहिष्कार व राष्ट्रीय शिक्षण यांचा पुरस्कार लो. टिळकांनी केला. (मपइ)

रासबिहारी बोस : (जन्म २५ मे १८८६ निधन २१ जाने १९४५, टोकिया) बंगालमधील एक महान क्रांतिकारक. व्हाईसरॉय लार्ड हार्डिंगवर बाँम्ब फेकला होता. स्वांतत्र्यासाठी परागंदा होणारे रासबिहारी क्रांतिकारकांचे प्रेरणास्थान होते. जपानमधील वास्तव्यात ब्रिटिशांच्या धोरणाचे वाभाडे काढले. अनेक पुस्तके लिहिली. इंडियन इंडिपेन्डन्स लीग या संस्थेची स्थापना केली.आझाद हिंद सेनेचे तेच संस्थापक होत. त्यांनीच वीर सावरकारांना गुप्त पत्र पाठवून एका नेत्याची मागणी केली होती. तदनुसार सुभाषचंद्र नेतृत्व स्वीकारावयास गेले. (स्वासंस)

रास्ते घराणे : पेशवाईतील एक सरदार घराणे. मूळपुरुष आदिलशाहीत सुभ्याच्या रसदा विजापुरास भरणा करण्याचे काम करीत असे, तेव्हा मूळ आडनाव गोखले होते, ते रसदे असे पडले. पुढे छ. शाहूमहाराजांनी

रास्ते ही पदवी दिली. सवाई माधवरावांच्या कारकिर्दीत यांनी पुण्यास रास्ता पेठ वसविली. देवळे, घाट, वाडे, विहिरी वगैरे रास्त्यांची बरीच इमारत कामे जागोजागी आढळतात. (सुविको)

राहुल सांकृत्यायन : (इ.स.१८९३-१९६३) बौद्ध धर्माचे श्रेष्ठ अभ्यासक, प्राच्यविद्यासंशोधक आणि सृजनशील हिंदी साहित्यिक. उत्तर प्रदेश पंधा गाव. 'व्होल्गासे गंगा' तक या कादंबरीमुळे जागतिक कीर्ती मिळाली. मूळ नाव केदार गोवर्धन पांडे. बौद्धधर्माची दीक्षा घेतल्यावर सांकृत्यायन हे नाव घेतले. १९१७ च्या रशियन क्रांतीमुळे ते साम्यवादाकडे आकर्षित झाले. 'बावीसवी सदी' हा ग्रंथ कारागृहात असताना लिहिला. पाली, संस्कृत, फ्रेंच, तमिळ, कन्नड, फारसी आदी भाषांवर अधिकार. देशात परदेशात भरपूर भ्रमंती केली. १५० च्या वर ग्रंथसंपदा आहे. असहकारितेतील राजकीय भाषणावरून यांना बकवारच्या तुरुंगात ६ महिने ठेवण्यात आले. 'बुद्धचर्या'नावाचे भगवान गौतम बुद्धांचे चरित्रही यांनी लिहिले. (यांसघ)

राक्षसभुवन लढाई : ही लढाई पेशवे आणि निजाम यांच्यात मराठवाड्यात राक्षसभुवन येथे झाली. राघोबा आणि थो. माधवरावांनी मतभेद विसरून निजामाच्या स्वारीचे आव्हान स्वीकारले. परस्परांचे मुलुख उद्ध्वस्त केले. भोसले आदी फुटीरही पेशव्यास येऊन मिळाले तेव्हा निजाम माघार घेऊ लागला. पण मराठ्यांनी राक्षसभुवनजवळ त्याला गाठलेच. निजामाचा सेनापती विठ्ठल सुंदर ठार झाला. १७६३ थो. माधवरावांनी विलक्षण पराक्रम करून राघोबाला सोडविले. तात्पुरता तरी राघोबा आणि माधवराव संघर्ष मिटला. (मइ)

राक्षस विवाह : वधूला जबरदस्तीने पळवून नेऊन विवाह करण्याच्या पद्धतीस राक्षसविवाह असे म्हटले आहे. शिदोजीराव निंबाळकर सरलष्कर यांनी कोल्हापूरकर महाराजांना मुलगी मागितली होती. ती न मिळाल्याने स्वारी करून जबरदस्तीने मुलीशी लग्न लावले. (मइ)

रिचर्ड टेंपल – सर : मुंबई इलाख्याचा गव्हर्नर. ओरिएंटल एक्पीरियन्स ग्रंथाचा कर्ता. थो. बाजीरावाचा गौरव करताना त्यास म्हणतो, अनेक संकटांवर मात करून विविध प्रश्न त्याला सोडवायचे होते. अशा प्रसंगी तो पुढे झाला. संग्रामात तो ठासून उभा राही. सामान्य सैनिकाप्रमाणेच राही. असा लढवय्या दुसरा झालाच नाही. (मइ)

रिझर्व बँक : (ऑफ इंडिया) रक्षित पेढी. ही हिंदुस्थानची सरकारी देखरेखीखाली असलेली बँक. स्थापना इ.स. १९३४ च्या कायद्यान्वये झाली. तिने १/४/१९३५पासून कामास सुरुवात केली. स्वातंत्र्यानंतर या बँकेचे राष्ट्रीयीकरण करण्यात आले. (सुविको)

रिपब्लिक पार्टी ऑफ इंडिया : डॉ.बाबासाहेब आंबेडकरांनी प्रस्थापित केलेल्या शेड्यूल्ड कास्ट फेडरेशन मध्ये त्याचे मूळ दिसते. हा राजकीय पक्षही त्यांनीच स्थापन केला. प्रामुख्याने तो महाराष्ट्रात प्रसिद्ध आहे. पण थोड्याच काळात त्या पक्षात अनेक गट-तट निर्माण झाले. (इंटरनेट)

रिपब्लिकन पक्ष : भारतातील थोर नेते. डॉ. बाबासाहेब आंबेडकरांनी आपल्या समाजाच्या सर्वांगीण उन्नतीसाठी त्याच्या न्याय राजकीय मागण्यांसाठी स्वतंत्र राजकीय पक्ष स्थापन केला. डॉ. आंबेडकर मुंबईतून लोकसभेसाठी उभे राहिले पण दलितेतर समाजाने मते न दिल्याने ते पराभूत झाले. एक राजकीय पक्ष म्हणून रिपब्लिकन पक्ष सध्या कार्यरत आहे. दलितांचे अधिकार आदींसाठी तो झगडत आहे. (सुविको)

रिव्होल्युशनरी कम्युनिस्ट पार्टी : बंगालमधील एक कम्युनिस्ट पुढारी सौम्येंद्रनाथ टागोर यांनी भारतात कम्युनिझमचा प्रसार करण्यासाठी, रशियाच्या कॉमिन्टर्नशी संपर्क प्रस्थापित करण्यासाठी ते रशियात गेले. मास्कोच्या १९२८ च्या परिषदेत त्यांनी भागही घेतला पण मार्क्सचेच विचार त्यांना श्रेष्ठ वाटले परिणामी

कम्युनिस्टांशी मतभेद. १९३४ मध्ये त्यांनी वेगळा पक्ष स्थापन केला. त्यावर रशियाचे कोणतेही नियंत्रण नव्हते. १९४१ मध्ये त्याला वरील नाव दिले गेले. भारताच्या छोडो आंदोलनास त्यांनी पाठिंबा दिला. पण टागोर आणि दासगुप्ता यांच्यात मतभेद. टागोरांनी पक्षत्याग केला. (सुविको)

रिस्ले, सर हर्बट होप : (१८५१-१९११)एक इंग्रज मानववंशशास्त्रज्ञ, रिस्लेने हिंदुस्थानातील मानव वंशांचा व जातींचा सूक्ष्म अभ्यास करून पुस्तके लिहिली. हिंदुस्थानची जनगणना याच्या नेतृत्वाखाली झाली. (१९०१) (सुविको)

रुद्रदामा क्षत्रप (राज्य १४३-१५८) **:** क्षत्रपांतील एक महापराक्रमी राजा. गिरनारजवळील अशोकाच्या शिलालेखाजवळ याचाही एक शिलालेख आहे. सातकर्णींचा याने पराभव केला. पदच्युत राजांनाही त्याने त्यांची राज्ये परत केली. (सुविको)

रूपमती : माळव्यातील एक सौंदर्यसंपन्न राणी. बाजबहादूर या मुसलमान राजाने हिच्याबरोबर विवाह केला. अकबराने आदमखानाला बाजबहादुरावर पाठविले. आदमखानाने तिला पकडले असता तिने विषप्राशन केले. मांडवगड(धार) येथे रूपमतीचा महाल आहे. (सुविको)

रूपराम कटारी : एक हिंदुस्थानी मुत्सद्दी. हा सुरजमल जाटाच्या पदरी असे. शिंदे-होळकर यांच्याशी सुरजमलच्या ज्या वाटाघाटी चालत त्या रूपरामाच्या मार्फत होत. (सुविको)

रेड्डी नीलम संजीव : (इ.स.१९१३-१९९६) रेड्डी नीलम संजीव हे १९७७-१९८२ या काळात भारताचे राष्ट्रपती होते.

रेवा संस्थान : मध्य हिंदुस्थानातील पूर्वीचे एक मोठे संस्थान. संस्थानिक सोळंकी वंशाचे वाघेल रजपूत आहेत. अल्लाउद्दिनच्या स्वाऱ्या झाल्यानंतर काही काळ हे घराणे नामशेष झाले होते. मराठ्यांनी संस्थानचे जे प्रदेश घेतले होते, ते १८५७ च्या युद्धात इंग्रजांना मदत केल्यामुळे संस्थानिकांना परत मिळाले. (सुविको)

रैदास : मीराबाई व चितोडची राणी 'झाली' या दोघींचा हा गुरू होता. हा रविदास, रोहिदास या नावांनीही प्रसिद्ध आहे. (सुविको)

रॅडिकल डेमॉक्रेटिक पार्टी : राजकीय क्षेत्रात मानवेंद्रनाथ रॉय एक लोकविलक्षण आदरणीय व्यक्तिमत्त्व होते. कॉमिन्टर्नशी संलग्न असा पक्ष भारतात स्थापण्याचा त्यांचा विचार होता. १९४० मध्ये ते काँग्रेसमध्ये आले पण मतभेद होऊन ते बाहेर पडले. लीग ऑफ रेडिकल काँग्रेसमेनचे विकसित रूप रॅडिकल डेमॉक्रेटिक पीपल्स पार्टी होय. विविध गटांचा यात समावेश होता. स्वतंत्र समाजवादी प्रजासत्ताकाची त्यांची मागणी होती. महायुद्धोत्तर परिस्थितीत या पक्षाने मवाळ धोरण स्वीकारले, घटनात्मक मार्ग मान्य केला पण मग त्यातून मार्क्सवादी बाहेर पडले आणि त्यांनी नवा गट स्थापन केला. मानवेंद्रनाथ रॉय यांनी क्रांतिदर्शक मशाल मोर्चा आयोजित केला. हा गट त्यांच्या पश्चात अस्तंगत झाला. (भासुविको)

रोहिलखंड : उत्तरप्रदेश, बरेली विभागाला हे नाव आहे. मोगल साम्राज्यात हा दिल्लीच्या सुभ्यात सामील केला १७४० मध्ये आणि महंमदखान रोहिलखंडाचा सुभेदार होता. इंग्रजांनी सुजा उद्दौल्याला रोहिल्यांची कत्तल करण्यास मदत केली. (१७७४) व रोहिलखंड सुजाला दिले. मराठ्यांचा ह्याच्याशी संबंध आला होता

आणि त्यांनी ते जिंकले होते. (सुविको)

रोहिले : एक मुसलमानी जात. मराठ्यांनी रोहिल्यांना फार दशहत बसविली होती. त्यामुळे ते अयोध्येच्या नबाबाची मदत मागत. (सुविको)

रॉबर्ट ऑर्म : मराठ्यांचा आद्य इतिहासकारच मानला जातो (१७८२). ईस्ट इंडिया कं. मध्ये नोकरी (१७४३). 'फ्रॅग्मेंट्स' हे त्याच्या इतिहासाचे संक्षिप्त नाव. इ.स.१६५९-८९ या अत्यंत महत्त्वाच्या कालखंडाचा विशेष अभ्यास केला. समकालीनात 'सर्वश्रेष्ठ सेनानी' असा गौरव तो शिवाजीमहाराजांचा करतो. (मइ)

लंडन शाखा : (काँग्रेस) या शाखेसाठी भारतीय काँग्रेस वर्षाला ३००० पौंड निधी खर्च करी. यात इंग्लंडमध्ये व्याख्याने आयोजित करणे, परिपत्रके छापणे, १८९० पासून इंडिया नियतकालिकाचा खर्च यांचा समावेश होता. १८८५ ते १८९३ सातत्यपूर्ण प्रयत्नांमुळे ब्रिटिश पार्लमेंटमध्ये भारताविषयी सहानुभूती असणारे १०४ खासदार तयार झाले. त्यामुळे वेल्बी कमिशन नेमण्यात आले. या लंडन शाखेमध्येच दादाभाई हाउस ऑफ कॉमन्समध्ये निवडून आले. या शाखेचा प्रसार इतर युरोपियन राष्ट्रांमध्येही झाला. (मपइ)

ल

लक्षद्वीप : हा एक लहान केंद्रशासित प्रदेश. १८ व्या शतकाच्या शेवटी टिपू सुलतानाने हे जिंकून घेतले. १९५६ मध्ये भाषावार प्रांतरचना झाल्यानंतर ही बेटे भारत शासनाच्या नियंत्रणाखाली आली. (इसंशा)

लक्ष्मणसिंह गुहिलोत : (इ.स.१३८२-१४२१) मेवाडच्या क्षेत्रसिंहाचा मुलगा. जोगा धर्माधिपतीचा याने पराभव केला. राज्याची आर्थिक परिस्थिती सुधारली. प्रयाग व गया ही क्षेत्रे मुसलमान राजांच्या तावडीतून मुक्त केली. अल्लाउद्दिन खिलजी व खिजरखां यांच्या वेळच्या लढायांत उद्ध्वस्त झालेल्या इमारतींची डागडुजी केली. (सुविको)

लक्ष्मणसेन शक : या शकाचा आरंभ शके १०४१ मध्ये झाला असावा किंवा त्याचा आरंभकाल शके १०२८ च्या जवळपास कोठेतरी असावा. ७ ऑक्टोबर सन १११९ ह्या दिवसापासून लक्ष्मणसेन शकाचा आरंभ होतो, असे मानण्यात येते. ह्या शकाचा प्रचार बंगाल, बिहार व मिथिला एवढ्या प्रदेशात होता. (सुविको)

लक्ष्मीज्ञान : गोपाळ हरी देशमुख तथा लोकहितवादी यांचा 'लक्ष्मीज्ञान' हा ग्रंथ महत्त्वाचा आहे. अर्थशास्त्र विषयावरील आहे. हिंदुस्थानविषयीचे विचार यामध्ये आलेले आहेत. (मपइ)

लक्ष्मीबाई आंग्रे : या कान्होजी आंग्रे यांच्या पत्नी होत. आरमारी हालचालींबाबत हिचा व बाजीरावाचा पत्रव्यवहार होत असे. तुळाजी आंग्र्याचा नानासाहेबांनी मोड केल्यावर ही १७५८ मध्ये मरण पावली. (पे स्त्रि)

लक्ष्मीबाई झाशीवाले : (जन्म - १९ नोव्हें १८३५, काशी. वीरगती - १८ जून १८५८ कोटा) चुणचुणीतपणामुळे सर्वजण लक्ष्मीबाईंना 'छबेली' या नावाने हाका मारीत असत. छबेलीचा विवाह झाशीचे संस्थानिक गंगाधरपंत नेवाळकर यांच्याबरोबर झाला. गंगाधरपंतांनी आपल्या घराण्यातील आनंदरावाला दत्तक घेतले. पुढे डलहौसीने दत्तकपुत्र नामंजूर करून झाशी संस्थान खालसा केले (१८५४). इंग्रजांनी दिलेली पेन्शन राणीने नाकारून'मेरी झांसी नही दूंगी' अशी घोषणा केली. स्वातंत्र्य समरामध्ये (१८५७) लढणाऱ्या वीर योद्ध्यांमध्ये अग्रभागी उठून दिसणाऱ्या या वीरांगनेने रोझ आणि स्मिथ या इंग्रज सेनापतींबरोबर लढताना काल्पीजवळील कोटा-द-सराई येथे मृत्यू पत्करला. इंग्रज सेनानींनीही राणीसाहेबांच्या शौर्याची प्रशंसा केलेली आहे. उत्कृष्ट प्रशासन, प्रजाप्रेम ही वैशिष्ट्ये.(१८५८) (स्वासंस)

लखनौ : संयुक्त प्रांत, एक जिल्हा. जुने शिल्पावशेष अनेक आहेत. श्रीरामाचा भाऊ लक्ष्मण याने हे

वसविले असे म्हणतात. १८५७च्या क्रांतियुद्धात लखनौचा मोठा सहभाग. हजरत बेगम महल इत्यादींनी युद्धात भाग घेतला, त्यानंतर लखनौला ब्रिटिशांनी मोठी लष्करी छावणी लावली. (सुविको)

लखनौ अधिवेशन : (इ. स. १९१६) लखनौ अधिवेशनात लोकमान्य टिळक काँग्रेसमध्ये परतले. त्यांचे प्रचंड स्वागत झाले. मुस्लीम लीगचेही अधिवेशन येथे झाले. लखनौ करार करण्यात आला. यात राजकीय अधिकार आणि विधिमंडळातील मुस्लीम प्रतिनिधित्व या संदर्भात करार झाला. लक नाऊ असे त्याचे वर्णन केले गेले. मात्र, काँग्रेस ही सर्व भारतीयांचे प्रतिनिधित्व करणारी संस्था आहे या दाव्याला तडा गेला. (मपइ)

लखम सावंत : (राज्यकाळ इ. स. १६५१-७५) कुडाळ संस्थान निर्माण करणाऱ्या खेम सावंताचा पुतण्या व आदिलशाहीतर्फे नेमलेला कोकण प्रांतावरील अधिकारी. याने रुस्तुमजमानचा पराभव केला होता. १६५८. शिवाजीमहाराजांनी यावर स्वारी केली. (सन १६६२) (सुविको)

लखिमपूर : आसाम. अकराव्या शतकांत तिबेटकडून छुटिया लोक या ठिकाणी वसाहत करून राहिले व पुढे त्यांना आहोमांनी जिंकले. पुढे इंग्रजांकडे सर्वच आसाम गेला. (सुविको)

लगतुरमान : यांचे घराणे म्हणजे शाही राजघराणे. इ.स. च्या ७ व्या शतकापासून ९ व्या शतकापर्यंत अरबी आक्रमणांचा प्रतिकार केला. (भासंको)

लखुजी जाधव (मृत्यू१६२९) : निजामशाहीतील एक प्रसिद्ध शूर सरदार. निजामाकडे आला असता त्याच्याच दरबारात निजामाच्या सेनापतीकडून खून. जिजाबाई यांचीच मुलगी. शिवाजीमहाराज नातू. सिंदखेड राजा (विदर्भ) येथील जाधव घराणे अत्यंत प्रसिद्ध. (मविको)

लचित बडफुकन (१६७४ चा सुमार) : महाराष्ट्रात छ. शिवाजीमहाराज, राजस्थानात महाराणा प्रतापसिंह, पंजाबात श्री गुरू गोविंदसिंघ ह्यांना जे स्थान आहे तेच आसामात सरसेनापती लचित बडफुकन ह्यांना आहे. औरंगजेबाची सु. तीन लाखाची सेना आसामवर चालून आली. लचित डफुकन ह्यांची सरसेनापती म्हणून नियुक्ती झाली. १६७४ मध्ये रामसिंहाच्या नेतृत्वाखाली मोगलांनी तुफान हल्ला चढविला होता पण लचित ह्यांचा प्रतिकार जबरदस्त होता. लचित जियाई थका माने गोहाटी एरा नाइ म्हणजेच जोवर लचित जिवंत आहे तोवर कोणीही गोहाटी घेऊ शकत नाही आणि खरोखरच मोगलांचा प्रचंड पराभव झाला आणि लचित ह्यांचा विजय अभिनंदनीय होता.

लठ्ठे अण्णासाहेब बाबाजी : (इ.स.१८७८ -१९४५) दक्षिण महाराष्ट्रातील ब्राह्मणेतर चळवळीचे प्रमुख नेते तसेच अर्थशास्त्रज्ञ आणि कुशल प्रशासक. अग्रेसर कायदेपंडित, चित्रकार, राज्यघटना शास्त्रज्ञ. मुंबई राज्याच्या कायदेमंडळात (१९३७-३९) अर्थमंत्री. शाहूमहाराजांचे मराठी आणि इंग्रजी चरित्रकार. (मदि)

लडाख : हिंदुस्थान, काश्मीरमधील एक प्रांत. महाभारतात ललाटाक्ष म्हणून उल्लेख. १९ व्या शतकात काश्मीर संस्थान होईपर्यंत त्या प्रदेशावर तिबेटची सत्ता होती. चीनचे १९६२ साली लडाखवर आक्रमण. लडाख हा बौद्धबहुल प्रदेश. लेह हे प्रमुख ठिकाण. (सुविको)

लतिफी, अल्लम्मा (इ.स.१८७९) : एक भारतीय अधिकारी. हे तिन्ही गोलमेज परिषदांस उपस्थित होते व त्या परिषदेच्या कमिटीचे ते सेक्रेटरी होते.(जून १९३२) (सुविको)

लद्द : इस्लामी न्यायशास्त्रानुसार 'लद्द' म्हणजे धार्मिक विधिनियमानुसार दिलेली शिक्षा. यात व्यभिचार, चोरी, दारू पिणे अशा गुन्ह्यांबद्दल ठेचून मारणे, चाबकाचे फटके मारणे, हातपाय तोडणे अशा प्रकारच्या शिक्षा दिल्या जात. (मभासंसं)

ललितपूर : मध्य प्रदेशातील एक ठिकाण. मराठ्यांच्या आमदानीत गोविंदपंत बुंदेले यांनी हे गोंडांपासून घेतले. १८४४ पर्यंत ते शिंद्यांकडे होते. १८९१ मध्ये इंग्रजांनी ललितपूर व झाशी एकत्र करून झाशी जिल्हा बनविला. (सुविको)

ललितादित्य मुक्तापीड : (इ.स. ७२४-७६०) ललितादित्य मुक्तापीड हा कार्कोट वंशातला सर्वश्रेष्ठ राजा होता. त्याने कनोजच्या यशोवर्माच्या साहाय्याने नर्मदेपासून तिबेटपर्यंत संपूर्ण उत्तर भारतावर आपले साम्राज्य प्रस्थापित केले होते. काश्मीरच्या दुसऱ्या प्रतापादित्याचा हा मुलगा. तिबेट, दरद, कांबोज, तुर्क तसेच मगध, गौड, कलिंग, माळवा, गुजरात आदींवर विजय मिळविला. मठ, मंदिरे, प्रासाद उभारले. काश्मीरमधील मार्तंड मंदिर आजही प्रख्यात आहे. (भासंको, मचको)

लल्ल : एक प्राचीन गणित- ज्योतिषशास्त्रज्ञ. त्याने श्री वृद्धितंत्र हा 'गणितग्रंथ' व 'रत्नकोश' नावाचा मुहूर्तग्रंथ लिहिला. याचा काळ ५६० असावा. (सुविको)

लल्लिया : (इ.स. च्या ९ व्या शतकाच्या उत्तरार्धात)लल्लियाची सत्ता काबूल व प. पंजाब या प्रदेशावर होती. इ.स. ८७० च्या सुमारास अरबांनी काबूल जिंकले. कल्हणाने लल्लियाच्या पराक्रमाची स्तुती केली आहे. (भासंको)

लळिंगचा किल्ला :धुळे जिल्ह्यात जी अनेक प्राचीन व मध्ययुगीन ऐतिहासिक स्थळे आहेत. त्यात लळिंगचा उल्लेख अव्वल स्थानावर करावा लागेल. या किल्ल्यात पूर्वी दोन हेमाडपंथी मंदिरे असल्याचा उल्लेख प्रसिद्ध झालेल्या खानदेश गॅझेटमध्येआढळतो (१८८०).लळिंगच्या पायथ्याशी जंगल सत्याग्रहाची रणदुंदुभी फुंकण्यात आली (१/९/१९३०). याच भूमीवर डॉ. भीमराव आंबेडकर यांनी सामाजिक परिवर्तनाचा संग्राम सुरू केल्याचे किंवा त्याचे बीजारोपण केल्याचे दिसून येते (३१ जुलै १९३७). (उदुइ)

लहूजी वस्ताद : (वीर लहूजी वस्ताद जन्म - इ. स.१८०० पुणे) लहूजींचे वडील राघू साळवे हे पेशव्यांच्या शिकारखात्यात नोकरी करत. पुण्याच्या शनिवारवाड्यावर असलेला भगवा झेंडा इंग्रजांनी उतरवला, तेथे युनियन जॅक चढवला, या प्रकाराने लहूजींच्या मनात इंग्रजांबद्दल अत्यंत चीड निर्माण झाली (१८१८). लहूजींनी घराजवळ तालीम काढून तरुणांना बलोपासनेबरोबर शस्त्रशिक्षण देऊन प्रेरणा दिली. त्यांच्याकडे शिक्षणासाठी येणाऱ्या तरुणांत प्रामुख्याने वासुदेव बळवंत फडके, लो. टिळक आणि म. फुले यांचा उल्लेख करता येईल. (स्वासंस)

लंहानाज : उत्तर गुजरातेतील एक स्थान. इथे उत्खनन करण्यात आले (इ.स. १९४४ ते १९६३). त्या उत्खननात दगडाची अनेक लहान लहान हत्यारे, दगडाचे कपचे, धारदार छिलके, हाडे, मातीच्या भांड्यांची खापरे, शंख, शिल्प, मानवी सांगाडे इ. अनेक वस्तू सापडल्या आहेत. लांघणज येथे सापडलेल्या लघुअश्मयुगीन संस्कृतीचा काळ (सनपूर्व २५०० ते सनपूर्व २०००) असावा असे विद्वानांचे मत आहे. (भासंको)

लाकूड : हडप्पा-मोहेंजोदाडो येथे निरनिराळ्या प्रकारचे लाकडांचे अवशेष सापडले आहेत. सागवान,

देवदार, शिसवी ही त्यांत प्रामुख्याने आहेत. इमारती, मंदिरे यांच्या बांधकामासाठी, सिंहासन आणि इतर आसने तयार करण्यासाठी ते पश्चिम आशियात आयात केले जात असे. पर्सि पोलिस (इराण)येथील राजवाड्यात भारतातील लाकूड वापरले गेले होते. (सिसं)

लाखेरीची लढाई : (इ.स.१७९३)ही लढाई शिंदे आणि होळकर या दोन मराठे सरदारांत झाली. जून १७९३ गोपाळराव भाऊ, डी बोईन, जिवबादादा या महादजी शिंद्यांच्या सेनापतींनी होळकरांच्या सैन्याचा धुव्वा उडवला. होळकरांचा पूर्ण पराभव झाला. शिंदे, होळकर यांच्यातील वैरभावना व शत्रुत्व याचा शेवट लाखेरीच्या लढाईने झाला. (इसंशाको)

लाड डॉ. भाऊ दाजी : (इ.स. १८२४ ते १८७४)प्राच्यविद्यापंडित, समाजसेवक व कुशल धन्वंतरी, 'स्टुडंट्स लिटररी अँड सायंटिफिक' सोसायटीचे ते पहिले भारतीय अध्यक्ष. या संस्थेच्या वतीने मुलींसाठी तीन शाळा चालविल्या. विधवाविवाहाचा पुरस्कार केला. (मपइ)

लाड भाई जी.डी. (जन्म १९२२) : क्रांतिसिंह नाना पाटील यांचे सहकारी. प्रतिसरकारमधील अत्यंत महत्त्वाची व्यक्ती. धुळ्याच्या चिमठाण्याच्या खजिनालुटीमध्ये भाग. 'तुफान सेने'च्या मदतीने ग्रामराज्याची कल्पना यशस्वीपणे राबविली. कऱ्हाड ते कोल्हापूरपर्यंतच्या संदेशवाहक तारा एकाच रात्रीत तोडल्या. हा क्रांतिवीर म्हणजे एक अनोखे व्यक्तिमत्त्व.(स्वासंस)

लाय पाटील : मराठ्यांचा एक आरमारी अधिकारी. मुरुड जंजिरा मोहिमेवर या कामी मोरोपंत पेशवे यांची नेमणूक करण्यात आली. त्यावेळी यांजकडे जंजिऱ्यास रात्री शिड्या लावून देण्याची कामगिरी सोपविण्यात आली होती व ती कामगिरी याने फत्ते केली. (ऑगस्ट १६७६) मोरोपंतांनी शिवाजीमहाराजांकडे यांची शिफारस केली. शिवाजीमहाराजांनी पालखीचा मान देऊन गुणगौरव केला. पण तो विनयपूर्वक नाकारल्याने शिवाजींनी यास पालखी नावाचे जहाज बांधून दिले आणि सरपाटील हा मानाचा किताब शिवाजीमहाराजांनी दिला. (सुविको)

लाल महाल : जिजामाता आणि बाल शिवबा यांना शहाजीराजांनी पुण्यास पाठविले १६३६. त्याकाळी पुणे उद्‌ध्वस्त झाले होते. तेव्हा दादोजीपंत कोंडदेवांनी दोघांसाठी वाडा बांधला. कसब्याच्या पश्चिम अंगाला, गणपतीच्या सन्निध. वाड्यात सर्व सोयी होत्या. पागा, गोशाळा, शिलेखाना, कचेरी, दप्तरखाना, कोठी राहण्याचे महाल, देवघर इ. वाड्याला नाव दिले लाल महाल. वाडा पूर्व-पश्चिम १७ गज लांब नि दक्षिण उत्तर २७ गज रुंद. कारंजी आणि प्रशस्त सदर. तळघरे होती. (राशि)

लालबहादूर शास्त्री : (इ.स. १९०४-१९६६) पं. जवाहरलाल नेहरू यांच्यानंतरचे भारताचे पंतप्रधान. त्यांच्याच कारकिर्दीत पाकिस्तानचे आक्रमण (सप्टेंबर १९६५). तीनच वर्षापूर्वीचे भारत-चीन लढाईतील भारताचे अपयश समोर असतानाच लालबहादूरशास्त्रींच्या नेतृत्वाखाली भारताचा प्रचंड विजय नि राष्ट्राची मान उंचावली. पण त्यानंतरच्या त्रिपक्षीय वाटाघाटी नि ताश्कंद करार झाला पण त्यांचा रात्री हृदयविकाराने मृत्यू. 'जय जवान जय किसान' ही त्यांची घोषणा अतिशय महत्त्वपूर्ण नि लोकप्रिय ठरली. 'धोतीवाले भी लड सकते है...' हेही वाक्य त्यावेळी गाजले. १८ महिन्यांच्या त्यांच्या कारकिर्दीत १८ वर्षांत जे यश मिळू शकले नव्हते त्यांनी मिळविले. साधी राहणी, उच्च विचारसरणी हे त्यांचे वैशिष्ट्य होय. (अचको)

लालशंकर उमियाशंकर : (१९वे शतक) म. फुले यांच्यापासून स्फूर्ती घेऊन प्रार्थना समाजाचे धुरीण

लालशंकर यांनी पंढरपूर येथे बालहत्या प्रतिबंधक गृहाची स्थापना केली. लोकहितवादी, भिडे, थत्ते यांची त्यांना खूप मदत झाली. गैरसमज दूर करण्यासाठी सुबोध पत्रिका प्रसिद्ध केली. (मपइ)

लालसोटची लढाई : (इ.स.१७८७) जुलै १७८७ मध्ये महादजी शिंदे आणि राजपूत यांच्यात राजस्थानात ही लढाई झाली. महादजींना तह हवा होता. जयपूर-जोधपूर-उदयपूरच्या राजांना तह नको होता. त्यांनी महादजीच्या सैन्यात दुफळी माजविली. महादजी एकटे पडल्यावरही त्यांनी २८ जुलै १७८७ रोजी राजपुतांवर हल्ला केला. महादजींना राजपुतान्यातून आपले सैन्य काढून घ्यावे लागले. महादजीच्या दृष्टीने ही लढाई पानिपत-एवढीच बिनाशकारी ठरली. (इसंशा)

लाला लजपतराय : (इ.स.१८६५-१९२८) भारतीय स्वातंत्र्य संग्रामातील एक श्रेष्ठ नेते. पंजाबात स्वदेशी आणि बहिष्काराची चळवळ. दुष्काळनिवारण कार्य, अस्पृश्योद्धार सहस्रो लोकांना ख्रिस्ती होण्यापासून वाचविले. तसेच अन्यायी कायद्याविरुद्ध लेख लिहिले. तेव्हा सरकारने त्यांना विनाचौकशी मंडाले येथे बंदिवासात ठेवले होते. लाल, बाल, पाल ही त्रिमूर्ती तरुणांना स्फूर्ती देतच होती. राजकारणाला जहाल वळण लावीत होती. कराची येथे त्यांच्या अध्यक्षतेखाली शुद्धिसभेचे अधिवेशन. सर्व्हंट्स ऑफ दी पीपल सोसायटी स्थापली. हिंदू महासभेचेही कार्यकर्ते. लाहोर येथे सायमन कमिशन बहिष्कारार्थ मोठा मोर्चा, लाठीमार आणि लाला लजपतराय हे जखमी व त्यातच त्यांचा मृत्यू. (भासंको)

लाला सेवकराम : (मृत्यू १७९२) कोलकता येथे इंग्रजांच्या दरबारी असणारा वकील. १७७० मध्ये जयपूर दरबारी मराठ्यांनी त्याला वकील नेमले. १७७३ पर्यंत तेथे होता. १७७७ ते १७९० पर्यंत मराठ्यांचा वकील म्हणून काम केले. (सुविको)

लाला हरदयाल : (जन्म १४ ऑक्टो १८८४, दिल्ली, निधन - ४ मार्च १९३९, फिलाडेल्फिया) गदर संघटना चेतवली. अलौकिक बुद्धिमत्ता व असामान्य स्मरणशक्ती. वीर सावरकराच्या क्रांतिकार्यात सहभाग. इंग्रजांच्या धोरणाला विरोध. शिष्यवृत्तींचा देशकार्यासाठी त्याग. स्वा.सावरकरांच्या तत्त्वज्ञानाचे पुरस्कर्ते जहाल क्रांतिकारक नेता. गदर आंदोलनातील एक प्रमुख नेते. 'गदर' हे वृत्तपत्र ही शेकडो जणांना स्फूर्तिदायक. अमेरिकन सरकारने त्यांना अटकही केली होती. अमेरिकेत फिलाडेस्फिया येथे काळाच्या पडद्याआड. (स्वासंस)

लाहोटी आर. सी. : आर. सी. लाहोटी हे भारताचे सरन्यायाधीश होते. २००४-२००३ या काळात त्यांनी सरन्यायाधीशपदाची जबाबदारी सांभाळली. (इसंशा)

लाहोर : आताच्या पाकिस्तानातील आणि फाळणीपूर्वीचे हिंदुस्थानातील एक प्रख्यात शहर. ह्युएनत्संगने त्याचा उल्लेख केलेला आहे. १०३१ साली लाहोर जे एकदाचे मुसलमानांच्या ताब्यात गेले ते अजूनही. अकबराच्या काळात लाहोर भरभराटीला पोहोचलेले होते. मोगल बादशहांनी येथे बऱ्याच सुंदर इमारती बांधल्या. नूरजहान आणि जहांगीर यांच्या कबरी येथेच आहेत. सुंदर शालीमार बाग शहाजहाने बांधली. औरंगजेबाच्या कारकिर्दीपासून लाहोरचे वैभव नष्ट झाले. राघोबादादा पेशवे ह्यांनी लाहोर जिंकून तेथे भगवा ध्वज फडकाविला (१७५८) ते पुन्हा रणजितसिंहाच्या अमदानीत परत स्वातंत्र्यात आले. (सुविको)

लिंगायत : वीरशैव. १२ व्या शतकाच्या उत्तरार्धात महात्मा बसवेश्वरांनी या पंथाची स्थापना केली. कर्नाटकात यांची संख्या मोठ्या प्रमाणावर आहे. या संप्रदायाचे लोक शरीरावर लिंग धारण करतात म्हणून त्यांना

लिंगायत असे म्हणतात. सर्व लिंगधारक समान दर्जाचे ही शिकवण.(सुविको)

लिंबराज दैठणकर (सन १६०० सुमारे) : नगर जिल्ह्यातील दैठण गावचे संतकवी. एकनाथ स्वामींचे शिष्य. यांच्या घराकडे पंढरीच्या काल्याचा मान आहे. निंबराज असेही त्यांचे नाव. त्यांनी अनेक अभंग आणि काव्ये रचली. देवदैठण हे गाव श्रीगोंदे तालुक्यात, शिरूरपासून जवळच आहे. ह्यांच्या घरात आणि मंदिरात श्री दशावतार, श्री विठ्ठलरुक्मिणी आणि गावात श्रीविष्णुमंदिर, श्री दधीचिमुनि मंदिर आहे.

लिच्छवी : लिच्छवी राजे नेपाळवर ख्रि.पू. ७७२ ते इ. स. ६४० पर्यंत राज्य करीत होते. चंद्रगुप्ताची एक राणी लिच्छवी राजकन्या होती. हे एक प्रसिद्ध गणराज्य. धाडसी, उत्सवप्रिय नि भूमीवर प्रेम करणारे लोक. वैशाली ही त्यांची राजधानी. भगवान गौतम बुद्धांनी आपल्या संघाची रचना लिच्छवींच्या राज्यपद्धतीलाच धरुन केली होती. लिच्छवींचे बळ त्यांच्या संघटित ऐक्यभावनेत होते. भगवान महावीरांचा जन्म वैशालीचे उपनगर जे कुंडग्राम त्यात झाला. (सुविको)

लिटन, लॉर्ड एडवर्ड रॉबर्ट : (१८३१-१८९१) एक इंग्रज मुत्सद्दी व हिंदुस्थानचा गव्हर्नर जनरल. १८७५ मध्ये हा हिंदुस्थानचा गव्हर्नर जनरल झाला. याच्या काळात अफगाण युध्द झाले. १८७७ मध्ये मोठा दिल्ली व्हिक्टोरिया राणीला'हिंदुस्थानची बादशाहीण' हा किताब ह्यानेच वृत्तपत्रांचा काळा कायदा आणला. (सुविको)

लिपी (सिंधू संस्कृती) : प्राचीन सिंधू लिपीचा अनेक विद्वानांनी प्रयत्न करूनसुद्धा उलगडा झालेला नाही. ज्यावेळी सिंधू आणि क्युनिफॉर्म लिपीत एखादा लेख सापडेल त्या वेळी हे शक्य होईल. सिंधू लिपीतील लेख फार छोटे आहेत. ते मुद्रांवर प्रामुख्याने आढळतात. सिंधू लिपीतील एक चिन्ह म्हणजे केवळ एक अक्षर नसून एक पूर्ण संकल्पना असावी असे विद्वानांचे मत आहे. (सिसं)

लिमये मधू : भारतीय सोशॅलिस्ट चळवळीचे आघाडीचे नेते, राममनोहर लोहियांचे ज्येष्ठ समर्थक, फर्नांडिस यांचे सहकारी. जनता पक्षाचे सक्रिय कार्यकर्ते. दुहेरी राजनिष्ठेचा प्रश्न उकरून काढून जनता राजवट संपुष्टात आणली तथापि, अत्यंत तळमळीचा, सच्चा समाजवादी चारित्रवान नेता म्हणून प्रसिद्ध. लालूप्रसाद यादव, शरद यादव यांचे नेतृत्व यांनीच घडविले. (इंटरनेट)

लिमये राघोबा : ले. क. माल्कम याच्या नरगुंद येथील न्यायालयात १५ जून १८५८ रोजी अभियोग भरण्यात आला. इंग्रजी सत्तेविरुद्ध बंड करणे, मॅन्सनच्या वधाच्या तुकडीत सहभाग असे आरोप ठेवून १५ जून रोजीच फाशीची शिक्षा देण्यात आली. (१८५७ स्वायुपेदहिं)

लीळाचरित्र : (इ. स. १२८३ चा सुमार) मराठीतील पहिला गद्य, चरित्रग्रंथ म्हाइंभटाने श्री चक्रधरस्वामी ज्या ज्या ठिकाणी राहिले होते, तेथे जाऊन आठवणी गोळा केल्या. या आठवणी म्हणजे लीळा होत. आठवणीतून तयार झालेल्या चरित्रास लीळाचरित्र म्हणतात. एकंदर १५०९ लीळा आहेत.

लुधियाना : पंजाब, जालंधर भागातील एक जिल्हा. सतलज नदीमुळे सुपीक जमीन. तीन रेल्वेमार्गाचे संगमस्थान. १४८१ साली लोदी पठाणाने वसविले. येथील जश्मीना शाली प्रसिद्ध. रेशीम व लोकर रंगविण्याचे काम उत्कृष्ट. (मविको)

लेणी : डोंगरातील खडक खोदून तयार केलेली गुहागृहे. प्राचीन काळी बौद्ध भिक्षू वर्षावासासाठी अशा

गुहागृहांतून राहत. आधी ओक्याबोक्या वाटणाऱ्या या गुहांवर चित्रांची व शिल्पांची लेणी चढवली गेली. एकूण लेण्यांपैकी सर्वाधिक लेणी एकट्या महाराष्ट्रात आहेत. अजंठा, वेरुळ, कार्ले, भाजे, कान्हेरी, अंबेजोगाई इ. प्रख्यात लेणी होत. (भासंको, लेम)

लेले काशिनाथ कृष्ण : (इ.स.१७८७)धार, मध्यप्रदेश. धार संस्थानच्या इतिहासाचे लेखन. संस्थानच्या गॅझेटियरमध्ये नव्या संशोधित इतिहासाची टिपणे देऊन घातलेली भर ही त्यांची महत्त्वाची कामगिरी, परमार घराण्याचा इतिहास. त्यांचे घर म्हणजे पुराणवस्तुसंग्रहालयच होते. (मदि)

लोककल्याणकारी योजना : (सातारा) लोककल्याणकारी योजनांची सुरुवात ही जेम्स ग्रॅन्टने केली होती. ह्या लोककल्याणकारी योजनांना विस्तृत स्वरूप छ. प्रतापसिंहांनी दिले. सातारा राज्यात लोककल्याणकारी योजना राबविली गेली. लोकोपयोगार्थ छ. प्रतापसिंहांनी पंचायत हौद, गुरुवारचा हौद, छत्रीचा हौद इ. अनेक हौद बांधले. सातारा शहर सुधारण्याचे आणि त्याचा विस्तार करण्याचे काम प्रतापसिंहांनी केले. वेण्णा, कृष्णा इ. नद्यांवर पूल बांधले. शिक्षणविषयक प्रतापसिंहांची कामगिरी अत्यंत उल्लेखनीय अशी आहे. छत्रपती शहाजीमहाराज तथा अप्पासाहेब यांच्या कारकिर्दीमध्येही अनेक लोककल्याणकारी योजना आपणास आढळतात. (मइ)

लोकमान्य बाळ गंगाधर टिळक : (२३ जुलै १८५६ जन्म. १ ऑगस्ट १९२०) एक हिंदुत्ववादी. काँग्रेस नेते. ह्यांच्या काळास टिळक युग म्हणत. सशस्त्र क्रांती प्रयत्नास त्यांचा आशीर्वाद पाठिंबा असे.१८८० न्यू इंग्लिश स्कूल, पुणे या शाळेच्या स्थापनेत मोठे योगदान. ४ जाने. १८८१ मध्ये 'केसरी' व २ जाने १८८१ 'मराठा' वृत्तपत्रे सुरू केली. टिळक मराठाचे संपादक बनले. टिळक व आगरकरांनी १८८४ मध्ये डेक्कन एज्युकेशनची स्थापना केली. १८८५ मध्ये फर्ग्युसन कॉलेज सुरू केले. २५ ऑक्टो १८८७ ला टिळक केसरीचेही संपादक बनले. १४ ऑक्टो १८९१ केसरी व मराठा टिळकांच्या मालकीची बनली. २६ ऑक्टो. १८८२ मध्ये डोंगरी तुरुंगात टिळक-आगरकरांची रवानगी झाली. १८९४ मध्ये सार्वजनिक गणेशोत्सव, १८९५ मध्ये शिवजयंती निमित्ताने जनतेमध्ये भारतीय स्वातंत्र्य विचारांचा प्रसार करता येईल. हिंदी राष्ट्रवादाचे ते प्रखर पुरस्कर्ते होते. चाफेकर प्रकरणात २७ जुलै १८९७ ला टिळकांना पुन्हा तुरुंगवास झाला. ४ जुलै १८९९ 'पुनश्च हरिः ओम्' या अग्रलेखाने देशकार्याला प्रारंभ केला. स्वदेशी, बहिष्कार, स्वातंत्र्य, राष्ट्रीय शिक्षण या चतुःसूत्री कार्यक्रमाचा त्यांनी पुरस्कार केला. 'स्वराज्य हा माझा जन्मसिद्ध हक्क आहे, तो मी मिळविणारच' अशी सिंहगर्जना त्यांनी केली. १९०८ ते १९१४ मध्ये मंडालेच्या कारावासात त्यांनी 'गीतारहस्य' हा अमर ग्रंथ लिहिला. २८ एप्रिल १९१६ ला ॲनी बेझंट यांच्या सहकार्याने होमरूल लीगची स्थापना केली. त्यांना 'लोकमान्य' ही पदवी मिळाली. 'भारतीय असंतोषाचे जनक' ही उपाधी त्यांना मिळाली. (भासंको)

लोकशाहीवादी काँग्रेस : बाबु जगजीवनराम यांनी व त्यांच्या सहकाऱ्यांनी १९७७ मध्ये काँग्रेसचा त्याग करून लोकशाहीवादी काँग्रेस या पक्षाची स्थापना केली. या पक्षाने १९७७ च्या निवडणुकांकरिता द्रविड मुन्नेत्र कळघम, अकाली दल व मार्क्सवादी कम्युनिस्ट पक्ष यांबरोबर आघाडी केली.

लोकशाही समाजवाद : लोकशाही शासनप्रणाली व समाजवाद यांच्या समन्वयातून तयार झालेली एक विचारप्रणाली म्हणजे लोकशाही समाजवाद होय. रॉबर्ट ओवेन, सिडने वेब, आर. एच. टॉमी, हॅरॉल्ड लास्की यांसारख्या विचारवंतांनी लोकशाही समाजवादाला अनुकूल असे विचार आपल्या ग्रंथात मांडले. समाजवाद

लोकशाही मार्गाने कृतिप्रवण झाला पाहिजे, ही लोकशाही समाजवादाची मूळ भूमिका आहे.

लोकशिक्षण : मुसलमानी राजवटीमध्ये महाराष्ट्रातील संतांनी आपल्या अभंगवाणीने व ओव्यांनी मराठीतून भारतीय वैदिक, स्मार्त व पौराणिक आचारधर्म तत्त्वज्ञान यांची जोपासना करून सर्व तत्त्वज्ञान लोकाभिमुख केले. हरिदास कीर्तनकारांची संस्था फार पुरातन असून लोकशिक्षणाचे कार्य त्या हरिकथानिरूपणांतून करीत. (मइ)

लोखंडे नारायण मेघाजी : कामगार चळवळ आणि नारायण मेघाजी लोखंडे यांचा अतूट संबंध आहे. भारतीय कामगार चळवळीचे जनक. १८९१ चा विधायक फॅक्टरी ॲक्ट निर्माण होण्यात यांनी खूप महत्त्वाची भूमिका बजावली. (१८९३ च्या) धार्मिक दंगलीनंतर राणीबागेत लोखंडे यांनी आयोजिलेल्या ऐक्य मेळाव्यात ६० हजार कामगार उपस्थित होते. (मपइ)

लोथल : गुजरातमधल्या अहमदाबाद जिल्ह्यात, खंबायतजवळ असलेले एक स्थान. या स्थानाला आता पुराणवस्तुसंशोधकांच्या दृष्टीने बरेच महत्त्व प्राप्त झाले असून, तिथे प्राचीन संस्कृतीचे असंख्य अवशेष सापडलेले आहेत. लोथल येथील उत्खननाच्या पाच स्तरांत दोन भिन्न युगांतील अवशेष सापडले आहेत. तसेच एक संपूर्ण गोदी उत्कृष्ट अवस्थेत सापडली आहे. तेथे एक संग्रहालय करण्यात आले आहे. (भासंको)

लोदी घराणे (इ.स.१४५०-१५२६) **:** लोदी या मुसलमानी घराण्याचा संस्थापक बहलोल खान लोदी हा अफगाण व्यापारी घराण्यातील होता. आधी तो लाहोरचा सुभेदार होता. नंतर पंजाब जिंकून दिल्लीचे तख्त मिळविले. (१४५१), बहलोल, सिंकंदरशहा, इब्राहिम हे सुलतान ह्या घराण्यातले. दिल्ली हे शेवटचे सुलतान घराणे बाबरने १५२६ मध्ये बुडविले. (मविको)

लोनाड लेणी : (जि. ठाणे) ठाणे जिल्ह्यातील कल्याण शहराच्या उत्तरेला सुमारे सहा कि. मी. अंतरावर गांधारी खाडीपलीकडे लोनाड गाव आहे. तेथील चौधर पाडामधील देखणे शिवलिंग व गद्धेगाळ शिलालेख पाहण्याजोगा आहे. लोनाडच्या शिलाहारांनी उभारलेले प्राचीन लोणादित्य शिवमंदिर प्रेक्षणीय आहे. लोनाड गावच्या उत्तरेस दीड-दोन किमी अंतरावर पूर्वाभिमुख लेण्यांचा छोटा समूह आहे. (लेम)

लोहगाव : पुण्याच्या ईशान्येस सुमारे १५ किमीवर हे गाव आहे. जगद्गुरू श्री तुकाराममहाराजांचे आजोळ. शिवबा कासाराच्या वाड्यासमोरील महादेव मंदिरात श्री संत तुकाराम व शिवाजीमहाराज यांच्या भेटी होत असत असे सांगतात. गावातील तुकाराम मंदिराच्या विहिरीत बसण्यासाठी जागा असून एक शिलालेखपण आहे. आधुनिक काळात लोहगावचा सैनिकी विमानतळ प्रसिद्ध आहे. (मविको)

लोहयुग : मानव धातू कधीपासून वापरू लागला हे यातून समजते. अश्मयुगानंतर मानवाला लोखंडाचा उपयोग ज्ञात झाला. आफ्रिकेत लोहयुग अश्मयुगानंतर लगेच चालू लागले. युरोपात ख्रि.पू. १००० च्या सुमारास सुरू झाले. तर अमेरिकेत लोहयुग नव्हतेच असे संशोधक समजतात.हिंदुस्थानात वेदकाळी ख्रि.पू. ४००० लोखंड माहीत होते. ह्या युगात मातीची घरे, शेती हे प्रमुख व्यवसाय. गवत वापरून घरांची छपरे बनवत. तांदूळ मुख्य अन्न, मासे पूरक अन्न, काचेच्या बांगड्या मिळालेल्या आहेत. लोखंडाचा अधिकाधिक उपयोग होऊ लागलेला होता. (विश्वकोश) (इ.स.पू. ४ थे शतक). (भासंको)

लोहार : मराठेशाहीत शस्त्रास्त्रे व इतर लोखंडी वस्तूंची मागणी वाढली व त्यामुळे ठिकठिकाणचे लोहार

पुण्यात येऊ लागले. (१८ व्या शतकाच्या मध्यास). अहमदनगर, सोलापूर, खानदेशाकडील मराठी लोहारांनी तसेच पांचाळ व घिसाडी ह्या 'परदेशी' लोहारांनी पुण्यात आपले भाते घातले. (मइ)

लोहिया (डॉ)राममनोहर : यांच्या नेतृत्वाखाली काँग्रेसला समाजवादी आक्रमक स्वरूप देण्यासाठी प्रयत्न झाले पण समाजवादी आणि प्रजासमाजवादी या दोन गटांत संघर्ष-मतभेद झाला. डॉ. लोहिया, जयप्रकाश नारायण, अशोक मेहता ही पुढारी मंडळी होती. १९५५ मध्ये समाजवादाचा काँग्रेसने स्वीकार केला. पक्षाचे वारंवार तुकडे पडू लागले पुढील दशकभर लोहियावादी गट अस्तित्वात राहिला. लोहिया अत्यंत देशप्रेमी निःस्वार्थी होते. काँग्रेस सोशालिस्ट पक्षाचे प्रमुख. काँग्रेस चळवळीत भाग. १९४२ च्या 'चले जाव' चळवळीचे एक प्रमुख कार्यकर्ते. 'मिस्टरी ऑफ सर स्टॅफर्ड क्रिप्स' हा सुप्रसिद्ध ग्रंथ. गोव्यातील चळवळींना तोंड फोडण्याचे काम यांनीच प्रथम केले. (सुविको)

लौजी : इंग्रजी मुलखात मुंबईत हौजी हे पारशी घराणे जहाजे बांधण्यात फार वाकबगार होते. ईस्ट इंडिया कंपनीने हिंदुस्थानातच पुष्कळ जहाजे ह्यांच्याकडून बांधवून घेतली. इग्लंडच्या राणीकडून त्यांना मान सन्मान. (सुविको)

ल्युबिन : फ्रेंच वकील सेंट ल्युबिन. इंग्रजांप्रमाणे फ्रेंचांचीही इच्छा महाराष्ट्रात आपला व्यापार वाढवावा व पेशवाई राजकारणात आपला प्रवेश व्हावा अशी होती. नाना फडणिसांनीही फ्रेंचांना हाती धरले हा इंग्रजांच्या राघोबासंबंधीच्या शहास काटशह वाटला. म्हणून सेंट ल्युबिन यास जाणूनबुजून जितका मानसन्मान देता येईल तितका देऊन इंग्रजांच्या मनात हेवा उत्पन्न करण्याचा त्यांनी उद्योग चालविला. (मइ)

व

वंग : एक प्राचीन प्रदेश. ऐतरेय आरण्यक, बौधायन, पुराणे आणि महाकाव्य यांत उल्लेख. कालिदासाने गंगा आणि ब्रह्मपुत्रा ह्यामधील प्रदेशाला वंग असे म्हटले आहे. वंग म्हणजे आधुनिक बांगला देश आणि गौड म्हणजे पश्चिम बंगाल. युआनच्वांगपर्यंत ही दोन स्वतंत्र राज्ये होती. आठव्या शतकानंतर केव्हातरी ह्या दोन्ही प्रदेशांना मिळून बांगला – बेंगाल – बंगाल असे नाव मिळाले. पद्मा नदीच्या दक्षिणेस भागीरथी आणि ब्रह्मपुत्रा नद्यांमधील प्रदेशाचे हे नाव आहे. बृहत्संहितेत एक उपवंग उल्लेखलेला देश आहे. (सुविको)

वन्दे मातरम् : बंकिमचंद्र चतर्जी यांनी हे राष्ट्रगीत रचले. १९०६ ला प्रथम प्रसिद्धी. बंगालची फाळणी झाली तेव्हा सरकारच्या निषेधार्थ ही राष्ट्रीय स्तरावरील घोषणा ठरली. राष्ट्रीय काँग्रेसच्या अधिवेशनात १९३०-पर्यंत संपूर्ण गीत म्हणत असत पं. विष्णू दिगंबर पलुसकर हे गीत म्हणत. १९३७ पासून पहिली दोनच कडवी गाण्याची प्रथा पडली. असंख्य देशभक्तांना वन्दे मातरम् ह्या मंत्राने स्फूर्ती देऊन मोठाच इतिहास घडविला, तो मोठाच रोमांचकारी आहे. योगी श्री. अरविंद, स्वा. सावरकर आदींची ह्या गीतावरील भाष्ये वाचनीय. भारतीय स्वातंत्र्यसंग्रामात ह्या गीताचा मोठा वाटा. मराठीत सर्वश्री अमरेंद्र गाडगीळ, मिलिंद सबनीस, प्रा. डॉ. शंकर वासुदेव अभ्यंकर ह्यांनी वन्दे मातरम् विषयी उत्कृष्ट लिहिलेले आहे. 'वन्दे मातरम्'चा जयघोष करीत अनेकजण फासावर गेले. हे गीत प्रथम 'आनंदमठ' या कादंबरीत आले. या गीतामध्ये भारतमातेचे केलेले वर्णन अप्रतिम आहे.

वकील-इ-मुतालिक : १४ नोव्हेंबर १७८४ या दिवशी महादजींना दिल्लीच्या पातशहाने वकील-इ-मुतालिक या पदावर नेमले. मराठ्यांचा हा मोठाच विजय वा सन्मान मानला जातो. महादजीला वझीर व मीरबक्षी या दोघांचे अधिकार दिले गेले. पालखी, नगारे, घोडे, हत्ती, शामामरातब याही उच्चपदाशी निगडित वस्तू महादजीस नजर केल्या गेल्या. (मइ)

वज्रगड : हा किल्ला पुरंदरशेजारी आहे. (पुणे जिल्हा). भैरवखिंडीने या दुर्गाचे पुरंदर आणि वज्रगड (रुद्रमाळ) असे दोन गड झालेले आहेत.

वझे रामराव गंगाधर : पूर्वी बाजीराव पेशवा यांच्या सेवेत असत. यांनी नानासाहेब पेशवा (बंडवाले) यांच्याकरिता सैनिकांची जमवाजमव करण्याचा प्रयत्न केला. फाशी झाली. (१८५७ स्वापेदहिं)

वडगावचा तह : तळेगाव-वडगावच्या पहिल्या मराठे-इंग्रज युद्धात मराठ्यांचा मोठा विजय झाला. अनेक इंग्रज अधिकारी ठार झाले. खुद्द कॅप्टन स्टुअर्ट-इस्टुर फाकडा मारला गेला. धान्य मिळेना. चोहो बाजूंनी

ते घेरले गेले. अशा स्थितीत इंग्रजांना शरणागतीविना मार्ग नव्हता. तह झाला. महादजी शिंदे हे प्रमुख होते. अटी – इंग्रजांनी ताबडतोब राघोबास मराठ्यांच्या स्वाधीन करावे, साष्टी बेट, ठाणे आणि गुजरातमधील सर्व मुलूख इंग्रजांनी मराठ्यांना परत करावा. बंगालमधून निघालेल्या गॉडर्डच्या सेनेस माघारी बोलावून घ्यावे आणि हा तह पाळला जावा म्हणून ले. स्टुअर्ट आणि फार्मर ह्या दोघांना मराठ्यांकडे ओलीस ठेवण्यात यावे. (मइ)

वडनगर : बडोदे संस्थानातील, कडी प्रांतातील एक गाव. आनंदपूर असेही नाव आहे. ह्युएनत्संग, अबुल फजल, इ. प्रवाशांनी याचे सुंदर वर्णन केले आहे. ११५२ साली कुमारपालाने वसविले. घटकेश्वर महादेव मंदिर व शर्मिष्ठा तलाव आहे. (सुविको

वडवाळसिद्ध नागेश : संत ज्ञानेश्वरमहाराजांच्या समकालीन एक मराठी संतकवी. नागेश संप्रदायाचे प्रवर्तक. नागनाथ असेही नाव. काही पदे व १४१ ओव्यांचा 'संकटहरणी शिव ग्रंथ' लिहिला आहे. (सुविको)

वडूज : पुणे सातारा– मार्गावर. नानासाहेब पेशव्यांनी येथे शकुंतेश्वर देवालय बांधले. पावसाळ्यात कृष्णेच्या पाण्याचा वेढा पडतो. (पेम)

वतनदार :गावचे वंशपरंपरागत अधिकारी–वतनदार. गावची सनदी व इतर कामे करणाऱ्यांना वतनदार म्हणत. हे गावगाड्याचे प्रमुख अंग होते. पाटील, कुलकर्णी, चौगुला हे गावचे तर देशमुख, देशपांडे हे परगण्याचे वतनदार असत. वतन संस्थेला सामाजिक जीवनात महत्त्वाचे स्थान आहे. आपापल्या वतनाला जपण्याच्या इच्छेतून वतनाच्या हक्कासाठी पिढ्यानपिढ्या वाद मारामाऱ्या चालत. शिवाजीमहाराजांनी एकाची वृत्ती दुसऱ्यास न देण्याचे धोरण अवलंबिले होते. वतने वंशपरंपरेने देण्यास विरोध दर्शविला. यादव बंधूंनी तसेच गणोजी शिर्के ह्यांनी वतनाची मागणी केली होती. (मइ)

वत्सराज प्रतिहार (सु. ७७०–८१४): कनोज घराणे, पराक्रमी. राज्य उत्तरेकडे कनोज व मारवाड यामध्ये होते. असे सन ७८६ मध्ये दिगंबर जैन जिनसेन आणि हरिवंश पुराणात लिहिलेले आहे. ह्याचा सामंत मंदोरचा राजा कक्क याच्या मदतीने बंगालच्या राजाचा पराभव केला. पण माळव्याच्या स्वारीत अपयश. इंद्रयुधाचे राज्यपण जिंकले होते. (सुविको, मचको)

वनदुर्ग : किल्ल्यांच्या चार प्रकारांपैकी एक वैशिष्ट्यपूर्ण प्रकार. याचा अर्थ 'घनदाट अरण्य' हाच किल्ला असा आहे. दक्षिण कोकणात बरेच वनदुर्ग आहेत. शिवकालामध्ये असल्या प्रदेशाचा गनिमीकाव्याच्या युद्धप्रसंगी उपयोग होत असे. शिवाजीमहाराजांच्या मावळ्यांनी कारतलबरखानाच्या सेनेला उंबरखिंडीच्या अरण्यात घेरले होते. इ.स. १४५३ मध्ये विशाळगडाच्या वाटेवर असलेल्या अरण्यात बहमनी सरदार मलिक उत्तुजार याला शंकरराव मोरे याने घेरले होते. ते अरण्य म्हणजे एकप्रकारचा वनदुर्गच. (मइ)

वरात :'वरात' म्हणजे 'हुंडी'. अधिकाऱ्यांचे पगार देण्यासाठी मराठी राजवटीत याचा उपयोग करीत असत. तालुक्याच्या खजिन्यावर हुंडी देऊन त्यामार्फत अधिकाऱ्यास पगार मिळत असे. इंग्रजी व्यापाऱ्यांना देखील अशा वराती दिल्या जात. हल्लीच्या चेकसारखे त्याचे स्वरूप. (मइ)

वराह :नाण्यावर वराह चिन्ह कोरण्याची प्रथा चालुक्य आणि विजयनगरकरांनी सुरू केली. विष्णूचा अवतार म्हणूनही असा ठसा सोन्याच्या होनावर करत असावेत. ५३ सुवर्णकण वजन असे. (मसाआइ)

वराहगिरी वेंकटगिरी : (इ. स. १८८४–१९९०) वराहगिरी वेंकटगिरी यांनी १९६०–६९ या काळात

भारताच्या उपराष्ट्रपतिपदाची जबाबदारी सांभाळली. मे १९६९- जुलै१९६९ या काळात ते भारताचे काळजीवाहू राष्ट्रपती होते. ऑगस्ट १९६९ -७२ या काळात ते भारताचे राष्ट्रपती होते.

वराहमिहिर (इ.स. ४९०-५८७) : एक प्रख्यात गणिती आणि ज्योतिषी यांनी 'पंचसिद्धांतिका' ग्रंथ लिहिला. या ग्रंथात अनेक विषय आहेत. विश्वाची रचना आदी गोष्टी त्यात आहेत. पृथ्वीचा गोल अंतरिक्षात अधांतरी फिरत आहे नि त्याला कशाचाही आधार नाही हे वराहमिहिरांना ज्ञात होते. त्यांचा 'बृहत्संहिता' हा ग्रंथ विशाल ज्ञानसागरच आहे, सूर्य-चंद्र, ग्रहांच्या गती, अगस्त्य, सप्तर्षी ह्यांचे उदयास्त, पर्जन्य मोजण्याची रीत, भूकंप, गृहरचना, वृक्षायुर्वेद, रत्नपरीक्षा आदी विषय आलेले आहेत. शं.बा. दीक्षित म्हणतात, इतक्या प्राचीनकाळी असा मनुष्य आमच्या देशात झाला हे आमचे मोठे भूषण होय. (सुविको)

वर्धनगड : साताऱ्याच्या ईशान्येस सुमारे २६ किमी व कोरेगावच्या ईशान्येस तळापासून ७०० ते ९०० फूट उंचीवर आहे. १६७३ शिवाजीमहाराजांनी बांधकामास सुरुवात केली. एक वर्षात पूर्ण झाला. १८०० मध्ये शिंद्यांनी घेतला. १८०६ मध्ये बापू गोखल्यांच्या ताब्यात आला. १८१८ नंतर यावर इंग्रजांचा ताबा होता. (सुविको)

वर्धमान शाखा (चाप राजवंश) : चाप वंशाच्या वर्धमानशाखेचा विक्रमार्क हा पहिला ज्ञात राजा. नवव्या शतकाच्या पहिल्या पादात तो राज्य करीत होता. पुढे अड्डक, पुलकेशी, ध्रुवभट आणि धरणीवराह ह्यांनी राज्य केले. (भासंको)

वर्धा : महाराष्ट्रातील एक जिल्हा. इंग्रजी अमदानीत वर्धा जिल्हा बनला (१८६२). पूर्वी एलिचपूर सुभ्यांत वर्धा मोडत असे. मोगली सत्ता कमी झाल्यावर निजाम आणि भोसले हे ४०:६० या प्रमाणात मालक बनले. येथील शेठ बछराज यांनी बांधलेले देऊळ पाहण्याजोगे आहे. (सुविको)

वर्धा शिक्षण योजना : दक्षिण आफ्रिकेत असल्यापासून गांधीजींचे एतद्‌विषयक चिंतन नि प्रयोग चालू झालेले होते. २२-२३ ऑक्टोबर १९३८ गांधीजींनी अखिल भारतीय शिक्षण परिषदेत जी योजना मांडली ती वर्धा शिक्षण योजना म्हणून ओळखली जाते. सात वर्षांचे प्राथमिक शिक्षण मुफ्त (मोफत) असावे. माध्यम मातृभाषा असावे. शारीरिक श्रम आणि शिक्षण द्यावे. शिक्षणाच्या वेतनाइतके उत्पादन घेऊन खर्च भागवावा. याच जोडीला स्वावलंबन, सर्वेक्षणाला प्राधान्य, चारित्र्य, सामाजिक परिवर्तन आदी अनेक गोष्टींचा समावेश होता. (मपइ)

वर्मा जे. एस. : वर्मा जे. एस. हे भारताचे सरन्यायाधीश होते. मार्च १९९७ ते १९९८ या काळात त्यांनी उपरोक्त पद सांभाळले.

वर्मा महादेवी : (इ.स.१९०७-१९८७) संवेदनशील आणि चिंतनशील हिंदी कवयित्री, साहित्यिक-ज्येष्ठ विदुषी. त्यांच्या लिखाणाला मानसशास्त्राची बैठक होती. प्रयाग विद्यापीठच्या कुलगुरू झाल्या. ज्ञानपीठ पुरस्कार. पद्याप्रमाणेच गद्यलेखन अत्यंत गाजले. स्त्रीजीवनातील संघर्ष, दैन्य, विषमता अंधविश्वास, उपेक्षितांचे प्रश्न त्यांनी हाताळले. पद्मभूषण, डी. लिट इ. पदव्या प्राप्त. (यांसघ)

वर्सोवा गड : मुंबई. वर्सोवा गाव व मढ बेट यांमधील खाडीच्या मुखाशी बहुधा पोर्तुगिजांनी बांधला. १७२८ मध्ये याच्यात दहा तोफा व ५० जणांची शिबंदी होती. १७३९ मध्ये मराठ्यांनी हा किल्ला पोर्तुगिजांकडून जिंकला होता. पुढे इंग्रजांच्या ताब्यात गेला. १८०० ते १८७४ या काळात ब्रिटिश तोफखाना व १८१८ पर्यंत

काही फौजाही होत्या. (जस)

वऱ्हाड : वऱ्हाड प्रदेश जुन्या 'मध्यप्रांत व वऱ्हाड' (सी.पी. अँड बेरार) मध्ये समाविष्ट होता. वऱ्हाड मराठी भाषिकांचा अल्पसंख्य पण शिलकी उत्पन्नाचा प्रदेश. तेथून येणारे उत्पन्न हिंदी भाषिकांसाठी खर्च होई तेव्हा टाइस टॉयच्या कौन्सिलात मुधोळकर आणि दामले ह्या नेत्यांनी वऱ्हाडला मराठी भाषेचा स्वतंत्र प्रांत म्हणून मान्यता द्यावी, अशी मागणी केली. १९३७ च्या निवडणुकीत काँग्रेसला बहुमत मिळाल्यावर १ ऑक्टोबर १९३८, रामराव देशमुख ह्यांनी वऱ्हाडचा वेगळा प्रांत बनवावा, असा ठराव मांडला. मुख्यमंत्री रविशंकर शुक्ल ह्यांनी त्याला मान्यता दिली. (विदर्भ) (मपइ)

वल्लभाचार्य : (१४७९-१५३१) वल्लभसंप्रदायाचे प्रवर्तक, शुद्धाद्वैत मताचे प्रतिष्ठापक आणि पुष्टिमार्गी भक्तिपरंपरेतील अग्रगण्य आचार्य. मूळ आंध्र पण जन्म मध्यप्रदेशात. लहानपणीच प्रकाण्डपण्डित. एकूण तीन भारतयात्रा केल्या. विजयनगर सम्राट, कृष्णदेवरायाने त्यांच्यावर कनकाभिषेक करून त्यांचा मोठाच बहुमान केला. ते भगवान श्रीकृष्णाचे अन्यत्र भक्त होते. त्यांचे शुद्धाद्वैत तत्त्वज्ञान थोडक्यात असे - वल्लभाचार्यांनी अद्वैताचा स्वीकार करून त्याच्यामागे शुद्ध हे पद जोडले आहे. शुद्ध म्हणजे मायासंबंधरहित होय. म्हणजे नितान्त शुद्ध ब्रह्म हेच जगताचे कारण मानलेले आहे. ब्रह्म हेच विश्वामध्ये एकमात्र सत् आहे. त्याचा परिणाम जगत् आणि जीव ह्यांच्या रूपाने दिसतो. त्यामुळे जीव आणि जगत् ही दोन्हीही सत्य आहेत. (भासंको)

वलंगकर गोपाळबाबा :गोपाळबाबा वलंगकर यांनी निवृत्तीनंतर अस्पृश्यांसाठी कार्य करायला सुरुवात केली. लोकजागृती, धर्मातील दोष दूर करणे यासाठी त्यांनी रत्नागिरीत अनार्य द्वेष परिहारक मंडळी संस्था काढली. रत्नागिरीनंतर पुण्याला त्यांनी अस्पृश्यांची परिषद भरवली. विटाळ विध्वंसन ही त्यांची पुस्तिका. (मपइ)

वसंत पंचमी : म्हणजेच माघ शुद्ध पंचमी. वसंताच्या आगमनाची पूर्वसूचना. या दिवशी रंग खेळला जात असे. विद्वानांची सन्मानपूर्वक पूजा. वसंतपंचमी साजरी करण्याच्या संदर्भात पेशवेकालीन कागदपत्रांत अनेक उल्लेख आहेत. याच दिवशी पंजाबात बाल हकीकतरायाचे स्वधर्मासाठी बलिदान. (पेम)

वसंतकुमार विश्वास (हुतात्मा) (जन्म १८९३ परगोधा- फाशी २ मे १९१५, अंबाला) : बंगालच्या नादिया जिल्ह्यात परगोच्छा गावी झाला. बंगालमधील काही घटनांमध्ये वसंतकुमार यांनी अत्यंत चलाखीने आणि गुप्तपणे भाग घेतला होता. बंगालमधून बॉम्ब आणून क्रांतिकारकांपर्यंत पोहोचवीत. दिल्ली राजधानीच्या वेळी निघालेल्या मिरवणुकीत व्हाइसराय हार्डिंजच्या हत्तीवर बॉम्ब टाकला व हार्डिंग जखमी झाला. सफाईने कार्य भाग उरकल्यावर क्रांतिकारक परागंदा झाले. शेवटी फितुरीने सापडले. त्यांना फाशीची शिक्षा झाली. (स्वासंस)

वसई दुर्ग : वसईच्या किल्ल्यातील गोल बुरुजांची गढी भोंगळे राजाने बांधली. क्रूर पोर्तुगिजांचे येथील राज्य श्रीमंत चिमाजीराजांच्या नेतृत्वाखाली अत्यंत जिद्दीने झुंजून मराठ्यांनी नष्ट केले. जेत्या मराठ्यांकडून दुर्ग पुढे इंग्रजांनी जिंकला. द्वारचौकटीवर पोर्तुगीज राजचिन्हे व राजमुकुट कोरले आहेत. वसईच्या सर्व बुरुजांच्या नावांचे मराठीकरण किंवा भारतीयीकरण करण्यात आले. मराठी कागदपत्रांतला बराच भाग वसईविजयाने व्यापलेला इतके ह्या विजयाचे महत्त्व आहे. वसई विजयामुळे उत्तर ठाणे जिल्ह्यातून पोर्तुगिजांची हकालपट्टी झाली. यादव-कालीन वसई प्रांताचे मुख्य ठाणे. १६ व्या शतकात व्यापारी भरभराट होती. १५२६ मध्ये तो पोर्तुगिजांनी पाडून नवा किल्ला बांधला. याच्या तळाला ११ बुरूज व त्यावर ९० तोफा होत्या. गलबते बांधण्याचा मोठा कारखाना

होता. श्रीमंत चिमाजीअप्पांच्या नेतृत्वाखाली मराठ्यांनी प्रचंड मोहीम वाढली. जिद्दीने, चिवटपणे लढून शेवटी वसईचा दुर्ग नि मोठाच प्रदेश जिंकला. वसईच्या सर्व बुरुजांची नावे भारतीय करण्यात आली. वसई विजयाचे मराठी इतिहासात अपार महत्त्व आहे. त्यामुळे पोर्तुगिजांची उत्तर ठाण्यातली सत्ता नष्ट झाली. व इंग्रजांवर वचक बसला. (१ मे १७३९) (सुविको)

वसईचा तह (१२ मे १७३९) **:** चिमाजी आप्पांनी वसई येथे पोर्तुगिजांवर मोठा विजय मिळविला. त्यातून मराठे व पोर्तुगीज यांच्यात वसईचा तह झाला. या तहात पोर्तुगीज सैनिकांना मराठ्यांनी किल्ल्याबाहेर सन्मानाने जाऊ द्यावे, युद्धबंद्यांची आपसात देवाण-घेवाण करावी, सर्व पोतुगीज सैन्य वसईच्या किल्ल्यातून बाहेर पडल्यानंतर मराठ्यांनी किल्ल्यात प्रवेश करावा, ख्रिस्ती धर्मगुरूंना आपली मालमत्ता घेऊन पोर्तुगालला जाण्याची अनुमती असावी. पोर्तुगीज जहाजांना सुरक्षितपणे अन्यत्र जाऊ द्यावे, आदी तरतुदी होत्या. या तहानंतर पोर्तुगिजांची सत्ता कमकुवत झाली आणि वसई भागातून त्यांचे उच्चाटन झाले. (इसंशा)

वसईचा तह (दुसरा) : ३१ डिसेंबर १८०२ मध्ये बाजीराव व इंग्रजांमध्ये हा कुप्रसिद्ध तह झाला होता. या तहाने पेशव्यांची सार्वभौम सत्ता संपली. तो इंग्रजांचा मांडलिक बनला. दौलतराव शिंदे व दुसरा रघुजी भोसले यांना हा तह पसंत नव्हता. बाजीरावाने जणू मराठी राज्याची सोडचिठीच इंग्रजांना दिली. (मइ)

वस्तुपाल (मृत्यू १२४१) : लवण प्रसाद व वीर धवल वाघेल याचा मंत्री. दिल्लीच्या मुरज्जुद्दिन बहरामशहाचा अबूच्या पर्वताशी पराभव केला. भद्रेधरचा भीमसेन याने वीरधवलवर स्वारी केली तेव्हा याने पराक्रम गाजवला. धनवान होता. अनेक धर्मशाळा, विहिरी, मंदिरे बांधली. दिलवाडा येथील प्रख्यात मंदिरे बांधण्यात मोठाच वाटा. (सुविको)

वांचीनाथन अय्यर (हुतात्मा) : (जन्म-इ.स.१८८६ शेनकोट (त्रावणकोर) आत्मार्पण-१७ जून १९११, मन्याची) रॉबर्ट विल्यम डी एसकोर्ट अॅश हा पक्का नोकरशहा आणि वृत्तीने निष्ठुर होता. त्याने अनेक नेत्यांना तुरुंगात कठोर शिक्षा ठोठावल्या व आंदोलने चिरडून टाकली. संधी साधून वांछीनाथन अय्यरने त्याच्यावर गोळी झाडली आणि स्वत:वर गोळी झाडून स्वेच्छेने मरण पत्करले. (स्वासंस)

वांचू के.एन. : वांचू के.एन. यांनी १९६७-१९६८ या काळात भारताच्या सरन्यायाधीशपदाची जबाबदारी सांभाळली.

वांदिवाश : तमिळनाडू. अर्काट जिल्ह्यातील एक तालुका. १८ व्या शतकात इंग्रज कर्नाटक युद्धाच्या अनेक चकमकी झाल्या. १७५२ साली मेजर लॉरेन्सने वांदिवाशवर हल्ला केला. १७५७ मध्ये कर्नल अँडरसन याने या शहराचा विध्वंस केला. १७६० साली फ्रेंच सरदार लाली व बुसी यांचा आयरकूट या इंग्रज सरदाराने परभव केला व बुसीला कैद केले. (सुविको)

वांद्रे : मुंबईतील एक उपनगर. १८ व्या शतकात वसईच्या मोहिमेबरोबर ठाणे, वांद्रे हे भाग चिमाजी अप्पांनी जिंकून घेतले. (सुविको)

वाई - श्री पालपेश्वर लेणी : महाराष्ट्र, सातारा जिल्हा. वाईजवळ दोन लेणीसमूह आहेत. पालपेश्वर येथे हीनयानपंथी बौद्ध लेणीसमूह आहे. येथील स्तूपालाच शिवलिंग समजतात. वाईजवळ लोहारे गावच्या उत्तरेस हा आठ गुहांचा एक समूह आहे. तेथे विहार, मंडप, पाण्याचे टाके, चैत्य, दगडी ओटे, खिडक्या आहेत. चैत्याच्या पश्चिमेस एक छोटी गुहा आणि विहार आहे. (लेम)

वाई : सातारा जिल्हा. प्रसिद्ध तीर्थक्षेत्र. वाय म्हणजे कोष्टी. येथे कापडनिर्मितीचा व्यवसाय होता म्हणून वायदेश हा 'वाई' या नावाने ओळखला जाई. आसपास पहाडी प्रदेश व पुष्कळशा गुहा. त्यामुळे बौद्ध भिक्षूंच्या वास्तव्याची शक्यता आहे. पूर्वीचे नाव विराटनगर असून अज्ञातवासातील एक वर्ष पांडवांनी येथे घालविले अशी एक कथा. १६५९मध्ये अफजलखानाच्या वधानंतर वाई मराठ्यांकडे आली. १७९१ साली वाई रास्त्यांच्या जहागिरीत आल्यावर बरेच घाट व देवालये बांधली. जवळच असलेल्या लोहारे खेडेगावी बौद्धांची प्रेक्षणीय लेणी आहेत. ३ कि.मी. वर नाना फडणिसाचा वतनी गाव मेणवली व त्याचा वाडा आहे. त्यातील चित्रकाम प्रक्षणीय. श्री स्वामी केवलानंद सरस्वती, पू. विनोबा, तर्कतीर्थ लक्ष्मणशास्त्री जोशी, प्राज्ञ पाठशाळा, धर्मकोश, मराठी विश्वकोश आदींमुळे वाईचे महत्त्व खूपच आहे. (सुविको)

वाकडे सावकार : मराठेशाहीतील प्रमुख सावकार. यांचे मूळ पुरुष बळवंतराव हे पेशवे शिंदे- होळकर यांच्याबरोबर मोहिमात राहून फिरत्या पेढ्या ठेवीत. त्यामुळे लहान शिपायापासून तर सुभेदारापर्यंत कर्ज मिळत असे. यांच्या पेढ्यांचा व्यवहार मराठे सरदारांप्रमाणेच रजपूत राजांशीही होता. त्यांची पेढी काशीलाही होती. (सुविको)

वाकनीस : पाहा – मंत्री.

वागड :परमार वंशाची शाखा. १० व्या शतकातील राजवंश. सध्याचे बासवाड व डुंगरपूर हे प्रदेश त्यात येतात. धनिक राजा हा ह्या वंशाचा संस्थापक. १२ व्या शतकात हे राज्य गुहिलांनी जिंकून घेतले. (भासंको)

वाघ चित्रकला : अजंठ्यापासून सरळरेषेत सु. २४० किमीवर मध्य हिंदुस्थानात वाघलेणी आहेत. चित्रातली वास्तवता फार चांगली आहे. अजंठाकालीन चित्रे असून त्याप्रमाणे सुंदर व सजीव आहेत. (सुविको)

वाघमारे आशाताई : ह्यांनी हैद्राबाद मुक्ती संग्रामात भाग घेतला होता. निरोप पोहोचवणे, शस्त्रांची ने-आण, कैद्यांसाठी साक्षरता वर्ग अशी कामे त्यांनी केली.

वाघळी : जळगाव जिल्हा. महानुभावांचे श्रीकृष्णमंदिर पूर्वी शिवालय होते. पूर्वीचे नाव सिद्धेश्वरनाथ. इ.स. १०६९ मध्ये सेऊण यादव याने बांधल्याचा नि त्याला गावे दान दिल्याचा शिलालेख मंदिरात आहे. ह्या हेमाडपंथी देवालयाला शिल्पशास्त्रीय महत्त्व आहे. मुधईदेवीचे मंदिर हे प्राचीन शिवमंदिर किंवा सूर्यमंदिर असावे. (खाइ)

वाघेल राजे : १२१५ ते ९६ पर्यंत गुजरातवर यांचे राज्य होते. अरुणराज हा मूळ पुरुष. त्याला कुमारपालकडून जहागिरी मिळाली. त्यांची दोन्ही मुले शूर होती. नंतर अर्जुनदेव, करणदेव इत्यादी राजे झाले. अल्लाउद्दीन खिलजीने १२९६ साली हे राज्य बुडविले. (सुविको)

वाघोजी तुपे : कान्होजी जेध्यांच्या 'बारा मुळवे' म्हणून जीवास जीव देणाऱ्या साहय्यकांपैकी एक. कासारखिंडीच्या लढाईत मर्दुमकी. त्यांच्या गुणदर्शनाने शिवाजीमहाराजांनी आपल्याकडे घेऊन कोकणात पायदळातील हजारी नेमले. नामदारखानाबरोबर झालेल्या लढाईत जखमी झाले. (सुविको)

वाच्छा, सर दिनशा एदलजी : (इ. स.१८४४-१९३६) एक हिंदी प्रागतिक पुढारी. १९१५-१६ मुंबई कायदेमंडळाचे सभासद. इ. स. १९१६-२० हिंदुस्थान सरकारच्या कायदे मंडळाचे सभासद. १९०१ मध्ये कलकत्ता येथील राष्ट्रीय सभेचे अध्यक्ष. वर्तमानपत्रे, मासिकांतून लेखन. (सुविको)

वानवळे आबाजी : शिंदेशाहीतील एक प्रसिद्ध सावकार. खर्ड्याच्या लढाईची संपूर्ण आर्थिक जबाबदारी

एकट्या आबाजीने घेतल्याची आख्यायिका सांगतात. एकदा राघोबादादाने याची पेढी लुटली.

वामन :(सुमारे इ.स. ७७५-८२५) एक संस्कृत ग्रंथकार. इ.स. च्या ८ व्या शतकात काश्मीरचा राजा जयापीड याचा वामन नावाचा मंत्री होता तोच हा, असे अनेक विद्वानांचे मत आहे. काव्यालंकारसूत्र ह्या त्याच्या प्रख्यात ग्रंथात अलंकारशास्त्राचे सूक्ष्म विवेचन आहे. (सुविको)

वामन पंडित : (इ.स.१६३६-१६९५) एक सुप्रसिद्ध मराठी कवी. श्रीमद्भगवद्गीतेवर 'यथार्थदीपिका' नावाची टीका त्याने लिहिली. त्याव्यतिरिक्त रसाळ अशा अभंगरचना. 'सुश्लोक वामनाचा' तसेच 'यमक्या वामन' ह्या उक्ती प्रसिद्ध आहेत. (सुविको)

वामराज देव : इ. स. ७ च्या अखेरीस कलचुरी राजवंशात हा राजा होऊन गेला (इ.स. ६७५-७००). त्याने कालंजर या दुर्भेद्य किल्ल्यावर आक्रमण करून तेथे आपले ठाणे वसविले. (भासंको)

वायव्य सीमा प्रांत : पाकिस्तानातील एक प्रांत. अफगाणिस्तानच्या सीमाजवळ. या प्रांताला पूर्वी गांधार म्हणत. या प्रांतावर कुशाणांच्या, ...हुणांच्या आणि मुसलमानांच्या स्वाऱ्या झाल्या. मोगल अमदानीत मराठे इकडे चालून आले होते. १८४९ मध्ये हा प्रांत ब्रिटिशांच्या ताब्यात आला. (सुविको)

वारकरी संप्रदाय : महाराष्ट्रातील एक प्राचीन भक्तिसंप्रदाय. सर्व जाती पंथ, सुशिक्षित-अडाणी, लहान-थोर, स्त्री-पुरुष असा कोणताही भेद न पाळता पांडुरंगाची भक्ती. तीही केवळ नामस्मरणाने करावी, पंढरपूरची वारी करावी, भजन कीर्तनात मग्न राहावे आणि स्वकर्तव्य पार पाडावे ही शिकवण दिली. सातशेवर्षे उलटून गेली असली तरी हा संप्रदाय बहरतच आहे. ज्ञानेश्वर, तुकाराम एवढेच नव्हे तर अगदी सामान्य पोटजातीतही संत निर्माण झाले. स्त्रियाही यात मागे नव्हत्या. ज्ञानेश्वरी, हरिपाठ, अभंग, चांगदेव पासष्टी हे वाङ्मय प्रसिद्ध. वारकरी पंथाने परकीय धर्मास तोंड देण्याकरिता हिंदू समाज सुसंघटित करण्याची महत्त्वाची कामगिरी केली. (मसाइ) (सुविको)

वारणा तह (इ.स.१३ एप्रिल-१७३१) : कोल्हापूर आणि सातारा ह्यांच्या दरम्यान वारणा लढाई निर्णायक स्वरूपाची झाली. शाहूमहाराज आणि संभाजीमहाराज ह्यांची २७ फेब्रुवारी १७३१, कऱ्हाड येथे भेट झाली. १३ एप्रिल १७३१ रोजी दोन्ही पक्षांनी वारणा तह मान्य केला. त्यानुसार कृष्णा आणि तुंगभद्रा ह्यांच्या दरम्यानच्या प्रदेशातील सर्व दुर्ग आणि ठाणी संभाजीमहाराजांच्या हवाली करण्याचे ठरले. कोकणचा भागही त्यांना मिळाला. वारणा नदी दोन्ही राज्यांची सीमा ठरली. (मइ)

वालझिरी : चाळीसगाव-पाटण रस्त्यावर पिंपरखेड गावाजवळील तीर्थक्षेत्र. वाल्मीकी ऋषींचा गावाशी संबंध जोडला जातो. जवळच असलेल्या रांजणगावचे रांजणही दाखवले जातात. (खाइ)

वासुदेव : कुशाण राजांच्या वंशानुक्रमातील हा सातवा राजा होय. वासुदेव हे नाव पूर्ण भारतीय असून, त्या राजाने भागवत धर्म स्वीकारला असावा असे अनुमान केले जाते. तेव्हापासून कुशाण वंश हा भारतीय वंश झाला असे म्हणता येते.

वासुदेव बळवंत फडके : (इ.स.४ नोव्हेंबर १८४५ - १७ फेब्रुवारी १८८३) १८५७ नंतर गणना केल्यास आद्य क्रांतिकारक. शिक्षण नि नोकरी कल्याण, मुंबई नि पुणे येथे. आईच्या अंत्यदर्शनासाठीही रजा मिळाली नाही आणि सगळे जीवनच पालटले. इंग्रजी राज्य नष्ट करून प्रजासत्ताकाची स्थापना करावयाचा दृढ

निर्धार केला. रामोशांची संघटना उभारली. तीव्र दुष्काळ नि सरकारचे थंड धोरण ह्यांमुळेही वासुदेवराव पेटून उठले नि इंग्रजांविरुद्ध त्यांनी युद्धच पुकारले जणू. पण ब्रिटिशांचे बळ प्रचंड. वासुदेवरावांना एडन येथे जन्मठेप काळ्या पाण्याची शिक्षा झाली. तेथूनही सुटकेचा धाडसी प्रयत्न पण अपयश आले. त्यांच्यामुळे पुढील क्रांतिकारकांना स्फूर्ती, बंकिमचंद्र चतर्जी ह्यांनाही आनंदमठ कादंबरी लिहिण्यास स्फूर्ती मिळाली असे विमानविहारी मुजुमदार नि प्रथमनाथ विशी ह्यांनी म्हटलेले आहे. (स्वासंस) (अ. ज. करंदीकर)

वासुदेव संभाजी खांडेकर : (सुमारे १८ वे शतक) मराठेशाहीतील एक मुत्सद्दी. मराठ्यांकडून १७७० मध्ये जे तीन परराष्ट्र वकील रोहिले व पठाण यांच्याशी होळकरांकडून बोलणी करण्याकरिता गंगापार पाठविले गेले त्यात वासुदेव संभाजी होता. (सुविको)

वासुदेव सार्वभौम : (इ.स.१४५०-१५२५) बंगालमधील नदियाच्या पहिल्या तर्कशास्त्राच्या पाठशाळेचा संस्थापक. (सुविको)

वास्को-द-गामा : (इ.स.१४६९-१५२४) एक पोर्तुगीज नाविक. हिंदुस्थानात पोर्तुगीज सत्तेचा पाया घालणारा पहिला इसम. पोर्तुगीज हिंदुस्थानचा पहिला व्हाइसरॉय. १४९७ मध्ये हिंदुस्थानचा मार्ग शोधून काढला. (सुविको)

वास्तुशिल्प : घरे, देवळे, पूल, विहिरी, इ. ची जी विशेष आणि कौशल्यपूर्ण रचना केलेली असते, तिला वास्तुशिल्प म्हणतात. भारतात स्तूप, लेणी, मंदिरे हे वास्तुशिल्पाचे प्रकार आहेत. (सुविको)

वाहतूक साधने :औद्योगिक क्रांतीचा वारसा घेऊन आलेल्या ब्रिटिशांनी महाराष्ट्रात वाहतुकीचे मार्ग सुधरविणे, यांत्रिक साधनांत बदल घडवून आणणे या गोष्टी तातडीने केल्या. इंग्रजांनी पेशवेकालीन भरीव चाकांच्या ऐवजी सध्याच्या कालखंडातील आऱ्यांची चाके वापरायला सुरुवात केली. त्यामुळे बैलांचे श्रम कमी झाले. अंतिमत: रस्ते- सुधारणा झाली. ब्रिटिशांनी रस्ते, जलमार्ग, हवाई मार्ग व आगगाडी इ. क्षेत्रांत सुधारणा घडवून आणल्या.

विंचूर : महाराष्ट्र-नाशिक जिल्ह्यातील एक सरंजामी जहागीर. विंचूरकर घराण्याचा संस्थापक विठ्ठल शिवदेव विंचूरकर हा होय. विंचूरचे जहागीरदार दक्षिणेतील पहिल्या दर्जाच्या सरदारांत मोडतात. १८९२ साली इंग्रजांनी नाशिक जिल्ह्यातील सरंजाम जप्त केले. (सुविको)

विंध्यप्रदेश संघ : (इ.स.१९४८) या संघात बुंदेलखंड व बहोलखंड येथील सुमारे ३५ संस्थानांचा समावेश होत होता. (सुविको)

विक्रम संवत : शकांवरील आपल्या विजयाचे स्मारक म्हणून उज्जयिनीच्या विक्रमादित्य राजाने हा इ. स. पूर्वी ५८ या वर्षी सुरू केला. या संवताचा प्रारंभ कार्तिकापासून होतो व महिने पौर्णिमान्त असतात. इसवी सनात ५७ (नोव्हेंबर-डिसेंबरात) किंवा ५६ मिळविले म्हणजे विक्रम संवत निघतो. (सुविको)

विक्रमशिला : बिहार प्रांतात, उत्तर मगध देशात गंगेच्या काठी एका टेकडीवर हा विहार ८ व्या शतकात धर्मपाल राजाने बांधला होता. अतिश दीपंकर या ठिकाणी आचार्य होते. हे विद्यापीठ चांगले चालले असताना मुसलमानांची धाड आली व तेथील भिक्षूंना ठार मारून असंख्य ग्रंथांचा नाश केला. प्राचीन भारतीय विद्यापीठांच्या

इतिहासात ह्या विद्यापीठाचे मोठेच महत्त्व आहे. त्याचा नाश ही शोकान्तिका आहे. (इ. स. १२०३)

विखे, पाटील विठ्ठलराव (जन्म – १२ ऑगस्ट १८९७) महाराष्ट्राच्याच नव्हे तर भारताच्या सहकार चळवळीत विठ्ठलराव विखे पाटलांनी ठसा उमटविला. त्यांना महाराष्ट्रातील सहकारी साखर कारखानदारीचे आद्य प्रवर्तक मानण्यात येते. पद्मश्री, सहकार महर्षि आदी पुरस्कार. विखे –पाटलांनी 'प्रवरा सहकारी साखर कारखाना' स्थापला. (३१ डिसें. १९५०)

विजय राघवाचरिअर, सेलम (इ.स.१८५२–१९४३) **:** एक भारतीय पुढारी. १९२० साली ते राष्ट्रीय सभेचे (काँग्रेस)चे अध्यक्ष. सायमन कमिशनवर बहिष्कार घालण्यापूर्वी जी सर्वपक्षीय परिषद भरली होती, तिच्या कामात त्यांनी मोठा पुढाकार घेतला होता. ते हिंदूमहासभेचे अध्यक्ष होते. दिल्ली येथे १९१८ साली राष्ट्रीय सभेत जो नागरिकत्वाच्या हक्काचा मसुदा मान्य करण्यात आला, त्याचे जनकत्व यांच्याकडे जाते. (सविको)

विजयदुर्ग : महाराष्ट्र, सिंधुदुर्ग जिल्हा. मराठ्यांच्या वाढत्या नाविक सामर्थ्याचा अन् विजययात्रेचा साक्षीदार. वाघोटन खाडीच्या तोंडाशी तिहेरी तटबंदी त्याला आहे. तटबंदीवर तोफगोळ्यांचा भडिमार झाल्याच्या खुणा आहेत. हनुमान मंदिर, कोठी, इमारत इ. शिलाहार, बहामनी, आदिलशाही मग शिवशाही, वाघोटन खाडीच्या आश्रयाने आंग्रांनी एक गोदी बांधलेली आहे. कान्होजी आंग्रे म्हणजे समुद्रावरचा मोठाच मराठी दरारा. आंग्रांनंतर धुळुप हे नाविकदल प्रमुख झाले. अत्यंत आश्चर्याची गोष्ट म्हणज़े समुद्रपातळीखाली २–५ मीटर खोलीपर्यंत जाडजूड तटबंदी समुद्रतळापासून बांधून काढलेली कमांडर ए. व्ही. गुपचूप ह्यांना आढळली. खोल पाण्यांतर्गत असे बांधकाम करण्याची क्षमता तत्कालीन स्थपतींनी कशी प्राप्त केली हे आश्चर्यच आहे. १८९८ साली आलेल्या खग्रास सूर्यग्रहणाचा अभ्यास या दुर्गावरून लॉकियर नामक शास्त्रज्ञाने केला होता. (जस)

विजयालक्ष्मी नेहरू (पंडित) (इ.स.१९०० – १९९०) राजकारणधुरंधर, मुत्सद्दी, पं नेहरू यांच्या भगिनी. ह्युमन राइट्स कमिशनच्या सदस्या. यूनोच्या पहिल्या महिला जनरल सेक्रेटरी. स्वतंत्र भारताच्या पहिल्या कॅबिनेट मंत्री. विविध देशांमध्ये भारताच्या राजदूत. खंद्या लेखिका.

विजापूर : कर्नाटकातील एक जिल्हा. अनेक ऐतिहासिक वास्तू आहेत. गोलघुमट ही महंमद आदिलशहाची कबर होय. आनंद महाल, जुम्मा मशीद, मेहतर महाल, सात मजले वगैरे प्रेक्षणीय इमारती आहेत. ही आदिलशाही घराण्याची राजधानी होती. (सुविको)

विजापूरकर, विष्णू गोविंद (१८६३ – १९२३): महाराष्ट्रातील राष्ट्रीय शिक्षणाचे आद्यप्रवर्तक व देशभक्त विद्वान. १९१८ साली तळेगाव दाभाडे (मावळ, पुणे) येथे नवीन समर्थ विद्यालय या नावाने पुन्हा सुरू केले. न्या. रानडे यांच्या 'राइझ ऑफ दि मराठा पॉवर' या इंग्रजी ग्रंथाचे मराठी भाषांतर, 'मराठ्यांच्या सत्तेचा उत्कर्ष' त्यांनी केले आहे. देशभक्ती, जनजागृती, शिक्षण आदी त्यांचे कार्य मोठेच आहे. (सुविको)

विज्ञानेश्वर : (इ.स. चे ११वे ,१२वे शतक) मिताक्षरा टीकेचा कर्ता. ही टीका याज्ञवल्क्य स्मृतीवर लिहिलेली आहे. इंग्रजांनी वारसाधिकारातील कायदेशीर बाबी निश्चित करण्यासाठी हीच टीका प्रमाण मानली होती. (सुविको)

विठोजी बाबाजी भोसले (१८५२ सु. १६१८) **:** शहाजीराजांचे वडील मालोजी भोसले यांचे विठोजी हे धाकटे भाऊ. फलटणच्या निंबाळकरांकडे बारगिरी पत्करली. मालोजींच्या निधनानंतर १६०५ शहाजीची

काळजी विठोजी यांनी घेतली. (सविको)

विठ्ठल बल्लाळ : (इ.स. १८ वे शतक) मूळ कोकण. नागपूरकर भोसल्यांचा सरदार. पाचगाव लढाईत भाग. खर्ड्याच्या लढाईत भोसल्यांच्या सेनेचा सेनापती, त्याचा पराक्रम बघून पेशव्यांनी त्याचा गौरव केला. आडगावच्या लढाईत उपस्थित. एलफिन्स्टनने त्याची प्रशंसा केली आहे. (मइ)

विठ्ठलवाडी : (पुणे) येथील विठ्ठलमंदिराचे बांधकाम ही जिजाईची प्रेरणा होती. देवळातील खांब यादवकालीन घाटाचे आहेत. खोदकाम, मूर्तिकाम, शिल्प प्रेक्षणीश आहे. शिवकालातील हे मंदिर हेमाडपंथी मंदिराचे भ्रष्ट स्वरूप आहे. (मइ)

विठ्या महार : (इ.स.पंधरावे शतक उत्तरार्ध) मंगळवेढे येथील एक महान वैष्णव महार. दुष्काळात मंगळवेढ्याचा कमाविसदार दामाजीपंताने सरकारी कोठारातील अन्नधान्य वाटून टाकल्याने बादशहाने त्याला कैद केले. तेव्हा विठ्या महाराने आपल्यापाशी असलेले द्रव्य भरून दामाजीपंताची सुटका केली. विठ्ठलच विठ्या महाराच्या रूपाने आला अशी आख्यायिका आहे. विठ्याच्या या कामगिरीबद्दल ब्राह्मण समाजाने ५२ अधिकार महार समाजाला गावकीत मान्य केले. राजवाड्यांनी ते खंड ८ मध्ये प्रसिद्ध केले आहेत. (सुविको)

विठ्ठल महादेव किबे (तथा तात्या जोग, मृ. १८२६) : इंदूरच्या यशवंतराव होळकरांचा फडणीस. यशवंतरावांच्या पश्चात हा तुळसाबाईचा कारभार पाहू लागला परंतु हा आतून इंग्रजांस फितूर आहे, अशी तुळसाबाईस शंका आल्याने तिने यास १८१८ मध्ये कैदेत टाकले. (सुविको)

विठ्ठल शामराज (१८ वे शतक): मराठ्यांचा एक वकील. सन १७७९ ते १७८३ या काळात महेश्वर येथे अहिल्याबाई होळकर ह्यांच्या दरबारी हा पेशव्यांचा वकील होता. नाना फडणिसाने याच्यावर राघोबादादाच्या लष्करातील माहिती काढण्याची कामगिरी सोपविली होती. (सुविको)

विठ्ठल शिवदेव विंचूरकर (इ.स.१६७५-१७६७): मराठी राज्यातील एक शूर सेनापती व मुत्सद्दी. शाहूमहाराजांनी १० स्वारांची मनसब दिली. थोरल्या बाजीरावांच्या बहुतेक मोहिमांत हा हजर असे. दयाबहाद्दर व बंगश यांच्यावरील स्वाऱ्यांत त्याने चांगला पराक्रम गाजविला. वसईच्या मोहिमेतही हा होता. कुंभेरी, ग्वाल्हेर, गोहद, सावनूर मोहिमांत याने पराक्रम गाजविला. १७६४ च्या अनेवाडीच्या हैदरावरील मोहिमेत याने चांगला पराक्रम केला. याच्या घराण्यात विंचूरची जहागीर आहे. (सुविको)

विठ्ठल सुंदर परशरामी (मृ. १७६३) : निजामाकडील एक हिंदू मुत्सद्दी. १७६२ मध्ये निजाम अल्लीने याला दिवाणपदी नेमले. मराठी राज्य उलथून पाडण्याचा प्रयत्न केला. साडेतीन शहाण्यांमध्ये याची गणना होते. पेशवे- निजाम लढाईत राक्षसभुवन ८ ऑगस्ट १७६३ हा मारला गेला. हा मोठा विद्वान व महत्त्वाकांक्षी, शूर सरदार होता. (सुविको)

वितस्ता : वितस्ता म्हणजे सध्याची झेलम नदी. हिचा उल्लेख ऋग्वेदात नदीस्तुतीमध्ये आलेला आहे. (सुविको)

विद्यानिधी कवी : (अंदाजे इ.स. १६२७ पुढे) शहाजहानच्या काळातील एक संन्यासी पंडित. याने दारा शुकोह याच्यामार्फत प्रयत्न करून काशी व प्रयाग येथील यात्राकर बंद करवला होता. शहाजहानने याला सर्वविद्यानिधी अशी पदवी दिली होती. (सुविको)

विद्यापती : (इ.स.१३०४-१४५०) एक बंगाली कवी. याच्या काव्याचा मुख्य विषय राधा-कृष्ण प्रेम हा दिसून येतो. त्याचे 'पुरुषपरीक्षा','कीर्तिलता', 'दानवाक्यावली', 'शैवसर्वस्वसार' इ. ग्रंथ उपलब्ध आहेत. (सुविको)

विद्यारण्यस्वामी : (१२९६-१३८६) शृंगेरी पीठाचे शंकराचार्य. यांच्या प्रेरणेवरून हरिहर व बुक्क या दोघांना शुद्ध करून परत हिंदुधर्मात घेतले आणि त्यांच्या साहाय्याने विजयनगरचे राज्य स्थापले. 'पंचदशी' हा त्यांचा अद्वितीय ग्रंथ होय. पाहा माधवाचार्य, विजयनगर. (भासंको)

विद्यावती देवी (मृत्यू १ जून १९७५), दिल्ली: विद्यावती देवी ह्या भगतसिंगांच्या माता. सरदार भगतसिंगांच्या फाशी प्रसंगाला धैर्याने तोंड दिले. पंजाबमाता म्हणून गौरव. प्रत्येक वर्षी २३ मार्चला आपल्या मुलाच्या आठवणीनी व्याकुळ होत असत. (स्वासंस)

विधवा विवाह प्रतिबंध निवारक मंडळी : पाहा- विधवा विवाहोत्तेजक मंडळी.

विधवा विवाहोत्तेजक मंडळी : वर्धा येथे श्री. वा. वि. परांजपे यांच्या घरच्या बैठकीत 'विधवा विवाहोत्तेजक मंडळी' संस्था स्थापण्यात आली (३१ डिसें. १८९३). या संस्थेचे नामकरण 'विधवा विवाह प्रतिबंध निवारक मंडळी' करण्यात आले (१८९५) या संस्थेचे तेव्हा अध्यक्षपद डॉ. रा. गो. भांडारकर भूषवीत होते. (मपइ)

विधवागृह : महर्षी कर्व्यांनी १८९५ मध्ये विधवागृहाची स्थापना केली. विधवांना शिक्षण संरक्षण, स्वावलंबन धडे देणे हा यामागचा उद्देश होता. (मपइ)

विनय कृष्ण बोस (हुतात्मा) : (निधन-इ.स.१३ डिसे. १९३०, कलकत्ता) इन्स्पेक्टर जनरल ऑफ पोलिस लेमॅन यांची हत्या विनय कृष्ण बोस यांनी केली (२९ ऑगस्ट १९३०, ढाका).बादल, दिनेश यांच्या साहाय्याने रायटर बिल्डिंग म्हणजे बंगालच्या सचिवालयावर हल्ला चढवला. सचिवालयात धाडसाने प्रवेश करून त्यांनी सिम्प्सनला उडवले. तेव्हा ते जखमी झाले. (स्वासंस)

विनायकराव पेशवे : (इ.स.१७९२-१८५६) राघोबाचा दत्तकपुत्र अमृतरावाचा हा मुलगा होता. १८५७ च्या उठावात याची सर्व मालमत्ता इंग्रजांनी जप्त केली. (सुविको)

विनायकी लिपी : एक सांकेतिक लिपी. संयुक्त वर्णाच्या बाबतीत या लिपीचे पूर्वकालीन अशोक लिपीशी आणि मोडीशी अत्यंत साम्य आहे. (सुविको)

विभक्त मतदारसंघ : १ ऑक्टोबर १९०६ ह्या दिवशी आगाखानाच्या नेतृत्वाखाली व्हाइसरॉय लॉर्ड मिंटोची भेट घेऊन दहा मागण्या केल्या. त्यातील एक मागणी म्हणजे नेमणुका वा निवडणुकांच्या द्वारा मुसलमानांना योग्य प्रतिनिधित्व मिळू शकलेले नाही. तेव्हा त्यांच्यासाठी वेगळे मतदारसंघ हवेत. स्थानिक संस्थांपासून इंपीरियल लेजिस्लेटिव्ह कौन्सिलपर्यंत आणि विद्यापीठांच्या सेनेट नि सिंडिकेटमध्येही असे विभक्त प्रतिनिधित्व हवे होते. सरकारी नोकऱ्यांमध्ये मुसलमानांना अधिक जागा मिळाव्यात. ग.ज.च्या कार्यवाही मंडळावर हिंदी सभासदांची निवड करताना मुसलमानांचे हितसंबंध विचारात घ्यावेत. मिंटोने सर्व मागण्या पूर्णतः मान्य केल्या. (सविको)

विरुबाई : (मृ. इ.स. १७४०) विरुबाई ही शाहूची लग्नाची बायको नसली तरी तिला राणीसारखा मान होता. राजसबाई ही शाहूला विरुबाईपासून झालेली कन्या होती. तिने शिखर शिंगणापूरच्या मंदिराला देणगी दिल्याचा उल्लेख आहे. (पेस्त्रि)

विरूपाक्ष : हा तंजावरचा कवी. 'भक्तिविलास'व'पंचनाद माहात्म्य' हे त्याचे ग्रंथ उपलब्ध आहेत. (सुविको)

विलायतखान : नागपुरात राजाचे केलेले हाल, जवाहिरखाना स्वस्तात विकणे ह्या गोष्टींमुळे जनता बिथरली होती. त्यातून १८५७ चा उठाव झाला. पण तो फसला. इनायतुल्लाखान, विलायतखान, नवाब कादरखान यांस फाशी देण्यात आले. (मपइ)

विल्किन्स चार्ल्स :(इ.स.१८०८ सुमारे) युरोपीय प्राच्यविद्याविशारद. त्याने भगवद्‌गीता, हितोपदेश, शाकुंतल यांचे इंग्रजीमध्ये भाषांतर केले. त्याने संस्कृत व्याकरणही लिहिले आहे. (सुविको)

विल्यम हंटर : ईस्ट इंडिया कंपनीचा हा अधिकारी. 'द रुलर ऑफ इंडिया' (२५ खंड)','अनाल्स ऑफ रूरल बंगाल', 'इंपिरियल गॅझेटियर्स ऑफ इंडिया' (१४ खंड) हे ग्रंथ लिहिले. भारतीय भाषांचा जाणकार, भारताचे सांख्यिकी सर्वेक्षण करण्याचे काम लॉर्ड मेयोने त्याच्यावर सोपविले. (इतिहासलेखनशास्त्र).

विल्यम्स मोनिअर : (इ.स. १८१९-१८९९) भारतीय धर्म आणि संस्कृती यांचा एक युरोपीय अभ्यासक व ग्रंथकार. त्याचे 'बुद्धिझम', 'इंडियन विस्‌डम' हे ग्रंथ उपलब्ध आहेत. (सुविको)

विल्सन होरेस : (इ.स. १७८६ सुमार) एक आंग्ल प्राच्यविद्यापंडित. काही संस्कृत नाटके व काव्य यांची त्याने इंग्रजीत भाषांतरे केली. (सुविको)

विवेकानंद : (इ.स.१८६३-१९०२) रामकृष्ण परमहंसांचे शिष्य. १८९३ मध्ये शिकागोला भरलेल्या धर्मपरिषदेत त्यांनी हिंदू धर्मावर एक अप्रतिम व्याख्यान दिल्याने त्यांचे नाव जगभर झाले. १८८७ मध्ये गुरूंच्या स्मरणार्थ त्यांनी रामकृष्ण मिशनची स्थापना केली. त्यांनी 'राजयोग', 'भक्तियोग', 'कर्मयोग' हे ग्रंथ लिहिले. गरिबांविषयी अपार सहानुभूती. समाजसेवेची त्यांनी दिलेली प्रेरणा, जातीयता-अस्पृष्यता ह्यांना प्रखर विरोध अशी कितीतरी त्यांची वैशिष्ट्ये. कन्याकुमारी येथील स्वामी विवेकानंद स्मारक परमस्फूर्तिदायक आहे. १२ जून हा त्यांचा जन्मदिन युवकदिन म्हणून पाळला जातो. (सुविको)

विशाळगड : कोल्हापूरजवळचा एक डोंगरी किल्ला. याला खेळणा असेही असेही म्हणतात. शिलाहारांनी हा बांधला असावा. १६५९ मध्ये शिवाजीमहाराजांनी जिंकला. १६६० मध्ये पन्हाळगडच्या वेढ्यातून निसटून पावनखिंडीमार्गे महाराज ह्याच गडावर पोहोचले. राजाराममहाराजांच्या एका बायकोने येथे १७०० साली त्यांच्या पागोट्याबरोबर सहगमन केले, असा संदर्भ साधनांतून मिळतो. (सुविको)

विशाळगड जहागीर : ही कोल्हापूरकर छत्रपतींच्या पंतप्रतिनिधींची होती. विशाळगडावर त्यांचा १८४४ पर्यंत निवास होता. गडकऱ्यांच्या उठावानंतर पंतप्रतिनिधी मलकापुरास गेले. (सुविको)

विशिष्टाद्वैत : श्रीरामानुजाचार्यांनी प्रस्थापित केलेले वेदान्तमत. या मतानुसार परमेश्वर, जीव, जगत ही तीन तत्त्वे जरी भिन्न असली तरी जीव व जगत दोन्ही एका ईश्वराचेच शरीर असल्याने चित-अचित ईश्वर एकच होय. त्यामुळे ब्रह्म हे अद्वैत असले तरी केवल अद्वैत नसून विशिष्ट अद्वैत आहे. (सुविको)

विश्रामगड : पाहा - कुई.

विश्वनाथ नायक : (इ.स. १५२९-६४) चंद्रशेखर पांड्य मरण पावल्यावर विश्वनाथ नायक हा मदुरेचा

राजा झाला. विश्वनाथ नायक ह्याने मदुरेच्या किल्ल्याची पुनर्रचना करून तो भक्कम बनविला व तेथे सुंदरेश्वर व मीनाक्षी यांची मंदिरे बांधली. हा चतुर संघटक व थोर प्रशासक व विजयनगरचा आज्ञाधारक सेवक होता. १५६४ च्या प्रारंभी त्याने आपला पुत्र कृष्णप्पा नायक याला राज्यपद दिले व त्याच वर्षी तो मृत्यू पावला. (भासंको -५)

विश्वासराव पेशवे : (इ.स.१७४२-१७६१) नानासाहेब पेशव्यांचा थोरला मुलगा. सिंदखेडच्या लढाईत याने पराक्रम गाजवला. पानिपतच्या युद्धात केवळ एकोणीस वर्षे वयाच्या युवकाने बलिदान केले. त्याचे अप्रतिम व्यक्तित्व पाहून अब्दालीही हळहळला असे म्हणतात. (सुविको)

विश्वेश्वरय्या, सर मोक्षगुंडम : (इ.स.१८६१-१९६२) जागतिक ख्यातीचे अभियांत्रिकी तज्ज्ञ. भारतातील अनेक महत्त्वाची अभियांत्रिकी कामे पूर्ण होण्यामध्ये त्यांचा महत्त्वाचा सहभाग होता. आंध्रमधील कृष्णा नदीवरचे नागार्जुन सागर धरण त्यांच्या मार्गदर्शनाखाली बांधण्यात आले. त्यांचे 'रीकन्स्ट्रटिंग इंडिया', 'लँड इकॉनामी फॉर इंडिया' हे ग्रंथ उपलब्ध आहेत. (सुविको)

विश्वस्त सिद्धान्त : भांडवलशाही समाजव्यवस्था नष्ट करून समाजाधिष्ठित समाजरचना निर्माण करण्यासाठी सर्वोदयाने विश्वस्त सिद्धान्त मांडलेला आहे. विश्वस्त सिद्धान्त दोन तत्त्वांवर आधारलेला आहे. १) मनुष्यस्वभावातील प्रमादशीलता नाहीशी करणे शक्य असते व २) संपत्ती कधीही एका व्यक्तीच्या श्रमाचे फळ नसते. नैसर्गिक स्रोत व समाज-सहकार्य यांचे ते फलित असते. (सुविको)

विषमविवाह : नवरा व बायको यांच्या वयात विलक्षण अंतर असेल तर, त्या विवाहास विषम विवाह म्हणत. उदा. नानासाहेब पेशव्यांनी विषमविवाह केलेला दिसून येतो. (पेम)

विष्णुदास नामा : (इ.स.१५८० ते १६३३ सुमार) एक मराठी कवी. त्याचा शुकाख्यान हा काव्यग्रंथ उपलब्ध आहे. (सुविको)

विष्णुबुवा ब्रह्मचारी : (इ.स. १८२५-१८७१) आधुनिक महाराष्ट्रातील एकथोर विचारवंत नि मिशनरी वृत्तीचे धर्मसुधारक, समाज सुधारक. संपूर्ण नाव विष्णू भिकाजी गोखले. मूळ गाव शिरवली (माणगाव, रायगड)ज्या हिंदू समाजात आपण जन्मलो त्याच्या उद्धारार्थ आपण झटले पाहिजे, असे तीव्रतेने वाटू लागले. ख्रिस्ती मिशनऱ्यांच्या प्रचाराला पायबंद घालणारे हिंदू मिशनरी. मुंबईत यांनी जाहीर सभेत मिशनऱ्यांच्या आक्षेपांना सडेतोड उत्तरे दिली होती. त्यांचे वेदोक्त धर्मप्रकाश, भावार्थ सिंधु हे ग्रंथ उपलब्ध आहेत. ख्रि. मिशनऱ्यांच्या दुष्प्रचाराचे जोरदारपणे त्यांनी खंडन केले. त्याचबरोबर हिंदू समाजाच्या परिशुद्धीसाठी प्रयत्न चालू केले. स्त्री-उन्नतीसंबंधी आधुनिक पुरोगामी विचार मांडले. विधवा-विवाह, घटस्फोट, जातिभेद, अस्पृश्यता आदींसंबंधी कळकळीने प्रचार केला. सांप्रत ज्याला आपण समाजवादी विचार म्हणतो आणि ज्याचे श्रेय कार्ल मार्क्सला दिले जाते, त्याचा बीजरूप आविष्कार विष्णुबुवांच्या 'सुखदायक राज्यप्रकरणी निबंध' ह्या लेखात सर्वप्रथम झालेला दिसतो. १८ फे. १८७१ त्यांचे मुंबईत निधन. १८२७ मध्ये त्यांचा जन्म झाला. वेदशास्त्रसंपन्न राघवेंद्राचार्य गजेंद्र गडकर यांच्याजवळ न्याय, व्याकरण या प्राचीन शास्त्रांच्या अभ्यास केला. १८४५ च्या सुमारास पुणे विश्रामबाग या पाठशाळेत हे इंग्रजी शिकले. अनेक सामाजिक सुधारणांचा पुरस्कार. ईस्ट इंडिया असोसिएशनची स्थापना. प्रथम पत्नी वारल्यावर त्यांनी विधवा कुसाबाई यांच्याशी पुनर्विवाह केला. ज्ञानाची श्रेष्ठता, व्यापाराचे महत्त्व, संघटित शक्ती, मद्यपानाचे वाईट परिणाम याबाबत त्यांनी आपले विचार मांडले. सामाजिक सुधारणेची चळवळ म्हणजे 'सुळावरची पोळी' आहे. याची त्यांना पूर्ण जाणीव होती. उज्ज्वल चारित्र्य, अलौकिक कार्यनिष्ठा, असामान्य नीतिधैर्य,

लोकोत्तर त्याग इ. गुण विष्णुशास्त्री पंडितांच्या ठिकाणी होते. वृत्तपत्र वाङ्‌मय क्षेत्रातील कार्य – 'इंदुप्रकाश' ह्या वृत्तपत्रात १८६४ मध्ये उपसंपादक म्हणून काम पाहण्यास प्रारंभ केला. कीर्तनाद्वारे देशाची सर्वांगीण सुधारणा करण्याचा प्रयत्न केला. त्यांनी आपल्या लेखात सामाजिक सुधारणांचा ऊहापोह केला आहे. प्राचीन धर्मग्रंथांचे चिकित्सक दृष्टीने अध्ययन केले. त्यांच्या लिखाणात आत्मविश्वास शोधकता, व्यासंग व सुधारणेची कळकळ दिसून येते. १८६४ मध्ये त्यांनी पुनर्विवाहोत्तजक मंडळी काढली. 'विधवा विवाह','विधवोद्वाहविवेक', 'ब्राह्मण कन्याविवाह विचार', 'पुष्पमाला', 'काव्य', 'स्मृतिशास्त्र', 'शूद्रधर्म', 'स्त्रीगायन संग्रह', 'स्त्रियांचे अधिकार', 'इंग्रजी – मराठी कोश', 'वेदांतील सूर्या सावित्री विवाह', 'व्रतदिनश्राद्धविचार', 'नाना फडणीस यांची संक्षिप्त बखर', 'हिंदुस्थानाचा इतिहास भाग- ३', 'संस्कृत व मराठी धातुकोश ' इ. ग्रंथांचे लेखन केले. (भासंको)

विष्णुस्मृती : हा प्राचीन सूत्रांचा एक संग्रह आहे. गायत्री, पुरुषसूक्त, ज्येष्ठसामन, त्रिसुपर्ण इ. वेदमंत्र यात सापडतात. यांतील विषय मनु, याज्ञवल्क्य, आपस्तंब, गौतम व इतर कित्येक स्मृतीतील विषयांशी जुळतात. विष्णुस्मृतीत अर्वाचीन भागही बराच सापडतो. (सुविको)

विष्णू हिरेकोप : विष्णू कृष्ण कुलकर्णी. नरगुंदच्या १८५७ च्या उठावात अग्रेसर. उठावात मॅन्सनचे शिर धडावेगळे केले. ते पळून गेले. कर्नल जॅकोब याने त्यांना पकडून देणाऱ्यास इनाम जाहीर केले. नंतर ते सापडल्यावर त्यांना मृत्युदंड देण्यात आला. (१८५७ चे स्वायुपेदहिं)

विसाजी कृष्ण : (मृ. इ.स. १७८५) यांस विसाजी कृष्ण बिनीवाले असेही म्हणत असत. १७७१ साली शाहआलमला दिल्लीत स्थानापन्न करण्यात याने बरीच मोठी कामगिरी बजावली होती. (सुविको)

विसोबा खेचर : (१३ वे शतक) मराठी संतकवी, आळंदीत वास्तव्य, प्रथम ज्ञानेश्वरादी भावंडांचा छळ केला पण नंतर ते त्यांचे भक्त झाले. विसोबा खेचर हे संत नामदेवमहाराजांचे गुरू. विसोबांमुळे नामदेवांना स्थिरचरात भरून राहिलेल्या परमेश्वराची साक्ष पटली आणि विसोबांचा पारमार्थिक अधिकारही कळून आला. 'षट्स्थल' ह्या त्यांच्या ग्रंथाचे डॉ. रा. चिं. ढेरे ह्यांनी उत्कृष्ट विवेचन केलेले आहे. त्याव्यतिरिक्त त्यांच्या नावावर १०-१२ अभंग आहेत. (भासंको, डॉ. रा. चिं. ढेरे)

विहार : बौद्ध शिक्षणसंस्था. अनाथपिंडक याने बांधून दिलेला जेतनविहार, कपिलवस्तू, श्रावस्ती, जेतवन इ. विहार प्रसिद्ध होते. नालंदा, विक्रमशिला हे अतिशय मोठे विहारच होते. (सुविको) (पाहा – मगध).

वीणा दास : अत्यंत धाडसी नि प्रखर देशभक्ती रोमारोमांत भरलेली क्रांतिकारक तरुणी. बी. ए. ची पदवी घ्यायला आलेल्या या तरुणीने बंगालच्या गव्हर्नरवर गोळ्या झाडल्या. परंतु त्याच्या कानाला लागून गेल्याने तिला दहा वर्षे कारावासाची शिक्षा मिळाली. (भनतुर)

वीरगळ : मराठेकालीन शिल्पाचा एक प्रकार. शूरवीर लढाईत अगर शिकारीत मृत्यू पावल्यास त्याच्या स्मृतिप्रीत्यर्थ एक शिला उभारली जात असे. ३-४ फूट उंचीची, वर्तुळाकार असे. कलेच्या दृष्टीने निकृष्ट. शिल्पाचा एकूण आविष्कार परिणामकारक नाही. काही वीरगळावर कोरीव लेख आहेत. लेखांचा कालक्रम निश्चित करता येत नाही. महाराष्ट्र, कर्नाटक या भागात अनेक ठिकाणी वीरगळ दिसून येतील. (मइ)

वीरधवल : (तेरावे शतक पूर्वार्ध) गुजराथच्या सोळंकीचे राज्य टिकवण्यात याने महत्त्वाची भूमिका बजावली. नंतर याच्या घराण्याकडे अनहिलपट्टणचे राज्य आले. दुसऱ्या भीमाचा हा प्रधान होता. (सुविको)

वीरनिर्वाण संवत : जैनांचे शेवटचे तीर्थंकर. श्री भगवान महावीरांच्या निर्वाणकाळापासून 'वीरनिर्वाण संवत' ही कालगणना सुरू होते. जैन संप्रदायातील मोजक्या ग्रंथामध्ये या संवताचा उल्लेख आहे. (सुविको)

वीरपुरुष दत्त : (इ.स. च्या तिसऱ्या शतकाचा उत्तरार्ध) इश्वाकु कुलातील एक राजा. शांतमूल याचा पुत्र. त्याचे शिलालेख अमरावती, जगट्टापेत नि नागार्जुनकोंडा येथील बौद्ध विहारांच्या अवशेषांत सापडले आहेत. त्यात इश्वाकु वंशातील महिलांनी बौद्ध विहारांना दिलेली दानपत्रे बरीच आहे. इश्वाकु राजे वैदिक धर्मानुयायी असले तरी त्यांच्या राण्या बौद्ध पंथाच्या होत्या. मात्र, ह्या राजाने यज्ञयाग केल्याचे माहीत नाही. त्याने सुमारे वीस वर्ष राज्य केले. (भासंको)

वीरभद्र : (इ.स.१६४० सुमार) बेदनूरचा एक राजा. १६४५ मध्ये आदिलशहाने याचे स्वतंत्र अस्तित्व संपुष्टात आणले. (सुविको)

वीरराजेंद्र चोल : (इ.स.१०६३-१०००) चोल घराण्यातील एक राजा. याने केरळ, पांड्य, गंग, नोलंब यांचा पराभव करून कुडलसंगम येथे विजयस्तम्भ उभारला. (सुविको)

वीरेन्द्रनाथ चट्टोपाध्याय (जन्म १९८० हैदराबाद- निधन २ डिसें. १९४४, मॉस्को) : पहिल्या महायुद्धात 'बर्लिन कमिटी' स्थापन केली. अभिनव भारत या संस्थेमध्ये तर्फे स्वातंत्र्य लढ्यात रान उठविले. तलवार या पत्रातून इंग्रजांच्या धोरणावर हल्ले चढविले. बर्लिन कमिटीच्या माध्यमातून त्यांनी भारतीय स्वातंत्र्यासाठी इतर राष्ट्रांकडून मदत मिळविण्याचे प्रयत्न केले.(स्वासंस)

वीसकलमी कार्यक्रम : आणीबाणी काळात इंदिरा गांधींनी २० कलमी कार्यक्रमाची घोषणा केली. या कार्यक्रमाचा उद्देश किंमतवाढ रोखणे, तसेच गरिबाचा सामाजिक व आर्थिक उध्दार हा होता. या कार्यक्रमाअंतर्गत भूमिहीनांना जमिनींचे वाटप करण्यात आले.

वुहिंग : एक प्राचीन चिनी प्रवासी. याने नालंदास भेट दिली होती. इत्सिंगने वुहिंग नालंदा येथेच मरण पावल्याची माहिती दिली आहे. (सुविको)

वृत्तपत्रे आणि सशस्त्र क्रांती : सशस्त्र क्रांतिकार्यास प्रेरणा देणे, क्रांतिकारकांना प्रोत्साहन देणे, इंग्रजी राज्य उलथवून टाकणे अशा विविध आरोपांखाली इंग्रज सरकारने महाराष्ट्रातील पत्रकर्त्यांना शिक्षा केल्या. त्यांतील काही वृत्तपत्रे - १) केसरी - लोकमान्य टिळक, २) गुराखी - ल.ना. जोशी, ३) भाला -(पुणे) भालाकार भोपटकर, ४) हरिकिशोर - (यवतमाळ) संपादक गीर, व. वि. भावे, ५) काळ - (पुणे) काळकर्ते शि. म. परांजपे, ६) बिहारी - (मुंबई) रा. ना. मंडलिक, ७) अरुणोदय - (ठाणे) फडके, ८) प्रतोद - (सातारा), ९) देशसेवक - (नागपूर) अ. ब. कोल्हटकर आणि गाडगीळ, १०) विश्ववृत्त -(कोल्हापूर) प्रा. विजापूरकर, प्रा. वा. म. जोशी आणि जोशीराव. .

वेंकटचलैया एम. एन. : वेंकटचलैया एम.एन. हे भारताचे सरन्यायाधीश होते. १९९३-१९९४ या काळात त्यांनी भारताच्या सरन्यायाधीशपदाची जबाबदारी सांभाळली.

वेंकटपती देवराय : वेंकटपती देवराय हा आरविडू राजवंशातला पराक्रमी राजा होता. अनेक नायकांनी त्याच्या विरुद्ध उठाव केला पण तो त्याने मोडून काढला. त्याने उदयगिरी येथे राजधानी नेली. वेंकटने गोवळकोंडावर स्वारी केली व सुलतानाचा पराभव केला. अकबराने वेंकटशी सलोख्याचे संबंध ठेवले होते (इ.स. १६१४ पर्यंत) त्याने राज्य केले. (भासंको)

वेंकटरमण आर. : (जन्म १९१०) वेंकटरमण हे १९८४- ८७ या काळात भारताचे राष्ट्रपती होते. १९८७ -९२ या काळात त्यांनी भारताच्या राष्ट्रपतिपदाची जबाबदारी सांभाळली. (इआइ)

वेंकटरमया ई. एस. : वेंकटरमय्या ई. एस. हे भारताचे सरन्यायाधीश होते. जून १९८९- डिसें. १९८९ या काळात त्यांनी सरन्यायाधीशपदाची जबाबदारी सांभाळली. (इआइ)

वेंगुर्ले : महाराष्ट्र-सिंधुदुर्ग जिल्हा वेंगुर्ल्याची डचांची वखार म्हणजेच भुईकोट किल्ला व बंदर आहे. १६५५-५६ मध्ये लिंडर्ट जॉन्सझून ह्याने ही डच वखार उभारली. भोवती बागा लावण्यात आल्या. १६७१, विजापूरची बडी बेगम हजला जाताना या बागेत उतरली होती. अनेक राजपूत अधिकारी येथे येऊन गेल्याची नोंद आहे. औरंजेबाविरुद्ध बंड करणारा शहाजादा अकबर येथे होता. ह्या वखारीसंबंधीचे सर्व कागदपत्र हॉलंडमध्ये जपून ठेवलेले आहेत. वेंगुर्ल्याचे जे दीपगृह आहे त्याची उंची २५० फूट आहे. (१८६९). इ. स. १६६० च्या सुमारास बताव्हिया, जपान, श्रीलंका, इराणची सामुद्रधुनी, तांबडा समुद्र ह्या ठिकाणांहून वेंगुर्ल्यास आगनौका येत असत. पेशव्यांच्या अमलाखाली असताना साखर, मसाले आणि सुका मेवा ह्या वस्तू युरोपियन व्यापाऱ्यांमार्फत चीन, अफगाणिस्थान, इराण आणि अंबोयना येथे आयात करण्यात येत असत. हे शहर सावंतवाडीकरांनी इंग्रजांना दिले. (१८१२)

वेणाबाई : (१६२७ ते १६७८) एक संत कवयित्री. ही समर्थ रामदासस्वामींची एक शिष्या होती. 'कौल', 'सीतास्वयंवर', 'श्रीरामगुहसंवाद' यांसारखे तिचे ग्रंथ आणि अभंग उपलब्ध आहेत. मिरज येथील मठाच्या त्या प्रमुख होत्या. (सुविको)

वेताळगड : महाराष्ट्र-रत्नागिरी जिल्हा. मालवण तालुक्यात वराड पेट्यात पेंडुर नावाच्या खेड्यात एका टेकडीवर हा किल्ला बांधलेला आहे. किल्ल्याचे क्षेत्रफळ २२ एकर आहे. पाणीपुरवठा चांगला आहे. (सुविको)

वेद समाज : केशवचंद्र सेन यांच्या प्रेरणेने मद्रासमध्ये के. श्रीधर नायडू यांनी वेद समाजाची स्थापना केली. वेद समाजाचे नाव 'दक्षिण भारतातील ब्राह्मो समाज' असे ठेवले. (१८७१)(सुविको)

वेदोक्त प्रकरण : नारायणरावाने काही बदसल्लागारांच्या सल्ल्याने कायस्थ सरदारांशी वैर सुरू केले. मुधोजी भोसल्यांच्या प्रभू वकिलाला राजद्रोहाच्या संशयावरून कैद केले. याच वेळी पुण्यात वेदोक्तावरून प्रभूंना वैदिक अधिकार आहेत की नाही, हा वाद उत्तर पेशवाईत फारच चिघळला. प्रकरण उपस्थित झाले. कायस्थांना शूद्र ठरवून प्रभू पुढाऱ्यांना बोलवून वेदोक्त न करण्याविषयी त्यांच्याकडून ९ कलमी याद लिहून घेतली. लोकांनी तिच्या अम्मलबजावणीस नकार देताच त्यांचा छळ. तुरुंगवास घडविला. (मइ)

वेबर, आल्बर्ट : एक युरोपियन प्राच्यविद्याविशारद. ह्याने भारतीय वाङ्‌मयाचा संपूर्ण इतिहास लिहिला आहे (१८५१). भारतीय वाङ्‌मयाच्या निरनिराळ्या भागांत तेथपर्यंत केलेल्या संशोधनांचे एकीकरण 'भारतीय आर्य तत्त्वज्ञान आणि पुराणवास्तुशास्त्र यांची रूपरेषा'अशा नावाच्या जर्मन ग्रंथात बुल्हर व मागाहून किलहॉर्न ह्यांच्या नेतृत्वाखाली वेबरने केले (१८९७). आल्बर्ट वेबरने जैन लोकांच्या पवित्र ग्रंथावर एक मोठा प्रबंध लिहून वाङ्मयाची एक नवी दिशा दाखविली. (१८८३-८५) (सुविको)

वेम : कुजुलचा पुत्र वेम याला कदफिसेस दुसरा म्हणतात. वेमाने पंजाब जिंकून गंगेच्या किनाऱ्यावरील वाराणसीपर्यंतचा प्रदेश पादाक्रांत केला होता. तो स्वतःला सर्वलोकेश्वर, महीश्वर, देवपुत्र म्हणवीत असे. त्याच्या नाण्यांवर शिव, नंदी व त्रिशूळ दिसतात. त्याने माहेश्वर ही पदवी धारण केली असून त्याचे साम्राज्य कच्छ,

काठेवाड व नर्मदा नदीपर्यंत पसरलेले होते. तो इ.स. ६५ च्या सुमारास मरण पावला. (भासंको)

वेरूळ : महाराष्ट्र. औरंगाबादेच्या वायव्येस सुमारे २५ किमीवर असलेले एक गाव. घृष्णेश्वर हे ज्योतिर्लिंग गावांपासून एक किमीवर आहे. वेरूळची प्रसिद्ध लेणी गावापासून दीड किमीवर आहेत. ही लेणी ३४ असून सुमारे १।।-२ किमी पसरलेली दिसतील, बौद्ध (१२), ब्राह्मणी (१७), व जैन (५) असे ३ वर्ग. भारतातील सर्व लेण्यांत ही लेणी उत्कृष्ट मानली जातात. वेरूळचे मूळ नाव एलापूर असे होते. वैशिष्ट्ये - बुद्धप्रतिमा, रावण-जटायु युद्ध, शिव नटराज, सीताकी नहानी, शिव महायोगी इ. अनेक खडकात कोरलेले कैलास लेणे, त्याचे शिल्पसौंदर्य अद्‌भुत आहे. भक्ती, श्रद्धा, दिव्यत्व, भव्यत्व ह्यांचे प्रतीक. (सुविको)

वेलस्ली, रिचर्ड कोले (मार्क्विस) : (इ.स.१७६०-१८४२) हिंदुस्थानचा एक गव्हर्नर-जनरल. हिंदुस्थानात नियुक्ती १७९८. आल्याबरोबर याने म्हैसूरच्या टिपूचा पाडाव करण्याची मोहीम आखून ती यशस्वी करून दाखविली. नंतर बाजीरावाशी वसईचा तह, शिंदे-होळकर-भोसले यांच्याशी तह व त्यांच्यावर तैनाती फौजा लादणे या गोष्टी करून वेलस्लीने क्लाइव्ह आणि वॉरन हेस्टिंग यांनी ब्रिटिश साम्राज्याचा जो पाया घातला तो भक्कम करून त्यावर इमारत चढविण्यास सुरुवात केली. तंजावर, कर्नाटक, अयोध्या इत्यादींसारखी राज्ये त्याने संपुष्टात आणली. देशी राजांनी इंग्रजी फौज आपल्या खर्चाने बाळगण्याची त्याची युक्ती मोठी अजब होती. (सुविको)

वेलिंग्टन, ड्युक ऑफ (आर्थर वेलस्ली) : (इ.स.१७६९-१८५२)एक ब्रिटिश सेनानी व मुत्सद्दी. याचा भाऊ हिंदुस्थानात गव्हर्नर जनरल असताना याने लढायांतून पराक्रम गाजविले. असई येथील लढाईत याच्याकडे सेनाधिपत्य होते (१८०४). वॉटर्लूच्या लढाईत याने नेपोलियनला पार चीत केल्यामुळे इंग्लंडची जनता याच्यावर बेहद्द खूष होती. याला मंत्रिमंडळात जागा देण्यात आली व तो टोरी पक्षाचा एक प्रमुख बनला. (सुविको)

वेलू थंपी : १८०८, इंग्रजांनी तिरुवितांकुर (त्रावणकोर) संस्थानाचा ग्रास घेण्याचा प्रयत्न केला. तेव्हा संस्थानचा दिवाण वेलू थंपी ह्यांच्या नेतृत्वाखाली लोकांनी उठाव केला. तुंबळ लढाई, वेलू थंपी निसटून क्विलॉनला, तेथे नवीन सैन्य उभारले. पुन्हा चकमकीत शेवटी इंग्रजांनी तिरुअनंतपुरमचा (त्रिवेंद्रमचा) ताबा घेतला. वेलू थंपी जखमी झाले. तेथूनही निसटले पण नंतर (१८०९) त्यांचा मृतदेह जवळच्या खेड्यात सापडला. लोक अतिशय हळहळले नि चिडले. (१८५७ चे स्वापेदहिं)

वेलोर : तमिळनाडू, उत्तर अर्काट जिल्हा. वेलोरचे प्रेक्षणीय स्थळ म्हणजे किल्ला व त्यांतील देवालय ही होत. शिवाजीमहाराजांनी दक्षिण हिंदुस्थानच्या मोहिमेत वेलोरचा किल्ला जिंकून तेथे लष्करी तळ उभारला (१६७७). ईस्ट इंडिया कंपनीच्या हिंदी शिपायांनी येथे बंड केले होते, पण ते लवकरच मोडण्यात आले. आंध्र प्रदेश. वेलोर हे तालुक्याचे मुख्य ठिकाण आहे. एलोरच्या उत्तरेस ८ मैलांवर पेड्डावेंगी येथे बरेच पुराणावशेष आहेत. एलोर हे गोवळकोंडा सरकारचे मुख्य ठिकाण करण्यात आले. (१७५२) (सुविको)

वेल्बी कमिशन : हिंदुस्थान व इंग्लंड यांच्यातील सर्व आर्थिक व्यवहार एका साम्राज्यातील दोन समान दर्जाचे भागीदार या तत्त्वावर चालावे, असा विचार दादाभाई नौरोजींचा होता. वेल्बी कमीशनपुढे गो. कृ. गोखले यांची साक्ष महत्त्वाची ठरली. कोणताही मुद्दा पुराव्याशिवाय त्यांनी मांडला नाही. चुकीचे हवाले दिले नाहीत. इंग्रज त्यांना मुत्सद्दी मानू लागले. टिळकांनीसुध्दा त्यांची प्रशंसा केली. (सुविको)

वेस्टर्न इंडिया कंपनी : विमा क्षेत्रातील अत्यंत प्रसिद्ध कंपनी, विमामहर्षी अण्णासाहेब चिरमुले, पाठक, काळे, दादासाहेब करंदीकर, काकासाहेब जोशी, भाऊसाहेब सोमण ह्यांनी १३/८/१९१३ रोजी साताऱ्यात ह्या

कंपनीची स्थापना केली. (मपइ)

वैतरणी : एक नदी. ओरिसा प्रांतात केओंझरच्या वायव्येस उगम पावून, धामर नदी या नावाने ही बंगालच्या उपसागरास मिळते. नाना फडणिसाने हिच्यावर मोठा खर्च करून एक पूल बांधला. (सुविको)

वैदिक इंग्रजी शाळा : पाहा – महाराष्ट्र वैदिक इंग्रजी शाळा.

वैद्य :आयुर्वेदाच्या आधारे रोगचिकित्सा आणि रोगोपचार करण्याचे शास्त्र ते वैद्यक. त्यात निष्णात असणारा तो वैद्य होय. परंपरागत पद्धतीनेच हे ज्ञान–संपादन केले जाई. चूर्ण, भस्म, चाटण, काढे, आंसवे, लेप, वन–औषधी यांचा वापर होई. लढाईतील जखमा शिवल्या जात. प्रसंगी कृत्रिम अवयवही बसवत. हळद, साजूक तुपाचा औषध म्हणून वापर. वैद्यांना राजाश्रय मिळे. मुसलमानी वैद्य युनानी म्हणून प्रसिद्ध. मध्ययुगांपासून युरोपियन डॉक्टर्स उपचार करीत. रोगांच्या साथीत वैद्य उपचार करीत. निष्णात वैद्य ऑपरेशन्सही करत. हिवताप, भरीमरी यांच्या साथी दरवर्षी येत. त्यामानाने वैद्यक सेवा खूपच अपुरी होती. उपचार करून घेताना जात, धर्मपंथ हा भेद पाळला जात नसे. वाग्भट, सुश्रुत, चरक, माधव, जीवक, कुमारमृत्य हे प्रसिद्ध वैद्य होऊन गेले.(पेम)

वैद्य, गजानन भास्कर : (इ.स.१८६७–१९२१) हिंदू मिशनरी सोसायटीचे संस्थापक व शुद्धी चळवळीचे पुरस्कर्ते. यांनी मुंबईत थिऑसफीच्या प्रचारकार्यास १८९८ पासून सुरुवात केली. मुंबई मराठी ग्रंथसंग्रहालयाच्या अध्यक्षपदावर हे २० वर्षे होते. यांनी स्वत: हिंदू मिशनरी सोसायटीची स्थापना केली (५ जुलै, १९१७). व परधर्मीय झालेल्या सुमारे शंभर स्त्री पुरुषांस पुन्हा हिंदू करून घेतले. यांनी घालून दिलेल्या उदाहरणामुळे महाराष्ट्रात या कार्यास चेतना मिळाली. 'हिंदू मिशनरी' हे साप्ताहिक यांनी चालविले. विष्णूचे अवतार, वैदिक विवाहविधी इत्यादी ग्रंथ त्यांनी लिहिले. लोकमान्य टिळकांनी त्यांच्याविषयी गौरवोद्‌गार काढले.(सुविको)

वैद्य, चिंतामण विनायक भारताचार्य: (इ.स.१८६१–१९३८)एक महाराष्ट्रीय पंडित. उज्जयिनी येथे प्रांत जज्ज व ग्वाल्हेर येथे मुख्य न्यायाधीश झाले (१८९६ ते १९०५). हे लोकमान्य टिळक यांचे सहकारी होते. पुढे हे काँग्रेस चळवळींत विशेष लक्ष घालू लागले. वैदिक संशोधन मंडळातर्फे ऋग्वेदाची आवृत्ती काढण्याच्या कामी यांनी बरेच परिश्रम घेतले. महाभारताच्या गाढ्या अभ्यासावरून यांना भारताचार्य असे म्हणत. यांनी मराठी व इंग्रजीत बरीच ग्रंथरचना केली आहे; उदा. 'रिडल ऑफ दी रामायण', 'मध्ययुगीन भारत', 'शिवाजी', इत्यादी यांचा इतिहासाचा व्यासंगही जबर होता. हे भारत इतिहास संशोधक मंडळाचे बरीच वर्षे अध्यक्ष होते. (सुविको)

वैराटगड : महाराष्ट्र, सातारा जिल्हा, वाई तालुका, वाईच्या नैर्ऋत्येस सुमारे १० किमीवर हा ३० फूट उंचीच्या कड्यावर बांधलेला असून ७ फूट उंच भिंत आहे. किल्ल्यात पाच तळी आहेत. हा कोल्हापूरचा शिलाहार दुसरा भोज याने बांधला असे सांगतात. (सुविको)

वैरिसिंह दुसरा अथवा वज्रट परमार : (इ.स.१२ वे शतक पूर्वार्ध) याने शत्रूने जिंकलेला माळवा राष्ट्रकूट कृष्ण तिसरा ह्याच्या साहाय्याने परत जिंकला. (भासंको)

वैशंपायन : व्यासाच्या चार शिष्यांतील संपूर्ण यजुर्वेद पढलेला शिष्य. यांच्या नावावर एक स्मृतिग्रंथ आहे. (सुविको)

वैशाली : एक प्राचीन नगर आणि सामर्थ्यशाली गणराज्य. बिहारमधील बसाढ गाव म्हणजेच प्राचीन वैशाली होय. आता त्याचे परत वैशाली हे नामकरण केले आहे. वाल्मीकी रामायणापासून उल्लेख मिळतात.

भगवान श्री गौतम बुद्धांचा या गणराज्याशी खूपच संबंध. त्यांची अनेक प्रवचने येथे झाली. भगवान श्री महावीरांची माता त्रिशला ह्या वैशालीच्या राजघराण्यातील होत. भगवान महावीर हे वैशालीचे उपनगर कुंडग्राम येथे जन्मले. आम्रपाली, आनंद, सारिपुत्र, मोग्गलायन ह्यांचाही वैशालीशी संबंध होता. इथे एक बौद्ध धर्म परिषदही भरली होती. (भासंको)

वैष्णव संप्रदाय : हिंदुस्थानातील एक प्रसिद्ध हिंदू धर्मसंप्रदाय. विष्णू देवतेला निरनिराळ्या स्वरूपांत भजत असल्याने याला वैष्णव संप्रदाय असे नाव मिळाले आहे. वैष्णव संप्रदाय हा मूळ भक्तिप्रधान एकेश्वरी धर्म होय. विष्णुस्वामी, हरिदासी, मानभाव, नरसिंह, शीखपंथ, दादपंथ, लालदासी, रामानंदी, चरणदासी इ. पंथ वैष्णव संप्रदायातच मोडतात. भारतीय इतिहासात ह्या संप्रदायाची कामगिरी फारच मोठी आहे. भारतीय एकात्मतेला हातभार लावला. दक्षिण- उत्तर ऐकात्म्य. सर्वश्री रामानुजाचार्य - मध्वाचार्य-वल्लभाचार्य -निंबार्काचार्य आदी महान वैष्णव होते. महाराष्ट्रातील प्रख्यात वारकरी संप्रदाय हा वैष्णव संप्रदायच आहे.(सुविको)

वॉकर कॅप्टन : बडोद्यातील राजकीय परिस्थितीची प्रत्यक्ष पाहणी करण्यासाठी डंकनने कॅप्टन वॉकर नामक अधिकारी फेब्रुवारी १८०२ मध्ये बडोद्याला धाडला. मल्हारराव इंग्रजांना शरण. ६ जून १८०२ तैनाती फौजेचा तह लादण्यात आला. नंतर वॉकरची नेमणूक बडोद्यातील इंग्रजांचा वकील म्हणून झाली. वॉकरने एक जाहीरनामा काढून गायकवाडांच्या कारभारात हस्तक्षेप करण्याचा अधिकार मिळविला आणि गायकवाडांभोवती साम्राज्यशाहीचे पाश इंग्रजांनी टाकले. (मइ)

व्यंकटगिरी : नेल्लोर जिल्ह्यातील एक जमीनदारी. हल्लीच्या जहागीरदारांचे घराणे (१३ व्या शतकापासूनचे) आहे असे म्हणतात. मूळ पुरुषाचे नाव चव्विरेड्डी असून तो वेल्लम जातीचा होता. या घराण्यातील पुरुषांनी मुसलमानांशी हिंदू राजांतर्फे लढाया मारल्या होत्या. (सुविको)

व्यंकटनरसी :पेशवाईतील एक सुप्रसिद्ध नर्तिका. ही शेवटच्या बाजीरावच्या वेळेची असून बाजीरावने हिचा तीन दिवस अहोरात्र नाच करवून त्याबद्दल हिला सव्वीस हजार रुपये बिदागी दिली. (सुविको)

व्यंकटपती आरविडू : (इ.स.१५८६-१६१४) विजयनगरचा एक राजा. तिरुमल्ल आरविडूचा हा पुत्र. पहिल्या श्रीरंगरायानंतर विजयनगरच्या गादीवर आला. यास पेनुगोंडा येथे असलेली आपली राजधानी विजापूरकरांच्या स्वारीमुळे चंद्रगिरीस न्यावी लागली. (सन १५९२).चंद्रगिरीसच यास राज्याभिषेक झाला होता. गोवळकोंड्याचा मुहम्मद कुली कुत्बशहा व दुसरा इब्राहिम आदिलशहा यांना याने पराभूत केले. (सुविको)

व्यंकटप्पा नाईक : बेरड जमातीचे शोरापूरचे संस्थानाधिपती. जन्म १८३४. ब्रिटिश अधिकारी शोरापूर संस्थानात सल्लागार म्हणून नेमावा ही सूचना व्यंकटप्पा नाईक ह्यांनी धुडकावून लावली. ७ नि ८ फेब्रुवारी १८५८ शोरापूरचे सैन्य नि इंग्रज ह्यांच्यात घनघोर लढाई, बळ कमी पडल्यामुळे राजे नळदुर्गाच्या दिशेने निसटले, तीन दिवसांत सुमारे अडीचशे किमी अंतर कापून हैदराबाद पोहोचले.येथे तेथील लोकांनी त्यांना ब्रिटिशांच्या हवाली केले. मी अवाक्षर सांगणार नाही. काळ्या पाण्यावर जाण्यापेक्षा किंवा किल्ल्यात बंदी म्हणून खितपत पडण्यापेक्षा मी मरण पत्करीन. क्षुद्र बेरडसुध्दा कोंडून ठेवला तर जगू शकत नाही, मग मी राजा असताना कसा जगेन? त्यांनी मला तोफेच्या तोंडी बांधले तरी मी भीतीने कापणार नाही... त्यांना सांगा, मला फाशी देऊ नका. एखाद्या दरोडेखोरासारखे फासावर जाण्यासारखे मी काहीही केले नाही. २९ डिसेंबर ते ७ फेब्रुवारी १८५८ युद्ध करण्याच्या उद्देशाने सैन्याची जमवाजमव केली ह्या आरोपाखाली चिंगलपुट येथे ४ वर्षे ठेवण्याची शिक्षा

झाली. पण व्यंकटप्पा नाईक हयांनी स्वतःवर पिस्तूल झाडून काळ्या पाण्यावर जाण्यापेक्षा मी मरण पत्करेन हा शब्द खरा केला. (१८५७ चे स्वापेदहि)

व्यंकटाध्वरी : (इ. स. १६ व्या शतकाचा पूर्वार्ध) हा एक वैष्णव कवी होता. हा काचीमंडलामध्ये फार प्रख्यात विद्वान होता. त्याने वाजपेयादिक मोठाले यज्ञ केले. याचे विश्वगुणादर्श, लक्ष्मीसहस्र व हस्तिगिरिचंपू हे ग्रंथ फार प्रसिद्ध आहेत. (सुविको)

व्यंकोजी भोसले : (इ.स.१६३१-१६८५) तंजावरच्या भोसले घराण्याचा संस्थापक. हा शहाजीराजांची दुसरी बायको तुकाबाई हिचा पुत्र असून याचे बालपण बंगळुरास शहाजींजवळ गेले. याने शहाजीराजांच्या मृत्यूनंतर स्वतंत्र गादी स्थापिली. (१६८२) शिवाजीमहाराजांनी व्यंकोजीची कानउघाडणी होऊन त्याला समज मिळावी म्हणून कर्नाटकची मोहीम काढली. व्यंकोजीची राणी दीपाबाई हिच्यामुळेच व्यंकोजीचे राज्य टिकले. (सुविको)

व्यंकोजी भोसले सातारकर : साताऱ्याचे श्रीमंत छत्रपती प्रतापसिंह भोसले ह्यांचे पुतणे, १८५७ च्या साताऱ्याच्या उठावात सहभाग. १८५९ मध्ये सुरत अहमदाबादला सीमापार (हद्दपार) आणि नंतर अहमदनगर येथे कारावासात नि तेथेच निधन. (१८५७ चे स्वापेदहि)

व्यवहारशिक्षण : ब्राह्मण, प्रभू, गुजर, मारवाडी या समाजाला व्यवहारशिक्षणाची गरज असे. अक्षर, उजळणी, हिशोब, पाढे याच्या बरोबर योग्य ज्ञानासाठी कित्ते, बखरी, रामायण महाभारत कथा, श्रवण इ. चा समावेश होई. उच्च घराण्यातील स्त्रियासुद्धा हे शिक्षण घेत. सरदारमंडळी अशा शिक्षणास प्रोत्साहन देत. पेशवे घराण्यातील सर्व स्त्री-पुरुष सुशिक्षित होते.

व्यापारी : महाराष्ट्रात १८ व्या शतकात व्यापारी वर्ग उदयास आला. सरकारला प्रशासकीय, लष्कर, राजनैतिक, सण, समारंभ इ. कारणांसाठी विविध जिनसांचा पुरवठा करण्यास व्यापारी वर्ग आवश्यक होता. रोख किंवा उधारीने खरेदी होत असे. १८ व्या शतकात महाराष्ट्रात व विशेषत: पुण्याच्या पेठेत कापड व्यापाऱ्यांची संख्या बरीच होती. १८ व्या शतकाच्या उत्तरार्धात महाराष्ट्रातील वेगवेगळ्या भागांतून छोटे व्यापारी, वाणी, कारागीर इ. नाना तऱ्हेचे व्यावसायिक पुण्याकडे मोठ्या संख्येने आले. (मइ)

व्यापारी संघ : (गिल्ड) एखादा हस्तव्यवसाय, उद्योग आणि व्यापार करण्यासाठी स्थापन झालेले मंडळ. युरोपात फार प्राचीन कालापासून ते रूढ होते. औद्योगिक क्रांतीनंतर ते नष्ट होत गेले. गुप्त काळात ह्या संघांना अतिशय महत्त्व होते. त्यांना श्रेणी म्हणत. (सुविको)

व्यास ढुंढिराज : राजकोश तथा राजव्यवहारकोशाचा कर्ता (ले.का. १६७७-८). वाराणसी ढुंढिराजाचे भोसले आणि त्यांचे आश्रित मखी घराणे ह्या दोघांशी संबंध होते. भोसल्यांचा तो पुराणिक होता. विद्वत्तेबरोबरच तो कविप्रवृत्तीचा होता. त्याची एक विशिष्ट शैली आहे, ढुंढिराजाने अनेक ग्रंथ लिहिले आहेत तसेच शहाविलासगीतम् नावाचे शहाजीराजांच्या स्तवनपर गीतगोविंदाच्या धर्तीवर मधुर असा काव्यग्रंथ लिहिला. काव्यसौंदर्यावर लुब्ध होऊन शहाजीराजांनी 'अभिनवजयदेव' अशी पदवी दिली होती. ढुंढिराज याने लिहिलेला मुद्राराक्षसव्याख्या आणि राजवेद यांत अनेक साम्यस्थळे दिसतात. त्यावरून राजकोशाचे कर्तृत्व ढुंढिराज व्यास यांच्याकडे जाते. रघुनाथ नारायण हणमंते ह्यांनी ढुंढिराजाकडून हा ग्रंथ करवून घेतला. मात्र, नाव रघुनाथपंतांचे लावले गेले. (राको)

व्हिक्टोरिया : (इ.स.१८१९-१९०१) ग्रेट ब्रिटन आणि आयर्लंड ह्या देशांची राणी आणि हिंदुस्थानची पहिली आंग्ल सम्राज्ञी. १८८७ मध्ये तिच्या राज्याभिषेकाचा सुवर्ण नि १८९७ मध्ये हीरक महोत्सव साजरा झाला. तोच मुहूर्त साधून चापे कर बंधू आणि म. वि. रानडे ह्यांनी रँड अणि आयर्स्ट ह्यांचे पुण्यात वध केले. (सुविको)

व्हिक्टोरिया क्रॉस : हे वीरश्रीचे पदक देण्याचा प्रारंभ क्रिमियन युद्धानंतर १८५६ पासून करण्यात आला. युद्धामध्ये विशेष शौर्याचे कृत्य करणाऱ्या सैनिकाला हे पदक देण्यात येते. भारतीय सैन्यातील भारतीय अधिकारी आणि सैनिक ह्यांनाही व्हिक्टोरिया क्रॉस मिळविण्यात १९१२ पासून पात्र ठरविण्यात आले. (सुविको)

व्हिक्टोरिया राणीचा जाहीरनामा (१८५८) : १८५७ च्या क्रांतियुद्धानंतर हा जाहीरनामा प्रसिद्ध झाला. सर्व लोकांना समतेने व न्यायाने वागविण्यात येईल, असे ब्रिटिश सरकारने आश्वासन दिले. भारतमंत्र्याचे इंडिया कौन्सिल बंद झाले, एक लहान सल्लागार मंडळ ठेवले, हिंदुस्थानचा एक हायकमिशनवर इंग्लंडमध्ये नेमला, राज्यकारभार बादशहाच्या नावाने , संयुक्त प्रतिनिधीची दोन कायदेमंडळे निर्माण झाली, मध्यवर्ती सरकारात द्विदल राज्यपद्धती आली. फेडरल कोर्टाची स्थापना. (सविको)

व्हिन्सेंट स्मिथ : इ. स. १८७१ मध्ये भारतीय सनदी सेवेमध्ये दाखल. भारतीयाच्या दृष्टिकोनातून इतिहासलेखन करण्यामध्ये व्हिसेंट स्मिथ अग्रभागी होते. 'दी ऑक्सफर्ड हिस्टरी ऑफ इंडिया ' हा त्याचा महत्त्वपूर्ण ग्रंथ.(सुविको)

व्ही. व्ही. गिरी : (इ.स.१८९४-१९७५) ओरिसा राज्यातील बेहरामपूर गावी त्यांचा जन्म झाला. १९१६ च्या लखनौ काँग्रेस सहभागाने राजकीय कारकीर्द सुरू. १९२१ च्या आंदोलनात सहभाग म्हणून कैद. रेल्वे कामगारांच्या कारभारासाठी बेंगाल, नागपूर रेल्वे असोसिएशनची स्थापना केली. अखिल भारतीय रेल्वे कामगार संघटनेचे ते अध्यक्ष होते. दोन वेळा ट्रेड युनियन काँग्रेसचे अध्यक्ष झाले. १९३४ मध्ये केंद्रीय कायदेमंडळात प्रवेश. मद्रास कायदेमंडळात मजूरमंत्री (१९३८-३९). सिलोनमध्ये राजदूत. स्वातंत्र्यानंतर पहिल्या मंत्रिमंडळात प्रवेश. उत्तर प्रदेशचे राज्यपाल म्हणून नियुक्ती. १९६७-६९ भारताचे उपराष्ट्रपती. १९६९-७४ राष्ट्रपती म्हणून नेमणूक. (नेट)

व्होरा दुर्गादेवी (जन्म ७ ऑक्टो १९०७) : पती भगवतीचरण व्होरा हे क्रांतिकारक. त्यांचा बॉम्ब चाचणी अपघातात मृत्यू. दुर्गादेवींनी धैर्याने तोंड दिले. सँडर्स्ट वधानंतर भगतसिंग, राजगुरू कोलकात्याला गेले तेव्हा भगतसिंहांची पत्नी म्हणून दुर्गादेवींनी नाटक केले आणि दोघांना सुखरूप पोहचवले. भगतसिंग-राजगुरू-सुखदेव ह्यांच्या फाशीचा सूड म्हणून आपला पोटचा मुलगा शचींद्र आणि अन्य सहकाऱ्यांसह मुंबईला येऊन लॅमिंग्टन रोड पोलिस चौकीवर हल्ला केला. इंग्रजांना त्या कधीच सापडल्या नाहीत. अत्यंत साहसी क्रांतिकारक होत्या. (१८५७ चे स्वायुपेदहिं)

श

शंकरगडची लढाई : १९७१ च्या भारत-पाकिस्तान युद्धातील पश्चिम आघाडीवरील महत्त्वाची व घनघोर लढाई. भारतीय वायुसेनेने बाँम्बवर्षाव करून पाकिस्तानचा प्रतिकार मोडला. पाक सैन्याला माघार घ्यावी लागली. होशियार सिंगला 'परमवीर चक्र' बहाल केले गेले. (इसंशा)

शंकरदेव : (इ.स.१४४९-१५६९) धार्मिक-सामाजिक समतेचा आग्रह धरणारे आसामी सत्पुरुष. आसामचा प्रतिगामीपणा नष्ट करून प्रगत धार्मिक दृष्टिकोन शंकरदेवांनी दिला. आपल्या विचारांच्या प्रचारासाठी ग्रंथलेखन, नाट्यनिर्मिती केली. पंथोपंथाच्या बजबजपुरीतून त्यांनी आसामला बाहेर काढले. (यांसघ)

शंकराचार्य : (७८८-८२०) जन्म केरळ (मलबार) प्रांतात कलाटी (कालडी) येथे. भारतीय तत्त्वज्ञान-क्षेत्रात सुप्रसिद्ध. वेदवेदांगांच्या अध्ययनात प्रावीण्य. ब्रह्मसूत्रांवर भाष्य लिहिले. केवलाद्वैत मताचे संस्थापक. उपनिषदातील तत्त्वांची स्थापना करणे प्रमुख कार्य. शृंगेरी, द्वारका, बद्रिकाश्रम व पुरी येथे स्वतंत्र मठांची स्थापना. 'उपदेशसाहस्त्री', 'अपरोक्षानुभूति', 'गीता भाष्य', 'विवेकचूडामणि', 'ब्रह्मसूत्रभाष्य ' इ. प्रमुख ग्रंथ. हिंदूधर्म त्यांच्यामुळे टिकला. (सुविको)

शंकराजी नारायण : (१६५८-१७०७) एक शिवकालीन मुत्सद्दी. गांडेकर देशपांडे घराण्यात जन्म. मोरोपंत पिंगळ्यांच्या पदरी होते. सन १६९० मध्ये अष्टप्रधानातील सचिव झाला. जिंजीपासून साताऱ्यापर्यंतचा मुलूख अलिप्त राखून औरंगजेबास यशस्वीपणे तोंड दिले. राजाज्ञापदावर असताना यास 'मदारुलमहाल' अशी पदवी होती.

शंख : सौराष्ट्राच्या किनारी अनेक ठिकाणी शंखांच्या वस्तू बनविल्या जात. किनारी प्रदेशात बांगड्या व इतर वस्तूंसाठी लागणारा शंख विपुल प्रमाणात सापडला आहे. जामनगरजवळ नागेश्वर येथे तर फक्त शंखांच्या वस्तूचा कारखाना होता, असे सापडलेल्या वस्तूवरून दिसून येते. (सिंसं)

शंभूसिंग जाधव (माळेगांवकर) : (मृत्यू १७६०)एक मराठा सरदार. पन्हाळगडावरील संभाजीवरील शाहूने केलेल्या स्वारीत शाहूला मदत. त्यामुळे सन १७३२ मध्ये शाहूने मालेगावची सनद इनाम दिली. सन १७३९ व कर्नाटक स्वारीत भोसल्यास मदत केली. (सुविको)

शक : हे मूळचे अनार्य असून त्यांना से किंवा सिथियन म्हणतात. हे चीनपर्यंतही गेले होते. मूळ प्रदेश वूसूनचा पश्चिम भाग व सीरदर्या नदीची उत्तर थडी. एका शक घराण्याने काठेवाडात जे राज्य स्थापन केले ते

चंद्रगुप्ताने इ.स. ३९० मध्ये बुडविले. शकांचा सर्वांत मोठा राजा गोंडोफेरीज. (सुविको)

शक कालगणना : विक्रम संवत – उज्जयनीचा राजा विक्रमादित्य याने सुरू केलेला शक विद्यमान शकाच्या संख्येत चैत्रापासून आश्विन अमावस्येपर्यंत १३४ आणि कार्तिक ते फाल्गुन अमावस्येपर्यंत १३५ मिळवले की विक्रम संवत्सराचे वर्ष समजते. चैत्र शुक्ल प्रतिपदेला जी इंग्रजी वर्षाची तारीख असेल त्या वर्षाच्या ३१ डिसेंबरपर्यंत (७८) तर एक जानेवारी पासून फाल्गुन अमावस्येला जी तारीख असेल त्या तारखेपर्यंत (७९) मिळविले की इसवी सन समजतो. (मोप्रव)

शकावल्या : बखरीतील विसंगत दिसणाऱ्या तपशिलाला संगती देणारे व कागदपत्रातील त्रुटित माहितीस सांधणारे व मराठ्यांच्या इतिहासाची बिनचूक मांडणी देणारे साधन म्हणजे शकावली. शकावलीमध्ये महत्त्वपूर्ण घटनांच्या नोंदी तारखेसह दिलेल्या असतात. 'शाहाजीकालीन शकावली', 'होनप देशपांडे शकावली', 'शिवापूरकर शकावली', 'कुंदगोळ देसाई शकावली' वगैरे शकावल्या आहेत. शकावल्या म्हणजे एखादे घराणे किंवा व्यक्ती यांचे चरित्र देणारे साधन होय. शकावल्यांतील कालनिर्देश बिनचूक नसतो. शकावल्यांना शकसंवत्सर याद्या म्हणतात. शकावलीतील पहिल्या भागावर पौराणिक परंपरांचा व दुसऱ्या भागावर राजकीय घडामोडींचा प्रभाव दिसून येतो. त्यात दररोजच्या खर्चापासून ते राजव्यवस्थेपर्यंत अनेक गोष्टींचा उल्लेख असतो. शकावलीतील माहिती ही इतिहासलेखनास उपयोगी पडण्यासाठी तकरीर किंवा करिने यांच्याशी तुलना करून पाहावी लागते. (मइ, इलेशा)

शकुन : मुहूर्ताप्रमाणेच समकालीन समाजाचा शकुनावर विश्वास होता. शकुन म्हणजे सूचक घटना. शकुनाच्या आडाख्यासाठी सहदेव भाडळीचा ग्रंथ लोकप्रिय होता. राजा मोहिमेवर जाताना अशा प्रकारच्या घटना मुद्दाम घडविण्याची प्रथा रूढ झाली. उदा. सवत्स धेनूचे दर्शन, भरलेली घागर घेऊन आडवी जाणारी सौभाग्यवती स्त्री. (मइ)

शक्तिकुमार गहिलोत : (इ.स.राज्य ९७७-९९३) मेवाडच्या गादीवर शालिवाहन शकानंतर आला. आटपूर (आहाड) राजधानी. शूर होता. याच्या वेळच्या वि. सं. १०३४ (सन ९७७) च्या एका शिलालेखात गुहदत्तपासून यांच्यापर्यंतची पूर्ण वंशावळ मिळते. (सुविको)

शचींद्रनाथ संन्याल : भारतीय क्रांतिकारकांच्या इतिहासातले सेनापती. रासबिहारी बसूंचे उजवे हात. गदर आंदोलनाचे एक कर्णधार. बनारस षड्यंत्र अभियोगात जन्मठेप, काळ्या पाण्याची शिक्षा. चार वर्षांनी १९२० मध्ये सुटका. तरीही क्रांतिकार्य चालूच. रामप्रसाद बिस्मिल नि योगेशचंद्र चतर्जी ह्यांच्या साहाय्याने हिंदुस्थान रिपब्लिकन असोसिएशनची निर्मिती. काकोरी प्रकरणात पुन्हा जन्मठेप/ काळेपाणी. १९३७ मध्ये सुटका. सारा परिवार देशकार्यात. 'बंदिजीवन' ह्या नावाने आत्मकथा प्रसिद्ध. (अचको)

शतपत्रे : (इ.स. १२२३-१८९२)लोकहितवादींनी आपले सुधारकी विचार वेळोवेळी प्रभाकर, इंद्रप्रकाश, सुबोध पत्रिका यातून मांडले. प्रभाकर साप्ताहिकातून त्यांनी मांडलेले विचार 'शतपत्रे' या नावाने प्रसिद्ध झाले. समान सुधारणा हा त्यांचा प्रमुख विषय. (सुविको)

शतानंद : (इ.स. चे ११ वे शतक) याच्या भास्वतीकरण नामक ग्रंथात रवि-चंद्राची गतिस्थिती. नक्षत्रात्मक व भौमादी ग्रहांची राश्यात्मक दिली असून हाच ग्रंथातील विषय आहे. या ग्रंथात क्षेपक आणि ग्रहगतीचे गुणक-भाजक शतांश पद्धतीने दिलेले आहेत. ही पद्धत आजच्या दशांश पद्धतीशी मिळती-जुळती आहे. (सुविको)

शत्रुंजय : काठेवाडात पालिठाण्याजवळील टेकड्या. सिद्धगिरी किंवा सिद्धाचल असेही म्हणतात. श्वेतांबर जैनांचे तीर्थक्षेत्र. बाहुबलीच्या मूर्तींच्या जागी अनेक जैन साधूंनी मुक्ती घेतली आहे. ऐतिहासिक अनेक लेख कोरलेले आहेत. (सुविको)

शनिवारवाडा : थोरले बाजीराव पेशवे ह्यांनी बांधला आणि एक काळ हिंदुस्थानाचे राजकारण येथून चाले. पुण्यात असून दोनशे यार्ड लांब व दीडशे यार्ड रुंद आहे. वाड्याच्या पूर्वांगालाच गणपती महाल हा पेशव्यांचा इतिहासप्रसिद्ध दिवाणखाना असून त्यात महत्त्वाचे सर्व दरबार व ऐतिहासिक प्रसंग घडले. जितके चौक, तितके हौद व कारंजी होती. सभोवार प्रचंड तट आहे. बुरुजाच्या मध्यावर तोफांचा गोळा रचून त्यावर मध्यभागी जरीपटक्याचे भगवे निशाण फडकत असे. महालाचे नक्षीकाम प्रेक्षणीय. गणपती महालाचे चित्रकाम अतिशय सुंदर. (मविको)

शम्सुद्दिन अल्तमश : (राज्य इ.स. १२१० ते १२३६)दिल्लीचा बादशहा. हुशार, देखणा, बुद्धिमान. भावाने गुलाम म्हणून विकले. त्याच्या मालकाने कुतुबुद्दीनला विकले. कुतुबुद्दिनाने सेनापती नेमून 'अमीर शिकार' पदवी दिली. ऐबकच्या मुलाला पदच्युत करून दिल्लीचा बादशहा झाला. 'शम्सुद्दीन' हा गादीवर आल्यावरचा किताब. अरबी नाणी सुरू केली. अनेक लढायांत शौर्य दाखविले. (सुविको)

शरीफजी भोसले : (१६०३-१६२४) शहाजींचा भाऊ व शिवाजींचा चुलता. निजामशाहीत नोकरी. याच्या ताब्यात चाकण चौऱ्यांशी परगणा होता. भातवडीच्या लढाईत मरण. याचे वंशज दौलताबादेस आहेत. (सुविको)

शर्मा आय.एम. : आय. एम. शर्मा हे भारताचे सरन्यायाधीश होते. नोव्हें १९९२- फेब्रु.१९९३ या काळात त्यांनी सरन्यायाधीशपदाची जबाबदारी सांभाळली.

शर्मा डॉ. शंकर दयाळ : (१९१८-१९९९)१९९२-१९९७ या काळात शंकर दयाळ शर्मा भारताचे राष्ट्रपती होते. १९८७-१९९२ या काळात त्यांनी उपराष्ट्रपतिपदाची जबाबदारी सांभाळली.

शर्मा, नेकीराम : एक सार्वजनिक कार्यकर्ते, संस्कृत व हिंदी भाषेचे पंडित. होमरूल लीग चळवळीत भाग. १९२० मध्ये बिगारीच्या जुलमाविरुद्धच्या चळवळीचे प्रणेते. त्यात ८ महिन्यांची व १९३० मध्ये मिठाच्या सत्याग्रहात १२ महिन्यांची अशा शिक्षा झाल्या. सनातनी असूनही प्रगतिपर विचारांचे. अस्पृश्योद्धारास अनुकूल. मारवाडी आगरवाल सभेचे संस्थापक. (सुविको)

शल्यक्रिया : सुश्रुत संहितेत शल्यक्रियेचा उल्लेख आहे. भारतीय वैद्य प्लॅस्टिक सर्जरीत अग्रेसर होते. मोतीबिंदूची शस्त्रक्रिया, तुटलेले कान जोडणे, ओठ जोडणे अशा शस्त्रक्रिया करण्यात भारतीय वैद्य निष्णात होते. (भासंको)

शस्त्रागार : सैन्यास लागणारी शस्त्रास्त्रे, दारूगोळा, वगैरे तयार करणे, सुरक्षित ठेवणे, दुरुस्ती करणे, त्यांचा पुरवठा करणे यासाठी जे कोठार लागते व जो कारखाना लागतो त्याला शस्त्रागार म्हणतात. इंग्लंडमध्ये शस्त्रागाराची स्थापना १७२० मध्ये झाली. भारतातील सर्वांत मोठे शस्त्रागार खडकी येथे आहे. याशिवाय कोलकाता, रावळपिंडी, जबलपूर येथे शस्त्रागारे आहेत. (सुविको)

शहरे : अठराव्या शतकापूर्वी महाराष्ट्रात अनेक शहरे उदयास नि भरभराटीस आली. शहरांच्या वाढीवर मराठी राजसत्तेचा अनुकूल परिणाम झाला. एखाद्या देशातील सामाजिक, सांस्कृतिक वा आर्थिक बदलांचे

स्वरूप पाहावयाचे झाल्यास त्या देशातील शहरांची बदलती परिस्थिती पाहावी. शहरे त्या त्या देशाच्या तत्कालीन ऐतिहासिक स्थितीची निदर्शक म्हणूनही मानता येतात. भांडवलनिर्मिती होण्याची मुख्य संभाव्य केंद्रे म्हणजे शहरेच. इंग्रजी राज्यामुळे अनेक शहरे उदयास आली व वाढली. (माइ)

शहाजहांनामा : जहांगीरचा वजीर सादिकखान याने लिहिला. शहाजहानच्या कारकिर्दीत काबूल व काश्मीरचा सुभेदार, शहाजहानच्या कारकिर्दीच्या पहिल्या २० वर्षांतील घटना नोंदविल्या आहेत. (इलेशा)

शहाजहान : (इ.स.१५९३-१६६६) मोंगल बादशहा. राज्यावर आल्यावर सर्व आप्तांना ठार मारले. १६३७ साली शहाजीचा पराभव करून अहमदनगरचा सर्व मुलूख ताब्यात घेतला. पत्नी मुमताजच्या स्मरणार्थ जगप्रसिद्ध ताजमहाल कबर आग्र्यास बांधली. कारकीर्द शांततामय. मोंगल आमदनी भरभराटीची. दिल्ली शहर यानेच वसविले. जुम्मा मशीद, मोती मशीद, दिवाण-इ-खास, दिवाण-इ-आम वगैरे प्रेक्षणीय इमारती बांधल्या. दानधर्म बराच केला. (सुविको)

शहाजी (भोसले) : (१६०१-१६६४) हिंदवी स्वराज्य संस्थापक. शिवाजी महाराजांचे वडील. निजामशाहीतील /आदिलशाहीतील एक बलाढ्य मराठा सरदार. शिवाजीच्या स्वराज्याच्या उद्योगास त्यांनीं पायाभूत परिस्थिती निर्माण केली. अनेक विश्वासू कर्तबगार, शूर सरदार शिवाजींच्या साहाय्यास पुण्यास पाठविले. शेवटची कारकीर्द बेंगळूरला आदिलशाही सेवेत गेली तरी हिंदू नायकांची सत्ता जिवंत ठेवण्याची त्याची धडपड होती. गनिमीकाव्यातील रणपंडित, विद्वान, कला वाङ्मयाचे आश्रयार्थी. कर्नाटकात होदेगिरेच्या रानात शिकार करतांना मृत्यू. (सुविको)

शहाजी भोसले : (इ.स. १६८४-१७११) तंजावरचा एक राजा. कारकिर्दीत अनेकवार लढाया केल्या. अनेक कवींना आश्रय दिला. ख्रिश्चन मुलांची शैक्षणिक सोय केली. शिवकथेवर 'चंद्रशेखर विलास' नाटक लिहिले. (सुविको)

शहादत्त प्रभु आलम संप्रदाय : एक दत्तसंप्रदाय. एकनाथ, जनार्दनस्वामी, तुकाराम, मध्वमुनीश्वर इ. प्रसिद्ध व्यक्ती या संप्रदायाच्या पाईक होत्या. विदर्भ ते चेन्नईपर्यंत या सांप्रदायाचे अनेक मठ जागोजागी होते. (खाई)

शहानवाझ, बेगम जहाँआरा : एक मुस्लिम राजकारणी महिला. लाहोर येथे क्वीन मेरी कॉलेजमध्ये शिक्षण. अ. भा. मुसलमान स्त्री परिषदेमध्ये अनेकपत्नीत्वाविरुद्ध ठराव पास करून घेतला, शैक्षणिक व सामाजिक कार्यात भाग. मुस्लिम लीगच्या कौन्सिलमध्ये स्त्री-सभासद प्रतिनिधी, गोलमेज परिषदेच्या स्त्री-प्रतिनिधी, 'जॉइंट पार्लमेंटरी' समितीच्या सभासद. १९३५ मध्ये राष्ट्रसंघ प्रोटेक्शन ॲण्ड वेलफेअर ऑफ चिल्ड्रेनच्या सल्लागार मंडळाच्या स्त्री-प्रतिनिधी. (सुविको)

शहाबाग : बाल शिवबा नि दादाजी कोंडदेव पुण्यात आल्यावर (इ.स.१६३६) पुणे नि खेडेबारे येथे वाडे बांधायचे ठरले. दादाजीपंतांनी खेडच्या कोंडे देशमुखांकडून जमीन घेतली आणि छोट्या शिवबाकरिता एक बाग तयार केली. तिथे विविध झाडे आणि कलमी आंबा लावला. बागेला नाव शहाजीमहाराजांचे ठेवले. (राशि)

शहाबुद्दीन घोरी : (राज्य इ.स.११७३-१२०६) मुस्लिम बादशहा. १२०३ मध्ये अफगाणिस्तानच्या घोर प्रांताचा राजा झाला. उत्तर हिंदुस्थानचा बराचसा भाग जिंकला होता. ११२१ मध्ये कर्नालजवळ हिंदूंकडून पराभव. गझनीच्या महंमदाप्रमाणे स्वाऱ्या करून ३० वर्षे हिंदुस्थानला जर्जर केले. देशात मुसलमानी सत्ता स्थायिक केली. (सुविको)

शांतलिंग : (इ.स. च्या तिसऱ्या शतकाच्या मध्ये) शालिवाहन राजवंशाची सत्ता नष्ट झाल्यावर आंध्र प्रदेशातील कृष्णा-गुंटूर भागावर राज्य करणारा एक वंश. अयोध्येच्या इक्ष्वाकुवंशातील काही लोक दक्षिणेत येऊन स्थायिक झाले असावेत. त्यातील एका घराण्यातील शांतमूल नामक पुरुष ह्या राजवंशाचा संस्थापक मानला जातो. कृष्णेच्या खोऱ्यावर ह्याची सत्ता होती. नागार्जुन कोंडाच्या आसमंतातील विजयपुरी ही त्याची राजधानी होती. त्याने अश्वमेध, वाजपेय इ. वैदिक यज्ञयाग केले होते. (भासंको)

शांतिसेना : स्वातंत्र्योत्तर काळात भारतीय सैन्याला संयुक्त राष्ट्र संघटनेसाठी बऱ्याच ठिकाणी आंतरराष्ट्रीय 'शांतिसेना' म्हणून काम करावे लागते. (इमेशा)

शाइस्तेखान : एक मुघली सरदार. औरंगजेबाचा मामा. शिवाजींवर प्रचंड सैन्यानिशी स्वारी (१६६३). पण शिवाजींनी गोटावर हल्ला चढवून त्याची बोटे कापून त्याला पळवून लावले. औरंगजेबाने त्याला बंगालचा सुभेदार नेमले. तेथे त्याने मुघली आरमाराचा विकास केला. (सुविको)

शाक्त संप्रदाय : हिंदूंमधील एक धर्मपंथ. शिवपत्नी काली ही प्रधानदेवता मानतात. कुलार्णव, गुप्तसाधनतंत्र, निरुत्तरतंत्र वगैरे ग्रंथांत वामाचाराचे वर्णन. भगवे वस्त्र, रुद्राक्ष व त्रिशूल धारण करतात. तंत्रवाङ्मय हे वेदांप्रमाणे प्रमाण. बंगाल्यात शाक्तपंथी बरेच आहे. (सुविको)

शातकर्णी पहिला : पहिला सातवाहन सम्राट. देवी नागनिका (नायनिका) ही त्याची राणी. दोघांचा जोडपुतळा नाणेघाटात सिमुक राजाच्या पुतळ्याशेजारी आहे. हा राजा खारवेल आणि पुष्यमित्र ह्यांचा समकालीन. पश्चिम माळवा, अनूप (नर्मदेचे खोरे) नि विदर्भ हे प्रदेश जिंकून घेतले. दोन वेळा अश्वमेध आणि एकदा राजसूय यज्ञ केला. श्री सातवर्षीची राणी नागनिका हिने नाणेघाटात मोठा शिलालेख कोरला आहे. (मचको)

शापोरा : पाहा - चापोरा.

शामराज नीलकंठ : शिवाजी महाराजांचा पहिला पेशवा, फारसी तज्ज्ञ. आडनाव रांझेकर. स्वराज्याच्या उद्योगास सहायक म्हणून शहाजीराजांनी शिवाजीमहाराजांच्या दिमतीस दिले होते. औरंगाबाद जवळील रांझेगावचा कुलकर्णी. १६६२ मध्ये शिवाजीमहाराजांनी त्याच्या जागी मोरोपंत पिंगळ्यांची नेमणूक केली. (सुविको)

शारदा सदन : ज्येष्ठ समाजसुधारक पंडिता रमाबाई यांनी अमेरिकेहून परतल्यावर १८८९ मध्ये मुंबईला शारदा सदन स्थापन केले. पुढे ते पुण्याला लालवाड्यात आले. ग्रेथ नावाच्या दोन मुलींनी ख्रिश्चन धर्म स्वीकारल्याचे उघड झाल्याने ते सदन वादाच्या भोवऱ्यात सापडले. परिणामी ते केडगाव येथे हलवण्यात आले. येथेच १९२२ मध्ये पंडिता रमाबाईंचे निधन झाले. शारदा सदनचा उद्देश महिलांची सर्वांगीण उन्नती हा होता. (अचको)

शारदामाता : (इ.स.१८५३-१९२०)रामकृष्ण परमहंस यांच्या पत्नी. त्यांच्या अध्यात्मसाधनेतील त्या सहकारी होत्या. त्यांचे सामाजिक नि आध्यात्मिक कार्य फार मोठे आहे. (भासंको)

शालिवाहन शक : हा शक कुणी सुरू केला त्याबद्दल वादविवाद. १४व्या शतकापासून दक्षिणेत रूढ झाला असावा. सातवाहन शब्दाचेच रूप. प्रतिष्ठान ऊर्फ पैठण ही त्यांची राजधानी होती. (सुविको)

शाली : पांघरण्याचे तलम, रेशमी वस्त्र. जरीबुटीही काढत. विद्वत्तेचे प्रतीक. काश्मिरी शाली जगभर प्रसिद्ध. (सुविको)

शालूकर आबा : सवाई माधवरावाच्या कारकिर्दीतील एक कर्तबगार व मुत्सद्दी सरदार, हे मुख्यत्वे सावकार; नानासाहेब पेशवे व हरिपंत फडके यांनी त्यास आत्मिक म्हणून संबोधले. (सुविको)

शाळिग्राम शुक्ल (हुतात्मा) : प्रसिद्ध क्रांतिकारक गजाननराव पोतदार ह्यांना पकडण्यासाठी २ डिसेंबर १९३० रोजी पोलिस अधिकारी हंट याने अँग्लो वैदिक विद्यालयावर छापा टाकला असता, शंभुनाथ या पोलिस शिपायाने शाळिग्रामला ओळखले. झटापटीत शाळिग्रामने एक शिपाई ठार मारला पण हंटच्या गोळीबारात ते स्वतः जखमी झाले. शिपायांनी निर्दयपणे बंदुकीच्या प्रहाराने त्यांचे डोके फोडले. यातच ते गतप्राण झाले. (स्वासंस)

शास्त्री पतंजली एम. : पतंजली शास्त्री हे भारताचे सरन्यायाधीश होते. १९५१ - १९५४ या काळात त्यांनी सरन्यायाधीशपदाची जबाबदारी सांभाळली. (इऑइ)

शास्त्री व्ही. एस. श्रीनिवास : (इ.स.१८६९-१९४६) पट्टीचे वक्ते. राजकारणी. १९१५ मध्ये भारत सेवक समाजाचे अध्यक्ष झाले. मद्रास कायदेमंडळात प्रवेश (१९१६-१९२०). मध्यवर्ती कायदेमंडळात काम केले. १९२१ इंपिरिअल परिषदेत सहभाग. प्रीव्ही कौन्सिलर (१९२७-१९२९). आफ्रिकेत सरकारचे वकील, भारत सेवक समाजाला आंतरराष्ट्रीय दर्जा मिळवून दिला. (सुविको)

शाह आय.सी. : आय.सी. शाह हे भारताचे सरन्यायाधीश होते. १९७०-१९७१ या काळात त्यांनी सरन्यायाधीशपदाची जबाबदारी सांभाळली. (इऑइ)

शाहबानो प्रकरण : शाहबानो या मुस्लिम या महिलेला पोटगीचा अधिकार असल्याचा ऐतिहासिक निर्णय सर्वोच्च न्यायालयाने १९८५ मध्ये दिला. परंतु या विरुद्ध मुस्लिम समाजात जाणवण्याइतपत असंतोष निर्माण झाल्याने संसदेने या निर्णयाचा परिणाम निष्क्रिय करणारी घटनादुरुस्ती केली.

शाह सुलेमान : (सर सुलेमान) (१८८६-१९४१)जगप्रसिद्ध गणिती आणि संशोधक. जोनपूरला जन्म. अलाहाबाद उच्च न्यायालयात न्यायाधीश. गणित, पदार्थ विज्ञानात विशेष रस. न्यूटन, आइनस्टाइनच्या सिध्दान्तांचा नव्या दृष्टिकोनातून अभ्यास. अलिगड विद्यापीठाचे कुलगुरू. (सुविको)

शाहामीर : (१३३४-४९) काश्मीरचा राजा. राजा सोनदेवाच्या पदरी साधा नोकर. पुढे दिवाण झाला. आनंददेव राजाचा खून करून स्वत: राजा. येथपासून काश्मीरला मुस्लिम राजवंश सुरू. (सुविको)

शाहामुनी : मुस्लिम जातीचा मराठी कवी. वेदान्तावरील सिद्धान्तबोध ग्रंथाचा कर्ता. ईश्वरावर गाढ श्रद्धा होती. (सुविको)

शाही घराणे : काबूलचे एक हिंदू राजघराणे. ४०० वर्षे राजवट. गझनीस राजधानी. महमुद गझनीने काबूलचे राज्य खालसा करून हिंदू बौद्धांना मुसलमान केले. हे हिंदू घराणे स्वत: शाह पदवी लावीत असे. (सुविको)

शाहू थोरले : (इ.स.१६८२-१७४९) छत्रपती संभाजी व येसुबाई यांचे पुत्र. मूळ नाव शिवाजी पण बादशाही कैदेत शाहू नाव झाले. मुघलांनी रायगडचा ताबा घेतल्यानंतर आईबरोबर मुघलांच्या कैदेत. बादशाही वैभवात, चैनीत राहण्याच्या सवयीमुळे स्वारी शिकारीची दगदग त्यांनी केली नाही. बाळाजी विश्वनाथ भट यांस पेशवा नेमून सर्व राज्यकारभार त्यांचेवर सोपवला. आपण केवळ मार्गदर्शनाचे काम केले. प्रारंभी कोल्हापूरच्या महाराणी ताराबाई यांच्याशी गादीच्या वारसाचा वाद पण पुढे मराठी राज्याच्या दोन स्वतंत्र गाद्या निर्माण झाल्या.

संयमी, शांत म्हणून प्रसिद्ध. (सुविको)

शाहूमहाराज (राजर्षि) : (इ.स.१८७६-१९२२) कागलचे अधिपती घाटगे यांचे पुत्र. कोल्हापूरच्या शिवाजीराजे यांचे दत्तकपुत्र. छत्रपती राजाराम हे पुत्र व अक्कासाहेब या कन्या. बहुजनसमाजाची विशेषत: अस्पृश्यांची उन्नती व्हावी, शिक्षणप्रसार व्हावा म्हणून विशेष प्रयत्न. सामाजिक विषमतेविरुद्ध लढा, शिक्षणप्रेमी, विद्वज्जनांचे चाहते, गुणग्राही, डेक्कन एज्युकेशन सोसायटीचे अध्यक्ष. सत्यशोधक समाजाचे नेतृत्व. (सुविको)

शाहूमहाराज : (इ.स.१७७७-१८०८) सातारचे छत्रपती रामराजे यांचा दत्तकपुत्र (वावीकर). पेशव्यांवर कायम नाराज होता. कोल्हापूरच्या महाराजांच्या मदतीने बंडही केले. परशुरामभाऊने ते मोडले. त्यांचा मुलगा प्रतापसिंह छत्रपती झाला. (सुविको)

शाहूराजे भोसले : सातारच्या श्रीमंत छत्रपती प्रतापसिंह भोसले ह्यांचे दत्तक पुत्र. १८५७ च्या साताऱ्याच्या उठावात सहभाग. ६.८. १८५७ ला कराची येथे सीमापार. (१८५७ चे स्वापेदहिं)

शिंदे लक्ष्मीबाई : ही महादजी शिंदे यांची थोरली पत्नी होती. शिंदेबायांचे बंड या प्रसिद्ध घटनेच्या मुळाशी ही असून बंडाची म्होरकी होती. दौलतराव शिंद्यांच्या हाती ग्वाल्हेरची सूत्रे गेल्यावर लक्ष्मीबाईने आपल्या या सावत्र मुलाविरुद्ध जे बंड केले ते शिंदेबायांचे बंड म्हणून प्रसिद्ध आहे. अनेक सरदार लक्ष्मीबाईला मिळाले व दौलतरावाचा तिने निर्णायक क्षणी पराभवही केला. अखेर दौलतरावाला तिच्या अटी मान्य कराव्या लागल्या.

शिंदे घराणे : मुख्य शिंदे घराणे ग्वाल्हेरचे. आद्य पुरुष राणोजी कण्हेरखेड (सातारा) गावचा, बाळाजी विश्वनाथांच्या पदरी प्रथम बारगीर. पुढे सरदार झाले. त्यांना जयाप्पा, दत्ताजी आणि ज्योतिबा तसेच तुकोजी नि महादजी असे पुत्र. मानाजी फाकडे, नेमाजी शिंदे हेही शिंदे घराण्यातील. मराठेशाहीचा उत्तरेत प्रसार, पराक्रम, बलिदान आदी ह्या घराण्याची वैशिष्ट्ये होत. (सुविको)

शिंदे बापू : २७ व्या नेटिव्ह पायदळ पलटणीतील जमादार. रावसाहेब निंबाळकरांमार्फत हे श्रीमंत चिमासाहेबांना माहिती पुरवत असत. चिमासाहेबांनी पलटणीच्या छावणीला भेट दिलेली होती. त्यांनी सांगितले होते की, नवी काडतुसे वाटली जाण्याच्या आदल्या दिवशी अधिकाऱ्यांकडे अर्ज पाठविण्यात यावा व त्याला अनुकूल उत्तर न आल्यास 'पूर्वी ठरल्याप्रमाणे' कृती करण्यात यावी. फाशी किंवा जन्मठेप. (१८५७ चे स्वायुपेदहिं)

शिंदे माधवराव : (इ. स. १८७६-१९२५) ग्वाल्हेर संस्थानचे अधिपती, व्यवस्थित राज्यकारभार. मराठी साम्राज्याविषयी अभिमान. युद्धशास्त्राची आवड. त्यांचे सैन्य ब्रिटिश सैन्याच्या तोडीचे. १९१४ च्या पहिल्या महायुद्धात त्यांनी स्वत: भाग घेतला. पुण्यातील श्री शिवाजी पुतळा उभारण्यात हातभार. वानवडी येथील शिंद्यांची छत्री प्रेक्षणीय केली. पुण्यातील पाटील परिषदेचे अध्यक्षस्थान भूषविले. फ्रान्समध्ये निधन.

शिंदे विठ्ठल रामजी : (इ.स. १८७५-१९४४) थोर सामाजिक कार्येकर्ते, अस्पृश्योद्धारक, मूळ जमखिंडी, ब्राह्मोसमाज, प्रार्थना समाजाचे कार्यकर्ते. मद्यपानबंदी चळवळीत भाग, डिप्रेस्ड क्लासेस मिशनचे संस्थापक. अखिल भारतीय निराश्रित साहाय्यकारी मंडळी संस्थेची स्थापना (१९०६). दलितांसाठी शिक्षणसंस्था, वसतिगृहे, स्वातंत्र्य चळवळीत सहभाग, अस्पृश्यतानिवारणाचे कार्य खरोखर महान. (सुविको, भासंको)

शिऊर लेणी (जि. नांदेड) : नांदेड जिल्ह्यात हदगाव तालुक्यात पैनगंगेच्या काठावर नांदेडच्या उत्तरेला सुमारे ५० कि. मी. वर शिऊर गावाच्या नैर्ऋत्येला असणाऱ्या डोंगराच्या गावाकडील उतरणीच्या भागात तीन

लेण्यांचा एक समूह कोरलेला असून, त्याची उंची जेमतेम आठ मीटर आहे. वैष्णवी मूर्तीमुळे ह्या लेण्यांना ब्राह्मणी किंवा वैदिक या गटात समाविष्ट करता येते. (लेम)

शिकारखाना : पेशवेकालात छत्रपती शाहू, पेशवे यांचे स्वतंत्र शिकारखाने होते. शिकारखाना याचा अर्थ खाजगी प्राणिसंग्रह असा आहे. नानासाहेब पेशवे यांनी कर्णाजी शिंद्याला माहुलीच्या परिसरातून काही पशू पाठविण्याची आज्ञा केली होती, असा उल्लेख पेशवे दप्तरात आहे. (पेम)

शिदनाक महार : मराठेशाहीतील एक महार सरदार. छत्रपती संभाजीमहाराजांच्या क्रूर हत्येमुळे संतप्त होऊन महार लोकांचे पथक उभारून मोगलांना त्रास देण्यास प्रारंभ केला. कैदेतून सुटून आलेल्या शाहूमहाराजांना बहुमोल साहाय्य केले. महाराजांनी त्याला सांगली जिल्हा, तासगाव तालुक्यातील कळंबी गाव इनाम दिला तो पुढे त्याच्याच ताब्यात अनेक वर्षे होता. (सुविको)

शिमगा (होळी) : फाल्गुन पौर्णिमेस खेड्यापाड्यातून साजरा होणारा सुगीला लागून येणारा लोकप्रिय सण म्हणजे शिमगा / होळी होय. महादजी शिंदे उत्तरेत असल्याने त्यांनी जयपूर, उदेपूर, मथुरा येथील रंगाचा थाट पाहिला. १७९२ मध्ये महादजींच्या हट्टाखातर वर्षप्रतिपदेस रंगपंचमी साजरी केली. रंगसोहळा दहा घटका चालला होता. सारे पुणे शहर रंगाने माखले जाऊन रंगाचे पाट नदीस मिळाले असे वर्णन पेशवे बखरीत आढळते. (मइ)

शियरूल मुताखरीन : सय्यद गुलाम हुसेनखान याने १७८० मध्ये ही ग्रंथरचना केली. बंगालच्या नवाबाकडे नोकरीस होता. मराठा, मुघल संघर्षाची माहिती पूर्वार्धात आहे. ग्रंथरचनाकाळ खूप नंतरचा म्हणून दुय्यम स्थान दिले जाते. (मइ)

शिरगाव दुर्ग : ठाणे जिल्हा पालघर तालुका माहीमपासून ५ किमी पोर्तुगिजांच्या ताब्यातील हा दुर्ग चिमाजीअप्पांनी १७३९ मध्ये जिंकला. १८१८ मध्ये तो इंग्रजांकडे गेला.

शिरवळ : (जि. सातारा) येथील शिवमंदिर आणि इतर देवदेवतांच्या मूर्ती शाडूच्या असून शिल्पशैलीच्या दृष्टीने त्या मराठेशाहीतील अखेरच्या काळातील असाव्यात. या पद्धतीच्या मूर्ती शिंगणापूर येथे आहेत. सातारा जिल्हा येथील या गढीचे नाव सुभानमंगळा होते. १६४८ नंतर स्वराज्यासाठीच्या पहिल्या लढाईत शिरवळ येथे शिवाजीराजांनी फत्तेखानाचा पराभव केला. (सुविको)

शिरस्त्राण : शिर संरक्षणाकरिता युद्धामध्ये सैनिक शिरस्त्राण वापरतात. हिंदुस्थानात मुसलमानी अमलापासून जिरेटोप वापरीत. तो चिलखतास जोडून असे. अनेक बखरी-पोवाड्यांतून ह्याचे उल्लेख येतात. शिवाजीमहाराजांचे अफजलखानाच्या हल्ल्यापासून जिरेटोपामुळेच संरक्षण झाले. (सुविको)

शिरहट्टी दुर्ग : कर्नाटक. बेळगाव जिल्हा. खान गवंडे देसाई किंवा लक्ष्मेश्वरचा अंकुशखान याने बांधला असावा. वीरभद्र बुरूज प्रसिद्ध आहे. सावनूर नवाब, पेशवे, गोविंद हरी पटवर्धन नि मग सांगलीकर असे ह्याचे हस्तांतरण होत गेले. (सुविको)

शिराळशेट : एक धर्मनिष्ठ नि सार्वजनिक हितबुद्धीचा लिंगायत वाणी. १३९६सालच्या दुर्गादेवीच्या भयंकर दुष्काळात सहस्रावधींना वाचवले. बेदरच्या बादशहाने हवे ते माग असे म्हटले तेव्हा ह्याने साडेतीन घटका राज्य मागितले. त्या अवधीत त्याने जप्त हिंदू जमिनी सोडविल्या, देवस्थानांना उत्पन्ने दिली. जनहितैषी कार्ये केली. ही गोष्ट श्रावण शुद्ध षष्ठीला घडली म्हणून आजही महाराष्ट्रात त्याची मूर्ती बसवून स्मरण करतात. शूर असा नामशेटी सरदार ह्याच्याच वंशातील होय. वरील गोष्टी जनमानसात प्रचारात आहेत. (सुविको)

शिरीषकुमार हुतात्मा : (हौतात्म्य १० ऑगस्ट १९४२, नंदुरबार) जन्म नंदुरबारमध्ये. लहान वयातच स्वातंत्र्यलढ्याचे मनावर संस्कार होते. वडिलांकडून मिळालेली भित्तिपत्रके वाटण्याचे व चिकटविण्याचे काम पोलिसांच्या नकळत मित्रांसह करीत असे. ९ सप्टें. १९४२ ला क्रांतिदिनाचा मासिक वाढदिवस म्हणून शाळेत तिरंगा फडकाविला. न्यायालयावर तिरंगा फडकावला. मिरवणूक काढली, त्यात झालेल्या गोळीबारात हौतात्म्य आले. शिरीषकुमारांच्या बरोबरीने धनसुखलाल वाणी, घनश्यामदास वाणी, शशिधर केतकर आणि लालदास यांनादेखील हौतात्म्य प्राप्त झाले.

शिरूर घोडनदी : महाराष्ट्र. पुणे जिल्हा. घोडनदी ही नदी आणि परिसर बराच प्राचीन आहे असे प्रा. ग.ह. खरे ह्यांचे मत. इंग्रजांनी हे ठाणे जिंकून तेथे आपल्या लष्कराची स्थापना केली. कोरेगाव भीमा येथील मराठे –इंग्रज दुसऱ्या युद्धात लढण्यासाठी घोडनदीतून कर्नल स्टाँटनच्या नेतृत्वाखाली सेना आलेली होती. शिरूर तालुक्यात बरीच धार्मिक आणि ऐतिहासिक ठिकाणे आहेत. (मविको)

शिरोडकर ताराबाई : (१८८९ ज.) गोमंतकाच्या निसर्गरम्य पार्श्वभूमीत ह्यांचे आयुष्य गेले. बालपणापासून त्यांना संगीताचे वेड. रामकृष्णबुवा वझे हे त्यांचे गुरू, त्यानंतर पं. भास्करबुवा बखले यांनी शास्त्रोक्त शिक्षण दिले. गाणे शिकण्यासाठी त्या पुण्या–मुंबईस स्थायिक झाल्या. अनेक मैफिली त्यांनी गाजवल्या. बुवांची गायकी संपूर्णतः गळ्यात उतरवण्याची कुवत ताराबाईंकडेच होती पण काही कारणाने त्यांना गाणे कायमचे बंद करावे लागले. 'गानविश्वातील शुक्रतारा' असेच त्यांना म्हटले जाई.

शिरोडे : गोमंतकातील शिरोडे येथे कामाक्षी देवीचे प्रख्यात स्थान आहे. (भासंको)

शिरोभूषणे : शिरोभूषणे अनेकरंगी असून त्याचे पागोटे, तिबट, मंदिल, फेटा, बत्ती असे भिन्न प्रकार होत. पागोटे व तिबटे हा शिरोभूषणाचा सर्वसामान्य प्रकार आहे. उपरोक्त शिरोभूषणाशिवाय पगडी व टोपी अशी अन्य दोन शिरोभूषणे होती. (मइ)

शिर्के अंताजीराव तथा काकासाहेब : १८५६ मध्ये साताऱ्याचे पोलिसदलात नोकरीस. राजघराण्यातील लोकांच्या मदतीने त्यांनी साताऱ्यात इंग्रजांविरुद्ध बंड उभारले. ४० हजार रोहिले साताऱ्यात आणण्याचा बेत केला पण फारसे काहीच निष्पन्न झाले नाही. ६.८.१८५० ला कराची येथे हद्दपार करण्यात आले. (स्वापेदहिं)

शिलादित्य (इ.स. ५९०–६१५) : मैत्रक वंशातला एक राजा. तो प्रत्येक वर्षी 'मोक्षमहापरिषद' नावाची 'सर्वधर्म परिषद' भरवत असे. (भासंको)

शिलालेख : मध्ययुगीन इतिहासकाळात अरबी, फार्सी व उर्दू शिलालेखांचाही साधने म्हणून उपयोग होतो. मशिदी, दर्गे, वेशी, दरवाजे, कमानी, कबरी, विहिरी इ. वास्तूंवर कोरलेले आहेत. कुराण, हदीस इ. ग्रंथांमधील वचने असतात. संबंधित वास्तू कोणी, केव्हा, कोणाचे राज्य चालू असता बांधली याची माहिती असते. (मविको) किल्ल्यामधून काही शिलालेख आहेत. काही फार्सी व उर्दू भाषेतही आहेत. शिलालेखाचा इतिहासाच्या तपशिलाला उपयोग होतो. शिवशाहीतील प्रमुख घटना विशद करणारा शिलालेख म्हणून तंजावर येथील बृद्धिश्वराच्या मंदिरातील शिलालेख प्रसिद्ध आहे. १८०३ मध्ये कोरला आहे. (अरा/गह)पाषाणखंडावर कोरलेले लेख. असे असंख्य कोरीव लेख भारताच्या सर्व भागांत सापडलेले आहेत. प्राचीन भारताची राजकीय, धार्मिक नि सामाजिक माहिती मिळविण्याच्या दृष्टीने ते अत्यंत उपयुक्त आहेत. अशोकाचे शिलालेख सर्वांत

प्राचीन. नंतरचे शिलालेख गुप्त, चालुक्य इत्यादी होत. अलेक्झांडर कनिंगहॅम, फ्लीट, म. म. प्रा. डॉ. वा. वि. मिराशी, वॉल्टर एलियट हे मोठे अभ्यासक. एपिग्राफिका इंडिया हे त्यासाठीचे नियतकालिक. (भासंको)

शिलालेखशास्त्र : दगडांवर कोरून ठेवलेले लेख म्हणजे शिलालेख. निरनिराळ्या लेखांवरून त्या काळावर प्रकाश टाकता येतो. सम्राट अशोकाचे शिलालेख म्हणजे आत्मचरित्र होय. निरनिराळ्या ऐतिहासिक घटना सामाजिक, राजकीय, निरनिराळ्या लढाया, आर्थिक ही माहिती शिलालेखांवरून समजते. (इलेशा)

शिल्पकला : (मराठी) मराठेशाहीत कलेचा फारसा उत्कर्ष झाला नाही. कारण मराठी राजांचे व पेशव्यांचे सारे आयुष्य बलाढ्य शत्रूंशी झगडण्यात गेले. मराठेशाहीत स्वतंत्र शिल्पे क्वचितच कोरली गेली. शिवाजींचे एक दुर्मिळ शिल्प कर्नाटकात सापडले. शिवछत्रपती व मल्लव्वा यांच्यात बोलणी चालली आहेत असा प्रसंग आहे. शिल्प महत्त्वपूर्ण आहे. मराठीशाहीत शिल्पकलेचे तीन कालखंड पाडता येतात. (१६४६ ते १७२०) (१७२० ते १७४०) (१७४० ते १७६१) (मइ)

शिल्पकला : २३००-२२०० इ. पू. याकाळात मोहेंजोदारो येथे एक मूर्ती सापडली. चेहऱ्यावरील ध्यानस्थ भाव लक्षणीय आहे. दुसरे शिल्प हडप्पाच्या उत्खननात - तांबड्या दगडात कोरलेले असे सापडले आहे. हात व डोळे फिरविणारी खेळणीपण सापडली आहेत. हडप्पा येथे एक लक्षणीय शिल्प एका स्त्री-व्यक्तीचे आहे. या मूर्तीचा आविष्कार कलापूर्ण आहे. तिचा इ. पू. २३०० हा काळ आहे. (सिंसं)

शिल्पकला धार्मिक : भारताप्रमाणे महाराष्ट्रातही शिल्पकलेवर धार्मिक प्रभाव असलेला दिसून येतो. इ.स.१६३०-१८०० या कालखंडातील शिल्पकलेला मराठी शिल्पशैली असे साधारणपणे संबोधले जाते. सजावटीसाठी लाकडी कोरीव काम व रंग हीच मुख्य साधने होती. नदीला घाट बांधणे व कुंडाच्या चारही बाजूंना पायऱ्या बांधणे ही वैशिष्ट्ये आढळतात. साधारणपणे देवालये, समाधी, छत्री, धर्मशाळा, घाट, कुंड अशा वास्तू बांधल्या जात असत.

शिवकाव्य : संकर्षण सकळकळे या कवीने हा ग्रंथ लिहिला आहे. शिवचरित्रातील काही घटना यात अतिरंजितपणे रंगवल्या आहेत. जावळी प्रकरण, उत्तर कोकण मोहीम, अफझल प्रसंग इ. घटना आहेत. इ. स. १८२१ मध्ये पुरुषोत्तम कवीकृत 'शिवकाव्य' नावाचा आणखी एक ग्रंथ मुद्रित स्वरूपात आहे. (मइ)

शिवछत्रपतींचे सप्तप्रकरणात्मक चरित्र (१८१०) **:** ही बखर असून मल्हार रामराव चिटणिसाने १८१० मध्ये लिहिली. शिवाजीराजांच्या पराक्रमाचे वर्णन हा त्यामागचा हेतू असून बखरकाराला कालक्रमाचे ज्ञान अजिबात नसल्याने यात कालक्रमाच्या अनेक चुका आढळतात. (मसाआई)

शिवडी : शिवडी येथे एक सागरी किल्ला होता. आता तो जवळपास नामशेष झाला आहे. मुंबईतील शिवडी हा जलदुर्ग तसेच शीव, माहीम आणि वरळी हे पूर्ण दुर्लक्षित किल्ले अजून उभे आहेत. माझगाव आणि डोंगरी ह्या दुर्गांची बांधकामे नष्ट करण्यात आलेली आहेत. (जस)

शिवथर घळ : महाराष्ट्र. रायगड जिल्हा, महाड तालुका. घळ ही लेण्याप्रमाणे खडकात कोरलेली आणि निसर्गरमणीय आहे. वर डोंगरावर चंद्रराव मोऱ्याच्या वाड्याचे अवशेष आहेत. या घळीतल्या सुंदर मठात बसून श्री समर्थ रामदासस्वामींनी 'दासबोध' ग्रंथ लिहिला. १९३० मध्ये समर्थभक्त शंकर श्रीकृष्ण देव ह्यांनी ती शोधून काढून साफ केली. (सुविको)

शिवदिग्विजय : इ.स. १८१८ मध्ये या बखरीचे संपादन इतिहास संशोधक नंदुरबारकर व दांडेकर यांनी केले आहे. १८९५ मध्ये ती सर्वप्रथम प्रसिद्ध केली. शिवाजींच्या जीवनातील घटना पराक्रम याबाबतचे विस्तृत विवेचन या ग्रंथामध्ये आढळते. बखरकाराने बखर लिहितांना दाखले, पत्रे, जुने ग्रंथ, बारनिशी यांचा आधार घेतलेला आहे. (इलेशा)

शिवदीन केसरी : (इ.स. १६९८-१७७४) एक नाथसांप्रदायिक मराठी संतकवी. 'विवेकदर्पण' असे ग्रंथ आणि स्फुट पदे त्यांच्या नावावर आहेत. पानिपतानंतर महाराष्ट्राची झालेली मोडतोड त्यांनी एका पदात वर्णन केलेली आहे. जर्जरीबक्ष नामक अवलियाने दीन (धर्म) ही पदवी दिल्यामुळे शिवनाथाचे शिवदीन झाले. (सुविको, भासंको)

शिवनेरी दुर्ग : शिवनेरीवरील छत्रपती श्रीशिवाजीमहाराजांचे जन्मस्थान म्हणून शिवनेरी किल्ला अमर झालेला आहे. पुणे जिल्हा, जुन्नर तालुका. श्रीशिवाईदेवी, जिजामाता-शिवबा पुतळे, शिवजन्मस्थान, लेणी प्रेक्षणीय आहेत. (लेम)

शिवभट साठे : (इ.स. १७५६ ते १७६४) मराठेशाहीतील एक वीर, नागपूरकर भोसल्यांच्या ओरिसा प्रांताचा सुभेदार म्हणून काम केले. उद्ध्वस्त प्रांताची उत्तम सोय लावून उत्पन्नात वाढ केली, इंग्रजांचा बंगालमध्ये प्रवेश होऊ नये यासाठी त्याने प्रयत्न केले. इंग्रजांशी लढा देण्याचा प्रयत्न केला पण तो निष्फळ ठरला. (सुविको)

शिवभारत : कवींद्र परमानंद म्हणजेच गोविंद निधिवासकर तथा नेवासकर (इ.स. चे १७ वे शतक) ह्यांनी लिहिलेला अत्यंत महत्त्वाचा ऐतिहासिक ग्रंथ. शिवाजीमहाराजांच्या कारकिर्दीत त्यांच्या, राजवटीचे समग्र अवलोकन करून परमानंदांनी त्याची रचना केलेली आहे. प्रस्तुत काव्यात वीररस, ओज, प्रसाद, माधुर्य आदी गुण आहेत. १०० अध्यायांची आखणी करून शिवचरित्राचे महाकाव्य लिहावयाचे कवींनी ठरविले. त्याचे ३१ अध्याय नि ३२ व्या अध्यायाचे ९ श्लोक तेवढे पुरे झाले. इ.स. १६६१ मधील शृंगारपुरावरील स्वारीपर्यंतचे शिवचरित्र त्यात आलेले आहे. या ग्रंथाला त्यांनी शिवभारत असे नाव दिले. या ग्रंथावरूनच शिवाजी महाराजांनी त्यांना कवींद्र ही पदवी दिली. (भासंको)

शिवराज्याभिषेककल्पतरू : अनिरुद्ध सरस्वती हा कवी या ग्रंथाचा रचनाकार. निश्चलपुरी आणि गोविंद बरळे या दोघातील संभाषण काव्यरूपाने दिले आहे. शिवाजीमहाराजांच्या दुसऱ्या राज्याभिषेकाचा उलगडा या छोटेखानी काव्यामुळे होतो. (मइ)

शिवरामभट्ट चित्राव : (मृत्यू इ.स. १७५१)पेशवाईतील एक सत्पुरुष. पुणे येथील चित्राव (तबीब) घराण्यातील वासुदेवभटाचा पुत्र. पेशवे, नागपूरकर भोसले, बाबूजी नाईक, पंतसचिव इत्यादी मंडळींची ह्याच्यावर भक्ती असे. अत्यंत नि:स्पृह. पुणे परिसरात नि आग्र्यातही अनेक प्रसिद्ध मंदिरे त्याने बांधली वा जीर्णोद्धार केले. (सुविको)

शिवरामस्वामी : (इ.स. १८ वे शतक पूर्वार्ध) एक मराठी कवी. नानासाहेब पेशवे ह्यांना उपदेश. ह्यांनी तेरा ग्रंथ लिहिले. ह्यांचा मठ पूर्वीच्या निजाम राज्यात (सध्याच्या कर्नाटकातील) कल्याणी येथे आहे. (सुविको)

शिवस्कंदवर्मा पल्लव : पूर्व पल्लव घराण्यातील एक राजा. कांची ही राजधानी. हा मूळचा वैदिक धर्माचा नसूनही त्याने वैदिक धर्माला उचलून धरले. अग्निष्टोम, वाजपेय आणि अश्वमेध यज्ञ केले. धर्ममहाराजाधिराज पदवी घेतली. (सुविको)

शिवा मुकुंद सावंत : २७ व्या नेटिव्ह पायदळ पलटणीच्या ६व्या तुकडीचे हवालदार. बापू शिंदे यांच्यासह कोल्हापूर शहरात बळवंतराव नाईक निंबाळकर यांना भेटायला गेले व पलटणीत नव्या काडतुसांचे वाटप होण्याच्या शक्यतेमुळे होणाऱ्या उठावाच्या योजनेची चर्चा केली. पलटणीतील अन्य पुढाऱ्यांशीही अशीच चर्चा केली. जन्मठेप झाली. (१८५७ स्वापदर्दि)

शिवाजीराजे भोसले यांचा पवाडा : म. फुले यांनी हा पवाडा समाजसुधारक व परमहंस सभेचे अध्यक्ष रामचंद्र बाळ कृष्णाजी यांना अर्पण केला आहे. शिवाजी महाराजांचे मोठेपण यांत वर्णिले आहे. (मपइ)

शिवाजी विठ्ठल विंचूरकर : (मृत्यू इ.स. १७९४) पेशवाईतील प्रसिद्ध सरदार नि प्रसिद्ध विठ्ठल शिवदेव ह्याचा पुत्र. १७६९ ह्याने रोहिल्यांचा पराभव केला. १७८३ महादजी शिंद्यांचा रजपुतांकडून पराभव होत असताना पूर्व वितुष्ट बाजूला ठेवून महादजी शिंद्यांना साहाय्य केले. प्रयाग-वेणीमाधव, मथुरा-राधामाधव आणि नरसिंगपूर- नरसिंह अशी देवालये त्यांनी बांधली. (सुविको)

शिवाजीमहाराज छत्रपती : (शिवाजी शहाजी भोसले) (१९ फेब्रुवारी १६३० ते ३ एप्रिल १६८०) हिंदवी स्वराज्याचे संस्थापक, महान द्रष्टे, चारित्र्यसंपन्न महापुरुष आणि प्रजाहितदक्षराजा. अत्यंत कष्टाने, जिद्दीने, पराक्रमाने, ध्येयनिष्ठेने, भयानक प्रतिकूल परिस्थितीतून, शून्यातून स्वराज्याची निर्मिती केली आणि त्यांच्या वंशजांनी तसेच पेशव्यांनी स्वराज्याचे साम्राज्यात रूपांतर केले. सुमारे १५० वर्षे हे राज्य टिकले. फत्तेखान, अफजलखान, सिद्दी जौहर, शाइस्तेखान, जयसिंग-दिलेरखान, बहलोलखान, बहादूरखान, आग्रा इत्यादी महाराजांच्या जीवनावरची संकटे होती पण साऱ्यातून महाराज पद्धतशीरपणे, सहीसलामत पार पडले. जगातील सर्वश्रेष्ठ राजा असे त्यांचे वर्णन करता येईल. शिवराज्याभिषेक हा भारतराष्ट्रातला परमोच्च आनंदाचा क्षण आहे. त्यांची राजमुद्रा ही लोककल्याणासाठीच होती. नाविक दलाची निर्मिती, भाषाशुद्धी, परधर्मात गेलेल्यांना स्वधर्मात घेणे. अष्टप्रधान पद्धती, अनुशासन, धर्मराज्यपद्धती आदी अनेक कितीतरी गोष्टी क्रांतिकारकच होत. हिंदुधर्मरक्षण नि प्रजारक्षण हे ईश्वरी आज्ञेने प्राप्त झालेले कर्तव्य आहे असे ते मानीत. सर्वधर्मसमभाव हाही त्यांचा विशेष होय. हे राज्य व्हावे हे श्रींचे फार मनात आहे, ही त्यांची वज्रश्रद्धा होती. (भासंको)

शिवाजीमहाराज धाकटे : (इ.स. १६९६-१७१२) कोल्हापूरचे पहिले छत्रपती, छत्रपती राजाराममहाराज - ताराबाई ह्यांचे चिरंजीव. राजाराममहाराजांच्या मृत्यूनंतर गादीवर बसले. पण ह्यांचे सावत्र भाऊ संभाजी ह्यांनी कैदेत ठेवले. कैदेतच ते वारले. त्यांचे पुत्र रामराजे हे छत्रपती शाहूमहाराजांनंतर सातारच्या गादीवर बसले. (सुविको)

शिवाजीमहाराजांची मुद्रा : शिवाजीमहाराजांच्या स्वराज्यस्थापनेची व विकासाच्या कल्पनेची मुहूर्तमेढ या मुद्रेत स्पष्ट आहे. हे राज्य हळूहळू वाढत जाऊन या राज्याला सर्वांची मान्यता मिळणार आहे ही सुरुवातीलाच कल्पना केलेली आहे. या मुद्रेच्या स्वामित्वाखालील राज्य सर्वांच्या आनंदासाठी, कल्याणासाठी आहे. शिवाजीच्या राज्यस्थापनेचे, ध्येयवादाचे व चरित्राचे सार यात आहे. इ. १६४६च्या जानेवारीत शिवरायांच्या स्वत:च्या मुद्रेचे एक पत्र आहे.

प्रतिपच्चन्द्रलेखेव वर्धिष्णुर्विश्ववन्दिता ।
शाहसूनोः शिवस्यैषा मुद्रा भद्राय राजते ।।(मइ)

शिवापूर : येथे शिवाजी महाराजांसाठीचा वाडा दादाजीपंत कोंडदेव यांनी बांधला. दादोजी कोंडदेवांनी येथे शहाजीराजांच्या नावाने 'शहाबाग' नावाची आमराई बनावली होती. शाहूने या आंब्याची जात महाराष्ट्रभर

पसरवण्याचा प्रयत्न केला, याचा उल्लेख पेशवे दप्तरात आहे. पुण्यात आल्यावर (१६३६) जिजामाता बाल शिवबा आणि दादाजीपंत कोंडदेव खेडेबाऱ्यातही राहात. वाडा होईस्तोवर जिजाबाई नि शिवबा बापूजी मुदगल नऱ्हेकर देशपांडे यांच्या वाड्यात राहात. ते पुणे परगण्याचे हवालदार होते. या वाड्याभोवती नवे गाव वसविण्याचा पंतांनी मुहूर्त केला. पाटील, कुलकर्णी, देशपांडे इत्यादी वृत्तिवंतांस पंतांनी मानाची वस्त्रे दिली, गाव करून राजांसाठी एक वाडा पंतांसाठी एक घर. आणि मग गावाला नाव दिले 'शिवापूर'. (पेम)

शिसोदे राजवंश : राजस्थानातील उदेपूरचा राजवंश. मुघल सम्राटांशी सोयरिक जोडून जहागिऱ्या न मिळवता सातत्याने त्यांच्याशी यांनी संघर्षच केला. शिवाजीमहाराज याच वंशातील होते, असे म्हणतात. (मइ)

शीख पंथ : प्रथम भक्तिमार्गी पण पुढच्या काळात क्षात्रधर्मी बनलेला पंजाबातील एक पंथ. शीख म्हणजे शिष्य. शिष्य या संस्कृत शब्दापासून शीख हा पंजाबी शब्द बनला. गुरूनानकदेवांचे शिष्य ते शीख. ह्या पंथात एकूण दहा गुरू झाले. इ.स. १२०० ते १५०० हिंदूंचा अनन्वित छळ होत होता. हा छळ थांबण्यासाठी हिंदूंच्या रक्षणसाठी गुरू नानकांनी (इ.स. १४६९ ते १५३९) मार्ग काढून, भेदरहित संघटना, राजकीय जागृती, श्रमप्रतिष्ठा, सद्‌गुणसंवर्धन, कर्मकांडाचा निषेध, आदर्श गृहस्थाश्रम, सेवाधर्माला स्थान, एक ओंकार, प्रवृत्तिलक्षण धर्म ही या पंथाची वैशिष्ट्ये होत. मोगल सत्तेला आव्हान देऊन त्यांच्या ताब्यातून थेट वायव्य सीमाप्रांत, पंजाब, काश्मीर आदी प्रदेश मुक्त केले. इंग्रजांनाही दरारा वाटावा असे सामर्थ्य निर्माण केले. आदिग्रंथ किंवा ग्रंथसाहिब वा गुरुग्रंथ हा पवित्र ग्रंथ. शीख अनेक दृष्टींनी वेगळे वाटत असले तरी कित्येक बाबी अशा आहेत की त्यामुळे ते हिंदूच ठरतात. शिखांचे उपासना मंदिर म्हणजे गुरुद्वारा होय. वाहे गुरुजीका खालसा. . . वाहे गुरुजीकी फतेह. . . (मी परमेश्वराचा खालसा म्हणजे सच्चा शिष्य आहे. गुरुजींचा विजय असो.) ही घोषणा आहे. शीख लोक वेद आणि उपनिषदे मानीत नाहीत पण शीख गुरूंच्या विचारांवर वेदोपनिषदांचा, अव्यक्तपणे प्रभाव जाणवल्यापासून राहात नाही. 'नाम जपो, किरत करो, वण्ड हको' (परमेश्वराचे नामस्मरण करा, काहीतरी उत्पादक श्रम करा आणि व्यापाऱ्याला जे मिळत असेल त्याचा काही भाग घटांना द्या.) (सुविको , भासंको)

शीलभद्र : (इ.स. ७ वे शतक, पूर्वार्ध) एक महान बौद्ध आचार्य. नालंदा विद्यापीठाचे प्रमुख. ह्युएनत्संगाने ह्यांची भेट घेतली होती. (सुविको)

शुंग वंश : (इ.स.पू. १८७-इ.स.पू.७५) मौर्य वंशानंतर मगधावर राज्य करणारा वंश. पुष्यमित्र हा संस्थापक त्यानंतर अग्निमित्र, वसुज्येष्ठ, वसुमित्र, देवभूती आदी दहा राजांनी ११२ वर्षे राज्य केले. वैदिक धर्माचे पुनरुत्थान, ग्रीकांचा पराभव, यज्ञसंस्थेचा भागवतधर्माचा पुरस्कार, संस्कृतला प्रोत्साहन, अशी इतिहासात शुंगवंशाची महान कामगिरी. (भासंको)

शुक्रनीती : (इ.स. ४०० ते ६००) भारतीय राकनीतीवरचा एक महत्त्वपूर्ण ग्रंथ. शुक्र अथवा अुशना कवी ह्यांनी मांडलेले राजनीती, नगरे, घरे, जमाखर्च, न्याय, पशुपरीक्षा, रत्नधातू, मूर्तिकला, ग्रामरक्षा, वेतन, दारूगोळा, व्यवहारज्ञान आदी अनेक विषय ह्या ग्रंथात आहेत. नीतीच्या प्रस्थापनेसाठी राज्यविस्तार करावा, नीतीने अनीतीचा पराभव करावा असे विचार ह्यात मांडलेले आहेत. (भासंको)

शुजा : (इ.स. १६१६-१६६०) शहाजहानचा दुसरा मुलगा. बंगालचा सुभेदार असताना प्रजेशी दयाळूपणाचे वर्तन. पुढे औरंगजेबाशी लढतांना खजवा येथे पराभव आणि शुजाने आराकान गाठले. तेथे हाल अपेष्टा. आराकानच्या राजाने कुटुंबीयांसह ह्यास नदीत बुडविले. (सुविको)

शुजा उदौला : (इ.स. १७३१-१७७५)अयोध्येचा नबाब. पानिपत युद्धात हा नाखुषीनेच मराठ्यांविरुद्ध लढत होता. सदाशिवरावभाऊ नि अब्दाली ह्यांत सलोखा करावा अशी ह्याची इच्छा.बादशहा शहाआलमने ह्याला वजीर नेमले. बक्सारच्या लढाईत (१७६४) ह्याचा पराभव. हा मोठा दिलदार होता. (सुविको)

शुद्धी चळवळ : हिंदुधर्मात, अनिष्ट सामाजिक, धार्मिक, रूढी, परंपरागत चाली इ. बाबत सुधारणा करण्याचे प्रयत्न १८,१९व्या शतकात झाले. त्यांना हे नाव. धर्मांतराची वा पुनर्धर्मांतराची सोयच नसल्याने प्रयत्नपूर्वक हा रस्ता उघडला. त्यायोगे हजारो मुस्लीम, ख्रिश्चनांची परतण्याची सोय झाली. पण त्याची प्रतिक्रिया फारच तीव्र उमटली. आर्यसमाजिस्टांच्या हत्या होऊ लागल्या. भारतीय हिंदू शुद्धी सभा, शीख आणि आर्यसमाजिस्टांनी स्थापन केली. त्यांना आदर्श व खंबीर नेतृत्व आणि पैसा मिळत गेला. त्या काळात ही चळवळ विशेष प्रसिद्ध. लाखोजणांना स्वधर्मात घेण्यात आले. (इसंशा)

शुहूर ऊर्फ अरबी कालगणना : उत्तरेकडील कमली वर्षाच्या तत्तवावर दक्षिणेत मुघलांनीच सुरू केला असावा. महसुलाची आकारणी व वसुलीकरिता शुहूर कालगणना सुरू केली असावी. या कालगणनेतील वर्ष सौर आहे. म्हणजे वर्षाचा प्रारंभ सूर्याच्या मृग नक्षत्रातील प्रवेशापासून तर शेवट ३६५ किंवा ३६६ दिवसांनी होतो. शुहूर सनाच्या संख्येत ६०० मिळवल्यावर जी संख्या येते त्या संख्येच्या इसवी वर्षातील २३ मेला ते शुहूर वर्ष संपलेले असते. जुन्या कागदपत्रांमध्ये शुहूर आकड्यात न लिहिता अक्षरात लिहिलेला असतो. त्यासाठी अरबी भाषेतील संख्यावाचक शब्द वापरलेले असतात. (मोप्रव)

शूरजी वल्लभदास : एक प्रमुख व्यापारी. स्वदेश उद्योगधंद्यांकडे विशेष लक्ष. १९३०, १९३२ दोनदा कारावास. कच्छ प्रजा परिषदेचे पहिले अध्यक्ष. सार्वजनिक कामे विपुल प्रमाणात. (सुविको)

शूलपाणी : (इ.स. १३७५-१४६०)बंगाल. संस्कृत धर्मशास्त्रकार, महामहोपाध्याय. हा बंगालच्या लक्ष्मणसेन राजाचा न्यायाधीश असावा. याज्ञवल्क्यस्मृतीवर टीका लिहिली आहे. (सुविको)

शेख महंमद : (इ.स. चे १६वे, १७ वे शतक)एक मुसलमान मराठी संतकवी, महाराष्ट्र, अहमदनगर जिल्ह्यात श्रीगोंदे हे गाव. अत्यंत विवेकनिष्ठ असल्यामुळे शेख महंमदाने हिंदू आणि मुसलमान उभय धर्मांतल्या खुळ्या समजुतींवर प्रहार केलेले आहेत. हिंदू संतवाणी धर्मग्रंथ ह्यांचा त्याने मुक्तपणे स्वीकार केलेला आहे. तो म्हणतो 'शेख महमंद अविंध। त्याचे हृदयी गोविंद।' तो स्वत: योगी होता. 'योगसंग्राम' हा त्याचा प्रसिद्ध ग्रंथ होय. (भासंको)

शेख सलीम चिस्ती : (इ.स. १५वे १६वे शतक) एक मुसलमान साधू. दर्गा आग्र्‍याजवळ फत्तेपूर शिक्री येथे आहे. अकबराची या साधूवर भक्ती होती. त्यानेच इथे मोठे शहर वसविले. फत्तेपूर शिक्री म्हणजे विजयनगरी. (सुविको)

शेखावत भैरोसिंग : (जन्म १९२३)भैरोसिंग शेखावत ह्यांनी २००२-०५ या काळात भारताचे उपराष्ट्रपती म्हणून जबाबदारी सांभाळली. (मचको)

शेजवलकर त्र्यंबक शंकर : प्रसिद्ध इतिहासकार त्र्यं. शं. शेजवलकर यांचा आवाका मोठा आहे. 'पानिपत' या एका घटनेवर त्यांनी इंग्रजी-मराठीतून जे लेखन व्यक्त केले आहे त्यावरून त्यांची साधन-चिकित्सा करण्याची पद्धती, वस्तुनिष्ठ दृष्टी, सडेतोडपणे विचार मांडण्याची पद्धती याची कल्पना येते. त्यांनी तयार केलेला शिवचरित्राचा आराखडा, प्रस्तावना व इतर लेखांची प्रचंड मालिका यामुळे त्यांच्या व्यासंगाचे राष्ट्रीय पातळीवर

कौतुक झाले व साहित्य अकादमीचे त्यांना रौप्य करंडक व पाच हजार रु. पारितोषिक मिळाले. (मई)

शेटे : शेटे हा पेठेचा प्रमुख अधिकारी असे. त्याचे पद हे आनुवंशिक असे. तो देशमुख, देशपांडे यांच्याप्रमाणेच वतनदार होता. त्याचे प्रमुख कर्तव्य म्हणजे व्यापारपेठ वाढविणे आणि तिचे संरक्षण करणे. (खाइ)

शेठ अमृतलाल दलपतराम : (ज. इ.स.१८८५) एक पत्रकार आणि सार्वजनिक कार्यकर्ते. वकिली सोडून देऊन १९२१च्या आंदोलनात भाग. १९३०च्या सत्याग्रहातही भाग. अडीच वर्षे कारावास. १९३३ मध्ये पुन्हा शिक्षा. दुसऱ्या गोलमेज परिषदेत (१९३१) संस्थानी प्रजेचे गाऱ्हाणे मांडण्याकरिता गेले होते. १९३२ पूर्व आफ्रिकेतील हिंदी राष्ट्रीय सभेच्या अधिवेशनाचे अध्यक्ष. अनेक वर्षे संस्थानी प्रजापरिषदेचे मंत्री. काही दिवस काँग्रेस कमिटीचे सदस्य. (सुविको)

शेड्यूल्ड कास्ट फेडरेशन ऑफ इंडिया : स्वतंत्र कामगार पक्षाचे रूपांतर डॉ. आंबेडकरांनी 'शेड्युल्ड कास्ट फेडरेशन ऑफ इंडिया'मध्ये केले. असे केल्याने मूळ हेतू साध्य होत नाही, दलितेतरांचा पाठिंबा मिळत नाही असे दिसल्याने या पक्षाचे विसर्जन करण्याचा निर्णय त्यांनी घेतला. (१९५५). (इसंशा)

शेतकरी कामगार पक्ष : पुण्याजवळील देवाची आळंदी येथे काँग्रेसचा उपपक्ष म्हणून या पक्षाची स्थापना करण्यात आली (३ ऑगस्ट १९४७). पक्ष संस्थापकांमध्ये शंकरराव मोरे, केशवराव जेधे, भाऊसाहेब राऊत, तुळशीदास जाधव यांचा समावेश होता. नाशिक (दाभाडी) अधिवेशनापासून मार्क्सवाद-लेनिनवादाचा पक्षाच्या वतीने अधिकृतपणे स्वीकार करण्यात आला (१९५०). (मपइ)

शेतकऱ्याचा आसूड : (१८८३) महात्मा फुल्यांनी शेतकऱ्यांच्या स्थितीवर लिहिलेले पुस्तक. त्यात त्यांनी शेतकऱ्यांचे दारिद्र्य, कर्जबाजारीपणा व आर्थिक दुरवस्थेची कारणे नमूद करून त्यावर उपाय सुचवले आहेत.

शेतसारा : श्री. दत्त यांच्या आर्थिक इतिहासाच्या आविष्करणात डोईजड शेतसाऱ्याला फार महत्त्व दिलेले आहे. त्यांच्या मते, ईस्ट इंडिया कंपनीच्या शासनाच्या प्रारंभीच्या काही वर्षात कंपनीने भारत हा एक प्रचंड मळा असून त्यामधील सर्व उत्पादन आपल्याकडे घेण्याचा आपल्याला अधिकार आहे , असे मानले होते व शेतकऱ्यांना आणि कसणाऱ्यांना कसे तरी जगता येईल इतकेच उत्पादन त्यांच्याकडे राहील अशी व्यवस्था केली होती. त्याप्रमाणे ब्रिटिशांनी शेतसाऱ्याची रचना केलेली दिसून येते. (सुविको)

शेती : पूर्वी शेतीव्यवसाय प्रतिष्ठा मिळवून देणारा होता. वतनदार व बलुतेदारांकडे मालकी असे. राजा खूष होऊन जमिनीपैकी भाग लोकांना देत असे. शेतकऱ्याला महाराजांकडून आर्थिक साहाय्य होते. मध्ययुगात शेती बऱ्याच अंशी निसर्गावर अवलंबून असे. सारा आकारणी फक्त लागवडीखालील जमिनीवर होत असे. (मद)

शेतीचे व्यापारीकरण : पीक आल्याबरोबर रोख पैसे मिळण्याची शक्यता वाढल्याने शेतकरी पारंपरिक शेती सोडून या क्षेत्राकडे वळले. या प्रक्रियेस शेतीचे व्यापारीकरण म्हणतात. (मपइ)

शेरअली (हुतात्मा) : शेरअली हा बहाबी पठाण होता. किरकोळ भांडणातून त्याने खून केल्यामुळे त्याला जन्मठेपेची शिक्षा झाली व ती भोगण्यासाठी त्याला अंदमानला पाठविले. भारताचे व्हाइसरॉय लॉर्ड मेयो अंदमानाची पाहणी करावयास आले असता शेरअलीने त्यांना भोसकून मारले म्हणून ८ फेब्रुवारी १८७२ रोजी अंदमानच्या जेलमध्ये शेरअलीला फाशी देण्यात आले. (स्वासंस)

शेळके दगडाबाई : हैदराबाद मुक्तिसंग्रामात दगडाबाई शेळके यांनी सक्रिय सहभाग घेतला. त्यांनी सशस्त्र उठावाचे प्रयत्न केले. (मपइ)

शेषागिरीराव नाझर : नरगुंद संस्थानाधिपती श्रीमंत भास्करराव तथा बाबासाहेब भावे ह्यांच्या नेतृत्वाखाली १८५७ मध्ये नरगुंद येथे उठाव केला, त्यात भाग घेतला म्हणून त्यांना १४ वर्षे हद्दपारीची शिक्षा झाली. नंतर शिक्षा कमी करून तेवढ्याच वर्षांची सक्त मजुरी (सश्रम कारावासाची) शिक्षा देण्यात आली. (१८५७ चे स्वापेदहिं)

शेषाद्री प्रकरण : महाराष्ट्रातील धर्मसुधारणेच्या इतिहासात शेषाद्री प्रकरणाला वगळता येत नाही. सुशिक्षित उच्च वर्गातील घडून आलेल्या या धर्मांतराने महाराष्ट्राला मोठा धक्का दिला (१८४३). बाळशास्त्री यांनी पुढाकार घेऊन शेषाद्रीला पुन्हा हिंदू धर्मात घेऊन एक चांगला पायंडा पाडला. (मपइ)

शैव संप्रदाय : हिंदुस्थानातील एक प्रमुख संप्रदाय, शिव देवतेची निरनिराळ्या स्वरूपात भक्ती करणाऱ्या लोकांचा समुदाय. अखिल भारतभर प्रसार. महाराष्ट्र, कर्नाटक, तमिळनाडू, उत्तरप्रदेश, काश्मीर ही प्रमुख केंद्रे होत. नायनमार संत (तमिळनाडू), शंकराचार्य, महाराणा प्रतापसिंह, शिवाजीमहाराज, भोसलेवंश आणि काही पेशवे, श्री बसवेश्वर आदी व्यक्तिमत्त्वे ही शैव आहेत. 'जय एकलिंगजी' ही राजस्थानची आणि 'हर हर महादेव' ही महाराष्ट्राची युद्धघोषणा आहे. (सुविको)

शोरापूर : १८५७. निजामाच्या मुलखात शोरापूर छोटेसे संस्थान. वेंकप्पा नाईक बलवंत बेरड हे राजा होते. कॅप्टन कॅम्पबेल या इंग्रज अधिकाऱ्यास राजाच्या सैन्याने मारल्यावर कंपनी सरकारने राजाला फाशीची शिक्षा केली. पण या स्वाभिमानी राजाने स्वत:वर गोळी चालवून मरण पत्करले. (मपइ)

शौकत अल्ली, मौलाना : (इ.स. १८७३-१९३८) एक भारतीय मुसलमान पुढारी. पहिल्या महायुद्धाच्या वेळी कारावास. खिलाफत चळवळीचे प्रमुख नेते. मुसलमानांचे प्रतिनिधी म्हणून गोलमेज परिषदेस उपस्थित. जगातील मुसलमानांच्या संघटनेसाठी प्रयत्न. हे अल्लीबंधू पुढे काँग्रेसच्या विरुद्ध जाऊन मुस्लिम लीगला मिळाले. (सुविको)

श्यामजी कृष्ण वर्मा, पंडित : (इ.स. १८५७-१९३०) इंग्लंडमधील जनतेस भारतीय राजकारणाची ओळख करून देणारे सुप्रसिद्ध कार्यकर्ते तसेच तेथील भारतीय विद्यार्थ्यांचे आधारस्तंभ नि धडाडीचे क्रांतिकारक. युरोपात झालेल्या प्राच्यविद्यापरिषदांत भाग. स्वामी दयानंद, महाराणा प्रताप, छत्रपती शिवाजी महाराज, हर्बर्ट स्पेन्सर अशा शिष्यवृत्त्या निर्माण करून विद्यार्थ्यांना मोठेच साहाय्य. त्यामुळे विनायक दामोदर सावरकर हे बॅरिस्टर होऊ शकले. भारतीय विद्यार्थ्यांसाठी लंडनमध्ये १ जुलै १९०५ इंडिया हाउसची स्थापना. तेथे अनेक प्रख्यात नेते राहून गेले नि स्वा. सावरकरांमुळे हे ठिकाण क्रांतिकारक देशभक्तांचे केंद्र बनले. इंडियन होमरूलची स्थापना, इंडियन सोशिऑलॉजिस्ट हे वृत्तपत्र काढले. जिनेव्हा (स्वित्झर्लंड) मध्ये मृत्यू.

श्यामशास्त्री आर. : (इ. स. १८६८-१९४४) प्राच्यविद्याविशारद आणि संशोधक. कौटिलीय अर्थशास्त्राचे इंग्रजी भाषांतर ही त्यांची मोठी कामगिरी. हिंदी राजनीती ह्या विषयावरची व्याख्याने गाजली. महामहोपाध्याय पदवी. (मचको)

श्यामसुंदरदास : (इ.स. १८८५-१९४५) हिंदी भाषेचे एक साहित्यिक. हे बनारसच्या नागरी प्रचारिणी सभेचे एक संस्थापक, हिंदी भाषा व देवनागरी लिपी यांचे पुरस्कर्ते व बनारस हिंदू विश्वविद्यालयांतील हिंदी

विभागाचे अध्यक्ष होते. हे खत्री घराण्यातील असून त्यांचा जन्म काशी येथे झाला. यांना सरकारकडून रायसाहेब आणि रायबहादूर व हिंदी संमेलनाकडून 'वाचस्पती' या पदव्या मिळाल्या. 'साहित्यलोचन', 'मेरी आत्मकथा' वगैरे ग्रंथ यांनी लिहिले आहेत. (सुविको)

श्वेतांबर जैन : जैनांत श्वेतांबर व दिगंबर असे दोन पंथ आहेत. श्वेतांबरांत स्थानकवासी व देशवासी असे पुन्हा दोन पोटभेद आहेत. या पोटशाखेतील फरक केवळ तात्त्विक आहेत. यांमध्ये परस्पर विवाहसंबंध होऊ शकतात. ओसवाल, पोरवाल व श्रीमाळी या श्वेतांबर जाती आहेत. गुजरात, काठेवाड यांसारख्या उत्तरेकडील प्रांतातून श्वेतांबरांची वस्ती आहे. (सुविको)

श्र

श्रद्धानंद, स्वामी : (१८५६-१९२६) आर्य समाजाचे एक निष्ठावंत कार्यकर्ते व गुरुकुल विश्वविद्यालयाचे संस्थापक. यांचा जन्म पंजाबातील जालंदरजवळील तळवन या गावी झाला. रौलेट ॲक्टच्या विरोधी चळवळीत यांनी दिल्लीस जमावावर गोळ्या झाडणाऱ्या गुरखा पलटणीस रोखले म्हणून यांच्यावर बंदुका रोखण्यात आल्या. पण आपली छाती पुढे काढून आपले अद्वितीय धैर्य त्यांनी दाखविले. परधर्मात गेलेल्या हिंदूंना शुद्ध करून परत हिंदू धर्मात आणण्यासाठी त्यांनी केलेले प्रयत्न अतिशय मोलाचे आहेत. अस्पृश्यता आणि शिक्षणप्रसार याही बाबतीतील त्यांचे कार्य मोठेच आहे. अब्दुल रशीद नामक एका अतिरेक्याने त्यांची हत्या केली. (सुविको)

श्रमविभागणी : जातिव्यवस्था ही श्रमविभागणीवर अवलंबून होती. जाती-उपजातींना जी नावे दिलेली आहेत, ती मुख्यत: त्या त्या जातीच्या विशिष्ट उद्योगधंद्यांवरून दिली आहेत. उदा. सोनार, कुंभार, सुतार. जातिव्यवस्थेतील उच्चनीचतेच्या पायऱ्यांप्रमाणे उच्च जातीतील लोक कनिष्ठ जातीतील लोकांबरोबर कशा प्रकारे वर्तणूक करतील ते ग्रंथात दिले आहे. (सुविको)

श्रवणबेळगोळ : कर्नाटक, म्हैसूरपासून सुमारे १०० कि. मी. प्रसिद्ध दिगंबर जैनक्षेत्र. राजा रायमल्ल किंवा राजमल्ल ह्याचा मंत्री चामुंडराय ह्याने इ.स. ९८३ किंवा १०२८ मध्ये इंद्रगिरी टेकडीवर गोमटेश्वराची ५० फूट उंचीची एकसंध प्रचंड मूर्ती उभारली. मूर्तीच्या पायाशी 'श्रीचामुंडराये करवियले आणि श्री गंगराजे सुत्ताले करवियले' ही मराठी वाक्ये देवनागरी लिपीत कोरलेली आहेत. कालदृष्ट्या हा सर्वात प्राचीन मराठी लेख मानला जातो. (भासंको, सुविको)

श्री मलंगगड : पाहा मलंगगड.

श्री शिवाजी राजगड स्मारक मंडळ : मा. मोरोपंत पिंगळे, प्रा. ग.ह. खरे आदींच्या प्रेरणेने हे मंडळ स्थापन झाले. छ. शिवाजीमहाराज आग्र्याहून सुटले नि सुखरूपपणे राजगडावर पोचले. ह्या घटनेला १९६६ मध्ये तीनशे वर्षे आणि त्यानिमित्त ह्या सुटकेचा त्रिशत सांवत्सरिक समारोह आग्रा, पुणे आदी ठिकाणी भव्य प्रमाणात संपन्न झाला. नंतर श्री. वसंतराव प्रसादे, श्री. भाटवडेकर आदींच्या प्रयत्नातून प्रतिवर्षी राजगड येथे हा कार्यक्रम मोठ्या प्रमाणात केला जातो.

श्री शिवाजी रायगड स्मारक मंडळ : लोकमान्य टिळकांनी राजधानी रायगड येथे श्रीशिवाजी उत्सव चालू केला. पुढे ही संस्था स्थापन झाली नि तिच्या वतीने नियमितपणे चैत्री पौर्णिमा (श्री हनुमानजयंती)

म्हणजेच शिवपुण्यतिथी ह्या दिवशी भव्य प्रमाणात हा उत्सव साजरा होतो. ह्या मंडळाचे पुणे मुख्य केंद्र नि महाड हे उपकेंद्र आहे.

श्री शिवाजी लोकविद्यापीठ : पंजाबराव देशमुखांनी याची योजना कार्यान्वित केली. हे विद्यापीठ स्थापन करतांना २० उद्दिष्टे होती. ३० डिसेंबर १९५० रोजी डॉ. राजेंद्रप्रसाद यांचे हस्ते उद्‌घाटन झाले. 'तमसो मा ज्योतिर्गमय' हे या विद्यापीठाचे बोधवाक्य. या विद्यापीठांतर्गत लोकशिक्षण संस्था स्थापण्यात आल्या. लोकशिक्षणात्मक उपक्रम सुरू करण्यात आले. (मपइ)

श्रीधरस्वामी : १) (मृ. १७३०) एक मराठी कवी. यांचे मूळ घराणे मराठवाड्यातील खडकीचे. याच खडकीचे पुढे औरंगाबाद झाले. श्रीधरचे पूर्वज राघोपंत खडके नाझरे (जि. सोलापूर) येथे गेले (१५ व्या शतकात). तेथील देशपांडेपणाची वृत्ती विजापूर दरबारांतून त्यांस मिळाली होती. श्रीधरांच्या सुमारे १ । लक्ष ओव्या आहेत. हरिविजय,रामविजय,वेदान्तसूर्य असे त्यांचे मोठे ग्रंथ आहेत. आजही त्यांचे गावोगावी पारायण चालते.(सुविको) २) महाराष्ट्र कर्नाटकातील महान रामदासी संत.

श्रीनगर : हिंदुस्थान, काश्मीर संस्थानची राजधानी. हे शहर सम्राट अशोकाने वसविले. झेलमच्या दोन्ही तीरांवर वसलेले आहे. श्रीनगरमध्ये व त्याच्या आसपास प्रेक्षणीय स्थळे बरीच आहेत. नूरजहानने बांधलेली दगडी मशीद, हरिपर्वताच्या खालच्या बाजूला असलेले महमूदसाहेबाचे थडगे व पीर दस्तगीर आणि नक्षबंदी यांची थडगी पाहण्यासारखी आहेत. काश्मीरचे कागद एके काळी प्रसिद्ध असून सर्व हिंदुस्थानात त्यांना मागणी येत असे. येथील श्री शंकराचार्य टेकडी अत्यंत प्रसिद्ध आहे. (सुविको)

श्रीपतराव प्रतिनिधी : (मृ. १७४६) प्रतिनिधी घराण्यातील एक कर्तबगार पुरुष. परशुरामपंत प्रतिनिधीचा हा मुलगा. यास श्रीनिवासराव असे दुसरे नाव होते. शाहू व कोल्हापूरचा संभाजी यांच्यावर याचे चांगले वजन होते. बाजीरावाशी मात्र याचे जमले नाही. निजामाने यास वऱ्हाडात जहागिरी दिली. (सुविको)

श्रीपती : (इ.स. १०३९) एक प्राचीन ज्योतिषी. हा आर्यपक्षाचा अभिमानी असून त्याचे 'सिद्धान्तशेखर' आणि 'धीकोटीकरण' असे दोन दोन ज्योतिषगणित ग्रंथ आहेत. 'रत्नमाला 'म्हणून मुहूर्तग्रंथ आहे आणि 'जातकपद्धती' म्हणून जातक ग्रंथ आहे. (सुविको)

श्रीपाद श्रीवल्लभ : (इ.स. चे १४ वे शतक)दत्त संप्रदायातील एक महापुरुष. हे दत्तात्रेयाचे इतिहासकाळातील पहिले अवतार व नरसिंह सरस्वतींचे पूर्वावतार समजले जातात. गुरूचरित्राच्या पाच ते दहा अध्यायांत त्यांची अवतारकथा वर्णिलेली आहे. श्रीपाद श्रीवल्लभ हे पीठापुरी जन्मले. (भासंको)

श्रीप्रकाश : (१८९०) एक भारतीय गव्हर्नर. हे डॉ. भगवानदास यांचे चिरंजीव होत. हे सेंट्रल हिंदी कॉलेजमध्ये इतिहासाचे प्राध्यापक होते (१९१४ ते १९४७). यांनी काही मित्रांच्या साहायाने सेवा समितीची स्थापना केली (१९१९). त्यांना मिठाच्या सत्याग्रहात ७ महिने कारावासाची शिक्षा झाली (१९३०). (सुविको)

श्रीमंतगड : बेळगाव जिल्हा. यास पूर्वी सीमांतगड असे म्हणत. हा मिरजकरांकडे होता. हा सातारच्या राजांनी बांधला असे म्हणतात. याचा काही भाग पाडून टाकण्यात आला (१८५८). (सुविको)

श्रीरंगपट्टण : म्हैसूर संस्थान, म्हैसूरजवळील एक गांव. हे म्हैसूरपासून ९ मैलांवर आहे. विजयनगरच्या सुभ्यात हे प्रसिद्ध ठिकाण होते. येथेच टिपूला वेढा देऊन (१७९१) लॉर्ड कॉर्नवालिसने नामुष्कीचा तह करावयास लावला व याच ठिकाणी (१७९९) टिपू लढता लढता पडला. या ठिकाणी अनेक ऐतिहासिक

अवशेष आहेत. (सुविको)

श्रीरंगपट्टणचा तह : फेब्रुवारी १७९२ च्या अखेरीस इंग्रज, मराठे, निजाम वि. टिपू हे युद्ध संपून मार्च दोन्ही बाजूंमध्ये श्रीरंगपट्टणचा तह झाला. या तहानुसार टिपूने आपले अर्धे राज्य, तीन कोट रु. खंडणी, इंग्रज, मराठे व निजामात देण्याचे ठरले. त्या अटी पूर्ण व्हाव्यात म्हणून टिपूचे दहा व आठ वर्षांचे दोन मुलगे ओलिस म्हणून कॉर्नवालिसच्या ताब्यात होते. मे १७९२ च्या अखेरीस टिपूने जेव्हा पूर्ण रक्कम भरली तेव्हा त्यांची सुटका झाली. टिपूकडून मिळालेला मुलूख इंग्रज, मराठे व निजाम यांनी वाटून घेतला. (मइ)

श्रीवास्तव, सर ज्वालाप्रसाद : (१८८९) एक भारतीय व्यापारी. दुसऱ्या महायुद्धात इंडियन डिफेन्स फोर्स व म्युनिशन्स बोर्ड यांवर यांनी उपयुक्त कामगिरी केली. यांनी पायोनिअर हे वर्तमानपत्र विकत घेतले (१९३२). कानपूरमधील हे एक प्रमुख व्यापारी होते. (सुविको)

श्रीशैल्य : आंध्र प्रदेश, कर्नूळ जिल्हा, एक डोंगरावरचे देवस्थान. सर्व भिंतीवर रामायण व महाभारत यांतील प्रेक्षणीय प्रसंग उत्तम रीतीने रेखाटले आहेत. देवालयाच्या मध्यभागी मल्लिकार्जुनाची स्थापना केली आहे. या देवालयाची व्यवस्था पुष्पगिरीचे शंकराचार्य यांच्याकडे आहे. १२ ज्योतिर्लिंगापैकी हे एक आहे. हे महान श्रद्धास्थान आहे.शिवाजीमहाराज, वासुदेव बळवंत येथे दर्शनासाठी येऊन गेले. आता इथे मोरोपंत पिंगळे (नागपूर) ह्यांच्या प्रेरणेने शिवस्मारकही उभारले आहे. (सुविको)

श्रीहर्ष परमार (१) (बारावे शतक उत्तरार्ध) **:** 'नैषधीयचरितम्' या संस्कृत काव्याचा कर्ता. हा जयचंद्र गाहडवालाच्या पदरी होता. जयचंद्राच्या 'विजयप्रशस्ति:' खेरीज याने अर्णवराज चालुक्य राजावर 'अर्णववर्णनम्' व गयेच्या छिंद घराण्यावर छिंदप्रशस्ति या प्रशस्त्या लिहिलेल्या दिसून येतात. (सुविको)

श्रीहर्ष परमार (२)(९४२-७२) **:** माळव्याच्या परमारांपैकी दुसऱ्या वैरिसिंहाचा पुत्र. याने राष्ट्रकूटांना जिंकले.हूमांनाही जिंकले. मुंज राजा हा त्याचा पुत्र होय.

श्रेणी : प्राचीन काळी व्यापारी आणि निरनिराळे कारागीर यांच्या वेगवेगळ्या संघटना असत, त्यांना श्रेणी हे नाव आहे. कॅयट म्हणतो, एकाच कलाप्रकारावर किंवा एकाच व्यापारावर जीवन चालविणाऱ्या व्यक्तींचा संघ म्हणजे श्रेणी. सुतार, सोनार, कुंभार, चर्मकार इ. १८ प्रकारच्या श्रेणींची नावे जातकांत सापडतात. धर्मसूत्रे आणि अर्थशास्त्र यांत श्रेणीसंबंधी नियम दिलेले आहेत. गुप्तकाळात श्रेणींचा खूपच विकास झालेला होता. (भासंको)

स

संकेश्वर : बेळगाव जिल्हा, चिकोडी तालुक्यांतील हुक्केरीच्या वायव्येस सुमारे ८ मैलांवरील एक गाव. कोकणचा बहामनी सुभेदार बहादुर शिलानी याने बंड उभारून बेळगाव व गोवे काबीज करून संकेश्वरास आपले मुख्य ठिकाण केले होते. (इ.स. १४८८) शिवाजींनी संकेश्वर सर केले (इ.स. १६५९) (सुविको)

संगम घराणे : (इ.स. १२२६-१४५६)विजयानगरचे एक राजघराणे. संगम हा मूळ पुरुष.याला हरिहर, बुक्क इ. पाच पुत्र होते. दुसऱ्या देवरायाच्या कारकिर्दीत (१४२४-१४४७) संगम घराणे वैभवाच्या शिखरावर पोहोचले होते. या देवरायाचा पुत्र मल्लिकार्जुन याचा नरसिंह नामक कोणी एक कारभारी होता, तोच पुढे सत्ताधीश होऊन त्याने संगमाच्या वंशजास पदच्युत केले. (१४५६) (सुविको)

संगमेश्वर :रत्नागिरी जिल्हा. शास्त्री नदीजवळ. श्रीलक्ष्मीनृसिंह आणि श्री कर्णेश्वर मंदिर ही अत्यंत प्रेक्षणीय. येथेच मोगल-मराठे मोठा संघर्ष होऊन व श्री संभाजीमहाराज आणि कवी कलश पकडले गेले. तो सरदेसाई वाडा आजही अस्तित्वात आहे.

संगमेश्वर : जळगांव जिल्हा. पाचोरा तालुक्यातील नगरदेवळेजवळ गडद, अग्जावती, खाशा या तीन लहान नद्यांच्या त्रिवेणी संगमावर एका उंच टेकडीवर संगमेश्वर महादेवाचे देऊळ आहे. वैशिष्ट्यपूर्ण अशा अलंकृत भौगोलिक शिल्पपट्टिका आहेत. काही स्तंभ शिल्पांकित आहेत. शिवपार्वती, महाकाली, गणेशमूर्तीपण मंदिरात आहेत. भग्न हत्तीवर चौमुखी ब्रह्माची प्रतिमा आहे. (खाइ)

संगमेश्वरी : मराठ्यांच्या आरमारातील गलबतांना फिरंगी संगमेश्वरी म्हणत. संगमेश्वरच्या पुढील हिंदुराजांच्या प्रमाणे यांची बांधणी होती. म्हणून संगमेश्वरी म्हणत. आकाराने लहान व गती जलद असे. त्यामुळे विदेशी तारवापासून धोका नसे. (मइ)

संग्रामसिंह गुहिलोत : (इ.स.१४८२-१५२८) (संगराणा)मेवाडचा एक शूर राणा, हा रायमल्लाचा पुत्र. दिल्लीच्या इब्राहिम लोदीशी झालेल्या लढाईत याचा उजवा हात तुटला व एका पायाने हा कायमचा अधू झाला. मेदीनीराजावर हल्ला करण्यासाठी बाबर आला, हे कळताच याने युद्धाची तयारी केली पण काही युद्धविरोधी रजपुतांनी यास विषप्रयोग करून ठार केले. (सुविको)

संत तुकडोजी महाराज : यांचा जन्म अमरावती येथील धावली या गावी १९०९ मध्ये झाला. त्यांचे संपूर्ण नाव माणिक बंडोजी ब्राह्मण ठाकूर (ठक्कर) असे होते. यांचे शिक्षण घरातील प्रतिकूल वातावरणामुळे

मराठी तिसऱ्या इयत्तेपर्यंत झाले. त्यांनी व्याख्याने, भजन, कीर्तन या माध्यमांतून राष्ट्रजागृती समाज जागृतीचे महान कार्य केले. राष्ट्रहित व समाजहित याविषयी त्यांना तळमळ वाटत होती. लेखनातून राष्ट्रवाद, राष्ट्रीय एकात्मता, स्वातंत्र्य, समता, बंधुता यासंबंधीचे चिंतन प्रकट केले. पशुहत्या बंदी, अस्पृश्यतेवर प्रहार, यात्राशुध्दी व्यसनमुक्ती, साधुसंघटन, जातिनिर्मूलन इ. गोष्टींचा पाठपुरावा केला. समाजातील सर्व लोकांनी आपसातील भेद दूर करून बंधुभावाने एकत्र यावे, असा प्रयत्न केला . 'ग्रामगीता', 'अनुभव सागर भजनावली', 'जीवन जागृती भजनावली', 'राष्ट्रीय भजनावली' इ. पुस्तके. १९५६ मध्ये श्रीगुरुदेव दत्त सेवा मंडळाची स्थापना. 'सुराज्य' साप्ताहिक 'गुरुदेव' मासिक सुरू केले. 'मनी नाही भाव देवा मला पाव' हे वचन पुरस्कृत केले. १९३५ मध्ये त्यांनी मोझरी येथे 'गुरुकुंज' आश्रमाची स्थापना केली.

संतांची कामगिरी : (महाराष्ट्र)महाराष्ट्रात संत परंपरेचा उदय १३ व्या शतकाच्या उत्तरार्धात झाला. मराठ्यांचा इतिहास यथार्थपणे समजून घेण्यासाठी महाराष्ट्रीय संताच्या कामगिरीचे यथायोग्य मूल्यमापन करता आले पाहिजे. राजवाड्यांच्या मते, संतमंडळीच्या हाती विचारांची दिशा गेल्याने महाराष्ट्र तीन शतके पंगू स्थितीत राहिले. रामदासांव्यतिरिक्त कोणालाही सामाजिक व राष्ट्रीय उद्दिष्ट नव्हते, असे काही विद्वानांचे मत होते. परंतु या संतांच्या चरित्राचे व कर्तृत्वाचे वस्तुनिष्ठ व ऐतिहासिक दृष्टीने समालोचन केल्यास महाराष्ट्राची प्रादेशिक अस्मिता भक्तिपंथाकडूनच झालेली दिसते. संत हे महाराष्ट्राच्या संस्कृतीचे शिल्पकार आहेत. (अरा/गह) न्या. महादेव गोविंद रानडे म्हणतात, जातिजातीतील विषमता कमी करून संतांनी महाराष्ट्राची भूमी ऐक्यभावनेने नांगरून तयार केली. त्यानंतर शिवाजीमहाराजांना तीत स्वातंत्र्याचे बी पेरणे शक्य झाले. राजारामशास्त्री भागवत लिहितात, 'गीतेतील भागवतधर्म हा महाराष्ट्रधर्माचा पाया असून ज्ञानेश्वरादी संतांनी जो भागवतधर्म पुन्हा वेगळ्या भूमिकेवर मोठ्या कळकळीने उभा केला, तोच महाराष्ट्रधर्माच्या पातळीवर आहे.' हे सर्व संत अठरापगड जातीमधले होते हे विशेष. प्रा. गं. बा. सरदारांचे विवेचन असे – ज्ञानेश्वरमहाराजांनी महाराष्ट्राला तत्त्वज्ञान दिले, नामदेवमहाराजांनी नामभक्तीचा उद्‌घोष केला, एकनाथमहाराजांनी तत्त्व आणि तपशील, विचार आणि आचार ह्यांचा मिलाफ घडवून आणला. (मविको)

संताजी घोरपडे : (मृत्यू-१६९७)एक पराक्रमी मराठा सेनापती, १६९१ मध्ये राजारामाने यास सेनापतीपद दिले. मराठ्यांच्या स्वातंत्र्ययुद्धातील त्यांची कामगिरी विशेष उल्लेखनीय. (सुविको)

संतानम पंडित के : (१८८५)उद्योगधंद्याचे एक तज्ज्ञ व भारत सरकारचे वाहतूकमंत्री, १९२० मध्ये असहकारितेच्या चळवळीत यांनी वकिली सोडून दिली. (सुविको)

संतोषगड : पाहा : ताथवडा.

संद्वीप :बंगाल, नौरवाणी जिल्ह्याच्या किनाऱ्यापासून दूर असलेले बेट, १६६५ साली शाइस्तेखानाने हे हस्तगत केले. (सुविको)

संपूर्ण स्वातंत्र्य : (१९२९) कॉंग्रेसच्या लाहोर अधिवेशनात (१९२९) संपूर्ण स्वातंत्र्याची घोषणा करण्यात आली. जवाहरलाल नेहरू या अधिवेशनाचे अध्यक्ष होते. (सुविको)

संपूर्णानंद : (१८९१-) एक भारतीय समाजवादी मंत्री, 'मर्यादा' या हिंदी मासिकाचे व 'डे' या इंग्रजी दैनिकाचे काही काळ संपादक. १९३० ते १९३६ या काळात अखिल भारतीय कॉंग्रेस कमिटीचे सभासद. १९३४ साली मुंबईस परिषद झाली तिचे अध्यक्षपद. महादजी शिंदे, इजिप्त व चीन यांच्या स्वातंत्र्याचा इतिहास

ही पुस्तके लिहिली. (सुविको)

संभाजी आंग्रे : (मृ. १७४१) हा कान्होजी आंग्र्यांचा धाकटा पुत्र, पेशव्याशी त्याचे संबंध चांगले नव्हते. संभाजी व मानाजी यांच्या तंट्यामुळे जंजिरा जिंकण्याचे काम मागे पडले. शाहूमहाराजांच्या दरबारातील नारो राम शेणवी वगैरे मंडळी संभाजीला अनुकूल होती. मानाजीने कुलाब्यास राहावे आणि संभाजीने सुवर्णदुर्गास राहावे, असे बाजीरावाने सांगून तात्पुरता तंटा मिटवला. संभाजीने उघडपणे पेशव्यांच्या विरुद्ध पक्षात सामील होऊन अनेक कारस्थाने केली. (सुविको)

संभाजी कावजी कोंढाळकर : हा शिवाजीमहाराजांचा अत्यंत विश्वासू पराक्रमी सरदार. अफजलखान स्वारीत मोठाच पराक्रम. अफजलखानाचे शिर याने तोडले. शाइस्तेखानाच्या स्वारीत देहरी (जि. रायगड) गडावरील हल्ला शौर्याने परतावला. (सुविको)

संभाजी भोसले : (पहिला–मृत्यू १६५५)शिवरायांचा थोरला भाऊ, १६३६ मध्ये पुणे प्रांत सोडून हा कर्नाटकात गेला. बंगळूर व कोलार या जहागिरीवर १६४७ पासून अधिकारी म्हणून होता. (सुविको)

संभाजी महाराज : (दुसरा–१६५७–१६८९)शिवरायांचा मुलगा, अफजलखानाच्या कुचराईमुळे शिवाजी महारांजांचे बंधू संभाजीराजे ठार झाले. कदाचित त्यांच्यामुळेच शिवाजीमहाराजांनी आपल्या थोरल्या पुत्राचे नाव संभाजी ठेवले. संभाजीमहाराज छत्रपती भोसलेयांनी शिवाजीमहाराजांच्या मृत्यूनंतर सतत ९ वर्षे मोगलांशी प्रखर लढा दिला. त्यामुळे नि त्यांच्या दिव्य हौतात्म्यामुळे मराठेशाहीला संजीवनी, चैतन्य प्राप्त झाले. (सुविको)

संभाजीनगर लेणी : पाहा – औरंगाबाद लेणी.

संमति वय : पूर्वी बालविवाह होत असत. ह्याविरुद्ध अनेक समाजसुधारकांनी जनजागृती घडविली. बेहराम मलबारी ह्यांचेही काम महत्त्वपूर्ण आहे. काशिनाथ त्र्यंबक तेलंग ह्यांनी १५ ते १६ वयापर्यंत मुलींची लग्न होऊ नयेत असे प्रतिपादन केले. डॉ. रा.गो. भांडारकर ह्यांनी विवाहाचे वय मुलींचे वय १८ नि मुलांचे वय २१ असावे असे सुचविले. (मपइ)

संयोगिता : ही गाहडवालच्या जयचंद्र राठोडाची रुपवती कन्या होती. पित्याच्या इच्छेविरूद्ध तिने पळून जाऊन पृथ्वीराज चौहानाशी विवाह केला. (भासंको)

संविधान :पाहा– भारतीय राज्यघटना.

सकलातवाला, शाहापुरजी : (१८७४) एक भारतीय कम्युनिस्ट पुढारी. यांनी ३ वर्षे लोखंडाचे संशोधन केले व टाटांच्या कारखान्याची स्थापना करण्यास मदत केली. यांनी 'वेलफेअर ऑफ इंडिया लीग' नावाची संस्था स्थापन केली. हे ब्रिटिश पार्लमेंटचे सभासद होते. (१९२२ ते १९२४) (सुविको)

सकवारबाई : १८५७ च्या उठावात भाग घेतल्याविषयी कोल्हापूरचे श्रीमंत चिमासाहेब भोसले ह्यांना कराची येथे सीमापारीची शिक्षा झाली. (३१ मार्च १८५८) चिमासाहेबांच्या पत्नी सकवारबाई ह्यांनी अटकेच्या दुसऱ्या दिवशी कर्नाल जेकब ह्यांची खूप मनधरणी केली की त्यांनाही त्यांच्या पतीसमवेत जाऊ द्यावे, ही विनंती धुडकावण्यात आली आणि दुःखाने पोळलेल्या सकवारबाईंनी २ एप्रिल १८५८ च्या पहाटे आत्महत्या केली. (१८५७ चे स्वापेदहिं)

सकवारबाई :१) सकवारबाई – शिवछत्रपतींची एक राणी. २) सकवारबाई – शिवाजींची सईबाईपासून झालेली मुलगी. हिचे सखूबाई असेही नाव होते. हिचे लग्न फलटणचा महादजी निंबाळकर याजबरोबर पुण्यास झाले. ३) सकवारबाई – शाहूंची थोरली राणी. ही राणोजी शिर्के याची मुलगी. ही सती गेली. (सुविको)

सकेशा : पतिनिधनानंतर स्त्रियांचे केशवपन करून त्यांना विद्रूप करत. काळाच्या ओघात इंग्रजी राजवटीत ही दुष्ट प्रथा मागे पडली व विधवा स्त्रिया केशवपन न करता समाजात वावरू लागल्या, त्यांना सकेशा म्हणत. (पेम)

सक्सेना, मोहनलाल (जन्म इ. स.१८९६) एक भारतीय राजकारणी व सार्वजनिक कार्यकर्ते. यांनी हिंदू पाठशाळा नावाची संस्था स्थापन केली. काँग्रेस चळवळीत यांना आठ वेळा तुरुंगवासाची शिक्षा झाली होती. स्वराज्य पक्षाचे हे मुख्य प्रतोद होते. बिहार भूकंप–दु:खनिवारण्याच्या कार्यात यांनी प्रामुख्याने भाग घेतला होता. घटना समितीचे सभासद होते. (सुविको)

सखाराम हरी गुप्ते : (इ.स.१७२०–७९)पेशवाईतील एक सरदार. राघोबादादाचा एक विश्वासू मदतनीस. हा जातीने प्रभू असून प्रथम थोरल्या बाजीरावाच्या कारकिर्दीत उदयास आला. राक्षसभुवनाच्या लढाईत याने निजामाच्या सैन्यास सळो की पळो करून सोडले. नारायणरावाचा खून झाल्यावर यास कैद करून याची सर्व मालमत्ता जप्त करण्यात आली. (सुविको)

सखारामबापू बोकील : (इ.स.१७१६–१७८१) पेशवाईतील एक प्रसिद्ध मुत्सद्दी. यांचे पूर्ण नाव सखाराम भगवंत बोकील. हा हिवऱ्याचा कुलकर्णी होता. राघोबाने सखारामबापूस आपला कारभारी करून त्यास ९ लाखांची जहागीर दिली. सखारामबापूने आग्रह धरून हैदरवरील पहिल्या स्वारीचे आधिपत्य राघोबादादाकडून माधवराव पेशव्यासच देवविले (इ.स.१७६४). नाना फडणविसाने यास कैद करून सिंहगडावर पाठविले (१७७९). रायगड किल्ल्यावर अटकेत या थोर मुत्सद्दी पुरुषाचे देहावसान झाले. साडेतीन शहाण्यांपैकी हा एक होता. (सुविको)

सगनभाऊ : (इ.स.१७७८–१८४०) एक सुप्रसिद्ध मराठी शाहीर. जातीने हा शिकलगार मुसलमान असून गुरुनाथ सिद्धाचा शिष्य होता. पेशवाई गेल्यानंतर सातारच्या प्रतापसिंहाच्या अखेरीपर्यंत याचे वास्तव्य साताऱ्यासच होते. पुण्यास याची पुण्यतिथी श्रावण महिन्यात निरनिराळे फड, कवने म्हणून साजरी करतात. (सुविको)

सगुणाबाई : १) छत्रपती शिवाजींची एक राणी. हिला एक मुलगी (राजकुंवर) होती. २) शाहूंची एक राणी, ही बऱ्हाणजी मोहित्याची मुलगी होती. हिला धाकटी धनीण म्हणत. ३) पहिल्या बाजीरावाचा मुलगा जनार्दन याची बायको. ही रामाजी अनंत भिडे याची मुलगी. हिला लहानपणी वैधव्य आले. (सुविको)

सचिव : (सुरनीस)राजपत्रे वाचून त्यातील अधिक–उणा मजकूर शुद्ध करावा. युद्ध प्रसंग करून तालुका स्वाधीन होईल तो रक्षून आज्ञेत असावे. राजपत्रावर 'संमत'चिन्ह करावे. अशी कामे सचिव याजकडे असत. अण्णाजी दत्तो याजकडे सचिवपद आले. (अरा/गह) सुरनिस अष्टप्रधानांतील एक पद. याची राज्याच्या एकंदर वसुलावर देखरेख असे. शिवाजींच्या वेळी सचिवाला सालिना १५ हजार होन तनखा असे. आपला दरक सांभाळून राज्याचे रक्षण करणे व मुलूखगिरीवर जाणे ही कामे याला करावी लागत . (सुविको)

सचीन : सुरत जिल्हा. एक संस्थान, सचीनचे नबाब गबशी वंशातले. हे घराणे जंजिऱ्याच्या नबाबांपैकीच. यांचा मूळ पुरुष सिद्दी यांनी मराठे व इंग्रज यांच्याशी अनेक उलाढाली केल्या. हे संस्थान आता गुजरातमध्ये

विलीन झाले आहे. (सुविको)

सज्जनगड : सातारा जिल्हा. याला परळीचा किल्ला असेही म्हणतात. या किल्ल्यातील तळी शिलाहार, अमदानी व मशीद मुसलमान अमदानी दाखविते. इ. स. १६७६ नंतर रामदासस्वामी हे वास्तव्यास आल्यापासून महत्त्व, १६७३ मध्ये विजापूरकरांकडून शिवरायांनी हा किल्ला जिंकला. २२ जाने १६८१ रोजी श्रीरामदास स्वामींनी देहत्याग केला. २१ एप्रिल १७०० रोजी औरंजेबाने किल्ला जिंकला. परशुराम त्र्यंबक याने १७०० पर्यंत मोठ्या तडफेने हा किल्ला लढविला. गडावर श्री समर्थांच्या अनेक वास्तू आहेत. (सासभकि)

सण–समारंभ : समाजमनाच्या निर्मितीमध्ये सणसमारंभाचा मोठा सहभाग आहे. या निमित्ताने समाजाच्या भिन्न थरांतील व्यक्ती एका पातळीवर येण्यास मदत होते. पेशवेकाळात पुढील सण समारंभ साजरे होत. गणेशोत्सव, दसरा, संक्रांत, वसंतपंचमी, शिमगा वगैरे. (मइ)

सतनामी पंथ : उत्तर हिंदुस्थानातील पंथ. सत् म्हणजे सत्य किंवा सत्त्व आणि परमेश्वर. सतनामी नावाचे तीन वर्ग, जगजीवन नावाच्या क्षत्रियाने एका वर्गाची १७५० त स्थापना केली, त्यालाच सतनामी पंथ म्हणतात. पहिला वर्ग म्हणजे साधपंथ. दुसरा जगजीवनदास यांनी रचलेले 'ध्यानप्रकाश', 'महाप्रलय' प्रथमग्रंथ प्रमाण मानणारा तिसरा वर्ग मध्यप्रांतात. यात बहुतेक चर्मकार आहेत. (सुविको)

सती : स्त्री वयात आलेली असावी आणि पतीच्या निधनानंतर पतीबरोबर पत्नीने सहगमन करणे म्हणजे सती जाणे होय. पेशवे घराण्यातील चिमाजीअप्पाची दुसरी पत्नी अन्नपूर्णाबाई व थोरल्या माधवरावांची पत्नी रमाबाई या दोघी सती गेल्या. खंडेराव होळकरच्या मृत्यूनंतर अहिल्याबाईने सती जाण्याची सिद्धता केली होती. मल्हारराव होळकरांच्या विनंतीमुळे तिला तिच्या निश्चयापासून दूर जावे लागले. (मइ)

सत्कार्योत्तेजक सभा : खानदेशच्या राष्ट्रीय व धार्मिक क्षेत्रात मोलाची भर टाकणारी संस्था. स्थापना १९ मे १८९३ रोजी झाली. शंकरराव देवांच्या अथक परिश्रमामुळेच सत्कार्योत्तेजक सभा व त्यांच्या सदस्यांनी जनतेतील देशभक्तीची सुप्त भावना जागविण्यासाठी अनेक उपक्रम राबविले. (खाइ)

सत्तू नाईक : चितूरसिंग यांच्या नेतृत्वाखाली सातारा जिल्ह्यात रामोशांनी लुटालूट केली (१८२६–३१). त्यावेळी सत्तू नाईक हा रामोश्यांच्या पुढाऱ्यांपैकी एक होता. (मपइ)

सत्य : गांधीवादातील महत्त्वाची संकल्पना. गांधीजींनी सर्वप्रथम सत्य, अहिंसा व साधनशुचिता या तत्त्वांच्या आधारे लोकआंदोलन उभे करून दाखवले. (सुविको)

सत्यमूर्ति एस. : (१८८७–१९४३) एक राजकारणी कार्यकर्ते व वक्ते. तीस वर्षे राजकारणात प्रत्यक्ष सहभाग. १९१९ मध्ये हे काँग्रेसच्या प्रतिनिधि मंडळात व १९२५ मध्ये स्वराज्य पक्षातर्फे इंग्लंडमध्ये गेले होते. मद्रास येथील युनायटेड इंडिया ॲश्युरन्स कंपनीचे डायरेक्टर, फॅकल्टी ऑफ फाइन आर्ट्सचे अध्यक्ष, सत्याग्रह चळवळीत प्रमुख सहभाग. (सुविको)

सत्यमेव जयते : भारत सरकारने हे बोधवाक्य आहे. मुण्डकोपनिषदात 'सत्यमेव जयते नातृतम्' असे वाक्य आलेले आहे त्यावरून हे वाक्य घेतलेले आहे.

सत्यशोधक चळवळ : सत्यशोधक चळवळ ही सत्यशोधक समाजाचे अपत्य होय. महात्मा फुले यांनी स्वत:चे आयुष्यच या कामासाठी अर्पण केलेले होते. शतकानुशतके ज्यांना विकासाची वा प्रगतीची संधी

नाकारण्यात आलेली होती, अशांना संधी उपलब्ध करून देण्याचे कार्य महात्मा फुले यांनी केले. महाराष्ट्रात सर्वसामान्यांसाठी आणि त्यांच्यापर्यंत पोहोचलेली ही पहिलीच चळवळ होय. (मपइ)

सत्यशोधक जलसे : लोककलांच्या माध्यमातून पूर्वी संपर्क साधला जाई. त्यामुळे कार्यकर्त्यांनी मेळे वा जलसे भरवायला सुरुवात केली. या जलशांचे विषय सामान्यांची अडवणूक, वरिष्ठांचे कावे, धर्मग्रंथातील खोटेपणा, पुरोहित- सावकार- व्यापारी या त्रिमूर्तींची कृष्णकृत्ये असे असत. (मपइ)

सत्यशोधक समाज : महाराष्ट्रातील हा एक सामाजिक पंथ, जोतिराव फुलेंनी १८६८ साली स्थापला. परमेश्वर निराकार आहे; मूर्तिपूजा करू नये, वेदपुराणांवर विश्वास ठेवू नये; जातिभेद खोटा आहे; सर्व समान आहेत; या तत्त्वांवर समाजाची उभारणी व्हावी असे त्यांचे प्रतिपादन होते. 'गुलामगिरी' या ग्रंथात समाजाची तत्त्वे ग्रथित केलेली आहेत. (सुविको)

सत्सार : महात्मा फुल्यांनी सुरू केलेले नियतकालिक. या नियतकालिकाच्या पहिल्या अंकाच्या १०५० प्रती खपल्या. यातील लेखनाचे स्वरूप अधर्मावर हल्ला, बंधुत्वाची शिकवण असे होते.

सप्तमातृका : सात आसरा म्हणून ज्या देवतांची पूजा महाराष्ट्रात होते, त्यांचे अस्तित्व सिंधुकालात असावे. काही मुद्रांमध्ये सात स्त्रिया दाखवलेल्या आहेत. ही परंपरा आजपर्यंत चालू आहे. सिंधू संस्कृतीच्या कल्पना वैदिक लोकांनी स्वीकारल्या असण्याचा हा पुरावा असू शकतो. (सिंसं)

सप्तर्षि संवत :ह्या संवताचा प्रारंभ वर्षप्रतिपदेपासून होतो. प्राचीन काळात तो पंजाबात प्रचलित. (सुविको)

सप्रू, सर तेजबहादूर : (इ.स.१८७५-१९४९) एक भारतीय कायदेपंडित व घटनाशास्त्रज्ञ. १९१३ ते १९१६ संयुक्तप्रांत कायदेमंडळाचे सभासद, १९११ ते १९१९- साउथ बरो कमिटीचे सभासद, १९०६ ते १९१७ अखिल भारतीय काँग्रेस कमिटीचे सभासद, १९१४- संयुक्त प्रांतीय राजकीय परिषदेचे अध्यक्ष, १९१८ ते १९२०- लिबरल लीग अध्यक्ष, १९२३- अखिल भारतीय लिबरल फेडरेशनचे अध्यक्ष, १९३०, १९३१, १९३२-गोलमेज परिषदेचे सभासद, १९३३ मध्ये जॉइंट पार्लमेंटरी कमिटीचे सभासद. (सुविको)

सफदरजंग : (इ.स.१७३९-५४) अयोध्येचा एक नबाब, हा अयोध्येच्या सादतखानाचा पुतण्या. रोहिले, अब्दाली, फारु खाबादचा नबाब यांच्याशी याला युद्धे करावी लागली. फैजाबाद राजधानी. याला शेवटची सहा वर्षे यास दिल्लीच्या बादशहाच्या वजिराची जागा मिळाली होती. (सुविको)

सबक्तगीन नझनबी : (इ.स.९७७-९७) गझनीच्या यामिनी घराण्याचा संस्थापक व अलपतगिनाचा जावई. सन ९७९ मध्ये गझनीवर चाल करून येणाऱ्या पंजाबच्या जयपाल राजास याच्याशी तह करावे लागले. सन ९८६ मध्ये जयपालवर स्वारी करून लूट व काबूलचा ताबा मिळवला. (सुविको)

सबनीस :अष्टप्रधानांच्या कचेरीतील दरकदार. सबनीस - दफ्तरदार. (मइ)

सभरलाल वाय.के. : वाय. के. सभरलाल हे भारताचे सरन्यायाधीश होते. २००५-२००७ या काळात त्यांनी भारताचे सरन्यायाधीश म्हणून काम पाहिले. (इऑइ)

सभासद बखर : कृष्णाजी अनंत सभासद हा या बखरीचा कर्ता, हा शिवाजीमहाराजांचा समकालीन. राजाराममहाराजांच्या पदरी तो जिंजी येथे असताना ही बखर राजाराम महाराजांच्या आज्ञेवरून लिहिली गेली.

छत्रपती शिवाजी महाराजांची राज्यकारभार व्यवस्था, लष्कर व्यवस्था, प्रदेश, किल्ले, खजिना, सरदार यांवर या बखरीत सविस्तर प्रकाश टाकला आहे. (मविको)

समरसिंह गुहिलोत : (इ.स.राज्य १२७३–१३०२) मेवाडचा एक राजा, याने मुसलमानी आक्रमणापासून गुजरातचे संरक्षण केले. (सुविको)

समर्थ संप्रदाय : १७ व्या शतकातील समर्थ संप्रदायाचे स्वरूप व कार्य महानुभाव, वारकरी व दत्त संप्रदायापेक्षा वेगळे होते. लोकसंस्था संरक्षण हा हेतू समर्थ संप्रदायाचा होता. श्रीरामकथा एक अद्वितीय शक्ती म्हणून समाजापुढे रामदासांना मांडावयाची होती. या संप्रदायाला भागवत धर्माचा आधार होता. रामदासी, दास, समर्थ संप्रदाय अशी नावे आहेत. (मसाआइ)

समशेर बहाद्दर : (इ.स.१७३४–१७६१)पहिल्या बाजीरावापासून मस्तानीस झालेला मुलगा, समशेरबहाद्दर हा पेशव्यांचा खासा सरदार, शौर्याबद्दल त्याचा लौकिक, पानिपतच्या मोहिमेत हुतात्मा झाला. (सुविको)

समाजवादी पक्ष : जयप्रकाश नारायण, मिनु मसानी, अशोक मेहता, अच्युतराव पटवर्धन १९३२ मध्ये नाशिकला तुरुंगात क्रांतिकारक कार्यक्रम असणारा पक्ष स्थापन करण्याचे ठरले. आचार्य नरेंद्र देव यांच्या अध्यक्षतेखाली १७ मे १९३४ रोजी पक्षाची घोषणाही झाली. काँग्रेसपक्षाचा एक गट म्हणून काम केले जावे असे ठरले. काँग्रेसच्या गोटात युद्धविरोधात जोरदार हालचाली चालू असतानाच वैयक्तिक सत्याग्रहाची मोहीम अयशस्वी ठरल्याच्या समजावरून पुण्यात काँग्रेस समाजवादी पक्षाची सभा भरली (१९४२). युसुफ मेहेर अलींच्या मार्गदर्शनाखाली पक्षाच्या वतीने भूमिगत लढा चालविण्याचे ठरले. (सुविको) (मपइ)

समाजस्वास्थ्य मासिक : महर्षी कर्वे यांचे चिरंजीव रघुनाथराव यांनी प्राध्यापकीऐवजी सामाजिक कार्याला प्राधान्य देऊन 'समाजस्वास्थ्य' मासिक चालविले. स्त्रियांची दुःखातून मुक्तता करण्यासाठी त्यांनी या मासिकाद्वारे संततिनियमनाच्या साधनांची व कुटुंबनियोजनाच्या चळवळीची माहिती लोकांपर्यंत पोहोचविली. सुमारे २५ वर्षे त्यांनी हे मासिक चालवले. (मपइ)

समान नागरी कायदा : राज्य घटनेतील कलम क्रमांक ४४ नुसार लोकशाहीत सर्व नागरिकांना एक कायदा हे मूलभूत न्यायतत्त्व मानतात. समान नागरी कायदा लागू केला पाहिजे, ही मागणी लोकशाहीवादी विचारवंत करीत आहेत. पण अजून प्रत्यक्षात ती आली नाही. त्यामुळे समाजात धार्मिक भिन्नता वाढून संघर्ष निर्माण होतात. १६ एप्रिल १९४७ साली एक अहवाल सल्लागार समितीने सादर करून या कायद्याची मागणी केली ती नामंजूर झाली.

समुद्रगुप्त : (राज्य इ.स. ३३०–३८०) आशियाचा नेपोलियन. अशोकाच्या प्रयाग येथील विशाल स्तंभावर याचाही लेख आहे. उत्तरेस हिमालय व दक्षिणेस नर्मदा, पूर्वेस भागीरथी व प. यमुना ही त्याच्या राज्याची मर्यादा, त्याच्याइतका मोहिमा काढणारा १४ व्या शतकापर्यंत दुसरा कोणी सम्राट झाला नाही. (सुविको)

सर सय्यद अहमद (मृ. इ.स. १८९८) महत्त्वाचे मुस्लिम सुधारक. त्यांनी मोमेडन अँग्लो ओरिएंटल कॉलेजची स्थापना केली. सुरुवातीला ते हिंदु–मुस्लिम एकतेचे समर्थक असले तरी नंतर त्यांनी भूमिका बदलली. १८८५ साली स्थापन झालेल्या काँग्रेसपासून मुस्लिमांनी दूर राहावे याकरिता त्यांनी 'पॅट्रिऑटिक असोसिएशन' या संस्थेची स्थापना केली. (मपइ)

सरंजामशाही : प्रबळ केंद्रसत्तेच्या अभावी राज्याचे नियंत्रण सरदारांच्या हातात जाणे, हे सरंजामशाहीचे प्रधान लक्षण होय. सरंजामशाहीची अमर्याद वाढ हे मराठ्यांच्या ऱ्हासाचे महत्त्वाचे कारण होते. शाहूकालापासून सुरू झालेली सरंजामशाहीच्या विकासाची प्रक्रिया नाना फडणविसांनंतर अधिक वेगवान झाली व केंद्रीय नियंत्रणाचा ऱ्हास होऊन मराठा सत्ता नष्ट होण्याकडे वाटचाल करू लागली. (मइ)

सरकार ए.के.: ए.के. सरकार हे भारताचे सरन्यायाधीश होते. मार्च १९६६-जून१९६६ या काळात त्यांनी सरन्यायाधीशपदांची जबाबदारी सांभाळली. (इऑइ)

सरदारसिंह रेवाभाई राणा (बॅरिस्टर) : जन्म १२ एप्रिल १८७० कथारिया.निधन १२ एप्रिल १९५७, राजकोट. भारतीय क्रांतिकारकारकांचे आधारस्तंभ. जहाल विचारसरणी. 'इंडियन होमरूल सोसायटी'चे उपाध्यक्ष, सशस्त्र क्रांतीसाठी अनेक प्रकारे सहकार्य. स्टुटगार्डमध्ये भारतीय ध्वज फडकविण्यासाठी मादाम कामा ह्यांच्यासह सरदारसिंहही तिथे गेले होते. (स्वासंस)

सरदेशमुखी :ज्यावेळी महाराष्ट्रात जमिनी लागवडीखाली नव्हत्या, त्यावेळी नवी जमीन लागवडीखाली आणणे व त्यातील सारा सरकारी अंबारात जमा करणे ही देशमुखाची जबाबदारी होती. याबद्दल संबंधित देशमुखाला एकूण उत्पन्नाच्या १०% रक्कम घेण्याचा अधिकार असे. या हक्कास सरदेशमुखी असे म्हणत. (मसाआई)

सरदेसाई गो. स. : (इ.स.१८६५-१९५९) मराठ्यांचा इतिहास लिहिणारे ज्येष्ठ इतिहासकार, 'मराठी रियासत' व New History of Marathas हे त्यांचे ग्रंथ महत्त्वाचे आहेत. पेशवे दप्तराचे ४५ खंड संपादित करून त्यांनी ते प्रसिद्ध केले. (अरा, गह)

सरनोबत : पाहा – सेनापती.

सरस्वती : हल्लीची घग्गर नदी. वेदांमधे हिचा सरस्वती म्हणून उल्लेख आहे. सिंधु संस्कृतीची एकुण २५३ स्थळे सरस्वतीच्या खोऱ्यात आहेत. इ. स. पू. २००० च्या सुमारास भूगर्भीय घडामोडींमुळे ही नदी लुप्त झाली. (सिंसं)

सर्जेकोट : (ता. अलिबाग) कुलाबा किल्ल्याला लागून संभाजीमहाराजांच्या काळातील एक चौबुरजी छोटा उपदुर्ग. वेगळा किल्ला नसून कुलाबा किल्ल्याचाच १८ वा बुरूज पण मानतात. पूर्वी पाण्याची विहीर व वेताळाचे एक मंदिर होते. यावर विशेष घडामोड झालेली नाही. (जस)

सर्वधर्मसमादर : म. गांधींना हिंदू धर्मासहित सर्व धर्मांचा आदर होत. सर्व धर्मसंस्थापक, सर्व धर्मग्रंथ, त्यांची शिकवण यातून त्यांना समान नैतिक मूल्यांचा साक्षात्कार झाला होता. त्यातून त्यांचा सर्व धर्मांविषयी व्यापक समानभाव विकसित झाला होता. धर्मभिन्नतेवरून माणसा माणसात भेद करणे त्यांना मान्य नव्हते. (सुविको)

सर्वोदय : पहिल्या सार्वत्रिक निवडणुकीत झालेल्या पराभवानंतर जयप्रकाश नारायण यांचे विचार समाजवादाकडून सर्वोदयाकडे झुकू लागले. सर्वोदयाच्या तत्त्वज्ञानाच्या प्रचारासाठी त्यांनी अथक परिश्रम घेतले. (इ.स. १९५८). (सुविको)

सर्व्हंट्स ऑफ इंडिया सोसायटी : लोकमताला वळण लावण्यासाठी, देशाकरिता सर्वस्व अर्पण करणाऱ्या लोकांकरिता गोपाळ कृष्ण गोखल्यांनी 'सर्व्हंटस्‌ ऑफ इंडिया सोसायटी' (भारत सेवक समाज) या संस्थेची स्थापना केली. (१२ जून १९०५). 'साम्राज्यांतर्गत स्वराज्य' व 'देशबांधवांची उन्नती' ही या समाजाची

ध्येये होती. सध्या या संस्थेचे नाव हिंद सेवक संघ असे आहे. (सविको)

सशस्त्र क्रांती : पारतंत्र्यात असणाऱ्या देशांनी याही मार्गाने आपले ध्येय साध्य करावे असा एक मतप्रवाह. अहिंसक मार्गापेक्षा तरुण वर्गाला भुरळ घालणारा, धाडस, पराक्रमाला आव्हान देणारा आणि झटपट परिणाम दाखविणारा मार्ग. अहिंसात्मक मार्गाने आंदोलन केले तरी सरकार ते दंडशक्तीने, हिंसकमार्गाने दडपू शकते म्हणजे रक्तपात हा अटळच. (सविको)

ससाणे ग्यानोबा : सत्यशोधक समाजाच्या माध्यमातून ब्राह्मण पुरोहिताशिवाय हिंदू विवाह घडत. हे लग्न पानसुपारीच्या खर्चातच आटोपत. ग्यानोबा ससाण्यांचा विवाह स्वत:च्या घरात याच पद्धतीने लावला गेला. (७ मे १८७४) (मपइ)

सहकार : ग्राहकोपयोगी वस्तूंची विक्री व वाटप ग्राहक सहकारी संस्थाकडून नागरीविभागाकडे केले जाते. ग्रामीण भागात सहकारी खरेदी-विक्री संघ व सेवासंस्था हे कार्य करतात. गेली काही वर्षे सहकारी संस्थात वाढ होत आहे. आर्थिकदृष्ट्या कमकुवत असणाऱ्या तसेच मागास, आदिवासी, डोंगरी भागातील लोकांसाठी वितरण करणाऱ्या संस्थांना प्राधान्य देऊन प्रोत्साहित करावे, असा त्या क्षेत्रातील तज्ज्ञांचा आग्रह आहे. (सुविको)

सहकार : धनंजयराव गाडगीळ यांचे नाव सहकाराशी विशेषत्वाने जोडले गेले आहे. शेती व औद्योगिक उत्पादन सहकारी पद्धतीने केल्यास देशाचा फायदा आहे, असे त्यांनी सांगितले. सहकाराच्या माध्यमातून काम करण्यासाठी त्यांनी महाराष्ट्रात विचार मांडायला सुरुवात केली. (मपइ)

सहकार चळवळ : भारतात सहकारी चळवळ खऱ्या अर्थाने सुरू झाली (१९०४ पासून). सहकारी संस्थांचा कायदा मंजूर झाला (१९०४). कोणतीही आर्थिक गरज भागविण्यासाठी सहकारी संघ स्थापन करण्यात येऊ लागले. महायुद्धकाळात नियोजित माल सहकारी संस्थांमार्फत वाटण्याचे धोरण आल्यावर शेतकी पतपेढ्यांचे रूपांतर विविध कार्यकारी सहकारी संस्थांमध्ये झाले. (मपइ)

सहस्रबुद्धे गंगाधर चिंतामण तथा अण्णा : नरगुंद कर्नाटकचे निवासी कारकून वय – २४ नरगुंदच्या उठावात सहभाग. संस्थानाधिपती बाबासाहेब भावे ह्यांच्याबरोबर पकडले गेले. मालमत्ता जप्त. १८५८ जूनच्या शेवटच्या आठवड्यात सहज लक्ष जाणाऱ्या सार्वजनिक ठिकाणी फाशी देण्यात आले. (१८५७ चे स्वापेदहिं)

सहस्रबुद्धे प्रा. डॉ. पुरुषोत्तम गणेश : महाराष्ट्रातील एक अत्यंत थोर विचारवंत, लेखक, वक्ते.

सहा मेघनाद : (ज.१८९३) एक जगप्रसिद्ध भारतीय विज्ञानाचार्य व संशोधक. १९२२ मध्ये तारकांच्या किरणचित्रांचा वास्तव सिद्धान्त हा लेख लिहून भौतिक शास्त्रात क्रांती केली. इंग्लंडच्या रॉयल सोसायटीच्या सभासदत्वाचा मान. यू. पी. ॲकेडमी ऑफ सायन्स १९१८ साली 'थर्मल आयोनायझेशन ऑफ स्टार्स ' हा महत्त्वाचा शोध, 'लवणांचे भिन्न रंग व त्यांची उत्पत्ती' या नावाने सुप्रसिद्ध शोध. (सुविको)

सहा सुभे :बाळाजी विश्वनाथांनी १७१३ मधे दक्षिणेच्या सहा सुभ्यांच्या चौथाई व सरदेशमुखीचे अधिकार बादशाहाकडून मिळविले. या वेळी दिल्लीत सय्यद बंधूंचे वर्चस्व होते. (मइ)

सहोत्रा :चौथाईच्या हक्काव्यतिरिक्त उरलेल्या रकमेपैकी ७५% उत्पन्नाला 'मोकसाबाबतीत' असे म्हणत. त्यापैकी सहोत्रा म्हणजे जमा होणाऱ्या महसुलाच्या ६% उत्पन्न बाजूला ठेवले जात असे. (मसाआई)

सह्याद्री :.पश्चिम घाट. दक्षिण हिंदुस्थानच्या पश्चिम किनाऱ्याने कन्याकुमारीपर्यंत ही पर्वतश्रेणी गेली आहे. महाराष्ट्राला सह्याद्रीचे महत्त्व. सह्याद्रीला सुरुवात खानदेश जिल्ह्यातील कोंडाईबारी घाटापासून होते. सुमारे ६५ घाट आहेत. शिवाजी महाराजांची सर्व घोडदौड सह्याद्रीशी निगडित आहे. (सुविको)

सांकलिया एच. डी. : (डॉ.) (इ.स.१९०८-८९) प्रयोगाधिष्ठित बहुशाखीय शास्त्रांचा अभ्यास करून पुण्याच्या डेक्कन कॉलेजला आंतरराष्ट्रीय संशोधन केंद्र म्हणून प्रसिद्ध केले. पुरातत्त्वाच्या प्रत्येक ज्ञानशाखेत त्यांनी मौलिक संशोधन केले. पद्मभूषणाने सन्मानित. (यांसघ)

सांकशी : कुलाबा जिल्हा. पेणच्या ईशान्येस ५ मैलांवर निदिवली नावाच्या खेड्यात हा किल्ला आहे. यास बद्रुद्दीन किंवा दरभ्यानचा किल्ला असे म्हणतात. १५४० मध्ये या किल्ल्याबद्दल अहमदनगरचा निजामशहा व पोर्तुगीज यांच्यात संघर्ष झाला. पोर्तुगिजांनी सांकशी व कर्नाल हे किल्ले विकत घेतले. १८२७ मध्ये इंग्रज व रामोशी यांच्यात तंटा झाला होता. (सुविको)

सांगली दुर्ग :जुने सांगली शहर व रेवणी याच्यामध्ये हा किल्ला आहे. सांगलीकर पटवर्धनांचे व राज्यकारभाराचे महत्त्वाचे स्थान. (सुविको)

सांगली संस्थान : द. महाराष्ट्रातील एक संस्थान, चिंतामणराव हे सांगलीचे संस्थापक, चिंतामणरावांनी सांगली संस्थानचा कारभार १८१८ पासून १८५१ पर्यंत चालविला. ९७ सहकारी संस्था व ४ सहकारी पेढ्या या संस्थानात आहेत. चिंतामणरावांचा कारभार उत्कृष्ट होता. त्यामुळे सांगली हे एक प्रगत संस्थान नि शहर ठरले. पटवर्धनांचे श्रीगणेश मंदिर हे सर्वांचेच श्रद्धास्थान आहे. (सुविको)

सांची : मध्य हिंदुस्थानातील भोपाळ संस्थानातील एक प्राचीन ठिकाण. मोठा स्तूप, एक लहान स्तूप, एक चैत्यगृह, काही भंगलेल्या मूर्ती येथे आहेत. ख्रिस्तपूर्व २५० या वर्षी सम्राट अशोकाने स्तूप बांधला असावा. (सुविको)

सांबमूर्ती बळसू : आंध्र प्रांतातील एक प्रसिद्ध काँग्रेस पुढारी. १९२५ मध्ये हे काकिनाडा येथे भरलेल्या काँग्रेसच्या वेळी स्वागतसभेचे मुख्य, राष्ट्रीय निशाणाबद्दल सरकारशी लढा. १९२१ मध्ये स्वातंत्र्य संघाची स्थापना. नागपूर येथील झेंडा सत्याग्रह, सायमन-कमिशन सत्याग्रह यामध्ये पुढाकार. हिंदुस्थान सेवादलाचे अध्यक्ष, बंगालमधील स्वयंसेवक परिषदेचे अध्यक्ष, १९३६-मद्रास कायदे मंडळाचे अध्यक्ष. (सुविको)

सांबरचे चाहमान : चाहमान घराणे हे राजस्थान येथे गुर्जर प्रतिहारांचे मांडलिक म्हणून राज्य करीत होते (१२ व्या शतकात.) चौथा विग्रहराज या पराक्रमी राजाने (इ.स.११५३-११६४) गझनीच्या सुलतानाशी लढून पंजाबमध्ये आपला अंमल बसविला. त्याचा नातू तिसरा पृथ्वीराज (इ.स.११७७-९२) हाही पराक्रमी होता. याने महंमद घोरीचा पराभव केला (इ.स.११९१), महंमद घोरीने पृथ्वीराजवर पुन्हा चढाई करून पृथ्वीराजाचा शेवट केला. त्यानंतर या घराण्याचा ऱ्हास झाला. (इसंशा)

सांभर सरोवर : जयपूर व जोधपूर यांच्या सरहद्दीवर हे सरोवर. अकबरापासून ते आजतागायतपर्यंत ह्यातून मीठ काढण्याचे काम सारखे चालू. १८७० मध्ये त्याचा संपूर्ण ताबा ब्रिटिश सरकारकडे. (सुविको)

सांस्कृतिक इतिहास : सांस्कृतिक इतिहासामध्ये मानवी स्वभाव आणि मन यांचा अभ्यास केला जातो. सांस्कृतिक इतिहासात तत्त्वचिंतन असते. या तत्त्वचिंतनामुळे, राज्याच्या संस्कृतिसंवर्धनाच्या दृष्टीने सांस्कृतिक इतिहासाला महत्त्व येते. सांस्कृतिक इतिहासात नृत्य, गायन, वादन अशा विविध कलांचा समावेश होतो. त्याला सांस्कृतिक इतिहास म्हणतात.

साडेतीन पोशाख : पूर्वी राजदरबारात किंवा आहेरासाठी मानकऱ्यांना पुढील ३।। पोशाख देत १) तिबट (पागोटे), २) शेला (शाल जोडी), ३) पायजमा करण्यासाठी उंची वस्त्राचा तुकडा व ३,।।) पट्यांसाठी किनखापीचा अर्धा तुकडा (अर्धे ठाण). (सुविको)

साडेतीन राव : पेशवाईत पुढील साडेतीन राव होऊन गेले. १) मुरारराव घोरपडे, २) भवानराव प्रतिनिधी, ३) गोपाळराव पटवर्धन व ३ ।।) थोरला माधवराव पेशवा. (सुविको)

साडेतीन शहाणे : पेशवाईतील हे शहाणे प्रसिद्ध आहेत. १) सखाराम बपू बोकील, २) देवाजीपंत चोरघडे, ३) विठ्ठल सुंदर परशुरामी व ३ ।।) नाना फडणीस सख्या - देवा विठ्ठला सांकेतिक उल्लेख. (सुविको)

सातपुडा पर्वत : अमरकंटकच्या उंच पठारापासून पश्चिम किनाऱ्यापर्यंत पसरलेल्या ह्या पर्वतश्रेणी. सात निरनिराळे डोंगराचे पुडे म्हणून सातपुडापर्वत हे नाव. सातपुडा पर्वताचा एक फाटा असून त्याला साळ्टेकडी म्हणतात. मांडाला जिल्ह्याच्या पूर्वेला अमरकंटक, चौथदादर ही दोन पठारे. पर्वत एकंदर ६०० मैल पसरलेला. (सुविको)

सातारा : (महाराष्ट्र) श्री शिवाजीमहाराज सातारा येथे एक महिना आले होते. जिंजीहून सुटून आल्यावर राजाराममहाराजांनी सातारा येथे राजधानी स्थापन केली. शाहूमहाराजांच्या हयातीत साताऱ्यास बऱ्याच इमारती बांधून झाल्या. त्यापैकी कित्येक इमारतींचे काम पेशव्यांच्या विद्यमाने होत असे. धनिनीची बाग साताऱ्यास आजही प्रसिद्ध आहे. १८५७ च्या स्वातंत्र्य युद्धात साताऱ्याचे योगदान फारच मोठे आहे. कर्मवीर भाऊराव पाटील ह्यांच्या रयत शिक्षण संस्थेचे केंद्र कार्यालय येथेच आहे. १८१८ साली इंग्रजांनी सातारा संस्थान निर्माण केले.१८४८ मध्ये दत्तक वारसाधिकार अमान्य करून इंग्रजांनी सातारा संस्थान खालसा केले. संस्थाने विलीन होण्यापूर्वीचा जिल्हा. या जिल्ह्यात अनेक लहान मोठे किल्ले आहेत. ख्रिस्तिशतकापूर्वी २०० वर्षे येथे बौद्धांच्या वसाहती होत्या. ताम्रपटावरून असे समजते की चालुक्य व राष्ट्रकूट घराण्यांच्या अमलाखाली सातारा असावा. १२०० ते १३०० यादवांच्या ताब्यात, इ.स.१४८९-१६७३ विजापूरकर, १७२० मध्ये मराठेशाहीची प्रथम राजधानी स्थापन झाली. १८४८ इंग्रजांच्या ताब्यात गेला. हे शाहूमहाराजांनी वसविले त्यामुळे पूर्वी त्याला शाहूनगर असे म्हटले जात असे. (मइ) (सुविको)

सातारा उठाव : १८५७ रंगो बापूजी यांनी स्वातंत्र्यासाठी जवळपास १५-२० ठिकाणी महाराष्ट्रात गुप्त केंद्रे निर्माण केली. सरकारी खजिना लुटण्याच्या योजना तयार केल्या. फितुरांच्या मदतीने इंग्रजांनी रंगो बापूजींच्या सहकाऱ्यांना पकडले व गेंडामाळ येथे फाशी दिले. स्वत: रंगो बापूजी मात्र भूमिगत झाले. १८५७ च्या स्वातंत्र्य समराला महाराष्ट्रातून व्यापक स्वरूपात साथ मिळावी म्हणून कै.रंगो बापूजी गुप्ते यांनी विशेष परिश्रम घेतले. त्यांनी या उठावाची सर्व योजना सातारा शहरात राहून आखली. सर्व स्वातंत्र्यवीर बन्सापुरीच्या मठात नित्य एकत्र येत असत. स्वातंत्र्यप्राप्तीची योजना आखत असत. त्या ठिकाणचे नाव खलबतखाना असे होते. साताऱ्याचे छत्रपती प्रतापसिंहराजे यांचा या सर्व उपक्रमांना वरदहस्त होता. प्राणांची पर्वा न करता स्वातंत्र्य संघर्षासाठी सदैव सिद्ध असणाऱ्या हजारो राष्ट्रभक्तांना धडा शिकवण्यासाठी १७ देशभक्तांना देहदंडाची कठोर शिक्षा झाली. भाद्रपद वद्य पंचमी ८ सप्टेंबर १८५८ रोजी या वेदीवर सर्व राष्ट्रभक्तांचे बलिदान झाले. (मपइ) (कमलमित्र)

साधनशुचिता : गांधीवादातील महत्त्वाची संकल्पना. साधनशुचितेच्या तत्त्वामुळेच सामान्य जनता मोठ्या लोकलढ्यांमधे निर्भीडपणे सहभाग घेऊ शकली. गांधीजींच्या मते साध्य व साधन. दोन्हीही शुद्ध असली पाहिजेत. जुलमी साम्राज्यसत्तेविरुद्ध लढत असताना नागरी स्वातंत्र्य चळवळीचे नैतिक व आत्मिक सामर्थ्य हाच मोठा आधार असतो व तो गांधीजींनी स्वातंत्र्य आंदोलनाला मिळवून दिला. (सुविको)

साध्य-साधन -विवेक : क्रांतीच्या संदर्भात साध्याप्रमाणेच साधनांचाही विचार करावा लागतो. यांचा विवेकपूर्ण विचार केल्याखेरीज नि:शस्त्र क्रांतीचा विचार करता येत नाही. म. गांधी म्हणत माझे अंतिम ध्येय शस्त्राने कधीच गाठता येणार नाही. नि:शस्त्र क्रांती हा गांधी मार्गाचा अविभाज्य भाग होता. (सविको)

साने कृष्णाजीपंत तथा बन्याबापू : नरगुंद संस्थाधिपती श्रीमंत भास्करराव तथा बाबासाहेब भावे ह्यांच्या नेतृत्वाखाली १८५७ मध्ये उठाव झाला, त्यात कृष्णाजीपंत साने ह्यांचा सहभाग होता. त्यांना २४ फटके आणि त्यानंतर २ वर्षे सश्रम कारावासाची शिक्षा देण्यात आली.(१८५७ चे स्वापेदहि)

साने पांडुरंग सदाशिव : (सानेगुरुजी) (इ.स.१८८९-१९५०) 'श्यामची आई'या गाजलेल्या पुस्तकाचे लेखक. नामवंत साहित्यिक, समाजवादी नेते, समाजसुधारक, थोर स्वातंत्र्यसैनिक. राष्ट्र सेवादलाचे स्फूर्तिस्थान. काँग्रेसचा सच्चा पाईक. अनेक नात्यांनी महाराष्ट्राला परिचित. सुमारे १२५ पुस्तकांची निर्मिती. थोर नेत्यांची चरित्रे, श्रेष्ठ ग्रंथांचे अनुवाद. भारतीय संस्कृती, धडपडणारी मुले, सुंदर पत्रे यांचा समावेश होता. जातीयता अस्पृश्यता पाळू नये, त्यांनाही मंदिर प्रवेश मिळावा यासाठी पंढरपूरला सत्याग्रह. नाशिक येथे तसेच पुणे येथे पर्वती सत्याग्रह गाजले. साधी, सोपी, भावनोत्कट भाषा ही यांच्या लिखाणाची वैशिष्ट्ये होती.'श्यामची आई, भारतीय संस्कृती' आदी पुस्तके अमर झाली. (मदि)

साबरमती :गुजरातमधील एक नदी, साबर आणि हातमती यांच्या संगमानंतर नदीला हे नाव दिले गेले. म. गांधींचा आश्रम प्रसिद्ध. म. गांधीचे स्मारक म्हणून सार्वजनिक व शैक्षणिक कार्यासाठी मोठी संस्था निघाली आहे. (सुविको)

सामंत : शाही राजघराण्यातील सामंत नामक एक पुरुष. श्री सामंत ही अक्षरे असलेली काही नाणी अफगाणिस्तानात सापडली आहेत, ती त्याचीच असावी. काश्मीरचा मंत्री प्रभाकर याने उद्भांडपुरावर स्वारी करून सामंताला पदच्युत केले. (इ.स. ९००) (भासंको)

सामाजिक इतिहास : प्रा. ब्लॉक यांच्या मते सामाजिक इतिहास म्हणजे मानवी जीवनाचा इतिहास होय. आर्थिक इतिहासाचा सामाजिक इतिहासात समावेश होतो. या इतिहासात संपत्ती, श्रद्धा, अन्न, वस्त्र, चालीरीती, समाज, मानवप्राणी, सामाजिक संस्था, उत्सव, खाजगी जीवन इ. गोष्टींचा विचार केला जातो.

सामान्यजनांची वस्ती : मोहेंजोदारो शहरात साधारणपणे २०० हेक्टरवर पसरलेल्या वस्तीत सामान्यजनांची वस्ती खूप मोठी होती. मध्यमवर्गीय घरे होती. हडप्पालाही कामगारवर्गासाठी बराकी होत्या. बनावलीसारख्या लहान वस्त्यांच्या गावाला संरक्षक भिंत होती. लोथल येथील उत्खननात कारागिरांची घरे होती, कालीबंगन येथे सामान्यजनांची वस्ती होती. (सिंसं)

सायनाचार्य :प्रख्यात वेदभाष्यकार व विद्यारण्य माधवाचार्यांचा बंधू. दुसरा हरिहर याचा मंत्री, इ. स. १३३१ व १३८६ च्या दरम्यान सायन हे शृंगेरी मठाचे आचार्य. (सुविको)

सायमन कमिशन : ब्रिटनमधील लिबरल पार्टीचे पुढारी. सायमन यांच्या नेतृत्वाखाली भारताच्या राजकीय परिस्थितीची पाहणी करण्यात आली (१९२७). भारतातील सर्व प्रमुख शहरांना तेथील पुढाऱ्यांना कमिशनने भेट दिली, चर्चा केल्या पण त्या कमिशनमध्ये एकही भारतीय सभासद नसल्याने सर्वच भारतीय पुढाऱ्यांनी त्यावर बहिष्कार टाकावा असे आवाहन केले. सर्वत्र मोर्चे, काळी निशाणी दाखविण्यात आली. लाहोर येथेही निदर्शने

नि त्यातच लाला लजपतराय जखमी झाले नि त्यांचे निधन झाले. या कमिशनने आपला अहवाल १९३० मध्ये सादर केला. ठोस काहीच निर्माण झाले नाही. (इसंशा)

सायरस अणुभट्टी : कॅनडाच्या मदतीने ट्रॉंबे (मुंबई) येथे बांधण्यात आलेली ही भारताची दुसरी अणुभट्टी आहे. हा प्रकल्प कार्यान्वित झाला १० जुलै १९६०. सायरसमुळे आण्विक इंधनाचा विकास करण्यासाठी चालना मिळाली. (इसंशा)

सारंगपूर : मध्य हिंदुस्थानात देवास संस्थानातील एक शहर, मुसलमानी अमदानीत (१५ व्या शतकात) वसले. १५२६ साली माळव्याच्या दुसऱ्या महमूद खिलजी पासून राणासंग याने हे हस्तगत केले. सुरुवातीला शेरशहा नंतर बाजबहादुराच्या ताब्यात.१७३४ साली त्यावर मराठ्यांचा ताबा, १८१८ साली ते देवास संस्थानच्या वाट्याला. या ठिकाणची मलमल प्रसिद्ध. (सुविको)

सारडा, हरबिलास : (१८६७) सार्वजनिक कार्यकर्ते, १८९४ मध्ये त्यांना जेसलमेर महाराजांचे पालक नेमले होते. १९२४ ते १९३३ मध्ये ते मध्यवर्ती असेंब्लीचे सभासद. भारतीय वैश्य परिषदेचे अध्यक्ष,(१९३०) १९३६ राजपुताना प्रांतिक हिंदु परिषदेचे अध्यक्ष. ह्यांनीच वधूवरांच्या विवाह वयासंबंधीचे विधेयक मांडले होते. (सुविको)

सारनाथ : बनारस जिल्हा. धमेख स्तूप प्रसिद्ध, कपिलवस्तू, बुद्धगया, कुशिनगर या तिन्हीबरोबर चौथे सारनाथही सर्वश्रेष्ठ. कुतुबुद्दीनने ११९४ मध्ये सारनाथचा नाश केला. ह्यूएनत्संगने आपल्या प्रवास वर्णनात येथील स्तूप ३०० फूट उंचीचा, ७० फूट उंच अशोकस्तंभ असा उल्लेख केला. (सुविको)

सार्वजनिक काका : गणेश वासुदेव जोशी यांना सार्वजनिक काका म्हणत. पुणे सार्वजनिक सभेच्या माध्यमातून त्यांनी जी कामे केली, त्यामुळे त्यांना 'सार्वजनिक काका' उपाधी मिळाली. बाजीरावरस्त्यावरील नव्या विष्णु मंदिराचे मालक. वासुदेव बळवंतांचे वकीलपत्र घेतले हे मोठेच साहस. (मपइ)

सार्वजनिक वाहनांचा कायदा : हा बॉंबे पब्लिक कन्व्हेयन्स ॲक्ट १९२० साली मंजूर झाला. (सुविको)

सार्वजनिक सत्यधर्म : म. फुले यांनी उजवा हात पक्षाघाताने निकामी झाला असताही धीर न सोडता डाव्या हाताने हा ग्रंथ लिहून काढला. धर्मातील दांभिकपणावर त्यांनी टीका केली. परमेश्वरासाठी 'निर्मिक' शब्द वापरला. खऱ्या धर्माचे धर्म चिंतन त्यांनी यात मांडले. (मपइ)

सार्वजनिक सभा :सार्वजनिक सभा स्थापन होण्यास पुण्यातील पर्वती संस्थानच्या पंचकमिटीचा गैरकारभार कारणीभूत ठरला. सार्वजनिक सभेची स्थापना गणेश वासुदेव जोशी यांनी केली (१८७०). सार्वजनिक सभेला त्यांनी जनतेची गाऱ्हाणी सरकार दरबारी मांडणारी क्रियाशील संस्था असे स्वरूप प्राप्त करून दिले. (मपइ)

सालबाई : ग्वाल्हेर संस्थान, ग्वाल्हेरच्या दक्षिणेस ३० मैलांवर हा किल्ला आहे. मदोरिया रजपूत येथे होते. १७५१ मध्ये मराठ्यांनी जिंकले. इंग्रज-मराठे युद्धाचा अंत सालबाईच्या तहाने झाला. महादजी शिंदेंच्या मध्यस्थीने झाला. (१७८२) महादजींचा नि मराठ्यांचा हा मोठाच विजय होता. (सुविको)

सालारजंग, सर : (इ.स.१८२९-१८८३) हैद्राबाद संस्थानचा एक प्रसिद्ध दिवाण.१८५७ सालच्या बंडापासून हैद्राबाद संस्थान अलिप्त राखण्यासाठी याने केलेल्या प्रयत्नामुळे त्यांचा खून करण्याचा प्रयत्न झाला.

१८६९ मध्ये हैद्राबाद संस्थानाचे 'रीजंट' म्हणून सर सालारजंग यांची निवड झाली. (सुविको)

सालेम : बालाघाट, बारामहल व तलघाट मिळून सालेम बनला आहे. १४ व्या शतकात विजयनगरच्या राजांनी जिंकला. १७ व्या शतकाच्या प्रारंभी मदुरेच्या नायक राजाच्या ताब्यात होता. १६८८-९० म्हैसूर मध्ये समाविष्ट झाला. १७९९ त टिपूशी लढून तो इंग्रजांनी आपल्या सत्तेखाली आणला. (सुविको)

साळुंखे गोविंदराव ज्ञानोजी तथा बापूजी : महाराष्ट्राच्या शैक्षणिक इतिहासातील विवेकानंद शिक्षणसंस्थेचे संस्थापक गोविंदराव ज्ञानोजी साळुंखे तथा बापूजी साळुंखे होत. बापूजींनी ऐतिहासिक कागदपत्रांचे संशोधन करण्याची कामगिरी केली. (१९४२) च्या क्रांतियुद्धात त्यांनी भूमिगत सैनिकांची कामगिरी. (मपइ)

साळुव : (१६ व्या शतकाचा मध्य)एक कन्नड जैन कवी. साळू भारत, रसरत्नाकर, वैद्यसांगत्य, शारदाविलास या ग्रंथांचे लेखन. साळू भारत म्हणजे नेमीश्वर चरित्र होय. वैद्यसांगत्य हा वैद्यकावरचा ग्रंथ होय. (सुविको)

साळुव घराणे : संस्थापक नरसिंह साळुव. दक्षिणेतील तमिळ मुलखात राज्याचा विस्तार. याच्या कारकिर्दीत बहामनी राज्याचा विजयनगरशी चाललेला झगडा पुढे चालू राहिला. (सुविको)

सावंतवाडी उठाव : (१८५७) फेब्रुवारी ते नोव्हेंबर १८५८ – फोंड सावंत तांबोळीकर हे इंग्रजविरोधक होते. त्यांनी नि त्यांच्या आठ जणांनी ह्या उठावात भाग घेतला होता. त्यांनी नानासाहेब पेशव्यांच्या नावाने हे युद्ध छेडले होते. बाबा सावंत देसाई हेही प्रमुख नेते. २७ व्या नेटिव्ह पायदळ पलटणीचे शिपाई सावंतांना येऊन मिळाले. कुडची तालुक्यातील सोमानकोपाचे काही देसाई ह्यांनीही उठावाला पाठिंबा दिला. सावंतवाडी ते कारवार सर्वत्र आणि बेळगाव जिल्ह्यातील खानापूर नि कारवार जिल्ह्यातील सुपे तालुका येथील वातावरण ढवळून निघाले. ६ शके १८५८ तिनाई तळेवाडीच्या ब्रिटिश पोलिस ठाण्यावर हल्ला करून सुप्याजवळ खिंडीतील दुधवळचे जकात नाके जाळण्याचा प्रयत्न केला पण स्वातंत्र्य सैनिकाची संख्या घटत चालली. हनुमंत सावंतांचे शिपाई पकडले गेले. हनुमंत सावंत याला मृत्युदंड. ब्रिगेडियर ग्रँड जॅकोब ह्याच्या साहाय्याला पोर्तुगीजही आले आणि स्वातंत्र्य सैनिकांना शरण जाण्यावाचून गत्यंतर राहिले नाही. पोर्तुगीज नि इंग्रज अत्यंत क्रूरपणे वागले. १ फेब्रुवारी १८५९, इंडोनिशियातील पोर्तुगिजांची वसाहत टिमॉर येथे त्यांना कुटुंबीयांसह धाडण्यात आले. त्यात ५० पुरुष नि ३४ स्त्रिया होत्या. (१८५७ चे स्वापेदहिं)

सावंतवाडी संस्थान : जुन्या बेळगावातील एक संस्थान. या संस्थानातील मूळ पुरुष सावंत होते. ते उदेपूर येथील शिसोदिया घराण्यांपैकी असून त्यांचे उपनाव भोसले. विजयनगरचा पाडाव झाल्यावर हा प्रदेश अदिलशहाकडे आला. १६२७ साली विजापूरकरांकडून देशमुखी मिळवून तिचा चौदा वर्षे उपभोग घेतला. १६५१ त लखम सावंत सत्ताधीश झाला. १६७० साली फोंड सावंताने हे शहर वसवले. (सुविको)

सावकार : पुणे व अन्य मराठी शहरात पैशाच्या देवघेवीचे व्यवहार लहान मोठ्या प्रमाणात बऱ्याच संख्येत होत असल्याने महाराष्ट्रात १८ व्या शतकात सावकार हा वर्ग निर्माण झाला. राज्यकर्ते व सेनापती मोठाली कर्जे घेत. सावकारात अनेक चित्पावन व देशस्थ ब्राह्मण घराणी असत. १७४०च्या सुमारास लहान-मोठे १५० सावकार पुण्यात होते. (मइ)

सावरकर गणेश दामोदर : (इ. स. १८८०-१९४५) एक महान महाराष्ट्रीय क्रांतिवीर, १९०६ मध्ये मित्रमेळाचे कार्यवाह, सार्वजनिक चळवळीत सहभाग, हिंदूसंघटनेचे कार्य चालविले. 'वीर बैरागी', 'नेपाळी

आंदोलनाचा इतिहास' या ग्रंथाचे लेखन. अंदमानचा क्रूर कारावास. वीरांगना येसूबाई ह्या त्यांच्या पत्नी.(सुविको)

सावरकर नारायण दामोदर : (इ.स.१८८९-१९४९) एक महाराष्ट्रीय देशभक्त, १९०९ मध्ये अहमदाबाद येथे लॉर्ड मिंटो यांच्यावरील बॉम्बफेक प्रकरणात त्यांचा हात. १९२०-२१ मध्ये यांचा होमरूल चळवळीत प्रत्यक्ष सहभाग, त्यांनी सत्याग्रह चळवळीत भाग घेतला. जिल्हा सत्याग्रहाचे जे तिसरे सर्वाधिकारी. श्रद्धानंद या पत्राचे सात वर्षे संपादक, अस्पृश्योद्धारक परिषदेचे अध्यक्ष, अखिल भारतीय हिंदू युवक परिषदेचे अध्यक्ष, शेवटपर्यंत हिंदुसभेचे कार्य पाहिले. मुंबई प्रांतिक काँग्रेस कमिटीचे उपाध्यक्ष, काँग्रेस डेमोक्रॅटिक स्वराज्य पक्षाचे चिटणीस. (सुविको)

सावरकर बाळाराव : शांताराम शिवराम. स्वा. वि. दा. सावरकरांचे निजी सदस्य, हिंदुमहासभेचे अध्यक्ष. वीर सावरकरांचे समग्र वाङ्मय, १ ते १० खंडांत प्रसिद्ध. (सुविको)

सावरकर स्वा.विनायक दामोदर : (इ. स.१८८३) सुप्रसिद्ध भारतीय क्रांतिवीर व प्रभावी वक्ते, लहानपणापासून कवितांचा छंद. १९०० मध्ये मित्रमेळा नावाची राजकीय संस्था नाशिक येथे स्थापन, १९०५ मध्ये विलायती मालाची होळी. 'विहारी' नावाचे पत्र सुरू केले, १९०६ मध्ये अभिनव भारत समाजाची स्थापना, शिवाजी शिष्यवृत्ती मिळून बॅरिस्टर झाले. 'तलवार' हे पत्र काढून अभिनव भारत राजकीय समाजाची स्थापना. १२१ अ या कलमाखाली अटक. हिंदुस्थानात आणत असताना गलबतावरून उडी मारली व फ्रान्सच्या किनाऱ्याला गेले. १९११ ते १९२१ अंदमान कारावासात. रत्नागिरीस असताना अस्पृश्योद्धाराची चळवळ केली. हिंदुसंघटनेस प्रारंभ, हिंदुमहासभेच्या कार्यास सुरुवात. १९३८ मध्ये महाराष्ट्र साहित्य संमेलनाचे अध्यक्ष. लिपी सुधारणा, भाषाशुद्धी वगैरे गोष्टीत बरेच लक्ष घातले. 'माझी जन्मठेप' हे आत्मचरित्र लिहिले. मोपल्याच्या बंडावर'मला काय त्याचे' ही कादंबरी लिहिली. '१८७५ च्या स्वातंत्र्ययुद्धाचा इतिहास'विलायतेत लिहिला. काही नाटकेही लिहिली. सावरकर हे जणू क्रांतिविद्यापीठाचे कुलपती होते. अशा, नाना अमोल गुणांनी संपन्न व्यक्ती दुर्मीळच. लहानपणीच स्वातंत्र्य आंदोलनात उडी. क्रांतिकारक देशभक्त, लिपिसुधारणा, भाषाशुध्दी, हिंदुत्वाची शास्त्रीय पायावर उभारणी, कादंबरी, कविता, महाकाव्य, निबंध, पत्रकारिता, शुद्धीकरण, सैनिकीकरण, इतिहास, वक्तृत्व आदी अनेक विषयांत श्रेष्ठ उंची गाठली आहे. स्वातंत्र्योत्तर काळात सदैव उपेक्षा पदरी आली. (सुविको)

सावशीची लढाई : (जाने १७७७) सावशीच्या लढाईत हैदरचा सेनापती कुमदान याने पेशव्यांचे सरदार पटवर्धन यांचा पूर्ण पराभव केला. स्वत: पांडुरंग पटवर्धन हैदरच्या ताब्यात सापडला व कैदेतच मरण पावला. (मइ)

सावित्रीबाई भावे : नरगुंदचे संस्थानाधिपती श्रीमंत बाबासाहेब भावे यांच्या सावित्रीबाई या पत्नी होत. त्यांनी आणि त्यांच्या सासूबाई यमुनाबाई यांनी नरगुंद संस्थान ब्रिटिशांच्या ताब्यात गेल्यावर मलप्रभा नदीत आत्माहुती दिली. (१८५७ चे स्वापेदहिं)

साष्टी : ठाणे जिल्ह्यातील एक तालुका, साष्टी नावाचे इतिहासप्रसिद्ध बेट. ठाणे सोडून सर्व भाग आता मुंबईत समाविष्ट, कान्हेरी लेणी याच तालुक्यातील. सहासष्ट गावे मिळून साष्टी झाली. हिंदूंचा छळ फिरंग्यांनी केला. मराठ्यांनी पोर्तुगीजांकडून १७३९ मध्ये साष्टी घेतले. १७७४ इंग्रजांनी मराठ्यांपासून घेतले. १७८२ मध्ये सालबाईच्या तहाने हे ईस्ट इंडिया कंपनीच्या प्रदेशास जोडले गेले. (सुविको)

सासवड : पुणे जिल्हा, पुरंदर तालुक्याचे मुख्य ठिकाण, सासवड हे पुरंदरे व भट-पेशव्यांचे मूळ राहण्याचे

ठिकाण. १८४० मध्ये सिंधय्या अमिरास आणून बंदीत ठेवले. सोपानदेव, बाजी पासलकर, बाळाजी विश्वनाथ यांच्या समाधी, इ. प्रसिद्ध स्थळे. सर्वोदय आश्रम. श्रीमती प्रेमा कंटक या संचालक. (सुविको)

साहानी बिरबल : (इ.स.१८९१-१९४९) अतिप्राचीन वनस्पतिंविषयी संशोधन करणारे भारतीय संशोधक. अश्मीभूत अवशेषांच्या आधारे अत्यंत कठीण काम साहानींनी केले आहे. लखनौ येथे त्यांच्या नावाने संशोधन संस्था. लंडनच्या रॉयल एशियाटिक सोसायटीचे सभासदत्त्व. (यांसघ)

सिंग के.एन. : के.एन. सिंग हे नोव्हें. १९९१- डिसें. १९९१ या काळात भारताचे सरन्यायाधीश होते.

सिंग चरण : (१९०२-८७) जुलै १९७९ - जाने. १९८० या काळात चरण सिंग जनता पक्षाच्या सरकारचे पंतप्रधान सरकारचे पंतप्रधान होते. परंतु त्यांचे सरकार टिकू शकले नाही.

सिंग झैल ग्यानी : (इ.स.१९१६-१९९९) ग्यानी झैल सिंग १९८२-१९८७ या काळात भारताचे राष्ट्रपती होते.

सिंग डॉ. मनमोहन : (जन्म १९३२) भारताचे विद्यमान पंतप्रधान. ज्येष्ठ अर्थतज्ज्ञ. रिझर्व्ह बँकेचे माजी गव्हर्नर. नरसिंहराव सरकारमध्ये अर्थमंत्री असताना त्यांनीच १९९१ पासून भारतात आर्थिक उदारीकरणाची प्रक्रिया गतिमान केली.

सिंग विश्वनाथ प्रताप : (जन्म १९३१) डिसें. १९८९- नोव्हें. १९९० या काळात विश्वनाथ प्रताप सिंग भारताचे पंतप्रधान होते. त्यांच्या काळात मंडल आयोगाचे प्रकरण अत्यंत गाजले. त्यापायी अखेर त्यांचे सरकार कोसळले.

सिंचन : सिंधु संस्कृतीच्या काळात सिंचनाची सोय होती किंवा कसे याचा विश्वसनीय पुरावा नाही. विहिरी असण्याची दाट शक्यता. पंजाब व राजस्थानात नद्यांच्या कोरड्या पडलेल्या प्रवाहाच्या खुणा आहेत. कालवे मात्र असावेत. सिंचनाचा पुरावा बलुचिस्थान व वायव्य प्रांतात मिळतो. बंधारे होते. (सिंसं)

सिंधु संस्कृती (इ.स.पू. २५०० - इ.स.पू. १७००) **:** प्राचीन भारतातील महान संस्कृती. सिंधूनदीच्या खोऱ्यात उत्खनन केले असता अत्यंत प्राचीन संस्कृतीचे अवशेष मिळाले, तिचे हे नाव. रावीनदीच्या तीरी हडाप्पा येथे हे अवशेष मिळाले. राखालदास बॅनर्जी यांचे या कामी मोठेच योगदान. नगररचना, घरे, लोकजीवन, केशभूषा, वेषभूषा, अलंकार, सौंदर्यप्रसाधने, भांडी आणि व्यवसाय, समाजरचना, देवधर्म, मर्तिकप्रथा, लिपी, कालखंड, ऱ्हास आदी गोष्टी अध्यननीय आहेत. सिंधू संस्कृती ही आर्यांचीच आहे असे मत होऊ लागलेले आहे. इतक्या प्राचीन काळी, इतक्या विस्तृत प्रदेशावर पसरलेली ही अत्यंत समृद्ध आणि वैभवशाली संस्कृती होती हे फार महान वैशिष्ट्य. भारताला अभिमानस्पद. (प्राभाइसंको)

सिकंदर शहा : (१८०३-१८२९) हैद्राबादचा निजाम शासकांपैकी एक. याच्या काळात इंग्रजांचे हैद्राबाद संस्थानवर पूर्ण वर्चस्व स्थापित झाले. (भासंको)

सिक्कीम : पूर्व हिमालयातील एक भारतीय एक राज्य. १६४१ साली पेनची नमिजी याने जिंकले, १८३९ मध्ये हे ब्रिटिशांचे मांडलिक बनले. १९५० साली भारत सरकारने संस्थानचा अंतर्गत कारभार सोडून बाकी सत्ता आपल्याकडे घेतली. (सुविको)

सिक्री एन.एम. : एन. एम. सिक्री हे भारताचे सरन्यायाधीश होते. १९७१-१९७३ या काळात ते

भारताचे सरन्यायाधीश म्हणून जबाबदारी सांभाळली. त्यांच्या काळात सर्वोच्च न्यायालयाने केशवानंद भारती विरुद्ध केरळ राज्य या मूलभूत हक्कांसंबंधीच्या गाजलेल्या खटल्यात निर्णय दिला.

सिद्दी : आफ्रिका खंडातील ॲबिसिनिया देशातील रहिवासी. १६४८ पासून शिवाजीमहाराज व सिद्दी यांच्यातील संघर्ष पेशवाईचा शेवट होईपर्यंत चालू राहिला. १६५९ मध्ये शिवाजींनी शामराजपंत यास सिद्दीवर लढाईस पाठविले पण सिद्दीचा विजय झाला. इ.स. १६६१,६५,६८ यातील सिद्दीवरील शिवाजीमहाराजांच्या मोहिमा अयशस्वी झाल्या. १६७३ मध्ये सिद्दी याने कोटळाई येथील मराठी–मुलखास फारच त्रास दिला. (मइ)

सिद्दी जौहर : (मृत्यू इ.स. १६६१) कर्नूलचा आदिलशाही सरदार. शिवाजीमहाराजांवर स्वारी. पन्हाळ्याला पक्का वेढा घातला (१२ जुलै १६६०) पण महाराज निसटले. बादशहाने ह्याच्यावर फितुरीचा आरोप केला म्हणून त्याने बंडाळी माजवली. (सुविको)

सिद्धगड तथा सिंदगड : महाराष्ट्र. ठाणे जिल्हा. आतला आणि बाहेरचा असे दोन भाग आहेत. चढण अवघड. १८६७ च्या सुमारास भिकाजी नाईक पुंडाने ह्याचा आश्रय घेतला होता. (सुविको)

सिद्धटेक : महाराष्ट्र, अहमदनगर जिल्हा. अष्टविनायकांतील एक देवस्थान. मंदिर अहल्याबाई होळकर ह्यांनी बांधले. नदीचा घाट हरिपंत फडके यांनी बांधला. हरिपंत फडके या गणपतीचे दर्शन घेऊन स्वारीवर निघत असत. त्यांना मृत्यूही इथेच आला. (सुविको)

सिन्हा भुवनेश्वर प्रसाद : भुवनेश्वर प्रसाद सिन्हा हे भारताचे सरन्यायाधीश होते. १९५९–१९६४ या काळात त्यांनी सरन्यायाधीशापदाची जबाबदारी सांभाळली.

सिराज उद्दौला : (मृत्यू १७५७) बंगालचा शेवटचा स्वतंत्र नबाब, त्याच्या कारकिर्दीत 'ब्लॅकहोल' नावाची कत्तल घडली. क्लाइव्हने या गोष्टीमुळे चिडून नबाबाशी लढाई केली. प्लासीच्या लढाईत पूर्ण पराभव. (१७५७) सेनापती मीरजाफरला इंग्रजांनी फितविले त्यामुळे नबाबाला हार खावी लागली. (सुविको)

सीतामाऊ संस्थान : मध्य हिंदुस्थानातील एक संस्थान. जोधपूर घराण्यातील राठोड रजपूत असून रतलाम व सैलाना यांच्या राजांशी अगदी जवळचे संबंध आहेत. १६६५ मध्ये औरंगजेबाकडून मिरोड, नाहरगड, अलोट या परगण्याची जहागिरी मिळाली. त्यापैकी मराठ्यांच्या स्वारीच्या वेळी ग्वाल्हेर व देवास येथील राजांनी नाहरगड व अलोट हे परगणे बळकावले. इंग्रजांना बंडाच्या वेळी मदत केली. (सुविको)

सीमा आयोग : (१९४७) हिंदुस्थानला स्वातंत्र्य देण्याच्या व अखंड हिंदुस्थानची हिंदुस्थान व पाकिस्तान अशी दोन स्वतंत्र व सार्वभौम राष्ट्रे निर्माण करण्याच्या हालचालींना जेव्हा वेग आला, तेव्हा गव्हर्नर जनरल लॉर्ड माउंटबॅटन याने या आयोगाची स्थापना केली (८ जुलै १९४७). सर सिरिल रॅडक्लिफ याच्या अध्यक्षतेखाली उच्च न्यायालयाचे ८ न्यायाधीश या मंडळात होते. मुस्लिम बहुसंख्य असलेला प्रदेश लक्षात घेऊन पंजाब व बंगाल यांचे विभाजन करावे व सीमारेषा निश्चित करावी अशी जबाबदारी या आयोगावर टाकण्यात आली. (इसंशा)

सीमा सुरक्षा दल : १९६५ च्या डिसेंबरमध्ये याची स्थापना. भारताच्या विविध सीमांची सुरक्षा ठेवणे, परचक्र अथवा सीमेवर घातपाती, फितुरी, शस्त्र आयात रोखणे हे काम. सीमेवरील प्रदेशाला जीवितवित्ताची हमी देणे, शत्रूची माहिती आपल्या सैन्याला पुरविणे इ. कामे. यात मुख्यतः माजी सैनिक असतात. (इसंशा)

सीमाबाह्य दहशतवाद :जेव्हा एखाद्या देशाच्या सीमेच्या पलीकडून सीमेला लागून असलेल्या देशात

दहशतवादी कृत्ये करण्यासाठी माणसे तयार केली जातात, त्यांना शस्त्रास्त्रांचे प्रशिक्षण दिले जाते, भरपूर प्रमाणात पैशाचे आमिष दाखविले जाते व दहशतवादी कृत्य करण्यास उद्युक्त केले जाते, तेव्हा त्याला सीमाबाह्य म्हणजेच सीमेच्या पलीकडून घडवून आणलेला दहशतवाद असे म्हणतात.

सीयक : (इ. स. ९४२-७२) परमार राजवंशातील वैरिसिंह पहिला याचा पुत्र सीयक (पहिला) हा राजा होता. परंतु वैरिसिंहाचा पुत्र सीयक (दुसरा) हा महापराक्रमी निघाला. तो हर्ष या नावानेही प्रसिद्ध होता. त्याने आपली सत्ता पश्चिमेला साबरमती नदीपर्यंत प्रस्थापित केली. चंदेल राजा यशोवर्मा याने सीयकाचा पराभव करून वेत्रवतीपर्यंत आपली सत्ता स्थापली होती, असे कळते. (भासंको)

सुएझ पेचप्रसंग : सुएझ कालव्याच्या राष्ट्रीयीकरणाच्या मुद्दयावरून १९५६ मध्ये बड्या राष्ट्रांनी इजिप्तची नाकेबंदी केली. लंडन परिषदेत भारताने या प्रश्नावर करार घडवण्यासाठी प्रयत्न केले.

सुखदेवराज : एक महान क्रांतिकारक भगवतीचरण यांच्या सान्निध्यामुळे क्रांतिकार्यात भाग. इंग्रजांची गुलामगिरी न आवडल्याने नोकरी सोडली. भगतसिंगांना कारागृहातून सोडविण्याच्या कारस्थानात सहभागी. मुंबईच्या गव्हर्नरवर हल्ला करण्याच्या प्रकरणात भाग होता. ३ मे १९३१ या दिवशी लाहोर येथे अटक होऊन जन्मठेप झाली. (स्वासंस)

सुधाताई जोशी : गोवा मुक्तीची चळवळ गोमंतकात महाराष्ट्रात नि सर्वत्र प्रभावी करणाऱ्यांपैकी एक सुधाताई जोशी होत्या. म्हापसे येथे त्यांनी सत्याग्रह केला (१९५४) जन्मठेप शिक्षा. मुक्तता (१९५९). कारागृहातील त्यांचे वर्तन अत्यंत धीरोदात्त असे होते. सुटून आल्यावर राजकारणातून अलिप्तता. (मपइ)

सुफी पंथ :हा 'गूढवादी' मुसलमानांचा पंथ. इस्लामी धर्मात गूढवादाचा प्रारंभ ७ व्या शतकात झाला. या मुसलमान संप्रदायाचा हिंदुस्थानात प्रवेश १२ व्या शतकाच्या उत्तरार्धात झाला. (सुविको)

सुबोधपत्रिका : प्रार्थना समाजाची स्थापना झाल्यावर ६ वर्षांनी समाजाने स्वत:चे मुखपत्र म्हणून सुबोधपत्रिका सुरू केले (४ मे १८७३). या पत्राचे ब्रीदवाक्य 'सत्यमेव जयते' होते. सुबोधपत्रिकेच्या प्रतिष्ठित लेखकांत डॉ. रा. गो. भांडारकर, न्या. तेलंग, न्या. रानडे यांचा समावेश होता. (मपइ)

सुब्रह्मण्यम अय्यर, डॉ. सर एम.:(१८४२-१९२४)एक मद्रासी पुढारी, ते मद्रास युनिव्हर्सिटीचे कुलगुरू. १९१४ साली मद्रासमध्ये भरलेल्या काँग्रेसच्या स्वागतमंडळाचे अध्यक्ष. हे नॅशनल होमरूल लीगचे आमरण अध्यक्ष. ते थिऑसॉफिस्ट होते. (सुविको)

सुब्रह्मण्यम चंद्रशेखर : (१९१०-१९९५) ताऱ्यांविषयी मूलभूत सिद्धान्त मांडणारे भारतीय खगोलशास्त्रज्ञ. आंतरराष्ट्रीय कीर्ती संपादन केली. ताऱ्यांची रचना, कृष्णविवर, सापेक्षता आदींविषयी संशोधन. नोबेल पारितोषिक प्राप्त. (यांघस)

सुभा : सुलतानीमध्ये परगणा म्हणून जो मुलकी विभाग होता, त्याचा समावेश स्वराज्यात सुभ्यात होत होता. दोन महाल मिळून लाख-सवालाख महसुलाच्या उत्पन्नाचा एक सुभा होई. सुभ्याच्या कचेरीस दिवाण-सुभा अथवा परगणा म्हणत. सुभेदाराच्या साहाय्यास मुजुमदार, निधावन म्हणजे त्याच्या हाताखालचा कारकून, चिटणीस, सभासद, सबनीस आणि पोतनीस असे अन्य अधिकारी असत. (मइ)

सुभेदार : मुजुमदारांकडे हिशोबाचे काम असे. पत्रव्यवहारात त्यांचा उल्लेख सुभेदार म्हणजेच देशाधिकारी व देशलेखक असा असे. सुभेदाराची तैनात वर्षाला ४०० होन असे. पालखीचा अधिकार होता. किल्ल्याच्या हवालदारावर सुभेदाराचा ताबा असे. प्रधानांना विभागीय कारभारात सरसुभेदार मदत करीत. त्यांना मुख्य देशाधिकारी म्हणत. 'मुख्यदेशाधिकारी व देशलेखक महाला निहाय' असा उल्लेख असे. दोन-तीन सुभ्यांचा अन्तर्भाव सरसुभ्यात होई. धोरण कारभारासाठी सरसुभ्याची नेमणूक होत असावी. (मइ)

सुमंत : (डबीर) अष्टप्रधानांतील एक - याचे कार्य म्हणजे परराज्यसंबंध, परराज्यांतून येणाऱ्या वकिलांची भेट, सत्कार इ. रामचंद्र त्र्यंबक सुमंत हे शिवाजीमहाराजांचे सुमंत होते. (मइ)

सुमात्रा : ईस्ट इंडीज, मलाया द्वीपसमूहातील एक बेट. शिलालेखात सुमात्रास 'आद्य जावा' असे म्हटले आहे. यामध्ये भारतीय अवशेष सापडले आहेत. १३ व्या शतकात मुसलमानी धर्माचा प्रसार होऊन या धर्माचा पगडा बसला. प्रथम पोर्तुगिजांनी येथे वखारी घातल्या. १६८५ मध्ये इंग्रज येथे आले. १८२४ मध्ये इंग्रजांना सुमात्रा सोडावे लागले. इ. स. च्या ७ व्या शतकात इथे श्रीविजय राज्य नांदत होते. त्याही पूर्वीपासून भारतीयांच्या इथे वसाहती. शिव, विष्णू, बुद्ध, लोकेश्वर, मैत्रेय आदी मूर्ती सापडलेल्या आहेत. ९ वे ११ वे शतक इथे शैलेंद्रांची सत्ता होती. (भांसको, सुविको)

सुरकोटडा : कच्छमधील सुरकोटडा येथे हडप्पा व इतर संस्कृतीचे ताम्रपाषाणयुगीन अवशेष मिळाले आहेत. (भासंको)

सुरगड : रत्नागिरी जिल्ह्यातील. याच्या आग्नेयेकडील बुरुजावर एक दगड आहे. त्यावर देवनागरी व अरबी लिपीत खोदलेला लेख आहे. त्यावरून हा किल्ला सिद्दीच्या आज्ञेने सूर्याजीने बांधला व किल्लेदार तुकोजी हैबत होता. १८१८ मध्ये तो प्रोथरने घेतला. (सुविको)

सुरगुजा : मध्य भारतातील पूर्वीचे एक मांडलिक संस्थान. १८१८ मध्ये वऱ्हाडच्या मुधोजी भोसल्यांशी झालेल्या तहान्वये हे संस्थान ब्रिटिशांकडे आले. रामगडच्या डोंगरातील गुहा व जुबाचा ओसाड किल्ला, कोरीव लेणी या संस्थानातील महत्त्वाच्या पुराणवस्तू आहेत. (सुविको)

सुरजमल्ल : (मृ-१७६३) भरतपूरचा जाट राजा. १७५१ साली सुरजमल्लाने अयोध्येचा नबाब वजीर सफदरजंग यास रोहिले लोकांचे पारिपत्य करण्यास व १७५३-५४ मोगल बादशहाविरुद्ध मदत केली. बादशहाने होळकर व शिंदेंना आपल्या मदतीला बोलावले. पानीपतानंतर याचे मराठ्यांना साहाय्य.

सुरापूर : (१७७९) पेशव्यांचे सेनापती परशुरामभाऊ पटवर्धन यांनी सुरापूरच्या देसायांचा बंदोबस्त करून त्यांच्याकडून चौथाई वसूल केली. (मई)

सुलतानशाही : सुलतानशाही ही एक अनियंत्रित शासनयंत्रणा होती. या यंत्रणेवर पर्शियन, अरबी हा भारतीय घटकांचा एकत्रित प्रभाव होता. भारतातील जिंकलेला प्रदेश एकत्रित करणे ही अहतमशची कामगिरी होती. ह्याच्या काळात निरंकुश होऊ न शकलेले राजपद बहनच्या काळात निरंकुश झाले. (मभासंव्यं)

सूर्यसेन मास्टर हुतात्मा : (फाशी १२ जाने. १९३४ चितगाव) चितगावात विदेशी मालाच्या होळ्या पेटविणाऱ्या क्रांतिकारकांमध्ये सूर्यसेन होते. त्यांची रवानगी कारागृहामध्ये झाली. सुटका झाल्यानंतर क्रांतिमार्गानेच लढा चालू ठेवला. तरुणांना बंदूक चालविण्याचे प्रशिक्षण केंद्र उघडल्याने हजारो तरुण त्याचा लाभ घेत. फितुरीमुळे

पकडले गेले. इंग्रज साम्राज्य उलथून टाकण्याच्या कटाबद्दल त्यांना फाशीची शिक्षा ठोठावण्यात आली. (स्वासंस)

सूर्याजी पिसाळ : ह्याच्याच फितुरीमुळे रायगड औरंगजेबास मिळाला. (१६८९) पण सूर्याजीचा फितुरीत काही संबंध नाही असे मत प्रा. श. श्री. पुराणिक ह्यांनी मांडलेले आहे. (मराठ्यांचे स्वातंत्र्ययुद्ध)

सेंद्रक राजघराणे : दक्षिण गुजरात व त्या परिसराचा सेंद्रक हा प्रमुख यांच्या तीन पिढ्यांनी खानदेशवर राज्य केले. घराण्याचा संस्थापक हा भानुशक्ती तथा निकुंभ. चालुक्य राजाशी संबंधित. या राजांच्या अनेक दानपत्रांचा उल्लेख आला आहे. (सिंसं)

सेखोजी आंग्रे : (मृ. १७३३) कान्होजीचा वडील मुलगा. शौर्य, कर्तृत्वाची आवड, भारदस्तपणा व शालीनता हे गुण सेखोजींच्या अंगी होते. १७३३ च्या जंजिरा मोहिमेत मुंबईजवळचा थळचा मोठा किल्ला, रावळीचा किल्ला सेखोजीने सिद्दीपासून सर केला. (सुविको)

सेन डॉ. सुरेंद्रनाथ : (१८९०–१९६२)मराठ्यांचा इतिहास लिहिणारे बंगाली इतिहासकार. त्यांचे 'Administrative system of Marathas & Military system of Marathas' हे ग्रंथ मराठ्यांच्या इतिहासाच्या दृष्टिकोनातून अत्यंत महत्त्वपूर्ण मानले जातात. सभासद, चिटणीस व शिवदिग्विजय या बखरीतील निवडक भागाचे इंग्रजीत भाषांतर करून त्यांनी ते ‘शिव छत्रपती’ या नावाने प्रसिद्ध केले. (अरा, गह)

सेन दीनसिंग : २७ व्या नेटिव्ह पायदळ पलटणीतील तुकडीचे सुभेदार. १८५७ च्या स्वातंत्र्य युद्धात भाग घेतल्याबद्दल कोल्हापूर येथे तोफेच्या तोंडी दिले गेले. (पेदहि)

सेनापती : (सरनोबत) यांच्याकडील कामे– युद्धप्रसंग, स्वारी करावी. तालुका स्वाधीन होईल तो रक्षून हिशोब द्यावा. हंबीरराव मोहिते सेनापती होते. (मइ)

सेल्युकस निकेटर : (मृत्यू. ख्रि. पू. ३०१)अलेक्झांडरचा एक प्रसिद्ध सेनापती, ३०६ मध्ये त्याने स्वत:ला राज्याभिषेक करून घेतला आणि भारतावर आक्रमण केले. पण चंद्रगुप्ताने त्याचा प्रचंड पराभव करून बलुचिस्थान आणि संपूर्ण अफगाणिस्थान जिंकले. सेल्युकसने आपली कन्या हेलन चंद्रगुप्ताला दिली. चंद्रगुप्ताने ५०० हत्ती सेल्युकसला दिले. सेल्युकसने मेगॅस्थेनिस ह्याला चंद्रगुप्ताच्या राजसभेत पाटलीपुत्र येथे राजदूत म्हणून पाठविले. (प्रभाइसं)

सेल्युसीड : हे सिरियातील राजघराणे. या राजघराण्याचा संस्थापक १ ला सेल्युकस (ख्रि. पू. ३५८–२८०). तो प्रथम अलेक्झांडर दि ग्रेट याचा सेनापती होता. त्याने सिरिया व आशिया मायनर हा सर्व प्रदेश आपल्या सत्तेखाली आणला. या राजघराण्याची सत्ता दुसरा सेल्युकस राजा याच्या कारकिर्दीत ऱ्हास पावली. (सुविको)

सेवाग्राम : महाराष्ट्र. वर्ध्यापासून थोड्या अंतरावर महात्मा गांधी यांनी वसविलेले गाव. म. गांधींच्या हत्येनंतर १९४८ च्या मार्च मध्ये येथे सर्व हिंदी पुढारी जमले. सर्वोदय समाजाची स्थापना गांधीचे समाजसेवेचे कार्य चालविण्यासाठी केली. (सुविको)

सेसरी डी फेड्रि सी : व्हेनेशियन प्रवासी. त्याने असे म्हटले आहे की, हिंदुस्थानच्या बंगाल या भागातील नौकाबंधनाची सामग्री इतकी मोठी होती की, कॉन्स्टँटिनोपलच्या सुलतानास आपली जहाजे अलेक्झांड्रिया येथून

बांधवून आणण्यापेक्षा या ठिकाणाहून आणविणे स्वस्त पडत असे. (सुविको)

सैगल, केदारनाथ : पंजाबातील एक राजकीय कार्यकर्ते. जालियनवाला बागेमध्ये पहिल्या पंजाब नवजीवन सभेच्या अधिवेशनचे अध्यक्ष होते. पंजाबमध्ये १९२८ साली स्थापन झालेल्या कारिनी किसान पक्षाचे ते संस्थापक, सायमन कमिशनवर बहिष्कार टाकण्याच्या चळवळीत हे सामील होते. (सुविको)

सॅम्युअल ऑस्टिन : इंग्रजांचा प्रतिनिधी म्हणून १६७५ मध्ये शिवाजी महाराजांना भेटण्यास रायगडला गेला होता. फॅक्टरी रेकार्डमध्ये या भेटीची माहिती आलेली आहे. (मइ)

सोनगाव : पुणे जिल्ह्यातील नीरा-कऱ्हा नदीच्या काठी ताम्रपाषाणयुगीन अवशेष सांपडले आहेत. तांब्याची उपकरणे, पाळीवपशूंचे अवशेष. मृद्‌भांडी यांचा समावेश. (भासंको)

सोनगीर किल्ला : मुंबई-आग्रा रस्त्यावर सोनगीर गावाजवळ. मध्ययुगात याला महत्त्व होते. सोनगीर गाव व तटबंदी यामुळे हा अभेद्य होता. व्यापारी व लष्करीदृष्ट्या महत्त्व होते. १४ व्या शतकाच्या उत्तरार्धात फारुकी घराण्याची सत्ता. इ.स. १६०१ नंतर अकबराचे स्वामित्व. फारुकी काळाबद्दल ५-६ पत्रे व दोन शिलालेख आहेत.ते इ.स. १५७५ मधील आहेत. (उदुइ)

सोनोरी : पाहा मल्हारगड.

सोपानदेव : (इ.स.१२७७-१२९६) एक संतकवी व ज्ञानेश्वरांचे धाकटे भाऊ, पंचीकरण, हरिपाठ नमन वगैरे प्रकरणे व सोपानदेवी नावाची गीतेवर एक समश्लोकी ओवीबद्ध टीका केलेली आहे. मार्गशीर्ष वद्य १३ शके १२१८ (इ. स. २३ डिसेंबर १२९६) या दिवशी त्यांनी सासवड तेथे समाधी घेतली. (सुविको)

सोमनाथ : बारा ज्योतिर्लिंगापैकी एक. मुदमद घोरीने प्रेक्षणीय दरवाजे लुटून नेले आणि पुढे अनेक मंदिरांवर हल्ले केले. अहिल्याबाई होळकरांनी देवालये, धर्मशाळा बांधल्या. सोमनाथ येथे उत्खननात प्राचीन संस्कृतीचे अवशेष मिळाले. यवनांची वारंवार आक्रमणे नि पुन:पुन्हाः हिंदूंनी केलेले पुनरुस्थान हे चालूच राहिले. शेवटी सरदार वल्लभभाई पटेल, कन्हय्यालाल मा. मुन्शी, न. वि. गाडगीळ यांनी मंदिराची वैभवी अशी पुनःस्थापना केली. (भासंको)

सोमेश्वर : सोमेश्वराने लिहिलेल्या 'मानसोल्लास' तथा 'अभिलाषितार्थ चिंतामणी' (इ.स. ११२९) या ग्रंथात मराठी पद्यरूपाने अवतरलेली आहे. महाराष्ट्रीय स्त्रिया दळण-कांडण करताना ओव्या म्हणतात असा उल्लेख केलेला होता. (मसाआइ)

सोमेश्वर पहिला : (मृ. १०६९)पहिला चालुक्य घराण्यातील बलाढ्य राजा असून शके ९४२ (इ.स. १०२०) मध्ये जयसिंहानंतर गादीवर आला. (सुविको)

सोलापूर : सोलापूर जिल्ह्यात मराठ्यांनी अनेक ठिकाणी आक्रमण केले. जहागिरदारांना जहागिरींची आमिषे दाखवून संभाजीमहाराजांनी १६८३ ला त्यांना आपल्या चाकरीत घेण्याचा प्रयत्न केला, सांगोल्याचा अधिकारी माणकोजी १६८७ च्या लढाईत मोगलांच्या कैदेत पडला. श्री सिद्धरामेश्वर हे सोलापूरचे दैवत होय. भारतीय स्वातंत्र्यलढ्यात सोलापूरचे मोठे स्थान आहे. मल्लप्पा धनशेट्टी, जगन्नाथ शिंदे, अब्दुल कुर्बान हुसेन आणि श्रीकृष्ण सारडा या चौघांना १२ जानेवारी १९३१ रोजी फाशी देण्यात आले. (मइ)

सोलापूरचा सत्याग्रह : (१९३०) कलेक्टर नाईटने या कालखंडात बंदुका मन मानेल तशा चालविल्या.

परंतु सत्याग्रही हटेनात. अमानुष कृत्यांची माहिती बाहेर येऊ नये म्हणून 'सोलापूर समाचार' या वृत्तपत्राचे सर्व अंक जप्त करण्यात आले. परंतु ही बातमी देशभर पोहोचविणे आवश्यक असल्याने सोलापुरातील 'कर्मयोगी' वृत्तपत्राने ही बातमी देशभर पोहोचविली. (मपइ)

सोहन संस्कृती : दगडी हत्याराच्या तंत्रावरून सोहनपूर्व, सोहन आणि हातकुऱ्हाड वापरणारी, असे तीन टप्पे पडतात. पंजाबातील नदी शोभना रावळपिंडीजवळून वाहते. भारतातील अत्यंत प्राचीन मानली जाते. ओबडधोबड हत्यारे पण दुसऱ्या टप्प्यातील दगडी हत्यारे सुबक आहेत. छिलण्यास उपयुक्त कुऱ्हाडी म्हणून छिलका संस्कृती म्हणतात. या काळात भटके मानवी जीवन होते. (भासंको)

सौंदत्ती : बेळगाव जिल्हा. इ.स. ८७५-१२२९ या दरम्यानचे सहा शिलालेख आहेत. ९ व्या शतकापासून ते १३ व्या शतकापर्यंतचे शिलालेख येथे सापडले आहेत. १७३० साली सावनूरच्या नबाबाने नवलगुंदच्या देसायाला सौंदत्ती दिले. १७३४ साली या देसायाने सौंदत्तीचा किल्ला बांधला. येथील रेणुकादेवीचे (यल्लम्मा देवीचे) स्थान अत्यंत प्रसिद्ध आहे. इथे जमदग्नी ऋषींचा आश्रम होता. श्री दत्तात्रेय नि श्रीपरशुराम आदी मंदिरेही आहेत. (भासंको, सुविको)

स्तूप : मृत व्यक्तीचे स्मारक म्हणून बांधलेले शिल्प. मूळ अर्थ ढिगारा. वंदनीय व्यक्तीच्या अस्थी, रक्षा यावर तो बांधला जाई. बौद्धधर्मीय वास्तुरचना. बुद्धांचे जन्मस्थान लुंबिनी, सारनाथ, बुद्धगया येथील स्तूप प्रसिद्ध आहेत. (भासंको)

स्त्रियांचे मालमत्ताविषयक हक्क :राजदरबारातील स्त्रियांना पेशवेकालात मालमत्ता धारण करण्याचे व तिची विल्हेवाट लावण्याचे हक्क होते, असे अनेक उल्लेख तत्कालीन साधनांमधून येतात. राजघराण्यातील स्त्रिया त्यांच्या वतनांची गावे विकत असत त्यावर कर्जे काढीत असत, हे स्वातंत्र्य केवळ राजघराण्यातील स्त्रियांनाच होते. सामान्य स्त्रीला नव्हते. (पेसि)

स्त्री - शिक्षण : (मराठेकालीन) साक्षर मराठे स्त्रिया कमी होत्या. पेशवे व इतर ब्राह्मण सरदार यांच्या स्त्रिया बहुतकरून साक्षर होत्या. पोथी वाचण्याचे व पत्रे लिहिण्याचे ज्ञान होते. काही साक्षर ब्राह्मण स्त्रिया राधाबाई, काशीबाई, सगुणाबाई, आनंदीबाई इ. होत. (पेम)

स्त्री सुधारणा चळवळ : ब्रिटिश भारतात सत्ताधीश झाल्यावर त्यांच्या सुधारणावादी धोरणांचा परिणाम स्त्रीजीवनावर झाला. ब्रिटिशांनी सतीबंदी, बालविवाह बंदी याबरोबर विधवांना पुनर्विवाह करण्यास प्रोत्साहन देण्याचा प्रयत्न केला. स्त्री सुधारणा संदर्भात म. फुले, बाळशास्त्री जांभेकर, लोकहितवादी, आगरकर, महर्षी कर्वे, महर्षी शिंदे, महात्मा गांधी, डॉ. आंबेडकर, संत गाडगेबाबा यांचे कार्यही महाराष्ट्राच्या संदर्भात महत्त्वाचे आहे. (मपइ)

स्त्री-युद्धकलेतील प्रगती : युद्धकलेत स्त्रिया पुरुषाच्या बरोबरीने तयार असत. होळकरांची कन्या, घोड्यावर बसण्यात पटाईत होती. बायजाबाई शिंदेंनी स्त्रियांची पलटण तयार केली होती. सन १७८८ साली पुण्यातही एक पलटन युरोपियन स्त्री तयार करीत होती. मिसेस जेम्स हालने निजामाकरिता एक पलटण उभारली होती. (पेम)

स्थलदुर्ग : स्थलदुर्गांवर इस्लामी राज्यकर्त्यांची घट्ट पकड होती. शिवाजी महाराजांच्या ताब्यात फारसे स्थलदुर्ग नव्हते. स्थल दुर्गांकडे मराठ्यांनी फारसे लक्ष दिले नाही. चित्रगुप्त बखरीत १०८ स्थलदुर्ग शिवाजीमहाराजांच्या ताब्यात असल्याची नोंद आहे. प्रत्यक्षात ५० असावेत. (मइ)

स्वतंत्र पार्टी : स्वांतत्र्य मिळाल्यावर कॉंग्रेस पक्षाला प्रबळ विरोधक म्हणून स्थापना भारतातील उदारमतवाद्यांनी केली. उत्पादन वाटपावर नियंत्रण नसावे ह्या विचारांचा कॉंग्रेसने स्वीकार केला. कॉंग्रेसला आपल्यात विलीन करण्याचे या पार्टीचे स्वप्नच ठरले. मिनू मसानी, बिकानेरचे महाराज, झारखंड नेते जयपाल सिंग, एन. दांडेकर प्रमुख होते. शेतकऱ्याचा जमिनीवरील हक्क मान्य करण्यात आला. राजगोपालचारी यांचे समर्थ नेतृत्व लाभले. या पक्षाचा उदय म्हणजे भारतातील राजकीय परिपक्वता मानली गेली. अनेक छोटे मोठे पक्ष सामील झाल्याने देशाच्या बऱ्याच भागात या पार्टीने जोर पकडला. १९३१ ची निवडणूक प्रथमच लढविली. १९६४ मात्र पक्षात फाटाफूट झाली. मद्रास भागात काही काळ तग धरून होता. (सविको)

ह

हंपी : कर्नाटक बेल्लारी जिल्हा. विजयनगरच्या अवशेषांमुळे प्रसिद्धी, ह्या ठिकाणी हिंदू साम्राज्याचा पाया घातला गेला (इ. स. १३३६) कारण या नष्ट साम्राज्याच्या अवशेषांना हंपीचा 'पडित भाग' असे नाव रूढ आहे. हंपी विरूपाक्ष हे एक तीर्थक्षेत्र आहे. विरुपाक्ष हे प्राचीन स्वयंभू शिवलिंग आहे. (सुविको)

हंबर्डे विनायक रामचंद्र : (निधन १९६३) संपादक, नाटककार, नि कादंबरीकार, स्वातंत्र्यदेवता, छत्रपती संभाजी व भीष्मप्रतिज्ञा, बाजीराव मस्तानी इ. २७ नाटकांचे लेखक. (मदि)

हंबीराव मोहिते : मूळ नाव हेमाजी मोहिते. शिवाजी महाराजांचा अष्टप्रधानातील सेनापती, विजापूरच्या सैन्यावर प्रतापराव गुजर तुटून पडले व त्या लढाईत ते धारातीर्थी पडले. तेव्हा हेमाजीने पाठलाग करून मुसलमानांचा पराभव केला. शिवाजीराजे खूष होऊन 'हंबीराव मोहिते' हा किताब दिला. प्रतापरावांच्या जागी यांना सेनापती नेमले. इ.स.१६७५ साली त्यांनी बऱ्हाणपूर ते माहूरपर्यंत मोगलांचा मुलूख लुटला. भडोचमधून खंडणी गोळा केली. रायगड सुरक्षित ठेवला. (१६७९) कित्येक बंडखोर देशमुखांना वठणींवर आणले. इ.स.१६७८ शिवाजीमहाराज कर्नाटकात येताना हंबीररावाला व्यंकोजीजवळ ठेवले. मोरोपंत, अण्णाजी, सोयराबाई, बापू कटवाल्यांना संभाजीमहाराजांच्या स्वाधीन केले. इ.स.१६८४ मध्ये खानदेश हल्ल्यात खंडणी गोळा केली. बऱ्हाणपुरापासून नाशिकपर्यंत येताना चौथाई – सरदेशमुखी वसूल केली. (सुविको)

हंमीर गुहलोत : (मृत्यू – इ. स. १३६४) मेवाडच्या सिसोदिया राणा घराण्यापैकी अरिसिंहाचा पुत्र. अल्लाउद्दिन खिलजीच्या स्वारीत याचे आजोबा, वडील व ७ चुलते मारले गेले. हा अतिशय शूर व साहसी होता. मालदेवाचा पुत्र जैत्राला पदच्युत करून याने मेवाडवर पुन्हा सत्ता मिळविली. जैत्राने मुहम्मद तुघलकाच्या मदतीने हंमीरावर स्वारी केली. परंतु त्याचा पराभव झाला. तुघलकला तीन महिने चितोडला कैदेतच राहावे लागले व पन्नास लाख रुपये, १०० हत्ती, व काही मुलूख देऊन सुटका करून घ्यावी लागली. (मचको)

हंसराज लाला : (इ.स.१८६४–१९३८) आर्य समाजाचे निष्ठावंत कार्यकर्ते, पंजाबमधील दयानंद अँग्लो, वैदिक सोसायटीचे आधारस्तंभ व तिच्या शिक्षणसंस्थांचे चालक, आर्य समाजाचे प्रचारकार्य, त्यागी प्रवृत्तीमुळे लोक त्यांना 'महात्मा' असे म्हणत. 'महात्मा हंसराज वेदप्रचारनिधी ' ही त्यांच्या स्मरणार्थ काढलेली महत्त्वाची संस्था. (सुविको)

हंसाजी नाईक : हंसाजी नाईक हटकर यांचे स्वतंत्र छोटे राज्य नांदेड जिल्ह्यात होते. निजामाच्या राज्यात त्यांनी सामील व्हावयास नकार दिला. उलट निजामाचे काही किल्ले जिंकले. (मपइ)

हकीम : हिंदुस्थानात, हिंदू, मुसलमान आदी भिन्नधर्मीय राजे होते. वैद्यक्रियांसाठी भेदभाव चालत नसे. हिंदुराजाजवळ वैद्यासारखे हकीमपण असत. नानासाहेबापाशी हकीम होता. रघुनाथ पेशवे ह्यांच्याजवळही मुस्ताफा हकीम होता. त्याचा पगार दरमहा २५० रु. होता. निजामाजवळ हकीम असत. (पेम)

हक्क मझरुल: (इ.स.१८६६-१९३०) एक मुसलमान देशभक्त व कायदेपंडित, १९०६ साली राष्ट्रीय मुस्लिम लीग काढली. १९१५ साली मुंबईच्या प्रांतिक काँग्रेसच्या अधिवेशनाचे ते अध्यक्ष, चंपारण्य सत्याग्रहात म. गांधींना मदत (सुविको)

हजरत महल : (मृत्यू - १८६८, काठमांडू नेपाळ) अयोध्या प्रांताचा नबाब. वाजीद अलीच्या मृत्यूनंतर त्याचे राज्य इंग्रजांनी खालसा केल्याचे जाहीर केले. त्याची बायको बेगम हजरत महल हिने मुलाला गादीवर बसवून राज्यकारभार पाहण्यास सुरुवात केली. बिठूरच्या नानासाहेबांचा तिला गुप्त पाठिंबा होता. १८५७ चा स्वातंत्र्य लढा सुरू झाल्यावर क्रांतिकारी फौजांनी लखनौवर आक्रमण केले. पण इंग्रजांनी नव्या व्यूहरचनेने लखनौवर हल्ला केला. त्यामुळे क्रांतिकारी सेनेची पिछेहाट झाली. स्वातंत्र्यकार्यात प्रथम ती विजयी झाली. शेवटी ती नेपाळला गेली. तेथे तिचे निधन झाले. (स्वासंस)

हटकरांचा उठाव : हंसाची नाईक हटकर यांचे स्वतंत्र छोटे राज्य नांदेड जिल्ह्यात होते. निजामाशी त्यांनी युद्ध केले. (मपइ)

हडप्पा : पंजाबातील माँटगोमेरी जिल्ह्यात रावी नदीच्या तीरावर असलेले एक प्राचीन स्थान. या गावाजवळ सिंधुसंस्कृतीचे अवशेष प्रथम सापडले. इ. स. १८३१ मध्ये प्रथम बर्न ह्याने हे स्थान पाहिले. कनिंगहॅम, दयाराम आदींनी उत्खनन केले. इथे एक दुर्ग, नगर, दफनभूमी, सहस्रो मुद्रा, लेणी, भांडी, शंख इ. वस्तू सापडल्या. श्री. दयाराम सहानी यांनी तिथे प्रथम उत्खनन केले. (इ. स. १९२०-२१) (भासंको)

हडसर किल्ला : हडसरचे दुसरे नाव पर्वतगड. ह्याची प्रवेशद्वारे केवळ अतुलनीय आहेत. हा नाणेघाटाचा एक संरक्षक किल्ला आहे. पुणे जिल्हा, जुन्नरच्या वायव्येस सुमारे १३ किमीवर, पुण्याच्या उत्तरेस सुमारे १०० किमीवर, शहाजीराजांचा ह्या दुर्गाशी संबध होता. १८१८ मध्ये इंग्रजांनी किल्ला घेऊन किल्लेदार भण्णा रत्रीकर यास कैद केले. (सुविको; सासभकि)

हण नाणे : याची दुसरी बरीच नावे आहेत. सोन्याची असत. उल्लेख मात्र चांदीची नाणी असा असे.

हत्ती : पेशव्यांचा हत्तीकरिता स्वतंत्र पीलखाना होता. त्यात १०० हत्ती होते. हत्ती हा प्राणी फार मौल्यवान म्हणून त्याला जपत. आजारपणात त्याच्यावर औषधोपचार होत. नवसपण बोलत. हत्ती बरे झाल्यावर श्रींस भंडारा, मेवामिठाई वाटत. चाऱ्यापाण्याची सोय करीत. (पेम)

हनगळ : धारवाड. किल्ला १२ व्या शतकाच्या सुमारास दुसरा बल्लाळ या नावाच्या होयसळ राजाने बांधला. हे शहर जिंकेपर्यंत कदंब राजे येथे राज्य करीत होते. (सुविको)

हनमकोंडा : द. हैद्राबाद संस्थानातील वारंगळ जिल्ह्यातील मोठे शहर. प्रतापचरित्र मध्ये हनमकोंडाविषयी माहिती दिली आहे. ११६२ मध्ये सहस्रस्तंभी देऊळ बांधलेले आहे. चालुक्यशिल्पपद्धतीचा हा एक उत्कृष्ट नमुना, हे शहर लोखंडाविषयी प्रसिद्ध. (सुविको)

हनुमंत भारती अप्पा : नरगुंदचा निवासी. वय- ४० नरगुंदसंस्थानाधिपती श्रीमंत बाबासाहेब भावे

यांच्यासह १८५७ उठावात सहभाग. मालमत्ता जप्त. (१८५७ स्वायुपेदाहिं)

हनुमंत स्वामी : (इ. स. १७८३-१८१८) रामदासचरित्रपर बखरीचा कर्ता, हनुमंतस्वामींच्या आज्ञेवरून चाफळ संस्थानचा कारभारी लक्ष्मण मेढे यांनी ही बखर शके १७१५ प्रमादीनाम संवत्सरी लिहून पुरी केली. (सुविको)

हफ्त अंजुमन : मिर्झाराजा जयसिंग १६१५ मध्ये शिवाजीमहाराजांवर प्रचंड फौजेसह चालून आला. दक्षिणेत आल्यापासून ही मोहीम संपेपर्यंत लष्करी डावपेच, सल्लामसलती विषयी त्यानी दिल्ली दरबाराशी जो पत्रव्यवहार केला तो त्याच्या मुन्शी उदयराज याने ' हफ्त अंजुमन' या नावाने संग्रहित केला आहे. पुरंदरचा वेढा, जयसिंहाची विजापूर मोहीम इ. घटना समजून घेण्यासाठी या संग्रहाचा चांगला उपयोग होतो. (मइ)

हफ्त कुर्सी : दुसऱ्या अली आदिलशहाच्या कारकिर्दीत अहमदखान नामक लेखकाने हा ग्रंथ लिहिला. १६६३ मध्ये हा ग्रंथ पूर्ण झाला. (मइ)

हमीद दलवाई : (१९७७ मृ.) थोर विचारवंत, समाजसुधारक, भारतीय मुस्लिम समाजात प्रबोधन घडवून आणण्यासाठी झालेल्या सभेत मुस्लिम सत्यशोधक मंडळाची स्थापना केली. म.फुले, आगरकर, महर्षी कर्वे यांच्यापासून त्यांनी स्फूर्ती घेतली. यांचे कार्य प्रामुख्याने महाराष्ट्रातच आहे. राजर्षी शाहू पुरस्कार प्राप्त. (म दि)

हमीरपूर : झाशी विभागातील एक जिल्हा. १६८० साली हा भाग बुंदेलखंडाचा राजा छत्रसाल याच्या ताब्यात गेला. १८०२ मध्ये छत्रसाल राजाचा मुलूख इंग्रज सरकारच्या ताब्यात, १८४९ साली इंग्रज सरकारचा हल्लीच्या हमीरपूर जिल्ह्यावर पूर्णपणे अंमल, हे शहर हमीरदेवने ११ व्या शतकात वसविले. अकबर बादशहा असताना महालाचे प्रमुख ठिकाण होते. (सुविको)

हरकिसनलाल, लाला : (इ.स.१८६६) पंजाबातील एक पुढारी. १९१२ साली बांकीपूर येथे भरलेल्या औद्योगिक परिषदेचे अध्यक्ष, १९३४ साली भरलेल्या अखिल भारतीय विमा परिषदेचे ते स्वागताध्यक्ष. (सुविको)

हरकूबाई : इंदूरच्या पहिल्या मल्हारराव होळकरांची एक बायको. यांनी महानुभावी पंथाचा उपदेश घेतला होता. श्रीबाकेबिहारी मंदिर महानुभावी असून त्याला होळकरांकडून इनामे आहेत. ही मल्हाररावांनंतर निवर्तली. (सुविको)

हरजीराजे महाडिक : (इ.स.१६६८ - १६९४) एक मराठा सरदार, संभाजीमहाराजांच्या राज्यभिषेकाच्या वेळी हणमंते विरोधी पक्षात सामील होते. म्हणून कर्नाटकच्या कारभारावर हरजी राजे महाडिक यांना पाठविण्यात आले. १६८२ मध्ये श्रीरंगपट्टणचा सरदार कुमारण याचा पराभव केला. यांनी विजापूर व गोवळकोंडे येथील राज्ये बुडवणाऱ्या औरंगजेबालाही दहशत निर्माण केली. अर्काटचे ठाणे याच वेळी जिंकले. राजाराममहाराजांनाही यांचा चांगला उपयोग झाला. (सुविको)

हरदास बाळशास्त्री व्यंकटेश : (१९१८-१९६८) प्रभावी वक्ते,लेखक, साहित्याचार्य. जन्म नागपूरचा. ज्येष्ठ हिंदुत्ववादी नेते. डॉ. मुंजे, डॉ. हेडगेवार, श्री गोळवलकर गुरुजी, स्वा. सावरकर आदींचा त्यांच्यावर प्रभाव. 'सत्तावन्न ते सुभाष' 'युगपुरुष' (डॉ. हेडगेवार),'पुण्यश्लोक शिवाजी' भाग १ ते ४ ही त्यांची गाजलेली पुस्तके. महाराष्ट्रातील महान वक्ते, लेखक, विचारवंत, वेदांतील राष्ट्रधर्म, वाल्मीकिरामायण, महाभारत, महारथी कर्ण, भारतीय स्वातंत्र्यसमर सत्तावन ते सुभाष, श्री जगद्गुरू शंकराचार्य, आर्य चाणक्य, डॉ. बा.शि. मुंजे आदी प्रख्यात ग्रंथ त्यांच्या नावावर आहे. (मदि)

हरद्वार : उत्तरांचल मध्ये आहे. प्राचीन काळी कपिलस्थान हे नाव होते. ७ व्या शतकात ह्युएनत्संग याने मोंयुलो हे नाव दिले. हरद्वार हे अर्वाचीन नाव आहे. हे गंगाद्वार म्हणूनही प्रसिद्ध. भगीरथाने आणलेला गंगेचा प्रचंड प्रवाह शिवाने आपल्या मस्तकातून जिथे सोडला ते हे स्थान होय. मनसादेवी, चंडीदेवी मंदिरे, गंगेचे पात्र दीड किमीपेक्षाही अधिक रुंद. कुंभमेळा भरतो. विल्यम क्रुक आणि कनिंगहॅम ह्यांनी ह्या क्षेत्राचे वर्णन केलेले आहे. (भासंको)

हरनाम कौर त्यागमयी : (जन्म-१८८८-निधन फेब्रुवारी १९६२, फिरोजपूर) पती अजितसिंग सतत देशकार्यात मग्न असल्याने संसाराचे स्वप्न भंग पावले. स्वदेशप्रीतीने त्या वातावरणाशी समरस झाल्या. ३८वर्षांनी पतीची भेट. भगतसिंगांच्या अंत्यविधीच्या जागी त्यांच्या इच्छेप्रमाणे त्यांचा अन्त्यविधी केला होता. (स्वा.सं.स.)

हरपनहल्ली : कर्नाटक, बेल्लारी जिल्हा. एकेकाळी पाळेगार किल्लेदाराचे मुख्य ठिकाण होते. पाळेगार विजयनगरच्या हिंदू राज्याच्या पराभवानंतर उदयास आले. हैदरच्या कारकिर्दीत याला महत्त्व, टिपूचा पराभव झाल्यावर हे दिवाणाच्या ताब्यात गेले. (सुविको)

हरपाल देव : (मृत्यू - १३१८) देवगिरीच्या रामदेवराव यादवाचा जावई, अत्यंत स्वाभिमानी. खिलजीचा पराभव करून देवगिरी स्वतंत्र केली. पण मुबारकखान खिलजीकडून पराभव. हरपालदेवाच्या अंगाची कातडी सोलून देवगिरीच्या दरवाजावर लटकवत ठेवले, ही मोठीच भीषण घटना. (सुविको)

हरभट पटवर्धन : (मृत्यू-१७५०) पटवर्धन घराण्याचे मूळ पुरुष. यांना हरभटबाबा कोतवडेकर म्हणतात. यांची समाधी पुणे येथे ओंकारेश्वराजवळ आहे. यांना गोविंद हरी पटवर्धन नावाचा पुत्र होता.(सुविको)

हरिकृष्ण, हुतात्मा : (फाशी -९ जून १९३१, मेणवती) वायव्य सरहद्द प्रांतातील हुतात्मा. क्रांतिकारक भारत या सभेचा सभासद. गव्हर्नर सर जाफ्रेडी मॉटेरन्सीला गोळ्या घातल्या. लागलीच त्यांना पकडण्यात आले. फाशीची शिक्षा झाली. फाशीला जाताना 'इन्क्लिाब झिंदाबाद'च्या घोषणा देत होता.(स्वासंस)

हरिपंत फडके : (स. १७२९- ९४) मराठ्यांचा एक सेनापती, इ. स. १७६२ मध्ये माधवराव पेशव्यांनी हरिपंताची कारकून म्हणून नियुक्ती केली. १७७४ ला मोरोबाचे कारस्थान उघडकीस, आनंदमोगरीची व आरासची लढाई अशा दोन लढाया यांनी केल्या. १७७७ फितुरीचा बंदोबस्त, १७७८ हैदरापासून खंडणी घेतली, १७८१ पहिले इंग्रज - मराठे युद्धात होते; १७८७, १७९२ मध्ये पहिल्या व दुसऱ्या टिपूवरील स्वारीत प्रमुख होते. (सुविको)

हरिबुवा भोंडवे : (इ. स. १७०७-७७) एक मराठी संतकवी, रामदासपंथीय शिवरामस्वामी हे त्यांचे गुरू. प्रथम पारनेर (नगर) मग नारायणगाव (पुणे). 'हरिबोध', 'ज्ञानसागर' इ.ग्रंथ नि सहस्रो अभंग.

हरिया भिल्लाचा उठाव : (१८२२ सुमारे) हरिया ह्या भिल्लांच्या म्होरक्याने केलेला उठाव कॅप्टन रॉबिनसनने दडपला. बागलाण तालुक्यात सेवाराम नावाच्या सोनाराने सातारच्या राजाच्या बनावट सहीची पत्रे पाठवून भिल्लांना उठावास तयार केले होते. (मपइ)

हरिश्चंद्रलेणी (जि.नगर) : नगर, पुणे ठाणे जिल्ह्याच्या सरहद्दी जेथे मिळतात त्या जागी हरिश्चंद्र गड आहे. ९ व्या शतकातील मंदिर, तेथील शिल्पे, शिलालेखाची नोंद आहे. श्री केदारेश्वर लेणे व तारामती लेणे, ही लेणी आहेत. ९ व्या शतकातील नागेश्वर मंदिर ओढ्याजवळ खडकात लेणे खोदलेले आहे. शिलालेख, सांस्कृतिकदृष्ट्या महत्त्वाचे, गणेश मूर्तीच्या मार्गाला चौकटीवर आठवा शिलालेख आहे. इथला रौद्रभीषण कोकणकडा हा एकमेवाद्वितीय असावा. कर्नल साइक्सने इथे इ.स.१८३५ मध्ये पूर्ण वर्तुळाकृती इंद्रधनुष्य पाहिले

होते. नगरचा जिल्हाधिकारी हॅरिसन इ.स.१८३६-१८४३ ह्याने हरिश्चंद्रगडाला नगर जिल्ह्याचे महाबळेश्वर ठरवले होते. (लेम)

हरिसिंह नलुआ : महाराजा रणजितसिंहाच्या (इ.स.१७८०- १८३९) शीख सरदारांत हा प्रमुख होता. तो श्रेष्ठ सेनापती मानला जात असे. अफगाण लढायांत त्याने मोठाच पराक्रम केला आणि तिथे शांतता नि सुव्यवस्था प्रस्थापित केली. (विद्यावाचस्पती डॉ. वि.वि. पेंडसे)

हरिहर : कर्नाटक, १२ व्या शतकापासून उल्लेख. त्यावर पांड्य राजाची सत्ता होती. हरिहरेश्वराचे मंदिर, इ.स.१२२३ मध्ये बांधले. १६ व्या शतकापर्यंत हे विजयनगरच्या ताब्यात नंतर काही दिवस मुसलमान, काही दिवस मराठे यांच्या ताब्यात होते. (सुविको)

हरिहर संगम : (राज्य इ.स.१३३६- ५५) विजयनगर राज्याचा संस्थापक. विद्यारण्यस्वामी हे गुरू. त्यांच्यावरूनच विद्यानगर वा विजयनगर हे नाव. खूप प्रदेश जिंकला. उत्तम प्रशासक. शेतीला प्रोत्साहन. पारतंत्र्यात पडू पाहणाऱ्या दक्षिण भारताला वाचविले नि एक विशाल साम्राज्य निर्माण केले. (सुविको)

हर्डीकर डॉ. नारायण सुबराव : (इ. स. १८८९-१९७५) कर्नाटकातील एक सार्वजनिक कार्यकर्ते, १९०५ पासून स्वदेशी व बहिष्कार या चळवळीत भाग घेतला. १९०८ मध्ये कन्नड केसरी साप्ताहिकाच्या संपादक वर्गात होते, १९१७-१९२१ मध्ये अमेरिकेतील होमरूल लीगचे सेक्रेटरी, यंग इंडियाचे संपादकीय व्यवस्थापक, १९२१ मध्ये असहकारितेच्या चळवळीत भाग, टिळक ग्रंथसंग्रह, भगिनी मंडळ संस्था स्थापन व्हालंटियर नियतकालिकाचे संपादक, भारतीय वार्तासंघाची स्थापना, भारतीय राष्ट्रध्वज हा ग्रंथ ४ भाषांमध्ये लिहिला. काँग्रेस सेवा दलाचे प्रमुख. समर्थ, लोकमान्य नि लाला लजपतराय हे त्यांचे समर्थ. पद्मभूषण, 'स्वयंसेवक' हे मासिक चालू केले. (सुविको)

हर्षवर्धन : (इ.स.६०६-६४७) ठाणेश्वराच्या वर्धन घराण्यातील एक प्रसिद्ध राजा, प्रभाकरवर्धनचा दुसरा मुलगा, उत्तरेत विजय पण दक्षिण हिंदुस्थान जिंकण्याच्या कामी त्याला अपयश, गुजरातमध्ये ध्रुवसेनाचा पराभव करून सत्ता स्थापन, ६४३ साली गंजाम राज्यावर स्वारी, विजय मिळविला. रत्नावली, प्रियदर्शिका, नागानंद ही नाटके लिहिली. चीनच्या साम्राज्याबरोबर स्नेहसंबंध. याच्या काळात ह्यूएनत्संग आला होता. बाणभट्टाचे 'हर्षचरित'ह्यात ह्याची माहिती. प्रत्येक पाच वर्षांनी धर्मपरिषद. हर्षवर्धनाच्या बहिणीचे नाव राज्यश्री. त्यावेळी बौद्ध धर्माचा खूप प्रसार. पण सहिष्णू. त्याच्या राज्यकाळात समृध्दी, विद्याप्रसार. मंदिरकलेत प्रगती. (सुविको)

हल्लूर : कर्नाटकातील धारवाड जिल्ह्यात हल्लूर येथे नव अश्मयुगीन व ताम्रपाषाणयुगीन व मध्याश्मयुगीन वसाहतीचे पुरावे मिळाले आहेत. त्यांचा काळ इ. स. पू. ११०५ ते ९५५. (भासंको)

हळबे इंदिराबाई (निधन १९२८) : कोकणच्या प्रख्यात समाजसेविका. देवरुख (जि. रत्नागिरी) येथील प्रसिद्ध मातृमंदिरच्या संस्थापिका. (मदि)

हळेबीड : कनार्टक. बेलूरच्या ईशान्येस दोरासमुद्र नावाचे मोठे तळे ९ व्या शतकात राष्ट्रकूटांनी बाधंले, १२ व्या शतकात होयसळांनी आपली राजधानी केली. १३११ साली मलिक काफूरने प्रथम जिंकले, मुसलमानांची दुसरी स्वारी १३२६ मध्ये झाल्याने शहराचा पूर्ण नायनाट झाला. होयसळेश्वर व केदारेश्वर या देवालयांची रचना म्हणजे ती एकमेकांना जुळवल्यासारखी दिसतात. अत्यंत प्रेक्षणीय. इ.स.११२१ मध्ये हे बांधले गेलेले आहे. केदारेश्वराचे देवालय १२१९ च्या सुमारास बांधले. अप्रतिम शिल्प. जैन बस्तीही प्रेक्षणीय. (सुविको)

हवालदार : महालावरील अधिकाऱ्यास हवालदार म्हणत. त्याच्याबरोबर हिशेब मुजुमदार पाहत असे. प्रत्येकी ३ ते ५ होनपर्यंत वेतन सालिना मिळे व वसुली हवालदारास करावी लागे. (मइ)

हसन : कर्नाटक. हसन शहर चेन्नापट्टण येथे ११ व्या शतकात चोल घराण्याच्या एका अधिकाऱ्याने वसविले. त्या वंशाकडे ते १२ व्या शतकापर्यंत राहिले. नंतर होयसळांनी दुसऱ्या सरदारास दिले. विजयनगरच्या राजच्छत्राखाली हे बेलूर राज्याचा भाग होते. १६९७ साली ते म्हैसूर राज्यात समविष्ट. (सुविको)

हसन कांगो (गंगू बहामनी) : (राज्य इ. स. १३४७-५८) बहामनी राज्याचा संस्थापक, आपल्या कर्तबगारीवर हा राजा झाला. गादीवर येताच अल्लाउद्दिन अशी पदवी धारण केली. 'गंगू' हे आपल्या उपकारकर्त्याचे नाव आपल्या नावापूर्वी लावून त्याने त्याच्यासंबंधी आपला आदर व्यक्त केला. (सुविको)

हस्तिनापूर : मीरत जिल्ह्यातील प्राचीन शहर, कौरव, पांडवाची राजधानी. १९५० मध्ये उत्खनन. दोन वसाहती इथे होत्या. अशोकाचा नातू संप्रती ह्याने तिसऱ्यांदा वसवले (इ.स.पू. २ रे शतक). मित्रवंश, कुशाणवंश ह्यांचेही राज्य. जैन धर्माचा प्रसार होता. १२ व्या शतकानंतर मुसलमानी राज्य. स्वातंत्र्य मिळाल्यानंतर पाकिस्तानातून आलेल्या निर्वासितांना इथे वसविण्यात आले. (भासंको)

हस्तिदंती काम : विजयनगरच्या साम्राज्याच्या काळात (इ.स. १३३६-१५६५) ही कला ऊर्जितावस्थेत, इ.स.१६ व्या व १७ व्या शतकात या कलेला राजाश्रय मिळाला. (भासंको)

हातकुऱ्हाड संस्कृती : सोहन संस्कृतीप्रमाणेच हातकुऱ्हाड संस्कृतीही व्यापक होती. हा मानव केवळ तमिळनाडू आणि उत्तर गुजरात एवढ्याच भूभागावर वास्तव्य करून असावा. हातकुऱ्हाडीशी संलग्न असलेल्या संस्कृतीची मानवी हत्यारे विविध उत्कृष्ट बनावटीची आणि तांत्रिक प्रगतीची निदर्शक वाटतात. (भासंको)

हार्निमन, बेंजामिन गाय : (इ. स. १८७३-१९४८) हिंदुस्थानातील एक युरोपियन वृत्तपत्रकार, १८१८ मध्ये 'सदर्न डेली मेल' या पत्राचे वार्ताहर, १८९७ मध्ये संपादक झाले, १९०० मध्ये 'मॉर्निंग लीडर' या वर्तमानपत्राचे दुय्यम संपादक, डेली एक्सप्रेस, डेली क्रॉनिकल, मँचेस्टर गार्डियन, या पत्रांचे दुय्यम संपादक, १९१३ मुंबई, बॉबे क्रॉनिकल संपादक, इंडियन नॅशनल हेरॉल्ड, १९२६ मध्ये दैनिकास सुरुवात, १९३० मध्ये वीकली हेरॉल्ड, दी बाँबे सेंटिनेल या पत्राचे संपादक झाले. (सुविको)

हिंगणेकर गोविंद रामचंद्र (निधन १९३१) : कवी, वृत्तपत्रलेखक, इतिहासविषयक लेखक, ज्ञानप्रकाशमध्ये संपादकीय विभागात कार्य. त्यांची अफजलखान वधावरील विविध वृत्तांत लिहिलेली 'दख्खनचा वीर' (१९२१) आणि वीर बाजीप्रभूंच्या बलिदानावरील 'पावनखिंड' (१९२७). ही ऐतिहासिक खंडकाव्ये प्रसिद्ध आहेत. 'गमावलेले स्वराज्य व मिळवायचे स्वराज्य' (१९२६) ही त्यांची दीर्घ कविता उपलब्ध आहे.

हिंद मजदूर सभा : कॉ. मानवेंद्रनाथ रॉय यांनी इ. स. १९४९ मध्ये 'इंडियन फेडरेशन ऑफ लेबर' ही संस्था स्थापली. अनेक भागातून तिला पाठिंबा मिळाला. लवकरच ती संस्था ट्रेड युनियन काँग्रेस च्या बरोबरीने झाली. शासनाने प्रतिनिधिक संस्था म्हणून तिला मान्यता दिली. युद्ध संपल्यावर तिचा पाठिंबा कमी होऊन सभासदसंख्या कमी होऊन इ.स. १९४८ मध्ये 'हिंद मजूदर सभा' या संस्थेत विलीनीकरण झाले. (सविको)

हिंदी उर्दू वाद : हिंदी-उर्दू वादामुळे हिंदू व मुसलमान समाज एकमेकाला दुरावले. प्रारंभी फक्त भाषेबद्दलचे मतभेद होते (१८६७). उर्दू ऐवजी देवनागरी लिपीत लिहिलेली हिंदी भाषा सर्वत्र वापरली पाहिजे म्हणून हिंदूंनी चळवळ सुरू केली. उर्दूऐवजी हिंदी उपयोगात आणण्यास मुसलमानांचा विरोध होता. (सविको)

हिंदी साधने : भूषण कवी शिवाजी महाराजांच्या समकालीन. राज्यभिषेकास उपस्थित होते. 'शिवराजभूषण' आणि 'शिवबावनी' ह्या त्यांच्या हिंदी रचना अत्यंत प्रख्यात आहे. लाल नामक हिंदी कवीने छत्रसाल आणि शिवाजीमहाराज ह्यांच्या भेटीचे वर्णन केले आहे. (मइ)

हिंदुमहासभा : धर्माला अवकळा प्राप्त झाल्याने आपल्या समाजात दोष आणि पारतंत्र्य आले ही भावना. १९०७ मध्ये पंजाबात हिंदू महासभा स्थापन. लाला लजपतराय, स्वा. सावरकर, डॉ. श्यामाप्रसाद मुखर्जी यांचे नेतृत्व. काँग्रेसने या पक्षावर जातीय शिक्का मारला, कडवा विरोध केला. काही काळ राजसंन्यास घेतला पण पुढे सांस्कृतिक संस्था ठरली. (सविको)

हिंदुस्थान : या खंडसदृश विशाल देशास प्राचीन काळी आर्यावर्त, भरतखंड अशी नावे मिळालेली आहेत. १९४७ मध्ये देशाची फाळणी झाली. पाकिस्तान निराळा काढला. उरलेल्या भागास भारत हे नाव मिळाले आहे. वैदिक काळी युरो-भारतीय लोक - हिंदुस्थानात येऊन राहिले. ख्रि.पू. ३२७ मध्ये अलेक्झांडरची स्वारी. १२ व्या शतकापासून १८ व्या शतकापर्यंत मुसलमानांनी देश पादाक्रांत केला होता. १७ व्या व १८ व्या शतकात मराठ्यांनी साम्राज्य स्थापन केले. १५ व्या शतकापासून युरोपियन हिंदुस्थानात शिरकाव, १९ व्या शतकांपासून ब्रिटिशांचा अंमल, १८७७ मध्ये इंग्लंडचे राजघराणे हिंदुस्थानचे सार्वभौम बनले. लोकमान्यांच्यानंतर १९२० पासून म. गांधींच्या नेतृत्वाखाली सनदशीर स्वातंत्र्यलढा सुरू झाला. लक्षावधींनी फाशी, मृत्यू , कारावास, असे अनंत हाल सोसले. १५ ऑगस्ट १९४७ ला देश स्वतंत्र झाला. भारताचे वैशिष्ट्य म्हणजे सहस्रो वर्षांच्या आक्रमणानेही भारतीय संस्कृती अभंग, अक्षुण्ण राहिली. अतिशय विभिन्नता असूनही एकात्मता राहिली. खूप दोष निर्माण झाले तरीही ते दूर करून सदैव चांगले, मंगल, सुंदर ह्याकडे जाण्याचा प्रयत्न. जगात सांस्कृतिक प्रसार केला पण पाशवी आक्रमणाने केला नाही. सर्वेऽत्र सुखितः सन्तु। (सर्वजण सुखी असोत) हीच भावना ठेवली. सहिष्णुता हा संस्कृतीचा प्राण राहिला. अमोल तत्त्वज्ञान, जागतिक महापुरुष, अणुविज्ञान, शून्याचा शोध, गणित, विज्ञान, रसायन, वैद्यक कितीतरी गोष्ट जगाला दिल्या. आगामी काळात भारत ही क्रमांक१ ची महासत्ता बनेल. (भासंको)

हिंदुस्थान समाजवादी प्रजातांत्रिक सेना : निरनिराळ्या ठिकाणच्या क्रांतिकारकांची एक सभा, इ.स. १९२८ च्या डिसेंबर महिन्यात सात जणांची केंद्रीय समिती स्थापन करण्यात आली. हिंदुस्थान रिपब्लिकन असोसिएशन ऐवजी हिंदुस्थान समाजवादी प्रजातांत्रिक सेना असे नाव दिले. चंद्रशेखर आझाद, राजगुरू, भगतसिंग, महावीरसिंह, यशपाल, सचींद्रनाथ संन्याल, योगेशचंद्र चतर्जी, आदी अनेजण सहभागी. अनेक वीररसपूर्ण क्रांतिकार्यांत सहभाग. (भास्वास, सविको)

हिंदू मिशनरी सोसायटी : (स्थापना १९१७) जन्माने परधर्मीय असलेल्या लोकांस पावन करून हिंदूधर्मात समाविष्ट करून घेण्यासाठी मुंबईमध्ये गजानन भास्कर वैद्य यांनी या संस्थेची स्थापना झाली. (१९१७) हिंदू महासभेने या शुद्धीकार्यास प्रोत्साहन दिले, आर्य समाजाच्या अनेक कार्यांपैकी पतितपरावर्तन व शुद्धी हे एक कार्य आहे. सुमारे १०० जणांना शुद्ध करून घेतले. (सविको; भासंको)

हिंदू समाज: वेदकाळी साधारणपणे विदर्भ देशापर्यंत आर्य संस्कृतीचे लोक असावेत. महाराष्ट्राच्या दक्षिणेत द्रविड वंशाचे लोक असावेत. त्यांची व स्थानिक आर्य लोकांची संस्कृती एक होऊन हिंदू संस्कृती निर्माण झाली, असे मत आहे. मुसलमान आणि ख्रिश्चन यांचे सुमारे १००० वर्षे राज्य असूनही हिंदू समाज टिकला, वाढला हे फार मोठे आश्चर्य आहे. हिंदू समाज हा एक वैशिष्ट्यपूर्ण समाज. अतिप्रचंड वैविध्य असूनही

तो एक आहे. त्याच्यामध्ये असलेले दोष दूर करून चांगल्याकडे जाण्याची प्रवृत्ती आहे. जगा आणि जगू द्या, सर्व धर्म समान आहेत, सहिष्णुता, चिवटपणा, सौजन्य, अध्यात्म आदी त्याचे अनेक विशेष गुण आहेत.

हिंदुस्थानची प्राचीन व सांप्रतची स्थिती व पुढे काय त्याचा परिणाम होणार याविषयी विचार: रामकृष्ण विश्वनाथ यांचा 'हिंदुस्थानची प्राचीन व सांप्रतची स्थिती व पुढे काय त्याचा परिणाम होणार या विषयी विचार' हा ग्रंथ मुंबईच्या प्रभाकर छापखाण्यात आला (१८४३). हा ग्रंथ महाराष्ट्रातील अर्थविचारांच्या संदर्भात महत्त्वाचा आहे. (मपइ)

हिंमतगड : बाणकोट पाहा.

हिजरी : महम्मद पैगंबरांनी मक्केहून मदिनेस स्थलांतर केले त्यावेळेपासून २० जुलै ६२२ पासून धरतात. हिजरी कालगणनेतील महिने वर्षही चांद्र असल्यामुळे इ.स.वी सनाच्या तुलनेत दरवर्षी १० ते १२ दिवस पुढे सरकतो.हिजरी सनापासून शक कालगणनेतील वर्ष, महिना व दिवसही काढता येतो. (इलेशा, मोप्रव)

हिटलर ॲडॉल्फ : (१८८९-१९४५) जर्मनीचा व्हाईस चॅन्सलर असताना नेताजी सुभाषचंद्र बोस हे जर्मनीला गेले असताना हिटलरने त्यांचे स्वागत सहाय्य केले. (सुविको)

हिदायतुल्लाह महंमद : (इ. स. १९०५-१९९२)हिदायतुल्ला महंमद ह्यांनी १९६८-१९७० या काळात भारताच्या सरन्यायाधीशपदाची जबाबदारी सांभाळली. जुलै १९६९ - ऑगस्ट १९६९ या काळात ते भारताचे उपराष्ट्रपती होते. १९७९-१९८४ या काळात ते भारताचे राष्ट्रपती होते.

हिदायतुल्ला, सर गुलाम हुसेन : (इ. स. १८७९-१९४९) एक भारतीय मुसलमान पुढारी, १९०४ मध्ये सार्वजनिक कामात सहभाग, १९१२ मुंबई कायदेमंडळात प्रवेश, दोन वेळा गोलमेज परिषदेसाठी त्यांना पाठविले होते. १९३७ मध्ये सिंध असेंब्लीत निवडून आले. फाळणीनंतर पाकिस्तानात ते सिंधचे गव्हर्नर झाले. (सुविको)

हिरा : हिऱ्याच्या शिरपेचाची मागणी असे. नानासाहेब, माधवरांपासून उल्लेख मिळतात. शिरपेच कशा तऱ्हेचा करावयाचा आहे हे त्यांनी कळविले होते. नारायणरावांकरिता हिऱ्याची अंगठी पाठविली होती. श्रीमंत रमाबाईंनी सती जातांना हिऱ्याच्या कंगण्या दान केल्या होत्या. माधवरावांनी नानांकडून ५० हिऱ्याचे ताईत मागविले होते. हिरा हा अत्यंत मौल्यवान आहे. थोरल्या माधवरावांच्या कारकिर्दीत सन १६६७ दर रतीस २२॥ रु.दर होता. (पेम)

हिराकोट (ता. अलिबाग) : अलिबाग गावातच न्यायालयाच्या जवळ एक तटबंदीयुक्त जागा. आंग्र्यांची कुलदेवता कालंबिका देवी हिची स्थापना १७७० मध्ये येथे झाली. आंग्रे संस्थान खालसा झाल्यावर हिराकोटात तुरुंग झाला. बाळाजी बाजीरावाने हिराकोटातील संभाजी आंग्र्याच्या लष्कराला पिटाळून लावले. (जस)

हिरापूर : खानदेश, महादेवाचे मंदिर हेमाडपंती मंदिर. फक्त गर्भगृहाचा दरवाजा व काही खांब मूळ स्वरूपात आहे. गर्भगृहाच्या खांबावरील सुंदर स्वरूपातील स्त्री आकृत्या हेच या मंदिराचे वैशिष्ट्य होय. (खाइ)

हिरोडोटस् : हा प्राचीन काळातील इतिहासकार आहे. मनोरंजक व अविस्मरणीय अशा भूतकालीन घटनांचा शोध म्हणजे इतिहास होय. याची इतिहासाची व्याख्या इतिहासाभ्यासावर प्रकाश टाकणारी आहे.

हिर्लेकर यमुनाबाई (१९०१) : शिक्षणतज्ज्ञ, विचारवंत. जर्मनीतील पूर्व प्राथमिक, माध्यमिक नि उच्च आणि धंदेशिक्षण या विषयांवर लिहिलेली पुस्तके प्रसिद्ध आहेत. अखिल भारतीय महिला परिषदेत सहभाग. (मदि)

हिवरगावकर बळवंत (निधन १९२९) : भास कवींची नाटके, कौटिलीय अर्थशास्त्रज्ञ, राष्ट्रभावना, रवींद्रनाथांच्या नॅशनॅलिझमवर आधारित, कामंदकीय नीतिसार हे ग्रंथ (मदि)

हुजरात : मराठ्यांच्या सैन्यव्यवस्थेचा एक विशेष. खुद्द राजाची खडी फौज. उत्तम निवडक मावळ्यांची आपल्या पालखीबरोबर ठेवण्यासाठी व्यवस्था केली गेली. दोन हजार मावळ्यांची हुजुरात सजवली. त्यात काही बंदुका, काही विटेकरी, आडहत्यारा, धारेकरी असे माणूस सजले. त्यांना सर्वांना एकसारखे साज करून दिले. डोईस मंदील, अंगास सकलादी, हाती सोन्याची कडी, कोणास कडी, तलवारी सोन्यामण्याचे म्यान, कोणास कुड्यांची जोड याप्रमाणे सरकार निसबत दिले. अवघ्यांचे एकच साज. एकापेक्षा एक मर्दानी होते. पालखीबरोबर चौतर्फा लोक ठेवले. (मइ)

हुजूर अदालत : तिलाच 'मजलीस (सभा)' असे म्हणत. यात दिवाणी, फौजदारी स्वरूपाचे तंटे यांचा समावेश होई. सातारा राज्यातील सर्वोच्च न्यायालय मानले जाई. त्यात सभासद असून दिवाण, सरदार, चिटणीस कामकाजाच्या वेळी हजर राहात. निर्णय पंचामार्फत घेतला जाई. पंचाची नेमणूक सरकार करत. (मइ)

हुजूरपागा : पेशव्यांच्या हुजूरपागेची जागा आजही प्रसिद्ध आहे. पेशव्यांच्या घोडेस्वारांच्या फौजेस हुजरात म्हणत. शनिवारवाड्यात गोशाळेशेजारी घोड्यांची पागा होती. दोन्ही पागातील घोडे स्वारीचे असत.(पेम)

हुमायूननामा : बाबराची मुलगी गुलबदन बेगम ही या ग्रंथाची लेखिका. इसन १५८० ते १५९० च्या अकबराच्या आग्रहावरून गुलबदन बेगमने हा ग्रंथ लिहिला. हुमायूनचे जीवन, घटना व तिथिक्रमाची माहिती मिळविण्यास हे एक महत्त्वाचे साधन आहे. (इलेशा)

हुसेन झाकीर : (ज.१९५१) तबल्यास जागतिक रंगमंचावर नेणारा जिद्दी कलावंत. लय आणि तालाचा प्रभाव. त्यांच्या वादनात नाद हा स्पष्ट व सुंदर असतो. पद्मभूषणाने विभूषित. (यांघस)

हुसेन डॉ. झाकीर : (इ. स. १८९७-१९६९) डॉ. झाकीर हुसेन ह्यांनी १९६७-१९६९ या काळात राष्ट्रपतीपदाची जबाबदारी तर १९६२-१९६७ या काळात उपराष्ट्रपतिपदाची जबाबदारी सांभाळली.

हेन्री जॉन्सन : इतिहास म्हणजे जे घडले आहे ते जसेच्या तसे सांगणे, तसेच ज्या घटनांचा मानवी मनावर खोल ठसा उमटला जातो, त्या घटना म्हणजे इतिहास होय. ही इतिहासाची व्याख्या हेन्री जॉन्सन यांची आहे. (इलेशा)

हेमचंद्र सूरी : (१०८९-११७३) जैन महापंडित. यांचे ग्रंथ संस्कृतमध्ये अनेक विषयांवर आहेत. 'योगशास्त्र', 'द्वात्रिंशिका' इ. ग्रंथ. देशी शब्दांचा संग्रह केलेला आहे. भाषाशास्त्रदृष्ट्या हा कोश महत्त्वाचा हेमचंद्रामुळेच गुजरात हा जैनधर्माचा बालेकिल्ला बनला. (भासंको)

हेमू कलानी : (जन्म ११ मार्च १९११ सक्कर, फाशी -२१ जाने १९४३, सक्कर) (हुतात्मा) सक्कर सिंध मध्ये उभारलेल्या स्वराज्य सेनेचे नेतृत्व यांच्याकडे होते. स्वातंत्र्य लढ्यात सामील होण्याची शपथ घेतली. २३ ऑक्टोबर १९४२ रोजी लष्करी सैन्याची रेल्वेगाडी उडवण्याची योजना आखली. हेमू शिपायांच्या हाती लागले. लष्करी न्यायालयाला त्यांनी गुलामशाही व दडपशाही यांचा प्रतिकार करण्याचा मला जन्मसिद्ध आहे असे सांगितले. हेमू यांना फाशीची शिक्षा झाली. (स्वासंस)

हेरवाडकर रघुनाथ विनायक (डॉ) (मृ. १९९४) : प्रसिद्ध इतिहास संशोधक. मराठी भाषेचे समीक्षक.

विशेषतः बखर वाङ्‌मयाचे ज्येष्ठ अभ्यासक. शिवकालीन बखरींचे विवेचक संपादन. (मदि)

हेरास इन्स्टिट्यूट, मुंबई: फादर हेरास यांनी सेंट झेवियर कॉलेजमध्ये १९२६ मध्ये 'इंडियन रिसर्च इन्स्टिट्यूट' या संस्थेची स्थापना केली. ताम्रपट, नाणी, प्राचीन शिल्प, चित्रकृती इ. संग्रह, दुर्मिळ पुस्तकांचा संग्रह. भारतीय इतिहास संशोधन कार्यास चालना देणे हा उद्देश. ४ हस्तलिखिते, ३४ महत्त्वाच्या हस्तलिखितांच्या सूक्ष्म छायाचित्रित प्रती आहेत. (खाद)

हेरिस्टिक तंत्र : बहिरंग परीक्षणाच्या दृष्टीने हेरिस्टिक तंत्र महत्त्वाचे आहे. हा शब्द रूइस्कोड्रन या ग्रीक भाषेतून निर्माण झाला आहे. ग्रंथाची, कागदपत्रांची, लेखकासंबंधीची सत्यता काढण्यासाठी जी तंत्रपद्धती वापरली जाते, त्या पद्धतीला हेरिस्टिक पद्धती म्हणतात (इलेशा)

हैद्राबाद स्टेट कॉंग्रेस : हैद्राबादमुक्ती आंदोलनात कार्यरत असणारी संघटना. स्वामी रामानंद तीर्थ, गोविंदभाई श्रॉफ, रामलिंग स्वामी हे या संघटनेचे सदस्य होते. हैद्राबाद स्टेट कॉंग्रेसवर बंदी आली (१९३८). बंदी उठताच भूमिगत स्वरूपाचे कार्य उघड उघड सुरू झाले (१९४६). (मपइ)

हॅवलॉक सर हेन्री : (इ. स. १७९५– १८५७) एक ब्रिटिश सेनानी, अफगाण युद्धात गझनी, काबूल हस्तगत. महंमद अकबराचा १८४३ साली पराभव, १८४६ च्या युद्धात शौर्य गाजविले. १८५७ च्या स्वातंत्र्य युद्धाच्यावेळी इंग्रजांकडून मोठा पराक्रम. विलूर येथे त्याने स्वातंत्र्ययोद्ध्यांचा पराभव केला. (सुविको)

होमरूल सोसायटी (इंग्लंड) : इंग्लंडमधील भारतीयांनी १८ फेब्रुवारी १९०५ रोजी श्यामजी कृष्ण वर्मा यांच्या अध्यक्षतेखाली ही संघटना स्थापन केली. भारतीयांनी, भारतीयांकरिता, भारतीय सरकारची स्थापना करणे हा संस्थेचा उद्देश. (सविको)

होमहवन : (इ.स.१७५५– ५६) मध्ये वेदमूर्ती शंकरभट लोकाक्षी यांनी गोदावरी काठावर सावरखेड्यास यज्ञ करण्याचे निश्चित केल्यावरून त्यांना सरकारातून साहाय्य मिळाले. महाआहुती दिवशी यात्रेचे स्वरूप येत असे. ब्रह्मेंद्रस्वामींनी चिमाजी आप्पास होम करण्यास सांगितले होते. त्याच्यासाठी १०३१ रुपये पाठवावे, असे स्वामींनी सांगितले. (मइ)

होळी : सुगीला लागून सण म्हणजे शिमगा किंवा होळी. होळीचा सण पाच दिवस साजरा केला जात असे. दुसऱ्या दिवशी धुळवंड, रंगपंचमी खेळली जात होती. पेशवे यामध्ये सहभागी होत असत. होळी पेटवण्याचा पहिला मान पाटलाचा. पेशवे बखरीत असे वर्णन आढळते की पुणे शहर रंगाने माखले जाऊन रंगाचे पाट नदीस मिळाले होते. प्रत्येक गडावर होळी ही साजरी केली जात असेल. (मइ)

क्ष

क्षणिकवाद : एक बौद्ध मतवाद. भगवान गौतम बुद्धांनी ज्याला अनित्यवाद म्हटले, यालाच त्यांच्या अनुयायांनी क्षणिकवाद असे नाव दिले. प्रस्तुत वादात असे मानतात की, प्रत्येक वस्तूचे अस्तित्व असतेच, पण ते क्षणभरापेक्षा अधिक नसते. एका वस्तूमध्ये एका वेळी एकच धर्म होऊ शकते, दुसऱ्या क्षणी दुसरे कार्य. दुसरा क्षण आला की पहिला क्षण समाप्त होतो. (भासंको)

क्षत्रप : प्रांताधिकारी, सुभेदार देशाचा संरक्षक किंवा उपशासक. सिकंदरने परत जाताना जिंकलेल्या प्रदेशांवर क्षत्रप किंवा सत्रप नेमले होते. शकांनी भारतावर आक्रमण करून निरनिराळ्या प्रदेशांत राज्ये स्थापली. त्यांचे शासक प्रारंभी स्वतःला क्षत्रप म्हणजे सामंत म्हणत. तेच स्वतंत्रपणे राज्य करू लागले की, स्वतःला महाक्षत्रप म्हणत. गौतमीपुत्र सातकर्णी त्यानंतर गुप्त सम्राट चंद्रगुप्त दुसरा ह्यांनी शक-क्षत्रपांची सत्ता समूळ नष्ट केली. (भासंको)

क्षहरात राजवंश : शक लोकांची एक शाखा. या घराण्याने अल्प काळच राज्य केले. भूमक आणि नहपान हे दोनच राजे ज्ञात आहेत. त्यांचे राज्य राजस्थान, गुजरात, मध्यप्रदेश, महाराष्ट्र ह्यांच्या काही भागांवर होते. मिन्नगर ही राजधानी. यांच्या काळात भारताच्या पश्चिमेकडील देशांशी मोठा व्यापार चालू होता. गौतमीपुत्र सातकर्णी ह्याने क्षहरात वंशाचा अंत घडवून आणला. (भासंको)

क्षिप्रा : मध्यप्रदेशातील एक पवित्र नदी. उज्जयनीतील प्रसिद्ध ज्योतिर्लिंग महाकालेश्वर हे क्षिप्रेच्याच तटावर आहे. तिच्या प्रवाहात एकूण अठ्ठावीस तीर्थ आहेत. इ.स.च्या सोळाव्या शतकात माळव्याचा सुलतान नासिरुद्दीन खिलजी ह्याने सूर्यनारायणाचे मंदिर पाडून स्वविलासासाठी कालियादेह महाल बांधला. क्षिप्रेच्या तीरावर अनेक उत्सव होतात. उज्जयिनीच्या क्षिप्रा तीरावरचा सिंहस्थ पर्वतीचा मुख्य दिवस वैशाखी पौर्णिमा आहे. सात-आठ लाखांवर यात्रा लोटते. क्षिप्रेच्या जलात औषधी गुण आहेत, असे म्हणतात. (भासंको)

क्षीरभवानी :काश्मीरमधील एक प्रमुख देवीक्षेत्र. श्रीनगरपासून सुमारे ३२ किमी अंतरावर वूलर सरोवराच्या परिसरात तुलमूला नामक खेड्यात ह्या देवीचे स्थान आहे. मारुतीने ही देवी लंकेतून येथे आणली अशी जनश्रद्धा आहे. ही अष्टभुजा महिषासुरमर्दिनीच आहे. कल्हणाने राजतरंगिणीत (इ.स. बाराव्या शतकाचा पूवार्ध) ह्या देवीचा उल्लेख केलेला आहे. त्यावरून तिचे प्राचीनत्व कळते. मुसलमानी राजवटीत या स्थानाची दुर्दशा झाली. देवीच्या दर्शन- पूजनास बंदी घालण्यात आली. सध्या असलेले क्षीरभवानीचे मंदिर हे काश्मीरचा दिवाण नरसिंह दयाळ ह्याने इ.स. १८६७ मध्ये बांधले. नवरात्रात पोळा उत्सव. (भासंको)

क्षीरस्वामी : (इ. स. १०८० ते ११३०) काश्मीरचा निवासी. पिता ईश्वरस्वामी. अमरकोशाचा एक प्रसिद्ध टीकाकार. त्या टीकेचे नाव अमरकोशोद्घाटन. अमरकोशातील प्रत्येक शब्दाचे मार्मिक विवेचन केलेले आहे. अनेक शब्दांची व्युत्पत्ती दिली आहे. व्यतिरिक्त शब्दांच्या स्वरूपाचे विवेचन केलेले आहे आणि आपल्या विवेचनाच्या प्राचीन कोशकारांची वचने उद्धृत केलेली आहेत. (भासंको)

क्षुद्रक : एक प्राचीन गणराज्य. ग्रीकांनी मालवांना मल्लोई क्षुद्रकांना ओक्सिडूकाई अशी नावे दिली होती. क्षुद्रकांचे गणराज्य बियास आणि सतलज ह्यांच्या संगमापासून रावी नदीपर्यंत पसरलेले होते. सिकंदरच्या आक्रमणाच्यावेळी मालव आणि क्षुद्रक ह्या अत्यंत पराक्रमी जातींनी त्याला प्रखर विरोध केला. कर्टियस आणि डियोडोरस ह्यांच्यामते क्षुद्रक आणि सिकंदर ह्यांच्यामध्ये घनघोर संग्राम झाला. क्षुद्रकांनी एकाकी युद्ध करून विजय मिळविल्याचा उल्लेख पतंजलींनी केलेला आहे. (महाभाष्य १-१-२४,१-४-२१,५-३-५२). सिकंदराच्या छातीत बाण घुसून तो घायाळ झाला. या युद्धात क्षुद्रकांची फार मोठी प्राणहानी झाली मात्र त्यांच्या शौर्याला तोड नव्हती. ह्या युद्धात मालवांचाही मोठाच सहभाग होता.(भासंको)

क्षेत्रय्या :(इ.स. चे १७ वे शतक) आंध्र प्रदेशातील एक कृष्णभक्त आणि कवी. तंजाऊरच्या विजयराघव राजाच्या दरबारात त्याला आश्रय मिळाला. सर्वार्थ संगीत सारसंग्रहम पुस्तकात त्याची बरीचशी पदे संग्रहित केलेली आहेत. क्षेत्रय्या हा एकान्तिक कृष्णभक्त होता. आजही त्याचे पद्य साहित्य आंध्र आणि तमिळनाडू या दोन्ही प्रदेशांत फार लोकप्रिय आहे. (भासंको)

क्षेत्रसिंह गुहिलोत : (मृत्यू इ.स.१३५२) मेवाडच्या महाराणा हंमीरचा ज्येष्ठ पुत्र. ह्याला खेता किंवा खेतसी म्हणूनही ओळखतात. त्याने हाडांना जिंकले. मांडूचा सुलतान दिलावरखां घोरी ह्याला त्याने चितोडजवळ जिंकले. अन्यही विजय त्याच्या नावावर आहेत. पनवाड हे गाव त्याने श्री एकलिंगजीला अर्पण केले होते. (मचको)

क्षेमंकर :(इ.स. १४७० सुमार) एक जैन मुनी. सिंहासनद्वात्रिंशिका किंवा विक्रमचरित या ग्रंथाचा भाषान्तरकर्ता. त्यासाठी सिंहासनबत्तिशीची जुनी महाराष्ट्री प्रत वापरलेली दिसते. (मचको)

क्षेमराज :(इ.स.१०व्या शतकाच्या उत्तरार्ध आणि ११व्या शतकाचा पूर्वार्ध) एक काश्मिरी संस्कृत पंडित. अभिनवगुप्तांचे शिष्य आणि शैव तत्त्वज्ञानाचे ग्रंथकार. प्रत्याभिज्ञाहृदय, स्पंदनिर्णय, विज्ञानभैरवोद्योत आदी अनेक संस्कृत ग्रंथांचे कर्ते. (भासंको)

क्षेमेंद्र : (सुमारे इ.स. १०२०-१०८०) हा कवी काश्मीरमध्ये होऊन गेला. याचे दुसरे नाव न्यायदास असे होते. 'अवसरक्षार', 'कनकजानकी', 'कलाविलास', 'चतुवर्गसंग्रह'या सारखे अनेक ग्रंथ लेखन केले. (सुविको)

क्षेमीश्वर :(इ.स. ९४०) चंडकौशिक नाटक आणि नैषधानंद काव्य ह्यांचा कर्ता. हा कान्यकुब्जाच्या महिपाल प्रतिहाराचा आश्रित होता. (भासंको)

क्षौम : अत्यंत तलम आणि मुलायम वस्त्र. रामायणात कौशेय आणि क्षौम ह्या दोन बहुमोल वस्त्रांचा उल्लेख आहे. क्षौम वस्त्र अधिक पवित्र मानले जात असे. कौटिलीय अर्थशास्त्रात काशी आणि पुंड्र हे प्रदेश क्षौम वस्त्रासाठी प्रसिद्ध असल्याचा उल्लेख आहे. आसामचा राजा भास्करवर्मा ह्याने हर्षवर्धन राजाला अनेक वस्तू भेट म्हणून पाठविल्या होत्या, त्यांत क्षौम वस्त्रे होती, असे बाणभट्टाच्या हर्षचरितात म्हटलेले आहे. त्यावरून ही बहुमोल वस्त्रे आसाममध्येही बनविली जात होती, असे दिसते. (भासंको)

ज्ञ

ज्ञानकोश : विश्वकोश. या टीकाग्रंथात किंवा ग्रंथमालेत जगातील सर्व विषयांची बहुधा अकारविल्हयाने दिलेली माहिती असते. इंग्रजी आमदानीत बंगाली बाबू नगेंद्रनाथ वसु यांनी विश्वकोश रचला. रघुनाथ भास्कर गोडबोले यांनी मराठीत चरित्रकोश रचले व त्याचे आधुनिक अनुकरण डॉ. सि. वि. चित्रावशास्त्री यांनी केले. परंतु डॉ. श्री. व्यं. केतकर यांनी ' सायक्लोपीडिया' स्वरूपाचा कोश प्रथमच रचला. त्याचे नाव महाराष्ट्रीय ज्ञानकोश. सुलभ विश्वकोश ही यांच्या परंपरेतील ज्ञानकोशाची सुधारित आवृत्ती. आता मराठीत विपुल कोशवाङ्मय आहे. डायमंड पब्लिकेशन्स त्यासाठी प्रसिद्ध आहे.(सुविको)

ज्ञानभूषण :एक जैन ग्रंथकार. गुजरातचे निवासी. भुवनकीर्ती हे त्यांचे गुरू. ज्ञानभूषण हे त्यांच्या काळातील चांगले प्रसिध्द भट्टारक होते. जैनांतील आचार्य आणि पुरोहित ह्यांना भट्टारक अशी संज्ञा आहे. धार्मिक बाबतीत त्यांचा अधिकार श्रेष्ठ मानला जातो. ज्ञानभूषण ह्यांचे तत्त्वज्ञानतरंगिणी 'सिद्धान्तसारभाष्य' आणि 'परमार्थोपदेश' हे ग्रंथ उपलब्ध आहेत. (भासंको)

ज्ञानराज : (जन्म इ. स.१५०३ सुमार) 'सिद्धान्तसुन्दर' नामक ज्योतिषावर ग्रंथ लिहिलेला आहे. ह्याचा पुत्र चिंतामणी ह्याने ह्या ग्रंथावर टीका लिहिलेली आहे. ज्ञानराजाचे जातक, साहित्य आणि संगीत ह्या विषयावर ग्रंथ आहेत. पाथरी (पार्थपूर) हे ह्याचे गाव. (मचको).

ज्ञानश्री : (इ. स. १४ वे शतक) एक बौद्ध विद्वान. काश्मीरचे निवासी. हे क्षणिकवादाचे पुरस्कर्ते होते. त्यांनी कार्यकारणभावसिद्धी, क्षणभंगाहयाय, व्याप्तिचर्चा इत्यादी काही ग्रंथ लिहिलेले असून त्यांची हस्तलिखिते तिबेटातील शालू मठात आहेत, असे श्री. राहुल सांकृत्यायन ह्यांनी लिहिलेले आहे. धर्मकीर्तीच्या वादन्याय या ग्रंथाचा ज्ञानश्री ह्यांनी तिबेटी भाषेत अनुवाद केलेला आहे. (भासंको)

ज्ञानसंबंधर : (इ. स. ७ वे शतक) दक्षिण भारतातील न्यायन्मारांपैकी एक श्रेष्ठ न्यायन्मार. न्यायन्मार म्हणजे दक्षिण भारतातील शैव संतकवी. यांच्या नावामागे तिरू अशी उपाधी लावून त्यांना तिरुज्ञानसंबंधर असेही म्हणतात. शैव संतांत यांचे स्थान सर्वोच्च आहे. ह्यांच्यामुळे जैन आणि बौद्ध धर्म तमिळनाडूमध्ये प्रगती करू शकले नाहीत. तमिळनाडूच्या तंजाऊर जिल्ह्यातील शियाळी हे त्यांचे मूळ गाव. भगवती नि शिवपादहृदय हे त्यांचे आई-वडील होत. निसर्गवर्णन नि ईश्वराचे गुणगान पद्यांत गुंफून संबंधरांनी लोकांना सांगितले की, सृष्टिकर्त्या ईश्वराचे ज्ञान होण्यासाठी आधी सृष्टीचे ज्ञान करून घेणे आणि तिच्यावर प्रेम करणे आवश्यक आहे. कारण ईश्वर

हा सर्व चराचर व्यापून राहिलेला आहे. जीवनाकडे पाठ फिरविणे किंवा त्याचा तिरस्कार करणे हे आध्यात्मिक साधनेला साहाय्यक न होता बाधक ठरते, असे त्यांचे मत होते. मदुरेच्या अरिकेसरी पांड्य ह्या जैन राजाने तिरुज्ञानसंबंधर ह्यांच्या प्रभावामुळेच, शैवधर्माचा स्वीकार केला. तिरुज्ञानसंबंधरांची गीते तमिळनाडूमधील लोक श्रद्धापूर्वक गातात. तेवार्‌म (इ.स. ७ वे शतक ते ९ वे शतक) ह्या तमिळ भक्तिगीतसंग्रहात त्यांच्या पद्यांचा संग्रह केलेला आहे. (भासंको)

ज्ञानसिंधू : प्रभाकर वृत्तपत्राच्या समकालीन ज्ञानसिंधू हे वर्तमानपत्र १८४२ मध्ये येथे आरंभित झाले. वीरेश्वर सदाशिव छत्रे हे संपादक. ज्ञानसिंधू आणि प्रभाकर यांची स्पर्धा असे. (भासंको)

ज्ञानेश्वर : (सुमारे १२७५-१२९६) आद्य मराठी तत्त्वज्ञानी ग्रंथकार. आपेगावास जन्म झाला. नेवासे येथे भगवद्‌गीतेवरील 'ज्ञानदेवी' नावाची प्रसिद्ध टीका केली. (इ. स. १२९०) 'ज्ञानेश्वरी' नावाने ही प्रसिद्ध आहे. यामुळे वारकरी संप्रदायाचा पाया भक्कम केला. भागवत धर्माचा पाया घालणारे महत्त्वाचे संत. आपेगाव येथे जन्म झालेल्या ज्ञानेश्वरांनी भगवद्‌गीतेचे मराठी भाषेत 'ज्ञानेश्वरी' या नावाने नेवासे येथे विविरण केले. 'अमृतानुभव' हा ग्रंथ तत्त्वज्ञानाच्या दृष्टिकोनातून अत्यंत महत्त्वाचा मानला जातो. आद्य मराठी भाषेचा विकास घडवणाऱ्यांमध्ये ज्ञानेश्वरांचे नाव अग्रभागी घ्यावे लागते. १७९६ साली त्यांनी आळंदी येथे समाधी घेतली. चांगदेवपासष्टी, अभंग, मौळणी, पसायदान हेही प्रसिद्ध.

ज्ञानेश्वरी : (इ. स. १२९०) संत श्री ज्ञानेश्वरमहाराजांनी रचलेली गीतेवरील ओवीबद्ध टीका. हा ग्रंथ नऊ सहस्र ओव्यांचा आहे. सामान्यजनांना संस्कृत भाषेतील भगवद्‌गीता समजत नव्हती आणि तिच्यातील उपदेश ग्रहण करता येत नव्हता म्हणून 'तू गीतेवर मराठी टीका लिही' असा सद्‌गुरू श्री निवृत्तिनाथांनी ज्ञानेश्वरांना आदेश दिला. ज्ञानेश्वरांनी प्रवरा नदीकाठच्या नेवासे गावातील शिवमंदिरात ज्ञानेश्वरी ग्रंथाचे निरूपण केले. सच्चिदानंदबाबांनी तो ग्रंथ लिहून घेतला. श्री. ल. रा. पांगारकर म्हणतात, ज्ञानेश्वरी हा ग्रंथ मराठी भाषेत काळाने आणि योग्यतेने पहिलाच आहे. धर्मग्रंथ, काव्य, व्यवहारनीती, भाषागौरव, भाषालंकार, वाणीतले अद्‌भुत प्रेम, कर्म, ज्ञान आणि उपासना ह्यांतील सिद्धान्तशास्त्र आणि व्यवहार ह्यांचा उत्कृष्ट मेळ, प्रपंच आणि परमार्थ दोहोंचे विवेचन आदी ज्ञानेश्वरीची महान वैशिष्ट्ये होत. (भासंको)

ज्ञानेश्वरी बाळबोवा : (इ.स.१८०६-१८८८) संतकवी नि ग्रंथकार. आडनाव थेटे. ज्ञानेश्वरपरंपरा. भक्तितत्त्वामृत हा प्रमुख ग्रंथ. प्रारंभी त्यांनी ३१६५ श्लोकांचे संस्कृत भक्तितत्त्वामृत रचून त्यावर स्वतःच ८४९८ ओव्यांची प्राकृत टीका लिहिली. (भासंको)

ज्ञानोदय : इ.स. १९४२ मध्ये अमेरिकन मिशनऱ्यांनी अहमदनगर येथे धर्मप्रसारासाठी ज्ञानोदय हे पत्र चालू केले. ते मराठी आणि मराठी-इंग्रजी भाषात निघत असे. त्यात हिंदू धर्मावर टीका असे पण शिक्षणप्रसार, ज्ञानप्रसार, समाजसुधारणा यासंबंधीचे त्याचे कार्य उल्लेखनीय आहे. मराठीतील वृत्तपत्रांच्या नि वाङ्मयाचाही त्यात परमर्श घेतला जाई. त्यामुळे अनेक वृत्तपत्रांची माहिती कळू शकली नाही. (भासंको)

❑❑

संदर्भ ग्रंथ संक्षेप

अचको	अर्वाचीन चरित्रकोश	विद्यानिधी डॉ. सिद्धेश्वरशास्त्री चित्राव
इंस्ट्रफॉइं	इंडियाज् स्ट्रगल फॉर इंडिपेंडन्स	डॉ. बिपिन चंद्र
इआइ	इंडिया आफ्टर इंडिपेंडन्स	डॉ. बिपिन चंद्र
इलेशा	इतिहास लेखनशास्त्र	प्रफुल्लकुमार
इसंशा	इतिहास संरक्षणशास्त्र संज्ञा कोश	प्रा. डॉ. बी. आर. जोशी
उदुइ	उपेक्षित दुर्गाचा इतिहास	प्रा. डॉ. पी. बी. शहा
खाइ	खानदेशचा इतिहास	डॉ. पी. डी. जगताप
चिशिम	चित्रमय शिवाजी महाराज	भा. इ. सं. मंडळ, पुणे
जस	जलदुर्गाच्या सहवासात	प्रा. प्र. के. घाणेकर
डेहिंइ	Development of Hindu Iconography	Jitendranath Banarjee
पेम	पेशवेकालीन महाराष्ट्र	वा. कृ. भावे
पेस्त्री	पेशवेकालीन स्त्रीजीवन	डॉ. शारदा देशमुख
प्राचको	प्राचीन चरित्रकोश	विद्यानिधी डॉ. सिद्धेश्वरशास्त्री चित्राव
प्राभाइसं	प्राचीन भारतीय इतिहास आणि संस्कृती	डॉ. प्रा. ग. म. देगलूरकर, डॉ. म. के. ढवळीकर डॉ. रा. ज्ञा. गायकवाड
प्राभाराइ	प्राचीन भारताचा राजकीय इतिहास	प्रा. ग. ल. भिडे
भगिनी निवेदिता	भगिनी निवेदिता	डॉ. वि. वा. पेंडसे
भनतुर	भयचकित तुज नमावे रमणी	सु. ह. जोशी
भासंको	भारतीय संस्कृतिकोश	पं. महादेवशास्त्री जोशी
भासविको (सविको)	भारतीय समाजविज्ञानकोश	स. मा. गर्गे
मइ	मराठ्यांचा इतिहास	प्रा. डॉ. अ. रा. कुलकर्णी प्रा. ग. ह. खरे
मचको	मध्ययुगीन चरित्रकोश	विद्यानिधी डॉ. सिद्धेश्वरशास्त्री चित्राव
मज्ञाको	महाराष्ट्रीय ज्ञानकोश	डॉ. श्री. व्यं. केतकर
मद	महाराष्ट्रातील दफ्तरखाने	वि. ग. खोबरेकर
मदि	महाराष्ट्र दिनविशेष	वि. ना. होनप, प्रा. गणेश राऊत
मपइ	महाराष्ट्रातील परिवर्तनाचा इतिहास	प्रा. गणेश राऊत
मविको	मराठी विश्वकोश	तर्कतीर्थ लक्ष्मणशास्त्री जोशी

मसाआइ	मराठ्यांचा सामाजिक आर्थिक इतिहास	प्रा. शिल्पा कुलकर्णी
मुरि	मुसलमानी रियासत	गोविंद सखाराम सरदेसाई
मेचाडोफ्रां	मेस्तर चारलस डोचवासाहेब फ्रांसिस	डॉ. अ. रा. कुलकर्णी
मोप्रव	मोडी प्रशिक्षण वर्ग	महाराष्ट्र शासन
यांघस	यांनी घडविले सहस्रक	सुहास कुलकर्णी, मिलिंद चंपानेरकर
राको	राजकोश	अ. द. मराठे
राशि	राजा शिवछत्रपती	ब. मो. पुरंदरे
लेम	लेणी महाराष्ट्राची	प्रा. प्र. के. घाणेकर
शिम	शिवकालीन महाराष्ट्र	अ. रा. कुलकर्णी
श्रीराशि	श्रीराजा शिवछत्रपती	गजानन मेहेंदळे
संसंको	संख्या संकेत कोश	श्री. शा. हणमंते
संसाइ	सांस्कृतिक साहित्याचा इतिहास	डॉ. करंबेळकर
सासभकि	साद सह्याद्रीची भटकंती किल्ल्यांची	प्रा. प्र.के. घाणेकर
सिंसं	सिंधू संस्कृती	प्रा. डॉ. म. के. ढवळीकर
सुविको	सुलभ विश्वकोश	य. रा. दाते, चिं. ग. कर्वे
स्वापेदहिं	१८५७ चे स्वातंत्र्ययुद्ध पेटलेला दक्षिण हिंदुस्थान	डॉ. वा. द. दिवेकर
स्वासंस	स्वातंत्र्यसंग्रामातील समिधा	प्रमोद मांडे
हिंसाको	हिंदी साहित्य कोश	संपादक – धीरेंद्र वर्मा